D1680573

கு.ப.ரா. சிறுகதைகள்

முழுத் தொகுப்பு

பதிப்பாசிரியரின் பிற நூல்கள்

[காலச்சுவடு வெளியீடு]

நாவல்

- ❖ ஏறுவெயில்
- ❖ நிழல் முற்றம்
- ❖ கூளமாதாரி
- ❖ கங்கணம்
- ❖ ஆளண்டாப் பட்சி
- ❖ பூக்குழி
- ❖ மாதொருபாகன்
- ❖ ஆலவாயன்
- ❖ அர்த்தநாரி
- ❖ பூனாச்சி அல்லது ஒரு வெள்ளாட்டின் கதை
- ❖ கழிமுகம்
- ❖ நெடுநேரம்

சிறுகதை

- ❖ பெருமாள்முருகன் சிறுகதைகள் (1988 – 2015)
- ❖ சேத்துமான் கதைகள்
- ❖ மாயம்
- ❖ வேல்!
- ❖ போண்டு

கவிதைகள்

- ❖ மயானத்தில் நிற்கும் மரம்
- ❖ கோழையின் பாடல்கள்

கட்டுரைகள்

- ❖ துயரமும் துயர நிமித்தமும்
- ❖ கரித்தாள் தெரியவில்லையா தம்பீ . . .
- ❖ பதிப்புகள் மறுபதிப்புகள்
- ❖ வான்குருவியின் கூடு (தனிப்பாடல் அனுபவங்கள்)
- ❖ கெட்ட வார்த்தை பேசுவோம்
- ❖ ஆர். ஷண்முகசுந்தரத்தின் படைப்பாளுமை
- ❖ நிழல்முற்றத்து நினைவுகள்
- ❖ நிலமும் நிழலும்
- ❖ தோன்றாத் துணை
- ❖ மனதில் நிற்கும் மாணவர்கள்
- ❖ மயிர்தான் பிரச்சினையா
- ❖ அப்படியெல்லாம் மனசு புண்படக்கூடாது
- ❖ காதல் சரி என்றால் சாதி தப்பு
- ❖ பாதி மலையேறுன பாதகரு
- ❖ கவிதை மாமருந்து
- ❖ உ.வே. சாமிநாதையரை ஒதுக்கலாமா?

பதிப்புகள்

- ❖ சாதியும் நானும் (அனுபவக் கட்டுரைகள்)
- ❖ கருவளையும் கையும்

தொகுத்தவை

- ❖ உடைந்த மனோரதங்கள்
- ❖ பிரம்மாண்டமும் ஒச்சமும்
- ❖ பறவைகளும் வேடந்தாங்கலும் – மா. கிருஷ்ணன்
- ❖ உ.வே.சா. பன்முக ஆளுமையின் பேருருவம் (கட்டுரைகள்)
- ❖ தீட்டுத்துணி – சி.என். அண்ணாத்துரை (தேர்ந்தெடுத்த சிறுகதைகள்)
- ❖ கூடுசாலை – சி.சு. செல்லப்பா (கிளாசிக் சிறுகதைகள்)

கு.ப.ரா. சிறுகதைகள்
முழுத் தொகுப்பு

கு.ப. ராஜகோபாலன் (1902–1944)

'ஆண் பெண் உறவுகளை, பால் உணர்ச்சிகளை அப்பட்டமாக உரக்க மனத்தையும் கண்ணையும் உறுத்துகிற மாதிரி சொல்வது இன்று பலருக்கும் கைவந்த கலையாக இருக்கிறது. ஆனால் அதையே சூக்ஷ்மமாகச் செய்கிற காரியம், கலையுணர்ச்சியுடன் முழுவதும் சொல்லாமல் சொல்லிவிடுகிற காரியம் கு.ப.ராவுக்கு மிகவும் கைவந்திருந்ததை இன்று படிக்கும்போதும் உணர முடிகிறது' என்று க.நா. சுப்ரமண்யம் விதந்தோதும் கு.ப. ராஜ கோபாலன் தமிழ்ச் சிறுகதை முன்னோடிகளுள் ஒருவர்.

சிறுகதை, கவிதை, நாடகம், கட்டுரை, மொழிபெயர்ப்பு முதலிய துறைகளில் தீவிரமாக இயங்கிய கு.ப.ரா. 1934 முதல் 1944 வரை வெளியான பல பத்திரிகைகளில் சிறுகதைகள் எழுதினார். அவரது கதைகள் முறையாகத் தொகுக்கப்பட்டுக் காலக்குறிப்புட னும் அவர் எழுதியவை என்னும் உறுதிப்பாட்டுடனும் இந்நூலில் கொடுக்கப்பட்டுள்ளன. உரிய முன்னுரைகளும் அவசியமான பின்னிணைப்புகளும் இதில் உள்ளன. வாசகர்களுக்கும் ஆய்வாளர் களுக்கும் பயன்படும் வகையில் அகராதிகள் அமைந்துள்ளமை இப்பதிப்பின் சிறப்பு. தமிழ்ச் சிறுகதைப் பரப்பில் கவனம் பெற்ற, பெற வேண்டிய எழுத்தாளர்களின் கதைகளைத் தொகுத்துச் செம்பதிப்பாக வெளியிடும் வரிசையில் காலச்சுவடு பதிப்பகத்தின் இன்னுமொரு சுவடு இந்நூல்.

இதன் பதிப்பாசிரியராகிய பெருமாள்முருகன் (பி. 1966) படைப்புத் துறைகளில் இயங்கிவருபவர். அகராதியியல், பதிப்பியல், மூலபாடவியல் ஆகிய கல்விப்புலத் துறைகளிலும் ஈடுபாடுள்ளவர்.

2023ஆம் ஆண்டுக்கான 'பன்னாட்டுப் புக்கர் விருது' நெடும் பட்டியலில் 'பூக்குழி' நாவலின் ஆங்கில மொழிபெயர்ப்பு 'Pyre' இடம்பெற்றது. இவரது 'ஆளண்டாப் பட்சி' நாவலின் ஆங்கில மொழிபெயர்ப்பான 'Fire Bird' நூலுக்கு 2023ஆம் ஆண்டு ஜேசிபி இலக்கியப் பரிசு வழங்கப்பட்டது.

● அன்பார்ந்த வாசகருக்கு,

வணக்கம்.

காலச்சுவடு நூலை வாங்கியமைக்கு நன்றி.

நூலின் உள்ளடக்கம், உருவாக்கம், அட்டைப்படம் இன்ன பிற அம்சங்கள் பற்றிய உங்கள் கருத்துகளையும் ஆலோசனைகளையும் காலச்சுவடு வரவேற்கிறது. தகவல், எழுத்து, வாக்கியப் பிழைகள் தென்பட்டால் அவசியம் தெரிவித்து உதவுங்கள். நூல் தயாரிப்பில் கடும் குறைபாடு இருப்பின் மாற்றுப் பிரதி உங்களுக்குக் கிடைக்கக் காலச்சுவடு ஏற்பாடு செய்யும்.

மின்னஞ்சல்: **publisher@kalachuvadu.com**

காலச்சுவடு நாகர்கோவில் அலுவலகத்திற்குக் கடிதம் அனுப்பலாம்.

தங்கள்
எஸ்.ஆர். சுந்தரம் (கண்ணன்)
பதிப்பாளர் — நிர்வாக இயக்குநர்

Unauthorised use of the contents of this published book, whether in e-book or hardcopy format, for any type of Artificial Intelligence (AI) training — including but not limited to Machine Learning, Deep Learning, Natural Language Processing, Computer Vision, Chatbot Training, Image Recognition Systems, Recommendation Engines, and Language Models — is strictly prohibited without prior licensing from the publisher. Any such unauthorised use may result in legal action.

கு.ப.ரா. சிறுகதைகள்
முழுத் தொகுப்பு

பதிப்பாசிரியர்
பெருமாள்முருகன்

காலச்சுவடு பதிப்பகம்

கு.ப.ரா. சிறுகதைகள்: முழுத் தொகுப்பு ♦ சிறுகதைகள் ♦ பதிப்பாசிரியர்: பெருமாள்முருகன் ♦ பதிப்பும் அமைப்பும் © பெருமாள்முருகன் ♦ முதல் பதிப்பு: டிசம்பர் 2013, திருத்தப்பட்ட இரண்டாம் பதிப்பு: நவம்பர் 2014, மேம்படுத்திய ஐந்தாம் பதிப்பு: நவம்பர் 2021, பத்தாம் பதிப்பு: அக்டோபர் 2025 ♦ வெளியீடு: காலச்சுவடு பப்ளிகேஷன்ஸ் (பி) லிட்., 669, கே. பி. சாலை, நாகர்கோவில் 629001

ku.pa.raa. ciRukataikaL ♦ Complete ShortStories of Ku.Pa. Rajagopalan (1902-1944) ♦ Edited by: PerumalMurugan ♦ Compilation, editorial format and arrangement © PerumalMurugan ♦ Language: Tamil ♦ First Edition: December 2013, Revised Second Edition: November 2014, Enlarged Fifth Edition: November 2021, Tenth Edition: October 2025 ♦ Size:Royal♦ Paper: 18.6 kg maplitho ♦ Pages: 608

Published by Kalachuvadu Publications Pvt. Ltd., 669 K.P. Road, Nagercoil 629001, India ♦ Phone: 91-4652-278525 ♦ e-mail: publications@kalachuvadu.com ♦ Printed at Manipal Technologies Limited, Manipal 576104, Karnataka

ISBN: 978-93-82033-12-7

10/2025/S.No. 547, kcp 6081, 18.6 (10) uss

கு.ப.ரா. படைப்புகளின் மேல் தீராத பற்றுக் கொண்டவரும்
அவர் படைப்புகளைத் தொகுப்பதில் முன்கை எடுத்தவருமான
சி.சு. செல்லப்பா
நினைவுக்கு

பொருளடக்கம்

ஐந்தாம் பதிப்பு முன்னுரை: 'பழகின தோஷம்'	13
இரண்டாம் பதிப்பு முன்னுரை: ஈர்க்கும் வசீகரம்	17
பதிப்புரை: அழகுத்தொண்டு	19
ஆய்வுரை: வாள்வீச்சின் ஈர்ப்பு	37
முன்னுரையாக: சிறுகதையும் கதை மூலமும் – கு.ப.ரா.	57
1. விசாலாக்ஷி	63
2. நூர் உன்னிஸா	70
3. தாயாரின் திருப்தி	77
4. தனபாக்கியத்தின் தொழில்	80
5. அடிமைப் பயல்	85
6. குந்துமணி	89
7. காமுவின் கதை	94
8. ஸம ஆராதனை	99
9. பண்ணைச் செங்கான்	102
10. மனக்கோட்டை	106
11. ஒரு 'வேலையில்லா' மூளை	109
12. ராஜத்தின் காதல்	111
13. சிறு கதை	115
14. புனர் ஜன்மம்	121
15. காதலே சாதல்	129
16. வீரம்மாளின் காளை	135
17. கவி வேண்டிய பரிசு	139
18. என்ன தைரியம்?	143

19. உயிரின் அழைப்பு	147
20. ஸ்டுடியோ கதை	152
21. கதைக்காரன் கர்வம்	156
22. கனகாம்பரம்	160
23. புரியும் கதை	166
24. வீழ்ச்சி	172
25. தியாக விக்கிரகம்	178
26. மின்னக்கலை	185
27. அனார்கலி	191
28. புதிர்	198
29. குந்தவையின் கைதி	205
30. பாட்டியின் ஆதங்கம்	210
31. காணாமலே காதல்	214
32. ராஜேந்திரன் கனவு	219
33. விடியுமா?	224
34. வாழ்க்கைக் காட்சி	231
35. சிதையருகில்	236
36. பெண்மனம்	240
37. எதிரொலி	245
38. ராஜபிகூஷணி	250
39. வெள்ளைக்காரச்சி	255
40. காதல் நிலை	257
41. இருளிலிருந்து	263
42. திரை	266
43. தனயன்	271
44. தாய்	276
45. மன்னிப்பு	282
46. என்ன நெருக்கடியோ?	287
47. நினைவுமுகம் மறக்கலாமோ?	290
48. ஆமிரபாலி	295

49. என்ன அத்தாட்சி?	299
50. வைர மோதிரம்	305
51. குரலும் பதிலும்	308
52. சோகத்தின் முன்னிலையில்	313
53. துரோகமா?	319
54. அடி மறந்தால் ஆழம்	327
55. மகாபோதம்	333
56. தவறுகளோ, தன்மைகளோ!	336
57. தை முதல் தேதி	343
58. விபரீதக் காதல்	348
59. நடுத்தெரு நாகரிகம்	352
60. இயற்கையின் வெற்றி	359
61. சந்திப்பு	365
62. திரைக்குப் பின்	372
63. இரண்டாம் தலைதீபாவளி	377
64. உண்மைக் கதை	382
65. ராஜயோகம்	389
66. சிறிது வெளிச்சம்	392
67. தித்திப்பு	401
68. யார்மேல் பிசகு?	409
69. என்ன வேண்டும்?	417
70. பிராப்தம்	424
71. பழகின தோஷம்	431
72. தமிழ் மங்கை	437
73. வேறு நினைப்பு	440
74. இரண்டு பாசங்கள்	446
75. பெற்ற மனம்	451
76. எவன் பிறந்திருக்கின்றானோ?	459
77. இன்பத் தொல்லை	463
78. வாழ்க்கைக்கே ஒரு நாள்	469

79. மோகினி மாயை	475
80. வெற்றிக்குப் பின்	483
81. லட்சிய வீரன்	487
82. எதிரொலி (2)	493
83. பாப்பாவின் சங்கிலி	498
84. பார்வதியின் தவம்	502
85. 'மனம் வெளுக்க'	505
86. அர்ச்சனை ரூபாய்	511
87. குழந்தைகள் கொலு	516
88. முன் தலைமுறை	521
89. இந்தத் தலைமுறை	527
90. மூன்று உள்ளங்கள்	532
91. வயது வந்துவிட்டது	538
92. ஆற்றாமை	543
93. மதுரா விஜயம்	549
94. சபரியின் பிரேமை	552
95. தங்காத்தா	556
96. மோகனச் சிரிப்பு	560

பின்னிணைப்புகள்

1. ஐயத்திற்குரிய கதைகள்	
(i) காசி யாத்திரை	569
(ii) லட்சுமி	572
2. கதைகள்: காலவரிசை	575
3. நூல்களும் கதைகளும்	587
4. நூல் முன்னுரைகள்	591
5. மதிப்புரை	597
6. கு.ப.ரா. வாழ்க்கைக் குறிப்பு	599
7. அருஞ்சொல் அகராதி	601
8. தலைப்பகராதி	606

ஐந்தாம் பதிப்பு முன்னுரை

‘பழகின தோஷம்’

கு.ப.ரா. சிறுகதைகளின் ஐந்தாம் பதிப்பு இது. இரண்டாம் பதிப்புக்குப் பிறகு மூன்றாவதும் நான்காவதும் குறும்பதிப்புகளாக வெளிவந்தன. அவற்றில் மாற்றம் எதுவும் செய்யவில்லை. இந்தப் பதிப்பில் சில சேர்க்கைகள், திருத்தங்கள் நேர்ந்துள்ளன. முக்கியமாக அவர் எழுதிக் *கல்கி* இதழில் வெளியான ஐந்து கதைகள் புதிதாகக் கிடைத்துச் சேர்க்கப்பட்டுள்ளன. ‘ராஜயோகம்’, ‘மோகனச் சிரிப்பு’ ஆகிய இருகதைகளும் ‘பாரத்வாஜன்’ என்னும் புனைபெயரில் வெளியாகியுள்ளன. பழகின தோஷம், வேறு நினைப்பு, இரண்டு பாசங்கள் ஆகிய மூன்றும் ‘கு.ப. ராஜகோபாலன்’ என்னும் பெயரிலேயே உள்ளன. ‘புனர்ஜன்மம்’ தொகுப்பில் சேர்க்கப்பட்டிருந்த ‘தித்திப்பு’ சிறுகதை ஏற்கனவே இந்நூலில் இடம்பெற்றுள்ளது. அக் கதையின் வெளியீட்டு விவரம் கிடைக்காமல் இருந்தது. இப்போது அக்கதையும் ‘கல்கி’ இதழில் வெளியானதை அறிய முடிந்தது. வெளியீட்டு விவரம் கிடைத்ததால் வரிசையில் அக்கதையின் இடம் மாறியுள்ளது.

1942 அக்டோபர் *கல்கி* தீபாவளி மலரில் வெளியான ‘இரண்டாம் தலைதீபாவளி’ கதைதான் ‘கல்கி’யில் கு.ப.ரா. எழுதிய முதல் சிறுகதை. அதன் பிறகு தொடர்ச்சியாக அவ்விதழில் எழுதியுள்ளார். 1942, 1943 தீபாவளி மலர்கள் உட்படக் *கல்கி*யில் வெளியான அவரது கதைகளின் எண்ணிக்கை எட்டு. ‘மோகனச் சிரிப்பு’ கதை மட்டும் அவரது இறப்புக்குப் பிறகு 1945, ஜூலை மாதத்தில் வெளியாகியுள்ளது. அவர் இருக்கும் போதே எழுதிக் கொடுத்திருக்க வேண்டும். பிரசுரமாகத் தாமதமான காரணம் தெரியவில்லை. அவர் இறந்த மாதமான 1944, ஏப்ரல் *வசந்த மலர்* இதழில் வெளியான ‘தங்காத்தா’ கதையே இறுதிக்கதை என்ற என் முந்தைய அனுமானம் மாறி அவ்விடத்தை ‘மோகனச் சிரிப்பு’ பெற்றுள்ளது.

அவர் எழுதிய கதைகளின் எண்ணிக்கை 91 என்றிருந்தது இப்போது 96ஆகக் கூடியுள்ளது. அவர் எழுதியதுதானா என்னும் ஐயத்திற்குரிய கதைகள் இரண்டு ஏற்கனவே இத்தொகுப்பில் உள்ளன. அவற்றோடு சேர்த்தால் மொத்தம் 98 கதைகள் இந்நூலில் இடம் பெற்றுள்ளன. இன்னும்கூடக் கதைகள் கிடைக்கக் கூடும் என்னும் நம்பிக்கையில் தேடல் தொடர்கிறது. புதிய கதைகள் கிடைப்பது மட்டுமல்ல, ஏற்கனவே கிடைத்துள்ள கதைகளின் வெளியீட்டு விவரம் சார்ந்தும் தேட வேண்டியிருக்கிறது.

அவர் நூல்களில் இடம்பெற்றும் வெளியீட்டு விவரம் தெரியாத கதைகள் எட்டு. அவை: தவறுகளோ, தன்மைகளோ! (கனகாம்பரம் தொகுப்பு, 1940), வெற்றிக்குப்பின், (காணாமலே காதல், நவம்பர், 1943), லட்சிய வீரன்(காணாமலே காதல்), பாப்பாவின் சங்கிலி (புனர் ஜன்மம், 1943), பார்வதியின் தவம் (புனர் ஜன்மம்), 'மனம் வெளுக்க' (புனர் ஜன்மம்), அர்ச்சனை ரூபாய் (புனர் ஜன்மம்), குழந்தைகள் கொலு (புனர் ஜன்மம்).

கதை வெளியான இதழ்ப் பெயர் தெரிந்தும் வெளியீட்டுத் தேதியை உறுதிப்படுத்த முடியாத கதைகள் ஏழு. அவை: மோகினி மாயை (*கலாமோகினி*), எதிரொலி (2) (*வசந்தம்*), முன் தலைமுறை (*கிராம ஊழியன்*), இந்தத் தலைமுறை (*கிராம ஊழியன்*), மூன்று உள்ளங்கள் (*கிராம ஊழியன்*), வயது வந்துவிட்டது (கிராம ஊழியன்), ஆற்றாமை (*கிராம ஊழியன்*).

ஐந்து கதைகள் புதிதாகச் சேர்ந்திருப்பதால் பொருளடக்கம், பின்னிணைப்பு ஆகியவற்றில் உரிய சேர்க்கைகளைச் செய்திருக்கிறேன். கதை வரிசையில் சில மாற்றங்கள். அகராதிச் சொற்கள் கூடியிருக்கின்றன. முந்தைய பதிப்பு முன்னுரைகளில் எந்த மாற்றமும் செய்யவில்லை. கு.ப.ரா. கதைகளின் பதிப்பு வரலாற்றுக்கு உதவும் என்னும் நோக்கில் அவை அனைத்தும் அப்படியே இடம்பெற்றுள்ளன. பதிப்புத் துறை சார்ந்து ஒரு பணியில் ஈடுபட்டால் அது நம் ஆயுள் வரை விடாமல் தொடரும். இத்துறையோடு 'பழகின தோஷம்' தரும் பலன் அப்படி. இப்பதிப்பை இன்னும் மேம்படுத்துவேன் என்னும் நம்பிக்கை இருக்கிறது. ஆர்வமுள்ள வாசகர் ஒவ்வொரு பதிப்பையும் வாங்கிச் சேர்த்துப் பரவசப்பட வேண்டும் என்பது என் எதிர்பார்ப்பு. அவ்வகையில் புதிய வாசகர்களை விடவும் பழையவர்கள் அதிர்ஷ்டக்காரர்கள்.

'*கல்கி*' இதழிலிருந்து கிடைத்த ஐந்து கதைகள் சேர்க்கப்பட்டிருப்பது இப்பதிப்பின் முக்கியத்துவம் ஆகும். அவற்றில் 'பாரத்வாஜன்' என்னும் புனைபெயரில் எழுதப்பட்ட 'ராஜயோகம்' கதையில் 'ஸ்ரீமான் ராஜகோபாலன், பி.ஏ.' என எள்ளலுடன் அவர் பெயரையே மையப் பாத்திரத்திற்கு வைத்துள்ளார். இக்கதையின் தொனியும் எள்ளல்தான். பாரத்வாஜன் என்னும் பெயரிலேயே வெளியான 'மோகனச் சிரிப்பு' கதை துடிப்பு மிக்க பெண்ணின் திருமண வாழ்வு அவளது துடுக்குத் தனமான பேச்சியல்பின் காரணமாகப் பாதிக்கப்படுவதைப் பேசுகிறது.

அவள் தன்னை நிரூபித்துக் கணவனுடன் சேரப் பல ஆண்டுகள் ஆகிறது. இது சரியாக உருப்பெறாத கதை எனக் கருதி புனைபெயரில் எழுதி யுள்ளார். பழகின தோஷம், வேறு நினைப்பு, இரண்டு பாசங்கள் ஆகிய மூன்று கதைகளும் ஆண், பெண் உறவில் நேரும் நுட்பமான உணர்வுகளைச் சித்திரிப்பவை. இவை கு.ப.ரா.வின் சிறந்த கதைகள் பட்டியலில் இடம்பெறத்தக்கவை.

❍ ❍ ❍

சென்னை, அரசு ஆவணக்காப்பகத்திலிருந்து *கல்கி* இதழ்களைப் பார்வையிட்டுக் கதைகளை நகலெடுத்துக் கொடுத்தவர்கள் நண்பர் கல்யாணராமன், ஏ.தனசேகர் ஆகியோர். தி. ஜானகிராமன் கதைகளைத் தேடும்பொருட்டு இருவரும் மேற்கொண்ட நூலகப் பயணம் கு.ப.ரா. கதைகளையும் கண்டடையக் காரணமாயிற்று. அவர்கள் தேடலில் கிடைத்தவற்றை உவப்போடு என்னுடன் பகிர்ந்துகொண்டதோடு தொகுப்பில் சேர்த்துக்கொள்ளக் கதைகளின் நகல்களைக் கொடுத்தும் உதவினர். *ஆனந்த விகடன்* இதழில் 1940ஆம் ஆண்டு வெளியான *கனகாம்பரம்* தொகுப்புக்கான மதிப்புரைகள் கண்டறிந்தவர்களும் இவர்கள்தான். அம்மதிப்புரையும் இப்பதிப்பின் பின்னிணைப்பில் சேர்க்கப்பட்டுள்ளது. இருவருக்கும் நன்றி.

ஓராண்டுக்குமுன் *கல்கி* இணையதளத்தில் பழைய இதழ்களைப் பதிவேற்றி அனைவரும் பார்வையிட வசதி செய்திருந்தனர். அதையும் பயன்கொண்டேன். *கல்கி* இதழ் நிர்வாகத்திற்கு நன்றி.

இப்பதிப்பை மேம்படுத்துவது பற்றி எப்போதும் உசாவி உதவிக் கொண்டிருப்பவர் நண்பர் ஆ. இரா. வேங்கடாசலபதி. ஒவ்வொரு பதிப்பிலும் மாற்றங்கள் நேர்வதால் ஏற்படும் இடையூறுகளைப் பொறுத்துப் பதிப்புச் செம்மைக்கு உதவும் நண்பர் காலச்சுவடு கண்ணன். இருவருக்கும் நன்றி.

இப்பதிப்பு மாற்றங்களைப் பொறுமையுடன் கேட்டுச் சிறப்புற ஆக்கிக்கொடுத்திருக்கும் திருமதி கலா முருகன் உள்ளிட்ட காலச்சுவடு பணியாளர்களுக்கும் நன்றி.

15-10-21. **பெருமாள்முருகன்**
நாமக்கல்.

இரண்டாம் பதிப்பு முன்னுரை

ஈர்க்கும் வசீகரம்

'கு.ப.ரா. சிறுகதைகள்' நூலின் இரண்டாம் பதிப்பு இவ்வளவு விரைவில் வரும் என எதிர்பார்க்கவில்லை. நல்ல பதிப்புக்கு வாசக வரவேற்பு இருக்கும் என்னும் நம்பிக்கை ஏற்படுவதோடு இத்தகைய பணிகளை எடுத்து நிதானமாகவேனும் செய்ய வேண்டும் என்னும் துணிவும் உண்டாகிறது. கு.ப.ரா. கதைகளின் வசீகரம் ஈர்த்துக் கொண்டே இருப்பதால் இந்த நூலைச் செம்பதிப்பின் சான்றாதாரம் என்னும் நிலைக்கு உயர்த்த முயல்கிறேன். அதற்கு இன்னும் பாடுபட வேண்டியிருக்கிறது.

முதற்பதிப்பிற்கும் இதற்கும் கதை எண்ணிக்கையில் மாற்றம் எதுவும் இல்லை. ஆனால் வரிசை, காலக் குறிப்பு, வெளியீட்டு விவரம் உள்ளிட்டவற்றில் சில மாற்றங்கள் உள்ளன. நண்பர்கள் ஆ. இரா. வேங்கடாசலபதி, பழ. அதியமான் ஆகியோரின் தேடலில் *கலாமோகினியின்* இதழ்கள் பலவும் *கிராம ஊழியன்* சிலவும் அகப்பட்டன. அவற்றின் வழியாகத் 'திரைக்குப் பின்', 'உண்மைக் கதை', 'சிறிது வெளிச்சம்', 'எவன் பிறந்திருக்கின்றானோ?' ஆகிய நான்கு கதைகளுக்குரிய விவரங்களில் சில திருத்தங்கள் நேர்ந்துள்ளன. 'திரைக்குப் பின்' கதையின் வெளியீட்டு விவரம் கிடைத்தமையால் இடவரிசையும் மாறியுள்ளது.

முதற்பதிப்பில் காணப்பட்ட அச்சுப் பிழைகள் சிலவும் திருத்தப்பட்டுள்ளன. இப்பதிப்புக்கென மேற்கொண்ட மூலபாட ஆய்வு சுவையானது. அவ்வகையில் பாட வேறுபாடுகளை ஆய்ந்து சரியான பாடங்கள் என உறுதி செய்து சிலவற்றை மாற்றிக் கொடுத்துள்ளேன். இறுதியில் உள்ள 'அருஞ்சொல் அகராதி' பகுதி மேலும் விரிவுபடுத்தப் பட்டுள்ளது. தலைப்பகராதியில் பக்க எண்ணுடன் கதை எண்ணும் இப்போது சேர்க்கப்பட்டுள்ளது. இவை வாசகருக்குப் பெரிதும் பயன்படும் என நம்புகிறேன்.

இப்பதிப்பின் செம்மைக்குச் சென்னை, ரோஜா முத்தையா நினைவு ஆராய்ச்சி நூலகத்தின் உதவி பெரிதும் பயன்பட்டது. அதன் இயக்குநர் திரு. க. சுந்தர் அவர்களுக்கும் திருமதி மாலா அவர்களுக்கும் மிக்க நன்றி. அவ்வப்போது பதிப்பு தொடர்பான செய்திகளைப் பகிர்ந்துகொள்வதற்கும் ஆலோசனை கேட்பதற்கும் 'செவி வாயாக நெஞ்சு களனாக'க் கொண்டு உதவுவதோடு இப்பதிப்பு மேம்பட தம் உழைப்பையும் நல்கும் நண்பர்கள் ஆ.இரா. வேங்கடாசலபதி, பழ. அதியமான் ஆகியோருக்கு நன்றி. இப்பதிப்பு குறித்தும் ஆய்வு முன்னுரை பற்றியும் விதந்து பேசி இப்பணியில் நான் ஈடுபட்டதன் அர்த்தத்தை எனக்கு உணர்த்திய சுகுமாரனுக்கும் நன்றி.

நூல் படிகள் விற்றுத் தீரும் முன்னரே எனக்கு அறிவித்து இரண்டாம் பதிப்புக்கான திருத்தங்களைச் செய்து கொடுக்கச் சொன்னார் கண்ணன். உடனடியாக முடித்துத் தர இயலவில்லை. ஈரோடு, மதுரை புத்தகக் கண்காட்சிகளில் நூல் படிகள் விற்பனைக்கு இல்லாமல் போய்விட்டன. எனினும் காலம் எடுத்துக்கொண்டாலும் பரவாயில்லை, செம்மையாக நூல் வெளிவர வேண்டும் என்னும் கவனத்தோடு காத்திருந்து வெளியிடும் அவருக்கு நன்றி. பிழை திருத்தத்தில் உதவியோர் பா. ஜெய்கணேஷ், ரெ. மகேந்திரன், ப. குமரேசன் ஆகியோர். என் எண்ணங்களை மிகச் சரியாக உள்வாங்கி இந்நூலின் அச்சுப்படியை உருவாக்கியவர் ரெத்தினகுமாரி அவர்கள். அனைவருக்கும் நன்றிகள்.

நாமக்கல்
31-10-14

பெருமாள்முருகன்

பதிப்புரை

அழகுத்தொண்டு

புதுமைப்பித்தனின் படைப்புகளைத் திரட்டி 'அன்னை இட்ட தீ' என்னும் நூலைக் காலச்சுவடு பதிப்பகம் 1998இல் வெளியிட்டது. அதனைத் தொடர்ந்து 'புதுமைப்பித்தன் கதைகள்' முழுத் தொகுப்பை 2000ஆம் ஆண்டு வெளியிட்டது. இரண்டும் தமிழ்ப் பதிப்புச் சூழலில் முக்கியமான அதிர்வுகளை உண்டாக்கின. இவற்றின் பதிப்பாசிரியராகிய ஆ.இரா.வேங்கடாசலபதி வழியாக நவீன இலக்கிய ஆளுமைகளின் எழுத்துக்களைப் பதிப்பிப்பது தொடர்பான விழிப்புணர்வும் அதற்கான முறையியலும் உருவாயின. அதுவரை புதுமைப்பித்தன் தொடர்பாகவும் சரி, பிற ஆளுமைகள் தொடர்பாகவும் சரி எந்த அக்கறையும் காட்டாதவர்கள் 'புதுமைப்பித்தனைத் தேடிப் பதிப்பிப்பதன் பின்னணியில் காலச்சுவடின் வணிக நோக்கம் இருக்கிறது' என்று இன்றுவரை சொல்லியும் எழுதியும் வருகிறார்கள். காலச்சுவடு எதைச் செய்தாலும் அது வணிக நோக்கத்திற்காகத்தான்; மற்றவர்கள் செய்தால் சமூகத்தைப் புரட்டிப் போடும் செயல்.

புதுமைப்பித்தனின் சமகால எழுத்தாளர்களின் எழுத்துக்களைக் காலச்சுவடு ஏன் தொகுக்கவில்லை என்றும் கேள்வியை எழுப்பினார்கள். பதிப்பு பற்றியும் அதற்குச் செலுத்த வேண்டிய காலம், உழைப்பு ஆகியவை குறித்தும் செய்வதற்குத் தேவையான நிதி ஆதாரம் தொடர்பாகவும் கவனம் கொள்ளாத கருத்துக்கள் இவை. அத்தோடு ஒன்றைச் செய்பவர்களை நோக்கி 'நீ இன்னொன்றை ஏன் செய்யவில்லை?' என்று கேட்கும் அபத்தத்தை என்ன வென்று சொல்வது? ஆனால் காலச்சுவடு ஏதும் செய்யாமல் இல்லை. மௌனியைப் பற்றிய கருத்தரங்கு ஒன்றை ஏற்பாடு செய்ததோடு மௌனியின் கதைகளை நூலாக வெளியிட்டுள்ளது. கு. அழகிரிசாமியின் கதைகள் முழுமையாகத் தொகுக்கப்பட்டு நூலாக்கம் செய்யப்பட்டுள்ளன.

அதேபோல 2003 மே 23, 24 ஆகிய நாட்களில் காலச்சுவடும் வயல் அமைப்பும் இணைந்து சேலத்தில்

இருநாள் கருத்தரங்கை நடத்தின. கு.ப.ரா. படைப்புகள் குறித்து ஒருநாளும் சி.சு. செல்லப்பா உள்ளிட்ட பிற மணிக்கொடி எழுத்தாளர்கள் குறித்து ஒருநாளும் என அக்கருத்தரங்கு நடைபெற்றது. அதில் வாசிக்கப்பட்ட கட்டுரைகளைத் தொகுத்து 'உடைந்த மனோரதங்கள்', 'பிரம்மாண்டமும் ஒச்சமும்' ஆகிய இரு நூல்களைக் காலச்சுவடு வெளியிட்டது. அக்கருத்தரங்கில் கு.ப.ரா.வின் கட்டுரைகள் குறித்து என் ஆய்வு அமைந்தது. கு.ப.ரா.வின் எழுத்துக்கள் அனைத்தையும் தொகுத்துத் தருவதில் தமிழ்ச் சூழல் கொண்டிருக்கும் மெத்தனப் போக்கு பற்றி அதில் குறிப்பிட்டு எழுதியிருந்தேன். 'உடைந்த மனோரதங்கள்' நூலின் முன்னுரையில் அவரது சிறுகதைகளை ஆழமாகப் புரிந்துகொள்ள அவர் கையாண்ட மற்ற எழுத்து வடிவங்கள் உதவுவதைக் குறிப்பிட்டும் சொல்லியிருந்தேன்.

இவற்றை வாசித்த ஆ.இரா. வேங்கடாசலபதி 'கு.ப.ரா. மீது இத்தனை ஈடுபாடுள்ள நீங்களே அவர் சிறுகதைகளைத் தொகுத்துப் பதிப்பிக்கலாமே' என்று தூண்டுதல் கொடுத்தார். அத்துடன் அதற்குத் தேவையான உதவிகளைச் செய்வதாகவும் வாக்களித்தார். உற்சாகத்தில் 'செய்கிறேன்' என்று அவரிடம் சொல்லிவிட்டாலும் என்னால் அதற்குரிய உழைப்பைச் செலுத்த இயலவில்லை. எனினும் விடாத அவரது துரத்தலின் காரணமாக *2005, 2006* ஆகிய ஆண்டுகளில் கு.ப.ரா. தொடர்பான தேடலை வேகமாகத் தொடங்கினேன். என் நோக்கம் அவரது சிறுகதைகளை மட்டும் தொகுத்துப் பதிப்பிக்க வேண்டும் என்பதுதான். அதைச் செய்துவிட்டாலே பெரிய காரியம் என்றுதான் நினைத்தேன். எனினும் கட்டுரை, கவிதை, மொழிபெயர்ப்பு தொடர்பான தகவல்களையும் விடவில்லை.

எனது முயற்சிக்குப் பல்வேறு இடையூறுகள். முதலாவது வசிப்பிடம். நான் சென்னைவாசியல்ல. நாமக்கல்லில் இருந்து சென்னை சென்று சில நாட்கள் தங்கி நூலகங்களில் தேட வேண்டும் என்றால் அதற்குப் பெரிய திட்டம் வகுக்க வேண்டும். குடும்பச் சூழல் அதற்கு உகந்ததாக இல்லை. மேலும் சென்னைக்குள் பயணமும் உணவகங்களில் உண்பதும் எனக்கு அறவே பிடிக்காத விஷயங்கள். தகவல்களைத் திரட்டுவது, தொகுப்பது, பகுப்பது, நினைவில் கொள்வது ஆகியவை எனக்கு உவப்பில்லாதவை. புதிதாக ஒன்று கிடைக்கும்போது துப்புத் துலக்கும் உற்சாக மனநிலை உருவாகும். அதை அப்படியே பிடித்துக்கொண்டு பயணம் செய்ய வேண்டும். படைப்பு சார்ந்து எனக்கிருக்கும் திட்டங்களுக்குத்தான் எப்போதும் முதன்மை கொடுப்பது வழக்கம். ஆகவே ஒரு கவிதையோ சிறுகதையோ சில நாட்கள் என்னை வேறோர் உலகத்திற்குள் இழுத்துச் சென்றுவிடுவதுண்டு. நாவல் என்றால் மாதங்கள் அல்லது ஆண்டுகள். அப்படிப் போய்விட்டுத் திரும்பப் பதிப்பு சார்ந்த தகவல்களுக்குள் நுழைந்தால் எல்லாம் மறந்து போயிருக்கும். ஏற்கெனவே நான் கண்டவையே இப்போது புதிதாகத் தோன்றும். இவற்றுக்கு இடையே கு.ப.ரா.வைத் தொடர்ந்தேன்.

*2008*ஆம் ஆண்டு அ. சதீஷ் பதிப்பில் அடையாளம் பதிப்பகம் கு.ப.ரா. கதைகளை வெளியிட்டது. என் சிரமங்கள் அவசியம் இல்லாமல்

போய்விட்டன என்னும் எண்ணம் தோன்றியது. இன்னொருவர் செய்வது தெரிந்திருந்தால் அந்த வேலைக்குள் நுழைந்திருக்க வேண்டிய தில்லையே என்னும் உணர்வும் உண்டாயிற்று. அவற்றுடன் நச்சுப் பிடித்த இந்த வேலையைக் கைவிட்டு விடலாம் என்று சந்தோசமும் பட்டேன். அப்போதும் நண்பர் சலபதி விடவில்லை. கு.ப.ரா.வின் சிறு கதைகளை நான் பதிப்பாக்குவதன் முக்கியத்துவத்தை அவர் வலியுறுத் தினார். என்னிடம் இருந்த கூடுதல் தகவல்களை அவர் சுட்டிக் காட்டினார். எனினும் எனக்குத் தயக்கம் இருந்தது. ஒருவர் தலையிட்ட வேலைக்குள் நான் ஏன் நுழைய வேண்டும்? ஆனால் அந்த எண்ணம் நீடிக்கவில்லை.

அடையாளம் பதிப்பகம் வெளியிட்ட 'கு.ப.ரா. கதைகள்' நூலுக்கு மதிப்புரை எழுதச் சொல்லித் *தீராநதி* இதழிலிருந்து கேட்டதோடு நூலையும் அனுப்பியிருந்தார்கள். மதிப்புரை நோக்கில் நூலை உற்று நோக்கிப் பலமுறை புரட்டியபோது எனது பதிப்புக்கான தேவையை உணரத் தலைப்பட்டேன். நாளாக நாளாக அது வலுவடைந்துகொண்டே வந்தது. *காக்கைச் சிறகினிலே* இதழில் ய.மணிகண்டன் எழுதிய கட்டுரையும் எனக்கு இந்த உந்துதலைக் கொடுத்தது. ஆகவே நான் செய்திருந்தவற்றைத் தோண்டி எடுத்தேன். மீண்டும் சிலகாலம் உழைப்பு. எனக்கு விருப்பமான கு.ப.ரா. சிறுகதைகளுக்கு நல்லதொரு பதிப்பைக் கொண்டு வரவேண்டும் என்னும் நோக்கம் இப்படியாக என்னாலேயே நிறைவேற வேண்டும் என்பது காலத்தின் சதி போலும்.

○

கு.ப.ரா. சிறுகதை நூல்களின் வெளியீட்டு வரலாறு மிகச் சுருக்கமானதுதான் எனினும் தொடர்ச்சியானது. அவர் வாழும் காலத்தில் வெளியானவை மூன்று. 1940ஆம் ஆண்டு 'கனகாம்பரம் முதலிய கதைகள்' நூலை அல்லயன்ஸ் கம்பெனி வெளியிட்டது. அல்லயன்ஸ் கம்பெனி 'தமிழ்நாட்டுச் சிறுகதைகள்' என்னும் தலைப்பில் வரிசை நூல்களை வெளியிட்டுள்ளது. அதில் முதலாவதாக வ.வே.சு. ஐயரின் 'மங்கையர்க்கரசியின் காதல் முதலிய கதைகள்' வெளியாகி யுள்ளது. கி.வா.ஜகந்நாதனின் 'நீலமணி', த.நா.குமாரஸ்வாமியின் 'கன்யாகுமரி', தி.ஜ.ரவின் 'சந்தனக் காவடி', ந. சிதம்பர சுப்ரமணியனின் 'சக்ரவாகம்' ஆகியவை வரிசையின் முதல் ஐந்து நூல்கள். அனைத்தும் 'முதலிய கதைகள்' என்பதைத் தலைப்பில் கொண்டுள்ளன. தொடர்ந்து ஆறாவது நூலாகக் கு.ப.ராஜகோபாலனின் 'கனகாம்பரம் முதலிய கதைகள்' வெளியானது.

அல்லயன்ஸ் கம்பெனி வெளியீட்டில் ஆண்டுக் குறிப்பைப் போடும் வழக்கம் கிடையாது. 1940 ஆகஸ்டு மாதக் கலைமகள் இதழில் இந்நூலுக்கு மதிப்புரை வந்துள்ளது. அதைக் கொண்டு ஆண்டைத் தீர்மானிக்கலாம். மேலும் நூலினுள் அச்சகப் பெயர் இடம்பெற்றுள்ள இடத்தில் அடைப்புக்குள் (40517–1640) என எண்கள் கொடுக்கப் பட்டுள்ளன. முதலில் உள்ள எண்களை 17–5–40 எனக் கொண்டு 1940ஆம் ஆண்டு மே மாதம் இந்நூல் வெளியிடப்பட்டது என முடிவு செய்யலாம். இந்த எண்ணில் முதலில் இருப்பது காலக் குறிப்புத்தான் என்பதை

உறுதி செய்ய இந்நூலின் இரண்டாம் பதிப்பும் உதவுகிறது. அதில் 'ராஜன் எலக்ட்ரிக் பிரஸ், சென்னை – 19–8–1944–2–1' என எண்கள் கொடுக்கப்பட்டுள்ளன. '19–8–1944' என்பது காலக் குறிப்பு எனத் தெளிவாகவே தெரிகிறது. இதையும் அடிப்படையாகக் கொண்டு முதல் பதிப்பின் காலம் 17–5–1940 என முடிவு செய்துள்ளேன்.

முதல் பதிப்பில் 21 கதைகள் இடம்பெற்றுள்ளன. பதிப்புரையோ முன்னுரையோ இல்லை. கு.ப.ரா.வின் படத்தை அட்டையிலும் (எனக்குக் கிடைத்த நூலில் அட்டை இல்லை) உள்ளுமாகக் கொண்டுள்ள இத் தொகுப்பை 'வாழ்க்கைப் பாதையில் என் துணைவன் ந. பிச்சமூர்த்திக்கு' என்று சமர்ப்பணம் செய்துள்ளார். இதன்பின் 1943ஆம் ஆண்டு 'காணாமலே காதல்', 'புனர் ஜன்மம்' ஆகிய நூல்கள் வெளியாயின. இரண்டும் ஒரே ஆண்டு வெளியாகியிருப்பினும் 'புனர் ஜன்மம்' நூலில் மாதக் குறிப்பு இல்லை. ஜோதி நிலையம் வெளியிட்ட 'காணாமலே காதல்' நூலில் நவம்பர் 1943 என்று மாதக் குறிப்பு உள்ளது. ஆகவே இதை முதலிலும் 'புனர் ஜன்ம'த்தை அடுத்தும் வைத்துக்கொள்ளலாம்.

'காணாமலே காதல்' முழுக்க வரலாற்றுச் சிறுகதைகள். 17 கதைகள். கு.ப.ரா.வின் கதைகளில் கணிசமானவை வரலாற்றுச் சிறு கதைகள். ஆகவேதான் அதைத் தனித் தொகுப்பாகவே ஆக்கியிருக் கிறார். 'புனர் ஜன்மம்' நூலைக் கலைமகள் காரியாலயம் வெளி யிட்டது. இதில் 26 கதைகள் உள்ளன. இந்நூலில் 'அழகுத்தொண்டில் என் முதலாசிரியர்கள் வே. ஸாரநாதன், அ. ராமையர் இருவருக்கும் சமர்ப்பணம் – கு.ப. ராஜகோபாலன்' என்று சமர்ப்பணக் குறிப்பு காணப் படுகிறது. வே.ஸாரநாதன், அ. ராமையர் இருவரும் கு.ப.ரா.வின் ஆசிரியர்கள். கு.ப.ரா. திருச்சி, நேஷனல் கல்லூரியில் இண்டர்மீடியட் பயின்றவர். அக்காலத்தில் இவர்கள் இருவரும் ஆசிரியர்களாக இருந்திருக்கக்கூடும். வே.ஸாரநாதன் மிகவும் புகழ் பெற்ற ஆங்கில ஆசிரியராக அக்காலத்தில் விளங்கியவர். தம் இருபத்தொன்பதாம் வயதிலேயே நேஷனல் கல்லூரியின் முதல்வரானவர். திருமணமாகாத அவர் தம் சொத்துக்களை ஹரிஜன சேவா சங்கத்திற்கு அளித்தவர். பாரதியைப் பற்றித் தமிழில் வானொலி உரை வழங்கிய முதல் ஆங்கிலப் பேராசிரியர். அ. ராமையரும் நேஷனல் கல்லூரி ஆங்கிலப் பேராசிரியர். 'புராதன இந்திய நாகரிகம்' என்னும் சிறு நூலைத் தமிழில் எழுதியுள்ளார். அவர்கள் இருவராலும் ஈர்க்கப்பட்டவர் கு.ப.ரா. என்பது இந்தச் சமர்ப்பணத்தால் விளங்குகிறது. இவ்விருவரும் கு.ப.ரா.வின் தூண்டுதலால் தமிழில் எழுதியும் உள்ளனர் என்பதற்கும் சான்றுகள் கிடைக்கின்றன. வே. ஸாரநாதன் எழுதிய 'பசி'என்னும் கட்டுரை கலாமோகினி 32ஆம் இதழில் வெளியாகியுள்ளது. அ. ராமையர் எழுதிய 'இவை தேவை (1)' என்னும் கட்டுரை *கிராம ஊழியன்*, 1–2–1944 இதழில் வந்துள்ளது. இரண்டுமே குறிப்பிடத்தக்க கட்டுரைகள்.

கு.ப.ரா. வாழும் காலத்தில் நூலாக வெளியான கதைகள் 64. 1944 ஏப்ரல் மாதம் அவர் இறந்தார். அதே ஆண்டு ஆகஸ்டு மாதத்தில் 'கனகாம்பரம்' நூலின் இரண்டாம் பதிப்பு 'தமிழ்நாட்டுச் சிறுகதைகள் தொகுதி 6' என்றே வெளியாயிற்று. இப்பதிப்பில் 'வ.ரா.

அவர்கள் முன்னுரையுடன்' என்று முன்பக்கத்தில் குறிப்பிடப்பட்டுள்ளது. 'இவைகள் நவரத்தினங்கள்' என்னும் தலைப்புடனான அவரது முக்கியமான முன்னுரை அமைந்துள்ளது. முன்னட்டையின் உள்பக்கத்தில் பதிப்புரையும் இடம்பெற்றுள்ளது. இந்நூலின் மூன்றாம் பதிப்பு 'டிசம்பர் 1955' என்று காலக்குறிப்புடன் வெளிவந்தது. இதில் 'தமிழ்நாட்டுச் சிறுகதைகள்' வரிசைக் குறிப்பு இல்லை. 'முதலிய கதைகள்' என்னும் பின்னொட்டும் இல்லை. வராவின் முன்னுரையும் பதிப்புரையும் இரண்டாம் பதிப்பிலிருந்து சற்றே மாற்றம் பெற்று அச்சிடப்பட்டுள்ளன. 21 கதைகள் என்னும் எண்ணிக்கையும் கதை வரிசை முறையும் மூன்று பதிப்புகளிலும் ஒரே மாதிரி உள்ளன.

ஆனால் முதல் பதிப்பில் 'நூர் உன்னிஸா' என்றிருந்த கதைத் தலைப்பு பிந்தைய பதிப்புகளில் 'நூருன்னிஸா' என்றாகிவிட்டது. உள்ளே கதைகளில் சொற்கள் மாற்றப்பட்டதற்கு அளவு காண முடியாது. சொல் மாற்றம், சொற்சேர்க்கை, சொற்புணர்ச்சி, இடைச் செருகல் எனப் பலவகை மாற்றங்கள். அடுத்தடுத்துக் 'கனகாம்பர'த்தை அல்லயன்ஸ் கம்பெனி பலமுறை வெளியிட்டுள்ளது. இத்தகைய மாற்றங்களும் பெருகிக்கொண்டே வந்துள்ளன. வரிசையில் 14, 15ஆம் கதைகளாக இடம்பெற்றிருந்தவை 20, 21ஆம் கதைகளாக இடம் பெயர்ந்தன. தனித் தமிழ்ச் சொற்களை கு.ப.ரா.வின் ஆவி வந்து பெய்து மாற்றியது போலும். 'கனகாம்பரம்' கதைகள் இவ்வாறு சிதைவுக்கு உள்ளாயின. இத்தொகுப்பு தொடர்ந்து வாசகர்களுக்குக் கிடைத்து வந்தது என்பதுதான் ஒரே பயன்.

'காணாமலே காதல்' கிட்டத்தட்ட நாற்பத்தைந்து ஆண்டுகளுக்குப் பின் மறுபதிப்பாயிற்று. 21–10–1987இல் ஞானச்சேரி (புதுவை) இதனை வெளியிட்டது. க.நா.சுப்ரமண்யத்தின் முன்னுரை இதில் இடம்பெற்றது குறிப்பிடத்தக்கது. இப்பதிப்பு வெளிவருவதற்கு அவரே முக்கியக காரணமாகவும் இருந்திருக்கிறார். 'புனர் ஜன்மம்' கலைமகள் காரியாலய வெளியீடாகவே செப்டம்பர் 1955ஆம் ஆண்டு வெளியானது. அதில் 'முதற் பதிப்பு 1945' எனத் தவறான தகவல் தரப்பட்டுள்ளது. ஒருபக்கப் பதிப்புரையும் முன்னட்டையின் உள்மடிப்பில் கு.ப.ரா. பற்றிய சிறு அறிமுகமும் பின்னட்டையின் உள்மடிப்பில் ரா.நா. (ரா. நாராயண ஐயங்கார், *ஹிந்துஸ்தான்* இதழின் ஆசிரியராக இருக்கக்கூடும்) எழுதிய குறிப்பு (*ஹிந்துஸ்தான்* இதழில் வெளியானது) ஒன்றும் காணப்படுகின்றன. இவை அனைத்தும் முக்கியமானவை.

கு.ப.ரா.வின் எழுத்துக்கள் மீது மிகுந்த அபிமானம் கொண்டிருந்தவர் சி.சு. செல்லப்பா. தம் *எழுத்து* இதழில் கு.ப.ரா.வுக்காகச் சிறப்புப் பகுதி ஒன்றை வெளியிட்டதோடு அவரது கதைகள், கட்டுரைகள், கவிதைகளைக் கண்டெடுத்து மறுபிரசுரமும் செய்தார். அதன் தொடர்ச்சியாக எழுத்துப் பிரசுர வெளியீடாக 'அகலியை' (அகலிகை அல்ல) என்னும் நாடகத் தொகுப்பை வெளியிட்டார். அத்துடன் நூலாக வெளியாகாத கு.ப.ரா.வின் சிறுகதைகளையும் கவிதைகளையும் முற்றுப் பெறாத குறுநாவலையும் தொகுத்து 'இதுவரை புத்தக ரூபத்தில் வெளிவராத கதை, கவிதை, குறுநாவல் தொகுப்பு' என்னும் குறிப்புடன் வாசகர் வட்ட வெளியீடாகச்

'சிறிது வெளிச்சம்' என்னும் நூல் வர அவரே காரணமாக இருந்தார். இது மே *1969*இல் வெளியாயிற்று. இந்நூலுக்கு 'இரட்டையர்களில் ஒருவர்' என்னும் தலைப்பில் சிட்டி எழுதிய முன்னுரையும், 'வழிகாட்டி' என்னும் தலைப்பில் தி. ஜானகிராமன் எழுதிய பின்னுரையும் குறிப்பிடத் தக்கன. அட்டை மடிப்புகளில் இடம்பெற்றுள்ள கு.ப.ரா. வாழ்க்கைக் குறிப்பு முக்கியமானது. இந்நூலில் கதைகள் வெளியான இதழ்களின் விவரம் கொடுக்கப்பட்டுள்ளது. காலக்குறிப்பு இடம்பெறவில்லை. எனினும் கு.ப.ரா. கதைகள் நூல் வெளியீட்டில் இது முக்கியமானதாகவே கருதத் தக்கது. இத்தொகுப்பில் *15* கதைகள் உள்ளன. அவற்றுள் 'படுத்த படுக்கையில்', 'பில்ஹணன் இயற்றிய காவியம்' ஆகியவை ஏற்கெனவே வேறு தலைப்புகளில் 'புனர் ஜன்மம்' நூலில் இடம்பெற்றுள்ளவை. ஆகவே நூலாக்கம் பெறாத கதைகள் *13*. இவற்றையும் சேர்த்தால் இதுவரை நூலாக்கம் பெற்ற கதைகள் *77* ஆகும்.

இவற்றை அடுத்துக் கு.ப.ரா. நூற்றாண்டை ஒட்டி அல்லயன்ஸ் கம்பெனி அக்டோபர் *2002*இல் 'கு.ப.ரா. எழுத்துக்கள்' என்னும் தலைப்பில் எட்டுத் தொகுதிகளாக நூல்களை வெளியிட்டது. எந்த வரைமுறைக்கும் உட்படாத இத்தொகுதிகளைப் பற்றிக் *காலச்சுவடு 49*ஆவது இதழில் (செப். – அக். *2003*) விரிவாக எழுதியிருக்கிறேன். நவீன இலக்கியப் பதிப்புச் சூழல் எவ்விதம் மாறியிருக்கின்றது என்பதைப் பற்றிய துளி ஓர்மையும் இன்றிக் குப்பையைக் கூடையில் திணிப்பது போன்ற முறையில் அச்சிட்டுத் தள்ளியிருந்த இவ்வெளியீடு கு.ப.ரா.வுக்கு மட்டுமல்ல, தமிழ்ப் பதிப்புச் சூழலுக்கே அவமானம் என்றால் மிகையல்ல. *1943 ஆனந்தவிகடன்* தீபாவளி மலரில் வெளியான 'வாழ்க்கைக்கே ஒருநாள்' என்னும் சிறுகதை எட்டாம் தொகுதியில் கட்டுரைப் பகுதியில் சேர்க்கப்பட்டிருந்தது. அதுவரை நூலாக்கம் பெறாத கதை. இதனையும் சேர்த்தால் நூலாக்கம் பெற்றவற்றின் எண்ணிக்கை *78*ஆகக் கூடுகிறது. இந்தப் பதிப்பின் அவலமும் 'கு.ப.ரா.வுக்கு நல்ல பதிப்பைக் கொண்டு வர வேண்டும்' என என்னைத் தூண்டிற்று.

❍

*2008*ஆம் ஆண்டு 'கு.ப.ரா. கதைகள்' என்னும் நூலை அடையாளம் பதிப்பகம் வெளியிட்டது. 'அனைத்துக் கதைகளும் அடங்கிய ஆய்வுப் பதிப்பு' என்னும் துணை வாசகத்துடன் கூடிய இதன் பதிப்பாசிரியர் அ. சதீஷ். 'புதுமைப்பித்தன் கதைகள்' நூலின் பதிப்பு முறையை இம்மி பிசகாமல் பின்பற்றிய பதிப்பு இது. முன்னிணைப்பு, பின்னிணைப்புப் பகுதிகளை ஒப்பிட்டுப் பார்த்தாலே அது தெளிவாக விளங்கும். ஆனால் அந்த முன்னோடி முயற்சியைப் பற்றி மறைமுகமாக எதிர்மறையான கருத்துகளை இந்நூலின் முன்னுரைகள் வைத்திருந்தன. புதுமைப்பித்தன் கதைகள் நூலைப் போலவே அமைப்பு முறை இருந்த காரணத்தால் முதற் பார்வையில் 'சிறந்த பதிப்பு' என்பதான மயக்கம் தோன்றிற்று. கு.ப.ரா. சிறுகதைகளைப் பதிப்பிக்கும் பணியில் நான் ஈடுபட்டிருப்பதை அறிந்த நண்பர்களிடமும்கூட 'யார் செய்தால் என்ன, நல்ல பதிப்பு வந்துவிட்டது' என்று கூறியதோடு என் முயற்சியைக் கைவிட்டுவிடலாம் என்றும் தீர்மானித்தேன்.

எண்பது கதைகளுக்கு மேல் கணினித் தட்டச்சு செய்து வைத்திருந்தோம். சில ஆண்டுகள் அதற்கெனத் தனி நேரத்தைச் செலவிட்டிருந்தேன். இருப்பினும் நன்றாக நடந்துவிட்ட ஒரு வேலையைத் திரும்பச் செய்வானேன் என்பதே என் கருத்தாக இருந்தது. அடையாளம் தொகுப்பில் இல்லாத சில கதைகளும் கூடுதலான வெளியீட்டு விவரங்களும் என்னிடம் இருப்பதை நண்பர் சாதிக் மூலம் அறிந்த அ. சதீஷ் என்னைச் செல்பேசியில் அழைத்து அந்தக் கதைகளைக் கொடுக்கும்படி கேட்டார். அவற்றை நூலின் இணைப்பாக வழங்க ஏற்பாடு செய்வதாகவும் கூறினார். அப்போது குழப்பமான மனநிலையில் இருந்தேன். நண்பர்களிடம் கலந்து பேசியபோது திட்டத்தை இப்போதைக்குக் கைவிட வேண்டாம் என்றார்கள். ஆகவே கதைகளைக் கொடுக்க இயலாது என்பதை அ. சதீஷிடம் தெரிவித்ததோடு காலச்சுவடு வழியாகப் பதிப்பிக்கும் பணியைக் கைவிடவில்லை என்பதையும் சொன்னேன். அதன்பின் அவருடனான உரையாடல் எதிர்பார்க்காத வகையில் கசப்பாக முடிந்தது.

அந்நூல் வெளியாகிய பின்னான இந்த ஐந்தாண்டுகளில் கு.ப.ரா. கதைகளைப் பதிப்பிக்க வேண்டிய தேவையைப் பல சந்தர்ப்பங்கள் உணர்த்தின. கூடுதல் விவரங்கள் பல கிடைத்தன. அவற்றில் என் முயற்சியைவிடச் சலபதியின் பங்களிப்பு மிகுதி. உடன் அ. சதீஷின் பதிப்பில் உள்ள பல குறைகள் வெளிப்பட்டன. அவை அப்பதிப்பின் நம்பகத்தன்மையையே கேள்விக்குறி ஆக்கின. அவற்றுள் சிலவற்றைப் பார்ப்போம்.

கு.ப.ரா.வின் புனைபெயர்களாக அந்நூல் பதிப்புரை 'கே.பி.ஆர்., கரிச்சான், பரத்வாஜன், சதயன், சஞ்சயன், புரூரவஸ்' ஆகியவற்றைக் கூறுகின்றது. இதில் குறிப்பிடப்படாத 'மணி' என்னும் புனைபெயரை அவர் பயன்படுத்தியதாகப் பின்னிணைப்பு விவரம் தருகிறது. அப்பெயரில் *பாரததேவி* இதழில் வெளியான 'குற்றவாளி', 'பிச்சைக்காரன் மகள்', 'நாடோடி', 'முத்துக்கிருஷ்ணன்' ஆகிய கதைகள் தொகுப்பில் சேர்க்கப் பட்டுள்ளன. இப்பெயர் கு.ப.ரா.வின் புனைபெயர் என்று கருதி அப்பெயரில் வெளியான இரு நாடகங்களைச் சி.சு. செல்லப்பா தாம் வெளியிட்ட 'அகலியை' தொகுப்பில் சேர்த்துவிட்டார். அதன் தொடர்ச்சியாக அப்பெயர் கு.ப.ரா.வின் புனைபெயர் என்று கருதப்படும் சூழல் உருவாகி விட்டது.

'இந்திய விடுதலைக்கு முந்தைய தமிழ் இதழ்கள், தொகுதி 2' தொகுப்பில் *பாரததேவி* பற்றிக் கட்டுரை எழுதியுள்ள வீ. அரசுவும் அப்பெயரைக் கு.ப.ரா.வின் புனைபெயராகவே கருதியுள்ளார். அவர் தம் கட்டுரையில் 'சதயம், பரத்வாஜன், கரிச்சான், ராஜம் ஆகிய புனைபெயர்களில் பாரததேவியில் கு.ப.ரா. எழுதினார்' (ப. 267) என்று குறிப்பிடுகிறார். அதில் 'மணி' என்னும் பெயரைச் சேர்க்கவில்லை. ஆனால் அவ்விதழில் வெளியான கு.ப.ரா.வின் கதைகள் பற்றி எழுதும் போது 'மன்னிப்பு, படுத்த படுக்கையிலே, சதைப்பற்றற்ற காதல், குற்றவாளி, என்ன அத்தாட்சி, வைர மோதிரம், குரலும் பதிலும், மின்னக்கலை போன்ற கதைகளைக் கு.ப.ரா. *பாரததேவியில்*

எழுதியுள்ளார்' (ப. 267) என்றும் குறிப்பிட்டுள்ளார். இவற்றுள் 'குற்றவாளி' என்னும் கதை 'மணி'யின் பெயரில் வெளியானதாகும். 'மணி'யின் பெயரிலேயே வெளியான 'மின்னக்கலை' நாடகம் ஆகும். கு.ப.ரா. எழுதிய 'மின்னக்கலை' என்னும் சிறுகதை *கலைமகள்* ஜூன், 1938இல் வெளியாயிற்று. பெயர் ஒற்றுமை காரணமாக 'மின்னக்கலை' நாடகத்தைக் கு.ப.ரா. எழுதியதாக சி.சு. செல்லப்பாவைத் தொடர்ந்து வீ. அரசு முடிவு செய்துள்ளார்.

ஆனால் இப்பெயர் அக்காலத்தில் கல்லூரிப் பேராசிரியராக இருந்த 'பி.வி. சுப்பிரமணியம்' (பு.வே. சுப்ரமண்யம்) என்பவருடையது என்பதை விளக்கி ய. மணிகண்டன் 'கு.ப.ரா. பெயரிலான தொகுப்புகளில் கு.ப.ரா. எழுதாத படைப்புகள்' என்னும் தலைப்பில் விரிவான கட்டுரை (*காக்கைச் சிறகினிலே*, மார்ச் 2013) ஒன்றை எழுதியுள்ளார். 'மணி' என்னும் புனைபெயர் கு.ப.ரா.வுடையது அல்ல என்பதை அக்கட்டுரை தெளிவுபடுத்தியதால் அ. சதீஷ் பதிப்பில் உள்ள நான்கு கதைகள் கு.ப.ரா. எழுதியவையல்ல என்பது உறுதிப்பட்டுள்ளது.

கு.ப.ரா. அக்கால இதழ்களான *பாரததேவி, பாரதமணி, தமிழ்நாடு* ஆகியவற்றில் பணியாற்றியுள்ளார். ஆகவே பத்திரிகை நிர்ப்பந்தம் காரணமாகப் பக்கம் நிரப்பும் பொருட்டுச் சிலவற்றை எழுதியுள்ளார். பக்கத் தேவையை ஒட்டி இறுதி நேரத்தில் எழுதிக் கொடுத்து மிருக்கலாம். அவ்வாறு எழுத நேர்ந்தவற்றுக்கு அவர் தன் பெயரைப் பயன்படுத்த விரும்பவில்லை. புனைபெயர் பூண்டுள்ளார். ஒரே இதழில் ஒன்றுக்கு மேற்பட்டவற்றை எழுத நேர்ந்தபோதும் புனை பெயர் அவருக்குப் பயன்பட்டிருக்கிறது. கு.ப.ரா. சிறுகதை வடிவம் தொடர்பாக மிகுந்த கவனம் உடையவர். ஆகவேதான் தன் பெயரிலேயே கதைகளை வெளியிட்டுள்ளார். சரியாக உருவாகாதவை என்று அவர் கருதியவற்றைத் தன் பெயரில் வெளியிட விரும்பவில்லை என்பது தெரிகிறது. ஆகவே அவரது புனைபெயர்களில் எழுதியவற்றில் கவனத்தோடு கதைகளைத் தேர்ந்தெடுப்பது முக்கியம். அக்காலப் பத்திரிகைகளில் சிறுகதையா, கட்டுரையா என்று குறிப்பு ஏதும் இல்லாமலே பலவும் வெளியாகியுள்ளன. இன்று கு.ப.ரா. கதைகளைப் பதிப்பிக்கும் பதிப்பாசிரியர் இவ்வாறு தீர்மானிக்கும் பொறுப்புடையவர் ஆகிறார்.

பாரததேவி இதழில் அவர் பணியாற்றி இருக்கும் காரணத்தால் அவ்விதழில் புனைபெயர்களைப் பயன்படுத்திப் பலவற்றை எழுதி யுள்ளார். கரிச்சான் என்னும் பெயரில் அவ்விதழில் வெளியாகியுள்ள 'என்ன நெருக்கடியோ?', 'சதைப் பற்றற்ற காதல்' ஆகியவற்றைக் கதைகளாகக் கொண்டு அ. சதீஷ் தொகுப்பில் சேர்த்துள்ளார். சதயம் என்னும் பெயரில் வெளியான 'மறதி எதனால்?', 'காசி யாத்திரை' ஆகியன சேர்க்கப்பட்டுள்ளன. ராஜம் என்னும் பெயரில் காணப்படும் 'வைர மோதிரம்', 'என் சுபாவம்', 'துரோகமா?' ஆகியவை தொகுப்பில் உள்ளன. இவற்றுள் 'சதைப் பற்றற்ற காதல்', 'மறதி எதனால்?', 'என் சுபாவம்' ஆகிய மூன்றையும் முதல் வாசிப்பிலேயே தெளிவாகக்

கட்டுரைகள் என முடிவு செய்துவிடலாம். மற்றவை சரியாக உருவாக வில்லை எனினும் சிறுகதை வடிவத்தை எட்டிப் பிடிக்க முயல்பவை. 'சதயம்' என்னும் புனைபெயர் பற்றியும் ஐயம் உள்ளது. அப்பெயரில் வெளியான 'காசி யாத்திரை' கதையைச் சேர்ப்பது குறித்துச் சிந்திக்க வேண்டியுள்ளது.

அதே போல *நவசக்தி,* பிப்ரவரி 1943 இதழில் அவரது பெயரிலேயே வெளியான 'சிறுகதை இயந்திரம்' என்பதும் கட்டுரைதான். அதை அ. சதீஷ் கதையாகக் கொண்டுள்ளார். *வசந்தம்* இதழில் செப்டம்பர் 1943இல் வந்ததும் பின்னர் *மஞ்சரி,* ஜனவரி 1956இல் வெளியிடப் பட்டதுமான 'கலையின் வழி' என்பதும் உரையாடல் வடிவிலான கட்டுரை. இதையும் சிறுகதையாகக் கொண்டுள்ளார் அ. சதீஷ். இவை ஐந்தையும் கட்டுரைகளாகக் கொள்வதே சரி. இவற்றைக் கு.ப.ரா.வின் கதைகள் என்று கொடுப்பது எண்ணிக்கையைக் கூட்டி மகிழ்வதற்குப் பயன்படலாம். அவை வாசகருக்கு எவ்விதத்திலும் உதவுவன அல்ல. பத்திரிகைகளின் தேவையை ஒட்டிப் பல வடிவங்களைக் கு.ப.ரா. கையாண்டுள்ளார். ராஜம், மணி ஆகிய இருவரின் உரையாடலாக 'மறுமலர்ச்சி' என்னும் தலைப்பில் சில கட்டுரைகளை அவர் எழுதி யுள்ளார். உரையாடலாக இருப்பதற்காக அவற்றைக் கதையில் சேர்க்க இயலாது.

மணிக்கொடி ஏப்ரல் 16, 1939இல் ராஜம் என்னும் பெயரில் 'தூது' என்னும் தலைப்பில் இரண்டு பக்கம் எழுதியுள்ளார். இது அ. சதீஷின் கண்ணில் படவில்லை போலும். பட்டிருந்தால் இதையும் கதையில் சேர்த்து நூற்றொன்றாக எண்ணிக்கையை உயர்த்தியிருப்பார். பக்கம் நிரப்ப எழுதப்பட்டது என்பதை முதல் பார்வையிலேயே உணரலாம். அனேகமாக இதன் விரிவாக்கமே 'கலையின் வழி'யாக உருப்பெற்றிருக்கும். எழுத்தாளர்களான ஆண், பெண் இருவரிடையே தோன்றும் காதலை மிகத் தட்டையான மொழியில் கட்டுரைக்குரிய தொகுத்துச் சொல்லல் முறையில் எழுதியுள்ளார். இதனை மட்டுமல்ல, மேற்குறிப்பிட்ட பிறவற்றையும் கட்டுரையில் சேர்க்க மனம் ஒப்ப வில்லை என்றால் 'பிற' என்று தலைப்பிட்டுத் தனியாகத் தரலாம். ஆகவே அ. சதீஷின் பதிப்பிலுள்ள நூறு கதைகளில் மணி என்னும் பெயரில் *பாரததேவியில்* வெளியான நான்கையும் கட்டுரைகளாகக் கருதத்தக்க ஐந்தையும் சேர்த்து ஒன்பதை நீக்கிவிட வேண்டும் என்பது என் கருத்து.

சரியான ஆதாரமில்லாத தீர்மானங்களால் அ. சதீஷின் பதிப்பில் தகவல்களும் தவறானவை ஆகிவிடுகின்றன. *பாரததேவி* இதழில் 16 கதைகள் வெளியானதாகப் பதிப்புரையில் குறிப்பிடுகிறார். ஆனால் அவரது பின்னிணைப்புத் தகவல்படி 18 கதைகள் *பாரததேவியில்* வெளியாகியுள்ளன. அவ்விதழில்தான் மிக அதிக அளவு படைப்புகள் வெளியாயின என்றும் கருத்துத் தெரிவித்துள்ளார். ஆனால் நீக்கப்பட்ட வற்றையும் ஐயத்திற்கு உரியவற்றையும் கருதினால் *பாரததேவியில்* வெளியானவை பத்துக் கதைகள்தான். *மணிக்கொடியிலும் கலைமக ளிலுமே* அவரது கதைகள் அதிகம் வெளியாகியுள்ளன என்பதே சரி.

கதைகள் வெளியான இதழ்கள் தொடர்பாக அவர் கொடுத்துள்ள தகவல்களில் இவ்வாறு பல திருத்தங்கள் செய்ய வேண்டியுள்ளன.

கு.ப.ரா.வின் புனைபெயர் எனத் தவறாகக் கருதியதால் சேர்க்கப்பட்ட கதைகள், கட்டுரைகளை இனம் பிரிக்காமல் கதைகளாகச் சேர்த்தமை, தகவல்களில் பிழை முதலிய எல்லாவற்றையும்விட மிக முக்கியமாகப் பதிப்பாசிரியர் ஒருவருக்கு இருக்க வேண்டிய நேர்மை அ. சதீஷிடம் இல்லை என்பதை வருத்தத்துடன் குறிப்பிட வேண்டியுள்ளது. 'புனர் ஜன்மம்', 'காணாமலே காதல்' ஆகிய நூல்களின் முதல் பதிப்புகளை எழுத்தாளர் சா. கந்தசாமி அவர்களிடம் பெற்றதாக நன்றியுரையில் தெரிவித்துள்ளார். 'கனகாம்பரம்' நூலின் முதல் பதிப்பை அவர் எங்கே கண்டார், அது எப்படிக் கிடைத்தது என்னும் விவரம் எதையும் அவர் தெரிவிக்கவில்லை. ஆனால் பதிப்புரையில் 'கனகாம்பரம்' முதற்பதிப்பு பற்றிய தகவல்களைத் தருகிறார். அத்தகவல்கள் 1940 ஆகஸ்டு *கலைமகள்* இதழில் இடம்பெற்ற மதிப்புரையிலிருந்து எடுத்தவை. அவற்றையே விரிவுபடுத்திக் கூறுகின்றார். பின்னிணைப்பில் இந்நூல் பற்றிய விவரம் இடம்பெறும் இடத்தில் 'அச்சிட்டோர்: அறிய முடிய வில்லை' என்று தரப்பட்டுள்ளது. ஆனால் கனகாம்பரம் முதல் பதிப்பில் 'ஜுபிடர் அச்சுக்கூடம், சென்னை' எனத் தெளிவாகக் குறிப்பு உள்ளது. 'பக்கம் 180' என்றும் குறிப்பிட்டுள்ளார். முதல் பதிப்புப் பக்கங்கள் எண்ணிக்கை 'viii + 214' என்றிருக்க வேண்டும். பக்க எண்ணிக்கை *கலைமகள்* மதிப்புரையில் இல்லாமையே இதன் காரணம். 'முகவுரை ஏதுமின்றி இக்கதைக்கொத்து வெளிவந்துள்ளபோதிலும்' என்றும் 'ஆசிரியர் உருவப் படத்துடன் அழகிய முறையில் நல்ல காகிதத்தில் வெளியிடப்பட்டிருக்கும் இச்சிறுகதைக்கொத்து' என்றும் மதிப்புரை கூறும் தகவல்கள் அ. சதீஷின் பதிப்புரையில் அவரது வாசகங்களாக மாற்றம் பெற்றுள்ளன. 'புனர் ஜன்மம்' நூலைப் பற்றிப் பதிப்புரையில் தகவல் தரும்போது 'சமர்ப்பணம்' தரப்படுகிறது. ஆனால் கனகாம்பரம் முதல் பதிப்பு 'ந. பிச்சமூர்த்திக்கு'ச் சமர்ப்பணம் செய்திருப்பதைப் பற்றி எங்கும் குறிப்பிடவில்லை. 'காணாமலே காதல்' நூலை 'ஜோதி மலர் வரிசை: 10' என்று தகவல் தருபவர் 'கனகாம்பரம்' நூலுக்குத் 'தமிழ்நாட்டுச் சிறுகதைகள்: தொகுதி 6' என்னும் தகவலைத் தரவில்லை.

'கனகாம்பரம்' நூலின் முதல் மூன்று பதிப்புகளின் பொருளடக்கத் திலும் 14ஆவது கதையாகத் 'திரை'யும் 15ஆம் கதையாக 'விசாலாட்சி'யும் இடம்பெறுகின்றன. பின்னர் வந்த ஏதோ ஒரு பதிப்பில் இவ்விரண்டு கதைகளும் 20, 21 எனக் கடைசிக்குச் சென்றுவிடுகின்றன. அதன் காரணம் புரியவில்லை. அ. சதீஷ் கொடுக்கும் பொருளடக்கத்தில் இவ்விரு கதைகளும் 20, 21ஆம் வரிசையிலேயே உள்ளன. இவற்றை வைத்துப் பார்க்கும்போது அ. சதீஷ் 'கனகாம்பரம்' நூலின் முதல் பதிப்பைக் கண்ணால் கண்டதில்லை என்பது தெளிவாகிறது. அவ்வாறு பார்க்க முடியாமல் போனது தவறல்ல. தமிழ்ச் சமூகம் ஆவணங்களைக் காப்பாற்றி வைப்பதில் அக்கறையற்றது. பதிப்பு வேலையிலோ ஆய்விலோ ஈடுபடுவோர் அடிப்படைத் தரவுகளைத் தேடித் தொகுப்ப

திலேயே பெரும் உழைப்பைச் செலுத்த நேர்வதைப் பலரும் அறிவர். முதல் பதிப்பைப் பார்க்க இயலவில்லை என்று குறிப்பிட்டிருந்தால் என்ன குறைந்துவிடும்? பார்த்தது போன்ற பாவனை எத்தனை காலம் நிற்கும்? பழந்தமிழ் இலக்கியங்களைப் பதிப்பித்த பேரறிஞர்கள் பலரும் கடைப்பிடித்த பதிப்பு நேர்மை தமக்குக் கிடைத்தவற்றையும் கிடைக்காதவற்றையும் தெளிவாகப் பதிவு செய்திருப்பதுதான். முதல் பதிப்பு கிடைக்கவில்லை என்பதைக் குறிப்பிட்டுச் சொல்லியிருந்தால் பின்னரான தொடர் தேடுதலில் கிடைக்குமாயின் அடுத்தடுத்த பதிப்பு களைச் செம்மை செய்யவும் செழுமைப்படுத்தவும் வாய்ப்புக் கிடைக்கும். அந்த வாய்ப்பைப் பற்றி அ. சதீஷ் சிந்தித்ததாகவே தெரியவில்லை.

இதனால் நேர்ந்த இன்னொரு மாபெரும் குளறுபடி பாட வேறுபாடு தொடர்பானது. முதல் கதையாகிய 'நூர் உன்னிஸா'வை மட்டும் எடுத்து இதனை விளக்கலாம். முதல் பதிப்பில் கதையின் தலைப்பு உள்ளும் புறமும் 'நூர் உன்னிஸா' என்றே உள்ளது. சதீஷ் பதிப்பில் 'நூருன்னிஸா' என்றாகிவிட்டது. கதைக்குள்ளான திரிபுகள் ஏராளம். முதல் பதிப்பில் சொற்புணர்ச்சி மிகுதியாகவே பயன்படுத்தப் பட்டுள்ளது. அந்தக் காலகட்டத்து எழுத்து முறையாக அது இருக்கக் கூடும். ஆனால் சதீஷ் பதிப்பில் சொற்புணர்ச்சி நீக்கிப் பிரிக்கப்பட்டுச் சொற்கள் இடம்பெறுவதைப் பல இடங்களில் காணலாம். என்னருமை – என் அருமை, ஒருவரை யொருவர் – ஒருவரை ஒருவர், பெண்ணுருவம் – பெண் உருவம், கீழிதழ் – கீழ் இதழ் எனச் சான்றுகள் ஏராளம் தரலாம். சொற்களின் வடிவமும் மாற்றப்பட்டிருக்கின்றன. பொழுது – போது, பிரும்மாண்டம் – பிரம்மாண்டம், ஊதுவத்தி – ஊதுவர்த்தி, வயது – வயசு என்றவாறு இதற்கும் சான்றுகள் பல. சொற்கள் விடுபாடும் உண்டு. பத்தாம் தேதித் தினசரிப் பத்திரிகை – பத்தாம் தேதிப் பத்திரிகை, எதிரில் ஹூக்காவும் எச்சிலுமிழும் பாத்திரம் ஒன்றும் – எதிரில் ஹூக்காவும் பாத்திரம் ஒன்றும் என்பன போல் சில. இப்படி ஒரே கதையில் முதல் பதிப்புக்கும் அ. சதீஷின் பதிப்புக்கும் பல்வேறு மாற்றங்கள். காரணம் என்ன?

பதிப்புரையில் '1940இல் வெளியான கனகாம்பரம் முதல் பதிப்பில் உள்ள கு.ப.ராவின் புனைவு மொழி 1989இல் வெளியான கனகாம்பரம் தொகுப்பில் பலவாறாகத் திருத்தப்பட்டிருக்கிறது. சில சொற்களைச் சேர்த்தும் சில சொற்களை நீக்கியும் வெளியிட்டதோடு வடசொற்களைக் கலந்து எழுதிய அவரது நடையைத் தனித்தமிழுக்கு மாற்றியும் வெளியிட்டனர்' என்று எழுதும் அ. சதீஷ் 1989க்கு முன் வந்த ஏதோ ஒரு பதிப்பையே ஆதாரமாகக் கொண்டிருந்திருக்கிறார். ஆனால் 1989ஆம் ஆண்டுக்கு முன்னரே கு.ப.ரா.வின் நடையில் திருத்தங்கள் செய்யப்பட்டுள்ளதை அவர் அறியவில்லை போலும். கனகாம்பரம் தொகுப்பிலுள்ள 21 கதைகளிலும் முதல் பதிப்புக்கும் அ. சதீஷின் பதிப்புக்கும் இப்படிப் பல பாட வேறுபாடுகளைக் காணலாம். ஆகவே 21 கதைகளுக்குமான பாடம் நம்பகமானது அல்ல என்பது உறுதி.

கனகாம்பரம் தொகுப்பில் உள்ள 'தவறுகளோ? தன்மைகளோ?' என்னும் கதையில் கடிதம் ஒன்று வருகிறது. அதில் '20–4–193–' என ஆண்டுக்குறிப்பின் இறுதி எண் கோடிட்டுக் காட்டப்பட்டுள்ளது. ஆனால் அ. சதீஷ் தொகுப்பில் '20–4–1938' என உள்ளது. அல்லயன்ஸ் பதிப்பகம் 2002இல் வெளியிட்ட 'கு.ப.ரா. எழுத்துக்கள்' தொகுதி ஒன்றில் உள்ள இக்கதையிலும் '20–4–1938' என்றுள்ளது. ஆகக் 'கனகாம்பரம்' முதல் பதிப்புப்படி அ. சதீஷின் பதிப்பு இல்லை என்பதை உறுதிப்படுத்த இப்படிப் பல சான்றுகள் உள்ளன. ஆனால் 'அவர் வாழ்ந்த காலத்தில் வெளிவந்த முதற்பதிப்புகளே இந்நூலுக்கு மூல பாடங்களாகக் கொள்ளப்பட்டுள்ளன' என்று பதிப்புரையில் அ. சதீஷ் தெளிவாகக் குறிப்பிடுகின்றார். 'கனகாம்பரம்' தொகுப்புக் கதைகளைப் பொருத்தமட்டில் இது உண்மையல்ல. ஆகவேதான் இதை நேர்மையற்ற பதிப்பு என்று குறிப்பிட வேண்டியுள்ளது.

❍

கு.ப.ரா. எழுத ஆரம்பித்தது 1934ஆம் ஆண்டு. 1944 ஏப்ரலில் அவர் இறக்கும்வரை தொடர்ந்து தீவிரமாக எழுதிக்கொண்டிருந்தார். அவரது எழுத்துக் காலம் பத்தாண்டுகள். *மணிக்கொடி, சுதந்திரச் சங்கு, காந்தி, பாரததேவி, பாரதமணி, கலைமகள், ஹிந்துஸ்தான், ஊழியன், தினமணி, கல்கி, ஆனந்தவிகடன், சூறாவளி, கலாமோகினி, கிராம ஊழியன், ஹநுமான், காவேரி, வசந்தம், நவசக்தி* முதலிய இதழ்களில் அவரது கதைகள் வெளியாகியுள்ளன. *தமிழ்நாடு* இதழில் அவர் பணியாற்றியுள்ளார். ஆகவே அதிலும் அவரது எழுத்துக்கள் வெளியாகியிருக்கும். அக்காலத்தில் வெளியான முக்கியமான இதழ் களில் எல்லாம் எழுதியிருக்கிறார். அவரது இயற்பெயரையே பெரும்பாலும் கதைகளுக்குப் பயன்படுத்தியுள்ளார். கு.ப. ராஜகோபாலன், கு.ப.ரா. எனப் பெயர்கள் அமைந்துள்ளன. முதல் கதைக்கு மட்டும் கே.பி.ஆர். என ஆங்கிலத்தில் முன்னெழுத்துக்களைப் பயன்படுத்திப் பெயர் பூண்டுள்ளார். கரிச்சான் என்னும் பெயரில் இரண்டு கதைகளும், ராஜம் என்னும் பெயரில் மூன்று கதைகளும் எழுதியுள்ளார். அவை பற்றிய தகவல்கள் பின்னிணைப்பில் 'கதைகள்: காலவரிசை' பகுதியில் கொடுக்கப்பட்டுள்ளன.

கு.ப.ரா.வின் புனைபெயர்கள் தொடர்பாக இன்னும் தெளிவு வேண்டியுள்ளது. ராஜம் என்பது அவரது புனைபெயர்தான் என்பதை உறுதிப்படுத்த முடிகிறது. 'படுத்த படுக்கையில்' என்னும் தலைப்பில் முதலில் *பாரததேவி* இதழில் எழுதிய கதைக்கு 'ராஜம்' என்பது புனைபெயர். அக்கதையை மறுஎழுத்தாக்கம் செய்து *கலைமகள்* நவம்பர் 1941இல் வெளியிட்டார். அப்போது பெயர் கு.ப. ராஜகோபாலன். இக்கதையைப் 'புனர் ஜன்மம்' நூலிலும் சேர்த்துள்ளார். ஆகவே ராஜம் அவரது புனைபெயர்தான் என்பது தெளிவுபடுகின்றது. 'கரிச்சான்' பெயரைப் பயன்படுத்தி எழுதிய கதை எதையும் நூல் தொகுப்பில் சேர்க்கவில்லை என்றாலும் அப்பெயர் அவருடையது என்பதில் ஐயமில்லை. ஏனெனில் 'கரிச்சான் குஞ்சு' பிறந்ததே போதுமானது. 'சதயம்' என்பதும் அவரது புனைபெயர் எனச் 'சிறிது வெளிச்சம்' முன்னுரையில் சிட்டி குறிப்பிட்டுள்ளார். அதையே பின்னர் பலரும்

வழிமொழிந்துள்ளனர். ஆனால் அப்பெயர் ஐயத்திற்குரியது என்பது என் எண்ணம். அப்பெயரில் வெளியானவற்றில் கு.ப.ரா.வின் நடை இல்லை. அவரது முத்திரை ஓரிடத்திலும் காணப்படவில்லை. இப்பெயர் தொடர்பாகப் பழ. அதியமான் அவர்களுக்கும் சந்தேகம் இருக்கிறது. ஆகவே இப்பெயரில் *பாரததேவி*யில் வெளியான 'காசி யாத்திரை' கதையை 'ஐயத்திற்குரிய கதைகள்' பட்டியலில் வைத்துப் பின்னிணைப்பில் சேர்த்துள்ளேன். *கிராம ஊழியன்* இதழில் வெளியானதாக 'லட்சுமி' என்னும் கதையை அ. சதீஷ் கொடுத்துள்ளார். அவரது பதிப்பு நேர்மை பற்றி எனக்கு ஐயமிருப்பதால் அக்கதையையும் 'ஐயத்திற்குரிய கதைகள்' பட்டியலில் இடம்பெறச் செய்திருக்கிறேன்.

இத்தொகுப்பில் கு.ப.ரா. சிறுகதைகள் என்று தெளிவானவை மட்டும் சேர்க்கப்பட்டுள்ளன. நூல்களில் இடம்பெற்ற 77 கதைகள், பின்னர் இதழ்களில் இருந்து எடுக்கப்பட்ட பதினான்கு என மொத்தம் 91 கதைகள் இத்தொகுப்பில் இடம்பெறுகின்றன. இவற்றுள் 'தங்காத்தா', 'எதிரொலி' (2) ஆகியவை இதுவரைக்கும் அவரது நூல்கள் எதிலும் இடம்பெறாத கதைகள். எதிரொலி என்னும் தலைப்பில் '*கலைமகள்*, ஜனவரி 1939' இல் வெளிவந்த சிறுகதை 'கனகாம்பரம்' தொகுப்பில் இடம்பெற்றுள்ளது. அதன்பின் 'எதிரொலி' என்னும் தலைப்பிலேயே வரலாற்றுச் சிறுகதை ஒன்றை எழுதியுள்ளார். அது *வசந்தம்* இதழில் வெளிவந்துள்ளது. என் பார்வைக்குக் கிடைத்த *வசந்தம்* இதழ்களில் அக்கதை இல்லை. கலைஞன் பதிப்பகம் வெளியிட்டுள்ள '*வசந்தம்* இதழ் தொகுப்பு' நூலில் (ப. 250–255) இக்கதை இடம்பெற்றுள்ளது. ஆனால் காலக்குறிப்பு எதுவும் கொடுக்கப்படவில்லை.

'1942 ஏப்ரல் மாதம் தமிழ் வருடப் பிறப்பன்று வசந்தம் தொடங்கப்பட்டது' என *வசந்தம்* இதழ் தொகுப்பு நூலின் முன்னுரை கூறுகின்றது. *வசந்தம்* மே 1943இல் வெளியான 'தமிழ் மங்கை' என்னும் சிறுகதையைக் கு.ப.ரா. 'காணாமலே காதல்' தொகுப்பில் சேர்த்துள்ளார். 'காணாமலே காதல்' தொகுப்பு நவம்பர் 1943இல் வெளிவந்துள்ளது. அத்தொகுப்பின் முதல் ஐந்து கதைகள் புத்தர், புத்த மதம் தொடர்பானவை. தாம் எழுதிய கதைகளைப் பொருள் அடிப்படையில் வரிசைப்படுத்தித் தொகுப்பில் சேர்த்துள்ளார். முதலில் புத்தர், அடுத்துச் சோழர், ஆண்டாள், பின் சிவாஜி, அதனை அடுத்து முகலாயர் – ராஜபுத்திரர் என்பதாகக் கதைகளின் வரிசை அமைந்துள்ளது. *வசந்தத்தில்* வெளியாகியுள்ள 'எதிரொலி' கதை புத்தர் தொடர்பானது. தொகுப்பு வெளியாகும் முன் இக்கதையை எழுதியிருந்தால் தொகுப்பில் சேர்த்திருப்பார். தொகுப்பு வெளியான பின்னரே இக்கதையை எழுதியிருக்கக்கூடும். ஆகவே 1943 டிசம்பர் அல்லது 1944ஆம் ஆண்டின் தொடக்க மாதங்களில் இக்கதையை எழுதியிருப்பார் எனக் கணித்து அதற்கேற்ற வரிசையில் வைத்துள்ளேன். ஏற்கெனவே 'எதிரொலி' என்னும் தலைப்பில் வேறொரு கதையும் இருப்பதால் இதை 'எதிரொலி (2)' எனக் குறிப்பிட்டுள்ளேன். 1944 ஏப்ரலில் *வசந்தம்* வெளியிட்ட *வசந்த மலர்* இதழில் கு.ப.ரா. 'தங்காத்தா' என்னும் கதையொன்றை எழுதியுள்ளார். இதுதான் அவர் எழுதி வெளியான இறுதிக் கதை எனத் தெரிகிறது.

இத்தொகுப்பில் உள்ள 91 கதைகளில் *ஹிந்துஸ்தான்* இதழில் வெளியான பத்துக் கதைகளைப் பற்றிய விவரங்களை ஆ.இரா. வேங்கடா சலபதி சேகரித்துக் கொடுத்தார். 'தமிழ் மங்கை' கதை *வசந்தம்* மே, 1943இல் வெளியானது என்னும் தகவலும், 'உண்மைக் கதை' *கலாமோகினி* 8ஆவது இதழில் வெளியானது என்னும் தகவலும் சலபதி சேகரித்து வைத்திருந்த தனிப்பட்ட குறிப்புகளில் இருந்து கிடைத்த விவரங்கள். '*கலாமோகினி*யின் முதலாவது இதழ் சித்ரபானு ஆனி 15 என்ற தேதியை (1942 ஜூலை 1) கொண்டிருந்தது.' 'ஒவ்வொரு இதழும் தமிழ் வருடம், மாதம், தேதியைத்தான் தாங்கி வந்தது' என்று வல்லிக்கண்ணன் எழுதியுள்ளார். அவ்வாறு கணக்கிட்டால் 8ஆவது இதழ் 1942ஆம் ஆண்டு அக்டோபர் மாதத்தின் இரண்டாம் பகுதி (17–10–1942) என்பது உறுதிப்படுகிறது.

'சிறிது வெளிச்சம்' தொகுப்பில் இடம்பெற்ற கதைகளில் சிறிது வெளிச்சம், உண்மைக் கதை, பில்ஹணன் இயற்றிய காவியம், எவன் பிறந்திருக்கின்றானோ, மோகினி மாயை ஆகியவை *கலாமோகினி* இதழில் வெளிவந்தவை எனத் தெரிவிக்கப்பட்டுள்ளது. காலக்குறிப்புக் கொடுக்கப்படவில்லை. 'பில்ஹணன் இயற்றிய காவியம்' என்னும் கதை 'திரைக்குப் பின்' என்று தலைப்பு மாற்றம் பெற்றுப் 'புனர் ஜன்மம்' தொகுப்பில் வெளியாகியுள்ளது. அத்தொகுப்பு 1943இல் வெளியானது. 1943ஆம் ஆண்டு கு.ப.ரா. எழுதிய கதைகளில் பெரும்பா லானவை அவ்வாண்டு வெளியான 'புனர் ஜன்மம்' தொகுப்பில் இடம்பெறவில்லை. குறிப்பாகக் *கலாமோகினி*யில் வெளியான கதை களில் 'பில்ஹணன் இயற்றிய காவியம்' மட்டும் 'திரைக்குப் பின்' என இடம்பெற்றுள்ளதே தவிர வேறு எதுவும் அத்தொகுப்பில் இல்லை. ஆகவே இக்கதை 1942ஆம் ஆண்டு வெளியாகியிருக்கலாம் எனக் கருதி அதற்குரிய வரிசையில் வைத்துள்ளேன்.

கலைஞன் பதிப்பகம் வெளியிட்டுள்ள 'கலாமோகினி இதழ் தொகுப்பு' நூலில் 'எவன் பிறந்திருக்கின்றானோ?' என்னும் கதை இடம்பெற்றுள்ளது. அதற்கு 'இதழ் 32' எனக் குறிப்புத் தரப்பட்டுள்ளது. *கலாமோகினி* மாதம் இருமுறை இதழ். அவ்விதழ் தொடங்கப்பட்ட 1942 ஜூலை 1ஆம் நாளிலிருந்து கணக்கிட்டால் 1943, அக்டோபர் மாதத்தின் இரண்டாம் பகுதியில் வெளியானதே 32ஆம் இதழாக இருக்கக்கூடும் எனத் தீர்மானிக்க முடிகிறது. ஆகவே அக்கதைக்கு '15 அக்டோபர், 1943' எனக் காலம் கொண்டு அதற்கேற்ற வரிசையில் வைத்துள்ளேன். 'மோகினி மாயை' கதையை *எழுத்து* (ஜனவரி, 1966) இதழில் சி.சு. செல்லப்பா மறுபிரசுரம் செய்துள்ளார். அதில் '1943இல் 'கலாமோஹினி' பத்திரிகையில் வெளிவந்த இந்தச் சிறுகதை இங்கு மறுபிரசுரம் செய்யப்பட்டிருக்கிறது' எனக் குறிப்புத் தரப்பட்டுள்ளது. ஆகவே இக்கதைக்கு மாதம் தெரியாவிடினும் ஆண்டு 1943 எனக் கொண்டுள்ளேன். *கலாமோகினி*யில் வெளியான கதைகளில் 'சிறிது வெளிச்சம்' கதையைச் 'சிறிது வெளிச்சம்' தொகுப்பில் பிற கதைகளுக்கு முன் வைத்துள்ளனர். அவ்வரிசை முறையை நானும் பின்பற்றி அக்கதையை முதலில் வைத்துள்ளேன்.

‘முன் தலைமுறை’, ‘இந்தத் தலைமுறை’, ‘மூன்று உள்ளங்கள்’, ‘சபரியின் பிரேமை’, ‘வயது வந்துவிட்டது’, ‘ஆற்றாமை’ ஆகிய கதைகள் *கிராம ஊழியன்* இதழில் வெளியானவை எனச் ‘சிறிது வெளிச்சம்’ குறிப்புத் தருகிறது. இவற்றுள் ‘சபரியின் பிரேமை’ கதை வெளியான ‘*கிராம ஊழியன்,* பிப்ரவரி 1944’ இதழைப் புதுக்கோட்டை ஞானாலயா நூலகத்தில் பார்க்க முடிந்தது. பிற கதைகளைப் பார்க்கவில்லை. 1943 ஆகஸ்ட் 15 முதல் *கிராம ஊழியன்* இலக்கிய இதழாகப் ‘புதிய வடிவம், புதிய தோற்றம், புதிய உள்ளடக்கம்’ ஆகியவற்றுடன் வெளியானதாக வல்லிக்கண்ணன் தெரிவிக்கிறார். அவ்விதழ் முதல் கு.ப.ரா. கௌரவ ஆசிரியராக இருந்துள்ளார். 1944, ஜனவரி முதல் கு.ப.ரா. ஆசிரியராகப் பணிபுரிந்துள்ளார். 1944 ஏப்ரலில் அவர் இறக்கும் முன்னான *கிராம ஊழியன்* இதழ்களில் அதாவது 1943ஆம் ஆண்டு இறுதியிலும் 1944ஆம் ஆண்டு தொடக்கத்திலும் பிற கதைகள் வெளியாகியிருக்கலாம் என ஊகிக்கிறேன். அந்த அடிப்படையில் ஆண்டை மையமாக வைத்துக் காலவரிசைப்படுத்தி யுள்ளேன்.

வெளியான இதழ் விவரம் கண்டுபிடிக்க முடியாத கதைகளுக்குத் தொகுப்பின் காலத்தையே கதை வெளியான காலமாகக் கொண்டு வரிசைப்படுத்தியுள்ளேன். அவற்றுள் ‘தித்திப்பு’ என்னும் கதை 1941 அல்லது 1942ஆம் ஆண்டு ஜனவரி மாதத்தில் எழுதப்பட்டிருக்கக் கூடும். தீபாவளி, பொங்கல் ஆகிய பண்டிகைகளின் போது வெளியாகும் இதழ்களில் அப்பண்டிகையைத் தொடர்புபடுத்திக் கதை எழுதுவது கு.ப.ரா.வின் வழக்கம். அவ்வடிப்படையில் இக்கதையை நோக்கி இவ்வூகம் செய்யப்பட்டுள்ளது. பின்னர் சரியான தகவல் கிடைப்பின் வரிசை மாறவும் நேரலாம். பதிப்பு என்பது அடுத்தடுத்து மாற்றத்திற்கு உட்பட்டுச் செழுமை பெறுவதாகும். அவ்வகையில் தொடர் தேடலினா லும் ஆய்வினாலும் இப்பதிப்பும் எதிர்காலத்தில் மேலும் செழுமை யாகும் என்னும் நம்பிக்கை எனக்குண்டு.

நேரில் பார்த்தும் இத்துறையில் ஆர்வமுள்ள நண்பர்கள் வழி பெற்றும் கிடைக்கும் தகவல்களைக் கொண்டு ஊகம் செய்தும் உறுதிப்படுத்திய தகவல்களைக் கொண்டே கதைகளுக்கான காலக் குறிப்பைக் கொடுத்துள்ளேன். அவ்வாறு என்னால் உறுதிப்படுத்த முடியாத எந்தக் காலக்குறிப்பையும் நான் பயன்படுத்தவில்லை. அ. சதீஷின் பதிப்பில் கொடுக்கப்பட்டுள்ள காலக்குறிப்புகளை நான் பயன்படுத்தவில்லை. குறிப்பாகக் *கிராம ஊழியன், கலாமோகினி* ஆகிய இதழ்களை நான் பார்க்கவில்லை என்பதால் அவற்றில் வெளியான கதைகளுக்கு அவர் கொடுத்துள்ள காலக்குறிப்பை நான் கையாள வில்லை. அத்தொகுப்பின் அடிப்படை நேர்மையில் எனக்கு ஐயம் இருப்பதால் அதில் உள்ளவற்றைக் கையாளத் தயக்கம் ஏற்பட்டது.

பாட வேறுபாடுகளை இப்பதிப்பில் காட்டவில்லை. பாட வேறுபாடு களைக் கொடுப்பது பற்றியும் எவ்விதம் கொடுப்பது என்பது குறித்தும் என்னால் தெளிவாகத் தீர்மானிக்க இயலவில்லை. இதழ்களில் வெளியான கதையைப் பின்னர் திருத்தம் செய்து தொகுப்பில்

சேர்த்துள்ளார். திருத்தம் செய்த பிறகு அதுவே மூலபாடம் ஆகிறது. மூல ஆசிரியர் இறுதியாக எதை வெளியிடுகிறாரோ அதுவே மூலபாடம். இந்நிலையில் இதழ்களில் வெளியானதற்கும் தொகுப்பில் வெளியான தற்குமான வேறுபாடுகளைப் பாட வேறுபாடு எனக் கொள்வது சரியா என்னும் கேள்வி எனக்குள் உள்ளது. அச்சுச் சாதனம் வந்த பிறகே நமக்கு இவ்விதமான இரண்டு வடிவங்களும் கிடைக்கின்றன. எழுத்தாளரின் கையெழுத்துப் பிரதியும் ஆய்வுக்குப் பயன்படுவதே என்னும் கருத்தும் இருக்கிறது. இந்நிலையில் பாட வேறுபாடு பற்றிய குழப்பம் ஏற்படுவது இயல்பே. மட்டுமன்றி, கு.ப.ரா. கதைகளுக்கான பாட வேறுபாடுகளின் அளவும் காரணம். அவர் காலத்தில் வெளியான கதைகள் பலவற்றின் தலைப்புகளை மாற்றியுள்ளார். குறிப்பாக வரலாற்றுச் சிறுகதைகளின் தலைப்புகள் பெருமளவு மாறியுள்ளன. 'அம்மங்கா தேவியின் அத்தான்' என்பதுதான் 'காணாமலே காதல்' ஆகியுள்ளது. 'மாதுளை மொக்கின் மங்காத காதல் ஒளி' என்னும் நீள் தலைப்பு 'அனார்கலி' என்றாகியுள்ளது. தலைப்பு மாற்றம் பற்றிய செய்திகளைக் கதைகள் காலவரிசை பகுதியில் கொடுத்துள்ளேன். முதலில் அவசரமாக எழுத நேர்ந்த ஒரு கதையைக் குறிப்பிட்ட காலத்திற்குப் பிறகு மீண்டும் எழுதியுள்ளார். பிந்தைய வடிவம் பல வேறுபாடுகளுடன் புதிதாக எழுதப்பட்ட கதையாக உருப்பெற்றுள்ளது. தொகுப்பாகத் திருத்தங்கள் செய்யும்போதும் பெருமளவு மாற்றங்கள் நிகழ்ந்துள்ளன. பாட வேறுபாடு என்று கொடுத்தால் முழுக் கதையையும் கொடுக்க வேண்டி நேரும். முக்கியமான பாட வேறுபாடுகள் என்று எதன் அடிப்படையில் தேர்வு செய்வது என்பதும் பிரச்சினை. இத்தகைய சிரமங்களைக் கருத்தில் கொண்டு பாட வேறுபாடு காட்டவில்லை. பின்னிணைப்பில் ஐயத்திற்குரிய கதைகள், கதைகள்: காலவரிசை, நூல்களும் கதைகளும், நூல் முன்னுரைகள், மதிப்புரை, வாழ்க்கைக் குறிப்பு, அருஞ்சொற்பொருள், தலைப்பகராதி ஆகியன கொடுக்கப்பட் டுள்ளன. கு.ப.ரா.வின் கதைகளில் பார்ப்பனச் சடங்கு சார்ந்த சொற்களும் அச்சாதியினரின் பேச்சு வழக்குச் சொற்களும் பரவலாக இடம் பெற்றுள்ளன. அவை பெரும்பாலும் சமஸ்கிருதச் சொற்களாக உள்ளன. இன்றைய வாசகருக்குப் புரிபடாத சொற்கள் கணிசம். அவற்றின் அருமை கருதித் தொகுக்கப்பட்டுப் பொருளுடன் 'அருஞ்சொற்பொருள்' பகுதி உருவாக்கப்பட்டுள்ளது. அகராதிகளில் இடம்பெறாத சொற்கள் பலவற்றைக் கு.ப.ரா. கையாண்டுள்ளார். அவர் பயன்படுத்திய சொற்களின் பொருள்கள் இன்று மாற்றம் பெற்றுள்ளன. வழக்கிழந்தவை, அருகிய வழக்கு எனக் கருதத்தக்க சொற்கள் பல. ஆகவே இப்பகுதி இன்னும் விரிவடையத் தேவை உள்ளது. சிறுகதைகளின் தலைப்புகள் அகர நிரல்படுத்தப்பட்ட 'தலைப்பகராதி' இறுதியில் வைக்கப்பட்டுள்ளது. சிறுகதைத் தலைப்பைக் கொண்டு கதை உள்ள பக்கத்தை உடனடியாகக் கண்டடைய இவ்வகராதி உதவும்.

❍

இப்பதிப்பு வேலையில் என்னை ஈடுபடுத்தியவர் ஆ.இரா. வேங்கடா சலபதி. அவரது நட்பின் வழியாகத் துறை சார்ந்து எவ்வளவோ

விஷயங்களைக் கற்று வருகிறேன். இப்பதிப்புக்காகத் தொடர்ந்து வழிகாட்டுதலும் ஆலோசனைகளும் வழங்கி என்னை மேற்செலுத்தினார். சுணங்கிய போதெல்லாம் ஏதாவது புதிய தகவல் ஒன்றைக் கொடுத்து உற்சாகப்படுத்திவிடுவார். இப்பதிப்பைத் துணிவோடு செய்வதற்கு அவர் வழங்கிய தகவல்கள் முக்கியக் காரணம். ஹிந்துஸ்தான் இதழில் கு.ப.ரா. எழுதிய கதைகள் பற்றிய விவரங்களைச் சேகரித்து வழங்கியவர் அவர்தான். தமிழ்த் திரைப்படங்கள் பற்றிய ஆய்வு மேற்கொண்டிருக்கும் அமெரிக்காவைச் சேர்ந்த அவரது நண்பர் ஸ்டீவ் ஹ்யூஸ் அவர்களிடமிருந்து பாரததேவி இதழ்களின் பொருளடக்கப் பக்கங்களின் நகல்களைப் பெற்றுத் தந்தார். அவரது குறிப்புகளில் சேகரித்து வைத்திருந்த செய்திகளைப் பகிர்ந்துகொண்டார். நூலகங்களுக்கு என்னை ஆற்றுப்படுத்தினார். 'கனகாம்பரம்' நூலின் முதல் பதிப்பு புதுமைப்பித்தன் சேகரத்திலிருந்து சுந்தர ராமசாமி நினைவு நூலகத்திற்கு வழங்கப்பட்டதை நினைவூட்டி அதைப் பார்க்கத் தூண்டினார். புதுமைப்பித்தன் எழுத்துக்களின் பதிப்பு வேலைக்காக அவர் சேகரம் செய்து நுண்படச் சுருளிலும் குறுவட்டுக்களிலும் பதிவு செய்து வைத்திருந்த இதழ்களின் விவரங்கள் எனக்குப் பெரிதும் பயன்பட்டன. ஐயங்கள் தொடர்பாக அவரை அணுகிய போதெல்லாம் பெருவிருப்போடு எனக்கு உதவினார். அவர்தான் இந்தப் பதிப்புக்குக் காரணர். புதுமைப்பித்தன் படைப்புகளின் வழி நவீன இலக்கியப் பதிப்புகளுக்கு முறையியலை உருவாக்கிக் கொடுத்ததோடு தொடர்ந்து பலரை ஊக்கப்படுத்தி இத்துறையை வளப்படுத்தி வரும் அவருக்கு நன்றி சொல்வது சம்பிரதாயத்திற்காக அல்ல. அது உள்ளப் பெருக்கி லிருந்து தோன்றும் சொல்.

அவ்வப்போது பகிர்ந்துகொள்ளவும் சோர்ந்த உள்ளத்தைக் கை தூக்கிவிடவும் செய்தவர் தமிழக வரலாறு தொடர்பான ஆக்கப் பூர்வமான பங்களிப்பைச் செய்துவரும் பழ. அதியமான்,

இப்பதிப்பு வேலையைத் தொடங்கியதிலிருந்து பொறுமை காத்தும் இடையிலே நேர்ந்த தடைகளைத் தாங்கியும் எனக்குத் தேவையான உதவிகளைச் செய்து கொடுத்தும் இவ்வேலை ஒருநிலையை எட்டும் என நம்பிக்கை வைத்துக் காத்திருந்த காலச்சுவடு கண்ணன்,

'கு.ப.ரா. பெயரிலான தொகுப்புகளில் கு.ப.ரா. எழுதாத படைப்புகள்' என்னும் கட்டுரையை எழுதியதோடு தனக்குத் தெரிந்த தகவல்களைத் தடையின்றிப் பகிர்ந்துகொண்ட ய.மணிகண்டன், எனது வேலையின் தன்மையை உணர்ந்து உதவிய ப. சரவணன்,

எனக்குத் தேவைப்படுவனவற்றை எல்லாம் பார்வையிடவும் நகலெடுத்துக்கொள்ளவும் அன்போடு உதவிய ரோஜா முத்தையா ஆராய்ச்சி நூலக இயக்குநர் சுந்தர், அந்நூலகத்திற்கு நேரில் செல்ல இயலாதபோது எனது ஐயங்களைத் தொலைபேசியில் உற்சாகத்தோடு தீர்த்துவைத்து உதவிய திருமதி மாலா,

இரண்டு நாள் நான் தங்கி நூலகத்தைப் பார்வையிட ஏற்பாடு செய்ததுடன் தமக்குத் தெரிந்தவற்றை வெளிப்படையாகப் பகிர்ந்து

கொண்ட புதுக்கோட்டை ஞானாலயா கிருஷ்ணமூர்த்தி அவர்கள். அந்நூலகத்திற்குச் சென்றபோது என்னுடன் வந்து படி எடுக்கவும் நகலெடுக்கவும் உதவிய க.காசிமாரியப்பன், வீ. ராஜீவ்காந்தி,

சென்னையில் பழைய இதழ்களைப் பார்வையிட உதவிய மறைமலையடிகள் நூலகம், டாக்டர் உ.வே. சாமிநாதையர் நூல் நிலையம் ஆகியவற்றின் பொறுப்பாளர்கள், அந்நூலகங்களுக்கு என்னுடன் வந்தும் நான் இல்லாதபோது சென்றும் தேவையான வற்றைப் படி எடுத்து வந்ததோடு என் உணர்வைப் புரிந்துகொண்டு செயல்பட்ட என் அன்பு மாணவர் பெ. முத்துசாமி, கனகாம்பரம் தொகுப்பின் முதல் பதிப்பைப் பார்வையிட வழங்கிய சுந்தர ராமசாமி நினைவு நூலகம், தம் சேகரிப்பில் இருந்த பழைய இதழ்கள் சிலவற்றைப் பார்வையிட அனுமதி கொடுத்த அண்மையில் மறைந்த நா.ப. ராமசாமி அவர்கள்,

கு.ப.ரா. தொடர்பாகத் தாம் எழுதிய கட்டுரைகளையும் தம்மிடம் இருந்த ஆவணங்களையும் எனக்கு அனுப்பிய கவிஞர் நா. விச்வநாதன்,

இப்பதிப்பில் உள்ள கதைகளை ஒப்பிட்டுப் பார்க்கவும் மெய்ப்புத் திருத்தவும் உதவிய என் மாணவர்கள் ரெ. மகேந்திரன், ப. குமரேசன், து. கலைச்செல்வன், நூல் உருவாக்கப் பணியில் ஈடுபட்ட ரெத்தினகுமாரி உள்ளிட்ட காலச்சுவடு ஊழியர்கள்,

என் வேலைகளைப் புரிந்துகொண்டு ஒத்துழைப்பு நல்கும் மனைவி எழிலரசி, பிள்ளைகள் இளம்பிறை, இளம்பரிதி,

என் மறதியினால் விடுபட்டோர்:

'புனர் ஜன்மம்' நூலைச் சமர்ப்பணம் செய்யும்போது கு.ப.ரா. தமது எழுத்துப்பணியை 'அழகுத்தொண்டு' என்று குறிப்பிட்டுள்ளார். அவரது அழகுத்தொண்டை இவ்விதம் வெளிப்படுத்த உதவிய அனைவருக்கும் நன்றி.

○

பயன்பட்டவை

1. வல்லிக்கண்ணன், *தமிழில் சிறு பத்திரிகைகள்*, சென்னை, 1991, ஐந்திணைப் பதிப்பகம்.
2. சிட்டி, ப. முத்துக்குமாரசுவாமி (தொ.ஆ.), *கலாமோகினி இதழ் தொகுப்பு*, சென்னை, 2003, கலைஞன் பதிப்பகம்.
3. சிட்டி, வ. விஜயபாஸ்கரன் முதலியோர் (தொ.ஆ.), *வசந்தம் இதழ் தொகுப்பு*, சென்னை, 2003, கலைஞன் பதிப்பகம்.
4. இ. சுந்தரமூர்த்தி, மா.ரா.அரசு (ப.ஆ.), *இந்திய விடுதலைக்கு முந்தைய தமிழ் இதழ்கள்*, தொகுதி 2, சென்னை, 1999, தி பார்க்கர்.
5. *காக்கைச் சிறகினிலே* இதழ், மார்ச் 2003.

நாமக்கல் பெருமாள்முருகன்
26-11-13

ஆய்வுரை

வாள்வீச்சின் ஈர்ப்பு

மணிக்கொடி கால எழுத்தாளர்களில் புதுமைப்பித்தன், கு.ப. ராஜகோபாலன், மௌனி ஆகிய மூவரையும் தனித்த ஆளுமைகளாகத் தமிழ்ச் சிறுகதை வரலாற்றாசிரியர்கள் அடையாளம் காண்கின்றனர். கு.ப.ரா.வின் வாழ்நாளிலேயே அவரது தனித்தன்மை பற்றிய சிலாகிப்பு உருவாகியுள்ளது. அவர் எழுதுபவை முழுக்கக் காதல், காமக் கதைகள் என்றெல்லாம் விமர்சனங்கள் வந்தபோதிலும் அவற்றுக்கு ஆதரவாகவும் பல கருத்துக்கள் எழுதப்பட்டுள்ளன. அவரது பல கதைகளைப் போற்றிப் பாராட்டிய விமர்சனங்களைப் பார்க்க முடிகிறது. எவர் ஒருவருக்கும் இல்லாத வகையில் அவர் இறப்புக்குப் பின் 'நினைவு மலர்கள்' வெளியிடப் பட்டுள்ளன. *கிராம ஊழியன், கலாமோகினி* ஆகியவை உடனேயும் *எழுத்து, வைகை* ஆகியவை பின்னரும் வெளி யிட்டுள்ளன. அவற்றில் எழுதியோர் அனைவரும் கு.ப.ரா. சிறுகதைகளின் சிறப்புகளைப் பலபட விதந்தோதியுள்ளனர்.

அவர் மறைந்து எழுபதாண்டுகள் ஆகின்றன. இந்தக் காலகட்டத்தில் கு.ப.ரா.வின் கதைகள் பேசப்படாமல் ஒரு போதும் இருந்ததில்லை. சி.சு. செல்லப்பா, க.நா.சு. உள்ளிட்டோர் எழுதியவை மிக முக்கியமானவை. இலக்கிய உலகிலும் கல்வி நிறுவன ஆய்வுகளிலும் கு.ப.ரா. மிகுந்த கவனம் பெற்றவராக இருந்து வந்திருக்கிறார். வாசகத் தேவைக்கு ஏற்ப அவரது நூல்கள் வெளியிடப்படவில்லை என்பதுதான் குறை. எனினும் 'கனகாம்பரம்' தொடர்ந்து விற்பனையில் இருந்து வந்திருக்கிறது. 'புனர் ஜன்மம்', 'காணாமலே காதல்' மீள்பதிப்புகளாக வெளியாகியுள்ளன. நூலாக வெளியாகாத கதை, கட்டுரை முதலியவற்றைத் தொகுத்துச் 'சிறிது வெளிச்சம்' என்னும் நூலாக வெளியிடப்பட்டுள்ளது. *எழுத்து* இதழில் கு.ப.ரா.வின் பல படைப்புகள் மீள்பிரசுரம் செய்யப்பட்டுள்ளன. *கலைமகள், மஞ்சரி* ஆகிய இதழ்களிலும் *திருச்சி, எழுத்தாளர் சங்க இலக்கிய மலரிலும்* அவரது கதைகள் மீள்பிரசுரம் செய்யப்பட்டுள்ளன.

இதுவரைக்குமான சிறுகதை வரலாற்று நூல்களில் அவருக்குரிய இடம் தாராளமாக வழங்கப்பட்டுள்ளது. தமிழ் நவீன இலக்கியத்தின் மறுமலர்ச்சிக் கால எழுத்தாளர்களில் ஒருவரான கு.ப.ரா.வின் கதை களைப் பற்றி இன்னும் பலபடப் பேச வேண்டியுள்ளது. அவரது கதை களின் தனித்தன்மை, கதை நுட்பங்கள், வரலாற்றில் அவருக்குரிய இடம், இன்றைய சூழலில் அவர் கதைகள் பெறும் அர்த்தம் ஆகியவை முக்கியமானவை.

கு.ப.ரா.வின் முதல் கதை வெளியானது 30–03–1934ஆம் ஆண்டு. இறுதிக்கதை 1944 ஏப்ரலில் வெளியாகியுள்ளது. முழுமையாகப் பத்தாண்டுகள் அவர் எழுதியுள்ளார். அவரது கதைகள், கட்டுரைகள், கவிதைகள், நாடகங்கள், நாவல் முயற்சிகள், மொழிபெயர்ப்புகள், விமர்சனங்கள் உள்ளிட்டவற்றைக் கணக்கில் எடுத்தால் பத்தாண்டுகளில் அவர் தீவிரமாக எழுதியுள்ளார் என்பது புலனாகும். பத்திரிகைகளில் பணியாற்றிய காரணத்தாலும் எழுத்தையே வாழ்வின் ஜீவனமாகக் கொண்டிருந்ததாலும் எழுதித் தீர வேண்டிய நிர்ப்பந்தமும் இருந் துள்ளது. அத்தகைய நிர்ப்பந்தம் உருவாகும் போதெல்லாம் அவர் கதை எழுதுவதை முடிந்தவரை தவிர்த்தே வந்துள்ளார் என்பது தெரிகிறது. அவ்வாறு கதை எழுத நேர்ந்தபோதும் சரியாக உருப் பெற்ற கதைகளுக்கே அவரது பெயரைப் பயன்படுத்தியுள்ளார். மற்ற வற்றிற்குப் புனைபெயர்களையே கையாண்டுள்ளார். அவசரமாக எழுத நேர்ந்தவற்றில் சரியாக உருப்பெறாதவை, பயனற்றவை என்று அவர் கருதியவற்றை மீண்டும் கையில் எடுக்கவில்லை. ஆனால் கதைத் தன்மை கொண்டவை என அவர் கருதியவற்றை மறுஎழுத்தாக்கம் செய்துள்ளார். அப்படிப்பட்ட கதைகள் கணிசமாகக் காணப்படுகின்றன. சிறுகதை பற்றி அவருக்கு இருந்த தெளிவும் அவ்வடிவம் குறித்த உயர்வான எண்ணமுமே இதற்குக் காரணம். எழுத்தின் பல வடிவங்களை அவர் கையாண்டிருந்தாலும் சிறுகதையே அவரது பிரதான வடிவம் என்பதில் ஐயமில்லை.

அவரது காலத்து எழுத்தாளர்கள் பலரைப் போலவே பட்டப் படிப்புப் பயின்றவராகவும் ஆங்கிலம், சமஸ்கிருதம், வங்காளம் ஆகிய மொழிகளைக் கற்றதோடு அம்மொழி இலக்கியங்களில் தேர்ந்த வாசிப்பு உள்ளவராகவும் இருந்துள்ளார். அவற்றின் தாக்கம் அவர் எழுத்துக்களில் பலவிதமாக வெளிப்பட்டுள்ளது. தமிழ் வாழ்க்கையைக் குறிப்பாக அக்காலப் பார்ப்பன சாதியைச் சேர்ந்த நடுத்தர வர்க்கத் தினரின் வாழ்வை மையமிட்டதாக அவர் கதைகள் காணப்படுகின்றன. அடித்தட்டு மக்கள் சில கதைகளில் வந்தாலும் ஆதிக்கசாதிப் பார்வை யிலேயே அவர்களை நோக்குதல் இருக்கிறது. சாதி தொடர்பாகப் பிற்காலத்தில் தோன்றிய கருத்தோட்டங்களை அவருக்குப் பொருத்திப் பார்த்தால் கடுமையான விமர்சனங்களை அவர்மீது வைப்பதும் சாத்தியம்தான். எவரையும் புறக்கணிக்கும் மனோபாவம் அவர் எழுத்தில் இல்லை என்பதையும் தமது அனுபவ எல்லைக்கு உட்பட்ட வெளியிலேயே அவரது கதைகள் இயங்குகின்றன என்பதையும் சமாதானமாகச் சொல்லலாம். அதுவே உண்மையும்கூட.

அவர் செயல்பட்ட அந்தப் பத்தாண்டுகளில் சிறுகதைகள் நூற்றுக்கணக்கில் எழுதப்பட்டுள்ளன. செயல்பட்ட எழுத்தாளர்களின் எண்ணிக்கையும் கணிசமானது. சிறுகதை வடிவம் நிலைபெற்ற காலம் அது. அதில் கு.ப.ரா.வின் பங்களிப்பு முக்கியமானது. அவரது சிறுகதை வடிவம் மிகச் செறிவானது. கட்டுக்குள் அமைக்கப்பட்ட வடிவம். மிகைச் சொற்களைக் காணவே முடியாது. ஒருவகையில் இதைக் கவிதைக்குரிய வடிவம் எனச் சொல்லலாம். கு.ப.ரா. குறிப்பிடத்தக்க வகையில் கவிதை கள் எழுதியுள்ளார். அடிப்படையில் அவர் கவிஞராகவே இருந்துள்ளார். கும்பகோணம் கல்லூரிக்கு மாணவராக அவர் வந்து சேர்ந்தபோது கவிதைகளுடன் வந்ததாக ந.பிச்சமூர்த்தி குறிப்பிட்டுள்ளார். 'ராஜகோபாலன் கும்பகோணம் கல்லூரியில் சேர வந்த பொழுது ஒரு நோட்டுப் புஸ்தகம் கொண்டு வந்திருந்தான். அவ்வளவும் கவிதைகள்' என்பதும் அக்கல்லூரியில் நடைபெற்ற ஷேக்ஸ்பியர் சங்கத்தில் 'கு.ப.ரா. தன் கவிதைகளையே படித்து வந்தான். அவைகளிற் பல பின்னர் புனர் ஜன்மம் எடுத்துத் தமிழில் வந்துவிட்டன. மறுஜன்மம் எடுக்காமல் சில அதே நோட்டுப் புஸ்தகத்தில் இருக்கின்றன' என்பதும் அவர் கூற்றுக்கள்.

அவர் எழுதிய கவிதைகளின் எண்ணிக்கை குறைவு என்றபோதும் தொடர்ந்து எழுதி வந்துள்ளார். அவர் கையாண்டுள்ள சிறுகதை வடிவத்திலும் மொழியிலும் கவி ஒருவரின் ஆளுமையைக் காணலாம். கவிதையாகவே தொடங்கிக் கவிதையாகவே முடியும் கதைகள் பல. சிறுகதை எழுத்தாளருக்குரிய சுதந்திரத்தைப் பயன்படுத்திச் சற்றே வெளியே சென்று திரும்பும் ஆசுவாசச் சுதந்திரத்தைக்கூட அவர் எந்தக் கதையிலும் எடுத்துக்கொள்ளவில்லை. அவ்வளவு செட்டாகக் கதைகளை உருவாக்கியிருக்கிறார். பணியாற்றிய இதழ்களில் பக்கம் நிரப்புவதற்காகவும் பொங்கல், தீபாவளி போன்ற சமயங்களில் வெளியாகும் மலர்களுக்காகவும் அவர் எழுதிய சில கதைகள் சரியாக உருப் பெறவில்லை. அவர் கொண்டிருக்கும் வடிவ நேர்த்தி அமையாத அவசரக் கதைகள் அவை.

அவர் எழுதியுள்ள வரலாற்றுக் கதைகளும்கூடப் பத்திரிகைகளின் தேவைக்கு எழுதுவதற்குத் தோதாக அவர் தேர்ந்துகொண்ட வசதி சார்ந்த கருதானோ என்று தோன்றும். எனினும் அதையும் மீறி நல்ல கதைகளும் உருவாகியிருக்கின்றன. வரலாறு, புராணம் ஆகியவற்றில் அவருக்கு மிகுந்த ஈடுபாடு உண்டு. தத்துவத்தில் புலமை கொண்டிருந்தவ ராகவும் தெரிகிறது. 'காணாமலே காதல்' தொகுப்பு முழுக்கவும் வரலாற்றுக் கதைகள். புத்தர், புத்தமதம் தொடர்பான சம்பவங்களை மையமிட்டவற்றில் புதுநோக்கும் கோணமும் வெளிப்பட்டுள்ளன. வரலாற்றுக் கதைகள் என்று அடையாளப்படுத்தினாலும் அவற்றில் வரலாற்றுக்கான இடம் மிகக்குறைவு. வரலாற்றுப் பாத்திரங்கள், சம்பவங்கள் சிலவற்றைத் தேர்ந்துகொண்டு அவற்றை வேறுபட்ட கோணத்தில் விவரிப்பதையே செய்துள்ளார்.

'இருளிலிருந்து' கதை சித்தார்த்தன் புத்தராக மாறியமைக்கான விதை 'க்ஷண சுகத்திற்குப் பிறகு ஏற்பட்ட ஆழ்ந்த வெறுப்பு' என்று

விவரிக்கிறது. 'அவருடைய இன்பக் கனவின் இறுதியில் ஒரு சலிப்பும் ஓய்ச்சலும் உணர்ச்சிச் சாவும் ஏற்பட்டதைக் கண்டதுமே அவருக்கும் வெளியுலகத்துக்கும் நடுவே இருந்த திரையில் ஓர் ஓட்டை விழுந்து விட்டது' என்றவாறு விவரிப்பு தொடர்ந்து செல்கிறது. இறுதியில் 'ஒளியிலிருந்து பாய்ந்து இருளில் குதித்துவிட வேட்கை கொண்டு' அவர் வெளியேறுவதாகக் கதை முடிகிறது. வாசிப்புச் சுகமும் யோசிப்பு நீள்வும் கொண்டு இழுத்துச் செல்லும் கதை. அடுத்து 'மகாபோதம்' என்னும் கதை. இதில் புத்தரின் தவ உருவத்திற்குப் பாலன்னம் வழங்கும் ஸுஜாதை தொடர்பான நிகழ்ச்சி. இடைப்பெண் அவள். 'ஒளி கொண்டு வந்த அந்த உத்தம சொரூபத்திடம் இருந்து உண்மையை' அவர் காணுவதாகக் கு.ப.ரா.வின் பார்வை செல்கிறது.

வைசாலி நகரத்திற்குச் செல்லும் புத்தர் ஆமிரபாலி என்னும் தாசிப் பெண் வீட்டுக்குச் சென்று பிச்சை ஏற்பதை விவரிக்கும் கதை 'ஆமிரபாலி.' தன்னை ஒரு தாசிப் பெண் அழைப்பதற்கு என்ன காரணம் இருக்கக்கூடும் என்று விரியும் புத்தரின் சிந்தனை இக்கதையில் முக்கியமானதாக இருக்கிறது. இளமையும் அழகும் நிறைந்த தாசியை ஆழத் தொட்டு எழுப்பியது எது? தனது மூர்த்தி யல்ல, சித்தாந்தம்தான் என்று விரிகிறது அவர் சிந்தனை. அதுதான் கு.ப.ரா.வின் பார்வை. இத்தொகுப்பில் இல்லாததும் *வசந்தம்* இதழில் வெளியானதுமான கதை 'எதிரொலி *(2)*.' தந்தையின் கட்டுப்பாட்டை மீறி நகர்வலம் சென்று எல்லாவற்றையும் காணும் சித்தார்த்தனின் உணர்வுகளைச் சொல்கிறது இக்கதை. முதுமை, மரணம், நோய் ஆகியவற்றைக் காணும் காட்சிச் சித்திரம்.

அடுத்து ராஜபுத்திரர்கள் பற்றிய சில கதைகள் முக்கியமானவை. அக்பரோடு இணங்கிச் செல்லும் மான்சிங், எதிர்க்கும் பிரதாப் சிங் என வெவ்வேறு தரப்பு நியாயங்களையும் கதைகள் காட்டுகின்றன. சோழர்கள், நாயக்கர்கள் பற்றிய சாதாரணக் கதைகளும் உள்ளன. 'காணாமலே காதல்', 'ராஜேந்திரன் கனவு' உள்ளிட்டவை பத்திரிகைத் தேவைக்காக எழுதப்பட்டவையாகவே தோன்றுகின்றன. 'இந்து ராச்சியம்' பற்றித் திரும்பத் திரும்ப அவர் பேசுவது இன்றைய சூழலில் எவ்விதம் அர்த்தம் தரும் எனச் சொல்ல முடியவில்லை.

இத்தொகுப்புக் கதைகளில் கு.ப.ரா.வின் இயல்புக்கேற்ற இரண்டு கதைகள் மிகச் சிறப்பாக உருவம் பெற்றுள்ளன. அவை 'விபரீதக் காதல்', 'கவி வேண்டிய பரிசு' ஆகியன. அசோகனின் மகன் குணாளன் மீது காதல் கொள்ளும் அவன் சித்தியாகிய திஷ்யரக்ஷை பற்றிய கதை 'விபரீதக் காதல்.' குணாளன் இணங்காத காரணத்தால், ஈர்க்கும் அவன் கண்களைப் பிடுங்கி வரத் தன் அதிகாரத்தைப் பயன்படுத்து கிறாள் அவள். கண்கள் இருந்த பெட்டியைத் திறந்தாள். 'உள்ளே நீலம் பாய்ந்து ரத்தம் தோய்ந்த இருவிழிகள் இருந்தன. வேறொன்றும் காணோம். அவள் உயிரில் ஊடுருவிப் பாய்ந்து அவள் தேகத்தை ஆட்டி வைத்த ஒளி அவற்றில் காணோம். வெறும் மாமிசத் துண்டுகள் இரண்டு குப்பென்று நாற்றம் வீசின அவளது முகத்தில்.' நெஞ்சைத் தாக்கும் கதை இது.

அவர் எழுதிய முதல் வரலாற்றுக் கதையாகிய 'கவி வேண்டிய பரிசு' அவரது அபாரமான ஆற்றல் வெளிப்பட்ட கதை. ஒரு கவியால் தான் இத்தகைய கதையை எழுத முடியும் என்று உறுதியாகச் சொல்லலாம். மன ஈடுபாட்டோடு அவர் எழுதிய பல கதைகள் கவிதையின் அமைதியையும் ஒழுங்கையும் கொண்டவை. பாதுஷா அக்பருக்கும் அவரது ஆஸ்தான கவியான ஜகன்னாதருக்கும் நடக்கும் உரையாடல் ஒன்றில் நிதானத்துடன் தொடங்குகிறது. சொக்கட்டான் ஆடியபடி உரையாடும் இருவரும் ஒருவரை ஒருவர் மறைமுகமாகச் சீண்டியும் கேலி செய்தும் எல்லைக்கு உட்பட்டுப் பேசுகிறார்கள். அக்பரின் மகள் லவங்கி இருவருக்கும் ஷர்பத் கொண்டு வருகிறாள். கவி அவளது அழகில் உள்ளம் பறி கொடுக்கிறார். அதன் பின் முந்தைய உரையாடலின் தன்மை அப்படியே மாறிவிடுகிறது. அவளை மணந்து கொள்ள அக்பர் விடுக்கும் ஒரே நிபந்தனை 'என்னுடன் நீர் சமபந்தி யாகச் சாப்பிட வேண்டும்' என்பதுதான். 'அவளுக்காக நான் எதுவும் செய்யத் தயாராயிருக்கிறேன்' என்று கவி முடிவைத் தெரிவிக்கிறார்.

இறுதியில் கு.ப.ரா. இப்படி முடிக்கிறார்: 'கவி முகத்தில் ஒரு பூர்ண, வெற்றியின் சோபை ததும்பியது.' ஆனால் அக்பரின் திட்டம்தானே வெற்றி பெறுகிறது. உண்மையில் வெற்றி பெற்றவர் அவரல்லவா? கதையை மீண்டும் வாசித்தால் உரையாடலின் ஒவ்வொரு அம்சமும் இப்போது புதுப்பொருள் பெறக் காண்கிறோம். சொக்கட்டான் ஆட்டம், காய் நகர்த்துதல் ஆகியவை குறியீடுகள். அங்கே நடந்தது என்ன ஆட்டம், யார் காய் நகர்த்தியது, வெற்றி எந்தப் பக்கம் என்னும் கேள்விகளுக்கெல்லாம் ஒற்றைப் பதிலைச் சொல்லிவிட முடியாது. கதையில் கவிஞனுக்கு வெற்றியா என்பதைத் தீர்மானமாகச் சொல்ல முடியாது. ஆனால் கு.ப.ரா. என்கிற கதைக் கவிஞனுக்குப் பூரண வெற்றி. இந்தக் கதையின் மொழியும் கவிமொழிதான். கையைக் கட்டிக்கொண்டு எழுதியிருப்பாரோ என்று தோன்றும்.

அவர் எழுதிய முதல் கதையாகிய 'நூர் உன்னிஸா'விலேயே இந்தத் தன்மையைக் காணலாம். தேர்ந்தெடுத்த காட்சிகளும் அளந்து வைத்த உரையாடல்களும் எனச் செல்லும் அக்கதையின் முடிவு கவிதைதான். கவிதையாக யோசிக்க முடியும் என்று தோன்றுபவையாக அனேகக் கதைகள் இருக்கின்றன. 'உயிரின் அழைப்பு', 'கனகாம்பரம்', 'குரலும் பதிலும்', 'விடியுமா?' என நீளும் பட்டியல். கதைகளின் வடிவச் செழுமைக்கு அவரது கவிமனம் காரணம் என்று யோசிக்கும் போது பொருத்தமாகவே இருக்கிறது. இதை ந.பிச்சமூர்த்தியும் லேசாகக் கோடி காட்டியுள்ளார். 'இக்கவி உள்ளந்தான் சிறுகதை களாகவும் கவிதையாகவும் நாடகங்களாகவும் கட்டுரைகளாகவும் பரிணமித்தன' என்றும் 'அவனது வசனங்கூடக் கவிதை போன்ற மென்மையும் நள்ளிரவை ஒளியேற்றும் மின்னல் போன்ற உவமை அழகும் கொண்டது' என்றும் குறிப்பிட்டுள்ளார்.

கு.ப.ரா.வுக்கு ஆங்கில இலக்கியம், வங்காள இலக்கியம் ஆகிய வற்றில் நல்ல பரிச்சயமுண்டு. அவற்றிலும் கவிதைகளே அவரை மிகவும் கவர்ந்திருக்கின்றன. ரவீந்தரநாத் தாகூரின் கவிதைகளைப்

பற்றி அவர் எழுதியவை பல. சமஸ்கிருதக் கவிதை மரபில் அவருக் கிருந்த புலமையின் வெளிப்பாடுகளையும் ஆங்காங்கே காணலாம். டால்ஸ்டாயின் எழுத்துக்களில் அவருக்கு அபரிமிதமான ஈடுபாடு உண்டு. தமிழின் மரபிலக்கியங்களில் அவருக்குப் பயிற்சி இல்லை அல்லது சொற்பம் என்று சொல்லிவிடலாம். பாரதியைப் பற்றி அவர் எழுதிய நீண்ட கட்டுரையும் பாரதிதாசன் பற்றி எழுதியுள்ள விமர்சனமும் முக்கியமானவை. ஆனால் அவர் தம் காலத்தின் இலக்கிய வடிவமாகச் சிறுகதையைக் கருதியிருக்கிறார்.

'சுருக்கமும் சூட்சுமமும் தான் தற்காலத்தின் தேவைகள்' என்றும் 'சிறுகதையின் உருவமும் போக்கும் தற்காலத் தன்மைக்கு உகந்தனவாக இருக்கின்றன' என்றும் அவர் குறிப்பிட்டுள்ளார். ஆகவே தான் அவருடையது கவியுள்ளமாக இருந்தபோதும் சிறுகதையைத் தன் பிரதான வடிவமாகத் தேர்வு செய்திருக்கிறார். 'ஒவ்வொரு சிறு கதையும் ஒரு கவிதை போல. எந்த இடத்தில் கதை முடிகிறதோ அந்த இடத்தில் தானாகப் பேனா வந்து நின்றுகொள்ள வேண்டும். அதற்கும் மேல் ஒரு எழுத்தும் நகரக்கூடாது' என்று கு.ப.ரா. சொன்னதாகக் கரிச்சான் குஞ்சு (ப. 44) தெரிவிக்கிறார்.

கு.ப.ரா.வின் மொழியில் அங்கங்கே கவித் தெறிப்புகள் சாதாரணமாக வந்து செல்கின்றன. 'முதல் முதலாகப் பெண் கை என்னைத் தீண்டி விஷ மயக்கத்தைக் கொடுத்தது' என்று ஓரிடம். 'அவர் உள்ளமும் தன் ஒற்றைக் கதவைத் திறந்துகொண்டு வெளியே பார்த்தது' என்று புத்தரைப் பற்றி ஒருவரி வருகிறது. உரையாடலையே கவி வாசகமாக மாற்றிய இடங்களும் உண்டு. 'எனக்குக் கை ஏது எழுத? வாய் ஏது பாட? அவள்தான் என் கை, அவள்தான் என் வாய். அவள் மூலந்தான் எனக்கு வாழ்க்கை.' இது ஒரு பாத்திரத்தின் பேச்சுத்தான். இருபது வயதுக்கு உட்பட்ட விதவைப் பெண்ணின் வார்த்தைகள் இவை. இப்படிப் பேச அந்தப் பெண்ணால் இயலும் என்பதற்கான பின்னணியை உருவாக்குகிறார். அது மட்டுமல்ல. கு.ப.ரா.வின் உரையாடல்கள் புறப் பேச்சிலிருந்து உருவாகுபவை அல்ல. மனமொழியை உருவி எடுத்து உரையாடலைச் சிருஷ்டிக்கிறார்.

அவர் சொல்லும் உவமைகள் வியப்பேற்படுத்துபவை. 'சாம்பலின் கீழ்க் கனல் போல் அது கிடக்கும்.' 'கடிவாளத்தின் இழுப்பில் துடித்து நிற்கும் குதிரைபோல நின்றாள்.' 'அவள் மேனியும் குரலும் ஒரு படையெடுப்புப் போல அப்பொழுது அவனைத் தாக்கின.' இப்படிப் பட்டவற்றைப் பரக்கக் காணலாம். சூழலையும் இயற்கையையும் மிகச் சில சொற்களில் காட்சிப்படுத்தி நகரும் வித்தை இம்மொழியில் அவருக்குச் சாத்தியமாகி இருக்கிறது. நிலாவைப் பற்றிய குறிப்பு இல்லாமல் அவரால் கதையே எழுத முடியாதோ என்று தோன்று மளவுக்கு எழுதியிருக்கிறார். 'அகாலத்தில் மங்கிலியத்தின் சோபையை இழந்ததால் பகற்காலத்துச் சந்திரனைப் போல இருந்தாள்', 'நெற்றியில் பூர்ணச் சந்திரன் போலப் பெரிய குங்குமப்பொட்டு இருந்தது', 'நிலவொளியில் அவள் காதுகளிலும் மூக்கிலுமிருந்த வைரங்கள் பல வர்ண ஜ்வாலை விட்டு எரிந்தன', 'ஜன்னல் வழியே உள்ளே விழுந்த

சந்திரிகை அவன் ஹிருதயத்தை வலை போட்டு வெளியே இழுப்பது போல இருந்தது' எனப் பல இடங்கள்.

வருணனைகளில் அவர் காட்டும் சிக்கனமும் துல்லியமும் அபூர்வ மானவை. பார்வதியின் தவத்தை வருணிக்கும் இடம்: 'இமயமலைச் சாரலில் பனிக்காலம் மறைந்து இளவேனில் தோன்றிவிட்டது. நாடகப் படுதாவைப் போல அந்தப் பருவத்துப் பூரிப்புத் திடீரென்று பூமிமேல் தென்பட்டது. சிவபிரானின் தவக்கோலம் போன்று தூய வெண்மையாக இருந்த பிரதேசம், பல வர்ணங்கள் கொண்ட சக்தியின் மாய ரூபமாகப் பரிணமித்தது. ஏகாந்தமும் சாந்தமும் குடிகொண்டிருந்த இடம் பட்சிகளின் நாதம் நிறைந்து மனம் தடுமாறும் சஞ்சலத்தை ஊட்டும் ராஜஸ பூமியாக மாறிற்று.'

கதை முடிவு வாக்கியங்கள் அல்லது வார்த்தைகள் மட்டும் தனியே காணத்தக்கவை. பெரும்பாலான முடிவுகள் மீண்டும் கதையை வாசித்தாக வேண்டிய தேவையைக் கோருபவை. 'என் முன்னும் இருண்ட இரவின் திரை இறங்கிவிட்டது', 'என் வாயை அவள் புதைத்துவிட்டாள்', 'இதென்ன செத்தவளுக்கு உயிரின் அழைப்பா?', 'மரணம் என்ற மாய விராட்டி எங்கிருந்தோ வந்து அவளைச் சூழ்ந்து கொண்டுவிட்டது' என்பவை சில. இப்படித் தேர்வு செய்து பார்க்க வேண்டியவை பல. கதைகளுக்கு வைக்கப்பட்டிருக்கும் தலைப்புகள் அவரது நுட்பத்தைக் காட்டுபவை. இதழில் வரும்போது வைத்த தலைப்பைப் பின்னர் நூலாகும்போது மாற்றியிருக்கிறார்; செறிவாக்கி யிருக்கிறார். கனகாம்பரம், விடியுமா?, சிறிது வெளிச்சம், ஆற்றாமை முதலிய தலைப்புகள் எண்ணுந்தோறும் இன்பம் தருவன. கதையோடு பொருத்திக்கொள்ள மிகுந்த யோசனையை வேண்டும் தலைப்புகளும் உண்டு. குந்துமணி, அடி மறந்தால் ஆழம் ஆகியவற்றைத் தலைப்புப் பொருத்தம் நோக்கியே வாசிக்கலாம். கு.ப.ரா.வின் கதைகள் நம்மை ஈர்ப்பதன் அடிப்படை இவை எல்லாம்.

கு.ப.ரா. முதலில் எழுதியது காதல் கதை என்பது அவரது எழுத்துப் பாதையைக் காட்டும் தொடக்கம். அவரது தொடக்க காலக் கதைகளைப் பார்த்தால் பலவிதமாக எழுத முயன்றிருப்பது தெரியும். ஆனால் அவரால் அந்தப் பாதையில் வெகுதூரம் செல்ல முடிய வில்லை. பெருவெள்ளம் கல்லிலும் முள்ளிலும் மோதிச் சுழன்று பின் ஆறெனத் தனக்கு ஒரு பாதையை உருவாக்கிக் கொள்வதைப் போலவே சில ஆண்டுகளுக்குப் பிறகுக் கு.ப.ரா.வும் ஒரு பாதையைப் போட்டுக்கொண்டார். அது அவரது இயல்புக்கேற்ற பாதை. பிறரால் அவ்வளவு எளிதாகப் பின்பற்ற முடியாததும் ஆசையை கொள்வதுமான பாதை. அதைத் தமது ராஜபாட்டையாகக் கொண்டு நடை போட்டிருக் கிறார். அவரைப் பொருத்தவரைக்கும் கலாச்சாரம், நாகரிகம் ஆகிய வற்றின் மூடுதிரைக்குப் பின்னால் ஒளிந்திருக்கும் காட்சிகளைத் திரை விலக்கிக் காட்டுவதுதான் அந்தப் பாதை. அவரால் இந்தப் பொய்மைத் திரையைச் சகித்துக்கொள்ள முடியவில்லை. அதைத் தாண்டும் மீறல்களைத் தம் தொடக்கக் கதைகளில் கருவாகக் கொண்டிருக்கிறார்.

‘தாயாரின் திருப்தி’ கதையில் சடங்காசாரங்களை மீறிக் கிழவிக்குச் சோறூற்றுகிறார் சுந்தரேசய்யர். ‘தனபாக்கியத்தின் தொழில்’ கதையில் தாசிகுல வழமுறையை மீறுகிறாள் தனம். ‘ஸம ஆராதனை’ கதையில் பிராமணப் போசனப் பந்திக்குள் நுழைந்துவிட்ட மனப்பிறழ்ச்சி கொண்ட நாயக்கரைத் தெய்வமாகக் கருதிச் சாஷ்டாங்கமாக விழுந்து நமஸ்கரிக்கிறார் வெங்கடேச்வர அய்யர். ‘பண்ணைச் செங்கான்’ கதையில் ‘நான் வுடமாட்டேஞ்சாமி’ என்று உரிமைக்குரல் எழுப்பும் செங்கான் பக்கமே வெற்றி. ஒருவகையில் இந்த மீறல் தன்மைதான் கு.ப.ரா.வின் கதைகளைச் செலுத்தும் சரடு என்றுகூடச் சொல்லி விடலாம். அந்தச் சரட்டை எடுத்துக்கொண்டு கடிவாளம் இன்றி அங்கும் இங்கும் தன் பார்வையைச் செலுத்திப் பார்க்கிறார். பண்ணைச் செங்கான் (இக்கதையின் தலைப்பு முதலில் ‘பறச் செங்கான்’ என்றிருந்தது முக்கியம்), அடிமைப்பயல், வீரம்மாளின் காளை உள்ளிட்ட கதைகளில் கிராமத்துப் பக்கம் பார்வையை அலைய விடுகிறார். அவையும் நன்றாகத்தான் இருக்கின்றன. வரலாற்று ரீதியாகவும் தகவல்ரீதியாகவும் முக்கியமான அம்சங்களைக் கொண்ட அவை முக்கியமானவைதான்.

தாயாரின் திருப்தி, ஸம ஆராதனை, ஒரு ‘வேலையில்லா’ மூளை, ராஜத்தின் காதல், உயிரின் அழைப்பு உள்ளிட்ட கதைகளில் வெவ்வேறு சூழல்களுக்குள் நுழைந்து செல்கிறார். ஆனால் அவரது பாதை அப்போதெல்லாம் தெளிவாகவில்லை. இருபத்திரண்டாவது கதையாகக் ‘கனகாம்பரம்’ எழுதுகிறார். அப்போதிலிருந்து அவரது பாதை பிடிபட்டுவிட்டது. காதல், செக்ஸ், காமம் என்றெல்லாம் அக்காலத்தில் பேசப்பட்ட ‘ஆண் – பெண் உறவு’ என்னும் விஷயம் சார்ந்து அவர் உருவாக்கிக் கொண்ட பாதை அது. இந்தப் பாதையில் கடிவாளம் பூட்டிக்கொண்ட குதிரையாக இறுதிவரை பயணம் செய்திருக்கிறார். இடையிடையே சிறுசிறு விலகல்கள் நேர்ந்திருக்கலாம். அவை அவரது பாதைக்கோ பயணத்திற்கோ எத்தகைய இடையூறையும் விளைவிக்கவில்லை. வேகமாகவும் ஆழ்ந்த நோக்கோடும் அது விரிவடைந்திருப்பதைப் பார்க்க முடிகிறது.

‘கனகாம்பரம்’ கதை மிக எளிமையானது போலத் தோற்றம் தருவது. ஆனால் அதன் ஆழமும் கோணமும் உத்தியும் வாசிக்க வாசிக்க நவநவமாக விரிபவை. கனகாம்பரம் இக்கதையில் குறியீடாக அமைகின்றது. இது எழுதப்பட்ட காலத்தில் நகரத்துப் பெண்களிடம் கனகாம்பரம் சூடிக்கொள்ளும் வழக்கம் உருவாகியிருக்கிறது. ‘கனகாம்பரம்’ நகர நாகரிகத்தையும் மல்லிகை கிராமத்து நாகரிகத்தையும் குறிப்பனவாகக் கொள்ளலாம். கிராமத்துப் பெண்ணாகிய சாரதா தன் கணவன் மணியின் விருப்பத்துக்கேற்ப நகரத்துப் பெண்ணாக மாற முயல்கிறாள். அதனால் ஏற்படும் சிறு சிக்கல்தான் கதை. கணவனைத் தேடி வரும் அவன் நண்பன் ராமுவை வீட்டுக்குள் உட்காரச் சொல்கிறாள். நண்பன் திகைப்புடன் திரும்பிப் போகிறான். கணவன் இல்லாதபோது வேறொரு ஆடவனை இந்தக் கிராமத்துப் பெண் வீட்டுக்குள் வந்து உட்காரச் சொல்கிறாளே என்பதுதான்

அவனது திகைப்புக்குக் காரணம். தானே ஏதோ தப்பு செய்துவிட்டது போல அவன் உணர்கிறான். அந்தக் குழப்பத்தில் பின்னர் மணியைச் சந்திக்க நேரும் சந்தர்ப்பம் ஒன்றைத் தவிர்க்கவும் செய்கிறான். அப்பெண்ணின் செயலைப் பற்றி யோசிக்க யோசிக்க அவனுக்குள் தெளிவும் வருகிறது.

கணவன் வந்ததும் செய்தி தெரிந்து அவளைக் கோபித்துக் கொள்கிறான். 'மூணாம் மனுஷனைப் போய் வீட்டுக்குள்ளே வந்து உட்காரச் சொல்லலாமா? அவன் என்ன நினைப்பான்' என்பது மணியின் கேள்வி, எண்ணம். சாரதா, மணி, ராமு ஆகிய மூவரின் கோணங்களும் எண்ண ஓட்டங்களும் கதைக்குள் இயல்பாக வந்து விடுகின்றன. இப்படி ஒரு கதைக்குள் சம்பந்தப்பட்ட பாத்திரங்களின் கோணங்களை அமைப்பது சுலபமல்ல. அசாதாரணச் சூழ்நிலை ஒன்றை உருவாக்கி அதில் ஒவ்வொருவரின் உண்மைச் சொரூபம் என்ன என்பதை வெளிக்கொணர்ந்துவிடுகிறார் கு.ப.ரா. பேச்சளவில் இருக்கும் ஒரு விஷயம் செயற்பாட்டுக்கு வரும்போது மனம் அவ்வளவு சுலபமாக ஏற்றுக்கொள்ளுமா? வீட்டு ஆண்களையே ஏறெடுத்துப் பார்க்கக் கூடாது என்றும் அயலவர் முன் வரவே கூடாது என்றும் பெண்களைக் கட்டுப்படுத்தி வைத்திருந்த சமூகம். இருபதாம் நூற்றாண்டின் முற்பாதியில் குடும்ப அமைப்பில் மாற்றங்கள் வருகின்றன. சென்னை போன்ற பெருநகர வாழ்வில் தனிக்குடித்தனம் உருவாகிறது. ஆண்களின் வேலைமுறை மாற்றம் கொள்கிறது. தமது வாழ்முறைக்கேற்ப மனைவியரும் மாற வேண்டும் என்பது ஆண்களின் எதிர்பார்ப்பு. அதேசமயம் தயக்கம். இத்தகைய குழப்பநிலை நீடித்த காலத்து மனோபாவத்தை வெளிப்படுத்தும் கதை 'கனகாம்பரம்.'

இக்கதையில் சமூகப் பின்னணி பற்றியோ குடும்ப அமைப்பு குறித்தோ ஒருவரியும் இல்லை. சென்னை நகர வாழ்க்கை பற்றித்தான் ஓரிரு வரிகள் வருகின்றன. இந்தச் சூழலில் அப்பெண் பேசாமலும் இல்லை. அவளுக்கு நேர்ந்த அவமானத்தைக் கோபமாகத் தன் சிறுசிறு செயல்களாலும் சொற்களாலும் வெளிப்படுத்தவே செய்கிறாள். அது கணவனுக்கும் புரிகிறது. 'அடிபட்ட நாய் போல மௌனமாக' அவன் போக நேர்கிறது. நண்பனும் திரும்ப வந்து தன் ஆச்சரியத்தை வெளிப்படுத்திவிட்டுப் போகிறான். கதையின் இறுதிப் பகுதி இந்தப் பிரச்சினை பற்றி நேரடியாக எதையும் பேசாமல் 'கனகாம்பரம் எனக்குப் பிடிக்காதே' என்று சொல்லிச் சாரதா பேச்சை மாற்றுவதுடன் முடிகிறது. கணவன், மனைவியின் இடையே இன்னொருவர் வருவதன் மூலம் ஏற்படும் சிறுசலனம். அதற்கு ஒரு முடிவும் வந்துவிடுகிறது. அதற்குள் மூன்று மனமும் படும் பாடும் சிந்திக்கும் கோணங்களும் கலாச்சார நெருக்கடியின் வெளிப்பாடுகளாக அமைகின்றன. இன்றைக்குக்கூட இந்த நெருக்கடி முற்றிலும் தீர்ந்துவிட்டதாகச் சொல்ல முடியாது. தனியாக ஒரு பெண் வீட்டிலிருக்கும்போது உறவினராக இருப்பினும் நண்பராக இருப்பினும் வரும் ஆணை வீட்டுக்குள் அனுமதிப்பது பற்றிய தயக்கம் இன்றைக்கும் இருக்கவே செய்கிறது. தயக்கத்தோடு பெண் வரவேற்புச் சொல்வதும் 'பிறகு வருகிறேன்' என்று சொல்லிவிட்டு

ஆண் வெளியேறுவதும் சாதாரணமான காட்சிதான். நம் சமூகம் இதைக் கடக்க இன்னும் பல ஆண்டுகள் ஆகக்கூடும்.

கனகாம்பரப் பூவைப் பற்றி வரும் உரையாடல்கள் மூலமே பிரச்சினை பேசப்பட்டுத் தீர்வை நோக்கியும் சென்றுவிடுகிறது. உரையாடல் தொடங்கும் முன் தொடுக்கப்படாத கனகாம்பரம் தட்டிலிருக்கிறது. உரையாடலின் முடிவில் கனகாம்பரத் தட்டு அலமாரிக்குப் போய்விடுகிறது. இறுதியில் 'கனகாம்பரம் எனக்குப் பிடிக்காதே' என்கிறாள். அவ்வளவுதான். இப்போது கனகாம்பரத்தை வைத்துக் கதையை மறுவாசிப்புச் செய்ய நேர்கிறது. கனகாம்பரம் வாசனை இல்லாத பூ. அதைக் கணவனாகிய மணிக்கும் இப்போது பொருத்த முடிகிறது. அவனது வாசனையில்லாத பக்கம் இந்தச் சம்பவத்தால் வெளிப்பட்டுவிடுகிறது. அதை அவள் ஏற்றுக்கொள்கிறாள். அந்தப் பெண் அச்சூழலைச் சமாளிக்கும் விதம் பிரமிப்பு ஏற்படுத்துகிறது. அது கு.ப.ரா.வுக்கும் ஏற்பட்ட பிரமிப்புத்தான். அதனால்தான் கதையின் கடைசி வரியாக '... சாரதா பெண்களுக்கென்றே ஏற்பட்ட சாதுரியத்துடன் பேச்சை மாற்றிவிட்டாள்' என்று எழுதுகிறார். 'பெண்களுக்கென்றே ஏற்பட்ட சாதுரியத்துடன்' என்னும் சொற்கள் இல்லை என்றால் இந்தக் கதை இன்னும் பரிமளிக்கும். தவிர்க்க இயலாமல் வந்து விழுந்துவிட்ட வாசகம் அது.

ஆண் – பெண் உறவு நிலைகளில் ஏற்படும் சலனங்களை மையப்படுத்தும் கு.ப.ரா. இதுபோன்ற விதவிதமான சூழல்களைத் தம் கதைகளில் உருவாக்குகின்றார். 'பெண் மனம்' கதையும் கிட்டத்தட்டக் 'கனகாம்பரம்' போன்றதே. கனகாம்பரத்தில் கணவனின் நண்பன். பெண்மனத்தில் மனைவியின் தோழி. கனகம், நடராஜன், ஜானகி இந்த மூவர்தான். கனகத்தின் தோழியாகிய ஜானகி கனகத்தைப் பார்க்க வருகிறாள். அவள் அழகில் ஈர்க்கப்பட்ட நடராஜன் நடந்து கொள்ளும் விதம், அதைக் கனகம் சமாளிக்கும் திறன் ஆகியவை கதை. ஜானகியின் மேல் ஏற்பட்ட ஆர்வத்தைப் பலவிதமாக அவன் வெளிப்படுத்துகிறான். அதை எதிர்கொள்ளக் கனகம் பல வியூகங்களை வகுக்கிறாள். சில வியூகங்களுக்குள் அகப்பட்டுக் கொண்டதைக்கூட அவனால் அறிய முடியவில்லை. ஜானகியின் மேல் கொண்ட ஆர்வம் அவனை அப்படி ஆக்கி வைத்திருக்கிறது. வேறு வழியில்லாமல் கனகம் நேரடியாக அஸ்திரத்தைத் தொடுக்கிறாள். அப்போதுதான் அவன்தன் வீழ்ச்சியை அறிகிறான். 'உன் அந்தரங்கம் எனக்குத் தெரியும்' என்னும் அஸ்திரம் அது. 'பழி தீர்த்துக்கொண்ட உற்சாகம்' அவளுக்கு ஏற்படுகிறது. அவ்வளவுதான். அதன்பின் அவன்மேல் அவளுக்குப் பரிதாபமே தோன்றுகிறது. இனியும் அவனை அவமானப்படுத்த வேண்டாம் என்று முடிவு செய்கிறாள். இந்தக் கதையில் மூன்றாம் பாத்திரமாகிய ஜானகியின் கோணம் வரவில்லை. கனகாம்பரம் போல எடுக்க எடுக்க வந்துகொண்டேயிருக்கும் பல அடுக்குகள் தென்படவில்லை. இரண்டையும் இன்னும் ஒப்பிட இருக்கும் வாய்ப்புகளையும் மறுப்பதற்கில்லை. ஆணை வீட்டுக்குள் வந்து உட்காரும்படி சொன்னதையே தாங்கிக்கொள்ள முடியாத ஆண் மனம், தன்

வீட்டுக்கு வந்திருக்கும் பெண்ணிடம் நடந்துகொள்ளும் முறை எப்படி யிருக்கிறது என்று பார்க்கலாம். இத்தகைய சூழல்களைச் சமாளிக்கும் இரண்டு பெண்களின் இயல்புகளையும் ஒப்பிடலாம்.

'திரை' என்றொரு கதை. ஆண் பெண் உறவில் இன்னொரு சூழலைச் சிருஷ்டிக்கும் கு.ப.ரா.வின் ஆற்றல் மிளிரும் கதை இது. திருமணம் முடித்து மனைவியை அவள் பிறந்த வீட்டிலேயே விட்டுச் செல்கிறான். அவளிடம் இருந்து கடிதங்கள் வருகின்றன. ஆர்வத்துடனும் காதல் உணர்ச்சியுடனும் அக்கடிதங்கள் இருக்கின்றன. அவையே அவனை இழுக்கின்றன. அவள் வீட்டுக்கு வருகிறான். கடிதம் எழுதியவள் அவனைப் பார்க்க வரவேயில்லை. அவனுக்குப் புரியவில்லை. எதிர் பார்த்துக் காத்திருந்த அவனுக்குக் கடிதச் சங்கதி புரிய வருகிறது. கடிதத்தை எழுதியவள் அவன் மனைவி அல்ல. அவளது தமக்கை யாகிய சரஸ்வதி. இளம்வயது விதவை. அவள் எப்படிப்பட்டவள்? கு.ப.ரா. சொல்லும் ஐந்து வார்த்தைகள்: 'நிரம்பக் கெட்டிக்காரி; அழகு என்றால் அப்படி.' வீட்டில் ஒருவரும் இல்லாதபோது வீணையிசையின் வழி தன் உள்ளத்தைத் தெரிவித்துவிடுகிறாள். கடிதங்கள் எல்லாம் அவள் எழுதியவையே என அவன் உணர்கிறான். அதன் பின் இருவருக்கும் நடக்கும் உரையாடல் உச்சம். தன்னை அழைத்தவள் அவள் என்பது அவனுக்குப் புரிகிறது. 'என்னை ஏன் கூப்பிட்டாய்?' என்று நேரடியாகவே கேட்கிறான். 'நான் கட்டை என்று எண்ணினாயா?' என்கிறான். பின் 'கட்டை போல இருந்த என்னைச் செப்பனிட்டு வாத்தியமாக்கியவள் நீ' என்கிறான். எழுத்திலும் இசையிலும் தன்னை வெளிப்படுத்திய அவள் இப்போது பின்வாங்குகிறாள். 'நீங்கள் அவள் சொத்து. அவள்தான் உங்களை உருக்க உரிமை பெற்றவள். அவள் எழுதியதாகவே எண்ணுங்கள்' என்று வேண்டுகிறாள். அவளுடைய எல்லை அதுதான். தங்கை வந்தவுடன் 'ராஜம் நீ மாடிக்குப் போ' என்று அனுப்புகிறாள். அத்தோடு கதை முடிகிறது.

'இருவருக்கும் நடுவில் மறுபடியும் திரை வந்து கூடிற்று. ஆனால் திரை என்ன அறியும்?' என்பது கு.ப.ரா. சொல்லும் வாசகம். திரை விலகிய ஒருகணம்தான் கு.ப.ரா.வின் கதை. இங்கு திரை என்பது என்ன? கோவிலுக்குப் போயிருந்த குடும்பத்தினரா? சாதாரணமாக அப்படி எடுத்துக் கொண்டாலும் பாதகமில்லை. ஆனால் கு.ப.ரா.வின் பார்வையில் கலாச்சாரம்தான் திரையாகித் தொங்குகிறது. திரை என்ன அறியும்? அவர்களின் உணர்வை அது அறியுமா? ஆனால் அத்தனை சீக்கிரத்தில் அகற்ற முடியாத திரை அது. உணர்வுகளும் கூடத் திரை விலகி ஒருகணம் வெளிப்பட்டுவிட்டுப் பின் திரைக்குள் மறைந்துகொள்கின்றன. மறைந்துகொள்வதாலேயே இல்லை என்று ஆகிவிடாது. இக்கதையிலும் மூவர் தொடர்புடையவர்கள். ஆனால் மனைவியாகிய ராஜத்தின் கோணம் எதுவும் பதிவாகவில்லை. அது கதையின் போக்குக்குத் தேவைப்படவில்லை. இளம்விதவையின் உணர்வுப் பெருக்கை இக்கதையாகிய சிமிழ் பிடித்து அடைத்து வைத்திருக்கிறது. கு.ப.ரா.வின் கதைகளில் இளம்விதவையர் பாத்திரங் களாகச் சில கதைகளில் வருவதுண்டு. எவ்வளவு பெரிய ஆவேசமான

கட்டுரையை விடவும் பொருள் பொதிந்த பதிவுகள் அக்கதைகள். அப்பெண்கள் எத்தகைய வடிகால்களை நாடுகிறார்கள் என்பதைக் காட்சியாகவும் உணர்வாகவும் கு.ப.ரா. காட்டியிருப்பார். 'உயிரின் அழைப்பு' அதில் முக்கியமானது.

'குரலும் பதிலும்' கதையில் இன்னொரு சூழல். இரண்டு பாத்திரங்கள்தான். கணவன், மனைவி. திருமணம் ஆகும்போது கணவனுக்கு இருபது வயது. அவளுக்குப் பத்து வயது. எட்டு வருஷங்கள் கடக்கின்றன. சம்பந்திகளுக்கு இடையே மனஸ்தாபம். கணவனும் மனைவியும் சந்தித்துக்கொள்ளவே இல்லை. எட்டு வருசங் களில் அவன் வாழ்க்கையில் எத்தனையோ மாற்றங்கள். எல்லாவற்றை யும் கரைகடந்து அனுபவித்து உடம்பும் மனமும் உடைந்து நோயாளி யாக இருக்கிறான். அவள் 'சௌந்தர்யத்தைச் சுமந்துகொண்டு மெய் நிறைந்த யுவதி.' அவன் சலித்தவன். அவளுடைய இளமை அவனுக்கு அழைப்புக் குரல் விடுக்கிறது. பதில் குரல் கொடுக்க அவனால் இயல வில்லை. அவள் கேட்கும் கேள்விகளுக்கு அவனால் பதில் சொல்ல முடியவில்லை. 'களங்கமின்றிச் செழித்திருக்கும் இந்தச் சௌந்தர்யத் தைத் தீண்ட என் கை கூசுகிறது' என்று அவன் பின்வாங்குவதாகக் கதை முடிகிறது. இந்தக் கதையில் எந்த 'உள்குத்தும்' கிடையாது. நேரடியானது. 'குரல் - பதில்' எனத் தலைப்புகூடத் தெளிவானது.

இப்படித்தான் ஆண் பெண் உறவு தொடர்பான கதைகளில் வெவ்வேறு சூழல்களை உருவாக்குவதும் குறைந்தபட்சம் இரண்டு, பெரும்பான்மை மூன்று, அதிகபட்சம் நான்கு எனப் பாத்திரங்களைக் கொண்டிருப்பதும் என ஒருவகைச் சூத்திரத்திற்குள் அடக்கிவிடலாம். சூழல் மாற்றமே கதையை நோக்கி நம்மை ஈர்க்கின்றது. இதற்குள் இத்தனை பிரச்சினைகளா என்று வியப்படையவும் ஒவ்வொரு சூழலையும் அப்பாத்திரங்கள் எதிர்கொள்ளும் விதம் குறித்த ஆர்வமும் ஏற்படுகின்றன. ஒரு சூழலையும் பிரச்சினையையும் கதையின் பாதி யிலேயே புரிந்துகொள்கிறோம். பிரச்சினையைப் பாத்திரங்கள் அணுகும் கோணம் எது என்பதில் அதன்பின் கவனத்தைக் குவிக்கிறார் கு.ப.ரா. ஒவ்வொரு பிரச்சினைக்கும் வெவ்வேறு கோணங்கள் தென்படுகின்றன. அவற்றுள் எதைப் பாத்திரங்கள் தேர்வு செய்யும் என்னும் கேள்விக்குள் இயல்பாக நுழைந்துவிடுகிறோம். கு.ப.ரா. எந்தத் தேர்வைப் பாத்திரம் வாயிலாக முன்வைக்கிறார் என்பது இரண்டாம் விஷயம். கேள்வி களுக்குள் நம்மைக் கொண்டு செல்கிறாரே அதுதான் அவரது வெற்றி. சில கதைகள் எல்லாம் கூடி வெகு உயரத்தில் நிற்கின்றன. சில கதைகள் ஏதோ குறைகின்றதே என்னும் சஞ்சலத்தில் நம்மை வைக்கின்றன. பெரும்பாலான கதைகள் ஒரு நிறைவைத் தருகின்றன.

ஆண் பெண் உறவுப் பிரச்சினையைக் கையாண்ட கு.ப.ரா. அன்று பரபரப்பையும் எதிர்ப்புகளையும் கடும் விமர்சனங்களையும் சந்தித் திருப்பதை அவரது சமகால எழுத்தாளர்களின் கட்டுரைகள் காட்டு கின்றன. சில கதைகளை வெளியிட மறுத்த 'ஆஷாடபூதி'களும் இருந்துள்ளனர். இத்தனைக்கும் கு.ப.ரா. எல்லையோடுதான் நிற்கிறார்.

அவர் மீறல்களைக் காட்சிப்படுத்துபவர் அல்லர். மீறல்களுக்கான சூழல்களைக் காட்சிப்படுத்துபவர்தான். எந்தக் கதையின் முடிவும் மீறலில் நிலைகொள்வதில்லை. மீறலுக்கான சூழலிலேயே பாத்திரங்கள் திருப்தி அடைந்துவிடுகின்றன. கலாச்சாரத் திரையைக் கிழித்துக் கொண்டு அவை ஒருபோதும் வெளியேறுவதில்லை. திரைக்குள்ளிருந்து எட்டிப் பார்த்துவிட்டு மீண்டும் திரைக்குள்ளேயே முடங்கிக்கொள் கின்றன. எட்டிப் பார்க்கக் கிடைத்த அந்த ஒரு கணம் போதுமானதாக இருப்பதாகவே கு.ப.ரா. காட்டுகிறார்.

அவரது இறுதிக் காலத்தில் எழுதிய சில கதைகள் துணிச்ச லானவை. 'மோகினி மாயை' என்னும் கதை அவற்றுள் மிக முக்கிய மானது. இன்றும் எழுத்தாளர்கள் கையாளத் தயங்கும் ஒரு விஷயம் தான். ஆகவேதான் நேரடியாகத் தொடங்காமல் மன்மதனையும் ரதியையும் கொண்டு வந்து பீடிகை போட்டுக் கதையைத் தொடங்கு கிறார். சூழல் இதுதான்: 'கமலத்துக்கு முப்பது வயதாகிறது. இரண்டாம் தாரம். குழந்தைகள் இல்லை. தேகக்கட்டு அப்படியே இருக்கிறது. இருபது வயதுப் பெண் போல இருக்கிறாள். பாலுவுக்கு இருபது வயது. வாட்டசாட்டமான அழகான பையன். பெண்ணைப் பற்றிய ஏக்கம் இப்பொழுதுதான் அவன் உள்ளத்தில் முளையெடுத்துக் கொண்டிருக்கிறது. பொதுவாகப் பெண் அழகைக் கண்டு ஏங்கும் பருவம். இன்னும் எந்தக் குறித்த பெண்ணும் அவனை மயக்கவில்லை. இவ்விருவர் மனத்திலும் இதுவரையிலும் கணம்கூடத் தென்படாத ஒரு கிளர்ச்சியை ஏற்படுத்தினால் என்ன செய்கிறார்கள் பார்ப்போமே!'

இதில் கு.ப.ரா.வின் நோக்கம் என்ன? 'இந்தத் தினுசு புதிது. இந்தத் தேசத்தின் கட்டுத் திட்டங்களுக்கு அடங்கிய இருவர் இந்த மாதிரி சந்தர்ப்பத்தில் என்ன செய்கிறார்கள் என்று பார்க்க வேண்டாமா?' அதுவரைக்கும் அவர் கதைகளில் சிருஷ்டிக்காத சூழல் ஒன்றைச் சித்திரித்துப் பாத்திரங்களின் செயல்பாட்டை விவரிப்பதுதான் அவரது நோக்கம். 'இந்தத் தினுசு புதிது' என்றும் சொல்லிவிட்டார். 'இந்தத் தேசத்தின் கட்டுத் திட்டங்கள்' என்றும் சொல்கிறார். அப்படியான சூழலில் அவர்கள் இருவரும் என்ன செய்கிறார்கள்? 'நான் போகிறேன் அம்மாமி!' என்று பாலு ஓடிப் போய்விட்டான். இனி அவன் முகத்தில் எப்படி விழிப்பது என்று அவளும் யோசிக்கிறாள். பின்னர் அதைப் பற்றிப் பெண்கள் இருவர் விவாதிப்பதாகக் கதை செல்கிறது. அதுவும் துணிச்சல்தான். முறையற்றது எனச் சமூகம் ஒதுக்கும் ஒரு விஷயம் பற்றிப் பெண்கள் இருவரை விவாதிக்க விடுகிறார். இன்னொரு பெண் தன் அனுபவத்தையும் விவரிக்கிறாள். இது சரியா தவறா என்று பேசுகிறார்கள். தவறாகவே இருந்தாலும் எவ்வளவு இன்பமாக இருந்தது என்று அவர்கள் அதை அனுபவித்துப் பேசுகிறார்கள். 'இந்த உப்புச் சப்பற்ற வாழ்க்கையில் வேறென்ன இருக்கிறது?' என்று முடிவுக்கும் வருகிறார்கள்.

கு.ப.ரா. என்ன முடிவு சொல்கிறார்? அதை மோகினி நிலை என்கிறார். 'மோகினி நிலையின் மாயை நீடிக்காது. வானவில்லின்

கவர்ச்சியுடன் அது ஒருகணம்தான் நிற்கும்' என்பதே அவர் முடிவு. அந்த ஒருகணம்தான் அவர் கதை பிடிக்கும் தருணம். அந்தக் கண நேரத்தில் என்ன நடக்கும்? 'அந்தக் கண நேரத்தில் வாலிபனை அடித்துவிடும்' என்கிறான் மன்மதன். 'திடமுள்ளவன் தப்பித்துக் கொள்வான்!' என்கிறாள் ரதி. கு.ப.ரா. ரதியின் பக்கம். மோகினி மாயை வாலிபனையோ இளம்பெண்ணையோ அடித்த முடிவை அவர் ஒரு கதையிலும் வைக்கவில்லை. தப்பித்துக்கொள்ளும் முடிவுதான் அவருடைய எல்லாக் கதைகளிலும். சமூகத்தின் கட்டுத்திட்டம் அதாவது கலாச்சாரம் என்னும் ஒன்று மீறல்களை எப்படி ஒடுக்கி வைத்திருக்கிறது என்பதோடு நின்றுவிடுகிறார். அவருக்கு மீறல்கள் நடப்பது தெரியாமல் இல்லை. அந்தப் பக்கம் அவர் போவதில்லை. அதில் கதைக்கான விஷயம் இல்லை என்பது காரணமாக இருக்கலாம். கட்டுத்திட்டங்களைச் சாதாரணமாகத் தாண்டிச் செல்பவர்களைப் பற்றி முழங்கும் புரட்சிக்காரரும் அல்ல அவர். மீறல்களையே கதைப் பொருளாக்கியிருக்கும் ஒருவருக்கு அதில் விருப்பம் இல்லாமல் இருக்கவும் நியாயம் இல்லை. மீறும் சூழல் அமைந்தும் மீற முடியாமல் தவிக்கும் உள்ளங்களைக் காட்சிப்படுத்திக் கலாச்சார முகமூடியை நீக்கிக் காட்டுதல் மட்டுமே அவரது நோக்கம் என்று தெளிவுபடுகிறது.

அவரது கதைக்களனாகிய வெளி மிகவும் குறுகியது. ஒரே ஒரு வீடுதான் களம். தெரு, ஊர் இவற்றைக் காட்டுவது வெகு அபூர்வம். பிராமணர் அல்லாத பாத்திரங்களைக் கொண்டிருக்கும் கதைகளுக்காக மட்டுமே அவர் வெளியே வருகிறார். அக்கதைகளிலும் ஆண் பெண் உறவுநிலை பற்றிய பார்வையே மேலோங்கி நிற்கிறது. 'வாழ்க்கைக் காட்சி' என்றொரு கதை. பிராமணரின் நிலத்தில் விவசாயம் பார்த்துக் கொண்டிருந்த சடையனின் குடும்பம் (அனேகமாகத் தலித் குடும்பமாக இருக்கக்கூடும்) வெளியேற்றப்பட்டதால் நகரத்துக்கு வந்து சோற்றுக்கு வழியில்லாமல் தவிக்கிறது. எதேச்சையாக அக்குடும்பத்தைக் காணும் 'சின்னச்சாமி' (நில உரிமையாளரின் மகன்) அவர்கள் நிலை கண்டு இரங்கித் திரும்பக் கிராமத்துக்கு அனுப்பி விவசாயம் செய்ய ஏற்பாடு செய்கிறான். இக்கதைக்குள் பிராமணப் பையனாகிய சின்னச்சாமிக்கும் சடையன் மகளாகிய வள்ளியம்மைக்கும் இருக்கும் சின்ன ஈர்ப்பு கதைக்குள் உள்ளோட்டமாக வைக்கப்பட்டிருக்கிறது. அதை மிகச் சாமர்த்தியமாகக் கையாண்டிருக்கிறார் கு.ப.ரா. 'வயது வந்துவிட்டது' கதை 'வாழ்க்கைக் காட்சி'யோடு தொடர்புடையதுதான். வள்ளியம்மையின் பால்ய காலமும் அப்போது 'சின்னச்சாமிக்கும்' அவளுக்கும் இருந்த நட்பும் இக்கதையில் தெளிவாக வருகின்றன. இப்போது 'சின்னச்சாமி'யைத் தவிர்க்க முனையும் வள்ளியம்மையின் பதற்றம் நன்றாகவே வெளிப்பட்டுள்ளது.

இக்கதைகள் வயல்வெளி, நகரத்து வீதி ஆகியவற்றைக் களமாகக் கொண்டிருக்கின்றன. எனினும் அவை மறைபுலமாக அமைந்து ஆணுக்கும் பெண்ணுக்குமான ஈர்ப்பை மையப்படுத்தியே அமைகின்றன. 'மின்னக்கலை' கதைகூடக் கிட்டத்தட்ட இது போலத்தான். அதில் கொடுமுடியைச் சேர்ந்த கவுண்டர் சாதிப் பெண்ணாகிய

மின்னக்கலையின் மீது விருப்ப ஓய்வில் வந்திருக்கும் நடுத்தர வயது பிராமணருக்கு ஏற்படும் புரிபடாத ஈர்ப்பே கதை. கு.ப.ரா.வின் கடைசிக் கதையாகிய 'தங்காத்தா' வயல்வெளியைக் களமாகக் கொண்டது. அதிலும் காதல்தான். ஆர். ஷண்முகசுந்தரமும் அவர் தம்பி ஆர். திருஞானசம்பந்தமும் கோவையிலிருந்து நடத்திய 'வசந்தம்' இதழில் வெளியான கதை அது. ஆகவே கோவை மாவட்டத்துக் கவுண்டர் சாதிப் பாத்திரங்களைக் கையாள்கிறார். பகையுள்ள இரண்டு குடும்பத்தின் ஆணுக்கும் பெண்ணுக்குமான காதலே கதைக்கரு. 'வீரம்மாளின் காளை'யிலும் காதல்தான். இக்கதைகளில் 'பண்ணைச் செங்கான்', 'அடிமைப் பயல்' ஆகியவையே வேறுவகைப்பட்டவை. அவை அவரது தொடக்க காலக் கதைகள் என்பது முக்கியம்.

மற்றபடி கதைக்குக் களமாக அவர் கொள்வது 'ஒரே வீடு.' அந்த வீட்டின் அமைப்பையும் அவ்வளவு சுலபமாக அவர் காட்டிவிடுவ தில்லை. வாசல், ரேழி, இருட்டறையான உக்கிராணத்துள், அடுக்குள், படுக்கையறை, மாடியறை எனக் கதைகளில் அங்கங்கே வருவனவற்றை வைத்துச் சில ஊகங்களைச் செய்யலாம். பெரும்பாலான சமயங்களில் அறை என்று மட்டும் சொல்வார். அவ்வளவுதான். ஊஞ்சல் ஏதாவது ஒரு கதையில் வரும். மற்றபடி அந்த வீட்டைப் பற்றி நமக்கு ஒன்றும் தெரியாது. தெரியத் தேவையில்லை என்பதுதான் அவரது எண்ணம். அவரைப் பொருத்தவரை வீட்டுக்குள் நடப்பது என்பது தெரிந்தால் போதும். அந்த வீட்டுக்குள் அவர் உருவாக்கும் சூழல்தான் முக்கியம். எத்தனை வகைச் சூழல்கள்.

கணவன், மனைவி, மாமியார் என்று மூவர் மட்டுமே உள்ள வீடு. மாமியார் ஊருக்குப் போயிருக்கிறாள். கணவனுக்கும் மனைவிக்கும் இடையே பிணக்கு, ஊடல். இருவருமே மாமியார் இருந்தால் இந்தப் பிரச்சினை வராது என்று யோசிக்கிறார்கள். 'தளைகளிலேதான் தனிமை யின் சுயேச்சை நன்கு பரிமளித்தது. மறைவிலேதான் மகிழ்ச்சி இருந்தது. நிர்ப்பந்தத்தில், கட்டுப்பாட்டில் இன்பம். விடுதலையில் வெறுப்பு!' என்று அதைப் பற்றிக் கு.ப.ரா. எழுதுகிறார். 'புரியும் கதை'ச் சூழல் இது. அண்ணனுக்குத் திருமணம் ஆகி அவன் மனைவி வந்து விடுகிறாள். அதுவரைக்கும் தனக்கும் அண்ணனுக்கும் இடையே இருந்த உறவில் திரை விழுந்து விடுவதாகத் தங்கை எண்ணுகிறாள். இது 'புதிர்' கதைக்குச் சூழல். மனைவி ஊருக்குச் சென்றிருக்கும் போது கணவனுக்கும் பக்கத்து வீட்டுப் பெண்ணுக்கும் ஈர்ப்பு ஏற்படும் சூழல் 'எதிரொலி.' அக்காவைக் காதலித்தவன் தங்கையை மணந்து கொள்ளுதல், காதலித்த பெண்ணைப் பல ஆண்டுகள் கழித்து வேறொரு இடத்தில் சந்தித்தல் எனப் பல சூழல்களை அவர் உருவாக்குதல்தான் புதுப்புதுக் கதை புனைய அவருக்குத் தேவையாக இருக்கிறது. சூழலில் பாத்திரங்களின் நிலை, அவை செயல்படும் முறை, அவற்றின் பிரச்சினை, அதனைக் கு.ப.ரா. விவரிக்கும் தன்மை ஆகியவை கதைகளில் தர வேறுபாட்டை உருவாக்குகின்றன.

எல்லா நலன்களும் கூடிவர அவரது இறுதிக் காலத்தில் எழுதிய இரண்டு கதைகள் மிகவும் முக்கியமானவை. 'சிறிது வெளிச்சம்'

கதைக்களமும் வீடுதான். 'ஒரு வீட்டு ரேழி உள்ளில் குடியிருந்தேன். உள்ளே ஒரே ஒரு குடித்தனம்', 'அவள் ரேழிக் கதவைத் தாழிட்டுக் கொண்டுவிடுவாள்' என்னும் குறிப்புகள்தான் கிடைக்கின்றன. ரேழி என்பதற்கு க்ரியா அகராதி 'முன்பக்க வாசலுக்கும் முதல் கட்டுக்கும் இடையில் நடைபாதை போல அமைந்திருக்கும் பகுதி' என்று பொருள் சொல்கிறது. ரேழியை ஒட்டிய அறையில் குடியிருப்பவர்தான் கதை சொல்லி. அவர் எழுத்தாளர். உள்ளே இருக்கும் குடும்பத்தில் இரண்டே பேர். கணவன், மனைவி. கு.ப.ரா.வுக்கு மூன்று பாத்திரங்கள் போதும். எழுத்தாளர் தானுண்டு தன் எழுத்துண்டு என்று இருப்பவர். கணவன் சில சமயம் எழுத்தாளருடன் பேசுவான். அவன் சொந்த வீடு அது என்று தெரிகிறது. அந்த மனைவியை (சாவித்திரி) எழுத்தாளர் அவ்வளவாகப் பார்த்ததேயில்லை. கணவன் வெளியே கிளம்பியவுடன் கதவை அடைத்துக்கொண்டு அவள் உள்ளே போய்விடுவாள். இப்படியே இருந்தால் பிரச்சினை ஏதுமில்லை.

கணவன் நள்ளிரவில் வந்து கதவைத் தட்டுவான். அவள் விழித் திருந்து திறப்பாள். ஓரிரவு அவள் எழவில்லை. எழுத்தாளர் போய்த் திறக்கிறார். அன்றைக்கு மனைவிக்கு அடியும் உதையும் விழுகின்றன. அவை அடுத்த நாளும் தொடர்கின்றன. பொறுக்க முடியாத எழுத்தாளர் சென்று தடுக்கிறார். கணவனுக்கும் எழுத்தாளருக்கும் வாக்குவாதம். 'போலீஸைக் கூப்பிடுவேன்' என்கிறார் எழுத்தாளர். அந்த இரவில் கணவன் வெளியே போய்விடுகிறான். அதன்பின் எழுத்தாளரைச் சந்திக்கச் சாவித்திரி வருகிறாள். அவர்களின் சந்திப்பும் உரையாடலுமே கதையின் முக்கியப் பகுதி. கு.ப.ரா. உரையாடலை மனமொழி கொண்டு கவிவாசகமாக உருவாக்குபவர் என்பதற்கு இக்கதையில் வரும் உரை யாடல்களே சான்று. 'காக்கை குருவி போலத்தான் மனிதர்களும். இறகு முளைத்த குஞ்சைக் கூட்டில் நுழைய விடுகிறதா பட்சி?', 'புருஷனிடம் வந்த சில மாதங்கள் பெண் புதிதாக இருக்கிறாள். பிறகு புதிதான பானம் குடித்துத் தீர்ந்த பாத்திரம் போலத்தான் அவள்' என்றெல்லாம் உரையாடல் பகுதிகள் விரிகின்றன.

அப்பெண்ணின் உணர்வுகளும் சூழலும் மிக வெளிப்படையாகவும் செறிவாகவும் உரையாடல் பகுதியில் அமைகின்றன. அவள் கணவனின் போக்கு, பிறந்த வீடு தொடர்பான செய்திகள் என எல்லாம் வெகு சுருக்கமாக அமைகின்றன. இறுதியில் எழுத்தாளருக்கும் அவளுக்குமான தொடுதல் காட்சியாகிறது. அவளைத் தன்மேல் சாய்த்துக்கொள்கிறார். 'அவள் முகத்துடன் முகம் வைத்துக்கொண்டேன்' என்கிறார் எழுத்தாளர். முத்தத்தையே அவ்விதம் சொல்கிறார் போலும். அது அடுத்த கட்ட நகர்வுக்குச் செல்லவில்லை. அவள் திடீரென்று எழுந்து கொள்கிறாள். 'விளக்கை அணைத்துவிட்டுப் படுத்துக்கொள்ளுங்கள். சற்று நேரம் இருந்த வெளிச்சம் போதும்' என்பது அவள் சொல். 'நாளைக்கு வேறு ஜாகை பார்த்துக்கொள்ளுங்கள்' என்று சொல்லி விட்டுப் போய்விடுகிறாள். கதையின் இறுதி இப்படியான கேள்வியோடு முடிகிறது: 'எது போதும் என்றாள்? தன் வாழ்க்கையா, துக்கமா, தன் அழகா, என் ஆறுதலா, அல்லது அந்தச் சிறிது வெளிச்சத்தில்?'

பத்திரிகை அவசரங்கள் ஏதும் இல்லாமல் கும்பகோணத்தில் இருந்துகொண்டு மிகுந்த நிதானத்தோடு எழுதிய கதை. கு.ப.ரா.வின் சூத்திரமாகிய வீடு, மூன்று பாத்திரங்கள், ஆண் பெண் உறவுப் பிரச்சினை, மீறலுக்கான சூழல், மீறாமை ஆகியன அனைத்தும் கூடி வந்திருக்கின்றன. வெளிச்சம்தான் இக்கதையில் குறியீடு. எழுத்தாளரும் சாவித்திரியும் சந்திக்கும் இடத்தில் தொடங்கும் வெளிச்சம், விளக்கு பற்றியான குறிப்புகள் கதையின் இறுதிவரை தொடர்கின்றன. அவை அப்பெண்ணின் மனநிலையை வெளிப்படுத்தவும் உணர்வுகளைத் தடையில்லாமல் சொல்லவும் பயன்படுகின்றன. அவர்களின் உரையாடல் தொடங்கும்போது 'விளக்கு வேண்டாம், அணைத்து விடுங்கள்' என்கிறாள். எழுத்தாளரும் அணைத்துவிடுகிறார். உரையாடல் நீள்கிறது. ஆனால் இறுதியில் எழுத்தாளர் கேட்கிறார்: 'சாவித்திரி, விளக்கு.' சாவித்திரி சொல்கிறாள்: 'ஆமாம், விளக்கை அணைத்துவிட்டுப் படுத்துக்கொள்ளுங்கள். சற்று நேரம் இருந்த வெளிச்சம் போதும்.'

அவளைப் பொருத்தவரைக்கும் விளக்கு எரிந்துகொண்டிருக்கிறது. பருண்மையான விளக்கையா அவள் சொல்கிறாள்? அவள் மனதில் எரியும் விளக்கு. அங்கே உருவாகியுள்ள சிறிது வெளிச்சம். 'சாவித்திரி தானே விளக்கை அணைத்துவிட்டுச் சிறிதும் தயங்காமல் போய்க் கதவைத் தாளிட்டுக்கொண்டாள்' என்று வருகிறது. எந்த விளக்கை அணைத்தாள்? 'என் உள்ளத்திலும் சற்று எரிந்த விளக்கு அணைந்தது' என்கிறார் எழுத்தாளர். ஆக இறுதியில் வரும் விளக்கு, புறவெளிச்சம் தரும் பருண்மை விளக்கு அல்ல என்பது தெளிவாகிறது. அகவிளக்கு. அது கொடுத்த சிறிது வெளிச்சம். இந்த ஒருவரியை எழுதாமல்கூட விட்டிருக்கலாம். வாசகருக்காகத்தான் இந்த வரியை எழுதுகிறார். எப்படியிருப்பினும் கதை கிளர்த்தும் யோசனைகளுக்கு அளவில்லை. இந்தக் கதையின் முடிவை வாசித்தபின் மீண்டும் கதையை முதலிலிருந்து வாசிக்கத் தோன்றாமல் இருக்கவே முடியாது. அப்படி எத்தனை முறை வாசிக்கத் தோன்றும் என்பது அவரவர் மனநிலை சார்ந்தது. இடைவெளி விட்டேனும் வாசிக்காமல் இருக்க முடியாது.

அவரது கதைச்சூத்திரம் முற்றிலும் பொருந்தும் மற்றொரு கதை 'ஆற்றாமை.' இதுவும் அவர் கும்பகோணத்தில் புத்தகக்கடை நடத்திக்கொண்டு வறுமை வாழ்வு வாழ்ந்த காலத்தில் நிதானமாக எழுதிய கதை. இந்தக் கதையிலும் சாவித்திரிதான். கமலா, கமலாவின் கணவன் ராகவன் ஆகிய இருவர். ஆக மொத்தம் மூவர். சாவித்திரியின் அம்மா, ராகவனின் நண்பன் சீனு ஆகியோர் கதைக்குத் தேவையாக இருப்பதால் அப்படியே வந்து செல்கிறார்கள். ஆனால் கதை மையமிடுவது மூவரைத்தான். இதன் களமும் வீடுதான். 'கலியாணக் கூடம் போட்ட வீடு. இரண்டு பக்கங்களிலும் குடி. இரண்டு பக்கக் கூடத்து உள்ளுகளுக்கும் ரேழியிலும் கதவுகள்.' வீட்டைப் பற்றிக் கொஞ்சம் இந்தக் கதையில் வாய் திறந்திருக்கிறார். அதற்குக் காரணம் இருக்கிறது. வீட்டின் அமைப்பு புரிபடவில்லை என்றால் கதை நிகழ்வைப் புரிந்துகொள்ள முடியாது. அதனால்தான் கொஞ்சம் கூடுதல். 'கம்பிக்

கதவையும் ரேழிக் கதவையும் தாழ்ப்பாளிட்டுத்' திரும்புகிறாள் கமலம். சாவித்திரி ரேழிக் கதவைத் திறந்துகொண்டு திண்ணைக்குப் போகிறாள். தாழிடுதல், திறத்தல் ஆகியவை பாத்திரங்களின் செயல்களோடு பொருத்திப் பார்க்கத்தக்கவை. அவை வீட்டின் அமைப்பை இன்னும் கொஞ்சம் நமக்குள் விரிக்கின்றன.

பாத்திரங்களைப் பற்றிய தகவல்கள், சித்திரங்கள் தெளிவாகவே வருகின்றன. 'சாவித்திரியின் புருஷன் வடக்கே எங்கோ மிலிடரி சர்வீஸில் இருந்தான். சாஸ்திரத்துக்காகச் சாந்தி முகூர்த்தம் நடந்த மூன்று நாள் இருந்துவிட்டு அவசர அவசரமாகப் போய்விட்டான். வருஷம் இரண்டாயிற்று. கடிதங்கள் வந்தன. ஆள் வரக் காணோம்.' 'சாவித்திரி நல்ல சரீரக் கட்டு படைத்த யுவதி. இளமைச் செருக்கு அவள் உடலில் மதாரித்து நின்றது' என்றும் 'உடல் ஒடுங்க மறுத்தது. ஒடுங்கின உள்ளத்தையும் தூண்டிவிட்டது. அந்த மூன்று நாள் அனுபவித்த ஸ்பரிச சுகத்தை அதனால் மறக்க முடியவில்லை. வாய்விட்டு அலறிற்று' என்றும் கு.ப.ரா.வுக்கே உரிய மொழிநடையில் எல்லாவற்றையும் சொல்லிவிடுகிறார்.

இன்னொரு வீட்டில் குடியிருக்கும் கமலாவும் ராகவனும் புதுத் தம்பதிகள். அக்கம் பக்கம் ஞாபகம் இல்லாத இளம் தம்பதிகள். அவர்களின் குதிப்பையும் கும்மாளத்தையும் கொட்டத்தையும் சாவித்திரி யால் தாங்கவே முடியவில்லை. இதுதான் கதைக்கான சூழல். இக் கதையிலும் கு.ப.ரா.வின் மொழி ததும்புகிறது. 'அந்த அறையில் பொங்கிய இன்பம் ஏறிய காற்று சாவித்திரியிடம் வந்தபொழுது அவள் மூச்சுத் திணறிற்று', 'சாவித்திரிக்குக் கமலாவின் பூரிப்பு விஷமாக இருந்தது' என்று வருபவை எல்லாம் ததும்பல்கள்தான். சாவித்திரி படுத்தே கிடக்கிறாள். கமலாவின் வீட்டில் ஓசை அடங்கிய பிறகு எழுந்து ரேழிக் கதவைத் திறந்துகொண்டு திண்ணைக்குப் போகிறாள். அப்போது ராகவனைத் தேடிக்கொண்டு மதுரையிலிருந்து அவன் நண்பன் சீனு வருகிறான். இது சாவித்திரிக்கு நல்ல சந்தர்ப்ப மாகிறது. அவனது தயக்கத்தை உடைத்து அவனைக் கொண்டே கமலாவின் வீட்டுக் கதவைத் திறக்கச் செய்துவிடுகிறாள். உள்ளே என்ன நிலை என்பது சாவித்திரிக்குத் தெரிந்ததுதான். தெரிந்துதான் இந்த வேலையைச் செய்கிறாள். தடைபடலால் சீறிக்கொண்டு கதவைத் திறக்கிறான் ராகவன். பலதரப்பட்ட உள்ளக் கலவரத்தால் கதவைத் திறந்தபடியே விட்டுவிட்டான். உள்ளே கமலா இருந்த நிலை ஒருவினாடி சீனுவின் கண்களில் படுகிறது. சாவித்திரி ஆவலாக அங்கேயே பார்த்துக் கொண்டிருந்ததால் கமலாவின் நிலை இன்னும் நன்றாகத் தெரிந்தது.

அந்த நிலையைக் கு.ப.ரா. இப்படிச் சொல்கிறார்: 'அந்தரங்கம் திறந்து கிடந்தது போன்ற அந்த அறையை அதற்குமேல் அவளால் பார்க்க முடியவில்லை. ஏகாந்தம் ஆடையற்று நின்றது போன்ற அந்த ஒளி அவள் கண்களுக்குக் கூச்சத்தைக் கொடுத்தது.' 'அளவற்ற ஆவலில் ஒன்றையொன்று கவ்விக்கொண்டு கலந்த இரண்டு உள்ளங்கள் ஒருகணத்தில் சிதறித் தூரத்தில் விழுந்தன.' சாவித்திரிக்குக் கிடைத்த

திருப்தியோடு கதை முடிந்திருந்தால் அது கு.ப.ரா. கதையாகியிருக்காது. சாவித்திரியை வில்லியாக்குவது சுலபம். எந்தப் பெண்ணையும் அப்படிக் காட்டுவது கு.ப.ரா.விடம் இல்லாத ஒன்று. பெண்களின் உள்ளத்தில் பொதிந்து கிடக்கும் உணர்வுகள் பொங்கித் ததும்பும் சூழலைக் கட்டமைப்பதுதான் அவர் வேலை. இந்நிகழ்வு நடந்தபின் சாவித்திரியின் மனநிலை என்ன? 'திடீரென்று ஒரு வருத்தமும் பச்சாதாபமும் தோன்றி அவளைத் தாக்கின. 'என்ன காரியம் செய்தேன். என்ன பாவம் செய்தோ யாரைப் பிரித்து வைத்தோ இப்பொழுது இப்படித் தனியாகக் கிடந்து தவிக்கிறேன். ஐயோ . . .', 'பாவியை என்ன செய்தால் என்ன?' என்று புலம்பினாள். 'திருப்திதானா பேயே' என்று சாவித்திரி தன்னைத் தானே உரக்கக் கேட்டுக்கொண்டாள். இப்படிக் கதையை முடிக்கிறார் கு.ப.ரா.

இந்தக் கதையில் கு.ப.ரா.வின் சூத்திரப்படி களம், பாத்திரங்கள் எல்லாம் அமைகின்றன. ஆனால் மீறல்? சாவித்திரியின் செயல்தான் மீறல். இது கலாச்சார மீறல் அல்ல. தனி உள்ளம் ஒன்றின் மீறல். இந்த மீறலைக் கு.ப.ரா. அனுமதிக்கிறார். அனேகமாக ஆண் பெண் உறவுக் கதைகளில் மீறலைக் கு.ப.ரா. அனுமதித்திருப்பது இந்த ஒன்றில் மட்டும்தான். இந்தக் கதையில் பூடகம் என்பதெல்லாம் ஏதுமில்லை. சிறுசிறு இடங்களைச் சொல்லலாம். பாத்திரங்களைக் காட்சிப்படுத்துவதில் அத்தனை கச்சிதம். உள்ளே என்ன நிலை என்பது சாவித்திரிக்குத் தெரியும். ஆனால் ராகவனைத் தேடி வரும் நண்பன் வாலிபனாகிய சீனுவுக்குத் தெரியாது. எனினும் அவன் ரேழியில் நின்று தயங்குகிறான். கதவைத் தட்டும்படி சாவித்திரி தூண்டுகிறாள். சீனு திரும்பவும் தயங்குகிறான். வாலிபனாகிய அவனுக்கு உள்ளே என்ன நிலை இருக்குமோ என்னும் தயக்கம். சாவித்திரியை நம்புகிறான் அவன். ஆனால் அவளோ 'ஒருவிதக் குரூர ஆனந்தத்துடன் சொல்லிவிட்டுத் தன் அறைக்குள் போய் உட்கார்ந்து கொண்டு ஆவலுடன் நடைபெறப் போவதை எதிர்பார்த்தாள்.' இந்தச் சூட்சுமம் சீனுவுக்குத் தெரியாது. தேவைக்காக வந்து உடனே சென்றுவிடும் பாத்திரம் என்றாலும் சீனுவைக் காட்சிப்படுத்தியிருக்கும் விதம் கு.ப.ரா.வின் ஆற்றலுக்குச் சான்று.

இந்தக் கதையின் தலைப்பு முதலில் 'பொறாமை' என்று வைக்கப் பட்டுக் *கிராம ஊழியன்* இதழுக்கு அனுப்பப்பட்டதாகவும் பின்னர் கரிச்சான்குஞ்சு 'ஆற்றாமை' என்னும் தலைப்பைச் சொல்ல அந்தப் பெயரை மட்டும் தந்தியாகக் கொடுத்ததாகவும் தகவல் தெரிகிறது. இந்தக் கதைக்கு 'ஆற்றாமை' என்னும் தலைப்பே மிகப் பொருத்தம். இந்தச் சொல்லுக்கு க்ரியா அகராதி 'எதுவும் செய்ய முடியாத நிலை; இயலாமை' என்று பொருள் தருகிறது. தமிழ் லெக்சிகன் 'தாங்க முடியாமை' என்று சொல்கிறது. தாங்க முடியாமையே இங்கு பொருத்தம்.

கு.ப.ரா.வின் கதைகள் இப்படிச் சூத்திரத்திற்கு உட்பட்டவை எனினும் பல்வேறு அடுக்குகளைக் கொண்ட அரும்புதையல்கள். மொத்தமாக வாசிக்கும்போது ஒரே களம், ஒரே மாதிரியான பாத்திரங்கள் என்று

தோன்றலாம். அதன் காரணம் கு.ப.ரா.வின் கடிவாளப் பார்வை. தனக்கென உருவாக்கிக் கொண்ட பாதையில் நடை. ஒரே இடத்தில் நின்றபடியான இந்த வாள் வீச்சின் ஈர்ப்பை அத்தனை எளிதாக நிராகரித்துவிட முடியாது. ஒரே வாள். ஆனால் எத்தனை விதமாக வெளியிலும் காற்றிலும் வீசி நகர்கிறது என்னும் வியப்பைத் தவிர்க்க முடியாது.

சலிப்பு தோன்றும் என்போருக்குக் கு.ப.ரா.வின் கதைகளில் வாசிக்க வேண்டியவை என்று நான் தரும் பட்டியல் இது: ஆற்றாமை, சிறிது வெளிச்சம், கனகாம்பரம், விடியுமா?, மோகினி மாயை, பெண் மனம், குரலும் பதிலும், மூன்று உள்ளங்கள், திரை, வயது வந்துவிட்டது, நூர் உன்னிஸா, உயிரின் அழைப்பு, புரியும் கதை, மின்னக்கலை, எதிரொலி, புதிர். இவற்றுள் முதல் ஐந்தும் கட்டாயம் வாசிக்க வேண்டியவை.

ஆண் பெண் உறவல்லாமல் கொஞ்சம் வெளியே பார்வையைத் திருப்பி அவர் எழுதிய கதைகளில் பண்ணைச் செங்கான், ராஜத்தின் காதல், வீரம்மாளின் காளை, அடிமைப் பயல், பாப்பாவின் சங்கிலி, அர்ச்சனை ரூபாய் ஆகியவை முக்கியம். முதல் மூன்றும் அவசியம். அவர் எழுதியுள்ள வரலாற்றுக் கதைகளில் கவி வேண்டிய பரிசு, விபரீதக் காதல் ஆகியவை உச்சங்கள். இருளிலிருந்து, மகாபோதம், ஆமிரபாலி, எதிரொலி (2) ஆகியவற்றையும் வாசிக்கலாம்.

எழுதி எழுபது ஆண்டுகளைக் கடந்தும் கு.ப.ரா.வின் இத்தனை கதைகளைப் பரிந்துரைக்க முடிகிறது என்றால் அக்கதைகளின் சமகாலத் தன்மை, வரலாற்றில் அவற்றின் இடம் ஆகியவற்றைப் பற்றி மேலும் விவரிக்கத் தேவையில்லை.

நாமக்கல்   பெருமாள்முருகன்
01-12-13

பயன்பட்ட நூல்கள்

1. கரிச்சான் குஞ்சு, கு.ப.ரா., சென்னை, 1990, வானதி பதிப்பகம்.

2. ய.மணிகண்டன் (ப.ஆ.), ந. பிச்சமூர்த்தி கட்டுரைகள். சென்னை, 2012, சந்தியா பதிப்பகம்.

❖

முன்னுரையாக:
சிறுகதையும் கதை மூலமும்

சிறுகதை

தற்காலத் தமிழ் இலக்கியம் என்பது எந்தக் காலத்தி லிருந்து ஆரம்பமாகிறது, யாருடைய நூல்கள் முதல் அது துவங்குகிறது என்பது ஒரு தனி விஷயம்; அதைப் பற்றிப் பிரஸ்தாபிக்க இங்கே இடமில்லை. இப்பொழுது நமது சௌகரியத்திற்காக ஏறக்குறைய அது சுப்ரமணிய பாரதி காலத்திலிருந்து ஆரம்பிக்கிறது என்று வைத்துக்கொள்ளு வோம். ஏனென்றால் தமிழ் இலக்கியத்தில் தற்காலத் தன்மை முற்றிலும் வாய்ந்த புதுவழிகளைப் பாரதிதான் முதல் முதலில் விரிவாகக் காவியம், வசனம் இரண்டிலும் கையாண்டார்.

சிறுகதை என்பது தற்கால முறையில் பாரதிக்குப் பிறகுதான் பிறந்தது என்று சொல்ல வேண்டும். வ.வே.சு. அய்யரும் பாரதியும் ரவீந்திரநாத் தாகூரின் பாணியை யொட்டிக் கதைகள் எழுதி இருக்கிறார்கள். குசிகர் என்ற பெயருடன் மாதவையாவும் குட்டிக் கதைகள் எழுதி இருக்கிறார். ஆனால் அவை நவீன முறையில் சிறுகதைகள் என்று சொல்ல முடியாது. வ.வே.சு. அய்யருடைய கதை களில் சிலதான் தற்கால முறையில் அமைந்திருக்கின்றன.

சின்னக்கதை என்ற அர்த்தத்தில் சிறுகதை தொன்று தொட்டு எந்த இலக்கியத்திலும் இருந்து வருகிறது. ஒரே ஒரு ஊரில் ஒரு ராஜா என்ற ஆரம்பம் உலகத்தில் இளமைக் காலத்திலிருந்தே இருக்கிறது. தற்காலத்துச் சிறுகதை அந்த மாதிரியான சிறுகதை அல்ல.

பின் சிறுகதை என்பதுதான் என்ன? அதற்கேதாவது இலக்கணம் ஏற்பட்டிருக்கிறதா? இப்படித்தான் இருக்க வேண்டும். இப்படி இருக்கக் கூடாது என்று ஏதாவது விதிகள் உண்டா? புதிது என்று சொல்லும்படியாக அதில் என்ன இருக்கிறது? இந்தக் கேள்விகளை நாம் முதலில் கவனித்துவிட்டால் தமிழ்ச் சிறுகதையைப் பற்றிப் பிறகு அதிகம் சொல்ல வேண்டி இருக்காது.

சிறுகதை என்பது நவீன முறையில் சம்பவத் தொடர் அல்ல. அந்த ராஜாவுக்கு ஒரு பெண். உலகத்திலேயே அவ்வளவு அழகு யாருமே கிடையாது. அவளுக்கேற்ற ராஜகுமாரனைத் தேட வேண்டுமே என்று பெற்றோர்கள் இரவும் பகலுமாக யோசித்தார்கள். இந்த மாதிரி போகாது சிறுகதை. ஏதாவது ஒரு கட்டத்தைத்தான் எடுத்துக்கொள்ளும்.

நவீனச் சிறுகதை ஒரே ஒரு நிகழ்ச்சியின் விஸ்தரிப்பு. அவ்வளவு தான். அது ஒரு செயல் உருவமான நிகழ்ச்சியாக இருக்கலாம் அல்லது வெறும் நிகழ்ச்சியில் ஆராய்ச்சியாகவும் இருக்கும். அந்த விஸ்தரிப்பு எவ்வளவு தூரம் சென்று இயற்கையானதும் தவிர்க்க முடியாததுமான முடிவைப் பெறுகிறதோ அதுதான் சிறுகதையின் பரப்பு.

நீளம் – சில சமயங்களில் சிறுகதை ஒரு பக்கத்திற்குள் அடங்கி விடலாம். சில சமயங்களில் சிறு நாவலைப்போல் சற்று நீண்டும் இருக்கலாம். நிகழ்ச்சி மட்டும் ஒன்றே ஒன்றுதான் இருக்கும் என்பதை நான் முக்கியமாக வற்புறுத்த வேண்டும்.

ஒரு நிகழ்ச்சி – ஆகையால் ஒரே இடம், ஒரே காலம் – இந்த மூன்று எல்லைகளுக்குள் தான் சிறுகதை பிறக்கும். பல வருஷங்களில், பல இடங்களில் நடந்த சம்பவங்கள் அந்த நிகழ்ச்சிக்குக் காரணமாக வரலாம், முடிவிற்கு உதவலாம். ஆனால் சிறுகதை மட்டும் வானவில் போன்ற வடிவும் வயதும் கொண்டது.

சிறுகதை தந்தத்தில் வேலை செய்த விக்கிரகம் போன்றது. அது சிறிதாகத்தான் இருக்கும். கற்சிலை போலக் கனத்தோ பருத்தோ இருக்காது. ஆனால் கற்சிலையிலுள்ள சகல அவயங்களும் ஆபரணங் களும் தந்த விக்கிரகத்திலும் இருப்பது போலச் சிறுகதையிலும் பெரிய நவீனத்திலிருக்கும் கருத்து, நடை, அலங்காரங்கள், உணர்ச்சி, வேகம், ஆழம் எல்லாம் இருக்கும். நவீனத்தின் பரப்பில் விசாலமாகக் கிளம்பும் உணர்ச்சிப் பெருக்கு முழுவதையும் ஒரு எழுத்தாளன் சிறுகதையில் மடைவாய் போன்ற நெருக்கத்திற்குள் புகுத்திக் கிளப்பலாம். இந்த வகையில்தான் சிறுகதை நவீன இலக்கியத்தில் தோன்றியிருக்கும் புதுக்கருவி. சரியாகச் சொன்னால் பழையதுதான் – அதை உபயோகிக்கும் முறை புதிது. காமிராக் கண்ணாடி புதிதல்ல. அது உபயோகமாகும் முறை புதிது. அதுபோல வெறும் கண்ணாடி இவ்வளவு அற்புதமாகப் படங்களைப் பிடிக்க உதவும் என்று காமிரா வருவதற்குமுன் யார் நினைத்திருப்பார்கள்? சிறுகதையை இவ்வளவு சிறப்பாக்கிக் கையாளலாம் என்று தற்கால இலக்கியத்தில்தான் கண்டு பிடிக்கப்பட்டிருக்கிறது.

இதுவரையில் வெறும் தத்துவமாகச் சிறுகதையை வர்ணித்து விட்டேன். உதாரணம் காட்டாவிட்டால் நான் சொல்வது சரியாக விளங்காது. ஆகையால் இப்பொழுது உதாரணத்துடன் நான் சொன்னதையே திருப்பிச் சொல்லுகிறேன். சமீப காலத்தில் வெளிவந்த சிறுகதைகளில் சிறந்தவை யாவற்றையும் நீங்கள் படித்திருப்பீர்கள் என்று வைத்துக்கொண்டுதான் நான் உதாரணம் கூற வேண்டியிருக்கிறது. கதைக்கோவை முதல் தொகுதியைப் படித்திருந்தால்கூடப் போதும்.

'தருமம் தலைகாக்கும்' என்ற சிக்கலற்ற முதல் கதையை எடுத்துக் கொள்வோம். அதில் எது நிகழ்ச்சி? பல சம்பவங்கள் இருக்கின்றன; ஆனால் ஒன்றுதான் கதையின் சம்பவம். சுப்பையரைச் சோதிப்பதற் காகக் கலெக்டர்துரை பறையனைப் போல வந்து சோறு கேட்கிறான். சுப்பையர் தானே ஒரு மரக்காலில் சாதம், குழம்பு, மோர் முதலிய வற்றைக் கொண்டு போய்க் கொடுக்கிறார். அதுதான் கதையின் நிகழ்ச்சி. முன்னால் சொல்லப்பட்டிருப்பவை எல்லாம் அதற்குக் காரணமும் மூலமுமான விஷயங்கள். நிகழ்ச்சியின் முடிவு எது? தானேதான் பறையனாக வந்தது என்று கலெக்டர் மரக்காலைக் காட்டுகிறாரே – அதுதான். கதை இன்னும் சுருக்கமாக இருக்கலாம். வார்த்தைகள் சுருங்கச் சுருங்கத்தான் கதையில் பிகுவும் உறுதியும் வரும். நீர் சுருங்கச் சுருங்கக் கட்டிடத்தில் சிமென்ட் இறுகுவது போல.

அடுத்த கதை தேவானை:

அதில் தேவானை சேலத்தை விட்டுச் சென்னை போவதும் நிகழ்ச்சியல்ல. அங்கே மில்ஜாபருக்குப் பலியாவதும் அல்ல. கடைசியில் அனாதையாகிக் கார்முன் பிச்சைக்காரியாகி நிற்பதுகூட அல்ல. நிகழ்ச்சி ராமநாதையர் மனத்தில் நடைபெறுகிறது. சேலத்தில் அவள் வீடு கட்டிச் செவ்வையாக வாழ்ந்தவள் என்று அவர் அவள் முகத்தைக் கண்டு அறிந்து கொள்ளுகிறார். அவள் இருந்த நிலைமை – தான் காணும் நிலைமை இரண்டும் அவர் உள்ளத்தைக் குடைகிறது. அதே நினைப்பாக இருந்து கனவும் காண்கிறார். அவளைத் தான் காப்பாற்றுவ தாகவும் மனைவி தடுப்பதாகவும் கனவு. தேடிப் பார்க்கிறார். அவளைக் காணோம்.

'விஜயதசமி' என்ற கதையில் எச்சுமு சங்கிலியைத் திருடவில்லை என்பது நிகழ்ச்சி. கதையின் முடிவில் வருகிறது. கதை முழுவதும் பூர்வாங்கம். அதே போலத்தான் 'விடியுமா?' என்ற கதையும். குஞ்சம்மாள் புருஷன் இறந்துவிட்டது நிச்சயம் என்பது நிகழ்ச்சி. இறக்கவில்லையா, ஒருவேளை பிழைத்திருக்கக் கூடாதா என்ற உள்ளத் தவிப்பு முழுவதும் அந்த முடிவிற்குப் பூர்வாங்கம். அந்த முடிவு மனைவி புருஷன் மரணத்தைப் பற்றி அறிந்தபொழுது அவள் தவிப்பைப் போக்கி நிம்மதியைக் கொடுக்கிறது. மனித சுபாவத்தின் விபரீதம்.

உதாரணங்கள் போதுமென நினைக்கிறேன். நான்கையும் நான்கு வகையான சிறுகதைகளாக எடுத்துக்கொண்டேன். இப்பொழுது நான் முதலில் சொன்னவற்றை வேறொருவிதமாகத் திருப்பிச் சொல்லுகிறேன்.

தற்காலத் தமிழ் இலக்கியத்தில் ஒரு முக்கியமான பகுதியாகத் தோன்றியிருக்கும் சிறுகதை ஒரு புதிய இலக்கிய முயற்சி. ஆங்கிலச் சிறுகதையின் போக்கை அனுசரித்துத் தோன்றியிருக்கிறது. இடம், காலம், நிகழ்ச்சி இவற்றின் ஒற்றுமையைப் பொருத்து அதன் கட்டுக் கோப்பு அமைந்திருக்கிறது. பெரிய சந்தர்ப்பங்களையும் உணர்ச்சிப் பிரவாகங்களையும்கூட அது காமிராவின் 'லென்ஸ்' போலத் தன் சிறிய பரப்பிற்குள் கிரகித்து முழு உருவத்துடன் காட்டும் சக்தி பெற்றது.

நீண்ட நவீனத்தில் காட்டும் திறமை முழுவதையும் ஒரு எழுத்தாளன் சிறுகதையிலேயே காட்டலாம்.

தற்காலத் தமிழ் இலக்கியத்தில் மற்றெல்லாப் பகுதிகளைக் காட்டிலும் சிறுகதைப் பகுதி மிகவும் செழித்து வளர்ந்துவிட்டது. தமிழ் நாட்டில் இப்பொழுது இரண்டு மூன்று கவிகள்தான் இருக்கிறார்கள். நாலைந்து வசன நடை எழுத்தாளர்கள்தான் இருக்கிறார்கள். நாடகாசிரியர்களோ மிகவும் குறைவு. ஆனால் சிறுகதை எழுத்தாளர்கள் மட்டும் குறைந்தபட்சம் கை தேர்ந்தவர்களாகப் பத்துப் பேர் இருக்கிறார்கள். கதைக்கோவைத் தொகுதிகள் இரண்டையும் புரட்டினாலே போதும். தமிழில் சிறுகதை எவ்வளவு சிறந்த வகையில் வளர்ச்சி பெற்றிருக்கிறது என்பது தெரியும்.

ஏன் இந்தத் துறையில் மட்டும் இவ்வளவு வளர்ச்சி? சிறுகதை எழுதுவது சுலபமா?

சிறுகதை எழுதுவது லகுவல்ல. நாவல் ஒருவேளை சரியாக அமைந்துவிடலாம். சிறுகதை சரியானபடி அமைவது வெகு கஷ்டம். பின் எதனால்?

சிறுகதையின் உருவமும் போக்கும் தற்காலத் தன்மைக்கு உகந்தனவாக இருக்கின்றன. அதுதான் காரணம் இந்தச் செல்வாக்கிற்கு. அதனால்தான் இப்பொழுது நாடகங்களைக் காட்டிலும் ஓற்றையங்க நாடகங்கள் அதிகமாகத் தோன்றுகின்றன. நீண்ட காவியங்களுக்குப் பதிலாகச் சிறுசிறு பாடல்கள் பெருகுகின்றன. சுருக்கமும் சூக்ஷ்மமும் தான் தற்காலத்தின் தேவைகள். மின்சார யுகமல்லவா? எதுவும் சீக்கிரமாக முடிய வேண்டும். தற்கால மனிதனுக்கு நீண்டு எதையும் அனுபவிக்க நேரமில்லை. பொறுமையுமில்லை.

அதனால்தான் சென்ற ஐந்து வருஷங்களுக்குள் தமிழ் இலக்கியத்தில் சிந்தனை தடுமாறும்படி சிறுகதை பெருக்கெடுத்துவிட்டது.

கதை மூலம்

நதிமூலம் ரிஷிமூலம் என்பார்களே, அந்த மாதிரி, கதை மூலம் என்றும் ஒன்று உண்டு. அதைப்பற்றி அதிகம் கிளறாமல் இருப்பதே சிலாக்கியம். கிளறினால் கதை எழுதியவனுடைய அந்தரங்கமான அநுபவங்கள், எத்தனை அம்பலத்துக்கு வரவேண்டி இருக்குமோ!

கேட்டதற்கு இல்லை என்று சொல்லாமல் நான் என்னுடைய கதை ஒன்று உதித்ததற்கு வெளிப்படையாக ஏற்பட்ட ஒரு காரணத்தை எழுதி அனுப்பினேன். ஆசிரியர் அதை மறுதபாலில் திருப்பி அனுப்பி, ‘கலைமகள் வாசகர்கள் உங்களிடம் இதை எதிர்பார்க்கவில்லை’ என்று எழுதினார்.

உண்மையாகவே எனக்குக் கவலை உண்டாகிவிட்டது. கலைமகள் வாசகர்கள் **எதிர்பார்க்கும்** உண்மைகளை நான் எப்படிச் சொல்வது? என்னுடைய அநுபவமும் அதன் பயனான கதையும் மேன்மை பெறப்பெற என்னுடைய மனத்தின் அந்தஸ்தும் பெருமையும் குன்றி விடுகின்றன என்பது முதல் உண்மை.

சரி, சொல்லுவதென்று ஆரம்பித்தாயிற்று. தலைக்குமேல் ஜலம் சாணானால் என்ன, முழமானால் என்ன?

மண்ணிலிருந்துதானே மலர் பிறக்கிறது? இதே நியதி எல்லா அழகுப் பொருள்களுக்கும் இருக்கிறது என்பதும் தெரிந்த விஷயம்.

சென்னையில் என்னுடன்கூட நான் இருந்த வீட்டில் ஒரு நண்பர் குடியிருந்தார். அவர் ரஸிகசிரோமணி. வீடு கூட்டுவதற்கும் வேலை செய்வதற்கும் ஒரு பெண். அவளுக்குச் சுமார் பன்னிரண்டு வயசுதான் இருக்கும். ஆகவே வெகு சிறுபெண். பார்ப்பதற்கு 'மூக்கும் முழியுமாக' நன்றாக இருப்பாள். அவ்வளவு அழகு வாய்ந்த பெண் அவ்வளவு வறுமையில் இருந்ததைக் கண்டபோது என் நண்பருக்குக் காளிதாஸன் சுலோகம் ஞாபகம் வந்தது. 'ஸரஸிஜம் அனுவித்தம் சைவலேனாபி ரம்யம் . . .'

ஆகையால் சம்பளத்தைத் தவிர அவளுக்கு எங்களிடமிருந்து தினம் சராசரி நாலணாக் கிடைக்கும். என் நண்பர் என்னைப் போன்றவர் அல்ல. பேச்சில் பிரியம் கொண்டவர். ஆகவே அடிக்கடி அவள் பிறப்பு, பூர்வோத்தரம், குடும்ப சமாசாரங்கள் எல்லாவற்றையயும் விசாரிப்பார். இப்படித் தன் புருஷர் அவளுடன் பேசியது, என் நண்பர் மனைவிக்கு எதனாலோ அசூயையை உண்டாக்கிவிட்டது. அந்தப் பெண், வேலையே செய்வதில்லையென்று சாக்கு வைத்து அவளை நிறுத்திவிட்டு வேறு வேலைக்காரி ஒருத்தியை ஏற்பாடு செய்தாள்.

தன்னுடைய அசூயையை அவள் மறைக்கவில்லை. 'எப்பப் பார்த்தாலும் அந்தக் குட்டியோட என்ன பேச்சு? சம்பந்தம் பண்ணிக்கப் போரேளா? நன்னாருக்கு! நீங்கள் இப்படி இடங்குடுத்துத்தான் அவள் வேலையே செய்வதில்லை. என்னால் ஆகிறதோ எல்லாம் செய்ய! அழகு பாக்கிறதுக்கா வேலைக்காரி' என்ற மாதிரியில் பேசினாள்.

அவ்வளவு சிறிய பெண்ணிடம் தன் புருஷர் பேசியதைக் கண்டு அந்த அம்மாளுக்கு ஏன் அசூயை ஏற்பட்டது? பெண் இயற்கைதான் போலும்! புரூரவஸ் ஒரு சிறு வித்தியாதரப் பெண்ணைக் கொஞ்சம் உற்று நோக்கினான் என்று ஊர்வசி கோபங்கொண்டு அவனை விட்டுப் பிரிந்தோடியதாகக் காளிதாஸர்கூட எழுதியிருக்கிறார்.

இந்த அநுபவத்தை ஆதாரமாகக் கொண்டது என்னுடைய கதை 'மின்னக்கலை.' அதில் மின்னக்கலை, யௌவனஸ்திரீ. அவளுக்கு ஆதரவாக இருப்பதற்காக அவளிடம் அதிக விலை கொடுத்துப் புல்லுக்கட்டு வாங்கிய பேர்வழி அவளிடம் வாத்ஸல்ய பாவத்துடன் நடந்துகொண்டார். அவளைத் தம் பெண் போலப் பாவித்தார். அவருக்குக் குழந்தை குட்டிகள் இல்லை. ஆனால் அவர் மனைவிக்கு அவர் மனோபாவம் அர்த்தமாகவில்லை. இளம் பெண் ஒருத்தியிடம் தன் புருஷர் அன்புடன் நடந்துகொண்டால் அது தப்பான எண்ணமாகத் தான் இருக்க வேண்டும் என்பது அவள் துணிபு.

இந்த அநுபவத்தை ஒட்டி, உண்மையாகவே ஒருத்தி புருஷன் மற்றொரு பெண்ணைச் சுயபுத்தியுடன் பார்த்தால், மனைவியின்

மனநிலை எப்படி இருக்கும் என்பதைப் 'பெண் மனம்' என்ற கதையில் ஆராய்ச்சி செய்ய முயன்றிருக்கிறேன்.

நான் முதல் முதலாக எழுதிய கதை நூர் உன்னிஸா. நான் திருச்சியில் மூன்றாவது பாரத்தில் படிக்கும்பொழுது என்னுடன்கூட மகமது அலி என்ற முஸ்லிம் பையன் படித்துக்கொண்டிருந்தான். அவனுக்குக் கணக்கு வராது. நானும் அப்படிக் கணக்கில் புலியல்ல. ஆனால் சனிக்கிழமைதோறும் அவன் என்னைத் தன் வீட்டுக்கு அழைத்துக் கொண்டுபோய், கணக்குப் போட்டுக் கொடுக்கச் சொல்லுவான். அந்த மாதிரி ஒரு தடவை போன பொழுதுதான் நூர் உன்னிஸாவின் மூல விக்கிரகத்தைப் பார்த்தேன். அவ்வளவு அழகான சிறுமியை நான் இன்னும் பார்க்கவில்லை. அன்று பார்த்த அவள் முகமும் சாயலும் என் இளம் உள்ளத்தில் அப்படியே பதிந்து விட்டன. இருபது வருஷங்களுக்குப் பிறகும் அவை என் மனத்தில் தங்கி நூர் உன்னிஸாவின் வர்ணனையாக அமைந்தன. அந்தக் கதையில் பாக்கி எது கற்பனை, எது உண்மை என்று நான் சொல்ல வேண்டுமென்று நீங்கள் எதிர்பார்க்கிறீர்களா?

என் கதைப் புத்தகத்தை விமரிசனம் செய்தவர்களில் யாரோ ஒருவர் நான் உடைந்த மனோரதங்கள், நிறைவேறாத ஆசைகள், தீய்ந்த காதல்கள் – இவற்றைப் பற்றித்தான் எழுதுகிறேன் என்று எழுதிய ஞாபகம். இது குற்றச்சாட்டானால் நான் குற்றவாளிதான். நான் கவனித்த வரையிலும் என் அநுபவத்திலும் வாழ்க்கையிலும் அவைதாம் எங்கே திரும்பினாலும் கண்ணில் படுகின்றன.

'**கண்டதை** எழுதுவதுதானா கதை?' என்று கேட்கலாம். கதை உருவாகும்பொழுது கண்டது மட்டுமன்றிக் காணாததும் தங்கத்துடன் செப்புச் சேருவதுபோல் சேருகிறது. அந்த அநுபவமும் காந்தத் துண்டு போலத் தான் இழுக்கக்கூடிய பல சிறு இரும்புத் தூள்களைப் போன்ற நிகழ்ச்சிகளையும் நிலைகளையும் ஆதரித்துக்கொள்ளுகிறது. தத்துவங்கள் ஆசிரியனுடைய அநுபவம் என்ற உலையில் அடிபட்டுப் பல்வேறு உருக்களில் கதைகளாக மாறுகின்றன.

சில கதைகளில் என் சொந்த அநுபவங்கள் கூடுதல் குறைவின்றி அப்படியே அமைந்திருக்கின்றன. 'பண்ணைச் செங்கான்', 'புரியும் கதை', 'எதிரொலி', 'விடியுமா', 'தை – அடடா!' என்ன சொல்லுகிறேன்! அந்தரங்கத்தையே திறந்து காட்ட ஆரம்பித்துவிட்டேனே! முழுதும் சொன்னேனானால் கலைமகள் வாசகர்கள் என்னைப் பற்றி என்ன நினைப்பார்கள்? பிறகு நான் கலைமகளில் தலைகாட்ட முடியாது. இப்பொழுது என்ன குறைவாகவா சொல்லியிருக்கிறேன்?

குறிப்பு: கு.ப.ரா. எழுதிய 'சிறுகதை' என்னும் கட்டுரை '*கலாமோகினி*, 1–6–1944' இதழில் அவரது இறப்புக்குப் பின் வெளியாகியுள்ளது. 'திருச்சி வானொலி உபயம்' என்று கட்டுரையின் இறுதியில் கொடுக்கப்பட்டுள்ளது. இது திருச்சி வானொலியில் கு.ப.ரா. ஆற்றிய உரையின் எழுத்து வடிவம் போலும். 'கதை மூலம்' என்னும் கட்டுரை '*கலைமகள், பிப்ரவரி 1943*' இதழில் வெளியாகியுள்ளது. பொருத்தம் கருதி இவை முன்னுரையாகக் கொடுக்கப்பட்டுள்ளன.

❖

விசாலாக்ஷி

நல்ல நிலா. சாப்பாடானவுடன் நானும் மணியும் என்ன செய்யலாமென்று யோசித்தோம். காவேரி மணலில் சற்றுக் காற்றோட்டமாகப் படுத்திருக்கலாம் என்று எண்ணி அங்கே போய்ச் சேர்ந்தோம். மணலில் துண்டை விரித்துக் கொண்டு படுத்தோம். தூரத்திலிருந்து காமன் பண்டிகையின் கொட்டு முழக்குக் கேட்டது.

"என்றைக்கடா பௌர்ணமி?" என்றான் மணி.

"ஏன், காமதகனம் இன்றிரவுதான்" என்றேன்.

"சிவனின் சினம் உபயோகமில்லை. எரிக்கப்பட்டவனே உலகத்தை இந்த ஆட்டு ஆட்டுகிறான். இதென்னடா நாற்றம்?" என்று கேட்டுக்கொண்டு மோப்பம் பிடித்துப் பார்த்தான் மணி.

"அதோ, அக்கரை மயானத்திலிருந்து வருகிறது" என்றேன்.

"கீழைத் தெருவில் இன்று ஒரு பெண் கிணற்றில் விழுந்து பிராணனை விட்டாளாம்."

"எதற்காக?"

"என்னவோ! ஏதாவது குடும்ப ஸம்பவந்தானிருக்கும். எனக்கென்னவோ, நமது குடும்ப வாழ்க்கையென்பது பெரிய சிறைச்சாலை என்று தோன்றுகிறது."

"ஸமூக வாழ்க்கையைச் சொல்கிறாயா?"

இப்படிப் பேச்சுப் போனதில் குடும்ப வாழ்க்கையைப் பற்றியும் அதன் நன்மை, கெடுதி இவற்றைப் பற்றியும் பெரிய தர்க்கம் வந்துவிட்டது.

நாங்கள் இதைப் பற்றிப் பேசிக்கொண்டிருக்கும் பொழுது தாடி மீசை வளர்ந்த ஒரு மனிதர் இங்குமங்கும் எங்களருகில் உலாத்துவது போல் நடந்துகொண்டிருந்தார்.

கடைசியில் எங்களருகில் சற்றுத் தூரத்தில் வந்து உட்கார்ந்தார். அவருக்குச் சுமார் நாற்பது வயதிருக்குமென்று நிலா வெளிச்சத்தில் ஊகித்தேன்.

“குடும்ப வாழ்க்கையைப் பற்றிப் பேசுகிறாப் போலிருக்கிறது. அது சம்பந்தமாகச் சில வருஷங்களுக்கு முன் நடந்த ஒரு சமாசாரத்தைச் சொன்னால் கேட்கப் பிரியமுண்டோ?” என்று கேட்டார்.

“சொல்லுங்களேன்!” என்று இருவரும் ஒரே குரலில் சொன்னோம்.

வந்தவர் மணலில் குந்திக்கொண்டு கால்களைக் கட்டிக்கொண்டார்.

“அது பன்னிரண்டு வருஷங்களுக்கு முன் நடந்தது. இந்த ஊரில் தானென்று வைத்துக்கொள்ளுங்களேன். நீங்கள் சிறு பையன்களாக இருந்திருப்பீர்கள். அந்த விஷயத்தில் சம்பந்தப்பட்டவன் என் நண்பன் விசுவநாதன். அவன் வக்கீல் தொழிலில் ‘சிறு வயதானாலும் துடி’ என்று பேர் வாங்கினான்.

“அவன் மனைவியின் பெயர் விசாலம் – விசாலாக்ஷி. விசுவநாதனுக்கு விசாலாக்ஷி பொருத்தம்தானே? அவள் சோழதேசத்துப் பெண். அவர்களுக்கென்றே ஏற்பட்ட நடை, உடை, பாவனைகளோடு இயற்கை, செயற்கை அழகோடும் கூடினவள். பால் வடியும் முகம். நன்றாய்ப் பாடுவாள். இன்றுபோலிருக்கிறது: ஊஞ்சலன்று கல்யாணத்தில் அவள் ‘செந்தில்மா நகரந்தனில்’ என்னும் பாட்டைப் பாடியபோது மேளக்காரர்கள் முதல் ‘ஆ’ வென்று வாயைத் திறந்துகொண்டு மெய் மறந்தார்கள் . . . புருஷனும் பெண்சாதியும் ஒருவருக்கொருவர் ஏற்பட்டவர் போலிருந்தார்கள்.”

“குழந்தை குட்டிகள் உண்டோ?” என்றான் மணி.

“வருகிறேன், இருங்கள். அவன் தாய்தான் வடமக்கூட்டத்தையே அலசி அந்தப் பெண்ணைப் பொறுக்கி யெடுத்துத் தன் பிள்ளைக்கேற்ற பதுமை என்று தீர்மானித்துக் கல்யாணம் செய்து வைத்தாள். அவன் தாய் சிறுவயதிலேயே கணவனை இழந்து ஒரே பிள்ளையைப் படிக்க வைத்துக்கொண்டு – இவ்வூரில்தான் – தன் தகப்பனாரையும் தாயையும் துணையாக வைத்துக்கொண்டிருந்தாள். புருஷர் டிப்டி கலெக்டர் வேலை செய்து நல்ல சொத்து வைத்திருந்தார்.

“கல்யாணம் தடபுடலாக நடந்தது. பட்டணத்துப் பிரபல வக்கீல் சுப்ரமண்ய சாஸ்திரிகள் – கேள்விப்பட்டிருக்கிறீர்களா? – அவருடைய பெண் விசாலம். மறுவருஷம் ருதுசாந்தி ஆயிற்று. நீங்கள் சிறுவர்கள் தானே! அந்த யௌவனப் பருவத்திய உணர்ச்சிகளை நீங்கள் நன்றாக ஊகிக்கலாம். ஒருவரையொருவர் பார்க்க ஏங்குவதிலும் பார்த்து ஏங்குவதிலும் பார்க்காமல் ஏங்குவதிலும் காலம் சென்றது. விசுவம் கொஞ்சம் ஸம்ஸ்கிருதம் படித்தவன். தன் அகமுடையாள், எப்பொழுதாவது அந்தரங்கமாக, குடும்பக் கட்டற்றுத் தாராளமாகப் பழக வேண்டுமென்ற ஆசையை வெளியிட்டால், குடும்பக் கட்டுப்பாடுதான் அன்பைத் தீப்போல வளர்க்குமென்று சொல்லிக் காளிதாஸனின், “விரஹே ப்ரேம ராசீபவதி” என்னும் சுலோகத்தை எடுத்து அர்த்தம் சொல்லுவான். என்ன பழங்கதையை உளறுகிறேன் என்று பதற வேண்டாம். இதோ ஆயிற்று.

“ ‘முகம் பார்த்துக்கொண்ட வேளை’ என்று நமது நாட்டிற்கென்றே ஏற்பட்ட பழமொழிகளில் ஒன்று உண்டல்லவா? மாமியாரும் நாட்டுப் பெண்ணும் நல்ல வேளையில் சந்திக்கவில்லை என்று தெரிகிறது. நமது நாட்டினுடைய வேதாந்தத்தின் விசேஷமென்ன தெரியுமா?” என்றார் சாமியார்.

“சுற்றிச்சுற்றி வரும் சக்கரம்போன்ற தர்க்க முறைதான்” என்றேன் நான்.

“அது சரி!” என்று சிரித்துவிட்டு அவர், “நான் எண்ணிக்கொண்டிருப்பது துவந்துவ பாவம். அதாவது இரட்டைத்தன்மை. உலகத்தில் எதை ஆராய்ந்தாலும் அத்தன்மையுடையதாகத்தான் இருக்கும். ஜனன மரணம், சுகதுக்கம், இரவுபகல், ஆண்பெண் அவற்றில் இது ஒரு துவந்துவம் – மாமியார் – நாட்டுப் பெண். தென்னிந்திய மண்ணில் உதித்த இரண்டு தத்துவங்கள்.

“அரச மரத்தடிகளில் இருக்கும் ‘நாகர்’களைப் பார்த்திருக்கிறீர்களா? இரண்டு பாம்புகள் ஒன்றில் ஒன்று சுற்றிக்கொண்டு தலையெடுத்து ஒன்றை ஒன்று சீறி நிற்பது போன்ற சிலையைக் கவனித்திருக்கிறீர்களா?”

“அவை –”

“இருக்கட்டும். ஓர் உபமானத்திற்காகத்தான் எடுத்துக்கொண்டேன் . . . குடும்பப் புருஷனாகிய கல் . . . அவனைச் சுற்றி அவனை விடாது நெருக்கிக்கொண்டிருக்கும் இரண்டு பாம்புகள் ஒன்றையொன்று தாக்கிக்கொண்டே இருக்கின்றன. உபமானம் பொருந்தினமட்டில் போதும்; என்ன? விஷயத்தைச் சொல்லாமல் எதற்கோ பீடிகை போடுகிறேன் என்று நினைக்கிறீர்களா?

“இயற்கையில் விசாலமாவது அவளுடைய மாமியாராவது ‘கெட்டவர்’களல்ல. பாம்புகளல்ல. குடும்பம் ஏற்பட்ட அன்றைக்கிருந்தே கட்சியெண்ணம் தலையெடுத்துவிடுகிறது.”

“பரஸ்பர நோக்கங்களின் வேற்றுமை.”

“நோக்கமாவது தூக்கம்! அது வேறா இருக்கிறது? பரஸ்பர அசூயை. அதுதான் சந்தித்த நிமிஷ முதல் ஆரம்பம் என்றேனே. நெருப்புப் புகைந்துகொண்டே இருந்தது. ஊதி விசிறிவிடப்பட்டுப் பெரிய ஜ்வாலையாயிற்று. முதலில் அவர்களுக்குள் அந்தரங்கமான விரோதம் – அது படிப்படியாக விருத்தியடைந்ததை வர்ணிக்க இப்பொழுது சாவகாசமில்லை. அடுத்த காட்சியில் விசுவத்தின் முன்பே தீ ஒளி வீசுகிறது. விசுவம் அதைக் கவனிக்காததுபோல் பாசாங்கு செய்கிறான். அடுத்த காட்சி, அவனெதிரில் யுத்தம். மாமியார் வாய்பேசும் எதிரி; நாட்டுப்பெண் மௌனமான எதிரி. விசுவம் இரு கட்சியையும் ஆதரிக்காமல் காலத்தைச் செலுத்திவிடலாமென்று எண்ணித் தாயின் பேச்சையும் மனைவி பேச்சையும் இடங்கொடாமல் அலட்சியம் செய்தான். ஒரு சிறுவிஷயத்தைச் சொல்லிவிட்டு மேலே போகிறேன். விசாலம் ஒருநாள் எண்ணெய்ப் பாத்திரத்தை உறியிலிருந்து எடுக்கும்போது கை வழுக்கிக் கீழே போட்டுவிட்டாள். மாமியார் தூங்கிக்கொண்டிருந்தாள். விசாலம் உடனே தன் கோட்டைக்குள்

புகுந்துகொண்டு முற்றுகையைத் தாங்கவேண்டிய தந்திரங்களைப் பற்றி யோசிக்கலானாள். தானே முந்திக்கொண்டு மாமியார் எழுந்த வுடன் 'உறியில் பூனையேறி எண்ணெய்ச் செம்பைக் கீழே தள்ளிவிட்டது, அம்மா!' என்றாள்.

"பரஸ்பர மனப்போக்கை ஊகிக்கும் அப்பியாசத்தில் நாட்டுப்பெண் தன் கண்ணில் மண்ணைப் போடப் பார்க்கிறாள் என்று மாமியாருக்குப் பட்டவுடன் யுத்தப்புலன் சீறிக்கொண்டு கிளம்பிற்று அவளுக்கு. ஆகையால் அவள் விஷயத்தை அத்துடன் நிறுத்தவில்லை – நிறுத்தி விட்டால்தான் குடும்பத்தில் ஒன்றுமே இருக்காதே.

'பூனை உறிக்குத் தாவ முடியாதே? உயர்ந்தல்லவா இருக்கிறது?' என்றாள்.

'தாவிற்று, நான் பார்த்தேன்' என்று பதில் வந்தது.

'பார்த்துக்கொண்டா சும்மா இருந்தாய்?' அதற்குமேல்.

'நான் விரட்டுவதற்குள் தள்ளிவிட்டது.' இத்துடன் நிற்குமா?

'உறிதான் நெருங்கியிருக்கிறதே, எப்படித் தள்ளும்? அதற்குக் கையா இருக்கிறது? ஐம்பது வயதைக் கொட்டை பரப்பி இருக்கிறேன். நீ நேற்று முளைத்த முளை! என்னைப் பைத்தியமாக்கப் பார்க்கிறாயே?' என்று மாமியார் அடுக்கினாள்.

"போதாதா, ஒருவர்மேல் ஒருவர் தொடுக்கும் பாணங்கள்?"

"இது யாருடைய பிசகென்கிறீர்கள்?" என்றான் மணி.

"நீங்கள்தான் சொல்லுங்களேன்."

"நாட்டுப்பெண் ஏன் அனாவசியமாக நம்ப முடியாத பொய்யைச் சொல்ல வேண்டும்? அதுதானே மாமியாருக்குக் கோபம் வந்துவிட்டது?"

"மாமியார்தான் ஏன் இவ்வளவு சொல்ல வேண்டும்? இதை எதிர்பார்த்துத்தானே அவள் பொய்யாவது சொல்லித் தப்பிக்கலாமென்று பார்த்தாள்? ...ஆகையால் பிசகு இரண்டு பக்கத்திலும் இருக்கிறது. விசுவம் என்ன செய்வான்! தாயாரைப் பார்த்தால் 'உம்' என்றிருக் கிறாள். மனைவியைப் பார்த்தால் 'உம்' என்றிருக்கிறாள். தன் சௌக்கியம் குலைந்தாலும் குலையட்டும். இருவரும் ஒத்திருந்தால் போதும் என்று யார் எது சொன்னாலும் பொறுத்துக்கொண்டிருந்தான். ஏதாவது ஒருபக்கம் மட்டும் பிசகிருந்தால்கூட அவனுக்கு லகுவாகப் போயிருக்கும். உடனே அக்காரணத்தை மேலிட்டு அதைக் களைந்தெறிந்துவிட்டுக் கவலையற்று இருப்பான். இரண்டு பக்கங்களிலும் பிசகு இருந்ததால் அகாரணமாக ஒருவரை மட்டும் கண்டிக்க அவனுக்கு மனம் வரவில்லை.

"இருவரில் ஒருவர் சளைத்தாலும் சரியாய்ப் போகும். அதுவுமில்லை. தன்பிள்ளையிடம் ஓர் இணையற்ற நெருக்கமுடையவள் என்ற காரணத் திற்காக மாமியார் நாட்டுப்பெண்ணுக்கு விட்டுக்கொடுக்கலாம். அல்லது தன் கணவனைப் பெற்றவளென்ற காரணத்திற்காக நாட்டுப் பெண்ணாவது விட்டுக்கொடுக்கலாம். கொடுக்கிறதில்லை. அவனுக்கும்

இருவர்களிடத்திலும் இரண்டு விதமான அற்புதப் பற்றுகள். ஒரு பக்கமும் திரும்ப முடியாமல் தவித்தான். மேற்சொன்ன காரணத்தால் சில சமயங்களில் இருவரிடமும் இருந்த அன்பும் களங்கமடைந்தது. அதன் பிரதிபலிப்பு நிச்சயமாக ஏற்பட வேண்டியதுதானே? பெற்றெடுத்த பிள்ளை தன்னை அலட்சியம் செய்கிறானே என்று தாயின் வாஞ்சை குன்றிற்று. அகமுடையானுடன் அமிர்தபானம் செய்து வாழ்வோமென்று மனக்கோட்டை கட்டிக்கொண்டு புக்ககம் புகுந்தவள் கோட்டை இடிந்து விழுவதைக் கண்டு உத்ஸாகம் குறைந்து ஏக்கம் கொண்டு உட்கார்ந்துபோனாள்.

"இருவருடைய அதிருப்தியையும் விசுவம் கவனிக்காமலில்லை. கவனித்து என்ன செய்யக்கூடும்? இருவருக்கும் கடினமான ஒரு பிரிவினையை மனப்பூர்வமாக இயற்ற அவனுக்கு இருதயம் இடம் கொடுக்கவில்லை. அப்படிப்பட்ட இளகிய மனமுடையவர்கள் நிச்சயம் உலகத்தில் பட்டுத் தீரவேண்டிய கஷ்டத்தை அவன் பட்டான். தாயுடன் தாராளமாகப் பேசுவதையே விட்டுவிட்டான். இருவர்களுடைய இருதயங்களையும் ஒன்றுசேர்க்கும் இரவு வருமா என்று ஏங்கிய காலம்போய் நரக வேதனையைப் போக்கும் பகல் போகிறதே என்ற காலம் வந்தது. 'ஒரு வார்த்தை சொல்லமாட்டாயா' என்ற காலம் போய்ப் 'பேசாமலிரு' என்ற காலம் வந்தது. தன் மனைவி தனக்காக ஏன் சிறுதியாகம் செய்து தன் தாயின் போக்கைப் பொறுத்துக் கொள்ளக் கூடாது? வாஸ்தவமாகத் தன்னை அவள் பரிபூர்ணமாக நேசித்தால் அதைப் பொறுத்துக்கொண்டு வாழ்வது அவளுக்கு அவ்வளவு சிரமமாயிருக்குமா என்ன? தான் கிளிப்பிள்ளைக்குச் சொல்லுவது போன்ற இந்தச் சொற்களை மனங்குழையச் சொல்லியும் அவற்றை ஏன் அவள் கடைப்பிடிக்க மாட்டேனென்கிறாள் என்று விசுவத்திற்கு மனைவியிடம் நாளடைவில் அருவருப்புக்கூடத் தலைகாட்ட ஆரம் பித்தது. தான் படும்பாட்டில் அவளுக்கு ஒரு பெண்தானே என்பதையும் சொல்லம்புகளைத் தாங்க இப்பூலோகத்தில் யாராலும் முடியா தென்பதையும் மறந்தான். இந்த மனப்போக்கு இருந்த சமயத்தில்தான் விசுவத்தின் வாழ்க்கையில் முடிவான சம்பவம் நடந்தது.

"நாழிகையாகிவிட்டது போலிருக்கிறதே. கதையைச் சுருக்கிச் சொல்லிவிடுகிறேன். ஒருநாள் சாயந்திரம் விசுவம் சலித்த மனத்துடன் வீடு திரும்பினான். அன்று கேஸ் தோற்று 'ஜட்ஜ்'கூட ஏதோ அவனுடைய அஜாக்கிரதையைப் பற்றிக் கடினமாகச் சொல்லிவிட்டார். என்றுமில்லாமல் தாய் வாசல் திண்ணையில் உட்கார்ந்திருப்பதைத் தூரத்திலேயே பார்த்துவிட்டான். ஏதோ புயலென்று ஊகித்துவிட்டான். தாய் வாயெடுப்பதற்கு முன் உள்ளே போய்விடலாமென்று வேகமாகப் படியேறினான்.

'இந்தாடா விசு! இனிமே இந்த வீட்டிலே நானிருக்க முடியாது' என்றாள்.

'என்னம்மா செய்யச் சொல்லுகிறாய்?' என்று தாக்கப்பட்ட நாய்போல் விழுந்தான் அவன்.

'உம், எனக்குத் தெரியுமே இது வருமென்று! இல்லாட்டா அவள் அவ்வளவு தைரியமா என்னைப் பேசுவளா?' என்று சொல்லி அவன் தாய் மலமலவென்று கண்ணீர் உதிர்த்து விம்ம ஆரம்பித்தாள். விசுவத்திற்குக் கோபம் ரௌத்திராகாரமாகப் பொங்கிற்று. விர்ரென்று உள்ளே பாய்ந்தான். சமையலறையில் விசாலம் அடுப்பை ஊதிக் கொண்டிருந்தாள். அதனாலோ என்னவோ முகம் சிவந்து கண்களில் ஜலமிருந்தது.

'அம்மாவை என்னடி சொன்னாய்? ஒன்றும் சொல்லாதேன்னு எவ்வளவு தரம் சொல்றது?' என்று சொல்லிக்கொண்டே – எனக்கு இப்பொழுது சொல்லக்கூடக் கூச்சமாகவிருக்கிறது – அவளை அடித்தான் முதுகில். அடிக்க ஓங்கின கை, அவள் குபீரென்று எழுந்து நின்றதால், விலாவில் வந்து வேகமாகத் தாக்கிற்று.

'ஐயோ!' என்று துடித்துக்கொண்டு கீழே உட்கார்ந்துவிட்டாள் விசாலம்.

"விசுவத்தின் கோபம் பறந்துவிட்டது. தான் செய்ததைப் பார்த்து அப்படியே ஸ்தம்பித்து நின்றுவிட்டான்.

"விசாலத்துக்கு அப்பொழுது எட்டுமாதம் – சொல்லவில்லையோ? சப்தத்தைக் கேட்டுவிட்டு மாமியார் உள்ளே ஓடிவந்தாள். அவள் இதை எதிர்பார்க்கவில்லை. 'அட சண்டாளா, பிள்ளத்தாச்சியே என்னடா பண்ணினே பாவி?' என்று நாட்டுப்பெண்ணிடம் சென்று பார்த்தாள்.

"ஜாஸ்தி விஸ்தாரமாக இங்கே சொல்லத் தேவை இல்லை. அவர்கள் பயந்தவாறே மறுநாள் ஜுரம் கண்டது. டாக்டரும் நர்ஸும் வந்து பார்த்து அன்றே செத்த சிசுவை வயிற்றில் ஆபரேஷன் செய்து எடுத்தார்கள். அன்றிரவே ரணஜன்னி பிறந்துவிட்டது. கல்யாணத்துக்குப் பிறகு அன்றுதான் முதல் முதலாக, பகிரங்கமாக விசுவம் விசாலத்தின் பக்கத்தில் உட்கார்ந்திருந்தான்.

'டாக்டர் என்ன சொன்னார் சொல்லுங்களேன். நான் பிழைப்பேனா?' என்று விசாலம் சோர்ந்து கேட்டாள்.

'விசாலம்!' என்று சொல்லிவிட்டு விசுவம் கண்ணீர் சொரிந்தான்.

'அழவேண்டாம்! நீங்கள் என்ன பண்ணுவீர்கள்?' என்று அவன் கையை எடுத்து ஆற்றுவது போலத் தடவினாள். சற்று நேரத்திற்கெல்லாம் ஜன்னியின் சின்னங்கள் ஏற்பட்டன.

'நான் பாலைக் கொட்டல்லேம்மா! அவாகிட்டச் சொல்ல வேண்டாம். அவா முகத்தெ நான் எப்படிப் பார்ப்பேன்?...என்னோடே பேசப்படாதா! நான் ஒண்ணும் பண்ணல்லியே... இனிமே சொன்ன படி கேட்கிறேன்...' இப்படி இரண்டு மணிநேரம் பிதற்றினாள்.

'வெங்கடரமண ஸ்வாமி! துள்ளி எழுந்திருக்கச் செய். உன் சந்நிதிக்குக் கூட்டிக்கிண்டு வரேன்' என்று வேண்டிக்கொண்டாள் மாமியார்.

"விடியற்காலையில் விசாலத்திற்குத் திரும்பவும் பிரக்ஞை வந்தது.

'ஐயோ! இடுப்பில் என்னவோ செய்கிறதே! செத்தெ பிடியுங்களேன். இன்னங்கூடவா வெட்கம்?' என்றாள்."

அந்தச் சமயம் கதை சொன்னவரின் குரல் தழுதழுத்தது போல என் காதில் பட்டது. முகத்தைப் பார்க்கலாமென்றால் ஒரு கையகலம் மேகம் வந்து சந்திரனை மூடிவிட்டது.

"விசுவம் இடுப்பை மெள்ளத் தடவிக் கொடுத்தான். விசாலம் குடும்ப வாழ்க்கையைத் தன் சம்பந்தப்பட்ட மட்டில் பேச்சற்ற மற்றொரு மூச்சுடன் நிறுத்திக்கொண்டாள்."

"அடாடா!" என்று நாங்கள் ஏககாலத்தில் அனுதாபப்பட்டோம்.

"என்ன அடாடா என்கிறீர்கள்?" என்று அவர் கேட்டார்.

"ஆனாலும் அவ்வளவு முரட்டுத்தனமாக அவர் அடித்திருக்கக் கூடாது."

"அது உங்கள் அபிப்பிராயம் அல்லவா? அவனும் ஒருவேளை சாவகாசமாகச் சாப்பிட்டுவிட்டு உட்கார்ந்து யோசனை செய்தால், நீங்கள் சொல்வது சரியென்று ஒப்புக்கொள்வான். சந்தேகமில்லை. இருக்கட்டும்; அவன் குற்றவாளிதான். ஆனால் அந்த உத்தமி விசாலத்தின் பொறுமையால் ஒரு மனிதக் கோர்ட்டும் அவன்மேல் தீர்ப்புச் செய்ய வில்லை. நீங்கள் அவனை எப்படிச் சிக்ஷிப்பீர்கள்?"

நாங்கள் மௌனமாக இருந்தோம்.

"அவன் தனக்குத் தீவாந்தர சிக்ஷை கொடுத்துக்கொண்டிருக்கிறான். பரதேசியாகப் பிழைக்கிறான்."

"அவரைப் பற்றி இவ்வளவு விஸ்தாரமாக –"

"அது தெரிந்து உங்களுக்கு என்ன ஆகவேண்டும்? நான்தான் அவன் என்று வைத்துக் கொள்ளுங்களேன்?"

"ஆனால் வாஸ்தவமாக –?"

"இல்லை இல்லை" என்று சொல்லிவிட்டு எழுந்து அவர் வேகமாக மேற்கே போய்விட்டார்.

ஐந்து நிமிஷம் நானும் மணியும் பேச்சற்றிருந்தோம். காமன் பண்டிகையின் தம்பட்டக் கொட்டு எங்கள் காதில் பட்டது.

"காம தகனமாகிவிட்டது போலிருக்கிறதே? மணி என்ன இருக்கும்?" என்றேன்.

"ஆந்தை குமுறுகிறது, மூன்று ஜாமமாயிருக்கலாம்... குடும்ப சுகமென்பதுதான் என்ன?"

"அதோ! மயானக்கரையைப் பார்! சுடர்விட்டெரிகிறது!"

❖

சுதந்திரச் சங்கு, 23-03-1934

நூர் உன்னிஸா

1

நான் வேலூர்ச் சிறையிலிருந்து விடுதலையடைந்து வந்து ஒரு வாரம் இருக்கும். ஒரு நாள் காலையில் நாற்காலியில் சாய்ந்துகொண்டு என் உயிர் வெள்ளம் இனிமேல் எந்த நிலத்தில் பாயப் போகிறதோ என்று யோசனை செய்து பார்த்துக் கொண்டிருந்தேன். நான் கைக்கொண்டு செய்யக்கூடிய காரியமாக எனக்கு ஒன்றும் தென்படவில்லை. தேசீய இயக்கத்திலோ ஒரு தேக்கம்; காங்கிரஸ் நிர்மாணத் திட்டம் அப்பொழுது சிதைவுற்றுக் கிடந்தது.

தபாற்காரன் ஒரு கற்றைத் தமிழ்ப் பத்திரிகைகளுடன் ஒரு கவரையும் கொண்டுவந்து கொடுத்தான். ஏகாங்கியான எனக்கு இவ்வுலகில் யார் கடிதம் எழுதக்கூடுமென்று எண்ணிக்கொண்டே அதை உடைத்துப் படித்தேன். பின் வருமாறு ஆங்கிலத்தில் அது எழுதப்பட்டிருந்தது.

குலாம் காதர் கான், எம். ஏ., ப்ரோ. டிப்டி கலெக்டர். — மதராஸ், *19–7–30*

என்னருமைத் தோழா,

நீ என்னை மறந்திருப்பாயென்று நான் நினைக்க வில்லை. இத்தனை வருஷங்களாகக் கடிதம் எழுதாத தற்குக் காரணம், எனக்கு நீ இருக்குமிடம் தெரியாதது தான். இப்பொழுதும், இந்தக் கடிதத்திற்கும் மேலேற் படும் நமது சந்திப்பிற்கும் காரணம் என் தங்கை 'நூருன்னிஸா'. நாம் படித்தபொழுது நம்முடன் விளை யாடினவள், ஞாபகமிருக்கிறதா? தற்செயலாகச் சென்ற பத்தாம் தேதி தினசரிப் பத்திரிகையில் உன் பெயரைக் கண்டு அதை எனக்குக் காட்டினாள். அவள் உன் 'இனிஷியல்'களைக்கூட நினைவில் வைத்திருந்ததால்தான் நீ என்று நிச்சயிக்க முடிந்தது.

நீ அன்றுதான் வேலூர்ச் சிறையிலிருந்து விடுபட்டதாகப் பத்திரிகையில் கண்டிருந்தது. உடனே அவளுடைய யோசனையின் பேரில், உன் விலாசத்தைக் கேட்டு வேலூருக்கு, 'டெமி அபிஷியலாக'த் தந்தி அடித்துப் பதில் வரவழைத்தேன். அது இன்று கிடைத்தது.

நமது பன்னிரண்டாவது வயதில், திருச்சியில் படிக்கும் பொழுது, ஒரு சிறுபிள்ளைப் பிரதிக்ஞை பண்ணிக்கொண்டோமே, நினைவிருக்கிறதா – நாம் ஒருவரையொருவர் அறியாமல் கலியாணம் செய்துகொள்வதில்லை யென்று? அதை நிறைவேற்றுவதற்காகத் தான் இந்தக் கடிதம். சென்னையில் 22–7–30–ல் எனக்குக் கலியாணம். பத்திரிகை இதனுடன் இருக்கிறது; நீ அவசியம் வரவேண்டும்.

உன் அன்புள்ள
குலாம் காதர்"

இந்தக் கடிதம் மின்னலைப் போல என் மனத்தின் மறதியிருளை அப்பொழுது பளிச்சென்று போக்கிற்று. இந்தப் பத்து வருஷங்களாகப் பரதேசிபோல் திரிந்த பொழுதும் உப்புச் சத்தியாக்கிரகத்தின் காரணமாக ஆறு மாதம் சிறையிலிருந்தபொழுதும் அடிக்கடி என் மனத்தில் தோன்றித் தோன்றி என்னை மயக்கிய பெண்ணுருவம் யாருடையது என்று தவித்தேனே – அப்பா, அது நூருன்னிஸாவுடையது தான்!

ஒரு சிறுமியின் முக்காடிட்ட குற்றமற்ற முகம்; அதில் மை தீட்டிய இமைகளிடையே குறுகுறு என்று சஞ்சலித்த இரண்டு குறைகூறும் விழிகள்; ரோஜாக்களின் இடையே மல்லிகைபோலக் கீழிதழைச் சற்றே கடித்து வெளியே தோன்றின பல் வரிசை – இத்தகைய உருவம் மோகினிபோல் என் மனத்தில் குடிகொண்டு ஆட்டிவைத்ததே – அது அவளுடையது!

அவளுடைய மன நிலையும் என்னுடைய மன நிலையை ஒத்திருக்கக்கூடுமா என்ன! இல்லாவிட்டால் இக்கடிதத்திற்கு ஏன் காரணமாகிறாள்? கூட்டத்திற் கலந்து திரியும் என்னைக் குறித்தல்லவோ அவள் கூப்பிடுவதுபோலிருக்கிறது!

2

குலாம் காதருக்கும் எனக்குமிருக்கும் இந்தச் சிநேகம் ஆரம்பமானது மிகவும் வேடிக்கை. எனது பத்தாவது வயதில் என்னை என் தகப்பனார் திருச்சியில் ஒரு செகண்டரிப் பள்ளிக்கூடத்தில் மூன்றாவது வகுப்பில் சேர்த்தார். அங்கே குலாம் என் 'பக்கத்துப் பையன்'. பெண்சாயல் கொண்ட வளர்ந்த வாலிபன்.

ஒருநாள் கணக்குப் போடும்பொழுது குலாம் என் சிலேட்டைப் பார்த்துக் 'காபி' அடித்துவிட்டான். அதெப்படி வெளியாயிற்றென்றால், நான் பிசகாய்ப் போட்டிருந்த வழி அவனுடைய சிலேட்டிலும் காணப்பட்டது. உடனே உபாத்தியாயர், நான் 'காபி' அடித்தேனென்று என்னைப் பிரம்பால் அடித்தார்.

குலாம் சாயந்தரம் வீட்டுக்குப் போகும்பொழுது என்னைக் கை தட்டிக் கூப்பிட்டான்.

“நீ ஏன் என்மீது குற்றஞ்சாட்டவில்லை?” என்று கேட்டான். நான் பதில் சொல்லவில்லை.

அவனுக்கு என்ன தோன்றிற்றோ தெரியாது.

“அடே, என்னோடு, எங்க மோட்டாரில், எங்கவூட்டுக்கு வா. அப்புறம் உங்கவூட்டிலே கொண்டுவுட்றேன்” என்றான்.

காரில் ஏறினோம். காரில் சவாரி செய்ய வேண்டுமென்ற என் ஆசை பூர்த்தியாயிற்று. பதினைந்து நிமிஷத்தில் தென்னூரில் அரண்மனை போன்ற ஒரு வீட்டு வாசலுக்குக் கார் விர்ரென்று போய் நின்றது.

கயாஸுடீன் ஸாஹேப் ஒரு பெரிய வர்த்தகர். ஆற்காடு நவாப் வம்சத்தைச் சேர்ந்தவராம். வீட்டின் முன் ஹாலில் பிரும்மாண்டமான வெல்வெட்டுத் திண்டுகள் போட்டுச் சாய்ந்துகொண்டிருந்தார். எதிரில் ஹுக்காவும் எச்சிலுமிழும் பாத்திரமொன்றும் இருந்தன. எங்கே பார்த்தாலும் நிலைக் கண்ணாடிகள், பெரிய பெரிய மொகலாயப் படங்கள். பளிங்கு மயில் ஒன்றில் செருகப்பட்டிருந்த ஊதுவத்தி களிலிருந்து வாசனை கம்மென்று வீசிற்று. காலுக்கு மெத்தென்றிருந்த ரத்தினக் கம்பளங்கள் தரையில் விரிக்கப்பட்டிருந்தன.

குலாம் குதித்துக்கொண்டு போய் அவரிடம் ஏதோ சொன்னான். பிரமித்துப் போயிருந்த என்னைப் பார்த்து, அவர், “இங்கே வா!” என்று கூப்பிட்டார். பிற்காலத்தில் நான் மௌலானா ஷௌகத் அலியைப் பார்க்கும்போதெல்லாம் அவர் ஞாபகம் எனக்கு வரும். குலாம் என்னை அவரிடம் இழுத்துக்கொண்டு போனான். அவர் என்னைத் தடவிக் கொடுத்துக்கொண்டே தம் மனைவியைக் கூப்பிட்டார். உள்ளேயிருந்து அந்த அம்மாளும் அவளுடைய இரண்டு பெண்களும் வந்தார்கள். இப்பொழுது ஞாபகத்திலிருந்து சொல்லுகிறேன். அந்த அம்மாளுக்குச் சுமார் முப்பது வயதிருக்கலாம். உயர்ந்து வளர்ந்த அழகான ஸ்திரீ. அவள் மெதுவாக ஒவ்வோர் அடி எடுத்து வைத்து வந்தபொழுதும் கால் சலங்கை கலீர் கலீரென்று சப்தம் செய்தது. மூத்த பெண் அலிமா குட்டையாயும் ஸ்தூலமாயும் இருந்தாள். இளைய பெண் நூருன்னிஸாவோ குலாமைப் போலவே இருந்தாள்.

அப்பொழுது அவளுக்கு எட்டு வயதிருக்கலாம். இவ்வளவு வர்ணனை செய்கிற சக்தி எனக்கு அப்பொழுதிருந்ததா என்ற சந்தேகம் வேண்டாம்; கிடையாது. ஆனால் என் மனத்தில் ‘போட்டோ’ பிடித்ததுபோல் பதிந்திருக்கிற அம்சங்களையே இப்போது எடுத்து எழுதுகிறேன்.

நூருன்னிஸாவின் உருவமும் என் மனத்தில் வரைந்த சித்திரம் போல் நிற்கிறது. நான் முதன்முதலில் பார்த்த அன்று அவள் ஜரிகை மயமாயிருந்த பச்சைப் பட்டுப்பாவாடை உடுத்திருந்தாள். லேசான

மஞ்சள் பட்டு ரவிக்கையும் ரோஜாப் பட்டுத் தாவணியும் அணிந்திருந்தாள். காலில் காப்பு, பாதஸரம், கையில் காப்புகள், விரல்களில் மோதிரங்கள். கர்நாடக முகம்மதியர்போலக் குருடு முதலியன இல்லை. முகம் என் மனத்தில் அப்படியே இருக்கிறது. நீண்ட புருவங்களும் தலைமயிரும் கன்னங்கறேலென்று இருந்தன. பின்னல் இல்லாமல் தலைமயிரை முடிந்திருந்தாள். அது அவளுக்கு ரொம்ப அழகாக இருந்தது. அவள் உடலின் சிவப்புக்குச் சமானமே சொல்ல முடியாது. அவள் கண்கள் – அவற்றின் தன்மையை எடுத்துச் சொல்ல முடியவில்லை. வேண்டுமானால் தாமரை இதழ்கள் போன்றன, மீனுருவம் கொண்டன என்று கவியைப் போல் சொல்லிக்கொண்டே போகலாம்.

கயாஸுடீன் தம் மனைவியிடம் ஏதோ சொன்னார். அவள் என்னை ஒருதரம் பார்த்துவிட்டு அலிமாவிடம் ஏதோ சொன்னாள். அலிமா உள்ளே போய் ஆப்பிள், ஆரஞ்சு, மாதுளைகள் நிறைந்த ஒரு பையைக் கொண்டு வந்தாள். அதை என்னிடம் கொடுத்தபோது குலாமின் தாயினது முகத்தில் தோன்றிய அன்புப் பார்வையை நான் மறக்கவே முடியாது. என் கன்னத்தை ஒரு தரம் தாய்போலத் தடவிக்கொடுத்தாள்.

குலாம் என்னைக் கூட்டிக்கொண்டு காருக்குச் சென்றான். அதில் ஏறி உட்கார்ந்தோம். புறப்படும்பொழுது வாசற் பக்கம் கண்ணெடுத்துப் பார்த்தேன். நூருன்னிஸா முக்காட்டைப் பல்லால் கடித்துப் பிடித்துக் கொண்டு என் முகத்தைப் பார்த்துக்கொண்டு நின்றிருந்தாள். என் கண்களைச் சந்தித்த நிமிஷம் உள்ளே ஓடிவிட்டாள்.

அன்று முதல் நானும் குலாம் காதரும் இணை பிரியாது திரிந்தோம்; விளையாடினோம்; அரட்டைகள் அடித்தோம். ஆகாசக் கோட்டைகள் கட்டி மகிழ்ந்தோம். ஸதா ஸர்வ காலமும் நான் அவன் வீட்டில்தான் இருப்பேன். நூருன்னிஸாவும் எங்களுடன்தான் இருப்பாள். நாங்கள் செய்வதையும் பேசுவதையும் உற்றுக் கவனித்துக்கொண்டிருப்பாள். தானும் கூட விளையாடுவாள். தெரியாமல் பின்னால் ஒளிந்துவந்து, என் கண்களைப் பொத்துவதில் அவளுக்கு ஓர் ஆனந்தம். ஏன், எனக்குந்தான் ஒருவித மகிழ்ச்சி அப்பொழுது உண்டாகும். அவள் கைகள் மிருதுவாக ரோஜாமலர்போல இருக்கும். கைகளை எடுத்து விட்டுக் கலகலவென்று சிரிப்பாள். அவள் கன்னங்கள் குழிவுபடும். அச்சமயம் என் மனமென்னவோ நான் எடுத்துச் சொல்ல முடியாத ஒரு சந்தோஷத்தை அடையும்.

நாலாவது பாரம் வரையில் நானும் அவனும் இப்படி இருந்தோம். திடீரென்று என் தகப்பனாரைத் திருச்சியிலிருந்து மாற்றிவிட்டார்கள். பிறகு எனக்கும் குலாமுக்கும் சந்திப்பே கிடையாது.

பன்னிரண்டு வருஷங்களுக்குப் பிறகு, அவனிடமிருந்து இந்தக் கடிதம் வந்திருக்கிறதென்றால் என் சந்தோஷத்தை என்னென்பது?

மறுநாள் இரவுவண்டியில் சென்னைக்குப் புறப்பட்டேன்.

3

பந்துக்கள் நிறைந்த மஹாலில் குலாம் என்னைத் தன் பக்கத்தில் அமர்த்திக்கொண்டு பழைய நாட்களைப் பற்றிப் பேசிக்கொண்டே இருந்தான். முகம்மது காஸிம் என்ற வித்துவானின் பாட்டுக்கச்சேரி நடந்துகொண்டிருந்தது. எங்கே பார்த்தாலும் ரோஜா வர்ஷம்! அத்தரும் பன்னீரும் ஜலப் பிராயமாய் வழங்கப்பட்டன. ஆறு மணிக்குச் ஸபை கலைந்தது. குலாம் என்னைப் பங்களாவின் மேல்மாடியிலிருந்த ஓர் அறைக்கு அழைத்துச் சென்றான். வெகு நேரம் அங்கே உட்கார்ந்து பேசிக் கொண்டிருந்தோம்.

குலாமின் தாய், மகனைத் தேடிக்கொண்டு அங்கே வந்தாள். நானிருப்பதைப் பார்த்துச் சட்டென்று பின்வாங்கி முகத்தை மூடிக் கொண்டாள்.

“அம்மா, யாரென்று எண்ணுகிறாய்? நம்ம—” என்று குலாம் ஆரம்பித்தான்.

“எனக்கு ஞாபகம் இருக்கிறது. சௌக்கியமா அப்பா?” என்று கேட்டுக்கொண்டு மெதுவாக அந்த அம்மாள் முன்வந்தாள்.

“சௌக்கியம் அம்மா!”

“எங்கே இருக்கிறாய்?”

“திருச்சியில் இருக்கிறேன்.”

“கலியாணம் ஆயிற்றோ?”

“இல்லை!”

பேசும்பொழுதே அவ்வுருவிற்குப் பின்னால், இன்னும் ஓர் இளம் உருவம் நிழல்போல நிற்பதுபோன்ற பிரமை தட்டிற்று எனக்கு. ஒரு நிமிஷம், நூருன்னிஸாவே என் முன் தோன்றுவாளோ என்ற ஆசை! மறு நிமிஷம், ‘சே! அதெப்படி முடியும்? அவள் பர்தாப் பெண் அல்லவோ? குலாமும் கடிதத்தில் எழுதினதைத் தவிர நேரில் அவளைப் பற்றிய பேச்சே எடுக்கவில்லையே?’ என்ற நினைப்பு ஏற்பட்டது. அவள் யோக க்ஷேமத்தைப் பற்றிக் கேட்கக்கூட எனக்கு யோசனையாயிருந்தது. அவளை நிச்சயமாகப் பார்க்க முடியாதென்ற எண்ணம் ஏற்பட்ட பிறகுதான் குலாமுடன் சுயப் பிரக்ஞையுடன் பேசினேன்.

இரவு பத்து மணி சுமாருக்குக் குலாம் படுத்துக்கொள்ளச் சென்றான். எனக்கு ஒரு தனியறை ஒழித்துத் தந்திருந்தார்கள்.

என் தனியறையின் தனிமையில் நான் படுக்கையில் படுத்துப் புரண்டேன். மின்சார விளக்கின் வெளிச்சம் எனக்குத் தாங்க முடியாததாக இருந்ததால், அதை அணைத்துவிட்டு ஜன்னலைத் திறந்து வைத்தேன். அதன் வழியாகப் பூர்ண சந்திரன் என் படுக்கையின் மேலே தன் ஒளியைப் பரப்பினான். படுக்கையில் உட்கார்ந்துகொண்டு எண்ணாத எண்ணமெல்லாம் எண்ணினேன்.

அதே வீட்டின் ஒரு பாகத்தில் அவளும் அப்பொழுது சஞ்சரித்துக் கொண்டிருந்தாளல்லவா!

என் ஹிருதயத்தின் நிலைமையை அவள் அறிவாளோ? முடியாது. பூவின் அவா மணமாக வெளியேறி உணர்வைத் தாக்குகிறது. நினைவில் புறப்படும் அலை எப்படி அவள் ஹிருதயக் கரையில்போய் மோத முடியும்? ஸாத்தியமில்லை . . . அக்கடிதத்தில் தன் சகோதரனைக் கருவியாகக் கொண்டு என்னை ஏன் இங்கு வரவழைத்தாள்? பின் என்னிடத்தில் அவளுக்கோர் – அதெப்படி நான் சொல்லுவது?

இந்தத் தினுசாக என் பேதை மனம் கேள்விகளும் மறு கேள்விகளும் போட்டுக்கொண்டு, சமுத்திரம்போல அலையலையாய்ப் பொங்கிக் கொண்டிருந்தது.

நடுநிசியாயிற்று. எனக்குத் தூக்கம் வரவே இல்லை. பட்டணத்தின் ஓசையும் அடங்கிவிட்டது. தூரத்திலிருந்து சமுத்திரத்தின் ஓலந்தான் காற்றில் மிதந்து வந்தது. திடீரென்று மனத்தில் ஓர் ஆசை உதித்தது. ‘ஒருவேளை இப்பொழுது என்னை நூருன்னிஸா பார்க்க வரக்கூடுமோ? அல்லது, என்னைத்தான் எங்கேயாவது எதிர்பார்க்கிறளோ?’ என்று நினைத்தேன்.

மெதுவான காலடிச் சத்தம் கேட்டது. ஆம், அது நூருன்னிஸாதான்! வந்து எனக்கு அருகே இருந்த ஜன்னலின் அப்புறத்தில் நின்றாள்! அதே உருவந்தான்! வயதிற்கேற்ற வாட்டசாட்டம் மட்டுமே வித்தியாசம். நிலவில் முகம் வியக்தமாகத் தெரிந்தது. இன்னது சொல்கிறேன் என்று அறியாமல் எழுந்து நின்று, “எண்ணினபடி ஆயிற்றே!” என்றேன்.

ஒரு விரலால் தன் உதடுகளைப் பொத்திக் காட்டினாள். தான் மார்பில் வைத்திருந்த ஒரு கவரை எடுத்து என் கையில் கொடுத்தாள்.

“இதை ஊருக்குப் போய்ப் படி; நாளைக் காலையிலேயே புறப்பட்டுவிடு! பார்த்தாய்விட்டது. ஒரு நிமிஷம் தாமதிக்கக் கூடாது” என்று சொல்லித் திரும்பினாள்.

கொஞ்ச தூரம் சென்று திரும்பிப் பார்த்தாள்! நிலவின் வெளிச்சத்தில் அவளுடைய அழகான முகத்தில், கலவரத்தினால் முத்து முத்தாய் வேர்வை துளித்திருந்ததைக் கவனித்தேன். நான் தாவியோடி அவள் கையைப் பற்றினேன்.

ஒரு நிமிஷம் அப்படியே நின்றோம்!

மறு நொடியில் மெதுவாகக் கையை விடுத்துக்கொண்டு போய் விட்டாள்.

4

மறுநாட் காலை நான் பயணத்திற்குக் தயாராயிருந்ததைக் கண்டு குலாமின் முகம் வாட்டமடைந்தது.

“என்ன சமாசாரம்?” என்றான்.

"அதுதான் ஒருநாள் இருந்தாயிற்றே; மற்றொரு சமயம் சாவகாசமாகச் சந்திப்போம். எனக்குக் கொஞ்சம் காரியம் இருக்கிறது" என்றேன்.

அரை மணிக்குள் அந்தப் பங்களாவைவிட்டு வெளியேறிவிட்டேன்.

திருச்சியில் காவேரிக்கரை ஓரத்தில் என் அறையிலிருந்து ஜன்னலின் வழியாகத் திரும்பவும் அதே சந்திரனைப் பார்த்துக்கொண்டிருந்தேன் – எவ்வளவு மாறுபட்ட மனோபாவத்துடன்! கடிதத்தைப் பிரித்துப் படித்துப் பார்த்தேன்.

"இக்கடிதத்தை என் வாக்காகவும் என் அடையாளமாகவும் நீ வைத்துக்கொள்ளலாம். நாம் திருச்சியில் சிறு குழந்தைகளாக விளையாடினபோது என் மனத்தில் உன்னிடம் ஏற்பட்டப் பற்று என்னை விட்டு இன்னும் அகலவில்லை. ஏனென்றால், ஸதா உன் உருவம் சிலைபோல என்முன் நிற்கிறது.

நான் நித்திய இளமையோடு உன்னுடன் விளையாடுவது போலவே கனவு காண்கிறேன். உன்னை மற்றொருமுறை இந்த ஜன்மத்தில் பார்க்க வேண்டுமென்ற அவாவும் நிறைவேறிவிட்டது. இனி என் நாட்களை முன்பு ஜெபுன்னிஸா கழித்ததுபோலக் கழிக்கப் போகிறேன். என் தாயிடம் உனக்குக் கல்யாணமாகவில்லையென்று நீ சொன்னது எனக்குத் திருப்தியைக் கொடுத்தது. இனிமேல் நீ வேறொரு ஸ்திரீயிடம் ஈடுபடாமல் உன் வாழ்நாட்களை என் மனத்தோடு மட்டும் லயிக்கச் செய்து கழிப்பாயானால், நானும் சோர்வின்றி வாழ்வேன். அப்படியே செய்கிறேனென்று நீ எனக்குப் பதில் எழுத வேண்டாம். நீ செய்வா யென்று எனக்கொரு தீவிர நம்பிக்கை இருக்கிறது. அதே என் உயிர் நாடி.

நான் மெய்ம்மறந்து உன்னையே நினைக்கிறேன். ஆனால் நாமிருவரும் இவ்வுடலில் ஸதிபதிகளல்ல எப்போதும். சரீர இச்சை வேண்டாம் நமக்கு. பூர்ணமாக நினைவு ஆகாசத்தில் ஜொலிக்கும் சுக சந்திரனுக்குக் களங்கமுண்டாக்காதிருப்போம்! சரிதானே?"

உன்
நூர் உன்னிஸா

அவ்வொளி மயக்கத்தில் அவளே மதியுருவுடன் வந்து என்னிடம் வாக்கு வாங்குவது போலிருந்தது.

என் மனமோகினியின் கட்டளைப்படி நான் உலக வழிகளில் திரிந்து வருகிறேன். நான் செய்யும் சகல காரியங்களிலும் நான் நினைத்த மாத்திரத்தில் என் முன் தங்கப்பதுமைபோல வந்து நின்று என்னை உத்ஸாகப்படுத்துகிறாள். என் சோர்விலும் என் மனத்தின் முன் குதித்துக்கொண்டு வந்து நின்று என்னை ஆற்றுகிறாள்.

❖

சுதந்திரச் சங்கு, **30-3-1934**

தாயாரின் திருப்தி

பங்குனி மாஸத்து வெய்யில் சுள்ளென்று அடித்தது. தலை வெடித்துப்போகும் போன்ற தாபம். உச்சிகால வேட்கை மிகுதியால் உலகமே மயங்கியிருந்தது. காக்கைகள் கூட வாயைத் திறந்துகொண்டு மௌனமாக மரங்களில் உட்கார்ந்திருந்தன. நாய்கள் மட்டும் எச்சில் இலைகளுக்காகப் பிரமாதமாக ரகளை செய்துகொண்டிருந்தன. பிராமணர்கள் துடித்துக்கொண்டு நடந்து வந்து சேர்ந்தார்கள்.

புரோஹிதர் கண்ணை மூடிக்கொண்டு மந்திரங்களை அர்த்தமில்லாமல் ஓட்டினார். 'பிராசீனாவிதி' 'பவித்ரம்' 'திருத்வா' என்பவைகளையும் மந்திரத்துடன் சேர்த்து ஒரே ராகத்தில் பாடிக்கொண்டே போனார். பிராமணர்களுக்கு வஸ்திரம், கும்பம், தக்ஷிணை இவைகள் கொடுக்கப் பட்டுச் சாப்பிட உட்கார்ந்தார்கள்.

சுந்தரேசய்யரின் தாயாருக்கு அன்று சிரார்த்தம். அவர் நாஸ்திகருமல்ல, ஆஸ்திகருமல்ல. தென்னிந்திய ஆங்கிலம் படித்த பிராமணர்களின் திரிசங்கு ஸ்வாகக் கூட்டத்தைச் சேர்ந்தவர். ஸ்நான ஸந்தியா வந்தனாதிகள் விதிப்படி நடக்காது. ஆனால் தர்ப்பணமும் சிரார்த்தமும் மட்டும் தவறாமல் நடைபெறும். அந்தத் தினங்களில் மட்டும் விபூதி, பஞ்சகச்சம் இவைகள் பவித்திரத்தைச் சந்திக்கும். சுந்தரேசய்யரிடம் பஜனை ஒன்றும் விளங்கும். அவர் அதில் அஸாத்திய மோகங்கொண்டவர். ராமஸங்கீர்த்தனத்தில் உருகிக் கண்ணீர் விடுவார். ஆனந்தத் தாண்டவமாடுவார். அதற்காக அவரை ஊரில் கொஞ்சம் கேலிகூடச் செய்கிறதுண்டு. ஆனால் மொத்தத்தில் வெகு ஸாதுவான பிரகிருதி. பிச்சைக்காரனென்றால் ஏதாவது கொடுக்காமல் அனுப்பமாட்டார். அதிலும் கூன்

குருடென்றால் 'அரை, கால் என்று' கொடுத்துவிடுவார். இதற்காக அவரைப் பற்றி ஊரில் உலகம் தெரியாதவரென்றும் கொஞ்சம் 'கிருக்கு' மனுஷ்யனென்றும் பேசிக் கொள்வதுண்டு.

பிராமணர்கள் சாப்பாடு முடிந்து பிண்டப் பிரதானமும் ஆய்விட்டது. பிராமணர்கள் 'திருப்தி' சொல்ல வேண்டியது சட்டம். சுந்தரேசய்யரின் மூன்று வயதுக் குழந்தை, வாசலில் விளையாடிக் கொண்டிருந்தவன் உள்ளே ஓடி வந்து,

"அப்பா, வாசல்லே பாட்டி வந்திருக்கா, சாதம் வேணுமாம்" என்றான்.

"பாட்டி வந்திருக்காளா? அதார்ரா?" என்று கேட்டுக்கொண்டு சுந்தரேசய்யர் வாசலில் போய்ப் பார்த்தார்.

வாசற்படியில் கையில் தடியும் தகரக் குவளையுமுள்ள ஒரு குறக்கிழவி சாய்ந்துகொண்டிருந்தாள்.

"ஐயோ! கிருகிருண்ணு வருதே. இந்தப் பாவி ஊர்லே ஒரு பிடி சோறு போடறவங்க இல்லையா? ஐயோ" என்று பெருமூச்சுக்களிடையே சொல்லிக்கொண்டிருந்தாள்.

அந்தத் தவிப்பைப் பார்த்த சுந்தரேசய்யர் மனதில் திடீரென்று ஏதோ ஓர் எண்ணம் ஏற்பட்டது. ஜாதியாசாரம் என்று சொல்லப்படும் மூடபக்தியை மனிதனின் ஸ்வபாவகுணமான இரக்கம் ஒரேயடியில் வென்றுவிட்டது. ஒரு நிமிஷத்தில் என்ன செய்ய வேண்டுமென்பதையும் தீர்மானித்து, அதற்கு மதநம்பிக்கைக்கேற்ற சமாதானத்தையும் மனதிற் கொண்டார்.

சட்டென்று உள்ளே சென்று ஒரு பிண்டத்தையும் தன் தீர்த்த கலசத்தையும் எடுத்துக்கொண்டு வாசலில் வந்து உருண்டையைக் கலசத்தில் கரைத்துக் கிழவியின் குவளையில் 'பிடி' என்று ஊற்றினார். அதை மடமடவென்று குடித்துவிட்டு "அப்பாடா, உசிர் வந்திச்சு! மவராசா, நீ நல்லா இருக்கணும். உன்னைப் பெத்த வயிறு எம் வயத்தைப் போலே குளுரணும்" என்று சொல்லிச் சிரமம் மேலிட்டுப் படியில் சாய்ந்துவிட்டாள்.

"என்ன, என்ன!" என்று ஓடிவந்து பிராமணர்கள் இதைப் பார்த்துத் திகைத்துப்போய், "அடாடாடா, என்ன அபசாரம்! சிரார்த்தம் நஷ்டமாய்விட்டதே! பித்ரு சாபம் லபித்துவிட்டதே! என்ன அக்ரமம்! யார் இப்படிச் சிரார்த்தம் செய்யச் சொன்னார்கள்!"

"ஏன்?" என்றார் சுந்தரேசய்யர்.

"வாயசத்துக்குக்கூட இன்னும் பிண்டம் வைக்கவில்லை. பித்ருக்கள் காக்கையாக வந்து காத்திருப்பார்களே!"

"மனித ரூபத்துடன் வந்து என் தாயார் இதோ திருப்தியடைந்து விட்டாளே! காக்காயைக் காட்டிலும் மனித ஜன்மம் மேலல்லவா?"

"உங்களுக்குப் பைத்யம் பிடித்துவிட்டது. உம், இனிமேல் இங்கே ஜலபானம் செய்யக் கூடாது. ஓய், சாஸ்திரிகளே, தாம்பூலத்தை இங்கேயே எறிந்துவிடும்" என்று சொல்லிப் பிராமணர்கள் வஸ்திரம், கும்பம், தக்ஷிணைகளைக் கைபடாமல் எடுத்துக்கொண்டு, கீழே கால்வைத்துக்கூட நடக்காமல் சென்றார்கள்.

"ஐயோ, இதென்ன, இப்படிச் செய்துவிட்டீர்களே!" என்று கவலையோடு மனைவி வெளியே வந்தாள்.

"என்னடி அசடு! வாசலில் பார் அம்மா உருவெடுத்து வந்திருப்பதை!"

சுதந்திரச் சங்கு, 13-04-1934

தனபாக்கியத்தின் தொழில்

1

தனபாக்கியம் ஆழ்ந்த தூக்கத்திலிருந்து தூக்கி வாரிப் போட்டது போலப் படுக்கையில் எழுந்து உட்கார்ந்தாள். பக்கத்தில் தான் எழுந்திருந்ததையும் உணராமல், ஷண்முகசுந்தரம் மனசை எங்கோ செலுத்தினவனாய் ஜன்னல் வழியாக வெளியே பார்த்துக்கொண்டிருப்பதைக் கண்டாள்.

"அப்போது முதலா தூங்காமல் உட்கார்ந்துகொண்டிருக்கிறீர்கள்?" என்று கவலையுடன் கேட்டுக்கொண்டு மெதுவாக அவனுடைய தோளின் மேல் சாய்ந்தாள்.

"ஆ! என்ன சொல்கிறாய்? நீ ஏன் எழுந்திருந்தாய்?" என்று அவன் கேட்டபோது குரல் அவளைக் கொஞ்சம் கலக்கிவிட்டது.

"என் தூக்கத்திலும் நீங்கள் படுத்துக்கொள்ளாதது போன்ற ஓர் உணர்ச்சி மனசில் தட்டி என்னை எழுப்பிவிட்டது. ஏன் இன்னும் தூங்கவில்லை?"

"தூக்கம் வரவில்லை. இந்த இரவின் நிச்சப்தமான ஆச்சரியத்தை ஆராய்ந்துகொண்டு உட்கார்ந்திருக்கிறேன். இதே சாந்திமயமான பொழுதில் உலகத்தில் எவ்வளவு கொடிய செய்கைகள் நடைபெறுகின்றன! எவ்வளவு உயிர்கள் நிம்மதியற்றுக் கலங்குகின்றன!"

"அந்த எண்ணங்கள் நமக்கு வேண்டாம் நக்ஷத்திர வெளிச்சத்தால் சற்றே ஏற்றப்பட்ட இந்த மையிருட்டின் மத்தியிலும் என்ன ஆனந்தக் கூத்து! பவழ மல்லிகையின் வாஸனை கீழேயிருந்து மூச்சுக் காற்றுப்போல் விட்டு விட்டு வருகிறது; பாருங்கள்! இந்தக் கரிச்சானுக்குப் பாட்டு சாதகம் செய்ய இதுதான் சரியான பொழுதோ? திருப்பித் திருப்பி, சங்கதிகள் போட்டல்லவோ பாடம் பண்ணுகிறது!"

“இவ்வளவு ஆனந்தத்திற்கும் எல்லை இருக்கிறதுபோல் இருக்கிறது!”

“ஆனந்தத்திற்கு எல்லையே இருக்க முடியாது. அதை அநுபவிக்கும் பிராணிகளின் ஆயுளுக்குத்தான் எல்லை இருக்கிறது; அல்லவா?”

“உதாரணமாக நான் இப்பொழுது ஒரு சமாசாரத்தைச் சொன்னால், நீ சொன்ன இவ்வளவு வார்த்தைகளும் பொய்யாகும்.”

“அந்தச் சமாசாரம் எனக்கு வேண்டாம். எனக்கும் தூக்கம் கலைந்துவிட்டது. ஏதாவது கதை சொல்லுங்களேன்” என்று தனம் இன்னும் சற்று நெருங்கி உட்கார்ந்துகொண்டு கொஞ்சினாள்.

“நாம் இப்படியே, கழுத்தில் கைகளைப் போட்டு அணைத்துக் கொண்டு . . . ”

“இப்படியே – இருந்துவிட்டால்?” என்று முகத்தோடு முகம் வைத்துக் கேட்டாள்.

“இப்படியே இறந்துவிட்டால்! – நமது அன்பு சாசுவதமாகிவிடும். அதில் ஒருவித மாறுதலும் ஏற்பட முடியாது.”

“அதேன் அப்படிச் சொல்கிறீர்கள்?” என்று அவள் திடுக்கிட்டுக் கேட்டாள்.

“அதென்னமோ, அப்படித் தோணுகிறது எனக்கு; உனக்கு ஒரு கதை சொல்லட்டுமா; கேட்டாயே?”

“சொல்லுங்கள்.”

“பார்பிரியா என்பவள் யௌவனம் பொங்கிய கட்டழகி; உன்னவ்வளவு உடலழகு உள்ளவள் என்று வைத்துக்கொள்ளேன்–”

“போங்கள்!”

“இப்பேர்ப்பட்ட ஓர் இருளிரவில், ரகசியமாகத் தன்னை எதிர் பார்த்து ஏங்கிக்கொண்டிருந்த காதலனிடம் சென்றாள். அவனுடைய போற்றுதலில் ஈடுபட்டாள். அவன் கண்களாலும் கைகளாலும் இதழ் களாலும் அவளைத் துதித்து அகமகிழ்ந்தான். நாணத்துடன் நகைத்து நின்றவள், பூப்போல மலர்ந்து இளகி மறைந்து கிடந்த தன் இச்சையை மணம்போல் ‘கம்’மென்று சொரிந்து பரவசமடைந்தாள். காதலன் வெறி கொண்டுவிட்டான். அவனுக்கு என்ன செய்வதென்று தெரிய வில்லை. தன் வாழ்வில் அந்த நிமிஷம் மறுமுறை கிடைக்கத் தகாதெனத் தோன்றிற்று அவனுக்கு. அதை அப்படியே அழிவற்றதாகச் செய்துவிட வேண்டுமென்று எண்ணினான். என்ன செய்தான் தெரியுமா?”

“எவ்விதமானாலும் உன்னை மணந்துகொள்ளுகிறேன் என்றானோ?”

“என்ன செய்தான் தெரியுமா, அந்த மையல் பித்தன்? அவளது நீண்ட கூந்தலை அவிழ்த்துவிட்டான். காதலி பெருமைப் புன்னகை பூத்தாள். அதைக் கையில் பற்றிக் கழுத்தைச் சுற்றி அழகு பார்த்து மயங்கினான். ‘அன்பே, இதே சாவற்ற நிலை!’ என்று அப்படியே கூந்தலை நெருக்கிச் சுருக்கிட்டான்!”

"ஐயோ பாவம்! அப்படியா முடிந்தது அந்தக் காதல்?"

"முடியவில்லை. அது தழைக்க முடியாத ஓர் உலகத்தை மீறிச் சென்றுவிட்டது."

"காதல் தழைப்பதற்கு உலகத்தில் இடையூறுகள் உண்டா?"

"உண்டு; உதாரணமாக உன் தாய் என்னை இங்கு வர வேண்டாமென்று தடுத்துவிட்டால்?"

"எதற்காக? நன்றாயிருக்கிறது! அவள்தானே –"

"அப்படிச் செய்யக் காரணங்கள் ஏற்பட்டால்?"

"காரணங்களும் வேண்டாம், கதைகளும் வேண்டாம். போதும், இப்படித் தூங்குங்கள்" என்று அவனைத் தன் மடிமேல் சாய்த்துக் கொண்டாள்.

"வாஸ்தவம். சந்தர்ப்பம் நெருங்குகிற வரையில் காலத்தை ஏன் வீண்போக்க வேண்டும்?"

"நீங்கள் ஏன் இப்படியெல்லாம் பேசுகிறீர்கள் இன்றைக்கு? எனக்கு அப்புறம் – தெரியுமா?"

ஷண்முகசுந்தரம் அவளை மேலே பேச விடவில்லை.

2

"அடி தனம்! இனிமேல் அந்தப் 'பரதைப்பயல்' இந்த வாசல் நுழையக் கூடாது, தெரியுமா?" என்று தனத்தின் தாய் கமலம் வெடுக்கென்று பேசினாள். தொழிலில் கண்ணும் கருத்துமுடையவள் அவள்.

"என்னம்மா சொல்கிறாய்?"

"சம்முகசுந்தரத்தைத்தான்! இனிமேல் இங்கே வரக் கூடாது என்கிறேன்" என்றாள் தாய்.

"ஏன்?" என்று கோபத்துடன் கேட்டாள் மகள்.

"அவன் அரைக்காசற்ற அநாதை. நாம் ஏமாந்துபோய்விட்டோம். அவன் பொய் சொல்லிவிட்டான்."

"யார்?"

"அவனும் அந்த அயோக்கியன் மாணிக்கமுந்தான்."

"என்னவென்று?"

"இவன் ஒரு பெரிய மைனர் என்றும் கல்யாணமாகாதவன் என்றும் மாணிக்கம் என்னிடம் சொன்னான்."

"எப்பொழுது?"

"நேற்று மாணிக்கம் இங்கு வந்திருந்தான். என்னை க்ஷேமம் விசாரித்தான் 'மாப்பிள்ளை சௌக்கியந்தானே?' என்று குத்தலாகக்

கேட்டான். ‘சௌக்கியந்தான்’ என்றேன். ‘உனக்குத் திருப்திதானா?’ என்று கேட்டான். ‘எனக்குக் கோபம் வந்துவிட்டது’ என்றேன். ‘உங்கள் மைனர் மாப்பிள்ளை, தான் பிச்சைக்காரனென்று உங்களிடம் இன்னும் சொல்லவில்லையோ?’ என்றான். மறுபடியும் ‘உனக்கென்ன?’ என்றேன். அதற்கு என்ன பதில் சொன்னான் தெரியுமா? போன வருஷம் டாக்கியில் நீ அவனுடன் ஆடினபொழுது அவன் உன்பேரில் ஆசை கொண்டானாம். உன்னைக் கேட்டானாம். நீ மறுத்து விட்டாயாம். அதற்குப் பழியாக உனக்கு ஒரு பரதேசியைக் கொண்டுவந்து விட்டு ஏமாற்றி அவமானப்படுத்த வேண்டுமென்று தீர்மானித்தானாம்.”

“அதற்காக?”

“இவனைக் கொண்டுவந்து விட்டானாம்.”

“பேஷாயிருக்கிறது, அவன் பொய்! நாங்களேயல்லவோ முதல் முதலாகத் தியேட்டரில் சந்தித்தோம்!”

“அவன்தானாமடி அப்படிச் சந்திக்கும்படி ஏற்பாடு செய்தானாம்.”

“நீ சுத்த அசடாயிருக்கிறாயம்மா. அவன் செய்யவாவது? என் மனசை ஆக்க அவனால் ஆகுமா?”

“பின் எப்படி அவனுக்குத் தெரியும்? மறுநாள் என்னிடம் வந்து, ‘அவன் மைனராக்கும்; கல்யாணம் ஆகாதவனாக்கும்’ என்றானே? உன்னிடம் தான் ஏழையென்று அவன் சொன்னானோ?”

“இல்லை. ஆனால் அவசியம்?”

“அவசியமா? உனக்கு என்ன பைத்தியமா? இன்று அவன் வந்தால் வீட்டைவிட்டுத் துரத்து, தெரியுமா?” என்று கமலம் போதித்து விட்டு வெற்றிலை மென்றுகொண்டு வாசலுக்குப் போய்விட்டாள்.

3

“தனம், தனம்! ஏன் இப்படி இருக்கிறாய்? என்ன கோபம் உனக்கு?”

“கோபம் என்ன இருக்கிறது? ஒன்றும் இல்லை.”

“அப்படிச் சொல்லிக்கொண்டே உன் மனசை ஒளித்து மனஸ்தாபப் படுகிறாயே? என்ன காரணம்?”

“நீங்கள் மனசை ஒளித்துப் பழகி எனக்கு வழிகாட்டி விட்டீர்கள்.”

“நான் என்ன ஒளித்தேன்? என்னிடம் ஒன்றும் இல்லையே ஒளிப்பதற்கு?”

“நீங்கள் பணக்காரர்களா?”

“இல்லை. நான் ஏழைப் புலவன். ஆ! என்னை வெறுக்கிறாயல்லவா?”

“ஏன் அப்படி நினைக்கிறீர்கள்?”

“நீ பணத்தை விரும்புவது சகஜந்தானே?”

"என் ஜாதிக்குச் சகஜம் என்று சொல்லிக் காட்டுகிறீர்களா? என் ஜாதி ஸ்வபாவத்துடனா நான் உங்களை – என் குலத்து வழக்கப் படியா உங்களை –" என்று அவள் விம்மி விம்மிச் சொல்வதற்குள் கண்ணீர் நெஞ்சை அடைத்துவிட்டது. ஷண்முகசுந்தரம் பதறி, "இல்லை, இல்லை. நான் உன்னை அறியவில்லையா? அறிகிறேன். நீ ஏன் நான் பணக்காரனா என்று கேட்டாய், சொல்வாயா?" என்றான்.

"நீங்கள் ஏழையென்று ஏன் இத்தனை நாள் என்னிடம் சொல்ல வில்லை?"

தான் சொல்லவேண்டிய பதில் திரும்பவும் அவளைப் புண்படுத்தும் என்று அறிந்து தலை குனிந்துகொண்டான்.

"அதுவும் என் மேலுள்ள ஸந்தேகத்தால்தான்; ஒருவேளை நான் இகழ்வேனென்று. இல்லையா?"

"உன்மேல் நான் கொண்ட பற்று அதற்குக் காரணமென்று நீ அறியவில்லையா?" என்று மன்றாடினான்.

"இருக்கட்டும். மாணிக்கம் உங்களுக்குப் பழக்கமா? எப்படி?"

"அவன் ஆடின டாக்கிக்கு நான் சம்பாஷணை எழுதிக் கொடுத்தேன்."

"நீங்கள் இயற்றியதா அந்தச் சம்பாஷணை?"

"உனக்குத் தெரியாதா?"

"தெரியாதே! நீங்கள் இயற்றிய சம்பாஷணையில் அவன் ஏன் என்னுடன் ஆட வேண்டும்?"

"அவனால்தான் எனக்குக் கம்பெனிக்காரர்கள் அறிமுகமாக வேண்டியிருந்தது."

"என் தாய் சொன்னது சரிதான்!" என்று சிரித்துக்கொண்டு எழுந்து உட்கார்ந்தாள்.

"என்ன?" என்று ஆவலுடன் கேட்டான்.

"திருடன்!"

"ஏன் சொல்லமாட்டாள்? அவள் கண்மணியைத் திருடிக்கொண்டு விட்டேனல்லவா?"

வெளியே கமலத்தின் குரல் கேட்டது:

"அடியே அவனை வெளியே போகச்சொல்லு!"

"மாட்டேனம்மா!"

"ஆனால், இருவரும் வெளியே போங்கள்!"

❖

***மணிக்கொடி*, 17-06-1934**

அடிமைப் பயல்

விளக்கு வைத்து இரண்டு நாழிகைதான். வீரகனூரில் ஊரோசை அடங்கிவிட்டது. தெருவாசலில் அவிழ்த்துப் போட்ட நெல் வண்டிகள் வரிசையாக நிறுத்தப்பட்டிருந்தன. வெள்ளி முளைக்கிற நேரத்திற்குக் கட்டி, வெய்யில் வேளைக்கு ஆத்தூர் போய்ச் சேர்ந்துவிட வேண்டியதற்காக, இரவே மூட்டைகளை ஏற்றித் தயாராக இருந்தன. மாடுகள் வைக்கோல் தின்றபோது அசைந்த கழுத்து மணிகளுடைய சத்தம் ஒரே தினுசாகக் கேட்டுக்கொண்டிருந்தது. வண்டிக் காரர்கள் வீட்டுத் திண்ணைகளிலும் குறடுகளிலும் படுக்க யத்தனம் செய்துகொண்டிருந்தார்கள்.

சேர்வைகாரர் வீட்டிலும் கூச்சல் கூப்பாடு ஓய்ந்து விட்டது. சேர்வைகாரர் சாப்பாடு முடிந்து ஏப்பம் விட்டுக் கொண்டு வாசல் திண்ணையில் வந்து உட்கார்ந்தார். வாசற்புரையில் சிறு விளக்கெண்ணெய் விளக்கு ஒன்று எரிந்துகொண்டிருந்தது.

அவர் எப்பொழுது வெளியே வருவார் என்று காத்துக் கொண்டிருந்தான் சோலை. அவர் வயிற்றைத் தடவிக் கொண்டு சந்தோஷமாக இருப்பதைக் கண்டு மெள்ள 'ஐயா!' என்றான்.

"ஏண்டாலே! கொட்டத்திலேயிருந்த சாணியெல்லாம் அள்ளிக் குமிச்சாச்சா? கன்னுகளெப் புடிச்சிக் கட்டியாச்சா? நேத்துச் செவலெக் கன்னெப் புடிச்சிக் கட்டவேல்லியாடா நீ?" என்று அடித் தொண்டையில் அதட்டிக் கேட்டார்.

"அல்லாம் ஆச்சுங்க . . . எங்கப்பனுக்கு வவுத்தாலே போவுதாம். மயக்கமா வந்து கீளே வுளுந்திட்டாங்களாம்" என்று தயங்கித் தயங்கிச் சொன்னான் சோலை.

"யார்ரா சொன்னது? பொயுது விடியர நேரத்திலே நான் பாத்தேனே! செங்க வண்டி ஓட்டிக்கிட்டு எதுக்கே வந்தானே!"

"எங்காத்தா வந்திருக்கு. ஆசுபத்திரிக்குப் போயி டாகட்டரெ கூட்டியாரணுமாம்."

சோலைக்கு வயது பத்து. சேர்வைகாரர் வீட்டில் வேலைக்கு இருந்தான். அவனுடைய தகப்பன் சடையன் அவரிடம் வாங்கிய கடனுக்குச் சோலை அடகாக இருந்தான். அவர் வீட்டில் வேலை செய்ய வேண்டியது. வட்டிக்குப் பதிலாக அவர் சொன்னதையெல்லாம் கேட்க வேண்டியது. விடிந்ததும் சோறு குடித்துவிட்டுச் சேர்வைகாரர் வீட்டிற்கு வருவான். இரவு படுக்கிற நேரத்திற்குத்தான் வீட்டிற்குப் போவான். சில சமயங்களில் பகற்சோறு யஜமானன் வீட்டில் கிடைக்கும். அதற்குப் பதிலாகப் பத்துத் துலக்க வேண்டும். கடனாக வாங்கின ரூபாயைச் சடையன் திருப்பிக் கொடுக்கிற பொழுதுதான் சோலையின் அடிமைத்தனம் நீங்கும். இந்த வழக்கம் சில பிராந்தியங்களில் இன்றும் கிராமாந்தரங்களில் இருந்து வருகிறது.

சடையனுக்கும் பூங்காவனத்திற்கும் சோலை ஒரே மகன். ஒரு சமயம் சௌகரியமாகவே இருந்தவர்கள்தான் அவர்கள். ஒரு காணி நிலத்தைக் குத்தகைக்கு வாங்கிப் புருஷனும் பெண்சாதியும் அதிலேயே இரவு பகலாகப் பாடுபட்டு நன்றாகப் பயிரேற்றினார்கள். அந்த நிலத்தை உழுததுபோகக் கிராமத்தில் முதல் ஏராக மாடுகளைக் கூலிக்குக்கூட விட்டு வந்தான் சடையன். சொன்ன சொல் தவறாதவன், தப்புத் தண்டாவிற்குப் போகாதவன் என்று அவனுக்கு ஊரில் நல்ல பெயர் இருந்தது.

விலைவாசிகள் திடீரென்று புரண்டதால் வெள்ளாமை வாயில் மண்விழுந்தது. உழுது பயிர்ச் செலவு செய்வதில் லாபம் இல்லாமற் போயிற்று. அத்துடன் இரண்டு வருஷம் சேர்ந்தாற்போலத் தண்ணீர்க் கஷ்டம். சடையனின் மாடுகள் சப்பைநோயில் திடீரென்று மாண்டன. மாடு இல்லாமல் குத்தகைக்கு உழுவதில் உபயோகமில்லாமற்போயிற்று. ஜீவனத்திற்கு வேறு வழி இல்லாமல், அந்த ஊரிலேயே கொஞ்சம் பசையுள்ள பேர்வழியான சேர்வைகாரரிடம் நூற்றைம்பது ரூபாய் கடன் வாங்கி மறுபடியும் ஒரு ஜதை மாடு வாங்கிச் சடையன் செங்கல் வண்டி ஓட்டினான். பூங்காவனம் அக்கிரகாரத்தில் நாலு வீடுகள் கூட்டி இரண்டு ரூபாய் சம்பாதித்தாள்.

பூங்காவனத்திற்கு வயது இருபத்திநாலு. சிகப்பாக இருந்ததால் அவளுக்குப் பாப்பாத்தி என்று ஒரு பெயரும் உண்டு. நன்றாக மஞ்சள் அரைத்துப் பூசிக்கொண்டு எப்பொழுதும் பளிச்சென்று இருப்பாள். பேசும்பொழுது அமரிக்கையாகச் சிரித்துக் கொண்டேதான் பேசுவாள். ரொம்ப நல்லவள் என்று அவளுக்கு ஊரில் செல்வாக்கும் உண்டு.

"உங்காத்தா வந்திருக்கா? எங்கே?" என்று கேட்டார் சேர்வைகாரர்.

அதுவரையில் பூங்கா சேர்வைகாரருடன் பேசினதில்லை.

"இவுங்கப்பனுக்குக் காலரா கண்டுருக்கு. டாகட்டரெ கூட்டியாரணும். அவருக்கு ரெண்டு ரூவா பீசாம். ஒங்களுக்கு ரொம்பப் புண்ணியம். இண்ணக்கிக் கொடுத்தா நாளெக்கி வண்டி வாடவெ –" என்று பூங்கா சொல்லி முடிப்பதற்குள் சேர்வைகாரர் குறுக்கிட்டார்.

"ரெண்டு ரூவாயா! ரூவா கெளம்பரதே கஷ்டமாயிருக்குதே! நேத்துத்தான் இன்கம்டாக்சு வரிக்குப் பொறுக்கிப் பொணச்சு அனுப்பினேன். அந்தப் பய வேலு குத்தவெ பாக்கி தரணும். ஏலே, அவனெப் போயி –"

"ஐயோ! அவசரமாச்சுங்களே! நாலுதரம் போயிருச்சி; நடக்க மாட்டல்லேங்கறாரு, கண் இருட்டுதாம்."

"அதெல்லாம் சரித்தான்! பணமில்லியே! அந்த டாக்டரெத்தான் நாளெக்கித் தாரேண்ணு கூட்டியாரதானே!"

"அவரு பீசில்லாமெ வரமாட்டாராமல்ல."

"கரடியாக் கத்தினாலும் எங்கிட்ட செல்லாக் காசுகூடக் கிடையாது. நான் கொடுத்த ரூவா வேற இருக்கு. அதுக்கு என்ன வளி? பயலோ, சுத்தமாச் சொன்ன பேச்சுக் கேக்கறதில்லே. ரூவா கொடுத்திட்டு . . ."

"ஐயோ, இந்நேரம் ஒடம்பு என்னமாயிருக்குதோ, ஒண்டியமா விட்டுட்டு வந்திருக்கிறேன், பயலையாவது கூட்டிக்கிட்டுப் போவட்டுமா?"

"அவன் வந்து என்ன பண்ணப்போறான்?"

"அவனையும் கூட்டிக்கிட்டுப் போயி டாகட்டர் கால்லே விளறேன்."

"ஏண்டா, பத்து தேச்சாயிருச்சா?"

"ஆயிருச்சுங்க."

அப்பொழுது சடையன் வீட்டிற்கு அடுத்த வீட்டு ஷண்முகம் ஓட்டமாய் ஓடிவந்தான். அதைக் கண்டதும் பூங்காவனத்தின் ஹிருதயம் அப்படியே நின்றுவிட்டது.

"அண்ணெ எறந்து பூட்டாரு" என்று அவன் வாய்திறந்து சொல்ல அவள் காத்திருக்கவில்லை.

"அடெ இதென்ன எளவு இங்கே . . . வெள்ளிக்கிளமே பொளுதும் அதுவும்? . . . ஏண்டா சம்முவம், வூட்லே வண்டிமாடு இருக்குதா? அதெ இங்கே புடிச்சாந்து கட்டு, அப்பாலெ எல்லாம் பாத்துக்கிடுவோம். உம், மனிசன்னு பொறந்தாச் சாவுதான்!"

பூங்காவனம் துக்கம் தாங்கமாட்டாமல் பொருமினாள்.

"ஐயோ! கடவுளே, வாய்க்கரிசிக்கும் விதியத்துப் போனேனே! . . . நான் எங்கே போவட்டும் காசுக்கு? . . . சந்திரமதிபோலே" என்று வாய்விட்டு அழுதாள்.

மங்கிய விளக்கெண்ணெய் விளக்கு வெளிச்சத்தில் அவளுடைய மெல்லிய உடல் துடித்ததைக் கண்ட சேர்வைகாரர் மனதுகூட இளகிற்று.

"சும்மா இரும்மா! என்ன பண்ரது? அந்தப் பூச்சிக்கூட்டை இங்கிட்டுக் கொடு. எங்காச்சியும் கேட்டுப் பாப்போம்" என்று அவர் தெருவைப் பார்த்துக்கொண்டு சொன்னார்.

பூங்காவனம் பூச்சிக்கூடுகளைக் கழற்றித் தரையில் சேர்வைகாரர் முன் எறிந்துவிட்டுத் தன் மகனுடன் வீட்டிற்கு வீறிட்டுக்கொண்டு சென்றாள்.

❖

காந்தி, 25-07-1934; *மணிக்கொடி,* 15-7-1938

குந்துமணி

விளக்கு வைக்கிற நேரம்; சிதறிய சில நக்ஷத்திரங்கள் பொரிவாரி இறைத்தது போல வானத்தில் கிடந்தன. ராஜலக்ஷ்மி கையிலிருந்த தம்புராவைக் கீழே வைத்து விட்டு, இருட்டுகிறதையும் மறந்து உட்கார்ந்திருந்தாள். பக்கத்தில் ராமு நாற்காலியில் சாய்ந்தவண்ணம் யோசனையிலாழ்ந்திருந்தவன் போலப் பேச்சற்றிருந்தான்.

"உங்கள் காவிய மயக்கம் என்பீர்களே, அது இப்பொழுது வந்துவிட்டதோ" என்று தானும் மெய்ம்மறந்திருந்ததை மறைத்துக் கேட்டாள்.

"ரொம்ப நாழிகையாய் விட்டதோ? இன்று ராக மென்கிற மது மயக்கம். கடைசியாக நீ ஆனந்த பைரவியில் பாடிய ஜாவளிதான் காரணம். அது யார் செய்தது? யார் செய்தாலென்ன? குரல் கொடுத்து அதை சங்கீதமாக்கு மிடத்திலல்லவா இருக்கிறது பெருமை!"

"சும்மா என்னை ஸ்தோத்திரம் செய்வதே உங்களுக்கு வேலையாய்ப் போய்விட்டது. என் பாட்டை மட்டும்."

"அன்று சங்கீதக் கச்சேரியில் உன் பாட்டினால் கவரப்பட்டல்லவோ நான் உன் கைதியானேன்? அன்று நீ மாயா மாளவ கௌளையை ஆலாபனம் செய்துவிட்டுப் பாடிய பதம் என்னைப் பரவசமாக்கிவிட்டது."

"என் தம்புராவின் தந்திகளை அறுத்துவிட்டு என் குரலையும் கலைத்துக்கொண்டு விடுகிறேன். பின்பாவது."

"பின்பென்ன?"

"பின்பு – அப்பொழுது என்னுடன் பேசுவீர்கள்."

"உன்னிடம் நான் இப்படி ஈடுபட்டிருக்கும்போது வேறு பேச்சில் என்ன ருசி இருக்கிறது."

“பேச்சென்றால் பேச்சா!”

“பின்”

“போங்கள்! என்னைச் சந்தித்து ஒரு வருஷமாகிவிட்டதால் உங்கள் மனம் சலிப்படைந்துவிட்டது.”

“ஒரு வருஷமாயிற்றா? இன்று போலிருக்கிறது. கச்சேரியின் முன் வரிசையில் நான் உட்கார்ந்திருந்தேன். ஞாபகமிருக்கிறதா?”

“இல்லாமலென்ன? நீங்கள் என்னையே கண்கொட்டாமல் பார்த்ததை அநேகர் கவனிக்கும்படியும் நானே அதை உணர்ந்து தடுமாறும்படியும் செய்துவிட்டீர்கள்!”

“தம்புராவின் சுருதி வெள்ளத்தால் உன் குரல் ஒரு மீன்போலத் துள்ளிப் பாய்ந்து, மேலும் கீழும் வெகுசுலபமாகச் சஞ்சரித்ததைக் கேட்டு என்னையே மறந்தேன்.”

“அதென்ன தைரியம்? கொஞ்சங்கொஞ்சமாக நெருங்கிப் பிடில்காரர் முன் வந்துவிட்டீர்களே.”

“பாவம். அவன் உன் சஞ்சாரத்தைப் பின்பற்ற முடியாமல் வில்லை என்ன செய்வதென்று தெரியாமல் வைத்துக்கொண்டு முழித்தான்.”

“எனக்கு ஞாபகமிருக்கிறது. வெகு துணிச்சலுடன் ‘ஒரு ஜாவளி’ என்றீர்கள்.”

“நேர் விரோதமாக நீ “பாரமுகமேலரா” என்ற சுருட்டிக் கீர்த்தனை பாடினாய் – அடாடா! சங்கீதம் போதையைப் போல அன்று என்னை மயக்கியது. உன் குரல் சீறிச்சீறிக் கிளம்பி நாக சர்ப்பம் போல என்னைத் தீண்டி மாய்த்தது.”

“அது சரி – கச்சேரி முடிந்தவுடன் என் தாயையும் என்னையும் தொடர்ந்து வந்தீர்களே. அதென்ன போக்கிரித்தனம்!”

“நீ திரும்பித் திரும்பிப் பார்த்துக்கொண்டே சென்றாயே அதென்ன திருட்டுத்தனம்!”

“உங்களை வரவேற்பதில் என் தாயாருக்குக் கொஞ்சம்கூட இஷ்டமில்லை.”

“அவளிஷ்டம் எனக்கெதற்கு? உன் பார்வைகள் என்னை மௌனமாக வரவேற்றன. ஒப்புக்கொள்கிறாயா, இல்லையா?”

“நன்றாயிருக்கிறது! இல்லவேயில்லை. இப்படித்தான் புருஷர்கள் பேதைப் பெண்களின் மேல் பழி சுமத்துவது.”

“பின் ஏன் உன் தாயாருக்குத் தெரியாமல் என்னை உள்ளே அழைத்துச் சென்றாய்? அதோ முகம் அசடு தட்டுகிறது. எங்கே பார்ப்போம்” என்று அவ்விருட்டில் முகவாயைப் பிடித்து முகத்தைப் பார்க்க முயன்றான்.

ராஜலக்ஷ்மியின் குரல் சட்டென்று மாறுதலடைந்தது.

"நான் டாக்கியில் நடிக்க வேண்டுமென்பது அம்மாவின் எண்ணம். நீங்கள் அதைக் கெடுத்துவிட்டீர்களாம்."

"குசாலாய்ப் போகிறதுதானே! யார் வேண்டாமென்கிறார்கள்? முன்பே என்னிடம் ஒரு வார்த்தை சொல்லியிருந்தால் நான் இந்தப் பக்கமே வரமாட்டேனே."

"கோபம் வந்துவிட்டதா? அம்மா சொல்வதைத்தானே சொன்னேன்" என்று எழுந்து பக்கத்தில் போய் நின்றுகொண்டு,

"அதிருக்கட்டும்... எவ்வளவு நாள் இப்படியிருக்கிறது?"

"ஏன்? எப்படி?"

"ஒன்றுமில்லை. அம்மாவின் உபத்ரவம்தான்."

"... ..."

"எத்தனை நாள் நீங்கள் இப்படி இருக்கக்கூடும்?"

"அதில் என்ன கவலை உனக்கு?"

"ஒன்றுமில்லை. இப்படியே இருந்தால் போதும் – ஆனால் – ஒன்று. என் தாயாரின் உபத்ரவம் தாங்க முடியவில்லையே, நான் என்ன செய்வேன்?"

"என்ன செய்கிறாள்?"

"சொன்னால் நீங்கள் திரும்பவும் கோபிப்பீர்கள்."

"இல்லை, சொல்லு!"

"எங்கள் ஜாதித் தொழிலை நான் பழக வேண்டுமென்று படுத்து கிறாள் – அதாவது நான் பொட்டுக்கட்டிக்கொள்ள வேண்டுமென்று வற்புறுத்துகிறாள்.

"அதற்கு நான் வந்துகொண்டிருப்பது தடையில்லையே?"

"இல்லை, இல்லை. நான்தான் மாட்டேனென்று விட்டேனே."

"ஏன்?"

"ஏனா? உங்களுக்கு இன்னும் விஷயம் புரியவில்லையா? சொல்லு கிறேன் – என் தாயார் என்னை விலைமாதாக இருக்க வேண்டு மென்கிறாள்"

"நீ சொல்லுவது எனக்கு அர்த்தமே ஆகவில்லை. இப்பொழுது அப்படித்தானே – அதாவது – நான் –"

ராஜத்தின் முகம் வெளுத்தது. கண்கள் பயத்தால் பெரிதாகிப் பரந்தன.

"என்ன, என்ன? என்ன சொன்னீர்கள்?"

“ராஜம். ஏனிப்படிப் பதறுகிறாய்?” நான் என்ன சொல்லிவிட்டேன்?”

“நான் உங்களுடைய வைப்பு என்கிறீர்களா?”

“அதிலென்ன உனக்குக் குறை? எந்தப் பெயரானால் என்ன?” அவன் சொன்னது ஒன்றும் அவள் காதில் விழவில்லை. கண்களில் நீர் வடிய, குழந்தை போன்ற விக்கல் குரலுடன்,

“நான் – ஆனால் நான் உங்கள் தாஸிதானா?”

“சுத்த அசடாயிருக்கிறாயே – பின் என்னவென்று எண்ணிக் கொண்டிருந்தாய்?”

“நீங்கள் – ஆனால் – என்னை மணக்கப்போவதில்லையா?”

“ராஜம்! உனக்கென்ன உடம்பு சரியாயில்லையா இன்று? ஏனிப்படிப் பேசுகிறாய், ஒன்றுமில்லாமல்?”

“ஆனால் நீங்கள் கொடுத்த உறுதிகளெல்லாம் பொய்யா?”

“இல்லவேயில்லை – எதைச் சொல்கிறாய்?”

“நீங்கள் – என்னைத் தவிர வேறொருத்தியைக் கண்ணெடுத்துக் கூடப் பார்ப்பதில்லை என்றது –?”

“சரி வா கீழே போவோம். இன்றேதோ விபரீதமாகப் பேசுகிறாய், வார்த்தைகள் வளர்ந்துவிட்டால் பிறகு –”

“வளர்வதென்னவிருக்கிறது இனிமேல்? இதற்குப் பதில் சொல்லுங்கள் – நீங்கள் என்னைக் கலியாணம் செய்துகொள்ளப் போவதில்லையா?”

“நான் இப்படி உன்னிடம் ஈடுபட்ட பிறகு கலியாணம் எதற்கு?”

“இனிமேல் என்னை ஏமாற்ற வேண்டாம் – நீங்கள் உங்கள் ஜாதிப் பெண்ணொருத்தியைக் கலியாணம் செய்துகொள்ளப் போகிறீர்கள்? அல்லவா?”

“அதெப்படியானால் உனக்கென்ன? உன்னிடமிருக்கிற காதல் குறைகிறதாவென்று பார்த்துக்கொள்?”

அவ்வார்த்தையைக் கேட்டதும் காதைப் பொத்திக்கொண்டு “போதும் முடிவாக, உங்களுக்குக் கலியாணம் ஆகப்போகிறது?”

“அதையேன் கேட்கிறாய்? நீ கேட்கிற தினுசைப் பார்த்தால் நான் உள்ளதைச் சொன்னால் நீ வருந்துவாயென்று நினைக்கிறேன்.”

“சொல்லுங்கள்!”

“அடி ராஜம்! இங்கே வா. உன்னை யார் இப்படி இன்று தூண்டி விட்டிருக்கிறார்கள்? உன் தாயாரா?”

“சொல்லுங்கள்!”

"சொல்லாமலிருந்தால் நம் கா... அன்புக்கு நல்லதல்லவா? ராஜம்!"

"சொல்லுங்கள்!"

"சொல்லத்தான் வேண்டுமா?"

"இனிமேல் வேறு வழியில்லை."

"பின்பு உன் மனது கலங்கும். வருந்துவாய்."

"பாதகமில்லை."

"எனக்குக் கலியாணமாகிவிட்டது – அதோ சொல்லிவிட்டேன்."

ராஜம் சட்டென்று அவனிடமிருந்து விலகி நின்றாள். அவளுடைய அழுகை அடங்கிவிட்டது. கண்கள் சிவந்தன.

"எழுந்திருந்து செல்லுங்கள் வெளியே!"

"ஓஹோ! ஏது குலப்பெண்ணுக்குமேற் போய்விட்டதே உனது எண்ணம்?"

"நற்குணத்தில் குலப்பெண்களுக்குத்தான் உரிமையோ? ஐயோ, என் கனவுகளெல்லாம் கானலாகவா போக வேண்டும்? என்னுயிர் ஏக்கங்கள் இத்துடன் இப்படியா முடிவடைய வேண்டும்?"

ராமு மௌனமாக எழுந்து சற்று நின்றான். ராஜத்தின் உருவத்தை அணுக யோசித்தான்.

அந்தச் சமயம் ராஜத்தின் தாயார் அங்கு வந்து "என்னடி! எவ்வளவு நேரமானாலும் தெளிவேற்படுவதில்லையோ?" என்றாள்.

"தெளிவு ஏற்பட்டுவிட்டதடி அம்மா. இதோ வந்துவிட்டேன்."

❖

மணிக்கொடி, 05-08-1934

காமுவின் கதை

விடிந்ததும் விடியாமலும் – இந்தச் சந்தர்ப்பத்தில் படுக்கையை விட்டு எழுந்ததும் என்று சொல்வது பொருந்தும். காமு, தமிழ் 'டைப்ரைட'ரிடம் சென்று உட்கார்ந்துகொண்டு, எதையோ பதினைந்து நிமிஷம் மடமடவென்று அடித்தது நடேசனுக்குக் கொஞ்சம் ஆச்சரியமாக இருந்தது. அவள் அவ்வளவு லாகவத்துடன் அடித்ததைப் பற்றி அவனுக்கு ஆச்சரியம் இல்லை. அதைக் கற்க ஆரம்பித்த மூன்று மாசத்திற்குள், அவள் சர்வ சாதாரணமாக அதைக் கையாளச் சக்தியுள்ளவளாகி விட்டாள். உணர்வுடனும் ஊக்கத்துடனும் அவள் அதைப் பழகிக்கொண்டது அவனுக்கு உத்ஸாகத்தைக் கொடுத்தது. அன்று அவள் பல்கூடத் தேய்க்காமல் 'டைப்' அடிக்க ஆரம்பித்ததுதான் அவனுக்கு ஆச்சரியத்தை உண்டாக்கிற்று.

ஆனால் அதைப் பற்றி அப்பொழுது விசாரிக்க அவனுக்குச் சாவகாசமில்லை. காலேஜில் அன்று சொல்லிக் கொடுக்க வேண்டிய பாடங்களை முன்பே பார்த்து வைத்துக் கொள்ள வேண்டியிருந்ததுடன் அன்று சற்று முன்பாகவே புறப்பட வேண்டியிருந்தது. அதற்குள் சமையற்காரப் பையனால் தயாரிக்க முடிந்த சாப்பாட்டை வேகமாக முடித்துக்கொண்டு மனைவியிடம் சொல்லிக்கொண்டு போய்விட்டான்.

❍

சாயந்தரம் திரும்பி வந்ததும் முதல் கேள்வியாகக் "காமு, இன்று காலையில் எதை அவ்வளவு அவசரமாக டைப் அடித்தாய்?" என்று கேட்டான்.

"சொல்லுகிறேன்; முதலில் இந்த மாதுளை முத்துக் களைக் கொஞ்சம் ருசி பாருங்கள்–"

"வாயல்லவோ சாப்பிடப் போகிறது. காது கேட்டுக் கொண்டு இருக்கலாமே; அதென்ன சமாசாரம்?"

"ஊகியுங்கள், பார்ப்போம்."

"என்னால் முடியாது, சொல்லிவிடு."

"அதா? நேற்று இரவு என் மனத்திற்கு வந்த சிறுகதை. மறந்து போகுமென்று எழுந்தவுடன் அடித்தேன். வேறொன்றும் இல்லை."

"அதை நான் வாசிக்கலாமா?"

"வாசிக்கலாம், ஒரு நிபந்தனையின் பேரில். ஒருவித அபிப்பிராயத்தை யும் வெளியிடக் கூடாது. என்னைக் கேலி செய்யக் கூடாது. அப்படி யானால் வாசிக்கலாம்" என்று சொல்லிக்கொண்டே காகிதத்தை அவனிடம் நீட்டினாள். அவள் கை ஒருவிதப் பதற்றத்துடன் இருப்பதைக் கண்டு அவள் முகத்தைப் பார்த்தான். நாசியும் உதடுகளும் ஜீவுகொண்டு விளங்கின.

படிக்க ஆரம்பித்தான்.

O

"மோஹம், பிறவிக்குருடு அல்ல. ஐந்தாவது வயசில் அம்மை போட்டிருந்ததில், உடம்பில் ஒரு தழும்புகூட இல்லை. கண்களில் மட்டும் பூவிழுந்து பார்வை போய்விட்டது. சர்வாங்க சுந்தரியென்றால் அவளுக்குத்தான் தகும். பிறந்த மேனியே குற்றம் குறைவற்றவள். உருண்டு திரண்ட கை கால்கள்; வாளிப்பான உடல்; யானைத்தந்தம் போன்ற ரங்கு, பெருந்தன்மை பொருந்திய முகம்; கை தேர்ந்த சிற்பி செதுக்கினாற் போன்ற நாசி, நெற்றி, உதடுகள், மோவாய்; காக்கைச் சிறகு போன்ற புருவங்கள், சர்ப்பம் போன்ற பின்னல்;– கண்கள் மட்டும் கருவிழிகளற்ற இரண்டு கண்ணீர் ஊற்றுக்கள்!"

O

"இந்த வர்ணனையை என் மனத்திலிருந்து எப்படித் திருடினாய்?"

"அதான் அப்பொழுதே சொன்னேனே, கேலி செய்யக் கூடாதென்று?"

O

சிறு வயசானதால் பார்வை இழந்ததன் துர்ப்பாக்கியம் அவளுக்குத் தெரியவில்லை. பாவம்! நடமாடுவதிலும், சிற்சில காரியங்கள் செய் வதிலும் முதலிலிருந்த தடுமாற்றம் நாளுக்கு நாள் குறைந்து, பழகிப் போன அந்த வீட்டிற்குள் அவள் ஆச்சரியப்படும்படியான நிதானத் துடன் சஞ்சரித்து வந்தாள். காலைக்குருவி போலப் பாடி மகிழ்ந்தாள். கிளிபோலக் குலவி விளையாடினாள். அத்தையும் மாமனும் அவ்வளவு செல்வமாக வளர்த்ததில், தான் திக்கற்றவள் என்பதையும் அறியாமல் இருந்தாள். நாளுக்கு நாள் ஓங்கின அவளது பாழாய்ப்போன வளர்ச்சியும் புத்தியும் வளர்த்தவர்களுடைய மனத்தை மேன்மேலும் புண்படுத்தின.

கண்கள் இல்லாமையால்தானோ என்னவோ, பாக்கி இந்திரியங்கள் அசாதாரணமான கூர்மையுடன் அமைந்திருந்தன. காலடிச் சப்தத்

திலிருந்து இன்னாரென்று அறிவாள். காற்றின் சலனத்திலிருந்தே போவதையும் வருவதையும் அறிவாள். மனிதவாடையை மோப்பம் போலக் கண்டுகொள்வாள். முகத்தைப் பார்க்க முடியாததாலோ மனத்தை அறிந்துவிடும் மாயாவியாக இருந்தாள்? முள்ளம் பன்றியின் சிலிர்த்த முட்கள்போல அவளுடைய புலன்கள் எப்போதும் கண்ணும் கருத்துமாயிருந்தன போலும்! ஒருதரம் எதையாவது கேட்டால் பிறகு மறக்கமாட்டாள். ஒரு தடவை ஒன்றை உணர்ந்துவிட்டாலும் பிறகு அதை மறக்க மாட்டாள்.

❍

அத்தையும் மாமாவும் நன்றாய்த் தூங்கிவிட்டார்கள் என்று உணர்ந்து மோஹம் மெள்ளப் பெருமூச்சு விட்டாள். அதுவரையில் தன்னுள் எப்படியோ அடக்கி வைத்திருந்த விம்மல் வெளிக்கிளம்பி விட்டது. பக்கத்தில் படுத்துக்கொண்டிருந்த ரமணிகூடத் தூங்கவில்லை போலிருக்கிறது.

"மோஹம்!" என்று மெள்ள அவன் முணுமுணுத்தான்.

"அத்தான்!" என்று அவள் ஆச்சரியத்துடன் பதில் குரல் கொடுத்தாள்.

"நீ இன்னும் தூங்கல்லே?"

"தூக்கம் வரல்லே!"

"அப்பா அம்மா பேசினதைக் கேட்டுண்டா இருந்தே?"

"ஆமாம், அவர் கஷ்டப்படறதைக் கேட்டா எனக்கு அழலாம் போலே இருக்கு என்னாலேதானே எல்லாம்? என்ன செய்வது?"

"எதுக்கு?"

"மாமா அத்தை விசாரப்படாமே இருக்கணும்!"

"அதுக்கு நீ என்ன செய்யப்போறே?"

"நான் இல்லாவிட்டா அவாளுக்குக் கவலெ இல்லை யோன்னோ? நான் செத்துப்போட்டாத் தேவல்லே."

"மோஹம்! உன்னெ யாரும் கல்யாணம் பண்ணிக்க மாட்டாளாம்–"

பதில் இல்லை.

"நான் கல்யாணம் பண்ணிக்கிறேன் ஒன்னை!"

மோஹத்தின் மனத்தில் அப்போது திடீரென்று முளைத்த எண்ணங்களை அவள் வெளிப்படுத்தவில்லை.

"அப்பாவண்டெ சொல்றேன் மோஹம்! நீ தூங்கு!"

மோஹத்திற்கு வயசு பதினான்கு. ரமணி அவளைக் காட்டிலும் எட்டு மாசம் பெரியவன். குழந்தைகள் தூங்கிவிட்டார்கள் என்று

எண்ணி, பெரியவர்கள் ஒரு நாளிரவு மோஹத்திற்கு வயசாகிவிட்டதைப் பற்றியும் அவள் பார்வையற்றிருப்பதால் வரன் அகப்படாததைப் பற்றியும் அவ்வருஷம் கல்யாணமென்று செய்து முடிக்காவிட்டால் வரும் மானக்கேட்டைப் பற்றியும் பேசினார்கள். இரண்டு குழந்தைகளும் அதைக் கேட்டுக்கொண்டிருந்துவிட்டுப் பெரியவர்களுடைய மனக் கவலையைத் தீர்க்க முயன்றன.

காலையில் முதல் காரியமாகத் தம் பதினைந்து வயசுப் பையன் தம்மிடம் வந்து, "அப்பா, நான் மோஹத்தைக் கல்யாணம் பண்ணிக் கிறேன்" என்று சொன்னது, பெரியவர் மனத்தில், ஒரு சஞ்சலத்தை ஏற்படுத்திவிட்டது.

"போடா! மக்கு, போய்ப்படி!" என்று அவனை அனுப்பிவிட்டு, தம் மனைவியுடன் தெய்வாதீனத்தைப் பற்றிப் பேசலானார். "எனக்கும் என்னவோ ஆச்சர்யமாகத்தானிருக்கு. இத்துனூண்டு பிள்ளைக்கி அப்படிச் சொல்லத் தோணுமோ எங்கேயாவது? தெய்வ சங்கற்பந் தானோ?" என்றாள் மனைவி.

"அப்படியே செய்வதாகத் தீர்மானித்துவிட்டேன்."

"ஒரு கொழந்தே –"

"கல்யாணத்துக்கப்பறம் கண் போனா? அப்போ என்ன செய்யப் போறோம்?"

❍

"அத்தான், அவ்வளவு பிடிவாதமாக என்னைக் கல்யாணம் செய்துகொண்டீர்களே, இப்போது தெரிகிறதா சங்கடம்?"

"என்ன சங்கடம்?"

"அதற்கென்ன, என்னைப் புண்படுத்தக் கூடாதென்று இருக்கிறீர்கள். நீங்கள் படுகிற சிரமத்தை நான் கண்ணால் பார்க்காவிட்டாலும் அறிவில்லையா என்ன? நீங்கள் தெய்வந்தான்" என்று சொல்லி மோஹம் பலபலவென்று கண்ணீர் உதிர்த்தாள்.

"அசடே! உன்னைக் கல்யாணம் செய்து கொண்டதால் எனக்குச் சில சௌகரியங்கள் அதிகமே தவிர, அசௌகரியமே கிடையாதே?"

"என்ன சௌகரியம்? ஒன்று, விரலை மடக்குங்கள்?"

"முதலாவது மற்றப் பெண்களைப் போல இல்லையல்லவா நீ?"

"இப்படிச் சமாதானம் செய்து கொள்ளாவிட்டால்தான் என்ன செய்கிறது? உங்கள் தலையெழுத்து என்னைக் கட்டிக்கொண்டு அழவேண்டுமென்று!"

"அடியே! அந்த மாதிரி எல்லாம் எண்ணி அநாவசியமாக மனத்தைப் புண்படுத்திக்கொள்ளாதே. உனக்குக் கண்கள் இல்லாததால் எனக்கு ஒரு குறையும் கிடையாது!"

"எனக்குக் குறை இருக்கிறது."

"என்ன குறை?"

"என்ன குறையா?... அநாதையான என் கையைப் பிடித்து என் அத்தானை இந்தக் கண் குளிரப் பார்க்கக் கொடுத்துவைக்கவில்லையே?" என்று சொல்லி அவன் தோளில் முகத்தைப் புதைத்துக் கொண்டு அழுதாள்.

"உன் மனம் குளிர இப்படி இருந்தால் போதும் போ!" என்று ரமணி அவள் குருட்டுக் கண்களைத் துடைத்துத் தேற்றினான்.

"காமு! ரமணி சொல்வது சரி. 'இவ்வைம் புலன்களின் ஓட்டமில்லாத நிலைதான் ஆனந்தம்' என்று வேதாந்திகள் சொல்லுவது சரியானால், அவற்றின் ஒன்றற்ற நிலையும் நல்லது தானே! சப்தமும் ஒளியும் – இரண்டு புலன்கள், அல்லவா? குன்றிய இரவு, பகலைவிட எவ்வளவு அமைதியுள்ளதாக இருக்கிறது! உன் குருட்டு மையல், மூச்சைப் போல் என்னுள் ஓடி உயிர்கொடுக்கிறது. காமு! உலகத்தில் 'கண் வைக்கிற'தென்கிறார்களே, அதென்ன? மனிதனின் கண் பட்டதெல்லாம் கரிதான்; சிவபிரானின் மூன்றாவது கண்போல. அந்தக் கண்ணில்லாதது குறையல்ல – பிறருக்கு. அதிருக்கட்டும், என் மனத்தை எப்படி ஊகித்தாய், சொல்லு? என் மனமே இக்கதையாயிருக்கிறதே. நீ 'மாயாவி' தான்."

"அதான் அபிப்பிராயம் சொல்லக் கூடாது என்றேனே!"

"இல்லை, இல்லை. இங்கே வா. என் முன்னும் இரவின் இருண்ட திரை இறங்கிவிட்டது."

❖

மணிக்கொடி, 19-08-1934

ஸம ஆராதனை

புரட்டாசி மாதத்துக் கடைசி சனிக்கிழமை. காலேஜ் புரொபஸர் வெங்கடேச்வர அய்யர் வீட்டில் வெங்கட ரமணஸ்வாமி ஸமாராதனை என்று வைதீக பிராமணர்கள் அங்குமிங்கும் பரபரப்புடன் சென்றுகொண்டிருந்தார்கள். காலை எட்டு மணி முதலே அக்கிரஹாரத்துப் பையன்கள் அந்த வீட்டு வாசலில் டிகாணா போட்டுவிட்டார்கள். தூணைச் சுற்றுவதும் ஓடி விளையாடுவதும் கட்டியிருந்த வாழை மரத்துப் பட்டைகளைப் பிய்த்துப் போடுவதுமாக வெகுமும்முரமாக இருந்தார்கள். நாதஸ்வரக்காரன் ஸாவேரி ராகத்தை ஆலாபனம் செய்து பல்லவி பாடி ஸ்வரங்களைச் சரமாரியாகப் பொழிந்துகொண்டிருந்தான். அவ்வீட்டுப் பெண்கள் ஸ்நானம் செய்து புதுப்புடவைகள் உடுத்துப் பூச்சுற்றின கோடாலி முடிச்சுக்களுடனும் நெற்றி குங்கும அழகுடனும் விளங்கிக்கொண்டு இங்குமங்கும் போய்க்கொண்டிருந்தார்கள்.

அக்கிரஹாரத்துப் பஜனை கோஷ்டி உஞ்சவிருத்தி (மரியாதைப் பிச்சை) செய்துகொண்டு வந்தது. வெங்கடேச்வர அய்யர் பக்தி சிரத்தையுடன் பாகவதர்களின் கால்களைக் கழுவிப் பூஜித்து வலம் வந்து நமஸ்கரித்தார். தேவகாந்தாரியில் பாடிய

சரணம் வரதவெங்கடநாயக,
சரணம், சரணம்!

என்ற பாட்டுப் பிரத்யக்ஷமான தெய்வத்தை வேண்டுவது போலவே அவரைப் புளங்காங்கிதமாக்கிற்று. கண்களில் நீர் பெருக மெய்மறந்து நின்றார்.

○

வெங்கடேச்வர அய்யர் எம்.ஏ., காலேஜில் தர்க்க ஆசிரியர். வைதீக ஆசாரங்களைக் கைப்பற்றியவர். தினசரி 'பூஜை புனஸ்காரம்' அக்னிஹோத்ரம், முதலியவைகளைத் தவறாமல் செய்பவர். ஆராய்ச்சியின் அந்தியத்தைக் கண்டுபிடித்துத் தான் கடைசியில் சனாதன தர்மமே

வியவஹாரத்திற்கும் வாழ்க்கைக்கும் பொருந்தினது என்ற தீர்மானத்திற்கு வந்ததாகச் சொல்லிக்கொள்வார்.

அதிலும் 'வாழ்க்கையில் மனிதனை மெய்மறக்கச் செய்து புனிதமாக்கும் பக்தி மார்க்கமே எல்லாவிதமான ஸாதனைகளிலும் சிறந்தது. அது ஒன்றுதான் இசை, பொருள் என்ற இரண்டு சிறகுகளின் மேல் கருடன்போல உள்ளத்தை இட்டுச்சென்று பரவசமாக்குகிறது. வாழ்க்கையின் ஓய்வற்ற ஏமாற்றத்தை மறந்து கொஞ்சகாலமேனும் 'நிம்மதி'யுடனிருப்பதற்கு இதே ஒரு சூழ்ச்சி. நாஸ்திகர்களையும் உணர்ச்சிப்பெருக்கில் வீழ்த்தி மூர்ச்சை போடச் செய்யும் வழி இது ஒன்றுதான். தேர்ச்சி பெற்ற பாகவதர்கள் 'பஜனை பந்தா'வின்படி பாடி 'ஜகன்னாத பிரதக்ஷிணம்' செய்தால் எவன்தான் உருகமாட்டான்?'

இவ்விதமான கொள்கைகள் கொண்டவர். இவ்வுணர்ச்சி வழியாகவே உலகத்தை உயர்த்திவிடலாமென்ற திடமான நம்பிக்கை கொண்டவர்.

❍

'ஓய்! அய்யர்வாளுக்குத்தான் என்ன பக்தி, என்ன சிரத்தை!' என்றார் புரோஹிதர்.

'அவாளைப் போல நாலுபேர் இல்லாவிட்டா சனாதனதர்மம் இருந்த இடம் தெரியாது' என்றார் சுப்ரமணிய சாஸ்திரிகள்.

'அதன்னா ஆச்சரியம்! அவா இங்கிலீஷ் மேதையும் உத்யோகமும் – வைதிகத்துக்கே ஒரு கௌரவம்னா!'

'தர்மிஷ்டன்னா – ஒரு ரூபாய்க்குக் குறைந்து தாம்பூலத்தில் வைக்கிறதில்லைன்னா!'

'அது கிடக்கட்டுங்காணும்; ஸதா உமக்கு அந்தப் பேச்சுதான். சில உத்யோகஸ்தாளைப் போல இல்லாமல் எவ்வளவு மரியாதை!'

'இன்னொண்ணுன்னா! கனாந்தம் அத்யயனம் பண்ணவங்கூட அப்படிச் செஞ்சுவைக்கமாட்டான்.'

'போங்கணும்! ஸாங்காத்யாயின்னா அவர்! இந்த மாதிரி –'

'ஓய், வெங்கடரமண சமாராதனையே யார் இப்படி நடத்தறா? அதைச் சொல்லும்!'

❍

பூஜையானவுடன் இலைபோட்டுப் பரிமாறப்பட்டது. வெங்கடேச்வர அய்யர் தானே 'ஆபோசனம்' போட்டு 'ஸர்வத்ர ஸுபோஜ்யமஸ்து' என்று பிரார்த்தித்தார் (சாப்பாட்டை ஆரம்பிக்கும் முன் செய்யும் சடங்கு). சாப்பிடுகிறவர்கள் 'போதும் போதும்' என்று இலைகளில் குறுக்கே 'படுத்து'க்கொண்டு மன்றாடும் வரையில் உபசாரம் செய்யப் பட்டது.

போஜனம் முடிந்ததும் வாசற்பந்தலில் சந்தனம் பாக்கு வெற்றிலை வழங்கப்பட்டது. பிராமணர்கள் வேத மந்திரங்களைச் சொல்லி ஆசிர்வதித்தார்கள். 'ஸர்வேஜனாஸ் ஸுகினோபவந்து' என்று அவர்கள்

சொல்லி முடிப்பதற்கும் பந்தலின் ஒரு பக்கத்தில் ஒரு கலவரம் ஏற்படுவதற்கும் சரியாயிருந்தது.

வெங்கடேச்வர அய்யரின் மைத்துனர் யாரையோ கோபம் பொங்கிய முகத்துடன் பார்த்துப் பேசிக்கொண்டிருந்தார். அவர் யாருடன் பேசினாரோ அந்த மனிதன் 'வெகுளி'போல் விழித்துக் கொண்டு நின்றான். விஷயம் என்னவென்று விசாரிப்பதற்காக வெங்கடேச்வர அய்யர் அங்கே போய்ப் பார்த்தார். யாரோ வெங்கடப் பெருமாள் நாய்க்கர் என்று பெயராம், ஒரு மனிதன், ஸமாராதனையின் பந்தியில் உட்கார்ந்து சாப்பிட்டுவிட்டான்!

'அடாடா! என்ன அக்கிரமம்!' என்று வைதிகர்கள் கர்ஜித்தார்கள். மைத்துனர் அந்த மகாபாபியை அடிப்பதாகப் பாய்ந்தார். திடீரென்று வெங்கடேச்வர அய்யர் குறுக்கிட்டார். கூட்டத்தை விலக்கிக்கொண்டு நாய்க்கரிடம் போனார். எல்லோரும் என்ன செய்துவிடப் போகிறாரோ என்று அப்படியே பார்த்துக்கொண்டிருந்தார்கள். கிட்டப்போனவர் ஒரு நிமிஷம் தயங்கி நின்றார். பிறகு சாஷ்டாங்கமாக நாய்க்கரின் காலில் விழுந்து நமஸ்கரித்தார். பார்த்திருந்தவர்கள் 'திக்பிரமை' கொண்டார்கள்.

மைத்துனர் கோபமாக, 'என்ன அத்திம்பேரே, உங்களுக்கென்ன மூளை புரண்டுவிட்டதா?' என்றான்.

வைதிகர்கள், 'என்ன? அய்யர்வாளுக்கு என்னமோ தெய்வாபராதத் தின் பலனாகப் பிரமாதம் வந்துவிட்டது' என்றார்கள்.

வெங்கடேச்வர அய்யர் ஒருவருக்கும் பதில் சொல்லவில்லை.

'வெங்கடரமணா! மன்னிக்க வேண்டும். அபராதம் செய்துவிட்டேன். நீங்கள் இந்த ரூபத்துடன் வந்து என்னைச் சோதனை செய்வீர்கள் என்று பேதையான நான் அறியவில்லையே!' என்றார்.

மைத்துனர், அத்திம்பேருக்கு பைத்யம் பிடித்துவிட்ட விஷயத்தை அக்காவிடம் தெரிவிக்க உள்ளே ஓடினார்.

வைதிகர்கள் வெற்றிலை பாக்கு தட்சிணைகளை எடுத்துக்கொண்டு, 'ஈச்வராக்ஞை! பாவம்! நல்ல பிரகிருதி!' என்று சொல்லிக்கொண்டு போனார்கள்.

○

'வழியோடு' போன இரண்டு பேர்கள் நாட்டம் என்னவென்று உள்ளே எட்டிப் பார்த்தார்கள்.

ஒருவன் "நம்ம தெரு கிறுக்கு நாயக்கருல்ல! இங்கே என்னா செய்யராரு? அவுக வூட்லே தேடிக்கிட்டல்ல இருக்காக?"

மற்றொருவன் "கட்டிப் போட்டிருந்த சங்கிலியெ எப்படியோ நீக்கிட்டல்ல வந்துட்டாராம்" என்றான்.

❖

மணிக்கொடி, **02-09-1934**

பண்ணைச் செங்கான்

1

"இதோ இந்த மாமரம் ஒங்க பாட்டன், மவராசன், வச்ச மரம். பளம் கல்கண்டு கணக்கா ருசியா இருக்கும்! இந்தத் தென்ன மரம் – அவரு கையாலே போட்ட நெத்து. இப்படித் தடத்தோடேயே வாங்க. வரப்புலே நடந்து பளக்க மில்லை. பட்டண வாசத்துப் புள்ளே" என்ற வேகமாக விடாமல் பேசினான் செங்கான்.

நானும் அவனும் என் நிலத்தில் ஒரு புறத்து வரப்பின் மேல் நடந்து போய்க் கொண்டிருந்தோம்.

"இதை எப்போப்பா அறுக்கலாம்?" என்றேன்.

நிலத்தில் நின்ற பயிரைக் காட்டிக்கொண்டு செங்கான், "இன்னும் கொஞ்ச நா போவணுங்க. தொண்டெக்கருதா இருக்குது. கொஞ்சம், மேப்பக்கம் பூறா, கருது வாங்கி நிக்கிது . . . இந்த மாமரத்து நெளல்லேயே குந்துங்க. ஏ, கங்காணி மவனே! சின்னச்சாமிக்கு ரெண்டு எளனி புடுங்கியா!" என்றான்.

எனக்கு இளநீர் குடிக்கத் தெரியவில்லை. மேலே யெல்லாம் கொட்டிக் கொண்டுவிட்டேன்.

"அந்த ஓலயெ அளுத்திப் புடிச்சிக்கிட்டு, சட்டுனு சாச்சுக்கணும்" என்று செங்கான் சிரித்துக்கொண்டே கையால் செய்து காட்டினான்.

'பறச்செங்கான்' என் பாட்டனார் கால முதல் எங்கள் நிலத்தைச் சாகுபடி செய்கிறவன். சொக்கனூர் கிராமத்தி லேயே அவன்தான் வயது முதிர்ந்த கிழவன். எண்பது வயது என்று பேச்சு. ஆனால் பார்த்தால் அறுபதற்கு மேல் சொல்ல முடியாது. கையில் அவன் உயரமுள்ள மூங்கில் தடி. தடியெடுத்தவன் தோட்டி என்பார்கள். ஆனால் செங்கான் தோட்டியல்ல. வியவசாய ஜீவனம். பழுப்பு நிலத்தில் பயிரேற்றிப் பிழைத்தான். தளதளவென்று செழித்திருந்த மாரளவு பயிரின் நடுவில் சதா ஏதாவது வரப்பைக் கிண்டிக்கொண்டே இருப்பான்.

நிலத்தைவிட்டு வெளியே வந்தாலும் அந்தத் தடி, இடுப்புக் கோவணந்தான். கறுப்புக் கம்பளியொன்றைத் தலையிலிருந்து கால் வரை, மழைக்காலத்தில் சாக்கை மடித்துப் போட்டுக்கொள்வது போலப் போட்டுக்கொண்டிருப்பான். காலில் செருப்பு, கறுத்த உடல், நரைத்த மீசையும் உச்சிக் குடுமியும்.

"அம்மா சொகமாயிருக்கா? நம்மா கொளந்தே நல்லா இருக்கா? ஏன், ஒரு வாட்டி அம்மாளைக் கூட்டியாந்தா என்ன?"

செங்கான் கொஞ்ச தூரத்தில் உட்கார்ந்துகொண்டு கால் செருப்பின் வாரை இறுக்கிக்கொண்டிருந்தான்.

2

காலாவதி காலத்தில் நான் வருஷா வருஷம் என் கிராமத்திற்குப் போய்விட்டு வருவது வழக்கம். நான் போகாவிட்டால் செங்கான் விடமாட்டான். அவன் கொடுத்ததை வாங்கிக்கொண்டு வருவேன். பாதிப் பணம் போய்வருவதில் செலவாகிவிடும். அவன் கொடுக்கும் குத்தகை என் பாட்டனார் காலத்தில் ஏற்பட்டது. பக்கத்து நிலங்களுக் கெல்லாம் குத்தகை இரட்டித்துவிட்டது. அந்தத் தடவை நான் கிராமத்திற்குப் போயிருந்தபொழுது எல்லோரும் என்னைப் பரிதாபப் பார்வையுடன் பார்த்தார்கள். சிலர் கிட்டே நெருங்கி யோசனை கூறினார்கள்.

"பாவம்! வருஷத்திற்கு ஒருமுறை வருகிறீர்கள். உங்களுக்கு இந்த ஊர் நிலைமை எப்படித் தெரியும்? கிழவன் ஏதாவது குத்தகை தருகிறானா இல்லையா? ஊரெல்லாம் குத்தகை ஏறிப்போச்சு. உங்களை மட்டும் அவன் ஏமாற்றுகிறான்" என்று சொல்லிக்கொண்டு ஒருவர் முன்வந்து தாம் ஓர் ஆளை இரண்டு பங்குக் குத்தகைக்குப் பேசி விடுவதாகச் சொன்னார்.

"இல்லை. இதனால் என்ன பிரமாதம்! ஏதோ ரொம்ப நாளாய் இருக்கிறான். இருந்துவிட்டுப் போகட்டும்" என்று நான் வழவழவென்று பேசினதைக் கேட்டதும் அந்த மனிதருக்குத் தைரியம் வந்துவிட்டது.

"நீங்கள் சும்மா இருங்கள், ஸார். நீங்கள் தாட்ஷண்ணியப் படுகிறீர்கள். நான் எல்லாம் ஏற்பாடு செய்துவிடுகிறேன். மேலும் பாருங்கள்: ஊரோடு ஒத்து வாழ வேண்டும். ஊரில் ஏற்பட்ட குத்தகை வர வேண்டாமோ? நீங்கள் இப்படி விட்டால் குடிப்பிரியம் கெட்டுப்போகும்."

"இல்லை, இல்லை. அவனை நீக்க எனக்கு மனம் வரவில்லை. அவன்தான் சாப்பிடட்டுமே. நான் இதையே நம்பி இருக்கவில்லை" என்றேன் நான்.

"என்ன ஸார் நீங்கள் பேசுகிறது? ரொம்ப அழகு! பின் அவனுக்குத் தான் நிலத்தைத் தான சாஸனம் எழுதிக் கொடுத்துவிட்டுப் போய் விடுங்களேன். இந்தப் போக்குவரத்துச் செலவு வேண்டாமே" என்று என்னைக் கொஞ்சம் பரிகாசம் செய்து பேச ஆரம்பித்தார் அந்த மனிதர்.

நான் எப்பொழுதும் தாட்சண்ணியப் பிரகிருதி. புது மனிதன்கூட ஒரே நிமிஷத்தில் என் தலைமேல் ஏறிவிடுவான். நான் மெள்ள

ஞெஞ்ஞு மிஞ்ஞுவென்று சொன்னதை அந்த மனிதன் காதிலேயே போட்டுக்கொள்ளவில்லை. வேறு ஆளைப் பேசி என் பேருக்குக் குத்தகைச் சீட்டு எழுதி வாங்கிக்கொண்டு வந்து என் கையில் கொடுத்துவிட்டார். 'இதை எப்படிச் செங்கானிடம் சொல்வது? அவனை எப்படி அப்புறப்படுத்துவது!' என்பவைகளே எனக்குப் பெரிய பிரச்னைகளாகிவிட்டன.

3

அவன் அதிகமாகப் பேசி என்னை மடக்கி வசமாக்கிக்கொள்ளாமல் இருக்கும்பொழுதே அவனிடம் கண்டிப்பாக விஷயத்தைச் சொல்லி விட வேண்டுமென்று மறுநாள் வயலுக்குப் போனபோது, நான் இரண்டு மூன்று தடவை வாயெடுத்தேன். ஒவ்வொரு தடவையும் வாய்வார்த்தை வெளியில் வராமல் நெஞ்சில் சிக்கிக்கொண்டது.

"பொளச்சுக்கெடந்தா வர வருசம் கிணத்தைக் கட்டி தொலெ வைக்கணும். சாமி, எனக்கு ஒரு சோடி மாடு வாங்கிக் குடுங்க; இந்த நெலத்துலே பொன் வெளயச்செய்யறேன்!" என்றான் செங்கான்.

"செங்கான், உனக்குத்தான் வயதாகிவிட்டதே; இனிமேல் உன்னால் உழுது பயிரிட முடியுமா?" என்று மெள்ள நான் ஆரம்பித்தேன்.

"நல்லாச் சொன்னீங்க. என்னெப்பேலே இந்த வூரிலே யாரு காலத்துலெ பயிரேத்தறான்? ஏரி மொதத் தண்ணி நமக்கு—"

"ஒனக்கு ஒத்தாசைக்கு ஒருவரும் இல்லையே?"

"எம் மவன் பொந்திலியன் இருந்தா இந்த ஊரெயெ சாகுபடி பண்ணிடமாட்டேனா? மூணாம் வருசம் மகாமாயி ஆத்தா . . ." என்று சொல்லிச் செங்கான் பெருமூச்சுவிட்டான்.

"அவன் மவன் ஒரு பய இருக்கான். அவன் செய்வானே ஒரு பெரிய ஆள் வேலை!" என்றான் சற்றுநேரம் கழித்து.

செங்கான் மறுபடியும் கொஞ்சநேரம் சும்மா இருந்தான். விஷயத்தை அந்தச் சமயத்தில் அவனிடம் சொல்ல எனக்கு மனமே வரவில்லை. செங்கான் மாமரத்தடியில் உட்கார்ந்துகொண்டு பொந்திலியனை மாரியாத்தா கொண்டுபோன வகையைப் பற்றி எண்ணிக்கொண் டிருந்தான் போலும்! திடீரென்று தலைதூக்கி என் முகத்தைப் பார்த்தான்.

"ஏஞ்சாமி. நான் பயிரிட முடியாமெ போட்டுடுவேண்ணு ரோசனெ பண்ணீங்களா? அது இந்த உசிரிலே இல்லை! நெலத்திலே ஈரமில்லே, சக்கையாப் போச்சு மண்ணு. ஏளெட்டுக் கடெ கட்டினா நல்லாயிருக்கும்; கட்டலாங்களா?"

பொழுது விழுந்துவிட்டது. தூரத்தில் நரிகள் ஊளையிட்டன.

"வாங்க. நேரத்துலே வூட்டுக்குப்போவோம் சாமி! ஒங்களுக்கு இருட்டுலே நடந்து பளக்கமிருக்காது" என்று முன்னே வழிகாட்டிக் கொண்டு செங்கான் வேகமாக வீட்டை நோக்கிப் புறப்பட்டான். அவனைப் பின்பற்றிச் செல்வதுகூட எனக்குக் கொஞ்சம் சிரமமாகப் போய்விட்டது.

“ஏஞ்சாமி, என்னெவிட்டு நெலத்தெ மாத்தணும்னு ரோசெனெயா? என் உசிரிலே இன்னொருத்தன் அதுலே ஏரு பிடிக்கவா? முடியுமா எங்கணாச்சியும்? என் நெலத்துலே எவன் நொளைவான்?...” பாக்கறேன். அந்த மண்ணுத்தான் அவனுக்கு வெளெய்வாளா?”

கொஞ்சநேரம் மௌனமாக நடந்தான். நான் ஒரு வரப்பில் கால் தடுமாறி, வயலில் தண்ணீர் கட்டியிருந்த சேற்றில் காலை வைத்துவிட்டேன்.

“கெடக்குங்க, வாய்க்கால்லே காலெக் களுவிக்கலாம்... நாப்பது வருசமா என் கையாலே வரப்புப் பிடிச்சி வாய்க்கா பிடிச்சி... பெரியய்யா இருந்தா என்னெ வுட்டு மாத்தணும்னு நெனப்பாங்களா? மண்ணெக் கண்ணாக் காப்பாத்தி –” என்று சொல்லி வந்தவன் திடீரென்று நின்று, “நான் வுடமாடடேஞ் சாமி!” என்றான்.

என் மனத்தில் ஒரு தீர்மானத்திற்கு வந்துவிட்டேன்.

“நான் மாற்றுகிறேன் என்று உன்னிடம் சொல்ல வில்லையே!” என்றேன்.

“அதானே கேட்டேன். ஒரு கலம் அரைக்கலம் நீங்க சாப்பிடறது நான் சாப்பிட்டா என்ன – இந்த வயக்காட்டுலே நான் பட்ட பாட்டுக்கு? நெத்தி வேர்வெ நெலத்துலே விள எம்பாங்க – அது எனக்கல்ல தகும்! ராப் பவலா எவன் என்னெப்போலே காட்டுலெ கிடப்பான்? ரவைக்கு ரவெ தாவத்துக்குத் தண்ணி கொடுக்கறாப்பேலே தண்ணி கட்டுவான்? – நேரமறிஞ்சு? நம்ம காட்டு லச்சுமி என்னோடே பேசுவாளே! ஒரு வருசம் சூறை உண்டா, சாவி உண்டா, தரிசுண்டா? மூணாம் வருசம் மளெ இல்லாதப்பக்கூடப் பயிரேத்திப் பிட்டேனே! இந்த வயக்காட்லெ ஔச்சேதான் நான் சாவணும் சாமி! இதெ வுட்டா நான் செத்துப்போவேன்!”

4

காலை ஐந்து மணிக்குப் பல்தேய்க்க நிலத்துப் பக்கம் போனேன். செங்கான் கணீரென்ற குரலில் ஏற்றப்பாட்டுப் பாடிக்கொண்டே தண்ணீர் பாய்ச்சிக்கொண்டிருந்தான்.

மூங்கிலிலை மேலே – தூங்கு பனி நீரே
தூங்குபனி நீரை – வாங்கு கதிரோனே!

என்ற பாட்டின் ஒலி என் காதில் விழுந்தது. வேலை மும்முரத்தில் அவன் என்னைத் திரும்பிக்கூடப் பார்க்கவில்லை.

“என்ன ஸார், செங்கான்கிட்டே சொல்லிவிட்டீர்களா, இந்தப் பயிரை அறுத்துக்கொண்டு நிலத்தை விட்டுவிட வேண்டுமென்று?” என்று என் நண்பர் கேட்டார்.

“இல்லை, சொல்லப் போவதில்லை. செங்கான் கொடுக்கும் நெல் போதும் எனக்கு!” என்றேன், தலை நிமிர்ந்து.

❖

***மணிக்கொடி*, 23-09-1934; *ஹிந்துஸ்தான்*, 10-4-1938**

மனக்கோட்டை

எஸ். விசுவநாதய்யர், பி.ஏ., பி.எல். மதுரையில் புதுத்தெருவில் வசித்து வந்தார். வக்கீல் தொழிலை ஆரம்பித்து எட்டு வருஷங்களாயின.

ஒத்துழையாமையின் உன்னத நாட்களில் அந்தக் கிளர்ச்சிச் சுழலில் அகப்படாத வாலிபர்களில் அவர் ஒருவர். காந்தியை மகான் என்றார். அவருடைய வழி தனி நபர்களுக்கேற்ற ஒரு ஸாதனையே ஒழிய, ஒரு சமூகத்தைத் தீங்கில்தான் இறக்குமென்று கருதினார். 'காந்தி வெறி', 'அகால மழை', 'காந்தியும் சாந்தியும்' முதலிய புஸ்தகங்களில் ஸத்தியாக்கிரஹ தத்துவத்தைப் புகழ்ந்தும் அதை ராஜீயத்தில் உபயோகிப்பதைத் தாக்கியும் எழுதினார். ராஜ தந்திரத்திற்கும் ஸத்தியத்திற்கும் விரோதம். 'சத்திய சோதனை'யைப் பற்றி எழுதியதில் எவ்வித அடிமைத்தன மனப்போக்கையும் கண்டிக்கும் காந்தி உலக வாழ்க்கைக்குச் சம்பந்தமே இல்லாத ஒரு சத்திய தத்துவத்துக்கு எப்படிப்பட்ட பரிதாபகரமான அடிமையாக இருக்கிறார் என்பதைக் காட்ட முயன்றார்.

தத்துவங்களையே புகழ்ந்து போற்றிய காலேஜ் மாணவன் விசுவநாதனா வக்கீல் விசுவநாதையராகி இந்த யுகத்திற்கே ஓர் ஆட்டும் கருவியான இணையற்ற ஊக்கத்தை இப்படிக் கண்டித்தான்? காரணம் என்ன?

இளைஞன் தன் மனோபாவத்தின் ஏகாந்த மாளிகையில் வாசம் செய்கிறவரையில் அவன் போக்குகளெல்லாம் காலையின் கனகமயமான நிறத்தைப் பெற்று ரமணீயமான ஆறுதலை அளிக்கின்றன. அதாவது உலக வாழ்க்கையில் ஒரு துறையிலும் அடி படாத இளைஞன் அதன் படுகுழிகளை அறிவதில்லை. 'தூரத்துப் பச்சை' என்பது போல வாழ்க்கையைத் தன் அநுபவக் கண்ணாடியின்றிப் பார்க்கிறான். அப்படித் தூரப் பார்க்கும்போது அதன் குழிகளும் கரடுமுரடுகளும் கற்களும் முட்களும் அவன்

கண்களில் படுவதில்லை. 'உலகம்' என்று சொல்வது ஒரு குற்றங் குறைவற்ற சிங்காரச் சித்திரம் போல அவன் இளமைக் கண்களில் படுகிறது. அந்தக் கள்ள உலகுதான் நிஜமென்று ஏமாந்து, அதை அஸ்திவாரமாகக் கொண்டு தன்னுடைய வாழ்க்கையை உயர்த்த வேட்கை கொள்ளுகிறான்.

விசுவநாதன் காலேஜில் கேவலம் பரீக்ஷையில் தேறும் எண்ணத்தை மட்டும் கொண்டு படிக்கவில்லை; ஆராய்ச்சியின் ஆழத்தை அறிய வேண்டுமென்று மூச்சுப் பிடித்தான்; 'விழுந்து விழுந்து' படித்தான். உயரிய நோக்கங்களே ஒரு சமூகத்தைக் கடைத்தேற்றுமென்றும் அந்த நோக்கங்களைக் கிளர்த்தி ஓங்கச் செய்யும் கலைஞானம் ஒவ்வொருவனும் அடையக்கூடியதாயிருக்க வேண்டுமென்றும் ஸ்திரீ புருஷர்கள் ஸமானஸ்தர்களாய் அவ்வேலையில் ஈடுபட்டால்தான் சமூகம் முன்னேற்ற மடையுமென்றும் தன் கல்லூரிப் பத்திரிகையில், அவன் அழகான ஆங்கில நடையில் எழுதிய கட்டுரையை, அவனுடைய ஆசிரியர்கள் முதற்கொண்டு புகழ்ந்து கொண்டாடினார்கள். தானும் தன் வாழ்க்கையின் இரு பிரிவுகளான இல்லறம் தொழில் – இவைகளில் எப்போதும் அதே கருத்துடன் தன்னாலியன்ற மட்டும் மேனாட்டு எழுத்தாளர் போல உழைக்க வேண்டுமென்று கங்கணம் கட்டிக் கொண்டான். அதற்கேற்றாற்போல் அவன் இஷ்டப்படி மனைவியும் வாய்த்ததாகத் தோன்றிற்று. கல்யாண காலத்தில் பதினாலே வயசானவ ளானாலும் விசாலாக்ஷி நல்ல புத்திசாலியாக இருந்தாள். அழகுங்கூட அவன் மனம் போலவே அமைந்திருந்தது. அந்த வயசிற்கு ஏற்பட்ட ஊக்கத்துடனும் உணர்ச்சியுடனும் அவளைத் தன் மனபோக்குக்கு ஒத்தவளாகச் செய்யக் கருதினான். மாமனாரின் உபத்திரவத்தால் பி.எல். பரீட்சையில் தேர்ச்சி பெற்றான். ஆனால் அந்தத் தொழிலின் 'தில்லு மல்லும்' அவனுக்குப் பிடிக்கவில்லை. ஏராளமான ஏற்பாடு களுடன் தன் சொந்த ஊராகிய மதுரையில் வசித்துக்கொண்டு எழுத்தாளர்களின் தொழிலை ஆரம்பித்தான். உலகத்துக்கே வழிகாட்டி கள் எனக் கருதப்படும் பெரிய எழுத்தாளர்களின் கொள்கைகளை யெல்லாம் தீர ஆராய்ந்து அவற்றின் ஸாராம்சத்தை ஒரு புத்தகமாக இயற்றி வெளியிட்டான். 'அடுத்த படி' என்று அதற்குப் பெயரிட்டான். அவ்வளவு சிரமப்பட்டுத் தான் அதை அவ்வளவு சிக்கலில்லாமலும் தெளிவாகவும் எழுதியிருப்பதால் அது உடனே ஜனங்களின் மனசில் பாய்ந்து பயனளிக்குமென்று பரவசமடைந்து மேலும், 'இந்தியக் கலைக்கொடி?', 'புனருத்தாரணம்' என்று இரண்டு நூல்கள் எழுதினான். முகவுரைகளில் தன் மனைவியின்றி அந்தப் புத்தகங்கள் வெளியாயிருக்கா என்று எழுதினான்.

உண்மையாக இந்தச் சரீரத்தின் தொல்லைகள் இல்லாவிட்டால் எவ்வளவு கவலையில்லாமலிருக்கும்! கனவுலகில் அப்படியே மிதக்கலாம் அல்லவா? புத்தகங்களும் கட்டுரைகளும் எழுதிக்கொண்டே இருக்கலாம் அல்லவா? பாவம்! விசுவநாதனுக்கு ஒரே வருஷத்தில் வாழ்க்கையின் நெருக்கடி வந்து சேர்ந்துவிட்டது. புத்தகங்கள் பதிப்பித்ததில் ஐயாயிரம் ரூபாய் நஷ்டம். பத்திரிகைகளுக்கு மதிப்புரைக்காக இனாமாக

அனுப்பிய புத்தகங்கள் போக, பாக்கி வீட்டில் கட்டுக் கட்டாகக் கிடந்தன. கையிலிருந்த பணம் கரைந்தது. மனைவியின் நகைகளும் சில மறைந்தன. தாய் காசத்தால் இறந்தாள். மனைவி பிரசவ காலத்தில் இறக்கும் தறுவாயிலிருந்து பிழைத்தாள். செலவுகள்! 'எழுத்தாளனுக்கு வறுமை கூடப் பிறந்தது' – என்று எவ்வளவு தேறுதல் சொல்லிக்கொள்ள முடியும்? சிறுகதை எழுதினால் சோறாகுமா?

சமூகத்தில் இவ்வளவு படிப்பின்மையா! அறிவீனமா! சீ! இந்த நன்றி கெட்ட சமூகத்திற்காக நாம் ஏன் உயிரை விட வேண்டும்? எழுத்தைப் போற்றாத ஒரு தேசமா உருப்படப் போகிறது? இல்லவே இல்லை. எக்கேடு கெட்டுப் போனாலும் போகட்டும். வக்கீலாக இருந்தாலும் சுகமாக இல்லறத்தையாவது அநுபவிக்கலாமே, வறுமையில்லாமல்?

ஆகவே இப்போது 'எஸ். விசுவநாதையர், பி,எ., பி.எல்., வக்கீல்' என்ற பலகை வாசலில் தொங்குகிறது. கக்ஷிக்காரர்கள் கூடவல்லவா யோக்கியதையை அறிய மாட்டேனேன்கிறார்கள்? அல்லது உலகந்தான் திடீரென்று கக்ஷியற்றுக் கலகமற்றுப் பேய்விட்டதோ? வரும்படி இல்லை . . . சோர்வு, கோபம், கவலை, வறுமை.

வாழ்க்கைக் காட்சி

"என்னைத்தான் இப்படி நிறுத்தியிருக்கிறீர்கள். குழந்தைகள் எவ்வளவு நாள் இப்படி இருக்கிறது? ஆச்சு; நவராத்திரி வர்றது – ராஜத்துக்கு ஒரு புதுப் பாவாடைகூடக் கிடையாது."

"என்ன பண்ணச் சொல்லுகிறாய்?"

"அன்றே சொன்னேன், எங்களூருக்குப் போவோமென்று."

"போயிருந்தால் உங்கப்பன் –"

"வேறொன்றும் இல்லாவிட்டாலும் –?"

"நான் எங்காவது போய்விடுகிறேன். உன் உபத்திரவம் –"

"நான் தொலைகிறேன், இதுகளை இழுத்துக்கொண்டு. நீங்கள் கொஞ்சநாள் சௌக்கியமாக இருங்கள்."

"அப்படியாவது தொலை!"

இப்பொழுது விசுவநாதையர் எதிலும் நம்பிக்கையற்றவராக இருக்கிறார். தேசீயத்தை எதிர்க்கிறார். ஜட்ஜுகளைத் திருப்தி செய்வதில் கொஞ்சம் நம்பிக்கை வைத்திருக்கிறார். ஏதோ காலக்ஷேபம் நடக்கிறது போல் இருக்கிறது. ஆகையால் தான் ஒரு நாளிரவு தற்கொலை செய்துகொண்டாரென்று பத்திரிகையில் வரவில்லை.

❖

மணிக்கொடி, 11-11-1934

ஒரு ‘வேலையில்லா’ மூளை

திருச்சியில் என் மைத்துனனுக்குக் கல்யாணம். கேட்க வேண்டுமா என் மனைவியின் உற்சாகத்தைப் பற்றி? ஒரு வாரத்திற்கு முன்னிருந்து வீட்டில் அமளிதான். புது ரவிக்கைகள், புதுப் பாவாடைகள், புது அங்கிகள் – குழந்தைகளுக்கு – எல்லாம் தயாராயின. நாலுநாள் முன்னதாகவே ஒரு நல்ல நாள் பார்த்துக்கொண்டு புறப்பட்டோம். சாயந்திரம் 5:45க்கு ரயில்வண்டி கும்பகோணத்தை விட்டுப் புறப்பட்டது. சுமார் 7:30 மணிக்குத் தஞ்சாவூர் ஜங்ஷனுக்குப் போய்ச் சேர்ந்தது. அங்கே குழந்தைகளுக்குப் பொம்மை, பக்ஷணம் முதலியவும் எனக்குப் பேப்பரும் என் மனைவிக்கு – அவளுக்கு வேண்டியது பூவைத் தவிர அங்கொன்றும் விற்கப்படவில்லை – எல்லாம் வாங்கினேன். பேப்பரைப் பிரித்துப் படித்துக்கொண்டிருந்தேன்.

ஒரு வாலிபன் – சுமார் இருபது வயதிருக்கும். கிராப், மூக்குக் கண்ணாடி, மல்தட்டுச்சுற்று, டென்னிஸ் காலர் ஷர்ட், நேவிப்ளூ கோட் – இவைகளுடன் காலேஜ் பையன் போலத் தோன்றினான். வேகமாக என்னிடம் வந்து, மெதுவான குரலில் ‘ஸார், கேன் யூ ஹெல்ப் மீ? பர்ஸ் எங்கோ விழுந்துவிட்டது. டிக்கெட்டுக்கு ஹாப் ஏ ருப்பி வேண்டியிருக்கிறது. மறுபடியும் வீடு போய்த் திரும்புவதற்கில்லை. இதுதான் லாஸ்ட் நைட் ட்ரைன். நான் டிரிச்சியில் இருக்க வேண்டும்’ என்றான்.

ஒரு நிமிஷம்கூட யோசிக்காமல் என் பர்ஸிலிருந்து அரை ரூபாய் அவனிடம் எடுத்துக் கொடுத்தேன்.

‘தேங் யூ வெரிமச்!’ என்று ஆங்கில தினுசில் மரியாதை செய்துவிட்டுப் போய்விட்டான்.

திருச்சியில் கல்யாணம் நடந்தேறியது. நான் 15 நாள் ‘ரஜா’ வாங்கியிருந்ததால் என் மைத்துனன் செய்த மரியாதை உபசாரத்தை இன்னும் ஒரு வாரம் அனுபவிக்கலாமென்று எனது எண்ணம். ஆனால் என் மனைவி சேஷ ஹோமத்தினன்றே புறப்பட்டுவிட வேண்டுமென்று கண்டிப்பாய்ச்

சொல்லிவிட்டாள். தனது சகோதரன் செய்த சீர் வகையறாக்கள் அவளுக்கு மரியாதைக் குறைவாகப்பட்டது. அவளது அபிப்பிராயத்தின் படியே அன்று போட் மெயிலில் திரும்பி ஊருக்குப் பிரயாணமானேன். மலைக்கோட்டையை ஏறிப் பார்க்க வேண்டுமென்ற ஆசையைக்கூடக் காவேரியோடு விட்டோம்.

திருச்சி ஜங்ஷனில் புறப்பட்ட போட்மெயில் ஜகஜஜகஜஜகஜஜக வென்று நாலு கால் பாய்ச்சலில் பறந்தோடியது. சில்லறை ஸ்டேஷன் களெல்லாம் தோன்றித் தோன்றி மறைந்தன. வண்டி போன வேகத்தில் எனக்கும் கொஞ்சம் உத்ஸாகம் வந்துவிட்டது. வண்டியின் சப்தத்தைச் சுருதியாக வைத்துக்கொண்டு லேசாகப் பாட ஆரம்பித்தேன். என் மனைவி அருகிலிருந்த ஒரு பாட்டியுடன் பேசிக்கொண்டிருந்தாள்.

போட் மெயில் ஒன்பது மணிக்குத் தஞ்சாவூர் ஸ்டேஷனுக்குள் ஆர்ப்பாட்டம் செய்துகொண்டு போய் நின்று மூச்சுவிட்டது. உடனே பிளாட்பாரம் பூராவும் கூக்குரல்களும் கூட்டமும்தான். இவைகள் நடுவே பழக்காரர்கள், பூக்காரர்கள், ஸோடா பாட்டில்காரர்கள் – இவர்களுடைய சத்தம். தூங்கிக்கொண்டிருந்த என் குழந்தை களெல்லாம் எழுந்து ‘அதை வாங்கு, இதை வாங்கு’ என்று பிடுங்கின. எல்லாவற்றிற்கும் ஜவாப் சொல்லிக்கொண்டே இருந்தேன்.

திருச்சிக்குப் போன அன்று என்னிடம் வந்த வாலிபன் என் முன் நின்றான். என் பணத்தைத் திருப்பிக் கொடுக்க வந்திருக்கிறா னென்று எண்ணிக்கொண்டிருக்கும் பொழுதே, ‘ஸார், கேன் யூ ஹெல்ப் மீ? மை பர்ஸ் தவறிவிட்டது –’ முதலிய வார்த்தைகள் வேகமாக வெளிவந்தன. நிச்சயமாக அவன் என்னை அடையாளம் கண்டுகொள்ளவில்லை என்று தெரிந்தது. சடக்கென்று எனக்கு ஒரு யோசனை தோன்றிற்று.

‘ஒஹோ! சேஞ்ச் இல்லை. இருங்கள் முந்திரிப் பருப்பு வரட்டும். மாற்றித் தருகிறேன்’ என்று சொல்லி முந்திரிப் பருப்புக்காரனை எதிர்பார்ப்பது போல ரயில்வே போலீஸ்காரராவது உத்தியோகஸ்தராவது வருகிறார்களா என்று பார்த்தேன்.

‘ஸரி மாற்றுங்கள் இதோ வந்துவிட்டேன்’ என்று பையன் வேகமாகக் கிழக்கே சென்றான்.

வண்டி புறப்படுகிற வரையில் அவன் திரும்பி வரவில்லை. வண்டி புறப்பட்டு மெதுவாக ‘ஸ்பீட்’ எடுத்துக்கொண்டு ஸ்டேஷன் பிளாட்பாரத்தைக் கடக்கிற சமயம். ஒரு மின்சார விளக்கின் அடியில் வாலிபன் தனியாக நின்றுகொண்டிருந்தான். நான் உட்கார்ந்திருந்த வண்டி அவனருகே வந்தவுடன் ‘ஏங்காணும், நீர்தான் கெட்டிக்காரர் என்று எண்ணமோ? – உம்மைப் போல ..?’

மேல் வார்த்தைகள் காதில் விழவில்லை.

என் அசட்டுத்தனத்தை யாராவது கவனித்திருந்தார்களோ என்று பக்கத்தில் திரும்பிப் பார்த்தேன்.

❖

***ஊழியன்*, 08-02-1935**

ராஜத்தின் காதல்

அன்று ஞாயிற்றுக் கிழமையாகையால் மத்தியான்னம் சாப்பாடானதும் வீட்டைக் கொஞ்சம் சுத்தப்படுத்தலாம் என்று முனைந்தேன். இருட்டறையான உக்கிராணத்துள், அடுக்குள், அலமாரி, புரை எல்லாவற்றையும் காலிசெய்து சாமான்களைக் கூடத்தில் கொண்டு வந்து நிறைத்தேன்.

அடுக்குள்ளை நான் சோதனை போடுவதில் என் மனைவிக்கு இஷ்டமில்லை. பல தடவை, "அங்கொன்று மில்லை. அங்கொன்றுமில்லை" யென்று என்னைத் தடுத்தாள்.

"இல்லாவிட்டால் நல்லதுதான். ஒருதரம் எல்லா வற்றையும் இடம் மாற்றி வைத்துச் சுத்தமாகப் பெருக்கி விட்டால் கெடுதல் என்ன?" என்று சொல்லிக்கொண்டே அடுக்குள்ளை ஆராய ஆரம்பித்தேன்.

ஒரு மூலையில் சாமான்கள் கட்டிவந்த காகிதங்களை யெல்லாம் சுருட்டிச் சுருட்டி வைத்திருந்தாள். அவற்றை யெல்லாம் எடுத்துக் குப்பையில் போட்டேன்.

"அதை ஏன் குப்பையில் போடுகிறீர்கள்? பேப்பர் காரனிடம் போடலாமே!" என்று அவள் குறுக்கிட்டாள்.

"ஒரு வண்டி இருக்கிறதே! இத்தனை நாள் போட்டிருக் கலாமே!" என்று சொல்லிக்கொண்டே அஞ்சறைப் பெட்டியை எடுத்தேன்.

"அதற்குள் என்ன இருக்கிறது உங்களுக்கு?" என்று கொஞ்சம் கோபத்துடனேயே அதைக் கையிலிருந்து வெடுக் கென்று பிடுங்கப் பார்த்தாள் நீலா.

நான் அதைப் பார்க்கக் கூடாதென்று அவள் அவ்வளவு கவலைப்பட்டதிலிருந்து அதில் ஏதோ விசேஷம் இருக்கிறது

என்று தெரிந்துகொண்டேன்; அல்ல, அது பொய், அதில் விசேஷம் இருக்கிறதைத் தெரிந்துதானே நான் அதைக் கையில் எடுத்ததே!

எனவே நான் பிடியை விடவில்லை. வெகு உற்சாகமாக அதைத் திறந்தேன். அதற்குமேல் ஒன்றும் நடக்காது என்று தீர்மானித்து என் மனைவி சற்று விலகிப்போய் நின்றுகொண்டாள். மிருகக் காட்சிச் சாலையைப் பார்த்திருக்கிறோம். அந்த அஞ்சறைப்பெட்டி ஒரு சின்னப் புழுக் காட்சிச்சாலையாக இருந்தது.

ஒவ்வோர் அறையிலும் ஒரு தினுசுப் புழு. உளுத்தம் பருப்பு அறையில் ஒரு வகை; சீரக அறையில் ஒரு வகை. நான் அதைத் திறந்ததும் அதிலிருந்து குப்பென்று வாடை வந்தது. ஒருவிதமான விஷமச் சிரிப்புடன் நீலாவின் முகத்தைப் பார்த்தேன்.

"அந்த அஞ்சறைப் பெட்டியை நான் இப்போது உபயோகிக்கிறதே இல்லையே! எல்லாச் சாமான்களையும் ஓவல்டின் டப்பாக்களிலல்லவா வைத்திருக்கிறேன்" என்று அவளாக ஆரம்பித்தாள்.

"பின் ஏன் இதைக் குப்பையில் கொட்டிக் காலி செய்யாமல் வைத்திருக்கிறாய்?" என்று கேட்டேன்.

"செய்யணும்; எங்கே? இந்தப் பீடையைப் பார்த்துக்கறத்துக்கே பொழுது சரியாய்ப் போகிறது" என்று தெய்வமே என்று தொட்டிலில் தூங்கிக்கொண்டிருந்த ராஜத்தைச் சுட்டிக் காட்டினாள்.

உடனே நான் ராஜத்தை எழுப்பினேன்.

"அவனை ஏன் எழுப்புகிறீர்கள் இப்பொழுது? இப்படிச் சாமானை யெல்லாம் கீழே இறக்கிவைத்துவிட்டு அவனையும் எழுப்பி நடுவில் விட்டுவிட்டால் போதும்" என்றாள் நீலா.

"இல்லை, அவம்மா அவனுக்காக வளர்த்து வைத்திருக்கிற புழு தினுசுக்களை அவனுக்குக் காட்ட வேண்டாமா?" என்று அவளிடம் சொல்லிவிட்டு, "டே, ராஜம் இதோபார், பூச்சி" என்று பெட்டியை அவனுக்குக் காட்டினேன்.

அவ்வளவுதான்! ஒரே உற்சாகம் அவனுக்கு. சாமான்களுக்கு நடுவே பாய்ந்தான். அதற்குப் பிறகு அவன் தாயும் நானும் எவ்வளவு பராக்குக் காட்டியும் அவனை அந்த இடத்திலிருந்து வெளியேற்ற முடியவில்லை. என்ன சாமான்கள்! ரிப்பேரான ஹரிகேன் லாந்தர் இரண்டு, உடைந்த ஜாடி, உபயோகித்த தைல சீசாக்கள், பௌடர் டப்பிகள், உடைந்த பொம்மைகள்!

ராஜம் எல்லாவற்றையும் புரட்டிப் புரட்டிப் போட்டான், நாலு பக்கங்களிலும். என் மனைவிக்கு இப்பொழுது ஆனந்தம்.

"சொன்னாக் கேட்டாத்தானே!" என்றாள்.

திடீரென்று ராஜம் ஒரு கத்துக் கத்தினான். இருவரும் தூக்கிவாரிப் போட்டது போல அந்தக் களேபரத்திலிருந்து தேள் ஏதாவது கொட்டி

விட்டதோ என்று பார்த்தோம். குப்பையிலிருந்து அவன் இரண்டு கையும் போன மரப்பாச்சிப் பொம்மையொன்றைக் கையில் எடுத்து வைத்துக்கொண்டு அதைப் பார்த்துச் சிரித்து ஆனந்தப்பட்டுக் கொண்டிருந்தான். சரிதான் என்று நாங்கள் வேறு காரியங்களைக் கவனித்தோம்.

ஆனால் அந்த நிமிஷமுதல் ராஜம் அந்தப் பொம்மையை விடவில்லையென்பதை நாங்கள் கவனிக்கவில்லை.

இரவு சாப்பாடாயிற்று. நீலா வேறோர் இடத்தில் ஸ்டவ்வை வைத்துச் சமையல் செய்தாள். ஏனெனில் வெளியே எடுத்துப் போட்ட சாமான்களை அடுக்குள்ளில் அந்த அந்த இடத்தில் எடுத்து வைக்க வில்லை. எல்லாம் தாறுமாறாகக் கிடந்தன.

மாலையிலேயே தூங்கிப்போய்விட்ட ராஜம் நாங்கள் படுத்துக் கொள்ளப் போகிற சமயத்தில் எழுந்தான். எழுந்ததும் அவன் தாய் பால் புகட்டுவதற்காக அவனைத் தொட்டிலிலிருந்து எடுத்தாள். திடீரென்று அவன் வீரிட்டு அழ ஆரம்பித்தான். அவன் தாய் என்ன என்னவோ சமாதானம் செய்தாள். அழுகை அடங்கவில்லை. நானும் சர்க்கரை கற்கண்டு எல்லாம் கொடுத்துப் பார்த்தேன். நடக்கவில்லை. குழந்தை விக்கி விக்கி அழுததில் அவன் உடம்பு வியர்த்துக் கொட்டியது. மூச்சே விட முடியவில்லை அவனால்; அப்படித் திணறினான்.

“கொழந்தெ என்னமோ பயப்பட்டுனுட்டான்” என்று ஆரம்பித்தாள் நீலா. எனக்குக் கோபம் வந்துவிட்டது. ஏனென்றால் எனக்கு இன்னது செய்வது என்று புரியவில்லை.

திடீரென்று எனக்கு ஒரு ஞாபகம் வந்தது.

“அவன் மத்தியான்னம் கையில் வைத்துக்கொண்டிருந்த மரப்பாச்சி எங்கே?” என்று அவளைக் கேட்டேன்.

“அதா, அத்தைத் தொட்டிலில் தன் பக்கத்தில் போட்டுக்கொண்டு தூங்கினான். தூங்குற வரையில் கையை விட்டுக் கீழே வைக்கவில்லை. அதுதான் சமயம் என்று எடுத்துத் தூரப் போட்டுவிட்டேன்!”

“எங்கே போட்டாய்?”

“ஏன், கூடத்துக் குப்பையில்தான் போட்டேன். அதற்கு எதுக்காக இப்படிச் சீறுகிறீர்கள்?”

நான் அவளுக்குப் பதில் சொல்லவில்லை. ஹரிகேனை எடுத்துக் கொண்டு போய்க் குப்பையைக் கிளறினேன். வெகுநேரம் தேடி அந்த மரப்பாச்சியைக் கண்டுபிடித்தேன்.

அதை நான் அவன் கையில் கொடுத்ததுதான் தாமதம்! அவன் அழுகை விசை நின்றதுபோல் நின்றுவிட்டது. அவன் ரோஜா முகத்தில் ஒரு புன்முறுவல் பூத்தது. தன் சிறு இதழ்களைக் கூட்டி அந்தப் பொம்மையை முத்தமிட்டான். பிறகு அதைக் கையில் வைத்துக் கொண்டு, “கக்கா!” என்றான்.

அந்த நேற்று முளைத்த முளைப்பின் உணர்ச்சிப் பெருக்கைக் கண்டு எங்கள் வாய் அடைத்துப் போய்விட்டது. அந்தப் பொம்மையைக் கையில் வைத்துக்கொண்டே, "மொம்மெ! மொம்மெ!" என்று சொல்லிய வண்ணம் நிமிஷத்தில் தூங்கிவிட்டான் ராஜம்.

நான் முற்றத்து நிலவில் படுக்கையில் படுத்துக்கொண்டேன். ராஜத்தின் காதல் என் உள்ளத்தைக் கிளறிவிட்டது. என்ன என்னவோ யோசனைகள் ஓடின. டில்லி பாதுஷாவின் பெண் ரங்கநாதர் உருவத்தை வைத்துக்கொண்டு உருகின கதை, ஆண்டாள் ரங்கநாதரை மணந்து மகிழ்ந்த கதை – எல்லாம் சித்திரப் படங்கள் போல என் மனக் கண்முன் தோன்றின.

நீலா மெதுவாக என் பக்கத்தில் வந்து உட்கார்ந்துகொண்டு, "எப்படித் தெரிந்தது உங்களுக்கு?" என்றாள்.

"எனக்கே தெரியாது, நீலா!" என்றேன்.

❖

மணிக்கொடி, 10-02-1935

சிறு கதை

பக்கத்தில் வந்து அவ்வளவு நேரமாக நின்ற தன்னைக் கூடக் கவனிக்காமல், தன் புருஷன் எதையோ வாசித்துக் கொண்டிருந்தது மீனாக்ஷிக்குக் கொஞ்சம் எரிச்சலாகத் தான் இருந்தது. அதை அடக்கிக்கொண்டு, "என்ன வாசிக் கிறீர்கள்?" என்று கேட்டாள்.

"என்னவா? தெரியவில்லையா?"

"கதைதானே?"

"ஆமாம்!"

"புஸ்தகக் கதைதான் நன்றாயிருக்குமோ? நான் ஒரு கதை சொல்லுகிறேன், கேளுங்களேன்" என்றாள் மீனாக்ஷி.

"உன் அத்தைப் பாட்டி கதையெல்லாம எனககுத் தெரியும்."

"அத்தைப் பாட்டி கதை ஒன்றும் அல்ல. உங்கம்மா மத்தியானம் எனக்குச் சொன்ன கதை – நிஜமாக நடந்ததாம். சொல்லட்டுமா?"

சீனிவாசன் பார்த்தான். அதற்குமேல் அவளை அலட்சியம் செய்யக்கூடாதென்று அவனுக்குப்பட்டது. புஸ்தகத்தை மூடி மேஜைமேல் போட்டான். மின்சார விளக்கை அணைத்துவிட்டு ஜன்னலருகே இருந்த கட்டிலில் போய்ச் சாய்ந்துகொண்டான்.

"சரி, இங்கே வா. உன் கதையைச் சொல்லு, பார்க்கலாம்" என்றான், அவளை இழுத்துப் பக்கத்தில் சாய்த்துக்கொண்டு.

"என் கதையைக் கேட்கவேண்டுமே தவிர, பார்ப்பதற் கொன்றும் இல்லை. இஷ்டமிருந்தால் –"

"இதுதானே? – ஓஹோ!"

“சோழ தேசத்தில் ‘சங்கர துர்க்கம்’ என்ற பேர் கொண்ட ஒரு பழைய காலத்து ஊர் இருக்கிறதாமே?”

“இப்படிக் கேள்விகள் போட்டேதான் நீ கதை சொல்லப் போகிறாயோ?”

“அந்த ஊர் மலையடிவாரத்தில் ஒரு சிவன்கோவிலாம். அதைச் சுற்றி ஒரு சின்னக் கோட்டையாம். ஒரு காலத்திலே சண்டைகள்கூட அங்கே நடந்ததாம். அந்தக் கோட்டைக்குள்ளேயே அந்தப் பிராந்தியத்தின் ஜமீன்தார் மாளிகையும் நூறு இருநூறு வீடுகளும் இருந்தன. இந்தக் கதை நடந்த காலத்திலே அங்கே இருந்த ஜமீன்தார்தான் இதற்குக் காரணபுருஷனாக இருந்தவன். நல்ல செல்வாக்குடையவன். ஆனால் ரொம்ப துஷ்டன்.”

“உம் சரி; துஷ்டன் இல்லாவிட்டால் கதையேது? அப்புறம்?”

“அந்தக் கோவில் குருக்கள் ஒரு சிறுபிள்ளையாண்டான்: தெய்வசிகாமணி என்று பெயர். அவனும் அவன் அகமுடையாளுந் தான். குழந்தை இல்லை. அவள் பேர் மதுரம். அந்தப் பேர் அவளுக்குத் தான் தகுமாம். அவ்வளவு அழகு அந்த ஊரிலேயே யாரும் இல்லை. இந்தச் சமாசாரம் ஜமீன்தாருக்குத் தெரியும்”

“அது வழக்கந்தானே!”

“ஆனால் அவளைப் பார்ப்பதற்கு அவனுக்கு ஒரு சந்தர்ப்பமும் வாய்க்கவில்லை.”

“கதைக்காக ஒரு சந்தர்ப்பம் வாய்த்தாக வேண்டுமே; எப்பொழுது வாய்த்தது?”

“இது கதையல்ல. பரிகாசம் செய்யாமல் கேட்டால் சொல்லுகிறேன்.”

“சொல்லு; சொல்லு.”

“மார்கழி மாஸம்; திருவாதிரை. கோவிலில் ஸ்வாமி புறப்பாடு. தெய்வசிகாமணி அன்ற விசேஷமாக விக்கிரகத்தை அலங்கரித்துத் தானும் அலங்காரம் செய்துகொண்டான். மதுரமும் அதிகாலையில் எழுந்து, வாசலில் சாணி தெளித்துப் பெருக்கிக் கோலமிட்டுப் பரங்கிப் பூக்களை வைத்துவிட்டு, ஸ்நானம் செய்து மடியாகக் களி சமைத்து வைத்துவிட்டு, ஸ்வாமி தரிசனத்திற்காகக் கோவிலுக்குப் போனாள்.

“காலை எட்டு மணிக்குப் புறப்பாடு. அதிர்வெடிகள் அடுக்கடுக்காக வெடித்தன. ஜமீன்தார் தனது அந்தஸ்தைக் காட்டும் அங்கிகளுடன் ரதத்திற்குமுன் நின்றுகொண்டு உத்தரவுகள் போட்டுக்கொண்டிருந்தான். பக்கத்தில் காரியஸ்தன் கைகட்டிக்கொண்டு நின்றான். திடீரென்று எதையோ பார்த்தவன், வாயில் பாதி சொன்ன வார்த்தையுடன் அப்படியே கண்கொட்டாமல் நின்றான். காரியஸ்தன் எட்டிச் சென்ற அவன் கண்களைக் கவனித்தான்.

“அது யார் ஓய்?” என்று ஜமீன்தார் காரியஸ்தனைக் கேட்டான்.

"எஜமான், அதுதான் நம்ம குருக்கள் சம்சாரம்" என்ற பதிலைக் கேட்டு ஜமீன்தார் அந்த நிமிஷமே ஒரு தீர்மானத்திற்கு வந்துவிட்டான் போல் இருக்கிறது. இன்னும் அஞ்சு நிமிஷம் மதுரம் அந்த இடத்திலிருந் தால் என்ன ஆகியிருக்குமோ – ஆனால் மதுரத்தை அவன் பார்த்த நிமிஷமே, அவளும் அவனைப் பார்த்துவிட்டாள்.

"கண்டதும் காதலோ?"

"சீ – என்னத்தையாவது அசட்டுப் பிசட்டுனு சொல்லாதேயுங்கள். அந்தப் பார்வையிலிருந்த துஷ்ட எண்ணத்தைக் கண்ட அந்தக் கணமே அவள் உடம்பு நடுக்கம் எடுத்தது –"

"அப்படியா அது!"

"மறு விநாடி வீட்டுக்கு வந்துவிட்டாள். காலையில் எவ்வளவு ஆசை, ஆஸ்தையுடன் தன்னை அலங்கரித்துக் கொண்டாளோ அவ்வளவும் பறந்தது. புதுப்புடவையையும் ரவிக்கையையும் களைந்து விட்டுப் பழையதை உடுத்துக்கொண்டாள்."

"கதை நன்றாயிருக்கிறது; உம்!"

"வேணுமென்றே பின்னலைக் கலைத்துக்கொண்டாள். நெஞ்சு துக்கத்தால் குமுறிற்று. கண்ணீர்த் தாரை மடமடவென்று பெருகியது."

"பாதகமில்லை; உனக்கும் கொஞ்சம் கவிதா சக்தி இருக்கிறது. அப்புறம்?"

"ஏதோ ஒருவிதமான பயம் அவளுக்கு ஏற்பட்டுவிட்டது. வாசற் கதவைத் தாழிட்டுக்கொண்டாள். "இன்று விடிந்த வேளைதான் என்ன வேளை? இவன் கண்ணில் பட்டுக் கருகவா! இன்று பைத்தியம் போலே இப்படி அலங்காரம் செய்துகொண்டேன்? அவர்கூட என்னைப் பார்க்கவில்லையே; ஐயோ!" இந்த மாதிரி புலம்பிக்கொண்டிருந்தா ளென்று வைத்துக்கொள்ளுங்களேன்.

"அன்று தெய்வசிகாமணி வீட்டிற்கு வருவதற்கு மணி நாலாகி விட்டது. கதவைத் தட்டினான். திறக்கப்படவில்லை.

"கோபத்துடன் ஓங்கித் தட்டினான். மதுரம் தூங்கின கண்களுடன் வந்து கதவைத் திறந்தாள். மனக்கவலையால் ஏற்பட்ட அசதியில் தன்னை அறியாமல் தூங்கிவிட்டாள். அது துக்க காலங்களில் சகஜந்தானே? தெய்வசிகாமணிக்குக் கோபம் அதிகரித்தது. "தரித்திரக் கழுதை நாளும் கிழமையுமாய்ப் படுத்துத் தூங்கினாயோ?" என்றான்.

"எப்படி இருக்கும் அவளுக்கு! அதுவும் இதுவுமாக வாசற் படியிலேயே அழுதுவிட்டாள்.

'போ உள்ளே – சனியனே, உனக்கென்ன பிசாசு பிடித்துவிட்டதா?' என்று அவளை உள்ளே தள்ளிக்கொண்டுபோனான். உள்ளே போனதும், முதல் வார்த்தையாக அவள், 'ஊருக்குப் போய்விடுவோமே; இந்த வேலை வேண்டாம்' என்றாள் வெறிபிடித்தவள்போல.

“தெய்வசிகாமணிக்கு அந்த நேரத்தில் கோபந்தான் மேன்மேலும் அதிகரித்தது.

‘உங்கப்பன் சோறு போடுவானோ?’ என்று ஆத்திரத்துடன் கேட்டான்.

‘நான் செத்துப்போய்விட்டால் என்ன செய்வீர்கள்?’

“இந்த மனஸ்தாபத்தால் இருவரும் அப்படியே படுக்கைக்குச் சென்றுவிட்டார்கள். விடிய நாலு நாழிக்குத் தெய்வசிகாமணி எழுந்து ஒரு வேஷ்டி சவுக்கத்தை மூட்டையாகக் கட்டினான். இரவு பூராவும் தூக்கமில்லாமல் கிடந்த மதுரம் அதைப் பார்த்துப் பயந்துபோய் விட்டாள். எழுந்து தன் புருஷனிடம் வந்து, ‘நேத்திக்கு நான் ஏதோ உளறினேன்னு கோபமா?’ என்று தணிவாகக் கேட்டாள்.

‘கோபமென்னடி அசடு! ஒன்றுமில்லை. இப்பொழுது நான் ஓர் ஊருக்குப் போகவேண்டும். நாளைக்குத்தான் வருவேன்.’

‘என்ன விசேஷம்?’

‘ஜமீன்தார் அவசரமான ஒரு விஷயத்திற்காக வேறு நம்பிக்கையான ஆள் இல்லாமையால், என்னை ஓர் இடத்திற்குப் போகச்சொல்லி யிருக்கிறார்.

“மதுரம் பெண்ணல்லவா? உடனே அவளுக்கு அர்த்தமாகிவிட்டது.

‘நீங்கள் போகக்கூடாது’ என்றாள்.

‘இதென்னடி, அபசகுனமாட்டமா? இப்படி ஏதாவது பேசினால் தான் எனக்குக் கோபம் வருகிறது. உனக்கென்ன அதனால்? உன் துணைக்கு ஜமீன்தார் ஒரு ஸ்திரீயை நகரியிலிருந்து அனுப்புவதாகச் சொல்லியிருக்கிறார்.’

‘வேண்டாம். உடம்பு சரிப்படவில்லை என்று சொல்லிவிடுங்கள்.’

‘உன் பெண் புத்தியைத்தானே காட்டுகிறாய்? அது நன்றா யிருக்குமா? நாளைக்கு அவர் முகத்திலே விழிக்க வேண்டாமா?’

‘விழிக்க வேண்டாம். அதற்குத்தான் நேற்று ஊருக்குப் போய் விடுவோம் என்றேன்.’

‘சரி, எனக்கு நாழியாகிவிட்டது.’

‘என் தெய்வமோன்னோ? என் பேச்சைக் கேளுங்கள். இப்பொழுது என்னைவிட்டுப் பிரியக் கூடாது’ என்று அவன் தோளில் கைகளைக் கோத்துக்கொண்டு மன்றாடிக் கெஞ்சினாள்.”

“பேஷாகக் கதை சொல்லுகிறாயே! இத்தனை நாள் –”

‘நீ என்ன இப்படியாய்விட்டாய்? எவ்வளவோ கெட்டிக்காரி என்றல்லவோ நான் –’ என்று அவள் தலை மயிரைக் கோதிக் கொண்டே, ‘ஒரு பகல், ஓர் இரவு, நாளைக்கு வந்துவிடுகிறேன். உனக்கென்ன வேண்டும், சொல்லு’ என்றான் தெய்வசிகாமணி.

'எனக்கா? நீங்கள் இங்கேயே இருக்க வேண்டும்.'

'சரி, சரி, உன்னோடு பேசுவதில் பிரயோஜனமில்லை' என்று சொல்லிவிட்டு அவன் கதவைத் திறந்துகொண்டு வெளியே போக முயன்றான்.

'எங்கே, முகத்தை ஒருதரம் பார்க்கிறேன். ஒருவேளை ...' என்று அவன் முகத்தைத் திருப்பிப் பார்த்தாள். அவனுக்கு அர்த்தமாகவில்லை! போய்விட்டான்.''

சீனிவாசன் உண்மையிலேயே கொஞ்சம் திகைப்படைந்துபோனான். தன் மனைவி அவ்வளவு அழகாகக் கதைசொல்லக்கூடியவள் என்று அவனுக்குத் தெரியாது.

"மதுரம் என்ன செய்வாள் பாவம்! அதற்குப் பிறகு அவளுக்குத் தூக்கம் வருமா? ஜன்னலின் வழியாக வந்து நிலவைப் பார்க்கக்கூட அவளுக்குப் பிடிக்கவில்லை. கதவுகளை மூடினாள். படுக்கையில் படுத்துக்கொண்டு யோசித்தாள். அடுத்த வீட்டில் சாணி தெளிக்கிற சத்தம்கேட்டு எழுந்து, விடியற்கால வேலைகளைச் செய்யப்போனாள்.

"அன்று, தன் தகப்பனாரிடமிருந்து அரண்மனைக்கு, தோட்டி கிஸ்திப்பணம் கொண்டு வரவேண்டிய நாள். அந்த வாசல் வழியாகத் தான் போவான். அவன் மூலமாகத் தன் தகப்பனாருக்கு ஒரு கடிதம் எழுதியனுப்புவது என்று தீர்மானித்தாள்.

"பகல் மூன்று மணியிருக்கும். ஜமீன்தார் அரண்மனையில் மனக்கோட்டைகள் கட்டிக்கொண்டு உட்கார்ந்திருந்தார். வாசலில் கிருஷ்ணாபுரம் கிராம முனிசீப் வந்திருப்பதாக ஆள் வந்து சொன்னான். உள்ளே அழைத்து வரச்சொல்லி, 'என்ன விசேஷம்?' என்று கேட்டார்.

'ஒன்றுமில்லை. ஓர் அவசர காரியமாக இங்கே வந்தேன். தங்களைத் தரிசனம் பண்ணிவிட்டுப் போகலாமென்று வந்தேன். மாப்பிள்ளையை ஏதோ காரியமாகத் தாங்கள் அனுப்பியிருப்பதாகக் கேள்விப்பட்டேன்.'

'ஆமாம், என்ன விசேஷம்?'

'என் சிறிய பெண்ணுக்குத் திடீரென்று கல்யாணம் நிச்சயமாகி யிருக்கிறது. இன்று மாப்பிள்ளை அழைப்பு. பெண்ணையும் மாப்பிள்ளையையும் அழைத்துக்கொண்டு போகலாமென்று வந்தேன். மாப்பிள்ளை இங்கே இல்லைபோல் இருக்கிறது. பெண்ணை மட்டுமாவது அழைத்துக்கொண்டு போகவேண்டும்.'

ஜமீன்தார் அசடு தட்டிய முகத்துடன், 'இல்லை – ஒருவேளை மாப்பிள்ளை –'

'அதெல்லாம் ஒன்றுமில்லை; என் பெண்ணில்லாமல் நான் முகூர்த்தத்தை நடத்த முடியுமா?'

'அது சரிதான்' என்று கையிலிருந்த புறாவைத் தப்பியோட விட்டவன்போல் ஜமீன்தார் விழித்தார்.'

சீனிவாசன் தான் மெய்ம்மறந்து, கேட்டுக்கொண்டிருந்ததைத் திடீரென்று உணர்ந்தான்.

"இனிமேல் உன் கதையை நிறுத்து; எனக்குத் தெரியும். மாப்பிள்ளை திரும்பி வருகிறான். மாமனார், கதை முழுவதையும் சொல்லி மருமகனை அங்கேயே தன் ஊரில் நிறுத்திக்கொள்ளுகிறார்! கோவில் பூசை போனால் போகிறது. 'என் வீட்டிலேயே இரு' என்கிறார். அப்படித் தானே?" என்றான் சீனிவாசன்.

"ஆமாம், பின்னே?"

"ரொம்ப உபயோகமில்லாத முடிவு. எல்லாம் சுபம் சுபம் – தூ! என்ன கதை! நவீனச் சிறுகதை எழுதுகிறவன் பேனா பிடித்தால் எப்படி இருக்கும் தெரியுமா?"

"சொல்லுங்கள். அது உங்களுக்குத்தானே தெரியும்?" என்று மீனாக்ஷி கேட்டாள்.

"ஜமீன்தார் தன்னை இம்சிக்க வருவான் என்று அறிந்த மதுரம் தூக்குப் போட்டுக்கொண்டோ, கொல்லைக் கிணற்றில் விழுந்தோ இறக்கத் தயாராக இருப்பாள்.

"ஜமீன்தார் வருவார். அப்பொழுதும் மதுரம் கடைசிப் பிரயத்தன மாக நல்ல வார்த்தை சொல்லுவாள். ஜமீன்தார் திடீரென்று பாய்ந்து அவளைப் பிடிக்க முயல, மதுரம் ஓடிக் கிணற்றில் விழுவாள். அதே நிமிஷம் தெய்வசிகாமணி உள்ளே ஓடி வருவான் – இந்தச் சூழ்ச்சியைப் பாதி வழியில் ஊகித்தவனாய்த் திரும்பி – ஆனால் மதுரம் அதற்குள் உயிர் துறந்திருப்பாள்.

"ஐயோ! அவ்வளவு சொன்னாளே? என்று கதறுவான்–"

"சீ! – இந்த முடிவு எனக்குப் பிடிக்கவில்லை. ஏதோ நாம்தான் வாழ்க்கையில் கஷ்டப்படுகிறோம். கதையில் வருகிறவர்களுமா கஷ்டப்பட வேண்டும்? கதையிலாவது மனத்துக்கு ஒரு மாற்று வேண்டாமா?"

"கதை, வாழ்க்கையின் உண்மையை அப்படியே எடுத்துக்காட்டுகிறது."

"பின் ஏன் கதை என்கிறீர்கள்? என் கதை உங்களுக்குப் பிடிக்க வில்லை. அவ்வளவுதானே?"

"உன் கதையா? அம்மா சொன்ன கதை என்றாயே?"

"சும்மா சொன்னேன்" என்று குறும்பாகச் சிரித்தாள் மீனாக்ஷி.

❖

மணிக்கொடி, 28-04-1935

புனர் ஜன்மம்

1

அதற்கு முன் விசுவேசுவரன் அவளை நேரில் பார்த்ததில்லை. சகோதரி சாரதா என்றைக்கோ ஒரு நாள் ஒரு புகைப்படத்தை அவனுக்குக் காட்டினாள். அதிலிருந்து அவள் சாரதாரணமாகக் காணக்கூடாத சரீர அமைப்பும் அழகும் வாய்ந்தவள் என்று அறிந்தான். ஆனால் அந்த அழகின் பெருமிதம் அவன் மனத்திற்கு அதிகமாகப்பட்டது. அங்கங்களின் பூரிப்பும் முகத்தின் நிறைவும் ஒரு ராஜஸக் களை பெற்றிருந்தன; பார்த்த மாத்திரத்தில் மிருக உணர்ச்சியைத் துண்டுவனவாக இருந்தன.

பெண்ணழகு அவ்வளவு பூரணமாக இருப்பது ஒரு பகட்டு என்பது அவன் வெகுநாளாக இலக்கியப் படிப்பிலிருந்து அடைந்த அபிப்பிராயம். அந்த மாதிரி பொலிவைக் கண்டால் அவனுக்குக் கிளியோபாட்ரா நினைவுதான் வரும். அப்படிப்பட்ட அழகு அழிப்புச் சக்திதான் கொண்டது, அதன் நிழலில் எதுவும் தழைக்காது என்று அவன் எண்ணினான்.

உடல் வளர்ச்சியிலும் முகத்தோற்றத்திலும் அன்ன பூர்ணா புகைப்படத்தில் அப்படித்தான் இருந்தாள். அதிலும் நல்ல வயசு; இருபது. கல்யாணம் என்ற கட்டு இன்னும் அவள் மேல் விழவில்லை. அந்தப் படத்தைப் பார்த்ததும் விசுவேசுவரன் மனத்தில் ஏற்பட்ட சஞ்சலமே அவனுடைய பொறுப்பிற்கும் காரணமாயிற்று. ‘சகுந்தலையைப் போன்ற தன்மைதான் ரஸிகன் உள்ளத்தில் இடம் பெறும்; ஊர்வசி ஒருகாலும் மனித இருதயத்திற்கு ஆறுதல் அளிக்க மாட்டாள்.’ – இந்த மாதிரி அவன் எண்ணினான்.

எனவே ரயிலடியில் அவளை நேரில் பார்த்ததும் விசுவேசுவரன் திகைத்துப் போய்விட்டான். அவன் எதிர்

பார்த்தற்கு நேர் விரோதமாக இருந்தது அவளுடைய தோற்றம். புகைப்படத்தில் தென்படாத சில வேறு குணங்கள் அவனுக்கு அப்போது அவளுடைய சாயலில் தென்பட்டன.

அங்கச் செருக்கு சற்றே துவண்டு போயிருந்தது. முகத்தின் காம்பீரியத்தில் ஒரு சோகம் அடிவர்ணம்போல் படிந்திருந்தது. ராஜஸத் தோற்றம் முழுவதும் எங்கோ மறைந்துபோய் மிகப் புதிதான ஒரு சாந்தம் அதில் பரவி நின்றது. தைரியம் ஒடுங்கி ஒரு மருட்சி தென்பட்டுக் கொண்டிருந்தது. அலட்சியப் பார்வை போய் அடக்கம் பிறந்திருந்தது.

விசுவேசுவரன் அப்போது அந்த அழகை நிராகரிக்க முடியவில்லை. அவ்வளவு வருஷங்கள் அவன் தனியாக வாழ்ந்தபோது எங்கோ அவன் உள்ளத்தில் ஆழ்ந்து கிடந்த உணர்ச்சி திடீரென்று மேலே எழுந்து அவன் உள்ளத்தைக் கலக்கிற்று. அந்த நிமிஷம் அவன், தான் மாறிவிட்டதை உணர்ந்தான்.

எந்த மனிதரிடமும் ஒரு பெண்ணே அந்த மாறுதலை ஏற்படுத்த முடியும் என்று இலக்கியத்தில் அவன் வெகுவாகப் படித்திருந்தான். அது எப்படி நேரக்கூடும் என்றே அவன் தனக்குள் தர்க்கம் செய்து கொண்டது உண்டு. ஆனால் அந்தத் தர்க்கப் புத்திக்கும் எட்டாத வகையில் பளிச்சென்று அவனுக்கு அப்போது அந்தக் கிளர்ச்சி உண்டாயிற்று.

2

திருச்சி கண்டோன்மென்டில் தெற்குப் பார்த்த பங்களா. அதன் வலதுகைப் புறத்தில் முன் தோட்டத்தை ஒட்டி விசாலமான அறை. அதன் மேற்கு ஜன்னலில் அன்னபூர்ணா சித்தப்பிரமை கொண்டவள் போல் உட்கார்ந்திருந்தாள்.

இப்போது தேச சேவிகைகளுக்கு ஏற்பட்டிருக்கும் கேஸரி வர்ணப் புடைவையையும் சாகொலெட் வர்ண ரவிக்கையும் அவள் அணிந் திருந்தாள். தோட்டத்து மரங்களின் இலைகள் வழியாக நீண்டு வந்த மாலைச் சூரியனின் கிரணங்கள் அவளுடைய வைரக் கம்மல் களில் வீசுவதால் கிளம்பிய சுடர் அவளுடைய வெளுத்த முகத்தில் விட்டு விட்டு அடித்தது. லேசாக முடியப்பட்டிருந்த தலைமயிர் சரிந்து அடிக்கடி காதுகளிலும் கன்னங்களிலும் விழுந்தது; அதை அசிரத்தையாக ஒரு கையால் அகற்றிக்கொண்டு அவள் ஆழ்ந்த யோசனையில் இருந்தாள்.

சமையற்காரப் பையன் கொண்டுவந்த ஆகாரத்தைத் தீராது என்று உட்கொண்டாள்; தினசரியைப் புரட்டினாள்; பிறகு அதை வெறுப்புடன் மேஜைமேல் விட்டெறிந்தாள். சுவரில் மாட்டியிருந்த விசுவேசுவரன் படத்தைச் சற்று நேரம் பார்த்தாள்; பிறகு ஆழ்ந்த பெருமூச்சு ஒன்றை, மூச்சுவிட மறந்துபோனதுபோல, விட்டாள். அவளுக்கு எதிலும் உற்சாகமே ஏற்படவில்லை என்பது அவளது ஒவ்வொரு செய்கையிலும் வெளியாயிற்று.

அன்னபூர்ணா சிறையிலிருந்து விடுபட்டு வந்து நான்கே நாட்கள் ஆகியிருந்தன. ரயில் ஸ்டேஷன் பிளாட்பாரத்தில் வந்து தன்னை வரவேற்ற விசுவேசுவரன் – தன் தோழியின் சகோதரன் – பங்களாவில் தாற்காலிகமாகத் தங்கினாள்.

சிறைவாசம் செய்துவிட்டு வெளியே வந்தாகிவிட்டது. அதனால் சரீரமும் மனமும் தளர்ச்சி அடைந்தன. மேலே இன்னது செய்வது, இங்கே போவது என்பதுதான் அவளுக்கு விளங்கவில்லை. திகைத்துப் போய் உட்கார்ந்திருந்தாள். பின்னால் காலடிச் சத்தம் கேட்டது. உடனே அன்னபூர்ணா திடுக்கிட்டு எழுந்து தன் நிலைமையை ஒரு விதமாகச் சமாளித்து மறைத்துக்கொண்டு உள்ளே வந்து விசுவேசுவரனை வரவேற்க முன்வந்தாள்.

"வாருங்கள், மன்னிக்க வேண்டும்; எங்கேயோ ஞாபகமாக இருந்து விட்டேன்!" என்றாள்.

"அதனால் என்ன? பாதகமில்லை, உட்காருங்கள்" என்று அவன் அவளுக்கு ஒரு நாற்காலியை மரியாதையாகச் சுட்டிக் காட்டினான். இருவரும் மேஜைக்கு இரு பக்கங்களிலும் இருந்த இரண்டு நாற்காலி களில் எதிரும் புதிருமாக உட்கார்ந்தார்கள்.

ஏதாவது பேச வேண்டுமே என்று விசுவேசுவரன், "சாரதா இங்கே இருப்பது போலவே பாவித்து நீங்கள் கொஞ்சங்கூடச் சங்கோசமில்லாமல் இருக்க வேண்டும்" என்றான்.

"இருக்கிறேனே! தெருவில் நிற்கவேண்டியவளை ஒரு நிழல் கொடுத்து உட்கார வைத்திருக்கிறீர்களே!" என்று அன்னபூர்ணா, தன் நிலைமையை இப்போது மறைக்க முடியாமல் கூறினாள்.

"அம்மா, நீங்கள் அப்படியெல்லாம் சொல்லவே கூடாது. சாரதா எல்லா விஷயங்களையும் எனக்கு எழுதிவிட்டாள். விடுதலையன்று உங்களை வரவேற்று வீட்டில் வைத்துக்கொள்ளும் படியாகவும் தான் காலேஜ் மூடினதும் இன்னும் ஒரு வாரத்தில் வருவதாகவும் எனக்கு எழுதி இருக்கிறாள். நீங்கள் –"

"ஆனால் என் கதை முழுவதும் உங்களுக்குத் தெரியுமா?" என்று அவள் ஆச்சரியமற்ற தழுதழுத்த குரலில் கேட்டாள்.

"உங்கள் அநுமதியின் பேரிலோ – அல்லது –"

"பாதகமில்லை. அதைப் பற்றி நான் வெட்கப்படவில்லை. ஏனென்றால் நான் ஒரு பெண் என்பதையே மறக்கும் நிலைமையில் இருக்கிறேன். இனிமேல் –" என்று ஜன்னலுக்கு வெளியே பார்த்துக் கொண்டு சொன்னாள்.

அன்று மாலை அவளுடன் ஏதேதோ பேச வேண்டும் என்ற தீர்மானத்துடனேயே விசுவேசுவரன் அங்கே வந்திருந்தான். கடந்த நான்கு நாட்களாக அவனுக்குச் சரியானபடி தூக்கங்கூட வரவில்லை. அவளுடைய ஏக்கம் ஒரு புறம்; தன்னுடைய உணர்ச்சியே மற்றொரு

புறம். இரண்டும் இருவருடைய மௌனத்தாலும் உள்ளத்தில் அடைபட்டு இருவருக்கும் வேதனையை உண்டாக்கிக்கொண்டிருந்தன. வந்தவுடனேயே ஏதாவது சொல்லி அவளைப் பயமுறுத்திவிடக் கூடாது என்றே அவன் அவ்வளவு நாள் சும்மா இருந்தான். சகோதரி வரும் வரையில் தன்னால் தாங்க முடியாது என்று உணர்ந்துதான் அவன் தயக்கத்துடனும் பதற்றத்துடனும் அன்று அவளுடன் பேசிப் பார்த்து விடுவது என்ற முடிவுக்கு வந்தான்.

பேச்சுப் போக்கில், சந்தர்ப்ப மேற்பட்டால், அவள் அறிந்துகொள்ள முடியாத வகையில், ஜாக்கிரதையாக அவளுடைய உள்ளத்தின் உணர்ச்சிச் சுமையைச் சற்று இறக்கி வைத்து ஆறுதல் அளித்து அவள் மனப்போக்கை அவள் வாய் மூலமாகவே அறிய வேண்டும் என்று எண்ணி அங்கே வந்து பீடிகை போட்டான் விசுவேசுவரன்.

அவளோ 'நான் பெண் என்பதை மறக்கும் நிலைமையில் இருக்கிறேன்!' என்று எடுத்தவுடனேயே கொட்டிவிட்டாள் தன் உள்ளத்தை.

அந்தச் சொற்கள் ஓர் அணைபோலத் திடீரென்று குறுக்கிட்டு அவன் பேச நினைத்ததையெல்லாம் ஒரேயடியாகத் தேக்கம் கொள்ளச் செய்தன. மேலே தான் எது சொன்னால், எப்படி அவளை அது பாதிக்குமோ என்று திகைத்து நாற்காலியிலிருந்து எழுந்து அங்குமிங்கும் நடக்க ஆரம்பித்தான். அவளும் தான் சொன்ன வார்த்தைகளிலிருந்து தோன்றின பாதையொன்றைப் பிடித்துக்கொண்டு எங்கோ யோசனையில் சென்றுவிட்டாள்.

ஐப்பசிமாதம்; திடீரென்று மூடம் போட்டுக்கொண்டு 'பிசு பிசு' என்று தூற ஆரம்பித்தது; தெருவில் ஜன நடமாட்டம் இல்லை. காக்கைகள் மழையில் நனைந்துகொண்டே தெருவில் ஏதோ பொறுக்கிக்கொண்டிருந்தன. இயற்கையே தேக்கம் கொண்டது போல் ஸ்தம்பித்துப் போயிருந்தது.

3

காங்கிரஸ் சட்டசபை இயக்கத்தில் இறங்கிவிட்டது. சத்தியாக்கிரகிகளுக்கு இனிமேல் என்ன போக்கு? காந்திஜி மறுபடியும் ஏதாவதொன்றை ஆரம்பித்தாலொழியத் தொண்டர்களுக்கு வேலையே இல்லை. மனமுடைந்து மழுங்கி 'இனி உயிர்வாழ்வது எதற்கு?' என்று அவள் யோசித்துக் கொண்டிருந்தபோது தேசீய இயக்கம் அவள் உயிரை மறக்கும்படியான மாற்றாக அமைந்தது. ஆனால் இப்போது அது கானல்நீர் போல மறைந்துவிட்டதால் அவள் போக்கற்றவள் போலத் திணறினாள். அவள் சிறை சென்றபோது இருந்த நிலைமை நாட்டில் மட்டுமல்ல, அவள் வாழ்க்கையிலும் மாறிவிட்டது. நல்லவேளையாக விசுவேசுவரன் அன்று வந்து வரவேற்றான். இல்லாவிட்டால் எங்கே போவது என்ற பிரச்சினைகூடப் பெரிதாகியிருக்கும்.

பெற்றோர்கள் இளமையிலேயே இறந்துபோய்விட்டார்கள் அவளுக்கு. எடுத்து வளர்த்த தாய்மாமனாவது இன்னும் சில

வருஷங்கள் இருந்து அவளைப் பாதுகாக்கக் கூடாதா? அவரும் இறந்தபிறகு அவள் சுயேச்சை கொண்ட படித்த பெண்ணாகச் சமூகத்தில் தனியாக நின்றாள். அழகு அப்படித் தனித்து வெகுகாலம் இருக்க முடியுமா?

சத்தியநாராயணன் என்ற ஓவியன் அவளை எப்படியோ ஏமாற்றித் தன்னுடன் தைரியமாகக் கல்யாணமின்றி இருக்க உடன்படச் செய்து அவளிடமிருந்து சொற்ப சொத்தையும் அபகரித்துக்கொண்டு தெருவில் நிறுத்திவிட்டான். முதலில் அவனைப் போல இங்கிதமும் அன்பும் உள்ளவர்கள் யாருமே இருக்க முடியாது என்று அநுபவமற்ற அன்ன பூர்ணா நினைக்கும்படி நடந்துகொண்டான். பிறகு கைக்காசு குறையக் குறையத் தன் மிருகத்தனத்தைக் கொஞ்சம் கொஞ்சமாக வெளிக் காட்டினான்.

சாரதா எப்படியோ அவன் தன்மையை ஊகித்துவிட்டாள். அவனிடம் ஈடுபட்டுப்போன அன்னபூர்ணாவுக்குப் பகுத்தறிவு அப்போது மழுங்கிவிட்டது. சாரதா அவனுடைய நட்பு வேண்டாம் என்று தடுத்தாள். அன்னபூர்ணா கேட்கவில்லை. ஒரு நாள் குடித்து விட்டு வந்து அவன் அவளை மிருகத்தனமாக நடத்தினவுடன்தான் அவள் விழித்துக்கொண்டாள். அந்த நிமிஷமே கிளம்பித் தோழியுடன் போய் வசித்தாள்.

‘இனி உயிருள்ளவரையில் நான் புருஷர்களிடம் நடந்து கொள்ளும் விதமே வேறு. ஆனால் இவர் இந்த நான்கு நாட்களில், உண்மையாகவே மரியாதை செய்ய வேண்டிய மனிதர் என்று எனக்கே தோன்றும் படியாக நடந்துகொண்டுவிட்டார். எல்லா விஷயங்களைப் பற்றியும் ஆழ்ந்து ஆலோசனை செய்திருக்கிறார் என்று தெரிகிறது. இவருடைய இங்கிதமும் மரியாதையும் தூரத்திலிருந்து இவர் காட்டும் அன்பும எனக்கே ஆச்சரியமாக இருக்கிறது. நான் சங்கோசம் இல்லாமல், சங்கடப்படாமல், இங்கே இருக்க வேண்டுமென்று எவ்வளவு கவனமாக இருக்கிறார்! . . .

‘அதற்காக எவ்வளவு நாள் இங்கே இருப்பது? அதுவும் சாரதா இல்லாமல் தனியாக இவருடன்? விசுவேசுவரன் களங்கமற்ற மனிதராக இருக்கிறார். ஆனால் அவனும் முதலில் அப்படித்தான் தோன்றினான்.’

‘எப்படி இருந்தால் என்ன? எனக்கென்ன பயம் இனிமேல்? யார் வலையில் மறுபடியும் சிக்கப்போகிறேன் நான்?’

‘இப்போது ஏன் இங்கே வந்து என்னுடன் பேசுகிறார்? இல்லை; இங்கும் அதிகமாகத் தாமதிக்கக் கூடாது; என் பாழாய்ப்போன அழகு இவரைக்கூடக் கெடுத்துவிடும்!’

4

திடீரென்று விசுவேசுவரன் நாற்காலியில் வந்து உட்கார்ந்தான்.

“இந்தச் சிறுவயசில் நீங்கள் இப்படிப் பேசுவது மனித இயற்கைக்கு விரோதம் என்று நான் சொல்லலாமா?”

"எது?" என்று அன்னபூர்ணா, தன் நினைவுகளை நிறுத்திக் கேட்டாள்.

"உடலின் உண்மையை நீங்கள் நீத்துவிட்டதாகச் சொல்வது?"

"எது உண்மை?" என்று கேட்டவண்ணம் அவள் அவன் பக்கம் திரும்பினாள்.

"உணர்ச்சிகள்!"

"நீங்கள் கற்றறிந்தவர்கள்; உணர்ச்சிகளை எப்படி உண்மை என்கிறீர்கள்?"

"நீங்கள் அப்படிக் கேட்டால் உண்மை என்பதே என்ன என்றல்லவா நான் கேட்கவேண்டியிருக்கிறது!"

"சந்தேகமென்ன? எது நிலைபெற்றதோ எது வீழ்ச்சியற்றதோ அதுதான் உண்மை!"

"நீங்கள் சொல்வது போன்ற நிர்க்குணமான ஸத்யம், நிர்க்குணப் பிரம்மத்தைப் போலவே உலகத்து இயற்கையுடன் சம்பந்தப்படாதது."

"அதைத்தான் சொல்லுகிறேன்; உயிரினிடையே காணக் கிடைக்காத ஒரு மலர்ச்சி, ஒரு நட்சத்திரப் பூ, உயிரையே உருவாக்கும் ஓர் உத்தமக் கொள்கை!"

"அது ஸாரமற்றது; கிரகங்களின் அமைப்பை அறியாமல் கணிக்கப் பட்ட ஜாதகத்தைப் போன்றது; பயனற்றது; சுவர் இல்லாத சித்திர முயற்சி. உண்மை, ஸத்யம், உணர்ச்சி வெள்ளமாகப் பெருகும் உயிரென்னும் ஆற்றை இருகரையைப் போல அணைத்து வழி காட்டிச் செல்ல வேண்டும்."

"அது காட்டாற்று வெள்ளம்; பயனற்றது!"

"ஒவ்வொரு கணமும் ஒரு நாடித்துடிப்பால் நம்மை மாய்த்தும் உயிர்ப்பித்தும் நிறுத்துகிற ரத்தத்தை நீங்கள் பலனற்றது என்று சொன்னால், நான் என்ன பதில் சொல்வது?"

"அந்த ரத்தவோட்டம் வேண்டாம்!"

"இப்போது நீங்கள் வாதத்தை விட்டுவிட்டீர்கள். சரி, பிறகு சாவுதான்!"

"அதுவே மேல்!"

"அது ஏற்படுவது நமது செயலில் இல்லையே!"

"அப்படி, பலவீனமாக உயிரை உங்கள் உணர்ச்சிக்கு அடிமையாக்கி விடுவதா? சாவைத் தேடியடையும் தைரியம் வேண்டாமா?"

"அம்மா, இன்னும் ஆராய்ந்து பாருங்கள். எல்லாம் கடைசியில் உணர்ச்சிதான்."

"அது ஒரு நாய்க்குடை! கிளைத்த கணமே கருகுவது!"

"மறுமழையில் கிளைக்கும், திரும்ப!"

அன்னபூர்ணா மேலே வாதம்செய்ய முடியாமல், "நீங்கள் இப்போது என்ன சொல்லுகிறீர்கள்?" என்றாள்.

"இதுதான். பூப்போன்ற இந்த இளம்வயதில் நீங்கள் வாழ்க்கையில் வெறுப்புக்கொள்ளக் கூடாது என்று சொல்லுகிறேன்."

"அது பிறரை ஒன்றும் செய்யாதே?"

"அதற்குச் சொல்லவில்லை நான். உங்களுக்கே உயிர் இருக்கிற வரையில் அதில் ஒரு பூரிப்பு இருக்க வேண்டும்."

"இனிமேல் என் உயிரில் அது எப்படி வரும்? நீங்களே சொல்லுங்கள்; என் கதை முழுவதுந்தான் உங்களுக்குத் தெரியுமே!" என்று சொன்ன போது அவள் கண்ணீர் கட்டில் அடங்கவில்லை.

விசுவேசுவரன் அந்தச் சோகத்தைக் கண்டு கலங்கிப்போனான்.

"அது வரும்படி செய்ய நான் முயற்சி செய்யலாமா?" என்று தன்னை அறியாமலேயே கேட்டுவிட்டான்.

அதைக் கேட்டதும் அன்னபூர்ணா ஒரு தரம் உலுக்கி விழுந்தாள்.

"என்னைத் திட்டுங்கள், காலால்கூட உதையுங்கள், பட்டுக் கொள்கிறேன். ஆனால் 'உன்னைக் காதலிக்கிறேன்' என்ற வார்த்தைகளை மட்டும் சொல்லி விடாதீர்கள்! கெஞ்சுகிறேன்; எனக்கு வேறு போக்கிட மில்லை. ஆ, அதோ உங்களுக்குக் கோபம் வந்துவிட்டதே! உங்கள் உறுதியைப் பற்றி நான் சந்தேகம் கொள்ளவில்லை. காதலைத்தான் நான் நம்பவில்லை."

"நீ, உண்மையான அன்பை – காதல் என்ற பதம் வேண்டாம் – இது வரையில் அறிந்து அநுபவிக்கவில்லை. அது என் குற்றமா?" என்று அவன் இளகிக் கேட்டான்.

"உண்மையான அன்பு! அப்படி ஒன்று இருக்குமா? நான் பச்சையாகக் கேட்கிறேன்; இனிமேல் என்ன? – நீங்கள் என்னுடைய அழகை அனுபவிக்க விரும்புகிறீர்கள்."

இதைக் கேட்டதும் விசுவேசுவரன் ஆவேசம் பெற்றவன்போல் ஆகிவிட்டான்.

"நீ எண்ணுவது பிசகு, அன்னபூர்ணா! சாரதா உன் புகைப் படத்தைக் காட்டினபோது அந்த அழகைக் கண்டு, ஒளியைக் கண்டு கண் கூசுவது போலக் கூச்சங்கொண்டேன். அது அப்போது, – நானும் மனம் விட்டுச் சொல்லுகிறேன் என் மிருக உணர்ச்சியைத்தான் தூண்டிற்று."

"இப்போது?"

"இப்போது உன் அழகு எப்படியோ நான் பார்க்கக் கூடியதாக ஆகிவிட்டது."

"இல்லை, அது ஏமாற்றம். உண்மையில் நீங்கள் சற்றுமுன் பிரஸ்தாபித்த என் இளமையைப் பூப்போல, நீங்கள் சொன்ன மாதிரி – நட்புக் கிளையிலிருந்து பறித்துக் கசக்கி மோந்து பார்க்க இச்சைப் படுகிறீர்கள். என்ன ஆகும் தெரியுமா? பூ துவண்டு போகும். நீங்கள் அதை விட்டெறிந்து விடுவீர்கள்!"

"ஏமாற்றத்துக்கு இடம் கொடுக்கிறவனாயிருந்தால் நான் இவ்வளவு வருஷம் கல்யாணம் இல்லாமல் இருந்திருக்க மாட்டேன். என் உயிரின் எண்ணங்களுடனும், ஏக்கங்களுடனும் உழன்று என் இருதயத்தில் ஒரு பக்கம் சூன்யமாக இருப்பதை அறிந்திருக்கிறேன். அதை ஒரு பெண்தான் நிரப்பக்கூடும் என்பதும் எனக்கு நெடுநாட்களுக்கு முன்பே தெரியும். அதற்குரியவள் நீதான் என்று சாரதா நினைத்தாள். நான் நம்பவில்லை –"

அன்னபூர்ணா புன்னகை செய்தாள்.

"சாரதாவின் சதியாலோசனையா இது?"

"அவள் வேண்டுமென்றே நம்மைச் சந்திக்க வைத்திருக்கிறாள் என்று உண்மையாகவே எனக்கு இப்போதுதான் தெரிகிறது. கதா பாத்திரத்தைப் போல் பேசுகிறேன் என்று நினைக்காதே. என் தனிமையை இனிமையாக்குவாயா?"

"இனிமை அளிக்கும் சக்தியே என்னை விட்டு அகன்றுவிட்டதே! என் இருதய மலர் அகாலத்தில் மலர்ந்து மூடிக்கொண்டுவிட்டது."

"என் ஆர்வத்தால் அதை மறுமலர்ச்சி கொள்ளச் செய்கிறேன்; என்னை நம்பு!"

"ஐயோ, நான் என்ன செய்வேன்! உங்கள் வீட்டில் உட்கார வைத்துக்கொண்டு தாங்கள் என்னை இப்படித் தடுமாறச் செய்வது சரியா? என் செத்த மனத்தில் நீங்கள் என்ன சுவையைக் காணப் போகிறீர்கள்?"

"அதைப் புனர்ஜன்மம் எடுக்கச் செய்கிறேன். இந்தா, தைரியமாகக் கையைக் கொடு!" என்று சொல்லிக்கொண்டே எழுந்து அருகில் சென்று கையை நீட்டினான் விசுவேசுவரன்.

"வேண்டாம். நான் சொல்வதைக் கேட்கமாட்டீர்களா? நமக்கு இப்போது ஆறுதலாக இருக்கும் நட்புக்கூடப் போய்விடும்!"

"நீ எண்ணுவது பிசகு; வா சொல்லுகிறேன்!" என்று அவள் கையைப் பிடித்து எழுப்பி நிறுத்தினான்.

அன்னபூர்ணா மனம் தடுமாறினாள். நிற்க முடியாமல் துவண்டு தள்ளாடினாள். விசுவேசுவரன் அவளைத் தன்மேல் சாய்த்துக் கொண்டான்.

❖

கலைமகள், மே, 1935

காதலே சாதல்

ஒருவித உணர்ச்சிப் பெருக்கு மிதமிஞ்சிய ஒரு சந்தர்ப்பத்தில் ஐம்புலன்களையும் சிதறவடித்து, ஜீவனின் சுயப்பிரக்ஞையை அறவே ஒழித்து, சரீரத்தையே நடைபிணமாக்கக் கூடும் என்பதற்கு என் தோழி ருக்மிணி ஓர் அத்தாட்சி. அதிகம் படித்தவளன்று. ஒரு கிராமப் பெண்; இந்து ஸ்திரீ தர்ம வழியில் 'அடிமை'யாகக் காலங்கழித்தவள் ... மூன்று வருஷங்களாகின்றன. அவள் இந்தமாதிரி அன்று முதல் 'சித்தப் பிரமை' கொண்டு இருப்பது, வைத்தியர்களுக்கே திகைப்பாக இருக்கிறது. 'ஹிஸ்டரியா' எனப்படும் மூர்ச்சை நோயுமல்ல; பைத்தியமுமல்ல. நிலைகுத்தலைப் போன்ற உயிரற்ற கண்கள் ஓரிடத்தைப் பார்த்தால் பார்த்தவண்ணமே இருக்கும். முகத்தில் எப்பொழுதும் உணர்வற்ற தோற்றம். இது பொதுவான நிலை.

ஒரு நாள் உட்கார்ந்த இடத்திலிருந்தே, "அடி, மாதுவை எங்கோ அனுப்பிவிட்டார்களென்றாயே; அதோ போகிறானே?" என்று வீரிட்டாள். அவள் பிரமையை மாற்றுவது ப்ரம்மப் பிரயத்தனமாகிவிட்டது. ஒருநாள் என்னைக் கட்டிக்கொண்டு அகாரணமாக விம்மி விம்மி அழுதாள். மற்றொரு நாள், "அடி, மாதுதான் உயிருடன் இருக்கிறானே? நான் ஏன் நெற்றிக்கு வைத்துக்கொள்ளக் கூடாது?" என்று பொட்டிட்டுக்கொண்டாள். ஐந்து நிமிஷத்திற்கெல்லாம் கண்ணாடியில் பார்த்துவிட்டு, "ஐயையோ, அவர் போனபிறகு எனக்கு ஏன் இந்த மாதிரி புத்தி வந்தது?" என்று அழித்துவிட்டாள்.

நான் தஞ்சாவூருக்கு மாற்றப்பட்டிருந்த புதிது. கும்பகோணத்தில் முகாம் போட்டிருந்து திரும்பிய மூன்றாவது நாளே என் தோழி ருக்குவிடமிருந்து எனக்கு ஒரு கடிதம் வந்தது.

கும்பகோணம்,
4-4-35.

என் அருமைக் கமலம்,

இவ்வளவு வருஷங்களுக்குப் பிறகு என்னை ஞாபகம் வைத்துக் கொண்டிருந்து, புலன் விசாரித்துக் கண்டு பிடித்துக்கொண்டு வந்தது எனக்கு எவ்வளவோ காணாததைக் கண்டதுபோலிருக்கு. கமலம், எட்டு வருஷங்களுக்குமுன் நீயும் நானும் குதிச்சுக்கொண்டு பள்ளிக் கூடம் போனது இன்னிக்கிப் போலிருக்கடி. நீயோ படித்துப் பள்ளிக் கூட 'இன்ஸ்பெக்டர்' வேலை பார்க்கிறாய். நான் மூடமாய், கிணற்றுத் தவளையாய் எங்கோ ஒரு மூலையில் காலந் தள்ளிக்கொண்டிருந்தேனே; என்னை ஆட்டி வைக்க ஒன்று வந்து சேர்ந்துவிட்டதடி! உன்னிடம் சொல்வதற்கென்ன? வேறு யாரிடம் சொல்லப் போகிறேன்!

நேத்து விடியக்காலம். என் அகத்துக்காரர் ஊரில் இல்லை. 'கேஸ்' விஷயமாக ஊருக்குப் போயிருந்தார். வீட்டுக் காரியங்களை முடித்துவிட்டுக் காவேரிக்குப் போகப் புறப்பட்டு வாசலுக்கு வந்தேன். ஓர் அடியெடுத்துப் படியில் வைத்திருப்பேன், பார்த்துக்கோ, வாசல் வழியாகப் போனான் – யார் தெரியுமா? என் கல்யாணத்தன்று வீட்டைவிட்டு ஓடிப்போனானே, 'மாது'; உனக்கு ஞாபகமிருக்கிறதா? அவன் என்னைப் பார்த்திருக்கக்கூட மாட்டான். எனக்குக் கைகால் பதறிப்போச்சு. கால் தவறி அடி வைத்துப் படியில் விழவிருந்து சமாளித்துக் கொண்டேன். இந்தத் தடபுடலில் அவன் என்னைப் பார்த்துவிட்டான்.

ஒரு வினாடி – மறுபடியும் 'விர்'ரென்று ஐந்தாறடி தூரம் போய் விட்டான். என்னமோடி கமலம், என் கஷ்டகாலமோ என்னவோ தெரியவில்லை. நான் வாழ்க்கைப்பட்டு வயதுவந்த பெண் என்பதையே மறந்தேன். நான் அப்பொழுது என்ன செய்தேன், என்ன சொன்னேன் என்பதே எனக்கு ஞாபகமில்லை. அவ்வளவு மெய்ம்மறந்து போய் விட்டேனடி! 'மாது' என்று கூப்பிட்டிருப்பேன் போலிருக்கிறது. நடந்து கொண்டிருந்தவன் திரும்பிப் பார்த்தான்.

வேகமாக என்னை நோக்கிவந்து 'ருக்கு!' என்றான். அப்பொழுது தான் எனக்கு என் சுயப்பிரக்ஞை வந்தது. அவனுடைய முகத்தைப் பார்த்தேன். அவன் பார்வை எனக்குப் பயத்தை விளைவித்தது. உடல் நடுக்கம் எடுத்தது. விழுந்தடித்துக் கொண்டு நடைக்கு ஓடினேன். வாஸ்தவமாக, கமலம், அவனை எதற்காகக் கூப்பிட்டோமென்று தோன்றிற்று; நிஜமாய்ச் சொல்லுகிறேன். நானறிந்து செய்யவில்லையடி! நான் என்னடி செய்வேன்!

"ருக்கு, என்னை அடையாளம் தெரிகிறதா?" என்றான்.

அவனது பரதேசிக் கோலத்தைப் பார்க்கச் சகிக்கவில்லை எனக்கு.

"என்ன அப்படிக் கேட்டாய் மாது?" என்றேன்.

என்னை அறியாமல் கண்களில் ஜலம் வந்துவிட்டது. நீ சொல், கமலம். நாமாக என்ன செய்து கொண்டாலும் பழக்கம் விடுகிறதா?

குழந்தையிலிருந்து கூடி விளையாடின பாசம்; வேறு புருஷனல்லவா? தூரத்தில் நின்று பேசணும் என்று பார்த்தேன். என்னால் முடிய வில்லையடி. என்மேல் குற்றமா அது? என் மனம் தடுமாறுகிறதை அவன் கண்ணாடியில் போல் கண்டுவிட்டான். தைரியமாக என் முகத்தையே பார்த்தான். பேசவில்லை. எனக்கு என்ன சொல்வதென்றே தெரியவில்லை.

அர்த்தமில்லாமல், "என் அகத்துக்காரர் ஊரில் இல்லை" என்றேன். அவன் முகத்தில் ஒரு வெறுப்புக்குறி தோன்றியதைக் கவனித்தேன். "மத்தியானம் வருவார்" என்றேன். அவன் ஒன்றும் சொல்லாமல் திண்ணையில் உட்கார்ந்துகொண்டு கொஞ்ச நாழி கழித்து, "நாம் சந்தித்தது, உனக்குச் சந்தோஷந்தானே? இல்லையா?" என்று கேட்டான். எதற்காக அப்படிக் கேட்டானோ தெரியவில்லை. நான் பதில் சொல்ல வில்லை. "நான் கேட்டதற்குப் பதில் சொல்" என்றான்.

'இல்லை' என்று மனத்திலிருந்ததைச் சொல்லிவிட்டேன். அவ்வளவு தான். உட்கார்ந்திருந்தவன் சடக்கென்று எழுந்து தெருவில் இறங்கிப் போய்விட்டான். அவன் பின்னால் கூச்சலிட்டேன். அவன் அதைக் காதில் வாங்கிக் கொள்ளவில்லை. நான் என்னடி செய்வேன்? உள்ளதைச் சொல்லுகிறேன். நீ என்ன வேணுமானாலும் நினைத்துக்கொள். அந்த நிமிஷம் முதல் எனக்கு இருப்புக் கொள்ளவில்லை. பத்து வருஷமாக, பரதேசியாகத் திரிந்தவனைப் பார்த்த மறுநிமிஷமே இப்படிப்பட்ட துஷ்ட வார்த்தையைச் சொல்லி விரட்டிவிட்டேனே! அவன் திரும்பி வருவானா? நான் என்ன செய்யட்டும்? ஒரு வழி சொல்லேன்!

உன்,
ருக்கு.

ருக்குவும் நானும் பள்ளிக்கூடத்தில் படித்துக்கொண்டிருக்கும் போது 'மாது'வும் அங்கிருந்தான். ரொம்ப நல்லவன். எனக்கு நினை விருக்கிறது. அவனுக்குத்தான் ருக்குவைக் கொடுப்பதாகப் பேச்சு. நாங்கள் (குட்டிகளெல்லாங்கூட) அவளைக் கேலி செய்வோம். அவன் ருக்குவின் தகப்பனாரின் தமக்கை பிள்ளை. தாய் தகப்பனாரில்லை. மாமன் வீட்டிலேயே வளர்ந்தான்.

கல்யாணத்தின்போது அவளுக்கு வயது பதினான்கு நிறைந்து விட்டது. அவன் அவளுக்கு மூன்று வயது பெரியவன். காலேஜில் படித்துக்கொண்டிருந்தான். ஏது காரணத்தாலோ ருக்குவை மாது வுக்குக் கொடுப்பதில்லை என்று கடைசி நிமிஷத்தில் தீர்மானமாயிற்று. அந்தக் காரணம் அவள் தாய்தான் என்று சொல்லிக்கொண்டார்கள். அவளது சொந்தத்தில் வக்கீல் பரீட்சைக்குப் படித்துக்கொண்டிருந்த ஒரு பையனுக்குக் கொடுப்பதாக நிச்சயமாயிற்று. ருக்கு, கல்யாணத்தின் நாலுநாளும் அழுத வண்ணமாகவே இருந்தாள். மாதுவோ தாலி கட்டியானவுடன் பந்தலிலிருந்து வெளியேறினவன்தான். பின் எங்கே போனானென்று யாருக்கும் தெரியாது.

இந்து ஆசார முறையில் ருக்கு தன் கணவனைத் தெய்வமாகக் கொண்டாள். அவ்வளவுதான். தான் அவனது 'அடிமை' என்று கருதி உழைத்தாள். அவள் கணவனைப் பற்றிச் சொல்ல வேண்டாமா? தன் மனைவி என்பவள் ஒரு பெண் என்பதையும், அவளுக்கு ஒரு மனம், இருதயம் உண்டென்பதையும் மறந்தவன் – அல்லது அலட்சியம் செய்தவன். நானும் பெண்ணாகையால் அதைச் சொல்லாமலிருக்க முடியவில்லை. கும்பகோணத்தில் நான் அவனைச் சந்திக்க நேர்த்தது. அப்பா! பார்க்கவே பிடிக்கவில்லை எனக்கு; அவள் எப்படித்தான் காலந்தள்ளுகிறாளோ? அவள் தெய்வந்தான்.

மறுநாளும் ஒரு கடிதம் வந்தது.

கும்பகோணம்,
5–4–35.

கமலம்,

என்ன விந்தை இது என்று யோசிக்கிறாயோ? எனக்கென்னவோ உன்னிடம் சொல்லிவிட்டால் மனம் சமாதானமாக இருக்கும் போலிருக் கிறது. காவேரிக்குப் போகிற வழியில் தபால்பெட்டி இருக்கிறது. நல்ல வேளையாக என் பாட்டு நோட்டில் இரண்டு மூன்று கவர்கள் இருந்தன. ஆனால் நான் எழுதுகிறது உனக்கு உபத்திரவமாக இருக் கிறதோ என்னவோ? இல்லையே? அசட்டுப் பிசட்டுனு எழுதுகிறேன். யாரிடமும் காட்டாதே. உன் அகத்துக்காரரிடங்கூட. நேற்று முதல் பைத்தியம் பிடித்தது போலாகிவிட்டேன், போ. என் அகத்துக்காரர் பார்த்து எனக்கென்ன உடம்பு என்று சீறும்படி அவ்வளவு பட்ட வர்த்தனமாக இருக்கிறது என் நிலைமை.

குழந்தைகளா யிருந்தபோது நான் சாப்பிடாமல் அவன் சாப்பிட மாட்டான். எது தனக்கு அகப்பட்டாலும் என்னிடம் கொடுப்பான். அம்மா, புருஷப் பிள்ளைகளோடு விளையாடினால் காதறுந்து போகுமென்று இருவரையும் விரட்டுவாள். அவள் பாராமல் கூடி விளையாடுவோம். அவனை என் கல்யாணத்தன்று முதல்தரம் விரட்டினேன் வாய் பேசாமல். நேற்று இரண்டாந்தரம் – என்னைத் தேடி வந்தவனை, என் வாயார வார்த்தை சொல்லி விரட்டினேன், பாவி!

ஆனால், இப்பொழுது வேறு காலமல்லவா? நான் ஒருவருக்குப் பாத்தியமானவள். அவரறியாமல் நான் மாதுவை எப்படி 'வா' என்பது. அவருக்கு அவனைக் காணக்கூட இஷ்டமிருக்காது; நிச்சயம். சந்தேகப்படுவார். என்னை அடிப்பார். ஆமாமடி. எவ்வளவோ தரம் சின்னத் தப்புக்கெல்லாம் அடித்திருக்கிறார். ஒன்றுமில்லை, ஒரு தடவை 'பவதி பிக்ஷாந் தேஹி' என்று ஒரு பிள்ளையாண்டான் வந்தான். அவனுக்குச் சாதம்போடுகிறபோது, அவனை 'எந்த ஊர்?' என்று கேட்டேனென்று அடித்தார். ஆகாசவாணி பொதுவாக, நான் கல்மஷமில்லாமல்தான் கேட்டேன். பைத்தியக்காரியாட்டமா எழுதி யிருக்கிறேன். ஆத்துக்காரரைப் பற்றி இப்படி எழுதுவது பிசகல்லவா?

நான் இதுவரையிலும் ஒன்றும் சொன்னதில்லை. வாழ்க்கைப்பட்ட பிறகு வாய்திறக்கலாமா? மனத்தினால்கூட அபசாரம் செய்தால் பாவமல்லவா? – பாட்டி சொல்லுவள் – புருஷனுக்கு அடிக்க ஒரு கை, அணைக்க ஒரு கை என்று – ஆனால் லோகத்தில் எப்படியோ? நான் அடிக்கிற கையைத்தான் கண்டேனடி! – இப்படியெல்லாம் எழுதினால் பிசகு; இதென்ன எனக்குக் கேடுகாலமா இப்படி?

உன்
ருக்கு.

இதைப் படித்ததும் என் மனத்தில் அனுதாபம் மேலிட்டது. ருக்குவைப் போல அப்பாவி உண்டா உலகில்? பாவம் என்ன பாடுபடுகிறாளோ! பச்சைக் குழந்தை போலல்லவா எழுதுகிறாள்!

மறுநாளும் ஒரு கடிதம் வந்தது.

கும்பகோணம்,
6–4–35.

கமலம்,

நான் என்னடி செய்வேன்! இன்னிக்கிச் சாயந்திரம் அவனைப் பார்த்தேன். வழக்கம்போல நான் ஜலமெடுக்கப் போனேன். ஊத்தில் கும்பலாயிருக்கு மென்று கொஞ்ச நாழி கழித்துப் போனேன். நிலாக் கால் கட்டின சமயமாகிவிட்டது. அவசர அவசரமாக ஊத்து இறைத்து ஜலமெடுத்துக் கொண்டிருந்தேன். தனியாக நான் மட்டும் இருந்தது எனக்குப் பயமாக இருந்தது. இருந்தாப்போலிருந்து 'ருக்கு!'ன்னு குரல் கேட்டது. நல்லவேளையாய் மாது வந்து விட்டான்னு உள்ளூர ஒரு நினைப்பு. மறு பக்கம், தன்னந்தனியாக ஊத்தங்கரையில் வேறொருத்தனோடு பேசுவது பிசகுன்னும் ஒரு நினைப்பு. "என் மேல் கோபமில்லையே?" என்று கேட்க நினைத்தேன். ஆனால், நான் சொன்னது இது: "மாது, இது பிசகு, நாம் பேசப்படாது இப்படி இங்கே!" – என் உடல் நடுக்கமெடுத்தது. ஒருத்தரும் காணோம் காவேரிலே. வலையில் அகப்பட்டவள்போல நினைத்துக்கொண்டேன். எதுக்கப்படி நினைத்தேன்னு இப்போ தெரியவே இல்லை. மாது தூரத்தில் நின்னுண்டிருந்தான்.

"ருக்கு, இத்தனை நாழி கழிச்சு இங்கேன் வந்தே – என்னை ஒருவேளை இங்கே பார்க்கலாம்னுதானே?" என்று ஆவலோடு கேட்டான்.

"இல்லை நாழியாயிடுத்து" இன்னேன். அவன் முகத்திலே ஒரு மாறுதலைக் கண்டேன். எனக்குப் பயமாயிருந்தது. "மாது, நீ போயிடு!" இன்னேன். "பின் ஏன் என்னைக் கூப்பிட்டே?"ன்னு கோபமாக் கேட்டான். உடனே கோபத்தை அடக்கிண்டுட்டான்.

"தெரியாமல் செஞ்சுட்டேன்."

“இல்லை. ருக்கு, நீ பொய் சொல்றே” என்றான். எனக்கொண்ணுமே சொல்லத் தெரியல்லெ. ஒரு நிமிஷம் அப்படியே நின்னேன். நொடிக் கெல்லாம் குடத்தை எடுத்துக்கொண்டு வேகமாகப் புறப்பட்டேன்:

“ருக்கு, நாளைக்கு ஆத்துக்கு வருகிறேன்”ன்னு சொன்னான்.

“என் பின்னாலே வராதே”ன்னு ஜாடை காட்டிவிட்டு வீட்டுக்கு வந்து சேந்துட்டேன். ‘அவன் வருவானா’ன்னு இருந்தது. இப்போ, ‘ஐயோ, வந்துவிட்டால்?’ என்று நடுங்கினேன். அதுவும் மாது முரடன். அவர் ஆத்தில் இருக்கும்போது வந்துவிட்டால் என்ன செய்வது? எனக்கு ஒண்ணுமே தெரியல்லெ.

உன்,
ருக்கு.

இந்தக் கடிதத்தைப் படித்ததும் ‘ருக்குவுக்கு ஏதாவது ஆபத்து நேரும்’ என்று எனக்குத் தோன்றிற்று. அவளும் சாமர்த்தியமாக நடந்துகொள்ள அந்தச் சமயத்தில் திறமையற்றவள். புருஷன் அசூயை கொண்ட பதர். மாதுவோ உணர்ச்சி வேகத்தில் தன்னை மறந்தவன். வினை வேறு வேண்டியதில்லை அல்லவா?

அன்று சாயந்திரம் வண்டியில் என் புருஷனுடன் புறப்பட்டுக் கும்பகோணம் போனேன். சுமார் எட்டரை மணிக்கு ருக்குவின் வீட்டு வாசலில்போய் இறங்கினோம். வாசலில் ஒரே கூட்டம். உடனே எனக்குத் தூக்கிவாரிப்போட்டது. கூட்டத்தை விலக்கிக்கொண்டு நாங்கள் இருவரும் வேகமாக உள்ளே சென்றோம். ருக்கு ஒரு பக்கம் திக்பிரமை பிடித்து உட்கார்ந்திருந்தாள். மாது ஒரு பக்கம் ஸ்தம்பித்து நின்றுகொண்டிருந்தான். ருக்குவின் கணவன் பூமியில் கிடந்தான்.

அந்தச் சமயம் போலீஸார் உள்ளே நுழைந்தார்கள். கேஸ் நடந்தது.

மாது விசாரணையில் முழு விவரங்களையும் சொன்னான்.

தான் ருக்குவைப் பார்த்துப் பேச, சாயந்திரம் வீட்டுக்கு வந்ததாயும் கூடத்தில் அவளுடன் பேசிக்கொண்டிருந்தபொழுது அவள் கணவன் வந்ததாயும் உள்ளே வந்தவன் வித்தியாசமான எண்ணங்கொண்டு, மனைவியைத் தாக்கிக் கழுத்தை நெரித்ததாகவும் அதைத் தடுப்பதற்காகத் தான் அவன் மார்பில் குத்தியதாயும் உடனே அவன் கீழே விழுந்து உயிர் துறந்தான் என்றும் சொன்னான்.

ருக்கு ‘கேசி’ல் ஒருவிதமாயும் உபயோகப்படவில்லை. பெட்டியில் ஏற்றப்பட்ட போதெல்லாம் மூர்ச்சையானாள். அவ்வளவுதான். மாது தீவாந்தர சிக்ஷை அடைந்தான்.

அன்று மாறாட்டமடைந்தது அவள் சித்தம்.

❖

மணிக்கொடி, **28-07-1935**

வீரம்மாளின் காளை

வீட்டின் பின்புறக் கொட்டிலில் வீரம்மாள் தனியாக உட்கார்ந்திருந்தாள். அழுகையால் சிவந்திருந்த அவளுடைய பெரிய கண்களிலிருந்து கண்ணீர் வடிந்துகொண்டே இருந்தது. மோவாய்க் கட்டையை வலது உள்ளங்கையில் தாங்கி ஏதேதோ எண்ணிக்கொண்டிருந்தாள். கோதி அள்ளிச் செருகியிருந்த தலைமயிரில் காலையில் வைத்துக் கொண்ட செவ்வந்திப் பூவும், கள்ள நாட்டு வழக்கப்படி பட்டைக்காரையுடன் சேர்த்துக் கழுத்தில் போடப்பட்டிருந்த பூவும், அப்படியே இருந்தன. காலையில் அணிந்த புதுச் சேலைகூட மாற்றப்படாமல் இருந்தது.

"ஏண்டி வீரம்மா, நாளுங் கிளமையும் ஏயிப்படி குந்திகிட்டிருக்கிறே? ரவைக்கி புதுக் கொளம்பு வைக்க வேண்டாமா?" என்று கேட்டுக்கொண்டு வந்த மூக்காயி தன் பெண்ணின் மடியில் ரத்தக் கறைப்பட்ட 'மாட்டுத் துண்டு' கிடப்பதைக் கண்டு திடுக்கிட்டுவிட்டாள்.

"ஏலா இதென்ன ரத்தம்?" என்று கேட்டுக்கொண்டே அருகில் ஓடினாள்.

சிற்பியின் பதுமைபோல உட்கார்ந்திருந்த வீரம்மாள் மெல்ல வாயைத் திறந்து, "ஆமா, உம் மருமயென் கொடலு ரத்தம்" என்று சொல்லி முடிக்கவில்லை.

அதற்குள், "ஏண்டி, உங்காளெ களுத்துத் துண்டு கணக்கா இருக்குதே?" என்றாள் மூக்காயி.

"ஆமாம்" என்று பதிலளித்துவிட்டு, வீரம்மாள் மறுபுறம் திரும்பிக்கொண்டாள்.

மாலைச் சூரியனின் கிரணங்கள் அவள் கண்களைச் சற்றே கலக்கியதைக்கூட அவள் பாராட்டவில்லை.

◯

பதினெட்டுப் பட்டிகளுக்குப் பெரிய அம்பலக்காரனான பொங்களியாண்டியின் ஒரே மகள் வீரம்மாள். பதினாறு வயதாகையால் அவளது கறுத்த மேனி யௌவனத்தின் கட்டழகு பெற்றிருந்தது. மங்கைப் பருவம் அவளுடைய முகத்தில் மிதப்புக்கொண்டிருந்தது. சாதாரணமாகவே கள்ளப் பெண்கள் சரீரக் கட்டில் கியாதி பெற்றவர்கள். அத்துடன் வீரம்மாளின் முகத்தெளிவும் சேர்ந்து அவளை அந்நாட்டுக்கு ஒரு திலகமாக்கியது. அவளை மருமகளாக்கிக்கொள்ள அநேக அம்பலக் காரர்கள் விரும்பினார்கள். ஆனால் ஆசாரப்படி, அவளை மூக்காயியின் அண்ணன் மகன் காத்தானுக்குக் கட்டிக்கொடுப்பதாகப் பரிசம் போட்டிருந்தது. தை பிறந்ததும் 'கண்ணாலம்.'

அன்று 'மஞ்சவெரட்டு.' காலை முதலே பதினெட்டுப் பட்டிகளி லிருந்தும் மாடுகள் வரத் தொடங்கின. வரவர அவற்றைத் தொழுவு களில் அடைத்து வைத்தார்கள். கள்ளப் பெண்களும் ஆண்களும் திரள் திரளாக வந்துகொண்டிருந்தார்கள். பெண்கள் புதுச்சேலை உடுத்துத் தலைமயிரை வேப்பெண்ணெய் தடவி வாரி முடித்துக் கொண்டையிலும் கழுத்திலும் செவ்வந்திப் பூக்களைச் செருகிக் கொண்டிருந்தார்கள். கை தவறாமல் கரும்பு!

வீரம்மாளும் அன்று காலையில் வெகு உற்சாகமாகத் தன்னை அலங்கரித்துக்கொண்டாள். ஆனால், முதல் நாளிரவு சாப்பாட்டுப் பந்தியில் தன் அப்பன் பேச்சு வாக்கில் பேசினதில் மனத்தாங்கல் கொண்டு, தன் 'அயித்தான்' தன்னுடைய மாட்டைப் பிடிக்கத் தீர்மானித்துவிட்டான் என்று கேட்டதும் அவள் கவலை கொண்டாள்.

பந்தியில் பேச்சு வந்தபொழுது பொங்களியாண்டி அம்பலம், தன் மகளின் காளையை யாராலும் பிடிக்க முடியாது என்று வீரம் பேசினான்.

அதைக் கேட்டதும் காத்தான் சிரித்தான். அம்பலத்திற்குக் கோபம் வந்துவிட்டது.

"என்னடா சிரிக்கிறே; நீ பிடிச்சுடுவையோ?" என்று உதாசீனமாக அவ்வளவு பேர் நடுவில் கேட்டான்.

காத்தானுக்கு ரோசம் வந்துவிட்டது.

"பொல்லாக் காளெ! நான் நாளைக்கி அதைப் பிடிக்காட்டி ஆம்பிள்ளையா?"

"ஏண்டா வெறும் பேச்சு! ஒம் பாட்டனாலேயும் முடியாது. ஐயெனெக்கூடல்ல ஏமாத்திடுச்சு!"

"ஏஞ் சும்மாப் பேசுறீங்க? நாம் பிடிக்காட்டி ஏன்னு கேளுங்க" என்று சபதம் கூறினான் காத்தான்.

இதுகூடக் காத்தான் தீர்மானத்திற்குக் காரணமாக இருந்திருக்காது. இளமையின் பெருக்கில் மெய்ம்மறந்த வீரம்மாள், தன் செய்கையின் பலனைக் கொஞ்சமும் சந்தேகிக்காதவளாய், கொல்லென்று சிரித்து விட்டதுதான் அவனுக்குச் சுருக்கென்று பாய்ந்தது.

வீரம்மாள் தன் காளையின் சக்தியை நன்றாக அறிவாளாகையால் இந்தத் தீர்மானத்தைக் கேட்டதும் கவலை கொண்டுவிட்டாள். அதைப் பிடிக்க முயல வேண்டாம் என்று தன் தாயை விட்டுக் காத்தானுக்குச் சொல்லச்சொன்னாள். மூக்காயியின் தூண்டுதலின் பேரில் அம்பலக் காரன்கூட நல்லவார்த்தை சொல்லிப்பார்த்தான். ஆனால் காத்தான் கள்ள ஜாதியானல்லவா?

சுமார் இரண்டு மணிக்கு மந்தைக் கோயிலில், எள்ளுப் போட்டால் கீழே விழாது என்பார்களே, அப்படிப்பட்ட கூட்டம். தொழுவில் அடைக்கப்பட்டிருந்த ஜல்லிக் கட்டுக்காளைகள் திறந்துவிடப்பட்ட வுடன் ஓடுவதற்காக நடுவில் ஒரு பாதை. இரண்டு பக்கங்களிலும் கட்டை வண்டிகள் வரிசையாக நிறுத்தப்பட்டிருந்தன. அவற்றின் உள்ளும் மேலும் ஜனங்கள். மாடுகளைப் பிடிப்பதற்கு வந்தவர்கள் மட்டும் பத்துப் பத்துப் பேர்களாகத் தனித்தனி இடங்களில் விட்டு விட்டுப் பதுங்கி இருந்தார்கள்.

மந்தைக் கோயில் தெய்வத்திற்குப் பூசையானவுடன் தொழுவுகள் அம்பலகாரன் கையால் திறந்துவிடப்பட்டன. கொட்டு முழக்குகள், ஜனங்களின் கூச்சல்கள், கூட்டம், – இவற்றால் மிரண்ட மாடுகள் வாலை எழுப்பிக்கொண்டு தலைதெறிக்க நாலுகால் பாய்ச்சலில் ஓடின. வழக்கமான சில மட்டும் கூட்டத்தைத் திரும்பித் திரும்பி எதிர்த்துக்கொண்டு நடந்து சென்றன. இவைகளை 'நின்னுகுத்தி' என்பார்கள். ஓடுபவைகளைக் காட்டிலும் இவைகளைப் பிடிப்பதுதான் கஷ்டம். நாட்டியக் குதிரை போல ஓர் இடத்தில் நின்றுகொண்டு நாலுபுறத்திலும் திரும்பித் திரும்பிப் பாயும். 'நின்னுகுத்தி' மாடுகள் அப்படிப் பாயும்பொழுது அந்தத் திக்கிலிருக்கும் கூட்டம் குபீரென்று கலையும். மாடுகள் நெருங்கிவிட்டால் பொத்தென்று கீழே விழுந்து விடுவது தப்புவதற்கான ஒரு யுக்தி. கீழே விழுந்தவர்களை அவை குத்துவதில்லை.

காத்தான் தன் சகாக்களுடன் ஒரு பக்கம் காத்திருந்தான். பிடிக்க வசமாகத் தன் பக்கம் வந்த பல மாடுகளைக் கண்ணெடுத்துக்கூட அவன் பார்க்கவில்லை. வீரம்மாளின் காளை சீவிய கொம்புகளுடனும் மதுவால் வெறிகொண்ட பார்வையுடனும் அவ்வளவு கூட்டத்தின் நடுவில் நடை போட்டுக்கொண்டு வந்தது. எதிரில் ஒருவரும் தோன்றத் துணியவில்லை. பக்கங்களும் காலியாக இருந்தன. அடிக்கடி வாலைப் பிடித்து இழுக்க முயலும் சில துடுக்கான வாலிபர்களை மட்டும் ஒரு திரும்புத் திரும்பி விரட்டிற்று. அவன் என்ன செய்யப் போகிறா னென்பதைப் பார்ப்பவர்கள் அறிவதற்கு முன் குபீரென்று அதன்முன் பாய்ந்தான் காத்தான். அதே கணம் வெகு கோபத்துடன் மாடு கொம்புகளைத் தாழ்த்தியது. கூட்டம் அலறிற்று.

ஆனால் மறுகணம் காத்தான் மாட்டின் கொம்புகளை அணைத்துக் கொண்டு அதன் கழுத்தில் கால்களைப் பின்னிக்கொண்டிருந்தான். மாடு வெறிபிடித்தது போல் ஓட ஆரம்பித்தது. காத்தான் தன்னுடைய பற்களால் அதன் கழுத்தில் கட்டப்பட்டிருந்த புதுத்துண்டை அவிழ்த்துக்

கவ்விக்கொண்டு, அபாரத் துணிச்சலும் தீர்மானமும் கொண்டு ஓர் ஊசல் கொடுத்து, திடீரென்று கையைவிட்டுப் பின்புறமாக மாட்டின் முதுகின்மேல் தாவினான். தாவின சமயம் மாடு ஒரு மரத்தடியில் வந்தது. ஒரு வினாடிதான் அவனுக்கு யோசிக்க இடமிருந்தது. மரத்தில் தொத்திக்கொள்ளலாம் என்று கிளையைப் பற்றிக் கால்களைத் தூக்கினான். மாடு வெருண்டதுபோல் பின் வாங்குவதற்கும், திடீரென்று அவன் சுமையால் எதிர்பாராத வண்ணம் கிளை தாழ்வதற்கும் சரியாக இருந்தது. அந்த நிமிஷமே மாடு பாய்ந்து அவனுக்குக் கீழே கொம்புகளைத் தாழ்த்திற்று. காத்தான் உடல் மாட்டின் கொம்புகளில் இறங்கியது. அந்தப் பாரத்தைத் தாங்க மாட்டாத மாடு தலையைத் தாழ்த்தி உதறிற்று. பிடி நழுவி ரத்தம் பீறிடக் காத்தான் கீழே விழுந்தான். மாடு பறந்துவிட்டது.

பின்னால் ஓடி வந்தவர்கள் காத்தானை ஒரு கயிற்றுக்கட்டிலில் போட்டு ஆஸ்பத்திரிக்குத் தூக்கிச் சென்றார்கள். காத்தான் ரத்த நஷ்டத்தால் பிரக்ஞை இழக்கும் தறுவாயிலிருந்தான். வீரம்மாளுக்குச் சொல்லியனுப்பச் சொன்னான். அதே கவலையாக வெகு ஆவலுடன் மந்தைக் கோயிலில் காத்துக்கொண்டிருந்த வீரம்மாளிடம் செய்தியுடன் ஆள்வந்தான். அவள் ஆஸ்பத்திரிக்குச் செல்லும்பொழுது அவன் இறக்கும் தறுவாயிலிருந்தான். அவனால் பேச முடியவில்லை. தன் ரத்தத்தில் தோய்ந்துகிடந்த மாட்டுத் துண்டை அவள் கையில் கொடுத்து விட்டுக் கண்களை மூடிவிட்டான்.

○

“ஏண்டி வீரம்மா, ரொம்பக் காயமாடி?” என்று மூக்காயி கேட்டாள். கையால் தாங்கப்பட்ட மோவாய்க் கட்டையை மெள்ளத் திறந்து வீரம்மாள், “செத்துப் போயிருச்சு” என்றுசொல்லி மறுபுறம் திரும்பினாள்.

தான் அத்தனை நாளாய்த் தன் கையால் தீனிபோட்டுத் தண்ணீர் காட்டி வளர்த்த காளை இப்பொழுது யமஸ்வரூபமாகத் தன்முன் நிற்பதைக் கண்டாள் – திரும்பி வீட்டுக்கு வந்துவிட்டது.

வீரம்மாள் சாவதனமாக எழுந்தாள். பக்கத்தில் இருந்த வேல்கம்பை எடுத்து, “புடிபட்டக் களுதைக்கி ரோசம் வேறேயா?” என்று வேலை அதன்மேல் பாய்ச்சினாள்.

❖

***மணிக்கொடி*, 30-04-1936**

கவி வேண்டிய பரிசு

பாதுஷாவும் கவி ஜகன்னாதரும் சொக்கட்டானாடிக் கொண்டிருந்தார்கள்.

அரசனும் கவியும் அவ்விரண்டு ஸ்தானங்களுக்கும் அக்காலத்திற்குரிய சின்னங்கள்போல விளங்கினார்கள்.

– மொகலாய சாம்ராஜ்ய சக்தி ஒருபுறம், ஹிந்து கலைஞான சக்தி மற்றொரு புறம்.

பிற்பகல், அரசியல் அலுவல்கள் தீர்ந்ததும், அமைதி யளிக்கும் கலைஞர்களுடைய கலப்பில் பொழுதுபோக்க பாதுஷா முனைந்தார்.

தர்பாரையடுத்துப் பாதுஷாவின் அந்தரங்க அறை. விசித்திர வர்ணங்கள் தீட்டிய ரத்ன கம்பள விரிப்பின் மேல் பாதுஷா திண்டு போட்டுச் சாய்ந்துகொண்டிருந்தார். பக்கத்தில் ஸம ஆஸனத்தில் கவி வீற்றிருந்தார். வாசல்கள் போன்ற பெரிய ஜன்னல்களின் வழியாகப் பார்த்தால், டில்லியின் அக்காலத்து எல்லைக்கு மேற்சென்ற பழைய ஹிந்து ராஜதானி இந்திரப்ரஸ்தத்தின் நீண்ட சமவெளி தென்படும். கோடை வெய்யிலின் கனல் போன்ற காற்று, அந்தச் சாளரங்களில் நுழைந்து குளிர்ச்சியடைந்து வீசியது. அறையின் ஒரு கோடியில் கட்டப்பட்டிருந்த ஒரு சிறு செயற்கை ஊற்றிலிருந்து நீர் கிளம்பி, சிறு சிறு திவலை களாகத் தூவப்பட்டு அக்காற்றை இன்னும் குளிரச் செய்தது. மறைவிடத்திலிருந்து வரும் ஊதுவர்த்தியின் கமழ், அலர்ந்த ரோஜாக்களின் மணத்தில் மிதந்து வந்துகொண்டிருந்தது. பன்னீர் கக்கும் விளாமிச்சவேர் விசிறியால் சேவகன் மெல்ல விசிறிக்கொண்டிருந்தான்.

"ஆமாம், நீர் எந்த ஊரென்று உம்மை இதுவரையில் கேட்கவேயில்லையே நான்?"

"நான் ஆந்திர தேசத்துப் பிராமணன்."

மொகலாய அரண்மனையில் சக்ரவர்த்தியுடன் உட்கார்ந்து கொண்டிருந்த கவியின் எண்ணங்கள் அநேக வருஷங்களைத் தாண்டிப் பின் சென்றன. அவருடைய மனக்கண் முன்பு புராதன ஆந்திரக் கிராமமும் அதன் பாழடைந்த தெருவும் கோடிக் கோவிலும் தோன்றின. அதனுடைய மண்டபத்தில் ஐந்தாறு சிஷ்யர்களுக்குப் பாடம் கற்பித்துக் கொண்டிருந்த ஒரு வறுமையின் உருவம். பிறகு ஒரு பக்கத்து நகரம், அதன் வேத பாடசாலை, வேதகோஷம், பண்டிதர்களின் வாதக் கூக்குரல், காவியாலங்காரங்களின் ஆராய்ச்சி, இருபத்தைந்து வயதுவரை! கலைத் திறமையால் செருக்கடைந்து, பண்டித மனப்பான்மை மேலோங்கி கீர்த்தியின் பொருட்டு அவர் திக்விஜயம் செய்யக் கிளம்பி ஐந்து வருஷங்களாகிவிட்டன. இப்பொழுது சக்ரவர்த்தியின் ஆஸ்தான கவி.

சக்ரவர்த்தி பகடையில் கவனம் செலுத்திய வண்ணம் "நீர் வடமொழியில் ஏதாவது நூல்கள் இயற்றி இருக்கிறீரா?" என்று கேட்டார்.

"இயற்றியிருக்கிறேன், 'ரஸகங்காதரம்' என்பது என்னுடைய முதல்தர நூல்" என்று சொல்லிக்கொண்டே கவி விளையாடினார்.

"அதன் பொருளென்ன?"

"அது ஓர் இலக்கண நூல். அலங்கார சாஸ்திரம், கவிதை, காவிய நடை முதலியவைகளை என்னுடைய செய்யுள்களைக் கொண்டே விளக்கியிருக்கிறேன்."

"வெற்றி வெறி கொண்டுதானே பாரசீகம் கற்றீர்?"

"அதுமட்டுமல்ல காரணம். என் குல தர்மமாகிய ஸனாதனத்திற்கு இந்தக் காஜியாலேற்பட்ட ஆபத்தைக் காக்கவே பாரசீகம் கற்றேன்."

"ஆட்டத்தைக்கூட மறக்கும்படியான அவ்வளவு பற்றா உமக்கு ஸனாதனத்தில்!" என்று அரசர் சிரித்துக்கொண்டே குத்தலாகக் கேட்டார். ஜகன்னாதருடைய முகம் சிவந்தது. தன் அஜாக்கிரதையை அறிந்து வெட்கமடைந்தார்.

"ஆனால் என் ஆட்சியில், மதத்திற்கு சிக்ஷை கிடையாது. என் கண்களுக்கு முன் எல்லா மதங்களும் ஒன்று. இஸ்லாமுக்கு எவ்வளவு மரியாதை கொடுத்திருக்கிறேனோ அவ்வளவு மரியாதை இந்து மதத்திற்கும் கொடுத்திருக்கிறேன்."

"நான் அறியேனா என்ன? அதனால் தானே இந்தச் சமஸ்தானத்தில் சேர இசைந்தேன்!"

"என்ன வெயில், என்ன வேட்கை! ரொம்ப தாகமாயிருக்கிறது. உமக்கும் ஏதாவது தேவையா தாக சாந்திக்கு?"

"இல்லை, வேண்டாம்."

பாதுஷாவின் அந்தப்புரத்தில் ஜனானா நிர்ப்பந்தம் கிடையாது. அவர் உத்தரவுப்படி அவரது பெண் லவங்கி ஒரு சிறு பொற் செம்பு நிறைய ஷர்பத் எடுத்துக்கொண்டு வந்தாள். அவள் சரிகை கலந்த

ஒரு சிவப்புப் பட்டாடையை ஹிந்து யுவதி ரீதியில் அணிந்திருந்தாள். இடத்து வழக்கப்படி பின் தலையை முக்காடால் மூடியிருந்தாள். இலைகளின் ஊடு மைதீட்டிய கறுப்பு வரியால் விளக்கப்பட்ட கண்கள் இரண்டு அதிசய மீன்களைப் போல முகவொளியில் துள்ளி விளையாடின. மாதுளையின் சிகப்பையொத்த இதழ்கள் சற்றே பிரிந்து நின்று முத்துப் போன்ற பற்களை அறிவித்தன. யௌவனத்தின் உன்னத அலைபோல் அவள் நடந்தபொழுது காலில் அணிந்திருந்த சலங்கைகள் ஒவ்வொரு அடியிலும் ஒலித்தன. அந்தச் சந்தத்தைக் கேட்ட கவி தலை நிமிர்ந்து பார்த்தார். ஒரு கையில் ஷர்பத் நிறைந்த செம்பையும் ஒரு கையில் கிண்ணத்தையும் ஏந்தியபடி பெண் வந்து கொண்டிருந்ததைக் கண்டதும் கவியுனுடைய மனதில் ஒரு உவமை தோன்றிற்று. ஆதியில் கடலைக் கடைந்த காலத்தில் ஒரு கையில் அமிர்த கலத்துடன் மற்றொரு கையில் விஷபாணத்துடன் சௌந்தரிய ஸ்வரூபமாகத் தோன்றினாளே – மோஹினி! – அந்தச் சித்திரம் அவர் ஞாபகத்திற்கு வந்தது.

பானமருந்தியானவுடன் பாத்திரத்தை எடுத்துக் கொண்டு அவள் திரும்பிப் போன காட்சியைக் கண்ட க்ஷணமே கவி தன் உள்ளத்தைக் கொள்ளை கொடுத்துவிட்டார். அவள் யாரென்று அவருக்குத் தெரியாது.

“இவள் யார்? தான் கொண்டு போகும் கும்பத்தில் உலகத்தாரின் உள்ளங்களனைத்தையும் பிடித்து அடைத்துக்கொண்டு போகிறவள் போலக் காணப்படுகிறாளே!” என்று மதிமயக்கத்துடன் பாதுஷாவைக் கேட்டார்.

பாதுஷா கவியின் உள்ள நெகிழ்ச்சியைக் கவனிக்கவில்லை. அவரது வாயினின்று வந்த கற்பனையின் சாதுர்யத்தில் ஈடுபட்டுவிட்டார்.

“பேஷ் ஜகன்னாதரே! உமது கற்பனை வெகு அழகாக இருக்கிறது. உமக்கென்ன வேண்டும் கேளும்!” என்று குதூகலத்துடன் கேட்டார்.

கவி மனது கலங்கி ஏங்கியிருந்த அந்த மயக்க வேளையில் அச்சொற்கள் வரம் கேட்கச் சொன்ன அசரீரி போல் தோன்றிற்று.

“இந்தப் பெண்தான் வேண்டும்!” என்று கனவில் சொல்லுவது போலச் சொன்னார்.

“இவள் என்னுடைய பெண்ணாயிற்றே?” என்றார் பாதுஷா ஆச்சரியத்துடன்.

அப்பொழுது திடீரென்று கவி முழுத் தீர்மானத்துடன் பேசினார். “அவளை நான் மணக்க வேண்டும்.”

இம்மொழிகளைக் கேட்டு பாதுஷா குழப்பமடைந்து விட்டார்.

குத்தலாகப் பேசி அவருடைய பிரேமையை மாற்ற வேண்டுமென்று, “அவள் மிலேச்ச கன்னிகை; நீர் பிராமணன்; உம்முடைய மதம் என்ன ஆவது?” என்றார்.

பண்டிதரின் முகம் சற்று நேரத்திற்குள் அநேக விதமான மாறுதல் களைக் காட்டியது. கண்கள் சாளரத்தின் வழியாக இந்திரப் பிரஸ்த

மைதானத்தை நோக்கின. அதே இடத்தில் பஞ்சபாண்டவர்கள் தர்மம் என்ற ஒரு கொள்கைக்காக – அதற்குக் கட்டுப்பட்டு ஒரு ஸ்தீரியைத் தங்கள் பத்னியைக்கூட – கைவிடத் துணிந்தார்கள். அந்தத் தியாக பூமியில் இப்பொழுது இருந்துகொண்டு ஸ்திரீக்காக யாரோ ஒரு ஸர்வாங்க ஸுந்தரிக்காகத் தர்மத்தைக் கை விடுவதா? . . .

கவியினுடைய தடுமாற்றத்தைக் கவனித்த பாதுஷா தன் சூழ்ச்சியின் பயனில் சந்தோஷித்து, “என்ன ஜகன்னாதரே, ஜாதிக்குப் பிறகு தானே காதல், அல்லவா?” என்று மேலும் கேட்டார்.

இவ்வார்த்தைகள் சாட்டையடி போல ஜகன்னாதரின் காதில் விழுந்தன.

“இல்லையில்லை. ஜாதி வேற்றுமை நாம் கொண்டது. பிரேமை தெய்வீகம். எனக்கு என்ன வேண்டுமென்று கேட்டீர்களல்லவா? எனக்கு யானை, குதிரைகள் வேண்டாம், பணமும் பதவியும் வேண்டாம். ஐயனே, உமது அருள் வடிவமாகிய இந்தப் பெண்தான் வேண்டும்!”

தானாகவே வாக்குக் கொடுத்த பாதுஷா இன்னது செய்வதென்று அறியாதவராய்த் திகைத்தார். அப்பொழுது அவருக்கு ஒரு யோசனை தோன்றியது.

“பண்டிதரே, என்னுடன் சமபந்தியாக நீர் சாப்பிடுவீரானால் அப்படியே செய்யலாம்!” என்றார் பாதுஷா.

பண்டிதர் அந்தப் பிரேரணைக்கு ஒரு காலும் இணங்க மாட்டா ரென்பது பாதுஷாவின் தீர்மானம்.

கவியின் பார்வை மறுபடியும் சாளரத்திற்கு வெளியே சென்றது. அவர் அகஸ்மாத்தாகக் கண்ணெடுத்துப் பார்த்தபொழுது திரும்பிப் போய்க்கொண்டிருந்த அப்பெண்ணின் கடைக்கண் மேகத்திலிருந்து வீசிய மின் வெட்டு அவருடைய உள்ளத்தைப் பளிச்சிட்டது. அர்த்தம் தெரியாமல் வர்ணித்த காட்டு மான்கள் மிரட்சிப் பார்வையின் பூரணப் பொருளும் இப்பொழுதுதான் அவருக்கு விளங்கிற்று. அந்த மாளிகையின் செயற்கையழகின் கைப்புலனில் அவளது இளமையின் வனப்பு ஒரு காட்டுக் கொடியின் செழுமையை ஒத்திருந்தது. துஷ்யந்தன் முதன் முதலில் கண்ட சகுந்தலையைப் பற்றிய காளிதாசனின் சித்திரம் அவர் நினைவுக்கு வந்தது. அவளது சிகப்பு ஆடையினிடையே அவள் முகமும் கைகளும் கால்களும் ஒரு ரோஜாவின் வெளிரிய பாகங்கள் போலக் காணப்பட்டன. உள்ளப் போரில் காவிய உணர்ச்சி வெற்றி பெற்றது. கடைசியில் கவி மெதுவாக அக்பரின் பக்கம் திரும்பினார்.

“அவளுக்காக நான் எதுவும் செய்யத் தயாராயிருக்கிறேன்!” என்று சாவதானமாகச் சொன்னார்.

கவியின் முகத்தில் ஒரு பூர்ண, வெற்றியின் சோபை ததும்பியது.

❖

***தினமணி வருஷ மலர்*, 1936**

என்ன தைரியம்?

ஊரோசை அடங்கிவிட்டது. 'ராக்காலப் பிச்சை தாயே!' என்று ராகம் போட்டுப் பிச்சை கேட்டவர்கள் கூடத் திரும்பிப் போய்த் தெருக்கோடியில் கிடைத்ததைச் சாப்பிட்டு விட்டு உறங்க முயலும் வேளை. மூன்றாவது வீட்டில் கடிகாரம் பதினொன்று அடித்தது கேட்டது.

பகலெல்லாம் உத்தியோக அடிமைத்தனத்தில் ஆபீஸர் முன்பு நின்றுகொண்டே இருந்ததால் சிரமம் மேலிட்டுத் தூங்க ஆரம்பித்தேன். குழந்தையை எழுப்பும் சத்தத்தில் நானும் எழுந்திருக்க வேண்டுமென்று, என் மனைவி கொஞ்சம் உரக்க என் காதில் கேட்க வேண்டுமென்று பேசியது எனக்குக் கோபம் மூட்டியது.

"ராஜம், அடே ராஜம்! நல்ல தூக்கம்! இந்தா பாலைக் குடிச்சுட்டுப் படுத்துக்கோ" என்ற வார்த்தைகளை அவனுக்கும் எனக்குமாகப் பிரயோகம் செய்துவிட்டு, அவனை எழுப்பி உட்காரவைத்துப் பால் தம்ளரை அவன் கையில் கொடுத்தாள்.

அவனுக்கு நல்ல தூக்கம்; மூன்று வயசுக் குழந்தை தானே! தூக்கக் கலக்கத்தில் கையில் கொடுத்த தம்ளரை அவன் சரியாகப் பிடித்துக்கொள்ளவில்லை. ஆகையால் அது கை நழுவிப் படுக்கையில் விழுந்தது. மெத்தையில் கொட்டிப்போய்விட்டது பால்.

"அடே கட்டையிலே போறவனே!" என்று என் மனைவி (அவள் பெயர் கோகிலம் என்று சொன்னேனோ?) பல்லைக் கடித்துக்கொண்டு அவன் முதுகில் ஓர் அடி வைத்தாள். கோபம் அவன்மேல் மட்டும் இருந்தால் அடி அவ்வளவு பலமாக விழுந்திருக்காது. தான் வீட்டு வேலைகளை முடித்துக்கொண்டு வருகிற வரையில்கூடப் பேச்சுத் துணைக்கு விழித்துக்கொண்டிருக்காத ஒரு புருஷன்மீது ஏற்பட்ட கோபமும் சேர்ந்து அதை வலுப்படுத்தியது.

தூக்கக் கலக்கத்தில் குழந்தைகள் தாமாகவே காரணமில்லாமல் அழ ஆரம்பிப்பார்கள்; அடியும் விழுந்துவிட்டால் கேட்க வேண்டுமா? அதிலும் எங்கள் ராஜம் இராக் காலங்களில் உரக்க அழுது அக்கம் பக்கங்களை அதிர்ச்சி செய்வதில் பரிசு பெறக்கூடியவன். ஒருவன் ஸ்வாரஸ்யமாகத் தூங்க ஆரம்பிக்கும் பொழுது காதில் சங்கூதியது போல் சத்தம் தலைமாட்டில் ஏற்பட்டால் அவனுக்கு எப்படி இருக்கும்? அதற்கு மனைவி காரணமாயிருந்தால்தான் என்ன?

திடீரென்று நான் படுக்கையில் எழுந்து உட்கார்ந்துகொண்டதுமே, தான் செய்தது பிசகு என்பதை என் மனைவி உணர்ந்துவிட்டாள் என்று நம்புகிறேன்.

ஆனால் என் கோபம் தூக்கம் கலைந்ததால் ஏற்பட்ட விஷயம் என்பதை மறைத்துவிட்டேன்.

“கழுதை! குழந்தை பனிரெண்டு மணி வரையில் முழித்துக் கொண்டிருக்க வேணுமோ? தம்ளரை நீயும் பிடித்துக்கொண்டிருப்பதற் கென்ன கேடு உனக்கு? ரொம்பக் கிழிக்கிறயோ இந்த வீட்டில்?” என்று (இப்பொழுது யோசித்துப் பார்த்தால் அர்த்தமில்லாமலிருப் பவையான) பல பிரயோகங்களை வாக்கால் செய்து, கையாலும் என் மனைவி முதுகில் ஓர் அடி வைத்து அதற்குப் பலம் கொடுத்தேன்.

என் கோபம் அந்த அடியுடன் சமாப்தியடைந்துவிட்டது. அசட்டு நிலைமையை மாற்றுவதற்குப் பொதுவான அநேகக் குற்றங்களை அவள்மேல் சுமத்த ஆரம்பித்தேன். தற்காப்பு உணர்ச்சி மூளைக்கு வேகம் கொடுத்தது.

“எப்பொழுதும் இப்படித்தானா? அர்த்த ராத்திரி வரையில் சமையலறையில் ஏதாவது உபயோகமில்லாமல் பொழுதைப் போக்கி விட்டு நல்ல சிரம வேளையில் என் பிராணனை வாங்குகிறாய். எங்கேயாவது தொலைந்து போய்விட்டாலும்...” என்ற கடைசிப் பாணத்தையும் பிரயோகம் செய்தேன். என் மனைவிக்கு அது உபயோகமாக இருந்தது.

“தொலைந்து போகணுமா? அப்பா, உங்கப்பா என்னைத் தொலைந்து போகச் சொல்றா; நான் போறேன்” என்று சொல்லிவிட்டு என் மனைவி சடக்கொன்று கூடத்து இருளில் மறைந்துபோனாள்.

பெண்ணின் சமயோசித ஞானத்துக்கும் இயற்கை அறிவுக்கும் ஆணின் திறமை உறைபோடக் காணாது என்பது நிச்சயம். சிறிய சிறிய விஷயங்களில், நாள்தோறும் குடும்பங்களில் நடக்கும் சம்பவங் களிலேயே இது விளங்கும் என்பதை ஆண்பிள்ளைகள் யாவரும் (மனைவிகளைப் படைத்தவர்கள்) ஒப்புக்கொள்வார்கள். உதாரணமாக, என் மனைவி இமைக்கும் நேரத்தில் செய்த காரியத்தின் பயன் என்ன?

“நான் தொலைந்து போகிறேன்” என்று சொல்லிவிட்டு என் மனைவி வெளியேறினாளோ இல்லையோ, ராஜம், “அம்மா தொலைஞ்சு போயிட்டா!” என்று அழ ஆரம்பித்தான்.

அவனைச் சமாதனம் செய்ய முயன்றேன்.

"எங்கேயும் போகல்லேடா! கூடத்திலே இருக்காள், தூங்கு."

"இல்லே, தொலைஞ்சு போயிட்டா ஆ – ஆ!"

"இல்லேடா, இருக்காள்; எங்கேயும் போகல்லேடா."

"அம்மாவை அழைச்சுண்டு வா, ஆ – ஆ!"

"வருவாள், தூங்கு!"

என் மந்திரம் ஒன்றும் பலிக்கவில்லை என்று சொல்லவும் வேண்டுமா?

"ஏய், இங்கே வா; இவன் தூங்கமாட்டேங்கிறான்" என்று ரேழியை நோக்கிக் கொஞ்சம் உரக்கச் சொன்னேன்.

பதில் இல்லை!

"என் தூக்கம் கெட்டுப் போகிறது!"

கொஞ்சநேரம் சும்மா இருந்து பார்த்தேன். ராஜம் தாய் தொலைந்து போனதைப் பல்லவியாக வைத்துக்கொண்டு சவுக்க காலத்தில் ரோதனம் ஆரம்பித்துவிட்டான்.

"இந்தா, சொல்றது காதிலே படல்லியா? வறயா இல்லையா?" என்று போலி ஆத்திரத்துடன் கர்ஜித்தேன்.

அதற்கும் பதில் இல்லை. எனக்கே கொஞ்சம் சந்தேகம் தட்டியது. கொல்லைப்புறம் போயிருப்பாளோ? கிணற்றில் ஒன்றும் சத்தம் கேட்கவில்லையே? தாம்புக் கயிற்றைப் பிடித்துக்கொண்டு – இந்த மாதிரி ஊகங்கள் ஓட ஆரம்பித்தன. இல்லாவிட்டால் இவ்வளவு தைரியமாகப் பதில் சொல்லாமல் இருக்கமாட்டாள். மற்றொரு பக்கத்தில், என்னை அவமானம் செய்யத்தான் இப்படிச் சும்மா இருக்கிறாளோ, நானாக அவளைத் தேடிக்கொண்டு போய்ச் சரண் அடைய வேண்டுமென்று? அப்படியானால் என்ன தைரியத்தால் இப்படிச் செய்கிறாள்? புருஷன், நான் கூப்பிடுகிறேன்! ராஜத்தின் பலமா அவளுக்கு இந்தத் தைரியத்தைக் கொடுத்திருக்கிறது? நிச்சயமாகத் தான் திரும்பாமல் அவன் தூங்கமாட்டான் என்று தீர்மானம்; அதற்காக நான் அவள் மோவாய்க்கட்டையைப் பிடித்துக்கொண்டு கெஞ்சுவேன் என்று எண்ணம்.

பக்கத்தில் எங்கிருந்தோ ஆந்தை குழறியது. எதிர் வீட்டில் சுவாஸ காசக்காரர் ஓயாமல் இருமிக்கொண்டிருந்தார். ராஜத்தின் அழுகையும் ஓயவில்லை. இன்னும் சிறிது நேரம் அவன் அழுதால் அக்கம் பக்கத்தார் எழுந்து வந்துவிடுவார்கள் போல் இருந்தது. என்னாலேயே அந்த ஸ்வரத்தைச் சகிக்க முடியவில்லையே!

இந்த எண்ணங்களுக்கெல்லாம் மேலே அந்த நள்ளிரவில் எழுந்த எண்ணம் மற்றொன்று. இரவின் மரண மௌனமும் தனிமையும் அதை வலுப்படுத்தின.

என்னை வெற்றிபெற எண்ணியிருந்தால் என் மனைவியின் இஷ்டத்தைத்தான் பூர்த்தி செய்தால் என்ன? அவள்தான் கொஞ்சம் மகிழ்ச்சி கொள்ளட்டுமே! மேடு பள்ளமற்ற சலிப்பு வாழ்க்கையில் ஒரு நாள் இரவு ஓர் அதிர்ச்சி, ஒரு மனஸ்தாபம்; மற்றது போலன்றி இன்பத்தில் முடிவது – என் மனைவி தன் இருதய எழுச்சியில் சமாதானம்; அவளுடைய வெற்றியிரவு.

"இருடா, அம்மாவைக் கூட்டிண்டு வர்றேன்" என்று 'டார்ச்சை' எடுத்துக்கொண்டு அறையை விட்டுக் கூடத்திற்கு வந்தேன். டார்ச்சின் வெளிச்சத்தில் மனைவி ரேழியில் முகத்தை மூடிக்கொண்டிருந்ததைக் கண்டேன். அழுதுகொண்டிருந்தாள் போல் தோன்றிற்று. என்றும் அறியாத ஒரு பச்சாதாபமும் இரக்கமும் என்னை உலுக்கி எடுத்தன. என் சுயமரியாதை எங்கோ சென்றது. பதறிச் சென்று அவள் பக்கத்தில் நின்று "கோகிலம்!" என்றேன்.

அவளுடைய அழுகையை நிறுத்துவதற்காகக் குனிந்து முகத்தை மூடியிருந்த முன்றானையைப் பலாத்காராமாக அகற்றினேன்.

நீண்ட நேரமாகப் பொருமிக்கொண்டிருந்தவள் இனிமேல் தாங்க முடியாது என்பதுபோல, என் மனைவி பக்கென்று சிரித்தாள்.

அந்த நிமிஷம் என் மனசு ஒரு அபூர்வ நிம்மதியை அடைந்தது. நிதானமாகக் கையை ஓங்கி அவள் முதுகில் மற்றோர் அடி வைத்தேன்.

"இந்தாங்கோ, இனிமே இந்த மாதிரி அடிச்சாக்கே –!" என்று புன்னகையுடன் அவள் கொஞ்சி முடிப்பதற்குள் அவளைக் கழுத்தில் கைபோட்டு இழுத்துக்கொண்டு உள்ளே சென்றேன்.

"இந்தாடாப்பா, உன் அருமை அம்மா!" என்று அவளை அவன் பக்கத்தில் படுக்கையில் தள்ளினேன்.

ராஜம் கண்ணீருக்கிடையே சிரித்துக்கொண்டு தாயின் மடியில் பாய்ந்தான்.

"இவனாலே உனக்கு ரொம்பத் தைரியம் வந்துட்டுது இப்போ" என்றேன், அவள் கன்னத்தைக் கிள்ளிக்கொண்டே.

"தூக்கம் வரல்லியா?" என்றாள், என் கண்களைப் பொத்திக்கொண்டு.

"உன் போக்கிரித்தனத்தை –" என்று ஆரம்பித்தேன்; என் வாயை அவள் புதைத்துவிட்டாள்.

மணிக்கொடி, 15-08-1937

உயிரின் அழைப்பு

1

"அக்கா எழுந்து வாங்கோ!" என்று சீதாலக்ஷ்மி கெஞ்சின பாவனையாகக் கூப்பிட்டாள்.

"இன்னிக்கு இனிமே என் மனசு சமாதானப்படாது – நீ போய் எல்லாம் செய், போ?" என்றுவிட்டாள் அலமு.

"நீங்க வரணும். இல்லாட்டா நான் போகமாட்டேன்."

"அதோ, பாட்டி கூப்படரா, போ, சொன்ன பேச்சுக் கேளு."

"நீங்க வாங்கோ!" என்று சீதாலக்ஷ்மி பிடிவாதமாக நின்றாள்.

2

சீதாலக்ஷ்மியின் குழந்தை பாலுவுக்கு அன்று அக்ஷராப்பியாசம். ஆனால், அவளுக்கு நாத்தனார் அலமு தான் சகல காரியங்களையும் செய்து கொடுக்க வேண்டும். சுதாவாக அவளுக்கு ஒன்றும் செய்து வாடிக்கை கிடையாது; உலக வியவகாரமே தெரியாது. குழந்தைதான். குழந்தை யாகவே இருந்துவிட்டாள். ஒவ்வொன்றிற்கும் நாத்தனார் தான் பைசல் அதிகாரி.

அலமு, குடும்பம் நடத்திய ஓரிரண்டு வருஷங்களில் புருஷனை இழந்தாள். தனக்கு ஜீவனாம்சமாகக் கிடைத்த பணத்தை வைத்துக்கொண்டு தம்பியுடன் வசித்துவந்தாள். அநேகமாகத் தம்பியின் குடும்பத்திற்குத் தேக உழைப்புக் கொடுப்பதிலும் தம்பி மனைவிக்கும் குழந்தைகளுக்கும் பண உதவி செய்வதிலும் தன் காலத்தைக் கழித்து வந்தாள். அந்த அலுவலும், பத்திரிகைகளும் அவள் தன் துயரத்தை மறக்கக் காரணமாயிருந்தன.

அவள் தாயாரைப் பெற்ற பாட்டிதான் வீட்டில் பெரியவள். பாட்டி பழைய காலத்தின் பரிபூரணப் பிரதிநிதி; அதாவது, ஹிந்துக் கூட்டுக் குடும்ப முறையிலும் சமூக மதப் பழக்க வழக்கங்களிலும் சாரத்தை மறந்து வெறும் சக்கையை வைத்துக் கொண்டு உயிரை வாங்கும் கோஷ்டியைச் சேர்ந்தவள். பேத்தி அலமு 'இப்படியான பிறகு' அவளுடைய வாழ்க்கையின் நன்னடத்தைப் பொறுப்பு முழுவதையும் தன்னிடம் அவள் புருஷன் ஒப்படைத்துச் சென்றுவிட்டதாக அவள் எண்ணினாள். கடுமையாகப் பேசுவதால்தான் ஒழுக்கம் தவறாது என்ற நம்பிக்கை அவளுக்கு.

"அலமு, வெறுமனே வாசத் திண்ணேலே என்ன வேலை? நாலுபேர் என்ன சொல்லுவா? உள்ளே முடங்கிண்டு கெடக்காமே என்ன பேச்சு வேண்டியிருக்கு ஒன் ஜன்மத்துக்கு?" என்பாள் ஒரு சமயம்.

"அதென்னடி, புருஷா வர சமயத்திலே கூடத்துலே போய்ப் படுத்துண்டிருக்கே? உன்னெ அடக்கரவா கெடயாது. ஒன்னெ சீனு ஏன்னு கேக்கறதில்லே!" என்பாள் மற்றொரு சமயம்.

இந்த மாதிரி சாட்டைகளை அடிக்கடி பிரயோகித்துப் பாட்டி தன் பொறுப்பைத் தாங்கி வந்தாள். முதலில் அலமு இந்தப் பாணங்களின் கீழ்ப் புழுப்போலத் துடித்தாள். ஆனால் காலம் போகப் போக, அவள் தேகத்துக்கு அந்த அடிகள் சொந்தமாகி விட்டவைபோல அவள் அவற்றைப் பொருட்படுத்தாமல் காலம் கடத்தினாள். தம்பியின் இங்கிதமும் அனுதாபமும், தம்பி மனைவியின் ஆறுதலும் போஷணையும், குழந்தைகளின் ஒட்டிய அன்பும் அவளைக் கொஞ்சம் வாழ்க்கையில் உற்சாகம் கொள்ளக்கூடச் செய்தன. பையன் பாலுவின் அக்ஷராப்பியாசம், பூணூல் முதலியவற்றை எப்படிச் சிறப்புடன் நடத்த வேண்டுமென்று 'பிளான்'கள் போடுவாள். குழந்தை ராதைக்கு என்ன வாத்தியம் சொல்லிக் கொடுக்கிறது, கலியாணத்தில் என்ன சீர் செய்கிறது என்று இரவெல்லாம் யோசிப்பாள். பூணூலுக்குக் கட்டாயம் 'பாண்டு' வைக்கவேண்டும் என்று தம்பியிடம் கூறுவாள். தம்பி அக்கா வார்த்தைக்கு மறுவார்த்தை சொல்வதில்லை. அவள் சொல்வது தன் அபிப்பிராயத்திற்கு நேர் விரோதமாக இருந்தாலும் அவள் சந்தோஷம் அடைவதற்காகவாவது அதை நடத்திவிடுவான். அப்படி இருந்தபோதிலும் அவள் தம்பி தன் இஷ்டப்படி நடப்பதில்லை என்று கோபித்துக்கொள்வதும் உண்டு. அப்பொழுது சீதாலக்ஷ்மி அவளருகே வந்து கெஞ்சிச் சமாதானப்படுத்துவாள்.

அலமுவுக்கு வயது சுமார் முப்பது. அகாலத்தில் மங்கிலியத்தின் சோபையை இழந்ததால் பகற்காலத்துச் சந்திரனைப் போல இருந்தாள்.

சீதாலக்ஷ்மிக்கு வயது இருபத்திரண்டுதான். இரண்டு மூன்று குழந்தைகளை இளமையிலேயே பெற்றுவிட்டதால் பலம் குன்றிச் சோகை பிடித்தவள் போல இருந்தாள். அதிகமாகப் பாடுபடக்கூட அவள் உடம்பில் சக்தி இல்லை. ஆனால் அழகும் அமரிக்கையும்

கொண்டவள்; இரக்கமும் இங்கிதமும் நிறைந்தவள். அதிகமாகக்கூடப் பேசமாட்டாள். அதனால் அவளுக்கு, 'கர்வி' என்றும் 'முசிடு' என்றுங்கூட ஒரு பேர் உண்டு. அலமு அதை 'மூடிக்கொண்டு' போனாள். அவள் பேச்சுவன்மை பெற்றவள். 'தக்காருக்குத் தக்கபடி' நடந்து கொள்ளும் திறமை படைத்தவள். காரியத்திலும் பம்பரம்; தம்பியின் குடும்பத்தை அவள்தான் நடத்தினாள் என்று சொல்லலாம்.

3

காலை ஒன்பது மணிக்கு முகூர்த்தம் வைத்திருந்தது. பத்து வீட்டுக்கு அப்புறமிருந்த பள்ளிக்கூடத்திற்கு ஊர்வலமாகச் சென்று திரும்ப வேண்டுமென்று ஏற்பாடு. அலமு அதற்காக வேண்டிய யாவற்றையும் தயார் செய்துவிட்டாள். குழந்தைக்குப் புதுச் சட்டை, நிஜார், வெல்வெட்டுக் குல்லாய், ஜோடு முதலியவைகளைத் தானே அணிவித்தாள். அதைப் பார்த்துக்கொண்டிருந்த பாட்டி முணு முணுத்தாள்.

"ஏண்டி சீதா, நீ என்ன பண்றே? நீ போடப்படாதோ அதையெல்லாம்?"

"அத்தை போட்டால்தான் அவனுக்குத் திருப்தி" என்று சீதாலக்ஷ்மி சந்தோஷத்துடன் சொன்னாள்.

அப்பொழுது சமையல்காரன் அவசரமாக வந்து பெரிய ஜாரணி வேண்டும் என்றான். அடுத்த வீட்டில் பெரிய ஜாரணி இருந்தது. ஆனால் அலமு போய்க்கேட்டால்தான் அவர்கள் கொடுப்பார்கள். ஆகையால் 'நிமிஷத்தில்' திரும்பி வருவதாகச் சொல்லிவிட்டு அலமு பக்கத்து வீட்டுக்குச் சென்றாள். திரும்புவதற்கு ஐந்து நிமிஷம் ஆகி விட்டது.

ஊர்வலம் புறப்படுமுன் வீட்டுக்குள்ளே போய்விட வேண்டுமென்று அலமு வேகமாக உள்ளே நுழைந்தாள். புரோஹிதர் அப்பொழுதுதான் குழந்தையை முன்னிட்டுக்கொண்டு கூடத்தைவிட்டுத் தாழ்வாரத்திற்கு வந்தார்.

அலமு, ஒரு நிமிஷம் திகைத்துப்போய் அப்படியே நின்றுவிட்டாள். 'இங்கேயே இந்த நிமிஷமே மறைந்துபோய் விடமாட்டோமா' என்று அவளுக்குத் தோன்றிற்று. மறு நிமிஷம் முற்றத்தில் இறங்கி உள்ளே போய்விட்டாள்.

வாத்தியார் முதல் எல்லோரும் ஒரு நிமிஷம் என்னசெய்வது என்று தெரியாமல் திகைத்து நின்றுபோய்விட்டார்கள்.

"ஏன் வாத்தியாரே, என்ன தாமதம்?" என்றான் அலமுவின் தம்பி.

குறிப்பறிந்து புரோகிதர் உடனே பையனுடன் வாசலுக்குப் போய்விட்டார்.

"அலமு, ஆனாலும் உன் புத்தி இப்படிப் போக வேண்டாம். சமயம் பார்த்து எதிர்க்க வரணும்னு சகுனத் தடையாக? ஒனக்குத் தோணித்தே!" என்றாள் பாட்டி.

அலமு ஒரு பதிலும் சொல்லவில்லை. உக்கிராண அறைக்குள் சென்று படுத்துக்கொண்டுவிட்டாள்.

4

ஆறுவருஷங்களுக்கு முன், பாலு பிறந்தபொழுது, அலமு சுமங்கலி. மஞ்சள் குங்குமம் 'மடிநிறைய'க் கொண்டிருந்தாள். அப்போது அவள் யதேச்சாதிகாரி. என்ன வேண்டுமானாலும் செய்யலாம். பூவுடனும் புதுப் புடைவையுடனும் பொலிவுபெற்றுப் புண்யாவாசனத் தன்று பூரித்து உலவினாள். அலங்காரம் செய்துகொண்டு அட்டகாசம் செய்தாள். தம்பியையும் தம்பி மனைவியையும் கேலிசெய்து கொஞ்சினாள். அப்பொழுது அவள் பயமற்று எங்கும் போகலாம்; சங்கோசமில்லாமல் எதிரே வரலாம். பிறந்தகத்து லக்ஷ்மி என்று அவளை அப்பொழுது எல்லோரும் கொண்டாடினார்கள். "எங்க அலமுக்குச் சமானம் யார்?" என்று வீடு வீடாகப் பாட்டி சொல்லிக் கொண்டு வருவாள். கல்யாணம், கார்த்திகை என்றால் அவள் இருந்தால் வீட்டில் விளக்குப் போட்டது போல இருக்கும்.

அன்று அலமு சுமங்கலி.

புருஷன் இறந்தபிறகு, அன்றுதான் அவளுக்கு அப்படி நெஞ்சை அடைத்துக்கொண்டு வந்தது துக்கம். புருஷன்போனது தனித் துக்கம். அதைப் பற்றி அவள் அழுது சில வருஷங்கள் ஆகிவிட்டன. உயிருடன் சித்திரவதை செய்யும் இந்த நிலைதான் தாங்கவொட்டாத துக்கம் என்பது அவளுக்கு அன்று பளிச்சென்று பட்டது. பாட்டியின் வார்த்தைகள்கூட அவள் காதில் ஏறவில்லை. அங்கே அபசகுனமாக எதிரே நின்றபோது நிர்வாணமாக நின்றது போன்ற அவமானம் அவளைப் பிடுங்கித் தின்றது.

புருஷன் இறந்ததால் புஷ்பம் மட்டும் போகவில்லை; போகம் மட்டும் போகவில்லை; சுயமரியாதையே போயிற்று – அவளுடைய மானிடப் பெண்மையே போயிற்று. வெறும் மிருகம் – அல்ல, மிருகத் திற்கும் கேடுகெட்ட அவமதிப்புக் கொண்ட ஜன்மம்...

அழகு போகவில்லை; ஆனந்தம் போயிற்று, உயிர் போகவில்லை; உயிரின் சின்னம் போய்விட்டது.

"சீ! இந்த உயிர் ஏன் போகமாட்டேனென்கிறது? என் அன்பு – பாழாய்ப் போனது – எவ்வளவு அளவில் பெருகி என்ன பிரயோஜனம்? வெள்ள நீர்போல வீண்! என் செய்கை என்ன பயன்? என் கை, கரிக்கை – நான் செய்வது சோபிக்காது – நெஞ்சே, அழும்போது நீ ஏன் திடீரென்று பிளந்துபோகக் கூடாது?"

நன்றாக, விக்கி விக்கி அழுதாள் அலமு. அழுதால் உயிர்போகுமா?

"அக்கா!"

"ஏன்?"

"எழுந்து வாங்கோ!"

"நான் வரவில்லை. காரியம் நடக்கட்டும்."

"நீங்க வராமெ நடக்காது!"

"ஏன் நடக்காது?"

"நீங்க இல்லாமெ கொழந்தே அ, ஆ, சொல்ல மாட்டேங்கறான்."

"என்ன?"

"கொழந்தே அ, ஆ, சொல்லமாட்டேங்கறான்!"

"நீ சொல்லிக்கொடு, சொல்லுவான்."

"அத்தை சொன்னால்தான் சொல்வானாம்!"

அழுது வற்றிப்போயிருந்த அலமுவின் ஹிருதயத்தில் திடீரென்று எங்கிருந்தோ உணர்ச்சி பொங்கி வந்தது. குழந்தை ராஜத்திற்கு அவள் இல்லாமல் முடியவில்லை. அவள் மனம் அன்பில் சுரந்தது.

"ஈசுவரா, இது என்ன சோதனை?" என்று வாய்விட்டு அலறினாள்.

"அக்கா, எழுந்து வாங்கோ!" என்று சீதாலக்ஷ்மி கெஞ்சினாள்.

"எங்கே வரணும், சீதா?"

"என்னோடே வாங்கோ, காரியம் இருக்கு."

"இதென்ன, செத்தவளுக்கு உயிரின் அழைப்பா?" என்று சொல்லிக் கொண்டு அலமு மறுபடியும் கண்களைத் துடைத்துக்கொண்டு அதற்குப் பதில் சொல்ல எழுந்தாள்.

தினமணி வருஷ மலர், 1937

ஸ்டூடியோ கதை

"அம்மா, இதோ பாருங்கள். எங்கே, இன்னும் கொஞ்சம் மேலே பாருங்கள் – இல்லை, கொஞ்சம் பக்கமாக – இல்லை, இப்படி –" என்று சொல்லிக்கொண்டு, டைரக்டர் மிஸ் ஸீதாவினுடைய முகத்தை அலட்சியமாகத் தொடுவது போலத் தம் கையால் திருப்பினார்.

"ஸார், எவ்வளவு தரம் உங்களுக்குச் சொல்லுகிறது டைரக்ஷன் மட்டும் செய்யுங்கள் என்று? நீங்கள் எப்படி ஆடச் சொல்லுகிறீர்களோ ஆடிவிடுகிறேன் – தலை கொடுத்தாய்விட்டது – ஆனால் மற்றொருதரமும் கண்டிப் பாகச் சொல்லுகிறேன்; என்னைத் தொடக் கூடாது!" என்று சீதா கோபத்துடன் சொன்னாள்.

"தொடாமல் எப்படி முடியும், அம்மா? ஸ்டூடியோவில் நாங்கள் எல்லாம் –"

"புனித புருஷர்கள்தாம் – எனக்குத் தெரியும்."

டைரக்டர் கிருஷ்ணனுக்குக் கோபம் வந்துவிட்டது. எவ்வளவோ நடிகைகளை அவர் ஆட்டி வைத்திருக்கிறார். பிரபல நடிகைகளைக்கூடச் சில சமயங்களில் அவர் பூட்ஸ் காலால் 'இப்படித் திரும்பு, அப்படித் திரும்பு' என்று திருப்பி டைரக்ஷன் செய்திருக்கிறார்.

'இவள் என்னவோ ரொப்பப் பிகுவாக இருக்கிறாளே, எம்.ஏ. பாஸ் செய்திருந்தால் என்ன? ஆடுவதென்று ஸ்டூடியோவிற்குள் அடியெடுத்து வைத்துவிட்டால் டைரக்டர் அடிமைதானே! ரொம்ப யோக்கியமோ இவள்? நான் தொட்டால் இவளுக்கு என்னவோ ஒட்டிக்கொண்டு விடுகிறதோ?' என்று அவர் யோசித்தார்.

"இப்படியெல்லாம் பூச்சி பிடித்தால் படம் எடுக்க முடியாது, தெரியுமாம்மா?"

"முடியவே வேண்டாம்!" என்று ஸீதா தீர்மானமாகச் சொன்னாள்.

○

ஸ்ரீமதி ஸீதா, எம். ஏ. பரீட்சையில் தேறினவுடனேயே டாக்கியில் சேருவதென்று தீர்மானம் செய்தாள். அவள் டாக்கிக் கலையின் முன்னேற்றத்தில் ஆசைகொண்டவள். அதில் நடிகர்களும் நடிகைகளும் திறமையுடனும் உணர்ச்சியுடனும் நடிக்கவேண்டுமென்பது அவள் அவா. படித்த பெண்கள் படக் காட்சிகளில் பாத்திரங்களாக நடித்து வழிகாட்டினால்தான் தற்காலம் நடிகைகளின் வாழ்வில் இருக்கும் சில ஊழல்கள் தொலையுமென்பது அவள் எண்ணம். நடிப்புத் தொழிலில் தூய்மை ஏற்பட்டுவிட்டால், குடும்ப ஸ்திரீகளும் தாராளமாக அதில் ஈடுபடலாம் என்று அவள் கனாக் கண்டாள். ‘நடிப்பில் அசப்பியமான பாட்டுக்கள் இன்றி, உணர்ச்சியும் பாவமும் அதிகமாக வேண்டும். நல்ல கதைகள் இத்தகைய உயர்தர நடிக நடிகைகளைக் கொண்டு எடுக்கப்பட்டால் நிச்சயமாக அவை சமூகத்தின் கலை யுணர்ச்சியையும் இன்பத்தையும் அதிகரிக்கும்’ என்றெல்லாம் எண்ணினாள். அதற்கு முதற்படியாகத் தானே டாக்கியில் சேர்ந்து வழிகாட்ட வேண்டும் என்பது அவளது நோக்கம்.

‘உஷா தியேட்டர்ஸ்’ என்ற கம்பெனியார் தயாரிக்க முன்வந்த ‘பார்வதி பரிணயம்’ என்ற படத்தில் பார்வதியாக நடிக்க ஒப்புக் கொண்டாள்.

காளிதாஸன் குமாரஸம்பவத்தில் சித்திரித்திருக்கும் பார்வதியின் உருவம் அவள் மனத்தில் படமாகப் பதிந்திருந்தது. அந்த மகாகவியின் சித்திரிப்பைப் பின்பற்றித்தான் பார்வதியாக நடிக்க வேண்டுமென்று தீர்மானித்தாள்.

இமயமலையின் சாரலில் பார்வதி தவக்கோலத்துடன் இருக்கிறாள். தோழிகள் இருவர்கூ இருக்கிறார்கள். அவளது மனம் சிவ ஸ்வரூபத்தில் லயித்துப் போயிருக்கிறது. மெய்ம்மறந்து சஞ்சரிக்கிறாள். இமயமலைச் சாரலில் பனிக்காலம் மறைந்து இளவேனில் தோன்றிவிட்டது. நாடகப் படுதாவைப்போல அந்தப் பருவத்துப் பூரிப்புத் திடீரென்று பூமிமேல் தென்பட்டது. சிவபிரானின் தவக்கோலம்போன்று தூயவெண்மையா யிருந்த பிரதேசம், பல வர்ணங்கள் கொண்ட சக்தியின் மாயா ரூபமாகப் பரிணமித்தது. ஏகாந்தமும் சாந்தமும் குடிகொண்டிருந்த இடம், பட்சிகளின் நாதம் நிறைந்து மனம் தடுமாறும் சஞ்சலத்தை ஊட்டும் ராஜஸ பூமியாக மாறிற்று.

அன்றுவரை ஒருவிதமான களங்கமும் இல்லாத மனத்துடன் சிவபிரானைத் தொழுதுவந்த பார்வதிக்கு அன்று சொல்லமுடியாத ஏக்கம் ஒன்று ஏற்பட்டது. நித்தியானுஷ்டானத்திற்கே பங்கம் ஏற்படும் படியாக ஒரு சோர்வும் அவளுக்கு உண்டாயிற்று. சிவார்ச்சனைக்குப் பறித்து வந்த மலர்களிலிருந்து வந்த மணம் அன்று என்னவோ அவள் உள்ளத்தை என்றுமில்லாதபடி கலக்கிற்று. அன்று அடித்த காற்று அவள் புலனுக்கு ஏதோ ஒரு புது ஆனந்தலகரியாக இருந்தது; அது வெறும் தென்றலன்று. தோழிகள் பார்வதியின் அவஸ்தையைக் கண்டுகொண்டுவிட்டார்கள். கேலி செய்ய ஆரம்பித்தார்கள். மன்மதனின் பாணம் வேலை செய்ததோ?

பார்வதி வேஷம் தரித்த ஸீதா பார்வதி போலவேதான் இருந்தாள். மெய்நிறைந்த யௌவனத்தின் பூர்ண களை அவளுடைய கண்களிலும் இதழ்களிலும் ததும்பிக்கொண்டிருந்தது. அப்பொழுதுதான் ஸ்நானம் செய்து தலை மயிரை முடித்திருந்தாள். அதில் பவித்திரமான புஷ்பங் களைச் செருகியிருந்தாள். நெற்றியிலும் கைகளிலும் அழகான சிறு விபூதிப் பட்டைகள் இருந்தன. புருவங்களுக்கிடையே குங்குமத்தை ஒரு பட்டையாக வைத்துக்கொண்டிருந்தாள். மேலாக்கை வக்ஷ ஸ்தலத்தில் இறுக்கி இடுப்பில் கொண்டு வந்து செருகிக்கொண்டிருந்தாள். ஹிந்து நாகரிகத்தின் ஆரம்பக் காலத்தில், கஞ்சுகம் என்று பின்னால் ஏற்பட்ட ரவிக்கை இல்லை. சிறிய மணிகள் கட்டிய ஓர் ஒட்டியாணம் (மேகலை) புடவையின் மேல் இறுக்கிப் படிந்திருந்தது. முழங்கையருகே தோள்களில் தோளணிகள் அணிந்திருந்தாள். கையில் சிவார்ச்சனைக்காக அப்பொழுதுதான் கொய்த வில்வத்தை ஏந்தி நின்றாள். அந்த நிமிஷத்தில் ஸீதா தானே உமை என்று எண்ணிவிட்டாள்.

பார்வதியின் தோழி அவளிடம் நெருங்கி அவளுடைய யௌவனத் தைப் பற்றிக் கேலி செய்யும் சந்தர்ப்பம்.

“தூர்ஜடியை மணக்க விரும்புகிறாய். இன்று உன் மனம் உன்வசம் இல்லை. வயதாயிற்றல்லவா! உன் அங்கங்கள் சொல்லுகின்றனவே!” என்று சொல்லி, ஜாடையாகப் பார்த்துச் சிரிக்கிறாள் தோழி.

பார்வதி கோபம் கொண்டவள் போலப் புருவங்களை நெரிக்கிறாள். நெற்றிக் குங்குமம் வளைகிறது.

“பவித்திரமான வேளையில் என்ன பேச்சடி?” என்கிறாள்.

அந்தக் குரலில் கொஞ்சம் கோபமும் கொஞ்சம் பாசாங்கும் இருக்கின்றன. தோழியைவிட்டு விலகுபவள்போல ஒருபுறம் திரும்பு கிறாள் புருவ நெரிப்புடன்.

○

“அம்மா, மார்புச் சேலையைக் கொஞ்சம் தளரவிட்டால் தேவலை” என்று சொல்லிக்கொண்டு, டைரக்டர், கையால் ஜாடை காட்டினார்.

“இறுக்கிக் கட்டி ஒட்டியாணம் போட்டிருக்கிறேன், ஸார்!” என்று சொல்லி, ஸீதா டைரக்டரை எரித்துவிடுபவள் போலப் பார்த்தாள். தான் பார்வதியாக ஈடுபட்டிருந்த லயிப்பை அவர் கலைத்ததற்காக அவளுக்கு மித மிஞ்சிய கோபம் வந்தது.

“டைரக்டர் சொல்வதைக் கேட்காவிட்டால் படம் உருப்படாது. நான் சொல்லுகிறபடி நீங்கள் செய்யாவிட்டால் தோழியின் பரிகாசம் அர்த்தமில்லாமல்போகும்.”

“போகாது! எனக்குப் புத்தி இருக்கிறது. இருக்கிறபடியே இருப்பது தான் அதைக்காட்டிலும் நல்லது. உங்கள் யோசனை தப்பு.”

“எனக்கு நீங்கள் டைரக்ஷன் சொல்லித்தர வேண்டாம். தெரியா விட்டால் கேட்டுக்கொள்ளுகிறேன். இப்பொழுது நான் சொல்லுகிறபடி

செய்யுங்கள். ஒட்டியாணத்தையாவது கழற்றிவிடுங்கள். மேலாக்குத் தளரும்."

டைரக்டர் சொல்லுவது சுத்த அபத்தம் என்பது ஸீதாவின் எண்ணம். மேலும் அவள் ஒட்டியாணத்தை எடுக்க இஷ்டப்பட வில்லை. தன் மனத்தில் பதிந்திருந்த பார்வதியின் சித்திரத்தில் அது ஓர் இன்றியமையாத அலங்காரம். அன்றியும், அதனால் ஆடையும் உடலில் ஒட்டியிருந்தது.

ஆனால் டைரக்டர் பிடிவாதம் செய்தார். சம்மதமே இல்லாமல் அதைக் கழற்றினாள். ஆனால் கையிலேயே வைத்துக்கொண்டிருந்தாள்.

"ஏனம்மா, நாழிகை ஆகிறதே – ஒரு காட்சிக்கு இவ்வளவு தாமதமானால் இன்று நூறடிகூடி எடுத்தாகாது. எங்கே கொஞ்சம், இப்படி–" என்று கிருஷ்ணன் ஸீதாவின் மார்புச் சேலையை விரல்களால் தொட்டு இழுத்தார்.

சீதா மெய்மறந்தாள். கோபம் ரௌத்திராகாரமாக வந்துவிட்டது அவளுக்கு. அவள் என்ன செய்தாள் என்று அவளுக்கே தெரியவில்லை.

கையிலிருந்த ஒட்டியாணத்தை டைரக்டர் முகத்தில் வீசி எறிந்தாள். திடீரென்று பின்வாங்கிய வண்ணம் அவள் 'விர்'ரென்று திரும்பி வெளியே போய்விட்டாள்.

"ஸ்டூடியோவிற்கு எதற்கு வருகிறாள் இந்தப் பதிவிரதை? கூழுக்கும் ஆசை, மீசைக்கும் ஆசையோ?" என்று டைரக்டர் கிருஷ்ணன் முகத்தைத் தடவிக்கொண்டு உதவி டைரக்டரைக் கேட்டார்.

❖

மணிக்கொடி, **15-01-1938**

கதைக்காரன் கர்வம்

"அதென்னவோ எனக்குத் தெரியாது. 'வசந்தா டாக்கீஸு'க்கு நீ ஒரு சமூகக் கதை எழுதிக் கொடுத்தாக வேண்டும். 'ஆகட்டும்' என்று நீ வாக்குறுதி கொடுத்தால் தான் உன்னை விடுவேன்."

"டாக்கிக்குக் கதை எழுதும் திறமை எனக்கு இல்லையே என்ன செய்வேன்?"

"சினிமாக் கதை எழுதத் திறமையே வேண்டியதில்லை. சொல்லப்போனால் கதைகூட வேண்டியதில்லை."

"பின் என்னதான் வேண்டும்?"

"நல்ல சம்பாஷணை; நல்ல பாட்டு."

என் நண்பன் கிருஷ்ணஸ்வாமி 'வசந்தா டாக்கீஸ்' டைரெக்டர். என்னை அதற்கு ஒரு கதை எழுதிக் கொடுக்கும் படி நெடுநாட்களாகக் கேட்டுக்கொண்டிருந்தான்.

"திடுக்கிடும் சம்பவங்களும் துப்பாக்கிப் புகையும் என்னால் கொடுக்க முடியாதே?"

"வேண்டாம். அதெல்லாம் இப்போது எடுபடாத சரக்குகள். உனக்குத் தெரியாதா? நீ அதைப் பற்றிக் கவனம் செலுத்துகிறதேயில்லை போலிருக்கிறது. ஜனங்களின் மனசு இப்போது வேறு பக்கம் திரும்பியிருக்கிறது. ஹிந்தி, தெலுங்கு முதலிய படங்களே இதற்கு முக்கியமான காரணம் ஆகையால்தான் இந்த அவசரம். சமூகக் கதைகளுக்கு இப்போது பெரிய கிராக்கி. உன்னிடம் கையில் ஏதாவது கதை இருக்கிறதா?"

"இருக்கிறது. ஆனால் அது நாவலாக எழுத லாயக்கே ஒழிய, டாக்கிக்கு வேண்டிய அளவு நிகழ்ச்சிகள் அதில் இல்லை."

"அதெல்லாம் நான் பார்த்துக்கொள்ளுகிறேன். கதை என்ன சொல், பார்ப்போம்."

○

கதை சிறியதுதான். சம்பவங்கள் நடந்ததெல்லாம் நமது பக்கத்தில் தான். அவையும் சில மாதங்களுக்குள்ளேயே நடந்துவிடுகின்றன. சென்ற வருஷத்துச் சட்டசபைத் தேர்தலின் காலம்.

"அந்த வருஷந்தான் காலேஜிலிருந்து வெளிவந்த ஓர் இளைஞன், தேர்தல் பிரசாரத்தில் ஈடுபடுகிறான்; தலைவிரி கோலமாகத் திரிகிறான். மற்றொரு நண்பனுடன் வீடுவீடாச் சென்று வாக்காளர் வரிசையில் கண்டபேர்களைச் சந்தித்துக் காங்கிரஸின் லக்ஷ்யத்தை எடுத்துச் சொல்லுகிறான். தகப்பனார் அவன் ஏதாவது ஓர் உத்தியோகத்தில் அமர வேண்டும் என்று அவனைத் துளைத்துக்கொண்டே இருக்கிறார். தாய் அவன் வீட்டில் நுழைந்த பொழுதெல்லாம் கல்யாணப் பேச்சுப் பேசுகிறாள். அதையெல்லாம் கவனிக்காமல் அவன் தேச சேவை ஒன்றே யௌவன இந்தியாவின் லக்ஷ்யமாக இருக்க வேண்டுமென்று பிரசங்கங்கூடச் செய்தான்.

"ஒரு நாள் வாக்காளர் 'ஜாப்தா'வுடன் ஒரு குறிப்பிட்ட மனிதர் வீட்டிற்குள் நுழைந்தபொழுது, அங்கே கூடத்தில் ஒரு தேவதாஸிப் பெண் வீணை வாசித்துக்கொண்டு உட்கார்ந்திருப்பதைக் கண்டான். சுந்தரமும் அவனுடைய நண்பனும் உள்ளே நுழைந்ததை அந்தப் பெண் முதலில் கவனிக்கவில்லை.

"'நாராயண ஐயங்கார்வாள் இருக்காளோ?' என்று சுந்தரம் வெகுளித்தனமாகக் கேட்டான். தேவதாஸி உட்கார்ந்திருந்த வீட்டில் போய் அவன் அப்படிக் கேட்டதற்கு மெய்ம்மறந்த பிரசார உற்சவம் ஒரு காரணமாக இருக்கலாம். வாழ்க்கையில் இன்னும் அவனுக்கு அநுபவம் போதவில்லை என்பது மற்றொரு காரணம். அது நீலாம்பா ளுக்கு மிகவும் விநோதமாயிருந்தது. அந்த வாலிபர்களின் அறியாமையைக் கண்டு தன்னை அறியாமலேயே 'கொல்' என்று சிரித்துவிட்டாள். காரணமில்லாமல் அவள் சிரித்தாள் என்று சுந்தரத்தின் முகத்தில் கோபமும் வெட்கமும் கலந்து ஜொலித்தன. நீலாம்பாள் மறு நிமிஷமே சமாளித்துக்கொண்டாள். யௌவனத்தின் மிதப்பில் முதலில் அவளுக்குக் குறும்பு உணர்ச்சி தான் மேலோங்கி இருந்தது. தானே தன் மரியாதைக் குறைவான நடத்தையை அறிந்துகொண்டு வெட்கி, எழுந்து நின்று, 'மூன்று வருஷங்களாக ஒரு தேவதாஸி இந்த வீட்டில் வசிக்கிறாள்'" என்றாள்.

"விவரங்கள் வேண்டாம். சுருக்கிச் சொல், போதும். சுந்தரமும் நீலாம்பாளும் காதல்கொண்டுவிட்டார்கள்; அவ்வளவுதானே?"

"பின் நீயே கதையை எழுதிவிடலாமே?"

"சொல்லு, சொல்லு, எழுத்தாளன் என்றால் துரும்பைக் கிள்ளிப் போட்டால்கூட விறைக்கும் போலிருக்கிறது!" என்று சொல்லிக்கொண்டு கிருஷ்ணஸ்வாமி சிரித்தான்.

கதைக்காரன் கர்வம்

"அடுத்து வந்த சந்திர கிரகணத்தன்று, காவேரிக்கு நீராடச் சென்ற இடத்தில் மறுபடியும் இருவரும் சந்தித்தார்கள்–"

"சரி, அப்புறம்?"

"அவ்வளவுதான். சுந்தரத்தின் தேசீயம் அன்றே அந்தக் கிரகண ஸ்நானத்துடன் ஆற்றோடு போய்விட்டது. அதற்குப் பிறகு எப்பொழுது பார்த்தாலும் நீலாவின் வீட்டில் 'ஆஜர்' கொடுத்துக்கொண்டிருந்தான். நீலாவின் தாய்க்கு இது பிடிக்கவில்லை. ஆனால் பெண்ணின் பிடிவாதத்திற்குப் பயந்து சும்மா இருந்தாள்.

"கடைசியாக ஒரு நாள் சுந்தரம் நீலாவை மணந்துகொள்ளப் போவதாகத் தகப்பனாரிடம் தெரிவித்தான். பெற்றோர்களுடைய நயபய முயற்சி ஒன்றும் அவனிடத்தில் பிரயோசனப்படவில்லை. அவன் ஒரே உறுதியுடன் இருந்தான். தகப்பனார் கடைசியாக அந்தப் பெண்ணையே நேரில் கண்டு பேசுவதென்று தீர்மானித்தார்.

"நீலா அவரை நேரில் சந்தித்துப் பேச மறுத்துவிட்டாள். கடைசியாக அவர் அவளுடைய தாயிடம் போய் முறையிட்டார். இருவருமாகக் கலந்து நேடுநேரம் யோசித்து ஒரு கொடூரமான தீர்மானத்திற்கு வந்தார்கள். அதன்படி காதலர்கள் இருவரும் நிரந்தரமாகப் பிரிய வேண்டியதுதான் –"

"கதை பாதகமில்லையே! மேலே?"

"அந்தச் சூழ்ச்சியை நீலாவின் தாய் பிரயோகம் செய்வதாக ஒப்புக்கொண்டாள். ஒரு நாள், அதுவும் ஒரு பௌர்ணமியன்று – மாலை.

"'அடி நீலா, மிகவும் சிரமப்பட்டுக்கொண்டு ஒரு விஷயத்தை இதுவரையில் நான் உன்னிடம் சொல்லாமல் இருந்தேன். இனிமேலும் சொல்லாமலிருந்தால் எனக்கு ஒரு பெரிய பாவம் சம்பவிக்கும். சொல்லிவிட வேண்டியதுதான்' என்று அவள் தாய் ஆரம்பித்தாள்.

"'அவர் ஏழை என்று சொல்லப்போகிறாய்!' என்று பதற்றத்துடன் நீலா குறுக்கிட்டாள்.

"'இல்லையடி – நீ – அவனுடைய தகப்பனாரின் – பெண்!' என்று சொல்லிவிட்டு அவள் மகளுக்கு முன் நிற்கத் தைரியமில்லாமல் வெளியே போய்விட்டாள்.

"இந்தச் சிறு சம்பாஷணையிலிருந்து விபரீதம் விளைந்தது. நீலா தாய் சொன்னதைக் கேட்டதும் புழுப்போலத் துடித்தாள். தன் நிலைமையைப் பற்றி அவளால் எண்ணக்கூட முடியவில்லை. அன்று வழக்கம் போல் சுந்தரம் வந்தபொழுது அவனுடன் பேசக்கூட முடியவில்லை அவளுக்கு. 'திரும்பிப் போ!' என்று அர்த்தம் படக் குறிப்புக் காட்டினாள். சுந்தரம் பிரமை தட்டிப் போய் நின்றுவிட்டு ஒன்றும் விளங்காமலேயே வெளியேறினான்.

"தாய் தன் சதியாலோசனை பலித்தது என்று நினைத்துப் பூரித்தாள். ஆனால் நீலா, தன் வாழ்க்கையின் மகிழ்ச்சி மண்ணான நிமிஷமே தான் மேலே செய்ய வேண்டியதைத் தீர்மானித்துவிட்டாள். தாய் தகவல் சொன்ன நிமிஷம் முதல் தான் உயிர் வாழ்வது அசாத்தியம் என்று தாயிடம் தெரிவித்தாள். பெண்ணின் பிடிவாத குணத்தை அறிந்த தாய் திகில் பிடித்துப்போனாள். என்ன செய்வதென்று அவளுக்குக் தெரியவில்லை.

"சுந்தரம் வீட்டையடைந்த சிறிது நேரத்திற்கெல்லாம் நீலா மரிக்கும் தறுவாயில் இருப்பதாகக் கேள்விப்பட்டு ஓடி வந்தான். நீலா விஷம் உண்டுவிட்டாள். கடைசியாகச் சில நிமிஷங்கள் சந்தித் தார்கள். ஆனால் அப்பொழுது ஒரு நிமிஷம் அவனுடன் பேசி நிலைமையை விளக்கினான். அன்றே சுந்தரம் எங்கோ போய்விட்டான். இடம் தெரியவில்லை."

"கதையில் வேகமே இல்லையல்லவா?"

"நிறைய ஊட்டலாம். ஸீனரியோ நான் தயார் செய்துகொள்ளு கிறேன். தேர்தல் பிரசாரக் கூட்டம், காவேரி மணலில் கிரகண ஸ்நானம், பிரசார நிதிக்காக நீலாவின் நாட்டியக் கச்சேரி ஒன்று எல்லாம் சரி பண்ணிவிடுகிறேன். படக் காட்சிக்குத் தகுந்தபடி சில இடங்களில் மாறுதல்கள் செய்யவேண்டியிருக்கும். முடிவையும் அநேகமாகச் சுபமாகச் செய்துவிடலாமென்று நினைக்கிறேன் . . ."

"அது கூடாது!"

"அட போடா பைத்தியமே! நான் அப்படிப் உன் கதையைத் திருத்தி அமைக்காவிட்டால் ஜனங்கள் ரஸிக்க மாட்டார்கள், தெரியுமா?"

"ரொம்ப நல்லதாயிற்று!"

"ஜனங்களுக்குப் பிடிக்காத கதையை எப்படி படம் பிடிப்பது?"

"வேண்டவே வேண்டாம். என் கதை என்னிடம்; அவ்வளவுதானே?"

"இதுதான் எழுத்தாளரின் கர்வம் என்பது!"

"அதுதாண்டா அவனுக்கு மிஞ்சியிருக்கும் ஆறுதல். அதைக்கூட அவன் விற்றுவிட முடியாது!"

❖

ஹிந்துஸ்தான், **30-01-1938**

கனகாம்பரம்

1

"மணி!" என்று வாசலில் நின்றுகொண்டே ராமு கூப்பிட்டான். நண்பன் வீட்டில் இருக்கிறானோ இல்லையோ என்று அவனுக்குச் சந்தேகம்.

"எங்கேயோ வெளிலே போயிருக்கா. நீங்க யாரு?" என்று மணியின் மனைவி கதவண்டை நின்றுகொண்டு மெல்லிய குரலில் கேட்டாள்.

ராமுவுக்குக் கொஞ்சம் தூக்கிவாரிப் போட்டுவிட்டது.

மணியும் அவனும் கலாசாலையில் சேர்ந்து படித்தவர்கள். மணியின் மனைவியைப் பற்றி அவனுக்கு அதிகமாகத் தெரியாது. அவளை அவன் அதுவரையில் பார்த்ததுகூட இல்லை. புதுக்குடித்தனம் நடத்த அவள் சென்னைக்கு வந்து ஒரு மாதந்தான் ஆகியிருந்தது. அந்த மாதம் முழுதும் ராமு சென்னையில் இல்லை. அதற்கு முன் சாரதாவும் அவனைப் பார்த்ததில்லை.

ராமுவும் மணியைப் போல மிகவும் முற்போக்கான கொள்கைகள் உடையவன்தான். கலாசாலை விவாதங்களிலும் சர்ச்சைகளிலும் பேசியபொழுது, ஸ்திரீ புருஷர்கள் சமானர்களாகப் பழக வேண்டுமென்றும் பெண்களின் முன்னேற்றம் மிகவும் அவசியமான சீர்திருத்தமென்றும் ஆவேசத்துடன் கர்ஜித்து வந்தான். ஆனால் அநுஷ்டானத்தில் அந்தக் கொள்கைகள் சோதனைக்கு வந்தபொழுது அவன் கலவரம் அடைந்துவிட்டான். முன்பின் பரிசயமின்றி மணியின் மனைவி தன்னுடன் பேசியது அவனுக்கு ஆச்சரியமாகப் போய்விட்டது. அவன் அதைச் சிறிதும் எதிர்பார்க்கவே இல்லை. 'வீட்டில் மணி இல்லாவிட்டால் பதில் வராது. கொஞ்சநேரம் நின்று பார்த்துவிட்டுப் போய்விடுவோம்' என்றே அவன் ஒரு குரல் கூப்பிட்டுப் பார்த்தான்.

மணியின் மனைவி சாரதா படித்த பெண்ணும் அல்ல; அசல் கிராமாந்தரம். எந்தப் பக்கத்திலும் ரயில் பாதைக்கே இருபது மைல் தூரத்திலுள்ள ஒரு சோழ தேசக் கிராமத்துப் பெரிய மிராசுதாரின் பெண். அவளுடைய

நடை உடை பாவனைகளிலும், அந்தச் சில நிமிஷங்களில் அவன் கண்களில் பட்டமட்டில் ஒருவிதமான புதுமாதிரியான சின்னமும் காணவில்லை.

விலையுயர்ந்த பெங்களூர்ப் பட்டுச் சேலையை நேர்த்தியாகக் 'கொசாம்' விட்டுக் கட்டிக்கொண்டிருந்தாள். அதற்கேற்ற வர்ணம் கொண்ட பழையமாதிரி ரவிக்கைதான் அணிந்திருந்தாள். தலைமயிரை நடுவே வகிடெடுத்துத்தான் பின்னிக்கொண்டிருந்தாள். பின்னல்கூட நவநாகரிகப் போக்குப்படித் 'தொள தொள' வென்று காதை மூடிக் கொண்டு இருக்கவில்லை. பின்னலை எடுத்துக் கட்டிக்கொண்டிருந்தாள். நெற்றியில் பூர்ண சந்திரன்போலப் பெரிய குங்குமப்பொட்டு இருந்தது. உடம்பின் மேலிருந்த வைரங்கள் பூத்துக் கொட்டிக் கொண்டிருந்தன. மூக்கில் புலாக்கு இருந்தது. கைக்காரியமாக இருந்தவள், அவசரமாக யாரென்று பார்த்துப் பதில் சொல்ல வந்தாள் என்பது அவள் தோற்றத்திலிருந்து தெரிந்தது. அப்பேர்ப்பட்டவள் தன்னுடன் வந்து பேசினதும் ராமு மனம் தடுமாறிப் போனான்.

ஒரு பெண் வந்து தன்னுடன் பேசிவிட்டாள் என்பதால் அவன் கூச்சமடையவில்லை. கலாசாலையிலும் வெளியிலும் படித்த பெண்கள் பலருடன் பேசிப் பழகினவன்தான் அவன். அது அவனுக்குச் சகஜமா யிருந்தது. இந்தப் படிக்காத பெண் தன்னுடன் பேசினதுதான் அவனுக்குக் குழப்பத்தை உண்டாக்கிவிட்டது. படித்த பெண்கள்கூடப் புது மனிதர் களிடம் பேசுவது கஷ்டமாயிற்றே! அப்படியிருக்க, நவநாகரிக முறையில் ஆண்களுடன் பழகுவது என்பதே அறியாத பிரதேசத்தில் பிறந்து வளர்ந்த பெண் பிற புருஷனுடன் பேசுவதென்றால், அது ராமுவுக்கு விபரீதமாகப் பட்டது. ஆனால் அவள் சொன்ன வார்த்தைகள் மெல்லிய தொனியுடன்தான் வெளிவந்தன. அவன் முகத்தைப் பார்த்துக் கூடப் பேசவில்லை அவள். தலைகுனிந்த வண்ணமாகவே இருந்தாள். இருந்தாலும் அவன் மனம் என்னவோ சமாதானப்படவில்லை.

"நான் – நான் – மணியின் சிநேகிதன் –" என்று சொல்லி மேலே என்ன சொல்லுவது என்பது தெரியாமல் தத்தளித்தான்.

"இதோ வந்துடுவா உள்ளே வந்து உக்காருங்கோ" என்றாள் சாரதா.

அதைக்கேட்டதும் ராமு உண்மையிலேயே திகைத்துப் போனான். தலை கிர்ரென்று சுற்றிற்று. ஏதோ தப்புச் செய்துவிட்டவன்போலச் சுற்றுமுற்றும் பார்த்தான். ஒரு சிறு தனி வீட்டில், தனியாக இருக்கும் இளம்பெண் தன்னை உள்ளே வந்து உட்காரச் சொன்னாள்! – அவனுக்கு ஒன்றுமே விளங்கவில்லை.

"இல்லை, அப்புறம் வரேன்" என்று அரைகுறையாகக் கூறித் தலையெடுத்துப் பார்க்காமல் வெகுவேகமாய்ப் போய்விட்டான்.

2

ஐந்து நிமிஷத்திற்கெல்லாம் இலையும் காய்கறியும் வாங்கிக் கொண்டு மணி உள்ளே நுழைந்தான்.

“உங்க சிநேகிதராமே? – வந்து தேடினார்” என்று சாரதா குதூகலமாகக் குதித்துக்கொண்டு அவனை எதிர்கொண்டுபோய்ச் சொன்னாள். அவள் மேனியும் குரலும் ஒரு படையெடுப்புப்போல அப்பொழுது அவனைத் தாக்கின. மணி புதுக்குடித்தனத்தின் தொல்லைகளிலும், தன்னை வந்து தாக்கிய அந்த இன்ப அலையை அனுபவித்து ஆறுதல் அடைந்தான்.

“யார் அது?” என்று அவளுடைய கன்னத்தைக் கிள்ளிக்கொண்டு கேட்டான்.

“யார்னு கேக்கல்லே” என்று சொல்லிக்கொண்டு வலிகொண்டவள் போலப் பாசாங்கு செய்து, ‘ஹா!’ என்றாள்.

திடீரென்று மணியின் முகம் சிவந்தது; கோபம் பொங்கி எழுந்தது.

“எவ்வளவு தரம் சொல்லுகிறது உனக்கு? யார் என்று கேட்கிறதுக்கு என்ன கேடு உனக்கு? ஒரு வார்த்தை கேட்டுவிட்டால் என்ன மோசம்? உன் கையைப் பிடிச்சு இழுத்துடுவாளோ?” என்று வார்த்தைகளை வீசினான்.

ஒரு வாரத்திற்கு முன்புதான் இப்படி ஒரு சம்பவம் நடந்து மணி சாரதாவைத் தாறுமாறாகக் கோபித்துக்கொண்டான். ‘பட்டணத்தில் நண்பர்கள் அடிக்கடி வந்து தேடுவார்கள்; பதில் சொல்லாமல் உள்ளே நுழைந்துகொண்டு கதவைச் சாத்திக்கொள்ளக் கூடாது; பட்டணத்தின் நாகரிகத்திற்கு ஏற்றவாறு நடந்துகொள்ள வேண்டும்’ – இந்த மாதிரி உபதேசங்கள் செய்து முடித்தான். அதன் காரணமாக இருவரும் இரண்டு நாள் பேசாமல்கூட இருந்தார்கள்.

இந்தத் தடவை, தான் சொல்லப்போகிற பதில் மணிக்கு மிகவும் சந்தோஷத்தை உண்டாக்கப் போகிறது என்ற நிச்சயமான எண்ணத்தில், ‘வேண்டிய மட்டும் பேசட்டும்’ என்று சாரதா வாயை மூடிக்கொண்டிருந்தாள். பிறகு அவன் ஓய்ந்ததும் சாவதானமாகப் பதில் சொன்னாள்:

“யாருன்னு கேட்டேன். சிநேகிதன்னு சொன்னார். பேர் சொல்லல்லே. ‘உள்ளே வந்து உட்காருங்கோ; வந்துடுவா’ன்னேன். அப்புறம் வரேன்னு போய்ட்டார்.”

சாரதா ஆவலுடன் மணியின் முகத்தைக் கவனித்தாள். அதில் எவ்விதமான சநதோஷக் குறியும் தோன்றாததைக் கண்டு அவள் முகம் சுண்டிப்போய்விட்டது. சடக்கென்று திரும்பி உள்ளே போய்விட்டாள்.

மணியோ அந்தமாதிரி பதிலை அவளிடமிருந்து எதிர்பார்க்கவே இல்லை. முதலில் அவனுக்கு முகத்தில் அடித்தாற்போல இருந்தது அவள் பதில்; பிறகு தான் சொன்னதற்கு மேலாக, அதிகமாகவே அவள் நடந்துகொண்டுவிட்டது அவனுக்கு அதிருப்தியை உண்டாக்கிற்று. அதன்பிறகு, ‘ஏன் அப்படிச் செய்தாள்? நாம் சொன்னதற்காகக் கீழ்ப்படிந்து நடந்த மாதிரியா அது? அல்லது . . .’ என்று கொஞ்சம் அவன் மனம் தடுமாற ஆரம்பித்தது. எல்லாம் சேர்ந்து அவன் வாயை அடக்கிவிட்டன. சாரதாவும் அவனைச் சாந்தப்படுத்தவோ பேச்சில் இழுக்கவோ முயலவில்லை. அவளுக்கும் கோபம்.

சாப்பாடு முடிந்து வெளியே போகும்வரை மணி ஒரு வார்த்தை கூடப் பேசவில்லை. தெருவழியாகப் போய்க் கொண்டே என்ன என்னவோ யோசித்தான். அவன் மனம் சொல்லமுடியாத வேதனையை அடைந்தது. சாரதா அவ்வளவு தூரம் போய்விடுவாள் என்று அவன் எதிர்பார்க்கவில்லை. படித்த பெண் அம்மாதிரி செய்திருந்தால் அதில் ஒன்றும் விசேஷம் இராது. ஒரு கிராமாந்தரப் பெண், முகம் தெரியாதவனை உள்ளே வந்து உட்காரச் சொன்னது மிகவும் அநாகரிகம். சிநேகிதன் என்ன நினைத்திருப்பான்? 'என்ன தைரியம் இந்தப் பெண்ணிற்கு?' என்றோ, அல்லது 'சுத்த அசடு!' என்றோ நினைத்திருப்பான். அல்லது ...

இம்மாதிரி யோசித்துக்கொண்டே போய்க்கொண்டிருந்தான்.

எங்கேயோ போய்விட்டுத் திரும்பிவந்து கொண்டிருந்த ராமு, தெருவில் மணி எதிரே வருவதைக் கண்டு மிகவும் சங்கடமடைந்தான். அப்பொழுது மணியைக் கண்டு பேசுவதா வேண்டாமா என்றுகூட அவனுக்குச் சந்தேகம் வந்துவிட்டது. வீட்டுக்கு வந்திருந்ததாகச் சொல்வதா வேண்டாமா? அவன் மனைவி சொன்னதைச் சொல்வதா வேண்டாமா? இப்படிப்பட்ட பிரச்னைகள் எழுந்தன. ஒரு வேளை மணியின் அனுமதியின்பேரில் அவள் அவ்வளவு சகஜமாகப் பேசியிருந்தால் சரியாய்ப் போய்விடும். இல்லாவிட்டால் தான் சொல்லுவதால் அந்தப் பெண்ணின் அசட்டுத்தனமோ, அல்லது அறியாமையோ மணிக்குக் கோபத்தை உண்டாக்கினால்? அவர்களிடையே பெருத்த மனத்தாங்கல் ஏற்பட்டால்? யார் கண்டார்கள்? மனித சுபாவம் எது வேண்டுமானாலும் நினைக்கும். அந்த மாதிரி மனஸ்தாபத்திற்குத் தான் காரணமாகக் கூடாது. அவள் தானாக மணியிடம் முழுவதும் சொல்லியிருக்கிறான் என்பது என்ன நிச்சயம்? சொல்லியிராவிட்டால் அசட்டுத்தனம் ஆபத்தாகவல்லவோ முடியும்?

இவ்விதம் எண்ணியவனாய் ராமு, சடக்கென்று ஒரு சந்தில் திரும்பி மணியின் கண்ணில் படாமல் தப்பினான். ஆனால் அன்று காலையில் நடந்த சம்பவத்தைத் தன் மனத்தைவிட்டு அகற்ற அவனால் முடியவில்லை. அந்தப் பால்வடியும் புது முகத்தின் களங்கமற்ற பார்வை, தடங்கல், திகைப்பு, பயம் இவையற்ற அந்தத் தெளிவான சொற்கள்! "இதோ வந்துடுவா!" என்றாள் அவள். அதில் என்ன நேர்மை! என்ன மரியாதை! இன்னும், தன்னை உள்ளே வரும்படி அழைத்ததில் என்ன நம்பிக்கை! — தன் புருஷனின் நண்பன் என்றதால் ஏற்பட்டது! 'சே, சே, அந்த நாலு வார்த்தைகளில் அவள் எவ்வளவு அர்த்தத்தை வைத்துவிட்டாள்! தன்னையும் நம்பினாள் ... அவளா அசடு? அவள் தான் உண்மையான பெண்! நான் சந்தித்த முதல் பெண்! அதனால் தான் எனக்கு அந்தக் கலவரம் ஏற்பட்டது. மணியை மாலையில் கண்டு அவனிடம் சொல்ல வேண்டும்.' இந்த மாதிரி எண்ணிக்கொண்டு ராமு நடந்தான். ஆனால் தான் முதலில் அந்தப் பேச்சை எடுப்பதற்கு முன்பு, நிலைமை எவ்வாறு இருக்கிறது என்று அறிந்துகொள்ள வேண்டுமென்று தீர்மானித்தான். மாலை ஏழு மணிக்குச் சென்றால் அவன் நிச்சயம் வீட்டிலிருப்பான் என்று எண்ணினான்.

3

மாலை ஆறு மணி இருக்கும். சாரதா வீட்டுக் காரியங்களைச் செய்து முடித்துவிட்டு அறையில் தலையை வாரிப் பின்னிக் கொண்டு உட்கார்ந்திருந்தாள். பக்கத்தில் ஒரு தட்டில் தொடுக்கப்படாத கனகாம்பர புஷ்பங்கள், எதிரே முகம் பார்க்கும் கண்ணாடி, ரிப்பன், சீப்பு, வாசனைத் தைலம் முதலியவை இருந்தன.

உள்ளே நுழைந்த மணிக்கு இவற்றையெல்லாம் பார்த்ததும் ஏதோ ஓர் ஆத்திரம் பொங்கிக்கொண்டு வந்தது.

"இது என்ன பூவென்று இதை நித்தியம் வாங்கித் தலையில் வைத்துக் கொள்ளுகிறாய்?" என்று அவன் அவலை நினைத்துக்கொண்டு உரலை இடித்தான்.

ஆனால், கனகாம்பரத்தைத்தான் அவன் சொல்லுகிறான் என்று நினைத்துச் சாரதா, அந்தச் சந்தர்ப்பத்தில் அவனது பட்டண நாகரிகத்தை இடித்துக் காட்ட வேண்டுமென்று தீர்மானித்தாள்.

"பட்டணத்துலே எல்லோரும் இதைத்தானே வச்சுக்கறா? சங்கீத வித்வத்சபையிலேகூட இதைத்தானே தலை தாங்காமெ வச்சுண்டு வந்தா?" என்று சாரதா சொன்னாள்.

"எல்லாம் பட்டணத்துலே செய்யறாப்பலே செய்யணும்னு யார் சொன்னது? அடிபிடி கட்டாயமா? பட்டணத்துப் பெண்கள் மாதிரி தான் இருக்கு. அவர்கள் வைத்துக்கொள்ளுகிற கனகாம்பரமும். வாசனையில்லாத பூவை எங்கேயாவது தலையில் வைத்துக் கொள்வதுண்டா? காக்கரட்டான் பூவைத் தலையில் வச்சுக்கற பெண்களுடைய வாழ்க்கை ரஸனையும் அப்படித்தான் இருக்கும்."

"நீங்கதானே நான் பட்டணத்துப் பெண் மாதிரி இருக்கணும்னேள்? இல்லாட்டா ஒங்களுக்கு வெக்கமாயிருக்கும்னேளே?" என்று சாரதா மணியின் முகக் குறியை ஜாக்கிரதையாகக் கவனித்துக்கொண்டு கூறினாள்.

"அதுக்காக மூணாம் மனுஷனைப்போய் வீட்டுக்குள்ளே வந்து உக்காருங்கறதோ?" என்று மணி ஆத்திரத்தில் கொட்டிவிட்டான்.

சாரதாவின் முகம் சடக்கென்று மாறுதல் அடைந்தது. என்ன கிராமாந்தரமானாலும் அவள் பெண்; அளவு கடந்த கோபத்துடன் மணியின் முகத்தை ஒரு நிமிஷம் ஏறிட்டுப் பார்த்தாள். அவன் எண்ணங்கள் அவன் முகத்தில் அவளுக்குப் பட்டவர்த்தனமாகத் தெரிந்தன. தனக்கு – தன் பெண்மைக்கு – அவன் செய்த அவமரியாதையை அறிந்தவள்போல அவளுடைய முகத்தில் ஓர் ஆழ்ந்த வெறுப்புக்குறி தோன்றிற்று. பாதி போட்ட பின்னலை அவிழ்த்து முடிந்துகொண்டு கனகாம்பரப் பூவைத் தட்டுடன் அப்படியே எடுத்து அலமாரியில் வைத்துவிட்டுச் சமையலறைக்குள் போய்விட்டாள்.

இந்த மகத்தான கோபத்தின் முன்பு மணி அயர்ந்து போனான். அடிபட்ட நாய்போல மௌனமாக அறைக்குப் போய் நாற்காலியில்

உட்கார்ந்துகொண்டு ஒரு புத்தகத்தைப் படிப்பதாகப் பாசாங்கு செய்தான்.

ஏழு அடிக்கும் சமயத்தில் ராமு வந்தான். மணி கலகலப்புடன் பேச முயற்சி செய்தும் பயன்படவில்லை. வந்ததும் வராததுமாய் ராமு, "மணி, நான் காலையில் வந்திருந்தேன், நீ எங்கே போயிருந்தாய்?" என்றான்.

"நீயா வந்திருந்தாய்?" என்று கேட்டுவிட்டு மணி மௌனத்தில் ஆழ்ந்தான்.

"மணி, எனக்கு ஏற்பட்ட ஆச்சரியத்தில் என் பெயரைக்கூடச் சொல்ல மறந்துபோனேன்."

ராமுவின் தொண்டை அடைபட்டது. மணி தலை குனிந்து கொண்டான்; அவனால் பேசவே முடியவில்லை. நண்பர்கள் இருவரும் சில நிமிஷ நேரம் மௌனமாக உட்கார்ந்திருந்தார்கள். ராமு நிலைமையை ஊகித்துவிட்டான். திடீரென்று எழுந்தான்.

"மணி, நான் போய்விட்டு வருகிறேன். இதைச் சொல்லத்தான் வந்தேன்."

"இங்கேயே சாப்பிடேன், ராமு?"

"இல்லை. இன்று வேண்டாம்!"

4

இரவு சாப்பாடு பேச்சில்லாமல் முடிந்தது. ஜன்னல் வழியே பாய்ந்த நிலவைக் கவனிப்பது போல மணி ஏங்கிப்போய் உட்கார்ந்து கொண்டிருந்தான். சாரதா பால் டம்ளரை எடுத்துக்கொண்டுவந்து மௌனமாக நீட்டினாள்.

அதுவரையில் அவளுடைய முகத்தைப் பார்க்கக்கூட அவனுக்குத் தைரியம் வரவில்லை. அப்பொழுதுதான் தலையெடுத்துப் பார்த்தான். அவள் முகத்தில் தோன்றிய துக்கக் குறியைக் கண்டு அவன் பதறிப் போனான்; எழுந்து அவள் தோளைப் பிடித்துக்கொண்டான்.

"சாரதா!" என்று சொல்லி மேலே பேச முடியாமல் நிறுத்தினான்.

"வேண்டாம்!" என்று சாரதா அவன் முகத்தைத் தடவினாள்.

"நான் சொன்னது –" என்று மணி தன் மனத்தை வெளியிட ஆரம்பித்தான்.

"கனகாம்பரம் எனக்குப் பிடிக்காதே! நீங்கள் சொன்னதில் தப்பென்ன?" என்று சாரதா, பெண்களுக்கென்றே ஏற்பட்ட சாதுரியத்துடன் பேச்சை மாற்றினாள்.

❖

***கலைமகள்*, மார்ச், 1938**

புரியும் கதை

1

நான் எழுதியனுப்பிய கதையைப் பத்திரிகாசிரியர் திருப்பிவிட்டார். அது சாதாரண ஜனங்களுக்குப் புரியாதென்று தாம் பயப்படுவதாயும் வேறொரு கதை எழுதியனுப்ப வேண்டுமென்றும் எழுதியிருந்தார்.

ஜனங்களுக்குப் புரியும்படி என்ன கதை எழுதுவது என்று எனக்குப் புரியவில்லை. நான் பிறந்த கதையை எழுதட்டுமா? வளர்ந்த கதையை எழுதட்டுமா? அது ருசிகரமாக இல்லை என்று எழுதுவார் பத்திரிகாசிரியர். எனக்குக் கோபம் வந்தது.

அந்தச் சமயத்தில் ராதா தன் காரியங்களை முடித்துக் கொண்டு அறைக்குள் வந்தாள். 'புரியும் கதை' என்ற தலைப்பைப் போட்டுவிட்டு, நான் மேஜையின் முன்பு பேனாவும் கையுமாக யோசித்துக்கொண்டு உட்கார்ந்திருந்தேன். என் மனைவி பின்புறமாக வந்து, அந்தத் தலைப்பைப் படித்தாள். என்ன நினைத்தாளோ?

"என்ன கதை வேண்டியிருக்கிறது எப்பொழுது பார்த்தாலும்? அனுப்புகிறதெல்லாம் திரும்பி வருகிறது!" என்று சொல்லிக்கொண்டு குறும்பாக என் கையிலிருந்த பேனாவைப் பிடுங்கி மூடிவைத்துவிட்டு, என் தோளின் மேல் கை வைத்துக்கொண்டு நாற்காலியின் கைமேல் உட்கார்ந்தாள்.

"போ, அந்தண்டை! சமயம் சந்தர்ப்பமே தெரிகிறதில்லை!" என்று நான் வெள்ளென்று விழுந்தேன்.

என் சொற்களைக் காட்டிலும் என் முகந்தான் அப்பொழுது அதிகமான கோப விகாரத்தை அடைந்திருக்க வேண்டும்; ஏனென்றால், என் மனைவி சட்டென்று எழுந்து விலகி நின்று என் முகத்தை வெறித்துப் பார்த்தாள். அவள்

முகத்தில் ஆச்சரியத்தையும் வெறுப்பையும் கண்டேன். மறுநிமிஷம் அவளுடைய கண்களில் நீர் நிறைந்தது. சடக்கென்று திரும்பிச் சமையலறைக்குப் போய்ப் படுத்துக்கொண்டாள்.

பிறகு கதையில் ஒரு வரிகூட ஓடவில்லை. கதை எழுதுவதற்கு இடைஞ்சல் கூடாதென்று நான் என் மனைவியைக் கோபித்துக் கொண்டேன். ஆனால் இடைஞ்சல் அதன் காரணமாகவே பூர்ணமாகச் சம்பவித்தது.

அன்று ஏன் அவ்வளவு அற்ப விஷயத்திற்காக என் மனைவிமேல் அப்படி நாய்போல விழுந்தேன்? பத்திரிகாசிரியர் மேல் ஏற்பட்ட கோபமா? அல்லது என் மனைவி செய்த காரியத்தால் ஏற்பட்டதா? அவள் பேனாவைப் பிடுங்கி வைத்ததற்காக ஏன் அவ்வளவு கோபம் வரவேண்டும்?

இரவு சுமார் ஒன்பது மணிதான் இருக்கும். தெருவில் நடமாட்டம் ஓயவில்லை. பரதேசிக் கூட்டம் ஒன்று "சாம்ப சதாசிவ, சாம்ப சதாசிவ!" என்று ராகம் போட்டுப் பாடிக்கொண்டு தெரு வழியே போய்க் கொண்டிருந்தது. சென்னை நகரத்தின் தூரத்து உறுமல் இன்னும் அடங்கவில்லை.

2

என் மனம் அலைந்தது. பத்து வருஷங்களுக்கு முன்னால் ஒரு சித்திரை மாதம்; மணப் பந்தலில் ராதா என் முன்பு ஒரு புதுப் பாயின்மேல் உட்கார்ந்திருந்தாள். பந்தல் கீற்றின் வழியாக மஞ்சள் வெயில் முலாம் பூசுவது போலச் சில சில இடங்களில் விழுந்தது. ராதா என் கையிலிருந்த பூச்செண்டைப் பிடுங்க முயன்றுகொண்டிருந்தாள்.

அவளுடைய சிவந்த முகம் அம்முயற்சியில் கோவைப் பழம்போல ஆகிவிட்டது. அருகிலிருந்த பெண்கள் பார்த்துச் சிரித்து ஆனந்தமடைந் தார்கள். என்னுடைய கையில் கசங்கிக் கிடந்த அந்தப் பூவைக் காட்டிலும் மிருதுவாக இருந்தாற்போலிருந்தது அவள் கை. நான் செண்டை விடவில்லை. பக்கத்திலிருந்து என் அத்தை, "என்னடாது? செண்டைக் குடுடா! உன் சமத்தை அப்புறம் காட்டலாம்?" என்றாள்.

பூச்செண்டின் மீதிருந்த பிடிப்பைத் தளர்த்தினேன். ராதை அதை வெடுக்கென்று பிடுங்கி எடுத்துக்கொண்டாள். எங்கள் இருவருடைய வாழ்க்கைப் பிடிப்புக்கு நடுவில் ஒரு பூச்செண்டு தோன்றி ஊக்கமும் உணர்ச்சியும் ஊட்டிற்று. அந்த இன்பச் செண்டை நான் அவளிடமிருந்து லகுவாகப் பிடுங்கிக்கொண்டேன்; அதை அவள் அவ்வளவு லகுவாக என்னிடமிருந்து கொள்ள முடியவில்லை. அவளுடைய வெற்றிக்காக, முதலிலிருந்தே நான் விட்டுக்கொடுக்க வேண்டியிருந்தது.

அவளுக்கு அப்பொழுது வயது பதினான்குதான். ஆனாலும் வெள்ளரிப் பிஞ்சு போலத் தளதளவென்று வளர்ந்திருந்தாள். புதுப் புடவையும் மேனியுமாகப் பொங்கி வழிந்துகொண்டிருந்தாள். அந்த 'வாளிப்பான' உடலிலேயே ஏதோ ஒரு லாகிரி போன்ற மயக்கும்

குணம் இருந்தது. அதில் பொங்கி நின்ற உயிர் அவளுடைய கண்களில் எட்டிப் பார்த்தது. அவளுடைய இளமையின் நிறைவு, நீர்க்குடத்தில் போல, அவள் இதழ்களில் ததும்பி நின்றது.

இன்று போலிருக்கிறது: அப்பொழுது என்ன மோகன வெள்ளத்தில் உள்ளம் முழுகி முழுகி எழுந்து எழுச்சி அடைந்தது! அப்பொழுதுதான் முதல் முதலாகப் பெண் கை என்னைத் தீண்டி விஷ மயக்கத்தைக் கொடுத்தது. அந்தப் பதினான்கு வயதுப் பெண்ணின் கரம் ஒரு மந்திரக் கோல்போல எனக்கு மெய்மறதி உண்டாக்கிற்று.

3

மின்சார விளக்கின் வெளிச்சம் என் கனவுப் போக்குக்குப் பாதகமாக இருந்தது. எழுந்துபோய் அதை அணைத்துவிட்டு வந்து மறுபடியும் நாற்காலியில் சாய்ந்துகொண்டேன்; ஜன்னல் வழியாக நிலவு கொஞ்சமாக வந்து அடித்தது அறையில். என் கல்யாணம் ஆனதும் ராதாவின் நினைவும் அப்படித்தான் என் உள்ளத்தில் வந்து வீசியது.

பிறகு, மெய் நிறைந்து அவள் மங்கையானபொழுது எப்பேர்ப்பட்ட இன்பமும் துன்பமும் ஒருங்கே கொண்டு தவித்தேன்! அவளைக் காணவேண்டுமென்று காதல் கொள்வேன்; கண்டபின்பு கலங்குவேன். தீபாவளி சந்தர்ப்பத்தில் அவளைப் பார்ப்பதற்காகவே மாமனார் வீடு செல்வேன். அவளை யாரும் அறியாமல் சந்திப்பதற்காக இரவு முழுதும் இமை கொட்டாது விழித்திருப்பேன். அதிகாலையில் அரை நிமிஷம் வந்து, “யாராவது வந்துடுவா” என்று சாக்குச் சொல்லி விட்டுப் போய்விடுவாள். என் ஏக்கம் இன்னும் அதிகமாகக் கொழுந்து விட்டு எரிய ஆரம்பிக்கும்.

சாந்திமுகூர்த்தம் ஆகாத அந்தச் சமயத்தில் அவளுக்கும் எனக்கும் நடுவில் ஒரு திரை இருந்தது. அதன் வழியாகத்தான் நான் அவளை அரைகுறையாகக் காண முடிந்தது. அந்தத் திரையின் பின்னால் ஒரு தேவதைபோலச் சஞ்சரித்து என்னை மயக்கினாள். கானல் நீர் போல என்னை ஏமாற்றினாள். கிட்டே இருப்பது போன்ற உணர்ச்சியில் தழுவ முயன்றால் தூரத்தில் நின்று நகைப்பாள்.

அந்தத் தத்தளிப்பிற்குப் பிறகு வாழ்க்கை ஆரம்பம். ராதாவும் நானும் என் தாயும் குடும்பம் நடத்தினோம். எங்கள் புத்துணர்ச்சிப் பெருக்கில் புளகாங்கிதமாகி விட்டோம். தனியே சந்தித்துப் பேசும் இரவு வருமோ என்று ஏங்குவேன். ஒவ்வோர் இரவும் ஓர் அமர நினைவாக இருக்கும். வாழ்க்கையைப் பூமணமும் புது மதுரமும் கொண்டு நிரப்பினோம் நாங்கள் இருவருமாக. வாழ்க்கைக்கரும்பின் இன்பக் கணுக்களை ஒவ்வொன்றாகச் சுவைத்தோம்.

மூன்று வருஷங்கள் மூன்று கணங்களாகச் சென்றன. சுக நித்திரையில் ஆழ்ந்திருந்த எங்களுக்கு அந்த மூன்று வருஷங்களும் ஓரிரவுபோலக் கழிந்தன.

4

இன்று ராதா ஒரு தாய். மூன்று மாதங்களாக என்னுடன் தனியாக வாழ்க்கை நடத்துகிறாள். என் தாய் தன் பெண்ணின் பிரசவத்திற்கு உதவியாக இருக்க போயிருக்கிறாள்.

வாழ்க்கையில் முதல் முதலாக இப்பொழுது ஒரு சோர்வு – சலிப்பு.

ராதா இளமை மாறி வெளிச்சம் குன்றிய விளக்குபோல் இருக்கிறாள். அவள் உடம்பில் முன் இருந்த மெருகு இல்லை, மினுமினுப்பின்றித் தேய்க்காத பாண்டம்போல் இருக்கிறாள். முகம் ரத்தம் செத்து வெளேரென்று வெளுத்துப் போயிருக்கிறது. ஆனால் அழகு கொஞ்ச மேனும் குறையவில்லை. அவளுடைய கன்னத்தின் பளபளப்பில் காது வைரம் பிரதிபலித்தது. கண்கள் சற்றுக் குழிவடைந்த போதிலும் குறுகுறுப்பும் மிதப்பும் குறையவில்லை. பின் ஏன் சலிப்பு?

ஆமாம், சலிப்புத்தான்! அதனால்தான் எடுத்ததற்கெல்லாம் அவள் மேல் எனக்குக் கோபமும் என்மேல் அவளுக்குக் கோபமும் வருகிறது. கோபத்திற்கு இப்பொழுது ஏற்பட்ட காரணங்களெல்லாம் இதுவரையில் இல்லாமலா புதுமையாக ஏற்பட்டன?

இல்லை. சொல்லப்போனால் முன்பு அதிகமாகவே இருந்தன. அப்பொழுது ஒன்றும் கண்ணில் படவில்லை. மோக வெயிலிலிருந்து அப்பொழுதுதான் வாழ்க்கை வீட்டிற்குள் நுழைந்திருந்தோம். எதிரே இருந்ததொன்றும் கண்ணில் படவில்லை. இப்பொழுது கொஞ்சங் கொஞ்சமாக எல்லாம் தென்படுகிறது. பழத்தின் இனிப்பு வாயில் குறைந்தவுடன் தோலின் கசப்புத் தென்படுகிறது.

ராதா ஏதாவதொரு முக்கியமில்லாத விஷயத்தைப் பற்றி ஒரு கேள்வி கேட்பாள். நான் வேலை மும்முரத்தாலோ அக்கேள்வியின் அசட்டுத்தனத்தாலோ சும்மா இருந்துவிடுவேன்.

“இந்த ரவிக்கை நன்னாயிருக்கோ?” என்பாள்.

வந்த புதிதில் அவள் அந்தக் கேள்வியைக் கேட்டிருந்தால் நான் பூரித்துப்போயிருப்பேன். அவள் வாயிலிருந்து வெளியேறின ஒவ்வொரு வார்த்தையையும் சுவைத்து அனுபவித்துப் பதில் சொல்லுவேன். நான் எப்படிப் பதில் சொல்லவேண்டுமென்று அவள் நினைக்கிறாள் என்பதை ஊகித்து அவள் நோக்கம்போலப் பதில் சொல்லுவேன்.

“ரவிக்கை பேஷான ரவிக்கைதான்! ஆனால் உன் உடம்பு நிறத்திற்கு அந்தக் கலர் பொருந்தவில்லை; அல்லவா?” என்பேன்.

“பின் ஏன் வாங்கிக்கொண்டு வந்தீர்கள்?” என்பாள். “நானா வாங்கிக்கொண்டு வந்தேன்? . . . ஆனால் . . .” என்று விழிப்பேன்.

என் அசடு தட்டிய முகத்தைப் பார்த்து அவள் சிரிப்பாள்.

இப்பொழுது, 'என்ன அனாவசியமான கேள்வி?' என்று எண்ணிச் சும்மா இருந்துவிடுவேன், அப்படிச் சொன்னால் அவளுக்குக் கோபம் வருமென்று. ராதா விடமாட்டாள். அவளுக்கு அப்பொழுதும் கோபம் வரும்.

"வார்த்தை சொன்னாக்கூடப் பதில் சொல்ல முடியல்லே" என்று குத்திப் பேசுவாள்.

"முட்டாள் தனமாகப் பேசாதே!" – என்பேன்.

வார்த்தைகள் முற்றும். வாயில் வெற்றிலையுடன் சிரித்துக்கொண்டு என்னிடம் கேள்வி கேட்ட வண்ணம் கொஞ்சிக்கொண்டு வந்தவள், கண்ணும் கண்ணீருமாக வெற்றிலையைப் போய்த் துப்பிவிட்டு வந்து படுத்துக்கொள்வாள்.

இந்த மூன்று மாதங்களில் இந்தச் சம்பவங்கள் அதிகமாகிவிட்டன. என் தாய் ஊருக்குப் போனவுடன் எங்கள் தனிமை சில நாட்களுக்கு ஒரு பேரின்பம்போலத்தான் இருந்தது. ஒரு தனிச் சுவர்க்கத்திற்கே அஸ்திவாரம் போட்டுச் சுவர்கள் எழுப்பினோம். ஆனால் அந்தச் சுவர்கள் இன்று தலை மட்டத்திலேயே நிற்கின்றன.

நாங்கள் கையில் கற்கண்டுக் கட்டி போலக் கண்டெடுத்து விட்டதாக எண்ணிய இன்பம் பனிக்கட்டிபோலக் கையில் கரைந்து நழுவுவதைக் கண்டோம். அதனால் பரஸ்பர மனஸ்தாபமும் ஆத்திரமும் அதிகந்தான் ஆயின. மனத்திற்குள் ஒருவர் மற்றொருவரைக் குற்றவாளி ஆக்கினோம்.

இந்த மோதுதல்களுக்கிடையே குழந்தை கனகம் ஒரு மின்னொளி போல இருந்தாள். சில சமயங்களில் அவள்தான் பெரிய ஆறுதலாக இருந்தாள். எங்கள் கோப வேளையில் அவள் கன்னத்தில் எங்கள் இருவர்களின் இதழ்களும் கலந்தன.

ராதா அதிகமாகப் படிக்காதவளானாலும் புத்திசாலி; இங்கிதந் தெரிந்தவள், ரொம்ப ரோஷக்காரி; வார்த்தை பொறுக்கமாட்டாள்; சளசளவென்று பேசும் தன்மையுடையவளும் அல்ல. நானும் எதற்கெடுத்தாலும் கோபித்துக்கொள்ளும் தன்மையுடையவன் அல்ல.

"ஏன்? ஏன்?" என்ற கேள்வி மனத்தில் கிளம்பிக் கிளம்பி வந்து தாக்கிற்று.

சந்திரன் மேலே ஏற ஏற அறையிலிருந்து நிலா வெளிச்சம் குறைந்துகொண்டே வந்தது.

'ஏன்?' என்ற கேள்விக்கு ஒரே பதில்தான் திரும்பித் திரும்பி வந்தது – சலிப்பு, சலிப்பு!

திரும்பவும், "ஏன்?"

என் தாய் இருந்தபொழுது, நாங்கள் தனியாக இல்லாதபொழுது, 'சண்டை' இல்லை! தாய்கூட இருந்தபொழுது இருந்த நிர்ப்பந்தத்தில்

இருவருக்கும் 'சண்டை' போடச் சாவகாசம் இல்லை. தளைகளிலே தான் தனிமையின் சுயேச்சை நன்கு பரிமளித்தது. மறைவிலேதான் மகிழ்ச்சி இருந்தது; நிர்ப்பந்தத்தில், கட்டுப்பாட்டில் – இன்பம்! விடுதலையில் வெறுப்பு!

5

சந்தடி அடங்கிவிட்டது. தூரத்தில் சமுத்திரத்தின் அலைகள் பொருமும் சத்தம் கேட்டது. திடீரென்று அருகே சமையலறையில் ராதா பொருமும் சத்தமும் கேட்டது. கடல்போலத் திக்கற்றுக் கிளம்பிற்று அவள் சோகம். பதைத்துக்கொண்டு அவளிடம் சென்றேன்.

"கிடக்கிறது, உள்ளே வா! ஏதோ கோபத்தில் சொல்லிவிட்டால் அதற்கு இப்படி அழுவானேன்?" என்று மழுப்பினேன். என் மனத்தின் துடிதுடிப்பை மறைத்துவிட்டேன்.

"நாளைக்கு, காலமே, அம்மாவை வரும்படி தந்தியடியுங்கள்!" என்றாள் அவள்.

❖

மணிக்கொடி, 01-05-1938

வீழ்ச்சி

அவராகச் சரண் புகுந்த அந்தக் காடு அவருக்கு ஒரு கூண்டாகப் போய்விட்டது.

பிரதாப்சிங் கூண்டில் அடைபட்ட சிங்கம் போல அதில் இங்கும் அங்குமாக இடைவிடாமல் நடந்து கொண்டிருந்தார். வெறி பிடித்தது போன்ற அந்த நடையே அவர் மனம் முற்றும் வேறு எதிலோ ஆழ்ந்திருந்ததென்பதை விளக்கிற்று.

இருட்டிக் கொஞ்ச நேரம் ஆகிவிட்டது. ஜகமே வாயடைபட்டது போலத் திடீரென்று மௌனமாகிவிட்டது. சுவர்க்கோழிகள் மட்டும்தான் இடைவிடாமல் கத்திக் கொண்டிருந்தன. தூரத்திலிருந்த ஆரவல்லி மலைகளின் சாரல் சதுப்புகளிலிருந்து கிளம்பிய "கொள்ளிவாய்ப் பிசாசுகள்" மட்டும் தோன்றித் தோன்றி மறைந்து கொண்டிருந்தன. நடுநடுவே ஏதாவதொரு காட்டு மிருகம் அலறிய ஒலி கிளம்பிக் கொஞ்சம் கொஞ்சமாகக் காட்டின் மௌனத்தில் கலந்தது.

அந்த அமைதியும் தனிமையும் ராணாவிற்கு இன்னும் அதிகமாக வெறியூட்டின. அந்த இருளின் வெறுப்பில் அவருடைய வீழ்ச்சி ஒரு பேயுருவம்போல வந்து அவரை ஏளனம் செய்தது போலிருந்தது. யானையின் வெறியை அங்குசம் அதிகப்படுத்துவது போல அந்தக் காட்டு வாழ்க்கையின் கட்டுப்பாடு அவருடைய ஆக்ரோஷத்தை அதிகப்படுத்திற்று. மாதாவை உபாஸனை செய்ய வேண்டிய அன்று என்னமோ ராணா பிரதாப்சிங்கின் கோபம் கொந்தளிந்து எழுந்தது. ராணி துர்க்காகூட அவர் அருகில் போக யோசித்தாள்.

ராஜபுத்திர குலம் வீழ்ச்சியடைந்த விபரீதத்தை எண்ண எண்ண மேவார் அரசன் மனது கலங்கிற்று. ஈன ஜாதியினர் போல் ராஜ புத்திரர்கள் மொகலாயர்க்குத் தலைவணங்கிப்

பணிந்து போகும் காலமா வந்துவிட்டது? ராஜஸ்தானத்தின் மானத்தை அந்நாள்வரை, பெண்டு பிள்ளைகளையும் லட்சியம் செய்யாமல், உயிர் கொடுத்துக் காத்த சிங்கங்கள் நரிகளாகிவிட்டனவா? எங்கிருந்தோ நேற்று ஹிந்துஸ்தானத்தில் வந்து நுழைந்த அன்னியனுக்கு ஆளாகி அவர்களிடம் உத்தியோகம் பெறும் துரோகிகளாக ராஜபுத்திரர்கள் மாறிய விந்தைதான் என்ன? அவர்களுடைய குலத்தைக் குன்றின்மேல் விளக்காகத் தூக்கிவைத்த அவர்களுடைய அஞ்சா நெஞ்சமும் சுய மரியாதையும் எங்கே போய்விட்டன? மொகலாயரை எதிர்த்துப் போராட அவர்களுக்கு ஏன் வலுவில்லாமல் போய்விட்டது? தேவி மாதாவின் அருள் குன்றிவிட்டதா? . . . இல்லை! தேவி மறக்கமாட்டாள்!

ராஜபுத்திரர்கள்தான் தங்களுடைய கடமையை மறந்தார்கள். தியாக புத்தியைப் பறிகொடுத்துவிட்டார்கள். டாம்பீகத்தில் ஈடுபட்டு வலிமையை விற்றுவிட்டார்கள் . . . ஆம் சந்தேகமில்லை . . . பரஸ்பர அசூயையாலும் சில்லரை மனஸ்தாபங்களாலும் ஒற்றுமையில்லாமை யாலும் அவர்களிடையே ஐகமத்தியம் போய்விட்டது. சுகவாழ்க்கையால் ஏற்பட்ட தளர்ச்சியும் சேர்ந்துகொண்டு ராஜபுதனத்தைச் சீர்குலைத்து விட்டது. ஓரிருவர் தனிப்பட்டு நின்று என்ன பயன்? அவர்களுடைய எதிர்ப்பு எவ்வளவு பலமாயிருந்தாலென்ன? மொகலாயரின் சைனியம் சுலபமாக அவர்களை ஒடுக்கிவிட்டது.

ஆனால் பிரதாப்சிங் மட்டும் அக்பர் பாதுஷாவிற்கு முடிசாய்க்க மறுத்துவிட்டார். அன்னியனுக்கு அடிமையாகாத ஒரு ராஜபுத்திர னாவது இருக்க வேண்டுமென்று தான் அவருக்குப் பணிவதில்லை யென்று கங்கணம் கட்டிக்கொண்டார். ராஜபுதனம் மறுபடியும் சுயேச்சை பெற்று ராஜபுத்திரர்கள் பெயர் மறுபடியும் களங்கமற்று ஓங்கும் வரையில் படுக்கையில் படுப்பதில்லையென்றும் ஸ்வர்ண பாத்திரத்தில் சாப்பிடுவதில்லையென்றும் விரதம் பூண்டார். ஒரு ராஜபுத்திரன் ராஜ ஸ்தானத்தில் இல்லாமற் போகவில்லை. சித்தூர் வம்சத்தில் இன்னும் ராணா பிரதாப் உயிருடன் இருந்தார்! சித்தூர் போய்விட்டது. ஆனால் ராஜபுத்திர வீரம் ஒரு அமரஜோதி; மேவாரும் போகலாம். எந்நாளும் அன்னியனுக்குப் படியாத ஒரு ராஜபுத்திரன் இருப்பார்!

மேவார் அக்பர் வசமாகிவிட்டால் என்ன? மேவார் மன்னன் அக்பர் வசமாகவில்லை. ராஜ்யத்தைவிட்டு வெளியேறி அடுத்த காட்டில் புலி போலப் பதுங்கியிருந்தார். சில சமயங்களில் அப்படிப் பதுங்கியிருந்ததே அவருக்கு மகா கஷ்டமாயிருந்தது.

பிரதாப்சிங்கின் ரத்தம் கொதித்தது. அம்பர் வம்சத்தைச் சேர்ந்த மான்சிங்! – மொகலாயரின் மைத்துனன்! தன் தங்கையை – அடடா! – ஜோத்பாயை – தான் பதவி பெறும் பொருட்டு விற்றான் பாவி!

"ஆனால் அவனைச் சொல்வானேன்? நான் ஏன் ராஜ்யத்தை விட்டு இங்கே வந்திருக்கிறேன்? மொகலாயருடன் யுத்தம் புரிந்து போர்க்களத்தில் உயிர் துறந்திருக்க வேண்டியவன், பேடி போல இங்கு ஏன் வந்து குடும்பத்தை நடத்திக்கொண்டிருக்கிறேன்? குடும்பம், பெண்சாதி, குழந்தைகள் என்ற பிரேமை. அவைகளல்லவா என்னை

இப்படிச் செய்துவிட்டன? என் குடும்பத்தைக் காத்து என் மானத்தை இழந்தேன் . . .

"என் மானமா! ராஜஸ்தானத்தின் மானம்! ராஜபுத்திர குலத்தின் மானம்! பிருதிவிராஜன் சொன்னது சரி. நான்தான் இப்பொழுது ராஜபுதனத்தைக் காக்கவேண்டியவன். நான் இப்படி இங்கே குடும்பப் பிரேமையில் உழன்றுகொண்டிருந்தால் ராஜபுத்திர சரித்திரமல்லவா அதோகதியாகிவிடும்! என் எண்ணமோ என் குடும்ப நினைவோ இப்பொழுது எனக்கேற்பட்டால் நான் கடைசித் துரோகியாவேன்.

"பவானி ஆணை! நான் அவள் அடிபணிகிறேன். அவள் என்னை மீட்பாளாக! இந்தக் குடும்ப வாஞ்சையிலிருந்து என்னை விடுவிப்பாளாக! ஜயமாதா!"

பிரதாப் வெறி பிடித்தவன்போல் உரக்கக் கத்தினார். அந்தக் காட்டின் ஆழ்ந்த நிசப்தத்தில் அவர் குரல் சிம்ஹநாதம் போலக் கிளம்பிற்று.

துர்க்கா அதைக் கேட்டுத் திகிலடைந்து போனாள். குழந்தைகளுக்கு ஆகாரம் கொடுத்துக்கொண்டிருந்தவள் அதை அப்படியே வைத்துவிட்டு ஓடி வந்தாள். குழந்தைகளைத் தனியாக விட்டுவிட்டு வருகிறோமே என்ற நினைப்புகூட அவளுக்கு வரவில்லை. பிரதாப் சிங்கின் குணம் அவளுக்கு நன்றாய்த் தெரியும். அவர் அந்த மாதிரி நடந்துகொண்டால் ஏதோ மகத்தான நிகழ்ச்சிதான் என்று தெரியும்.

"பிரபோ! ஏன் ஆயாசப்படுகிறீர்கள்? எதற்கும் காலம் சரியாக வேண்டும். காலபலம் சரியாக இல்லை. காலம் மாறும்" என்று மெதுவாக ஜாக்கிரதையாக முகக்குறிப்பை உற்றுக் கவனித்துக் கொண்டே ஆரம்பித்தாள். ராணா நடப்பதை நிறுத்திவிட்டு ஓரிடத்தில் நின்றுகொண்டு துர்க்காவைத் தலைசாய்த்தவண்ணம் கவனித்தார்.

"பாண்டவர்களே காலம் மாறுமென்று காட்டில் காலம் கழிக்க வில்லையா? ஆனால் – ஆனால், இன்று நமது வறுமைதான் தாங்க முடியாததாக இருக்கிறது. நாம் அதை இலட்சியம் செய்யவில்லை – நாம் படும் பாட்டைப் பற்றிக் கவலையே இல்லை, குழந்தைகள் தான் ஏமாறுகிறார்கள். வாழ்க்கையின் விபரீதமான ஏற்ற தாழ்வுகளை அறியாத பருவம் அல்லவா? நமது நிலைமை அவர்களுக்கு அர்த்தமாக வில்லை. எப்படி ஆகும்? கண்கண்டு அநுபவித்த ராஜபோகம் ஒரு கனவு போல மறைந்துவிட்டால் – பாவம்! அவர்கள் சவலைப் பிள்ளைகள் போல ஏக்கம்கொண்டு குன்றுகிறார்கள்!"

"ஹூம்!" என்று ராணா கர்ஜித்தார். அது துக்கத்தால் ஏற்பட்ட பெருமூச்சா அல்லது கோபக் குறியா என்று துர்க்காவால் ஊகிக்க முடியவில்லை.

"குழந்தைகள் நமது சோகம் கவிழ்ந்த முகங்களைக் கண்டு பீதியடைந்து மௌனமாகிறார்கள்! அவர்களுடைய திகைப்பைக் காண என்னால் சகிக்க முடியவில்லை. நமக்குத் தெரிகிறது நமது

லட்சியத்தின் மேன்மையும் வீரத்தின் கௌரவமும் – நாம் குழந்தைகளல்ல. ஆனால் அவர்கள் அக்ஞானிகள்! இருக்கட்டும் – ஈசுவரன் – தேவி – கைவிடமாட்டார். தைரியம்கூட நம்மைக் கைவிடாது."

"சீ, போ அந்தப்புறம்! யார் உன் வேதாந்தத்தைக் கேட்டது? உன்னாலேல்லவா நான் மானத்தை இழந்தேன்! உனக்காவது –நீ ராஜபுத்திர ஸ்திரீ! – மானம் இருந்தால் என்னை அன்றே யுத்தகளத்திற்கு அனுப்பியிருப்பாய். உன்னைச் சொல்வதில் என்ன பயன்? என் மதியல்லவா மங்கிப்போய்விட்டது! உன்னையும் உன் குழந்தைகளையும் காப்பாற்ற, இந்த ஈன வாழ்வு வாழச் செய்ய, மானத்தை விற்றுவிட்டேனே! அடடா!"

ராணாவின் குரலில் கோபம் தணிந்து பச்சாதாபமும் துக்கமும் அதிகமாயிற்று. துர்க்கா கொஞ்சம் தைரியமடைந்து ராணாவின் மனதை மெதுவாகச் சமாதானப்படுத்துவதற்கு ஆரம்பித்தாள்.

"ராஜபுத்திர வீரன் இந்த மாதிரி ஏங்குவது வழக்கமில்லை. காலத்திற்கு விட்டுக் கொடுக்க வேண்டியது வீரத்திற்குக்கூட ரொம்ப அவசியம். ஆயிரம் பேருக்கு முன்னால் இருவர் போய்க் கண்மூடித்தனமாய் விழுவதும் பேதமை. புலி பாய்வதற்காகத்தான் பதுங்கும். அது பயப்படுவதன்று, ஒளிவதன்று."

"உனக்கெப்படித் தெரியும் ஒரு வீரன் மனத்து வேதனை? என்னவானாலும், ராஜபுத்திர குலமானாலும் நீ பெண் –"

துர்க்கா சட்டென்று கோபமடைந்தாள்.

"நான் மேவார் ராணி!" என்றாள் கர்வத்துடன்.

"இல்லையென்றுதான் நிரூபித்துவிட்டாயே! வேறு என்ன அத்தாட்சி வேண்டும்? வீரனுக்கு முன் பின் யோசனையே – கிடையாது! கூடாது! எந்த நிமிஷம் யோசனை செய்ய ஆரம்பிக்கிறானோ அந்த நிமிஷம் முதல் அவன் வீரனல்ல, பயங்கொள்ளி!"

"சித்தூர் வம்சத்தில் பயங்கொள்ளிகள் கிடையாது. என் கையைப் பிடித்த பிரதாப்சிங் பயங்கொள்ளி அன்று!" என்று துர்க்கா மெய்மறந்து பேசினாள்.

நக்ஷத்திரங்கள் நிறைந்த அந்தக் கிருஷ்ணபக்ஷ இரவில் மேவார் ராணாவின் முகம் மற்றோர் நக்ஷத்திரம்போல ஜொலித்தது.

அருகிலிருந்து குடிசைக்கு வெளியே ஒரு சிறுவிளக்கின் வெளிச்சத்தில் குழந்தைகள் இருவர் முன்பும் புல்லரிசியிலிருந்து செய்யப்பட்ட மாரொட்டி வைக்கப்பட்டிருந்தது. அப்பொழுதுதான் அவர்கள் அதைச் சாப்பிட ஆரம்பித்த சமயம். திடீரென்று ஒரு காட்டுப்பூனை அவர்களுக்கு நடுவில் பாய்ந்து ரொட்டியைக் கவ்விக்கொண்டு ஓடிப்போய்விட்டது.

சத்தத்தைக் கேட்டு துர்க்கா வேகமாகப் போய்ப் பார்த்தாள். அங்கே அவள் கண்டது அவளுடைய வீர நெஞ்சைக் கலக்கிவிட்டது.

காலத்தின் கொடுமை ஓரளவில்கூட நிற்கக் கூடாதா? இரவு உணவிற்கு மிஞ்சியிருந்த அற்ப ஆகாரத்தைக் கூடவா அபகரித்துக் கொண்டு போக வேண்டும்? பட்டினியைக் கூடவா இன்னதென்று அறியவேண்டும் அவள் குழந்தைகள்? அவள் மனம் இடிந்தது. நளதமயந்தியின் நினைவு வந்தது. போதாத காலத்தில் ஒற்றைத் துணியைப் பக்ஷி கொண்டு போகவில்லையா? தன்னையறியாமல் வாய்விட்டு அலறினாள். அந்தச் சோகத்தின் தவிப்பை அவளால் தாங்க முடியவில்லை.

துர்க்கா அழுத குரலைக் கேட்டு ராணா திடுக்கிட்டார். "துர்க்கா அழுதாளா?... என்ன விபரீதம்? இன்று என்ன நேரப்போகிறது?" என்று நினைத்துக்கொண்டே அவளிருக்கும் இடத்திற்குச் சென்றார்.

துர்க்காவின் துக்கம் ராணாவைக் கண்டதும் மிதமிஞ்சிப் போய் விட்டது. ஓடிவந்து ராணாவின் காலில் விழுந்து கதறினாள்.

"துர்க்கா, துர்க்கா, என்ன?" என்றார் ராணா. அவர் தன் கோபத்தையே மறந்தார்.

"என்னையும் கொன்று குழந்தைகளையும் கொன்றுவிடுங்கள். நீங்கள் அக்பரை எதிர்த்துச் செல்லுங்கள்! இந்த வாழ்வு இனிமேல் வாழ முடியாது! வேண்டாம். வேண்டாம்! நானே நெருப்பில் பிரவேசித்து விடுகிறேன்! அதுதான் ஹிதம்!"

"என்ன நடந்தது?" என்று கேட்ட பொழுது ராணாவின் குரலில் அமைதியும் தீர்மானமும் தோன்றிவிட்டன.

"இரவு உணவிற்கு விதியில்லாமல் வாழலாமா?"

"நாம்தான் உபவாசமாயிற்றே?"

"குழந்தைகள்?"

"குழந்தைகளுக்கு அமர் கொண்டுவந்த ரொட்டிகள்?"

"கொஞ்சம்தான் பாக்கியிருந்தது. அதை அவர்கள் முன் வைத்து விட்டு உங்களிடம் வந்தேன். அப்பொழுது காட்டுப்பூனையொன்று அதை எடுத்துக்கொண்டு போய்விட்டது."

"குழந்தைகள் பட்டினியா?" என்று கேட்டுவிட்டு ராணா அப்படியே அசைவற்று நின்று போனார். கொஞ்ச நேரம் அவர் ஒன்றுமே பேசவில்லை.

பிறகு திடீரென்று "அமர்!" என்று கர்ஜித்தார்.

எல்லோரும் நடுங்கிப்போய்விட்டார்கள், அந்தக் குரலைக் கேட்டு. அமர் தூரத்திலிருந்து ஓடி வந்தான்.

"பிரதாப் பணிந்துவிட்டான்; 'சமாதானத்திற்குத் தயார்? என்று அக்பரிடம் தெரிவி போ, நிற்காதே இங்கே...ஓடு!" என்று சொல்லி விட்டு மகாராணா தொப்பென்று பூமியில் உட்கார்ந்தார்.

“துர்க்கா! ராஜபுத்திர ஜாதி நசித்துவிட்டது. உளுத்துப்போன மூங்கிலாகிவிட்டது. நாம் அரண்மனைக்குத் திரும்புவோம் வா. காடும் பசியும் கஷ்டமாக இருக்கின்றன. தியாகம் செய்ய உள்ளே சக்தி இல்லை! . . . துர்க்கா! க்ஷத்திரியகுல வித்தை அன்று பரசுராமன் அழித்ததென்பது கதை. இன்று அது பூண்டற்றுப் போய்விட்டது. கோழைத்தனம்தான் உண்மையான சத்ரு – அக்பரைக்காட்டிலும் அதிக பலம் கொண்டது.”

“இல்லை, இன்றும் நாம் தலையெடுக்கலாம்” என்றாள் துர்க்கா.

“முடியாது. இதுதான் பரிக்ஷை. அதற்கென்ன நாளைக்குத் திரும்பவும் சுயபுத்தி வந்து திரும்பவும் அக்பரை நிராகரிக்கலாம். ஆனால் மறுபடியும் சோர்வு வரும். ஆகா! அக்பர் சாமர்த்தியசாலி தான்! குலைக்க முடியாத ராஜபுத்திர வீரியத்தை எவ்வளவு வகைகளில் இடத்திற்கேற்றவாறு குலைத்துவிட்டான் . . .

“சரி, ராஜஸ்தானத்தின் சரித்திரம் முடிவடைந்துவிட்டது. இனி தூங்கலாம் வா!”

❖

ஹிந்துஸ்தான், **22-05-1938**

தியாக விக்கிரகம்

ஜோத்பாய் மஞ்சத்தில் குப்புறப்படுத்தவள் எழுந்திருக்கவில்லை. தாதி கொண்டு வந்து வைத்த அன்ன பானங்கள் அப்படியே இருந்தன.

நிலவு பட்டப்பகல் போலக் காய்ந்துகொண்டிருந்தது. அறையின் பெரிய ஜன்னல் வழியாக நிலா உள்ளேயும் பால் கொட்டினது போலத் தரையில் விழுந்திருந்தது. வெண்மையான படுக்கையின் மேல் ஜோத்பாய் ஒரு துவண்ட புஷ்பம் போலக் குவிந்து கிடந்தாள். அறையின் அகண்ட விளக்குகளின் வெளிச்சம் அவளுடைய புடவையின் ஜிகினாவில் பட்டு மின்னிக்கொண்டிருந்தது. அவள் மூச்சு விட்டபோது புடவை அசங்கியதால் பிரதிபலிப்பு மங்கியும் ஓங்கியும் தெரிந்தது.

மான்சிங் மெதுவாகக் கதவைத் திறந்துகொண்டு உள்ளே வந்தான். உள்ளே நுழைந்ததும் கதவை ஜாக்கிரதையாக மூடிவிட்டு மஞ்சத்தில் மெய்ம்மறந்து கிடந்த சகோதரியைச் சற்று நேரம் மௌனமாகக் கவனித்தான். பிறகு தலை குனிந்தவண்ணம் அறையில் மேலும் கீழுமாக உலாத்தினான்.

சகோதர வாஞ்சையும் கடமையும் அவன் மனதில் கைகலந்துகொண்டிருந்தன. மிகுந்த மனோதிடத்துடன் கடமையைக் கடைப்பிடித்தான். சகோதரியின் சுகத்திற்காகவும் அவள் கஷ்டப்படக்கூடாது என்ற தன் மனோ பீஷ்டத்திற்காகவும், தான் அவசியம் என்று கருதிய பாதையைக் கைவிட்டுவிடக் கூடாது என்று முடிவிற்கு வந்துவிட்டான்.

அவன் கடமையென்று எண்ணிய காரியம், அவன் காலத்து முக்கியமான தேசீயப் பிரச்னையை ஒட்டியது.

ராஜபுத்திர குலம் வெறும் வீரத்தைக் காட்டி, மொகலாய வாளின் கீழ் வீழ்ந்து மடிந்து நசித்துப் போவதா? அல்லது ராஜ தந்திர முறையில் நடந்துகொண்டு கால

பலத்தை அனுசரித்து, அதன் வெள்ளப்போக்கில் கொஞ்ச தூரம் சென்று பிறகு கரையேறுவதா? இதுதான் அக்பர் பாதுஷாவின் காலத்தில் ராஜபுத்திரர்கள் முன் நின்ற பிரச்னை.

அம்பர வம்சம் ராஜபுதனத்தின் கௌரவ சிகரங்களில் ஒன்று. மான்சிங் அந்த வீர குலத்தில் உதித்தவன். சுத்த வீரன்; ஆனால் ராஜ தந்திரி. டில்லியில் சாம்ராஜ்யாதிபதியாக இருந்த அக்பர் பாதுஷாவின் செல்வாக்கையும் பலத்தையும் திறமையையும் நன்றாய் மதிப்பிட்டு அறிந்தவன். அக்பரைச் சில ஆயிரம் ராஜபுத்திரர்கள் எதிர்த்து வெற்றி பெறுவதென்பது நடக்கக்கூடாத காரியம். ஆகையால் அவர்கள் அந்தச் சமயம் வீரத்தை முன்னிட்டு மாயாமல், சமரஸமாக, நிலைமையைச் சமாளித்துப் பிறகு தலையெடுக்க முயல வேண்டு மென்பது மான்சிங்கின் கருத்து.

மேலும் முற்போக்கையும் எதிர்காலத்து க்ஷேமத்தையும் உத்தேசித்து அடிக்கடி சில சமூக மாறுதல்களையும் காலத்திற்கேற்ற புதுப் பழக்கங் களையும் கட்டாயமாக அனுசரிக்க வேண்டுமென்பது அவன் கொள்கை. அவன் யோசித்து யோசித்துப் பார்த்ததில் வேறு வழி ஒன்றுமே அவனுக்குப் புலப்படவில்லை. மொகலாயருடன் ராஜபுத்திரர்கள் ராஜி செய்துகொள்ள வேண்டியது மிகவும் அவசியம் என்றுதான் அவனுக்குப் பட்டது. ராஜபுதனத்தின் சரித்திரத்தில் – ஏன் ஹிந்துஸ் தானத்தின் சரித்திரத்திலேயே, அந்தச் சமயம் ஒரு மகத்தான சோதனைக் காலம் என்று அவனுக்குத் தோன்றியது.

சித்தூர் வம்சத்தின் வீர ராணாவான பிரதாப்சிங் இதற்கு நேர் எதிரிடையான மனப்பான்மை கொண்டிருந்தார். ராஜபுத்திர குலம் அன்றே அழிந்தாலும் சரி, மானத்தை விட்டுக் கொடுக்கக் கூடாதென்பது அவருடைய தீர்மானமான கொள்கை. அன்னியனுடன் சமாதானம் செய்துகொண்டு பழகுவது நாட்டைக் காட்டிக் கொடுக்கும் துரோகி வேலை என்பது அவரது சித்தாந்தம். ராஜபுத்திரன் என்றும் தூய்மை ரத்தம் கொண்டவனாக இருக்க வேண்டும். சலிப்படைந்து வாழ்வதைக் காட்டிலும் சாவது மேல் என்று திட மனதுடன் அக்பரை எதிர்த்து நின்று போராடினார்.

மான்சிங் அப்படி எண்ணவில்லையென்று பிரதாப்சிங் அவனிடம் தீராப் பகைமையுணர்ச்சி கொண்டார்.

மான்சிங் மெதுவாகத் தங்கையின் அருகில் சென்று அவள் தலைமயிரை மெள்ளத் தடவினான். ஜோத்பாய் உலுக்கி விழுந்தாள். திடீரென்று படுக்கையை விட்டு எழுந்து உட்கார்ந்தாள். அவளுடைய வகிடு கலைந்து முகம் வெடித்ததுபோல் இருந்தது. நெற்றிக் குங்குமம் அழிந்து சோபையற்றுப் போயிருந்தாள். சற்று குலைவுற்ற ஆடையைக் கூட அவள் சரிப்படுத்திக்கொள்ள மறந்தாள். கண்களில் ஒரு பயந்த பார்வையும் நிலை காணக் கூடாத சோகமும் இருந்தன.

"அண்ணா, அண்ணா என்னைக் கொன்றுவிடு. உனக்குத் தங்கை இல்லையென்று நினைத்துக்கொள்!" என்று சொல்லி விம்மினாள்.

"கண்மணி, உன்னை நான் எவ்வளவு சிரமப்பட்டுப் படிக்க வைத்தேன்? உன்னை எல்லாம் தெரிந்தவளாக்கினேன் – என் சிரம மெல்லாம் வீணா?" என்று மான்சிங் சொன்ன பொழுது அவனுடைய வீரக்குரலே கம்மிப்போய்விட்டது.

"எதற்காகச் சொல்லிக் கொடுத்தாய்? நீ சொல்லுவதையெல்லாம் நான் செய்யவேண்டும் என்பதற்காகவா?" என்று ஜோத்பாய் குறுக்கிட்டுக் கேட்டாள்.

"நான் சொல்லுவதையெல்லாம் நீ எனக்காகச் செய்ய வேண்டு மென்று நான் சொல்லவில்லையம்மா! தேசத்திற்காகச் செய்! வருங் காலத்தை உத்தேசித்துச் செய்! நீ புத்திசாலி, ஆலோசனை செய்து பார்க்கத்தான் உனக்கு அவகாசம் கொடுத்திருக்கிறேனே! எனக்காகக் கட்டாயமாக நீ ஒன்றும் செய்ய வேண்டாம். அது பிரயோஜனமுமில்லை. ஆனால் நான் ஒன்று மட்டும் உனக்குச் சொல்ல விரும்புகிறேன். நான் சொல்லுவது என்னுடைய சுயநலத்தை உத்தேசித்து அன்று என்பது உனக்கே தெரியலாம். பவானி முன்பு ஆணையிட்டுக் கூறுகிறேன்!" என்று மான்சிங் விர்ரென்று அறையின் ஒரு பக்கத்துச் சுவரில் தொங்கவிடப்பட்டிருந்த பெரிய சித்திரத்தின் அடியில் போய் மண்டியிட்டுக்கொண்டு கை கூப்பினான். அது ராஜபுத்திரர்களின் குல தேவதையான பவானியின் படம். அவள் துர்க்கை அவதாரத்தில் திரிசூலம் கையில் ஏந்தி நின்றாள். பக்கத்தில் அவள் வாகனமாகிய சிம்ஹம் படுத்திருந்தது.

ஜோத்பாயும் ஒரு தரம் பவானியைத் தலை தூக்கிப் பார்த்தாள். "பின் எதற்காக என்னை உயிருடன் மொகலாயனுக்குப் பலியிட உத்தேசிக்கிறாய்?" என்று நீர் நிறைந்த கண்களை அவன் பக்கம் திருப்பிக் கேட்டாள். அவள் தோற்றத்தில் வேட்டையாடப்பட்ட ஒரு மிருகத்தின் மிரட்சியும் பீதியும் இருந்தன.

மான்சிங் எழுந்து நின்றான்.

"ஜோத்பாய்! நமது சரித்திரத்தின் இந்த நெருக்கடியான நிலையில், 'நான்' 'நீ' என்ற எண்ணமே உண்மையான ராஜபுத்திரர்களிடையே உதிக்கக் கூடாது. நீ சொல்லுவது போல நான் உன்னைப் பலியிடத் துணிந்தேனானால் எப்பேர்ப்பட்ட மனத்துடிப்புடன் அதை நான் செய்யப் புகுவேன் என்பது உனக்குத் தெரியாதா?"

"ஆகையால்தான் நான் சொல்லுகிறேன், அண்ணா! நீ என்னை உன் உயிரைவிட அதிகமாக மதிக்கிறாய் என்று எனக்குத் தெரியும். ஆகையால் – மான்! – உன் கையாலேயே – என்னைக் கிளி போல வளர்த்து உன் கையாலேயே – என்னை மொகலாய மன்னனிடம் கொடுத்து, அவன் என்னைத் தொட்டுக் கொல்லுவதைப் பார்த்து நீ மனம் உடையக் கூடாது! நீ அந்த விபத்தைத் தாங்க மாட்டாய். இந்தா, உன் கைவாளாலேயே என்னைக் கொலை செய்து மன அமைதி கொள்!" என்று அவள் கை நீட்டி மான்சிங்கின் இடையில்

தொங்கிய வாளை உருவி அவன் கையில் கொடுத்தாள். அவன் அதை உயிரற்ற கையில் வாங்கிக்கொண்டான்.

"ஜோத்பாய்! என் கருத்தை, இந்த விஷயத்தில் உன்னால் அறிய முடியவில்லையா?" என்று இரங்கிக் கேட்டான்.

"என்ன கருத்து? குலமானத்தைக் குலைப்பது ஒரு கருத்தா? ஐயோ! உனக்கேன் இந்தப் புத்தி வந்தது? பிரதாப்சிங்! அவனுடன் நான் பிறந்திருக்கலாகாதா? – ஆ! மான்சிங்! இல்லை. இல்லை. உன்னுடன் பிறந்ததுதான் என் பாக்கியம்! ஆனால், உன் தங்கையின் வாழ்க்கை இப்படிச் சிதைக்க நீ எப்படித் துணிந்தாய்?" என்று ஜோத்பாய் மான்சிங்கின் தோளில் கைவைத்துக் கேட்டாள்.

மான்சிங் ஜன்னல் வழியாகத் தூரத்து வெளியைப் பார்த்துக் கொண்டு கம்பீரமாகப் பேசலானான்.

"தேசத்தைக் காக்கும் பெரிய காரியத்தில் தனி மனிதர்களின் சுகதுக்கங்களைப் பற்றி எண்ணுவதற்கே இடமில்லை – சாவகாசம் கிடையாது! மொகலாயர் ஹிந்துஸ்தானத்தில் வேரோடிவிட்டார்கள். இனிமேல் அவர்களை இங்கிருந்து யாராலும் பெயர்க்க முடியாது. அவர்களுடைய ஆதிக்கம் நாளுக்கு நாள் பெருத்து விரிந்து வருகிறது. நம் கண் முன்னேயே சாம்ராஜ்யத்தை ஸ்தாபித்துவிட்டார்கள். இனி ஹிந்து மன்னர்கள் தனியாக எதிர்த்து நின்று போராடுவது பயனற்ற காரியம். இன்றே நாம் நிலைமையை உணர்ந்து அவர்களை இந்தத் தேசத்து மக்களாக ஏற்று அவர்களுடன் கலந்துகொண்டால் ஹிந்து மதம் நிலைக்கும் – ஹிந்துஸ்தானம் சீர் பெறும்."

"நான் மொகலாயனுக்கு வாழ்க்கைப்படுவதனாலா?"

"உன் மகன் சாம்ராஜ்யாதிபதி ஆவான்?"

ஜோத்பாய் காதுகளைப் பொத்திக்கொண்டாள். அடிபட்ட பட்சி போலக் கத்தினாள்.

"மான்சிங், மான்சிங்! நான் ஒரு நாளும் அக்பரின் மனைவியாக மாட்டேன்!"

"அக்பரின் மைத்துனனாக வேண்டுமென்று நான்தான் ஏங்கித் திரிகிறேன் என்று நினைக்கிறாயா?" என்று மான்சிங் சிறிது கடுகடுப்புடன் கேட்டான். அவன் கண்கள் ஒரு நிமிஷம் ஜொலித்தன. மறு நிமிஷம் அவன் சடக்கென்று உணர்ச்சி வேகத்தை அடக்கி மறைத்துக்கொண்டான். மறுபடியும் சாவதானமாகப் பேசினான்.

"ஜோத்பாய்! இன்று ராஜபுத்திரர்களுக்கு வேறுவழியே கிடையாது! போனதைப் பற்றியும் நமது புராதனத் தூய்மையைப் பற்றியும் வீரத்தைப் பற்றியும் நினைத்து என்ன பயன்? பிரயோஜனமில்லை!... ஒரு சிலர் தங்கள் சுகத்தையும் உயிரையும் – மானத்தையும்கூட – தியாகம் செய்ய இப்பொழுது முன் வரவேண்டும் – உடனே! இல்லா விட்டால் ஹிந்து நாகரிகம் இருந்த இடம் தெரியாமல் போய்விடும்."

"அதற்கு நான்தானா அகப்பட்டேன் பலியாக?"

"எல்லோரும் அப்படிச் சொல்லிவிட்டால்? மேலும் – இப்பொழுது ராஜஸ்தானத்தில் அப்பேர்ப்பட்ட தியாகத்திற்கு வேறு யாரும் அருகரில்லை! உன்னுடைய இணையற்ற கல்வி, அறிவு, அழகு –"

ஜோத்பாய் தலையிலடித்துக்கொண்டாள்.

"என் பாழும் அழகும் கல்வியும் அறிவும் – நான் என் செல்வமாகக் கருதிய இவையா எனக்குத் துரோகிகளாக வந்து மூள வேண்டும்?"

"சிறுநோக்குக் கூடாது. முன்னே இருப்பதை யோசித்துப் பார்க்க வேண்டும். உன் ஒப்பற்ற குணங்கள் ஒரு சாம்ராஜ்யத்தின் பிற்காலத்திற்கு இன்றியமையாத உதவியாக இருக்குமானால், இந்தச் சமயத்தில் தனி வாழ்வின் அற்ப சுகங்களைப் பற்றி நினைக்கலாமா? அது குற்றமல்லவா?"

"எது அற்ப சுகம்?"

மான்சிங் பதில் சொல்லவில்லை. சற்று நேரம் கழித்து மறுபடியும் பேசலானான்.

"ஜோத்பாய்! ஹிந்துஸ்தானத்தையே ஒரு குடையின் கீழ்க் கொண்டு வந்துவிட்ட அக்பர் சக்ரவர்த்திக்கு மகிஷியாகவும் நான் பிரதம தளகர்த்தனாகவும் இருந்தால் நாட்டிற்கு எவ்வளவு நலம் ஏற்படலாம் என்பதை யோசித்துப் பார்."

"நாமென்ன ஆவது? உன் வீரம் என்ன ஆவது? என் மானம் என்ன ஆவது?"

"இவைகளுக்கெல்லாம் காலதேச வர்த்தமானங்களை ஒட்டித்தான் மதிப்பு. ஒரு சமயத்து வீரம் மற்றோர் சமயம் மடமையாகலாம். சாதாரணமாக மானக் குறைவு என்று கருதிச் செய்யும் காரியம் ஒரு அசாதாரணமான நிலைமையில் மகா உத்கிருஷ்டமானதாகவும் மாறலாம் – அவசியமாகலாம்!"

"அவசியமானால் சரியாகுமா?"

"ஜோத்பாய்! இது யுகம் யுகமாகக் கேட்கப்படும் கேள்வி. ஒவ்வொரு மகா நெருக்கடி காலத்திலும் சரித்திரத்தில் ஒவ்வொரு விதமான பதில் அளிக்கப்பட்டிருக்கிறது . . . சரி, தப்பு என்பவைகளுக்குச் சந்தர்ப்பத்தை ஒட்டாத ஒரு அர்த்தம் எப்பொழுதாவது இருக்கிறதா?"

"அண்ணா! நீ சொல்லுவதெல்லாம் தப்பு என்று எனக்குத் தோன்றுகிறது. ஆனால் எனக்குப் பதில் சொல்லத் தெரியவில்லை."

"பதில் சொல்லுவதற்கு என்ன இருக்கிறது? நீ அக்பரை மணப்பதில் என்ன தப்பு?"

"அவர் மிலேச்சன்!"

"அக்பர் சுத்த வீரன். மொகலாயர் ஆரிய வம்சத்தின் ஒரு பிரிவினர் தான்!"

"அவர் மகம்மதியர்!"

"மதப்பித்து கொண்டவர் அன்று. விரிந்த நோக்குடையவர். நாமிருவரும் அவரைக் கொண்டு ஹிந்துஸ்தானத்தை உயிர்ப்பிக்கலாம். இந்நாட்டில் புதியதோர் வீரம் தோன்றும்!"

"ராஜபுத்திர வீரம்?"

"ராஜபுத்திர வீரம் இனிமேல் தனிக்கங்கையாகப் போக முடியாது. யமுனையாகிய மொகலாய வீரத்துடன் கலந்துதான் செல்ல வேண்டும்!"

"அது சாவன்றோ?"

"சாவன்று! நவஜீவனம்!"

"அண்ணா! ஜன்மமெடுத்ததற்கு நான் இந்த உயிரில் கொஞ்சம் ஆறுதல் கொள்ள வேண்டாமா? ஆயுள் பரியந்தம் என் மனத்திற்குப் பிடிக்காத ஒரு நிலையில் தவிக்க முடியுமா?"

"அக்பர் உன் மனதைக் கவர்ந்துவிடுவார். எனக்கு அது நிச்சயமாகத் தெரியும்!"

"நாம் அவரது மனதைக் கவரத் தவறினால்?"

"கவர்ந்து விட்டோம் ஏற்கனவே! நான் நாளை முதல் அக்பரின் பிரதம தளகர்த்தன்! அவர் என் மூலமாக மிகுந்த ஆவலுடன் அவர் இஷ்டத்தை உனக்குச் சொல்லியனுப்பியிருக்கிறார். சரிதானே?"

"மான்சிங்! எனக்கு ஒன்றும் தெரியவில்லை. என் கண்களைக் கட்டிவிட்டு என்னை எங்கோ அழைத்துச் செல்கிறாய். நான் என்ன செய்யட்டும்?"

அவள் தவிப்பைக் கண்டு மான்சிங்கின் மனம் இளகிற்று. அவள் தலையைத் தொட்டுக் "கண்மணி! நான் உனக்குக் கெடுதல் செய்வேனா? உன்னைத் தோளில் சுமந்து வளர்த்த நான் – என் சிறந்த சிற்பமாகிய உன்னை – "

பழைய நினைவுகள் இருவர் மனதிலும் ஒரே சமயத்தில் பாய்ந்தன. சிறு குழந்தைகளாக இருவரும் ஓடியாடிய பருவமும் பிறகு சிறுவன் சிறுமிகளாக ஆகாசக் கோட்டைகள் கட்டி ஆனந்தமடைந்ததும் சித்திரக் காட்சி போல மனதின் முன் தோன்றின.

"அண்ணா! நீ சொல்லுகிறபடி கேட்கிறேன் – என்றும் போல இன்றும்! நீ சரியானதைத்தான் சொல்லுவாய். அக்பருக்கு என்ன சொல்லியனுப்ப வேண்டுமோ அதை உடனே சொல்லியனுப்பி விடு!" என்று ஜோத்பாய் சாவதானமாகச் சொன்னாள். ஆனால் அவள் முகத்தில் மாறுதலோ அல்லது அமைதியின் அடையாளமோ தென்பட வில்லை.

ஜோத்பாய் இப்படித் திடீரென்று தன் யோசனையை அங்கீகரித்தது மான்சிங்கிற்குக் கலவரத்தை உண்டாக்கிவிட்டது.

“க்ஷத்திரீயர்களுக்கு யுகதர்மத்தை அனுசரிக்க வேண்டிய கண்டிப்பு இருக்கிறது. அவர்களால்தான் தேசம் நிலைகொள்ளுகிறது. மற்ற ஜாதிகளுக்குக்கூட அவ்வளவு கண்டிப்புக் கிடையாது. அது கடமை. சமரஸமும் யுத்தத்தில் ஒரு முறை. அது இப்பொழுது மிகவும் அவசியம் –”

“மான்சிங்! இதெல்லாம் எனக்கு எதற்கு? நீ என் குரு. உன் வார்த்தை எனக்குச் சத்தியம். அது போதும்.”

“நிஜமாகவா சொல்லுகிறாய், ஜோத்பாய்?” என்று மான்சிங் ஆச்சரியத்துடன் கேட்டான்.

“சத்தியமாக!” என்று சொல்லிக்கொண்டு ஜோத்பாய் எழுந்து நின்றாள். அவள் முகம் ஜொலித்தது.

“மான்! உனக்காக நான் எது வேண்டுமானாலும் செய்கிறேன்! நான் அக்பரின் மனைவியாகிறேன்!”

“எனக்காக அன்று, ஜோத்பாய்! ஹிந்துஸ்தானத்திற்காக!”

ஜோத்பாய் மௌனமாக மான்சிங்கின் காலடியில் மண்டியிட்டு அவன் கால்களைக் கட்டிக்கொண்டாள்.

மான்சிங் அவள் சிரத்தைத் தொட்டுக்கொண்டே பவானியின் உருவத்தைப் பார்த்தான்.

“அம்மா! சரித்திரத்தில் நீ அழியாத தியாக விக்ரகமாக விளங்குவாய்!” என்று சொல்லி மலமலவென்று கண்ணீர் உதிர்த்தான்.

❖

***ஹிந்துஸ்தான்,* 05-06-1938**

மின்னக்கலை

அன்று வழக்கத்திற்கு விரோதமாகச் சோலை புல்கட்டுக் கொண்டுவந்தான்.

"என்ன, சோலை, உன் ஊட்டுக்காரிக்கு உடம்பு ஏதாவது சுகமில்லையா?" என்று அவனைக் கேட்டேன்.

"அதெல்லாம் ஒண்ணும் இல்லிங்கப்பா!" என்று சொல்லி ஓர் அசட்டுச் சிரிப்புச் சிரித்துவிட்டு, சோலை நெளிந்துகொண்டு போய்விட்டான்.

ஆனால் என் மனம் சமாதானப்படவில்லை. உயிரில் ஒருவிதமான ருசியும் இல்லாமற்போன எனக்குத் தினம் சாயங்காலம் மின்னக்கலையின் அழகான முகத்தைப் பார்ப்பது ஓர் ஆறுதலாக இருந்தது. ஒருவிதமான தாங்க முடியாத ஏமாற்றத்துடன் வாசலில் போட்டிருந்த கட்டிலில் போய்ப் படுத்துக்கொண்டேன்.

"ராத்திரி கரூர்லெ வெள்ளி ரதமாம். நான் பார்த்ததே இல்லை. இப்பவே சாப்புட்டுட்டா ஆறுமணி பஸ்ஸுக்குப் போகலாம்" என்று என் மனைவி வாசல் திண்ணையில் நின்றுகொண்டு சொன்னாள்.

"நீ வேண்டுமானால் யாருடனாவது போய்விட்டு வா; நான் வரவில்லை. எனக்கென்னவோ மாதிரி இருக்கு" என்றேன்.

"ஆமாம்! ஒரு நா மின்னக்கலெயெப் பாக்காட்டா அப்படித்தான் இருக்கும்!" என்று என் மனைவி எரிச்சலுடன் சொன்னாள்.

"தாறுமாறாகப் பேசாதே! உன் இஷ்டப்படியே நீ செய்; என் இஷ்டப்படி நான் செய்கிறேன்."

"வாண்டாம், வாண்டாம்! நீங்க இல்லாமெ எனக்கு என்ன வச்சிருக்குக் கோவில்லே!" என்று சொல்லிவிட்டு என் மனைவி உள்ளே போய்விட்டாள்.

○

அரிசி மில்லும் பஸ்ஸும் வந்து கொடுமுடியின் அழகையே குலைத்துவிட்டன. அதற்கு முன் அந்த ஊர் அமைப்பும் அடக்கமுமாய் அசல் கிராமாந்தரமாக இருந்தது.

காவேரிக்கரையில் ஊர். சுபிக்ஷமான பெரிய அக்கிரகாரம்; வளப்பம் கொண்ட நல்ல குடியானத் தெருக்கள்; தெம்பான வியாபாரிகள். சுற்றிலும் பயிர்பச்சை, தோட்டம் துரவு, மாடு கன்று நிறைந்த ஊர். சதா உயிர் ததும்பிக்கொண்டிருக்கும் காவேரிக்கரையொன்றே போதும்.

அதுவும் காலைவேளையில் பார்க்க வேண்டும். குடியானப் பெண்கள் காப்புகள் ஒலிக்கக் கையை வீசிக் கொண்டே காட்டுக்குப் போகும் காட்சி மனத்தைக் கவரும். அவர்களுடைய நடையிலேயே ஒரு சுறுசுறுப்பும் ஊக்கமும் இருக்கும். சோம்பலற்றவர்கள். நவநாகரிக முறைகள் இன்னும் அந்தக் கௌண்ட ஜாதியை அவ்வளவாகப் பாதிக்கவில்லை. அப்பெண்கள் தலைமயிரை நன்றாய்ச் சீவி முடித்திருப்பார்கள். சில பிராந்தியங்களில் செய்வதுபோல, மயிரை அள்ளிச் செருகுவதில்லை. இளம்பெண்கள்கூட ரவிக்கை அணிவது இல்லை. செட்டிநாட்டுப் பெண்கள்போலச் சேலை கட்டுவார்கள்; ஆனால் உடம்பைச் சுற்றினதுபோக மிகுந்த தலைப்பை இருக்கி இடுப்பில் செருகிக் கொள்ளுவார்கள். எல்லோருமே பொதுவாக நல்ல உடற்கட்டுடையவர்கள் முகத்தைப் போலவே உள்ளத் தெளிவும் கொண்டவர்கள். அவ்வளவாகச் சூதுவாது தெரியாது, சாதாரணமாக.

கௌண்டர்கள் பயிர்த்தொழிலில் புலிகள். இடுப்புக் கோவணத் துடன் இரவு பகலாக நிலத்திலேயே பாடுபடுவார்கள். தஞ்சாவூர், திருச்சி ஜில்லாக் குடியானவர்கள்போல உடம்பு வணங்காதவர்கள் அல்ல. காவேரியையும் கிணற்றையும் வைத்துக்கொண்டு மூன்றுபோகம் பயிர் ஏற்றிவிடுவார்கள். உழவு மாடு இல்லாத கௌண்டனே சாதாரண மாக இருக்கமாட்டான்.

பிதுரார்ஜிதமாக எனக்கு அந்த ஊரில் ஒரு வீடும் கொஞ்சம் நிலமும் உண்டு. வடக்கே பல வருஷங்கள் சர்க்கார் உத்தியோகம் செய்துவிட்டு மனைவியும் நானும் கடைசியாக அங்கே வந்து வாசம் செய்தோம். குழந்தைகள் இல்லாத குறையை நீக்க என் மனைவி பல ஸ்தல யாத்திரைகள் செய்து முடித்தாள். ஏதாவது பொழுது போகவேண்டுமே; வீட்டில் ‘பல் பட்ட’ கிடாரிக் கன்று ஒன்றைச் செல்வமாக வளர்த்து வந்தேன். அதற்குக் காமு என்று பெயர் வைத்து, சதா ஸதிபதிகள் இருவரும் அதன் சுச்ருஷையில் ஈடுபட்டோம்.

ஊரில் எல்லோரும் என்னை ஒருவிதமான பித்தன் என்று எண்ணியிருந்தார்கள். ஆனால் நான் ஒருவர் ஜோலிக்கும் போகாமல், நான் உண்டு என் காரியம் உண்டு என்று இருந்ததால் என்னிடம் ஒரு மரியாதையும் மதிப்புங்கூட இருந்தன அவர்களுக்கு. ஓர் உத்ஸவம், பஜனை, சமாராதனை என்றால் தாராளமாகக் கொடுத்தேனாதலால் கிராமத்தில் ஒரு ஸ்தானமும் எனக்கு இருந்தது.

ஒரு நாள் சாயங்காலம் கயிற்றுக் கட்டிலைத் தெருவில் போட்டுக் கொண்டு உட்கார்ந்திருந்தேன். மூன்றாம் வீட்டுக் கணபதி ஐயர் விசிறியும் கையுமாக வந்துசேர்ந்தார்.

“இன்னிக்கிக் கட்டாயம் மழை வரும்” என்றார்.

எனக்கென்னவோ அந்த விஷயத்தில் அப்பொழுது அவ்வளவு சிரத்தை ஏற்படவில்லை; “வரலாம்!” என்றேன்.

தெரு வழியே ஒரு கௌண்டப் பெண் புல்கட்டு எடுத்துக்கொண்டு போனாள். புல் தளதளவென்றும் பச்சைப் பசேலென்றும் இருந்தது. அதை எடுத்துச்சென்ற பெண் அதற்கொப்பிடக்கூடிய புதுமையுடன் இருந்தாள். ‘அனாக் ராதம் புஷ்பம்’ என்று துஷ்யந்தன் சகுந்தலையைப் பற்றிச் சொன்னது எனக்கு ஞாபகத்திற்கு வந்தது. அப்பொழுதுதான் பூத்த ஒரு புதுமலர்போல இருந்தாள் அந்தப்பெண்.

எனக்கு வயது நாற்பத்தைந்திற்கு மேலாகிறது. ஆசை, மீசையெல்லாம் நரைத்துப் போய்விட்டன. அப்பொழுது நான் அந்தப் பெண்ணின் சோபையைக் கண்டு பிரமித்தேன் என்றால் அது ஆசையால் அன்று; அழகும் புஷ்டியும் கொண்ட என் காமுவைப் பார்க்கும் பார்வையுடன் பார்த்தேன். ஒரு வாலிபன் பார்க்கும் கண்ணுடன் நான் அவளைப் பார்க்கவே இல்லை.

“பில்லுக் கட்டு என்ன பிள்ளெ வெலெ?” என்று அவளைப் பார்த்துக் கேட்டேன்.

தெருவின் நடுவே சுமையுடன் நின்றுகொண்டு இளமையின் வெட்கத்தால் என்னைப் பார்க்காமல் பார்வையை ஒரு பக்கமாகச் செலுத்தினவளாய், “ஒண்ணரைப் பணமப்பா!” என்றாள்.

நான் தனியாக உட்கார்ந்திருந்தால் அவள் இரண்டரைப் பணம் சொல்லியிருந்தாலும் வாங்கியிருப்பேன். பக்கத்தில் கணபதி ஐயர் இருந்ததை உத்தேசித்து, “சொல்லு, பிள்ளெ!” என்றேன்.

“அரைப் பணத்துக்குச் சீரழிகிறது ஸார், கட்டு” என்றார் கணபதி ஐயர். பெண்ணின் முகத்தில் கோபக்குறி தோன்றியது. திரும்பிப்போக யத்தனித்தாள்.

“இந்தா பிள்ளெ, என்ன அவ்வளவு கோவிச்சுக்கறயே?” என்று நான் கொஞ்சம் சிரித்துக்கொண்டு அவளைக் கூப்பிட்டேன்.

அவளும் லேசாகச் சிரித்துவிட்டு, “ஒரு பணம்னாப் போடறேனப்பா!” என்றாள்.

பக்கத்தில் கணபதி ஐயர், “தானே அரைப்பணத்திற்குப் போட்டு விட்டுப் போவாள், ஸார் நீங்க சும்மா இருங்கள்” என்றார்.

அவர் சொன்னது என் காதில்படவில்லை. அவளைக் கண்டு நான் மெய்ம்மறந்துபோனேன்.

நடுத்தரமான உயரம். அவள் பதினேழு பதினெட்டு வயதிற்குத் தகுந்த உடலமைப்புக் கொண்டிருந்தாள். கறுப்புமல்ல, சிவப்புமல்ல. பக்கத்துப் பார்வையில் முகவெட்டு மிகவும் கம்பீரமாக இருந்தது. ராணிபோல நிமிர்ந்து நின்றாள். சேலையின் தலைப்பை மடித்துத் தலையில் போட்டு அதன்மேல் புல் கட்டை வைத்துக்கொண்டிருந்தாள். கடிவாளத்தின் இழுப்பில் துடித்து நிற்கும் குதிரைபோல நின்றாள்.

“சரி, ரேழியில் கொண்டு போடு!” என்று சொல்லிவிட்டு நானும் எழுந்து சில்லறை எடுக்க உள்ளே போனேன்.

நான் வருவதற்குள் கட்டைக் கீழே போட்டுவிட்டுத் தலைப்பை உதறி இடுப்பில் செருகிக்கொண்டுவிட்டாள்.

“நாளைக்கும் கொண்டாரயா?” என்று கேட்டுக்கொண்டே காசைக் கொடுத்தேன்.

“ஆகட்டுங்க” என்று சொல்லிவிட்டு வெள்ளி மெட்டி ஒலிக்க நடந்துபோய்விட்டாள்.

அடுத்த நாள் அவள் வந்தபொழுது அவளைச் சில கேள்விகள் கேட்டான்.

“உன் பெயர் என்ன, அம்மா?”

“மின்னக்கலை” என்று சுவரில் சாய்ந்துகொண்டு வெட்கத்துடன் பதில் சொன்னாள்.

“கல்யாணம் ஆகிவிட்டதா?”

“ஆகிவிட்டது” என்று அவள் குனிந்துகொண்டு தலையை ஆட்டினாள்.

“உன் புருஷனுக்கு என்ன வேலை?”

“கௌண்டர் ரயில்லே போட்டருங்க” என்று தலை நிமிர்ந்து சொன்னாள்.

நாலைந்து மாதம் இந்த மாதிரி தினம் புல் கொண்டுவந்து போட்டாள். மாதம் நாலு ரூபாய் என்று மொத்தமாகப் பேசிவிட்டேன். மண் மணல் இல்லாமல் நல்ல புல்லாகக் கொண்டுவந்து போட்டாள்.

என் மனைவிக்கு என்னவோ அவளைக் கண்டது முதலே பிடிக்க வில்லை. காரணமின்றி அவளிடத்தில் ஓர் அசூயை கொண்டாள்.

“பிடி பில்லெக் கொண்டுவந்து போட்டுட்டு ஏமாத்தரா! அவள் பசப்பிலே நீங்க மயங்கிப்பேட்டேள்” என்றாள் ஒரு நாள்.

“என்ன இப்படி அர்த்தமில்லாமல் பேசுகிறாய்? பிடிபுல்லா கொண்டு வருகிறாள்? பெரிய கட்டு என்று எல்லோரும் சொல்லு கிறார்கள். அவள் பசப்புகிறாள் என்கிறாயே. அந்தக் குழந்தையைப் பற்றி நீ இப்படிச் சொல்லலாமா?” என்று நான் சொன்னபிறகு என் மனைவி என்னிடம் அவளைப் பற்றி அதிகமாகப் பேசுவதில்லை. ஆனால் அவள் மனத்தில் மட்டும் அந்த எண்ணம் விடவில்லை.

மின்னக்கலை தன்னுடன் ஓர் இளமையையும் இன்பத்தையும் தினமும் கொண்டுவந்தாள். அவளுடைய மிதப்பான நடையும் மெதுவான குரலும் எனக்கு ஓர் ஆறுதலாக இருந்தன. என் வாழ்க்கை யின் வெயில் தாபத்தினுடைய இறுதியில் அவள் தினமும் ஒரு மலர்க்காற்றுப் போல வந்து ‘குளுமை’ கொடுத்தாள்.

என் வாத்ஸல்யத்தை ஊகித்து அறிந்துவிட்டவள்போல் என்னிடம் ஒரு மகள் போன்று நடந்துகொண்டாள்.

தீபாவளிக்கு நான் அவளுக்கு ஒரு சேலை வாங்கிக் கொடுத்தேன். என் மனைவி என்னுடன் ஒரு வாரம் பேசவில்லை.

"என்னடி முட்டாளாயிருக்கிறாயே? நமக்குக் குழந்தைகளா குட்டிகளா? ஓர் ஏழைப் பெண்ணுக்கு உபகாரம் செய்தால் நல்லது தானே?"

"என் தங்கை பொண்ணுக்குச் செய்யுங்களேன்!"

"அவளுக்குத்தான் பெற்றவன் பிடிபிடியாகச் செய்கிறானே."

பதினைந்து இருபது நாள் சோலையே புல் கொண்டுவந்து போட்டான். மின்னக்கலையைக் கண்ணால் பார்க்காத அப்பொழுது தான் அவள் தேவை எனக்கு நன்றாக அர்த்தமாயிற்று. என் வாழ்க்கை யில் காலியாக நிரம்பாமல் இருந்த ஓரிடத்தை அவள் பூர்த்தி செய்து விட்டாள். அவள் என் பார்வையில் இருக்கிறாள் என்ற திருப்தியே என் வாழ்க்கையை ஸபலமாக்கிற்று. அவளுக்கு ஆதரவாக இருக்கிறோ மென்ற நினைவே எனக்குப் போதுமானதாக இருந்தது. அவளைக் காணாமல் எனக்கு இருப்புக்கொள்ளவில்லை.

ஒருவேளை என் மனைவி ஏதாவது அவளை வராதே என்று தடுத்திருப்பாளோ என்றுகூடச் சந்தேகப்பட்டேன்!

ஒருநாள் அகஸ்மாத்தாக வயலுக்குக் குடியானத்தெரு வழியாகப் போகலாமென்று போனேன். சோலை வீடு அங்கு எங்கேயோ இருக்கிறதென்று தெரியுமே ஒழிய, இடம் தெரியாது. ஒரு தெருமூலை திரும்பி ஒரு குறுக்குத் தெருவில் நுழைந்தேன்.

அப்படியே நடுத்தெருவில் நின்றுவிட்டேன். எதிரே ஒரு சின்ன வீட்டின் முன், சாணி தெளித்து மெழுகியிருந்த மண் தரையில், எங்கோ பார்த்துக்கொண்டு படுத்திருந்தாள் மின்னக்கலை. பக்கத்தில் ஒரு மொட்டைவண்டி இருந்தது.

அவளைப் பார்த்துக்கொண்டு அப்படியே நின்றேன். என்னை அறியாமலேயே என் கண்களில் நீர் நிறைந்தது. அவள் கர்ப்பம்! அதனால்தான்...... என் முன் அந்தக் கோலத்துடன் வர வெட்கப் பட்டுக்கொண்டு தன் புருஷனை அனுப்பியிருக்கிறாள்!

ஆகையால் அவளை அப்பொழுது கலவரப்படுத்த எனக்கு இஷ்டமில்லை. ஆனால் திடீரென்று திரும்பி அவள் என்னைப் பார்த்துவிட்டாள்.

சட்டென்று எழுந்து ஓடிக் கதவின்பின் நின்றுகொண்டு, "வாங்க சாமி, வாங்க! இந்த வண்டியிலே உக்காருங்க!" என்று சொல்லிவிட்டு எதிர்வீட்டுச் சிறுமியைச் சமிக்ஞை செய்து அழைத்தாள். அவளை உள்ளே கூட்டிக்கொண்டுபோய் வெற்றிலை பாக்கு சுண்ணாம்பு மூன்றும் ஓர் ஓலைத் தட்டில் வைத்து அவளிடம் கொடுத்தனுப்பினாள்.

"கௌண்டர் புல்லுக்குப் போயிருக்காரு. இதோ வந்துடுவாரு—" என்று சொல்லிக்கொண்டு தெருக்கோடியை எட்டிப் பார்த்தாள்.

கொஞ்ச நேரத்திற்கெல்லாம் சோலை வந்தான்.

"என்ன சோலை, எங்கிட்ட ஏன் சொல்லவேயில்லை?" என்று கேட்டேன்.

இருவரும் வெட்கித் தலைகுனிந்துகொண்டார்கள்.

"சோலை, நீயா புல் பிடுங்கப் போகிறாய்?"

"ஆமாங்க, போட்டர் வேலேலெ ஒண்ணும் வல்லிங்க. சின்ன டேசனுங்க."

"பின் எப்படிக் காலக்ஷேபம்?" என்று ஆச்சரியத்துடன் கேட்டேன்.

"ஒங்க நாலு ரூவாதானுங்க கஞ்சி ஊத்துது."

"அடபாவி! என்னிடம் ஏன் சொல்லவில்லை?" என்று பதைத்துப் போய்க் கேட்டேன்.

"நீங்க இன்னும் என்னதான் செய்வீங்க? அவ வீடு கூட்டலாம்னா—"

அவன் சொன்னது என் காதில் படவில்லை. எனக்கு உயிரில் ஒரு பற்றை ஏற்படுத்தி உத்ஸாகம் கொடுத்த மின்னக்கலை அவ்வளவு நாளாக அரைவயிறு கஞ்சி குடித்து வந்திருந்தாள் என்ற எண்ணம் என்னைத் திடுக்கிடச் செய்தது. என் குழந்தையைப் பட்டினிப்போட்ட குற்றவாளிபோல நான் வேதனை அடைந்தேன்.

"உனக்கு உழவு வேலை தெரியுமா?" என்று சோலையைக் கேட்டேன்.

"நல்லாத் தெரியுங்க; ஊர்லே எடமில்லிங்க."

"என் பண்ணையாளாக இரு."

சோலை வெலவெலத்துப் போனான். அவனுக்கு என்ன சொல்வதென்று தெரியவில்லை. அவன் கண்கள் கலங்கிவிட்டன.

"பிள்ளைகுட்டி நல்லாயிருக்கணும்" என்று கும்பிட்டான்.

"எனக்குப் புள்ளெயும் கிடையாது; குட்டியும் கிடையாது. எல்லாம் மின்னக்கலைதான்" என்று முகத்தை மறுபக்கம் திருப்பிக்கொண்டு சொன்னேன். மின்னக்கலையின் முகத்தைப் பார்க்க வெட்கி, சொல்லிக் கொள்ளாமலேயே விர்ரென்று கிளம்பி வீடு வந்து சேர்ந்தேன்.

கலைமகள், ஜூன், 1938

அனார்கலி

“அக்பர் பாதுஷாவின் மகனாகப் பிறந்தபிறகு நீ உன் இஷ்டப்படி நடப்பதற்கு இடமில்லை.”

“சக்ரவர்த்தியின் மகன் என்றால் எனக்கு உணர்ச்சிகள் இருக்கக் கூடாதா?”

“ராஜாங்கத்தின் நிபந்தனைகளுக்குட்பட்டுதான் அந்த உணர்ச்சிகளுக்கு இடமுண்டு.”

“ராஜகுமாரனாகப் பிறந்ததற்காக நான் மனிதன் என்ற சுதந்திரத்தை இழக்க முடியுமா?”

“ஸலீம், நீ விஷயத்தை ஆலோசனை செய்து பார்க்காமல் பேசுகிறாய். ஒரு சாம்ராஜ்யத்திற்குப் பலமான அஸ்திவாரம் போட்டுக் கட்டடம் ஏற்றிவரும் சக்ரவர்த்தி நான். எனக்கு மகனாகப் பிறந்த நீ, நான் போட்டிருக்கும் திட்டத்திற்கு விரோதமாகக் காரியம் செய்வது – முதலில், என்மகன் என்ற முறையிலேயே உனக்கு அழகன்று; இரண்டாவதாக, யுவராஜா என்ற முறையில் தப்பு. நீ உன்னிஷ்டப்படி நடப்பதென்றால் நான் ராஜ்யபாரம் நடத்த முடியாது. உன்னுடைய ஒவ்வொரு செய்கையும் என் சாம்ராஜ்ய சிருஷ்டியுடன் தொடர்பு கொண்டது. நல்லதானாலும் கெட்டதானாலும் நீ செய்வது அதைப் பாதிக்கும். தந்தைக்கும் மகனுக்கும் உள்ள சம்பந்தத்தை அறுக்க முடியுமா? – இப்போதுள்ள சக்ரவர்த்திக்கும் இனி வரப்போகும் சக்ரவர்த்திக்கும் இடையே இருக்கும் சம்பந்தத்தையும் அறுக்க முடியாது.”

அக்பர் பாதுஷா ஸலீமைத் தன் அறைக்கு வரவழைத்து உட்கார வைத்துக்கொண்டு அந்தரங்கமாக அவனுடன் வாக்குவாதம் செய்துகொண்டிருந்தார்.

மாலை நேரம். ஸலீம் ஜன்னலடியில் உட்கார்ந்து கொண்டு தூரத்தில் தெரிந்த யமுனா நதிக்கரையில்

கவனிப்பவன் போலப் பார்வையைத் தூரச் செலுத்தி யோசனையி லாழ்ந்திருந்தான். அக்பர் அவனுடைய முகத்தை உற்றுக் கவனித்துக் கொண்டு அவன் மனதை மாற்றுவதற்கான காரணங்களை எடுத்துச் சொல்லிக்கொண்டிருந்தார்.

திடீரென்று ஸலீம் தன் முகத்தைத் தகப்பனார் பக்கம் திருப்பி, "என் இஷ்டத்தைப் பூர்த்தி செய்துகொள்ள முடியாவிட்டால் ராஜ பதவி எனக்கெதற்கு?" என்று கேட்டான்.

"உனது இஷ்டத்தைப் பூர்த்தி செய்துகொள்வதற்கா ராஜ பதவி? இல்லை. அதில் உனது இஷ்டம் என்பது தனியாக இருக்க முடியாது."

"அந்தப் பதவி எனக்கு வேண்டாம், அவ்வளவுதானே? அதிலும் ஏதாவது கட்டாயம் உண்டோ?" என்று ஸலீம் வெடுக்கென்று கேட்டான்.

அக்பர் முகம் கொஞ்சம் சிவந்தது. ஆனால், தனது கோபத்தை உடனே அடக்கிக்கொண்டு அமைதியாகவே பதில் சொன்னார்.

"ஸலீம், நான் சொல்வதை நீ கொஞ்சம் நன்றாகக் கேட்க வேண்டும். இன்று மொகலாயர் ஹிந்துஸ்தானத்தில் ஒரு விசித்திரமான நிலைமை யில் இருக்கிறார்கள். கேவலம் மிருக பலத்தால், ஆள் கூட்டத்தால், ஜனங்களின் மேல் ஆதிக்கம் கொண்டுவிட்டார்கள். ஆனால் இந்த வெற்றி என்றும் நிலைக்காது. இது நிரந்தரமாக நிற்க வேண்டுமானால் ஜனங்களைப் பல ராஜதந்திர முறைகளில் வசப்படுத்த வேண்டும், அவர்களுடைய எதிர்ப்பைச் செயலற்றுப் போகும்படி செய்ய வேண்டும்."

"அதற்காக நீங்கள் செய்ததெல்லாம் – செய்வதெல்லாம் – போதாதா? ராஜ்யப் பொறுப்பற்ற நான் ஏன் அதில் ஈடுபட்டு என் வாழ்க்கையின் பத்தை இழக்க வேண்டும்? நீங்கள் என்னையும் இப்படி நிர்பந்தம் செய்வது முறையா?" என்று ஸலீம் மனங் கலங்கிக் கொஞ்சம் கெஞ்சும் பாவனையாகக் கேட்டான்.

"பார்க்கப் போனால், முறையென்பது என்ன ஸலீம்." என்று கேட்டார் அக்பர்.

"கூடாது, கூடாது! நீங்கள் இந்த விஷயத்தில் என்னைக் கட்டுப் படுத்தக் கூடாது. அனார்கலி இல்லாமல் என்னால் இருக்க முடியாது!"

"அனார்கலியை நீர் மணந்துகொள்வதில் அநேக சங்கடங்கள் இருக்கின்றன. ராஜ தந்திர முறையை அனுசரித்து நீ இப்போது ஒரு ராஜபுத்திரப் பெண்ணை மணந்துகொள்ள வேண்டியது அவசியமாக இருக்கிறது. உன் தாயார் ஒரு அடிப்படையான பலம். உன் மனைவியும் – அதாவது வரப்போகிற ராணியும் ராஜபுத்ர ஸ்திரீயாக இருந்தால் ஹிந்து – முஸ்லீம் ஒற்றுமை சம்பூரணமாகும். என் திட்டம் வெற்றி பெற்றுவிடும். மொகலாயர்கள் ஹிந்துக்களாகி விடுவார்கள். இந்தியருடன் கலந்துவிடுவார்கள். அனார்கலியைப் நீ மணப்பது வருங்காலத்தில் ராஜ்யபாரத்திற்கு மிகவும் இடைஞ்சலாக இருக்கும். ஆகையால் ஸலீம், அனார்கலியைப் பற்றிய எண்ணத்தை நீ அகற்றிவிட வேண்டும். அது மிகவும் அவசியம். இனிமேல் நீ அனார்கலியைக் காண முடியாது."

"இந்த ராஜ்யம் எனக்கு வேண்டாம்; எனக்கு அனார்கலிதான் வேண்டும்!" என்று ஸலீம் உறுதியாகச் சொன்னான்.

"ஸலீம், நானும் இளைஞனாக இருந்தவன்தான். உன் தாயை, ஒரு காலத்தில், நானும் காதலித்துக் கைப்பற்றியவன்தான். நான் அனுபவத்தின்பேரில் சொல்லுகிறேன்; தெரிந்துகொள். வாழ்க்கையில் காதல் மட்டும் பிரதானமானதன்று. சரித்திரக் கீர்த்திதான் சிறந்தது. அதுதான் உன் பெயரை எக்காலத்திற்கும் பொன் எழுத்தில் பொறித்து நிறுத்தும்."

"அந்தக் கீர்த்தி எனக்கு வேண்டாம். அனார்கலியின் காதல் எனக்கு மேலானது."

○

தன் மகனின் பிடிவாதத்தைப் பார்த்து அக்பர் மனம் கலங்கிப் போனார். ஆனால் ஸலீமுக்கும் அனார்கலிக்கும் இடையே இருந்த காதலின் ஆழத்தையும் மேன்மையையும் அவர் அறிந்திருந்தார். தன் அரண்மனையிலிருந்த அந்த அழகிய முஸ்லீம் பெண்ணின்மேல் தன் மகனுக்கு அப்பேர்ப்பட்ட பற்று ஏற்பட்டதைக் குறித்து அக்பர் விசனப்பட்டதுமுண்டு. ஸலீமுடைய முதற் காதலைத் தான் அப்படி பங்கப்படுத்த வேண்டியிருந்ததே என்று மிகவும் பரிதாபப்பட்டார்.

ஆனால் அக்பர் பாதுஷாவின் கண் முன் சாம்ராஜ்யக் கனவு ஒன்றுதான் நின்றது. அதற்கான வழிகளில்தான் அவருடைய மனது ஓடிற்று. மொகலாய ஏகாதிபத்தியத்திற்கு முக்கிய இடரான ராஜ புத்திரர்களை எப்படியாவது சமரஸ முறையில் கைக்குள் போட்டுக் கொள்ள வேண்டுமென்பது அவரது முதல் கொள்கை. அதன் பூர்வாங்கமாகத்தான் அவர் ஸலீமின் தாயை ராஜபுத்திர குலத்திலிருந்து மணந்துகொண்டார். ஸலீமும் மான்பாயை மணந்துவிட்டால் ராஜபுத்திர எதிர்ப்பு செயலற்றுப்போகும். பிறகு மான்சிங்கையும் தோடர்மாலையும் இரு கரங்களாக வைத்துக்கொண்டு ஹிந்துஸ்தானத் தின் மக்களை ஒன்றுபடுத்தி விடலாம் என்பது அவர் கனவு.

இந்த மகத்தான ஆசைக்குத் தன் மகன் கொண்ட காதல் ஒரு இடையூறாக வந்து மூண்டது அக்பருக்குக் கோபத்தை உண்டாக்கிற்று. சரித்திரத்திலேயே நிரந்தரமாகப் பரிமளிக்கப் போகிற தன் வேலைக்குத் தடையாக அனார்கலி என்ற ஒரு சிறுபெண் தோன்றியது அவருக்குப் பிடிக்கவில்லை. அந்த இடையூறை ஒரு முள் போல அகற்றி எறிந்துவிட வேண்டியதுதான் என்று தீர்மானித்தார்.

○

"ஸலீம், இதில் சம்பந்தப்பட்டிருப்பது உன் கீர்த்தியன்று. என் வாழ்க்கையின்பம், என் ஆசை, என் ஜீவிய தத்துவம் – அது உன்னாலா அழிய வேண்டும்? என் மனக்கோட்டையை இடித்துத் தள்ள நீயா, – என் தலைமகனான நீயா – முற்பட வேண்டும்? என்னைக்காட்டிலும் உனக்கு அனார்கலி மேலா – நேற்று முளைத்த பெண்?" என்று அக்பர் உணர்ச்சியுடன் பேசினார்.

"என்னைக் காட்டிலும் உங்களுக்கு உங்கள் கீர்த்தி மேலா? அதற்கு என்னையும் என் காதலியையும் பலியிடப் பார்க்கிறீர்களே?" என்று ஸலீம் சட்டென்று குறுக்கிட்டுக் கேட்டான்.

அக்பர் திகைப்படைந்து போனார். ஆனால் தன்னுடைய தீர்மானத்தை மாற்ற வேண்டுமென்ற எண்ணமே அவருக்கு ஏற்படவில்லை.

"அதுதான் முதலிலேயே சொன்னேனே – என் கீர்த்தி சுயநலத்தில் முளைப்பதன்று. அதில் எனக்கு மட்டும் திருப்தியென்பதில்லை. ஹிந்துஸ்தானமே நிம்மதியடையும்; சீரடையும். அதில்தான் என் ஆசை, அதில் தான் என் உயிர். அதை வளர்த்தால் நீயும் உயர்வடைவாய். சரித்திரம் உன்னை வாயாரப் புகழும்."

"எனக்குப் புகழ் வேண்டாம், பெருமை வேண்டாம், பதவியும்–"

"நான்கூட வேண்டாமா?" என்று கோபத்துடன் கேட்டார்.

ஸலீமுக்கு அக்பர் சொன்னது காதில் ஏறவில்லை.

"அனார்கலிதான் வேண்டும்!" என்று ஸலீம் நிதானமாக, தீர்மானத்துடன் சொன்னான்.

"உன்னைப் பெற்ற தகப்பன் அன்பு உனக்கு வேண்டாமா?"

"நீங்கள் கேட்கும் கேள்வியை நான் திருப்பித்தான் கேட்க வேண்டும். என்மேல் – நீங்கள் பெற்றெடுத்த பிள்ளைமேல் – உங்களுக்கு அன்பு இல்லையா?"

"அனார்க்கலியிடம் அழகு மட்டுமில்லையே!"

"பின்?" என்று அக்பர் ஆச்சரியத்துடன் கேட்டார்.

"அவள் என்னை அடிமையாக்கிக் கொண்டுவிட்டாள். இனிமேல் வேறு யாராலும் என்னை அவளிடமிருந்து மீட்க முடியாது."

"அவளே அடிமை என்பதை மறந்துவிட்டாயா உன் மோகத்தில்?"

"அவள் உங்கள் அடிமையாயிருக்கலாம். என் ஹிருதயத்தின் அரசி!"

"உன் அரசியை நீ மறுபடி சந்தித்தால்தானே? சரி, நீ போகலாம்!" என்று அக்பர் அடங்காத கோபத்துடன் சொன்னார்.

ஸலீம் மறுவார்த்தை சொல்லாமல் எழுந்து வெளியே போனான். எப்பொழுது போகச் சொல்லப் போகிறார் என்று துடித்துக்கொண்டிருந்தான். அனார்கலியின் அழகு சொட்டும் முகம் அவனைக் கையெடுத்துக் கூப்பிட்டது.

அக்பருக்கு யோசனை ஓடவில்லை. இளம் காதலர்களின் இன்பக் கனவு வெகுநேரம் அவருடைய மனதில் தோன்றித் தோன்றி அவருடைய உறுதியைச் சோதனை செய்தது. கடைசியாக மனோதிடம் கொண்டு அனார்கலிக்குச் சொல்லியனுப்பினார்.

பதுமையே பெயர்ந்து வருவது போல வந்தாள் அனார்கலி. ஒடிந்து விழுவது போன்ற வாட்டமான தேகமுடையவள். ஜ்வாலை விட்டெரிந்த நல்ல சிவப்பு மேனி. தந்தத்தைக் கடைசல் பிடித்தது போன்ற முகவெட்டு, நாசி, வாய், அங்கங்கள். மூடிய உதடுகள் ஒரு மாதுளை மொக்குப் போலவே சிவப்பாகக் கோடியில் கூர்ந்து இருந்தன. கை கால் விரல்களில் மருதாணிக் காவி கிளிமூக்குச் சிவப்பாக இருந்தது. சரிகை மயமான பட்டாடை உடுத்திருந்தாள். வெண்மை யான மஸ்லின் துணியை முக்காடாகப் போட்டு முகத்தை மூடி உடலையும் போர்த்திக்கொண்டிருந்தாள். பாதங்களும் கைகளும் தான் வெளியில் தெரிந்தன. கால் சதங்கை மெல்ல ஒலிக்க அவள் உள்ளே வந்து நின்ற கொஞ்ச நேரத்திற்குப் பிறகு தான் அக்பர் அவளைப் பார்த்தார்.

"குழந்தாய் அனார்கலி! மிகவும் முக்கியமான விஷயமாக உன்னை இங்கே வரவழைத்தேன்."

"உத்தரவு வந்தவுடனேயே புறப்பட்டு வந்துவிட்டேன். மகராஜ்!"

"நீ ஸலீமை உண்மையாகக் காதலிக்கிறாயா?" என்று அக்பர் அவள் முகத்தைக் கூர்ந்து கவனித்துக்கொண்டு கேட்டார்.

வெட்கத்தாலோ கோபத்தாலோ அனார்கலியின் முகம் சிவந்து விட்டது. தலை குனிந்துகொண்டு பதில் சொல்லாமல் நின்றாள்.

"நீ அவனைக் காதலிப்பது உண்மையானால் அவனுக்காக நீ எது வேண்டுமானாலும் செய்வாயல்லவா?"

அக்பரின் கேள்வி அனார்கலிக்குக் சந்தேகத்தை உண்டாக்கிற்று. ஸலீமின் அனுமதியின்றி முதலில் ஒன்றும் அஜாக்கிரதையாக வார்த்தை கொடுத்து விடக்கூடாதென்று தீர்மானித்துக்கொண்டாள்.

"நான் என்ன செய்ய வேண்டும், மகராஜ்?" என்று கேட்டாள்.

"அவனுடைய நன்மையைத்தான் நான் கோருவேன் என்பது உனக்கு நிச்சயம்தானே?" என்று அக்பர் கேட்டார்.

"அதற்கு நான் என்ன பதில் சொல்லட்டும்?" என்று அனார்கலி தரையைப் பார்த்துக்கொண்டு சொன்னாள்.

அவள் சாதுரியத்தைக் கண்டு அக்பர் ஆச்சரியமடைந்தார்.

"நீ உண்மையில் கெட்டிக்காரிதான்! ஆகையால் நீயே நிலைமையை நன்றாக அர்த்தம் செய்து கொள்ளுவாய் – நான் அதிகம் சொல்ல வேண்டியதில்லை என்று நினைக்கிறேன்... அவன் நன்மையை உத்தேசித்து... என்ன... நீ அவனை மறந்துவிட வேண்டும் அனார்கலி!" என்றார் அக்பர்.

அனார்கலி உலுக்கி விழுந்ததை அக்பர் கவனித்தும் கவனிக்காதது போல வேகமாக மேலே பேசினார்.

"அவன் என் மகன் என்ற காரணத்தால் உன்னை மணப்பதற் கில்லை என்றதை மட்டும் உனக்குச் சொல்லுகிறேன். நீ அவனை மறக்க வேண்டும்."

அனார்கலி அமைதி கொண்டுவிட்டாள் ஒரு கணத்தில்.

"நான் யார், அவரை மறக்கவோ அல்லது நினைவில் வைத்துக் கொள்ளவோ?" என்று நிதானமாகச் சொன்னாள்.

"அப்படியென்றால்?"

"அவ்விஷயத்தில் ராஜகுமாரர் எனக்கு உரிமை கொடுக்கவில்லை."

அக்பருக்கு அவளுடைய பதில் திருப்தி அளிக்கவே இல்லை. அவர் முகம் சிவந்தது.

"பெண்ணே! நீ என்ன சொல்லுகிறாய்?" என்று அதட்டிக் கேட்டார்.

"நான் இந்த விஷயத்தில் சொல்வதற்கு ஒன்றுமே இல்லை!"

"நீ சொல்லாவிட்டால் நான் சொல்லுகிறேன் கேள்! உனக்கும் ஸலீமுக்கும் இனிமேல் சந்திப்பு கிடையாது!"

"அது ராஜகுமாரர் மூலம் எனக்குத் தெரியலாமே! என்னை வரவழைத்ததெதற்கு? உத்தரவானால் நான் போகிறேன்."

அக்பரின் கோபம் இன்னும் அதிகரித்தது.

"ராஜகுமாரனுக்கும் உனக்கும் ஒரு சம்பந்தமும் கிடையாது. நீ என் அடிமை – "

"நான் உங்கள் அடிமையா! என் மனது உங்கள் அடிமை அன்று! அது ராஜகுமாரர் அடிமை!" என்று அனார்கலி குறுக்கிட்டு, முகம் ஜ்வலிக்கக் கூறினாள்.

"நீ அதிகப்பிரசங்கியான பெண்ணாய் இருக்கிறாய்! நீ ஸலீமை விட மாட்டாயா?"

அக்பர் அந்த மாதிரி கேட்டது அனார்கலிக்குக் குத்தினது போலிருந்தது.

"விடமாட்டேன்!" என்று மெய்ம்மறந்து கூறினாள்.

"நீ அறியாப் பெண். உன் இச்சையைப் பூர்த்தி செய்துகொள்வதற்காக ஒரு ராஜகுமாரனை அவனுடைய ஆசனத்திலிருந்து கீழே இழுக்கிறாய்."

"இல்லை, ஷாஹன்ஷாஹ்! அவர்தான் என்னை அன்பின் உன்னத ஆசனத்தில் ஏற்றி உட்கார வைத்திருக்கிறார்."

"நீ அவனைக் காண முடியாது இனிமேல்!"

"பாதகமில்லை!"

"ஆகவே மணக்கவும் முடியாது!"

"நான் கேட்கவில்லையே, மணமே வேண்டாம். அவர் நினைவு எனக்குப் போதும்... அது போகாது. அதை யார் தடுக்க முடியும் ஷாஹன்ஷாஹ்?"

"நான் உன் நினைவே இல்லாமல் – நீயே இல்லாமல் – செய்து விட்டால்?"

"இவ்வளவுதானா உங்கள் சாமர்த்தியம்! நான் இல்லாமற்போனால் என்ன? உலகத்தில் அனார்கலி – மாதுளை மொக்கு – இருக்கும் வரை, என் நினைவு ஸலீமின் ஹிருதயத்திலும் உலக இலக்கியத்தின் ஹிருதயத்திலும் மறையாது! இன்று நீங்கள் என்னை அழித்துவிட்டாலும் உலகத்தில் 'மாதுளை மொக்கைப் பற்றிய கதை மறையாது!"

அனார்கலி மெய்ம்மறந்து சிறிது நேரம் அப்படியே ஸ்தம்பித்துப் போனாள். பிறகு திரும்பி அந்தப்புரத்தின் பக்கம் போய்விட்டாள்.

அக்பர் திகைத்துப்போய் நின்றார். போர் முனையில்கூட இப்பேர்ப்பட்ட எதிரியை அவர் சந்தித்ததே கிடையாது. அவருடைய வெற்றிகளின் இறுதியில் ஒரு பெண்ணின் கையில் அவர் அடைந்த இந்தத் தோல்வி அவருக்குத் தாங்க முடியாததாகப் போயிற்று. வெட்கமும் ஆத்திரமும் பொங்கி எழுந்தன. அவருடைய மனது தடுமாறிற்று. உரக்கப் பேசலானார்:

"இல்லை! நான் தணிய முடியாது! இவ்வளவு காலத்திற்குப் பிறகு இந்தச் சின்னக் காரணத்தால் என் ஆசை வீணாவதா? கூடாது! பாவம், ஸலீமின் ஆசை மண்ணாகிறது. ஆனால், என்ன செய்கிறது? காதலுக்கு இங்கே இடமில்லை! என் வழியிலிருக்கும் இந்த முள்ளைக் கூசாமல் எடுத்தெறிந்துவிட வேண்டியதுதான்!"

எங்கும் இருள் சூழ்ந்துவிட்டது. ஒரு நட்சத்திரம் வானத்திலிருந்து உதிர்ந்து விழுந்து அந்தகாரத்தில் மறைந்தது.

❖

ஹிந்துஸ்தான், 10-07-1938

புதிர்

"இந்தா, கமலம், அப்புறம் படிக்கலாம். தெருவில் கோபாலன் காத்துக்கொண்டிருக்கிறான். தீர்த்தம் கொண்டு வா!" என்று நடேசன் சட்டை போட்டுக்கொண்டே சொன்னான்.

பத்திரிகையைப் படித்துக்கொண்டு நாற்காலியில் மெய்ம் மறந்து உட்கார்ந்திருந்த கமலம் சட்டென்று தமையனின் முகப் பார்வையைக் கவனித்தாள். அதில் ஒன்றும் வித்தியாச மான குறி தென்படாததால், "இனிமேல் என்னை இப்படி யெல்லாம் அதிகாரம் பண்ணாதே; உன் அகமுடையாளை அதிகாரம் செய்!" என்று சொல்லிச் சிரித்துக்கொண்டு ஜலம் கொண்டுவந்தாள்.

நடேசன் அதைக் குடித்துவிட்டு வெளியே போவதற்குப் புறப்பட்டான்.

"அந்தப் புஸ்தகத்தை மறந்துவிட்டாயே! வேறே ஏதாவது நல்லதாகக் கொண்டுவா" என்று கமலம் மேஜை யிலிருந்து அதை எடுத்து அவன் கையில் கொடுக்க வந்தாள்.

அவன் அதை வாங்கிக்கொள்ளாமல் "அது இருக்கட்டும்; வேறு புஸ்தகம் வாங்கிக்கொண்டு வருகிறேன்" என்று சொல்லிக்கொண்டே நகர்ந்தான்.

"எதற்காக இருப்பது அனாவசியமாக? நான் படித்தாகி விட்டதே!" என்றாள் கமலம்.

நடேசனுக்குக் கொஞ்சம் கோபம் வந்தது.

"நீ படித்தாகிவிட்டால் போதுமா?" என்று சட்டென்று எழுந்த வார்த்தைகளை அடக்கிக்கொண்டு, "அவள் படிக்க வேண்டுமாம்; இருக்கட்டும்" என்றான்.

கமலத்தின் முகத்தில் பளிச்சென்று ஒரு வெறுப்புக்குறி தோன்றிற்று. அவள் அதை உடனே மறைக்க முயன்றாள். அது மாறி முகத்தில் ஓர் ஏளனமான புன்னகை தோன்றிற்று. அதை அவளால் மறைக்க முடியவில்லை.

"அவள் படித்துக் கிழிக்கவில்லையா!" என்று சொல்லிக்கொண்டு புஸ்தகத்தை அலட்சியமாக மேஜைமேல் எறிந்தாள்.

நடேசனுக்குக் கோபம் பொங்கி எழுந்தது. அதை அவன் எப்படியோ அடக்கிக்கொண்டுவிட்டான். ஆனால் அதன் சின்னங்கள் அவன் முகத்தில் தென்பட்டனபோல் தோன்றியது. அவன் ஒரு வார்த்தைகூடச் சொல்லவில்லை. கமலம் அவன் முகத்தைக் கவனித்துக்கொண்டு ஒரு நிமிஷம் நின்றாள். அடுத்த நிமிஷம் அவளுடைய கண்களில் ஜலம் மளமளவென்று பெருகிற்று. அதை, அவன் பார்க்கக் கூடாது என்று எண்ணுபவள்போல அவள் சட்டென்று திரும்பி அறையை விட்டு வெளியே போய்விட்டாள்.

நடேசன் கோபாலனுடன் உலாத்தப் புறப்பட்டான். இருவரும் ரயில் பாதையோரமாகச் சென்ற ரஸ்தா வழியே வெகுதூரம் போனார்கள். கோபாலன் ஏதேதோ சொல்லிக்கொண்டே போனான். நடேசன் பேசவில்லை. இயந்திரம்போலக் கோபாலனுக்குச் சில பதில்கள் சொன்னான். ஒரு வாய்க்கால் மதகில் போய் இருவரும் உட்கார்ந்து கொண்டார்கள்.

சாலையில் இரண்டு பக்கங்களிலும் நெல்லி மரங்கள், நடுவில் சில இடங்களில் நாவல் மரங்களும் இருந்தன. ஆடிமாத முடிவாகையால் சாலையெல்லாம் நாவல் பழங்கள் கொட்டிக்கிடந்தன. இரண்டு பக்கங்களிலும் கண்ணுக்கெட்டிய தூரம் வரையில் நன்செய்கள், நடவுக்காலம்; வயல்களிலெல்லாம் ஜலம் நிறையக் கட்டியிருந்தார்கள். சேறு புளித்தமாவுபோல நுரைத்துப் பொங்கி நின்றது. சில இடங்களில் நடவாகி இருந்தது. சோகை பிடித்த மஞ்சள் நிற நாற்றுக்கள் தூர தூரமாக நடப்பட்டிருந்தன. சில இடங்களில் பள்ளப் பெண்கள் மார்புச் சேலையை இடுப்பில் சுற்றிக்கொண்டு, முழங்கால் சேற்றில் மும்முரமாக நாற்று நட்டுக்கொண்டிருந்தார்கள்.

பிரதிதினமும் இவற்றையெல்லாம் கவனித்துக் கோபாலனும் நடேசனும் அக்கு அக்காக அலசி ஆராய்ந்து நுணுக்கவாதம் செய்வார்கள். அன்றோ ஆராய்ச்சி ஓடவில்லை. நடேசன் கண்களில் ஒன்றும் தென்படவே இல்லை. கமலத்தின் கலங்கிய கண்களையுடைய முகந்தான் அவன் முன்வந்து எல்லாவற்றையும் மறைத்தது.

எதற்காக அவள் அப்படிக் கண் கலங்கினாள்? நடேசன் அவளை வாய்திறந்து கோபித்துக்கொள்ளக்கூட இல்லையே? அப்படி இருந்தால்தான் என்ன? அவன் அவளைக் கோபித்துக்கொண்டதில்லையா? எவ்வளவோ தரம்! ஆனால் அதெல்லாம் நடேசனுக்குக் கல்யாணம் ஆவதற்குமுன். இப்பொழுது அவளைக் கோபித்துக் கொள்ளக் கூடாது என்று எழுந்த கோபத்தை வெகுசிரமத்துடன் அடக்கிக்கொண்டு வாய்பேசாமல் இருந்தும் அவள் கண்கலங்கினாள்.

அவள் சொன்னதும் செய்ததும் சரியா? புஸ்தகத்தை அவள் படித்து முடித்துவிட்டாள்; அவளுக்கு வேறு புஸ்தகம் வேண்டியது தானே? அதை நடேசன் எடுத்துக் கொண்டுபோக வேண்டுமென்று

புதிர்

அவள் வற்புறுத்துவானேன்? நடேசனின் மனைவி படிக்கச் சக்தியற்றவள் என்பதை அவனுக்குச் சுட்டிக்காட்டவா? அல்லது அவன் மனைவி படிக்கக் கூடாதென்றா? அதன் அர்த்தம் என்ன?

"அவள் படிக்க வேண்டுமாம்" என்று நடேசன் சொன்னபிறகும், அவள் அவன் சொன்னதை அலட்சியமாகத் தூரத் தள்ளி, "அவள் படித்துக் கிழிக்கவில்லையா!" என்றாள். அதில் எவ்வளவு அர்த்தம்!

'அவளுக்குப் படிப்பில் தேர்ச்சியும் ஆவலும் என்னைப் போல் இல்லை. அப்படி இருக்க நீ, உன் பெண்சாதி என்பதற்காக அவளுக்கு என்னுடன் படிப்பில் சம அந்தஸ்துக் கொடுக்கப் பார்க்கிறாய். அது எனக்குப் பிடிக்கவில்லை. நான் ஒன்று சொல்லும்பொழுது அவள் மேல்கையாக வேறொன்று சொல்லி, உன்னை அப்படிச் செய்யச் சொல்லிவிட்டால், நான் சொன்னது என்ன ஆவது? நீ என்னை அலட்சியம் செய்தால் அவள் என்னிடம் எவ்வளவு மதிப்பு வைப்பாள்?'

அந்த ஒரு நிமிஷத்தில் கமலத்தின் எண்ணங்கள் இம்மாதிரி ஓடியிருக்க வேண்டும். நடேசன் தன் மனைவிமுன் அவளைவிட்டுக் கொடுத்துவிட்டதால், அவன் மனைவியை ஏளனம் செய்து, தான் ஆறுதல் கொண்டாளோ?

ராஜம் புக்ககம் வந்து ஆறு மாதங்கள் ஆகியிருந்தன. கமலம் இன்னும் புக்ககம் போகவில்லை. இருவருக்கும் கிட்டத்தட்ட ஒரே வயதுதான். இருவரும் வீட்டுக் காரியங்களில் கைதேர்ந்தவர்கள். ஆனால் நடேசன் தன் தங்கை கமலத்தைப் படிப்பில் நன்றாகத் தயார் செய்திருந்தான். பாட்டும் நன்றாகச் சொல்லிக் கொடுத்திருந்தான். அவன் மனைவிக்குப் படிப்பில் தேர்ச்சி இல்லை; பாட்டும் தெரியாது. தன் குறைகளை அறிந்து அவள் மிகவும் நொந்திருந்தாள். ஆனால் அவள் என்ன செய்வாள்! பிறந்தகத்தில் அவளுக்கு அந்த வசதிகள் கிடைக்கவில்லை. புக்ககத்திற்கு வந்தபிறகு, படிக்க ஆரம்பிக்கிறது என்பது முடிகிறதா? எவ்வளவோ முயற்சி செய்தாள். கமலத்திட மிருந்து பாட்டுக்கூடக் கற்றுக்கொள்வதாகத் திட்டம் போட்டு ஒருநாள் சொல்லிக்கொள்ள ஆரம்பித்தாள். அன்றே கமலம் அவளுடைய அறியாமையைப் பற்றி ஏதோ ஏளனமாகச் சொல்லிவிட்டாள். ராஜத்திற்கு அது தாங்கவில்லை. அன்று முழுதும் அழுதாள். பாட்டு அதோடு நின்றுவிட்டது.

மற்றபடி இருவரும் எதிலும் ஒருவருக்கு ஒருவர் சளைத்தவர்கள் அல்ல. அழகில் இருவரும் போட்டி போடுகிறவர்கள் போலத்தான் இருந்தார்கள். கமலம் பிறந்தகத்தில் இருந்ததால், கூட்டிலிருந்து வெளிவந்த புறாவைப் போல நிர்ப்பந்தமற்று சஞ்சரித்தாள். ராஜம் 'புக்ககத்து நாட்டுப்பெண்'; ஆகையால் அடக்கத்துடனும் அமரிக்கை யுடனும் இருந்தாள்.

பக்கத்திலிருந்த முந்திரித்தோப்பில் பக்ஷிகள் அமர்க்களம் செய்து கொண்டிருந்தன. வயல்களில் வேலை செய்துகொண்டிருந்தவர்கள்

ஒவ்வொருவராக வேலை முடிந்து வாய்க்காலில் வந்து குளிக்க ஆரம்பித்தார்கள்.

எதிலும் ஊன்றாத ஏக்கப் பார்வையுடன் நடேசன் உட்கார்ந்திருந்தான். கமலத்தின் கண் கலங்கினது, தன் தமையன் கோபித்துக் கொண்டான் என்பதால் அன்று.

நடேசன், அவள் சொன்னவுடன் அந்தப் புஸ்தகத்தை எடுத்துக் கொண்டு போகாமல், மனைவி சொன்னதற்கு இணங்கி அதை வீட்டில் வைத்துவிட்டான் என்பதால்தான். அவன் கமலத்தின் வார்த்தையைத் தட்டிவிட்டான்; மனைவியின் பேச்சைக் கேட்டுவிட்டான். கமலத்தைக் காட்டிலும் அவனுக்கு மனைவி 'ஒசத்தி'யாய்ப் போய்விட்டாள். அதுதான் விஷயம். நடேசன் வேறொரு முடிவிற்கும் வர முடியவில்லை.

○

நடேசனுக்குக் கல்யாணம் ஆன நாலாம் நாளே கமலத்தின் கலக்கம் ஆரம்பித்துவிட்டது.

இரவு ஊர்வலம் முடிவதற்கு வெகு நேரமாகிவிட்டது. எல்லோரும் அலுத்துப்போய் விடுதியில் வந்து படுத்துக் கொண்டார்கள். ஆனால் நாழிகை அதிகமாகிவிட்டபடியால் ஒருவருக்கும் தூக்கம் வரவில்லை. மூலைக்கு மூலை எல்லோரும் உட்கார்ந்துகொண்டும் படுத்துக் கொண்டும் பக்ஷணம், சீர் முதலிய விஷயங்களைப் பற்றிப் பேசிக் கொண்டிருந்தார்கள்.

நடேசனுக்கு ஏதோ ஒருவிதமான உள்ளக்கிளர்ச்சி. மஞ்சள் கலையுடுத்த அந்த மணமாது எங்கோ கற்பனையிலிருந்து கிளம்பி வந்தவள்போல வந்து அவன் முன் நின்று கைகொடுத்தாள். அந்த நான்கு நாட்களும் அவன் ஒரு புது உணர்ச்சிப் பெருக்கில் நீந்திக் கொண்டிருந்தான். தூக்கம் வரவில்லை அவனுக்கு. ஜன்னலில் போய் உட்கார்ந்துகொண்டான்.

அந்த நாலு நாட்களும், பெரியவள் ஆகாதவள் என்ற சுதந்திரத்துடன் கமலம் கேலியும் சிரிப்புமாகத்தான் இருந்தாள். ஆனால் அவள் நடேசனுடைய மாதிரியைக் கூர்ந்து கவனித்துக்கொண்டிருந்தாள். அவளுடைய மனத்தில் எடுத்துரைக்க முடியாத ஏதோ ஒரு சஞ்சலம், ஏதோ ஒரு வெறுப்பு, திடீரென்று தோன்றினது போன்ற உணர்ச்சி.

கமலம் நடேசன் பக்கத்தில் வந்து உட்கார்ந்துகொண்டாள். கூடத்திலிருந்த 'பெட்ரோமாக்ஸ்' விளக்கின் வெளிச்சம் தடைப்பட்டு வந்து அறையில் கொஞ்சமாகத்தான் பட்டது. ஜன்னலில் பாதி வெளிச்சமே இருந்தது.

கமலம் பக்கத்தில் வந்து உட்கார்ந்த பிறகும் நடேசன் மெய்ம் மறந்தவனாய் மௌனமாக உட்கார்ந்திருந்தான்.

"அண்ணா, இனிமேல், நீ என்னோடே பேசவேமாட்டே இல்லையா?" என்று கேலியாகக் கொஞ்சிக்கொண்டு சொன்னாள் கமலம்.

அப்படிச் சொல்லி வாயை மூடின உடனேயே அவளுக்கு அதில் ஆழ்ந்த அர்த்தம் இருந்ததாகப்பட்டது. நடேசன் பதில் சொல்லாமல் உட்கார்ந்திருந்தான்.

"ஆமாம், நீ இனிமே என்னோடே பேசத்தான் மாட்டே!" என்றாள் மறுபடியும்.

"என்ன?" என்றான் நடேசன்.

"ஆமாம். அண்ணா! நீ இந்த நாலு நாளிலேயே என்னோடே பேசல்லியே!" என்று அவள் சொன்னபொழுது அவள் நெஞ்சு அடைத்துக் கொண்டது; கண்ணீர் ததும்பியது. முகத்தைத் திருப்பிக் கொண்டு ஜன்னல் வழியாக வெளியே பார்த்தாள்.

"என்ன அசடாப் பேசறயே; பேசாமலென்ன?" என்று நடேசன், சட்டென்று அவள் முகத்தைப் பார்த்துக்கொண்டு சொன்னான்.

அவன் சொன்னது அவள் காதில் படவில்லை.

"அண்ணா, இனிமேல் அவள் தான் – அவளோடே தான் நீ பேசுவாய்" என்று திணறிக்கொண்டு சொன்னாள் கமலம்.

"என்ன கமலம், பைத்தியம்போலப் பேசுகிறாயே? அவளுக்கும் உனக்கும் என்ன சம்பந்தம்?" என்று நடேசன் கொஞ்சம் மனத் தாங்கலாகக் கேட்டான்.

"என்ன சம்பந்தமா? இப்பவே தெரியறதே நன்னா?"

"என்ன தெரிகிறது?"

"என்ன தெரிகிறதா! என் மனஸில் இருக்கிறதைச் சொல்லி விடுகிறேன். நான் இருந்த இடத்திற்கு அவள் வந்துவிட்டாள். இனி மேல், – உன் மனஸிலே எனக்கு அந்த இடம் இல்லை!" என்று கமலம் வேகமாகச் சொன்னாள்.

அவளுடைய சஞ்சலத்தைக் கண்டதும் நடேசன் கலக்கம் கொண்டான்.

"கமலம், என் மனஸிலே உனக்கிருந்த இடம் உனக்குத் தான்! அதற்கு வேறு யாரும் வரமுடியாது!" என்றான்.

"பின் அவள்?" என்று கமலம் சட்டென்று முகத்தைத் திருப்பி அவளைப் பார்த்துக்கொண்டு கேட்டாள்.

"அவளுக்கு வேறு இடம் என்று வைத்துக்கொள்ளேன்."

"அதான், அதான் அண்ணா, நான் சொன்னது; அவளுக்கு ஓர் இடம் உண்டோல்லியோ?"

இதைக் கேட்டதும் நடேசனுக்குக் கொஞ்சம் மனஸ்தாபம் ஏற்பட்டது.

"இதென்ன கேள்வியென்று கேட்கிறாய், கமலம்?"

"கேட்டேன்! கோபித்துக்கொள்ளாதே, அண்ணா! – இனிமேல் நீ என் சுவாதீனம் இல்லை – நீ அவளுக்குச் சுவாதீனம் ஆகிவிட்டாய்!"

அவள் கண்களில் ஜலம் பெருகி ஓடிற்று; அதைத் துடைத்துக் கொண்டு பேசலானாள்:

"நான் சொல்லுகிறது உனக்குத் தெரிகிறதா? அவளுக்கு உரிமை இல்லை என்று நான் சொல்ல வரவில்லை. நீ அவளைத் தொட்டுத் தாலி கட்டியிருக்கிறாய் – அவள் உன் அகமுடையாள், நிஜம்தான்! ஆனால் இதுவும் நிஜம்தானே; நான்–நான், இனிமேல், நிர்ப்பயமாக உன் பக்கத்தில் வந்து உட்கார முடியாது; – மொத்தத்தில் முன்போல இருக்க முடியாது!"

"ஏன் முடியாது?"

"அவள் பார்ப்பாள்!"

"அதனாலென்ன? அவளும்கூட இருக்கிறாள்!"

"அண்ணா, உனக்குத் தெரியாது. நாங்கள் இருவரும் உன்னுடன் கூட இருக்க முடியாது! நான் தனியாகவும் உன்னுடன் இருக்க முடியாது! அவள்தான் –"

கமலம் மறுபடியும் பலபலவென்று கண்ணீர் உதிர்த்து மௌன மானாள்.

"என்ன, அசடாட்டமாப் பேசிக்கொண்டு! தூக்கம் வரவில்லையா?" என்று நடேசன் அர்த்தமில்லாமல் ஏதோ சொன்னான்.

கமலம் மூக்கைச் சிந்திக்கொண்டு, "தூக்கத்திற்கு என்ன? எது வந்தாலும் தூங்காமலா போகிறோம்?" என்றாள்.

அவள் இந்த மாதிரி திடீரென்று மிகவும் பெரியவள்போலப் பேசினது நடேசனுக்குப் பிடிக்கவில்லை.

"இப்பொழுது என்ன வந்துவிட்டது?" என்று அவளைப் பார்த்துக் கொண்டு கேட்டான்.

"உனக்கும் எனக்கும் நடுவிலே ஒரு திரை வந்துவிட்டது!"

"ராஜத்துடன் நீ இன்னும் சரியாகக்கூடப் பழகவில்லை, பேச வில்லை. அதற்குள் நீ அவளைத் திரை, தட்டி என்றெல்லாம் சொல்வது சரியா, கமலம்?"

"பேசவேண்டுமா என்ன? என் மனசில் பட்டுவிட்டது."

"அது தப்பு. காரணமின்றி நீ –" என்று நடேசன் கொஞ்சம் கடுமையான குரலில் ஆரம்பித்தான்.

கமலம் குறுக்கிட்டு, "அதோ! இப்பொழுதே ஆரம்பித்துவிட்டாயே! வேறு காரணம் வேண்டுமா இப்பொழுது?" என்று படபடத்துப் பேசினாள்.

"சரி, நாழி ஆகிறது, போய்ப் படுத்துக்கொள்!" என்றான் நடேசன் கோபத்துடன்.

கமலத்தின் கண்ணீர் நின்றுவிட்டது. அவளுக்கும் கோபம் வந்துவிட்டது.

"நாழிதான் ஆகிறது; தெரியவில்லையா? நாழிகைக் கணக்கெல்லாம் உனக்கு இனிமேல் நன்றாகத் தெரியும். தெரியாவிட்டாலும் அவள்–" என்று சொல்லிக்கொண்டு கமலம் சடக்கென்று எழுந்து நின்றாள்.

❍

"என்னடா மக்குப் பிடித்தவன்போல் உட்கார்ந்திருக்கிறாய்? வீட்டில் ஏதாவது புயலோ?" என்று கோபாலன் நடேசனைக் கேட்டான். தாங்கித் தாங்கிப் பார்த்தான்; அவனால் முடியவில்லை எரிச்சலை அடக்க.

"புதிதாக ஒன்றும் இல்லை. எல்லாம் பழைய சமாசாரந்தான்!"

"பின் என்ன அதைப் பற்றி இவ்வளவு தத்துவ ஆராய்ச்சி?"

"அது எதனால் என்பதுதான் விளங்காத புதிராக இருக்கிறது."

"விளங்காதது ஒன்றுமே இல்லையே! என்ன விளங்கவில்லை? எது புதிர்?"

"ராஜம் என் மனைவி என்பதைக் கமலம் ஏன் மறக்கிறாள்?"

"கமலம் உன் கூடப்பிறந்தவள் என்பதை ராஜம் ஏன் மறக்கிறாள்?"

"அதுதான் தெரியவில்லை,"

"ஏன், தெரியவில்லை? இதோ, கீழே கிடக்கிறதே நெல்லிக்கனி, அதை எடுத்து உன் உள்ளங்கையிலே வைத்துக்கொள்; தெரியும்."

"நான் இருவரையும் சமமாகவேதான் பாவிக்கிறேன்."

"அதனால்தான்?"

"என்ன அதனால்தான்?"

"இரண்டுபக்கமும் அசூயை!"

"எதற்காக அசூயை?"

"தன் கை உயரவில்லையே என்றுதான்!"

உயரத்தில் ஒரு கொக்குக் கூட்டம் வேகமாய்ப் பறந்து போய்க் கொண்டிருந்தது. விட்டுவிட்டு, 'க்வாக், க்வாக்' என்று சத்தம் கேட்டது. 'ஆமாம், ஆமாம்' என்பது போல இருந்தது அது நடேசனுக்கு.

"இப்பொழுது சிக்கல் தீர்ந்ததா?" என்று கோபாலன் மதகைவிட்டு எழுந்துகொண்டே கேட்டான்.

"சிக்கலா? தீருவதாகவே இல்லை!" என்று சொல்லிக்கொண்டு நடேசனும் எழுந்திருந்தான்.

❖

கலைமகள், ஆகஸ்ட், 1938

குந்தவையின் கைதி

"குந்தவையே விமலாதித்தியனை இன்னும் சிறையிட்டு வைத்துக்கொண்டிருப்பதில் உனக்கென்ன அவ்வளவு திருப்தி? அவனைச் சிறைப்படுத்திப் பல வருஷங்கள் ஆகிவிட்டன. இனிமேல் அவனால் ஒன்றும் செய்ய முடியாது. வேங்கி நாடே இனிமேல் அங்கீகரிக்காது, நிச்சயம், நமது ஆட்சியின் கீழ் அங்கு அரசு செலுத்தும் சக்திவர்மனை அந்த ஜனங்கள் அவ்வளவு பிரியத்துடன் ஆதரிக்கிறார்கள். மேலும் குந்தவையே! எனக்கு என்றுமே விமலாதித்தியனிடம் ஒரு பற்று உண்டு. போரில் அவன் எதிர்த்து வந்த அன்று ஏற்பட்டது அது!"

"ராஜேந்திரா! உனக்கு விமலாதித்தியனிடம் பற்றா! ஆச்சரியமாகவன்றோ இருக்கிறது. இத்தனை நாள் நீ அதை என்னிடம் சொன்னதே இல்லையே!"

"உன்னிடம் நான் அதைச் சொல்லவில்லைதான். ஆனால், அது இன்று ஏற்பட்டதன்று. விமலாதித்தியனின் வீரத்தில் எனக்கிருக்கும் மதிப்பு இன்று நேற்றையதன்று. என்னுடைய தலைமையின் கீழிருந்த பெருத்த சோழ சைனியத்தை ஒரு சில ஆயிர ஆட்களுடன் எதிர்த்து வந்தவன் அன்றோ அவன்? அவன் தன் உயிரைத் துரும்பாக மதித்ததால்தானே அவ்வாறு என்முன் போர்முனையில் தோன்றினான்? அவன் தோற்றானெனில் அது அவன் சோர்வினாலன்று. நமது பெரும் படை அவனுடைய படையை முறியடித்தது. அவ்வளவுதான். அவனது நிலைமையில் எவ்வரசனும் நம்மைப் போன்ற எதிரியை எதிர்த்து வந்திருக்கவே மாட்டான். விமலாதித்தியன் மானத்தைப் பெரிதாகக் கொண்டவன், சுத்தவீரன். தன் நாட்டின் சேவையில் உயிரைத் தியாகம் செய்ய முன்வந்தவன்."

குந்தவைக்கு ராஜேந்திரன் சொன்னது முழுவதும் ஆச்சரியமாகவிருந்தது. அதுவரையில் அவனிடம் விமலாதித்தியனைப் பற்றி ராஜேந்திரன் ஒன்றுமே சொன்னதில்லை. அவளும் கேட்டதில்லை. அவன் சொன்னதைக் கேட்டு மெய் மறந்துபோனாள்.

தன் தந்தை ராஜராஜசோழனின் கைதியென்று மட்டும் அதுவரை அவள் விமலாதித்தியனைப் பற்றித் தெரிந்து வைத்துக்கொண்டிருந்தாள். வேங்கிய நாடு சோழ சாம்ராஜ்யத்தின் ஒரு பகுதியாகிவிட்டது என்பதற்கு அடையாளமாக விமலாதித்தியன் ஆயுள் பரியந்தம் கைதியாகவே இருக்க வேண்டுமென்று குந்தவை பிடிவாதம் பிடித்தாள்.

வெற்றியுணர்ச்சியின் பெருக்கில் குந்தவை விமலாதித்தியன் ஒரு மனிதன் என்பதைக்கூட மறந்தாள். தன் நாட்டின் வெற்றிக்கு அவன் ஓர் அடையாளம், உயிர் உணர்வற்ற ஒரு பொருள் என்று எண்ணிவிட்டாள். அவன் எப்படி இருப்பான் என்று பார்ப்பதற்குக் கூட அவளுக்கு என்றும் ஆவல் ஏற்பட்டதில்லை. பெண்ணுக்கு இயற்கையான அந்த எண்ணமே அவள் மனதில் உதிக்கவில்லை. அவள் வெறும் போர்வீர மனப்பான்மையில் பெரிதும் ஈடுபட்டவளாய்த் தன் பெண்மையையே மறந்திருந்தாள். விமலாதித்தியனை விடுதலை செய்ய வேண்டும் என்று ராஜேந்திரன் சொன்னபோதெல்லாம் குந்தவை ஆண் மகனின் கடின சித்தத்துடன் தடுத்து வந்தாள். ராஜேந்திரனே தன் உடன் பிறந்தாளின் இரக்கமின்மையைக் கண்டு கொஞ்சம் வெறுப்புக் கொண்டான்.

ராஜேந்திரனும் குந்தவையும் ராஜராஜனுடைய பட்ட மகிஷி தர்மசக்திவிடங்கியின் மக்கள். இருவரும் சேர்ந்து விளையாடினவர்கள்; சேர்ந்து படித்தவர்கள்; கலைகள் கற்றவர்கள். வில்வித்தை முதலான போர் முறைகளில்கூடக் குந்தவை பயிற்சி பெற்றிருந்தாள்.

ராஜராஜன் மகளை மிகவும் செல்லமாக வளர்த்தான். அவளுடைய இஷ்டத்திற்கு மாறாக ஒன்றுமே நடக்காது. ராஜ காரியங்களில்கூடக் குந்தவை யோசனை கூறி வந்தாள். ராஜராஜன் தெற்கே படையெடுத்துச் சென்றிருந்த பொழுதும் ராஜேந்திரன் வேங்கிக்குச் சென்றிருந்த பொழுதும் குந்தவைதான் தஞ்சையில் ராஜ்யபாரத்தை வரித்து நடத்தினாள்.

குந்தவை இருபது வயது அரிவை. சோழ நாட்டின் வளப்பத்திற்கு ஈடு சொல்வது போல, அக்காலத்து நாட்டு மகளிரும் காட்டுக் கொடிகள் போலக் கட்டழகு கொண்டவர்கள். அப்பெண்களுக்கு நடுவே குந்தவை தாமரைக்குளத்தில் மொக்குகளிடையே நிற்கும் விரிமலர் போல இருந்தாள். ஆடல் பாடல், சித்திரம் வரைதல், செய்யுள் இயற்றல் முதலிய கலைகளில் முற்றிய தேர்ச்சி பெற்றிருந்தாள். அக்கலை ஞானத்திற்கேற்ப மிருதுத் தன்மையும் புத்திக் கூர்மையும் கொண்டிருந்தாள். ஆனால் வில்வித்தை, யானையேற்றம், குதிரை யேற்றம் முதலியவைகளைக் கற்றதால் வீரமும் தைரியமும்கூடக் கொண்டிருந்தாள்.

ராஜேந்திரனின் பேச்சைக் கேட்ட பொழுது முதல்முதலாக குந்தவை பெண்மை தன்னுள் புலனாவதை உணரலானாள். ராஜேந்திரன் அப்பொழுது விமலாதித்தியனைப் பற்றி உரைத்த பொழுது அவள் என்றுமில்லாத ஒரு அதிர்ச்சிக்குள்ளானாள். அன்று தான் முதன்முதலாக அவள் ஒரு உயிர் கொண்ட வீரனைப் பற்றித் தன்னையும் மீறி அப்பெயரைக் கேட்டுப் பிரேமை செய்துகொண்டாள்.

தன்னுள் ஒரு வீர புருஷனின் உருவம் உதிப்பதைக் கண்டு மெய் சிலிர்த்தாள். ஆனால் அதைக் காண பயந்தாள்.

“வேங்கி நாட்டை விட்டு வந்து வெகுகாலமாகத் தஞ்சையில் சிறைவாசம் கொண்டு கிடக்கும் விமலாதித்தியன் உயிரினிடத்திலேயே ஒரு வெறுப்புக் கொண்டுவிட்டான். தனது சொந்த நாட்டை மறுபடியும் காண முடியும் என்ற நம்பிக்கை அற்றுப்போய் அவனுக்கு வெகுநாளாகி விட்டது.”

“நான்தான் அதற்கு காரணம். நீ அநேக தடவை அவரை விடுதலை செய்ய வேண்டுமென்றுதான் சொன்னாய்” என்றாள் குந்தவை ஏக்கம் கொண்ட பார்வையுடன்.

“அவனுக்குச் சிறைக் கட்டுப்பாடு அதிகமில்லை, உண்மை.”

“அதிலென்ன ஆறுதல் இருக்கக்கூடும் அவருக்கு?”

“அரசனுக்கேற்ற மரியாதையெல்லாம் நடக்கிறது.”

“அதிலென்ன ருசி இருக்கப்போகிறது?”

“சொந்த நாட்டை விட்டு வெளியேறித் தூரதேசத்தில் பிரிவாற்றாமை கொண்டு தவிக்கிறான்.”

“அளகாபுரியிலிருந்து வெளியேற்றப்பட்டு, ராமகிரி ஆசிரமத்தில் இருந்துகொண்டு ஏங்கிய யக்ஷனைப் போல” என்று குந்தவை குறுக்கிட்டுக் கூறினாள்.

“தஞ்சை மாளிகை சிறையிலிருந்து கொண்டு கோதாவரி நதிக் கரையின் சுதந்திரத்தை நினைத்து நினைத்து உருகி உயிரை விடுகிறான்.”

“அவருக்கு என்ன வயது அண்ணா?” என்று குந்தவை கேட்டாள்.

“விமலாதித்தியனுக்கா? அவனுக்கு வயது முப்பத்தைந்து. பாதிக் காலத்தைச் சிறையில் கழித்திருக்கிறான்.”

“எப்படி இருப்பார் அண்ணா?”

“சுத்த வீரனுக்குண்டான லக்ஷணங்கள் பொருந்தியவன் – குன்று போன்றவை என்பார்களே, அந்தத் தோள்கள் குன்றிப் போய்விட்டன. பாவம்!... மாலை வேளையில் வடக்கு நோக்கி நின்றுகொண்டு பித்துப் பிடித்தவன்போல் தனக்குள்ளேயே பேசுகிறான். பல வருஷங்களின் தனிமை அவனை ஒடுக்கிவிட்டது. அவன் வீரத்தையே குலைத்துவிட்டது. சில சமயங்களில் திடீரென்று மனமிழந்து பல பலவென்று கண்ணீர் உதிர்க்கிறான். தைரியமிழந்தவன் போலக் கலங்குகிறான் . . .”

“அவனுடைய சரித்திர வீழ்ச்சியையும் அவனுடைய அஞ்சா நெஞ்சம் கொஞ்சம் கொஞ்சமாக அடங்கும் பரிதாபக் காட்சியையும் காண எனக்கு உண்மையில் பிரமை தட்டுகிறது.”

“குந்தவையே! இனிமேல் நீ அவன் விடுதலையைத் தடுப்பது கொடுமையாகும். அவன் இப்பொழுதே நடைப்பிணமாகிவிட்டான். அவன் நினைவு தவறினவன் போல நடமாடுகிறான்” என்று ராஜேந்திரன் குந்தவையைப் பார்க்காமல் பேசிக்கொண்டே இருந்தான்.

பக்கத்தில் விக்கல் சத்தம் கேட்டுத் திடுக்கிட்டுத் திரும்பி பார்த்தான்.

குந்தவை உதடுகள் துடிக்க அழுதுகொண்டிருந்தாள்.

"இனிமேல் அவரை வெளியே விட்டால் என்ன? அவரிடம் இனிமேல் என்ன இருக்கப் போகிறது... என்ன பேடித்தனம் நம்முடையது! என்னை அவமானம் பிடுங்கித் தின்கிறது, ராஜேந்திரா!"

"அவனைப் பார்த்தால் நீ உண்மையில் உருகிப் போவாய், அப்பேர்ப்பட்ட துயர் உருவாக இருக்கிறான் அம்மா!"

"நான் பார்க்க வேண்டிய அவசியமில்லை. அந்தத் துயர் நிறைந்த தூயமுகம் என் முன் இருக்கிறது."

"பேடியென்றாய்! உண்மையாகவே நான் இதுவரை பேடியாகி இருந்துவிட்டேன். ஒரு விஷயத்தை நான் இதுவரை யாரிடமும் சொல்லாமல், தைரியமற்ற பேடியாக இருந்துவிட்டேன்."

"அதென்ன விஷயம்?" என்று குந்தவை ஆவலுடன் கேட்டாள்.

"வேங்கி நாட்டுப் போர்க்களத்தில் விமலாதித்தியன் என் உயிரைக் காப்பாற்றினான்!"

குந்தவை தன் பெண் இயற்கையுடன் போராடினாள். அவள் உடல் நடுங்கிற்று.

"போர்க்களத்தில் – விமலாதித்தியன் – உன் உயிரைக் காப்பாற் றினாரா? – ராஜேந்திரா! நீ இப்படியிருப்பாய் என்று எண்ணவில்லை!"

அவள் சொன்னது ராஜேந்திரன் காதில் படவில்லை.

"போர்முனையில் வேங்கி நாட்டு வீரன் ஒருவன் என்னிடம் எப்படியோ நெருங்கி வாளால் என்னை வெட்டவிருந்தான். அதை விமாலாதித்தியன் கவனித்துப் பாய்ந்து வந்து அதைத் தடுத்தான். பிறகுதான் நாம் வெற்றி பெற்றோம்."

"அப்படியானால் வேங்கி நாடு அவருடையது. அதைத் திருப்பிக் கொடுத்துவிடு அண்ணா!"

குந்தவை பிறகு ஒன்றும் பேசவில்லை. தள்ளாடிக்கொண்டு நடந்து உள்ளே சென்றாள்.

"என்ன குந்தவையே உன் தாயார் என்னிடம் சொன்னது உண்மையா?" என்று ராஜராஜன் தன் பெண்ணை நோக்கி ஆச்சரியத் துடன் கேட்டார்.

குத்தவை வெட்கத்துடன் தலைகுனிந்தவண்ணம் "உண்மைதான் தந்தையே!" என்றாள்.

"ஊரும் பெயருமற்ற விமலாதித்தியனையா நீ உன் கணவனாகத் தேர்தெடுக்கிறாய்?"

"நாம் கவர்ந்துகொண்டதால் அவர் ஊர் அவருடைய மனதை விட்டகலவில்லை. நம்மிடம் நாட்டைப் பறிகொடுத்ததால் அவர் பெயரும் போகவில்லை அது இப்பொழுது இன்னும் கொஞ்சம் அதிகமாக விளங்குகிறது" என்று சொல்லிவிட்டுச் சட்டென்று "என்

மனதில்" என்று சேர்த்துச் சொன்னாள். பிறகு "அது போதாதா?" என்று நீர் தளும்பிய கண்களுடன் தந்தையின் முகத்தைப் பார்த்துக் கொண்டு கேட்டாள்.

ராஜராஜசோழன் பிரமித்துப் போனார்.

"விசித்திரமாகவன்றோ இருக்கிறது! நேற்றுவரை அவனை விடுதலைகூடச் செய்யக் கூடாதென்று சொல்லி வந்தாயே, திடீரென்று எப்படி உன் மனதில்?"

"நேற்றுவரை அவர் ஒரு மனிதன் என்ற நினைப்பே என் மனதில் இல்லாமலிருந்தது. இன்று ராஜேந்திரன் என் கண்ணைத் திறந்து விட்டான். அவர் ஒரு மனிதன் என்று கண்டேன்! நானும் ஒரு பெண் என்பதும் நினைவுக்கு வந்துவிட்டது!" என்று கனிந்த குரலில் மெள்ளச் சொன்னாள்.

"நீ அவனை நேரில் பார்த்தாயோ?"

"தேவையே இல்லை. அவர் வேறு திசையில் இருந்தார். அவரைப் பார்க்க வேண்டிய அவசியம் ஒரு வேளை இருக்கலாம். நமது கைதி அவர். பார்ப்பதற்கு என்ன இருக்கிறது? அவர் வேங்கி நாட்டரசனா யிருந்தால் பார்க்கலாம். வெற்றி பெற்ற வேந்தாயிருந்தால் பார்க்கலாம். அவர் இப்பொழுது வீழ்ச்சி மூர்த்தி. அவருக்கு வேறொரு அணியும் தேவையில்லை!"

"சோழ மண்டலாதிபதியின் பெண்ணாகிய நீ என் கைதியையே மணப்பதா?"

"உங்கள் பெண்ணின் கையைப் பிடிப்பவர் உங்கள் கைதி எப்படி யாவார்?" என்று குந்தவை கொஞ்சம் புன்னகையுடன் கேட்டாள்.

"பின் உன் கைதியா?" என்று ராஜராஜன் சிரித்துக்கொண்டே கேட்டுவிட்டார்.

"குழந்தாய்! விமலாதித்தியனைச் சிறைகொண்ட அன்றே இந்த எண்ணம் என் மனதில் ஏற்பட்டுவிட்டது. ஆனால், உன்னைப் பலவந்தம் செய்ய எனக்கு இஷ்டமில்லை. இன்று என் மனோரதம் நிறைவேறிவிட்டது. விமலாதித்தியனைப் போன்ற சுத்தவீரனை நான் கண்டதே இல்லை . . .

"அவன் மறுபடியும் வேங்கி நாட்டரசனாவான், நீ வேங்கியரசி! . . .

"உங்கள் மூலமாகச் சோழர்களுக்கும் சாளுக்கியர்களுக்கும் நட்பும் சம்பந்தமும் ஏற்படட்டும். தென்னாட்டுச் சிற்றரசுகள் ஒன்றுபடட்டும். உங்களுடைய சந்ததிகள் பாரத நாட்டையே ஏகாபத்தியமாக்கட்டும் . . .

"குந்தவையே, இன்று என் ஜீவியம் பலனடைந்துவிட்டது!"

ராஜராஜசோழனின் கண்களில் நீர் நிறைந்தது. தலைக்கு மேல் வெளியே பறந்த புலிக்கொடியைப் பார்த்துப் பரவசமடைந்தவர் போலக் கைதூக்கி வணங்கினார்.

❖

ஹிந்துஸ்தான், **07-08-1938**

பாட்டியின் ஆதங்கம்

குஞ்சுவின் பாட்டி இறந்துபோனபொழுது அவனுக்கு வயசு ஐந்துதான். அன்றைய நினைவு அவன் மனத்தில் நன்றாகப் பதித்திருந்தது.

அன்று காலையில் அவன் படுக்கையை விட்டு எழுந்திருக்கும் போதே ஆகாயம் மூடம் போட்டுக்கொண்டு, மழை பிசுபிசுவென்று தூறிக்கொண்டிருந்தது. வாசலில் சென்று பார்த்தான். தெருவெல்லாம் ஒரே ஜலம். இரவெல்லாம் மழை பெய்ததால் எதைப் பார்த்தாலும், நன்றாகக் குளிப்பாட்டி விடப்பட்ட குழந்தை போல இருந்தது. மிக அவசரமாக உள்ளே ஓடிவந்து செல்லத்தை எழுப்பி வாசலுக்குக் கூட்டிக்கொண்டு போனான்.

பாட்டி அவன் தகப்பனாரைப் பெற்றவள். தொண்டுக் கிழவி. அவள் இறந்துபோவதை எதிர்பார்த்துக்கொண்டு அவளுடைய சந்ததிகள் அருகேயே இருந்தார்கள். பாட்டிக்கு நல்ல பழைய காலத்துச் சரீரம் – வைரம்போல. புலன்கள் ஒவ்வொன்றாகத் தான் மெள்ள மெள்ள அடங்கிக்கொண்டு வந்தன. தேகமும் கொஞ்சம் கொஞ்சமாகத்தான் பலஹீனம் அடைந்துகொண்டு வந்தது. இரண்டுதரம் பிராணன் போய்விடுமென்று நினைத்துக் குஞ்சுவின் தகப்பனார் தம் தங்கைக்குத் தந்தி அடித்தார். ஆனால் இரண்டு தடவையும் பாட்டி பிழைத்துக்கொண்டுவிட்டாள். உடம்பு மிகவும் மெலிந்து அவள் உட்காரக்கூடச் சக்தியற்றுப் போய்விட்டதை உத்தேசித்து அவனுடைய அத்தை அங்கேயே இருந்துவிட்டாள். அவளுடைய பெண் செல்லத்திற்கு அப்பொழுது நான்கு வயசு.

செல்லமும் குஞ்சுவும் கொஞ்ச நேரம் மும்முரமாகக் காகிதக் கப்பல்கள் செய்து தண்ணீரில் விட்டார்கள். அந்த விளையாட்டு அலுத்துப்போனவுடன் தண்ணீரிலிருந்து

தத்தித் தத்தி வந்த சின்னத் தவளைக் குஞ்சுகளைப் பிடித்துக் காலி மத்தாப்புப் பெட்டிகளில் போட்டு மூடி வைத்துக்கொண்டார்கள். திண்ணை ஓரத்தில் போய்க் கால்களைத் தொங்கவிட்டுக்கொண்டு உட்கார்ந்து மௌனமாக மழையைக் கவனித்தார்கள்.

அத்தை வந்து இருவரையும் இழுத்துக்கொண்டு போய்ப் பாட்டியின் படுக்கையண்டை உட்கார வைத்தாள்.

"அம்மா, அம்மா! இதோ பாரு, குழந்தைகள் வந்திருக்கு!" என்று அத்தை பாட்டியின் காதண்டை உரக்கச் சொன்னாள்.

பாட்டி மெதுவாகக் கண் திறந்து பார்த்தாள். சுற்றி எல்லோரும் உட்கார்ந்திருப்பதைக் கண்டாள்.

"இன்னிக்கி – தாங்காது – ஏண்டாப்பா! இன்னிக்கி ஏகாதசிதானே? இன்னிக்கி ராத்திரி வரையிலும் தாங்குமோ என்னவோ? நாளெக்கி – துவாதசி தகனம் – கொடுத்து வச்சிருக்கணும்!... அடியே ஜானகி, இங்கே, கிட்ட வா..."

குஞ்சுவின் தாய் கிட்டப் போனாள்.

"என்னவோ, இந்தாத்துல – தொட்டில் கட்டிப் பார்ப்பேனான்னு இருந்தேன்! பெரியவா செஞ்ச புண்ணியம் – ஒன் வயறு தெறந்து – கொழந்தெ பொறந்தான்! அவர் அப்படியே திரும்பி வந்துட்டார்! இன்னும் – ஆத்து நெறைய, கொழந்தெகளைப் பெத்துண்டு – பெரியவா பேரெச் சொல்லிக்கிண்டு – நன்னாயிருங்கோ!...

"அப்பா, அடே! ஜானகி கெட்டிக்காரிதான்; குடித்தனத்துக்கு ஏத்தவதான்; ஆனா – செட்டா, நாளு, கெழமையெ விட்டுடாமே... பேசக்கூடச் சீவன் இல்லே..."

பாட்டி மெதுவாக மெலிந்த குரலில் பேசினாள். அவளுடைய பஞ்சடைந்த கண்களில் ஜலத்துளிகள் இரண்டு தென்பட்டன. உயிரே இல்லாத அவளுடைய கைகள்கூடக் கொஞ்சம் அசைந்தன.

"அம்மா, அதெல்லாம் நன்னா நடக்கும். நீ ஒண்ணுக்கும் கவலைப் படாதே! நிம்மதியா இரு" என்று குஞ்சுவின் தகப்பனார் காதண்டை சென்னார்.

சாகவேண்டிய கிழவிதான். ஆனாலும் அவர் கண்களிலும் ஜலம் நிறைந்தது.

பாட்டியின் வாழ்க்கை 'ஆதங்கம்' சாகப்போகிற அன்றும் அவளை விட்டபாடில்லை.

"எல்லாரும் சட்டுனு சமச்சுச் சாப்பிட்டுடுங்கோ – நாளக்கி – ரொம்ப நாழியாகும் – செத்தக் கழிச்சு – மெள்ள – என்னெப் பிடிச்சு – ரேழியிலே கொண்டு போட்டுடுங்கோ – அவ்வளவுதான்" என்று சொல்லி நிறுத்திக்கொண்டாள். மூச்சு வாங்கிற்று.

"அம்மா, அதெல்லாம் ஒண்ணும் வேண்டாம். நீ எதற்கு மனசைச் சிரமப்படுத்திக்கொள்கிறாய்?" என்று பிள்ளை சமாதானப்படுத்தினார்.

"நீங்க – அப்புறம் – சிரமப்பட வாண்டாம்னு சொல்றேன்; ஒங்களுக்குத் தோணாது. ஜானகி, நீ சேவெ, எனக்குத் தெரியும்; ஆனா எம் மனசு கேக்கல்லெ, சொல்றேன், அவன் அப்பாவி –வாயெத் தெறந்து ஒண்ணும் சொல்லமாட்டான். கேக்கமாட்டான். அவன் மனசறிஞ்சு எல்லாம் சேசுகொடு. பசி தாங்காது அவனுக்கு –" என்று பாட்டி மறுபடியும் திணறித் திணறிப் பேசினாள்.

"அடே ராமு, கொழந்தை செல்லத்தெ குஞ்சுவுக்கு வாங்கிண்டுடு! ஒன் தங்கெக்கு ஆம்படையான் சரியில்லே. அவளெப் பாத்துக்கோ, ஒங்கப்பாவுக்கு அவ மேலே உசிரு . . ."

சிரமம் மேலிட்டுப் பாட்டி கண்ணை மூடிக்கொண்டு கிடந்தாள். அதன் பிறகு செல்லமும் குஞ்சுவும் சிறிது நேரம் நிர்ப்பந்தத்தின்மேல் பாட்டியண்டை உட்கார்ந்திருந்தார்கள். அங்கே அவர்கள் ரஸிக்கும் படியாக ஒன்றும் காணவில்லை. சாவின் தலைமாட்டில் குழந்தைக்கு என்ன விளையாட்டு ஓடும் என்பதல்ல. சாவின் அண்டையில், அதன் பக்கத்தில்தான் உலகத்தின் விளையாட்டே நடந்துகொண்டிருக் கிறது. முற்றத்தின் ஓரமாய்ப் போய் உட்கார்ந்துகொண்டு மத்தாப்புப் பெட்டியை மெள்ளத் திறந்து ஆளுக்கொரு தவளைக் குஞ்சை வெளியே எடுத்துவிட்டார்கள். இரண்டும் முற்றத்தில் குதித்துச் சாக்கடைக்குள் போய்ப் பதுங்கிக்கொண்டன. ஒன்று செல்லம்; மற்றொன்று குஞ்சு. அப்படியாக அவர்கள் நினைப்பு.

சிருஷ்டியென்னும் மத்தாப்புப் பெட்டியிலிருந்து இரண்டு ஜீவன்கள் உயிர்பெற்று வெளியே வந்து வாழ்க்கை முற்றத்தில் குதித்தோடின.

"இங்கே வாங்கோம்மா! பாட்டி கூப்படறா – அப்பிச்சி தருவா!" என்று அத்தை மறுபடியும் கூப்பிட்டாள். அது அவர்கள் காதில் ஏறவில்லை. பாட்டி அப்பிச்சி கொடுக்கமாட்டாள் என்பது அவர்களுக்குத் தெரியும். அதுதானே அவர்களுக்கு அப்பொழுது வாழ்க்கையில் தெரிய வேண்டிய விஷயம்! வாசல் திண்ணைக்குப் போய்விட்டார்கள்.

"பாத்தி – ஆண்டாம் – ஊம்!" என்றாள் செல்லம் தலையை ஆட்டிக் கொண்டு. தான் சொன்னதை அவன் ஆதரிக்க வேண்டுமென்று அந்தச் சின்ன ஸ்திரீ தன் கையை அவன் தோளில் போட்டாள்.

குஞ்சு அதற்கு மசியவில்லை; நேரிடையான பதில் சொல்லவில்லை அவன்.

"பாட்டி போப்போறாளே!" என்றான்.

வீட்டில் எல்லோரும் 'பாட்டி போவதை'ப் பற்றிப் பேசிக் கொண்டிருந்ததிலிருந்து குஞ்சு கிரகித்த சாராம்சம் இது.

"நானும் போப்போறேன்!" என்று செல்லம் உதடுகளைப் பிதுக்கிக் கொண்டு சொன்னாள். அவள் தொனியில் திடீரென்று ஓர் ஆவல் தோன்றிற்று.

"போப்படாதே!" என்று குஞ்சு சட்டென்று சொன்னான்.

செல்லம் தோளில் இருந்த கையை எடுத்து ஓங்கினாள். தாய், அத்தை பேசிக்கொண்டிருக்கும்போது குஞ்சு, "பாட்டியோட நானும் போறேம்மா!" என்றதற்குத் தாய் "சீ, பீடே, அப்படியெல்லாம் சொல்லப் படாது!" என்று அதட்டியிருந்தாள். குஞ்சு அதைச் செல்லத்திடம் பிரயோகம் செய்தான்.

"சீ, பீடே, அப்படியெல்லாம் சொல்லப்படாது!" என்று தாய் சொன்ன குரலில் சொன்னான்.

"சீ!" என்று பதில் சொல்லி, செல்லம் முகத்தைச் சாய்த்துச் சுளித்துக் காட்டினாள்.

குஞ்சு அதற்கு என்ன மாதிரி பதில் அளித்திருப்பானோ? அதற்குள் உள்ளே எல்லோரும் உரக்க அழும் சத்தம் கேட்டது. இரண்டு குழந்தைகளும் கூடத்திற்கு ஓடினார்கள்.

மணிக்கொடி, 15-08-1938

காணாமலே காதல்

அம்மங்கா தேவி என்னவோ அடங்காத மகிழ்ச்சி கொண்டவளாய் ஓரிடத்தில் இருப்புக்கொள்ளாமல் அலைந்துகொண்டிருந்தாள். அத்தை குந்தவையை அன்று தான் முதன் முதலாகச் சந்தித்தாள். குந்தவை அவளை அன்புடன் அணைத்துக்கொண்டு ஏதேதோ கேட்டதற்கு வெட்கத்துடன் அரை வார்த்தையாகவும் குறை வார்த்தை யாகவும் பதில் சொன்னாள். பலகலைப் பயின்றதோடு யானையேற்றம், வில்வித்தைக் கலை முதலியனவும் கற்ற வளுக்கு அத்தையைக் கண்டவுடன் ஒரு சாதாரணப் பெண் போல ஏன் அவ்வளவு வெட்கம் ஏற்பட வேண்டும்? அதற்கு முன்னெல்லாம் அரண்மனையில் செல்வச் சிறுமியாக அட்டகாசம் செய்துகொண்டிருந்தவள் அன்று ஏன் அடங்கி ஒடுங்கி அமரிக்கை உருவெடுத்தாற்போல இருந்தாள்?

அத்தான் ராஜராஜன் கண்ணில் அவள் அதுவரையில் படவில்லை. குந்தவை வேடிக்கையாக அவள் கன்னத்தைக் கிள்ளிக்கொண்டு "உன் அத்தானைப் பார்த்தாயோ? எப்படி யிருக்கிறான்?" என்று கேட்டபொழுது அவளை அறியாமல் அவள் மெய்சிலிர்த்தாள். முகம் சிவக்க மௌனமாகத் தலை குனிந்துகொண்டு நின்றாள்.

அவனுடைய நடையுடை பாவனைகளை தன் மனோ பாவப்படி கற்பனை செய்து பார்த்துக்கொண்டே இருந்தாள். தன்னைப் பார்த்ததும் தன்னைப் பற்றி அவன் என்ன எண்ணுவான் என்பதையும் எண்ணிப் பார்க்க முயன்றாள். என்றுமில்லாத வழக்கமாக அன்று அம்மங்கா தேவி நிலைக் கண்ணாடியருகில் வெகுநேரம் நின்று தன்னைச் சீர்திருத்திக் கொண்டது தோழிகளுக்குக் கேலி செய்ய இடம் கொடுத்தது.

ராஜேந்திர சோழன் வடக்கே திக்விஜயம் செய்து திரும்பின பிறகு புதிதாக நிர்மணம் செய்த சோழ நாட்டுத் தலைநகர் கங்கை கொண்ட சோழபுரத்தில் அன்று ஒரே கோலாகலம். சோழ தேசத்தையே யாரோ ஒருவர் சம்புடம் போலத் திறந்து அங்கே கொட்டிவிட்டது மாதிரி ஜன சமூகம் இடங் காணாமல் கூடியிருந்தது. கங்கை கொண்ட சோழீச்சுவரம் என்ற சிவாலாயம் கட்டி முடித்து அன்று கும்பாபிஷேகம்.

சோழ சாம்ராஜ்யத்தின் சிற்றரசர்கள் எல்லோரும் அங்கே வந்திருந்தார்கள். ராஜேந்திரனின் சகோதரி குந்தவையும், அவளுடைய கணவன் வேங்கியரசன் விமலாதித்தியனும் இளவரசன் ராஜராஜனும் வந்திருந்தார்கள்.

மாளிகை அருகேதான் கோவில். இரண்டிற்கும் சமீபத்தில் சமுத்திரம் போல அலை கொண்டு கொந்தளிந்துக் கொண்டிருந்தது, ராஜேந்திரனால் புதிதாகக் கட்டப்பட்ட சோழ கங்கம் அல்லது பொன்னேரி என்ற பெரிய ஏரி. தெற்கே கொள்ளிடக் கரையிலிருந்து வடக்கே உடையார்பாளையம் வரையிலுள்ள பிரதேசம் முழுவதையும் வனப்பு ததும்பும் வரிசை நாடாக மாற்றியது அந்த ஏரிதான். அறுபது மைல் நீளமுள்ள வாய்க்கால் ஒன்று கொள்ளிடத்திலிருந்து வெள்ளத்தைக் கொண்டுவந்து அதில் கொட்டிற்று. அதிலிருந்து பல சிறு கால்வாய்கள் பிரிந்து சென்று நாடு முழுவதும் நரம்புகள் போல ஓடின. மாளிகையைச் சுற்றியிருந்த மதிற் சுவரின் அருகே அகண்ட கால்வாய் ஒன்று வழிந்தோடிக்கொண்டிருந்தது. கரையோரமாக இருந்த விஸ்தாரமான அரண்மனைத் தோட்டத்திற்குள்ளும் குறுக்கும் நெடுக்குமாகப் பல சிறு கால்வாய்கள் சென்றுகொண்டிருந்தன. அவைகளிலும் புது வெள்ளத்தின் செந்நிறமான ஜலம் மிதந்து சென்றுகொண்டிருந்தது. எங்குப் பார்த்தாலும் நீரும் நிழலுமான தோற்றம்.

ஆனி மாதம். இளவேனில் எங்கும் பரவிக் கனிந்து நின்ற பருவம். சிறந்த சிற்பிகளைக் கொண்டு தஞ்சைக் கோவிலைப் போல உருவம் கொண்டதாக ராஜேந்திரனால் கட்டப்பட்ட அந்தக் கோவிலின் சித்திரப்பாடிற்கு இணையற்ற ஒரு பகைப் புலனாக நிற்கவே வந்தது போலிருந்தது அந்த இயற்கைக் காட்சி. கோவிலிலும் மாளிகையிலும் நகரிலும் நாட்டிலும் சோழ இலட்சினையுடன் வசந்த காலத்தின் இறுதியில் ஏடுகட்டி நிற்கும் விளிப்பும் கலகலப்பும் ஆனந்தமும் கொடிகட்டிப் பறந்தன. மனிதனும் இயற்கையும் போட்டிப் போட்டுக் கொண்டு வேலை செய்தது போல அங்கே உயிரும் உணர்ச்சியும் பொன்னேரியைப் போல் பொங்கி வழிந்து கொண்டிருந்தன.

ராஜராஜன் அந்த அரண்மனைத் தோட்டத்திலுட்கார்ந்து கொண்டு மெய்மறந்தான். சோழ நாட்டில் சொட்டும் இனிப்பு ஒவ்வொரு புலனிலும் ஏறி அவனை மதுமயக்கம் கொள்ளச் செய்தது. அந்தச் சோழ நாடென்னும் சோலையில் வளர்ந்து வந்த கிளியை அவன் இன்னும் பார்க்கவில்லை. கண்டதும் காதல் என்பார்கள். ராஜராஜன் காணாமலேயே காதல் கொண்டுவிட்டான். நாடும் இடமும் காலமும் அம்மங்காவை அவன் மணக்கண் முன் சித்திரித்து

நிறுத்தின. அவன் அவளைப் பார்க்க வேண்டிய அவசியமே இல்லாம லிருந்தது.

"இந்த எழிலின் நடுவே எழிலைத் தவிர வேறென்ன பிறக்க முடியும்? மேகத்தில் மின்னலைத் தவிர வேறென்ன பிறக்கும்? என்னைச் சுற்றியிருக்கும் இந்தச் சுகச் சூழலின் சாரமாகத்தான் இருப்பாள் அம்மங்கா! அதில் என்ன சந்தேகம்?" என்று சொல்லிக்கொண்டான் ராஜராஜன்.

அந்த இயற்கை லாவண்யம் அவனுடைய புலன் வாயில்களில் தீப் போலத் தாக்கி அவனுடைய பால் உள்ளத்தைப் பொங்கச் செய்தது. அந்தப் பூரிப்பில் அவன் பரவசமானான்.

மங்கள வாத்தியங்கள் எங்கும் கோஷித்துக்கொண்டிருந்தன. ஜன சமூகம் ஒரு கடல் போலக் கூச்சலிட்டுக்கொண்டிருந்தது. எல்லாச் சத்தங்களுக்கும் மேலாக அதிர் வெடிச்சத்தம் அடிக்கடி வரிசை வரிசையாகக் கிளம்பி இடிபோல எதிரொலித்தது. அவை ஒன்றிலும் அவள் மனது செல்லவில்லை. ராஜேந்திரனுடைய செயற்கையாகிய அந்த ஆடம்பரமான உற்சவத்தின் காம்பீரியத்தில் அவன் மனது ஈடுபடவில்லை. எல்லோரும் கும்பாபிஷேக சமயம் நெருங்கிவிட்ட தென்று கோவிலுக்குப் போனார்கள். ராஜராஜன் போகவில்லை. அவன் பின்தங்கிவிட்டான்.

அவன் இருந்தது பிரகிருதியின் கோவில். அதில் நித்தியம் கும்பாபிஷேகம். அதை விட்டுவிட்டு அவன் வேறெங்கு போக வேண்டும்?

பிரதிகிருதியின் சௌந்தரியம் இச்சோழ நாட்டைப் போல வேறெங்கும் இவ்வளவு சோபையுடனில்லை. கோதாவரியும் கிருஷ்ணா வும் அணைத்து வளர்க்கும் என் வேங்கி நாடுகூட இதற்கு அப்புறந்தான். இவ்விடத்தில்தான் பருவம் வந்த மடந்தையிடம் போல அழகு இயற்கையின் தேகத்தில் பூத்து நிற்கிறது. மரம் செடி கொடிகளிலிருக்கும் தளதளப்பின் ஈரம் நித்திய யௌவனத்தின் பசையைக் கொண்டிருக் கிறது. காதலும் அதன் கனிவும் இங்கே நிழல் தட்டி நிற்கின்றன. இந்தச் சௌந்தரியம் என் கண்ணுக்கு அம்மங்கா தேவியின் சாயல் கொண்டது போலத் தென்படுகிறது. இது என்னுடையது! இந்நாடு என்னுடையது! அம்மங்கா என்னுடையவள்! "அம்மங்கா!"

ராஜராஜன் மெய்ம்மறந்தவனாய் வாய்விட்டுக் கத்திவிட்டான். கத்தின பிறகுதான் அவனுக்குச் சுய நினைவு வந்தது. வெட்கம் கொண்டவனாய் யாராவது பார்த்துவிட்டார்களோ என்று சுற்று முற்றும் கவனித்தான். யாரும் அருகே இருந்ததாகத் தெரியவில்லை.

அவ்வளவு ஜாக்கிரதையாக மரத்தின் பின்னால் பதுங்கியிருந்து கொண்டு அம்மங்காதேவி ராஜராஜன் பேசினதைக் கேட்டுக்கொண் டிருந்தாள். அவள் மார்பு அடித்துக்கொண்ட வேகம் அவளைத் திடுக்கிடச் செய்தது. சத்தம் செய்யாமல், கைகால் அசைக்காமல், இன்னும் ஒரு நிமிஷம்கூட அங்கே பதுங்கியிருக்க முடியாதென்று தோன்றியது அவளுக்கு.

மனக்கிளர்ச்சியைத் தாங்க மாட்டாமல் அவள் தோட்டத்திற்கு வந்தாள். அரண்மனைக்குள் இருந்தால் கோவிலுக்கு வரும்படி நிர்ப்பந்திப்பார்கள் என்று அவளுக்குப் பயம். கோவிலுக்குப் போகக் கூடாதென்பதில்லை. அதன் வேலை நடக்கும்போது அவள் அதில் எவ்வளவோ சிரத்தை எடுத்துக்கொண்டு சிற்பிகளுக்குக்கூட யோசனை கள் கூறியிருக்கிறாள். ஆனால் அவளுடைய மனம் இருந்த நிலையில் கோவிலுக்குப் போவதுகூட பூஜை வேளையில் கரடி ஓட்டுவது போன்றதாகப் பட்டது.

அவ்வளவு நாள் அவள் கண்டறியாத ஒரு உணர்ச்சிப் பெருக்கு அவளை நிலைகொள்ளாமல் செய்தது. அதை அவள் இன்னதென்று நிச்சயமாக நிர்ணயம் செய்ய முடியவில்லை. பரிசீலனை செய்து பார்த்தாள். அன்று கும்பாபிஷேகம் என்பதினாலா அந்த உள்ளக்களிப்பு? இல்லை! அத்தையும் மாமனும் வந்திருந்தார்கள் என்பதனாலா? இல்லை! ராஜராஜன் வந்திருந்ததாலா? எப்படி இருக்க முடியும்? அவனை இன்னும் கண்ணால்கூடப் பார்க்க முடியவில்லையே! அவன் எப்படி இருப்பான் என்றுகூடத் தெரியாதே! ஆனால் அவனைப் பார்க்க வேண்டுமென்று ஆவல் மட்டும் வெட்கமின்றித் தலையெடுத்ததை அவள் உணர்ந்தாள். அத்தை குந்தவையைப் போல இருப்பான் என்று கேள்விப்பட்டிருந்தாள். அத்தையைப் பார்த்ததும் அவள் மனதைப் பறிகொடுத்துவிட்டாள் ராஜராஜனுக்கு. ஆகையால் அவள் களிப்புக் கொண்டாள். தன் மனதைப் பறிகொடுத்ததற்காகவா?

சோலை மலரைப் போலத் தன் உள்ள இதழ்களை விரித்து மணத்தை வெளியே விசி எறிந்தாள். அந்தத் தியாகத்திற்குப் பிறகு அவள் மனது பளு குறைந்தது போல லேசாக மிதந்தது. ஆனால் ஒரு கவலையுமிருந்தது. ஒரு பரபரப்பும் துடிப்பும்கூட இருந்தது. அந்த மணம் காற்றில் கலந்து வீணாகாமல் ராஜராஜன் புலனில் போய்த் தாக்குமா என்று ஏங்கினாள்.

ராஜராஜன் "அம்மங்கா!" என்று பிரிவாற்றாமை கொண்ட பறவையைப் போல அலறியதைக் கேட்டுக்கொண்டிருந்த அம்மங்கா தேவி இளகினாள். அந்தத் தாபம் நிறைந்த அழைப்புக்குப் பதில் சொல்லாமல் இருக்க முடியவில்லை அவளால்.

அங்கங்களை மயிர்க் கூச்சல் உதறி எடுக்க அவள் மெல்ல மறைவிலிருந்து வெளியே வந்தாள். அவளுடைய புது ஆடை செய்த சத்தத்தைக் கேட்டு ராஜராஜன் திரும்பிப் பார்த்தான். அழகு அவன் முன்னே உருவெடுத்து வந்து நின்றதோ என்று பிரமை கொண்டான்.

மாநிறமான உடலில் நன்றாக மஞ்சள் பூசிக் குளித்து நெற்றியில் குங்குமம் இட்டிருந்தாள். நன்றாகக்கூட உலராத கூந்தலை மேலாக எடுத்துச் சொருகி அதில் மலர் வைத்து முடித்திருந்தாள். காதணிகளும் தோள் வளைகளும் கை வளைகளும் மரங்களின் நிழலின் நடுவே பாய்ந்து வந்த சூரிய கிரணங்களில் நவரத்தின காந்தியுடன் ஜொலித்தன. மஞ்சள் பட்டு ஆடை உடுத்திருந்தாள். கழுத்தில் சம்பங்கிப் பூ மாலை அணிந்திருந்தாள்.

"அம்மங்கா!" என்றான் ராஜராஜன்.

"அத்தான்!" என்று மெல்லிய குரலில் அம்மங்கா தேவி பூ திறந்து பேசுவது போல மொழிந்தாள்.

அவ்வளவு தான்! பலஹீனமான வார்த்தைகள் அவர்களுடைய நெஞ்சிலிருந்து கிளம்பி உதடுகளினருகே வந்து வெட்கிப் பின்வாங்கின. இருவரும் பரஸ்பரம் பரவசத்தால் சில நிமிஷங்கள் பேச்சற்று நின்றார்கள். அந்த மகா மௌனத்தில் இருவர் உள்ளங்களும் உரையாடின.

அம்மங்காதான் முதலில் பிரக்ஞை அடைந்தாள்.

"கோவிலுக்குப் போகவில்லையா?" என்றாள்.

"கோவிலுக்கா! நாம் நிற்பது கோவில்தானே?"

"கோவிலா!"

"இது பிரகிருதியின் சன்னதி!"

அம்மங்கா பரவசம் கொண்டவள்போலக் கண்ணெடுத்து அந்தச் சோலையைச் சுற்றிப் பார்த்தாள். ஆனந்தம் அதில் எதிரொலித்து நிறைந்திருந்தது.

பட்சிகள் சகல வாத்தியங்களையும் வாசித்தன. ராஜராஜன் அம்மங்காவின் கையைத் தன் கையில் எடுத்துக்கொண்டான்.

❖

ஹிந்துஸ்தான், 28-8-1938

ராஜேந்திரன் கனவு

ஆடி மாதம் பதினெட்டாம் பெருக்கன்று மாலை சக்கரவர்த்தி ராஜேந்திர சோழன், தன் புதிய தலைநகர் கங்கைகொண்ட சோழபுரத்து அரண்மனையின் உப்பரிகையில் உட்கார்ந்து கொண்டிருந்தார். பக்கத்தில் அவருடைய சகோதரி வேங்கி நாட்டு அரசி குந்தவை உட்கார்ந்து கொண்டு சக்கரவர்த்தியின் முகத்தை வாஞ்சையுடன் பார்த்துக்கொண்டிருந்தாள்.

ராஜேந்திர சோழனுக்கு அப்பொழுது வயது சுமார் ஐம்பத்தைத்திருக்கும். குந்தவைக்கு நாற்பதிருக்கலாம். மன்னன், ராஜ்ய விவகாரங்களை இளவரசன் ராஜாதி ராஜன் கையில் ஒப்படைத்துவிட்டார். அவர் எண்ணிய காரியங்களை அநேகமாகச் செய்து முடித்துவிட்டதால் ஓய்வு எடுத்துக்கொண்டுவிட்டார்.

அரண்மனைக்குப் பக்கத்திலிருந்த சோழ கங்கம் கொள்ளிடத்தின் பிரவாகத்தைப் பெற்று நிறைந்து தத்தளித்துக் கொண்டிருந்தது. ஆகாயத்தில் கருமேகங்கள் குவிந்து அஸ்தமனத்திற்கு முன்பே இருளைத் தோற்றுவித்தன. திடீரென்று ஒரு பெரும் காற்று எங்கிருந்தோ கிளம்பி வந்தது போல வந்து புழுதியைக் கிளப்பிற்று. மரங்கள் அலங்கோலமாக அங்குமிங்குமாகச் சாய்ந்து ஆடின. அவைகளின் நடுவே கங்கை கொண்ட சோழீசுவரத்தின் கோபுரம் உயர்ந்து கர்வத்துடன் தலையெடுத்து நின்றது.

அரசன் அதன் கொடுமுடியை அகமகிழ்ந்து பார்த்துக் கொண்டிருந்தார்.

"ராஜேந்திரா! என்ன அந்தச் சிகரத்தை அப்படிப் பார்க்கிறாய்?" என்று குந்தவை கேட்டாள்.

"அதுவா! என் கனவு. வெறும் கனவாக என் மனத்திலேயே இல்லாமல் உண்மையாக நடைமுறையில் வந்துவிட்டதற்கு இந்தக் கோபுரம் பிரத்தியக்ஷமான அடையாளம் அல்லவா?"

“ஆமாம்!”

“என் உயிரின் உன்னத ஆசைகளெல்லாம் ஒன்றாய்ச் சமைந்து, அதன் கொடுமுடியில், பொற்சிகரமாகக் கிளம்பி விளங்குகிறது. எனது கனவு கடைசியாக உருக்கொண்டுவிட்டது!”

“எனக்குத் தெரியாதா என்ன? அண்ணா உன் கனவுக்குக் காரணம் யார்? நினைவிருக்கிறதா?” என்று குந்தவை சிரித்துக்கொண்டு கேட்டாள்.

“இருக்கிறது அம்மா, நன்றாக இருக்கிறது. நீதான் அந்தக் கனவை என் மனதில் கற்பித்தவள். ஆஹா அந்த நாட்களில் – நான் வேங்கி நாட்டு வெற்றியிலிருந்து திரும்பியபொழுது – நீதானே, என்னை அல்லும் பகலுமாக, தூண்டித் தூண்டி வெற்றிகொள்ளச் செய்தாய்! ஆம் நீதான்! எல்லாம் உன் உற்சாகம்தான். பொன்னி நாட்டின் புலிக்கொடியில் நாம் கொண்ட பெருமைதான் என்ன! நமது விஜயாலய வம்சத்தில் –! அன்று புகாரில் பறந்த கொடி இன்று நாடெங்கும் பறக்கிறது! என் கனவின் – உன் கனவின் பலனாக! வைகைக் கரையிலிருந்து குமரிமுனை வரையில், கடாரத்திலும் ஈழ நாட்டிலும் – இன்று அலைக்காற்றை எதிர்த்து நிற்கிறது நமது கொடி!”

“ஆமாம்! நீ கங்கை கொண்ட சோழன்; உன் தலைநகர் கங்கை கொண்ட சோழபுரம்; இதோ பக்கத்தில், கடல்போலப் பரவி நிற்கும் இந்தப் பொன்னேரி நீ உண்டாக்கியது! அண்ணா, சோழ சாம்ராஜ்யம் சாசுவதமாகிவிட்டது! அதற்கு அடையாளங்களான இந்த நகர், இந்தக் கோயில், இந்த ஏரி, – எல்லாம் சாசுவதம். நீயே – கங்கை கொண்ட சோழனாகிய நீயே காலாந்தரத்திற்கும் சாசுவதமாகி விட்டாய்!”

குந்தவை உணர்ச்சிப் பெருக்கில் மெய்ம்மறந்து பேசினாள். ராஜேந்திரனும் ஒரு விதமான பரவசம் பொங்க ஆழ்ந்த யோசனையி லாழ்ந்தார்.

“என்ன யோசிக்கிறாய்?” என்று குந்தவை கேட்டாள்.

“இன்று நான் கிருதார்த்தன்! நினைத்ததையெல்லாம் சாதித்து விட்டேன்! அபஜயம் என்பது என்னவென்று எனக்குத் தெரியாது. பனியாத சத்துருவே எனக்குக் கிடையாது.”

“ஆமாம்!”

“சோழ சாம்ராஜ்யம் ஸ்தாபிமாகிவிட்டது. இனிமேல் அதற்குச் சிதைவு கிடையாது – அப்படி அஸ்திவாரம் போட்டு அதை எழுப்பி விட்டேன் . . . ஆனால் . . .”

“ஆனால் – என்ன? உனக்கென்ன குறைவு இன்று?”

“ஆ! குறைவும் இருக்கிறது! உதாரணமாக, என் நாட்டில், என் சமஸ்தானத்தில், சிறந்த கவி ஒருவன் இல்லையே!”

“கவியா! நீயேதான் தலைசிறந்த கவியாக இருக்கிறாயே!”

"நானா!"

"ஆமாம், நீதான் உன் நாட்டின் உத்தமகவி. இந்த நகரம் நீ இயற்றிய மகா காவியமல்லவா..? யோசித்துப் பார்! இதிகாச புராண காலத்திற்குப் பிறகு கற்பனையிலும் காரிய சித்தியிலும் உனக்கு நிகரான மேதாவி எவன் இருந்திருக்கிறான்?"

"நீ அப்படிச் சொல்லாதே! நீ என்னிடம் கொண்டிருக்கும் அன்பு உன் திருஷ்டியை மறைக்கிறது. எவ்வளவோ சரித்திர புருஷர்கள் எனக்கு முன் காலத்திற்கேற்ப சமூக தர்மத்தை நிர்ணயம் செய்திருக்கிறார்கள். அவர்களைப் போலப் பெருங்காரியம் ஒன்றும் நான் செய்து விடவில்லை. ஆசாரிய புருஷர்கள், தீர்க்கதரிசிகள், சக்கரவர்த்திகள் எத்தனை பேர்! – புத்தன், சங்கரன், அசோகன் –"

"அசோக சக்கரவர்த்திக்கு இணையாகச் சொல்லக்கூடிய சரித்திரம் கொண்டவன்தான் நீ!"

"இல்லையம்மா, இல்லை! அந்த ராஜரிஷியின் உலகளாவிய காருண்ய சேவை – அதற்கு ஈடேது?"

"நான் சரித்திர திருஷ்டியுடனேயே யோசித்துத்தான் பார்த்திருக்கிறேன். உன்னிடமிருக்கும் சில அம்சங்கள் அவரிடம் இல்லையே. அதற்கென்ன சொல்லுகிறாய்! அசோகனுக்கு அடுத்தபடி நீதான் பாரத பூமியில் மாபெரும் மன்னன்!"

"எனக்கு யுத்தங்களில் ஏற்பட்ட வெற்றிகளைக் கொண்டா சொல்லுகிறாய்?"

"இல்லை உன் நிர்மாண வேலையிலிருந்து சோழ நாட்டுத் தலைநகரையே புதிதாக சிருஷ்டித்தாய்!"

"தஞ்சை பொன்னி நாட்டின் பொக்கிஷம்தான். ஆனால் இன்று சோழ சாம்ராஜ்யம் பொன்னி நாட்டின் எல்லைக்கு மேல் போய் அகண்ட பாரதபூமியாக ஆகிவிட்டபடியால் தஞ்சையை மட்டும் கொண்டு நாட்டை நடத்த முடியாது. ராஜ்யம் நிலைகொள்ள வேண்டுமானால் பல செழிப்பான நகரங்கள் பல இடங்களில் உண்டாகிக் கூடார முனைகள் போல அதன் விரிப்பைத் தாங்கி நிற்க வேண்டும். இன்று கங்கைகொண்ட சோழபுரம் – நாளை வடக்கே இன்னொரு நகரம் – அதற்கு மேல் –" என்று ராஜராஜன் சொல்வதற்குள் குந்தவை தலையிட்டுக் "கங்கை ஜலத்தைக் கொண்டுவந்து இந்த ஏரியில் கொட்டி, இதை ஜலமயமான ஒரு ஜய ஸ்தம்பமாக்கினாய்!" என்றாள்.

"இது கங்கைபோல எந்த நாளும் பெருகி நாடு அமோகமாகச் செயல்பட வேண்டும்!"

"தஞ்சைக் கோவிலைக் காட்டிலும் அதிகமாகச் சிற்ப வேலைப்பாடு கொண்ட இந்தக் கோவிலை மயன் சிருஷ்டிபோல எழுப்பினாய்!"

"தென் நாட்டினிடைய கலைஞானத்தின் ஓர் உருவமாக இது நிரந்தரமாக நிற்கட்டும்!"

"பொட்டல் காட்டைப் பட்டணமாக்கிவிட்டாய்!"

"புனிதமான இந்தக் காவிரி நீர் மலட்டுப் பூமியில் ஈரமேறிவிட்டது. இதைப் போல இன்னும் ஐந்து ஜீவ நதிகள் இந்த நாட்டில் புனல் நிறைந்து வழிகின்றன. அந்த நதிகளின் நலத்தையும் இந்த மாதிரி, பல முடிகொண்டான் வாய்க்கால்கள் மூலம் –தரிசுகளின் மேல் திருப்பித் தங்கம் விளையச் செய்ய வேண்டும். எங்கும் வயல்கள் வண்டல் கட்ட வேண்டும். பொன் அணிய வேண்டும். மக்கள் மகிழ்ச்சிச் சமூகமாக வேண்டும் – ஆகையால் குந்தவையே!"

"ஆகையால் என்ன?" என்று குந்தவை ஆச்சரியமடைந்து கேட்டாள்.

"என் கனவு –" என்று ராஜேந்திரன் பேச முடியாதவர்போல் தடுமாறினார்.

"ஏன், உன் கனவிற்கென்ன?"

"இப்பொழுதான் உருக்கொள்ள ஆரம்பித்திருக்கிறது?. நான் செய்ததெல்லாம் – இனிமேல் செய்யப் போவதற்கு – உரைபோடக் காணாது!"

வயது சென்ற மன்னன் திடீரென்று ஆசனத்தை விட்டுக் குதித் தெழுந்தார்.

"அண்ணா! உனக்கென்ன பேராசை? மனிதன் முயற்சியில் இதற்கு மேல் என்ன செய்ய முடியும்?"

"என்ன செய்துவிட்டேன்? என் கீர்த்திக்காகவும் சாம்ராஜ்யத்தை சிருஷ்டி செய்திருக்கிறேன். மக்களுக்காக என்ன செய்திருக்கிறேன் சொல்லு?"

"உன் செயல்களின் பயனையெல்லாம் அவர்கள்தானே அனுபவித் திருக்கிறார்கள்? கடாரம் கொண்டதால் வியாபாரமும் கைத்தொழில் களும் எவ்வளவு விருத்தி அடைந்துவிட்டன –இவ்வளவு சீக்கிரமாக நம் கண் முன்னேயே? சிங்களமும் பாண்டிய நாடும் சாம்ராஜ்யத்திற்கு எப்பேர்பட்ட செல்வங்கள்?"

"அறிவு வளர்ச்சிக்கு என்ன செய்திருக்கிறேன்?"

"எவ்வளவோ செய்திருக்கிறாய்!"

"இந்தக் கோவிலைக் கட்டியிருக்கிறேனே – இதை உண்மையாக அறிவிற்கு இடமாக்க வேண்டும். உரமேறிய நாட்டில் உயிர் ததும்ப வேண்டும். உயிரின் சிகரமாக இந்தக் கோபுரம்போல், உண்மை ஓங்க வேண்டும்."

மன்னன் மௌனமாகிவிட்டார். அவருடைய எண்ணங்கள் போன போக்கு வார்த்தைகளுக்குக் கிட்டவில்லை. குந்தவையும் அப்படியே சிலை போலச் சமைந்துபோய் உட்கார்ந்திருந்தாள்.

திடீரென்று கண்ணைப் பறிக்கும் ஓர் ஒளி உருகின தங்கத்தின் வர்ணத்துடன் பூமிமேல் விழுந்து மறைந்தது. மறுநிமிஷம் வானமளாவிய விமானங்கள் இடிவது போன்ற சத்தம் கேட்டது. இடி விழுந்தது.

அரசன் எண்ணங்கள் சடக்கென்று நின்றன. அவரது உள்ளம் மலர்ந்து உயர்ந்தபோது திடீரென்று அதைத் தாக்கிய ஒரு அபசகுனம் என்று அந்த இடியைக் கருதினார்.

சிறிது நேரம் கழித்துச் செய்திகள் வந்தன.

இடி கோவில் விக்கிரகத்தின் மேல் விழுந்து லிங்கம் பிளந்து போய்விட்டது.

சோழகங்கம் கரையுடைந்து பாசன நிலங்கள் முழுவதும் நீரின் கீழ் மூழ்கிவிட்டன!

ராஜேந்திரன் அவ்விரண்டையும் சூசனைகளாகக் கொண்டார்.

சிலை அன்று சிதைவடைந்தாலும் கோவில் இன்றும் நிற்கிறது. சோழ சாம்ராஜ்யம் முன்னூறு ஆண்டுகள் கழித்துச் சிதைவு பெற்றாலும் சரித்திரத்தில் அழியாமல் இருக்கிறது.

"அண்ணா! கங்கைகொண்ட சோழபுரம் இவ்வளவுதானா?" என்று குந்தவை சோர்வுடன் கேட்டாள்.

"யார் கண்டார்கள்? நான் கண்டது இன்றும் கனவுதான் போலிருக்கிறது! – சரித்திரமே கனவும் அதன் சிதைவும்தான் போலிருக்கிறது! – பிறப்பும் இறப்பும் போலவோ?" என்று ராஜேந்திரன் பணிவுடன் பேசினார்.

ஹிந்துஸ்தான், 23-10-1938

விடியுமா?

தந்தியைக் கண்டு எல்லோரும் இடிந்து உட்கார்ந்து போனோம். அதில் கண்டிருந்த விஷயம் எங்களுக்கு அர்த்தமே ஆகவில்லை போலிருந்தது.

"சிவராமையர் – டேஞ்ஜரஸ் –" என்ற இரண்டு வார்த்தைகளே இருந்தன. தந்தி சென்னை ஜெனரல் ஆஸ்பத்திரியிலிருந்து வந்திருந்தது.

என் தமக்கை இரண்டு மாதங்களுக்கு முன்புதான் சென்னையிலிருந்து வந்தாள். அப்பொழுது எங்கள் அத்திம்பேர் நன்றாகக் குணமடைந்துவிட்டார். க்ஷயத்தின் சின்னம் கொஞ்சங்கூட இல்லையென்று பிரபல வைத்தியர்கள் நிச்சயமாகச் சொல்லிவிட்டார்கள்.

ஓங்கித் தலையில் அடித்ததுபோலக் குஞ்சம்மாள் பிரமை தட்டிப்போய் உட்கார்ந்திருந்தாள்.

எங்கள் எல்லோருடைய மனத்திலும் ஒரு பெருத்த போர் நடந்துகொண்டிருந்தது. "இருக்காது!" "ஏன் இருக்கக் கூடாது? இருக்கும்!" என்று இரண்டு விதமாக மனத்தில் எண்ணங்கள் உதித்துக்கொண்டிருந்தன. "இருக்கும்!" என்ற கட்சி, தந்தியின் பலத்தில் வேரூன்றி வலுக்க வலுக்க, "இருக்காது!" என்ற கட்சி மூலைமுடுக்குகளிலெல்லாம் ஓடிப்பாய்ந்து தனக்குப் பலம் தேட ஆரம்பித்தது.

தந்தியில் கண்டிருந்ததைத் திரும்பத் திரும்பப் படித்தோம். அதில் ஒன்றும் பிசகு இருக்கவே முடியாது. சென்னை ஜெனரல் ஆஸ்பத்திரியிலிருந்துதான் வந்திருந்தது; சந்தேகமில்லை. காலையில் அடித்திருக்கிறார்கள். குஞ்சம்மாள் பேருக்குத்தான்! தவறு எப்படியிருக்க முடியும்?

ஆனால், இவ்வளவு சீக்கிரத்தில் என்ன நேர்ந்திருக்க முடியும்? மூன்று நாட்களுக்கு முன்புதானே கடிதம் வந்தது? ஏதாவது உடம்பு சௌகரியமில்லாமல் இருந்தால் அதில் எழுதாமல் இருப்பாரோ?

என் தமக்கையும் நானும் சாயந்திரம் ரயிலில் சென்னைக்குப் புறப்பட்டோம். அதுதான் அன்று கும்பகோணத்திலிருந்து சென்னைக்குப் போகும் முதல் வண்டி.

புறப்படுவதற்குமுன் நல்ல வேளை பார்த்துப் 'பரஸ்தானம்' இருந்தோம். சாஸ்திரிகள், "ஒண்ணும் இருக்காது. கிரகம் கொஞ்சம் பீடிக்கும், அவ்வளவுதான்!" என்றார். அம்மா, தெய்வங்களுக்கெல்லாம், ஞாபகமாக ஒன்றைக்கூட விடாமல், பிரார்த்தனை செய்துகொண்டு, மஞ்சள் துணியில் காணிக்கை முடிந்துவைத்தாள். குஞ்சம்மாளுக்கு மஞ்சள் கிழங்கு, குங்குமம், புஷ்பம், வெற்றிலை பாக்கு, க்ஷேமதண்டுலம் எல்லாம் மறந்துபோகாமல் மடி நிறையக் கட்டிக்கொடுத்தாள். பசியுடன் போகக் கூடாது என்று, புறப்படும்பொழுது கட்டாயப்படுத்தி இருவரையும் சாப்பிடச் செய்தாள்.

குஞ்சம்மாள், இயந்திரம்போலச் சொன்னதையெல்லாம் செய்தாள்; "ஸ்வாமிக்கு நமஸ்காரம் பண்ணு!" என்றதும் போய் நமஸ்காரம் செய்தாள்.

அவள் கதிகலங்கிப் போயிருந்தாள் என்பது அவள் பேச்சற்றுப் போயிருந்ததிலிருந்தே நன்றாகத் தெரிந்தது. அவளுடைய கலகலப்பு, முதல் தடவையாக அன்று, எங்கோ அடங்கிவிட்டது.

அம்மா வாசலில் போய்ச் சகுனம் பார்த்தாள். திவ்வியமான சகுனம். காவேரியிலிருந்து அடுத்த வீட்டுச் சுந்தரி ஜலம் எடுத்துக் கொண்டு எதிரே வந்தாள்.

"ஒண்ணும் இருக்காது! நமக்கேன் அப்படியெல்லாம் வரது? நாம் ஒத்தருக்கு ஒண்ணும் கெடுதல் எண்ணலீலே" என்றெல்லாம், அம்மா அடிக்கடி தன்னையும் பிறரையும் சமாதானம் செய்து கொண்டிருந்தாள்.

ரயில் ஏறுகிறபொழுது மணி சுமார் எட்டு இருக்கும். இரவு பூராவும் போயாகவேண்டுமே என்று துடித்தோம். போய் இறங்குவதற்கு முன் செய்வதற்கு ஒன்றுமில்லை என்றதால், கொஞ்சம் கொஞ்சமாகத் துடிப்பும், கலக்கமுங்கூட மட்டுப்பட்டன. இரண்டு ஜன்னல்களின் அருகில் நேர் எதிராக இரண்டு பெஞ்சுகளில் உட்கார்ந்தோம்.

"நீ புறப்படுகிறபோது ஒன்றுமே இல்லையே, அக்கா?" என்றேன், ஏதாவது பேச்சுக் கொடுக்க வேண்டுமென்று.

"ஒண்ணுமில்லையே! இருந்தால் புறப்பட்டு வருவேனா?" என்று அவள் ஏக்கம் நிறைந்த குரலில் பதில் சொன்னாள்.

"அதற்குள் திடீரென்று ஒன்றும் ஏற்படுவதற்குக் காரணமே இல்லையே!"

எது எப்படியானாலும், மனத்தைச் சில மணி நேரங்களாவது ஏமாற்றித் தத்தளிப்பைக் கொஞ்சம் குறைத்துக்கொள்ளலாம் என்று நினைத்தது போலப் பேச்சு வெளிவந்தது.

"நான், இந்த நோன்பிற்காக இங்கே தாமதம் செய்யாமல், போயிருக்காமல் போனேன்!"

"ஒருவேளை, அக்கா, நோன்பிற்காக நீ இங்கே இருந்துவிட்டது தான் அத்திம்பேருக்குக் கோபமோ? அவர் உடனே வரும்படியாக எழுதியிருந்தார். நாம் ஒரு வாரத்தில் வருவதாகப் பதில் எழுதினோம். அதற்காகத்தான் இப்படித் தந்தி அடித்துவிட்டாரோ?"

"ஆஸ்பத்திரியிலிருந்து வந்திருக்கே?"

"ஆஸ்பத்திரி பேரை வைத்து அத்திம்பேரே அடிக்கக் கூடாதா?"

"அப்படி அடிக்க முடியுமோ?" குஞ்சம்மாள் குரலில் ஆவல் இருந்தது.

"ஏன் முடியாது? தந்தியாபீஸில் –"

"ஒருவேளை அப்படி இருக்குமோ?" என்று கேட்டபொழுது குஞ்சம்மாளின் முகம் கொஞ்சம் மலர்ந்துவிட்டது.

"அப்படித்தான் இருக்க வேண்டும். இப்படித் திடீரென்று ஒன்றும் ஏற்படக் காரணமே இல்லை. முந்தாநாள்தானே கடிதாசு வந்தது?"

"ஆமாம்! அதில் ஒடம்பெப் பத்தி ஒண்ணுமே இல்லையே?"

"தந்தியடித்தால் நாம் உடனே புறப்பட்டு வருவோம் என்றுதான் அடித்திருக்கிறார். வீட்டிலிருந்து அடித்தால்கூட அவ்வளவு தாக்காது என்று ஆஸ்பத்திரி பேரை வைத்து அடித்திருக்கிறார்."

"அப்படி அடிக்க முடியுமாடா, அம்பி? அப்படியிருக்குமா?" என்று மறுபடியும் குஞ்சம்மாள் சந்தேகத்துடன் கேட்டாள்.

அவள் அப்படிக் கேட்டபொழுது, முடியாது என்று எனக்குத் தெரிந்திருந்தால்கூடச் சொல்ல மனம் வந்திருக்குமோ, என்னவோ?

"நீ வேண்டுமானால் பாரேன்! எழும்பூர் ஸ்டேஷனில் வந்து இருக்கப்போகிறார்" என்றேன்.

மனத்தில், ஆழத்தில் பீதி அதுபாட்டிற்குப் புழுப்போலத் துளைத்துக் கொண்டே இருந்தது. மேலே மட்டும் சமாதானம். கொஞ்சநேரத்திற்கு ஒருதரம் அந்தத் திகில் மேல்மட்டத்திற்கு வந்து தலையெடுக்கும்; உடம்பு பதறும்; நெஞ்சு உலரும்; அடிவயிறு கலங்கும்; முகம் விகார மடையும்; மறுபடியும் மெதுவாகச் சமாதானத்தின் பலம் அதிகமாகும்; பயத்தைக் கீழே அமுக்கிவிடும்.

சுகமோ துக்கமோ எந்த நிலைமையிலும் நீடிக்க முடியாது என்பதற்கு மனித சுபாவத்தில் இதுவும் ஓர் அத்தாட்சியோ?

ரயில் வண்டி வெறி பிடித்ததுபோல் தலைதெறிக்க ஓடிக் கொண்டிருந்தது. எங்கேயோ சென்னையில் விடியப்போகும் ஒரு காலையை நோக்கிக் கன வேகமாகப் போய்க்கொண்டிருந்தது போலிருந்தது.

துக்கத்தில் தலையெடுக்கும் தைரியம்போல தொலை இருளில் அந்த ஒளித்தொடர் விரைந்து சென்று கொண்டிருந்தது.

சென்னை போய்ச் சேரும்பொழுது, எங்கள் கவலையும் அந்த இருளைப் போலப் பின் தங்கிவிடாதா? நிம்மதி, காலையைப் போல, அங்கே எங்களை வந்தடையாதா? இருள், நிச்சயம் கூட வராது! சென்னையில் காலைதான்! – இவ்வாறெல்லாம் பேதை மனம் தன்னைத் தேற்றிக்கொண்டே இருந்தது.

குஞ்சம்மாள் மூட்டையிலிருந்து வெற்றிலை பாக்கை எடுத்து எனக்குக் கொடுத்துத் தானும் போட்டுக்கொண்டாள்.

எங்களவர்களுக்குள்ளேயே குஞ்சம்மாள் அதிக அழகு என்று பெயர். நல்ல சிவப்பு; ஒற்றை நாடித் தேகம்; அவளுக்குத் தெருவிலேயே ஒரு செல்வாக்கு உண்டு.

அன்றென்னவோ, இன்னும் அதிகமாக, அவள் ஒளிர்ந்துகொண் டிருந்தாள். அவள் முகத்தில் என்றுமே இல்லாத ஓர் ஏக்கம் அன்று முதல் முதலாகத் தென்பட்டதாலோ என்னவோ, அவள் அழகு மிளிர்ந்து தோன்றினாள்.

குஞ்சம்மாளுக்குப் புஷ்பம் என்றால் பிராணன். யார் கேலி செய்தாலும் லட்சியம் செய்யமாட்டாள். தலையை மிஞ்சிப் பூ வைத்துக் கொள்ளுவாள். ஆனால் அன்று அவள் தலையில் வைத்துக்கொண்டிருந்த பூவைப் போல, அது என்றும் சோபித்ததில்லை என்று என் கண்களுக்குப் பட்டது. வெற்றிலைக் காவி அவளுடைய உதடுகளில் அன்றுதான் அவ்வளவு சிவப்பாகப் பிடித்திருந்தது போலிருந்தது.

சோர்வில்தான் சௌந்தரியம் பரிமளிக்குமோ? அல்லது –? கடைசியாக, அணைவதற்கு முன்னால், விளக்கு –? இல்லை! இல்லை!

குஞ்சம்மாள் அன்று என்னவோ அப்படியிருந்தாள்.

வெற்றிலையைப் பாதி மென்றுகொண்டே, “அம்பி, ஒங்க அத்திம் பேருக்கு வாக்கப்பட்டு நான் என்ன சுகத்தைக் கண்டேன்?” என்றாள் குஞ்சம்மாள்.

அவளுடைய கண்களில் ஜலம் மளமளவென்று பெருகிற்று.

“என்னிக்கும் பிடிவாதம், என்னிக்கும் சண்டை, நான் அழாத நாள் உண்டா? – என் வாழ்வே அழுகையாக –” என்று உணர்ச்சி வேகத்தில் ஆரம்பித்தவள் சட்டென்று நிறுத்திக்கொண்டாள்.

“எதிலாவது நான் சொன்ன பேச்சைக் கேட்டது உண்டா? எப்படியோ ஆயுசுடன் இருந்தாற் போதுமென்று தோன்றிவிட்டது, போன தடவை உடம்புக்கு வந்தபோது!”

இருவரும் வெகுநேரம் மௌனமாக இருந்தோம். ஆனால் மனது மட்டும் மௌனமாக இருக்கவில்லை.

நல்ல நிசிவேளை. வண்டியில் ஜனங்கள் உட்கார்ந்து கொண்டும் படுத்துக்கொண்டும் அநேக தினுசாகத் தூங்கிக்கொண்டிருந்தார்கள். வண்டி ஒரு சின்ன ஸ்டேஷனில் நின்றதும், சிலர் எழுந்து இறங்கிப் போவார்கள், மௌனமாகப் பிசாசுகள்போல. அப்பொழுதுதான் தூங்கி எழுந்த சிலர், "இதென்ன ஸ்டேஷன்?" என்று தலையை வெளியே நீட்டிக் கேட்பார்கள். போர்ட்டர் ஒருவன் ஏதாவது ஒரு ஸ்டேஷன் பெயரை அரைகுறையாகத் தூங்கி வழிந்துகொண்டே சொல்லுவான். மறுபடியும் வண்டி பூரான் மாதிரி ஓட ஆரம்பிக்கும்.

சுமார் ஒரு மணிக்கு வண்டி விழுப்புரம் ஸ்டேஷனுக்குள் ஆர்ப்பாட்டத்துடன் போய் நின்றது. அதுவரையிலும் வண்டியில் அமைதியும் நிசப்தமும் இருந்தன. அந்த ஸ்டேஷனில் கூட்டமும் கூக்குரலும் அதிகமாயின. அதுவரையில் காலியாகவே வந்த எங்கள் பலகைகளில் சாமான்கள் நிறைந்தன. நகரத்தார் இனத்தைச் சேர்ந்த பெண்மணி ஒருத்தி, பெண் குழந்தையும் புட்டியுமாக என் தமக்கையின் பக்கத்தில் வந்து உட்கார்ந்தாள்.

அவள் அணிந்திருந்த முதல்தரமான வைரங்களுடன் அவள் முகமும் ஜொலித்துக்கொண்டு இருந்தது. ஏதோ ஓர் உள்ளப் பூரிப்பில் அவள் தன்னையே மறந்து தன் குழந்தையுடன் கொஞ்சினாள்.

வண்டி புறப்பட்ட சற்று நேரத்திற்கெல்லாம் என் தமக்கையின் பக்கம் தன் புன்னகை பூத்த முகத்தைத் திருப்பி, "எங்கிட்டுப் போறீக அம்மா?" என்று கேட்டாள்.

என் தமக்கை சுருக்கமாக, "பட்டணம்" என்றாள்.

"நானும் அங்கேதாம்மா வாரேன்!" என்று ஆரம்பித்து, அந்தப் பெண் வரிசையாகக் கேள்விகள் கேட்டுக் கொண்டே இருந்தாள். பிறகு தன் பக்கத்தில் இருந்த ஓலைப் பெட்டியிலிருந்து கொஞ்சம் மல்லிகைப்பூ எடுத்துக் குஞ்சம்மாளுக்குக் கொடுத்தாள்.

என் தமக்கை மெய்சிலிர்த்துப் போனாள். வெகு ஆவலுடன் அந்தப் பூவை வாங்கி ஜாக்கிரதையாகத் தலையில் வைத்துக் கொண்டாள். அம்பாளே அந்த உருவத்தில் வந்து தனக்குப் பூவைக் கொடுத்து, "கவலைப்படாதே! உன் பூவிற்கு ஒருநாளும் குறைவில்லை!" என்று சொன்னது போல எண்ணினாள்.

அதுவரையில் அவளுக்கு ஒவ்வொரு வார்த்தை பதில் சொல்லிக் கொண்டு வந்தவள், உடனே இளகி, அவளிடம் சங்கதி பூராவும் சொன்னாள்.

"மகாலட்சுமிபோல இருக்கீங்கம்மா! ஒங்களுக்கு ஒண்ணும் கொறவு வராது!" என்று அவள் சொன்னதைத் தெய்வ வாக்காக எடுத்துக்கொண்டுவிட்டாள் குஞ்சம்மாள். அந்த ஆறுதலில் கொஞ்ச நேரம் அவளுடன் கவலை மறந்து பேசிக்கொண்டிருந்தாள்.

திடீரென்று ஞாபகம் வந்துவிட்டது. ஏதோ பெருத்த குற்றம் செய்தவள்போலத் திகிலடைந்தாள். 'ஐயையோ! பைத்தியம்போல்

இப்படிச் சிரிச்சுண்டுப் பேசிண்டிருக்கேனே!' என்று எண்ணினவள் போல அவள் கலவரமடைந்தது நன்றாகத் தெரிந்தது. வண்டி போன வேகத்தில் விர்ரென்று அடித்த காற்றிலும் அவளுடைய முகத்தில் வியர்வை தென்பட்டது.

ஆனால் எவ்வளவு நேரந்தான் கவலைப்பட முடியும்? கவலையால் ஏற்பட்ட அசதியிலேயே எங்களை அறியாமல் கண்ணயர்ந்தோம்.

துக்கத்தில், நித்திரையும் நினைவு மறதியும் சேர்ந்துதான் வாழ்க்கைக்கு ஒரு சிறு போதையாகித் தாபத்தைத் தணிக்கின்றனவோ?

வண்டி செங்கற்பட்டை நெருங்குகிற சமயம் வாரிச் சுருட்டிக் கொண்டு எழுந்து உட்கார்ந்தோம். கிழக்கு வெளுத்துக்கொண்டிருந்தது. வண்டி ஏதோ ஒரு குக்கிராமத்தைக் கடந்து போய்க்கொண்டிருந்த பொழுது கோழி கூவியதுகூடக் காதில் வந்து பட்டது.

'அப்பா! விடியுமா?' என்கிற நினைப்பு ஒருபக்கம்.

'ஐயோ! விடிகிறதே! இன்னிக்கி என்ன வச்சிருக்கோ!' என்ற நினைப்பு மற்றொரு பக்கம்.

இரவின் இருட்டு அளித்திருந்த ஆறுதலைக் கொஞ்சம் கொஞ்சமாகத் தலைகாட்டிய வெளிச்சம் பறிக்க வருவது போல் இருந்தது.

எங்கேயோ, கண்காணாத தூரத்தில் உருவடைந்த ஒரு காட்சியில் ஈடுபட்டவளாய் நிலைகுத்திய பார்வையுடன் குஞ்சம்மாள் அசையாமல் உட்கார்ந்திருந்தாள்.

"செங்கற்பட்டில் பல் தேய்த்துக்கொண்டு காபி சாப்பிடுவோமா?" என்று கேட்டேன்.

"எல்லாம் பட்டணத்தில்தான்!" என்று சொல்லிவிட்டாள் குஞ்சம்மாள். பக்கத்தில் நகரத்தார் பெண் கவலையற்றுத் தூங்கிக் கொண்டிருந்தாள்.

"இதோ ஆயிற்று, இதோ ஆயிற்று!" என்று சொல்வதுபோல வண்டி தாவிப் பறந்துகொண்டிருந்தது.

ஆனால் எங்களுக்கு என்னவோ பட்டணம் நெருங்க நெருங்க, வண்டி வேண்டுமென்றே ஊர்வதுபோல இருந்தது.

எழும்பூர் வந்தது கடைசியாக.

ஸ்டேஷனில் யாருமில்லை; அதாவது எங்கள் அத்திம்பேர் இல்லை – எல்லோரும் இருந்தார்கள். 'ஆனால் அவர் ஸ்டேஷனுக்கு எதற்காக வரவேண்டும்? அங்கே எதிர்பார்ப்பது சரியில்லைதான்' என்று அப்பொழுது தோன்றிற்று.

வீட்டுக்குப் போனோம். வீடு பூட்டியிருந்தது.

உடம்பு சௌகரியமில்லைதான்! சந்தேகமில்லை இப்பொழுது!

ஜெனரல் ஆஸ்பத்திரிக்குப் போனோம். அரை மணிநேரம் துடித்த பிறகு குமாஸ்தா வந்தார்.

"நீங்கள் கும்பகோணமா?" என்றார்.

"ஆமாம் –" என்றேன்.

"நோயாளி – நேற்றிரவு – இறந்துபோய்விட்டார்" என்று குமாஸ்தா சாவதானமாகச் சொன்னார்.

"இறந்து – ? அது எப்படி? அதற்குள்ளா?" அப்பொழுதும் சந்தேகமும் அவநம்பிக்கையும் விடவில்லை.

"சிவராமையர் – ?"

"ஆமாம், ஸார்!"

"ஒரு வேளை –"

"சற்று இருங்கள். பிரேதத்தைப் பெற்றுக்கொள்ளலாம்" என்று சுருக்கமாகச் சொல்லிவிட்டுக் குமாஸ்தா தம் ஜோலியைக் கவனிக்கப் போனார்.

கொஞ்சம் நேரம் கழித்துப் பிரேதத்தைப் பெற்றுக்கொண்டோம்.

அப்பொழுது, அதைப் பார்த்தவுடன், நிச்சயமாயிற்று!

ஒரு வழியாக மனத்தில் இருந்த பயம் தீர்ந்தது; திகில் தீர்ந்தது.

பிறகு – ?

விடிந்துவிட்டது!

❖

கலைமகள், அக்டோபர், 1938

வாழ்க்கைக் காட்சி

களத்துமேட்டு மாமரத்தடியில் கயிற்றுக் கட்டில் போட்டுக்கொண்டு உட்கார்ந்திருந்தேன். இலைகளின் இடை வெளிகளின் மூலம் மேலே விழுந்த வெயில் அவ்வளவாக உறைக்கவில்லை. தை பிறந்து பத்துத் தேதிகளாயிருந்தன. குளிர்காற்று மத்தியானங்கூடக் கொல்லிமலையிலிருந்து ஜில்லென்று வந்தது.

வயலில் ஆட்கள் அறுப்பு அறுத்துக்கொண்டிருந்தார்கள். தங்கவர்ணத்துடன் தலைதூக்கி மஞ்சள் பாம்புகள்போலப் படமெடுத்து ஆடிக்கொண்டிருந்தன நெற்பயிர்கள். ஆறுமுகம் அவர்களுடன் இடுப்புக் கோவணமும் தலையில் சுற்றிய துணியுமாக அறுப்பில் மும்முரமாக இருந்தான். குழந்தையை மாமரக்கிளையில் தூளிபோட்டுத் தூங்கவைத்து விட்டு வள்ளியம்மை கட்டுக் கட்டிக்கொண்டிருந்தாள். இளமையால் பூரித்து விரிந்திருந்த அவளுடைய முதுகு வெயிலில் வியர்வையுடன் பளபளவென்று இருந்தது.

சடையனும் பூவாயியும் ஒரு மரத்தடியில் இளைப்பாறிப் புகையிலை போட்டுத் துப்பிக்கொண்டிருந்தார்கள்.

நான்கு வருஷங்களுக்கு முன்னால் நான் சென்னையில் படித்துக்கொண்டிருந்த சமயம், என் தாயுடன் திருவல்லிக் கேணியில் வசித்துவந்தேன். சட்ட கலாசாலைக்குப் பிரதி தினமும் திருவல்லிக்கேணியிலிருந்து மோட்டார் பஸ்ஸில் 'டவுனு'க்குப் போவது வழக்கம்.

தீபாவளிக்கு முதல்நாள் சாயந்திரம் ஆறுமணி. தேவையான கதர்த் துணிகளைக் காதிபந்தரில் வாங்கிக் கொண்டு பூக்கடை பஸ் ஸ்டாண்டில் பஸ்ஸிற்காகக் காத்துக்கொண்டிருந்தேன். வெகுநேரம் அங்கே நிற்க வேண்டியதாயிற்று. வந்த பஸ்களெல்லாம் நிறைந்து வந்தன.

மேலே வானம் கறுத்து மழை எந்த நிமிஷம் வருமோ வென்று இருந்தது. பக்கத்தில் ரோட்டின் ஓரத்திலிருந்த

மேடைமேல், வீடற்ற ஏழைகள் ஈசல்கள்போல நிறைந்திருந்தார்கள். மழை வந்தால் அந்த அநாதைகள் என்ன செய்வார்கள் என்று யோசித்தவாறு நின்றுகொண்டிருந்தேன்.

இரவும் பகலும் அவர்கள் அங்கேதான் வாசம் செய்வார்கள். ரோட்டின் எல்லையாக இருக்கும் அந்தச் சுவரோரத்தில் கல்களை வைத்து ஏதாவது கிடைத்ததைச் சமைத்துச் சாப்பிடுவார்கள்; கிடைக்கா விட்டால் மரத்தடியிலோ வானத்தடியிலோ படுத்துக்கொண்டு விடுவார்கள்; பஸ் பிரயாணிகள் கொடுக்கும் சில்லறைக்கு ஆப்பமோ தோசையோ வாங்கிச் சாப்பிடுவார்கள். கிழிந்து சிக்குப்பிடித்த உடைகள் அவர்கள் உடலைப் பொத்திக்கொண்டிருக்கும். வறுமையின் கொடுமை அதற்குமேல் அவர்களை என்ன செய்ய முடியும்? மானத்தைக்கூட இழக்கும் தறுவாயில் அவர்களை வைத்துப் பிறகு என்னதான் செய்யக்கூடும்? அந்த வெறும் நிர்க்கதியில் அவர்களுக்கு ஒரு கோரமான சிரிப்பும் சந்தோஷமும் இருந்தன. கேலி பேசுவார்கள்; வம்பளப்பார்கள்; ஒருவருக்கொருவர் சிக்குத்தலையில் பேன் பார்த்துச் சொடுக்குவார்கள். அசங்கியமான வார்த்தைகளும் செய்கைகளும் அவர்களுக்குக் கொஞ்சம் கூடச் சிரமமாக இல்லை.

பஸ்ஸிற்குக் காத்துக்கொண்டிருந்ததால் கொஞ்ச நேரம் அந்தப் பக்கம் திரும்பி அந்தச் சாவுமுகங்களைப் பார்த்தேன். மங்கிய ஒளியில் திடீரென்று ஒரு முகம் எங்கேயோ பார்த்ததுபோலக் கண்ணில் பட்டது. ஆனால் அந்த நிமிஷம் ஒரு பஸ் வந்ததால் திரும்பி அதன் பக்கம் ஓடினேன். அதிலும் இடமில்லை என்று அறிந்து ஆத்திரத்துடன் பின்வாங்கும்பொழுது ஒரு குரல் காதில் பட்டது.

"சின்னச்சாமி, ஆத்தா!" என்று ஒரு பெண் கத்தினாள்.

"எங்கேடி?" என்று ஒரு நடுவயது ஸ்திரீ தலை நீட்டினாள்.

"ஆயா! இந்தப்பாரு!" என்று அவள் கத்தினாள்.

"என்னாது" என்று சொல்லிக்கொண்டு எங்களூர்ச் சடையன் வந்தான்.

என்னைக் கண்டவுடன் அவன் பேச்சற்றுப் போய் அப்படியே நின்றுவிட்டான். பூவாயி தன் கிழிந்த புடைவையைச் சரிப்படுத்திக் கொண்டு, "ராசா!" என்று அலறின வண்ணம் என் காலடியில் வந்து உட்கார்ந்துவிட்டாள். வள்ளியம்மை விடாமல் என்னைப் பார்த்துக்கொண்டு நின்றாள்.

என் திக்பிரமையிலிருந்து நான் மீண்டு, மறுபடியும் பேசுவதற்குக் கொஞ்சம் நாழிகையாகி விட்டது.

"என்ன சடையா? இதென்ன?" என்றேன்.

அவனால் பேச முடியவில்லை. கண்ணிலிருந்து ஜலம் கொட்டிற்று. பூவாயி கொஞ்சம் சமாளித்துக்கொண்டாள்.

“நாங்க ஒன்னை எடுத்து வளத்தமே! – எங்களை நீ ஒதச்சுத் தள்ளிட்டயே! ஊர்லே பொளப்பில்லே. ஒன்காலிலே உளலாமினு பட்டணத்துக்கு வந்தோம். நீ எங்கிட்டு இருக்கறேன்னு தெரியலே. மூணு மாசமாச்சு, – ராவுப் பட்டினி, பவல் பட்டினி. இது ஒனக்கு அடுக்குமா? பெரியய்யா இருந்தா இப்படி என்னைத் தவிக்கவுடுவாரா?” என்று ஒரே மூச்சில் சொல்லி அழுதாள்.

என் தலை கிர்ரென்று சுற்றிற்று. சட்டென்று ‘பஸ் இங்கே நிற்கும்’ என்ற போர்டைப் பிடித்துக்கொண்டேன்.

நான் பட்டணத்துக்குப் படிக்க வந்தபொழுது கிராமத்திலிருந்த நிலங்களையெல்லாம் மொத்தமாக ஐந்து வருஷங்களுக்கு ரொக்கக் குத்தகை பேசி ஒரு பெரிய மனிதரிடம் ஒப்படைத்துவிட்டு வந்தேன். சடையனும் அவன் தகப்பனும் எங்கள் குடும்பத்தில் வெகுகாலமாக இருந்து எங்கள் நிலங்களைச் சாகுபடி செய்தவர்கள். வீட்டில், அதிலும் என் தகப்பனார் போனபிறகு, சடையன்தான் அதிகாரி. “அம்மா! அப்படிச் செய்யாதே!” என்று என் தாயைக்கூட உத்தரவிடுவான். “அந்த மேட்டை இந்த வருஷம் எடுத்தாகணும். பத்துக்கலம்செலவாகும்” என்று சொல்லிவிட்டு அவன் பாட்டிற்கு வேலை செய்துவிடுவான். “இந்தவாட்டி, கிணறு தூரு வாராட்டி ஒரு மணி நெல் வராது” என்று பத்துக் கலம் அதற்குச் செலவழிப்பான்.

நான் மைனர்; என் தாயோ உலகம் தெரியாதவள். கிராமத்தில் எல்லோரும் எங்களைக் கண்டு அனுதாபப்பட்டார்கள். கணக்குப் பிள்ளை என் தாயிடம் வந்து, “அம்மா! அந்தச் சடையனுக்கு ஏன் இவ்வளவு இடங்கொடுத்துச் சொத்து நஷ்டப்படுகிறீர்கள்? நான் ஒரு சரியான பேர்வழியைப் பிடித்துத் தருகிறேன். மொத்தமாக ஒருவரிடத்தில் நிலங்கள் பூராவையும் ஒப்படைத்துவிட்டால் கவலையே இல்லை” என்று சொன்னார். தாய் அந்த யோசனைக்குச் சம்மதித்து என் கார்டியனாகத் தஸ்தாவேஜு எழுதி முடித்தாள். சடையன் நிலத்திலிருந்து வெளியேற வேண்டியதாயிற்று.

அப்பொழுது வள்ளியம்மைக்கு வயது பதினான்குதான். அவளுடைய கருமையான முகத்தில் கண்களும் பற்களுந்தான் பளிச் சென்று வெண்மையாக இருக்கும். தலை மயிர் பரட்டையாக இருக்கும். எப்பொழுது பார்த்தாலும் வயலில்தான் இருப்பாள். சோளப் பயிர் பூமியில் இருக்கும்பொழுது அதற்குக் காவல் அவள்தான். எனக்கு நன்றாக ஞாபகம் இருந்தது. வள்ளி என்றால் வள்ளிதான்.

சடையன் கதையைச் சொன்னான். நாங்கள் அவனை நிலத்தை விட்டுப் போகச் சொன்ன பிறகு அவனுக்கு ஊரில் பிழைப்புக்கு வழியில்லாமல் போய்விட்டதாம். ‘கெட்டும் பட்டணம் சேர்’ என்கிற பழமொழியைக் கேட்டிருக்கிறான்; பாவம்! அவ்வளவு பெரிய ஊரில் எப்படியாவது கூலிவேலை செய்து பிழைத்துவிடலாமென்று சென்னைக்கு வந்தான் பெண்சாதி பெண்ணுடன். ஆனால் வந்த சில நாட்களுக் குள்ளேயே பட்டணத்தில் பட்டினி இருக்கத்தான் முடியும். வேறு

வழியில்லை என்று கண்டுவிட்டான். என்னைத் தேட முயன்றிருக்கிறான். ஆனால் எப்படிக் கண்டுபிடிக்க முடியும்? எல்லோரையும் போலக் கடைசியாக விதியின்றிப் பூக்கடை ரோட்டிலுள்ள ஒரு மேடையைச் சரணமடைந்து விட்டான்.

தீபாவளிக்கு முதல் நாள் ஆதலால், தெருவில் வண்டிகளும் ஜனங்களுமாகப் பெருத்த கூட்டம்; மோட்டர்களின் ஹாரன்கள் இடைவிடாமல் கேட்டுக்கொண்டிருந்தன. மின்சார விளக்கின் வெளிச்சத்தில் சடையனின் முகத்தைப் பார்த்தேன். தாடி மீசை வளர்ந்து, வயிறொட்டித் தள்ளாடினவன்போல நின்றான். பூவாயி என்னைக் கண்டுவிட்டதால் ஏற்பட்ட சந்தோஷம், அதுவரை தான் அனுபவித்ததால் ஏற்பட்ட துக்கம் இவையிரண்டாலும் பீடிக்கப் பட்டவளாய்த் தத்தளித்துக்கொண்டிருந்தாள். 'இனிமேல் மான ஹானி இல்லை. இனிமேல் பிழைத்துவிடுவோம்' என்ற எண்ணத்தின் தெளிவு அவள் முகத்தில் தென்பட்டது.

அதைக் கண்டு நான் என்னையே மறந்து அப்படியே நின்றேன். அந்த மகத்தான விசுவாசத்தின் பெருக்கு என்னை மெய்சிலிர்க்கச் செய்தது. எதிரே தோன்றினவெல்லாம் கனவுத் தோற்றங்கள்போல இருந்தன. பஸ்கள் வந்து வந்து நின்றுவிட்டுப் போய்க்கொண்டிருந்தன.

"சடையா! நீ ஏன் பட்டணம் வந்தாய்? அங்கேயே இருந்துகொண்டு எப்படியாவது பிழைக்கக் கூடாதா?" என்றேன்.

"தெரியல்லே சாமி! உங்க ஊடு எனக்குச்சோறு போட்டு வளத்து என்னை வயக்காட்டுலே ஊணிப் புடிச்சே! அதிலிருந்து புடுங்கி எறிஞ்சிங்க. பயிராட்டமா வாடிப்போனேன்."

"திரும்பவும் நட்டுப்பிடறேன். சடையா, ஊருக்குப்போறயா?"

"கஞ்சி வாத்திங்களானா புள்ளெ குட்டியோடே நல்லாருப்பீங்க" என்றான் சடையன்.

வள்ளியம்மை எங்கேயோ பார்ப்பவள்போல நின்றாள். அவள் கண்ணீர் மின்சார விளக்கின் வெளிச்சத்தில் பளிச்சென்று தெரிந்தது.

"என்னெப் பெத்த ராசா நீ கைவிட மாட்டேன்னு தெரியுமே எனக்கு!" என்றாள் பூவாயி.

❍

தூளியில் தூங்கிக்கொண்டிருந்த குழந்தை விழித்துக்கொண்டு அழ ஆரம்பித்தது.

வள்ளியம்மையின் புருஷன் ஆறுமுகம், "இந்தா, காது கேக்கல்லே, புள்ளே அளுவறது?" என்று அதட்டினான்.

"நீதான் செத்தெப் போய் எடேன்!" என்று தலை நிமிர்ந்து வள்ளியம்மை தன் புருஷனை உத்தரவிட்டாள்.

அப்பொழுது நான் கவனித்துக்கொண்டிருந்ததை அவள் பார்த்து விட்டாள். வெட்கிப்போனாள். நான் பக்கென்று சிரித்துவிட்டேன். உடனே அவள் கொஞ்சமாகச் சிரித்துக்கொண்டு தூளியிலிருந்த குழந்தையை எடுக்க வந்தாள்.

"என்னாடி?" என்றுகேட்டுக்கொண்டு பூவாயி வந்தாள்.

"ஒண்ணுமில்லே போ!" என்று புருவத்தை நெறித்துக்கொண்டு வள்ளியம்மை சீறி விழுந்தாள், பொய்க் கோபத்துடன்.

என் முகத்தைப் பார்த்துப் பூவாயியும் நடந்ததை அறிந்து கொண்டாள். அவள் முகம் சந்தோஷத்தால் மலர்ந்தது.

"என் ராசா! என் வவுத்துலே நீ வாத்த பாலு! இன்னிக்குச் சிரிக்கறம்" என்றாள்.

நான் அப்படியே புல்லரித்துப் போனவனாய் உட்கார்ந்திருந்தேன்.

வள்ளியம்மை குழந்தையை எடுத்துக்கொண்டு மரத்தடி மறைவிற்குச் சென்றாள்.

கலைமகள், டிசம்பர், 1938

சிதையருகில்

நானும் மயானத்திற்குப் போயிருந்தேன். அவளுடைய தாயார் ஊரிலிருந்து வந்து, எடுப்பதற்கு, 10 மணி ஆகி விட்டது. சுடுகாட்டிற்குப் போய் வேறே, குளிகன் வந்து விட்டதென்று சிதையில் வைத்து நெருப்புப் போடுவதற்கு அரைமணி நேரம் காத்திருந்தார்கள்.

சிதை அடுக்கித் தயாராக இருந்தது. அவளை அதில் வைத்தபிறகு மேலே அடுக்க வேண்டிய விராட்டிகள் அருகில் ஒரு பக்கம் குவிக்கப்பட்டிருந்தன. விறகும் விராட்டியும் ஏதோ பழி தீர்த்துக்கொள்ள காத்திருந்தது போலிருந்தது. பாடையைச் சிதையின் அருகே வைத்திருந் தார்கள்.

நானும் அந்தக் கூட்டத்தில் நின்றுகொண்டு அவள் முகத்தைப் பார்த்துக்கொண்டிருந்தேன். முகத்தில் இறுக்கிக் கட்டியிருந்த பாடையின் கயிறு நெற்றியிலும் கன்னங் களிலும் பள்ளமாக அடையாளம் செய்திருந்தது. மற்றபடி தூங்குகிறவள் போலத்தான் தென்பட்டாள்.

வெய்யிலேறிவிட்டபடியால் கீழே பொடி ஒட்டிக் கொண்டது. மனிதன் மடிந்து மடிந்து சாம்பலான பொடி யானதால்தான் அப்படி ஒட்டிக்கொண்டதோ? ஸரஸு நாளைக்கு அந்தப் பொடியுடன் பொடியாகிவிடுவாள்!

"சீச்சி! ஸரஸுவுக்கு சாவேது? தவறுதலாகவல்லவா சுடுகாட்டிற்குக் கொண்டுவந்துவிட்டார்கள் போலிருக்கிறது!"

"ஆமாம்! பதினேழு வயதுதான் ஸரஸுவிற்கு. அதற்குள்ளா சாவு? அவளாக அதை வரவழைத்துக் கொண்டாளோ? . . ."

இந்த மாதிரியாக அந்தப் பாடையின் பக்கத்தில் நின்றுகொண்டு நான் யோசிக்கலானேன்.

கொட்டகையில் நானும் ஒருபக்கம் போய் உட்கார்ந்தேன். கீழே கிடந்த சிறு எலும்புப்பொடிகளைப் பொறுக்கி ஒன்றாகக் குவித்தேன்.

"நான் என்ன சேவேண்டி? கிளியெ வளத்துப் பூனெ வாயிலெ வச்சூட்டேனே!" என்று தாயார் புலம்பினாள்.

"பாவி, என் கொழந்தயெக் கொலைச்சூட்டானே! மானி எங்கிட்டெ சொல்லாமெ பிராணனெ விட்டூட்டாளே!" என்று மாப்பிள்ளை காதில் படும்படியாக மாமியார் உரக்க அழுதாள்.

ஸரஸுவின் கணவன், கிராப்புத் தலையுடனும் மூல கச்சத்துடனும் இடது பக்கம் பூணூலுடனும் ஒருபக்கம் உட்கார்ந்திருந்தான். அடிக்கடி அவன் பிரேதத்தைத் திருட்டுப் பார்வை பார்த்ததை நான் கவனித்தேன்.

"ஸரஸுவிடம் என்ன குறை தென்பட்டதடா உனக்கு?" என்று மனதில் கேள்வி கிளம்பிற்று. அவனை அப்படியே கேட்டுவிடுவேனோ என்று பயந்தேன்.

பக்கத்தில் நெருப்புச் சட்டியிலிருந்து புகை கிளம்பிற்று. என் மனத்துயரம் 'ஏன் அன்றே, உடனேயே, செய்யாமற் போனேன்?' என்ற கேள்வியுடன் புகைந்து வந்தது. என்னை மீறிக் கண்ணில் குபீலென்று நீர் பெருகிற்று. யாரும் கவனிக்காமலிருக்க வேண்டுமே என்று பயந்து சட்டென்று நெருப்புச் சட்டியின் பக்கமாகப் போய்ப் புகையை முகத்தில் வாங்கினேன். கண்களில் புகையேறிச் சிவந்து விட்டன. தலை கிர்ரென்று சுற்றிற்று.

❍

அன்று சாயங்காலம் ஸரஸு காவேரி மணலில், ஊற்றில், ஜலம் எடுத்துக்கொண்டிருந்தாள்.

நான் மணலில் துண்டை விரித்துக்கொண்டு படுத்தவண்ணம் என் வாழ்க்கையில் ஒரு போக்கு இல்லாததைப் பற்றி எண்ணிக் கொண்டிருந்தேன். பக்கத்தில் என் நண்பன் கோபு ஏதோ பேசிக் கொண்டிருந்தான். அதொன்றும் என் காதில் படவில்லை.

திடீரென்று அவன் "அந்தப் பெண்ணைப் பார், எவ்வளவு அழகாக இருக்கிறாள்!" என்றான்.

தலையைத் திருப்பித் பார்த்தேன். "எங்கள் எதிர் வீட்டு நாட்டுப் பெண் ஸரஸு!" என்று சொல்லிக்கொண்டு இதுவரையில் நான் அவ்வளவு கூர்மையாகக் கவனித்திராத அவள் முகத்தைக் கொஞ்சம் கூர்ந்து பார்த்தேன்.

அவ்வளவு தூரத்தில் அவள் முகத்தோற்றம், அந்த மங்கும் நேரத்தில் அவ்வளவு தெளிவாகத் தெரியவில்லை. ஆனால் ஓர் மெய்ம்மறதியுடனும் சலிப்புடனும் கூடினவைகளாகத் தென்பட்டது அவளுடைய ஒவ்வொரு செய்கையும்.

குடத்தை எடுத்து இடுப்பில் வைத்துக்கொண்ட பொழுதுதான் அவள் எங்களைப் பார்த்தாள். அவள் மேல் பதிந்திருந்த என் பார்வையை அவள் கண்கள் கண்டன.

அவள் கரையேறிச் சென்ற வெகுநேரம் வரை நான் அந்தத் திக்கையே பார்த்துக்கொண்டிருந்தேன்.

அன்றிரவு சித்திரைப் பௌர்ணமி. நான் வாசல் திண்ணையில் உட்கார்ந்திருந்தேன். ஒன்பது மணியிருக்கும். நிலா பளிச்சென்று காய்ந்துகொண்டிருந்தது.

ஸரஸு வாசற்கதவைத் திறந்துகொண்டு அவர்கள் வீட்டு வெளித் திண்ணையோரத்தில் வந்து நின்றாள். நிலவொளியில் அவள் காது களிலும் மூக்கிலுமிருந்த வைரங்கள் பல வர்ண ஜ்வாலை விட்டு எரிந்தன.

திண்ணையிலுட்கார்ந்திருந்தவன், ஏதோவொரு வேகத்தில் தொண்டையில் ஏதோ இருப்பது போலக் கனைத்தேன். ஆகாயத்தை ஏக்கத்துடன் பார்த்துக்கொண்டிருந்தவள் சட்டென்று நான் இருந்த பக்கம் திரும்பிப் பார்த்தாள். பார்த்து யார் என்று அறிந்த பிறகும் அந்தப் பார்வை திரும்பவில்லை. ஒரு நிமிஷம், நினைவழிந்தது போல, அப்படியே இருந்தது.

வாசலில் போகிறவர்களில் ஒருத்தி ஸரஸு வாசலில் நிற்பதைக் கண்டு "நீ கோவிலுக்கு வரயோ ஸரஸு" என்று கேட்டாள்.

"எனக்கு வீடுதான் கோவில்!" என்று ஸரஸு சொன்னாள்.

"நீ கோவிலுக்கு வரயோ?"

அந்தக் கேள்வி எதிரொலித்துக்கொண்டே என்னுள் சென்று நாடித்துடிப்பின் மூலம் உடல் பூராவும் பரவிற்று.

ஸரஸு சற்று நேரம் அங்கு நின்றாள். பிறகு திரும்பி மெல்ல உள்ளே போகலானாள். அப்பொழுது அவள் ஒரு நீண்ட பெருமூச்சு விட்டது போல எனக்குத் தோன்றிற்று. ரேழியில் நுழைந்து வாசற்கதவை மெதுவாக மூடினாள்; ஆனால், தாளிடவில்லை!

அவளுடைய உள்ளத்தின் கதவிற்கு – அவள் எனக்காகத் திறந்து வைத்திருந்த கதவிற்குத் – தாளிடவில்லை.

நான் வெளியில் தயங்கிக்கொண்டு நின்றேன். "போ! போ!" என்று பிடரியைப் பிடித்துத் தள்ளிற்று உள்ளேயிருந்த வேகம்.

"ஏய்! ஜாக்கிரதை!" என்று யாரோ சொல்லுவது போலவே காதில் பட்டது. மேலே உற்றுப் பார்த்துக்கொண்டிருந்த சந்திரன் வாய்மேல் கைவைத்து எச்சரிக்கை செய்வது போலிருந்தது . . .

காலம் சென்றது. காத்திருந்தவள் கண்ணயர்ந்துவிட்டாள். இனிமேல் நான் அவளைப் போய் எழுப்ப முடியாது. காத்திருந்ததில் அவள்

அழகு குலைந்துபோய்விட்டது. கண் பூத்துப்போய்விட்டது. மூச்சும் அடங்கிவிட்டது.

நான் அருகே நின்றுகொண்டிருந்தபோது என்னுள்ளேயிருந்து குரல் கிளம்பிற்று. “ஸரஸு! நான் வந்துவிட்டேன், வந்துவிட்டேன்!” என்று அலறிற்று. அவள் காதில் படவில்லை. யார் கதவைத் திறப்பார்கள்?

○

“பிரேதம், பிரேதம்” என்று வாத்தியார் மந்திரம் சொன்னது காதில் பட்டது.

ஆமாம்! ஸரஸுபிரேதம். அவள் இறந்து போய்விட்டாள். அவள் குரல் என் ஹிருதயத்தில் சாகவில்லையே! அவள் கூப்பிட்டது இன்னும் எதிரொலித்துக்கொண்டே இருக்கிறதே! நான் பதில் சொல்லியாக வேண்டுமே, எங்கு, யாரிடம் சொல்லுகிறது? . . .

கழுத்துவரை மூடிவிட்டார்கள். ஆச்சு! மூன்று விராட்டி! முகம் மறைந்துவிடும்!

கடைசி முறையாக முகத்தைப் பார்த்தேன்.

வாழ்க்கையின் துன்ப இரவு முடிந்து அதன் இறுதியில் களைப்படைந்து ஸரஸு தூங்கினாள்.

மரணம் என்ற மாய விராட்டி எங்கிருந்தோ வந்து அவளைச் சூழ்ந்துகொண்டுவிட்டது.

❖

***தினமணி வருஷ மலர்*, 1938**

பெண்மனம்

"எதற்காக இன்னும் சாய்ந்துகொண்டிருக்கிறீர்கள்? எழுந்து சாப்பிட வரக்கூடாதோ?" என்று கனகம் நடராஜனைச் சொன்னாளே ஒழிய, தானும் வெகுநேரம், ஜானகி போனபின்பு, ஏதோ யோசனை செய்துகொண்டே படுத்துக்கொண்டிருந்தாள்.

உண்மையில் பொழுதுபோனது இருவருக்குமே தெரிய வில்லை.

நடராஜன் கனகத்திற்குப் பதில் சொல்லாமல் தன் மனத்தில் இருந்த எண்ணங்களின் தொடர்ச்சியாக அவளை ஒரு கேள்வி கேட்டான்.

"உன் தோழியை இங்கேயே சாப்பிடச் சொல்லுகிறது தானே? மத்தியானம் வந்தவள் இனிமேல் போய்த்தானே சமையல் செய்ய வேண்டும், பாவம்!"

"அவள் சாப்பிட்டுவிட்டால்? அவள் அகமுடையான் என்ன ஆகிறது?"

"ஓ – மறந்துவிட்டேன். ஆனால் – அவரும் –"

"அவரை மறந்துவிட்டேளா! ரொம்ப அழகாயிருக்கே? ஜானகி என்ன, கல்யாணம் ஆகாதவள் என்று நினைத் தீர்களா?"

"இல்லை –"

"என்ன இல்லை? ஏதாவது புத்தி குழம்பிவிட்டதோ?" என்று கேலியில் இறங்கித் தன் மனத்திலிருந்த வேதனையை அகற்ற முயன்றாள் கனகம்.

"உன் தோழிக்கு என்ன வயசு?" என்று மறுபடியும் நடராஜன் தன் எண்ணங்களைத் தொடர்ந்தே கேட்டான்.

"இதென்ன கேள்வி? என் தோழி என்பவள் என்ன கிழவியாக இருப்பாளா? அவளுக்கும் என் வயதுதான் இருக்கும்."

"உன்னைக்காட்டிலும் உயரமாக இருக்கிறாள்!"

"அதற்கென்ன, அவர்கள் வீட்டில் எல்லோரும் உயரம்."

"உயரம் என்றாலும் பொருத்தமாக இருக்க வேண்டாமா?"

கனகத்திற்குக் கொஞ்சம் எரிச்சல் வந்தது.

"அதைப் பற்றி என்ன தர்க்கம் இப்பொழுது? எழுந்திருங்கள் சாப்பிட. எனக்குத் தூக்கம் கண்ணைச் சுற்றுகிறது" என்று அவள் எழுந்து சமையலறைக்குப் போகத் தயாரானாள்.

"அவள் புருஷனுக்கு என்ன வேலை?"

"கஸ்டம் ஆபீஸிலாம்!"

"என்ன சம்பளம்?"

"நாற்பது ரூபாயாம்!"

"பட்டணத்தில் நாற்பது ரூபாயில் பாவம் எப்படிக் காலட்சேபம் செய்கிறார்களோ!"

"அகமுடையான் பெண்சாதி இரண்டு பேர்தானே? செய்யாமல் என்ன பிரமாதம்? மிச்சங்கூடப் பிடித்துவிடலாம். அதுவும் நம்மைப் போல, ஒரு சினிமா, ஒரு வேடிக்கை, விநோதம் – ஒன்றுக்கும் போகாமல் இருந்தால் என்ன செலவு?"

இந்தக் கடைசி பாணங்கூட அவன் காதில் ஏறவில்லை.

"பாவம்! பேசவேண்டுமென்று திருவல்லிக்கேணியிலிருந்து வந்திருக்கிறாள். இங்கேயே சாப்பிடச் சொல்லி இருக்கலாம்" என்றான் நடராஜன் மறுபடியும்.

"சாப்பிட இருக்கமாட்டேன் என்று சொல்லிவிட்டாள்" என்று கனகம் அழுத்தமாகச் சொன்னாள்.

"இருக்கச் சொன்னாயோ?"

"நன்றாயிருக்கிறது நீங்கள் பேசுகிறது! மெனக்கெட்டு ஆத்துக்கு வந்தவர்களைச் சாப்பிடச் சொல்லாமல்தான் இருப்பார்களாக்கும். என்னவோ –"

"இல்லை –"

"சரி, சாப்பிட வாருங்கள். பிறகு இல்லை – இல்லை – என்று இழுத்துக்கொண்டே இருக்கலாம். வெறுமனே எழுதி எழுதி மூளை கலங்கிப்போய்விட்டது. இனிமேல் பைத்தியம் பிடிக்கவேண்டியது ஒன்றுதான் பாக்கி."

கனகம் இலை போட்டுப் பரிமாறினாள். நடராஜன் இலையில் சாதம் விழுவதற்கு முன்னே, "போதும் போதும்!" என்று கை அமர்த்தினான்.

"இதென்ன ! –"

"ஓகோ, சாதம் போடவே இல்லையா?"

"எங்கே ஞாபகம்?"

இந்தக் கேள்வியைத் தான் கேட்டபிறகுதான் கனகத்திற்கே மனத்தில் ஏதோ தட்டிற்று. அந்தக் கேள்வி காதில் பட்டவுடன் நடராஜனும் சட்டென்று தலையைத் தூக்கிக் கனகத்தின் முகத்தைக் கவனித்தான்.

ஆனால் தான் பயந்ததுபோல அவள் முகத்தில் ஒரு குறியும் அவனுக்குத் தென்படவில்லை. மறுபடியும் யோசனையில் ஆழ்ந்தான். கனகம் பரிமாறிக் கொண்டிருக்கும்பொழுதே அவன் மெய்ம்மறதியைக் கவனித்தாள்.

"நாளைக்கு அவளை இங்கே சாப்பிட வரச்சொல்லி இருக்கிறேன்" என்றாள் அவனுடைய முகத்தை உற்றுக் கவனித்துக்கொண்டே.

நடராஜன் முகம் உடனே மலர்ந்ததைக் கனகம் கண்டாள். அவள் உள்ளத்தில் சுரீர் என்று குத்தினதுபோன்ற ஒரு வேதனை உண்டாயிற்று. அதை எப்படியோ முகத்தில் காட்டாமல் மறைத்துக் கொண்டாள்.

"அவள் புருஷனையும் கூட்டிக்கொண்டுவரச் சொல்லி இருக்கிறேன்" என்று சொல்லிவிட்டுக் கனகம் மறுபடியும் அவன் முகத்தைக் கூர்ந்து கவனித்தாள் – தன் வார்த்தைகளால் அவன் முகம் எப்படி மாறுகிறது என்பதைக் கவனிக்க.

அவன் முகம் சட்டென்று சிறுத்தது. சிறிது அசடுகூடத் தட்டிற்று. அதை அவனால் மறைக்க முடியவில்லை. மனைவியின் முகத்தைப் பார்த்தான் – அவள் கவனித்துவிட்டாளா என்று அறிய. ஆனால் அதை அவள் முன்பே ஊகித்துத் தலையைத் திருப்பிக்கொண்டு வேறு ஏதோ கவனமாய் இருப்பதுபோல் இருந்தாள். தனது ஊகம் சரி என்றதால் ஏற்பட்ட ஒரு திருப்தியும் அதனாலேயே ஒரு வேதனையும் ஒரே சமயத்தில் அவள் உள்ளத்தில் எழுந்தன.

"நாளைக்கென்ன, ஆபீஸ் லீவு கிடையாதே!" என்று நடராஜன் சொன்னது அவள் காதில் படவில்லை.

"அவள் அகத்துக்காரர் ரொம்ப நல்லவர் என்கிறாள் ... போகிறது. ஜானகி ரொம்ப கெட்டிகாரி இங்கிதம் –"

"அழகுக்குத்தான் என்ன?" என்று நடராஜன் குறுக்கிட்டான்.

"கொடுத்து வைத்தவள். அனுபவிக்கிறாள்" என்று சொல்லிவிட்டுக் கனகம் திடீரென்று மௌனம் ஆனாள்.

❍

அன்று ஜானகி வந்ததுமுதலே நடராஜன் வெறி கொண்டுவிட்டதைக் கனகம் அறிந்துகொண்டாள். தோழிகள் இருவரும் பேசிக்கொண்டிருக்கும்

பொழுது, அடிக்கடி அவன் ஏதோ சாக்கு வைத்துக்கொண்டு அவர்கள் உட்கார்ந்துகொண்டிருந்த அறைப் பக்கம் வந்தான். கனகத்திற்கு வெட்கம் நாக்கைப் பிடுங்கிக்கொள்ளலாம் போலிருந்தது. தன் தோழி அதை அறிந்துவிடக் கூடாதென்று வெகுகவனமாக இருந்தாள். அவன் பாதி தூரம் வருவதற்குள் தான் எதிர்கொண்டு எழுந்துபோய் என்ன என்று கேட்டுவிட்டு வந்தாள். அப்பொழுது அவன் தலையை உள் பக்கம் திருப்பி ஜானகியைத் திருட்டுப் பார்வை பார்த்தான். ஜானகி அதைக் கவனிக்கவில்லை என்று கண்டு கனகம் கொஞ்சம் ஆறுதல் அடைந்தாள்.

அவளைச் சாப்பிடச் சொல்ல வேண்டுமென்று கனகத்திற்கு உள்ளூர ஆசை. ஆனால் தன் புருஷன் அதற்குள் ஏதாவது அசட்டுத் தனமாக நடந்துகொண்டுவிட்டால் என்ன செய்கிறது என்ற பயம் மேலிட்டது. ஜானகி என்ன நினைப்பாள்? அவனைப் பற்றி எப்படியாவது நினைத்துவிட்டுப் போகட்டும் – தன்னைப் பற்றி என்ன நினைப்பாள்?

அத்துடன்கூட, மற்றொரு வேதனையும்கூடவே எழுந்தது கனகத்தின் மனத்தில். ஜானகி மிகவும் அழகாக இருந்தாள் என்பது என்னவோ வாஸ்தவந்தான். தான்கூட அவ்வளவு அழகு இல்லை. ஆனாலும் – அதனால்தான் – கனகத்தின் மனத்தில் உள்ளதைக் கிளறிய அசூயை உண்டாயிற்று. தன் புருஷன் ஒவ்வொரு தடவையும் ஜானகியைப் பார்க்கும்பொழுது கனகத்தின் ஹிருதயத்தில் அடித்தாற்போல இருந்தது. அப்படியே நெஞ்சைப் பிடித்துச் சமாதானம் செய்துகொண்டாள்.

நடராஜன் சாப்பிட்டுவிட்டு எழுந்துபோனான். கனகம் சாதம் முதலியவற்றை எடுத்து இலையருகில் வைத்துக்கொண்டு இலையில் உட்கார்ந்துகொண்டாள். அவளுக்குச் சாதம் இறங்கவில்லை. துக்கம் நெஞ்சை அடைத்தது; அழுதாள். மிருகப்பிராயமான அந்த அசூயை உணர்ச்சி அவளை உலுக்கி எடுத்தது.

நெருங்கி இவ்வளவு பழகினபிறகு, தன் புருஷன் தன்னிடம் இருந்த அழகை அறியாமல், முதல் முதலாகப் பார்த்த ஜானகியைக் கண்டு மனத்தைப் பறிகொடுத்துவிட்டது அவளுக்குத் தாங்க முடிய வில்லை. ஆனால் ஜானகியையோ ஜானகியின் அழகையோ அவள் குற்றம் கண்டுபிடிக்கவில்லை. தன் புருஷனுடைய அலட்சியத்தைக் கண்டுதான் அப்படிக் கலங்கினாள். தன் எதிரில், தான் என்ன நினைத்துக்கொள்ளக்கூடும் என்பதைக்கூடக் கவனியாமல், அவளைப் பார்த்துப் பார்த்து ஏங்கினான். அவள் அழகாக இருக்கிறாள் என்று தன்னிடமே சொன்னான் – என்னடா இப்படிச் சொல்லுகிறோமே என்பதைக்கூட யோசிக்காமல்.

அரைமணிநேரம் அப்படியே இலையடியில் உட்கார்ந்து போய் விட்டாள். தன் தோழியை அடுத்தநாள் சாப்பிடக்கூப்பிட்டிருப்பதாகச் சொல்லி நடராஜனின் மனப்போக்கை இன்னும் நன்றாகத் தெரிந்து கொண்டது ஒருபுறம் அவளுக்கு வருத்தமாக இருந்தது என்றாலும், மற்றொருபுறம் அவனுக்கு அளிக்கப்போகும் ஏமாற்றத்தை நினைத்து, அவள் கொஞ்சம் சந்தோஷமடைந்தாள்.

நடராஜன் அவளுக்காகக் காத்துக்கொண்டிருந்தான். அவள் வராததைக் கண்டு அவள் சாப்பிடும் இடத்திற்கு வந்தான். அவள் இலையில் உட்கார்ந்திருப்பதைக் கண்டு அதைப் பற்றி ஒன்றுமே கேட்கவில்லை.

"எப்பொழுது வருகிறார்கள் நாளைக்கு?" என்றான்.

கனகம் கண்களைத் துடைத்துக்கொண்டு தலை நிமிர்ந்தாள்.

"ஏன்?" என்றாள் குரலில் ஆழ்ந்த அர்த்தத்தை ஏற்றி.

நடராஜன் அலறிப்போனான்.

"இல்லை – எப்பொழுது வருகிறார்கள் என்று கேட்டேன்" என்று மழுப்பினான்.

"அவள் வரமாட்டேன் என்று சொல்லிவிட்டாள்."

"ஏன்?" என்று நடராஜன் கேட்டபொழுது அவன் குரலில் இருந்த ஏமாற்றத்தைக் கண்டு கனகம் கோபமும் சந்தோஷமும் ஏககாலத்தில் அடைந்தாள்.

"நீங்கள் இல்லாவிட்டால் வந்திருப்பாள்."

"என்ன, ஏன்?" என்று நடராஜன் திகிலடைந்து கேட்டான்.

"ஆமாம்; நீங்கள் அசட்டு பிசட்டு என்று பார்த்தது அவள் மனத்திற்குச் சமாதானமாக இல்லை. என்னிடம் கேட்டே விட்டாள். 'என்னடி கனகம்? உன் ஆம்படையான் அப்படி வெறிச்சிவெறிச்சிப் பார்க்கிறார்?' என்று கேட்டாள்."

நடராஜன் வெலவெலத்துப் போனான். அந்த இடத்தில் நிற்பதே அவனுக்கு அசாத்தியமாகிவிட்டது. மௌனமாக ஒன்றும் பதில்சொல்ல வாய்வராமல் தன் அறைக்குச் சென்றான்.

கனகம் ஒருவாறு ஆறுதலடைந்தாள். மனத்தில் ஒரு திருப்தி ஏற்பட்டது. கொஞ்சம் நிம்மதியுடன் சாப்பிட்டுவிட்டுக் கைக்காரியத்தைச் செய்தாள். அப்பொழுது பழி தீர்த்துக்கொண்டதுபோல அவளுக்கு ஓர் உற்சாகங்கூட ஏற்பட்டது. பால் பாத்திரத்தையும் வெற்றிலைத் தட்டையும் எடுத்துக்கொண்டு படுக்கையறைக்குப் போனாள். நடராஜன் அவள் முகத்தைப் பார்க்க வெட்கினவனாய் தூங்குவது போலப் பாசாங்கு செய்துகொண்டு படுத்துக்கொண்டிருந்தான்.

கனகம் அவனை எழுப்ப முயலவில்லை.

திடீரென்று அவள் மனது இளகிற்று. அவனை அதற்குமேல் அவமானத்திற்குள்ளாக்க அவளுக்கு மனம் வரவில்லை.

மணிக்கொடி, *29-12-1938*; பாரதமணி, *12-02-1939*

எதிரொலி

1

எவ்வளவு குரூரமாக நடந்துகொண்டு விட்டேன்! காய்ச்சலுடன் படுத்த படுக்கையாகக் கிடந்தவரை எழுந்து வெளியே போகும்படி செய்துவிட்டேனே! அவ்வளவு இங்கிதத்துடனும் மரியாதையுடனும் நடந்துகொண்டவர், வேண்டுமென்றா என் கையைத் தொட்டிருப்பார்? ஜுர வேகத்தில் கை நடுங்கி என் கைமேல் பட்டிருக்க வேண்டும்; இது ஏன் எனக்குத் தெரியாமல் போயிற்று? என் பெண் புத்தியைக் காட்டிவிட்டேனே!

நான் ஒன்றுமே சிரமப்பட வேண்டாமென்றுதான் அவர் இவரிடம் சொன்னார். நானாகத்தானே அவர் படும் கஷ்டத்தைப் பார்க்கச் சகியாமல் கஞ்சி வைத்துத் தருகிறேன் என்றேன்?

அவராக என்னுடன் பேசத்தான் செய்தாரா? நான் தானே அவ்வளவு சுத்தமான மனசுடையவருடன் பேசினால் பாதகமில்லை என்று பேசினேன்? அது என் அகத்துக்காரருக்குத் தெரியக் கூடாது, என் மனசு அவருக்கு அர்த்தமாகாது, சந்தேகந்தான் கொள்ளுவார் என்று நான் அதை ரகசியமாக வைத்திருந்ததை அவர் எவ்வளவு சூக்ஷ்மமாக அறிந்து நடந்துகொண்டார்!

இவ்வளவு உடம்பிலும் ஏன் தம் மனைவியை வரவழைக்காமல் இருக்கிறார்? கடிதம் எழுதித்தான் அவள் வரவில்லையா? அவள் ஊருக்குப் போய் நாலு மாச காலம் ஆயிற்றென்று சொல்லுகிறாளே வீடுகூட்டுகிறவள்? அவள் வந்திருந்தால் இந்த ரஸாபாஸம் நடந்திருக்காது. நான் ஏதுக்கு அப்பொழுது கஞ்சி வைத்துக் கொடுக்கப் போகிறேன்? இந்தப் பேச்சு வார்த்தைதான் இருக்கப் போகிறதா?

இனிமேல் நான் எப்படி அவர் கண்ணில் படுகிறது? என்னைப் பற்றி எவ்வளவு கேவலமாக நினைத்திருப்பார்

அவர்? வெறுப்புத் தாங்காமல்தான் உடனே எழுந்து போய்விட்டார்? என்னிடம் வைத்திருந்த மரியாதையெல்லாம் ஒரு நிமிஷத்தில் பறந்து போகும்படி செய்துவிட்டேன்.

நான் படித்தவள் என்று நினைத்துத்தானே அவர் என்னிடம் அவ்வளவு மதிப்பு வைத்திருந்தார்? தம் புஸ்தகங்கள் எல்லாம் கொடுத்தனுப்பினார்; என் அகத்துக்காரருக்குச் சந்தேகம் ஏற்படாமல் பத்திரிகைகள் அனுப்பினார். எவ்வளவு நாஸுக்காக என் அபிப்பிராயங்களை அறிந்துகொண்டார்! எவ்வளவு ஜாடையாக, பேசாமல், ஆனால் பேச்சுக்கு மேல் அதிகமான அர்த்தத்துடன் தூரத்திலிருந்து என்னுடன் பழகினார்!

சீ, என் பேதைப் புத்தியை எப்படித் திறந்து காட்டிவிட்டேன்! மானம் போகிறது! எள்ளளவாவது அவருடைய மனத்தில் கெட்ட எண்ணம் இருந்திருந்தால், அவர் நடந்துகொள்ளும் மாதிரியே வேறு தினுசாகவல்லவா இருக்கும்? பெண்ணாக இருந்தும் அதை அந்த நிமிஷம் நான் ஏன் மறந்துவிட்டேன்?

அப்படித்தான் இருந்தால் என்ன? அவ்வளவு பலஹீனமான ஸ்திதியில் அவருக்கு என்ன மனோபீதி ஏற்பட்டதோ? ஜுரவேகத்தில் என்ன கலக்கமோ? பாவம் திக்கற்று அனாதைபோல் கிடந்தவர், நான் அவர் மனத்தை அறிந்துகொள்வேன், தப்பர்த்தம் செய்துகொள்ள மாட்டேன் என்று எண்ணி ஆறுதலுக்காக வெறும் நட்பின் உணர்ச்சிப் பெருக்கால் என் கையைத் தொட்டாரோ, என்னவோ? அதற்காக நான், அவர் கையை உதறித் தள்ளிவிட்டு வந்ததால், என் மனத்திலிருந்த சங்கடத்தை நன்றாக வெளியிட்டுவிட்டேன்!

ஆமாம்! அதை ஒளிப்பதில் என்ன உபயோகம்? ஒவ்வொரு சமயம் என் மனசு நங்கூரமற்று வாழ்க்கைப் புயலில் திண்டாடின பொழுது க்ஷணகாலம் அவரைப் பற்றி நினைத்ததுண்டு; அதனால்தான் குற்றவாளி போலக் கையை அப்படி உதறிவிட்டு வந்தேன். என் மனசு நிஷ்களங்கமாக இருந்திருந்தால், நான் ஏன் சகோதரிபோல உடனே அவரிடத்தில் நடந்துகொண்டிருக்கக் கூடாது – அவர் அவ்வளவு யோசனையுடனும் இங்கிதத்துடனும் என்னுடன் பழகினபொழுது?

ஐயோ! என் மனத்தில் இருந்த சிறு ரகசியத்தை அவர் நன்றாக அறியும்படி செய்துவிட்டேனே? இனிமேல் அவர் முகத்தில் விழிக்க முடியாது!

அவர் கையை உதறித் தள்ளிவிட்டேன்; அவர் போய்விட்டார். இனிமேல் என் கண்ணில் படமாட்டார்; இது எனக்குத் தெரியும். அவரை என் மனத்திலிருந்து எப்படி உதறித் தள்ளுவேன்! அவர் என் மனக் கண்முன் வராதபடி என்ன செய்வேன்!

எனக்கு இது தண்டனையா? உயிருள்ளளவும்!

என் ஹிருதயத்தின்மேல் கைவைத்துக் கேட்டுக்கொள்ளுகிறேன்: இனிமேல் என்ன பயம்? அவர் வரமாட்டார்! மனத்தை மறைக்க வேண்டிய அவசியம் இல்லை. நான் எதற்காகக் கையை அப்படி

உதறித் தள்ளிவிட்டு வந்தேன்? எங்கே பதிலுக்கு என்னையறியாமல் அவரைத் தொட்டுவிடுவேனோ என்ற பயத்தாலா? எதற்காக அப்பேர்ப் பட்ட பயம்?

'ஒரு பேதைப் பெண்ணை இப்படி மனசு தடுமாற விடுவதற்காகவா நீங்கள் அந்த மரியாதையும் இங்கிதமும் காட்டினீர்கள்?' ஆனால் அவர் என்ன செய்வார், பாவம்! அவருடைய மௌனமான போற்று தலுக்கு – ஆமாம், அவர் என்னைப் போற்றத்தான் செய்தார்! – அவர் பதில் எதிர்பார்த்ததாகவே தெரியவில்லையே? அவர் மனசைத்தான் அவர் வெளியிட்டாரா? அவருடைய மௌன சமிக்ஞை என்னை அறியாமல் – இல்லை! இல்லை. அவர் ஒன்றும் சமிக்ஞை செய்யவில்லை. அப்படிச் சொல்வது அபாண்டம். நான்தான்; நான்தான்! ஒரு பெண் அவர் எழுத்தைப் போற்ற வேண்டுமென்று ஏங்குகிறார் என்று நினைத்து நான்தான் அவரைக் கெடுத்தது! அவர் பாட்டிற்குப் பாவம்! அவர் எழுத்தில் கண்ணும் கருத்துமாக இருந்தாரே; அவர் பார்வையைப் பின்பக்கம் நான்தானே சத்தம் செய்து இழுத்தேன்?

இந்தத் தவிப்பு எனக்கு நன்றாக வேண்டும்.

2

சேச்சே! என்ன புத்திமோசம் போய்விட்டேன்! அவள் ஹிருதயத்தின் அருகில் வரும் சமயத்தில் அவள் கையைப் பிடித்துத் தூர வெருட்டி விட்டேனே!

அவள் ஏன் என்னை அப்படிச் சோதனை செய்தாள்? நெருப்புடன் ஏன் விளையாடினாள்? இவ்வளவு கற்றறிந்தவள் மானிடன் ஹிருதயத்தை மட்டுமா கற்றறியாமல் இருப்பாள்? என்னை ஏன் அப்படி அண்டிக் கெடுத்தாள்?

இல்லை, இல்லை. அவள் ஒன்றும் செய்யவில்லை. அனுதாபமும் தயையும் பெருந்தன்மையும் காட்டினது அவள் பேரில் பிசகா? அவள் தன்னைப் பெண் என்று காட்டிக் கொண்டது தவறா?

அவள் கஞ்சிகொடுப்பதை நான் ஏற்றுக்கொண்டதே என் மனசு கெட்டுவிட்டதற்கு அடையாளம். இப்பொழுது மணியின் வீட்டில் வந்து படுத்துக்கொண்டிருக்கிறேனே; முன்பே நான் இந்த மாதிரி செய்திருந்தால் அவள் என்கையை உதறித் தள்ளியிருக்க வேண்டாமே!

என்ன மடத்தனம்! அவளை மனத்தில் மட்டும் இருத்தி ஆராதிப்பதை விட்டுக் கையால் தொட முயன்றது என்ன அக்கிரமம்!

அவள் வெகுளிபோல என்னுடன் பேசி, எனக்குக் கஞ்சி தன் கையாலேயே கொடுக்க வந்தாளே, என்னை நம்பி – அதற்குப் பதிலா இது?

நான் இனிமேல் அவளை எப்படிப் பார்ப்பேன்?

ஆனால் அவளை இனிமேல் பார்க்க வேண்டிய தேவைதான் என்ன? குற்றத்தைச் சொல்லிக் காட்டும் அவளுடைய முகம் என் மனத்தைவிட்டு அகலாது!

உடம்பும் மனதும் பலஹீனமாக இருந்த ஒரு நிமிஷத்தில் ஆழ்ந்து உள்ளே கிடந்த என் இச்சைக்கு இடம்கொடுத்துவிட்டேனே! 'கிட்டே இருக்கிறாள், தொடு!' என்ற துஷ்டக் குரலுக்குச் செவி சாய்த்து விட்டேனே!

அவள் என்னைப் பற்றி என்ன நினைப்பாள்? கேவலம் மிருக இச்சைகொண்ட பாமரன் என்றல்லவா வெறுப்பாள்? என் எழுத்துக் களையும் பேச்சுக்களையும் பார்த்து அவள் மனத்தில் பதிந்திருந்த என் உருவம் சின்னாபின்னமாகியிருக்கும் அந்த க்ஷணத்தில்! அவள் மனத்தில் ஒரு மூலையில் கொஞ்சம் இடம் கிடைத்தால் போதுமென்று தானே ஆசைப்பட்டேன்!

நான் அவளைத் தொடுவதை அவள் அனுமதிப்பாள் என்று எப்படித் துணிந்தேன்? எனக்கே இப்பொழுது பிரமிப்பாக இருக்கிறது! இத்துடன் கம்பீரமாக அவள் என்னிடமிருந்து விலகியது அவளுடைய அறிவால்தான்! பெருந்தன்மையால்தான்! அல்பனான என்னை இந்தமட்டில் அவள் மன்னித்துவிட்டது அவள் தூய்மைதான்.

'கமலம்! உன்னை நெருங்கவேண்டுமென்ற எண்ணமே எனக்குக் கிடையாது; உறுதியாகச் சொல்லுகிறேன். உன்னைத் தூரத்தில் என் ஹிருதய சிம்மாசனத்தில் உட்காரவைத்து என் கண்ணாலும் கருத்தாலும் துதித்துக்கொண்டே இருக்க வேண்டும் என்றுதான் ஆசைப்பட்டேன். தவறி, பதறி, கிட்டே வந்துவிட்டேன்!'

'நீ என்னை உதறித் தள்ளியது சரி. நீ வேறொன்றும் செய்திருக்க முடியாது. கஞ்சி வார்த்த கையைக் கடிக்க முயன்றேன்! ஹிருதயத்தில் அடி விழுந்தது.'

அவள் மனத்தில் எனக்கு என்றாவது மன்னிப்பு உண்டா? என் துஷ்டக் கைதான் அவள் கண்முன்னே தோன்றிக்கொண்டே இருக்கும்.

நான் பலாத்காரமாக அவள் ஹிருதயத்தைப் பறிக்க முயன்றேன். கமலம் கஞ்சி கொடுத்து என்னைச் சோதித்தாள். நான் தோல்வி அடைந்தேன். அவள் இனிமேல் என் அருகில் வரமாட்டாள்!

ஒருவேளை, அவள் ஹிருதயத்தின் கதவைக் கொஞ்சம் திறந்து வைத்திருந்தாலும் இப்பொழுது மூடிக்கொண்டு விடுவாள், நிச்சயம்!

அவள் பார்வை இனிமேல் என் முகத்தில் பாயாது; அவள் மூச்சு இனிமேல் அதன்மேல் பரவாது; அவள் கை என் துதியைத் தூரத் தள்ளும்.

அவள் ஏன் கஞ்சி கொடுப்பது போல வந்து என் அருகில் நின்று என்னைச் சோதித்தாள்? எனக்கேன் கஞ்சி கொடுக்க வந்தாள்? நான் யார், அவள் யார்? வாழ்க்கைப் பாதையில் மூன்று மாதங்களுக்கு முன்பு தானே நான் அவளைச் சந்தித்தேன்? மற்ற மனிதர்களிடையே இருந்து என்னை ஏன் பொறுக்கிப் பொருட்படுத்தி அவள் என்னுடன் பேச முயல வேண்டும் – சமூகக் கட்டுப்பாட்டிற்கே விரோதமாக – புருஷன்கூட அறியாமல்? – நான் என்ன நினைப்பேன் என்ற தயக்கங்கூட இல்லாமல்?

நான் ஒன்றும் வித்தியாசமாக எண்ணமாட்டேன், நடந்துகொள்ள மாட்டேன், பேசமாட்டேன் என்ற தைரியத்தால்தான் அவள் என்னுடன் முகங்கொடுத்துப் பேசியிருக்க முடியும். அவள் நம்பிக்கையைக் கெடுத்து விட்டேன். ஆண்களின் பெருந்தன்மையில் அவள் வைத்த மரியாதையைக் குலைத்துவிட்டேன். இனிமேல் புருஷர்களையே நம்பமாட்டாள் அவள்! என் எழுத்துக்கு யோக்கியதை கொடுக்க மாட்டாள்.

எழுத்தா? இனிமேல் எனக்கு எங்கே எழுத்து வரப்போகிறது? இந்த மூன்று மாதங்களில் எவ்வளவு எழுதிக் குவித்தேன்! அந்த ஒண்டிக்குடி வீட்டில் அவள் ஒருபுறம் ஜீவன தேவதைபோல் நடமாட, நான் மற்றொருபுறம் உட்கார்ந்துகொண்டு அவள் பிரசன்னத்தைப் புத்தகமாக்கலாம் என்றிருந்தேன். எல்லாம் போயிற்று! தேவதை கோபத்துடன் மறைந்துவிட்டாள், அவள் சாபம் மட்டும் ஆயுள் பூராவும் என்னை விடாது!

3

"இவ்வளவு மாசமா, வீடு மாத்தமாட்டேன்னு வயத்தெரிச்சலைக் கொட்டிண்டீளே – இப்போ என்ன வந்தது இவ்வளவு கொட்டிண்டு போற அவசரம் – நான் கூட ஊர்லெ இல்லாதப்போ?"

"அந்த வீட்டில் இனிமேல் இருக்க முடியாதென்று ஆய்விட்டது."

"நான் சொல்றபோது காதுலே ஏறித்தோ? ஒங்களுக்கு ஒடம்புக்கு வந்து பட்டப்பறந்தான் தெரிஞ்சுது. நான் ஆறு மாசமா அது கண்லே பட்றது, வேறே எங்கேயாவது போவோம், போவோம் என்றுதான் முட்டிண்டேன். ஒரு நாள் ராத்திரி என் மார்மேலே ஏறி உக்காந்துண்டு போறயா இல்லையான்னுது?"

"வேறே ஆத்துக்குத்தான் வந்துவிட்டோமே? இனிமேல் என்ன?"

"ஒங்களுக்குத் தோணினபோதுதான் வந்தேள். அது எப்பவும் வாடிக்கைதானே! – ஆமாம் –"

"என்ன ஆமாம்?"

"ஏன் அப்படி எரிச்சல் வரது? அந்தாத்துலேயே இருந்துண்டு அந்த மின்னா மினுக்கியெப் பாத்துண்டே இருக்க முடியலேன்னா?"

"என்ன உளறுகிறாய்?"

"நான் ஒண்ணும் ஒளறல்லே; வாசக்கூட்றவதான் கதை கதையாச் சொல்றாளே!"

"என்ன சொல்லுகிறாள்?"

"என்மேலே சீறி விழவேண்டாம்; எனக்காக வீடும் மாத்த வேண்டாம். வேணும்னா அங்கேயே போயி –"

"சரி, சரி போ!"

"என்னைக் கண்டாலே ஒங்களுக்கு ஆகல்லே. நான் போறேன்."

❖

***கலைமகள்*, ஜனவரி, 1939**

ராஜபிக்ஷுணி

பிக்ஷுணி உடைகளைத் தரித்துக்கொண்டு சிறை யிலிருந்து தப்பித்து வெளியேறிய ராஜ்யஸ்ரீ விந்திய மலைச் சாரலில் பௌத்த பிக்ஷுணிகளுடைய கூட்டத்தில் சேர்ந்தாள். அவளுடைய இளமை பொங்கிய தளிர் உடலிலும் அந்தக் காவி ஒருவிதமான சோபையுடன்தான் விளங்கிற்று.

ஆனால் ராஜ்யஸ்ரீ தன்னுடைய துக்கத்தை மறக்க முடியவில்லை. மிதமிஞ்சிய சுகத்தின் நடுவில் முன் எச்சரிக்கைகூட இல்லாமல் வந்த மிதமிஞ்சிய துக்கத்தை அந்தச் சாத்விகளின் சத்சங்கத்தில்கூட அவளால் உதறித் தள்ள முடியவில்லை. அவளுடைய உடையை மாற்ற முடிந்தது சுலபமாக; அவள் மனது மட்டும் அவ்வளவு லேசாக மாறவில்லை.

அந்த மலைச்சாரலில் மெல்லிய காற்றிலும் மிருதுவான அருவி நீரிலும் அமைதி நிலவிய இடத்தில் ராஜ்யஸ்ரீக்கு இருப்புக் கொள்ளவில்லை. அவள் கண்ணில் பட்டு அவற்றை நிறைவித்த அந்த வெளியுலகத்து வேனிற்காட்சி அவளுடைய உள்ளத்தில் வேதனையை இன்னும் கொஞ்சம் கிளறி விடுவதுபோல் இருந்தது. அவளுடைய உடைக்கேற்ற காவித் தெளிவும் தேர்ச்சியும் அவளுடைய ஹிருதயத்திலும் ஏற்படவில்லை. கலக்கமும் ஏக்கமும் மூண்டு மூண்டு எழுந்தன.

பிக்ஷுணிகளை விட்டுப் பிரிந்து போய்விடலாமென்று ஒரு சமயம் எண்ணினாள். "ஆனால், அப்பொழுது மட்டும்? நிழல் கூடக்கூடத்தானே வரும்" என்று தனக்குள்ளேயே பதில் சொல்லிக்கொண்டாள். கடைசியாகப் பல நாட்களுக்குப் பிறகு தாங்க முடியாத அந்த வேதனையை ஒருவிதமாக ஒழித்து விடுவதென்று தீர்மானித்தாள். தீயில் இறங்கி உயிரை விட்டுவிடுவதென்று நிச்சயித்துப் பிக்ஷுணி களைச் சிதை தயார் செய்யச் சொன்னாள். யார் என்ன

சொல்லியும் அவள் கேட்கவில்லை. அவள் வேதனையை யார் அறிவார்கள்?

சிதைக்கு முன் நின்றுகொண்டு சிறிது நேரம் தனது வாழ்க்கையைப் பற்றி நினைத்துப் பார்த்தாள். அந்த மலைச்சாரலில் மேடுபள்ளத்தில் நின்ற வண்ணம் காலை வெய்யிலில் புதுக் காஷாயம் பொன்போல் மின்ன ராஜ்யஸ்ரீ தன்னையே மறந்தாள். சிதையில் தீ பற்றிக்கொண்டு ஜ்வாலை உயர்ந்து எரிந்தது. அதன் பக்கத்தில் அவள் மற்றொரு ஜ்வாலைபோல் நின்றாள். ஓர் அபூர்வமான திருப்தி அப்பொழுது அவள் முகத்தில் தென்பட்டது. அவள் கண்களில் நிறைந்த கண்ணீர் வெய்யில் பட்டு மின்னியது. பிக்ஷுணிகள் கலங்கி ஒருபக்கம் நின்றார்கள்.

ராஜ்யஸ்ரீ தலை தூக்கி விந்திய பர்வதச் சிகரங்களைப் பார்த்தாள். பாதி மலையில் கவிழ்ந்திருந்த மேகங்களுக்கு மேல் சூரிய வெளிச்சம் பளிச்சென்று மலையில் அடித்துக்கொண்டிருந்தது. வாழ்க்கைக்கு மேல் அப்படி ஒரு வெளிச்சம் இருக்குமோ?

வெளிச்சமா? இனி ஏது வெளிச்சம் – வாழ்க்கையிலோ, வேறெங்கோ? முன்பின் தெரியாத ஒரே இருள் தான் – அவளுக்கு!

❍

சில தினங்களுக்கு முன்தான் ராஜ்யஸ்ரீ சுகசிகரத்தில் இருந்தாள். அரசன் கிருகவர்மன் ஓர் இளம் காதலனின் நித்திய வேட்கையிலேயே இருந்து கொண்டு அவள் காதுகளில் ஈரச் சொற்களை இரகசியமாக நிரப்பி இடைவிடாது ஏகாந்தத்தில் அவளைப் புல்லரிக்கச் செய்தான். சதா கண் மூடி மௌனமாகும் காதல் நிலையை அளித்தான். கன்னோசியின் அரண்மனை மாடியில், பூர்ணசந்திரனின் பார்வையின் கீழ் அவளை அமர நிலையில் இருத்தி அவள் பக்கத்திலிருந்து அழகு சேவை புரிந்தான். நிலவில் குழைத்துக் கலக்கிய ஓர் இன்பரஸம் அவளை மதுபோல மயக்கிச் சுகபோதை கொடுத்தது. கிருகவர்மன் தனக்கென்று அவன் கையால் கற்பித்த அந்தக் கனவுலகம் கலையவே கலையாது என்ற நினைப்பில் பரிபூர்ணமாக அதில் ஈடுபட்டாள் ராஜ்யஸ்ரீ.

உயர்ந்து ஒடிந்து விழுவது போலிருந்த அவள் உடலில் யௌவனத்தின் எழில் எதிர்த்து நின்றது. நாட்டிலேயே அவள்தான் வனப்பும் வித்தையும் நிறைந்த யுவதி. பிரபாகரவர்த்தனன் தன் செல்வப் பெண்களை அடையக் கிருகவர்மன் ஒருவன்தான் தகுதியுள்ளவன் என்று அவனுக்கு மணம் செய்வித்துக் கொடுத்தான் அவளை. கிருகவர்மன் ஒரு கந்தர்வன் போன்றவன். ஓரிடத்தில் சேர்ந்திருக்காத லெட்சுமியும் சரஸ்வதியும் அவனிடம் சேர்ந்து வசித்ததாகக் கவிகள் வர்ணித்தார்கள். ராஜ்யஸ்ரீயே அவ்விருவர்களுடைய பிரதி உருவம் தானே!

கன்னோசியில் கிருகவர்மனும் ராஜ்யஸ்ரீயும், வீரமும் அழகும் ஒன்றுபட்டது போல வாழ்வதைக் கண்டு மாளவ தேசத்து அரசன்

தேவகுப்தனுக்குப் பொறுக்கவில்லை. கன்னோசியின் மேலேயே அவன் கண்ணாக இருந்தான். திடீரென்று பிரபாகரவர்த்தனன் இறந்தார். அவருடைய மூத்த மகன் ராஜ்யவர்த்தனன் ஹீணர்களை எதிர்த்துப் போராடச் சென்றிருந்தான். ஹர்ஷவர்த்தனன் மட்டும்தான் தானேசுவரத்தில் இருந்தான். அந்தச் சமயம் பார்த்துக் திடீரென்று – கிருகவர்மன் எதிர்பாராத முறையில் – கன்னோசிமேல் படையெடுத்து வந்தான் தேவகுப்தன்.

காதலர்களின் கனவு திடீரென்று கலைந்தது. கிருகவர்மன் ராஜ்யஸ்ரீயின் பக்கத்திலிருந்து பிரிந்து வெளியேறி, எதிரியைத் தாக்கப் போனான். ஆனால், எதிர்பாராத எதிரியை எப்படிச் சமாளிக்க முடியும். அதற்காகக் கிருகவர்மன் மனது சளைக்கவில்லை. அவன் உயர்தர ரசிகன் மட்டுமல்ல; சுத்தவீரனும்கூட. ஆகையால் ஆவேசம் கொண்டு எதிரிமேல் விழுந்து போர்செய்தான். போர்க்களத்தில் எதிரியின் வாளுக்கு இரையானான்.

கனவு சிதைந்த துக்கம் ஒரு புறம்; காதலனைப் பிரிந்த துக்கம் ஒரு புறம்; ராஜ்யஸ்ரீ செடியிலிருந்து பறித்தெறியப்பட்ட புஷ்பம்போல் வாழ்க்கையின் வெய்யிலில் துடித்து வாடினாள். கன்னோசியிலிருந்து வெளியேறிக் காட்டு வழியாகச் சென்று பிக்ஷுணிகளைச் சேர்ந்தாள்.

'ஏகாக்ரமான காதலுக்கும் இன்பத்திற்கும் வாழ்க்கையில் இடம் இல்லையா? ஏகாக்ரமாக துஷ்யந்தனைப் பற்றி எண்ணிக்கொண்டிருந்து உலகத்தையே மறந்ததால்தான் சகுந்தலைக்குத் துர்வாஸரின் சாபம் கிடைத்தது; பின் துக்கங்கள் எல்லாம் ஏற்பட்டன. பின்னே ஏன் சேற்றிலிருந்து தாமரை கிளம்புவதுபோல், வாழ்க்கையிலிருந்து காதல் கிளம்புகிறது? இல்லை. காதலை வாழ்க்கையின் லட்சியமாக வைத்தால் தான் சிதைவு ஏற்படுகிறது. காதல் வெறும் தன்னலம்தான் என்பதாலா?'

❍

ராஜ்யஸ்ரீ இவ்வாறு என்னென்னவோ யோசித்துக்கொண்டு நின்றிருந்தாள். சிதையிலிருந்து அக்னியின் நாக்குகள் சிவப்புப் பாம்புகள் போலக் கிளம்பின. ராஜ்யஸ்ரீயை அவை அழைப்பதுபோல் இருந்தது. "இதோ வருகிறேன்; கருணைக் கனலே!" என்று தீயை நெருங்கினாள். உணர்ச்சியை வென்ற பிக்ஷுணிகள்கூட அலறினார்கள்.

அந்தச் சமயம் காட்டின் பாதையில் குதிரைகள் ஓடிவரும் சத்தம் கேட்டது. திடீரென்று ஒரு கூட்டமாய்ப் போர்வீரர்கள் தோன்றினார்கள். அவர்கள் தலைமையில் ஹர்ஷவர்த்தனன் வந்தான்.

சிதையையும் பெண்களையும் பார்த்துப் பிரமித்தான்; பிறகு தன் தங்கையையே பார்த்தான்.

"ராஜ்யஸ்ரீ" என்று கத்திவிட்டான் ஹர்ஷன்.

"இல்லை, அண்ணா, ஸ்ரீயல்ல!" என்று ராஜ்யஸ்ரீ உற்சாகமற்ற குரலில் பதில் சொன்னாள்.

"என்ன? என்னைக் கண்டு நீ சந்தோஷமடையவில்லையா?" என்று ஹர்ஷன் ஆச்சரியத்துடன் கேட்டான்.

"எதைக் கண்டும் சந்தோஷப்படும் சக்தி என்னிடம் இப்பொழுது இல்லை."

"ராஜ்யஸ்ரீயா, – நீயா – இப்படிப் பேசுகிறாய்?"

"ராஜ்யஸ்ரீ அல்ல – ராஜ்யஸ்ரீ போய்விட்டாள் நான் பிக்ஷுணி."

"என்ன பிக்ஷுணியா?"

"ஆமாம்!"

"நீ பிக்ஷுணியாய் விட்டால் ராஜ்யவர்த்தனனும் நானும் என்ன செய்வது?"

"ஏன்? நான் என்ன செய்யப் போகிறேன்?"

"ராஜ்ய காரியங்களில் உதவி புரிய வேண்டுமே! நாட்டை அன்னியர் கைப்பற்றிக் கொள்ளாமல் பார்த்துக்கொள்ள வேண்டுமே!"

"ஹர்ஷா! என்னை மன்னித்துவிடு; நான் இனிமேல் வாழ்க்கையில் சிரத்தை கொள்ள முடியாது!"

"கிருகவர்மன் இறந்தது சகிக்க முடியாத துக்கம்தான். ஆனால் புருஷன் மட்டுமல்ல, உனக்கு உடன் பிறந்தவர்களும் இருக்கிறார்கள். அவர்களுக்கு நீ செய்யவேண்டிய கடமைகள் இருக்கின்றன."

"என் மகத்தான துக்க நெருப்பில் எல்லாக் கடமைகளும் எரிந்து போய்விட்டன."

"ராஜ்யஸ்ரீ! துக்கப் பெருக்கில் நீ அந்த மாதிரி நினைக்கிறாய். ஆனால் சுகத்தையும் துக்கத்தையும் தனித்துத் தனித்துப் பாராட்ட வாழ்க்கையில் மனிதனுக்கு உரிமை கிடையாது. மனிதனின் உயர்ந்த தர்மத்தைக் கவனித்தால், நீ கடைப்பிடித்திருக்கும் அஹிம்ஸையுந்தான் வாழ்க்கையின் கடமைகள். சுக துக்கங்களைப் பெரிதுபடுத்திப் பாராட்ட நமக்கு அதிகாரம் கிடையாது. புத்த பகவான்" –

"ஹர்ஷ! ஹர்ஷ! நீ ஏன் இப்படி இப்பொழுது இங்கே வந்து என் தீர்மானத்தைக் கலைக்கிறாய்? – இல்லை, இல்லை! மாட்டேன்! என்னால் பொறுக்க முடியவில்லை. மறக்க முடியவில்லை. நான் பாபிதான், ஒத்துக் கொள்கிறேன். முடியாது – நான் சாகத்தான் வேண்டும் – வேறு வழியில்லை. ஹர்ஷ! நீ போய் வெற்றியுடன் வாழ்க்கையைக் கடைப்பிடி! நான் தோல்வியில் மடிகிறேன். என்னை இங்கே விட்டுச் செல், தைரியமாக! உன் கருணையால், சகோதர வாஞ்சையால், என்னைக் காலாந்திரத்திற்கு நிம்மதியற்ற ஜீவனாகச் செய்யப் பார்க்காதே? அண்ணா உனக்குப் புண்ணியம் உண்டு.

தயை செய், போ. அதுதான் நீ எனக்குச் செய்யக்கூடிய சகோதர உதவி!"

"ராஜ்யஸ்ரீ, நீ எல்லாம் அறிந்தவள். ஆனால், துக்கம் உன் மனதில் புகை போலச் சூழ்ந்து கொண்டிருக்கிறது. உணர்ச்சி யாரை விட்டது? ஆகையால் நீ உன்னையே மறப்பது ஆச்சரியமல்ல. உனக்கு நினைப்பு மூட்டுவது என் கடமை. நீ உனக்காக மட்டுமா வாழ வேண்டும்? அதுதானா உன் ஜீவிய லட்சியம்?"

"என்ன சொல்லுகிறாய் ஹர்ஷ?" என்று சொல்லிக்கொண்டு ராஜ்யஸ்ரீ பீதியும் கலக்கமும் கொண்டு பின்வாங்கினாள்.

"ராஜ்யபாரத்தில் நீயும் கொஞ்சம் உதவி செய்ய வேண்டும். அது நமது தந்தையின் நோக்கம். உனது சபதம்கூட, நினைவிருக்கிறதா?"

"என் உயிரே போனபிறகு நான் எப்படி?" என்றாள்.

"புத்தன் யசோதரையைப் பறிகொடுத்தது?" என்று ஹர்ஷன் உணர்ச்சியுடன் கூறினான்.

ராஜ்யஸ்ரீ உலுக்கி விழுந்தாள். சட்டென்று கண்களை மூடிக் கொண்டு போதி சத்துவ ஸ்வரூபத்தை மனதில் நினைத்துக்கொண்டாள். "ஹர்ஷ! உன்னுடன் வருகிறேன். வா. போவோம்!" என்று வெறி பிடித்தவள் போலக் கூறினாள் ராஜ்யஸ்ரீ.

❖

ஹிந்துஸ்தான், 15-01-1939

வெள்ளைக்காரச்சி

பொங்கல் என்றால் எனக்கு அவள் ஞாபகம்தான் வருகிறது.

மாட்டுப்பொங்கலின் போது 'வெள்ளைக்காரச்சி' பிறந்து பத்து நாள்தான் ஆகியிருந்தது; என்றாலும் அவளுடைய குதிப்பிலும் ஓட்டத்திலும் நல்ல தெம்பும் துள்ளலும் இருந்தது. ஒரு வேளைப் பால் பூராவும் அவளுக்குத்தான்; கேட்பானேன்?

என் தாயாருக்கு அவளிடத்தில் வெகுபிரியம். தொட்டுத் தொட்டு வளர்த்தாள். தினமும் கஞ்சி தவறாமல் புகட்டுவாள். நானும் பள்ளிக்கூட நேரம் போகப் பாக்கி பொழுது பூராவும் அவளுடன்தான் கழிப்பேன். என் தங்கை அவளுக்குக் கழுத்தில் மாலையெல்லாம் கட்டிப் போடுவாள். அவளுடைய முகத்தில் பால் வாசனை அடிக்கும். சதா அவளை முத்தமிட்டுக்கொண்டே இருப்பேன்.

'வெள்ளைக்காரச்சி' என்று அம்மாதான் பெயர் வைத்தாள். அவ்வளவு வெண்மையாக இருந்தது அவள் நிறம். நிலவில் நிறுத்திப் பார்க்க வேண்டும் அவள் அழகை.

அன்று பூராவும் உற்சாகம் எனக்குத் தலை தெரிய வில்லை. கடையில் போய்ச் சிகப்பு வர்ணம் வாங்கிக் கொண்டு வந்து எண்ணெய்யில் கரைத்து வைத்துக் கொண்டேன். மாட்டுக்காரப் பையன் பத்து மணிக்கு வந்து மீனாக்ஷியையும் 'வெள்ளைக்காரச்சி'யையும் வாய்க்காலுக்குக் குளிப்பாட்டக் கொண்டுபோனான். நானும் கூடப் போனேன். குளிப்பாட்டின பிறகு உடம்பில் மஞ்சள் பூசி நெற்றியில் குங்குமம் வைத்தோம். மீனாக்ஷி யின் கொம்புகளில் வர்ணத்தைப் பூசினோம். சாயந்திரம் எப்பொழுது ஆகுமென்று துடித்துக் கொண்டிருந்தோம் நானும் என் தங்கையும்.

விளக்கு வைக்கிற நேரம். அன்று மாடுகள் மேயப் போகவில்லை. அம்மா கட்டுத்துறையை அலம்பிக் கோலமிட்டுச் செம்மண் பூசி வைத்திருந்தாள். மீனாக்ஷிக்குக்கூட அன்று ஏதோ விசேஷமென்று தெரிந்துவிட்டது. கட்டுத்துறையில் அவளுக்கு நிலைகொள்ளவில்லை. 'உம், உம்!' என்று கொண்டு காதுகளைக் கூட்டி எங்களைப் பார்த்த வண்ணமாக இருந்தாள். பொங்கல் வாசனை அவளுக்குத் தெரிந்து விட்டது.

அம்மா பொங்கலை ஒரு தட்டில் மீனாக்ஷிக்கும் மற்றொரு தட்டில் வெள்ளைக்காரச்சிக்குமாகக் கொண்டுவந்து தூரத்தில் வைத்து விட்டு இருவருக்கும் தலையிலும் கழுத்திலும் பூச் சூட்டிப் பூஜை பண்ணினாள். ஆனால் மீனாக்ஷிக்கு அதில் எல்லாம் கவனம் செல்ல வில்லை. தட்டிலிருந்த பொங்கலைப் பார்த்துச் சுற்றிச் சுற்றி வந்தாள். அம்மா அவளைத் தொட்டுக் கண்ணில் ஒற்றிக்கொண்டுவிட்டுப் பொங்கல் தட்டை அவள் முன் வைத்தாள். வெள்ளைக்காரச்சிக்கு நன்றாகத் தின்னத் தெரியவில்லை.

நானும் என் தங்கையும் தட்டுகள் வைத்துக்கொண்டு குச்சியால் தட்டிப் 'பொங்கலோ பொங்கல்!' என்று கத்தினோம்.

எங்கள் குரல்களும் ஊரிலிருந்து கிளம்பிய மற்ற குரல்களும் கலந்து அந்த அந்தி நேரத்து மூச்சுக் காற்றில் கலந்தன. இன்று போலிருக்கிறது! அந்த இருள் வரும் வேளையும் பொங்கல் கூற்றும் அந்த மாடும் கன்றும் என் கண்முன் நிற்கின்றன!

வெள்ளைக்காரச்சி பெரியவளாகி எங்கோ பால் கொடுத்துக் கொண்டிருக்கிறாள். கொம்பு முளைக்காத அவள் கன்றுமுகத்தை உயிர் உள்ளளவும் நான் மறக்க முடியாது.

பாரதமணி, 15-01-1939

காதல் நிலை

மிஸஸ் நவமணி புத்தகத்தை மேஜையின்மேல் எறிந்துவிட்டு ஜன்னலின் பக்கமாகத் தன் பார்வையைத் திருப்பினாள். அவள் விட்ட ஆழ்ந்த பெருமூச்சிலிருந்தும் முகத்திலிருந்த ஏக்கத்திலிருந்தும் அன்று அவள் ஏதோ உள்ளக் கிளர்ச்சி கொண்டிருந்தாள் என்பது தெரிந்தது.

ஷேக்ஸ்பியரின் நாடகம் 'ஆன்டொனியும் கிளியோ பாட்ராவும்' என்பதை அப்போதுதான் படித்து முடித்தாள். அந்த மகத்தான காதல் நாடகத்தைப் படித்ததிலிருந்து ஏற்பட்ட மயக்கத்தில் எதிரில் இருந்த தெருவும் அதிலிருந்த போக்குவரத்தும் அவள் கண்களுக்கு ஒரு கனவுக்காட்சி போல் தென்பட்டன. அப்போது ஏற்றப்பட்ட மின்சார விளக்குகள்கூட நட்சத்திர ஜ்வாலை கொண்டிருந்தன. சரித்திரத்திலும் இலக்கியத்திலும் பிறந்து, காலத்தின் வெளியில் நடமாடும் காதல் உருவங்கள் அப்பொழுது அந்தத் தெருவிலே அவள் முன்னே வரிசையாக நடந்து செல்வனபோல் இருந்தன.

அவள் அப்படித் தன்னையே மறந்து உட்கார்ந்து போயிருந்ததைச் சுந்தரம் கண்டார். வாழ்க்கைக் கரையில் வந்து மோதி மறையும் ஆசை அலைகள் போல அவளுடைய பெருமூச்சுகள் கிளம்பிக் கிளம்பி நசித்தன. தன் முன்னே சென்ற அந்த மின்னல் காட்சியைக் கண்டதால் நிலை குத்தியதைப் போல இருந்தது அவள் பார்வை.

விளக்குக்கூடப் போடாமல் அந்த அறையின் அரை யிருளில் அவர்கள் மேஜையின் இருபக்கங்களிலும் உட்கார்ந் திருந்தார்கள். சடக்கென்று விளக்கைப் போட்டு அவளைத் திடுக்கிடச் செய்யக் கூடாதென்று ஆசிரியர் சுந்தரம் நாசுக்காக, "என்ன யோசிக்கிறீர்கள்?" என்று மெதுவாகக் கேட்டார்; வெகுநேரம் அப்படிப் பேச்சற்று இருட்டில் உட்கார்ந்திருப்பதன் அவதியை நீக்குவதற்குச் சூசனையாக அப்படிக் கேட்டார்.

மிஸஸ் நவமணி அப்படியே திடுக்கிட்டுப் போனாள். ஓர் அந்நியரின் முன்பு அவ்வளவு மெய்ம்மறதியாக உட்கார்ந்திருந்ததை அப்பொழுது தான் அறிந்தாள்; வெட்கத்தால் முகம் சிவந்தது. ஆனால் தூய உணர்ச்சிகள் அவள் மனசில் பொங்கிய அந்த வேளையில் அவள் தன் எண்ணங்களை ஒளிக்க இஷ்டப்படவில்லை; முயலவும் இல்லை.

"இந்த அதியசயமான காதலின் முடிவைப் பற்றி எண்ணிக் கொண்டிருந்தேன்!" என்று உடனே உள்ளத்தைச் சொல்லிவிட்டாள்.

"எந்தக் காதல்?" என்று சுந்தரம் கேட்டார்.

"கிளியோபாட்ராவின் காதல்தான்" என்று மெய்சிலிர்ப்புடன் சொன்னாள் நவமணி.

"கிளியோபாட்ராவின் ஆத்மாபிமானம் என்று சொல்லுங்கள்" என்று நவமணியைத் திருத்துபவர் போலக் கூறினார் சுந்தரம்.

"ஏன்?" என்று அவர் அந்தச் சந்தர்ப்பத்தில் கேலியாகப் பேசுவதை ரசிக்காதவள் போலக் கொஞ்சம் மனஸ்தாபத்துடன் கேட்டாள்.

"பிறரைவிட – ஆன்டொனியைவிட – தன்னைத்தான் அவள் அதிகமாகக் காதலித்தாள்."

சுந்தரம் அந்தமாதிரி சொல்லுவதைக் கேட்டு மிஸஸ் நவமணி ஆச்சரியமடைந்து போனாள் என்பது அவளுடைய முகக்குறிப்பிலிருந்தே நன்றாகத் தெரிந்தது.

"நீங்களா அப்படிச் சொல்லுகிறீர்கள்? அவள் ஆன்டொனிக்காகத் தன் உயிரையே விடவில்லையா? அவளுடைய அபரிமிதமான காதலுக்கு அதுவே அத்தாட்சி அல்லவா?"

"அவளுக்குக் கற்பனை உண்டு; எதை எப்படிச் செய்ய வேண்டு மென்பது அவளுக்கு நன்றாகத் தெரியும். சரியான காலத்திலும் செய்யத் தெரியும். திரிபுவன வீரர்களைத் தன் காலடியில் கிடக்கச் செய்ய வேண்டுமென்பது ஒன்றுதான் அவள் ஆசை. அவள் தன் ஆத்ம சிம்மாசனத்தில் தனியாக உட்கார்ந்து கொண்டு வேடிக்கைதான் பார்த்தாள். சரித்திரத்திலேயே அந்த மாதிரி சித்திரத்தை வரைந்துவிட வேண்டும் என்பது அவளுடைய நோக்கம். அதற்காக அவள் தன் வலையை வீசி வல்லரசர்களை வீழ்த்தினாள். தன் ஆத்மாபிமானத்திற்கு அவர்களைப் பலி கொடுத்தாள். அவமானமின்றி இனிமேல் உயிர்வாழ முடியாது என்று கண்டதும் உலகத்தின்முன் சட்டென்று தன்னையே ஹத்தி செய்துகொண்டாள். ஷேக்ஸ்பியர் இந்த மனோபாவத்தை விசித்திரச் சக்தியுடன் வர்ணித்திருக்கிறார், இது காதலா?"

சுந்தரத்தின் பிரசங்கம் நவமணியைக் குழப்பிவிட்டது. அவர் சொன்னது சரிபோலத் தோன்றலாயிற்று. ஆனாலும் தன் மனத்தில் ஏற்பட்ட அழகிய சித்திரத்தை அழிக்க அவளுக்கு மனசு வரவில்லை.

"பெண்ணின் இருதயத்தில் – அவள் காதலில் – உங்களுக்கு என்ன அவ்வளவு அவநம்பிக்கை?" என்று புன்சிரிப்புடன் கேட்டாள்.

"அப்படி ஒன்று இருந்தால் அல்லவா நம்பிக்கை அவ நம்பிக்கை என்ற பேச்சு?"

மிஸஸ் நவமணி எம்.ஏ. பரீட்சைக்குப் படித்துக்கொண்டிருந்தாள். புரொபஸர் சுந்தரம் அவளுக்கு டியூஷன் சொல்லிக் கொடுக்க ஆரம்பித்து நான்கு மாசங்கள் ஆகியிருந்தன. ரெவரெண்டு வில்லியம்ஸ் என்பவர் மூலமாகத்தான் இருவருக்கும் பழக்கம் ஏற்பட்டது. சுந்தரம் இலக்கியம் கற்பிக்கும் முறையிலேயே ஒரு புதுமை இருந்தது.

"ஷேக்ஸ்பியர் நிபுணர் என்று பெயர் பெற்ற நீங்களே அவருடைய பிரதம கதாநாயகி ஒருத்தியை இப்படி இகழ்ந்து கூறுகிறீர்களே?"

"நான் ஷேக்ஸ்பியரின் கருத்துக்களை அறிந்த மட்டில், நான் சொன்னதுதான் சரி என்று எனக்குத் தோன்றுகிறது. தம் சிருஷ்டி சக்தியின் பரிபூர்ண தசையிலல்லவா அவர் இந்த நாடகத்தை எழுதினார்? ஆகையால் அவர், தம் கருத்தைச் செவ்வனே வெளியிட்டிருக்கிறார். சரித்திரப்படி அவளுக்கு இருந்த குணத்தைக் கூடுதல் குறைவின்றிப் பெண்மையைப் பூர்ணமாக வெளியிட்டுக் காட்டி எழுதியிருக்கிறார்."

"அந்தப் பெண்மைதான் என்ன என்று சொல்லுங்கள்!" என்று அவள் சட்டென்று குறுக்கிட்டுக் கேட்டாள்.

"அது என்னுடைய இலக்கியக் கொள்கை மட்டுமல்ல; அதுதான் அநுபவ சித்தமானதுங்கூட."

"எது?"

"காதல் ஒரு கதை என்பது."

சுந்தரம் தன்னைத் தாக்கினதுபோலத் துடித்தாள் நவமணி.

"ஏதோ ஒரு சில இடங்களில் வேண்டுமானால் காதல் வியர்த்தமாகப் போயிருக்கலாம். அதற்காக ஸ்திரீ புருஷ ஸ்வபாவத்திற்கே மூலாதார மான ஓர் உணர்ச்சியை இல்லையென்பது சரியா? அல்லது நியாயமா?" என்று நவமணி ஊக்கத்துடன் கேட்டாள்.

"அம்மா, நான் அறிந்ததை, உணர்ந்ததை – மட்டும் சொல்லுகிறேன். காதல் என்னும் கொள்கை ஓர் அழகிய கனவு – லட்சியம். கவிகள் அதைப் பற்றி வானளாவப் பாடலாம். ஆனால் அவ்வளவு உயர்தர உணர்ச்சிக்கு வாழ்க்கையில் இடமில்லை. டால்ஸ்டாய் என்ற மகான் கூட அந்த மாதிரியே அபிப்பிராயப்படுகிறார். ஆனால் . . . என்னை மன்னியுங்கள் – உங்கள் சொந்த அநுபவம் வேறுவிதமாக இருக்கலாம் – அதை மறந்துவிட்டேன்."

உண்மையிலேயே இருவரும் தங்களை மறந்துவிட்டார்கள். அறையில் இருள் நன்றாகச் சூழ்ந்துவிட்டது. ஜன்னல் வழியாக ஒரு சிறு நிலாத் துண்டு மட்டும் அறைக்குள் விழுந்து கிடந்தது. மிஸஸ் நவமணி உள்ளம் உருகிவிட்டாள்.

"நாம் இருவரும் இன்றிரவு இவ்வளவு தூரம் பேசியபிறகு நான் உங்களிடம் ஒரு பொய்யைச் சொல்ல விரும்பவில்லை. நீங்கள் இந்த

நான்கு மாசங்களில் எனக்கு ஒரு நிரந்தரமான நண்பர் ஆகிவிட்டீர்கள். உங்களிடம் சொல்லிவிடுகிறேன், என் வாழ்க்கை ரகசியத்தை; என் மணவாழ்க்கை வெறும் சாவுநிலைக்குச் சமானந்தான்" என்று சொல்லும் பொழுதே அவளுடைய குரலில் கண்ணீர் அடைத்துக் கொண்டது.

"அம்மா! நீங்கள் அந்த மாதிரி நினைப்பதற்குக் காரணம் நீங்கள் வாழ்க்கையிலிருந்து அதிகம் எதிர்பார்த்ததுதான் – அந்த மணவாழ்க்கை யிலிருந்து நீங்கள் காதலை எதிர்பார்க்கக் கூடாது" என்று சுந்தரம் உணர்ச்சியுடன் பேச ஆரம்பித்தான்.

"பின் கல்யாணமே செய்துகொள்வானேன்?"

"நான் என்ன சொல்லட்டும்? நான் இது மட்டும் சொல்லக்கூடும்: கல்யாணம் ஆகிற நிமிஷம், காதல் முடிவடைகிறது. ஆனால் காதலை நிலைநிறுத்த முயலுபவர்கள்கூட மரணத்தில் சரண் புகுந்துதான் அப்படிச் செய்ய முடியும். ரோமியோவும் ஜூலியத்தும் அப்படித்தான் செய்தார்கள். பார்பிரியாவும் அவர் காதலனும் அப்படித்தான் செய்தார்கள் அதியற்புதமான உயர்தரக் காதல் – எல்லாம், எங்கும் – அந்த மாதிரிதான் இருந்திருக்கிறது."

"கணவனும் பெண்ணும் ஒருமனப்பட்டால் காதல் ஏன் வளராது?"

"ஒரு மனப்படுவதென்பது என்ன? இரண்டு மனங்கள் ஒன்றாவது தானே? ஒன்று மற்றொன்றில் லயப்படுவதுதானே? ஒரு ஸ்வபாவம் மற்றொன்றிற்குப் பரிபூர்ணமாகக் கீழ்ப்படிவதுதானே?–"

"அதாவது சிறிய தன்மை பெரியதற்கு இடம் கொடுத்து, அதில் ஈடுபட்டுவிடுவதுதான்."

"அதை யார் தீர்மானிப்பது? ஆராய்ந்து பார்த்தால் சிறியது பெரியது என்ன? அபிப்பிராய பேதமாகத்தானே கடைசியில் முடிகிறது?"

"நீங்கள் உங்கள் வாழ்க்கையில் காதலைக் கண்டிருக்கிறீர்களா? – நான் கேட்கலாமா?" என்று அவள் அவரைத் திடீரென்று கேட்டாள்.

இந்த எதிர்பாராத கேள்வி அவரைக் கொஞ்சம் தூக்கிவாரிப் போட்டுவிட்டது.

"உண்டு – அதாவது அதைப் பற்றிச் சொல்லி என்ன பயன்?" என்று வார்த்தைகளை விழுங்கினார்.

"நீங்கள் என்னிடம் சொல்லக்கூடுமா அதைப் பற்றி?" என்று அவள் மறுபடியும் கேட்டாள்.

"ஆகா – அதற்கு என்ன ஆட்சேபம்? ஆனால் – அது –" என்று சுந்தரம் இழுத்து இழுத்துத் தன் முகத்தைப் பார்த்து அசடு தட்டுவதைக் கண்டதும் நவமணிக்கு ஆச்சரியம் உண்டாயிற்று.

அவர் முகத்தில், "தெரியவில்லையா உனக்கு?" என்று எழுதியிருந்தது.

அவள் வெட்கத்தால் மெய்சிலிர்த்துப் போனாள். முகம் வெளுத்தது.

"ஆமாம், எப்பொழுது முதல் இந்தமாதிரி உங்கள் மனசு ..?" என்று அவர் முகத்தைப் பார்த்துக்கொண்டே கேட்டாள்.

"நான் இந்த வீட்டில் காலடி எடுத்து வைத்த நிமிஷம் முதல்."

"ஓ, கண்டதும் காதலா!" என்று நவமணி சிரிக்க முயன்றாள்.

"என்னைக் கேலி செய்யக் கூடாது!"

"ஆனால் உங்களுக்குத்தான் காதலில் நம்பிக்கை இல்லையே?"

"காதலில் நம்பிக்கை இல்லை என்பதல்ல; அது வாழ்க்கையில் இருக்கமுடியாது என்பதுதான் என் அபிப்பிராயம் – அவ்வளவுதான்."

"பின் ஏன் இவ்வளவு நாளும் வாயை மூடிக்கொண்டு இருந்தீர்கள்?"

"அதனால்தான்! என் நாவின் நுனியில் வந்து வந்து வெளியேறத் துடித்த அந்த ஒரு வார்த்தையை அதற்காகத்தான் வெளியே விடாமல் தடுத்து வைத்திருக்கிறேன்."

"என் மனசை அறிய விரும்பினீர்களோ?"

"இல்லை, இல்லை. அதற்கு என்ன அவசியம் இருந்தது?"

"ஓகோ, நான் அவ்வளவு வெகுளியாக நடந்துகொண்டு விட்டேனோ?" என்று சிரித்துக்கொண்டே கேட்டாள். பிறகு திடீரென்று குரலை மாற்றிக்கொண்டு துடிதுடிப்புடன், "நாம் இருவரும் ஒரு முயற்சி செய்தால் என்ன?" என்றாள்.

தான் சொல்லிவிட்டது என்ன என்பதை உணர்ந்ததும் வெட்கத்தால் அவள் முகம் சிவந்தது.

"ரோஸ், இல்லை! காதல் என்பது இப்பொழுது இருப்பதுதான். இதற்கு மேல் போகக் கூடாது. ஓர் அடிகூட இதற்கு மேல் எடுத்து வைக்கக் கூடாது. காதல் கரையற்றது, கட்டற்றது என்பது மட்டுமல்ல. வார்த்தையிலோ செயலிலோ அதற்கு ஒரு கரை ஏற்படக்கூடாது; நிர்ணயம் கூடாது. அது மனசில் மரணமின்றி வாழவேண்டும். அப்பொழுதுதான் ரோஸ், உன் அழகு நித்திய யௌவனமாக இருக்கும்; என் காதலும் அழியாது; மகாகவி 'கீட்ஸி'ன் வாக்கு நினைவிருக்கிறதா? 'வாலிபனே, எந்நாளும் நீ காதலித்துக்கொண்டிருப்பாய்; அவளும் அப்படியே அழகுருவாக இருப்பாள்' என்று அவன் இரண்டு சிலைகளைப் பார்த்துச் சொன்னதுதான் உண்மை."

"ஆனால் அது எங்கே இருக்கிறது? இங்கு வாழ்க்கையில் எனக்கு ஒரு பிடிப்பு வேண்டுமே?"

"வாழ்க்கையில் பிடிப்பு வேண்டாம், ரோஸ். இப்படியே இருப்போம், போதும். அதுதான் காதல் நிலை!"

"கால் பாவாது நீரோட்டத்தில் நான் எப்படி நிலைப்பது?"

"காதலில் கால் பாவினால், வெள்ளம் வடிந்துபோகும். காதல் மனத்தின் பெருக்கிலிருந்து செயலென்னும் மணல் தரைக்கு வந்தால் இருக்கிற இடம் தெரியாமல் வறண்டுவிடும். அது எப்போதும் உடல் சம்பந்தப்பட்ட மட்டில் தூரத்துப் பச்சையாகவே இருக்க வேண்டும். நெருங்கினால் அந்த மோகனக் கனவு கலைந்துவிடும். பரஸ்பர ஆலிங்கனத்தினால் இருவர் சேர்ந்து கட்டிப் பிடித்துக் கண்டுவிட முயலும் மாய அழகு தப்பி ஓடிவிடும். வெறும் உடல்கள்தாம் நிற்கும். பரஸ்பரம் உடனே ஏமாற்றமும் வெறுப்பும் தோன்றும்."

"நீங்கள் சொல்வது உண்மை போலப் படுகிறது; ஆனால் அந்த மனோபாவ நிலையில் எனக்கு ஆறுதல் ஏற்படாது."

"கலையில், கவிதையில், உங்களுக்கு ஆறுதல் ஏற்படவில்லையா?"

"அதுபோலத்தானா இது?"

"ஆமாம், காதலும் உண்மையைப் போலவும் அழகைப் போலவும் ஒரு கற்பனை!"

"உடல் இன்பம்?"

"அது வேறு; சாசுவதமல்ல அது."

"அது இயற்கையல்லவா?"

"இயற்கைதான்; ஆனால் அது மட்டும் நீடித்த சுகம் அளிக்காது!"

"பின் என்னதான் வாழ்க்கை?"

"சுகதுக்கம் கலந்த அநுபவந்தான்; வேறொன்றும் இல்லை."

❖

பாரதமணி, 19-03-1939

இருளிலிருந்து

க்ஷண சுகத்திற்குப் பிறகு ஏற்பட்ட அந்த ஆழ்ந்த வெறுப்பு அவருடைய உள்ளத்தைக் கிளறிவிட்டது. யசோதை அப்படியே தூங்கிவிட்டாள். சித்தார்த்தனுக்குத் தூக்கம் கொள்ளவில்லை. கட்டிலிலிருந்து எழுந்து அறையில் உலவினார். சுகத்தைப் பற்றியும் துக்கத்தைப் பற்றியும் அவர் எண்ணங்கள் மேன்மேலும் உயர்ந்து கிளம்பின. ஆரோக்கியமும் யௌவனமும் சுகபோதை கொடுக்கும் மதுவாக இருக்கின்றன. எது நிரந்தரம்? சுகம் நிச்சயமாக நிரந்தரமன்று; ஆனால் துக்கமும் நிரந்தரமன்று. சுகமென்னும் வெள்ளப்பெருக்கு எப்பொழுதும் துக்கமென்ற சாகரத்தில் போய்த்தான் முடிவடைகிறது. சுகமே துக்கத்திலிருந்துதான், சிரமத்திலிருந்துதான் உற்பத்தியாகிறது, சொல்லப்போனால்.

சுகம் நிச்சயமில்லை. நோய், மூப்பு, மரணம் இவை நிச்சயம். சுகம் கொஞ்சம்; துக்கந்தான் அதிகம். எதற்காக இந்தத் தாரதம்மியம்? சுகம் ஏன் நசிக்கிறது? துக்கம் ஏன் நீடிக்கிறது? துக்கம் ஏன் சதா சுகத்தின் இறுதியில் மாலையின் இறுதியில் மையிருட்டுப் போல் தென்படுகிறது? துக்கம் தொலையக் கூடியதா? துக்கமற்ற சுகம் உண்டா? அது எது?

"யசோதரையிடம் நான் பெறும் இன்பம் நீடிக்க வில்லை, ஏன்? யசோதரையின் அழகே இன்பத்திற்குக் காரணம். அது நீடிக்காதே! அதன் பூரணப்பிரபையை மூப்பு வந்து ராகு போலக் கிரஹிக்கும். கிருஷ்ணபக்ஷத்தின் சதுர்த்தசி போல மரணமே வந்து அதை அபகரிக்கும். அவளுடைய காதல்? – அதுதான் நீடிக்குமா மரணத்தின் முன்பு?

"ராஹுலனின் இளமையையும் அழகையும் பார்க்கும் பொழுது எனக்கு இப்பொழுது சந்தோஷமில்லை. மூப்பின் ஞாபகம், மரணத்தின் ஞாபகந்தான் வருகிறது. சௌந்தரியமே எனக்குச் சாவைத்தான் நினைப்பூட்டுகிறது. சாவுதான் உண்மை. அழகும் அன்பும் உண்மையல்ல.

"அது கூடாது, சாவு உண்மையாகக் கூடாது. அழகும் அன்பும் அழியக் கூடாது. அவை தோன்றி மறைவதென்றால், பருவத்தின் புஷ்பங்கள் போல மலர்ந்து உதிர்ந்து போவதென்றால், வாழ்க்கைக்கு அர்த்தம் இல்லை. அவற்றை ஓர் அம்சத்தில் உலகத்தில் நிலை நிறுத்த வேண்டியது அவசியம். முயற்சி செய்தால், அது முடியுமானால், என்ன சிரமந்தான் படக் கூடாது? நான் படுகிறேன். அந்தச் சிரமம். தேவையானால் என் சுகத்தையே – வாழ்க்கையையே அதற்குத் தியாகம் செய்கிறேன்."

சித்தார்த்தனுடைய ஹிருதயத்தைத் துயரம் எட்டிக்கூடப் பார்க்க முடியாமல் பாதுகாத்துக்கொண்டு வந்தார் அவருடைய தகப்பனாரான சுத்தோதனர். துக்கம் என்ற களங்கத்தையே அறியாத துல்லியமான உள்ளம் படைத்தவனாகத் தம் மகனை வளர்த்தார்.

மகன் கண்முன் வறுமை தென்படக் கூடாதென்று ஆக்ஞாபித்தார்; நோயின் குரலோ காட்சியோ அவர் அருகிலேயே இருக்கக் கூடா தென்றும் கட்டளையிட்டார். மூப்பின் முதிர்ந்த களையுங்கூட அவர் மனத்தைக் கிளறக் கூடாதென்றும் ஜாக்கிரதையாகப் பாதுகாத்து வந்தார்.

இவ்வளவு முன்னெச்சரிக்கைகளுடன் கூடிய அந்த வாழ்க்கையால் சித்தார்த்தருடைய நினைவுகள் போக்கற்று, சுக திக்கிலிருந்து திரும்பிய வாழ்க்கையின் மூலாதாரங்களைப் பிறப்பிலும் இறப்பிலும் வளர்ப்பிலும் இளைப்பிலும் ஊக்கத்திலும் நினைப்பிலும் ஆராய்ச்சி செய்ய ஆரம் பித்தன. சாதாரணமாக அவரை, எல்லோரையும் போல வாழ்க்கையில் அடிபடும்படி விட்டிருந்தால் அவர் புலன் அவ்வளவு தீஷண்யமாயிருந் திராது; வாழ்க்கையின் மேடு பள்ளங்களில் நடக்காததாலேயே அவர் மனம் மேலும் மிருதுவாகிப் புஷ்பப் பாதையிலேயே புண்பட்டது.

உலகத்தில் தினசரி கண்ணில் படும் கொடுங்காட்சிகளை அடிக்கடி பார்த்து உள்ளத்தின் உணர்ச்சிகள் கூர்மை மங்கிப் போயிருந்தால் அவர் மனம் பிறகு அவ்வளவு பாடு பட்டிராது. அப்பொழுதுதான் மலர்ந்த மொக்கின் ஹிருதயம் போல, அவர் ஹிருதயம் சதா காற்றுப் படாது புத்தம் புதிதாகவே இருந்ததால் அதன் மூச்சே அதைப் புடைத்துத் தொட்டாற் சுருங்கியைப் போலச் சுருங்கச் செய்தது.

அவருடைய இன்பக் கனவின் இறுதியில் ஒரு சலிப்பும் ஓய்ச்சலும் உணர்ச்சிச் சாவும் ஏற்பட்டதைக் கண்டதுமே அவருக்கும் வெளி யுலகத்துக்கும் நடுவே இருந்த திரையில் ஓர் ஓட்டை விழுந்துவிட்டது. அவ்வளவுதான். அதன் வழியாக வாழ்க்கையின் துன்பப் புயல் புகுந்து பாய்ந்து அவரைத் தாக்கிற்று.

அதனால்தான் துன்பமும் நோயும் மூப்பும் சாவும் சித்தார்த்தரை வேறு யாரையும் கலக்காத முறையில் கலக்கின. உலகத்தில் வேறு யாருமே திகைப்புக் கொள்ளாத வகையில் அவர் வாழ்க்கையின் துவந்துவங்களைக் கண்டு திகைப்புக்கொண்டார்.

அந்தத் துவந்துவங்களின் மூலங்களை ஆராய்ந்து களைந்தெறியாத வரையில் வாழ்க்கையில் அழகும் அன்பும் க்ஷண சுகங்களாகத்தான் இருக்கும் என்ற எண்ணம் நள்ளிரவில் அவருக்குத் திடீரென்று தோன்றிற்று.

இன்ப மயக்கம் அளிக்கும் பலவித வாசனைகள் கட்டியது போன்ற அந்தப் பள்ளியறையின் சாளரத்தைத் திறந்து வெளியே பார்த்தார். அவர் உள்ளமும் தன் ஒற்றைக் கதவைத் திறந்துகொண்டு வெளியே பார்த்தது.

இரவு, மரணத்தின் கோர ஸ்வரூபம்போல, மௌன தாண்டவம் செய்து கொண்டிருந்தது. வாழ்க்கையே ஒரு மந்திர சக்தியில் ஏங்கிக் கிடக்கும்பொழுது அதன் ஹிருதயத் துடிப்புப்போலச் சுவர்க் கோழிகள் இடைவிடாமல் சத்தம் செய்துகொண்டிருந்தன. எங்கும் மேகம் கவிழ்ந்து இருள் நிறைந்திருந்தது.

திடீரென்று சித்தார்த்தன் தன் வாழ்க்கைப் பள்ளியறையின் சிறுமையையும் வெளியுலகத்தின் விஸ்தாரத்தையும் ஒப்பிட்டுப் பார்த்த பொழுது அவருக்குச் சிறியதில் ஒரு வெறுப்பும் பெரியதில் ஓர் ஆழ்ந்த இரக்கமும் ஏற்பட்டது. அக வாசனையும் அழகொளியும் ஏறிய அந்த அறை சுற்றிலுமிருந்த சோக இருளில் ஓர் அணுப் போலத் தென்பட்டது. அந்த ஒளியிலிருந்து பாய்ந்து அந்த இருளில் குதித்துவிட வேண்டுமென்று அவர் உடனே வேட்கை கொண்டு விட்டார்.

அந்த மகத்தான முகூர்த்தத்தில் அவருக்கு மனைவியின் நினைவும் மகன் நினைவும் அற்றுப் போயின; தன் நினைவுகூட அற்றுப் போய்விட்டது; அந்த ஒளியுலகத்துடன் தனக்கு இருந்த பற்று அந்த நிமிஷம் அறுபட்டு விழுந்ததைக் கண்டார்.

முன்னே கிடந்த முடிவற்ற இருள் அவரைக் கூவி அழைத்தது, பொங்கி வழியும் அலைகள்போல.

தகப்பன் கட்டி வைத்த இன்பச் சிறையால் சித்தார்த்தரைக் கட்டுபடுத்த முடியவில்லை; யசோதரையின் அழகும் ராஹுலனின் அன்புங்கூட அவரை அப்பொழுது அசைக்க முடியவில்லை. அவற்றின் வேரற்ற தன்மை அந்த நிசியில் வெட்ட வெளிச்சமாகிவிட்டது.

மௌனமாக, நிச்சய புத்தியுடன், அந்த ஒளி மாளிகையை விட்டு வெளியேறினார். வாழ்க்கையின் இருட்பாதையில் இறங்கினார்.

சந்திரோதயமாயிற்று. மேகங்களிலிருந்து விடுபட்ட சந்திரன் உச்சிவானில் தோன்றினான்.

❖

கலைமகள், **மே, 1939**

திரை

தான் வந்து இரண்டு நாட்களாகியும் ராஜம் தன்னிடம் பேசக்கூட மாடிக்கு வராதது அவனுக்கு மிகவும் ஆச்சரியமாக இருந்தது. யோசித்து யோசித்துப் பார்த்தான். தான் ஒருவிதமாகவும் பிசகு செய்ததாக அவனுக்குத் தெரியவில்லை. ஆகையால் அவள் கோபித்துக்கொண் டிருப்பாள் என்பதற்கும் இடமில்லை. அதுவுமின்றிக் கல்யாணமான பிறகு, முதல் முதலாக அப்பொழுதுதான் அவளைப் பார்க்க வந்திருந்தான். அதற்குமுன் நேரில் கண்டு பேசினதே இல்லை. ஆகையால் எந்தக் காரணத்தைக் கொண்டும் அவள் அதற்குள் கோபித்துக்கொள்ள முடியாது.

ஒருவருக்கொருவர் இடைவிடாமல் கடிதங்கள் எழுதிக் கொண்டார்கள். அவற்றில் அவ்வளவு ஆர்வத்துடனும் உணர்ச்சியுடனும் எழுதிவிட்டு, நேரில் வந்தபோது ஏன் அவள் அப்படி இருந்தாள் என்பதுதான் அவனுக்கு அர்த்தமாகவில்லை. பக்ஷணம், பலகாரம், காபி – எல்லாம் மாமியார் கொண்டுவந்து வைத்தாள். தாம்பூலம் மடித்து வந்தது. அதை யார் மடித்தார்கள்?

மாடி அறையில் அவன் தனியாக எவ்வளவு நேரந்தான் அவளை எதிர்பார்த்துக்கொண்டு இருப்பது? பகலெல்லாம் எதிர்பார்த்தான்; ரகசியமாக வருவாளோ என்று இரவில் கூட வெகுநேரம் விழித்துக்கொண்டு படுக்கையில் கிடந்தான்.

கடிதத்தில் வெகுதைரியமாக எழுதிவிட்டாள். நேரில் கண்டவுடனே வெட்கம் மேலிட்டுவிட்டது போல் இருக்கிறது. ஒருவேளை அவ்வளவு தூரம் வெகுளியாகக் கடிதத்தில் எழுதிவிட்டோமே என்று பயந்தே தன்னிடம் வராமல் இருந்தாளோ என்று யோசித்தான். என்ன சமாதானம் செய்துகொண்டாலும் அவள், அவ்வளவு அருகில், தன்னிடம் வராமல் இருந்தது அவனுக்கு விளங்கவே இல்லை.

இரண்டாவது நாள் இரவு எட்டுமணி. தூரத்தில் கோவிலிலிருந்து சைத்ரோத்ஸவத்தின் கொட்டு முழக்குச்

சத்தம் கேட்டது. தெருவில் ஸ்திரீகள் கும்பல் கும்பலாகக் கோவிலுக்குப் போய்க்கொண்டிருந்தார்கள். ஜன்னல் வழியாக உள்ளே விழுந்த சந்திரிகை அவன் ஹிருதயத்தை வலைபோட்டு வெளியே இழுப்பது போல இருந்தது. வெளியுலகத்து இன்பம் அவனை 'வா, வா' என்று அழைத்தது. ஆனால் அப்பொழுது அவனுக்கு அதெல்லாம் காதில் ஏறவில்லை. அந்த அழகு அவன் கண்களில் படவில்லை. அவன் உள்ளம் முழுவதும் ராஜத்தின்மேல் இருந்தது. அவள் எழுதின கடிதங்களின் வாக்கியங்களும் அவளுடைய முகமும் கண்களுமே அவன் முன் நின்றன.

அன்றிரவாவது கட்டாயம் ராஜம் தன்னிடம் வருவாள் என்று எண்ணினான். மத்தியானமே வேடிக்கையாக மைத்துனனைப் பார்த்து, "உன் அக்கா இந்த ஊரில்தானே இருக்கிறாள்?" என்று கேட்டான். அதைக் கேட்டுக்கொண்டிருந்த மாமியார்கூடக் கொஞ்சம் பதறிப்போய் ஏதோ குசுகுசுவென்று யாருடனோ பேசினாள். யாருடனோ என்ன, அவளுடன்தான்! ஆகையால் தன்னுடைய மனஸ்தாபத்தை ஒருவாறு அவர்கள் அறிந்திருந்ததால் அன்றிரவு கட்டாயம் வருவாள் என்றே எதிர்பார்த்தான். முதல் நாளிரவு, பாவம், வெகுநேரம் எதிர்பார்த்துக் கொண்டிருந்த சிரமத்தால் தன்னையறியாமல் தூங்கிப்போய்விட்டான். மறுநாள் காலையில் அவனுக்குக் கோபமும் துக்கமும் வந்து, காபியைப் பகிஷ்காரம் செய்யலாமா என்றுகூட யோசித்தான்.

கீழே வீணை மீட்டும் சத்தம் கேட்டது. சற்றுநேரத்திற்கெல்லாம் சங்கராபரணத்தில் "தாரி சூசுசுன்னதி நீது ப்ரியா" என்ற ஜாவளியை யாரோ பாடிக்கொண்டே வாசித்தார்கள். வேறுயார்? அவள்தான்!

"உன் காதலி உன்னை எதிர்பார்த்துக் கொண்டிருக்கிறாள்; உன் வழி நோக்கிக்கொண்டிருக்கின்றாள்" என்று ஆரம்பித்த அந்தப் பாட்டு, படுக்கையுள்ளின் அலங்காரத்தை மனோகரமாகச் சித்திரித்தது. சங்கீதமும் சாகித்தியமுமாகக் கலந்து அவன் உள்ளத்தை உருக்கின.

'ஆகா! நல்ல ரஸிகையாக அல்லவா இருக்கிறாள் ராஜம்! ஏன் இருக்கமாட்டாள்? அவளுடைய கடிதங்களே அவ்வளவு ஜீவு கொண்டிருந்தனவே! என்ன வாசிப்பு, என்ன சாரீரம்! இதற்கு மேற்பட்ட இன்பம் கிடையாது... ஆனால் இத்துடன், அவளுடைய வாய் வார்த்தை ஒன்றை, என் முன்பு என் பக்கத்தில், நான் கேட்டால்! சுகத்தின் மின்னொளியைப் பாய்ச்சும் அவளுடைய கையின் ஸ்பரிசத்துடன், ஸ்வர சுத்தமான அந்தச் சொல் என்னுள் பாய்ந்தால் என்ன பேறு பெறுவேன்! ராஜம் என்னை ஏன் இப்படி வாட்டுகிறாள்? வேண்டு மென்றுதான் இப்படி ஏக்கத் தீயிட்டு என் உள்ளத்தை வாட்டுகிறாளோ? எதற்காக இந்தச் சோதனை? என் கடிதங்களில் காணவில்லையா அவள், என் உள்ளத்தின் வேட்கையை? பெண்ணின் கொடுமை உன்னிடம் கூடத்தான் இருக்கிறது. உன் இங்கிதமும் புத்தியும் தேர்ச்சியும் ஈரமும் எங்கே? உன் கடிதங்களிலேயே நின்றுவிட்டனவோ அவை! இல்லை, இது சரியன்று, ராஜம்! உடனே வீணையைக் கீழே வைத்து விட்டு என்னிடம் வா! அந்த வீணை எதற்கு உனக்கு? என் ஹிருதய

வீணையை மீட்டி வாசி. சுருதி கலைந்து கிடக்கிறேன் நான். குழைவற்றிருக்கிறேன். உன் இழைக்கும் விரல்களால், என்னைச் சுருதிகூட்டி ஸ்வரமாக்கி, உன் விரல் விந்தையால், விண்ணொலி கொள்ளச் செய்' என்று உணர்ச்சி மேலிட்டவனாய்த் தனக்குள்ளேயே பிதற்றிக் கொண்டிருந்தான் அவன்.

"உன் காதலி வழி நோக்கிக்கொண்டு காத்திருக்கிறாள்" என்ற பல்லவி திரும்பத் திரும்ப ஒரு ஏக்கக் குரலாக வந்து அவன் காதில் தாக்கிற்று. அவனுக்கு அங்கே இருக்க முடியவில்லை. எழுந்து கீழே இறங்கிப்போனான்.

முற்றத்திலிருந்த மாடிப்படியின் உச்சியில் நின்றுகொண்டு கூடத்தைப் பார்த்தான். அங்கே கையில் வீணையுடன் உட்கார்ந்திருந்தாள்! ராஜம் அல்ல! அவள் தமக்கையாகத்தான் இருக்க வேண்டும். ஆமாம், அவள் பிறந்த வீட்டில் இருப்பதாகத்தான் சொன்னார்கள். அவள் – ஆனால் – விதவை; சமீபத்தில் ஒரு வருஷத்திற்கு முன்பு கணவனை இழந்தவள். பாவம்! அவள் கதை ஒரு சோக நாடகம். எல்லோரும் கதை கதையாகச் சொன்னார்கள். நிரம்பக் கெட்டிக்காரி; அழகு என்றால் அப்படி. புருஷன் ஒரு குடிகாரன்; ஈரல் வீங்கி இறந்தான். குடும்பம் என்று அவள் நடத்தி அறியாள்.

அவளா வீணை வாசித்தது! ஏன் அப்படி வாசித்தாள்? வீட்டில் மற்ற எல்லோரும் எங்கே? கோவிலுக்குத்தான் போயிருக்க வேண்டும் – ராஜம்கூட! ஒருவரும் வீட்டில் இல்லாதபொழுது, ஏன், இவள் அவன் கேட்கும்படி வீணையை எடுத்து வைத்துக்கொண்டு இப்படி உருக வேண்டும்?

திடீரென்று அவன் உலுக்கி விழுந்தான். ஒரு வேளை! கடிதங்களெல்லாம் – இவள் எழுதினவைதாமோ? ராஜத்தின் பெயரை வைத்து இவள்தாள் அப்படி உள்ளத்தைக் கொள்ளை கொண்ட முறையில் எழுதினாளோ? ஆமாம். அப்படித்தான் இருக்க வேண்டும்! இல்லாவிட்டால் அவ்வளவு எழுதினவள் இப்போது அருகில்கூட வராமல் இருப்பாளா?

மடமடவென்று அவன் மாடிப்படி இறங்கினான். வீணையும் கையுமாக உட்கார்ந்திருந்த ஸரஸ்வதி, சட்டென்று வீணையைக் கீழே வைத்துவிட்டு எழுந்திருந்தாள், உள்ளேபோய் மறைந்துகொள்ள. அதற்குள் அவன் அவள் அருகில் வந்துவிட்டான். ஒன்றும் செய்யாமல் அப்படியே திகைத்து நின்றாள் ஸரஸ்வதி.

கூடத்து மின்சார விளக்கின் வெளிச்சத்தில் அவள் உருவம் நன்றாகத் தெரிந்தது. அவள் உடம்பும் உடையும் ஒரே வெள்ளையாக இருந்தன. தலை மயிரை அசிரத்தையாக முடிந்திருந்தாள். நெற்றியில் குங்குமம் இல்லாததால் அவள் முகம் காலை நேரத்துச் சந்திரன்போல வெளுத்துச் சோபையற்று இருந்தது. ஆனால் கொஞ்ச நேரத்துக்கு முன்பு வாசித்த பாட்டால் ஏற்பட்ட உணர்ச்சிப் பெருக்கில் அதில் இருந்த சோகம் கொஞ்சம் மறைந்து, முகம் ஜ்வாலை கொண்டிருந்தது.

"நீதானா கடிதங்கள் எழுதினது?" என்று அவன் உடனே கேட்டான்.

"இல்லை, – அவள்தான் – எழுதினாள் – அதாவது –" என்று ஒன்றும் மேலே சொல்ல முடியாமல் திகைத்தாள் ஸரஸ்வதி.

"உண்மையைச் சொல்லிவிடு!"

"அதாவது அவள் சொன்னாள் – நான் எழுதினேன் –" என்று அவள் இழுத்தாள்.

"நிஜமாக!"

"அவள் உள்ளம் சொல்லிற்று. நான் பார்த்து எழுதினேன்."

"எப்படித் தெரியும்?"

"எப்படியா?" என்று கேட்டுச் சற்றுத் தயங்கினாள் ஸரஸ்வதி.

பிறகு திடீரென்று அவள், "எப்படியா? நான் நினைத்தது போலத் தானே அவள் நினைத்திருக்க வேண்டும்? ஆகையால் அப்படியே எழுதிவிட்டேன்" என்று சொல்லிவிட்டுச் சொல்லக் கூடாததைச் சொல்லிவிட்டது போலவும் கதிகலங்கினவள் போலவும் நாலுபுறமும் பார்த்தாள்.

"மாப்பிள்ளை! நீங்கள் இங்கே நிற்கக் கூடாது. மாடிக்குப் போய் விடுங்கள். அவர்கள் வந்துவிடுவார்கள். குடிமுழுகிப்போகும்" என்று கெஞ்சினாள் பிறகு.

அவன் தீர்மானமாக அங்கே நின்றான்.

"என்னை ஏன் கூப்பிட்டாய்?" என்று ஏக்கப் பார்வையுடன் கேட்டான்.

"கூப்பிட்டேனா! ஐயோ! இல்லையே! தெரியாமல் – செய்திருந்தால் மன்னியுங்கள் – இல்லை – கூப்பிடவில்லை – பிசகு!" என்று ஸரஸ்வதி நிலை தவறினவள்போல் பதற்றத்துடன் பேசினாள்.

"ராஜத்தின் மூலமாக –" என்று அவன் ஆரம்பித்தான்.

"இல்லை – வேண்டாம் – எல்லாம் மறந்துவிடுங்கள். தவறு –"

"எப்படி மறப்பது ஸரஸ்வதி? மறக்கும்படியாகவா எழுதியிருந்தாய் நீ?"

"மன்னியுங்கள்; பிசகு செய்துவிட்டேன். இப்படி ஆகுமென்று தெரியாது!"

"நான் கட்டை என்று எண்ணினாயா?"

"தப்பிதம், தப்பிதம்!" என்று வெறிபிடித்தவளைப் போல் சொன்னாள்.

"தப்பிதம் இல்லை; ஸரஸ்வதி, உண்மையை எழுதினாய், அல்லவா?"

திரை

அவள் குற்றவாளியைப் போல் நடுநடுங்கினாள் – உணர்ச்சி மேலிட்டு அழ ஆரம்பித்தாள்.

"ஸரஸ்வதி! பயப்படாதே அம்மா! நீ ஒன்றும் குற்றம் செய்யவில்லை. உண்மையாகவே கட்டைபோல இருந்த என்னைச் செப்பனிட்டு வாத்தியமாக்கிவிட்டாய்!"

"இல்லை, இல்லை, அப்படிச் சொல்லாதேயுங்கள். ராஜந்தான்! நீங்கள் அவள் சொத்து. அவள்தான் உங்களை உருக்க உரிமை பெற்றவள். அவள் எழுதியதாகவே எண்ணுங்கள்."

"இந்தப் பாட்டு?"

"அவள் பாடியதுதான். தேர்ச்சி இருந்தால், அறிந்திருந்தால், – அவளே இப்படிப் பாடியிருப்பாள்."

"பாடியிருப்பாள்! – தேர்ச்சியிருந்தால்தானே? ஸரஸ்வதி, தைரியமாக நீதான் அவற்றை எழுதினது என்று சொல்லேன், என்ன பிசகு?"

"ஐயோ, கூடாது."

"ஏன்?"

"நான் – நான் – எனக்குக் கை ஏது – எழுத? வாய் ஏது – பாட? அவள்தான் என் கை, அவள்தான் என் வாய், அவள் மூலந்தான் எனக்கு வாழ்க்கை. அவள் மூலந்தான் என் உயிர் –"

"இன்னும் வேறொன்றும் இல்லையா?" என்று அவன் இளகிக் கேட்டான்.

"உண்டு – அதையும் சொல்ல வேண்டுமா என் வாய் திறந்து?" என்று ஸரஸ்வதி ஒருவிதமான அமைதியுடனும் ஏக்கத்துடனும் தன்னையே மறந்து கேட்டுவிட்டாள்.

கோவிலுக்குப் போயிருந்தவர்கள் திரும்பி வந்து வாசற்கதவைத் தட்டினார்கள்.

அவன் மாடிக்குப் போனான். அவள் உள்ளே போனாள்.

இருவருக்கும் நடுவில் மறுபடியும் திரை வந்து கூடிற்று. ஆனால் திரை என்ன அறியும்?

"ராஜம்! மாடிக்குப்போ!" என்றாள் ஸரஸ்வதி சற்று நேரம் கழித்து.

சூறாவளி, 21-5-1939

தனயன்

மதுரைக்கு வெளியே, வைகையின் வடகரையில் விஜயநகரச் சைனியம் சமுத்திரம்போல் ஒரு பக்கம் பொங்கிக் கொண்டிருந்தது உயிருடன். அதை எதிர்த்துத் தோல்வி யடைந்த மதுரைச் சைனியம் சாவதானமாகக் கோட்டைக்குள் பின்வாங்கிக்கொண்டிருந்தது. அதன் தலைவர் நாகம நாயகர் கைதியாக எதிரியின் பாசறையில் இருந்தார்.

கட்டுண்ட கிழச்சிங்கம் போல நாகம நாயகர் சோர் வடைந்து ஆசனத்தில் சாய்ந்துகொண்டிருந்தார். சகல விதமான மரியாதைகளும் அவருக்கு நடந்தன. ஆனால் சுற்றிலும் காவல்; அவர் கைதியென்று அவருக்கு அடிக்கடி நினைப்பூட்டிக் கொண்டிருந்தது அந்தக் காவல்.

விசுவநாதன் ஒருவாறாகத் தன் மனதைத் திடப்படுத்திக் கொண்டு கைதியைச் சந்திக்கப் புறப்பட்டான். மீனாக்ஷி இருந்த திக்கை நோக்கி ஒருதரம் வணங்கிவிட்டுத் தைரியமாக நாகம நாயகர் இருந்த கூடாரத்திற்குள் நுழைந்தான்.

அங்கே அவன் கண்ட காட்சி அவனைத் திடுக்கிடச் செய்துவிட்டது. அவன் தைரியமெல்லாம் எங்கோ போய் விட்டது. அவனை அறியாமல் கண்ணீர் பெருக ஆரம்பித்தது. நரைத்த தலைமயிர் அலங்கோலமாகக் கிடக்க நாகம நாயகர் சிறுகுழந்தை போல அழுதுகொண்டிருந்தார். எல்லாத் தீர்மானங்களையும் அடியோடு மறந்து விசுவநாதன் நாகம நாயகரின் காலடியில் விழுந்து கதறினான்.

"தந்தையே! வேண்டாம், கலங்க வேண்டாம். சுத்த வீரரான நீங்கள் இப்படிக் கலங்குவது எதனால்? நான் உங்களையே எதிர்த்து வந்து கைது செய்துவிட்டேன் என்றா? நான் அதைச் சந்தோஷத்துடன் செய்யவில்லை தந்தையே, என்னை நம்புங்கள். என்னைப் பற்றிக் கெடுதலாக எண்ணாதீர்கள். உங்கள் மகன் நான் என்பதை மறந்துவிட்டேன் என்று நினைக்காதீர்கள். உங்கள் அன்பிற்குப் பாத்திரமான என்னை உங்கள் மனத்திலிருந்து திரஸ்காரம் செய்யாதீர்கள். புகழுக்கோ பதவிக்கோ நான்

இதைச் செய்யவில்லை. விஜய நகர சாம்ராஜ்யத்தின் கௌரவத்தை நிலை நிறுத்தவே செய்தேன். இல்லாவிட்டால் உங்களை வெல்ல எனக்கேது பலம்? உங்கள் சௌகரியத்தின் முன்பு –" என்று விசுவநாத நாயகன் தன் மனோதிடம் முழுவதும் இழந்து தந்தை முகத்தைப் பார்த்துக்கொண்டு புலம்பினான்.

நாகம நாயகர் மெதுவாகத் தலையைத் திருப்பி மகனைப் பார்த்து, "குழந்தாய்! உன்னிடம் எனக்குக் கோபம் இல்லை. நீ செய்தது சரி. செய்யாவிட்டால், நீ என் மகன் இல்லையென்று கருதியிருப்பேன். அதற்காக நான் வருந்தவில்லை. விஜய நகர சாம்ராஜ்யத்திற்காக என் உயிரையே அர்ப்பணம் செய்து உழைத்திருக்கிறேன். அது எனக்கு அளிக்கும் மரியாதை இந்தத் தோல்வி! நீ எதிர்த்து வந்தாய் என்பதன்று என் வருத்தம். அச்சுதராயர் என்னைத் துரோகியென்று எண்ணி என்னை அவமதிக்க நினைத்தாரே அதுதான் என்னைத் துளைக்கிறது!" என்றார்.

○

சந்திரசேகர பாண்டியருடைய நாட்டைச் சோழ ராஜன் படை யெடுத்து அபகரித்துக் கொண்டவுடன், தோல்வியுற்ற பாண்டியன் விஜயநகர சக்கரவர்த்தி கிருஷ்ணதேவராயரிடம் சென்று முறை யிட்டான். கிருஷ்ணதேவராயர் உடனே தனது கை தேர்ந்த தளபதியான நாகம நாயகரை ஒரு சைனியத்தின் தலைமையில் தெற்கே அனுப்பி, சோழனை அடக்கிப் பாண்டியனுக்கு நாட்டைத் திரும்பி வாங்கிக் கொடுக்கும்படி உத்தரவிட்டார். நாகம நாயகர் தெற்கே வந்து சோழனுடன் போர் தொடுத்து அவனை வென்று சந்திர சேகர பாண்டியனுக்கு மறுபடியும் முடி சூட்டி வைத்தார். ஆனால், பாண்டியனது சக்தியற்ற அரசாட்சியைக் கண்டு தாமே சகல பொறுப்பையும் ஏற்று ராஜ்யத்தை நடத்தினார். மறுபடியும் நாட்டைப் பாண்டியன் கையில் கொடுத்தால் நாடு சீர் குலையும் என்று நேரில் கண்டே அவர் அவ்வாறு செய்தார். அப்படிச் செய்வதற்குக் கிருஷ்ணதேவராயரின் அனுமதியையும் பெற்றார்.

அந்த நிலைமை பாண்டியனுக்குப் பிடிக்கவில்லை. சில வருஷங்கள் சும்மா இருந்தான். நாகம நாயகரின் சீர்திருத்தங்களின் கீழ் பாண்டிய நாடு மறுபடியும் பழைய நாட்கள்போலச் சீரும் செழிப்பும் கொண்டதாக மாறிற்று. மக்கள் நிம்மதியாக இருந்தனர். விவசாயமும் வியாபாரமும் தழைத்தோங்கின. அரசாங்கத்தின் பொக்கிஷம் நிறைந்தது. சந்திரசேகர பாண்டியன் தானே ராஜ்யபாரம் செய்ய வேண்டுமென்ற ஆவல் அதிகமாகித் துடித்தான். ஆனால் நாகம நாயகரை எதிர்க்க அவனுக்கு தைரியமில்லை. நாட்டில் அவருக்கு அவ்வளவு செல்வாக்கு இருந்தது. எனவே மறுபடியும் விஜயநகர அரசனிடம் சென்றான்.

அப்பொழுது கிருஷ்ணதேவராயர் இறந்து அச்சுத ராயர் அரசாண்டு வந்தார். சந்திரசேகரின் முறையீட்டைக் கேட்டு இளம் அரசனின் ஹிருதயம் மாறிற்று. உடனே ராஜ்யத்தைச் சந்திரசேகரிடம் ஒப்புவிக்கும் படி நாயகருக்கு உத்தரவு அனுப்பினார். நாயகர் நாட்டு நிலைமையை

எடுத்து விளக்கிக்காட்டி அவ்வாறு செய்வது உசிதமல்லவென்று திருப்பி எழுதிவிட்டார். அச்சுதராயருக்குக் கோபம் வந்துவிட்டது.

உடனே சபை கூட்டி நாகம நாயகரை எதிர்த்துச் சென்று போராடி அவரை அடக்க யார் முன் வருவார்கள் என்று கேட்டார். யாரும் முன் வரவில்லை. நாகம நாயகர் வீரத்தில் எல்லோருக்கும் அவ்வளவு பயம். நாகம நாயகரின் ஒரே மகனான விசுவநாதன் அரச சபையில் இருந்தான். யாருமே எழுந்திருக்காததைக் கண்டதும் அவன் ஆவேசம் கொண்டான். "விஜயநகர சாம்ராஜ்யத்தில் தைரியமாகப் போருக்குப் போகும் சுந்த வீரன் ஒருவன் கூடவா இல்லை? என்ன கேவலம்? என்ன அவமானம்? கிருஷ்ணதேவராயர் இறந்த சிறிது காலத்திற்குக்குள்ளாகவா ராஜ்யத்தில் இந்தப் பேடித்தனம் தலையெடுத்துவிட்டது?" என்று விசுவநாதன் உள்ளக் கொதிப்பு கொண்டான்.

திடீரென்று அவன் சபையில் எழுந்து நின்றான்.

"அரசே! நான் சென்று நாகம நாயகரைக் கைது செய்து வருகிறேன். உத்தரவு கொடுக்க வேண்டும்!" என்றான்.

அச்சுதராயருக்குத் தூக்கிவாரிப் போட்டுவிட்டது. முதலில் தந்தையும் மகனும் ஏதாவது சதி செய்கிறார்களோ என்று ஒரு கணம் சந்தேகித்தார். மறுக்ஷணம் விசுவநாதனின் வீரம் பொங்கிய விழிகளைப் பார்த்ததும் அவருடைய சந்தேகம் நீங்கிற்று.

"விசுவநாதா, என்ன சொல்லுகிறாய்? உன் தந்தையையே எதிர்த்துச் சென்று கைதுசெய்து வருகிறேன் என்றா சொல்லுகிறாய்?" என்று கேட்டார்.

"ஆமாம், அரசே! என் தந்தை அரசர் ஆணைக்கு உட்படாத கலகக்காரர் இப்பொழுது; நான் அரசனின் சைனியத்தில் போர் வீரன். நான் அவரைச் சிட்சிக்க வேண்டியதற்குக் கடமைப் பட்டவன்."

"ஒரு வேளை உன்னைக் கண்டு அவர் சமாதானமாக என் ஆணைக்கு உட்படலாம். ஆனால் நாகம நாயகர் மகா ரோஷக்காரர், சுத்த வீரர், பிடிவாதக்காரர், ஒருவேளை உன்னையே எதிர்க்க நிச்சயித்து விடலாம். அப்பொழுது அந்தத் தர்ம சங்கடத்தில் நீ என்ன செய்வாய்?"

"தர்ம சங்கடம் ஒன்றுமே இல்லை. நான் சென்றாலும் சரி, யார் சென்றாலும் சரி, அவர் ஆணைக்கு உட்படாவிட்டால் போர் தொடுக்க வேண்டியதுதானே கடமை?"

"போரில் உன் கையில் அவர் அகப்படாமல் வாளுக்கு இரையாக நிச்சயித்தால்?" என்று கேட்டார் ராயர்.

"அதற்கு நாம் என்ன செய்யக்கூடும்?" என்று உணர்ச்சியற்றவன் போலக் கூறினான் விசுவநாதன்.

"தந்தையைக் கொன்ற தோஷமல்லவா உன்னை வந்தடையும். நாட்டின் மேல் உனக்கிருக்கும் அன்பு வேகத்தில் அதை நீ மறந்துவிட்டாய் போலும்!"

தனயன் 273

"மறக்கவில்லை. அந்த ஒரு சந்தர்ப்பத்தையும் எதிர்பார்த்தே தான் போகத் துணிகிறேன்."

"உன் தந்தையை நீ எதற்காக எதிர்க்கத் துணிந்தாய்?"

"அதை நான் சொல்ல வேண்டுமா?"

"அவர் பதவியை நீ அடையலாம் என்று எண்ணுகிறாயா? கியாதிக்காகவா ஆசைப்பட்டு இந்த வேலை செய்யத் துணிந்தால்?"

"பதவியும் வேண்டாம், கியாதியும் வேண்டாம். கைதியைக் கொண்டு வந்து. உங்கள் முன்னிலையில் நிறுத்தி விஜயநகர சாம்ராஜ்யத்தின் அதிகாரத்தை நிலை நிறுத்துவதுதான் என் ஆசை – அது என் கடமை!"

"உன் தகப்பனாரை நீ நேரில் கண்டதும் கலங்கிவிடுவாய். தயக்கம் கொண்டுவிடுவாய். காரியம் கெட்டுப்போகும். ஆகையால் நீ போவது உசிதமல்ல."

"போர் முனையில் எனக்கு எதிரி என் தகப்பனார், என்ற எண்ணமே உதிக்காது என்று இந்த சபையில் உறுதி கூறுகிறேன். தன்னை எதிர்த்து நிற்கும் முகம் யாருடையது என்று வீரன் பார்க்கிற தில்லை!" என்று விசுநாதன் கூறினான்.

"அப்பா, விசுவநாதா, உன் வீரத்தை நான் மெச்சுகிறேன், ஆனால், நீ போவது சரியன்று".

"வேறு யாராவது போனால் எனக்கு ஆட்சேபனை இல்லை. நான்தான் போக வேண்டுமென்று நான் சொல்லவில்லை."

அச்சுதராயர் மறுபடியும் சபையிலிருந்தவர்களைக் கேட்டார். ஒருவராவது முன்வரவில்லை. அச்சுதராயருக்கு அப்பொழுதுதான் சாம்ராஜ்யம் எவ்வளவு பலஹீனம் என்று தெரிந்தது. திடீரென்று திகில் அவரைப் பிடித்துக்கொண்டது.

"அப்பா விசுவநாதா! நீதானடா இப்பொழுது உண்மையில் சாம்ராஜ்யத்தின் நிலைமையைக் காக்க வந்தவன். நான் என்னமோ நினைத்தேன். உன் தந்தையை இதுவரை நம்பியிருந்தேன். அவர் துரோகி –"

"இல்லை, அரசே! அவர் துரோகி ஆகமாட்டார். அவர் அனுப்பிய பதிலுக்கு நிச்சயம் சரியான காரணங்கள் இருக்க வேண்டும். நான் துரோகியின் மகன் அல்ல!" என்று சீறினான் விசுவநாதன்.

"உன்னை நான் எப்படி நம்புவது?"

"என் தந்தை ஆணையாகக் கூறுகிறேன். நான் நாட்டிற்குத் துரோகம் செய்யமாட்டேன். உங்கள் உத்தரவை நிறைவேற்றி வைப்பேன்!"

"உன் தந்தை தலை நரைத்த போர் வீரராயிற்றே! அவரை எதிர்த்து உன்னால் சமாளிக்க முடியுமா?"

விசுவநாத நாயகன் மெய்ம்மறந்தான். உரத்த குரலில், "நான் நாகம நாயகரின் புதல்வன் என்பது உண்மையானால், அவரை வென்று கைதியாக்கிக் கொண்டுவருகிறேன். சத்தியம்!" என்று சொல்லிக் கைகூப்பிச் சபையை வணங்கினான்.

சபையே மெய்சிலிர்த்தது. அச்சுதராயர் அந்த வீரத்தைக்கண்டு பிரமித்தார்.

❍

"ஆனால், விசுவநாதா? என் தோல்வியால் ஒரு விஷயம் மட்டும் தெளிவாகிவிட்டது. நாயகர்கள் வீரம் இன்னும் போகவில்லை. அவர்களால் இன்னும் தெய்வச் செயல்கள் செய்ய முடியும். நாட்டையே வீடாகக் கருதி அதற்கு உயிரைக் கொடுத்துப் போர்புரிய அவர்களால் முடியும். தேசத்திற்காக எதையும் தியாகம் செய்ய முடியும். குழந்தாய், விஜயநகர சாம்ராஜ்யத்திற்காக நீ பெற்றவன் மீதுள்ள வாஞ்சையையும் தூரத்தள்ளினாய்."

"வேறென்னதான் இருக்கிறது இந்த உயிரில் செய்ய? குன்றுபோல உயர்ந்து எந்நாளும் நிலைபெறும் ஒரு செயலைச் செய்யாத ஜன்மம் எதற்கு? விஜயநகர மண்ணின் வலது கையாக இருந்து நீங்கள் ராஜ்யத்தை நிலை நிறுத்தினீர்கள். சிதறிப்போன ஒரு சமூகத்தை மறுபடியும் உலகத்தின் முன் தைரியமாகத் தலையெடுக்கச் செய்தீர்கள். ஹிந்துக்கள் இன்று மறுபடியும் இந்நாட்டு மன்னர்களானார்கள். நம் உயிரைக் கொடுத்து நாயகர்களாகிய நாம் அதை வளர்ப்போமாக! அதற்குப் பராசக்தி மஞ்சம்மாள் அருள் புரிவாளாக!" என்று பரவசம் கொண்டவன் போலக் கொட்டினான் விசுவநாதன்.

திடீரென்று நாகம நாயகர் தலை தூக்கிக்கொண்டு உட்கார்ந்தார். அவர் கண்ணீர் ஆனந்தக் கண்ணீராயிற்று.

"அப்பா குழந்தாய்! நான் தவறு செய்துவிட்டேன். மன்னித்துவிடு. இன்று நான் தோல்வியுறவில்லை. உண்மையாக இன்றுதான் நான் வெற்றியைக் காண்கிறேன். என் வாழ்க்கை இன்று சபலமாயிற்று. தென்னாட்டை அந்நியரிடமிருந்து கைப்பற்றுவது நமது கடமை; தந்தையர் நாட்டைத் திரும்பப்பெற்று அதற்குச் சேவை செய்வது நாயகர்களின் உயிர் லட்சியம். அதில் ஓரளவு என் பங்கு கடமையைச் செலுத்தினேன். எனக்குப்பின் நீ பரிபூரணமாக உன் கடமையைச் செய்வாய் என்று இன்று என்னைக் கைது செய்து நீ நிரூபித்துவிட்டாய். இன்று சுதினம். நீ நீடுழி வாழ்க! நாயகர் வஞ்சம் ஓங்குக!" என்று கிழவர் எழுந்திருந்து கர்ஜித்தார்.

தந்தையும் மகனும் எழுந்து வெளியே வந்து கரை புரண்டு போன வைகையாற்றின் வெள்ளத்தைப் பார்த்துக்கொண்டே நின்றார்கள். அதைப் போலவேதான் நாயகர் வம்சமும் என்று யோசித்துக்கொண்டே நின்றார்களோ?

❖

***ஹிந்துஸ்தான்*, 28-05-1939**

தாய்

விடிய இரண்டு நாழிகைக்கு வண்டி கோணக்கரை தாண்டிவிட்டது. கிழவி 'பிழைத்தோம்' என்ற அர்த்தத்துடன் பெருமூச்சுவிட்டாள்.

"இனிமேல் ஊர்ப் பயம் இல்லை. கிட்ட வீடு ஒன்றுமே இல்லை. இனிமேல் என்ன ஆனாலும் பாதகமில்லை. சமாளித்துக்கொண்டுவிடலாம். வண்டிக்காரன் – வண்டியை ஓட்டிக்கொண்டு வந்தவன் – சுந்தர சாஸ்திரிகளின் பண்ணையாள். ஆகையால் அவனைப் பற்றி அவ்வளவு யோசனை செய்ய வேண்டாம். ஆனால் என்ன வெட்கக் கேடு! என்ன ஆனாலும், வேறொரு மனிதனுக்கு விஷயம் தெரிந்தால் சமாசாரம் புகைந்து புகைந்து பரவிவிடுமே! இப்பொழுது என்ன பரவாமல் வாழ்ந்தது? ஊரேதான் கொசமுசவென்று பேசிக்கொண்டார்கள். எவ்வளவோ ரகசியமான சமாசாரமும் எப்படியோ வெளியேதான் வந்துவிடுகிறது. இந்தத் துரதிருஷ்டம் பிடித்த பீடையின் தலையெழுத்திற்கு ஏற்றாற்போல் வயிற்றில் வேறா வந்து விடவேண்டும்?"

கிழவி இந்த மாதிரி வாயை மூடிக்கொண்டு யோசித்த வண்ணம் வண்டியில் உட்கார்ந்திருந்தாள். பாலாம்பாள் வண்டியில் படுத்தபடியே அழுதுகொண்டும் முனகிக் கொண்டும் இருந்தாள். உடல்வலி ஒருபுறம்; மனவலி மற்றொருபுறம். என்ன செய்வாள் பாவம்! இயற்கைக்கு இடம் கொடுத்ததன் பலன் இவ்வளவு கடுமையாகவா அவள் தலையில் வந்து இறங்க வேண்டும்? சிருஷ்டியின் ஆக்ஞைக்குக் கீழ்ப்படிந்ததற்கா இப்பேர்ப்பட்ட தண்டனை?

○

பாலம் பதினான்கு வயது வரையில் கவலையென்பதே அறியாமல் – துக்கம் என்பதே இன்னதென்று தெரியாமல் – காட்டில் செழிப்பும் வளப்பமும் கொண்டு தாவிப் படரும்

கொடிபோல் வளர்ந்தாள். அவளுடைய ஒவ்வோர் அங்கத்திலும் புதுக்கிளைகளில் நிறையும் ஜீவ சத்துப்போல இளமை எதிர்த்து ஓடி நின்றது. மிருகப் பிராயமான அதன் கொழுப்பால் அவள் நடையிலும் பார்வையிலுமே ஒரு துள்ளலும் குதிப்பும் இருந்தன. "மெள்ள நடந்து போடி! பூமி அதிர்கிறதுபோல நடக்காதே" என்பாள் கிழவி. அவளுடைய சிரிப்பின் அலைகளில் அந்த நிறைவு கொப்பளித்துக் கொண்டு வெளிக் கிளம்பும். "என்னடீது, பொம்மண்டாட்டி அப்படிச் சிரிக்கிறதுண்டோ எங்கேயாவது?" என்று கிழவி உடனே அதற்கு அணை போட முயலுவாள். அவள் கூந்தலிலிருந்து வாளிப்பு அவளுடைய சர்வாங்க சௌந்தரியத்திற்கு ஒரு சிகரமாகவே இருந்தது.

இந்த அழகையும் கண் எடுத்துப் பார்ப்பாரில்லை. காட்டில் மலர்ந்த மலர்போல யாரும் சீண்டாதவளாகவே பாலம் பாட்டியுடன் அந்தப் பெரிய வீட்டில் ஒரு பக்கம் காலம் கழித்தாள். அப்படியும் சொல்லுவதற்கு இல்லை. ஒவ்வொரு சமயம் பாலம் வாசல் திண்ணையில் வந்து சற்று நின்றபோதும் தெருவில் சென்றபோதும் அவளைப் பார்த்த வாலிபன் ஒவ்வொருவனும் கண்கொட்டாது கவனித்துத்தான் ஏங்கினான். அவள் கையைப் பிடிக்க, அந்தப் புது மலரை நுகர்ந்து எறிய, பலர் காத்திருந்தார்கள்.

ஆனால் அவளை யாரும் கல்யாணம் செய்துகொள்ள முன் வரவில்லை. அவளுடைய ரோஜா அழகு வறுமை முள்ளில் கிடந்தது. அது விரிந்து மலர்ந்தது. கல்யாணம் ஆகாத கவலை, பாலத்தைக் கொஞ்சங் கொஞ்சமாக உறுத்த ஆரம்பித்தது. அதனால் கொஞ்சம் மேனி வாடிக் குன்றினாள். கிழவி சர்வப் பிரயத்தனம் செய்தும் வரன் கிடைக்கவில்லை. அவள் வேலையாக இருந்த அந்த வீட்டுக்காரர் சுந்தர சாஸ்திரிகள்கூட எவ்வளவோ சிரமப்பட்டார். அவ்வளவு அழகும் காட்டில் அடிக்கும் நிலவுபோல வீணாகிக்கொண்டிருந்தது.

அதன் ஆதிக்கியம் அவளை மட்டும் சும்மா விடவில்லை. அவளுடைய யௌவனத்தின் தாகம் வெளியுலகத்தின் இன்ப ஈரத்தைப் புலன்கள் மூலம் ஜிவ்வென்று இழுத்துக்கொண்டது. மேன்மேலும் அதிகமான அவளுடைய கவலையையும் துக்கத்தையுங்கூடத் தூக்கி அடித்துவிட்டு அந்த இச்சை மேலெழுந்தது. "உள்ளே கிட! உனக்கு என்ன வேடிக்கை வேண்டியிருக்கிறது? யாராவது பார்த்தால் சிரிப்பார் கள்" என்று பாட்டி சொல்லுவாள். அவளுடைய அழகு அப்பொழுது பார்த்துச் சிரிக்கும்படியாக இருந்தது! அப்பொழுது அவளுக்குப் பிராணன் போவதுபோல இருக்கும். ஆனால் மறுபடியும் உலகம் அவளைப் பற்றி இழுக்கும். வாசலில் போகும் ஊர்வலங்கள், பெண்களின் பேச்சுகள் சிரிப்புகள் எல்லாம் அவள் உள்ளத்தைக் கிளறும். தானும் அவர்களிடையே ஓடிப்போய் நின்றுவிட வேண்டும் என்று தோன்றும் அவளுக்கு. கல்யாணவீட்டு வாசலில் பெண்கள் குதித்துப் பாடுவதைக் கண்டால் தானும் அங்கேபோய் அந்தக் கூட்டத்தில் கலந்துகொண்டு குதித்துப் பாட வேண்டும் என்று எண்ணுவாள்.

ஆனால் அப்பொழுது அவள் விதவைபோல இருந்தாள்; கல்யாண மாகவில்லை அவ்வளவுதான். அவளுக்கு ஓர் உரிமையும் இல்லை. வயது வந்துவிட்டது ஒரு குற்றமாகியது. அழகின் பிரதிபிம்பமாகிய அவள் ஏன் அவ்வளவு சீக்கிரமாகப் பருவமடைந்தாள்? அது பிசகு! அவள் ஏன் இயற்கையை அனுசரித்து அவ்வளவு அதிசயமான வளர்ச்சியைக் கொண்டாள்? அது கூடாது! கலியாணமானாலல்லவா அவள் வளரக்கூடும்? நிர்ப்பந்தமின்றி உயரக்கூடும் – வாழ்க்கையின் கண்முன்? அதற்காகத்தான் அது அவளை உயரக் கூடாது என்று தலையிலடித்து உட்கார்த்திற்று; மெய் நிறையக் கூடாது என்று சூரிய கிரணங்கள்போலச் சமூகம் தன் கண் பார்வையைச் செலுத்திக் குத்திற்று.

அவள் என்ன செய்வாள்? குன்றித்தான் போய்ப் பார்த்தாள். வெளியுலகத்து இன்பத்தின் 'மகுடி'யைக் கேட்டதும் அவளுக்குள் பெட்டியில் கிடப்பதுபோலக் கிடந்த யௌவன சர்ப்பம் சீறிக்கொண்டு படம் எடுத்தது. அதை அடக்க எந்த மந்திர சக்தியால் முடியும்? அவளால் அடக்க முடியவில்லை.

அந்தமாதிரி இரண்டு வருஷங்களைக் கழித்தாள் பாலம். இளமை மாறி முதிர்வுகூட ஏற்பட்டது அவள் சரீரத்தில். வளர்ந்துகொண்டே போன அவளுடைய வனப்பு உடல் கொள்ளாததாகிவிட்டது.

அப்பொழுதுதான் அந்த லீவுக்குச் சுந்தர சாஸ்திரிகள் பிள்ளை சந்திரசேகரன் ஊருக்கு வந்தான். அவன் காலேஜ் படிப்பு முடியும் தருணம். பெண்மையைப் பற்றி இரவும் பகலுமாக எண்ணி எண்ணி ஏங்கின சமயத்தில் பாலம் அவன் கண்ணில் பட்டாள். அந்த வருஷந் தான் தகப்பனார் அவனுக்குக் கல்யாணம் செய்ய வேண்டுமென்று தீர்மானித்திருந்தார். பாலத்தைப் பார்த்தவுடனேயே அவன் கல்யாணம் வேண்டாமென்று மறுத்துவிட்டான். யார் சொல்லியும் கேட்கவில்லை. பாலத்தின் கண் நிறைந்த அழகு அப்படி அவனை உடனே மாற்றி விட்டது. ஆனால் பாலத்தை அவன் கல்யாணம் செய்துகொள்ள முடியாது. அதனால் என்ன என்று அந்த மயக்கத்தில் தோன்றிற்று அவனுக்கு.

அந்த ஒன்பது மாதங்களுக்குள் பாலத்தின் இயற்கையே மாறி விட்டது. அவள் திடீரென்று ஸ்திரீ ஆகிவிட்டாள். சிறுபெண் கனவுகளும் யௌவன ஏக்கங்களும் அவளைவிட்டு அகன்றுவிட்டன. அவ்வளவு இன்பமயமாகத் தோன்றிய வாழ்க்கையில் இனிமேல் எப்படிக் காலம் தள்ளுவது என்ற திகைப்பு வந்துவிட்டது அவளுக்கு. அது ஒரு வனாந்தரம் போல இருந்தது. எங்கேபோவது? என்ன செய்வது? திக்குத்திசை தெரியவில்லை.

❍

சந்திரசேகரன் காலேஜ் படிப்பு முடிந்ததும் லீவுக்கு வந்தவன் சட்டக் கலாசாலை திறந்ததும் அதில் சேர்ந்து படிக்கப் போய்விட்டான். இரண்டு மாதங்கள்தான் ஊரில் இருந்தான். போகும்போது பாலத்திடம்

என்னென்னவோ சபதங்கள் செய்துவிட்டுப் போனான். ஆனால் பின்னால் ஏற்பட்ட விபரீதம் அவனுக்குத் தெரியாது, பாலம் அவனுக்குத் தெரிவிக்க விரும்பவில்லை. சுந்தர சாஸ்திரிகளுக்கு விஷயம் தெரிந்து விட்டது. ஆனால் அவர் உலகமறிய, தன் மகனின் குற்றத்தை அங்கீகரிக்க இஷ்டப்படவில்லை. அதனால்தான் மேற்சொன்ன பிரயாணம்.

பாலம் வலிக்காக முனகினாளே தவிர அதிகமாக அழுகைகூட வரவில்லை அவளுக்கு. அவள் பாட்டி மட்டும் பக்கத்தில் உட்கார்ந்து கொண்டு ஏதேதோ புலம்பிக்கொண்டே இருந்தாள்.

"படுபாவி இப்படி என்னைக் கவிழ்த்துவிட்டானே!" என்றாள் பாட்டி.

"அவரை ஒன்றும் சொல்லாதே பாட்டி. அவர் உன்னை என்ன கவிழ்த்தார்?"

"வேறு என்னடி செய்யணும்?"

"அவர் மனத்துடன் ஒரு கெடுதலும் செய்யமாட்டார்."

"கல்யாணம் செய்துகொள்ள முடியாதவன் –"

"அவர் வேறு யாரையும் கல்யாணம் செய்துகொள்ள மாட்டார்."

"இப்போ மானம் போறதே!"

"அவர் வெறுமனே இருக்கமாட்டார்."

"இருக்காமல்தான் இந்த வண்டியில் இங்கே வந்து சீரழிகிறோமோ இப்பொழுது?"

"அவர் இருந்தால் இது நடக்காது. அவர் சம்மதிக்கமாட்டார்."

பேசிக்கொண்டிருக்கும்போதே பாலத்திற்கு ஒரு விபரீதமான உணர்ச்சி ஏற்பட்டது.

"பாட்டி!" என்று சட்டென்று கத்தினாள்.

வண்டியில் வைக்கோல் பரப்பி ஜமக்காளமும் துணிகளும் மெத்தென்று விரிக்கப்பட்டிருந்தன.

கிழவி சட்டென்று பாலத்தின் பக்கத்திலிருந்து குழந்தையை எடுத்துக்கொண்டாள்.

"எங்கே பாட்டி, காண்பி!"

வண்டி அப்பொழுது ஆற்றங்கரைக்கு வந்துவிட்டது. வண்டிக்காரன் வண்டியை நிறுத்தி அவிழ்த்துப்போட்டுவிட்டு எங்கோ போனான் மறைவாக.

கிழவி குழந்தையை எடுத்துக்கொண்டு வண்டியைவிட்டு இறங்க முயன்றாள்.

"பாட்டி, என்ன செய்யப்போறே?"

"செய்யறது என்னடி இருக்கு?"

பாலம் திடீரென்று எழுந்து உட்கார்ந்துகொண்டாள்.

"பாட்டி, பாட்டி!"

"என் தலையிலே எழுதியிருக்கோல்லியோ இந்தப் பாவத்தைக் கட்டிக்கணும்னு, கொண்டு –"

"என்னடி செய்யப் போகிறாய் குழந்தையை?" என்று ஆத்திரத்துடன் கேட்டாள் பாலம்.

"என்ன செய்கிறது? மனசு வரத்தான் இல்லே. வேறே வழி?"

"ஐயோ, இதுக்கா பிறந்தது இந்தக் குழந்தை?"

"ஜலத்தோரமா – கரைலே வச்சூட்டு வந்துட்டாக்கே, மரம் வச்சவர் இருக்கார்! ஆச்சு, விடியற சமயம். யாராவது போரவா வரவா பாத்தாப் பரிதாபப்பட்டு எடுத்துண்டு போயிடுவா. அதுக்கு அப்படி எழுதிருக்கு!"

"பாட்டி, வாண்டாம்!"

"என்ன வாண்டாம்?"

"குழந்தையை எப்படிடீ இருட்டுலே கரையிலே போட்டுட்டுப் போறது? அதுக்கு ஜலத்துலேயே போட்டுடலாமே! பாட்டி, குழந்தையைக் கொடு ஒருதரம் பார்த்து –"

பாட்டிக்கும் உணர்ச்சியில் மெய் சிலிர்த்தது. குழந்தையை, பாலத்தின் கையில் கொடுத்தாள். அவள் அதை நிலவொளியில் ஒரு தரம் பார்த்து மார்புடன் அணைத்துக்கொண்டாள்.

"பாட்டி, நான் மாட்டேன்!"

"என்ன மாட்டாய்?"

"குழந்தையைக் கொடுக்க மாட்டேன்!... ஐயையோ, என்ன காரியம் செய்யத் துணிஞ்சு இங்கே வந்தேன்! நல்லவேளை! பாட்டி, இதை இங்கே போட்டுட்டு உன்னுடன் ஊருக்குத் திரும்பிவந்து எனக்கு என்ன ஆகணும்? என் குழந்தையைக் காட்டிலும் என் உயிர் பெரிசா? நான் செய்தது குத்தமானால் – அதை மறைக்க இந்தக் கொடுமையா? கூடாது! நான் மாட்டேன்! குழந்தை – எனக்கு வேணும்! இனிமேல் அதுதானே? அதைக் கைவிட்டால் எனக்கு மன்னிப்புக் கிடையாது!"

"என்னடி அசடு? இதை எடுத்துண்டு திரும்பி ஊருக்குள்ளே போகவா?"

"போவோமே! என்ன பயம்?"

"ரொம்ப நன்னாதான் இருக்கு. உனக்கு –"

"எனக்கொன்றுமில்லை. யாரும் எனக்கு வேண்டாம். இது ஒன்று போரும்!" என்று சொல்லிக்கொண்டு பாலம் குழந்தையை இறுகப் பற்றிக்கொண்டாள்.

குழந்தை மெள்ள அழுதது. அதற்கு உடனே ஆறுதல் அளித்தாள் பாலம். பல பலவென்று விடியும்பொழுது பாலம் கைகளில் குழந்தையை வைத்துக்கொண்டு, தான் ஒரு தாய் என்ற புது உணர்ச்சி பெற்றாள்.

"நாழியாச்சேடி!"

"பாட்டி, என்ன ஆனாலும் சரி, குழந்தையைப் பறிகொடுக்க நான் இப்பொழுது தயாரில்லை" என்று பாலம் தீர்மானமாகச் சொன்னாள்.

"ஐயையோ! இதென்னடி இப்படி வம்பு பண்றே?"

"ஒரு வம்புமில்லை. அடே, பண்ணைக்காரா! வண்டியைக் கட்டு, திரும்பிப்போவோம்!" என்று பாலம் கம்பீரமாக உத்தரவு கொடுத்தாள்.

❖

சூறாவளி, 18-06-1939

மன்னிப்பு

"நானும் வருகிறேன்" என்று ஜானகி சொன்னதும் திருஞானத்துக்கு ஆத்திரம் பொங்கிக்கொண்டு வந்தது.

"நீயும் எங்கே வருகிறாய்?" என்று அவன் சீறி விழுந்தான்.

"நீங்கள் போகிற இடத்திற்கு" என்று ஜானகி சாவதான மாகப் பதில் சொன்னாள். அவள் அந்தச் சமயத்தில் அவ்வளவு அமைதியுடன் பேசியது அவன் ஆத்திரத்தை அதிகப்படுத்திற்று.

"நான் போகிற இடத்திற்கு நீ வர முடியாது; வரக் கூடாது!"

"வர முடியாது என்பது இல்லை. வரக் கூடாது என்பது ஏன்?"

"உன் முகத்தைப் பார்க்கமாட்டார், அவர்."

"அவர் பார்க்காவிட்டால் என்ன? நீங்கள் போய் அங்கே தனியாகத் திண்டாடுவதற்கு நானும் கூட வந்து ஒத்தாசையாக இருக்கக் கூடாதா?"

"உன்னைப் பார்த்ததும் அவருக்கு இருக்கிற பிராணனும் போய்விடும்."

"அவர் என்னைப் பார்க்க வேண்டாமே! அவர் கண்ணில் படாமல் நான் இருந்துவிடுகிறேன்; அவ்வளவு தானே? நீங்களே கிட்ட இருந்து வேண்டியதைச் செய்யுங்கள். நான் தூர இருந்துகொண்டு உதவியாக இருக்கிறேன். நான் வரத்தான் செய்வேன், கட்டாயம். என் மாமனார் சாகுந்தறுவாயில் இருக்கிறார் என்றால் நான் இங்கே இருக்க முடியாது."

திருஞானத்துக்கு இப்போது ஜானகி பிடிவாதம் பிடித்தது கொஞ்சமாவது பிடிக்கவில்லை. 'சாகிற

தருணத்தில் கூடவா அங்கே சென்று தன் மனைவியுடன் காட்சியளித்து அவர் மனத்தைப் புண்படுத்த வேண்டும்?' என்று தயங்கினான். அவ்வளவு வருஷங்கள் பிரிந்திருந்தும் சாகப்போகிறார் என்ற தகவல் வந்ததும் அவனுக்குத் தகப்பனார்மேல் ஒரு கரையற்ற பிரேமையும் இரக்கமும் வந்தன. அவருடைய கோபத்தையும் பிடிவாதத்தையும் தன்னைப் பிள்ளையல்லவென்று அவர் நிராகரித்த கொடுமையையுங் கூட மறந்தான்.

"அவருடைய இஷ்டத்துக்கு விரோதமாக நான் உன்னை மணந்து கொண்ட விஷயத்தை அவர் இன்னும் மறக்கவில்லை. ஆகையால் ஜானகி, நான் சொல்லுகிறேன், கேள்: நீ இங்கேயே இரு. நான் உனக்குத் தினம் ஒரு தந்தி அனுப்புகிறேன்."

"மாட்டேன்!"

"என்ன இப்படிக் குழந்தை மாதிரி பிடிவாதம் செய்கிறாய்?"

"இப்போது இது உங்களுக்குப் பிடிவாதமாகத் தோன்றும். அங்கே போனபிறகு சொல்லுவீர்கள். சரி எப்போது வண்டி நமக்கு? என்ன என்ன எடுத்துக்கொள்ள வேண்டும்?"

"உனக்கு வேலை செய்தே வாடிக்கையில்லையே; நீ அங்கே வந்து என்ன செய்யப்போகிறாய்? உபத்திரவந்தான் உன்னால்; உன்னைக் கவனிப்பதற்கே என் பொழுது சரியாகப் போகும்!"

"அதெல்லாம் ஒன்றும் ஆகாது. சாக்கெல்லாம் சொல்ல வேண்டாம். என்னை அங்கே கூட்டிக்கொண்டு போக உங்களுக்குத் தைரியம் இல்லை. அதைச் சொல்லிவிடுங்கள்; நான் வரவில்லை."

"அதெல்லாம் ஒன்றும் இல்லை. நீ வேண்டுமானால் வா. எனக்கொன்றும் ஆட்சேபனை இல்லை. மறுரயிலில் நீயே திரும்பி வரப்போகிறாய்" என்று திருஞானம் அரைமனதாகச் சொன்னான்.

தேவராஜ முதலியார் பென்ஷன் வாங்கிக்கொண்ட டிப்டி கலெக்டர்; வைதிகப் பற்றுள்ளவர். தம் ஒரே பிள்ளையான திருஞானத்தை ஐ.ஸி.எஸ்.ஸுக்குச் சீமைக்குப் போக அநுமதித்தார். ஆனால் அவன் ஜானகி க்ஷீரஸாகர் என்ற மராத்தியப் பெண்ணை மணந்தது அவருக்குக் கொஞ்சங்கூடப் பிடிக்கவில்லை. அவரால் ஆனமட்டும் தடுத்தார்; பயமுறுத்தினார். ஆனால் திருஞானம் ஜானகியை மணந்தே தீர்த்தான்; கிழவர், பிள்ளையை நிராகரித்துத் தன் சுயார்ஜிதச் சொத்து முழுவதையும் வேறு விதமாக விநியோகம் செய்துவிட்டார். பிள்ளையையும் மருமகளையும் பார்க்கக்கூட மறுத்துவிட்டார். தனியாகச் சென்னையில் ஒரு சிறுபங்களாவில் இருந்து வந்தார். அவர் மனைவி, திருஞானம் பி.ஏ. படிக்கும்போதே இறந்து போய்விட்டாள். எனவே வீட்டில் சமையற்காரப் பையன்தான் இருந்தான்.

நியூமோனியா என்ற கபவாத ஜ்வரம் கண்ட இரண்டு மூன்று நாட்களுக்குப் பிறகுதான் கிழவருக்குத் தெரியாமல் சமையற்காரன் திருஞானத்துக்குத் தந்தி அடித்தான். அதற்குள்ளேயே கிழவருக்கு

ஜ்வர வேகம் தாங்க முடியவில்லை. உடம்பு மூன்று நாட்களிலேயே இளைத்துத் துரும்பாகப் போய்விட்டது. கஞ்சிகூட அதிகமாகச் செல்லவில்லை.

காலை ஆறரை மணிக்குத் திருஞானமும் ஜானகியும் பங்களாவிற்கு வந்து சேர்ந்தார்கள். சமையற்காரன் உள்ளே அழைத்துக்கொண்டு போனான்.

தேவராஜ முதலியார் கட்டிலின் மேல் பிரக்ஞையற்றவர் போலக் கிடந்தார். மார்பில் கபக் கவசம் போட்டுப் பிளானல் சுற்றிக் கட்டி யிருந்தது. அறை முழுவதும் நீலகிரித் தைலவாசனை நிறைந்திருந்தது.

திருஞானம் சந்தடி செய்யாமல் தகப்பனார் தலைமாட்டில் போய் உட்கார்ந்துகொண்டான். அவருடைய முகத்தைக் கண்டதும் அவன் பதறிப்போனான். ஆறு வருஷங்களுக்குள் அந்தப் பருத்த தேகம் எப்படிப் போயிருந்தது தெரியுமா?

சிறிது நேரம் கழித்து முனகிக்கொண்டு அவர் கண் திறந்தார். சிறிது நேரம் மகனை மருண்டு மருண்டு பார்த்தார். பிறகு கண்களில் நீர் தாரை தாரையாகப் பெருகிற்று. தம்முடைய வைராக்கியம் தடுமாறிப் பிள்ளையைக் கண்டதும் கலங்கினதை அவன் பார்க்கக் கூடாது என்று நினைத்தவர் போல அவனை வெளியே போகும்படி சமிக்ஞை செய்தார்.

"அப்பா, என்ன செய்கிறது உங்களுக்கு?" என்று திருஞானம் பரிவுடன் கேட்டான்.

"ஒன்றுமில்லை, ஒன்றுமில்லை, போ!" என்று கரகரத்த குரலில் பதற்றத்துடன் சொன்னார்.

அவருடைய கோபமும் வைஷம்மியமும் அப்பொழுதுகூடக் குறையாததைக் கண்டு திருஞானம் திகைத்தான். உடல் வலிமை குன்றி நோய் தலையெடுத்த அந்த நிலைமையிலாவது அவர் தன்னை ஆவலுடன் வரவேற்பார் என்று அவன் எண்ணினான். வியாதியோ கிட்டப் போகும் மரணமோ அவர் உறுதியைக் கலைத்ததாகத் தெரிய வில்லை. அவர் கண்களில் ஜலம் வந்தது; ஆனால் அது நோயின் வேதனையில் ஏற்பட்டதாகத்தான் இருக்க வேண்டும் என்று நினைத்தான் திருஞானம். அல்லது மனசு இளகியும் அதை வெளிக்காட்ட இஷ்ட மின்றித்தான் அப்படிக் கடுகடுப்பாக இருக்க முயலுகிறாரோ என்று ஒருசமயம் எண்ணினான்.

"யார் உனக்குத் தகவல் கொடுத்தது? துரோகிகள்! – நான் சாகிறதற்கு முன்பு, உன்னை, நான் பார்க்க இஷ்டப்படவில்லை" என்று மிகவும் சிரமத்துடன் சொன்னார் முதலியார்.

ஆனால் அவர் சொன்னது ஒன்றும் அவன் காதில் ஏறவில்லை. அப்பொழுது அவர் மரணத்துடன் போராடும் காட்சிதான் அவன் புலனில் தாக்கிற்று. கிட்ட நெருங்கி மெதுவாக அவர் மார்பைத் தடவினான். மூச்சு 'கர்கர்' என்று தடைப்பட்டு வருவது தெரிந்தது.

டாக்டர் வந்தார். நோயாளியைப் பரிசோதனை செய்துவிட்டுத் திருஞானம் பக்கம் திரும்பினார்.

"ஹிருதயம் பாதகம் இல்லை. ஆனால் சுவாசப் பைகளில் கபம் கட்டியிருக்கிறது. 'பாட்சு'கள் ரொம்ப இருக்கின்றன. இன்ஜெக்ஷன் தருகிறேன். மருந்தை விடாமல் கொடுங்கள். இரவு ஜாக்கிரதையாக இருக்க வேண்டும்; மார்புக்கும் கால்களுக்கும் விடாமல் தவிடு ஒற்றடம் கொடுக்க வேண்டும்" என்று சொல்லிவிட்டுத் திருஞானம் கேட்க வந்த கேள்வியைக்கூட எதிர்பாராமல் டாக்டர் வெளியே போனார்.

வராந்தாவில் ஜானகி டாக்டரை அணுகி நோயாளியின் நிலைமையைப் பற்றிக் கேட்டாள். அவளைக் கண்டு டாக்டர் கொஞ்சம் பிரமித்துப் போனார். ஒரு நிமிஷம் பரக்கப் பரக்க விழித்துவிட்டு "நிலைமை மோசந்தான். ஆனால் வெகு ஜாக்கிரதையாக நான் சொல்லுகிறபடி சிகிச்சை செய்துகொண்டு வந்தால் குணமாகலாம்" என்றார்.

"எப்படிச் செய்யச் சொல்லுகிறீர்களோ, செய்கிறோம்."

"விவரமாக உள்ளே தகவல் கொடுத்திருக்கிறேன்."

"அப்படியா! நல்லது."

இரவு உடம்பு நிலை கவலைக்கிடமாகிவிட்டது. ஆனால் முனகலும் புரட்டலும் மட்டும் இருந்தன. பிரக்ஞையில்லாததால் ஜானகி தைரியமாக அருகில் சென்று உட்கார்ந்து சுசுருஷை செய்துகொண்டிருந்தாள்.

காலையில் வந்தது முதற்கொண்டு அவள் பங்களாவைச் சீர்திருத்த ஆரம்பித்துவிட்டாள். பிறகு கிழவர் படுத்திருந்த அறையைச் சுத்தம் செய்து, அனாவசியமான பெஞ்சுகளையும் பீரோக்களையும் அப்புறப் படுத்தி, ஜன்னல்களையெல்லாம் திறந்துவிட்டு, அறையில் சூரிய வெளிச்சம் படும்படி செய்தாள். பிறகு தான் கொண்டு வந்திருந்த மெத்தை தலையணை முதலியவற்றைச் சுத்தமான உறைகள் போட்டு விரித்து, மாமனாரைப் புதுப் படுக்கையில் படுக்க வைத்தாள். கண்ணில் படாமல் தூர இருந்து கொண்டு காலம் தவறாமல் மருந்தும் ஆகாரமும் கொடுக்கச் செய்தாள். இரவு பிரக்ஞையற்றுப் போன பிறகுதான் கிட்டே வந்தாள்.

காலடியில் உட்கார்ந்துகொண்டு ஓயாமல் தவிடு ஒற்றடம் போட்டாள். மார்பிலும் பிளானலின் மேலும் ஒற்றடம் போட்டாள். கிழவர் ஜன்னியில் பிதற்றினார்.

"திருஞானம், உன்னைப் பார்த்ததே போதும்! ஜானகி – அவளைப் பார்க்க வேணும்போல் இருக்கிறது – ஆனால் . . . அதோ இருக்கிறாளே அவளா? வாம்மா! உன் வீட்டுக்கு வா! உன்னை உள்ளே நுழையாதே என்றேனே, பாவி!"

அதைக் கேட்டதும் ஜானகிக்குத் துக்கம் தாங்கவில்லை. அவர் கால்களில் விழுந்து, "மாமா, நான் கொடுத்து வைக்கவில்லை!" என்று அலறினாள்.

இந்த மாதிரி கபம் கட்டிய கரகரத்த குரலில் பிதற்றிக்கொண்டே இருந்தார். ஒரு மணி வரையில் ஜானகி கண் கொட்டாமல் உட்கார்ந்து கொண்டு சிகிச்சை செய்தாள். திருஞானம்கூடத் தலைமாட்டில் உட்கார்ந்துகொண்டு தூங்கி விழுந்தான்.

"உங்கள் பேச்சைக் கேட்டுக்கொண்டு நான் இவ்வளவு நாள் தாமதித்தது தப்பு. இன்னும் முன்னால் வந்திருந்தேனானால் அவருக்கு ஒன்றுமில்லை; ஏக்கத்தாலேயே – பாவம்!" என்று அவள் சொல்லி மாமானாரின் முகத்தை, அப்பொழுதுதான் திடீரென்று, அவ்வளவு வருஷங்கள் இல்லாமல் ஊற்றெடுத்துக் கிளம்பின அன்பின் பெருக்குடன் பார்த்தாள்.

"அவர்தான் உன் பேச்சையே –"

"அதெல்லாம், மனித ஹிருதயத்தின் விசித்திரப் போக்கு. உங்களுக்குத் தெரியாது; பெண்ணுக்குத்தான் தெரியும். நான் எதிரே வந்து நின்றிருந் தால் அவர் ஒன்றும் சொல்லியிருக்க மாட்டார். நான் அவரை ஜாக்கிரதையாகப் பாதுகாத்துக் குழந்தை போலக் கவனிக்க வேண்டிய வயசில், அநாதைபோல் அவர் தனியாக இருந்தால் உடம்புக்கு ஏன் வராது? அடடா எனக்கேன் புத்தி இப்படிப் போயிற்று?"

இரவு கழிந்து விடியற்கால வேளை கிழவருடன் சேர்ந்து ஜானகியும் மரணத்தை எதிர்த்துப் போராடினாள். கடைசியில் மயக்கம் கொஞ்சம் தெளிந்தது. அவர் கண் திறந்து பார்த்தார்.

காலடியில் உட்கார்ந்திருந்த ஜானகியைப் பார்த்ததும் வெடுக்கென்று கால்களை மேலே இழுத்துக்கொண்டார். அவர் பார்வையில் முதலில் ஒரு பீதி இருந்தது.

"அம்மா, என்னைக் காப்பாற்று!" என்று இரண்டு கைகளையும் எடுத்துக் கும்பிடப் போனார். ஜானகி சட்டென்று நெருங்கிக் கைகளைப் பிடித்துக்கொண்டு, "மாமா, உடம்பு சௌகரியமாகிவிட்டது; கவலைப் படாதீர்கள்!" என்றாள்.

கிழவர் எப்படியோ எழுந்து உட்கார்ந்துவிட்டார். கீழே விழுந்து விடப் போகிறார் என்று ஏக காலத்தில் புருஷன் மனைவி இருவரும் இரண்டு புறங்களிலும் தோள்களைப் பிடித்துக்கொண்டார்கள்.

"குழந்தாய், உன் வீட்டுக்கு வந்தாயா? இனிமேல் எனக்கு ஒன்றும் இல்லை. பிழைத்துவிட்டேன்! எனக்கு முன்னால் தெரியவில்லையம்மா, எனக்கு என்ன வியாதியென்று."

"படுத்துக்கொள்கிறீர்களா?" என்று ஜானகி முகமலர்ச்சியுடன் மெதுவாக அவரைப் படுக்க வைத்தாள்.

❖

பாரததேவி, **16-07-1939**

என்ன நெருக்கடியோ?

திருவல்லிக்கேணி ஹைரோடு காலை நேரத்தில் அவ்வளவு சந்தடியுள்ளதாக இருப்பதில்லை. இரண்டு பக்கங்களிலும் செல்லும் டிராம், ஏதாவதொரு காலை மோட்டார், சில சைக்கிள்கள் – ஓரிரண்டு குப்பை வண்டிகள் – இவற்றைத் தவிர வேறு தடபுடலே கிடையாது. ஜன நடமாட்டம்கூட அப்பொழுது அவ்வளவு அதிகமாக இருப்பதில்லை.

பொழுது போகாததால் ஜன்னல் வழியாகத் தெருவைப் பார்த்துக்கொண்டிருந்தேன். எதிர்வீட்டில் ஒரு மார்வாடியின் கடை. அதற்கு மட்டும் காலையிலிருந்து ஜனங்கள் வந்து போய்க்கொண்டே இருந்தார்கள். நகைகளை மூடிக் கொண்டுவந்து கொடுத்துவிட்டு அவன் கொடுத்த பணத்தை வாங்கிக்கொண்டு போனார்கள்.

ஒரு ரிக்ஷா வந்து நின்றது – அந்த வீட்டு வாசலில். ரிக்ஷாக்காரன் கீழே இறங்கி ஒரு தடவை தெருவை மேலும் கீழுமாகப் பார்த்தாள். அவள் ஒரு நாயுடு ஸ்திரீ; வயது சுமார் முப்பதிருக்கும். நல்ல தேகக்கட்டும் அழகும் உடையவளாக இருந்தாள். ஒரு ஸ்பன் ஸில்க் புடவையை நேர்த்தியாகக் கட்டிக்கொண்டிருந்தாள். கடக்கென்று மார்வாடியின் கடைப்படியில் ஏறினாள்.

தன் மடியிலிருந்து இரண்டு சிறு காப்புகளை எடுத்து அவன் கையில் கொடுத்தாள். ஒரு வருஷத்துக் குழந்தையின் கைக்காப்புகளாக இருக்க வேண்டும். கொடுக்கும்போது அவள் முகம் விகாரமடைந்தது. அவளுடைய கைகளில் ஒரே ஒரு ஜதை காப்புகள்தான் இருந்தன. கழுத்தில் சரடு கூட இல்லை.

மார்வாடி காப்புகளைத் திருப்பித் திருப்பிப் பார்த்தான். உரைகல்லில் உரைத்துப் பார்த்தான்.

“பத்து ரூபாய்!” என்று சுருக்கமாகச் சொன்னான் கடைசியாக.

“முக்கால் பவுன் ஆயிற்றே!” என்று அவள் ஆச்சரியத்துடன் கேட்டாள். அந்த ஆச்சரியத்தில் அவள் துக்கம்கூட மங்கிப் போயிற்று!

“மட்டம் – கலப்பு – பத்து ரூபாய் ஜாஸ்தி” என்று ஒவ்வொரு வார்த்தையாக அரைகுறைத் தமிழில் சொன்னான் மார்வாடி.

“இல்லையாப்பா! இப்பொழுதுதான் புதிதாகச் செய்தது!”

மார்வாடி பதிலே சொல்லாமல் காப்புகளைத் திருப்பிக் கொடுக்கும் பாவனையாகக் கையை நீட்டினான்.

அவளுடைய முகத்தில் அப்பொழுது தென்பட்ட துக்கத்தைப் பார்க்கக்கூட எனக்கு மனம் வரவில்லை. நான் கவனிப்பது அவளுக்குத் தெரியாது. யாராவது தான் அங்கிருப்பதைப் பார்ப்பதற்கு முன் அவ்விடம் விட்டுச் சென்றுவிட வேண்டும் என்று அவள் பதைத்துக் கொண்டிருந்தது அவளுடைய ஒவ்வொரு அங்க சேஷ்டையிலும் வார்த்தையிலும் வெளியாயிற்று. அதை உடனே கிரகித்துக்கொள்ள மார்வாடிக்குச் சொல்லிக் கொடுக்க வேண்டுமா?

“பனிரண்டு ரூபாயாவது –” என்று அவள் கெஞ்சிக்கொண்டு சொல்லி முடிப்பதற்கு முன் மார்வாடி காப்பைக் கீழே வைத்துவிட்டான். வேறு காரியத்தைக் கவனிப்பது போல் மற்றொரு பக்கம் திரும்பிக் கொண்டான். பாவம் ஸ்திரீ என்ன செய்வது என்று தெரியாமல் அப்படியே நின்றுபோய்விட்டாள்.

“உங்க கொளந்தெ காப்பாம்மா?” என்று பக்கத்தில் மற்றொரு பெண்ணின் குரல் கேட்டவுடன்தான் அவளுக்கு நினைவு வந்தது. அவளை அறியாமல் அவள் கண்களில் நீர் ததும்பிக்கொண்டிருந்தது. கேள்விக்கு ஒன்றும் பதில் சொல்லாமல் காப்புகளைக் கையில் எடுத்து மூடிக்கொண்டு போய் ரிக்ஷாவில் ஏறி உட்கார்ந்துகொண்டாள்.

அப்பொழுது, நான் அவளை நன்றாகப் பார்க்க முடிந்தது. நடை உடை பாவனைகளில் ஒரு கம்பீரமும் மேன்மையும் நாகரிகமும் இருந்தன. ஒரு கௌரவமான குடும்பத்தைச் சேர்ந்தவள் என்பது தெரிந்தது. ஆனால் கவலையும் வேதனையும் அவள் அழகைப் பிய்த்துத் தின்றுகொண்டிருந்ததும் தெரிந்தது.

“எங்கே போகணும்மா?” என்று ரிக்ஷாக்காரன் கேட்டான்.

“வேறெ கடைக்கு!” என்று கோபத்துடன் சீறினாள் அவள்.

“இந்தக் கடைதான் கொஞ்சம் நாணயம், தாராளம் கூட அம்மா!”

இரண்டு வீடு தள்ளி மற்றொரு கடை. அதில் ஒரு வாலிபன் உட்கார்ந்திருந்தான். அவனிடம் காப்புகளைக் காட்டினாள். அவன் ஒரு தரம் அவளையும் மற்றொரு தரம் காப்புகளையுமாக மாறிமாறிப் பார்த்துக்கொண்டு, “வேறே – எங்கே – காமுச்சீங்கோ?” என்று புன்சிரிப்புடன் கேட்டான்.

"இல்லை – ஆமாம்!" என்று சொல்லும்பொழுது அவள் புழுவாகத் துடித்தாள்.

"எட்டு ரூபாய்!" என்றான் அவன் சாவதானமாக.

தலை கிறுகிறுத்தது போல அவள் தள்ளாடினாள். கடைக்கதவை ஒரு கையால் பிடித்துக்கொண்டாள். மார்வாடி அவளைப் பார்த்து புன்சிரிப்புச் சிரித்தான் மறுபடியும். காப்புகளை அவன் கையிலிருந்து பிடுங்குபவள் போல அவற்றைத் திருப்பி வாங்கிக்கொண்டு போய் ரிக்ஷாவில் ஏறினாள்.

"எங்கே போகணும்மா?"

"வீட்டுக்குத் திரும்பு" என்று சொன்னவள் மறுபடியும் எதையோ நினைத்துக்கொண்டு நடுநடுங்கினாள். அவள் முகத்தில் பயமும் துக்கமும் தென்பட்டன.

"இல்லை, இரு. இந்தா இதை முதல் கடையில் கொடுத்து, பத்து ரூபாய் கொடுப்பான் வாங்கிக்கொண்டு வா!"

ரிக்ஷாவில் உட்கார்ந்துகொண்டிருந்தவள் கண்ணீர் உதிர்த்து விம்மினாள். மறுநிமிஷம் சுய நினைவு பெற்று யாராவது தன்னைக் கவனிக்கிறார்களோ என்று அங்குமிங்கும் பார்த்தாள்.

திருடன் போல நான் சடக்கென்று பின்வாங்கி மறைந்தேன்.

அவளுடைய வாழ்க்கையில் அன்று என்ன நெருக்கடியோ?

கோல்ட்ஸ்மித் எழுதியது என் மனதிற்கு வந்தது.

"சோகக் காட்சிகளைக் கண்டு உருகும்படியும் வைத்து, துயரத்தை அகற்ற சக்தியும் அற்றவனாய் என்னை ஏன் சிருஷ்டித்தாய், ஈசா?"

பாரததேவி, 16-07-1939

நினைவுமுகம் மறக்கலாமோ?

அன்று என்னவோ விடிந்தது முதல் மனசு வெகு நிம்மதியாக இருந்தது. வியாதியின் கொடுமை அவ்வளவு தெரியவில்லை. வயிறுகூட ஏதோ லேசாக இருந்தது. ஆஸ்பத்திரிக்காரர்கள் கொடுத்த காலை ஆகாரத்தைக் சாப்பிட்டு விட்டுப் படுக்கையில் சாய்ந்துகொண்டிருந்தேன்.

ராயப்பேட்டை க்ஷயரோக ஆஸ்பத்திரியில் என்னைச் சோதனை செய்து பார்த்து ஜெனரல் ஆஸ்பத்திரிக்கு அனுப்பிவிட்டார்கள். சிறையில் வியாதி அதிகம் ஆனவுடனேயே சர்க்கார் என்னை விடுதலை செய்து விட்டார்கள். என்னுடைய வியாதி குடல் க்ஷயம் என்று ஜெனரல் ஆஸ்பத்திரியில் கண்டுபிடித்தார்கள். சிகிச்சையும் நடந்தது. ஆனால் என் பலம் மட்டும் நாளுக்கு நாள் குன்றிவந்தது.

குன்றினால்தான் என்ன முழுகிப் போய்விட்டது என்று எனக்குத் தோன்றியது. வாழ்க்கையிலேயே எனக்கு ஒருவிதமான பற்றும் இல்லை. தேசத் தொண்டோ நாடு இருந்த நிலைமையில் அவசியமில்லாமலே போய்விட்டது. எங்கும் காங்கிரஸ் ராஜ்யபாரம் வகித்தபோது தொண்ட னுக்கு என்ன வேலை இருக்கிறது? அவனை யார் சீண்டப் போகிறார்கள்? செய்ய வேண்டியதை ஏதோ கூடிய வரையில் செய்தாகிவிட்டது என்ற நிம்மதி மனத்தில் இருந்தது. அதோடு உயிர் போனாலுங்கூடப் பாதகமில்லைதான். 'நோயால் எவ்வளவு நாள் திண்டாடுவது? எதற்காக அப்படித் திண்டாடி உயிரைக் காப்பாற்றுவது?' என்றுகூட எனக்குத் தோன்றிவிட்டது.

ஆனால் அன்று ஏன் அந்த நிம்மதி? படுக்கையை விட்டு எழுந்து நடந்து போகலாம் போல இருந்தது. நான்கு படுக்கைகளுக்கு அப்பால் ஒருவன் எதோ வலியால் முனகிக் கொண்டிருந்தான். அவனிடம் எனக்குக் கோபங்கூட வந்தது.

"ஏன் இப்படி ஊளையிடுகிறான்? கூட இவ்வளவு பேர் படுத்துக் கொண்டிருக்கிறார்களே என்ற ஞானங்கூட இல்லையே!" என்று பக்கத்துப் படுக்கைக்காரனிடம் சொன்னேன். அவன் தொல்லை என்னவோ, அவன் பதில் சொல்லவில்லை; உறுமினான். மறுபக்கம் திரும்பிப் படுத்துக்கொண்டேன்.

சற்று நேரத்திற்கெல்லாம் அந்தப் பக்கத்திலிருந்து பெண்குரல் ஒன்று கேட்டது. அதைக் கேட்டதுமே பளிச்சென்று எனக்கு நினைவு வந்தது. அது ஞானத்தின் குரல்!

ஆமாம்! எவ்வளவு வருஷங்கள் கழிந்தால் என்ன? வாழ்க்கையில் இடையே எவ்வளவு மாறுதல்கள் ஏற்பட்டால்தான் என்ன? அந்தக் குரலின் ஒலிப்பதிவு என் உள்ளத்தில் ஒரு தரம் ஏற்பட்டுவிட்ட பிறகு உயிர் உள்ளவரை அழியுமா என்ன? அதிலும் அந்த மாதிரி, அவ்வளவு நெருக்கமான வகையில்?

அது அவள் குரல்தான்; சந்தேகமில்லை. அவளுக்குத்தான் அந்தக் குரல் உண்டு. ஆனால் ஞானம் சென்னை ஜெனரல் ஆஸ்பத்திரிக்கு எங்கே வந்தாள்? ஏன் வரக்கூடாது? நான் எப்படி வந்தேன்? திருச்சியும் சென்னையும் அப்படி என்ன வெகு தூரமா? ஆனால் அவள் திருச்சியை விட்டுப் போய்விட்டாளே, எங்கோ கண்காணாத சீமைக்கு!

கல்யாணமானவுடன் அவள் ரங்கூனுக்கல்லவா போய்விட்டாள் கணவனுடன்? எங்கேயோ அவன் ஸ்திரமாக இருக்கப் போவதாக அல்லவா பேச்சு அப்பொழுது? ஆனால் பத்து வருஷங்களில் என்ன தான் நடக்கக் கூடாது?

○

பத்து வருஷங்களுக்கு முன் ஞானம் என்னுடன் படித்துக் கொண்டிருந்தாள். கல்யாணம் ஆகும் வரையில் படித்தாள். அவளுக்குப் பதினான்கு வயசு அப்பொழுது.

பெங்களூர்ப் பட்டுப் பாவடையும் மஞ்சள் பட்டுத் தாவணியும் அணிந்திருப்பாள். நீண்ட பின்னலைக் கையில் எடுத்து ஏதாவது விஷமம் செய்துகொண்டேதான் இருப்பாள். குதிப்புத்தான், நடையே இல்லை.

நான் அப்போது மூன்றாவது பாரத்தில் படித்துக்கொண்டிருந்தேன். எனக்கும் அதே வயசுதான்; ஒன்று இரண்டு மாதங்கள் நான் பெரிய வனாக இருக்கலாம். அந்தப் பருவத்தில், உணர்ச்சிகள் மொட்டுக்களாக இருக்கும் அந்த 'இரண்டுங் கெட்டான்' சமயத்தில் 'காதல்' என்று சொல்லுகிறார்களே அது இருந்ததாக நான் சொல்லவே முடியாது. ஆனால் நாங்கள் இருவரும் இணைபிரிவதில்லை. பெரியோர்கள்கூடக் கவனித்துக் கண்டிக்கும்படியாக அவ்வளவு தூரம் எப்பொழுது பார்த்தாலும் சேர்ந்தே இருப்போம்.

இப்போது யோசித்துப் பார்க்கும்போது நன்றாகத் தெரிகிறது; எங்கள் பற்றில் வேறுவிதமான ஞாபகம் ஒன்றுமே இல்லை. இருந்திருந்தால்

நான் இங்கே சொல்லுவதில் எனக்கு யாதொரு வெட்கமும் இல்லை. நடந்ததை எல்லாங்கூடச் சொல்லிவிடுகிறேனே.

“என்னை நீ தொடக் கூடாது; நீ புருஷப் பிள்ளை” என்பாள். ஆனால் தொடும்படியாகவே ஏதாவது விளையாடுவாள். தொட்டபிறகு கோபம் கொண்டவள்போல், “இனிமேல் உன்னோடு பேசமாட்டேன், போ!” என்பாள். சிறிது நேரத்திற்கெல்லாம் “குஞ்சு!” என்று கூப்பிட்டுக் கொண்டு வந்துவிடுவாள்.

நன்றாக நினைவு இருக்கிறது. ஒரு நாள் ஏதோ விஷமம் செய்து விட்டு ஓடினாள். நான் துரத்திக்கொண்டு போய்க் கட்டிப் பிடித்து விட்டேன். ஒரு நிமிஷம் இருவருக்கும் ஏதோ ஒரு விபரீத உணர்ச்சி. அவள் முகம் சிவந்துவிட்டது. நான் சட்டென்று அவளை விட்டு விட்டேன். வெட்கத்தைக் கோபமாக மாற்றிக்கொண்டு அவள் வேகமாக நடந்து போய்விட்டாள்.

ஒரு நாள் முழுவதும் நாங்கள் சந்திக்கவில்லை. எனக்கு என்னவோ போல் இருந்தது. ஒன்றும் பிடிக்கவில்லை. தனியாகத் திண்ணை ஓரத்தில் இருட்டில் படுத்துக்கொண்டிருந்தேன். யாருக்கும் தெரியாமல் ஞானம் என்னிடம் வந்தாள். அவளைப் பார்த்ததும் நான் கோபம் கொண்டவன் போலப் பாசாங்கு செய்து மௌனமாக இருந்தேன்.

ஞானம் அருகில் வந்து என்னைத் தொட்டுத் தடவினாள். “கோபமா, குஞ்சு?” என்றாள். நான் பதில் சொல்லவில்லை. “பேசமாட்டியா?” என்றாள். விக்கி விக்கி அழுதாள். நான் எழுந்து அவள் கண்ணீரைத் துடைத்துக்கொண்டே “நான் தொட்டால் உனக்கு என்ன வந்துவிட்டது?” என்றேன்.

“அம்மா தொடப்படாது என்கிறாடா குஞ்சு. இல்லாட்டா நீ தொட்டா என்ன?” என்றாள்.

ஒரு வாரத்திற்கெல்லாம் அவளுக்குக் கல்யாணம். நிச்சயதார்த்தத் திற்கு முதல் நாள் இரவு என்னைத் தேடிக்கொண்டு மாடிக்கு வந்தாள்.

கல்யாணச் செய்தியைக் கேட்டதுமே எனக்கு என்னவோ வேதனை. வெட்டவெளியில் படுத்து யோசனை செய்துகொண்டிருந்தேன்.

“குஞ்சு, இனிமேல் நீ நிஜம்மாவே என்னைத் தொட முடியாது.”

எனக்கு அப்போது திடீரென்று ஓர் உணர்ச்சி ஏற்பட்டது.

“கல்யாணமான பிறகுதானே தொடக் கூடாது?” என்று அவளைக் கட்டியணைத்துக்கொண்டேன். அவள் என்னைத் தடுக்கவில்லை.

❍

படுக்கையில் எழுந்து உட்கார்ந்துகொண்டு குரல் வந்த பக்கம் பார்த்தேன். அவள்தான்!

சில நிமிஷங்களுக்கு முன் வாழ்க்கையில் ஒன்றும் இல்லை என்றல்லவா எண்ணினேன்? வாழ்க்கையில் எனக்கும் ஓர் இன்பம்

இன்னும் இருக்கிறது. ஞானம் இருக்கும் உலகத்தில் எனக்கும் இடம் இருக்க வேண்டும். எனக்கு அவள் நினைவு இருக்கிறவரையில், அவளுக்கு என் நினைவு இருக்கிறவரையில், உயிர் வாழலாம்.

ஒருவரையொருவர் சந்திக்காவிட்டால் என்ன? சாம்பலின் கீழ்க் கனல் போல அது கிடக்கும். ஒருதரம் ஒரு பார்வை அவள் பார்த்தால் போதும்; அது பளிச்சென்று பிரகாசிக்க ஆரம்பித்துவிடும்.

வாழ்க்கையில் இருவரும் கையைப் பிடித்துக்கொள்ள முடியாமல் போய்விட்டால் என்ன மோசம்? அதனால் உள்ளம் தடைப்படுமா என்ன? அவள் வார்த்தையொன்று போதாதா, அதைக் கிளறிக் கொள்ளையிடுவதற்கு?

அவள் முகத்தை நான் மறக்கவில்லை. அவள் குரலைக்கூட மறக்கவில்லை. அவள் நடையே எனக்குத் தெரியும். அவள் என்னை மறந்திருக்கமாட்டாள். எப்படி மறப்பாள்? மறக்கக் கூடியவாறா நாங்கள் பழகினோம்? வாழ்க்கையின் தொல்லைகளிலும் அவள் என் முகத்தை மறக்க முடியாது. அதன் பெருங்கூட்டத்திலும் அவள் நிச்சயம் என்னை அடையாளம் கண்டுகொள்வாள்.

நான் முன்பு சொன்ன நோயாளியின் அருகில் நின்றுகொண் டிருந்தாள் அவள்; அவன் அவள் புருஷனா? எனக்கு அடையாளமே தெரியவில்லை!

அவள் பத்து வருஷங்களுக்கு முன்பு இருந்த அதே சாயலாகத்தான் இருந்தாள். உடை மாற்றத்துடன் 'என்லார்ஜ், செய்தது போல இருந்தாள். பின்னலுக்குப் பதிலாக அழகிய கோடரி முடிச்சு. புருஷனுடன் பேசிக்கொண்டே சுற்று முற்றும் பார்த்தாள்.

'ஆம், ஆயிற்று! என்னைப் பார்த்துவிடுவாள். அடுத்த நிமிஷம் தூக்கிவாரிப் போட்டுவிடும் அவளுக்கு. ஒருவேளைஅலறிவிடுவாள், வாய்விட்டுக்கூட! எல்லோருக்கும் சங்கடமாகப் போகும்' என்று பயப்பட்டேன். முகத்தைத் திருப்பிக்கொண்டுவிடலாமா என்று எண்ணினேன். மனசும் இல்லை. அவகாசமும் இல்லை. அவள் என்னைப் பார்த்தாள்; ஆனால் அவள் பார்வையில் ஒன்றும் இல்லை. அது என்னை விட்டு நீங்கி மேலே சென்றது. அவள் என்னை அடையாளம் கண்டு கொள்ளவில்லை.

'ஞானம், இதோ பார்! நான் இங்கே இருக்கிறேனே, உனக்கு அடையாளம் தெரியவில்லையா? நான்தான் குஞ்சு. என் முகம் உனக்கு மறந்துபோய்விட்டதா? ஞானம்!' என்று என் உள்ளம் கதறிற்று. 'இல்லை, இல்லை. யோசனை செய்கிறாள். எங்கோ பார்த்த ஞாபகம் இருக்கிறது அவளுக்கு. அது இல்லாமற் போகுமா? பாவம்! வாழ்க்கை யில் எவ்வளவு கஷ்டங்களோ..!' என்று யோசனை சமாதானம் கூற முயன்றது.

அவள் பார்வை மீண்டும் என் பக்கம் வந்தது. அதிலும் அடடா..!

பிறகு எனக்கு நினைவு வந்தபோது படுக்கையில் கிடத்தப் பட்டிருந்ததை உணர்ந்தேன். நர்ஸ் அருகில் இருந்தாள். சற்று நேரம் கழித்து நர்ஸை விசாரித்தேன்.

"அந்தக் கேஸ் உபயோகமில்லை என்று சொல்லிவிட்டோம். மனைவி வீட்டுக்கு எடுத்துக்கொண்டு போய்விட்டாள். ஏன்? எதற்காகக் கேட்கிறீர்கள்?"

"அந்த அம்மாள் பெயர்?"

"ஞானாம்பாள்!"

சற்று முன்தான் படுக்கையில் எழுந்து உட்கார்திருந்தேன். எழுந்து உலகில் நடமாடலாம் என்றுகூட எண்ணம் ஏற்பட்டது. இப்போது மீண்டும் ஓய்ச்சல் மேலிட்டுப் படுக்கையில் விழுந்தேன்.

அதனால் என்ன மோசம்? படுத்த படுக்கையானால்தான் என்ன இனிமேல்? வேறு என்ன ஆனால்தான் என்ன?

நினைவு – என்னுடன் அப்படிப் பழகின ஞானத்தின் நினைவு – முகம் மறக்கலாமோ? மறந்தால் பிறகு வாழ்க்கையில் எனக்கு ஒன்றும் இல்லை.

❖

***பாரததேவி*, 23-07-1939; *கலைமகள்*, நவம்பர் 1941**

ஆமிரபாலி

வைசாலி நகரமே அன்று ஒருவிதமான ஆனந்தத்தில் மூழ்கியிருப்பது போலத் தென்பட்டது. ஊரெங்கும் அதே பேச்சுத்தான். அரசன் பிம்பிஸாரன் அரண்மனை அந்தப்புரத்திலும்கூடப் பெண்கள் ஒருவிதப் பரபரப்புடன் அவருடைய வருகையைப் பற்றிப் பேசிக்கொண்டிருந்தார்கள்.

ராஜபிக்ஷு புத்தபகவான் வைசாலி நகரத்திற்கு வருவதற்கு முன்பே அவருடைய புகழ் முன்சென்று அங்கே பரவிவிட்டது. ஏன், நாடெங்கும் அவருடைய அதிசயச் செயல்களைப் பற்றியும் அமானுஷ சக்திகளைப் பற்றியும் ஜனங்கள் பயத்துடனும் பக்தியுடனும் பேசினார்கள்.

அவருடைய அருள்மொழிகளின் அதிசயமான ஆறுதல் ஒருபுறமிருக்க, அவருடைய மூர்த்தி தரிசனமும் பாத ஸ்பர்சமும் கண் பார்வையுமே ஜனங்களுக்கு அபூர்வ அமைதியையும் ஆதரவையும் அளித்தன. அவருடைய தரிசனம் அவர்களுக்கு வாழ்க்கையின் புனிதத் தத்துவத்தைப் பளிச்சென்று எடுத்துக்காட்டிற்று. அவர் சென்றவிடமெல்லாம் நோய், துன்பம் முதலிய பிசாசுகளும் அசுராம்சங்களும் ஒளியைக் கண்ட இருள்போல அகன்றன.

அப்பொழுது பகவானுக்கு வயது எண்பது. உயர்ந்த தேகம் தவ ஒளியில் தங்கம்போல இருந்தது; அந்த உடம்பைச் சுற்றி மஞ்சள் வஸ்திரம் இளஞாயிற்றைச் சூழ்ந்த அருணோதய மேகங்கள்போலத் தென்பட்டது. முகத்திலும் தலையிலும் மயிர் நரைத்து வெண்மையாக இருந்தது. சங்கத்தின் நியமப்படி முண்டனம் செய்து கொண்டிருந்தார்.

அவருடைய உபதேசம் அப்பொழுது எங்கும் பிரபலமாகி இருந்தது. அவர் அந்தத் தடவை வைசாலிக்கு வந்தபொழுது அவருடன் பல புனிதமான சிஷ்யர்கள் இருந்தார்கள். யாசோதரையும் ராஹுலனும்கூட பிக்ஷுணி பிக்ஷுக்களாக அவரைப் பின்பற்றினார்கள். பூர்வாசிரமத்தில்

அவருக்கு நெருங்கியிருந்த அவர்களுடைய ஞானோதயத்தின் பிறகு தான் அவருடைய உபதேசமே பரிபூர்ணப் பலனை அடைந்தது.

அன்று ராஜகிருகத்தில் பிக்ஷை ஏற்பாடாகியிருந்தது. பகவான் நகரத்திற்கடுத்தாற் போலிருந்த மாந்தோப்பில் இறங்கியிருந்தார். அங்கிருந்து அவர் மறுநாள் காலை பத்து மணிக்குப் பட்டணப் பிரவேசம் செய்ய வேண்டியதென்று பிம்பிஸாரன் முன் ஏற்பாடு. அரசன் தானே கோட்டை வாசலுக்குச் சென்று வரவேற்பதென்று தீர்மானித்திருந்தான். அவனுடைய பட்ட மகிஷி அந்தச் சந்தர்ப்பத்தை எதிர்பார்த்த வண்ணம் புளகாங்கிதமாகியிருந்தாள்.

பகவானின் விஜயத்தைப் பற்றி ஆமிரபாலியும் கேள்விப்பட்டாள். அவருடைய சரித்திரத்தை அவள் கேட்ட பொழுதெல்லாம் அவள் உள்ளம் நிறைவு பெற்றது. அவளறியாத ஓர் அபூர்வ ஆனந்தம் அவளுக்கு ஏற்பட்டது, அவருடைய பெயரைக் கேட்டபோதே.

அவள் வைசாலி நகரத்தில் பிரதம தாஸி. அழகிலும் ஐசுவரியத் திலும் அவளுக்கு ஈடு அங்கு யாருமே கிடையாது. கலைஞர்களும் கனவான்களும் அவளுடைய கடாக்ஷத்தை நாடி அவள் வாசலில் காத்துக் கிடந்தார்கள். அரசனுக்கே அவளிடம் ஒரு மோகம்.

ஆனால் சில தினங்களாகவே அவள் யாரையும் கண்ணெடுத்துப் பார்க்கவில்லை. புத்தன் மாந்தோப்பிற்கு வந்தது முதலே அவளுக்கு ஓர் ஏக்கம், ஆவல், அவரைக் காண வேண்டுமென்று. தன் காதலனான ஓர் ஓவியக்காரனை மட்டும் கண்ணெடுத்துப் பார்த்துப் புத்த பகவானின் உருவம் ஒன்றைச் சித்திரித்து வரும்படி உத்தரவிட்டாள். அவன் மாந்தோப்பிலிருந்த மகாதபஸ்வியின் சாயலை அப்படியே பிடித்துக் கொண்டுபோய் அவளிடம் கொடுத்தான்.

அதை வைத்துக்கொண்டு வியப்பில் ஆழ்ந்தாள் அவள். அதைப் பார்த்துப் பார்த்துப் பரவசம் கொண்டாள். அந்த உருவத்திலிருந்து பிறந்து வந்த சாந்தி அவளுடைய உள்ளத்தை நிரப்பி, அவள் என்றும் பெற்றிராத ஒரு திவ்யமான நிம்மதியை அளித்தது.

பிரபுவைத் தன் வீட்டிற்கு அழைத்து அவர் பாதத்தைத் தொட்டுப் பேரின்பம் பெற வேண்டுமென அவள் துடித்தாள். ஆனால் பகவான் தாஸியான தன்னைக் கண்ணெடுத்துப் பார்ப்பாரோ என்று அவளுக்குச் சந்தேகம்.

தோழி ஒருத்தியைத் தோப்புக்கு அனுப்பி சிஷ்யர்களிடம் கேட்கச் சொன்னாள். சிஷ்யர்கள் அவள் தைரியத்தைக் கண்டு ஆச்சர்யம் அடைந்தார்கள். பகவானிடம் சொல்லக்கூட யோசனை செய்தார்கள்.

யசோதரைதான் கடைசியாகத் தைரியமாக முன்வந்து அந்த வேண்டுகோளை அவரிடம் தெரிவிக்க ஒப்புக்கொண்டாள். புத்தன் அதைக் கேட்டுப் புன்னகை புரிந்தார். சிஷ்யர்கள் திகைத்துப் போனார்கள். அவருடைய திருப்தி அவர்களுக்கு அர்த்தமாகவில்லை. அவர் பார்வையில் அப்பொழுது தென்பட்ட தயையும் இரக்கமும் சிஷ்யர்கள் வாயை அடைத்துவிட்டன.

“ஆமிரபாலியின் அன்பு பிக்ஷையை நாம் ஏற்றுக்கொள்ளுவோம்!” என்று புத்தன் சொன்னார்.

போதி சத்துவன் ஒரு தாஸியிடம் பிக்ஷ பெறுவதா என்று சிஷ்யர்கள் பரபரப்புக் கொண்டார்கள். அவ்வளவு தூரம் தன் உபதேசத்தைக் கிரகித்தும் அவ்வளவு வருஷங்கள் தன்னுடன் கூடவிருந்து சத்திய மார்க்கத்தில் பழகியிருந்தும் அவர்களுக்குப் பக்குவம் ஏற்படாததைக் கண்டு புத்தன் விசனமடைந்தார்.

“ஆனால் நாளைக்குக் கிருகத்தில் பிக்ஷ இருக்கிறதே!” என்று ஆட்சேபித்தார்கள் அவர்கள்.

“இருக்கட்டும்!” என்று பதில் சொல்லிப் புத்தன் மௌனமாகி விட்டார்.

தோழி சொன்ன செய்தியைக் கேட்டு ஆமிரபாலி மெய்சிலிர்த்தாள்.

“என் பிரபு வருகிறானா என்னைக் காண!” என்று எண்ணி வியந்தாள். “எப்பொழுது, எப்படி வருவாரோ?” என்று யோசித்துக் கொண்டே இருந்தாள்.

“ஆமிரபாலி! ஓவிய உருவமா உன்னை இப்படி உருக்குகிறது? நான் இருக்கிறேனே அதைச் சித்தரித்தவன்?” என்று காதலன் கெஞ்சினான்.

“உன்னைக் காட்டிலும் அந்த ஓவியம் பெரிது. அதைக் காட்டிலும் பெரிது அந்த மூலமூர்த்தி!” என்றுதான் அவள் சொன்னாள்.

தானே வீடெல்லாம் கழுவி விளக்கேற்றி வைத்தாள். அவள் மனதையும் கழுவிவிட்டாள் அத்துடன்! அதில் விளக்கு மட்டும் ஏற்றி வைக்க அவர் வரவை எதிர்பார்த்தாள்.

தன் மனையிலும் மனத்திலும் பழைய மாசு கொஞ்சம்கூட இல்லாமற் போகும்படி நன்றாகத் துலக்கினாள். அவர் வந்து பிக்ஷ பெற அவை யோக்கியமாக வேண்டாமா? அவருக்குப் பாத பூஜை செய்ய அவை தகுதியுள்ளனவாக ஆக வேண்டாமா?

பாதி இரவு கழிந்ததுமே அவள் பரபரப்படைந்தாள். விடிய வேண்டுமென்று அவளால் காத்திருக்க முடியவில்லை. அப்பொழுதே எழுந்து சென்று தன் ஆடை அலங்காரங்களை முன்செய்த தீவினைத் தொடர்புகளைப் போல – கடைசி முறையாகக் களைந்தெறிந்தாள். சுத்த ஜலத்தில் அறிவில் முழுகுவது போல முழுகித் தூய ஆடை உடுத்திக்கொண்டாள். உதயதாரகையின் தெளிவுடனும், தூய்மையுடனும் மாடியில் நின்றுகொண்டு அவரை எதிர்பார்த்தாள். அவர் எப்பொழுது வருவாரோ? வரும்பொழுது தயாராய் இல்லாமல் ஏமாந்து போகக் கூடாதே!

புத்தன்கூட அன்றிரவு தூங்கவில்லை. ஆமிரபாலியின் அழைப்பு அவருக்கு ஓர் அபூர்வத் திருப்தியைக் கொடுத்ததுமின்றி அவர் உள்ளத்தை யும் கிளறிவிட்டது. அவளைக்கூட – இளமையும், அழகும், ஐஸ்வர்யமும்

நிறைந்த தாஸிகூட – ஆழத் தொட்டு எழப்பிவிட்டது எது என்று ஆலோசனை செய்தார். அது தனது மூர்த்தியல்ல நிச்சயம் – தனது சித்தாந்தம்தான். தனது மூர்த்தி அதனால் ஏற்பட்ட ஒரு ஜ்வாலை, அவ்வளவுதான். சித்தாந்தம்தான் உண்மையான காரணம் – அக்னி. அவளுடைய பக்தி அவள் அவரிடம் காட்டிய பிரேமை – சித்தாந்தத்தின் பிரதிபலிப்பு. அதற்கு அவர் கண்ணாடி – இந்த மாதிரி அவர் எண்ணங்கள் ஓடின.

அப்பொழுது உலகமே தன்னை மறந்து உறக்கத்தில் நிலை தப்பி இருந்தது. அருணோதயத்துக்கு முந்தின மங்கல் வேளை. புத்தன் தன் ஆசனத்திலிருந்து எழுந்து வெளியேறினார் – தோப்பை விட்டுத் தனியாகப் போனார் – அந்த மௌனத்திலிருந்து கிளம்பின காலைக் குரல் போலத் தனியாக வைசாலி நகரத்தில் நுழைந்தார். இருள் கொஞ்சம் கொஞ்சமாக நீங்கிக்கொண்டிருந்த ராஜவீதியில் ஒளி உருவமாக நடந்து சென்றார். அதை நகரம் அறியவில்லை. நகரம் தூங்கிக்கொண்டிருந்தது.

நட்சத்திரங்கள் அற்ற காலைச் சந்திரன் போலப் புத்தன் தனியாக நடந்து வந்ததை ஆமிரபாலி மாடியிலிருந்து பார்த்துவிட்டாள். தன் உள்ளத்தில் கோவில் கொண்டுவிட்ட உருவம் தன்னைத் தேடி வருவதைக் கண்ட அவள் தன்னை மறந்தாள்.

புத்தன் வீதியின் இருபக்கங்களையும் நிதானமாகப் பார்த்துக் கொண்டே வந்தார். எங்கும் யாரும் இல்லை. அந்த நேரத்தில் யார் விழிப்பார்கள்? ஆனால் அவருக்குத் தெரியும், ஆமிரபாலி தன்னை எதிர்பார்த்துக்கொண்டு காத்திருப்பாள் என்று. தன் கண்களில் அப்போது பட்ட பெண் வடிவு அவள்தான் என்று அறிந்தார். நடுத் தெருவில் நின்றுவிட்டார்.

ஆமிரபாலி கீழே இறங்கி ஓடி வந்து அவர் காலடிகளில் விழுந்து கால்களைப் பிடித்துக்கொண்டாள். அவளுடைய நீண்ட கேசம் அவர் பாதங்களைத் துடைத்தது.

கருணை பொங்கிய பார்வையுடன் அவளைக் குனிந்து பார்த்துப் பகவான் அவளைத் தன் கைகள் கொண்டு தூக்கினார்.

“பிரபோ! பாதப் பிரஸாதம் வேண்டும்!” என்றாள் ஆமிரபாலி.

“அம்மா, கையைப் பிடித்து அழைத்துக்கொண்டு போ, வழிகாட்டு – பக்தியும் சிரத்தையும் குடிகொண்ட உன் அன்பு மாளிகைக்குப் போவோம்!” என்றார் பிரபு.

“நான் அளிக்கும் பாத பூஜையை ஏற்க . . .” என்று தடுமாறினாள் அவள்.

“பிக்ஷை இடு” என்று பதில் வந்தது பிரபுவிடமிருந்து.

❖

பாரததேவி, **30-07-1939**

என்ன அத்தாட்சி?

அந்தத் தட்டிக்குப் பின்னால் நின்றிருந்த உருவத்தைப் பார்த்தது முதல் ராமுவுக்கு மனது சமாதானமற்றுப் போயிற்று.

"அந்தச் சனியனைப் பற்றி ஏன் நினைத்துச் சாகிறாய்? அது ஒரு கழிசடை. எங்கோ கிராமத்திலிருந்து ஒரு நாடகக் காரனுடன் இங்கே ஓடிவந்தவள். சில மாதங்களுக்குள் அவன் இவளை இங்கே சந்தியில் நிறுத்திவிட்டுப் போய் விட்டான். திரும்பி ஊருக்கும் போக முடியாமல் வேறு வழியின்றி இந்த மாதிரி ஆரம்பித்துவிட்டாள். பிராமணப் பெண்ணாம். யாரோகூடச் சொன்னார்கள்" என்று அவன் நண்பன் சொன்னதிலிருந்து அவன் கலக்கம் அதிகம்தான் ஆயிற்று.

தினமும் ராமுவும் மணியும் அந்தத் தெரு வழியாகத் தான் மாலையில் அரசலாற்றங்கரைக்குப் போவார்கள். போகும்போதெல்லாம் ராமு அந்த வீட்டை உற்றுக் கவனிக்காமல் இருக்கமாட்டான்.

வீடு மேற்கு பார்த்தது. சிறிய பழைய வீடு. சுவர்களில் பூசியிருந்த காரைச் சுண்ணாம்பு பூராவும் உதிர்ந்து போய் உப்பரித்த செங்கல்கள் தென்பட்டன. அந்தச் சுவரில் மங்கல நீலச் சாயம் சேர்ந்த சுண்ணாம்பு பூசப் பட்டிருந்தது. வாசலில் இரண்டு திண்ணைகளுக்கும் நடுவில் படியேறினதும் ஒரு பச்சை வர்ண மூங்கில் தட்டி கட்டியிருந்தது.

தட்டிக்குப் பின்னால்தான் அவள் நாள் தவறாமல் சாயந்திரங்களில் நின்றிருப்பாள். அவளுடைய கால் மட்டும் கீழே தெரியும். அந்தப் பாதங்களைப் பார்த்தாலே ராமுவுக்கு ஒரு கிளர்ச்சி உண்டாகிவிடும்.

நல்ல யானைத் தந்தம் போன்ற வர்ணங்கொண்ட பாதங்களின் கீழிருந்து அடிப்பக்கத்து ரோஜா நிறம் தலை

காட்டி நிற்கும். பாதங்களைச் சுற்றி நலங்கிட்டதுபோலவே இருக்கும். கால்களில் பாதசரங்கள் இருந்தன.

அன்று மாலை அவன் தட்டியோரமாக, உள்ளே பார்த்துக் கொண்டே போனபொழுது அந்த உருவம் சற்றுப் பின்வாங்கிப் பெருமூச்சு விட்டது போல அவனுக்குத் தோன்றிற்று. அந்தப் பின்வாங்கலும் பெருமூச்சும் அவனுக்கு எரிந்துபோன ஒரு குப்பலிலிருந்து கிளம்பும் ஜ்வாலையும் புகையும் போலப்பட்டன. பாழடைந்துபோன அவளுடைய வாழ்க்கையில் இன்னும் தங்கியிருந்த வெட்கமும் துக்கமுமோ அவை!

அன்று அவனுக்கு அதற்குமேல் ஒன்றுமே ஓடவில்லை. அரசலாற்று மணலில் போய் இருவரும் துண்டை விரித்துப் படுத்துக்கொண்டார்கள். வெய்யில் விழுந்துவிட்டது. 'லயன்கரை'யின் மேல் வீட்டுக்குத் திரும்பிப் போய்க்கொண்டிருந்த குடியானவர்களும் மாடுகளும் ராமுவின் கண்களுக்கு எங்கோ அடிவானத்தின் பக்கமாகப் போய்க்கொண் டிருக்கும் நிழலுருவங்கள் போலத் தென்பட்டனர். ரயில் பாலத்தின் மேல் முடிவற்றதோ என்று நினைக்கும்படியாகப் போய்க்கொண் டிருந்த 'குட்ஸ்' வண்டியைக் கவனமின்றிப் பார்த்த வண்ணம் ஆழ்ந்த ஆலோசனையில் ஈடுபட்டான் ராமு.

"கிளம்பு, போவோம், உன்னுடன் இனிமேல் வெளியில் வருவதைக் காட்டிலும்..." என்று முனகிக்கொண்டு மணி எழுந்தபொழுதுதான் ராமுவுக்குத் தன் நினைப்பு வந்தது.

"மணி, நீ முன்னால் வீட்டுக்குப் போ! நான் சற்றுக் கழித்து வருகிறேன்" என்றான்.

"எதற்காக? அவளுடன் பேசவா? என்ன பைத்தியமா உனக்கு? யாரோ ஊரில் கெட்டலைந்தால் உனக்கென்ன வந்தது, இவ்வளவு யோசனை? உலகத்தை நீதான் தாங்குகிறாயா? சரிதாண்டா, கிளம்பு நாழியாச்சு."

"நீ போ என்றால் போயேன், மணி. என்னுடன் எதிலும் அனுதாபப் பட முடியாவிட்டாலும் என்னைத் தனியாகக்கூடவா விடமுடியாது உன்னால்?"

"உன்னைத் தனியாக விட்டால் ஏதாவது செய்து வைப்பாய். அது விபரீதமாக வந்து முடியும்."

"நான் குழந்தையல்ல. நீ போ."

○

ராமு படியேறின நிமிஷமே அவள் உள்ளே போய்விட்டாள்.

அவன் தடுமாற்றத்துடன் உள்ளே நுழைந்தான். கூடத்தில் 'பவர் லைட்' விளக்கு எரிந்துகொண்டிருந்தது. சுவரோரத்தில் ஒரு கிழிந்த பாய் கிடந்தது. அடுத்திருந்த அறை வாசலில் நின்றுகொண்டிருந்தாள்.

ஒல்லியாக ஒடிந்து விழுபவள்போல் இருந்தாள். முகம் உலர்ந்து போயிருந்தது. அதில் ஒரு சமயம் அழகு தாண்டவமாடினதின் சின்னம்

மட்டும் இருந்தது. கன்னத்தின் எலும்புகள் எடுத்துப்போய் இருந்தன. கண்கள் குழி விழுந்துபோய் ஒளியற்று இருந்தன. வெளுத்துப்போயிருந்த உதடுகளில் வெற்றிலைக் காவி பொருத்தமின்றித் தென்பட்டது.

ஆனால் அவள் முகத்தில் ஏதோ ஒரு சக்தி இருந்தது. அவள் முகத்தைப் பார்த்த நிமிஷம் முதல் அவன் அவளிடம் அதற்கு முன் கொண்டிருந்த வெறுப்பு எங்கோ போய்விட்டது. மரியாதையுடன் அவளைக் கவனித்தான்.

நகைகள் ஒன்றுமே அவள்மேல் அதிகம் இல்லை. வெள்ளைத் தோடு இருந்தது காதில். கையில் ஒரு ஜதை வளையல் இருந்தது. கழுத்தில் ஒன்றுமில்லை. சாயம்போன பெங்களூர் தலைப்புப் பச்சைப் புடவை கட்டிக்கொண்டிருந்தாள்.

"அம்மா, நான் ஒரு கேள்வி கேட்கலாமா?" என்று ராமு கேட்டான், முதலில் என்ன பேசுவது என்று தெரியாமல்.

"என்ன கேள்வி? எதற்காக?" என்று திடீரென்று பொங்கிய கோபத்துடன் கேட்டாள் அவள்.

"நீங்கள் பிராமணப் பெண் ..?"

"யாராயிருந்தால் உங்களுக்கென்ன?"

"அம்மா நீங்கள் கோபப்படக் கூடாது. உங்களைக் கண்டிக்க நான் இங்கே வரவில்லை."

"என்னை நீங்கள் கேள்வி கேட்கத்தான் உங்களுக்கு என்ன அதிகாரம்?"

"ஒரு அதிகாரமும் கிடையாது. நான் ஒரு நண்பனாக உங்களுக்கு ..."

"நண்பரா ...?" என்று அவள் ஏளனம் செய்தாள். முகத்தில் அவளுடைய வயதிற்கு மீறின ஒரு அறிவும் அனுபவமும் தென்பட்டன.

"இல்லை, ஏளனம் செய்ய வேண்டாம்."

"எவ்வளவோ நண்பர்களைக் கண்டாகிவிட்டது, என் பாழாய்ப் போன உயிரில்" என்று சொல்லிவிட்டு ஏக்கப் பார்வையுடன் எங்கோ பார்த்தாள்.

"அம்மா, சற்று உட்காருங்கள். என்னை நம்புங்கள்" என்று ராமு சொன்னான். அவனுடைய குரலிலிருந்த குழைவைக் கேட்டதும் அவளுடைய ஏளனம் மறைந்தது.

"நம்புவதற்கென்ன ஆட்சேபணை! நம்பியேதானே இந்தக் கதிக்கு வந்தேன்!" என்று தன் அந்தரங்கத்தை வெளியிடுவதுபோலச் சொன்னாள்.

"இந்தக் கதிக்கு வரவேண்டிய அவசியமென்ன? கேட்கலாமா நான்?" என்று ராமு மரியாதையாகக் கேட்டான்.

"மிகவும் கொடியதான அவசியம்தான் – உயிரில் இருக்கும் பற்றுதான்."

"வேறு விதமாக ஜீவனம் நடத்த ..."

"வேண்டாம், மன்னியுங்கள். உங்களுக்கு அதையெல்லாம் கேட்க அதிகாரம் இல்லை! என் வாழ்க்கை பாழடைய ஆரம்பித்த பொழுது யார் என்னைக் கேட்டார்கள்? இன்று எதற்காக வந்து கேட்கிறீர்கள், போங்கள், ஒன்றும் கேட்க வேண்டாம்."

உணர்ச்சிப் பெருக்கில் சிரமம் அடைந்தவள் போல வாசற்படியின் மேல் சாய்ந்துகொண்டு உட்கார்ந்தாள்.

"அம்மா! அன்று உங்களை யாரும் ஏனென்று கேட்காததாலா நீங்கள் இப்படி வாழத் துணிந்தீர்கள்?"

அவள் சட்டென்று தலையெடுத்து அவனை உற்று நோக்கினாள்.

"ஆமாம் என்றுதான் வைத்துக் கொள்ளுங்களேன்!"

"ஒரு சிலர் அசிரத்தையால் கோபம்கொண்டு நீங்கள் ஒரு சமூகத்திற்கே இழுக்கு ஏற்படுத்துவது சரியா?"

"சமூகமா! அது என்னவென்று எனக்குத் தெரியாது. எங்கள் ஊர்தான் எனக்குத் தெரியும். எங்கள் ஊர் என்னை ஏன் என்று கேட்கவில்லை."

"அதற்காக"

"அதற்காக – அதற்காக – ஒன்றும் இல்லை. அதெல்லாம் எதற்கு உங்களுக்கு?"

"நான் என்னால் கூடிய உதவியை ..."

"உதவியா? என்ன உதவி செய்யப்போகிறீர்கள்! என்ன உதவி செய்ய முடியும் இப்போது உங்களால்?"

"இந்த வாழ்விலிருந்து உங்களை விடுவிக்க என்னால் ஆனதைச் செய்கிறேன்."

"எதற்காக?" என்று கேட்டுக்கொண்டே அவள் அவன் முகத்தை உற்றுக் கவனித்தாள்.

"உங்கள் கஷ்டத்தைப் பார்க்க எனக்குச் சகிக்கவில்லை" என்று அவன் தடுமாற்றத்துடன் சொன்னான்.

"நீங்கள் சொல்வது பொய்! என் கஷ்டத்தைப் பற்றி உங்களுக்குக் கவலையில்லை. நீங்கள் சற்றுமுன் சொன்னீர்களே – சமூகம். அதன் சார்பாக நீங்கள் என் வாழ்க்கையைக் கண்டு வெட்கப்படுகிறீர்கள். பட்டவர்த்தனமாய்ச் சொல்லட்டுமா? ஒரு பிராமணப் பெண் விபசாரம் செய்வது உங்களுக்கு அவமானமாக இருக்கிறது. அப்படித்தானே?"

"ஆமாம். இருக்கட்டுமே! அது பிசகா?"

"பிசகோ, சரியோ எனக்குத் தெரியாது. அதைப் பற்றி எனக்குக் கவலையும் இல்லை. என் கஷ்டத்தைக் கண்டு அனுதாபப்படவில்லை நீங்கள். அதுதான் எனக்குத் தெரியும்."

"அதெப்படித் தெரியும்?"

"எப்படித் தெரியுமா? அதற்கு – உங்கள் அனுதாபத்திற்கு – அத்தாட்சி இல்லை."

"என்ன அத்தாட்சி வேண்டும்?" என்று ராமு கொஞ்சம் ஆச்சரியத்துடன் கேட்டான்.

"என்ன அத்தாட்சி தேவை உங்களுக்கு?" என்று சாவதானமாகக் கேட்டான் மறுபடியும்.

"அத்தாட்சியா! அதை நான் சொல்லி என்ன பயன்? அதை நான் எங்கே எதிர்பார்க்க முடியும்! ஆகையால் அது உங்களிடம் இல்லாததைக் கண்டு நான் ஆச்சரியப்படவில்லை...... ஆனால்... ஆனால்...... நீங்கள் இவ்வளவு தூரம் சிரத்தையெடுத்துக் கொண்டதற்கு, என்னைப் பற்றி இவ்வளவு சிரமம் எடுத்துக் கொண்டதற்கு, நான் என்ன செய்யக்கூடும்?...... ஒன்றுமில்லை" என்று சொன்னபொழுது அவள் குரல் கம்மிவிட்டது.

"அம்மா, அதெல்லாம் ஒன்றும் சொல்லாதீர்கள். என்ன அத்தாட்சி வேண்டும் சொல்லுங்கள்!" என்று ராமு மறுபடியும் கேட்டான்.

"அது கிடக்கிறது. என் நண்பனாக நீங்கள் இங்கே வந்ததாகச் சொன்னீர்கள். அதை நான் இப்பொழுது நம்புகிறேன். நண்பா... ... முதல் முதலாக இன்றுதான் உயிரில் ஒரு ஆறுதலைக் காண்கிறேன். உங்கள் வார்த்தைகள்...... முதல் முதலாக...... இங்கே நுழைந்தவர்களில் நீங்கள்தான் என்னை அவமானப்படுத்தாமல், என்னைக் கேவலப்படுத்தாமல்... ..."

அதற்குமேல் அவளால் பேச முடியவில்லை. மௌனமாகச் சிலை போல உட்கார்ந்திருந்தாள் அவன்முன்.

"அம்மா, அத்தாட்சி கேட்டீர்களே என்ன அத்தாட்சி வேண்டும் சொல்லுங்கள்."

"அது கிடக்கிறது. என் வார்த்தையை மறந்துவிடுங்கள். எதையோ நடக்காததை உளறிவிட்டேன். உங்கள் மனது தெரிகிறது எனக்கு. அதற்குமேல் ஒன்றும் வேண்டாம். உதவுவதாகச் சொன்னீர்கள், உதவி விட்டீர்கள், போதும். மேலும் ஒன்றும் எதிர்பார்க்கக் கூடாது."

"இல்லை. நான் அதை அறிந்துதான் ஆகவேண்டும்" என்று ராமு பிடிவாதம் செய்தான்.

"அறிந்துதான் ஆகவேண்டுமா? வேண்டாம், கேட்டுக்கொள்கிறேன். அதைக் கேட்டால் இங்கிருந்து கோபத்துடன் எழுந்திருந்து போய் விடுவீர்கள். இந்த உதவியும் எனக்கு அற்றுப் போய்விடும்."

"ஒன்றும் ஆகாது சொல்" என்று ராமு உணர்ச்சி வேகத்தில் கத்தினான்.

அவளும் அவனுக்குச் சரியான உணர்ச்சிப் பெருக்கில் உயர்ந்து நின்றாள்.

"அத்தாட்சி கேட்கட்டுமா?... ...நீங்கள் என் கஷ்டத்தை உண்மையாகக் கண்டு உருகினால் அதைத் தீர்க்க வழி இருக்கிறது!"

"என்ன, அதைச் சொல்."

"என்னைக் கல்யாணம் செய்துகொள்ளுங்கள், அதற்கு உங்களுக்குத் தைரியம் உண்டா, கேட்கிறேன். சொல்லுங்கள்!"

ராமு அப்படியே ஸ்தம்பித்து உட்கார்ந்துவிட்டான் சில நிமிஷங்கள்.

அவளை உற்று நோக்கினான். அவ்வளவு நேரம் ஏளனமாகவும் அரைமனதுடனும் பேசினவள் முகம் ஜ்வலிப்புக் கொண்டிருந்தது.

"உன்னைக் கல்யாணம் செய்துகொள்கிறேன்" என்று உறுதியான குரலில் சொன்னான் ராமு கடைசியாக.

அவள் முகத்தில் திகிலும் துக்கமும் தென்பட்டன.

"ஆ, இன்னும் உலகத்தில்... நான் எண்ணினது பிசகா? உயிர் வாழ்வதிலும் உபயோகமிருக்கிறதா? என்ன காரியம் செய்தேன்!" என்று மனதில் தோன்றியதை அர்த்தமின்றி உரக்கச் சொல்லிக் கொண்டு கீழே சாய்ந்தாள் அவள்.

ராமு பதட்டத்துடன் அவளைத் தூக்கப்போனான்.

"வேண்டாம்! என்னைத் தொடாதீர்கள். அது நடக்க முடியாது. உங்களைக் கொடுமையாகச் சோதித்தேன், மன்னியுங்கள்."

"ஏன் முடியாது? எனக்குக் கல்யாணம் ஆகவில்லை."

"அதல்ல!"

"நீயும் யௌவனத்தின்..."

"ஐயோ வேண்டாம், கூடாது. நடக்க முடியாது."

"என்ன இப்படிப் பேசுகிறாய்? நான்தான் உன்னுடன் சமூகத்தை எதிர்க்க..."

"அதல்ல, அதல்ல!"

"பின்?"

"நான் வாய் திறந்து சொல்ல முடியாது."

ராமு திடீரென்று அவள் முகத்தை அருகில் கூர்ந்து கவனித்தான். அவன் முகம் கருத்தது. திகில் அதில் தென்பட்டது.

"பாதகமில்லை, எழுந்திரு!" என்றான் தீர்மானமாக.

"உண்மையாகவா?"

"வா, வெளியே போகலாம்."

❖

***பாரததேவி*, 06-08-1939**

வைர மோதிரம்

"வேறு எதை வேண்டுமானாலும் தருகிறேன்; வாங்கிக்கொண்டு போங்கள்!" என்று கெஞ்சினாள் கனகம்.

"வேறொன்றும் வேண்டாம் எனக்கு, அதை மட்டும் கொடு போதும்" என்று பிடிவாதமாகச் சொன்னான் கோபு.

"இப்படிப் பிடிவாதம் பிடிக்கிறீர்களே! இத்தனை வருஷங்களில் நான் எதை என்னுடையது என்று வைத்துக் கொண்டு உங்களுக்கு இல்லை என்று சொல்லியிருக்கிறேன்? இதைக் கொடுக்க முடிந்தால் கொடுக்க மாட்டேனா?" என்று கனகம் கண்கலங்கிக் கேட்டபொழுதுகூட அவன் மனது இளகவில்லை.

"ஏன் முடியாது?" என்றுதான் மறுபடியும் கேட்டான்.

"எவ்வளவு தரம் சொல்லுகிறது? அப்பாவுக்கு அந்த வைர மோதிரத்தின் மேல் உயிர். அதை நான் எடுத்து உங்களுக்கு எப்படிக் கொடுப்பது அவர் அறியாமல்?"

"ஏன் இந்த வெறும் சாக்கெல்லாம்? உனக்கிஷ்ட மில்லையென்றால் உன் அப்பாவின் தலையில் ஏன் போடுகிறாய்? அவர் என்ன தலையிலா கட்டிக்கொண்டு போகப்போகிறார்? எல்லாம் உன்னுடையது. நீ அதை எடுத்ததற்காக உன்னை அவர் வீட்டை விட்டுத் துரத்திவிடப் போகிறாரோ?"

"அம்மா நினைவாக அதை வைத்துக்கொண்டிருக்கிறார். அதை எடுத்தால், அப்பாவுக்குக் கோபம் வந்துவிடும் நிச்சயம். அது போதாதா? வீட்டை விட்டுத் துரத்த வேண்டுமா?"

"இப்பொழுது எனக்குக் கோபம் வருகிறது, என்ன செய்யப் போகிறாய்?"

"அதற்காகத்தான் உங்களை இவ்வளவு நல்ல வார்த்தை சொல்லுகிறேன்?"

"அந்த வார்த்தைகளையெல்லாம் உன் அப்பாவுக்குச் சொல், எனக்கு வேண்டாம்" என்று சீறினான் கோபு.

"இப்படிப் பிடிவாதம் பிடிக்கலாமா?"

"நீதான் பிடிக்கிறாய்!"

கனகம் ஆத்மநாத அய்யரின் ஒரே பெண். அவள் சிறு குழந்தையாக இருந்தபொழுதே அவளுடைய தாயார் சுவாசகாசத்தால் இறந்தாள். அவர் மறுவிவாகம் செய்துகொள்ளவில்லை. பெண்ணை நன்றாகப் படிக்கவைத்து நல்ல தேர்ச்சி கொண்டவளாகச் செய்தார்.

கோபு அவருடைய தமக்கை பிள்ளை. படிப்பைத் தவிர பாக்கி யெல்லாம் அவனுக்குத் தெரியும். கண்ணுக்கு அழகாக, எப்பொழுது பார்த்தாலும் குஷாலாகத்தான் இருப்பான். வாழ்க்கை எப்படி நடக்கிறது என்பதைப் பற்றியே அவனுக்குக் கவலை இல்லை. எப்படியாவது பொழுது பவுஷாகக் கழிந்தால் சரி. பிறர் அவஸ்தைகளைப் பற்றி அவனுக்கு யோசனை கிடையாது.

தெரிந்தேதான் ஆத்மநாத அய்யர் கனகத்தை அவனுக்குக் கல்யாணம் செய்து கொடுத்தார். தன் வீட்டிலேயே பெண்ணையும் மாப்பிள்ளையையும் வைத்துக்கொண்டு அவனை வழிக்குக் கொண்டு வந்துவிடலாம் என்று எண்ணினார். முதலில் "ஜமக்காள வியாபாரம் செய்கிறேன்" என்று மாமனாரிடம் மூவாயிரம் ரூபாய் வாங்கி அதைக் கடை வாடகையும் காபி சப்ளையுமாகச் செலவழித்துத் தீர்த்தான். பிறகு நீல வியாபாரம் அதில் ஆயிரம் ரூபாய் போயிற்று. பிறகு காகித விற்பனை ஏஜெண்டு. அதில் கொஞ்சம். கடையில் மாமனார் அவனை ஒன்றும் செய்ய வேண்டாம் என்று சும்மா வீட்டில் இருக்கச் சொல்லிவிட்டார்.

கனகம் அவனைச் சீர்திருத்த முயன்றாள். ஆனால் அவளுடைய அழகு எதனாலோ அவனைக் கட்டுப்படுத்தவில்லை. முதல் இரண்டு வருஷம் அடிமை போலத்தான் அவள் காலடியில் கிடந்தான். பிறகென்னமோ அவளிடம், ஒரு வெறுப்பு ஏற்பட்டுவிட்டது அவனுக்கு. அவள் உள்ள அழகுகூட அவனைக் கவரவில்லை என்றால் உடலழகு நிரந்தரமாக அவனைக் கவரவில்லை என்பதில் ஆச்சரியமில்லை!

ஆனால் கனகம் தன் அன்பைக் கொட்டி அவனை ஆதரித்தாள். மாமனார் அவன் முகத்தைப் பார்ப்பதில்லை. தன் பெண்ணிற்காக அவனை வீட்டில் இருக்கும்படி அனுமதித்தார். என்றாவது புத்தி வந்து நல்ல வழிக்கு வந்துவிட மாட்டானா என்று நம்பிக்கொண்டு கனகம் அவனிடம் இரக்கம் கலந்த அன்புடன் நடந்துகொண்டாள். அவன் கேட்டதையெல்லாம் கொடுத்தாள். அவன் மனம் நோகக் கூடாதென்று அப்படித் தன் நகைகளில் பலவற்றை இழந்தாள்.

"நான் சொல்லுகிறதைக் கேளுங்கள், கேட்கக் கூடாதா?"

"எல்லாம் கேட்டுக்கொண்டேதான் இருக்கிறேன். ஒன்றும் புதிதாகச் சொல்லக் காணோம்!"

"புதிதாக என்ன சொல்ல வேண்டும் உங்களுக்கு?"

"நீ என்னிடம் வைத்திருக்கிறதாகச் சொல்லும் அன்பு உண்மை என்றுதான்!"

"நான் அதை வாயைத்திறந்து சொல்ல வேண்டிய அவசியம் கூடவா இன்னும் இருக்கிறது?"

"நான் கேட்கிறதிலிருந்தே தெரியவில்லையோ?"

"நீங்கள் கேட்பது நியாயமல்ல. நியாயமாக நீங்களே சொல்லுங்கள்."

"கேட்கலாமென்றுதானே கேட்கிறேன்?"

"எது கேட்கலாம், எது கேட்கக் கூடாது என்று தெரிய வேண்டாமா?"

"உன் அன்பில் அந்த மாதிரி விவகாரம் வித்தியாசம்கூட உண்டோ?" என்று கோபு ஏளனம் செய்தான்.

சட்டென்று கனகத்தின் முகம் சிவந்தது. எழுந்து கோபத்தை அடக்கிக்கொண்டாள்.

"உங்கள் அன்பில்?" என்று திருப்பிக் கேட்டாள். அந்தச் சொல் சுருக்கென்று தைத்தது. அவன் மிருகமானான்.

"என் அன்பிலா? பிறகு சாவகாசமாக யோசித்துச் சொல்லுகிறேன். இப்பொழுது அவசரம். உடனே அதைக் கொடு" என்று முரட்டுத்தனமாகக் கேட்டான்.

"எதற்காகக் கொடுக்க வேண்டும்?" என்று மனத்தாங்கலுடன் கேட்டாள் கனகம்.

"எதற்காகவா? நீ என்னமோ சொல்லிக்கொள்கிறாயே பின் –"

"அதற்குப் பதிலாக நீங்கள் செய்ய வேண்டியது ஒன்றுமே இல்லையோ?" என்று அவள் குறுக்கிட்டுக் கேட்டாள்.

"பதில் எதிர்பார்த்ததுதான். ஆனால்?"

"அதெல்லாம் இருக்கட்டும் நீங்கள் என் மனதை அறிந்தா –"

"உன் மனதை – பெண் மனதை அறிந்தா?"

"இல்லாவிட்டால் பிரயோஜனம் என்ன?"

"யாருக்கு? அது கிடக்கட்டும். மோதிரத்தைக் கொடுப்பாயா மாட்டாயா?"

"அதான் சொன்னேனே. வேறு எது வேண்டுமானாலும் தருகிறேன்."

"வேறொன்றும் வேண்டாம்"

"அதைத் தர முடியாது!"

"நீ என் பெண்சாதியாக்கும்?"

"பெண்சாதி என்றால் பெற்றவனுக்குத் துரோகம் செய்வதோ? மாட்டவே மாட்டேன்!"

❖

பாரததேவி, 27-08-1939

குரலும் பதிலும்

முகுந்தன் வெறிபிடித்தவன்போலக் கட்டிலின் மேல் உட்கார்ந்திருந்தான். பக்கத்தில் ராதை நின்று கொண்டிருந்தாள். கடைசியாக அறையை விட்டுச் சென்ற புரோகிதர் தன் பின்னால் கதவைச் சாத்திக்கொண்டு போனார். எழுந்துபோய் அதைத் தாழிடக்கூடத் தோன்றாமல் அவன் இடிந்துபோய் உட்கார்ந்திருந்தான்.

ஓர் அழகிய கோபப் பார்வையுடன் ராதை அவன் சும்மா உட்கார்ந்திருப்பதைக் கடிந்துகொள்பவள்போல மெதுவாகச் சென்று கதவைத் தாழிட்டாள். பிறகு கட்டிலண்டை வருவதற்காகக் காலெடுத்து வைக்கும்போதே கண்ணெடுத்து ஒருதரம் புருஷன் முகத்தைப் பார்த்தாள்; அதில் ஒருவிதமான உணர்ச்சியையும் அவள் காண முடிய வில்லை. ஒரு விதமான திகில் அதில் இருந்தது போல அவளுக்குப் பட்டது. பாதி வழியில் மேஜையருகே அப்படியே நின்று போய்விட்டாள்.

முகுந்தன் அவளைப் பார்த்தான் கண்களால்; அந்தப் பார்வையே, ஒவ்வொரு தடவையும் அவன் பார்த்தபொழுது அவன் எண்ணங்களை எங்கேயோ கொண்டுபோயிற்று. ஆகையால் அவளை அவன் உண்மையில் பார்க்கவே இல்லை. அவன் எண்ணங்கள் அவனைப் பார்க்க விடவில்லை.

அன்று காலையில் அவளை முதல் முதலில் பார்த்ததி லிருந்துதான் அவனுக்கு அந்தத் திக்பிரமை. கல்யாணமான பிறகு எட்டு வருஷங்கள் கழித்து அப்பொழுதுதான் அவளை அவன் பார்த்தான். அவளுக்குப் பத்து வயது; அவனுக்கு இருபது – கல்யாணத்தின்பொழுது.

கல்யாணத்திற்கு வந்திருந்த அவன் நண்பன் சுந்தரம் கேலி செய்தான்.

"இந்த எலிக்குஞ்சை எங்கேயடா தேடிப் பிடித்தாய்? இன்னும் பத்து வருஷமாகுமே இது வீட்டிற்கு வருவதற்கு? உன் முழங்காலுக்கு வருவாள்! பேஷ்!"

ஆமாம், அன்று எலிக்குஞ்சுபோல் இருந்தவள் சாந்தி முகூர்த்தத் தன்று காலையில், மணையின் முன்பு அவன் பக்கத்தில் குதிரைபோல நின்றாள். அவள் உடலில் பொங்கி நின்ற இளமையின் ஜ்வாலை அவன்மேல் சூடாக அடித்தது; அவன் உடல் குன்றிற்று; உள்ளங்கூடக் குன்றிற்று. அவளுடைய மேனியின் மினுமினுப்பு அவன் கண்களைக் கூசச் செய்தது.

கல்யாணம் ஆன தினத்தன்றே சம்பந்திகளிடையே மனஸ்தாபம் ஆரம்பித்தது. காரணங்கள் என்னவென்று சொல்லவேண்டிய அவசியமே இல்லை. முகுந்தன், மாமியார் வீட்டுப் பக்கம் எட்டிப் பார்க்கக்கூட அவன் தாய் அனுமதிக்கவில்லை. ஒவ்வொரு சமயத்தில் முகுந்தனுக்கு மட்டும் மனச்சாட்சி வந்து முன்நிற்கும்.

ஆனால் தாயின் கோபத்திற்குப் பயந்து அவன், தொட்டுத் தாலி கட்டினவள் ஒருத்தி இருந்தாள் என்பதையே நாளடைவில் மறந்தான். முதலில் அவளுக்கு ஆறுதலாகக் கடிதங்கள் ரகசியமாக எழுதிக்கொண்டிருந்தான். அந்த விஷயம் தாய்க்கு எப்படியோ தெரிந்து விட்டது. பிறகு அதையும் நிறுத்திவிட்டான்.

ராதை அப்பொழுது ஒல்லியாகவும் இளைத்தும் சின்னஞ்சிறுமி யாகவும் இருந்ததால், முகுந்தன் மனத்தில் கல்யாணத்தின்போது ஒருவிதமான கிளர்ச்சியும் ஏற்படவில்லை. அவளை ஒரு குழந்தை போலத்தான் பாவிக்க முடிந்தது அவனால். நலங்கின்போதும் ஊஞ்சலின்போதும் அவன் எதிர்பார்த்திருந்த புல்லரிப்பும் ஆனந்தமும் அவனுக்கு ஏற்படவில்லை. ராதையின் கை அவன் கையில் துடிக்க வில்லை என்று அவன் மனத்தில் சலிப்பேற்பட்டது. அவளுடைய முகத்தில் ஆவலோ உணர்ச்சியோ எதிர்பார்த்த அளவு ஒன்றும் அவனுக்குத் தென்படவில்லை. 'சரிதான், சுந்தரம் சொன்னதில் ஒன்றும் பிசகில்லை' என்று தீர்மானித்துவிட்டான்.

அவன் கலாசாலைப் படிப்பு முடிந்தது; வேலையில்லாமல் ஊர் சுற்றினான்; பொழுதை வெட்டியாகக் கழித்தான்; எழுதினான்; சிறை சென்றான்; இப்படியாக மூன்று வருஷங்கள் கழிந்தன. அதன் பிறகு அவன் சர்க்கார் வேலையில் அமர்ந்து வாழ்க்கையின் உன்னதத் தூண்டுதல்கள் எல்லாம் அற்றுப்போய், சுகத்தையும் அதைக் கொடுக்கும் என்று அவன் எண்ணின பணத்தையும் தேடிப் பொறி தட்டித் திரிந்தான். அப்பொழுதெல்லாம் பழைய சுந்தரம்தான் அவனுக்குத் தோழன்.

வருமான வரி இலாகா குமாஸ்தாவாக முகுந்தன் ஏராளமான பணம் சம்பாதித்தான். அவன் தாயும் தகப்பனாரும் கிராமத்தில் இருந்தார்கள். அவனை யாரும் கேட்பாரில்லை. அவ்வளவுதான். சுந்தரத்தின் உதவிகொண்டு அதப்பாதாளத்தில் இறங்கினான்.

அந்த வாழ்வில் அவன் ஒன்றையுமே விலக்கென்று வைத்துக் கொள்ளவில்லை. மற்றோர் மூன்று வருஷங்களுக்குப் பிறகு உடம்பும் மனமும் உடைந்து வியாதிஸ்தனாக அந்தச் சகதியிலிருந்து வெளியேறி னான் – ஒரு தினுசாக. அதற்கப்புறந்தான் அவனுடைய தாய் தான் செய்த பிசகை அறிந்தாள். பிள்ளையை ஒரு குடித்தனத்தில் வைத்து நிலைநிறுத்த வேண்டுமென்று மறு விவாகப் பிரயத்தனங்கள் செய்தாள்.

ஆனால் முகுந்தனுடைய நடத்தையைப் பற்றிய விவரங்கள் எங்கும் பரவிவிட்டன. பெண்களை வைத்துக்கொண்டு திண்டாடுகிறவர்கள் கூடக் கிட்டவர யோசித்தார்கள்.

பிறகு அவன் தாய் வேறு வழியின்றிச் சம்பந்திகளுடன் சமரசப் பேச்சு நடத்த ஆரம்பித்தாள். மற்றும் ஒரு வருஷம் கழிந்த பிறகு சம்பந்திகளும் சாந்தி முகூர்த்தம் செய்து பெண்ணைக் கொண்டுவந்து விடச் சம்மதித்தார்கள்.

அன்று காலையில் ராதையைப் பார்த்த பிறகுதான் தன் மனைவி யென்று ஒருத்தி, தனியாக எங்கோ வளர்ந்துகொண்டு வந்திருக்கிறாள் என்பது ஓர் ஆச்சரியமான உண்மைபோல் அவன் மனத்தில் தாக்கிற்று. அதை உணர்ந்ததும் அவனை அறியாமல் அவன் உடல்நடுங்கிற்று.

அவன், பத்மா வீட்டில் பகலும் இரவுமாகக் கழித்த காலமெல்லாம் ராதையின் அழகு அதன் பாட்டிற்கு, அதை அறியாமல், தான் வளர்வதே வீண் என்பதை உணராமல், வளர்ந்துகொண்டு வந்தது! அவளுடைய வாழாவெட்டி நிலைமையால்தான் அந்த வளர்ச்சியைத் தடுக்க முடிந்ததா? தடைப்பட்ட கொடி நுனி எங்காவது சுற்றி வளைந்து வெளியேறிவிடுவது போல, ராதையின் யௌவனம் எப்படியோ தலையெடுத்து நின்றது, அவள் துக்கத்தையும் மீறிக்கொண்டு.

நிமிஷத்திற்கு நிமிஷம் ராதை திரும்பித் திரும்பிக் கணவன் முகத்தைக் கவலையுடன் கவனித்தாள். அவள் தன் ஆவற் பெருக்கையே அடக்க முயலுபவள்போல் உதட்டைப் பல தடவை கடித்துக் கொண்டாள். ஆனால் நின்ற இடத்தைவிட்டு நகரவில்லை அவள்.

மின்சார விளக்கைத் தவிரக் குத்துவிளக்குக்கூட ஒன்று அறையில் இருந்தது. அதிலிருந்து எண்ணெய் குறைந்து திரி படர்ந்தெரிய ஆரம்பித்தது. அதை உற்றுப் பார்ப்பவன்போல முகுந்தன் தன் பார்வையை அதில் செலுத்தினான். அது அந்தச் சந்தர்ப்பத்தில் அவன் வாழ்க்கை இன்பத்தையே அவனுக்குச் சூசனை செய்து காட்டுவதுபோல் இருந்தது.

சற்றுத் தூரத்தில் பூமியே வெடித்து அதிலிருந்து வெளியே வந்த ஒரு வியப்புப்போல ராதை விசித்திரமாக நின்றாள். முகுந்தன் விளக்கையும் அவளையும் மாறி மாறிப் பார்த்தான்.

ஆமாம்! அன்று, கல்யாணத்தின்பொழுது, முகுந்தன் ஒரே துடிப்பாக இருந்தான்; ராதை அதற்குப் பதில் சொல்லத் தெரியாத பச்சைக் குழந்தையாய் இருந்தாள். இன்று அவள் சௌந்தர்யத்தைச் சுமந்துகொண்டு மெய் நிறைந்த யுவதியாக நின்றாள், அவனை எதிர்பார்த்து. ஆசையோடு எழுந்தோடி அவளை வரவேற்க அவனுக்கு அப்பொழுது அவா இல்லை; ஊக்கம் இல்லை.

பெண்ணழகு அளிக்கும் பெருமகிழ்ச்சியை அவன் அடைந்து அனுபவித்துச் சலித்துப் போய்விட்டான். பெண்ணின் பார்வை – ராதையின் பார்வை – இப்பொழுது அவன்மேல் விழுந்தபொழுது வெறும் கரிக்கட்டையின் மேல்தான் விழுந்தது. முன்போலப் பளிச் சென்று பிரதிபலிக்கும் கண்ணாடிமேல் அல்ல. அவளுடைய இளமையின்

அழைப்புக் குரல் அவன் காதில் பட்டது; படாமல் இருக்கவில்லை. அதற்குப் பதில் குரல் கொடுக்க அவன் தொண்டையில் தொனிப்பு இல்லை.

தீராதென்று மெல்ல எழுந்துபோய் முகுந்தன் ராதையின் கையைப் பற்ற முயன்றான். அதுவரையில் சிலைபோல நின்றிருந்தவள், ஏதோ பாம்பு தன்னைத் தீண்ட வந்தது போலச் சடக்கென்று ஒதுங்கி நின்றாள். ஏன் அப்படிச் செய்தாள் என்பது அவளுக்கே தெரியாது. அந்தக்கணம் வரையில் முகுந்தன் ஏன் எழுந்து பாய்ந்துவந்து தன்னைக் கைப்பற்றவில்லை என்று பிரமித்து நின்றவள், திடீரென்று அவன் அருகே வந்ததும் விலகி நின்றாள்.

"ராது, கிடக்கிறது, வா!" என்று முகுந்தன் மறுபடியும் நெருங்கினான்.

"வேண்டாம்!" என்று வாய்க்கு வந்ததைச் சொன்னாள் ராதை.

"என்ன வேண்டாம்!" என்று முகுந்தன் ஆச்சரியப்பட்டுக் கொண்டு பின்வாங்கி நின்றான்.

தான் சொன்ன வார்த்தையை முகுந்தன் திருப்பிச் சொன்ன பிறகுதான் தான் சொன்னது என்னவென்று ராதைக்குத் தெரிந்தது.

அறைக்கு வெளியில் பெண்கள் படுக்கையுள் பாட்டுகள் பாடிக் கொண்டிருந்தார்கள். நாகஸ்வரக்காரன் வெகு உற்சாகத்துடன் சௌராஷ்ட்ர ராகத்தை அக்கு அக்காக அலசிக்கொண்டிருந்தான். தவில்காரன் வெறி பிடித்தவன்போல அடித்துக்கொண்டிருந்தான். ஏழரை மணிக்குள் முகூர்த்தமாதலால் வெளியே சாப்பாட்டிற்கு இலைபோட ஏற்பாடுகள் நடந்துகொண்டு இருந்தன.

முகுந்தனுக்கு அதிகநேரம் நிற்க முடியவில்லை. அவ்வளவு பலவீனம் அவனது தேகம். திடீரென்று படுக்கையில் போய் உட்கார்ந்து கொண்டான். 'அப்பாடா!' என்று இடுப்பைப் பிடித்துக்கொண்டான். அப்பொழுது எதிரே இருந்த நிலைக் கண்ணாடியில் அவன் உருவம் தெரிந்தது.

ஒட்டின முகத்தில் உதடுகள் வெளுத்திருந்தன. வெற்றிலைக் காவி அவற்றில் பொருந்தாமல் ஒவ்வோரிடத்தில் ஒட்டிக்கொண்டிருந்தது. மாலை தாங்கிய மார்பு அவனுக்கே பார்க்க அருவருப்பாக இருந்தது. அதைக் கண்டதும் அவன் முகம் விகாரம் அடைந்தது. கொஞ்ச தூரத்தில் அம்மன்போல அலங்காரத்துடன் நின்ற ராதையையும் பார்த்தான்.

"வேண்டாம்!" என்று அவள் அர்த்தத்துடன் சொன்னாளோ, இல்லையோ, அவனுக்கு அந்த வார்த்தையில் அர்த்தம் தோன்றிற்று. அவனுக்கு, 'குப்' என்று வியர்த்தது.

"ராது! இங்கே வாயேன்!" என்றான் முகுந்தன் அயர்ந்த குரலில்.

ராதையின் முகம் அனல்பட்ட பூப்போல வாடிவிட்டது நிமிஷத்தில். மாலையைக் கழற்றி மேஜையின்மேல் போட்டாள்; காசுமாலையையும் கழற்றி அதன்மேல் வைத்தாள்.

"ராதா, வரமாட்டாயா?" என்று முகுந்தன் இரக்கம் தோய்ந்த குரலில் கேட்டான்.

"இத்தனை வருஷ காலம் ஆயிற்றா, இந்த வார்த்தைகளைச் சேர்ப்பதற்கு?" என்றாள் ராதை.

"ராதா . . ."

"என் பெயர் நினைவில்லை, இப்பொழுதுதான் ஞாபகம் வந்தது . . ."

"என்னை மன்னி, ராதா!"

"இப்பொழுதேது நினைவு வந்தது, திடீரென்று?"

முகுந்தன் வாய் அடைத்துப் போய்விட்டது.

"இவ்வளவு வருஷம் கூப்பிட வேண்டாம் என்று தோன்றினால், என்னை எதற்காகக் கல்யாணம் செய்துகொண்டீர்கள்?"

"என் தாயார் . . ."

"உங்கள் தாயா என்னைக் கல்யாணம் செய்துகொண்டாள்? பத்து வருஷங்கள்! அடடா! நீங்கள் கூப்பிடுவீர்கள் என்று ஏங்கி ஏங்கி, பொங்கிப் பொங்கி, என் உள்ளம் அடங்கிப்போய்விட்டது. இன்று வந்து கூப்பிடுகிறீர்கள். நான் இப்பொழுதும் . . . ஆனால் உங்கள் குரலில் ஆர்வம் இல்லையே!

முகுந்தன் தலைகுனிந்துகொண்டு படுக்கையின்மேல் உட்கார்ந்து கொண்டிருந்தான். அவள் சொன்ன ஒவ்வொரு சொல்லிலும் எவ்வளவு உண்மை இருந்தது! எவ்வளவு பெரியவள்போலப் பேசினாள்!

" 'வா!' என்று நீங்கள் உண்மையாகக் கூப்பிட்டால் அல்லவா நான் முன்னால் அடி எடுத்துவைக்க முடியும்? இத்தனை நாள் இருந்தீர்களே திரும்பிப் பாராமல், – இன்றேன் வந்து என்னை ஏமாற்று கிறீர்கள்? நான் பாட்டிற்கு அடைத்துக்கொண்டு கிடந்தேனே; என்னை ஏன் தூண்டிவிட்டு வேடிக்கை பார்க்கிறீர்கள்?" என்று கண்கள் சிவக்கக் கேட்டாள் ராதா.

"இப்பொழுதுதான் ராதா புத்தி வந்தது. இனிமேல் . . ."

"நீங்கள் இஷ்டப்பட்டபொழுது கூப்பிடலாமோ . . . வேண்டா வெறுப்பாக?" என்று அடக்கமுடியாக் கோபத்துடனும் வெறுப்புடனும் கேட்டாள் ராதா.

முகுந்தன் திடீரென்று படுக்கையைவிட்டுக் கீழே இறங்கினான்.

"ராதா, உன்னையும் கெடுத்தேன்; நானும் கெட்டேன். என்னை மன்னித்துவிடு. அன்று நம் கைகள் கலந்த குற்றத்தோடு நிற்கட்டும். களங்கமின்றிச் செழித்திருக்கும் இந்தச் சௌந்தரியத்தைத் தீண்ட என் கை கூசுகிறது . . . ஆமாம்! உன்னைத் தொட யோக்யதை அற்றவன் நான்."

முகுந்தன் உணர்ச்சி மேலிட்டுக் கட்டிலில் குப்புற விழுந்து அழுதான்.

ராதா ஸ்தம்பித்துப் போய் நின்றாள் அப்படியே, உயிரற்ற பதுமைபோல்.

❖

பாரததேவி, 03-09-1939

சோகத்தின் முன்னிலையில்

"அப்பா உங்களுக்கு என்னை அப்படிக் கேட்கக் கூட மனம் வருகிறதா?" என்று சாவித்திரி பலபலவென்று கண்ணீர் உதிர்த்துக்கொண்டே கேட்டாள்.

"சாவித்திரி, நீ சிறு குழந்தையல்ல. நடந்தது நடந்து விட்டது. இனிமேல் என்ன செய்வது? இருக்கிற வரையில் நீ சோற்றுக்குத் திண்டாடாமல் இருக்க வேண்டாமா?" என்று அவளுடைய தகப்பனார் கெஞ்சுதலாகச் சொன்னார்.

"அப்பா, உங்களுக்கு என்னை வைத்துக் காப்பற்றச் சக்தியில்லையென்றா சொல்லுகிறீர்கள்?" என்று அவள் நெஞ்சு உடைந்தது போன்ற வேதனையுடன் கேட்டாள்.

அந்த வார்த்தை அவருடைய இருதயத்தில் அம்பு போல் பாய்ந்தது. ஆனால் அவர் தம் வருத்தத்தை வெளிக் காட்டவில்லை.

"இல்லையம்மா, இல்லை. உன்னைவிட எனக்கு எது மேல்? ஆனால் உன்னுடையது என்று நீ சுதந்திரத்துடன் கையாள ஏதாவது இருக்க வேண்டாமா?" என்று அவர் மறுபடியும் கேட்டார்.

"என்னுடையதென்று நான் சொல்லிக்கொள்ள வேண்டியது இனிமேல் வாழ்க்கையில் என்ன இருக்கிறது? என்னை ஏன் இன்னும் புண்படுத்துகிறீர்கள்? எனக்கு என்ன சுதந்திரம் வேண்டியிருக்கிறது, வாழ்க்கையின் கைதியான பிறகு?" என்று சாவித்திரி துக்கமும் ஆத்திரமும் கலந்த குரலில் சொன்னாள்.

"என்ன இப்படிப் பேசுகிறாய்? அவர்கள் ஏன் கொடுக்கக் கூடாது? ஏராளமான சொத்தாச்சே. நீ எதற்காகக் கஷ்டப் பட வேண்டும்?"

“என்ன கஷ்டம்? இனிமேலா கஷ்டப்படப் போகிறேன்? அப்பா, நீங்கள் கூடவா இப்படிப் பேசுகிறீர்கள்?” என்று தகப்பனாரைக் கடிந்துகொண்டாள் சாவித்திரி.

“எவ்வளவு துக்கத்துடன் நான் இதை உன்னிடம் சொல்லுகிறேன், தெரியுமா?”

“எதற்காகச் சொல்லுகிறீர்கள்?”

“எவ்வளவு நாள் சும்மா இருப்பது, சொல்லாமல்?”

“சொல்லவே வேண்டாமே!”

“பிராது போடத் தாமதம் ஆகக் கூடாது. இதெல்லாம் உன்னிடம் சொல்லி உன் மனத்தைச் சிரமப்படுத்த வேண்டாமென்றுதான் உன் கையெழுத்து மட்டும் வேண்டுமென்றேன். இத்தனை நாள் நான் ஏதாவது வாயைத் திறந்தேனா? இனிமேல் சாவகாசமில்லை, அம்மா!” என்று சொல்லி நாகரத்தினம் ஐயர் நாற்காலியில் சாய்ந்து கொண்டிருந்தவர் எழுந்து உட்கார்ந்தார்.

சாவித்திரி ஜன்னலில் உட்கார்ந்துகொண்டு வெளியே தெருவைக் கவனித்துக் கொண்டிருந்தவள் போல முகத்தை வேறு பக்கம் திருப்பிக் கொண்டிருந்தாள். தகப்பனாரைப் பார்த்தால் உடனே தன்னை மறந்து அழுகை வந்துவிடுமோ என்று பயந்துதான் அப்படி இருந்தாள். “அப்பா, அந்தப் பேச்சை இனிமேல் எடுக்காதீர்கள்!” என்று கடைசியில் கண்டிப்பாகச் சொன்னாள்.

“என்ன, சாவித்திரி? எதற்காக இப்படிப் பிடிவாதம் செய்கிறாய்?” என்று அவர் சொன்ன குரலில் அவர் அறியாமல் என்ன மாறுதல் ஏற்பட்டதோ, சாவித்திரி சட்டென்று திரும்பி அவர் முகத்தைப் பார்த்தாள். அவர் லேசாக வருத்தமும் மனஸ்தாபமும் கொண்டிருந்தது தெரிந்தது.

“அப்பா, நீங்கள் வேண்டுமானால் என்னை வைத்துக் காப்பாற்ற வேண்டாம். அவர்கள் காசு எனக்கு வேண்டாம். அவர் இருக்கிறபொழுது அவருக்கும் எனக்கும் உபயோகப்படாத காசு எனக்கு இப்பொழுது தேவையில்லை” என்று அவள் தடதடவென்று பேசினாள்.

அந்தப் பேச்சிலிருந்த காரத்தை உணராதவர் போல மறுபடியும் “நாய் விற்ற காசு குரைக்குமா?” என்றார் அவர்.

சாவித்திரிக்குப் கோபம் தாங்கவில்லை. ஆனால் அந்தக் கோபத்துடன் தகப்பனாருக்குப் பதில் சொல்வதற்குப் பயப்பட்டாள். ஏதாவது துடுக்கான வார்த்தை வெளிவந்துவிடுமென்று பெருமுயற்சி செய்து சும்மா இருந்தாள்.

சாவித்திரியின் புருஷன், சாம்பு, இறந்த நாள் முதல் நாகரத்தினமையர் அந்த ஜீவனாம்சப் பேச்சை எடுத்த போதெல்லாம் சாவித்திரி அழுது அழுது அவரை அடக்கிவிட்டாள். இருதயம் வெடித்துவிடும்போல் அவள் நிலைகுலைந்த காட்சியைப் பார்க்கச் சகிக்காமல் அவர்

சும்மா இருந்துவிடுவார். சாம்பு இறந்து மூன்று வருஷங்கள் ஆகப் போகின்றமையால் ஒருவேளை பெண்ணின் மனப்புண் கொஞ்சம் ஆறியிருக்கும் என்று எண்ணினார் அவர். அதற்கேற்றாப்போல் சாவித்திரியும் முன்போல உள்ளே அடைத்துக்கொண்டு கிடக்காமல் வீட்டுக் காரியம் செய்வதும் படிப்பதுமாக இருந்தாள். சில சமயங்களில் கொஞ்சம் குதூகலமாகவும் வேடிக்கையாகவும்கூட அவள் இருந்ததாக அவருக்குப்பட்டது. அதைக் கண்டு அவர் பரம சந்தோஷம் அடைந்தார். அந்த மட்டிலுமாவது தன் 'குழந்தை' துக்கத்தை மறந்து இருக்கிறாளே என்று ஒருவிதமான நிம்மதிகூட அடைந்தார்.

ஆனால் அவ்வளவு குதூகலமும் வேடிக்கையும் அவள் கொண்டது வெளிக்கு என்பது அவருக்கு எப்படித் தெரியும்? எப்போதும் அழுது கொண்டு வீட்டில் இருப்பவர்களைத் துன்புறுத்தக் கூடாது என்றுதான் அவள் அந்த மாதிரி நடந்துகொண்டாள். மேலும் அந்தத் துக்கம் அவளைச் சோர்வடையச் செய்துவிட்டது. அழுது அழுது அவள் கண்களில் கண்ணீர் ஊற்று அற்றுப் போயிற்று. பொங்கிப் பொங்கி அவளுடைய இருதயத்தின் துக்கம் ஒருவாறு அடங்கிவிட்டது. சரீரம் பலஹீனமடைந்ததால் உணர்ச்சிகளும் பலக்குறைவு அடைந்தன. அழக்கூடத் திறமையற்றுப் போனாள். மறுபடியும் கொஞ்சம் சிரித்துக் கொண்டு திரிந்தால் பிறகு அழலாமோ என்று எண்ணினாள். துக்கத்தின் எல்லையைக் கண்டுவிட்டாள். மேலே அவளுக்கு ஒருவிதத் திடமும் அமைதியும்கூட ஏற்பட ஆரம்பித்தன. கொதிப்பு ஏறினால் பால் பொங்குவது போல் தகப்பனார் பேச்செடுத்த போதெல்லாம் அவள் உள்ளம் குபீலென்று குமுறியது. அது அவளுடைய தகப்பனாருக்கு அர்த்தமாகவில்லை.

நாகரத்தினமையருடைய உயிர் பெண்ணின் மேல் இருந்தது. மூத்த சம்ஸாரத்தின் பெண் அவள். தமக்குப் பின் அவள் திக்கற்றுப் போகக் கூடாதே என்றுதான் அவர் ஏதாவது ஏற்பாடு செய்ய வேண்டுமென்று துடித்துக்கொண்டிருந்தார்.

சாவித்திரியின் மாமனார் நல்ல சொத்துக்காரர். அவரும் இரண்டாம் தாரம் கொண்டவர். சாம்பு முதல்தாரத்து மகன். அவன் காலேஜில் படிக்கும்போதே தகப்பனாருடன் சண்டை போட்டுக்கொண்டு வீட்டை விட்டு வெளியேறிவிட்டான்; அதாவது சிறிய தாய்க்கும் அவனுக்கும் மனஸ்தாபம் ஏற்பட்டுவிட்டது. தகப்பனார் அவள் வார்த்தையை நம்பித் தன்னைக் கடிந்தது அவனுக்குத் தாங்கவில்லை. பிறகு அவன் தகப்பனார் முகத்தைப் பார்க்கவில்லை.

தனக்குரிய சொத்தின் பாகத்தை வியாஜ்ஜிய மூலம் பெறும்படி பலர் தூண்டியும் அவன் கேட்கவில்லை. விஷக் காசு தனக்கு வேண்டாமென்று சொல்லிவிட்டான். சாவித்திரி அந்தத் துணிவில் அவனை முழுமனசுடன் ஆதரித்தாள். ஆனால் நாகரத்தினம் ஐயருக்கு மாப்பிள்ளையின் போக்குப் பிடிக்கவில்லை. அவர் மாப்பிள்ளைக்குக் கொஞ்சம் காரமாகவே கடிதங்கள் எழுதினார். அது சாவித்திரிக்குக் கொஞ்சம்கூடப் பிடிக்கவில்லை.

சாவித்திரி பிறவியாலும் படிப்பினாலும் மிகுந்த 'ரோஷ'மும் மானமும் கொண்ட பெண்ணாக இருந்தாள். சாதாரணமாக அவளுடைய வயசுப் பெண்களிடம் தென்படாத ஒரு விசால நோக்கும் கௌரவ புத்தியும் அவளுக்கு இருந்தன. எனவே புருஷன் போக்கு முழுவதும் அவளுக்கு நன்றாக அர்த்தமாயிற்று. அதற்காக அவனை மிகவும் போற்றினாள். அந்தப் பணம் இல்லாததால் அடைந்த துன்பங்களைப் பொருட்படுத்தாமலே வாழ்க்கை கவலையின்றிக் கழிய அவனுக்கு உதவியாக இருந்தாள்.

சாம்புவும் சாவித்திரியும் ஆதி முதல் வாழ்க்கையில் மிகவும் கஷ்டப்பட்டார்கள். என்றாலும் இருவரிடையே இருந்த பாசம் மட்டும் அந்தக் கஷ்டங்களால் இறுகத்தான் செய்தது. பணக் கஷ்டம் மட்டுமல்ல, அவர்கள் பட்டது. இரண்டு குழந்தைகள் பிறந்து கொஞ்ச காலம் வளர்ந்து இறந்தன. அந்தத் துக்கம் அவர்களுடைய குணத்தைப் பதமாக்கிற்று; ஆனால் அவர்கள் பொறுமையை இழக்கவில்லை. எங்கோ ஒரு சில்லறை ஸ்டேஷன் மாஸ்டர் உத்தியோகத்திலிருந்து வந்த சிறு சம்பளத்தை வைத்துக்கொண்டு இருவரும் காலம் தள்ளி வந்தார்கள்.

சாம்பு திடீரென்று ஏதோ ஒரு விஷக்காய்ச்சலால் இறந்ததுதான் சாவித்திரிக்குத் தாங்கமுடியாத துக்கமாக வந்தது. உயிர் வைத்துக் கொண்டு இருப்பதற்குத் தனக்கிருந்த அந்த ஆறுதலும் போய்விட்டதால் ஊன்றுகோல் இல்லாத கொடிபோல் அலைந்தது அவள் உள்ளம். தகப்பனார் வீட்டில் அவள் முள்ளின் மேல் இருப்பது போல இருந்தாள். அவருடைய அன்பும் ஆதரவுமே அவளுக்குச் சகிக்க முடியாத கஷ்டமாக இருந்தன. கணவன் இறந்த துக்கம் ஒருபுறமிருக்க வேறு பல துக்கங்கள் அவளைச் சூழ்ந்துகொண்டன.

"அப்பா, அவர் இறந்த துக்கத்தை நான் மறந்துவிட்டேன். இப்போது எனக்கு, நான் இருப்பதுதான் துக்கமாக இருக்கிறது" என்று சாவித்திரி நெடுநேரம் கழித்து மறுபடியும் பேசலானாள்.

"சாவித்திரி, நீ புத்திசாலி. நான் என்ன சொல்லப் போகிறேன்? ஏதோ நேர்ந்துவிட்டது விபரீதம். இனிமேல் நாம் என்ன செய்கிறது? உயிர் இருக்கிற வரையிலும் நீ உபத்திரவமில்லாமல் இருக்க வேண்டாமா?"

"நீங்கள்தான் என்னை உபத்திரவம் செய்கிறீர்கள்!" என்று சாவித்திரி சட்டென்று குறுக்கிட்டுச் சொன்னாள்.

"உன் மேல் பிசகில்லை, சாவித்திரி! நான் என்ன செய்யப் போனாலும் எல்லோருக்கும் அப்படித்தான் படுகிறது" என்று அவர் கொஞ்சம் கசந்துகொண்டு சொன்னார்.

"அதற்காகத்தான் ஒன்றும் செய்ய வேண்டாம் என்று சொன்னேன் அப்பா. உலகம் நன்றி கெட்டது."

"நன்றியைப் பற்றி நான் கவலைப் படவில்லை; என் கடமையை நான் செய்து முடித்துவிட வேண்டியது என்பதுதான் என் எண்ணம்."

"உங்கள் கடமை எனக்கு இழிவையோ துன்பத்தையோ கொடுக்குமானால்?"

"உனக்குச் சேரவேண்டிய பணத்தை நீ பெறுவதில் உனக்கு என்ன இழிவு?"

"என் புருஷருக்குச் சேரவேண்டிய பணம் அவருக்கே உபயோகப் படவில்லை. அது எனக்கு வேண்டாம். அதை நான் பெற்றுக்கொண்டால் அவருக்குத் துரோகம் செய்தவளாவேன்; கூடாது; மாட்டேன்!"

"உனக்கு ஏற்பட்டிருக்கும் மகத்தான துக்கத்தில் உனக்கு அப்படித் தான் தோன்றும். அதில் ஒன்றும் ஆச்சரியமில்லை. ஆனால் நான் உன் சார்பாக அந்தப் பணத்தை வாங்கித்தான் ஆக வேண்டும் என்று எல்லோரும் சொல்லுகிறார்கள்."

"என் மனசிலிருப்பது அவர்களுக்கு என்ன தெரியும்?"

"நல்லதைத்தானே சொல்லுகிறார்கள்?"

"அப்பா, எனக்கு ஒன்றும் வேண்டாம். உங்களுக்குச் சௌகரிய மிருந்தால் ஒருவேளைச் சோறு போடுங்கள்; இரண்டு துணி வாங்கிக் கொடுங்கள். இல்லாவிட்டால் ..."

"சாவித்திரி, நீ இந்த மாதிரிப் பேசி என் மனத்தையும் புண்படுத்து கிறாய்" என்று நாகரத்தினமையர் தம்மையும் மறந்து கோபமாகச் சொல்லிவிட்டார்.

"ஆமாம், அதுதான் உங்களுக்குத் தெரியும்; என் மனசு படும் அவஸ்தை உங்களுக்கு எப்படித் தெரியும்? தெரிந்திருந்தால் இந்த மாதிரி என்னை நீங்கள் கேட்கவே மாட்டீர்கள்!" என்று சாவித்திரி கொட்டிவிட்டாள்.

சாவித்திரி சொன்ன வார்த்தைகள் அவளுடைய தகப்பனாரை உலுக்கி எடுத்துவிட்டன. இதுவரையில் அவர் தம் துக்கத்தை அடக்கிக் கொண்டு பேசினார். அதற்குமேல் அவரால் அடக்க முடியவில்லை. கண்களில் ஜலம் பெருகிற்று. உரக்க அழ ஆரம்பித்தார். இரவும் பகலுமாகத் தாம் கண்ணெதிரில் காணும் அந்தச் சோகக் காட்சியைக் கண்டு கண்டு புண்பட்டுப் போன இருதயத்தின் உணர்ச்சி கட்டுமீறிப் போய்விட்டது. சாவித்திரியின் வாழ்க்கை சீர்குலைந்த தினம் முதல் அவர் ஏக்கம் பிடித்துப்போய்த் திரிந்தார். எல்லாவற்றிலும் அவருக்கு வெறுப்பு ஏற்பட்டது. சாப்பிட முடியவில்லை; அவரால் நிம்மதியாகப் பேச முடியவில்லை; கலகலவென்று சிரிக்க முடியவில்லை. மறைந்து கிடந்த அந்தப் பெருந்துக்கத்தின் மேல் அந்த அடி விழுந்ததும் அவர் குழந்தையைப் போல விம்மி விம்மி அழுதார்.

சோகத்தின் முன்னிலையில்

சாவித்திரிக்குத் தூக்கி வாரிப்போட்டுவிட்டது. தன் தகப்பனார் அந்த மாதிரி நிலை குலைந்து கதறுவதை அவள் பார்த்ததே இல்லை. திடீரென்று அப்போதுதான், அந்தச் சோகத்தின் முன்னிலையில் தன் சோகத்தின் அளவு தெரிந்தது அவளுக்கு. உடனே அவள் எல்லா வற்றையும் மறந்தாள்.

எழுந்தோடித் தகப்பனாருடைய முகத்தைப் பிடித்துக்கொண்டு கண்ணீரைத் துடைத்தாள்.

“அப்பா, நீங்கள் எது வேண்டுமானாலும் செய்யுங்கள், அப்பா; நான் என்ன செய்ய வேண்டும்? கையெழுத்துத்தானே போட வேண்டும்? போடுகிறேன் அப்பா! நீங்கள்–”

“சாவித்திரி – சாவித்திரி” என்றுதான் அவரால் சொல்ல முடிந்தது நெஞ்சடைப்பில்.

“அப்பா, இப்படியா உங்கள் சோகத்தை உள்ளே வைத்துக் கொண்டு ..? வேண்டாம், வேண்டாம். அழாதேயுங்கள் அப்பா! என்னைப் பாருங்கள்!” என்று தன் துக்கத்தை மறந்து சாவித்திரி, தகப்பனார் துக்கத்தை மாற்ற முயன்றாள்.

❖

***பாரததேவி*, 17-09-1939**

துரோகமா?

தஞ்சை நாயக அரசன் செங்கமலதாசு ஒரு தர்ம சங்கடமான நிலைமையில் இருந்தான். தனது தாதியின் சிபார்சின் பேரில், தான் அவளுடைய பந்துவைத் தளகர்த்த பிரதானியாக நியமித்த நாள் முதல் தகராறு ஆரம்பித்து விட்டது. சிதம்பரம் செட்டியார் என்ற அந்தப் புதிய உத்தியோகஸ்தரும் தாதியுமாகச் சேர்ந்துகொண்டு ராஜ்யத்தில் பெரும் செல்வாக்கும் பெயரும் கொண்ட ராயஸம் வெங்கன்னாவுக்கு விரோதமாகச் சதி செய்ய ஆரம்பித்தார்கள்.

ராயஸம் வெங்கன்னாதான் ராஜ்யத்தைச் செங்கமல தாசுவுக்குத் திரும்பி வாங்கித் தந்தவர் என்றாலும், செங்கமல தாசுவால் தனது தாதியின் சொல்லை மீற முடியவில்லை. எனவே அரசன் ஓரளவு ராயஸம வெங்கன்னாவின் யோசனைகளை மதிக்காமல் காரியங்கள் நடத்த ஆரம்பித் தான். அவர் சொற்படி நாட்டை நாளுக்கு நாள் முன்னேற்ற மடையச் செய்யத் தயங்கினான்.

ராயஸம் வெங்கன்னா தன் நிலைமையை உணர்ந்து நொந்தார். நாட்டின் மேன்மைக்குத் தான் பதினைந்து வருஷங்களுக்கு மேலாகப் பட்ட பாடெல்லாம் வீணாவதைக் கண்டு கலங்கினார். அரசனை அணுகித் தன் மனதிலிருந்ததை உணச்சியுடன் சொன்னார்.

“நீங்கள் செய்ததை யார் இல்லை என்று சொன்னார் கள்?” என்று தாசு கேட்டான்.

“நான் செய்ததெல்லாம் சரியென்று நீங்கள் ஒப்புக் கொண்டதற்கு அடையாளம் தென்படவில்லையே?” என்று வெங்கன்னா மன வருத்தத்துடன் சொன்னார்.

செங்கமலதாசுக்குக் கோபம் வந்துவிட்டது. “நான் எவ்வளவோ உங்கள் இஷ்டப்படி நடந்துகொண்டும் நீங்கள் இப்படிப் புகார் செய்கிறீர்கள். நான் சிதம்பரம் செட்டியாரை

முக்கியமான ஸ்தானத்துக்கு நியமித்துவிட்டேன் என்று உங்களுக்குக் கோபம். நீங்கள்தான் சர்வாதிகாரியாக இருக்க வேண்டும் என்று நினைக்கிறீர்கள்" என்று அரசன் கடுமையாகச் சொன்னான்.

"அரசே இப்படி நீங்கள் என்னைப் பற்றிக் கடுமையாகச் சொல்வது என் மனதைப் பிளக்கிறது. நான் சர்வாதிகாரியாக இருக்க விரும்பினால் இப்படியெல்லாம் செய்திருப்பேனா என்ன?"

"எப்படியெல்லாம்?"

"உதாரணமாக, உங்களை இவ்வளவு கஷ்டப்பட்டு ரகசியமாக வளர்த்து மறுபடியும் நாட்டிற்குக் கொண்டு வந்திருக்க மாட்டேன்" என்று வெங்கன்னா வெடுக்கென்று சொன்னார், மனஸ்தாபத்தின் மிகுதியால்.

ராயஸம் சொன்ன வார்த்தைகள் அரசன் உள்ளத்தில் சுருக்கென்று தைத்துவிட்டன.

"உங்கள் அதிகாரத்தை நான் நிலை நிறுத்தி உங்கள் அடிமையாக வாழ்வேன் என்று நினைத்துச் செய்திருப்பீர்கள்" என்று அவன் சொன்னபொழுது வெங்கன்னா மனம் துடிதுடித்தது.

"அல்ல, அல்ல; என் தாய் மகாராணி லக்ஷ்மிதேவிக்கு நான் கொடுத்த வாக்கைக் காப்பாற்றினேன்; அவ்வளவுதான்."

"என்ன?"

"ஆமாம்! உங்களுக்கு அது நினைவு இருக்கிறதோ என்னமோ! மன்னர் விஜயராகவ நாயகர் கடைசியாய்ப் போர் முனைக்குப் போகுமுன் மகாராணி என்னைக் கூப்பிட்டுவிட்டார். தனியாக என்னையும் உங்களையும் வைத்துக்கொண்டு என்னிடம் வாக்குத்தத்தம் வாங்கினார். உங்களை எங்காவது மறைத்து வைத்திருந்து தகுந்த சமயத்தில் மறுபடியும் தஞ்சைச் சிம்மாசனத்தில் ஏற்றிவைக்க வேண்டு மென்று எனக்கு உத்திரவிட்டார். விஜயராகவரின் வம்சம் அழியக் கூடாதென்று நான் அப்படியே செய்வதாக வாக்குத்தத்தம் செய்து கொடுத்தேன். பிறகுதான் மகாராணி தன் பிராணனை விட்டார்."

"உம்முடைய கடமையைச் செய்தீர். அவ்வளவு தானே?"

"ஆமாம்! கடமையைத்தானே செய்தேன் . . . ஆமாம்! கடமையைத் தான் செய்தேன்!" என்று வெங்கன்னா திரும்பத் திரும்பச் சொன்னார்.

"அதனால் என்ன விசேஷமாக நீங்கள் செய்தது?" என்று இளவரசன் குத்திக் கேட்டான்.

"விசேஷம் ஒன்றுமே இல்லை, மகாராஜா" என்று வெங்கன்னா விக்கிப்போய்ச் சொன்னார்.

"ஆனால் . . ." என்று மறுபடியும் அவர் பேச ஆரம்பித்த வார்த்தை களிலிருந்த வேகத்தைக் கண்டு செங்கமலதாசே கொஞ்சம் திடுக்கிட்டுப் போய்விட்டார்.

“ஆனால்?”

“ஆனால், நான் கடமையைச் செய்தபொழுது நான் செய்தது சரிதான் என்று எண்ணினேனா” என்று வெங்கன்னா சொன்னார்.

“ராயஸம்! நீங்கள் சொல்வது எனக்கு அர்த்தமாகவில்லை. விவரமாகச் சொல்லும்!” என்று அரசன் கர்ஜித்தான்.

“விவரமாகச் சொல்லுகிறேன் மகாராஜா! அப்படிச் சொல்லுவது எனக்கு அவ்வளவு சந்தோஷமான விஷயமல்ல என்பதையும் தெரிவித்துக்கொள்ளுகிறேன்.”

“வெங்கன்னா! நீங்கள் என்னுடைய தகப்பனார் காலத்திலிருந்தே மிகுந்த செல்வாக்குடன் இருந்து வந்திருக்கிறீர்கள் என்ற காரணத்தைக் கொண்டு நீங்கள் இந்தமாதிரி சலுகை எடுத்துக்கொண்டு என்னை நடத்துவதை நீங்கள் உணரவேண்டும். நான் சிறுவனானாலும் தஞ்சை மன்னன். நீங்கள் வயது முதிர்ந்த ராஜதந்திரியானாலும் எனக்குட்பட்டு நடக்க வேண்டியவர்கள்.”

“அதையெல்லாம் நீங்கள் எனக்கு ஞாபக மூட்டாமலேயே நான் நன்றாக அறிவேன். நீங்கள் மன்னனாக இருக்க வேண்டுமென்பதற்குத் தான் நான் பட்டபாடெல்லாம் – கடவுளுக்குத் தெரியும். நீங்கள் மேலும் உண்மையாகவே இந்நாட்டிற்கு மன்னனாக இருக்க வேண்டு மென்பதுதான் என் பிரார்த்தனை.”

“இப்பொழுது நான் உண்மையாக அப்படி இல்லையா?”

“இல்லை என்றுதான் நான் சொல்ல வேண்டியிருக்கிறது.”

“உங்கள் பேச்சையே நான் எல்லாவற்றிலும் கேட்கவில்லை என்பதனாலா?”

“அல்ல, அல்ல. யார் பேச்சைக் கேட்டாலும் நாட்டிற்கு நலமான காரியம் நடைபெற வேண்டியது அவசியம். இன்று அது நடைபெற வில்லை.”

“உங்கள் இஷ்டப்படியெல்லாம் நடந்தேற வேண்டுமென்று நீங்கள் எண்ணுவது நடக்காத காரியம்.”

“நான் உங்களுக்குக் கெட்டதைச் சொல்லுவேனா?” என்று வெங்கன்னா கலங்கினபொழுது செங்கமலதாசு ஓரளவு தானே கலங்கிவிட்டான். சட்டென்று சமாளித்துக்கொண்டுவிட்டான்.

“நான்தான் உங்கள் சொற்படி நடக்கவில்லை என்று எப்படித் தீர்மானிக்கிறீர்கள்?”

“நீங்கள் நடந்துகொள்ளும் விதத்திலிருந்து தெரியவில்லையா?”

“ஆ! சிதம்பரம் செட்டியார் உங்கள் கண்களை உறுத்துகிறார். உங்களுக்கு இணையாக வேறொருவர் இருக்கக் கூடாது! அப்படித் தானே?”

“மகாராஜா? நீங்கள் சொல்லுவது பாதி பிசகல்ல; சிதம்பரம் செட்டியார் என் கண்களை உறுத்தத்தான் செய்கிறார்; ஆனால் எனக்கு இணையாக மற்றொருவர் இருக்கக் கூடாதென்று நான் நினைப்பதாகச் சொல்லுவது பிசகு. என் ஸ்தானத்திலிருந்து இந்நாட்டைக் கவனிக்கத் தகுதியாக யாரும் இல்லையே என்றுதான் கலங்குகிறேன். எனக்கு வயதாகிவிட்டது.”

“உடனே ரஜா கொடுக்கிறேன். ஓய்வெடுத்துக் கொள்ளுங்கள்.”

“எனக்கு ஓய்வு எடுத்துக்கொள்ளும் காலம் இன்னும் வரவில்லை. விஜயராகவர் ஆண்ட நாட்டிற்கு நான் செய்யவேண்டியதை இன்னும் செய்து முடிக்கவில்லை. அது முடியும்வரை எனக்கு ஓய்வேது?”

“என்னை மீறியா?”

“அப்படி ஒன்றும் நிலைமை வந்துவிடாதென்றே நம்புகிறேன். இன்னும் உங்களைச் சரியான வழிக்குக் கொண்டு வரலாமென்றே எண்ணுகிறேன்.”

“என்னை நல்ல வழிக்கா?”

“ஆமாம் நாட்டை இம்மாதிரி கெடுக்காமல், பிறருக்கு அடிமை யாகும் நிலைக்குக் கொண்டுவராமல் –”

“ஓய், நிறுத்தும். மன்னர் முன்னிலையில் என்ன பேச வேண்டு மென்றுகூட –” என்று செங்கமலதாசு மெய்ம்மறந்து கத்தினான்.

“அப்பா, குழந்தாய்! நீ மன்னவன்தான். ஆனால் முதலில் நான் கண்ணிற்குக் கண்ணாக வளர்த்த குழந்தை நீ. என் ஆசைகளையும் எண்ணங்களையும் உன் மூலமாக இந்த நாட்டில் உருவகப்படுத்தலா மென்று பேராசைகொண்டேன். நான் கொடுத்துவைக்கவில்லை. உன் மூலம் என் எண்ணங்கள் ஈடேறவில்லை; என் எண்ணங்கள் உண்மையாக நாட்டின் நலத்தைக் கோரினால் எப்படியாவது ஈடேறும்.”

○

தஞ்சாவூர் கோட்டைக்கடுத்த ஒரு மைதானத்தில் தனிக் கூடார மொன்றில் எக்கோஜியும் ராயஸம் வெங்கன்னாவும் தகுந்த ஆசனங் களில் உட்கார்ந்துகொண்டிருந்தார்கள்.

இரவு நல்ல நிலா வெளியில் பளிச்சென்று அடித்துக்கொண்டிருந்தது. மஹாராஷ்டிர சைனியத்தின் கூடாரங்களிலிருந்து விளக்குகள் மினுக் மினுக்கென்று தெரிந்தன.

விஜயராகவ நாயகரின் மகன் செங்கமலதாசைத் தஞ்சை சிம்மாஸனத்தில் ஏற்றி வைக்கும்படியாக பீஜபூர் சுல்தானால் அனுப்பப் பட்ட மராட்டியவீரர் எக்கோஜி.

விஜயராகவ நாயகரைத் தோற்கடித்துத் தஞ்சை நாட்டைக் கைப்பற்றிக்கொண்ட அழகிரி நாயகரை விரட்ட எக்கோஜியை வரவழைத்தவர் ராயஸம் வெங்கன்னா.

இப்பொழுது செங்கமலதாசை அரசிலிருந்து நீக்கித் தஞ்சை நாட்டைக் கைப்பற்றிக் கொள்ளும்படி வெங்கன்னா எக்கோஜியைத் தூண்டினார்.

"என்னா வெங்கன்னா. உம்மைப் பற்றி நான் எவ்வளவோ உயர்வாகவல்லவா நினைத்திருந்தேன்!" என்று எக்கோஜி ஆரம்பித்தார்.

"இப்பொழுது என்ன செய்துவிட்டேன்? – உம்முடைய மதிப்பை இழப்பதற்கு?"

"செங்கமலதாஸ் உமது இஷ்டப்படி நடக்கவில்லையென்பதற்காக, அவனைச் சிம்மாசனத்தில் உட்காரவைத்த நீரே அவனைக் கீழே தள்ளப் பார்க்கிறீரே?"

"அது எதனால் என்று நினைக்கிறீர்?"

"உம்முடைய அதிகாரம் செல்லவில்லையென்ற கோபத்தால்தான். அவனைக் கொண்டுவந்த பொழுது அவன் சிறுவன், நீர் சொன்னபடி கேட்பான் என்று நினைத்தீர். இப்பொழுது அவன் உமது பேச்சைக் கேட்காமல் காரியம் செய்வது உமக்குப் பிடிக்கவில்லை!"

வெங்கன்னா கர்வத்துடன் "அரசன் என் சொற்படி கேட்டுக் கொண்டிருக்க வேண்டுமென்று மட்டும் நான் நினைத்திருந்தால் இன்று அழகிரி நாயகரே ஆண்டுகொண்டிருப்பார், தெரியுமா எக்கோஜி?"

"பின்?"

"என் வேந்தன் விஜயராகவருடைய வம்சம் தஞ்சையில் ஆட்சி புரிய வேண்டுமென்றுதான் உங்கள் உதவியைக்கொண்டு செங்கமல தாஸைக் கொண்டுவந்தேன் "

"கொண்டு வந்தீர்?"

"செங்கமலதாஸ் ஆட்சிபுரியத் திறமையற்றவனாக இருக்கிறான். தனக்காகத் தெரிய வேண்டும், அல்லது பிறர் சொன்னால் கேட்க வேண்டும்."

"என்ன செய்கிறான்?"

"இந்த மாதிரி அவன் நாட்டை நடத்தி வந்தால் நிச்சயம் அன்னியர் கைக்குப் போய்விடும் அது."

"அதற்காக?"

வெங்கன்னா தீர்மானமாக "விஜயராகவருடைய வம்சத்தைக் காட்டிலும் தஞ்சை நாடு பெரிது. செங்கமலதாஸைக் காட்டிலும் நாட்டின் சுதந்திரம் பெரிது என்ற தீர்மானத்திற்கு வந்துவிட்டேன்" என்றார்.

"செங்கமலதாஸை நீக்குவதற்கு நீர் செய்யும் இந்த முயற்சியில் உமது சுயநலம் வேலை செய்யவில்லையா? உண்மையாகச் சொல்லும்!" என்று எக்கோஜி வெங்கன்னாவைக் கவனித்துக்கொண்டு கேட்டான்.

வெங்கன்னா ஏளனமாக, “சுயநலத்தை நான் தேடியிருந்தால், நானே இன்று தஞ்சை மன்னனாக இருக்கக்கூடும், தெரியுமா? அழகிரி நாயகரை விரட்டிவிட்டுச் செங்கமலதாசை ஏன் கொண்டு வருகிறேன்? செங்கமலதாசையே ஏன் இவ்வளவு வருஷம் கண்போலக் காத்து வருகிறேன்? இல்லை, எக்கோஜி! துரோகியின் ரத்தம் என் உடம்பில் இல்லை. துரோகியாயிருந்தால் இன்று சிம்மாசனத்திலிருப்பேன்! விஜயராகவர் ஆண்ட நாடு அடிமை நாடாகக் கூடாது. எக்காரணத் தாலும்! இன்று செங்கமலதாசை நிர்த்தாக்ஷிண்யமாக நீக்க முன் வந்திருக்கிறேன் என்றால் என் மனத்திற்குத் தெரியும் என் வேதனை. சுலபமாக நான் அதைச் செய்யத் துணிந்துவிடவில்லை” என்றார்.

“நீர் தான் கோபுரம் தாங்கிப் பொம்மையோ? அவன் நாட்டை அவன் பார்த்துக்கொள்ளமாட்டானோ?”

“நமது மனத்திற்குக் கஷ்டமான ஒரு கடமையைச் செய்யாமல் இருப்பதற்காக அந்த மாதிரி பொறுப்பைத் தள்ளுவது சரியன்று. செங்கமலதாஸ் செய்வது நாட்டிற்குக் கெடுதல் என்று கண்டும் நான் சும்மா இருந்தால் அது நாட்டிற்குத் துரோகமாகாதா?”

“இனிமேல் ஒருவேளை நாட்டிற்குக் கெடுதல் ஏற்படலாம் என்று நினைத்து இப்பொழுதே நீர் ராஜதுரோகம் செய்யலாமா?”

வெங்கன்னா கோபத்துடன் குறுக்கிட்டு, “என் கடமையை நான் உம்மைக் காட்டிலும் நன்றாக அறிவேன். எனக்குப் பிள்ளைகுட்டி கிடையாது. பதவி வேண்டுமென்ற மோகமும் கிடையாது. நான் இச்சைப் பட்டிருந்தால் எதை வேண்டுமானாலும் சாதித்துக்கொண்டிருக்கலாம் – இன்றும் சாதித்துக்கொள்ளக்கூடும்” ஆத்திரத்துடன் கூறினார்.

“முடியாது, நான் தடுப்பேன். செங்கமலதாஸைக் காப்பாற்ற வேண்டுமென்பது எனக்குச் சுல்தான் உத்தரவு.”

“என்னை எதிர்த்து உம்மால் தனியாக இந்நாட்டில் ஒன்றும் செய்ய முடியாது – இல்லை – துடித்துப் பிரயோஜனமென்ன? உமது பலத்தை நீரே அறியவில்லையே? செங்கமலதாஸை நீர் தனியாக இந்தச் சிம்மாஸனத்தில் ஏற்றி வைத்திருக்க முடியுமோ? – என் உதவி யில்லாமல்? அழகிரி நாயகர் என்ன சாமானியர் என்று நினைத்து விட்டீரோ சண்டையின்றி உம்மை நாட்டுக்குள் விட்டுவிட?” என்று வெங்கன்னா குத்தலாகச் சொன்னார்.

எக்கோஜி ஆச்சரியத்துடன், “என்னை இப்படி உதாசீனமாகப் பேச உமக்கு என்ன தைரியம்?” என்று கேட்டார்.

“உதாசீனமில்லை – உண்மை! எக்கோஜி, நான் கூறியபடி தஞ்சைக் கோட்டையின் மீது நாளைக்குப் படையெடுத்து வருகிறீரா, சொல்லும்! நாழிகையாகிவிட்டது. நான் போக வேண்டும்.”

“மாட்டேன்!”

“ஏன்?”

"நீர் போகும் வழி எனக்குப் பிடிக்கவில்லை."

"நீர் ஒரு வழி சொல்லுமேன்!"

"நான் துரோகியல்ல!"

வெங்கன்னா உதடுகள் துடிக்க "நான் பிராமணனாயிருந்தாலும் வாள் பிடிக்கத் தெரிந்தவன், எக்கோஜி!" என்று கத்தினார்.

"உண்மையைச் சொன்னால் உமக்கேன் பொத்துக்கொண்டு வருகிறது?"

"எது உண்மையென்று கண்டுவிட்டீர்? நாட்டைக் காப்பது துரோகமா?"

"உமது மன்னனை என்னிடம் காட்டிக் கொடுப்பது? – அதற்கென்ன பெயர்?" என்று எக்கோஜி கேட்டார்.

"நீர் ஹிந்து – நாளைக்குப் பிறர் வந்து நாட்டைக் கைப்பற்றிக் கொண்டால்?"

"அதெப்படி உமக்குத் தெரியும்?"

"இன்று மராட்டியர் தஞ்சையைக் கைப்பற்றிக்கொள்ள மறுத்தால் நாடு சீர்குலைந்து போவதில் சந்தேகமில்லை."

எக்கோஜி நல்ல வார்த்தையாக, "வெங்கன்னா, நீர் ஏன் என்னை இப்படித் தூண்டில் போட்டு இழுத்துச் சுல்தானுடைய இஷ்டத்திற்கு விரோதமாக நடக்கச் சொல்லுகிறீர்?" என்று கேட்கலானார்.

"எனக்காகவும் அன்று, உமக்காகவும் அன்று! – "

"ஏன், நீர்? – "

"நானா! தஞ்சையை உம்மிடம் ஒப்படைத்துவிட்டால் என் கடமை தீர்ந்துவிட்டது."

"வெங்கன்னா! ஏன் இந்த வெறி உமக்கு? செங்கமலதாசுக்குப் புத்தி சொல்லிப்பாரும். நான் கும்பகோணத்திற்குத் திரும்புகிறேன்."

வெங்கன்னா உணர்ச்சியுடன், "இனி ஒன்றும் பயனில்லை. எக்கோஜி! என் மனக்கோட்டை இடிந்து விழுந்துவிட்டது. செங்கமல தாசை நிகரற்றவனாகச் செய்ய வேண்டுமென்று அவனைப் பிறந்தது முதல் தயார் செய்தேன். முடியவில்லை. நான் பட்ட சிரமங்களெல்லாம் வீண்! நாயகர்கள் இனித் தலையெடுக்க முடியாது! சுகவாழ்வு அவர்கள் சௌந்தரியத்தையும் புத்தியையும் குலைத்துவிட்டது. மராட்டியரே, முன் வந்து கைகொடும். பதினைந்து வருஷங்களாக நான் எதிரி களிடமிருந்து காத்த இந்த நாட்டைப் பெற்றுக்கொள்ளும். சுல்தான் இனி உமது யஜமானன் அல்ல!" என்று கர்ஜித்தார்.

எக்கோஜி திகிலுடன் "வெங்கன்னா –" என்று ஆரம்பித்தார்.

வெங்கன்னா ஆத்திரத்துடன், "பிடியும், இந்தாரும் ராஜ்யம்! யார் உமக்கு இம்மாதிரி கொடுக்கப் போகிறார்கள்?" என்று எக்கோஜி சொன்னதைக் காதில் போட்டுக்கொள்ளாமல் பேசிக்கொண்டே போனார்.

"நிஜமாகவா?"

"உம்முடன் விளையாடவா இந்த நிசியில் இங்கே வந்து பேசிக் கொண்டிருக்கிறேன்? செங்கமலதாசை ஒன்றும் செய்வதில்லையென்று எனக்குச் சபதம் செய்து கொடும். அவனை நான் அயலூருக்கு அனுப்பப் போகிறேன். என் சொத்து முழுமையும் அவனுடையது. அவன் என் உயிர்" என்று சொல்லி வெங்கன்னா திடீரென்று தன் வசமற்றுக் கண்ணீர் விடுத்தார்.

"பிறகு நீர் . . . ?"

"நானா! நான் என்ன செய்யப்போகிறேனோ யார் கண்டார்கள்? என் வாழ்க்கைதான் வீணாகிவிட்டதே! ஆனால் – நல்லவேளையாக நீர் இருக்கிறீர். தஞ்சாவூரைத் தகப்பன் போலப் பாதுகாப்பீரா?" என்று வெங்கன்னா உடைந்த குரலுடன் கேட்டார்.

எக்கோஜி கண்ணீருடன், "செய்கிறேன். வெங்கன்னா!" என்று இரண்டே வார்த்தை சொன்னார்.

வெங்கன்னா திடீரென்று மறுபடியும் தன் வசமற்றுக் கண்ணீர் உதிர்த்துக்கொண்டு, "நாளைக்குக் காலையில் கோட்டையைத் தாக்கும்! என்ன?" என்று கேட்டார்.

"அதை நான் எப்படிச் செய்வது?"

"செய்யும்! நீர் நன்றாக இருப்பீர்!" என்று சுருக்கமாகச் சில வார்த்தைகள் சொல்லிவிட்டு வெங்கன்னா வெறிபிடித்தவர் போல வெளியே ஓடினார். எக்கோஜி பிரமித்துப்போய் வெகுநேரம் உட்கார்ந் திருந்தார். பிறகு எழுந்துபோய்ச் சேனையைத் தயார் செய்தார்.

மறுநாள் மராட்டிய சைனியம் வெகுசுலபமாக வெற்றியுடன் தஞ்சைக் கோட்டைக்குள் நுழைந்தது. அன்று மராட்டியர் வசம் வந்த நாடு மகமதியர் கைக்குள் போகாமல் ஆங்கில ஆதிக்கம் வலுக்கும்வரை சுதந்திரமாக இருந்தது.

வெங்கன்னாவின் எண்ணம் நிறைவேறிற்று.

ஆனால் வெங்கன்னாவோ துரோகி என்று பெயர் வைக்கப்பட்டுக் கடைசி காலத்தில் யாரும் அறியாத வாழ்வில் ஏங்கி இறந்தார்.

வெங்கன்னா செய்தது துரோகமா?

சரித்திரம் பதில் சொல்லட்டும்.

❖

***பாரததேவி*, 08-10-1939**

அடி மறந்தால் ஆழம்

விதி எப்படி எல்லாமோ வேலை செய்ததில் கடைசியாக, பி.ஏ. தேறின நான்கு வருஷங்களுக்குப் பிறகு ராஜம் ஒரு தாலுகா ஆபீசில் குமாஸ்தாவாக மாசம் முப்பத்தைந்து ரூபாய்க்கு உயிர் ரத்தத்தை விற்றுக்கொண்டிருந்தான்.

ஆனால் அவன் சர்விஸில் நுழைய ஒப்புக்கொண்டது சில காரணங்களைக் கொண்டு. சர்க்கார் உத்தியோகமும் ஒரு விதத்தில் பொதுஜன சேவைதானே! நேர்மையுடன் பாடுபட்டால் அங்கேயும் உண்மையான தொண்டு புரியலாம்; நிர்வாகத்தில் எவ்வளவு சீர்திருத்தங்களுக்கு அடிகோலலாம் – இந்த மாதிரி கனவுகளுடன்தான் அவன் உத்தியோகத்தை ஏற்றுக்கொண்டான்.

தன் கொள்கைகளை உத்தியோக நடவடிக்கைகளில் அனுஷ்டானத்திற்குக் கொண்டுவர முயற்சியும் செய்தான். பக்கத்தில் உட்கார்ந்திருந்த குமாஸ்தாக்கள் அவனைக் கிண்டல் செய்தார்கள்; கேலிசெய்தார்கள். ராஜம் பொறுமையுடன் தன் வேலையைக் கறாராகச் செய்தான். தாசில்தார் சிரஸ்தேதார்களுக்கு அவனிடம் மதிப்பு ஏற்பட்டது. ஒரு காகிதத்தையாவது அவன் தாமதம் செய்வது கிடையாது. அன்றன்றே வேண்டிய தஸ்தாவேஜ்களைத் தேடி எடுத்துப் படித்து விஷயத்தைச் சுருக்கமாகத் தன் அபிப்பிராயத்துடன் எழுதித் தாசில்தாரின் உத்தரவுக்கு அனுப்பிவிடுவான்.

அவன் அப்படிக் கறாராக வேலை பார்த்தது தாசில்தாருக்கும் சிரஸ்தேதாருக்கும் சில மாதங்களில் சங்கடமாகப் போய்விட்டது. அவன் எழுதியனுப்பிவிட்ட காகிதங்கள் அவர்கள் பெட்டியில் சுமந்துவிட்டன. அவர்களால் உடனே உத்தரவு போட முடியவில்லை.

இருவரும் தாராளமாகப் பணம் வாங்குபவர்கள்; பழைய பெருச்சாளிகள். மற்ற குமாஸ்தாக்களும் அவர்களும் கூட்டு. கட்சிக் காரன் பணத்துடன் வந்தால்தான் காகிதம் பைசலாகும். ஆபீசில் பட்டப்பகலில் பேரம் பேசினார்கள். ராஜம் அதையெல்லாம் கண்டு திகைத்தான். தாசில்தாரே உடந்தையாய் இருந்தது அவனுக்கு வெறுப்பை அளித்தது. வேலியே பயிரைத் தின்பது என்பார்களே, அந்த மாதிரி மேல் அதிகாரியே அக்கிரமம் செய்தால் குமாஸ்தாக்கள் அட்டகாசத்தைக் கேட்கவும் வேண்டுமா?

ராஜம் தன்னால் முடிந்தவரையில் எல்லோரையும் அலட்சியம் செய்தே வேலை பார்த்தான். தாசில்தாருக்குக்கூட அவனிடத்தில் பயம். அவன் காகிதங்களில் அவர் ஒன்றும் பணம் வாங்க முயலுவ தில்லை. ஏனென்றால் ராஜம் எப்போதும் மனுவில் கண்ட கோரிக்கையை ஆதரவுகளுடன் நன்றாக ஆராய்ந்து அதிகாரி இப்படித்தான் உத்தரவு போட வேண்டும் என்று எழுதிவிடுவான். அதற்குமேல் தாசில்தார் என்ன செய்ய முடியும்? அதன்படி உத்தரவு போட்டுத்தானே ஆக வேண்டும்? போடாவிட்டால் அப்பீலில் கேள்வி நிச்சயம் வரும்.

அவன் பட்டா மாறுதல் குமாஸ்தா. வாரிசுப் பதிவு செய்வதில் மனுக்கள் வரும்போது கட்சிக்காரர்கள் அவனை வந்து எவ்வளவோ வலைபோட்டுப் பார்ப்பார்கள். நன்றாக விசாரித்து நியாயம் எந்தப் பக்கமோ அந்தப்படிதான் சிபாரிசை எழுதி வைப்பான்.

பொன்வயலில் ஒரு பெரிய மிராசுதார், ரங்கநாதன். அவன் இளம் வயசில் இறந்ததன் காரணமாக அவனுடைய வாரிசு விஷயமாகத் தகறார் ஏற்பட்டது. அவனுக்கு ஒரு மைனர் குழந்தைதான் இருந்தது. அதன் தாய் லக்ஷ்மி, குழந்தைக்குத் தான் கார்டியனாக வேண்டுமென்று தாசில்தாருக்கு மனுப் போட்டிருந்தாள். இறந்து போனவரின் மாமா ஒருவர், தாமே கார்டியனாக வேண்டுமென்று குறுக்கிட்டார். தாசில்தாரை அணுகித் தம் கட்சிக்குப் பலம் தேடினார்.

தாசில்தார் ராஜத்தைக் கைகாட்டி விட்டுவிட்டார். “குமாஸ்தாவை எப்படியாவது சரிப்படுத்தி உங்களைக் ‘கார்டிய’னாகச் செய்யலாம் என்று சிபாரிசு செய்து காரணங்கள் கொடுத்து எழுதச் சொல்லுங்கள். நான் உத்தரவு போட்டுவிடுகிறேன்” என்று சொன்னார்.

ராஜம் அன்று காரியாலயத்தில் அதிகமாக வேலை செய்ததால் சிரமம் மேலிட்டு வாசல் திண்ணையில் சாய்வான நாற்காலியில் சாய்ந்துகொண்டிருந்தான். பொன்வயல் கிராமக் கணக்குப் பிள்ளை இடுப்பில் வேஷ்டியைச் சுற்றிய வண்ணம் மெதுவாக அருகில் வந்து, “எஜமான்!” என்றான்.

“யாரது?”

“நான்தான் சங்கரன்!”

“என்ன சங்கரையர்? என்ன விசேஷம்?”

"ஒன்றும் இல்லை. நம்ம கிராமத்து வாரிசு விஷயமாகத் தகறார் இருக்கிறது; அந்த அம்மாள் உங்களைக் கண்டு விஷயத்தைச் சொல்ல வேண்டுமென்று வந்திருக்கிறாள்."

"என்ன சங்கரையர்? இங்கே எதற்காக அவர்களைக் கூட்டிக் கொண்டு வந்தீர்? மனுவைப் பார்த்து எப்படிச் செய்ய வேண்டுமோ அந்தப்படி எழுதி வைக்கிறேன்."

அப்போது ஒரு சிறுபையனைக் கையில் பிடித்து அழைத்துக் கொண்டு லக்ஷ்மி அவன் முன் வந்து நமஸ்காரம் செய்தாள்.

அவனுக்குத் தூக்கி வாரிப் போட்டுவிட்டது. நாற்காலியை விட்டு வாரிச் சுருட்டிக்கொண்டு எழுந்து, "அம்மா, அம்மா, அப்படியெல்லாம் செய்யாதீர்கள். நியாயமாக உங்கள் கட்சி சரியென்றால், அதேமாதிரி உத்தரவாகும். கவலைப்பட வேண்டாம்; இதற்காக ஏன் இவ்வளவு தூரம், இந்த இரவில்?" என்று சொல்லிவிட்டுக் கொஞ்சம் சங்கோசத்துடன் நின்றான்.

"நீங்கள் சகோதரர் போலே. என்னைக் காப்பாத்தணும். அவர் கார்டியனானால் என் குழந்தை வாயில் மண் விழுந்துவிடும்" என்று லக்ஷ்மி கண்ணீர் உதிர்த்துச் சொன்னாள்.

"கட்டாயம் பார்த்துக் கூடுமானதைச் செய்கிறேன், அம்மா. இரவு இனிமேல் எப்படி ஊருக்குத் திரும்பிப் போவீர்கள்? இங்கே இருந்து விட்டுக் காலையில் போகலாம்" என்று சொல்லி, "அடியே, இவாளை அழைத்துக் கொண்டுபோ!" என்று தன் மனைவியைக் கூப்பிட்டுச் சொன்னான்.

"இல்லை! வண்டி வந்திருக்கிறது. போய் வருகிறேன்" என்று சொல்லி ஒரு பரிதாபப் பார்வை பார்த்துவிட்டு லக்ஷ்மி வெளியே போனாள்.

சங்கரையர் அருகே வந்து, "வண்டியில் ஒரு மூட்டை அரிசி வந்திருக்கிறது. இப்படித் திண்ணையோரத்தில் இறக்கிப் போடச் சொல்லட்டுமா?" என்றார்.

ராஜத்திற்குக் கோபம் ரௌத்திராகாரமாக வந்தது.

"ஏங்காணும், என் கடமையைச் செய்ய எனக்கு லஞ்சம் கொடுக்கிறீரா?" என்று கத்தினான்.

"யஜமான், மன்னிக்கணும்" என்று கணக்குப்பிள்ளை மெதுவாக நகர்ந்தான்.

ராஜத்தின் உள்ளம் கலங்கிவிட்டது. ஓர் அரிசி மூட்டையின் விலை கொண்டதா, தன் மனிதத் தன்மை என்று ஆச்சரியப்பட்டான். ஆனால் அது அவனுக்குப் புதிய அநுபவம் அல்ல; பலரை ஆபீஸில் தாறுமாறுமாக வைது அனுப்பியிருக்கிறான்.

ஒருசமயம் அவன் வசூல் குமாஸ்தாவாக ஒரு நாள் வேலைபார்த்த போது ஒரு குடியானவனுக்கு ஏதோ டிபாசிட் பணத்தைத் திருப்பிக் கொடுக்க நேர்ந்தது. கஜானா குமாஸ்தாவும் ஷராப்பும் அவனிடம் பணம் வாங்கிவிடுவார்கள் என்று ராஜம், தானே, பில்லை மாற்றிப் பணம் வாங்கிக் குடியானவன் கையில் கொடுத்தான். குடியானவன் தான் வாங்கிய பத்து ரூபாயில் ஒரு ரூபாயை ராஜத்தின் மேஜைமேல் வைத்தான்.

வேறு யாராவது அப்படிச் செய்திருந்தால் அவன் அமர்க்களப்படுத்தி யிருப்பான். அறியாத கிழவன் என்று அவனை ஒன்றும் சொல்லாமல் "வேண்டாம் எடுத்துக்கொள்!" என்றான். கிழவன் தப்பர்த்தம் செய்து கொண்டான்.

"கடன் வாங்கிக் கட்டின பணமுங்க யஜமான். எங்காச்சியும் இந்த ஒரு ரூபாயெச் சரிக்கட்டிக் கொடுக்கணுங்க" என்றான்.

"அடே, பணமே வேண்டாம்; எடுத்துக்கொண்டு போ!" என்றான் ராஜம்.

கிழவனால் அவன் சொன்னதை நம்ப முடியவில்லை.

"யசமான் நிசமாங்களா? கோவிச்சுக்காதிங்க!"

"இல்லை, போ!"

"மவராசராயிருங்க; உத்தியோகம் ஓங்கணும்!" என்று சொல்லி விட்டுப் போனான் கிழவன்.

இந்த மாதிரி பழைய நினைவுகளில் ஆழ்ந்து படுத்துக்கொண்டிருந் தான் ராஜம். அப்பொழுது வாசலில் மணிச் சத்தத்துடன் ஓர் இரட்டை மாட்டு வண்டி வந்து நின்றது. அதிலிருந்து இருவர் இறங்கித் தெருவில் நின்றார்கள். ஒரு குடியானவன் திண்ணையேறி வந்து "பண்ணை யஜமானும் ஜமீன்தார் ஐயாவும் வந்திருக்காங்க; கூப்பிடறாங்க!" என்றான்.

ராஜத்திற்கு உடனே கோபம் வந்தது.

"யாரடா அவர்கள்? யாரடா நீ?" என்று உரக்கக் கத்தினான்.

இதைக் கேட்டதுமே தெருவில் நின்றவர்கள் கொஞ்சம் ஆச்சரிய மடைந்து போயிருக்க வேண்டும். ஏனென்றால், இந்தமாதிரி அவர்களை யாரும் நடத்தி அவர்களுக்கு வாடிக்கை இல்லை. தாசில்தார் வழியில் கண்டதும் வண்டியைவிட்டு இறங்கித்தான் அவர்களுடன் பேசுவார். டிபுடி கலெக்டர் ஆபீஸ், கலெக்டர் ஆபீஸ் எல்லாம் அவர்கள் கைக்கு உட்பட்டவை. ராஜத்தின் கேள்வியைக் கேட்டதும் "இவன் யாரோ, பயமறியாத கன்று; புதிசு!" என்று சொல்லிக்கொண்டு படியேறி வந்தார்கள்.

வந்தவர்கள் தாங்களாகவே இரண்டு நாற்காலிகளில் உட்கார்ந் தார்கள். ராஜம் அதைச் சகித்துக்கொண்டான்.

"நீங்கள்தான் பட்டா மாறுதல் குமாஸ்தாவோ?" என்று கேட்டார் ஜமீன்தார்.

"ஆமாம், ஏன்?" என்றான் ராஜம்.

"பெரிய பண்ணை வாரிசு விஷயமாக மனு வந்திருக்கோ?"

"வந்திருக்கலாம்; என்ன விசேஷம்?"

"அந்தம்மாள் நடத்தை சரியில்லை. சொத்தைப் பாழாக்கிவிட்டு ஓடிவிடுவாள். இவர் கார்டியனாக ஆனால்தான் வாரிசுக்குச் சொத்து நிலைக்கும். அந்தப்படி –"

"அதெல்லாம் தாசில்தார் அவர்கள் தீர விசாரித்துச் செய்வார்கள்."

"சரிதான், ஸார், அவரைப் பார்த்துவிட்டுத்தான் வருகிறோம். உங்களிடத்திலும் ஒரு வார்த்தை சொல்லச் சொன்னார் –"

"தேவையே இல்லையே!"

"கொஞ்சம் கேளுங்க. அதற்கு வேண்டிய ஏற்பாடுகள் செய்து விடுவோம் – "

"என்ன ஏற்பாடு?"

"அதான் – எங்களுக்குத் தெரியும்; தகுந்தபடி மரியாதை செய்து விடுவோம். அதைப் பார்த்துச் சரிப்படுத்திவிடுங்க."

"என்னையா சொல்லுகிறீர்?" என்று ராஜம் பொங்கிக்கொண்டு கேட்டான். கோபத்தில் அவன் உடல் நடுங்கிற்று.

"வெறும் பேச்சுப் பேசுவோமா?" என்று சொல்லிவிட்டு ஜமீன்தார் மற்றொருவர் பக்கம் கையை நீட்டினார். அவர் நாலைந்து நூறுரூபாய் நோட்டுகள் அடங்கிய ஒரு மடிப்பை நீட்டினார். ராஜம் அதையெல்லாம் சாவதானமாகப் பார்த்தான். ஜமீன்தார் அதை ராஜத்தினிடம் நீட்டினார். ராஜம் அதைக் கையில் வாங்கிக்கொண்டான்.

ஜமீன்தார் மற்றவரைப் பார்த்துக் கண் சிமிட்டினார்; 'காரியமாகி விட்டது பாருங்கள்' என்று சொல்லும் பாவனையாக.

உடனே ராஜத்தின் காதோடு காதாக ஏதோ ரகசியம் பேசுவதற்காக எழுந்து அவனருகில் வந்தார் ஜமீன்தார். அதே நிமிஷம் நூறு ரூபாய் நோட்டுகள் படபடவென்று அவர் முகத்தில் வந்து விழுந்தன. ஜமீன்தார் உலுக்கி விழுந்து பின் வாங்கினார்.

"போங்கள், வெளியே!" என்று உரக்கக் கத்தினான் ராஜம்.

"என்ன ஓய், உமக்கு இவ்வளவு திமிரா? 500 ரூபாய் போதாதா, நீர் செய்யப் போகிற வேலைக்கு?" என்று ஜமீன்தார் சொன்னார்.

"போகிறீரா, அல்லது சப் இன்ஸ்பெக்டரைக் கூப்பிடட்டுமா?"

"அந்தக் கள்ளி, நமக்கு முன்னால் வந்து மயக்கிவிட்டாள், ராஜா!" என்று பண்ணைக்காரர் ஜமீன்தாரைப் பார்த்துச் சொன்னார்.

"ஓய், நீர் இந்த ஆபிஸில் நாளைக்கு இருக்கிறதைப் பார்த்து விடுகிறேன்!" என்றார் ஜமீன்தார்.

"போ என்றால் போக மாட்டாய்?"

"வாருங்கள் ஸார், இவனுடன் நாம் ஏன் பேச வேண்டும்?"

இருவரும் கீழே இறங்கி வண்டியேறினதும் ராஜம் சிரமம் மேலிட்டு நாற்காலியில் சாய்ந்தான்.

அவன் மனைவி வந்தாள்.

"என்ன இரைச்சல்? ஆமாம், விடிந்தால் விறகு கிடையாது; உலைக்கு அரிசி கிடையாது –"

"எல்லாம் விடியட்டும்! போ, உள்ளே!"

பாரததேவி, 12-11-1939

மகாபோதம்

1

அன்று பௌர்ணமி; ஸுஜாதை 'வெள்ளென' எழுந்திருந்து பசுவைக் கறந்து, பால் காய்ச்சிப் பாலன்னம் தயாரித்தாள். தன் காதலன் உடம்பு கலகலப்பாக ஆக வேண்டுமென்று இஷ்ட தேவதையை வேண்டித் தொழப் புறப்பட்டாள்.

ஸுஜாதை அந்த அதிகாலைப் பொழுதில் உருவெடுத்து வந்த உதயக்கன்னி போலவே இருந்தாள். சிவப்பு உடலில் மஞ்சள் பட்டாடை உடுத்திருந்தாள். கோவிலுக்குப் போவதால் நீராடி நெற்றிக்கிட்டுக்கொண்டு, தூய்மையே நடந்து செல்வதுபோல் இருந்தாள். பாலும் இனிப்பும் போலக் கலந்து, அழகும் பருவமும், அவள் முகத்தில் தெளிவை நிரப்பின. அதில் கம்பீரமும் அமைதியும் சாந்தமும் தென்பட்டன. அவளுடைய நடையிலேயே ஓர் அடக்கமும் பெருக்கும் இருந்தது.

அவள் கோவிலுக்குப் போகும் வழியில்தான், நைரஞ்ஜரைக் கரையில் அந்த அரசமரம். அதன் அடியில் தான் சுவர்ண விக்கிரகம் போன்ற போதி சத்துவ வடிவம் கல்போலச் சமைந்து தவத்தில் இருந்தது. கண்மூடிய அந்த மோனமுகத்தில் சொல்லொணாத் துயரம் தேங்கி இருந்தது. மூடியிருந்த அந்த விசாலமான கண்ணிமைகளில் என்ன சாந்தம், எவ்வளவு அமைதி! பத்மாஸனத்தில் அமர்ந்திருந்த அந்த உருவமே அந்த இடத்தில் கோவில் கொண்டெழுந்த ஒரு ஜோதிலிங்கம் போல இருந்தது. அதைக் கண்டு ஸுஜாதை பல நாட்களாகப் பிரமித்திருக் கிறாள். கிராமத்தார்கள், வழிப்போக்கர்கள் எல்லோரும் "யாரோ தபஸ்வி, சாது!" என்று திரும்பிக்கூடப் பார்க்காமல் போய்விடுவார்கள். ஸுஜாதைக்கு மட்டும் அந்த ஒளி வடிவத்தைக் கண்ட நிமிஷ முதல், அதனிடம் ஒரு லயிப்பு ஏற்பட்டுவிட்டது. கொடுமையான தவத்தில் இறங்கிய

அந்த மகா துக்கத்தைக் கண்டதும் அவள் மனதில் ஒரு மகத்தான இரக்கம் சுரந்தது.

2

தூரத்தில் நின்று அந்த மௌன மூர்த்தியை ஆழ்ந்து கவனித்து உருகுவாள். அசைவற்ற அந்த வலிமையைக் கண்டு பிரமித்துப் போவாள். அன்று அவள் கண்ட காட்சி அவளை மெய்ம்மறக்கச் செய்தது.

மகாபிநிஷ்கிரமணத்திற்குப் பிறகு சித்தார்த்தன் "எத்தைத் தின்றால் பித்தம் தெளியும்" என்றது போன்ற வேட்கை கொண்டு, உண்மையைக் காண எல்லா வழிகளையும் பின்பற்றி, ஒவ்வொன்றாகப் பரிக்ஷை பார்த்தார். நாடு, வீடு, மகன், பந்துக்களைத் துறந்தது முதல் வழி; ஆபரண அலங்காரங்களைத் துறந்தார்; தம் உடைவாள் கொண்டு தம் சிகையை அறுத்துக்கொண்டார். ஆகாராதிகளைக் குறைத்து நியமத்திற்குக் கொண்டுவந்தார்; தபஸர்களைத் தேடிச் சென்று அவர்களுடன் பழகிப் பார்த்தார். எங்கும் உண்மையைக் காணோம். எங்கும் அகங்காரம், காமம், மமதை, குரோதம் முதலியன மண்டிக் கிடந்தன.

அலைந்து அலைந்து பார்த்துக் களைத்துப்போய் ஸத்சங்கத்தில் கூடத் தெளிவு ஏற்படாதது கண்டு வெறுப்புற்று, சித்தார்த்தன், கடைசியாக நைரஞ்ஜரைக் கரையில் ஒரு அரச மரத்தடியில் உட்கார்ந்துவிட்டார். இருபத்தெட்டு நாள் அல்லும் பகலுமாக, அந்த மரத்தடியில், உட்கார்ந்த வண்ணம் யோசனை செய்தார். அறிவுத் தாகம் மேலிட்டு மெய் மறந்தார். உண்மையை அறிய வேண்டும் என்ற ஆவேசம் மேலிட்டு, மூச்சையும் பேச்சையும் நிறுத்தினார். இருபத்தெட்டு நாட்களில் உடல் இளைத்துக் காஷ்டம் போல ஆயிற்று. ஆனால் அப்பொழுதுதான் கொஞ்சம் கொஞ்சமாக அறிவு தெளிவாகிக்கொண்டு வந்தது. நெருப்பின் மேல் இருக்கும் சாம்பல்போல, உடல் சதை அகல அகல உள்ஜோதி விளக்கம் கொண்டது. சரீரம் இளைக்க இளைக்க ஞானம் பெருகிற்று.

அப்பொழுதுதான் அவருக்கு ஓர் ஒளி தெரிந்தது. எங்கெங்கோ தேடித்தெரிந்த உண்மையை, அங்கேயே, தனதுள்ளேயே காணலாம் என்று ஊகம் செய்ய முடிந்தது முதல் முதலாக.

இருபத்தொன்பதாம் நாள் காலையில் உதயத்தின் ஒளியோடு ஒளி மங்கையாக ஸுஜாதை வந்தாள்.

அவள் ஓர் இடைப்பெண். பலனென்னும் இடையனின் மகள். இஷ்ட தேவதைக்குப் படைப்பதற்கான பாலன்னம் அவள் கையில் இருந்தது.

3

அன்று சாக்கிய முனியின் அந்தத் தவ வடிவம் அவள் மனதை விசேஷமாகக் கொள்ளைகொண்டது. மெலிந்து போன அந்த மேனியை அன்று கண்டதும் அதனிடம் ஒரு மகாப்ரேமை கொண்டாள் அவள். மட்டற்று அவள் உள்ளத்தில் சுரந்த இரக்கம் அன்று கட்டுமீறிற்று.

காதலனை மறந்தாள் ஸுஜாதை. தன் நிலையை மறந்தாள்; வழிபடும் கடவுளையே மறந்தாள். வேற்றுமையையும் மறந்தாள். இருபத்தெட்டு நாள் உபவாஸத்தால் வாடிச் சோர்ந்து போன அந்த இளம் முகத்தைக் கண்டு இளகினாள். திடீரென்று அருகிற் சென்று, தைரியமாகப் பாலன்னத்தை எடுத்துத் தன் கையாலேயே குழந்தைக்கு ஊட்டுவது போல ஊட்டினாள். அந்த அன்னத்துடன் ஸுஜாதை புத்தனுக்கு மகாபோதத்தையும் ஊட்டினாள்.

ஒளி கொண்டு வந்த அந்த உத்தம ஸ்வரூபத்தினிடமே அவர் உண்மையைக் கண்டார். பிரேமபூரிதமான அந்தத் தயை உருவம், துக்க நிவாரணத்தையே முடிவாகக் கொண்ட சத்திய சதுஷ்டயத்தைப் பளிச்சென்று அவருக்கு விளக்கிக் காட்டிற்று.

ஆமாம் துக்கம் ஓர் உண்மை. அதன் காரணமான துக்கோற்பத்தியும் உண்மை; அதன் பலனான துக்கப் பரம்பரையும் உண்மை. துக்க நிவாரணம் இந்தத் தொடர்பின் முடிவு. அதுவும் உண்மையாகத்தான் இருக்க வேண்டும்.

ஸுஜாதை புத்தனுக்கு அதைத்தான் விளக்கினாள். பிறப்பு இறப்புக்களிலிருந்து துக்கத்தைப் பிரித்து எடுக்க முடியாது. வாழ்க்கையில் துக்கக் கலப்பற்ற ஆனந்தம் என்பது இருக்க முடியாது. எனவே உண்மையை அறிந்தவர்களுக்குத் துக்க நிவாரணம் என்ற ஒரே மார்க்கம்தான் இருக்கிறது.

ஜீவகாருண்யமும் அஹிம்சையும்தான் புத்தன் கண்டறிந்த தத்துவத்தின் சாரம்.

ஸுஜாதை ஊட்டிய அன்னம் புத்தனுடைய சோர்வை அகற்றித் தெளிவு கொடுத்தது. கண்களைத் திறந்து பார்த்தார். ஸுஜாதையைக் கண்டு ஆத்மசாந்தி பெற்றார். அன்பே அவர் முன் நின்றது போல் நிம்மதி அடைந்தார். அன்பு வெற்றி அளிக்கும். அன்பு பிறப்பின் தோல்வியை அகற்றும். அன்பு உள்ளம்; அன்பு உயிர்.

சித்தார்த்தன் தவத்திலிருந்து துள்ளி எழுந்தார். போதி சத்துவ ஸ்வரூபமாக வெளியேறினார். அன்பென்ற அதிசய சமயத்தைப் புகட்டக் கிளம்பினார். உலகம் ஒருமுகமாக எழுந்து அவரைப் பின்பற்றிற்று.

❖

***ஹனுமான் ஆண்டுமலர்,* 1939**

தவறுகளோ, தன்மைகளோ!

தன் மாமனுடனும் அத்தையுடனும் உதகமண்டலத் திற்கு வந்த ஒரு மாதத்திற்குப் பிறகு, ஒருநாட் காலை ஜானகி, "ராஜபவன்" வராந்தாவில் உட்கார்ந்துகொண்டு சுற்றிலுமுள்ள மலைக்காட்சிகளைக் கவனமின்றிப் பார்த்துக் கொண்டிருந்தாள். அவற்றின் மட்டற்ற வனப்பில் அவள் மனம் ஈடுபடவில்லை. எந்த ஒரே எண்ணத்தை மனத்திற் கொண்டு சாதித்துவிட அவள் நீலகிரிக்கு வந்தாளோ, அது முற்றிலும் முடியாமற் போனதுதான் அவளை அப்பொழுது துன்புறுத்தியது. சென்னையில் வசித்த இறுமாப்புக் கொண்ட வாலிபன் ஒருவனுடைய அருகிலிருந்து தப்பி விலகிப்போய், சற்று மனச் சமாதானம் அடைய வேண்டுமென்றே அவள் தானாகவே மாமனிடம் நீலகிரிக்கு வருவதாகச் சொன்னாள்.

கலாசாலையில் வேணுகோபாலன் ஜானகிக்கு ஒரு வருஷம் மேற்படிப்புடையவன். அதே பிரஸிடென்ஸி கலா சாலையில் அப்பொழுது தர்க்காசிரியனாக இருந்தான். அவள் அந்த வருஷம் எம்.ஏ. பரீட்சைக்குப் போயிருந்தாள். தன் மாமனுடைய நெருங்கிய நண்பனின் மகன் என்ற காரணத்தால் தன்னுடன் நெருங்கிப் பழகும்படி அவனுக்கு அவள் இடம் கொடுத்துவிட்டாள். இப்பொழுது அவனை விட்டு விலகிச் சுயேச்சையாக இருக்க வேண்டுமென்று ஜானகி விரும்பினாள்.

வேணுகோபாலனும் ஜானகியும் அடிக்கடி சந்தித்துப் பல விஷயங்களைப் பற்றிப் பேசித் தர்க்கிக்கும்போது, அவன் அவள்பேரில் ஓர் ஆதிக்கியம் கொண்டவன்போல நடந்துகொண்டான். முதலிலிருந்தே என்ன காரணத் தினாலோ ஓர் அதிகாரத் தோரணை கொண்டுவிட்டான்; தீர்மானத்துடனே பேசினான். அவள் தன்னுடைய

அபிப்பிராயங்களையும் வார்த்தைகளையும் மறுக்காமல் அப்படியே ஏற்றுக்கொண்டுவிட வேண்டுமென்றும் எதிர்பார்த்தான்.

புதுமையாலும் சங்கோசத்தாலும் கொஞ்சநாள் ஜானகி அவனைத் தன் வழியே போகவிட்டாள். ஆனால் போகப்போக அவனுடைய தொனியில், 'நாம் பேசவேண்டும்; அவள் கேட்கவேண்டும்' என்ற அகங்காரத்தைக் கண்டதும் அவள் அதைக் கண்டிக்க வேண்டும் என்று எண்ணினாள். அவளைக் காட்டிலும் அவன் விஷயங்களைப் பற்றி அதிகமாக யோசித்தும் அனுபோகப்பட்டும் இருந்தான் என்பது வாஸ்தவம். அவளைத் திருத்திச் சரியான பாதையில்தான் கொண்டு போனான். அதிலும் சந்தேகம் இல்லை.

ஆனால் அப்படிச் செய்வதில் அவன் கையாண்ட தோரணை தான் அவளுக்குச் சிறிதும் பிடிக்கவில்லை. சம்பாஷணையின் நடுவில் ஒவ்வொரு சமயம் அவள் தன் அபிப்பிராய பேதத்தைத் தெரிவித்தால், 'இல்லை! நீ எண்ணுவது பிசகு!' என்று லவலேசமேனும் இங்கிதமாவது மரியாதையாவது இல்லாமல் கர்ஜிப்பான். அவன் விஷயத்தை விளக்கிய திலிருந்து தன் அபிப்பிராயம் பிசகு என்று கண்டுகொண்டாலும், அவன் அவ்வளவு முரட்டுத்தனமாக அதைக் கூறுவது அவளுக்குப் பிடிக்கவில்லை. அவன் தன்மேல் கொண்ட ஆட்சியைத் துராக்கிரகம் என்று கருதினாள். அதை நீக்க வேண்டும் என்பதற்காகவே அவனைச் சில நாட்கள் சந்திக்காமல்கூட இருந்தாள். ஆனால் அவன் விடவில்லை; அவளைத் தேடிக்கொண்டு வந்துவிட்டான்.

"என்னைக் காண உனக்குப் பயமா இருக்கிறதா என்ன?" என்று சிரித்துக்கொண்டே கேட்டான்.

"இல்லவே இல்லை. பூலோகத்தில் ஒருவர் மற்றவரைக் கண்டு பயப்படுகிறாரென்று நீங்கள் எப்படித் தீர்மானம் செய்து கொள்ளு கிறீர்கள்?" என்று சொல்லிவிட்டு, அவனுடைய அந்த அபிப்பிராயத்தை மாற்றுவதற்காகவாவது அவனுடன் எப்பொழுதும் போலத் தினமும் பேசிப் பழக வேண்டுமென்று தீர்மானித்தாள்.

நட்பு வலுத்துத் தர்க்கங்களும் சம்பாஷணைகளும் முற்ற முற்ற, அவள் அவனுடைய 'கணீர்' என்ற குரலைச் சதாக் கேட்டுக்கொண் டிருப்பது போலவே பிரமைகொள்ள ஆரம்பித்தாள். மூக்குக்கண்ணாடி அணிந்த அவனுடைய முகம் எப்பொழுதும் அவள் அகக் கண்முன் தோன்றிக்கொண்டிருந்தது. கனவிலும் நினைவிலும் அவனுடைய தோற்றம் அவள் மனத்தில் உதித்துக்கொண்டிருக்க ஆரம்பித்தது. கடைசியில் அந்த மனவேதனை தாங்க முடியாமல் போனதால்தான் அவள் சொல்லிக்கொள்ளாமல் நீலகிரிக்குப் புறப்பட்டுச் சென்றாள்.

அங்கிருந்து அவனுக்கு, 'இந்தப் பிரயாணத்தால் உங்கள் ஆதிக்கியத் திலிருந்து விலகிவிட்டேன்' என்று கர்வத்துடன் கடிதம் எழுதினாள்.

அப்பொழுது அவனுடைய பதிலைக் கையில் வைத்துக் கொண்டிருந்தாள்.

சென்னை
20-4-193-

அம்மா!

தங்கள் அன்பார்ந்த கடிதம். உங்கள் தைரியத்தை மெச்சுகிறேன். தாங்கள் 'விடுதலை வாழ்வு' என்று கூறும் நாட்களை உங்கள் சிநேகிதரான கவியுடன் ஆனந்தமாகப் போக்குவீர்கள் என்று நம்புகிறேன்.

உங்கள்,
வேணுகோபாலன்.

கேலி செய்தான்! பிரிவுக்குப் பிறகு எழுதிய அந்தக் கடிதமே அவளது உறுதியின் பலஹீனத்தைக் காட்டிவிட்டதென்று அப்பொழுது தான் அவளுக்குப் பட்டது. கடிதம் எழுதினதே பிசகு என்று நினைத்தாள்.

மனச் சமாதானமற்ற அந்த மாதம் கழிவதற்குள்ளேயே வேணுவை விட்டுப் பிரிந்த அந்தத் தனிமையில் ஜானகி தன் உள்ளம் சூன்யமா யிருப்பதை அறிந்தாள். எதுவும் அவளுக்குப் பிடிக்கவில்லை. உதக மண்டலத்தில் அவ்வளவு அழகாயும் மிதமிஞ்சியும் இருந்த இயற்கைக் காட்சி அவளுக்கு மகிழ்ச்சி தரவில்லை. அவனுடைய விளக்கமின்றி அது அர்த்தமற்றது போல் இருந்தது அவள் கண்களுக்கு. புத்தகங்களைப் படித்துப் பார்த்தாள். அதனாலும் சிறிதுகூடச் சமாதானம் அடைய வில்லை. அதன் உதவியின்றிப் படிப்பிலும் அவள் பயன்பெறவில்லை. அந்தப் படிப்பு உரையற்ற மூலத்தைப் போல இருந்தது அவளுக்கு. அப்பொழுது அவள் மனம் பட்டணத்துப் பழக்கத்தின் பழைய நினைவுகளை நாடிச் சென்றது.

"சரி என்று நினைத்ததை அவர் எனக்கு எடுத்துரைத்ததில் என்ன பிசகு? அவருடைய அபிப்பிராயங்களைச் சரி என்று ஒப்புக் கொண்ட பிறகு அவரிடம் நான் மனஸ்தாபம் கொண்டது சரியா? பழக்கமில்லாத வேறு பெண்ணிடம் அவ்வளவு உரிமையுடன் பேசி யிருப்பாரா அவர்? ஆ! இதை ஏன் நான் அப்பொழுது அறியவில்லை? நெருங்கிய சிநேகிதத்தின் பாத்தியத்தால் அவர் சொன்னதை நான் இவ்விதம் பிசகாக எண்ணுவேன் என்று அவர் எப்படி அறிந்திருக்கக் கூடும்? ஒருவேளை வெறும் சிநேகத்தைக் காட்டிலும் மேலான பந்தம் ஒன்று ஏற்பட்டுவிட்டது என்று எண்ணித்தான் அவர் அப்படி இருந்தாரோ?... ஓஹோ, ஒருகால் என் மெய்ம்மறந்த கவனத்தை அவர் 'காதல்' என்று கருதினாரோ? தாமும் என்னிடம் காதல் கொண்டுவிட்டாரோ?... இல்லை. ஏனென்றால் அவர் பிரிவாற்றாமை கொள்ளவில்லை. ஆனால் எப்படிச் சொல்வது? அவர் எழுதவில்லை. நானும் எழுதவில்லை. இன்னும் நான் ஏன் அவரைப் பற்றி நினைத்துக் கொண்டிருக்கிறேன்? அவருடைய பேச்சுக்காகவும் பழக்கத்திற்காகவுமா?" என்று பலவிதமாக ஜானகி நினைத்தாள்.

அவள் மனம் அப்படிக் கலக்கம்கொண்டு பழைய நினைவுகளில் ஒரு புதிய புனித உணர்ச்சி பெற்றிருந்தபொழுது அது கலைவதற்குக்

காரணமாக நாதன் வந்தது அவளுக்குக் கொஞ்சம் கோபத்தை உண்டாக்கிற்று.

"வாருங்கள், நாதன். இன்று ஏதாவது விசேஷம் உண்டா?" என்றாள் போலி உல்லாசத்துடன்.

"'நீலகிரி இரவு' என்று ஒரு சிறு இசைப்பா எழுதியிருக்கிறேன். அதைப் பற்றி உங்கள் அபிப்பிராயத்தை அறிய விரும்புகிறேன்."

அவன் கையிலிருந்த காகிதத்தை வாங்கிப் படித்தாள். இரண்டு வரி வாசித்தாள். மேலே போக முடியவில்லை. முழுவதும் வாசித்தது போலப் பாவனை செய்துவிட்டு, "பேஷ், நிரம்பவும் நன்றாக இருக்கிறதே!" என்றாள்.

"நன்றாய் இக்கிறதா? நான் எவ்விதச் சிரமமும் எடுத்துக்கொள்ளாமல் அது முற்றும் என் மனத்திற்கு வந்தது. அதைத்தான் இலக்கியத்தில் 'ஆவேசம்' என்கிறார்கள். நான் உட்கார்ந்து ஒன்றையும் புனைவதில்லை. சூரியகிரணங்கள் போல என் மனத்திற்கு விஷயங்கள் தாமே வருகின்றன. இன்னும் கொஞ்சநாள் போனால் என் பேச்சே செய்யுளாகி விடும்போல் இருக்கிறது! அதற்கு எல்லாம் காரணம் யார் தெரியுமா? ஜா – ஓ மன்னிக்க வேண்டும், – நீங்கள்தான் காரணம்."

ஜானகிக்குத் தலைவலி எடுத்துவிட்டது. இன்று என்னவோ அவனுடைய குரல் நாராசம்போல அவளைத் தாக்கிற்று. அவனது ஆபாசமான பேச்சு, உச்சரிப்பு, துஷ்ட அகங்காரம் – இவை அவளைப் புண்படுத்தின.

"சீ! இந்த மிருகத்தை நாகரிகமுள்ளவன் என்று கருதினது பிசகல்லவா?" என்று எண்ணினாள்.

பேசிக்கொண்டே தினசரியின் பக்கங்களைப் புரட்டிக்கொண்டிருந்த நாதன் திடீரென்று, "இதென்ன, இப்பொழுது எல்லோருக்கும் டாக்டர் பட்டம் கிடைத்துவிடுகிறதே; இது யார் இவன், டாக்டர்?" என்றான்.

"யாருக்குப் பட்டம் கிடைத்திருக்கிறது?"

"சென்னை ஸர்வகலாசாலை ஆசிரியர் யாரோ கே. வேணு கோபாலன் என்பவன், 'பிரபத்தியும் நவீன ஆராய்ச்சியும்' என்ற புஸ்தகத்தை எழுதியதற்காக டாக்டர் பட்டம் பெற்றிருக்கிறான். கற்றுக்குட்டி –" என்று நாதன் உதாசீனமாக ஆரம்பித்தான்.

ஜானகிக்கு உடனே கோபம் பொங்கி எழுந்தது. "அவர் யார் என்று தெரியாமல் பேசுகிறீர்கள். சென்னை ஸர்வகலாசாலையிலேயே அவர் சிறந்த அறிவாளி –"

"தெரியும் அம்மா இவன்களை எல்லாம் எனக்கு –"

ஜானகிக்கு அப்பொழுதுதான் வேணுவின் மேன்மையும், அந்த வறட்டு ஜம்பக் கவியின் அற்பத்தனமும் விளங்கின. அவன் மேலே பேச முடியாமல் குறுக்கிட்டு, "சரி, மாமா வெளியே இருந்து வருகிற

தவறுகளோ, தன்மைகளோ!

நேரமாய்விட்டது. நான் போஜனம் செய்யப்போக வேண்டும்” என்று பேச்சை முடிப்பதற்காகச் சூசனையாகச் சொன்னாள் ஜானகி.

“நேற்றிரவு ஒரு சிறு பாட்டு எழுதினேன். அதன் சொல்லழகும் பொருளழகும் –”

“மன்னிக்க வேண்டும். நான் இப்பொழுது அதைப் படித்து மகிழ முடியாததற்கு வருந்துகிறேன் –”

“அது பதினான்கு வரி கொண்டதுதான் –”

ஜானகிக்குப் பொறுக்க முடியவில்லை. வெறுப்பை அடக்கிக் கொண்டு, “மன்னிக்க வேண்டும்” என்று கூறிவிட்டு எழுந்தாள்.

“அது உங்களுக்காக எழுதியதுதான். முதற்பாகத்தில் –”

ஜானகி உள்ளே போய்விட்டாள்.

“இந்தப் பெண்கள்!” என்று சொல்லிக்கொண்டு கவி வெளியேறினான்.

○

பிற்பகலில் மழை தூறிக்கொண்டிருந்தது. தினசரியைப் படித்துக் கொண்டிருந்த ஜானகி அதில் ஒரு செய்தியைக் கண்டு திடுக்கிட்டாள்.

“டாக்டர் கே. வேணுகோபாலனுக்கு

அபாயமான ஜுரம்.

சென்னை ஸர்வகலாசாலை ஆசிரியரும் கொஞ்சகாலத்திற்கு முன் டாக்டர் பட்டம் பெற்றவருமான கே.வேணுகோபாலன் கடும் ஜுரத்தால் ஜெனரல் ஆஸ்பத்திரியில் இருக்கிறார்.”

கொஞ்சநேரம் அப்படியே உட்கார்ந்திருந்தாள் ஜானகி; சிறிதும் கழித்துத் தான் செய்யவேண்டியது முழுதும் அவள் மனத்திற்குப் புலப்பட்டது.

அன்று சாயங்கால வண்டியிலேயே சென்னைக்குப் புறப்பட்டாள். ‘ப்ளூ மவுன்டன் எக்ஸ்பிரஸ்’ ஊர்வதுபோலத் தோன்றியது அவளுக்கு. அந்தப் பிரயாணமே தாங்கமுடியாத உபத்திரவத்தைக் கொடுத்தது. இடத்தில் உட்கார முடியாமல் துடித்தாள்.

“ஒருவேளை காலத்தில் போய்ச் சேரமுடியாமல் போய்விடுமோ? ஈசுவரா! எப்படியாவது போய்விடமாட்டோமா? ஒருகால் ஜுரம் சற்றுப்படிமானமாய் இருந்தால் –? இனிமேல் அவரைத் தனியே விட்டிருப்பதில்லை. உலகில் ஒருவரும் இல்லை என்று அவரை ஏங்க விடுவதில்லை?” என்று தனக்குள்ளேயே கூறிக்கொண்டாள்.

ஜெனரல் ஆஸ்பத்திரியில் ‘இன் பேஷன்ட்’ வார்டு ஒரு விசேஷமான நிச்சப்தத்தில் ஆழ்ந்திருந்தது. ஒவ்வொரு சமயம் டாக்டரோ நர்ஸோ போகும்போது பூட்ஸ் சப்தம்தான் கேட்டது. மருந்தின் வாசனை

மூக்கைத் துளைத்தது. வேணுகோபாலனின் பக்கத்தில் ஒரு நர்ஸ் உட்கார்ந்துகொண்டு வியாதியுடன் அவன் போராடுவதைக் கவனித்துக் கொண்டிருந்தாள். அவன் மெதுவாகவும் சிரமத்துடனும் மூச்சுவிட்டான். அவன் கண்களை அடிக்கடி திறந்து ஹாலைச் சுற்றிப் பார்த்தான். அடிக்கடி குடிக்கத் தண்ணீர் கேட்டபோது அவனுக்கு நர்ஸ் ஏதோ கொடுத்துக்கொண்டிருந்தாள்.

காலை ஏழுமணிக்கு டாக்டர் வந்து பரீக்ஷை செய்து பார்த்தார். நாடி தளர ஆரம்பித்துவிட்டதைக் கண்டு, "யாராவது நெருங்கியவர்கள் உண்டா?" என்று நர்ஸைப் பார்த்துக் கேட்டார்.

"இல்லை" என்றாள் நர்ஸ்.

நோயாளியின் கண்கள் திறந்தன. இரண்டு திவலைகள் ஜலம் வெளியே வந்தன. டாக்டர் ஓர் இஞ்ஜெக்ஷனைக் கொடுத்துவிட்டு நர்ஸிடம் வேண்டிய தகவலைச் சொல்லிவிட்டுச் சென்றார்.

ஜானகி பத்து மணிக்கு அவன் படுக்கையண்டை பதறிக்கொண்டு வந்தாள். வேணு பிரக்ஞையற்று இருந்தான்.

"நீங்கள்தான் ஜானகியா?" என்று கேட்டாள் நர்ஸ்.

"ஆமாம், ஏன்?"

"அப்படித்தான் இருக்குமென்று நினைத்தேன். நேற்றிரவு முழுவதும் ஜன்னியில் உங்களைப் பற்றித்தான் பிதற்றிக்கொண்டிருந்தார் – கர்வம் கொண்டவளென்றும், இரக்கமில்லாதவளென்றும், என்ன என்னவோ சொன்னார். ஏன் அம்மா அவரை விட்டுவிட்டுப் போனீர்கள்? பாவம்! ரொம்பப் புண்பட்டுவிட்டார்!"

"எப்பொழுது பிரக்ஞை வரும்?" என்று கேட்டுக்கொண்டே ஜானகி வேணுகோபாலன் நெற்றியைத் தடவினாள்.

வேணு கண்களைத் திறந்து பார்த்தான்.

"உடம்பு எப்படி இருக்கிறது? – என்ன செய்கிறது இப்பொழுது?" என்று அவள் உடனே கேட்டாள்.

வேணுகோபாலன் ஒன்றும் பதில் சொல்லாமல் அவள் முகத்தைப் பார்த்துக்கொண்டிருந்தான்.

"ஆரம்பத்திலேயே என் பெயரை ஆஸ்பத்திரிக்காரர்களுக்குச் சொல்லி இருக்கக் கூடாதா?" என்று ஜானகி கேட்டாள்.

"நீதான் என்னை விட்டுவிட்டுப் போய்விட்டாயே!" என்று அவன் மெள்ளச் சொன்னான்.

"அப்படி நான் செய்தது பிசகு என்று நீங்கள் எனக்குச் சொல்லக் கூடாதா? மற்றறெல்லா விஷயங்களிலும் பிசகு பிசகு என்று சொன்னீர் களே?" என்று விம்மினாள் ஜானகி.

"நீயே அறிந்து திரும்பி வந்துவிடுவாய் என்று இருந்தேன்; நீ வந்தும்விட்டாய். ஆனால் உனக்கு முன்னால் யமன் வந்துவிட்டானே!" என்று வேணு மிகவும் கஷ்டப்பட்டுக்கொண்டே சொன்னான்.

"இப்பொழுது உடம்பு என்ன செய்கிறது?"

"நீ –" என்று ஆரம்பித்தான். திடீரென்று ஓர் ஆழ்ந்த இருமல் ஏற்பட்டது. கட்டியாகக் கபம் வெளியே வந்துவிழுந்தது.

சட்டென்று நர்ஸ் அருகில் வந்து கவனித்துப் பார்த்தாள்; மூச்சுத் திணறல் கொஞ்சம் மட்டுப்பட்டது. உடனே கஸ்தூரி கலந்த ஒரு மருந்தைக் கொடுத்து மெதுவாகச் சாப்பிடச் சொன்னாள்.

"அம்மா, இவர் பிழைத்துவிடலாம்!" என்று நர்ஸ் மலர்ந்த முகத்துடன் சொன்னாள்.

"ஆ!" என்றுதான் ஜானகியால் சொல்ல முடிந்தது.

"ஜனகம்! இங்கே வா! உன்னுடன் உயிரும் திரும்பி வந்துவிட்டது போலத்தான் இருக்கிறது!" என்றான் வேணுகோபாலன் மெதுவாகத் திணறிக்கொண்டு.

1939 அல்லது 1940

தை முதல் தேதி

தை முதல் தேதி, எப்படியோ கோபுவின் வாழ்க்கையில் ஒரு விபரீத நாளாக அமைந்துவிட்டது. அவன் பிறந்ததே தை மாதம் முதல் தேதியன்று அதிகாலை. தனக்கு மனைவியாக வேண்டியிருந்த செல்லத்தை அவன் வேறொருவனுக்குப் பறிகொடுத்ததும் தை முதல் தேதிதான். அவன் அவளைச் சந்தித்த சோதனைத் தினமாகிய அன்றும் அதே தை மாதம் முதல் தேதி.

அதனால்தான் விதியில்கூட அவனுக்கு நம்பிக்கை ஏற்பட்டது. எப்பொழுதோ எவனுக்கோ வாழ்க்கைப்பட்டுக் கண்காணாமல் போயிருந்தவள் திடீரென்று அவன் கல்யாணம் செய்துகொண்டபோது அவனுடைய மாமனார் குடும்பத்தில் ஒருத்தியாக எதற்காக இருக்க வேண்டும்?

கல்யாணமே செய்துகொள்வதில்லை என்று பி.ஏ. தேறின பிறகுகூட மூன்று வருஷங்கள் கோபு சும்மா இருந்தான். அப்படித் திடமனத்துடன் இருந்தவன் தாயாருடைய தீராத தொந்தரவின் பேரில் பெண் பார்த்த பொழுது அந்த வீட்டில்தான் அவள் இருந்தாள். அது அவனுக்குத் தெரியாது என்பதன்று – தெரியும். சொல்லப் போனால் கலியாணி, வயது வந்த அழகிய பெண், அங்கிருப்பதாகச் செல்லந்தான் தன் தாயார் மூலம் அவனுக்குத் தகவல் சொல்லி அனுப்பினாள்.

செல்லம் கோபுவினுடைய அத்தையின் பெண் வயிற்றுப் பேத்தி. அவளுடைய கல்யாண வயது வரையிலும் அவளை அவனுக்குக் கொடுப்பதாகத் தீர்மானம் செய்திருந்தார்கள். ஆனால் அப்பொழுது திடீரென்று கோபுவின் தகப்பனார், பி.ஏ. தேறின பிறகுதான் தம் பிள்ளைக்குக் கல்யாணம் செய்யப் போவதாகச் சொல்லிவிட்டார். பெண்ணுக்கு வயதாகிவிட்டபடியால் அவளுடைய பெற்றோர்கள் வேறிடத்தில் வரன் பார்த்தார்கள்.

அவளுக்குக் கல்யாணம் சென்னையில்தான் நடந்தது. கோபுவுக்கு அந்த வருஷம் எஸ்.எஸ்.எல்.ஸி. தேறியிருந்தது. விதியின் மற்றொரு சிறு வேடிக்கைகூட அப்போது நடந்தது. அது கோபுவின் மனத்திலிருந்து ஒரு நாளும் மறையாது. பிள்ளைவீட்டார் வந்து இறங்கின பொழுது பெண்வீட்டில் ஆண் பிள்ளைகள் எல்லோரும் கடைத்தெருவிற்குச் சாமான்கள், ஜவுளிகள் வாங்கப் போயிருந்தார்கள். கோபுதான் அந்தச் சந்தர்ப்பத்தில் வீட்டுக்காரருக்குப் பிரதிநிதியாக இருந்து சம்பந்திகளை வரவேற்று மாப்பிள்ளைக்குப் பானகம் கொடுத்தான்!

இருவருக்கும் கல்யாணம் ஆகும் என்ற பேச்சு இருந்ததனால் செல்லமும் கோபுவும் அப்பொழுது ஒருவருடன் ஒருவர் பேசுவதில்லை. அது நின்றுபோன மறு வருஷம் அவளுக்குக் கல்யாணம். பெரியோர்கள் பேச்சு நின்றவுடனேயே சிறியோர் இருவரும் பேச ஆரம்பித்துவிட்டார்கள். அதுவும் தஞ்சாவூரில் ஏதோவொரு நெருங்கின பந்து வீட்டில் கல்யாணம் நடந்தபொழுது ஐந்து நாளும் அவர்கள் ஒருவரை விட்டு ஒருவர் பிரியவில்லை. மனத்தில் உள்ளதை மறைத்து வைத்துக் கொண்டு என்ன என்னவோ பேசினார்கள். அதிலே ஓர் ஆறுதல் கொண்டார்கள். வெறும் சாமீப்பியத்தில் தேறுதல் கொண்டார்கள். அப்பொழுது அவளுக்கு வயது பதினான்கு.

செல்லம் அவ்வளவு நல்ல சிவப்பன்று. ஆனால் நல்ல உடலழகு பெற்றவள். முகமும் கலை நிறைந்தது. தலைமயிர் சுருள் சுருளாக நெற்றியில் தொங்கும். கண்கள் – அவற்றாலேயே அவள் பேசிவிடுவாள். செதுக்கிவிட்டது போன்ற வாய்; உதடுகள்.

○

ஏழு வருஷங்களுக்குப் பிறகு, கோபுவின் கல்யாணத்தின்போது, அவள் வாழ்க்கையில் நான்கு வருஷங்கள் அடிபட்டுவிட்ட போதிலும் யௌவனத்தின் கட்டு மட்டும் குன்றாமல் இருந்தாள். ஆனால் அவளுடைய தெள்ளிய கண்களில் ஒரு தேக்கம் தென்பட ஆரம்பித்து விட்டது, கோபுவின் பார்வைக்கு.

மேலும் நான்கு வருஷங்கள் கழிந்தபிறகு, தன் மைத்துனன் கல்யாணத்தின் போது, அவளைப் பார்த்ததுந்தான் கோபு பதற்றம் கொண்டுவிட்டான். 'பத்து வருஷங்களுக்கு முன்பு பதுமை போல இருந்த செல்லம் இவள்தானா?' என்று சந்தேகிக்கும்படியாக அவ்வளவு மாறுதல் அடைந்திருந்தாள் அவள். காலம் குதறி எடுத்துவிட்ட தோல் பிம்பம் போல இருந்தாள். கன்னங்கள் ஒட்டி உடல் வெளுத்துக் கண்கள் குழிவடைந்து போயிருந்தாள்.

திருச்சிக்குப் போவதென்றாலே அவன் மனத்தில் ஒரு கலக்கம் ஏற்பட்டுவிடும். அதுவும் அங்கே போய் ஒரே வீட்டில் செல்லத்துடன் தங்குவதென்பது அவனுக்கொரு பெருத்த கலவரம் ஆகிவிடும். சோகத்தை மனத்திலும் முகத்திலும் சுமந்துகொண்டு அவள் நடமாடும் காட்சியைப் பார்ப்பதற்கே அவனுக்குக் கஷ்டமாக இருக்கும்.

ஆகையால் கோபு தன் மனைவி குழந்தைகளை முன்னதாகவே அங்கு அனுப்பிவிட்டுத் தான் மட்டும், கல்யாணம் நாலு நாளும் கும்பலோடு கும்பலாக இருந்துவிட்டு வந்துவிடலாம் என்று எண்ணினான். அப்படி முன் ஜாக்கிரதையுடன் செல்ல உத்தேசித்தவன் செல்லத்துடன் அந்த வீட்டில் ஓரிரவு பெரும் பகுதி தனியாக இருக்க வேண்டிய நிலைமை ஏற்படும் என்று எப்படி எதிர்பார்ப்பான்! அந்த மாதிரி அப்படி ஓர் ஆபத்தான சந்தர்ப்பம் ஏற்படும் என்று செல்லம்கூட எதிர்பார்க்கவில்லை. அவ்வளவு யதேச்சையாயும் இயற்கையாயும் அது வாய்த்தது.

கோபுவின் மாமனார் அவனையும் கட்டாயமாக ரஜா எடுத்துக் கொண்டு பத்து நாள் முன்னதாக வரும்படி தந்தி கொடுத்துவிட்டார். மங்கிலியப் பெண்டுகள் முதலியன நடக்க வேண்டுமென்றும் பொங்கலுக்கே வந்துவிட வேண்டுமென்றும் விரிவாகக் கடிதம் எழுதி விட்டார்.

அன்று தை மாதம் முதல் தேதி. இரண்டு நாளாகக் கோபுவுக்குக் கொஞ்சம் உடம்பு அசௌகரியம். அவன் மனைவி பிறந்தகம் வந்த குதூகலத்தில் இருந்தாள். அன்றிரவு குழந்தைகளுக்குச் செல்லத்தைக் காவல் வைத்துவிட்டு எல்லோரும் சினிமாவுக்குச் சென்றார்கள் என்றால் அதற்காக யாரைச் சொல்லுவது? கோபு தன் மனைவியைக் கொஞ்சம் கோபித்துக்கொண்டுகூடப் பார்த்தான்.

“என்ன வேடிக்கை வேண்டியிருக்கிறது. நான் படுத்துக்கொண் டிருக்கும்போது?” என்றான்.

“நான் என்ன பண்ணணும்? கஞ்சி, வெந்நீர் – சித்தி இருக்கா, தரா!” என்று சொல்லிவிட்டாள் அவள்.

அவர்கள் தனியாக இருக்க ஏற்பட்ட மறுநிமிஷம் கோபு உள்ளத்தைத் திறந்துவிட்டான்.

“என்ன சோதனை இது? செல்லம்.”

அவர்களுடைய வாழ்க்கையிலேயே முதன்முதலாக அப்பொழுது தான் கோபு இந்த மாதிரி பேசினது. ஆனால் அந்தப் பேச்சு அவனுக்கோ செல்லத்துக்கோ ஆச்சரியத்தை அளிக்கவில்லை. அந்த வகையான வார்த்தை வாயில் வராத தோஷந்தானே ஒழிய அவர்களுடைய உள்ளங்கள் அறியாதது புதிதாக அதில் என்ன இருந்தது?

செல்லம் ஒரு பதிலும் சொல்லாமல் தன் கைக் காரியத்தை முடித்துவிட்டு வந்து அவன் பக்கத்தில் உட்கார்ந்தாள்.

“வெந்நீர் வேண்டுமா?”

“வேண்டாம், செல்லம்!”

“உடம்பு இன்று கொஞ்சம் தேவலையா?”

“தேவலை!”

வேறென்ன பேசுவது? எதை எதையோ பேசலாமென்று வாயெடுத்தாள் செல்லம். எல்லாம் உபயோகமற்றதாகப் பட்டது அவளுக்கு. பேசாமலிருப்பதும் அவர்களுடைய சோதனையை ஒவ்வொரு நிமிஷமும் கடினமாக்கிக்கொண்டிருந்தது.

ஒரு குழந்தை விழித்துக்கொண்டு அழுதது. அதற்குப் பால் புகட்டித் தூங்கப் பண்ணுவதில் கொஞ்ச நேரம் கழிந்தது. செல்லம் தானும் போய்க் கொஞ்சம் தண்ணீர் குடித்துவிட்டு வந்து உட்கார்ந்தாள்.

"பெண்ணுக்குப் பாட்டு வருமா?" என்று கோபு என்னவோ ஆரம்பித்தான்.

"தெரியாதாம்; அதனால் என்ன மோசம்? எனக்குத் தெரிஞ்சு என்ன ஆச்சு?" என்றாள் செல்லம்.

அவ்வளவுதான். இவருடைய ஞாபகங்களும் ஏக காலத்தில் பழைய நாட்களுக்குச் சென்றன. இருவரும் சற்று நேரம் பேச்சற்று உட்கார்ந்திருந்தார்கள்.

இரவு பத்து மணி இருக்கும். தெருவில், வயல்களிலிருந்து மூட்டைகளை ஏற்றிக்கொண்டு வந்த நெல் வண்டிகள் நொடிகளில் சத்தம் செய்துகொண்டு போவது இடைவிடாமல் கேட்டுக்கொண்டிருந்தது.

"எப்படியெல்லாம் வாழ்க்கைப் புரண்டுவிட்டது செல்லம்?" என்றான் கோபு மறுபடியும்.

"என்ன செய்யலாம் கோபு? கொடுத்துவைத்தபடிதானே நடக்கும்!"

அவ்வளவு வருஷங்களில் அன்றுதான் செல்லம் அவ்வளவு வார்த்தைகள் சொல்லித் தன் உள்ளச் சுமையைக் கொஞ்சம் குறைத்துக் கொண்டாள். சொன்னவுடனேயே அதுகூட ஜாஸ்தியோ பிசகோ என்று திடுக்கிட்டுப் போனாள். சொன்னதை வாபஸ் பெற முயலுவது போலச் சட்டென்று, 'மணி என்ன இருக்கும்?' என்று கேட்டாள்.

"என்ன, பத்து இருக்கும்!"

"எவ்வளவு நேரம் போயிருக்கிறார்கள்!"

"போய் ஒரு மணி நேரந்தானே ஆகிறது? ஒரு மணிக்குத்தான் வருவார்கள். ஏன் செல்லம்?"

"ஒன்றுமில்லை... பயமாக இருக்கிறது!" என்று செல்லம் திடீரென்று சொன்னாள்.

கோபு, "என்ன பயம்" என்று கேட்கவில்லை. அவனுக்குத் தெரியாவிட்டாலல்லவா கேட்கப் போகிறான்?

"நீ ஏன் இவ்வளவு நாட்களுக்கு முன்பே இங்கு வந்தாய்?"

"நானாக வரவில்லை, செல்லம். கும்பலோடு கும்பலாய் வந்து விட்டுப் போய்விடலாம் என்று இருந்தேன்; ஏன்..."

"தெரியும் தந்தி அடித்தது. அவர்கள் என்ன கண்டார்கள்?"

அப்படிச் செல்லம் சொன்னதும் கோபு படுக்கையில் திடீரென்று எழுந்து உட்கார்ந்துகொண்டான்.

"அத்தான்!" என்று செல்லம் எச்சரிக்கை செய்தாள். ஆனால் அவளது உள்ளம் பொங்கிக்கொண்டிருந்தது.

கோபு கண்மூடித்தனமாக எட்டி அவள் கையைப் பிடிக்கக் குனிந்தான்.

"நீ என்னைத் தொட்டால் – பிறகு, உன் முகத்தைப் பார்க்க என்னால் முடியாதே!" என்று செல்லம் வெகு உணர்ச்சியுடன் கூறினாள்.

"வேண்டாம்!" என்று சொல்லிக்கொண்டு கோபு நெருங்கினான்.

"அத்தான், உன்னை – எப்பொழுதாவது பார்க்காமல் – நான் – நான் – இருக்க முடியாது – தொடாதே! அதற்காகத்தான் – இந்த வீட்டில் பெண் தேடிக் கொடுத்தேன் – தொடாதே" என்று செல்லம் கத்தியே விட்டாள்.

கோபு அப்படியே அசைவற்றுப் போனான். ஒரு நடுக்கம்; பிறகு சிறிது சிறிதாக அமைதி உண்டாயிற்று. வெகுநேரம் கழித்து அவனுக்கு வாயில் வார்த்தை வந்தது?

"செல்லம், செல்லம், நீ தொடக் கூடாதவள்தான்!" என்றான்.

அந்தத் தெளிவில் ஒருவரை ஒருவர் சாவதானமாகப் பார்த்துத் திருப்தி அடைந்தார்கள்.

கலைமகள், ஜனவரி, 1940

விபரீதக் காதல்

அசோகனிடமிருந்து அந்த வரத்தைப் பெற்றதுமே அவளுடைய அயர்வெல்லாம் எங்கோ போய்விட்டது. அரசனுடைய வியாதிக்காலத்தில் அவருக்கு இடைவிடாமல், இராப் பகலின்றிப் பணி செய்ததால் அவள் உடம்பு மிகவும் துர்பலமாகிவிட்டது. அந்த சிச்ருஷையால் வியாதி நீங்கி உடல் நலம் பெற்ற அரசன் திஷ்யரக்ஷையை வேண்டியதைக் கேட்கச் சொன்னார். "நான் ஒரு வருஷம் ராஜ்யபாரம் செய்ய வேண்டும்!" என்று அவள் கேட்டாள். அரசன் உடனே சரி என்றார்.

அரசாட்சி அதிகாரம் கைக்கு வந்ததும் திஷ்யரக்ஷ முன்போல ஆகிவிட்டாள். அதற்குத்தானே அவள் அவ்வளவு பாடுபட்டது. அது கிடைத்தவுடன் தான் தன் மனோ ரதத்தை எப்படியாவது நிறைவேற்றிக்கொள்ளலாம் என்று திடம்கொண்டிருந்தாள் அவள்.

அதற்குமுன் குணாளனுடைய உள்ளத்தைக் கவர என்னவெல்லாமோ தான் செய்து பார்த்தாள். முடியவில்லை. ஆனால் அவள் தளரவில்லை. அவள் தன் உள்ளத்தை அவ்வளவு வேகத்துடன் குணாளனுக்குப் பறிகொடுத்து விட்டது அவளுக்கே ஒரு சமயத்தில் திகைப்பாகவும் ஒரு சமயத்தில் ஏக்கமாகவும் ஆனால் சதா சர்வகாலமும் உயிர் ஊக்கமுமாகவும் இருந்தது.

அவள் தன் எண்ணத்தில் பொங்கிய அந்த விபரீதமான காதலுக்கு அணை போட முயலவில்லை. தன்னுடைய கணவன் அசோகனுடைய மகன் குணாளன் என்ற நினைப்பே அவளுக்கு உதிக்கவில்லை. அவளுடைய உள்ளம், முதல் முதலாக அவள் வாழ்க்கையில் குணாளனைக் கண்டதும், கொண்ட விரிவை அதற்கு முன் அவள் அறியாததால், அறிந்து பரிசயம் பெறாததால், அவளை அடிமையாக்கிவிட்டது. அந்த அபூர்வ உணர்ச்சிக்குத் திருப்தி அளிக்க எதை வேண்டுமானாலும் செய்யலாம் என்று

ஓர் சாதாரணமான துணிச்சலைக் கொண்டாள். அந்தப் பெண்ணுள்ளக் கிளர்ச்சிக்கு இடம் கொடுத்த பொழுதுதான் ஒரு பெண் என்பதையே மறந்தாள். இல்லாவிட்டால் அப்படி மட்டற்ற முறையில் தன் கட்டழகை அவன் காலடியில் வீழ்த்திக் கெஞ்சுவாளா? சாதாரணமாக அவன் அதை உதைத்தெறிந்துவிட்டுப் போனபிறகும் அவன் மனதை மாற்ற முடியும் என்று பேராசை கொள்ளுவாளா?

ஆதிமுதலே அவள் வாழ்க்கை ஒரு விபரீதம்; நாவிதப் பெண்ணாக எங்கோ இருந்தவள் அசோக சக்கரவர்த்தியின் மனைவியானாள். அரசன் மனைவியாக வேண்டும் என்ற விபரீத எண்ணம் அவளை ஆட்கொண்டு ஆட்டிய வேகத்தில் தன் சக்தி முழுமையும் பிரயோகம் செய்து அரசன் மனதைக் கவர்ந்து அவன் மனைவியானாள்.

அதன் பிறகு குணாளன் அவள் கண்ணில் பட்டான். அவனுடைய உருவம், முக்கியமாக அவனுடைய கண்களிலிருந்த ஏதோ ஓர் ஒளி, அவளை மறுபடியும் மற்றொரு விபரீதத்தில் ஆழ்த்திற்று. அதிலும் வெற்றி பெற்றுவிடுவோம் என்று அவள் இயற்கை முழுவேகத்துடன் மூண்டு எழுந்தது. ஆனால் குணாளனுடைய திடத்தின் முன் அதன் பலம் சாயவில்லை.

குணாளன் ஏன் தன்னைப் புறக்கணித்தான் என்று அவளுக்குத் தெரியவில்லை. தான் அவனுக்குத் தாய் முறை என்றதால்தான் இருக்குமோ என்ற சந்தேகம் ஒரு கணம்கூட அவள் மனதில் பதியவில்லை. அந்தப் பெரும் தடங்கல் ஒன்று தனக்கும் அவனுக்கும் நடுவில் இருப்பதாகவே அவளுக்குப் படவில்லை. குணாளன் ஓரிரண்டு தடவை அதை லேசாகச் சூசனை செய்து சொன்னபோதுகூட அவள் அதைக் காதில் போட்டுக்கொள்ளவில்லை. அது பொய் என்பது அவள் உள்ளத்தின் துணிவு. அது நிஜமானால் தன் மனம் ஏன் அப்படி அந்த அத்துக்கு மீறி நின்றது என்று அவள் வாதாடி இருக்க வேண்டும் தனக்குள். தன் இயற்கையில்தான் அவளுக்கு நம்பிக்கை. அதைப் போலத்தான் புற இயற்கைகளும் இருக்க வேண்டும் என்று தீர்மானித்தாள்.

பின் ஏன் குணாளன் அவளைப் புறக்கணித்தான்? தன் யௌவனமும் வனப்பும் அவனுக்கு ஒரு சோதனைதான் என்பதைப் பற்றி அவள் சந்தேகிக்கவில்லை. அவளுக்கு அந்தத் துணிவு இல்லாவிட்டால் ஏன் செய்யாத முயற்சிகள் எல்லாம் செய்கிறாள்? எல்லாத் தடங்கல் களையும் ஒரு சிறுகுழி போலக் கருதித் தாண்டிக்கொண்டு அவன் தன்னிடம் வரவேண்டியவன் என்று எண்ணினாள்.

பின் ஏன் வரவில்லை? தன் பத்தினி காஞ்சனமாலையின் மெல்லிய அழகில் அவன் கட்டுண்டு கிடந்திருக்க முடியாது. சக்கை போன்ற ஓர் ஒழுக்கத்தில் அவனுடைய யௌவனம் வெகுகாலம் குன்றிக் கிடக்க முடியாது நிச்சயம். காஞ்சனமாலை பௌத்த மதத்தைச் சேர்ந்தவள். குணாளனும் பௌத்தமதத்தில் மெய்ம்மறந்து லயித்து விட்டான். தானும் அதில் சேர்ந்தால்?

அந்த எண்ணம் உதித்ததுமே திஷ்யரக்ஷை தானும் பௌத்த தர்மத்தைத் தழுவினாள். நிரந்தரமாகத் தன் பேரவாவைத் தீர்த்துக் கொள்ளச் சிறிது தன் அகங்காரத்தையே மறந்து பௌத்த மதசேவை செய்தாள் – அவ்விதமாமாவது அவன் பிரியத்தைச் சம்பாதிக்கலா மென்று. அதிலும் தன் முயற்சி பலன் தராமல் போனதால்தான், பெண் நாகம்போல் சீறி எழுந்து பெருத்த சூழ்ச்சியில் இறங்கினாள் அவள்.

அரசாட்சி அதிகாரத்தை அரசனிடமிருந்து பெற்றுக் குணாளனுக்கு மேல் உயர்ந்து நின்றுகொண்டு அவனைக் கூப்பிட்டாள்.

“நான் சர்வாதிகாரிணி, எல்லாம் உன்னுடையது, வா!” என்று அழைத்தாள். பெண்ணின் பேரெழில் பொங்கும் காதல் ராஜ்ய பதவி – எல்லாம் ஒருங்கே திரண்டு வந்து காலைப்பிடித்துக்கொண்ட பொழுதும் அதைக் குணாளன் உதறித் தள்ளின பொழுதுகூட அவளுக்குப் புத்தி வரவில்லை. அவள் பிடிவாதம் போகவில்லை.

அவனுடைய ஒளிக்கண்களைக் கவராத தன் எழிலையும் காதலையும் அப்பொழுது அவள் வெறுத்தாள். அவை உபயோகமில்லை என்று தூரத்தள்ளித் தன் அதிகாரத்தை மட்டும் கைக்கொண்டு தன் பிடிவாதத்தைச் செலுத்தலானாள்.

“கண்களில் விரலை விட்டு ஆட்டுவது என்பார்கள், உலகத்தில் அவன் கண்கள் என் உயிரில் ஒளியிட்டு ஆட்டுகின்றன. அந்தக் கண்களை நான் கவர்ந்துகொள்ளுகிறேன்!” என்ற கொடிய தீர்மானத் துக்கு வந்தாள்.

அரசி என்ற முறையில் திஷ்யரக்ஷையின் உத்தரவுக்கு உட்பட்டு சேனாதிபதி பதவியேற்றுத் தக்ஷசீலத்தில் நடந்த கலகம் ஒன்றை அடக்கு வதற்காகக் குணாளன் அங்கே போயிருந்தான். பௌத்தர்களுக்கும் ஹிந்துக்களுக்கும் நேர்ந்த அந்தக் கலகத்தில் குணாளன் ஹிந்துக்களை ஒடுக்கிப் பௌத்த மதத்தை நிலை நிறுத்தினான்.

அப்போது ராஜதானியாகிய பாடலிபுரத்திலிருந்து திஷ்யரக்ஷை யின் உத்தரவு ஒன்று வந்தது. அதன்படி குணாளன் சிறை செய்யப் பட்டான். சேனை பலமாக ஆட்சேபித்தும் அரசியின் உத்தரவிற்குக் குணாளன் கீழ்ப்படிந்துவிட்டான். உடனே மற்றோர் உத்தரவும் வந்தது. அதன்படி குணாளனின் கண்கள் பிடுங்கப்பட்டுவிட்டன. அதற்கும் அவன் மறுமொழி சொல்லாமல் சம்மதித்தான். இவைகளில் ஒன்றுமே அசோகனுக்குத் தெரியாது.

அன்று, எப்பொழுதும் போல இல்லாமல், திஷ்யரக்ஷை விபரீதமாக அலங்காரம் செய்துகொண்டது தாதிகளுக்கு ஆச்சரியமாக இருந்தது. காதலனை வரவேற்கப் போகும் காதலி போல ஆவலுடன் திஷ்யரக்ஷை புன்முறுவல் கொண்டு அங்குமிங்கும் போய்க்கொண்டிருந்தாள்.

“அப்பா! இவ்வளவு பிரயாசையா ஒரு பெண் உள்ளத்தின் ஆசை தணிவதற்கு? ஒரு ராஜ்யமே இதற்காகச் சிதைந்து போய்விட்டதே!...

பொங்கும் என் உள்ளம் இன்று தணியும்!" என்று திஷ்யரக்ஷை தனக்குள் சொல்லிக்கொண்டாள் மெதுவாக.

பெண் புலி போல இவ்வளவு நாட்கள் அட்டகாசம் செய்தவள் அன்று மான் போலத் துள்ளி விளையாடினாள். தாதிகளுடன் கொஞ்சிக் குலாவினாள். பெண் அடக்கத்துடனும் வெட்கத்துடனும் அடிக்கடி தன்னையே கண்ணாடியில் பார்த்துக்கொண்டாள்.

அப்பொழுது தக்ஷசீலத்திலிருந்து யாரோ வந்திருப்பதாக ஆள் வந்துசொன்னான். உள்ளத் துடிப்புடன் உடனே அவனை உள்ளே வரும்படி உத்தரவிட்டாள். திஷ்யரக்ஷை திடீரென்று ஏதோ நினைத்துக் கொண்டு தாதிகளை எல்லாம் வெளியே போகச் சொன்னாள்.

ஆள் உள்ளே வந்து அரசிக்கு வணங்கிவிட்டு ஒரு சிறிய பெட்டகத்தை அவள் முன் வைத்தான்.

"சரி, நீ போகலாம்!" என்று அவனை வெளியே அனுப்பினாள்.

ஒரே பாய்ச்சலாய்ப் பாய்ந்து பெட்டியை எடுத்து ஆவலுடன் திறந்து அப்படியே மார்பில் அணைத்துக்கொண்டாள். அவள் அது வரையில் அறியாத ஓர் இன்பம் அவளை நடுநடுங்கச் செய்தது. மூடிய கண்களுடன் சிறிது நேரம் மெய்ம்மறந்து நின்றாள்.

பிறகு மார்பிலிருந்து பெட்டியை எடுத்துக் கண்களில் ஒத்திக் கொள்ளத் தூக்கினாள். ஒரு நிமிஷம் உள்ளே பார்த்தாள். உள்ளே, நீலம் பாய்ந்து ரத்தம் தோய்ந்த இரு விழிகள் இருந்தன. வேறொன்றும் காணோம்!

அவள் உயிரில் ஊடுருவிப் பாய்ந்து அவள் தேகத்தை ஆட்டி வைத்த ஒளி அவற்றில் காணோம்! வெறும் மாமிசத் துண்டுகள் இரண்டு குப்பென்று நாற்றம் வீசின அவளது முகத்தில்.

அலறிக்கொண்டு கீழே விழுந்தாள் திஷ்யரக்ஷை. கண் விழிகள் இரண்டுமே கீழே விழுந்து நீராயின!

"என்னை வாட்டிய ஒளி எங்கே?" என்று பிதற்றிய அரசியைத் தாதிகள் தூக்கி ஆசுவாஸப்படுத்த முயன்றார்கள்.

❖

ஹிந்துஸ்தான், **03-11-1940**

நடுத்தெரு நாகரிகம்

“சோப்பு இல்லாமல் எத்தனை நாள்? தலைக்குத் தைலம் இல்லாமல் மயிர் கொத்துக் கொத்தாகக் கொட்டு கிறது –” என்று என் மனைவி அன்று விடிந்தபிறகு மூன்றாவது தடவையாகச் சுவரைப் பார்த்துப் புகார் செய்ய வாய் திறந்ததும் நான் சடக்கென்று எழுந்து பேனாவை மூடி வைத்துவிட்டுக் கடைக்குப் போனேன்.

“வாங்கோ, ஸார்! என்ன பத்து நாளாய் இந்தப் பக்கமே காணோமே!” என்று கடைக்காரர் குசலப் பிரச்னம் செய்தார்.

சில நாட்களுக்குமுன் சிறு பாக்கிக்காக அவர் காலை யிலும் மாலையிலும் ஆள் அனுப்பினதிலிருந்து பணம் வந்த பிறகு ரொக்கமாகத்தான் வாங்குவது என்று நான் அந்தப் பக்கம் போகவில்லை. மனைவியின் புகாரும் அதனால்தான். ஆனால் குடும்பத்தில் நாம் செய்து கொள்ளும் பிரதிக்ஞைகள் எங்கே நிறைவேறுகின்றன?

“ஏதாவது ஒரு சோப்புப் பெட்டியும் தைலச் சீசாவும் கொடுங்கள். கொஞ்சம் அவசரம்!” என்றேன் நான்.

“போகலாம் ஸார், உட்காருங்கள். கடைப் பையன் கொஞ்சம் வெளியே போயிருக்கிறான். வந்ததும் எடுத்துத் தரச்சொல்கிறேன். ஆமாம்; ஜப்பான் –” என்று ஆரம்பித்தார்.

அன்று சாமான்கள் இல்லாமல் மனைவியின் முகத்தைப் பார்ப்பதில்லை என்று தீர்மானித்து, எழுத வேண்டிய விஷயம் மறந்து தொலைந்தாலும் தொலையட்டும் என்று கடைவாசலில் இருந்த ஸ்டூலில் உட்கார்ந்தேன்.

மாலை நேரமாதலால் திருவல்லிக்கேணி பைகிராப்ட்ஸ் ரோட்டில் ஒரே கூட்டம்; இரைச்சல்; கடற்கரைக்குப் போகிறவர்களும் வருகிறவர்களும் தினசரி விற்கும் பையன்களும் சைக்கிள்களும் மோட்டார்களுமாய்த் தெரு ரணகளப்பட்டது.

தெருவைப் பாத்துக்கொண்டே என்னுடன் ஏதோ வம்பளந்து கொண்டிருந்த கடைக்காரர் திடீரென்று எதிர்ச் சிறகில் நடைபாதையில் போய்க்கொண்டிருந்த யுவதிகளின் கூட்டம் ஒன்றைப் பார்த்துக் கைதட்டி, "மாடம், மாடம்!" என்று கூப்பிட்டார்.

அந்தக் கூட்டத்திலிருந்த யுவதி ஒருத்தி தலையைத் திருப்பிப் பார்த்து, "ஓ!" என்று உதடுகளைப் பிரித்து, புருவங்களைத் தூக்கி, கூப்பிட்டதற்குப் பதில் சொல்லித் தோழிகளிடம், "ஒரு நிமிஷம்!" என்று சொல்லி அங்கேயே நிறுத்திவிட்டுக் குதிகால் உயர்ந்த நடையுடன் ஒரு பாய்ச்சல் பாய்ந்து கடைப்புறம் வந்தாள்.

வரும்போதே முகத்தில் ஒரு புன்னகையை வரவழைத்துக்கொண்டு, "குட் ஈவினிங்!" என்றாள்.

கடைக்காரரும் முறுக்காக, "குட் ஈவினிங்" சொல்லிவிட்டு, "பணம் வந்து சேரவில்லையே! போன முதல் தேதியே மணியார்டரை எதிர் பார்ப்பதாகச் சொன்னீர்கள். இந்த முதல் தேதியும் போய்விட்டது. இன்று தேதி பதினைந்து. பாக்கி ரொம்ப நிற்கிறதே!–" என்று தடதட வென்று பேசிக்கொண்டே போனார்.

யுவதி, பக்கத்தில் நான் இருப்பதைப் பார்த்துக் கொஞ்சம் கலவர மடைந்து "அது எப்படி ஆகிவிட்டது என்றால்? – " என்று சமாதானம் சொல்ல ஆரம்பித்தாள்.

கடைக்காரர் கடுமையாகக் குறுக்கிட்டு "நீங்கள்தான் சொல்லிக் கொண்டு வருகிறீர்களே மூன்றாம் மாசமுதல்! இதோபாருங்கள், நான் கணக்கு முடிக்க வேண்டியிருக்கிறது –" என்று சொல்லிக் கொண்டே அவள் முகத்தை உற்றுக் கவனித்தார்.

நான் அங்கே இருக்கிறேன் என்று யுவதி சங்கடப்படுவதைக் கண்டு நான் பரிதாபமடைந்து "ஸார், கொஞ்சம் காரியம் இருக்கிறது; போய்விட்டுப் பிறகு வருகிறேன்" என்று சொல்லி எழுந்தேன்.

கடைக்காரர் விடவில்லை.

"இல்லை, ஸார்; இதோ வந்துவிட்டேன். ஒரு நிமிஷம்; நானே எடுத்துக்கொடுக்கிறேன், வாங்கிக்கொண்டு போய்விடுங்கள்!" என்று சொல்லி என்னை உட்காரும்படி சமிக்ஞை செய்துவிட்டு அவளைப் பார்த்து "அம்மா, இனிமேல் என்னால் பொறுக்க முடியாது!" என்றார்.

யுவதி வெலவெலத்துப் போனாள்.

"முதல் தேதி கட்டாயம் பணம் வந்துவிடும். முழுப் பாக்கியையும் தீர்த்துவிடுகிறேன். பிறகு பணம் கொடுத்தே வாங்கப்போகிறேன்!" என்று சொல்லிக்கொண்டு அவர் முகத்தை, 'இதோடு என்னை விட்டுவிடுங்கள்' என்ற பாவனையாகப் பார்த்தாள்.

ஆனால் அவர் விடுவதாகத் தெரியவில்லை.

"செய்கிறபோது அதைச் செய்யுங்கள், தாராளமாக. எனக்கும் தொல்லையில்லை. ஆனால் இப்பொழுது பாக்கி ரொம்ப இருக்கிறது.

மாசமும் மூன்றுக்கு மேல் ஆகிவிட்டது. நான் கடன் கொடுப்பதை நிறுத்தியும் மாசம் இரண்டாகப் போகிறதே; பாவம்! வேண்டிய சாமான்கள்கூட இல்லாமல் –" என்று 'வேறு இடத்தில் ரொக்கம் கொடுத்து வாங்குகிறீர்கள்' என்பதைச் சொல்லாமல் சொல்லிக் காட்டினார்.

யுவதியின் முகம் வியர்த்துவிட்டது. உதட்டைக் கடித்துக்கொண்டு கைக்குட்டையால் முகத்தைத் துடைத்துக்கொண்டாள். ஒரு நிமிஷம் மெய்ம்மறந்தவள்போல நின்றாள். பிறகு திடீரென்று தூக்கி வாரிப் போட்டது போல் நினைவு பெற்றுச் சமாளித்துக்கொண்டாள்.

"முதல் தேதி பாருங்களேன் – இந்தத் தடவை நிச்சயம் இனி மேல்–"

"முடியாதம்மா! நாளைக்கே எப்படியாவது கணக்கைத் தீர்த்துவிட வேண்டும்" என்று கடைக்காரர் இரக்கமின்றிக் கண்டிப்பான குரலில் சொன்னார்.

விஷயம் தலைக்கு மேல் போய்விட்டது என்று அவள் கொஞ்சம் திடமடைந்து "தயைசெய்து, முதல் தேதிவரையில் பொறுங்கள்!" என்றாள்.

"அன்றும் பழைய ஸால்ஜாப்புத்தானே!"

அவள் கண்களில் நீர்ததும்ப "இல்லை, ஸார்; எப்படியாவது அன்று கொடுத்துவிடுகிறேன்" என்றாள்.

"நிச்சயமாகவா?"

"நிச்சயம்!"

"சாமான்கள் எங்கே வாங்குகிறீர்களோ?" என்று அவர் விஷமமாகக் கேட்டார்.

அவள் மனம் குழம்பி உளறலாக, "இல்லையே – அதாவது, ஒன்றிரண்டு... கிட்டயே!" என்று வாய்க்கு வந்ததைச் சொன்னாள்.

கடைக்காரருக்குக் கடைசியாக இரக்கம் வந்தது. இவ்வளவு வாட்டினது போதும் என்று எண்ணினவர்போலச் "சரி; போய் வாருங்கள். ஞாபகம் இருக்கட்டும். குட் ஈவினிங்!" என்றார்.

அவள் பிழைத்தோம் என்று நிம்மதியுடன் "குட் ஈவினிங்!" என்று அரைகுறையாக முணுமுணுத்து விட்டுப் பழைய குதிப்புடன் ரோட்டைத் தாண்டித் தன் தோழியருடன் போய்ச் சேர்ந்துகொண்டாள்.

முதலிலிருந்தே எனக்குத் தர்மசங்கடமாக இருந்தது. என்னை வைத்துக்கொண்டு அவர் ஒரு பெண்ணை அப்படி அவமானப் படுத்தினது எனக்குக் கொஞ்சம் கோபமாகக்கூட இருந்தது.

"என்னை வைத்துக்கொண்டு அவள் மானத்தை வாங்கி விட்டீர்களே? மிகவும் தப்பு, ஸார்!"

"என்ன தப்பு? பணத்தைச் சரியான காலத்தில் கொடுக்கச் சக்தியிருந்தாலல்லவா இந்த நவீன அலங்காரங்களையும் அழகுகளையும் செய்துகொள்ள வேண்டும்? மூன்றாவது மனிதரை வைத்துக்கொண்டு சொன்னால்தான் தைக்குமென்று சொன்னேன்."

"நீங்கள் செய்தது மிகவும் கண்ணியக் குறைவான காரியம். நான் எதிர்பாக்கவில்லை நீங்கள் – படித்தவர்கள் – இப்படிச் சொல்வீர்கள் என்று . . ."

"கண்ணியமாய் எவ்வளவு தூரம் இருக்கலாம்? சொல்லுங்கள்?"

"அப்படிப் பார்க்கப்போனால் சட்டப்படியல்லவா நீங்கள் வசூல் செய்ய வேண்டும்? இப்படி அவமானப்படுத்துவற்கு உங்களுக்கு என்ன அதிகாரம்?"

கடைக்காரர் சிரித்துவிட்டார்.

"இந்தக் கேள்வியைக் கேட்கத் தெரியாமலா அவள் சும்மா இருந்தாள் என்று நினைக்கிறீர்கள்?"

"சட்டப்படி –" என்று நான் ஆரம்பித்தேன்.

அவர் குறுக்கிட்டு, "இருங்கள். சட்டப்படி என்று பேசலாம்; ஆனால் நடைமுறையில் அது உபயோகமில்லை ஸார்" என்றார்.

"யாருக்கு உபயோகமில்லை?"

"இரண்டு கட்சிக்குந்தான் என்று வைத்துக்கொள்ளுங்களேன். சட்டப்படி போனால் ஒன்றுமில்லையா என்ன? அன்று கோர்ட்டுக்குப் போயிருந்தேன். மூன்று மாசம் வீட்டு வாடகை பாக்கி என்று ஒரு பெண்ணுக்கு 'ஸம்மன்ஸ்' வந்தது. நவ நாகரிகப் பெண், ஸார். கோர்ட்டுக் கூட்டத்தின் முன்னிலையில் வந்து நிற்பது மட்டும் கௌரவமா?"

"வாடகையைப் பற்றி ஏதாவது தகறார் இருக்கலாம். அதில் என்ன அவமானம்?"

"நடவடிக்கைக்குச் சம்பந்தமில்லாமல் நீங்கள் பேசுகிறீர்கள்."

"நீங்கள் பேசுவது நீங்கள் நடந்துகொண்ட முறையை ஸ்தாபிக்க முயலுவது போலல்லவா இருக்கிறது?"

"என் முறையில் ஒன்றும் பிசகில்லை. அவளுக்குச் செலவில்லாத முறை. அந்தப் பெண்ணே கோபித்துக்கொள்ளவில்லை. நீங்கள் ஏன் அவஸ்தைப்படுகிறீர்கள்?"

"அது எப்படித் தெரியும் உங்களுக்கு?"

"இந்த மட்டில் நான் விட்டுவிட்டது அவளுக்கு எவ்வளவோ சந்தோஷமல்லவா?"

"யார் அந்த பெண்?" என்று எனக்கு அதற்குமேல் கேட்க வேண்டும் போல் இருந்தது; கேட்டேன்.

“மலையாள தேசத்துப் பெண்; பிரஸிடென்ஸி காலேஜில் படிக்கிறாள். நாலைந்து பெண்களாகச் சேர்ந்து ஒரு வீட்டை அமர்த்திக்கொண்டு கூட்டாக வசிக்கிறார்கள்; ஊரிலிருந்து சமையற்காரியையும் கூட்டிக் கொண்டு வந்திருக்கிறார்கள். மாசந்தோறும் பணம் வருகிறது; – வரவில்லை; எந்த முட்டாள்களோ தவறாமல் அனுப்புகிறார்கள். இந்தப் பெண்கள் அதைச் சோப்பிலும் பவுடரிலும் செருப்பிலும் லாண்டரியிலுமாகச் செலவழிக்கிறார்கள்.”

“இருந்தாலும் நீங்கள் இப்படிப் பேசும்படி என்ன பிரமாதமாக உங்களுக்கு இவள் தரவேண்டும்?”

“முப்பத்தைந்து ரூபாய், ஸார்!”

நான் திடுக்கிட்டுப் போனேன்.

“முப்பத்தைந்தா! அப்படி என்ன உங்களிடம் வாங்க முடியும்? இன்றெல்லாம் சோப்பு வாங்கினாலும் மாசம் என்ன ஆகிவிடப் போகிறது? நீங்கள் விற்கும், பெண்களுக்கு வேண்டிய சாமான்கள் எல்லாம் சேர்ந்து ஒரு மாசத்திற்குப் பத்து ரூபாய்கூட ஆகாதே!”

என் அறியாமையைப் பார்த்து இரக்கப்படுபவர்போல் கடைக்காரர் “ஐயோ பாவம், உங்களுக்கு எப்படித் தெரியும்? நீங்கள் நினைப்பது போல் ஜாப்தா அவ்வளவு சுருக்கமில்லை. சோப்பென்றால் ஒரு தினுசா? சீப்பென்றால் ஒன்றுதானோ? – கீழே விழுந்துவிட்டால் போச்சு! ‘டூத் பேஸ்ட்’ – உயர்ந்த ரகம் இப்பொழுது என்ன விலை, தெரியுமா உங்களுக்கு? நீங்கள் வாங்கினால் அல்லவா தெரியப் போகிறது?” என்றார்.

நான் ஒன்றும் பதில் சொல்ல முடியாமல் திகைத்துப்போய் உட்கார்ந்திருந்தேன். பெரிய வீட்டுச் சேவகன்போல் தென்பட்ட ஒருவன் ஒரு சாமான் ஜாப்தாவைக் கொண்டுவந்து அவரிடம் நீட்டினான். கடைக்காரர் அதைப் படித்துக்கொண்டே “பையன் வெளியே போயிருக்கிறான். சற்றுக் கழித்து வா, ஜாப்தா இருக்கட்டும்” என்றார்.

“இருக்கட்டுங்க. லாண்டரிக்குப் போயிட்டு வந்திடறேனுங்க!” என்று சொல்லிவிட்டு அவன் போய்விட்டான்.

“மாதிரிக்கு இந்தப் பெண்மணியின் ஜாப்தாவைக் கேட்கிறீர்களா?”

“பெண்மணியின் ஜாப்தாவா இது?”

“பின் என்ன? ஷாப்பு வியாபாரம் முக்கால்வாசி நவ நாகரிகப் பெண்களாலேயே நடைபெறுகிறது, ஸார். நீங்கள் வாங்கியா ஆகிறது என்று நினைக்கிறீர்கள்? பெண்களால்தாம். நேரில் சிலர் வருவார்கள். அவ்வளவு முன்னேற்றம் அடையாதவர்கள் ஆட்களை அனுப்புவார்கள். சுலோசனா என்பவளின் ஜாப்தாவைக் கேளுங்கள், கொஞ்சம். ரொம்ப விசேஷமாக இருக்கும்.”

எனக்கு ஏற்பட்ட வெறுப்பை மறைத்துக்கொண்டு "வேண்டாம், வேண்டாம்! அந்தப் பெண்ணின் ரகசியங்களை நீங்கள் பகிரங்கப் படுத்துவது போலாகும். நவீன யுகத்தில், டாக்டர், லாயர் – இவர்களைப் போல ஷாப்புக்காரரும் தனி மனிதர்களின் (பெண்களின்) அந்தரங்கத் தைப் பகிர்ந்து கொள்ளும் ஆட்களாக இருக்கிறார்கள்போல் இருக்கிறது. அந்தப் பொறுப்பை நீங்கள் துர்விநியோகம் செய்யக் கூடாது!" என்றேன்.

"பொறுப்பாவது மண்ணாங்கட்டியாவது, ஸார்! கடன் கொடுத்தாக வேண்டியிருக்கிறது. அதிலும் பெண்கள், முடியாதென்றால் கேட்ப தில்லை. சாமான்கள் கொடுத்ததற்குரிய காசை வாங்குவதே பிரம்மப் பிரயத்தனமாகிவிடுகிறது! – "

"இன்னும் வேறென்ன?"

"அதை ஏன் கேட்கிறீர்கள்? கடைக்காரர்கள் தொல்லையை? அது ஒரு தனிக்கதை. ரொக்கம்கூடக் கொடுக்க வேண்டியிருக்கிறது, ஸார்!"

"நாசமாய்ப் போச்சு! அது வேறா?"

"ரிக்ஷாவில் வந்து இறங்கி ரிக்ஷா வாடகை கொடுக்கச் சொல்லு வார்கள். இல்லாதுபோனால் – " என்று அவர் அந்தத் தனிக்கதையை ஆரம்பித்தார்.

"போதும், ஸார்!" என்றேன் கண்டிப்பாக.

சிறிது நேரம் யோசனை செய்துகொண்டிருந்துவிட்டு "அடடா, நம் பெண்கள் இப்படி நடுத்தெருவில் வந்து நின்றா அவமானப்பட வேண்டும்?" என்றேன்.

கடைக்காரர் உடனே கிண்டலாக, "ஸ்திரீ சுதந்திரம், ஸார்! எந்தச் சுதந்திரத்திற்கும் உடனே பொறுப்புக்களும் கவலைகளும் வந்துவிடுமல்லவா?" என்றார்.

"இவையெல்லாமா பொறுப்புக்கள்? கவலைகள்? இதுவா சுதந்திரத்தின் விளைவு?"

"பின், வேறு எதை நீங்கள் எதிர்பார்க்கிறீர்கள்? என் அநுபவத் திலிருந்து சொல்லிவிடுகிறேன். ஷாப்புக்குச் சாமான் வாங்க வராத நவீனப் பெண்களே இல்லை. ஆகையால் என்னுடைய வாக்குமூலத்தை நீங்கள் நம்பலாம். மொத்தத்தில் சுருக்கமாகச் சொல்லுகிறேன். வெளிக்குப் பகட்டாகத் திரிய நவீனப் பெண் ரகசியமாக எந்த அவமானத்திற்கும் உட்படத் தயாராக இருக்கிறாள்."

எனக்கு அதற்கு மேல் தாங்கவில்லை.

"என்ன ஸார், தாறுமாறுமாகப் பேசுகிறீர்கள்? நீங்கள் சொல்வது சுத்தப்பிசகு. ஒரு சிலரை மனத்தில் வைத்துக்கொண்டு நீங்கள் பொதுப்படையாக எல்லாப் பெண்களையும் இப்படித் தூஷிப்பது

தவறு! இல்லை, இல்லை; நீங்கள் சொல்வது அபாண்டம். நவீனப் பயிற்சிகூடப் பெண்ணுக்கு இயற்கையான குணத்தை மாற்ற முடியாது, தெரியுமா?"

"எனக்கு அந்தத் தத்துவமெல்லாம் தெரியாது ஸ்வாமி! எனக்குத் தெரிந்ததை நான் சொன்னேன்!"

"தப்பு ஸார், தப்பு! இருக்காது, இருக்க முடியாது – இருக்கக் கூடாது!"

"என்னென்னவோ சொல்கிறீர்களே! இருக்கக் கூடாது என்றால்?..." என்று அவர் மேலும் என்னைக் கிண்ட ஆரம்பித்தார்.

எனக்கு அங்கிருந்து போய்விட்டால் அந்தப் பரிதாபகரமான நினைப்பு மறக்குமோ என்ற எண்ணம்.

"சரி, நான் வருகிறேன்!" என்று கிளம்பினேன்.

கடைக்காரர் சிரித்துக்கொண்டு, "சாமான்கள் வேண்டாமா?" என்றார்.

மனைவியின் நினைவு வந்தது.

"ஓ, மறந்துவிட்டேன்!" என்றேன்.

"அப்படியா! பெண் என்றால்–?" என்று இழுத்துக்கொண்டே அவர் என் கையில் எடுத்துக் கொடுத்ததைச் சரியாகக்கூடப் பார்க்காமல் வீட்டுக்குப் புறப்பட்டேன்.

கலைமகள், ஜனவரி 1942

இயற்கையின் வெற்றி

1

"இந்தப் பசங்களே இப்படித்தான். யாராவது ஒரு காசு, அரைக்காசு அதிகமாகக் கொடுத்தால் அவன் விஷயத்தை உடனே கவனிப்பார்கள். நான் சொல்லி ஒரு வாரமாச்சு. இன்னும் அந்தக் குமாஸ்தா வக்காலத்தில் கையெழுத்து வாங்கிக்கொண்டு போக வரவில்லை. இனிமேல் வரமாட்டான். நாழிகையாகிவிட்டது. ஒரு வேளை நான் ஆபீஸுக்குப் போனபிறகு அவன் வந்தால், ஸரோஜா, கையெழுத்துப் போட்டு அனுப்பிவிடு, என்ன?" என்று மூச்சுவிடாமல் சொல்லிக்கொண்டே கண்ணாடியைப் பார்த்த வண்ணம் 'நெக்டை'யைக் கட்டிக்கொண்டிருந்தான், ஸரோஜாவின் தமையன் சபேசன்.

ஸரோஜா அவன் சொன்னது ஒன்றையும் கேட்கா மலேயே சாய்வான நாற்காலியில் சாய்ந்தபடியே ஏதோ யோசித்துக்கொண்டிருந்தாள். சபேசனின் மனைவி மேஜை மேலிருந்த வெற்றிலைப் பெட்டியிலிருந்து நல்ல வெற்றிலை யாகப் பொறுக்கிச் சுண்ணாம்பு தடவி மடித்து வைத்துக் கொண்டிருந்தாள்.

"எதற்காக உபயோகமில்லாமல் அந்தக் காரியத்தைச் செய்கிறாய்? நான் ஆபீஸுக்குப் போகும்போது வெற்றிலை போட்டுக்கொள்ள மாட்டேன் என்று எத்தனை தடவை சொல்லுகிறது?" என்று சபேசன் வெறுப்புடன் மனைவியைப் பார்த்துக்கொண்டே, அவள் 'பாலிஷ்' போட்டு வைத்திருந்த பூட்ஸுகளைக் கால்களில் போட்டுக்கொள்ள ஆரம்பித்தான்.

ஆனால், அன்று சபேசன் ஆபீஸுக்குப் போவதில் அவ்வளவு அவசரப்படவில்லை. காலையிலிருந்தே சகோதரி ஸரோஜா ஏதோ ஏக்கம் பிடித்தவள்போல் உட்கார்ந்து

போயிருந்தது அவனுக்குக் கவலையாக இருந்தது. அவளைக் கேட்கவும் முடியாமல் அறியவும் முடியாமல் தத்தளித்துக் கொண்டிருந்தான். அந்தச் சமயத்தில் தன் மனைவி வழக்கம்போல் மலர்ந்த முகத்துடன் தனக்கு எல்லாவற்றையும் செய்வதைக் கண்டு அவனுக்குக் கொஞ்சம் கோபம் வந்தது. அடியோடு சமயசந்தர்ப்பம் அறியாத அசடு என்றோ அல்லது சுயநலம் படைத்த கொடூர சித்தம் கொண்டவள் என்றோ தன் சகோதரி அவளைப் பற்றி எண்ணக்கூடும் என்று வெட்கமடைந்தான்.

2

ஸரோஜா தன் கணவனுடன் மனஸ்தாபப்பட்டுக்கொண்டு அவனை விட்டுப் பிரிந்து 'இனிக் கணவன் வீட்டுக்குப் போவதில்லை' என்று தீர்மானித்துச் சகோதரன் வீட்டுக்கு வந்து ஒரு வாரமாகியிருந்தது. தன் சகோதரியான ஸரோஜாவைச் சபேசன், தகப்பனார் இறந்த பிறகு, தாய் தடுத்ததையும் லட்சியம் செய்யாமல், மேல் படிப்புப் படித்து, பி.ஏ. தேறும்படி செய்திருந்தான். பிறகு தன் உயிர்த் தோழனான ரகுபதிக்குக் கல்யாணம் செய்துகொடுத்தான்; காதல் மணந்தான், நவீன முறைப்படி.

ரகுபதி மதுரையில் வெகு சீக்கிரத்தில் பிரசித்தியடைந்துவிட்ட டாக்டர். சபேசன் திருச்சியில் கலெக்டர் ஆபீஸில் 'ஆங்கில ஹெட் கிளார்க்.' அவன் மனைவி ஆனந்தவல்லி கட்டுப்பெட்டியான ஒரு பென்ஷன் பெற்ற டிபுடி கலெக்டரின் பெண். கல்யாணமானபின் அவர் முயற்சியின் பேரில்தான் சபேசனுக்குப் புரோபேஷனரி ரெவினியூ இன்ஸ்பெக்டர் வேலை கிடைத்தது.

ஆனந்தவல்லி அழகுப் பரீக்ஷையில் தேறினவள்; அவ்வளவுதான். நன்றாக வீணை வாசிப்பாள். சுமாராகத் தமிழ் படிப்பாள். நவீனப் பழக்கங்களை அறியாதவள். சபேசன் எவ்வளவோ முயற்சி செய்தும் அவளுடைய பழைய பிறந்தகத்துப் பழக்கத்தை நீக்க முடியவில்லை. பதினெட்டு முழப் புடைவையைக் கொசுவம் வைத்துக் கட்டிக் கொண்டாள். சபேசன் வாங்கி வந்த பன்னிரண்டு முழப் புடைவைகள் அப்படியே இருந்தன. பழைய பட்டு ரவிக்கைகள், நடுவகிடு, அசல் குங்குமப்பொட்டு, வைரப்புலாக்கு, வைரக்கம்மல், வைரமாட்டல் – இவையெல்லாம் சபேசனுக்குப் பிடிக்கவேயில்லை. மனைவி சுத்தக் கர்நாடகம் என்று வைத்துவிட்டான்!

ஆனால் அவளுடைய அமைதியையும் அடக்கத்தையும் தன்மேல் அவள் கொண்டிருந்த அன்பை இடைவிடாமல் ஒவ்வொரு செயலிலும் ஆபாஸத் தோற்றமின்றி மௌனமாக அவள் வெளியிட்ட வகையையும் அநுபவித்து, அவளிடத்தில் முற்றும் ஈடுபட்டு, அவளை அவள் போக்கிலேயே விட்டுவிட்டான். நவநாகரிக முறைகளை அநுஷ்டிக்கா விட்டாலும் அவளுடைய நடத்தையில் ஒரு பிசகும் தோன்றவில்லை. இயற்கையாக, அசட்டு வெட்கம் முதலியன இல்லாமல் இங்கிதமாகவும் அனுசரணையாகவும் பழகினாள். மொத்தத்தில் சபேசனால் அவளிடம் ஒரு குற்றத்தையும் கண்டுபிடிக்க முடியவில்லை. ஆகையால், தன்

சகோதரி ஸரோஜா கல்விச் செருக்கால் அவளைச் சில சமயங்களில் ஏளனம் செய்தபடி நடந்துகொண்டது சபேசனுக்குக் கொஞ்சம் வருத்தமாகத்தான் இருந்தது. தன் வருத்தத்தை இங்கிதத்தில் அறிந்து தன் சகோதரி தன் தன்மையை மாற்றிக்கொள்ளாமல் இருந்ததைக் கண்டு அவன் கோபிக்க முடியவில்லை. சகோதரியிடம் அவனுக்கு அவ்வளவு வாஞ்சை!

ஆனந்தவல்லி, கணவன் வீட்டுக்கு வந்த ஆறு மாசத்திற்கெல்லாம் ஸரோஜா கல்யாணமாகிக் கணவனுடன் போய்விட்டாள். ரகுபதி இங்கிலாந்து சென்று திரும்பினவன். பெண்களைச் சரிசமானமாகவும் மரியாதையுடனும் நடத்த வேண்டும் என்பது அவன் கொள்கை. எனவே வீட்டில் சமையற்காரன், வேலைக்காரன் – இவர்களே எல்லா வேலைகளையும் செய்வார்கள். ஸரோஜாவுக்குத் தனி அறை. அதில் அவள் ஆடைகள், புத்தகங்கள் எல்லாம் இருக்கும். மனைவியின் அனுமதியின்றி ரகுபதிகூட அதற்குள் நுழைய மாட்டான். 'டிஸ்பென்ஸரி'யில் தனக்கு நாழிகையாகிவிட்டாலும், ஸரோஜா தக்க காலத்தில் சாப்பிட்டுவிட வேண்டியது என்று ஏற்பாடு செய்திருந்தான். மாலையிலும் மூன்று மணியிலிருந்து ஆறு வரையில் 'டிஸ்பென்ஸரி'யில் மூச்சுவிடக்கூட நேரமிராத அலுவல்கள். ஸரோஜா ஐந்து மணிக்குக் 'கார்' எடுத்துக் கொண்டு நாலைந்து மைல் போய்விட்டு வரும்பொழுது 'டிஸ்பென்ஸரி'யில் தனக்காகக் காத்துக்கொண்டிருக்கும் கணவனைக் காரில் ஏற்றிக்கொண்டு வீடு திரும்புவாள் – அதாவது பங்களாவிற்கு. எனவே கணவன் மனைவியரிடையே சின்ன வார்த்தை பெரிய வார்த்தை கிளம்ப இடம் இல்லை.

ஆனால் இருவருக்கும் ஒரே ஒரு விஷயத்தில் அபிப்பிராய பேதம். அதன் காரணமாக அவள் கணவன் வீடு வந்தது முதல் இருவரிடையேயும் வெளியிட்டுச் சொல்ல முடியாத ஒரு மனஸ்தாபம்.

இங்கிலாந்து சென்று திரும்பினவனானாலும் உயர்தரப் பட்டங்கள் பெற்ற டாக்டராயிருந்தும் ரகுபதிக்குக் கர்ப்பத்தடை விஷயத்தில் மட்டும் சொல்ல முடியாத அருவருப்பு. அதை யாராவது ஆதரித்துப் பேசினால் சீறி விழுவான். மரியாதை எல்லையைக் கடந்தும் நாகரிக பாஷையில் எல்லையைக் கூடக் கடந்தும் அதைக் கண்டித்து வருவான். தன் மனைவியே அந்த விஷயத்தில் தனக்கு எதிர்க்கட்சி என்பதைக் கண்டதும் அவன் உள்ளம் உடைந்து போய்விட்டான். ஆனால் தன் ஏமாற்றத்தை வெளிக்காட்டாமல் பொறுமையுடன் அவள் மனம் மாறும் காலத்தை எதிர்பார்த்து, பேச்சு வந்தபோதெல்லாம் உயிர், உடல் சாஸ்திரம், மனோதத்துவ சாஸ்திரம் இவற்றின் முடிவுகளின்படி கர்ப்பத்தடை, இயற்கைக்கு எவ்வளவு விரோதமானது, ஆபாஸமானது, மிருகப்பிராயமானது என்பதை நுட்பமாக எடுத்துச் சொல்லுவான். ஆனால் ஸரோஜா கணவனுடைய அபிப்பிராயத்தை ஏற்றுக்கொள்ள வில்லை.

அவன் எடுத்துக்கூறிய காரணங்கள்கூட முற்றும் உண்மை என்று அவளுக்குச் சில சமயங்களில் தோன்றிற்று. ஆனால் தன் அபிப்பிராயத்தை

இழக்க அவள் மறுத்தாள். கடைசியாக மனஸ்தாபம் முற்றினது இரண்டே வார்த்தைகளால்தாம்.

ஒரு நாள் இருவரும் மாலை ஏழு மணிக்கு மாடி அறையில் (பொது அறை) பேசிக்கொண்டிருந்தார்கள். அன்று வாதத்தில் ஸரோஜா ஓரளவு ரகுபதியின் அபிப்பிராயத்தை ஒப்புக்கொண்டுவிட்டவள் போலவே தோன்றினாள். அன்று விபரீதமாக அவளுடைய பேச்சில் கலகலப்பும் சந்தோஷமும் ஆவலுங்கூட இருந்தன. என்றுமில்லாத முறையில் கணவன் அருகில் ஸோபாவில் உட்கார்ந்து அவன் மேல் சாய்ந்துகொண்டாள். கடைசியில் தன் மனைவியின் மனத்தை மாற்றி விட்டதாகக்கூட எண்ணி ரகுபதி ஆனந்தமடைந்து உள்ளப் பெருக்கில் "இயற்கை வெற்றி பெற்றுவிட்டதல்லவா?" என்று அவள் கன்னத்தில் லேசாகத் தட்டியவண்ணம் விஷவார்த்தைகளைக் கொட்டிவிட்டான்.

சட்டென்று குத்தினது போல ஓர் உணர்ச்சிகொண்டு ஸரோஜா விலகி உட்கார்ந்தாள். ரகுபதிக்கு உடனே கோபம் வந்தது.

"எது இயற்கை, எது வெற்றி? எப்பொழுது பெற்றது?"

"சற்றுமுன் தோன்றின மாறுதல்; அதுதான்!"

"யாரிடம் மாறுதல்? என்னிடம் இல்லை."

"பின் நான் சொன்னதை –"

"உயிர் நூல் மனோதத்துவம் என்று ஏதோ சொன்னீர்கள். சமூகப் பொருளாதார . . ." என்று ஸரோஜா முடிக்குமுன் ரகுபதி வெகு கோபத்துடன் எழுந்து நின்று, "சை! வாயை மூடு! சமூகப் பொருளாதார மெல்லாம் நிரம்பக் கண்டுவிட்டாய்!" என்றான்.

ஸரோஜா பேசவில்லை. கணவனை அலட்சியமும் வெறுப்பும் கலந்த பார்வையுடன் சிறிது நேரம் பார்த்தாள். பிறகு சாவதானமாக எழுந்து நின்று, "தயவுசெய்து காரை வரவழையுங்கள். நான் பத்து மணி வண்டியில் திருச்சி போக வேண்டும்!" என்றாள்.

"பேஷாக!" என்று சொல்லிவிட்டு ரகுபதி மோட்டார் ஓட்டியை வரவழைக்கக் கீழே சென்றான்.

3

"ஸரோஜம், என்ன யோசனை? அந்த அயோக்கியன் கிடக்கிறான். இந்த மாதிரி உன்னை அவன் நடத்திய பிறகு, அவனை நான் லேசிலா விட்டுவிடுவேன்? உன் படிப்பிற்கும் அந்தஸ்திற்கும் ஏற்றபடி ஜீவனாம்சம் வாங்கிவிடுவோம். கவலைப்படாதே!"

ஸரோஜா மெதுவாக நாற்காலியில் எழுந்து உட்கார்ந்து, "அண்ணா, நான் ஜீவனாம்சத்தைப் பற்றியா இப்பொழுது கவலைப்பட்டுக் கொண்டிக்கிறேன்? சரி, அது கிடக்கிறது; வெற்றிலை மடித்து வைத்திருக் கிறாள் மதனி. அதைப் போட்டுக்கொண்டு ஆபீஸுக்குப் போ!"

என்று சொல்லிவிட்டு மளமளவென்று கண்ணீர் பெருக ஆனந்த வல்லியைப் போய்த் தழுவிக்கொண்டாள்.

வந்த நாள் முதலே அவளுக்கு ஏக்கம் பிடித்துவிட்டது. தான் ஏளனம் செய்த ஆனந்தவல்லி கணவனுடன் அவ்வளவு ஒற்றுமையாகவும் மனக்கசப்பே இல்லாமலும் இருந்ததைக் கண்டு அவள் மனத்திலேயே ஒரு குழப்பம் ஏற்பட்டது. படிப்பே இல்லாத ஆனந்தம் முரடனான தன் சகோதரனுடன் இவ்வளவு சுலபமாகவும் ஸௌஜன்யமாகவும் பழகுவது அவளுக்கு ஆச்சரியமாகக்கூட இருந்தது.

காரணங்களை யோசித்து யோசித்துப் பார்த்தாள். ஆனந்தத்தினிடம் இல்லாத குறை அவளிடம் என்ன இருந்தது? அல்லது அவளிடம் இல்லாத நிறைவு ஆனந்தத்தினிடம் என்ன இருந்தது? அந்த ஒரு வாரத்திற்குள் அவள் தன் தமையனையும் அவன் மனைவியையும் கவனித்ததிலிருந்து அவர்களிடையே ஒருவிதமான சிறிய அபிப்பிராய பேதங்கூடத் தென்படாததைக் கண்டாள். அப்படி ஆனந்தம் தன் உரிமை முழுவதையும் பறி கொடுத்து அடிமைபோல வாழ்ந்தாள் என்பதையும் காணவில்லை.

“ஆனந்தம், உனக்குத்தான் ஒரு வாரமாக நிரம்பத் தள்ளவில்லையே. சமையற்காரனை வைத்துவிடுவோமே?” என்றான் சபேசன் ஒரு நாள்.

“வேண்டாம், இங்கே என்ன வேலை இருக்கிறது? ஒன்றும் செய்யாமல் எப்படி உட்கார்ந்துகொண்டிருக்க முடியும்?” என்று ஆனந்தவல்லி சொல்லிவிட்டாள்.

ஸரோஜாவுக்குக் கொஞ்சம் கொஞ்சமாக மண வாழ்க்கையின் உண்மை விளங்கலாயிற்று. தன் வாழ்க்கையை எண்ணிப் பார்த்தாள். அப்பொழுது தன் குறைகள் அவளுக்கு ஒவ்வொன்றாகப் புலனாயின. திடீரென்று ரகுபதியிடம் பரிதாபம் கொண்டாள்.

“ஆனந்தம், நான் என்ன செய்யவேனடி!” என்று அழுதாள் ஸரோஜா.

சபேசன் ஒன்றுமே புரியாமல் திகைத்துப் போய்விட்டான்.

ஆனந்தவல்லிக்குப் புரிந்துவிட்டதோ?

“அக்கா, ஒன்றும் பாதகம் இல்லை. ‘இரவு மெயிலில் புறப்பட்டு வருகிறாள்’ என்று உங்கள் தங்கை புருஷனுக்குத் தந்தியடிங்கள். ஆபீஸுக்கு நேரமாகவில்லையா?” என்று ஆனந்தம் ஸரோஜாவை அணைத்தவண்ணம் சொன்னாள் புன்னகையுடன்.

சபேசன் தங்கை முகத்தைப் பார்த்தான். அதில் அவனுக்கு ஒன்றுமே விளங்கவில்லை.

“ஸரோஜா, கோபித்துக்கொள்ளாதே. அவள் சமயம் தெரியாமல் ஏதோ கேலி செய்கிறாள். என்றாவது செய்திருந்தால்தானே? நான்

ஆபீஸ் போகும் வழியில் வக்கீல் குமாஸ்தாவைப் பார்த்து இங்கு அனுப்புகிறேன். வக்காலத்தில் கையெழுத்துப் போட்டு அனுப்பு!" என்று சொல்லிவிட்டுச் சபேசன் எழுந்திருந்தான்.

"இல்லை, அண்ணா; நீ சிரமப்பட வேண்டாம். ஆனந்தம் சொன்ன படியே செய்!" என்று ஸரோஜா சொன்னாள்.

சபேசன் ஒன்றும் பதில் சொல்லாமல் வெளியே போனான்.

ஸரோஜா ஆனந்தவல்லியிடம் ரகசியமாக, "எத்தனை மாசம் மன்னி, உனக்கு?" என்று கொஞ்சலாகக் கேட்டாள்.

ஆனந்தவல்லி வெட்கத்தால் முகம் சிவந்து பதில் சொல்லாமல் ஸரோஜாவைக் கட்டிக்கொண்டாள்.

காவேரி, ஏப்ரல் – மே, 1942

சந்திப்பு

"இந்த ஊருக்கு வந்த பிறகு ஓய்வே இல்லை! அதுதான், 'ஹெட் குவார்ட்டர்ஸ்' ஆஸ்பத்திரிக்கு வருவதற்கு எல்லோரும் பயப்படுகிறார்கள்" என்று டாக்டர் ருக்மிணி எம்.பி.பி.எஸ்., நர்ஸ் வைரமணியிடம் சொல்லிக்கொண்டு 'விஸிட்டு'க்குப் போய்விட்டு வந்த களைப்பில் 'உஸ்' என்று சாய்வு நாற்காலியில் சாய்ந்துகொண்டாள்.

"எல்லோருக்குமே இந்த மாதிரி வேலை இருக்கிற தில்லையம்மா! உங்களுக்குமுன் இங்கே இருந்த டாக்டர் மிஸஸ் ரோஸ் அம்மாளுக்கு ஆஸ்பத்திரி வேலையைத் தவிர வெளியே வேலையே இராது. உங்களுக்குத்தான் 'பிரைவேட்' வேலை இவ்வளவு அதிகமாக இருக்கிறது" என்று நர்ஸ் சொன்னாள்.

"ஆஸ்பத்திரியில் வேலையைக் காணோமே?"

"ஆஸ்பத்திரிக்குக் கெட்ட பெயர் வந்துவிட்டதம்மா. சரியாகப் பார்க்கிறதில்லையென்று பலர் சொந்த வைத்தியம் செய்துகொள்ளுகிறார்கள்."

டாக்டர் ருக்மிணி சென்னைக் கோஷா ஆஸ்பத்திரியின் சூபரின்டெண்டெண்டாக வந்து நான்கு மாசங்களே ஆகியிருந்தன. அதற்குமுன் வடக்கே ஆந்திர தேசத்தில் பல ஊர்களில் இருந்தாள். அவளுடைய கைராசியைப் பற்றிய தகவல் அவளுக்கு முன்பே சென்னைக்கு வந்துவிட்டதுபோல் இருந்தது. வந்தது முதலே ஆஸ்பத்திரி நேரம் போக மற்ற பொழுதில் அவளுக்கு ஏதாவது அழைப்பு இருந்துகொண்டே இருந்தது. கோபாலபுரத்துப் பங்களாவிலும் காலை ஐந்துமணி முதல் ஏழுமணி வரையிலும், மாலை இரண்டு முதல் நாலு வரையிலும் கும்பலாகவே இருந்தது.

இரவு பத்து மணி. கீழே இருந்த மலையாளிச் சேவகன் வாசலில் யாரோ வந்திருப்பதாக வந்து தெரிவித்தான்.

“பத்து மணிக்கா? சை, இதென்ன உபத்திரவம்? காலையில் வரச்சொல்!” என்றாள் ருக்மிணி.

“சொன்னேன் அம்மா, ரொம்ப அவசரமாம்.”

“அவசரமா? நோயாளிகளுக்கு எப்பொழுதும் அவசரந்தான். டாக்டர் என்ன யந்திரமா? என்ன கேஸ்?”

“உங்களைப் பார்க்க வேண்டும் என்கிறார்.”

“முடியாது; என்ன அவசரம் என்று எழுதி வேண்டுமானால் வாங்கிக் கொண்டு வா, பார்ப்போம்.”

வேலைக்காரன் கீழே போனான்.

“டாக்டர் அகால நேரத்தில் வரவில்லை என்றால் கடின சித்தம் என்று வசவு வருகிறது. என்ன சங்கடம்! இந்தத் தொழிலே –” என்று சொல்லி நிறுத்தி ருக்மிணி மௌனமானாள்.

மலையாளி ஒரு காதிதத்துடன் திரும்பி வந்தான். அதில் பின் வருமாறு எழுதியிருந்தது:

“மாடம்,

அவசரமான கேஸ். என் மனைவிக்கு ‘அபார்ஷன்’ ஏற்பட்டு நான்கு நாட்கள் ஆகின்றன. ஜுரம் கண்டு பிதற்றுகிறாள். தயை செய்து உடனே வரவேண்டும்.

தங்கள்
எஸ். சுந்தரம்.
கிளார்க்; சீப் ஸெக்ரடேரியட்.”

அதைப் படித்ததும் ருக்மிணி நாற்காலியில் அசைவற்றுப் போய் விட்டாள். எஸ். சுந்தரம் – சீப் ஸெக்ரடேரியட் கிளார்க்! என்ன விபரீதம்! அவள் யார் என்று அவருக்குத் தெரியாதோ? எப்படித் தெரியாமல் இருக்கும்? டாக்டர் ருக்மிணி சென்னைக்கு மாற்றப்பட்டு வந்திருப்பதைப் பத்திரிகையில் அவர் பார்த்திருக்கமாட்டாரா? தெரிந்திருந்தால் வருவாரா என்ன? எட்டு வருஷங்கள் ஆகி விட்டதால் பெயரே மறந்து போயிருக்கலாம்... அவர்தாமோ, வேறு யாரோ? எஸ். சுந்தரம் என்று எத்தனை பெயர்களோ? ஆனால், அவர்தாம் சீப் ஸெக்ரடேரியட்டில் வேலையாக இருந்தார். இன்னுமா, இவ்வளவு வருஷங்களுக்குப் பிறகு அங்கே இருப்பார்? இந்தத் தர்மசங்கடத்திற்கு என்ன செய்வது?

“யார் அது?” என்று வைரமணி கேட்டது அவள் காதில் விழவில்லை.

ருக்மிணியின் கணவர்தாம் சுந்தரம். கல்யாணமான ஒரு வருஷத்திற்குள் மாப்பிள்ளைக்கும் மாமனாருக்கும் சண்டை. மாமானார் நல்ல சொத்துக்காரர். மாப்பிள்ளை பெற்றோரை விட்டுவிட்டுத் தம்மிடம் வந்திருக்க வேண்டும் என்று அவர் விரும்பினார். தம் பெண் அந்தப் பெரிய குடும்பத்தில் போய்ச் சிரமப்படக் கூடாது

என்பது அவர் எண்ணம். மாப்பிள்ளை மறுத்துவிட்டார்; மாமனார் பெண்ணைக் கணவனிடம் அனுப்புவதில்லை என்று கண்டிப்பாகச் சொல்லிவிட்டார். சுந்தரம் தம் மனைவிக்கு ஒரு கடிதம் எழுதினார். பதில் இல்லை. தாய், வேறு கல்யாணம் செய்துவைத்தாள். அவ்வளவு தான்; மாமனாரின் வைராக்கியம் தீர்க்கமாயிற்று. 'இண்டர்மீடியட்' தேறினதும் பெண்ணை 'மெடிகல் காலேஜி'ல் சேர்த்துவிட்டார்.

ருக்மிணி முதலில் கணவர் சார்பாகத் தகப்பனாருடன் வாதாடி னாள். கணவரின் கடிதத்திற்கு இணங்கிப் புக்ககம் போவதென்றுகூடக் கொஞ்சம் துணிச்சல் கொண்டாள். பிறகு என்னவோ அதைரியம் ஏற்பட்டு எல்லாம் சரியாகப் போகும் என்று இருந்துவிட்டாள். கணவருக்குக் கல்யாணம் ஆன தகவல் கேட்டதுந்தான் அவள் மனம் கசந்துவிட்டது. தகப்பனார் போக்கை முற்றும் அனுசரித்துவிட்டாள்.

இப்போது தாய் தந்தையர் இருவரும் இல்லை. சொத்து முழுவதற்கும் அவளே வாரிசு. ஆனால் என்ன பிரயோஜனம்? அவள் வாழ்க்கை சூன்யமாக இருந்தது. கணவரைப் பற்றி எண்ண இடமில்லை. இரண்டாந் தாரத்திற்குக் குழந்தைகள் இருந்தன. தானாக அவருக்குக் கடிதம் எழுதக்கூட அவளுக்கு மனம் வரவில்லை. அவரும் அவளைப் பற்றிய நினைவையே ஒழித்துவிட்டார் என்று தெரிந்தது.

"என்ன தயங்குகிறீர்கள் அம்மா? நான் வேண்டுமானால் போய் அவரைக் காலையில் வரச் சொல்லுகிறேன்" என்றாள் வைரமணி.

"இல்லை; கார் எடுத்துக்கொண்டு ஜெனரல் ஆஸ்பத்திரியிலிருந்து 'ஆம்புலன்ஸ¬'டன் திருவல்லிக்கேணி, அக்பர் சாகேப் தெரு, 18ஆம் நம்பர் வீட்டிற்குப் போய் நோயாளியை இங்கே கொண்டு வா!" என்று சொல்லிவிட்டு ருக்மிணி சட்டென்று ஒரு தீர்மானத்திற்கு வந்தவள்போல் எழுந்திருந்தாள்.

"இந்த நேரத்தில் –"

"ஆர்.எம்.ஓ.வுக்குக் கடிதம் தருகிறேன்" என்று ஒரு காகிதத்தை எடுத்து இரண்டு வரி எழுதிக் கொடுத்தாள். வைரமணி மேலே ஒன்றும் பேசாமல் கீழே போனாள்.

"இந்தா, வைரமணி. அங்கே போய் நீ இருந்துகொண்டு நமது காரை உடனே அனுப்பு" என்று ருக்மிணி, போனவள் பின்னால் உரக்கச் சொன்னாள்.

"சரி, அம்மா" என்று பதில் வந்தது. ஆனால் வைரமணிக்கு ஒன்றும் புரியவில்லை. கீழே போய் டிரைவரைக் கூப்பிட்டுக் காரை எடுக்கச் சொல்லிவிட்டுக் காத்துக்கொண்டிருந்தவரை ஒரு தரம் பார்த்தாள்.

அவருக்குச் சுமார் முப்பது வயசு இருக்கும். கிராப் தலையில் அகாலத்தில் சற்று வழுக்கை விழுந்திருந்தது. முகத்தில் கவலைக்குறி தாண்டவமாடியது. இருப்புக் கொள்ளாதவர் போல அங்கும் இங்கும் போய்க்கொண்டிருந்தார்.

வைரமணியைக் கண்டதும் பரபரப்புடன் ஏதோ சொல்ல வாயெடுத்தார்.

"இருங்கள்; டாக்டர் அம்மா வருவார்கள்!" என்று சுருக்கமாகச் சொல்லிவிட்டு அவள் காரில் போய் ஏறிக்கொண்டாள்.

கார் 'காம்பவுண்டை' விட்டு வெளியே போனதும், ருக்மிணி திடமாகக் கீழே இறங்கி வந்தாள்.

மின்சார விளக்கின் வெளிச்சத்தில் அவள் முகத்தைப் பார்த்ததும் சுந்தரம் திடுக்கிட்டுப்போனார். ஆமாம், தம் மனைவிதான். எட்டு வருஷங்களுக்குப் பிறகும் அடையாளம் நன்றாகத் தெரிந்தது. அதே மாசு மறுவற்ற முகம்; சற்று உயரம்; அதற்கேற்ற பருமன்.

"நீ – நீங்கள் –" என்று சுந்தரம் பதற்றத்துடன் ஆரம்பித்தார்.

"நீ என்றே சொல்லலாமே! நான் நான்கு மாசங்களாக இங்கே தான் இருக்கிறேன். உடம்பு எப்படி இருக்கிறது?"

"எனக்குத் தெரியாது, ஆபீஸ் கிளார்க்கு ஒருவர் கோஷா ஆஸ்பத்திரி டாக்டர், ரொம்பக் கெட்டிகாரி என்று சாயந்தரம் சொன்னார் –"

"உட்காருங்கள்; ஜுரம் அதிகமாக இருக்கிறதா?"

"ரொம்ப –"

"அபார்ஷன் ஏற்பட்டு எத்தனை நாட்கள் ஆகின்றன?"

"நான்கு நாட்களாகின்றன."

"அடடா! முன்பே, உடனே வரக்கூடாதோ? 'ஆம்புலன்ஸி'ல் இங்கே கொண்டுவந்துவிடும்படி நர்ஸை அனுப்பியிருக்கிறேன். சிகிச்சைக்கு இங்கே இருந்தால்தான் சௌகரியம். கார் வரும். நீங்கள், கூடப்போய் அழைத்து வாருங்கள்."

"குழந்தைகள், வீட்டில் –"

"குழந்தைகளையும் கூட்டிக்கொண்டு வந்துவிடுங்கள்; உட்காருங்கள்" என்ற அவர் உட்கார்ந்தபிறகு ருக்மிணி தானும் ஒரு நாற்காலியில் அமர்ந்தாள்.

இருவருக்கும் என்ன பேசுவதென்றே தெரியவில்லை. வெகுநேரம் மௌனமாகவே உட்கார்ந்திருந்தார்கள்.

கார் வரும் சப்தம் கேட்டதும் ருக்மிணி எழுந்து நின்று "நீங்கள் இதில் போய்க் குழந்தைகளைக் கூட்டிக்கொண்டு வாருங்கள்" என்று சொல்லிவிட்டு டிரைவரைக் கூப்பிட்டு "ராஜு, இவரைக் கூட்டிக் கொண்டு போய்விட்டு வா!" என்றாள்.

ராஜுவுக்கு ஆச்சரியம் தாங்கவில்லை.

"இவரை –" என்று இழுத்தான்.

“ஆமாம் – இவரை – வீட்டுக்கு ஏற்றிக்கொண்டு போ. அங்கிருந்து மறுபடியும் இங்கே ஏற்றிக்கொண்டு வா. அர்த்தமாயிற்றா?” என்று கடுமையாகச் சொன்னாள்.

ராஜு உடனே வெகுபவ்யமாக, “வாருங்கள், ஸார்” என்று அவரை அழைத்துக்கொண்டு போனான்.

ருக்மிணி உள்ளே போய்ச் சமையற்காரனை மேலும் மூன்று பேருக்குச் சாப்பாடு தயார்செய்யச் சொன்னாள். தானும் தன் அறைக்குச் சென்று ‘வாயில்’ புடைவையைக் களைந்துவிட்டு நீலப் பட்டுப் புடவை ஒன்றை அணிந்துகொண்டாள். எட்டு வருஷங்களுக்குப் பிறகு அவள் அதுவரையில் இடம் கொடுக்காமல் அடக்கி வைத்திருந்த ஓர் உணர்ச்சி அவளை அறியாமல் திடீரென்று பொங்கி எழுந்தது.

நிலைக்கண்ணாடியின் அருகில் போய் நின்று தலையைச் சீவி விட்டுக்கொண்டாள். குங்குமப் பொட்டைப் புதிதாக இட்டுக் கொண்டாள்.

எட்டு வருஷங்களுக்குப் பிறகு இனிமேல், இந்த ஜன்மத்தில் சந்திப்பு இல்லை என்று எண்ணியிருந்த கணவருடன் இன்று திடீரென்று, இருவருக்கும் எதிர்பாராமல், இப்படியா சந்திப்பு நேர வேண்டும்! அவரும் உடனே அடையாளம் கண்டுகொண்டார். தெரியாமல் என்ன? முகம் மாறிவிடுமா என்ன?

பங்களாவின் வாசலில் கார் வந்து நிற்கும் சப்தம் கேட்டு ருக்மிணி வராந்தாவிற்கு வந்தாள். நர்ஸும் டிரைவரும் இறங்கிச், சக்கரம் வைத்த கட்டிலைக் கொண்டுபோய் நோயாளியை மெதுவாக அதில் எடுத்துப் படுக்கவைத்து உள்ளே தள்ளிக்கொண்டு போனார்கள்.

சுந்தரம் இரண்டு குழந்தைகளுடன் காரிலிருந்து இறங்கி வந்தார். பெரிய குழந்தை ஆறு வயசுள்ள பெண்; சின்னக் குழந்தை நான்கு வயசுப் பையன். ருக்மிணி ஆவலுடன் அவர்களைப் பார்த்தாள். அவர்கள் தன் வயிற்றில் பிறந்திருக்க வேண்டியவர்கள் என்ற எண்ணம் ஏற்பட்டதும் அவளுக்கு ஒருவிதமான உள்ளப் பூரிப்பும் ஏக்கமும் ஏககாலத்தில் உண்டாயின. தாவிச் சென்று அவ்விருவரையும் பற்றிக் கட்டிக்கொண்டாள்.

“உன் பெயரென்ன, கண்ணு?” என்று பெண்ணின் பெயரைக் கேட்டாள்.

அப்பெண் சிறிது தயங்கிப் பிறகு, “ருக்குமிணி” என்றாள்.

ருக்மிணிக்கு உடம்பெல்லாம் மயிர்ச்சிலிர்ப்பு ஏற்பட்டது.

“உன் பெயர்?” என்று சிறுவனைக் கேட்டாள்.

“எம் பேரு ஆம மூர்த்தி” என்றான் அவன்.

“அட கண்ணே!” என்று பெருமகிழ்ச்சியுடன் ருக்மிணி அவனை முத்தமிட்டுக்கொண்டாள்.

கடமையை மறந்துவிட்டவள் போலச் சட்டென்று நினைவு பெற்று எழுந்து நோயாளிடம் போனாள்.

நோயாளி இருபத்திரண்டு வயசுள்ள அழகிய பெண். இளைத்துத் துரும்பாக இருந்தாள். ருக்மிணி நர்ஸுடன் தனியாக இருந்துகொண்டு நோயாளியைப் பரிசோதனை செய்தாள்.

அவள் பரிதாபப் பார்வையுடன் டாக்டரைப் பார்த்து, "நான் பிழைப்பேனா?" என்று கேட்டாள்.

"கவலைப்படாதே, அம்மா; சொஸ்தமாக்குகிறேன்" என்று சொல்லி விட்டு, ருக்மிணி நர்ஸிடம் ஏதோ ஒரு மருந்தைக் கொடுக்கச் சொல்லி விட்டு வெளியே வந்தாள்.

"அபார்ஷன் ஆனவுடனேயே ஏன் வரவில்லை?" என்று வைத்திய தோரணையில் சுந்தரத்தைக் கேட்டாள்.

"முன்பு இரண்டு 'அபார்ஷன்கள்' ஒன்றுமில்லை. இதுவும் அப்படித் தான் என்று இருந்துவிட்டேன். எப்படி இருக்கிறது?"

"கடுமையாக இருக்கிறது. வயிற்றில் 'ஸெப்ஸிஸ்.' "

"பிழைப்பாளா?"

"எப்படிச் சொல்வது?"

"அவள் மட்டும் சொன்னாள், இந்தத் தடவை முன்போல இல்லை என்றாள்" என்று சொல்லும்போது சுந்தரத்தின் கண்களில் ஜலம் மளமளவென்று பெருகிற்று.

'ஸெண்டிமெண்ட்', 'பலவீனம், என்று பேசிக்கொண்டு திரியும் பிரகிருதிகளைக்கூட ஆட்டிவைக்கும் சந்தர்ப்பங்கள் உண்டு. எட்டு வருஷங்களாகக் கஷ்டங்களைப் பார்த்துப் பார்த்து உணர்ச்சி மங்கிப் போயிருந்த ருக்மிணிகூடக் கணவன் கலங்கினதைக் கண்டதும் தன்னை அறியாமல் அழுதுவிட்டாள். மறுநிமிஷம் சமாளித்துகொண்டு "இனிமேல் வலி வேதனை இல்லாமல் செய்வதைத் தவிர வேறொன்றும் இல்லை; போங்கள்! அருகில் போய் உட்காருங்கள். நான் குழந்தைகளைப் பார்த்துக்கொள்ளுகிறேன்" என்றாள்.

ருக்மிணி குழந்தைகளுக்குத் தானே ஆகாரம் கொடுத்துக் கதைகளைச் சொல்லித் தூங்கவைத்தாள்.

சுந்தரம் அங்கே வந்து "அவள் உன்னைக் கூப்பிடுகிறாள்" என்றார்.

ருக்மிணி உள்ளே போனாள். சுந்தரம் வெளியே நின்றுவிட்டார். அவளைக் கண்டதும் நோயாளி பலவீனமான குரலில், "அக்கா, இப்பொழுதுதான் சொன்னார். கவலை விட்டது . . . நான் பிழைக்க மாட்டேன். குழந்தைகளைப் பார்த்துக்கொள்ளுங்கள் . . . அவர் ஒன்றும் தெரியாதவர்" என்று திணறிக்கொண்டே சொன்னபோது அவள் கண்களில் நீர் ததும்பிற்று.

ருக்மிணி குனிந்து அவள் முகத்துடன் முகம் வைத்து, "கண்மணி, உன் போகமெல்லாம் இவ்வளவு சட்டென்று –" என்று மெய்ம்மறந்து பேச ஆரம்பித்தவள் சட்டென்று நிறுத்திக்கொண்டு, "எவ்வளவு ஆசை உன் மனத்தில்?" என்றாள்.

"அவர்மேல் உனக்குக் கோபம் இல்லையே, அக்கா?"

"நானல்லவா தப்பு செய்தவள்?"

"அவரைக் கூப்பிடுங்கள்."

சற்றுத் தூரத்திலிருந்து மறைந்து கேட்டுக்கொண்டிருந்த சுந்தரம் அங்கே வந்தார்.

அப்பொழுது மூன்று உள்ளங்கள் அலைகொண்டு கொந்தளித்தன. மரணத்தை நெருங்கிவிட்டவளின் உள்ளந்தான் சற்று தெளிவாயிற்று.

மௌனமாக ருக்மிணியையும் கணவனையும் அருகில் அழைத்து இருவர் கைகளையும் ஒன்றில் ஒன்றை வைத்து, "குழந்தைகளைப் பார்த்துக்கொள்ளுகிறோம் என்று சொல்லுங்கள்" என்றாள்.

அந்த மகத்தான கட்டளைக்கு இருவரும் தலைவணங்கினார்கள். அந்த மெலிந்த கையை எடுத்து ருக்மிணி மரியாதையுடன் முத்த மிட்டாள். சுந்தரத்திடம் கொடுத்தாள். சுந்தரம் மனமிழந்தவராய் அதைக் கண்களில் ஒற்றிக்கொண்டார்.

"இனிமேல் நான் சாகலாம், அக்கா!" என்று ஒருவிதமான திருப்தி முகத்தில் திடீரென்று மலர, அவள் கண்களை மூடிக் கொண்டாள்.

தூரத்தில், கடற்கரையில் வரும் அலைமேல், திரும்பும் அலை மோதி, உயர்ந்து, இரண்டும் கலந்து ஒலித்தன. இங்கே சாவின் சன்னிதானத்தில் இரண்டு உள்ளங்கள் உயர்ந்து மோதி ஒன்றாகி அடங்கின.

❖

கலைமகள், ஜூன், 1942

திரைக்குப் பின்

1

குஷ்டரோகி என்று சொல்லப்படும் இந்த ராஜ குமாரியிடம் என் மனம் ஏன் இப்படி லயித்துவிட்டது! எவ்வளவு சுந்தரிகள் என்னுடைய கவிதையைக் கேட்டுப் பரவசமாகி என் கண் பார்வைக்கு ஏங்கி இருக்கிறார்கள்! அவர்கள் யாரையும் நாடாமல் என் மனம் இப்படி, இப்போது வேதனைப்படுவது விபரீதமாகவல்லவோ இருக்கிறது!

நான் பாடம் சொல்லிக் கொடுக்கும்போது இந்தப் பெண் திரைக்கு அப்பாலிருந்து என் சொற்களை மட்டும் கேட்டு எப்படிப் பாடத்தைக் கிரகித்துக் கொள்ளுகிறாள் என்பதை நினைத்தால் ஆச்சரியமாக இருக்கிறது. என் வாய்ச்சொல்லுக்கும் அதிகமான என் முகபாவத்தை எப்படி அவள் ஊகிக்கிறாள்? நான் சொல்லப்போகும் பாடத்தை யும் அவள் முன்கூட்டியே அறிந்தவள் போல, நான் விளக்குவதில்கூடத் தெளிவாகாத பொருளை உணர்ந்து, என் கேள்விக்கு நான் எதிர்பாராத பதிலை அளிக்கிறாளே! அவளுடைய பதில் எனக்கே என் வாக்கின் முழுப் பொருளை உணர்த்துவதாக இருக்கிறது. அதிலிருந்துதான் நான் சொன்ன சொல்லின் மகத்துவம் எனக்கு விளங்குகிறது.

இப்படி என் வாக்குக்கு அவள் அர்த்தம் சொல்லுவ துடனா நிற்கிறாள்? இல்லை! அது மேலே எப்படி வளர வேண்டும் என்ற குறிப்பைக்கூட எனக்குக் காட்டுகிறாள். ஏன், இவளுக்கு நான் பாடம் சொல்லிக்கொடுக்க ஆரம்பித்த பிறகுதான், எனக்கு உண்மையாகக் கற்பனை ஏற்பட்டிருக் கிறது என்று சொல்ல வேண்டும். இதற்கு முன்பெல்லாம் ஏதேதோ காவியம் இயற்றினேன். அவற்றை இப்போது மறுபடியும் பார்த்தால் எனக்கே வெட்கமாக இருக்கிறது. அவற்றிற்காகத்தான் உலகத்தார் என்னைக் கவி என்று போற்றுகிறார்கள். அவற்றில் ஒன்றுமில்லை என்று எனக்கு

இப்பொழுது தெரிகிறது. ஏதோ சில அழகிய வார்த்தைகளை அடுக்கி ஏமாற்றியிருக்கிறேன், என்னையும் உலகையும்.

அன்று "பெண் உள்ளம் வெண்மை போன்று தூயது" என்று சொன்னேன்.

அவள் அதை உடனே விளக்கி "ஏழு வர்ணங்களை அடக்கிக் கொண்டிருக்கிற வெண்மை போன்றது பெண் உள்ளம் என்றுதானே சொல்லுகிறீர்கள்?" என்று கேட்டாள்.

திடீரென்று எனக்குத் தெளிவு ஏற்பட்டது. பெண்ணிடமிருந்தே பெண் உள்ளத்தைப் பற்றி அறிந்தேன். "அச்சம், பயிர்ப்பு, நாணம், மடமை என்ற குணங்கள் பெண்களுக்கு இயற்கை அணிவித்த ஆபரணங்கள்" என்றேன்.

"இயற்கை என்று எதைச் சொல்லுகிறீர்கள்?" என்று கேட்டாள்.

"பெண் இயற்கை" என்றேன்.

"பெண் இயற்கை பெண்ணுக்கு அந்த ஆபரணங்களை அணிவித் திருக்கிறது என்பதை நான் உண்மையாக நம்புகிறேனா?" என்று கேட்டாள்.

"சந்தேகமென்ன?" என்றேன்.

"ஆபரணம் என்ற செயற்கையைக் கொண்டு இல்லாததை இருப்பது போல் காட்டும் கருவிதானே அது?" என்று கேட்டாள்.

நான் "ஆமாம்" என்று ஒப்புக்கொள்ள வேண்டியதாயிற்று.

"அப்படியானால் பெண்ணிடம் இல்லாததை இருப்பது போலக் காட்டத்தானே அச்சம், நாணம் முதலியவற்றைக் கொண்டு பெண் இயற்கை அவளை அலங்கரித்திருக்கிறது? ஆகையால் பெண்ணிடத்தில் அச்சம், நாணம் – இவை இல்லை என்றல்லவா ஆகிறது? பெண் இயற்கை என்பது அதனால் ஒரு போர்வை – அவ்வளவுதானே! பெண் இயற்கை என்று அவளிடம் தென்படுவது அவள் இயற்கையல்ல. உண்மையில் – அப்படித்தானே சொல்லுகிறீர்கள்?" என்றாள்.

"அவற்றால்தான் பெண்ணிடம் மனிதனுக்கு மோகம் ஏற்படுகிறது" என்று நான் மேலே சொல்லப் போகுமுன் திடீரென்று நிறுத்திக் கொண்டேன். ஏனென்றால் நான் சொல்லப் போகும் வார்த்தைகளுக்கு, அவள் என்ன பொருள் கூறப் போகிறாள் என்று எனக்குத் தெரிந்து விட்டது.

'ஆண்பிள்ளை தன்னை விரும்புவதற்காகவும் இடைவிடாமல் அவன் தன்னைக் கோருவதற்காகவும் பெண் அச்சமும் நாணமும் கொள்ளுகிறாள். தனது உள்ளத்தின் தைரியத்தையும் உணர்ச்சி வேகத்தையும் வெளிப்படுத்தினால் மனிதன் தாங்கமாட்டான் என்றே தன்னை அடக்கிக்கொள்ளுகிறாள் பெண்!' – இப்படித்தான் அவள் பொருள் கூறுவாள்!

திரைக்குப் பின்

உண்மையை அவளே விளக்கிக் காட்டிவிட்டாள் போல எனக்குப் படுகிறது. தன்னுடைய ரகசியத்தை என் சொற்களின் மூலமாகவே அவள் வெளிப்படுத்திவிட்டாள் என்று எனக்குத் தோன்றுகிறது. அவளுடைய அழகைக் கண்டால் நான் தாங்கமாட்டேன் என்றுதான் அங்கஹீனம் கொண்டவள்போல் திரைக்குப்பின் இருக்கிறாளோ? அவள் சொற்களின் வேகத்தையும் உணர்ச்சியையும் நான் தாங்க மாட்டேன் என்றுதான் என் சொற்களைக் கொண்டு அவள் தன் பொருளை விளக்குகிறாளோ?

அல்லது –? தனது அங்கஹீனம் உள்ளத்தின் பலத்தை மறைத்து நிற்கிறது என்று சூசனை செய்கிறாளோ?

இல்லையே! அவள் அங்கஹீனமாகக்கூட இருக்க முடியாது. நான் இத்தனை நாட்கள் கேட்ட கேள்விகளுக்கு அவள் அளித்த பதில்களை ஒன்று சேர்த்து நினைத்துப் பார்த்தால் அவள் சர்வாங்க சுந்தரியாக அல்லவா என் கற்பனையின் முன் நிற்கிறாள்! அவள் திரைக்குப் பின்னாலிருந்து வீசிய பதில்களில் ஒவ்வொரு தடவையும் ஒவ்வோர் அங்கமும் சித்திரச் சலாகையில் போல ஓவிய உருவம் கொண்டது – இன்று கடைசியாக அவள் முழுவடிவமும் பரிபூரணமான யௌவனத்தின் செருக்குடன் என்முன் தென்படுகிறது! நான் கேட்ட கேள்விகள் "திரைக்குப்பின் இருக்கும் பெண்ணே, எனக்குத் தரிசனம் கொடு!" என்று கேட்டதுபோல் இருந்திருக்க வேண்டும். அதனால்தான் அவள் அந்தப் பதில் அளித்தாள்.

'என் பாட்டைப் பாட முடியுமா?' என்று கேட்டேன். சதங்கை ஒலி இருபாதங்களிலிருந்தும் ஒலியும் எதிரொலியும் போலக் கிளம்ப அவள் எழுந்து சென்று வீணையை எடுத்துவந்து உட்கார்ந்து சுருதி சேர்த்து வாசித்துக்கொண்டே பாடினாள். ஒரு கேள்விக்கு எவ்வளவு பதில் அளித்துவிட்டாள்! கால் கை முடமல்ல; காது கூர்மையாக இருந்தது; கண் பார்வையிலும் தோஷமில்லை! இந்த மாதிரி தன்னைப் பற்றி – யாவற்றையும் தெரிவித்தாள்!

இனி இந்தத் திரை இருக்கத் தேவை இல்லை! அரசனுடைய மதியின்மைபோல் இது இங்கே நிற்கிறது; அவ்வளவுதான்! நான் அவளை என் எதிரே பார்க்கிறேன். என்னுடைய கற்பனைக்குக் காவியமாக இருப்பதால்தான் அவளிடம் எனக்கு இவ்வளவு மோகம்.

யாமினீ திலகம்! நீ இனிமேல் அந்தத் திரையின் பின்னால் இருக்கத் தேவையில்லை. திரையை அகற்று! நீ நன்றாக எனக்குத் தென்படுகிறாய். உன்னை நேரில் கண்டால் தாங்கமாட்டேன் என்பது இனிமேல் இல்லை. இப்பொழுது பார்க்காமலிருப்பதைத் தாங்க முடியவில்லை. என்னை நீ பார்க்க முடிகிறதா?

2

இதற்குமுன் சங்கீதம் கற்றேன், சித்திரம் கற்றேன், நாட்டியம் கற்றேன் – அப்பொழுதெல்லாம் எனக்கு இந்தமாதிரி ஒன்றும் ஏற்பட்ட தில்லை. இந்தக் கவிஞர் திரைக்கு அப்புறம் இருந்துகொண்டு ஏதேதோ

கேள்விகளைக் கேட்டு என் உள்ளத்தைத் தட்டி எழுப்புகிறார். தகப்பனார் சொல்வது போல இவர் குருடரா?

பில்ஹணருடைய காவியங்களைப் பற்றிப் பிரஸ்தாபம் என்னிடம் வந்திருக்கிறது; ஆனால் அவரைப் பற்றிய பிரஸ்தாபம் ஒன்றும் என் காதில் விழாமல் தகப்பனார் தடுத்துவிட்டார். அந்தக் காவியங்களை நான் பார்த்திருக்கிறேன். ஆனால் அவர் இங்கே எனக்குப் பாடம் சொல்லும்போது விகசிக்கும் அளவு, அந்தக் காவியங்களில் அவருடைய கற்பனை எங்கேயும் விரியவில்லை. அவர் என்னைக் கேட்கும் கேள்விகளே பதில்களையும் கூடவே கொண்டுவருகின்றன – சொல், பொருளைக் கூடவே கொண்டுவருவது போல!

என்ன கேள்விகள்! காலையில் கமலத்தின் மேல் வந்து பாயும் சூரிய கிரணங்களைப் போல என் உள்ளத்தின் மேல் பாய்ந்து அதன் ஒவ்வோர் இதழையும் விரித்துவிட்டனவே அவை! இனி, திரை மறைக்க வேண்டியதொன்றும் என்னிடம் இல்லை. என் தந்தையின் பேதைமை தான் என்ன? திரை போட்டுத் தடுத்து என் உள்ளம் பறிபோகாதபடி செய்து விட்டதாக எண்ணுகிறார்.

அவர் குருடராக இருந்தால் திரை ஏன்போட வேண்டும்? அவர் என்னைப் பார்க்க முடியாது, நான் அவரைப் பார்க்கக் கூடாது என்றா? ஏன், எதற்காக? இனிமேல் எனக்கு அவரைப் பார்க்கவேண்டிய அவசியமே இல்லையே! பார்த்துப் புதிதாக, நான் அறியாததை அவரிடம் என்ன காணப்போகிறேன்?

அவர் குருடராக இருக்க முடியாது. அன்று, "இரவிற்கு எது அழகு?" என்று கேட்டேன்.

"அதோ வெளியே பிரகாசிக்கிற பூரணச் சந்திரனே இரவின் நெற்றியில் விளங்கும் திலகம்" என்றார்.

எனக்குத் தூக்கிவாரிப்போட்டுவிட்டது. "யாமினீ திலகம் –" என்ற பெயரையே சொன்னார். "மனித உள்ளமாகிய இரவுக்குப் பெண்தான் திலகம்" என்றார்.

"மனிதனுக்குக் கண் இல்லை" என்றேன் ஒருநாள்.

"மனிதனுக்குக் கண் எதற்காக?" என்று கேட்டார்.

"பார்க்க வேண்டாமா?" என்றேன்.

"பெண்ணைத் தவிர வேறு எதைப் பார்க்கப் போகிறான்? பெண்ணை யும் அவன் பகலில்கூடக் கண்ணெடுத்துப் பார்க்க அவன் கண்களில் சக்தி இல்லை; கூசுகின்றன. ஆகையால்தான் இரவின் மறைவில் மனிதன் திருடன் போலப் பெண் உள்ளத்தைக் கவருகிறான் –" என்றார் அவர்.

"அதெல்லாம் அவரிடம் ஒரு குறையுமில்லை. அவர் கவிஞர்! தெருவில் பாடுகிறவர்! நாடோடி! பித்தன்! – நான், ராஜகுமாரி! அரண்மனைக்கூட்டில் அடைபட்டிருக்கும் கிளி! எனக்கும் அவருக்கும்

திரைக்குப் பின்

நடுவில் எந்தக் காலமும் ஒரு திரை இருக்கிறது. ஆகையால் பத்திரம்!" என்று என் தகப்பனார் எச்சரிக்கையாக இந்தத் திரையை இட்டிருக் கிறார் – அவ்வளவுதான்!

சுவரேறிக் குதிக்கும் சொல்லுக்கு முதலில் இடம் கொடுத்துவிட்டு இந்தப் பயனற்ற திரையைப் போட்டு ஏன் அவதிப்படுகிறார் தகப்பனார்? குரலை உள்ளே விட்டால் கவிஞர் பின்தங்கிவிடுவாரா? குரல் என் காதில் பட்டபிறகு – என் உள்ளத்தில் பட்டபிறகு – அதன் பிறப்பிடமாகிய கவிஞர் படாமல் இருப்பாரா? 'அம்பு பாய்ந்தால் என்ன? வேடன்தான் வெளியே கண்ணில் படாமல் இருக்கிறானே!' என்று சொல்லுவதுண்டா?

உருவத்தைப் பார்க்காவிட்டால் உள்ளத்துக்கு ஒன்றுமில்லை என்றா என் தகப்பனார் நினைக்கிறார்? அப்படி அவர் நினைத்தால் அதற்கு நேர்விரோதமாகத்தான் இப்பொழுது நேர்ந்துவிட்டது. உருவம் கண்ணில் படாததாலேயே உள்ளங்கள் இரண்டும் ஒன்றையொன்று கண்ணாரக் கண்டு கலந்துவிட்டன!

ஆமாம்! இனிமேல் நான் மனசை ஏமாற்ற வேண்டிய அவசிய மில்லை; முடியவும் முடியாது! கண்காணாத கவிஞரிடம் நான் காதல் கொண்டுவிட்டேன் என்பது ஒளிக்க முடியாத உண்மை. 'ஒட்டும் இரண்டு உள்ளங்களின் தட்டில்' – ஒரு காவியம் பிறந்துவிட்டது. அதன் சொல் அவர்! பொருள் நான்! இனி எங்களை எந்தத் திரையும் பிரித்துவைக்க முடியாது!

இந்தத் திரையை அகற்ற இன்று எனக்குத் தைரியமும் உணர்ச்சி வேகமும் வந்துவிட்டன. என் அச்சத்தையும் நாணத்தையும் இது வரையில் இந்தத் திரையில் மறைத்து வைத்திருந்தேன். அவை இன்று இருந்த இடம் தெரியாமல் அகன்றுவிட்டன. இந்தத் திரை இனி இருக்கக் கூடாது நடுவில்!

ஆனால் திரைக்கு அந்தப்புறம் அவர் இருக்கிறாரா? அதாவது – இன்று வரையில், என் காதில் பட்ட குரல், அதன் பிறப்பிடம், அங்கே இருக்கிறதா? ஏன், இன்று அது வாயடைத்துப் போய்விட்டது? பேசவே இல்லையே! பேச்சிற்கு வராத நிறைவு கொண்டுவிட்டதோ? திரையை அகற்றிப் பார்த்துவிடுகிறேன்!

3

காவியத்தின் சொல்லுக்கும் பொருளுக்கும் இடையே இருந்த திரை அகன்றது.

"கள்வா!" என்று கத்தினாள் காதலி.

"கொள்ளை கொடுத்தவளே!" என்று கூவினான் காதலன்.

உள்ளங்கள் சேர்ந்த பிறகு உடல்களைப் பிரிக்க யாரால் முடியும்?

பில்ஹணன் இயற்றிய காவியம் அரங்கேறியது.

❖

***கலாமோகனி,* 16 ஜூலை, 1942**

இரண்டாம் தலைதீபாவளி

"கைக்குழந்தையைக் கதற விட்டுவிட்டு இந்தக் காரியம் செய்யாவிட்டால் யார் அடித்தார்கள்? அடுத்த தீபாவளி எங்கே போச்சு, உன் பக்ஷணங்களுக்கும் கோலம் – செம்மண்ணுக்கும்?" என்று சுந்தரம் குழந்தையைச் சமாதானம் செய்ய முடியாமல் தவித்துக்கொண்டே கூச்சல் போட்டான்.

"ஒரு நாள் குழந்தையைச் சமாதானப்படுத்தி வைத்துக் கொள்ளத் தெரியவில்லை! அதட்டலும் மிரட்டலுந்தான் அசாத்தியம்!" என்று மீனு குறும்புச் சிரிப்புடன் சொல்லிக் கொண்டே பக்ஷணத் தட்டுடன் அவனருகில் வந்தாள்.

"கச்சேரி வேலையை நீ கொஞ்சம் செய்யேன் பார்ப்போம். யாராருக்கு எதெதுவோ – ?"

"கிடக்கு, இன்னிக்கி ஒரு நாள்தானே? அடுத்த தீபவாளியை யார் கண்டார்கள்? என் உடம்பு இருந்த இருப்புக்கு இன்னிக்கு இந்தப் பக்ஷணத்தை உங்கள் கையில் கொடுப்பேன் என்று நான் நினைக்கவேயில்லை. இன்னிக்கி நமக்கு இரண்டாம் தலை தீபாவளி என்றே சொல்லணும்" என்று மீனு சற்றுக் கண் கலங்கினவளாய்க் குழந்தையை வாங்கிக்கொண்டாள்.

"உனக்கு இன்னும் உடம்பு சரியாகவில்லையே என்று தான் சொன்னேன்."

"நல்ல நாளை மூளியாக்கலாமோ? நாளைக்குப் பூராவும் படுத்துத் தூங்கினால் போறது! எதுக்காக உங்களை நச்சரித்துச் சரிகை வேஷ்டி வாங்கிக்கச் சொன்னேன்? ஏன் வெறுமனே உட்கார்ந்திருக்கேள்? மைசூர்ப் பாகு எப்படி இருக்கிறது பாருங்கள்; நிறைய நெய்யைக் கொட்டி இருக்கிறேன்!" என்று மீனு பக்கத்திலிருந்த பெஞ்சியில் உட்கார்ந்து கொண்டு குழந்தையைச் சமாதானம் செய்ய ஆரம்பித்தாள்.

சுந்தரம் திடீரென்று ஏதோ நினைப்பில் ஆழ்ந்துவிட்டான்.

கல்யாணமான மூன்று மாசங்களுக்குள் சுந்தரத்தின் தாய் காலமாகிவிட்டதால் தலை தீபாவளி கிடையாதென்றே அவன் மாமனார் வீட்டினர் நினைத்தார்கள். ஆனால் சுந்தரத்தின் தகப்பனார் தம் மகனை இரண்டு நாட்களுக்கு முன்னதாகவே தலை தீபாவளிக்கு அனுப்புவதாகச் சம்பந்திகளுக்குக் கடிதம் எழுதிவிட்டார்.

சுந்தரம் மாமனார் வீட்டுக்கு வந்த இரண்டு நாட்களும் மீனு அவன் கண்ணிலேயே படவில்லை. அவன் அவளைப் பார்க்க ஏங்கி ஏங்கிப் பொறுமையற்றுப் போனான். தாய் காலமாகிய புதிதாகையால் அந்த நினைப்பு இன்னும் மனத்தை விட்டு அகலவில்லை; ஆனால் அந்தத் துக்க நினைவுடனேயே மீனுவைக் காண வேண்டுமென்ற சுகநினைவாகிய ஆவலும் கலந்து அவன் உள்ளத்தில் கொந்தளித்தது. மழையின் நடுவிலே தென்படும் சூரிய ஒளிபோல் அது இன்னும் கொஞ்சம் அதிக மனோகரமாக இருக்குமோ?

உண்மையில் அவ்விரு நினைப்புக்களும் மாறிமாறி அவன் உள்ளத்தில் தலையெடுத்தன. நினைவு தெரிந்தது முதல் தனக்கு நெருக்கமாக இருந்த ஒரு முகம் மறைந்து மூன்று மாசங்கள் ஆக வில்லையே! அதற்குள் அதை மறந்து மற்றொரு புதுமுகத்தை நாடுகிறதே இந்த உள்ளம்? – என்று மனசாட்சி தாக்குவது போல ஒரு நிமிஷம் தவிப்பான். கல்யாணச் சந்தர்ப்பத்தில் கையைப் பிடித்தபொழுது மீனுவினுடைய நடுங்கிய கைமூலம், தனக்கு அறிமுகமான அவள் உள்ளக் கிளர்ச்சி, இப்போது அவளுக்கு அவ்வளவு அருகில் இருந்த படியால், நிமிஷத்துக்கு நிமிஷம் நினைவுக்கு வந்தது. அப்போதெல்லாம் அவனால் அடக்கமுடியாத ஓர் ஆவல் அவனை வேறு நினைப்பற்ற வனாகச் செய்தது. தாய் முகத்தையும் மறைத்துக்கொண்டு அந்தத் தளிர் முகம் முன்வந்து நின்றது அவனுடைய தவறா? எப்பேர்ப்பட்ட சோகத்தின் இடையிலும் பாய்ந்து இடம் பெறக்கூடியது சுகம் என்றல்லவோ இயற்கையின் விதி அமைந்திருக்கிறது!

தீபாவளியன்று அதிகாலையில் அவள் பக்கத்தில் உட்கார்ந்திருந்த பொழுது மகிழ்ச்சியைத் தவிர வேறொன்றும் அவன் உள்ளத்தில் இல்லாததைக் கண்டு அவன் ஆச்சரியமடைந்தான். மீனு மிகப் பயத்துடன் அவன் முகக்குறியை அடிக்கடி கடைக்கண் பார்வையால் கவனித்தாள். "நாட்டுப்பெண் அடி எடுத்து வைத்த முகூர்த்தம், மாமியார் –" என்று எல்லோரும் சொல்லிக்கொண்டார்களே, அந்த மாதிரி தன்மேல் கணவனுக்கு ஏதாவது வெறுப்பு இருக்குமோ என்பது அவள் கவலை. சுந்தரத்தின் முகம் சுகபோதை அடைந்திருப்பதைப் பார்த்து அவள் அகமகிழ்ந்தாள்.

ஸ்நானம் முடித்து அவன் புதுவேஷ்டி கட்டிக்கொண்டு மாடியில் மேஜையருகில் உட்கார்ந்திருந்தான். மீனு இடது கையில் பக்ஷணத் தட்டும் வலது கையில் காப்பித் தம்ளருமாக வந்தாள். தம்ளரும் கையுமாக அவள் சற்றுத் தயங்கிப் படியருகில் நின்றாள்.

அவன் நினைவிழந்தான். அவன் கண்களில் நீர் மளமளவென்று பெருகிற்று.

படுத்த படுக்கையாகக் கிடந்தபோது அவன் தாய் சொன்னது திடீரென்று அவனுக்கு ஞாபகம் வந்தது.

"அடே சுந்து, ஏண்டா இப்படிக் கல்யாணம் வாண்டாம்னு பிடிவாதம் பிடிக்கறே. ஒரு தம்ளர் ஜலம் நீ ஸ்வாதீனமாகக் கேட்டு வாங்கிக்கொள்ள ஒருத்தி ஆத்துக்கு வந்தால்தான் என் கட்டை வேகுமடா!"

அந்தத் தம்ளருடன் எதிரே ஒருத்தி வந்து நின்றாள். இரண்டு நாட்களாக அவனை ஆட்டிவைத்த ஏக்கம் மறைந்தது. அவளை ஏகாந்தமாகக் கண்டதும் அவன் அடையவேண்டிய அளவில்லாத மகிழ்ச்சி தென்படவே இல்லை.

மீனு அளவுகடந்த ஆவலை அடக்கிக்கொண்டு, வெட்கத்தைச் சற்று வென்று, முதல் முதலாக அவன் முகத்தை ஏறிட்டுப் பார்த்தாள். எந்தக் கணமும் அவன் தாவி எழுந்துவந்து தன் கையைப் பிடித்துக் கொண்டுவிடுவான் என்று எதிர்பார்த்து அதற்குத் தயாராகவே நின்றாள். ஒவ்வொரு கணமும் அவன் கை தீண்டுவதன் தித்திப்பை அநுபவிக்க எண்ணி ஏமாந்தாள்.

சுந்தரம் அசைவற்று உட்கார்ந்திருந்தான். அவன் முகத்தில் சோகம் திடீரென்று அலைபோல் பாய்ந்து பரவிற்று. அத்தியந்தமான சுகநிலைமையில், முன்போ பின்போ உண்டான ஒரு துக்கநினைவு தோன்றுவானேன்? மாங்கல்யத் தாரணத்தின்போது பெண்ணின் பெற்றோர் பொருமுவானேன்? அந்தச் சோகத்தின் சாயையால்தான் மகிழ்ச்சியே மேன்மைப்படுகிறதோ?

மீனுவின் முகம் விழுந்தது. வெட்கத்தால் வியர்வை தோன்றி அசடு தட்டின முகத்துடன் தட்டையும் தம்ளரையும் இருந்த இடத்திலேயே வைத்துவிட்டுக் கீழே இறங்கத் திரும்பினாள்.

சுந்தரம் தூக்கிவாரிப் போட்டது போல எழுந்து பாய்ந்தான்.

"மீனு! இந்தா, ஏன் போகிறாய்?"

மீனு திரும்பிக் கணவன் முகத்தை மறுபடியும் பார்த்தாள். ஒரு கணத்திற்குமுன் அதில் தென்பட்ட சோகம் இருந்த இடம் தெரிய வில்லை. கண்ணீர் வழியும் முகத்தில் மகிழ்ச்சி தாண்டவமாடியது. ஓடிவந்து அவன் அவள் கையைப் பிடித்துக்கொண்டான்.

"என்ன கோபம் உனக்கு?"

"ஒன்றுமில்லையே!"

"பின் ஏன் பேசாமல் திரும்பிப் போகிறாய்?"

மீனு அதற்குள் அவன் ஸ்பரிசத்தால் ஏற்பட்ட உணர்ச்சியை ஒருவாறு அநுபவித்துச் சுதாரித்துக்கொண்டுவிட்டாள்.

வெட்கமும் மகிழ்ச்சியும் சேர்ந்து உண்டாக்கிய புன்னகையுடன் "நீங்கள்தான் –" என்று ஆரம்பித்து நிறுத்திவிட்டாள்.

சற்றுமுன் தான் அநுபவித்த உள்ள நிகழ்ச்சியின் அறிவு அவள் சுட்டிக்காட்டின பிறகுதான் சுந்தரத்துக்கு ஏற்பட்டது.

"ஆமாம், ஆமாம்! மீனு நான்தான் பேசவில்லை – பேச முடியவில்லை!" என்று சொல்லிக்கொண்டே தம்ளரை எடுத்துக்கொண்டு அவளை மேஜையருகில் கூட்டிக்கொண்டு போனான்.

"பேச முடியவில்லையா, ஏன்? கண்களில் ஏன் அவ்வளவு ஜலம்?" என்று கவலையும் கொஞ்சுதலும் தோன்றிய குரலில் கேட்டாள்.

"மீனு! வா, உட்காரு; சொல்லுகிறேன்!" என்று சுந்தரம் நாற்காலியில் உட்கார்ந்து அவளைப் பலவந்தமாக மடிமேல் இருத்திக்கொண்டான்.

மீனு உடனே அவன் கையிலிருந்த தம்ளரை வாங்கி அவன் வாயருகில் கொண்டுபோய் "பசிக்கல்லே?" என்று பசப்பினாள். "எனக்குத் தம்ளர் ஜலம் கொடுக்க வந்துவிட்டாய், மீனு! அம்மா இல்லை பார்க்க!"

மீனுவின் குதூகலமும் சட்டென்று நின்றது; மாமியார் அன்று சொன்னது அவளுக்கு நினைவு வந்தது. கல்யாணமாகிச் சம்பந்திகள் ஊருக்குப் புறப்படும்போது, அப்பொழுதே படுத்த படுக்கையாகியிருந்த மாமியாருக்கு மீனு நமஸ்காரம் செய்தாள்.

"மீனாக்ஷி! வீடு நிறையக் குழந்தைகளைப் பெத்துக்கிண்டு நன்னா இரு. உன் ஆம்படையான் அப்பாவி – பசி என்று சொல்லமாட்டான் – கவனிச்சுச் சமயமறிஞ்சு அவனுக்குச் செய்! உன் மாமனாரையும் பாத்துக்கோ. அநாதை! புத்தியா இரு... நல்ல பேர் எடு! – அவ்வளவு தான்!"

மாமியார் வார்த்தைகள் நினைவு வரவே மீனுவுக்கும் கண்களில் ஜலம் வந்துவிட்டது. தன் முன்றானையை எடுத்துக் கணவன் கண்களைத் துடைத்துக்கொண்டே பெரிய மனுஷிபோல், "என்ன செய்வது? நாம் கொடுத்து வைக்கவில்லை!" என்றாள்.

"மீனு, அவள் பிடிவாதத்தால்தான் நான் இன்று உன்னை மடியில் உட்கார வைத்துக்கொண்டிருக்கிறேன். அவள் போனாலும் எனக்கு ஆதரவு உலகத்தில் உண்டு என்று அவள்தான்–"

"காப்பியைக் குடியுங்கள்!"

"இந்தக் காப்பித் தம்ளரும் கையுமாகப் பதுமைபோல் நீ என் முன்னால் நின்றதும் அவள் சொன்னது ஞாபகத்துக்கு வந்துவிட்டது. அதனால்தான் ஒரு நிமிஷம் மெய்ம்மறந்து போனேன்; பேசவில்லை."

"உங்களுக்குக் கோபமாக்கும்னு நினைச்சுட்டேன்!" என்றாள் மீனு, பெண் சாதுரியத்துடன்.

"கோபமுந்தான் – நீ ஏன் இரண்டு நாளாய் என் கண்ணிலேயே படவில்லை?"

"வெறுமனேதான்!" என்று சொல்லி அவள் சிரித்தாள்.

"உன்னை என்ன செய்தால் தேவலை?"

"செய்வேள்!" என்று மீனு தலையை ஆட்டினாள்.

"செய்தால்?" என்று சுந்தரம் அவளை இறுகப் பிடித்தான்.

"அப்புறம் தெரியும்!"

"பக்ஷணத்தைச் சாப்பிடாமே ஏன் இப்படி உட்காந்திருக்கேள்? பாலுகூடத் தூங்கிப்போய் விட்டானே!"

"ஓகோ, மறந்தே போய்விட்டேன்! என்னவோ ஞாபகம். இரண்டாம் தலை தீபாவளி என்றாயல்லவா? –"

"தலை தீபாவளி ஞாபகம் வந்துவிட்டதாக்கும். அப்படிச் சொல்லுங்கள்!"

"மீனு, இங்கே வாயேன் சற்று!"

"சரிதான், யாராவது பார்த்தால் சிரிக்கப்போறா!"

"தலை தீபாவளி என்றாயே!"

"ஆமாம். பாலுவைப் பார்த்துக்கோங்கோ! இதோ காப்பி கொண்டு வறேன்!" என்று சொல்லி மீனு சிரித்துக்கொண்டே சமையலறைப் பக்கம் போனாள்.

❖

கல்கி தீபாவளி மலர், அக்டோபர், 1942

உண்மைக் கதை

புரட்சிக்காரர்கள் ரயில் தண்டவாளங்களைப் பிடுங்கிவிடுவார்கள் என்ற பயத்தாலோ என்னவோ அன்று எக்ஸ்பிரஸில் கூட்டமே இல்லை. என் நண்பனும் நானும் ஏறிய வண்டியில் இருவர்தான் இருந்தார்கள்.

வயது சென்ற ஒருவர் பலகையில் ஒரு ஓரமாக ஜன்னலில் சாய்ந்துகொண்டு உட்கார்ந்திருந்தார். சுமார் இருபது வயதுள்ள பெண் பலகையின் பாக்கி இடத்தில் படுக்கை விரித்துக்கொண்டு படுத்திருந்தாள்.

வண்டி புறப்படும் வரையில் அவர் ஒன்றுமே பேச வில்லை. நாங்களும் ரயிலுக்கு வந்த நண்பர்களுடன் பேசுவதில் ஈடுபட்டிருந்தோம். வண்டி நகர்ந்ததும் நாங்கள் இடத்தில் வந்து உட்கார்ந்தோம்.

"நீங்கள் எங்கே போகிறீர்கள்?" என்று கேட்டார் வயது சென்றவர்.

"நாங்கள் கும்பகோணம் போகிறோம்?" என்றான் என் நண்பன்.

"நான் மாயவரம் போகிறேன், ஆகையால் பேசிக் கொண்டே போகலாம்!" என்றார் அவர்.

என் நண்பன் என்னைப் பார்த்து ஜாடையாகச் சிரித்தான் – 'இதேதடா கஷ்டம்!' என்ற பாவனையாக அதை அவர் கவனித்துவிட்டார்.

"நான் சலிப்புத் தட்டும்படி பேசி உங்களை உபத்திரவப் படுத்திவிடுவேன் என்றா பயப்படுகிறீர்கள்?"

"இல்லை, இல்லை. உபத்திரவமென்ன? பொழுது போகிறது" என்று நான் மரியாதைக்காகச் சொன்னேன்.

நான் சொன்னதை அவர் நம்பவில்லை. என்றாலும் பேசுவதை நிறுத்தவில்லை. "அது என்ன பத்திரிகை ஸார்? கதைப் பத்திரிகையா; வேண்டாம். எல்லாம் காதல் சமாசாரம்தானே?" என்றார்.

"பின் வேறென்ன இருக்கிறது, எழுத?" என்றேன் நான்.

"நிறைய இருக்கிறது. உண்மையான விஷயங்கள் இருக்கின்றன. நானும் பார்க்கிறேன், அவற்றைப் பற்றி எழுத ஒருவருக்காவது தைரியம் இல்லை. உங்கள் பத்திரிகையெல்லாம் நான் படிக்கிறேன்."

"எந்த விஷயங்கள்?"

"உங்கள் காதல் விஷயங்கள்."

அவர் அப்படிச் சொன்னதும் ஏனோ எங்கள் பார்வைகள் அந்தப் பெண்மேல் சென்றன. அவள் தூங்கிக்கொண்டிருந்தாள். அவரும் எங்கள் பார்வையைக் கவனித்தார்.

"என்னடா, காதல் விஷயமாகப் பேசுகிறான் – வயது சென்றவனாக இருக்கிறானே – இந்தப் பெண் யாராக இருக்கக்கூடும் என்று யோசிக் கிறீர்கள் அல்லவா? இவள் என்னுடைய இரண்டாம்தாரம். இவளுக்கு வயது பதினெட்டாகிறது. எனக்கு நாற்பத்தெட்டு. இவள் கொஞ்சம் அழகானவள் என்பதைக் கவனித்திருப்பீர்கள். நான் அவ்வளவு சுந்தர புருஷன் அல்ல என்பதையும் பார்க்கிறீர்கள். என்றாலும் இவள் என்னுடன் சந்தோஷமாகவே இருக்கிறாள் என்று நான் உங்களுக்குச் சொல்லலாம்."

இந்த மனிதன் இப்படிப் பேச ஆரம்பிப்பார் என்று யார்தான் எதிர்பார்க்கக்கூடும்? நாங்கள் இருவரும் கொஞ்சம் கலவரமடைந்தோம். அவர் இவ்வளவு பேசின பிறகு ஏதாவது சொல்லியாக வேண்டுமென்று என் நண்பன் "வயதில் என்ன ஸார் இருக்கிறது?" என்றான்.

"பார்த்தீர்களா, மறுபடியும் நீங்கள், நான் இவ்வளவு பட்டவர்த்தன மாகப் பேசிய பிறகும், உள்ளதை மறைத்துப் பேசுகிறீர்கள். இவள் என்னுடன் சந்தோஷமாக இருக்க முடியாது என்பது உங்கள் தீர்மானம். அப்படி இருப்பதாக நான் ஏமாற்றமடைந்து கொண்டிருக்கிறேன் என்று எண்ணுகிறீர்கள், அல்லவா?" என்றார் அவர்.

"அதாவது..." என்று நான் ஆரம்பித்தேன்.

"அதாவது, இதாவது என்றெல்லாம் மழுப்பப் பார்க்காதீர்கள். நீங்கள் மனதுவிட்டுப் பேசினாலொழிய நான் விடமாட்டேன்" என்று அவர் குறுக்கிட்டார்.

"ஆம் என்றுதான் வைத்துக்கொள்ளுங்களேன்!" என்று என் நண்பன் சற்று ஆத்திரத்துடன் சொன்னான்.

"வைத்துக்கொள்ளமாட்டேன். ஆம் என்பதுதான் உண்மை யல்லவா?"

“ஆமாம்!”

“சபாஷ் இப்பொழுது சரி. இவள் எனக்கு வாழ்க்கைப்பட்டபோது இவளுக்கு வயது – பதினைந்து. எனக்கு?” என்று குறுக்கு விசாரணை செய்தார்.

“நாற்பத்தைந்து!”

“கல்யாணத்திற்கு முன்பே இவளைச் சந்தித்து ‘இதோபார், நான் கிழவன், அழகனுமல்ல, என்னைக் கல்யாணம் செய்துகொள்ள உனக்கு இஷ்டமா, நிஜமாகச் சொல். வரதக்ஷிணை இல்லாமல் செய்து கொள்கிறேன் என்பதற்காக நீ சம்மதிக்க வேண்டாம். வரதக்ஷிணை கொடுத்து நான் உனக்கு நல்ல பையனாகப் பார்த்துத் தருகிறேன். நன்றாக யோசனை செய்து நாளைக்குச் சொல்லு’ என்றேன். மறு நாள் கேட்டபொழுதும் ‘சம்மதம்’ என்றாள். ‘நீ எதற்காக என்னைக் கல்யாணம் செய்து கொள்கிறேன் என்கிறாய்’ என்று கேட்டேன் – அவள் தூங்குகிறாள் ஆகையால் சங்கடப்படாதீர்கள்; தூங்காவிட்டாலும் பாதகமில்லை – ‘எனக்குத் தெரியவில்லை!’ என்றுதான் திருப்பிச் சொன்னாள். கல்யாணமாயிற்று. ஊர்வலத்தைப் பார்த்தவர்கள் எல்லோரும் ‘ஐயோ, பாருடி அரிசியும் எள்ளும் கலந்தாப்போலே இருக்கு!’ என்றார்கள். அவள் காதிலும் பட்டது. அவளும் புன்னகை செய்தாள்; நானும் சிரித்தேன். மறு மாதமே சாந்திமுகூர்த்தம் நடந்தது. பெண்ணை விட்டுவிட்டுப் போகிறபோது தாயார் ‘உன்னைப் பாழுங் கிணற்றில் தள்ளாமே . . .’ என்று ஆரம்பித்தாள். இவள் கோபத்துடன் ‘போதுமம்மா, போ நீ பாட்டிற்கு!’ என்றாள். மூன்று வருஷங்கள் ஆகிவிட்டன. நடுநடுவில் நான் ‘அடியே, என்னைக் கட்டிக்கொண்டாய் விட்டது. இனிமேல் என்ன செய்கிறது என்று யோசிக்காதே. என்னுட னிருப்பது உனக்குப் பரிபூரணமாகத் திருப்தியில்லையென்றால் சொல்லு. நானே நிறையப் பணம் கொடுத்து வேறு கல்யாணம் செய்து வைக்கிறேன்’ என்று சொல்லியிருக்கிறேன். அந்தச் சமயங்களில்தான் அவள் என்னுடன் பேசாமல் முகம் தூக்கிக்கொண்டு இருந்திருக்கிறாள். உம். இதென்ன சொல்லுங்கள், காதலா?”

எங்களைப் பேசவிடவில்லை அவர்.

“கல்யாணமாகாமல் நின்ற அவளைக் கல்யாணம் செய்து கொண்டதற்காக அவள் நன்றி பாராட்டி எனக்குப் பணிந்திருக்கிறாள் என்று நீங்கள் நினைக்க வேண்டாம். பணியும் ஜாதியைச் சேர்ந்தவள் அல்ல இவள். தன் இஷ்டம்போல்தான் எதையும் செய்வாள். தலை போகிற பிழையானாலும் பயந்து பொய் சொல்லமாட்டாள். உதாரணங்கள் சொல்லச் சாவகாசமில்லை . . . தாம்பரமா? இங்கே கொஞ்சம் கூட்டம் ஏறும். ஆனால் இது முதல் வண்டி. ஜனங்கள் இதில் ஏறப் பயப்படுவார்கள் – ஆகையால் நாம் கவலைப்பட வேண்டியதில்லை. என்ன நீங்கள் ஒன்றுமே பேசவில்லை? என்ன சிரிக்கிறீர்கள்? பேசவிடவில்லை என்கிறீர்களா? சரி, பேசுங்கள்! எங்கள் இருவருக்கும் இடையே இருப்பது காதலா, அது என்ன?

சொல்லுங்கள். நீங்கள் எல்லோரும் மனோதத்துவ ஆராய்ச்சியில் ஈடுபட்டவர்களாச்சே! வண்டி கிளம்புகிற வரையில் டயம் கொடுக்கிறேன், யோசியுங்கள்!” என்று இந்த விபரீத மனிதர் கொஞ்சம் தலையணையை விட்டுச் சரிந்து போயிருந்த மனைவியின் தலையைச் சரியாக எடுத்து வைத்தார்.

அவள் நன்றாகத் தூங்கிக்கொண்டிருந்தாள். தூக்கத்தில் வரும் சுவாசத்திற்கடையாளமாக ஒரே தினுசான கால அளவில் மார்பு மேலும் கீழுமாக உயர்ந்து விழுந்துகொண்டிருந்தது. இதழ்கள் லேசாக விரிந்திருந்தன. வரிசையான பற்கள் வெற்றிலைக் காவியுடன் தென் பட்டன. முகத்தில் ஒரு தெளிவும் இன்பக்கனவு காண்பது போன்ற பாவமும் தென்பட்டன.

வண்டி புறப்பட்டது.

“இன்னுமொரு விஷயம் சொல்ல மறந்துவிட்டேனே! என் மனைவிக்கு எழுதப் படிக்கத் தெரியாது. ஆனால் முட்டாள் என்று எண்ணிவிடாதீர்கள். எண்ணமாட்டீர்கள். ஏனென்றால் எழுதப் படிக்காதவர்கள் பலர் சரித்திரத்தில் பெயர் எடுத்திருக்கிறார்கள் என்று நீங்கள் படித்திருப்பீர்கள். எனவே என் மனைவிக்கு நாவலே என்ன என்று தெரியாது. நான் பேசியாகிவிட்டது. இனிமேல் நீங்கள் தான் பேச வேண்டும்.”

என்ன சொல்வதென்று எங்களுக்குத் தெரியவில்லை. அவர் சங்கோசமில்லாமல், என்னவெல்லாமோ சொல்லிவிட்டார். அவர் மனைவி சம்பந்தப்பட்ட அந்த அந்தரங்கமான விஷயத்தில் நாங்கள் எதை எப்படிச் சொல்வது?

வண்டி பிறகு சில ஸ்டேஷன்களில் நின்றும் சிலவற்றில் நிற்காமலும் ஓட்டமும் நடையுமாகப் போய்க்கொண்டிருந்தது. நாங்கள் இருவரும் ஆழ்ந்த யோசனையில் ஈடுபட்டுவிட்டோம். இருபுறமும் ஸ்டேஷன்களும் ஊர்களும் கிராமங்களும் வயல்வெளிகளும் தோப்புகளும் சினிமாக் காட்சியில் தென்படும் வேகத்துடன் தோன்றி மறைந்துகொண்டிருந்தன. இந்த முடிவற்ற சூழலில் ஜாலவித்தை போலத் தோன்றித் தோன்றி மறைந்த ஆண் பெண்கள் எல்லாம், எங்கள் கண்களில் கனவுத் தோற்றம்போலத்தான் பட்டன. எனக்குப் பட்டதால் என் நண்பனுக்கும் அதே மாதிரிதான் இருந்திருக்க வேண்டும் என்று நினைக்கிறேன்.

ஒரு பெண்ணை ஆணிடம் ஈடுபடச் செய்வது என்ன? அவனுடைய அழகா அல்லது யௌவனமா அல்லது அந்தஸ்தா அல்லது அவன் அளிக்கும் சுகசௌகரியங்களா? இந்த மனிதர் சொன்ன விஷயங்களை நாங்கள் நம்பினோம். ஆனால் இவர் அழகில்லை, யௌவன புருஷன் இல்லை, அப்படி அந்தஸ்து உடையவராகவும் தென்படவில்லை; சுகசௌகரியங்கள் மிகவும் அதிகம் அளிக்கும் சக்தியுடையவராகவும் தெரியவில்லை. பின் எதனால் இந்த இளம் பெண் – அழகும் ஆடை களும் நிறைந்தவள், இவரிடம் திருப்தியுடன் வாழ்ந்தாள்?

செங்கல்பட்டில் வண்டி நின்றது.

"காமு, தூக்கமா? எழுந்திருக்கிறாயா?"

காமு உடனே எழுந்து உட்கார்ந்தாள். புருஷன் முகத்தைப் பார்த்தாள். எங்களையும் ஒரு தடவை பார்த்தாள்.

"இவர்கள் கும்பகோணம் போகிறார்கள். ஏதாவது கொஞ்சம் பக்ஷணம் எடேன், எல்லோரும் சாப்பிடலாம்."

உருக்கி வார்த்த விக்கிரகம் உயிர்பெற்று எழுந்திருப்பது போல அவள் எழுந்து மேலே பலகையில் வைத்திருந்த தூக்குப்பெட்டி ஒன்றை எடுத்துக் கீழே வைத்துக்கொண்டு சீடை, முறுக்கு, தேன் குழல் –எல்லாம் ஒரு காகிதத்தில் வைத்துப் புருஷனிடம் கொடுத்து விட்டுத் தன் இடத்தில் உட்கார்ந்தாள்.

"ஸார், கொஞ்சம் சாப்பிடுங்கோ, நேற்று கோகுலாஷ்டமி அல்லவா, பக்ஷணம் செய்தாள், வழிக்குச் சௌகரியமாக இருக்கிறது" என்று எங்களுக்குக் கொஞ்சம் கொடுத்தார்.

"இந்தா நீ கொஞ்சம் எடுத்துக்கொள்!" என்று காகிதத்தை அவளிடம் நீட்டினார்.

அவள் சிரித்துக்கொண்டே "இப்பொ வேண்டாம்!" என்று சொல்லி விட்டு ஜன்னலுக்கு வெளியே வேடிக்கை பார்க்க ஆரம்பித்தாள். அடர்ந்து நீண்டு வளர்ந்திருந்த தலைமயிரைத் தொங்கவிட்டுப் பின்னிக் கொண்டிருந்தாள் – பின்னல் சாட்டைபோல் இருந்தது.

எங்கள் வண்டிக்கு யாருமே வரவில்லை. வண்டி புறப்பட்டது.

"இந்தா, கண்ணில் கரித்தூள் விழும். படுத்துக்கொள்!"

காமு அவர் முகத்தைப் பார்த்துப் புன்னகை செய்துவிட்டுப் படுத்துக்கொண்டாள்.

காமு! இளமையின் ஊறும் வனப்பு உனது உடலில் கால் முதல் தலைவரை ஓடி நிற்கிறது. உன் அழகுக்கேற்ற ஒரு ஆசை உன்னிடம் இருக்குமே – அதை என்ன செய்தாய்? அதை வதைத்துவிட்டு இவர் தான் கதி என்று அமைதி பெற்றுவிட்டாயா? என்றாவது உன்னை யறியாமல் உன் அழகும் யௌவனமும் மற்றொரு அழகையும் யௌவனத்தையும் கண்டு பொங்கி எழவில்லையா? இவரிடம் எதைக் கண்டு நீ எழிலெனக் கொண்டாய்?

யோசித்து யோசித்து நாங்கள் அயர்ந்துபோனோம். கண்ணயர்ந்து விட்டோம். தூக்கம்தான்; ஆனால் இரு குரல்கள் காதில் பட்டன. எப்படியோ – அது நாம் சகஜமாக அனுபவிக்கும் விஷயம்.

"ஏன் எழுந்துவிட்டாய்? தூக்கம் வரவில்லையா?"

"இனிமேல் தூக்கம் வராது. நீங்கள் வேண்டுமானால் செத்தெ படுத்துக்கொள்ளுங்களேன்."

"எனக்கும் வராது. அவா ரெண்டு போரும் தூங்கரா. அவாளுக்கு ஒரு பெரிய புதிர் போட்டுவிட்டேன்."

"என்ன?"

"எல்லாம் உன் சமாசாரம்தான்!"

"ஐயையோ! அவாகிட்டே போய் என்ன சொன்னேள்?"

"நான் கிழவனாக இருந்தபோதிலும் நீ என் பேரிலே..."

"ஐயையோ அவமானம்!"

"என்ன அவமானம்? கூஜாவை எடு. நீ பக்ஷணம் எடுத்துக் கொள்ளேன்."

"எடுத்துக்கறேன். பக்ஷணம் எல்லாம் நன்னாருக்கா? அடுத்தாத்துக் குஞ்சுவுக்குக் கொஞ்சம் கொடுத்தேன்... அப்பா ரயிலுக்கு வந்திருப்பார்."

"வண்டி வந்திருக்குமோன்னோ?"

"கட்டாயம் வந்திருக்கும்!"

பிறகு எனக்குக் கேட்கவில்லை. அவர்கள் பேசியிருப்பார்கள். என் நண்பன் நல்ல தூக்கத்தில் முணுமுணுத்தான். அவ்வளவுதான் தெரியும்.

வண்டி மாயவரத்தை நெருங்கிக்கொண்டிருந்த சமயம் பாலத்தைத் தாண்டிவிட்டது.

"ஸார் நல்ல தூக்கம் போலிருக்கிறது!"

நாங்கள் இருவரும் கண்விழித்துக்கொண்டு பார்த்தோம்.

அவர்கள் இருவரும் வரும் ஸ்டேஷனில் இறங்கத் தயாராக எல்லாவற்றையும் எடுத்து வைத்துக்கொண்டு உட்கார்ந்திருந்தார்கள்.

"மாயவரமா வருவது?" என்று நான் கேட்டேன்.

"ஆமாம். தூக்கத்தில் நான் கேட்ட கேள்விக்கு ஏதாவது பதில் தென்பட்டதோ?" என்று கேட்டு அவர் சிரித்தார்.

காமு விழித்துக்கொண்டு உட்கார்ந்திருந்ததால் நாங்கள் சும்மா இருந்துவிட்டோம்.

"சரி, நீங்கள் சொல்லமாட்டீர்கள் போலிருக்கிறது. நான் சொல்லி விடுகிறேன். ஆணும் பெண்ணும் ஒருவர் மற்றொருவரிடம் ஈடுபடு வதற்குக் காரணம் அந்த நினைப்பே இல்லாமல் இருப்பதுதான். கிராமத்தில் போய்ப் பாருங்கள். முருகனும் நாகம்மாளும் காதலா புரிகிறார்கள்? அவர்களுக்குக் காதல் என்ன என்பது தெரியாது. ஆகவே அவர்களிடையேதான் உண்மையான காதல் இருக்கிறது. இன்று அதிகமறிந்தவர்களிடையேதான் காதலே கிடையாது, அசடுதான்

உண்மைக் கதை

இருக்கிறது ... அட, இந்தப் பிளாட்பாரத்துலா நிறுத்துகிறான்? படியேறியாக வேண்டும். சரி, வரட்டுமா? நன்றாக யோசித்துப் பார்த்துக் கதை எழுதுங்கள். கண்டதை எழுதி ஊரைக் கெடுக்காதீர்கள், உங்களுக்குப் புண்ணியம் உண்டு!"

"நாங்கள் எழுதுகிறவர்கள் ..."

அவர் என்னைச் சுட்டிக்காட்டி "நீங்கள் எழுதுகிறவர்கள்போல் இருக்கிறது!" என்று சொல்லிவிட்டு வெளியே போய்க்கொண்டே "போர்ட்டர்!" என்றார்.

காமு முன்னால் இறங்கிப் பிளாட்பாரத்தில் நின்றாள்.

காமேசுவரி! உன்னைப் போலப் பெண்கள் இருந்தால் உலகம் இன்பம்தான் ...

ஸ்வப்ன சுந்தரி போல அவள் மெள்ள நடந்துபோனாள் புருஷன் பின்.

சற்று நேரத்திற்கெல்லாம் வண்டி மறுபடியும் ஓட ஆரம்பித்தது.

❖

கலாமோகினி, **17 அக்டோபர், 1942**

ராஜயோகம்

அடுத்த அகத்து ராஜுவைச் 'சோதிடப் பித்துக்குளி' என்று சொல்வதில் தோஷமேயில்லை. தெருவில் வரும் நரிக்குறத்தி முதல் நாணலூர் நாணு ஜோஸ்யர் வரையில் அவன் பார்க்காத ஜோஸ்யம் கிடையாது.

நமது ராஜு (ஸ்ரீமான் ராஜகோபாலன் பி.ஏ.) ஏழைப் பிள்ளையாண்டான்தான். ஆயினும் ராஜுவுக்கோ அல்லது அவன் தாயாருக்கோ ஒருவிதமான மனக் கவலையும் கிடையாது. அந்தப் புண்ணியத்தை நாணலூர் ஜோஸ்யரே கட்டிக்கொண்டார்.

ஒருசமயம் ராஜுவின் தாயார் அவன் ஜாதகத்தை நாணலூர் ஜோஸ்யரிடத்தில் காண்பித்தபோது, அவர் அவன் ஜாதகத்தை அதிகமாகக் கொண்டாடினதோடு அவனுடைய முப்பதாவது வயதிற்குமேல் அவனுக்கு ராஜயோகம் வரப் போவதாகவும், உயர்ந்த உத்தியோகமும் ஏற்படப் போவதாகவும் சொன்னார். அவ்வளவுதான்! அன்று முதல் ராஜுவுக்கோ அல்லது அவன் தாயாருக்கோ எல்லாவிதமான மனக்கவலையும் தீர்ந்தது.

இப்பொழுது என்னமோ சிரமமாகத்தான் இருந்தது. ஆயினும் வறுமைக்குப் பயந்து ஒரு தாழ்ந்த உத்தியோகத்தை ஒப்புக்கொண்டு விடலாமா? கூடவே கூடாது. பின்னால் வரப்போகும் நல்ல காலத்தில் அது ஓர் இடைஞ்சலாக முடியலாமல்லவா?

ராஜுவுக்கு முப்பது வயது ஆயிற்று. இன்னமும் ஜோசியர் சொன்ன அந்த உயர்ந்த உத்தியோகம் கிடைத்தபாடில்லை. சொத்தோ பூஜ்யம். ஊரோ கலகக்கார ஊர். கேட்பானேன்? ராஜுவிடத்தில் ஏதோ கோளாறு இருப்பதாகவும் அவனிடம் யாரும் வரன் விஷயமாய் நெருங்கப் பயப்படுவதாயும் வதந்தி வேறு கிளம்பிற்று.

மனக்கோட்டையைக் கொண்டு எவ்வளவு நாள்தான் குடித்தனம் செய்வார்கள்? நாள் ஆக ஆக ராஜுவும் இரண்டு காசு தேட வழி தேடினான். என்ன செய்வான் அவன்! வெகுநாள் கஷ்டப்பட்ட பிறகு நண்பர் ஒருவரின் உதவியால் ஓர் 'எலக்டிரிக்' கம்பெனியில் சொல்ப சம்பளத்தில் ஒரு உத்தியோகத்தை ஒப்புக்கொண்டான்.

இந்த வேலையில் அவன் சிப்பந்திகளுக்குத் தெரிந்ததுகூட ராஜுவுக்குத் தெரியாவிட்டாலும் அவன் பி.ஏ. படித்தவன் அல்லவா? தெரிந்தது போல் பாவனை செய்தாலொழிய உத்தியோகம் நடத்துவ தெப்படி? ஆனால், நாள் முழுவதும் வெயில் பாழ் போகாமல் ஏணியும் கையுமாய் ஊர் சுற்றாவிட்டால் அவனை யார் விடுகிறார்கள்? கழுத்துக் கடுப்பு ஏற்பட்டாலும் கழுத்தைக் கோணிக் கொண்டாவது வேலைக்குப் போக வேண்டியதுதான். அநேக சமயங்களில் ராஜுவே ஏணியின்மீது ஏறிச் சிப்பந்திகளுக்கு உதவி புரிய வேண்டியதுதான்.

❍ ❍ ❍

கண்டனூர் சுந்தர தீக்ஷிதரைத் தெரியாதவர் இருக்க முடியாது என்று நினைக்கிறேன். அவர் ஜீவனமோ வைதிகம். இதைக் கொண்டு அரை டஜன் பெண்களை வாழ்க்கைப் படுத்துவதென்றால் சாமான்யமான சாமர்த்தியம் அல்ல. சிரமப்பட்டு முதல் ஐந்து பெண்களையும் எப்படியோ நல்ல இடங்களைப் பார்த்துத் தள்ளிவிட்டார். ஆனால் கடைசிப் பெண் யோகாம்பாள் விஷயத்தில் மாத்திரம் அவர் சாமர்த்தியம் பலிக்கவில்லை.

இத்தருணத்தில்தான் தீக்ஷிதர் ராஜுவைப் பற்றிக் கேள்விப் பட்டார். அவனுக்கு முப்பது வயதுக்குமேல் ஆகிவிட்டது என்பது அவருக்குத் தெரியும். ஆனால் யோகத்தின் நிஜ வயதும் அவருக்குத் தெரியுமாதலால், அவனுடைய முப்பது வயதைப் பொருட்படுத்த வில்லை. ஆகவே ராஜுவின் ஜாதக விஷயமாய் அவன் தாயாரிடம் நெருங்கினார்.

அவளும் மனம் கசந்து போய் ஏதாவதொரு வரன் வந்தால் போதும் என்று ஏங்கியிருந்த சமயம். ஆகவே ஆனி மாதக் கடைசி முகூர்த்தத்தில் ராஜகோபாலனுக்கும், யோகாம்பாளுக்கும் திருமணம் நடந்தேறியதில் ஆச்சரியமில்லை.

ஆயினும் ராஜுவுக்கோ அல்லது அவன் தாயாருக்கோ ஜோஸ்யரிடம் இருந்த வெறுப்பு மாறவில்லை. தங்கள் நிலைமையை நினைத்த போதெல்லாம் அடக்க முடியாத கோபமும், ஆவேசமும் வசைமொழிகளாகப் பீறிட்டுக் கொண்டு வெளிவந்தன. அவரை நேரே சந்தித்து வெளுத்து வாங்க வேண்டுமென்று ராஜு நினைத்தான்.

❍ ❍ ❍

அன்று பிள்ளையார் பூஜைக்காகத் தெருக்கோடி விஜய விநாயகர் கோவில் அமளிப்பட்டுக் கொண்டிருந்தது. வேடிக்கை பார்க்க

வந்தவர்களுக்கும் குறைவே இல்லை. நாணலூர் ஜோஸ்யரும் அவர்களில் ஒருவர்.

இந்த சமயத்தில், "அட ஜோஸ்யரே! என் ஆசையில் மண்ணைப் போட்டீரே" என்று ஆகாசத்திலிருந்து சத்தம் கேட்டது. ஜோஸ்யர் அண்ணாந்து பார்த்தார். அலங்கார தீபத்திற்காக நிறுத்தப்பட்ட எலக்டிரிக் கம்பத்தின் உச்சியில் ராஜு நின்றுகொண்டு மிக்க ஆவேசத்துடன் ஜோஸ்யரை எரித்து விடுபவன் போல் பார்த்துக் கொண்டிருந்தான்.

"அட மனுஷா! உன் வார்த்தையை நம்பியல்லவோ நான் பாழானேன்! உன்னையும் உன் ஜோஸ்யத்தையும் மாண்ட்கோமரியின் பீரங்கி வாயில்தான் வைக்க வேண்டும். எனக்கு முப்பது வயதுக்கு மேல் ராஜயோகம் ஏற்படப் போவதாகவும், அத்துடன் உயர்ந்த இடத்துச் சம்பந்தமும் கிடைக்கப் போவதாகவும் சொல்லி என்னை ஏமாற்றிப் பொருள் பறித்துக் கொண்டீரே, இப்பொழுது என்ன சொல்கிறீர்?" என்று கர்ஜித்தான் ராஜு.

ஜோஸ்யர் ஒரு கனைப்புக் கனைத்துக்கொண்டு, உயரே உள்ள ராஜுவைப் பார்த்து, "அடே அசடே, நீ மூடத்தனத்தினால் பேசிய வார்த்தைகளை நான் பொருட்படுத்துவது எனக்கு அழகல்ல. ஆனாலும் ஒரு வார்த்தை சொல்கிறேன். பெரியோர்களால் ஏற்படுத்தப்பட்ட சாஸ்திரம் ஒருபொழுதும் பொய்யாகாது. நான் சொன்ன வார்த்தையும் வீண் போகாது. ராஜகோபாலய்யராகிய நீ உன் முப்பதாவது வயதில் யோகாம்பாளை மணந்ததே ராஜ யோகமல்லவா? நீ இவ்வளவு உயரமான கம்பத்தில் ஏறிக்கொண்டு வேலை பார்க்கிறபோது, இதைவிட என்னடா உயர்ந்த வேலை இருக்கு? என் ஜோதிஷம் ஒரு இம்மி கூடத் தவறவில்லை என்பது இப்பொழுதாவது தெரிந்ததாடா?" என்று சொல்லிக்கொண்டே வீட்டை நோக்கி வேகமாக நடந்தார் ஜோஸ்யர்.

ராஜு அப்பொழுதே நாணு ஜோஸ்யர் மென்னியைப் பிடிக்க எண்ணினான். ஆனால் ராஜு உயர்ந்த வேலை பார்த்துக் கொண்டிருந்தானோ, ஜோஸ்யர் பிழைத்தாரோ?

கல்கி, டிசம்பர் 1, 1942.

சிறிது வெளிச்சம்

அப்பா! அவள் துன்பம் தீர்ந்தது என்று ஒரு சமயம் தோன்றுகிறது.

ஐயோ! தெரிந்தே அவளைச் சாவுக்கிரையாக விட்டு விட்டு வந்தேனே என்று ஒரு சமயம் நெஞ்சம் துடிக்கிறது.

நான் என்ன செய்ய முடிந்தது? அவள் இடமே கொடுக்கவில்லையே!

அந்த வீட்டிலிருந்து வெளியே வந்த பிறகு எவ்வளவோ தடவைகள் அங்கே போயும் அவளைப் பார்க்க முடிய வில்லை.

நேற்றுப் போனேன், அவள் மாரடைப்பால் இறந்து போய்விட்டாளாம்!

மாரடைப்பா?

அந்த மார்பில் இன்னும் என்னென்ன ரகசியங்கள் மூண்டு அதை அடைத்து விட்டனவோ?

அன்றிரவு சிலவற்றைத்தான் வெளியேற்றினாள்போல் இருக்கிறது.

"போதும், சிறிது வெளிச்சம் போதும்; இனிமேல் திறந்து சொல்ல முடியாது" என்றாள் கடைசியாக.

திறந்து சொன்னதே என் உள்ளத்தில் விழுந்துவிடாத வேதனையாகிவிட்டது.

அது தெரிந்துதான் அவள் நிறுத்திக்கொண்டாள், ஆமாம்!

இனிமேல் என்ன, சொல்லுகிறேனே, அவள் இட்ட தடை அவளுடன் நீங்கிவிட்டது.

நான் சென்னையில் சென்ற வருஷம், ஒரு வீட்டு ரேழி உள்ளில் குடியிருந்தேன். உள்ளே ஒரே ஒரு குடித்தனம்.

புருஷன் பெண்சாதி, உலகத்தில் சொல்லிக்கொள்ளுகிறபடி. புருஷனுக்கு எங்கோ ஒரு பாங்கில் வேலை. பகல் முழுவதும் வீட்டிலிருக்க மாட்டான்; இரவில் வீட்டில் இருப்பதாகப் பெயர். சாப்பிட்டுவிட்டு வெளியே போவான்; இரவு இரண்டு மணிக்கு வந்து கதவைத் தட்டுவான்.

அந்த வீட்டில் நான் தனியாக இருப்பது எனக்கே சங்கடமாக இருந்தது. நான் எழுத்தாளன் – இரவும் பகலும் வீட்டிலேயே இருப்பவன். காலையிலும் மாலையிலும்தான் சிறிது நேரம் வெளியே போவேன்.

அந்த மனிதன் முந்திக்கொண்டுவிட்டான்.

"ஸார், நீங்கள் இங்கேயே தனியே இருக்கிறோமே என்று சங்கோசப் பட வேண்டாம். நான் சந்தேகப்படும் பேர்வழியல்ல; நீங்களும் உங்கள் ஜோலியோ நீங்களோ என்று இருக்கிறீர்கள். மனுஷ்யாள் தன்மையை அறிய எவ்வளவு நேரமாகும்? உங்களைப் போன்ற ஆசாமி வீட்டில் இருப்பது, நான் சதா வெளியே போவதற்குச் சௌகரியமாக இருக்கிறது."

"உங்களைப் போல" என்று சொல்ல என்னிடம் என்னத்தைக் கண்டான்?

அவள் – சாவித்திரி – என் கண்களில் படுவதே இல்லை. நானும் சாதாரணமாகப் பெண்கள் முகத்தைத் தைரியமாகக் கண்ணெடுத்துப் பார்க்கும் தன்மை இல்லாதவன். எனவே எனக்கு அவள் குரல் மட்டும்தான் சிறிது காலம் பரிச்சயமாகி இருந்தது.

அவன் – அவன் பெயர் கோபாலய்யர் – ஆபீஸுக்குப் போகும் முன்பே நான் முற்றத்திலிருந்த குழாயை உபயோகித்துக்கொண்டு விடுவேன். பிறகு, அந்தப் பக்கமே போகமாட்டேன். அவன் வெளியே போனதும் அவள் ரேழிக்கதவைத் தாளிட்டுக்கொண்டுவிடுவாள். சாவித்திரி யாருடனும் வம்பு பேசுவதில்லை; வெளியே வருவதே இல்லை.

இப்படி ஒரு வாரமாயிற்று. இரவு இரண்டு மணிக்கு அவன் வந்து கதவைத் தட்டுவதும் சாவித்திரி எழுந்து போய்க் கதவைத் திறப்பதும் பிறகு கதவைத் தாளிட்டுக்கொண்டு அவள் அவனுடன் உள்ளே போவதும் எனக்கு அரைத் தூக்கத்தில் கேட்கும். ஒரு நாள் அவன் வந்து கதவைத் தட்டியபோது அவள் அயர்ந்து தூங்கிப் போய்விட்டாள்போல் இருக்கிறது. நாலைந்து தடவை கதவைத் தட்டிவிட்டான். நான் எழுந்து போய்க் கதவைத் திறந்தேன்.

"ஓ! நீங்களா திறந்தீர்கள்? மன்னிக்க வேண்டும்!" என்று என்னிடம் சொல்லிவிட்டு அவன் உள்ளே போனான். நான் என் அறையில் போய்ப் படுத்துக் கதவைத் தாளிட்டுக்கொண்டேன்.

உள்ளே போனவன் தூங்கிக்கொண்டிருந்த மனைவியை என்ன செய்தானோ தெரியவில்லை. பிறகு தெரிந்தது; உதைத்தான் காலால் – அவள் வாரிச் சுருட்டிக்கொண்டு எழுந்து "ரொம்ப நாழி தட்டினீர்களா? மத்தியானமெல்லாம் தலைவலி. உடம்பு தெரியாமல் . . ." என்று அவள் மெதுவாகப் பயந்து சொன்னது என் காதில் பட்டது.

"உடம்பு தெரியுமா உனக்கு! உடம்பு தெரியச் சொல்கிறேன்!" என்று சொல்லிக்கொண்டு அடித்தான். அவளை அடித்தது என் காதில் விழுந்தது. எனக்கு என்ன செய்வதென்று தெரியவில்லை. புருஷன் பெண்சாதி கலகத்தில் பிற மனிதன் தலையிடக் கூடாது என்று கடைசியாகச் சும்மா இருந்துவிட்டேன்.

பிறகு இரவு முழுவதும் மூச்சுப் பேச்சு இல்லை. ஆனால் அவள் தூங்கவே இல்லை என்பது எனக்குத் தெரிந்தது. ஏனென்றால் நானும் தூங்கவில்லை.

மறுநாள் இரவு கதவை அவள் விழித்திருந்து திறந்தாள். ஆனால், அன்றும் அவளுக்கு அடி விழுந்தது. முதல் நாள் போல அவள் பேசாமல் இருக்கவில்லை.

"என்னை ஏன் இப்படி அடித்துக் கொல்லுகிறீர்கள்? நீங்கள் செய்வது எதையாவது நான் வேண்டாமென்கிறேனா?"

"ஓஹோ, இப்பொழுது உனக்கு வாய் வேறா?"

"எவ்வளவு நாள்தான் நானும்..."

"சீ, வாயைத் திறந்தால் பல்லை உதிர்த்துவிடுவேன்!"

"உதிர்த்துவிடுங்கள்!"

பளாரென்று கன்னத்தில் அறை விழுந்த சத்தம் கேட்டது. என்னை யறியாமல் நான் எழுந்து ரேழிக் கதவண்டை போய் "ஸார், கதவைத் திறவுங்கள்!" என்றேன்.

அதற்குமுன் என்னோடு பல்லிளித்துக்கொண்டு பேசிவந்த மனிதன் உள்ளே இருந்த மிருகம் போலச் சீறினான்.

"எதற்காக?"

"திறவுங்கள், சொல்லுகிறேன்!"

"முடியாது, ஸார்!"

"திறக்காவிட்டால் கதவை உடைப்பேன்!"

அவன் கதவைத் திறந்துகொண்டு வெளியே ரேழிக்கு வந்து மறுபடியும் கதவை மூடிக்கொண்டு "என்ன ஸார்?" என்றான்.

"உங்கள் மனைவியை நீங்கள் அடித்தது போல் காதில் பட்டது."

"இருக்கலாம், அதைப் பற்றி உங்களுக்கென்ன?"

"நீங்கள் அந்த மாதிரி செய்யும்படி நான் விட முடியாது!"

"என்ன செய்வீர்கள்?"

"போலீஸுக்குத் தகவல் கொடுப்பேன். முதலில் நானே பலாத்காரமாக உங்களைத் தடுப்பேன்."

அவன் முகத்தில் சோகமும் திகிலும் தென்பட்டன. திருதிருவென்று சற்று விழித்தான். என்னுடைய திடமான பேச்சைக் கண்டு அவன்

கலங்கிப் போனான் என்று தெரிந்தது. அவன் கோழை என்று உடனே கண்டேன்; இல்லாவிட்டால் ஒருவன் பெண்பிள்ளையை அடிப்பானா?

"நீங்கள் சாது, ஒரு வழிக்கும் வரமாட்டீர்கள் என்று உங்களை ரேழியில் குடிவைத்தேன். நீங்கள் அனாவசியமாக என் விஷயத்தில் தலையிடுவதாக இருந்தால் காலையிலேயே காலிசெய்துவிட வேண்டும்."

"நான் காலி செய்வதைப் பற்றிப் பிறகு பார்த்துக்கொள்ளுவோம். இனிமேல் நீங்கள் விடிகிற வரையில் உள்ளே போகக் கூடாது."

"நீர் யாரையா, இந்த மாதிரியெல்லம் உத்தரவு செய்ய?"

"யாராயிருந்தால் என்ன? இப்பொழுது நீர் நான் சொன்னபடி செய்ய வேண்டியதுதான்; மீறினீரானால் உமக்கு நல்லதல்ல."

"பயமுறுத்துகிறீர்களே?"

"பயமுறுத்துவது மட்டுமல்ல – செயலிலே காட்டிவிடுவேன். வாரும், என் அறையில் படுத்துக்கொள்ளலாம். அம்மா, கதவை உள்ளே தாழ்ப்பாள் போட்டுக்கொள்ளுங்கள்!" என்றேன் அவள் பக்கம் திரும்பி.

"போட்டுவிடுவாளோ அவள்?"

"நான் இங்கே இருக்கிறவரையில் நீர் இனிமேல் அந்த அம்மாள் மேல் விரல் வைக்க முடியாது."

அப்போது சாவித்திரி கதவைத் திறந்துகொண்டு வந்தாள். என்னுடன் அவள் பேசினதே இல்லை.

"தயவுசெய்து நீங்கள் தலையிட வேண்டாம்" என்று என்னிடம் சொல்லிவிட்டுப் புருஷனைப் பார்த்து "வாருங்கள் உள்ளே!" என்றாள்.

"நீ போடி உள்ளே! உன்னை யார் இங்கே வரச் சொன்னா!" என்று அவன் அவள்மேல் சீறி விழுந்தான்.

"அம்மா, விஷயம் உங்கள் கையிலும் இல்லை. என் கையிலும் இல்லை. நான் தலையிடாமல் இருக்க முடியாது. போலீஸுக்குத் தகவல் கொடுத்தால் அனாவசியமாக உங்களுக்குச் சங்கடமே என்று தான் நானே தலையிடுகிறேன்" என்றேன் அவளைப் பார்த்து.

"நீங்கள் இதையெல்லாம் காதில் போட்டுக்கொண்டு தலையிடுவது தான் எனக்குச் சங்கடம்!" என்று அவள் சொன்னாள்.

"சரி கதவு திறந்திருக்கட்டும். நீங்கள் உள்ளே படுத்துக்கொள்ளுங்கள். வாசற்கதவைத் தாளிட்டு வருகிறேன். இவரும் நானும் என் அறையில் படுத்துக்கொள்ளுகிறோம்" என்றேன்.

"நான் இங்கே படுத்துக்கொள்ள முடியாது. எனக்கு வெளியே போக வேண்டும். ஜோலி இருக்கிறது!" என்று அந்த மனிதன் வெளியே போக ஆயத்தமானான்.

என்ன மனிதன் அவன்! அவன் போக்கு எனக்கு அர்த்தமே ஆகவில்லை.

சாவித்திரி உள்ளே போய்க் கதவைத் தாளிட்டுக்கொண்டாள். அவன் வெளியே போனான். நான் வாசற்கதவை மூடிக்கொண்டு என் அறையில் போய்ப் படுத்துக்கொண்டேன்.

தூக்கம் வரவில்லை. சாவித்திரியின் உருவம் என் முன் நின்றது. நல்ல யௌவனத்தின் உன்னத சோபையில் ஆழ்ந்த துக்கம் ஒன்று அழகிய சருமத்தில் மேகநீர் பாய்ந்தது போலத் தென்பட்டது. பதினெட்டு வயதுதான் இருக்கும். சிவப்பு என்று சொல்லுகிறோமே, அந்த மாதிரி கண்ணுக்கு இதமான சிவப்பு. இதழ்கள் மாந்தளிர்கள் போல இருந்தன. அப்பொழுதுதான் அந்த மின்சார விளக்கின் வெளிச்சத்தில் கண்டேன். கண்களுக்குப் பச்சைவிளக்கு அளிக்கும் குளிர்ச்சியைப் போன்ற ஒரு ஒளி அவள் தேகத்திலிருந்து வீசிற்று.

அவளையா இந்த மனிதன் இந்த மாதிரி..!

தாழ்ப்பாள் எடுபடும் சத்தம் கேட்டது.

நான் படுக்கையில் சட்டென்று எழுந்து உட்கார்ந்தேன். அவள் என் அறை வாசலில் வந்து நின்றாள் போலத் தோன்றிற்று. உடனே எழுந்து மின்சார விளக்கைப் போட்டேன்.

"வேண்டாம், விளக்கு வேண்டாம், அணைத்துவிடுங்கள்!" என்றாள் அவள்.

உடனே அதை அணைத்துவிட்டுப் படுக்கையிலேயே உட்கார்ந்து விட்டேன். அவள் என் காலடியில் வந்து உட்கார்ந்துகொண்டாள். 'புருஷன் ஒருவிதம், மனைவி ஒருவிதமா' என்று எனக்கு ஆச்சரியம்.

"உங்களுடன் தனியாக இப்படி இருட்டில் பேசத் துணிந்தேனே என்று நீங்கள் யோசனை செய்ய வேண்டாம். நீங்கள் இதற்காக என்னை வெறுக்கமாட்டீர்கள் என்று எனக்கு எதனாலோ தோன்றிற்று... வந்தேன்."

"அம்மா... ..."

"என் பெயர் சாவித்திரி."

"எதற்காக இந்த மனிதனிடம் இங்கே இருக்கிறீர்கள்? பிறந்தகம் போகக் கூடாதா? இந்தப் புருஷனிடம் வாழாவிட்டால் என்ன கெட்டுப் போய்விட்டது?"

"இருக்க வேண்டிய காலம் என்று ஊர் ஏற்படுத்தியிருக்கிறதே. அதற்குமேல் பிறந்த வீட்டில் இடமேது? பெற்றோர்களாவது, புருஷனாவது, எல்லாம் சுத்த அபத்தம். காக்கை குருவி போலத்தான் மனிதர்களும். இறகு முளைத்த குஞ்சைக் கூட்டில் நுழைய விடுகிறதா பட்சி?"

"புருஷன்... ..."

"என்னடா இந்தப் பெண் இப்படிப் பேசுகிறாள் என்று நீங்கள் நினைப்பீர்கள். நினைத்துக்கொள்ளுங்கள். நீங்கள் என்ன நினைத்தாலும் எனக்கு ஒன்றுதான். புருஷனா! புருஷனிடம் வந்த சில மாதங்கள் பெண் புதிதாக இருக்கிறாள். பிறகு புதிதான பானம் குடித்துத் தீர்ந்த பாத்திரம் போலத்தான் அவள் . . ."

"நீங்கள் அப்படி . . ."

"நீங்கள் என்று ஏன் சொல்லுகிறீர்கள், நீங்கள்தானே பெரியவர்கள். என் நெஞ்சு புண்ணாகி, அதன் ஆழத்திலிருக்கும், எரியும் உண்மையைச் சொல்லுகிறேன். உங்களுக்குக் கல்யாணம் ஆகிவிட்டதா?"

"இல்லை."

"ஆகி, மனைவி வந்து சில மாதங்கள் ஆகியிருந்தால், நான் சொல்வது உங்களுக்கு அர்த்தமாகும்."

வாசற்புறம் கேட்காதபடி சற்று மெல்லிய குரலில்தான் பேசினாள். ஆனால் அந்தப் பேச்சில் இருந்த துடிப்பும் வேதனையும் தாங்க முடியாதவையாக இருந்தன.

"அம்மா... சாவித்திரி, உன் புருஷன் வந்துவிடப் போகிறான். ஏதாவது தப்பாக நினைத்துக்கொண்டு. . ."

"இனிமேல் என்னை என்ன செய்துவிடப்போகிறான். கொலை தானே செய்யலாம்? அதற்குமேல்?"

"நீ இப்படிப் பேசலாமா? இன்னும் உன் புருஷனுக்குப் புத்தி வரலாம். நீயே நல்ல வார்த்தை சொல்லிப் பார்க்கலாம் . . ."

"நல்ல வார்த்தையா? புத்தியா? இந்த மூன்று வருஷங்களில் இல்லாததா?"

"பின் என்ன செய்யப் போகிறீர்கள்?"

"என்ன செய்கிறது? தற்கொலை செய்துகொள்ளப் பார்த்தேன், முடியவில்லை – அதாவது என்னால் முடியவில்லை. என்னால் பொய் சொல்ல முடியாது. உயிர் இருக்கிறவரை அடிபட்டுக்கொண்டே இருக்க வேண்டியதுதான்."

"அடடா, இப்படியேயா!"

"வேறு வழி என்ன இருக்கிறது?"

என்னால் இந்தக் கேள்விக்குப் பதில் சொல்ல முடியவில்லை.

"என்ன! பதில் இல்லை?" என்று அவள் சிரித்தாள்.

"நான் என்ன சொல்வது . . . அதாவது நான் ஒன்று கேட்கட்டுமா?" என்று திடீரென்று கேட்டேன்.

"கேட்கிறது தெரியும். உங்களுடன் ஓடி வந்துவிடச் சொல்லுகிறீர்கள். நீங்களும் இதே மாதிரிதானே சில மாதங்களுக்குப் பிறகு . . .?"

“என்ன சாவித்திரி . . .”

“அதாவது, ஒருவேளை நீங்கள் அடித்துக் கொல்லாமல் இருப்பீர்கள். மிருக இச்சை மிகைப்படும்போது என்னிடம் கொஞ்சுவீர்கள். இச்சை ஓய்ந்ததும் முகம் திருப்பிக்கொள்வீர்கள். புதுமுகத்தைப் பார்ப்பீர்கள்.”

“நீ இவ்வளவு பட்டவர்த்தனமாகப் பேசும்பொழுது. நானும் பேசலாமா?”

“தாராளமாக!”

“என்னைக் கவர்ந்து வைத்துக்கொள்ளும் சக்தி உன்னிடமல்லவா இருக்கிறது!”

“அதெல்லாம் சுத்தக் கதை. அதை இங்கே இப்பொழுது புகவிடாதீர்கள். வெட்கமற்று உண்மையை நான் கொட்டுகிறேன். நீங்கள் எதையோ சொல்லுகிறீர்களே? எந்த அழகும் நீடித்து மனிதனுக்கு அழகு கொடுக்காது . . .”

“நீ எப்படி அந்தமாதிரி பொதுப்படையாகத் தீர்மானிக்கலாம்?”

“எப்படியா? என் புருஷனைப் போல் என்னிடம் பல்லைக் காட்டின மனிதன் இருக்கமாட்டான். நான் குரூபியல்ல, கிழவியல்ல, நோய்கொண்டவள் அல்ல. இதையும் சொல்லுகிறேன் . . . மிருக இச்சைக்குப் பதில் சொல்லாதவளுமல்ல. போதுமா?”

“சாவித்திரி, உன் உள்ளத்தில் ஏற்பட்ட சோகத்தால் நீ இப்படிப் பேசுகிறாய். என்றாவது நீ சுகம் என்றதை ருசி பார்த்திருக்கிறாயா?”

“எது சுகம்? நகைகள் போட்டுக்கொள்வதா? நான் போடாத நகை கிடையாது. என் தகப்பனார் நாகப்பட்டணத்தில் பெரிய வக்கீல், பணக்காரர்; புடவை, ரவிக்கை – நான் அணியாத தினுசு கிடையாது. சாப்பாடா அது எனக்குப் பிடிக்காது. வேறென்ன பாக்கி? சரீர சுகம்; நான் ஒருநாளும் அடையவில்லை இதுவரையில்.”

“அதாவது . . .”

“என் புருஷன் என்னை அனுபவித்துக் குலைத்திருக்கிறான். நான் சுகம் என்பதைக் காணவில்லை.”

“பின் எதைத்தான் சுகம் என்கிறாய்?”

“நான் உள்ளத்தைத் திறந்து பேசுவதற்கும்கூட ஒரு எல்லை இல்லையா? இதற்கும் மேலுமா என்னைச் சொல்லச் சொல்லுகிறீர்கள்?”

“உன் புருஷன் ஏன் . . .?”

“என் புருஷனுக்கு என் சரீரம் சலித்துப்போய்விட்டது. வேறு பெண்ணைத் தேடிக்கொண்டுவிட்டான். விலை கொடுத்து.”

“சாவித்திரி! தைரியமாக ஒன்று செய்யலாமே!”

"நான் எதையும் செய்வேன். ஆனால், உபயோகமில்லை. சிறிது காலம் உங்களைத் திருப்தி செய்யலாம் அவ்வளவுதான்."

"உன்னைத் திருப்தி செய்ய நான் முயற்சி செய்து பார்க்கிறேனே!"

"வீணாக உங்களையே நீங்கள் ஏமாற்றிக்கொள்ளாதீர்கள். என் ரூபத்தைக் கண்டு நீங்கள் மயங்கிவிட்டீர்கள். உங்கள் இச்சை பூர்த்தி யாவதற்காக, என்னைத் திருப்தி செய்வதாகச் சொல்லுகிறீர்கள்."

"எது சொன்னாலும் . . ."

"ஒன்றுமே சொல்ல வேண்டாம், இனிமேல் விளக்கைப் போடுங்கள்."

நான் எழுந்து விளக்கைப் போட்டேன்.

"நான் போய்ப் படுத்துக்கொள்ளட்டுமா?"

"தூக்கம் வருகிறதா?"

"தூக்கமா? இப்பொழுது இல்லை."

"பின் சற்றுதான் இரேன்."

"உங்கள் தூக்கமும் கெடவா?"

"சாவித்திரி . . ."

"ஒன்றும் சொல்லாதீர்கள்!"

"நீ சொல்வதெல்லாம் சரி என்றுதான் எனக்குத் தோன்ற ஆரம்பிக்கிறது."

"நிஜம்மா!" என்று எழுந்து என் பக்கத்தில் வந்து உட்கார்ந்தாள்.

"பொய் சொன்னால்தான் நீ உடனே . . ."

"அப்பா, இந்தக் கட்டைக்கு கொஞ்சம் ஆறுதல்!"

"சாவித்திரி, உன்னால் இன்று என் அபிப்பிராயங்களே மாறுதல் அடைந்துவிட்டன."

"அதெல்லாம் இருக்கட்டும். இந்த அந்தரங்கம் நம்முடன் இருக்கட்டும். என் கட்டை சாய்ந்தபிறகு வேண்டுமானால் யாரிடமாவது சொல்லுங்கள்."

"ஏன் அப்படிச் சொல்லுகிறாய்?"

"இல்லை, இனிமேல் இந்தச் சரீரம் என் சோகத்தைத் தாங்காது. ஆனால் எதனாலோ இப்பொழுது எனக்கேதோ ஒரு திருப்தி ஏற்படுகிறது."

"நான் சொல்லவில்லையா?" என்று நான் என்னையும் அறியாமல், துவண்டு விழுபவள்போல் இருந்த அவளிடம் நெருங்கி, என்மேல் சாய்த்துக்கொண்டேன்.

சிறிது வெளிச்சம்

அவள் ஒன்றும் பேசாமல் செய்யாமல் கண்களை மூடிக்கொண்டு சிறிது நேரம் அப்படியே கிடந்தாள்.

இவ்வளவு மாதங்கள் கழித்து, நிதான புத்தியுடன் இதை எழுதும் போதுகூட, நான் செய்ததைப் பூசி மெழுகிக் சொல்ல மனம் வரவில்லை எனக்கு. இப்படி மனம் விட்டு ஒரு பெண் சொன்ன வார்த்தைகளைக் கொஞ்சங்கூட மழுப்பாமல் எழுதின பிறகு கடைசியில் ஒரு பொய்யைச் சேர்க்க முடியவில்லை.

மெள்ள அவளைப் படுக்கையில் படுக்கவைத்தேன் . . . என் படுக்கையில்! அப்பொழுதும் அவள் ஒன்றும் சொல்லவில்லை. அவ்வளவு ரகஸ்யங்களை ஒரேயடியாக வெளியே கொட்டின இதழ்கள் ஓய்ந்துபோனது போலப் பிரித்தபடியே கிடந்தன.

திடீரென்று "அம்மா! போதுமடி!" என்று கண்களை மூடிய வண்ணமே முனகினாள்.

"சாவித்திரி, என்னம்மா?" என்று நான் குனிந்து அவள் முகத்துடன் முகம் வைத்துக்கொண்டேன்.

"போதும்!"

"சாவித்திரி, விளக்கு . . ."

அவள் திடீரென்று எழுந்து உட்கார்ந்தாள்.

"ஆமாம், விளக்கை அணைத்துவிட்டுப் படுத்துக்கொள்ளுங்கள். சற்றுநேரம் இருந்த வெளிச்சம் போதும்!" என்று எழுந்து நின்றாள்.

"நீ சொல்வது அர்த்தமாகவில்லை, சாவித்திரி!"

"இனிமேல் திறந்து சொல்ல முடியாது. நான் போகிறேன். நாளைக்கு வேறு ஜாகை பார்த்துக்கொள்ளுங்கள்!"

"ஏன், ஏன்! நான் என்ன தப்பு செய்துவிட்டேன்?"

"ஒரு தப்பும் இல்ல. இனிமேல் நாம் இந்த வீட்டில் சேர்ந்து இருக்கக் கூடாது. ஆபத்து!" என்று சொல்லி என்னைப் பார்த்துவிட்டு, சாவித்திரி தானே விளக்கை அணைத்துவிட்டுச் சிறிதும் தயங்காமல் உள்ளே போய்க் கதவைத் தாளிட்டுக்கொண்டாள்.

சட்டென்று என் உள்ளத்திலும் சற்று எரிந்த விளக்கு அணைந்தது.

போதும்!

எது போதும் என்றாள்?

தன் வாழ்க்கையா, துக்கமா, தன் அழகா, என் ஆறுதலா, அல்லது அந்தச் சிறிது வெளிச்சத்தில் . .?

❖

***கலாமோகினி,* 16 டிசம்பர், 1942**

தித்திப்பு

"என்னைச் சுத்த மடிசஞ்சியாக்கிவிட்டாயே? உன் சாமர்த்தியமல்லவா சாமர்த்தியம்! மணி பன்னிரண்டாகிறது. காலையில் சாப்பிட்ட ஒரு வாய் காப்பியுடன் என்னை உட்கார வைத்திருக்கிறாயே!"

"பண்டிகை, பருவம் என்றால் அன்று ஒரு நாளாவது நியமநிஷ்டையுடன் இருக்க வேண்டாமா? தினந்தான் நம் இஷ்டம் போல் இருக்கிறோம்!"

"பண்டிகை, பருவம், நியமம், நிஷ்டை – உன்னைக் கல்யாணம் பண்ணிக்கொண்ட பிறகுதான், இந்த வார்த்தைகளே என் காதில் படுகின்றன."

"அந்த நாட்களிலேதான் தித்திப்பு – இன்று பொங்கல் – கரும்பு"

"தித்திப்பு பொங்கலிலும் கரும்பிலுந்தானா என்ன?"

"பின், வேறு எதில்?"

"வாழ்க்கையில் – நீ இருக்கும் வாழ்க்கையில்!"

"போங்கள், இதுதான் உங்களுக்கு வேலை!" என்று ராதை பெருமையுடன் புன்னகை செய்தாள்.

"வேறென்ன வேலை? உன்னைப் பார்த்த நாளேதான் என் வேறு வேலையெல்லாம் காற்றில் போய்விட்டதே!"

"என்ன வேலை?"

"நான் செய்வதாக இருந்த வேலை. ஆனால் ஒன்று ராதா! இந்தப் பண்டிகை பருவம் வந்தால்–"

"வந்தால் என்ன?"

"வந்தால் அன்று நீ வெகுஜோராக இருக்கிறாய்!" என்று சொல்லிக்கொண்டே பாலகிருஷ்ணன் மனைவி முகத்தைப் பார்த்துப் பசியையும் மறந்தான்.

"ஆச்சு, வாத்தியார் வருகிற சமயந்தான். அவருக்கும் பாவம், நாலு இடத்தில் வேலை இருக்காதா? எனக்கும் அடுப்பண்டை அரை மணி வேலை இருக்கிறது!"

பாலகிருஷ்ணன் பேசவில்லை.

"ரொம்பப் பசிக்கிறதா? இன்னும் கொஞ்சம் காப்பி வேண்டுமானால் போட்டுக் கொடுக்கட்டுமா?" என்று ராதை இளகிக் கேட்டாள்.

"வேண்டாம், பாதகமில்லை" என்று பாலகிருஷ்ணன் சொல்லிக் கொண்டிருக்கும்பொழுதே வாத்தியார் ஓட்டமும் நடையுமாக உள்ளே வந்தார்.

"ஐயர்வாள், பூஜைக்கு எல்லாம் தயாராக இருக்கிறதா, உட்காருங்கள்!" என்று சொல்லிக்கொண்டு அவர், முற்றத்தில் வெயிலில் – கோலம் போட்டு வைத்திருந்த இடத்திற்குப் பக்கத்தில் உட்கார்ந்தார்.

ராதை பூஜை சாமான்கள் நிறைந்த தட்டையும் வெள்ளிப் பஞ்ச பாத்திர உத்தரணியையும் கொண்டுவந்து வைத்தாள். கரும்பைக் கொண்டு வந்து ஒருபுறம் வைத்தாள்.

பாலகிருஷ்ணன் பலகையில் உட்கார்ந்து வாத்தியார் சொன்னதை யெல்லாம் இயந்திரம் போலச் செய்தான். அவன் நினைவு மட்டும் ராதை தன்னை அடிமைப்படுத்தின வகையை நாடிச் சென்றது.

"அஸ்மாகம்னு சொல்றது; சக குடும்பானாம் –"

○

பாலகிருஷ்ணன் காலேஜில் புரட்சிக்கவி. பட்டணத்தில் ஹாஸ்டலில் படித்துக்கொண்டிருந்தான். மற்ற காலேஜ் மாணவர்களைப் போல அவனும் 'கம்யூனிஸ்ட்' – பொதுவுடைமைவாதி. அதற்கு அடையாளமாக, நீண்ட மல் சராய், மல் ஜிப்பா – ஸ்லிப்பர்கள் – மற்றபடி கிராப், கண்ணாடி, பாழும் நெற்றி – அவற்றைச் சொல்ல வேண்டியதில்லை.

பி.ஏ. பரீட்சை முடிந்ததும் புரட்சி வேலை செய்வதற்காகப் பாட்டனார் இருந்த கிராமத்துக்குப் புறப்பட்டான். அங்கே 'கிஸான்' களிடையே பொதுவுடைமையைப் பிரசாரம் செய்யப் போவதாகக் 'கம்யூனிஸ்ட்' நண்பர்களிடம் திட்டம் போட்டுக்கொண்டு வந்தான்.

முதல் முதலாக அப்பொழுதுதான் அவன் கிராமத்தையே பார்த்தது. பட்டணத்தில் பிறந்து வளர்ந்தவன். ஆகையால் கிராமம் என்பது என்ன என்பதே அவனுக்குத் தெரியாது. அதன் இயல்பும் இருப்பும் அவனுக்குத் தெரியா. போனதுதான் தாமதம்; உடனே புரட்சித்தீயை அங்கே மூட்டிவிடலாம் என்று துடித்துக்கொண்டு வந்தான்.

வந்த நாளே குடியானத்தெருப் பக்கம் போனான். அதுவரையில் பார்த்திராத மனிதன் வந்ததும் குழந்தைகள் பரட்டைத் தலையும் கந்தல் ஆடையுமாக வந்த அவனைச் சுற்றிக்கொண்டன. நாய்கள் குலைக்க ஆரம்பித்தன. பெண்கள் குடிசைகளை விட்டு வெளியே வந்து நின்றுகொண்டு, "பெரிய ஐயா பேரனா நீ! இதென்ன வேசம்?"

என்றார்கள். குடியானவர்கள் ஓரிருவரிடம் அவன் பொதுவுடைமையைப் பற்றிப் பேச ஆரம்பித்தான்.

“நீ இன்னக்கி வந்து ஏதாச்சியும் சொல்லிப்புட்டு நாளைக்கிப் பட்டணம் பூடுவே. நாங்க இங்கே நிலச்சுப் பயிர்த் தொழில் செய்ய வாணாம்? நீ சொல்றதெல்லாம் நடக்காது சாமி!” என்றார்கள்.

உத்ஸாகம் குன்றி வியர்த்து விறுவிறுத்துப் பாலகிருஷ்ணன் ஒட்டுகிற வெயிலில் வீடுவந்து சேர்ந்தான்.

“ஏண்டாப்பா, இத்தனை நாழி? எங்கே போயிருந்தே?” என்று ரேழித் திண்ணையில் உட்கார்ந்திருந்த பாட்டனார் கேட்டார்.

“இது சுத்த முட்டாள் ஊராயிருக்கே, தாத்தா!” என்றான் பாலகிருஷ்ணன்.

“கிராமமெல்லாம் அப்படித்தான் இருக்கும். இங்கே படிப்பேது? சரி, போய் ஸ்நானம் செய்துவிட்டுச் சாப்பிடு!”

❍

(“சாயாதேவீஸமேத ஸூர்யநாராயண ஸ்வாமினே தூபம் தரிசயாமி! அந்தச் சாம்பிராணியை எடுத்துக் காட்டறது!” என்று வாத்தியார் சொன்னார்.)

❍

சாப்பிட்டுவிட்டுப் பாலகிருஷ்ணன் சராயும் சட்டையுமாக வாசல் திண்ணையில் வந்து உட்கார்ந்தான்.

“தாத்தா, படிக்க ஏதாவது புஸ்தகம் இருக்கிறதா?” என்று கேட்டான்.

“என்ன புஸ்தகம் வேணுமப்பா?”

“ஏதாவது அரசியல், பொருளாதாரம் –”

“என்னிடம் கிரந்த புஸ்தகங்கள் இருக்கு. தமிழில் தாயுமானவர், பட்டினத்தார், ராமலிங்கஸ்வாமிகள் பாடல்களும் தேவாரம் திருவாசகமும் இருக்கு!”

“வேண்டாம்!” என்று சொல்லி முகத்தைச் சுளித்துக்கொண்டு அவன் தெருவைப் பார்க்கலானான்.

மாடுகள் மேய்ச்சலுக்குப் போய்க்கொண்டிருந்தன. பின்னால் மாட்டுக்காரன் அடிக்கடி “இந்தா, இந்தா!” என்று கத்தி முன்போன மாடுகளைச் சரியான வழியோடு போகும்படி செய்துகொண்டே வந்தான். சாணி பொறுக்கும் சிறுமி ஒருத்தி சாணித்தட்டுடன் வந்தாள். வயலைச் சுற்றிக்கொண்டு வீடு திரும்பும் ரெட்டியார், வழியில் ஆற்றில் குளித்துவிட்டு வேஷ்டியைக் காற்றில் காயவிட்டுக் கொண்டே போனார். தோட்டி – பொந்திலியன் – கிராம முன்சீப் வீட்டு வாசலுக் கெதிரில் வேப்பமரத்து நிழலில் கம்பளியைக் கீழே போட்டுக் கொண்டு கையும் கம்புமாக உட்கார்ந்திருந்தான்.

"இந்த ஊரில் இவர்களுக்கெல்லாம் எப்படிப் பொழுது போகிறது?" என்று பாலகிருஷ்ணன் ஆச்சரியப்பட்டான்.

ஆற்றில் குளித்துவிட்டு ஈரப்புடைவையுடன் இடுப்பில் குடத்தை வைத்துக்கொண்டு வந்து பெண் ஒருத்தி அவனைப் பார்த்தவள், அவன் தன்னைப் பார்க்கிறான் என்று அறிந்தவுடன் வேகமாக நடந்து எதிர்வீட்டுக்குள் நுழைந்தாள்.

அந்த மாதிரி பெண்ணை அவன் பட்டணத்தில் பார்த்ததில்லை. வயசு பதின்மூன்று பதினாலுதான் இருக்கும். தளதளவென்று காட்டுக் கொடி போல இருந்தாள். குடத்தை எடுத்துக்கொண்டு 'தாட், தாட்' என்று நடந்து போனாள். தலையில் கட்டு மயிர்; முகத்தில் சொட்டும் அழகு. பட்டணத்துப் பெண்கள் எல்லாம் தொட்டியில் வளரும் ரத்தம் வற்றிய வளர்ப்புக் கொடிகள் போல அவன் மனசில் பட்டார்கள் அப்பொழுது.

கிராமத்தில்கூட இந்த மாதிரி ஒரு கவர்ச்சி இருக்கிறதா என்று அவனுக்கு அது ஒரு புதுமை போலத் தோன்றிற்று. அந்த மாதிரி ஒரு கிராமத்திற்கு ஒரு பெண் இருந்தால் கிராமாந்தரம் பாதகமில்லை என்று எண்ணினான். அரைகுறையாக அவள் பார்த்த அந்த ஒரு பார்வை – அதில் என்ன இருந்தது என்று அவனுக்குப் புரியவில்லை; ஆனால் அவன் கண் எதிர் வீட்டை விட்டு அகலவில்லை.

இந்தப் பெண் கம்யூனிஸ்டாக இருப்பாளா? கம்யூனிஸத்தில் பெண்கள் – சை – என்ன கம்யூனிஸம் எப்பப் பார்த்தாலும்!

அந்தப் பெண்ணின் பார்வைக்கு முன்பே கம்யூனிஸத்திற்கு இந்தக் கதி!

"அப்பா! உள்ளே போய் வேணும்னா செத்தெ படுத்துக்கொயேன்!"

கிழவரும் ஒருகாலத்தில் பையனாக இருந்தவர்தாமே?

"ஏண்டாப்பா, எதுராளாத்தலே ஒரு குட்டி இருக்கா –" என்று அவர் ஆரம்பித்தவுடன் பாலகிருஷ்ணனுக்குத் தூக்கிவாரிப் போட்டு விட்டது.

"நல்ல குலம், கோத்திரம். இந்த வருஷம் அவா பெண்ணுக்குக் கல்யாணம் பண்ணியாகணும்னு தவிக்கறா, சரியான வரன் கிடைக்கல்லே. பிராமணன் நல்ல ஸத்து. தாயும் அப்படித்தான்; குட்டியும் பகு ஜூடிகை. நாம் வேணுமானா கட்டிப் போட்டு வைப்பமா? உங்கப்பாவுக்கு எழுதியிருக்கேன்."

"இல்லை, தாத்தா, நான் –"

"சரிதாண்டா, சொன்னேன்!" என்று விட்டுவிட்டார் கிழவர்.

சற்று நேரம் கழித்து எதிர் வீட்டிலிருந்து ஒரு மின்னல் புறப்பட்டு அவனைத் தாண்டிக்கொண்டு உள்ளே போயிற்று.

ரேழியில் பொடி உறிஞ்சிக்கொண்டிருந்த கிழவர், "ராதே, எங்க பாலகிருஷ்ணனைக் கல்யாணம் பண்ணிக்கறயா?" என்றார்.

"போங்கோ தாத்தா!" என்ற குரல் பாலகிருஷ்ணன் காதில் விழுந்து உள்ளத்தில் பாய்ந்து அவனை என்ன என்னவோ செய்து விட்டது.

இன்னும் சற்றுக் கழித்துத் தாயி வந்தாள்.

"எப்போ வந்தே அப்பா?" என்று பாலகிருஷ்ணனைக் கேட்டுக் கொண்டே ரேழிக்குப் போனாள்.

"நேத்திக்கி வந்தேன், அம்மாமி!" என்று பாலகிருஷ்ணன் சொன்னான்.

"வா, தாயி, ஒம் பொண்ணே எங்க பாலகிருஷ்ணனுக்குக் கொடுத்துடேன்!" என்று ரேழியில் கிழவர் மறித்துக்கொண்டார்.

"பேஷாச் செஞ்சுக்கோங்களேன்! யாரைக் கேக்கணும்?" என்று புன்னகையுடன் சொல்லிக்கொண்டே அந்த அம்மாள் உள்ளே போனாள்.

❍

("நைவேத்யானந்தரம் ஆசமனீயம் சமர்ப்பயாமி – தட்டிலே ஜலம் விடறது – இல்லை, ஸ்வாமி மேலே இல்லை, கீழே விடுங்கோ!" என்றார் வாத்தியார்.)

❍

பாலகிருஷ்ணனுக்குத் திடீரென்று தாகம் எடுத்துவிட்டது. உள்ளே போனான். அங்கே கூடத்தில் உட்கார்ந்திருந்த ராதை சடக்கென்று எழுந்திருந்து சமையலறைக்குள் போய்விட்டாள்.

"பாட்டி, தீர்த்தம் வேணும்!"

"அடி பொண்ணே, அதோ சின்னக் குடத்திலே விழுப்பு ஜலமிருக்கு; அந்த வெங்களத் தம்ளரில் கொண்டு வா!" என்றாள் பாட்டி.

குடத்துச் சத்தம், தம்ளர் சத்தம், ஜலம் விழும் சத்தம் – எல்லாம் இப்பொழுது பாலகிருஷ்ணன் காதுக்கு இன்னிசையாக இருந்தன. ராதை, புதுப் புடைவை ஒவ்வோர் அடியிலும் தடுக்க, தம்ளரைப் பாட்டியிடம் கொண்டு வந்து வைத்தாள்.

"நானா தீர்த்தம் கேட்டேன்? அப்படி வையேண்டி! பொண்ணைப் பார்க்க வாண்டாமோ?"

ராதை மெது நடை நடந்து டம்ளரைப் பாலகிருஷ்ணன் ஜவான் போல நின்ற இடத்தில் கொண்டுவந்து வைத்துவிட்டுத் திரும்பி உள்ளே போனாள்.

"அப்பா உக்கார்ந்து சாப்பிடு!" என்றாள் கிழவி. சராயுடன் அவன் எப்படித் தரையில் உட்காருவான் என்று அவளுக்குத் தெரிய

வில்லை. நின்றபடியே ஒரு வாய் ஜலத்தைக் குடித்தான். புரை ஏறிவிட்டது. கதவருகிலிருந்து மெல்லிய சிரிப்பொலி ஒன்று கேட்டது.

"யார் நினைச்சுக்கரா? உங்கப்பாவுக்குத்தான் கடிதாசு போட்டிருக்கு."

"என்ன போட்டிருக்கிறது பாட்டி?"

"முகூர்த்தம் எப்ப வச்சுக்கறது. லீவு எப்பக் கிடைக்கும்னுதான்."

அதற்குமேல் அவனுக்குத் தீர்த்தம் வேண்டியிருக்கவில்லை. அமிருத பானம் பண்ணினது போல ஆகிவிட்டது.

டம்ளரைக் கீழே வைத்துவிட்டுச் சிறிது தயங்கினான். வாசலுக்குப் போய்த்தான் ஆக வேண்டும். போனான். ரேழியில் கிழவரைக் காணோம் பாலகிருஷ்ணன் வாசலில் பாரா கொடுத்துக் கொண்டு உட்கார்ந்தான்.

முதலில் தாயி வெளியே வந்தாள். மரியாதையாகத் தலை குனிந்துகொண்டு வீட்டுக்குப் போனாள். இரண்டு தடைகள் நீங்கி விட்டன என்று பாலகிருஷ்ணன் கணக்குப் போட்டுக்கொண்டான். பாட்டி உள்ளேதான் இருப்பாள். ராதை அவனைத் தாண்டிக் கொண்டு தானே வீட்டுக்குப் போக வேண்டும்?

ராதையும் பொல்லாத பெண். ஓசைப்படாமல் ரேழி வரையில் வந்துவிட்டாள். வாசலில்தான் அவன் காதைத் தீட்டிக்கொண்டு உட்கார்ந்திருந்தானே?

நெருக்கடி ரேழியில் ஏற்பட்டுவிட்டது.

"ஏன் சிரித்தாய்?"

"வழி விடுங்கோ, யாராவது வருவார்கள்!"

"வரட்டும், சொல்லு!"

"வெறுமனேதான்!"

"சொன்னாத்தான்!"

"சராயைப் பார்த்துச் சிரிப்பு வந்தது!" என்று சொல்லிவிட்டு ராதை மறுபடியும் சிரித்தாள்.

பிறகு பாலகிருஷ்ணனுக்குச் சொல்லிக்கொடுக்க வேண்டுமா?

"ஐயயோ, யாராவது –" என்று ஆனந்தத்தில் முணுமுணுத்தாள் ராதை.

பாலகிருஷ்ணன் விடாக்கொண்டானாகிவிட்டான்.

"விடுங்களேன்" என்றாள் ராதை.

தெருவில் கிழவர் இருமலைக் கேட்டுப் பாலகிருஷ்ணன் பிடியைத் தளர்த்தினான். ராதை ஓடியே போய்விட்டாள்.

பாலகிருஷ்ணன் உள்ளே போய்ச் சராயைக் கழற்றி எறிந்துவிட்டு வேஷ்டி உடுத்திக்கொண்டான்.

"ஏண்டா, சராய் எங்கே?" என்றாள் பாட்டி.

"கஷ்டமாக இருக்கிறது பாட்டி!"

அன்றே ஆரம்பித்துவிட்டது ராதையின் ஆட்சி!

○

"சூரியநாராயண ஸ்வரூபஸ்ய பிராம்மணஸ்ய இதமாஸனம் –"

ராதை அவன் கையில் தாம்பூலத்தை எடுத்துக் கொடுத்தாள். ஒரு கையால் அதை அவன் வாத்தியாரிடம் நீட்டினான்.

"இரண்டு கைகளாலும் கொடுங்கோ!"

கொடுத்துவிட்டுத் திரும்பினான் பாலகிருஷ்ணன்.

"வாத்தியாருக்கு நமஸ்காரம் பண்ணுங்கோ!" என்று ராதை தானும் கூட நமஸ்காரம் செய்தாள்.

"சீக்கிரமேவ சுப சந்தானப் பிராப்தி ரஸ்து!" என்று வாத்தியார் ஆசீர்வாதம் செய்தார்.

வாத்தியார் வெற்றிலை பாக்கு வகையறாக்களை முடித்துக்கொண்டு மறுபடியும் ஓட்டத்தை ஆரம்பித்தார்.

"இலை போட்டாச்சு, வாங்கோ!"

பாலகிருஷ்ணன் இலையில் உட்கார்ந்தான்.

"சாதம் வச்சதும் நித்தியம் போல ஆபோசனம் வாங்கிக்கப்படாது. நெய் அபிஹாரம் செய்துவிட்டு ஆபோசனம் போடுகிறேன்!" என்று ராதா சீக்கிரமாகப் பரிமாறி ஆபோசனம் போட்டாள்.

"பொங்கலை முதலில் சாப்பிடுங்கோ! நன்னாருக்கா? பால் நன்னாய்ப் பொங்கித்து!"

"நன்னாப் பொங்கினால்?" என்று பாலகிருஷ்ணன் கேட்டான்.

"நன்னாப் பொங்கினால் நல்லது!" என்று ராதை புன்னகையுடன் சொல்லிவிட்டுக் கரும்பை நறுக்க ஆரம்பித்தாள்.

"சாப்பிட்டதும் கரும்பு தின்னூட்டு வெற்றிலை போட்டுக் கொள்ளுங்கள்!"

"ஏன்?"

"ஏன்னா, சாஸ்திரம்!"

"இதெல்லாம் சாஸ்திரத்தில் எழுதி வைத்திருக்கிறதோ?"

"எழுதி வைத்தால்தான் சாஸ்திரமா என்ன? நல்லதெல்லாம் சாஸ்திரம்!"

"உன்னுடைய சாஸ்திரமாக்கும். அதன்படி நான் நடக்க வேண்டும்?"

"உனக்குத் தோப்புக் கரணம் போடவா?" என்று பாலகிருஷ்ணன் சிரித்துக்கொண்டே இலையை விட்டு எழுந்திருந்தான்.

"மோர் விட்டுக்கல்லியா?"

"வயிறு நிரம்பிவிட்டது. பொங்கல் நிறையப் போட்டுவிட்டாய்! நீ சாப்பிட உட்கார்."

"நான்தான் சொன்னேனே. சாதமே செல்லவில்லை. வாயிலெடுக்க வருகிறது. கொஞ்சம் பொங்கல் சாப்பிட்டுவிட்டேன்."

"என்ன உடம்பு உனக்கு?"

"உடம்பா, சொல்லுகிறேன், நாளைக்கு ஊருக்குக் கடுதாசி எழுதலாம்."

பாலகிருஷ்ணன் சிறிது நேரம் அப்படியே நின்றான். பிறகு சட்டென்று அவளிடம் போய், "ராது, ராது, நான் சுத்த முட்டாள்! ஒண்டியாக நீ இவ்வளவு காரியம் செய்கிறாயே!" என்று கூறினான்.

ராதா சிரித்துக்கொண்டு, "அடுத்த வருஷம் ஒரு கரும்பு போராது, இரண்டு கரும்பு வேணும்!" என்று ஒரு கரும்புத் துண்டை அவன் வாயில் போட்டாள்.

"ராதா என்ன தித்திப்பு!"

"எது?"

"இந்தக் கரும்பு – நீ உன் பேச்சு – உன் உத்தரவு!"

❖

கல்கி, ஜனவரி 20, 1943.

யார்மேல் பிசகு?

அன்றிரவு ஏதோ நடக்கப்போகிறது என்று நடேசனுக்குத் தெரிந்துவிட்டது. பட்டு அந்த மாதிரி நடந்து கொண்டான். ஆகையால் ராஜம் இன்னும் அங்கே நின்று பேசிக்கொண்டிருந்தது அவனுக்குப் பிடிக்கவில்லை.

"நேரமாகிறதே, போய்ப் படுத்துக்கொள்ளுகிறது தானே?" என்று சம்பிரதாயமாகச் சொல்லிவிட்டுக் காம்ப் கட்டிலைப் போட்டுத் தன் படுக்கையை விரித்துக் கொண்டான்.

"எனக்குத் தூக்கம் வரவில்லை" என்று ராஜம் கைப்பிடிச் சுவரில் சாய்ந்துகொண்டு நின்றவள் பக்கத்தில் இருந்த நாற்காலி ஒன்றில் உட்கார்ந்தாள்.

"மணி பத்தாயிற்றே. இன்னுமா தூக்கம் வரவில்லை?"

"இன்று வரவே வராதுபோல் இருக்கிறது. எதற்காக இப்படித் திடீரென்று புறப்பட்டார்? என்ன அப்படி அவசரமான வேலை சென்னையில்? காலையில்கூட என்னிடம் ஒன்றும் பிரஸ்தாபிக்கவில்லையே!"

நடேசன் படுக்கையில் உட்கார்ந்துகொண்டான். ராஜம் உள்ளே போய்ப் படுத்துக்கொள்ளப் போவதாகத் தெரியவில்லை.

"கொஞ்ச நாட்களாகவே அவன் ஒரு மாதிரி இருக்கிறான். நான் கேட்டேன். பதில் சரியாக இல்லை."

"அவருக்கு மத்தியான்னந்தான் தெரியும்போல் இருக்கிறது. மிகவும் அவசரமான ஆபீஸ் வேலையாம். சரியாகச் சாப்பிடக்கூட இல்லை."

"காரணம், திடீரென்று இன்று ஏற்பட்டதல்ல என்று மட்டும் எனக்குத் தெரிகிறது" என்று நடேசன் தீர்மானமாகச்

சொன்னதும், ராஜம் கொஞ்சம் கோபத்துடன் அழுத்தம் திருத்தமாக "நேற்றுத் தெரிந்திருந்தால்கூட என்னிடம் சொல்லாமல் இருந்திருக்க மாட்டார். இதுவரையில் அப்படி இருந்ததே இல்லை" என்றாள்.

"என்னவோ எனக்குத் தோன்றினதைச் சொன்னேன்."

"உங்களுக்கு ஏன் அப்படித் தோன்றிற்று? காரணம்?"

"காரணமா?" என்று சற்று யோசித்துவிட்டு நடேசன் "எனக்குச் சொல்லத் தெரியவில்லை. நாழிகையாகிறது. படுத்துக்கொள்ளுங்கள் போய்" என்றான்.

"அறையில் போய்த் தனியாகப் படுத்துக்கொள்ள எனக்குப் பயமாக இருக்கிறது. இங்கேதான் கீழே படுக்கையைக் கொண்டுவந்து போட்டுக் கொள்ளப் போகிறேன்" என்று ராஜம் எழுந்தாள்.

"வேண்டாம்; இங்கே காற்று அதிமாக இருக்கிறது. உடம்பு வலி எடுக்கும்" என்று நடேசன் ஏதோ தோன்றினதைச் சொன்னான்.

ராஜம் சிரித்துக்கொண்டே திரும்பி "நீங்கள் மட்டும் படுத்துக் கொள்ளலாமாக்கும்! நான் பேசிக்கொண்டே இருந்தால் உங்கள் தூக்கம் கலைந்துபோகுமென்று பார்க்கிறீர்கள்; அதுதானே? நான் வேண்டுமானால் பேசவில்லை!" என்றாள்.

"என் தூக்கத்தைப் பற்றி என்ன? உங்கள் தூக்கந்தான்—"

"எனக்குத் தூக்கம் வந்தால்தானே கெடுவதற்கு? படுக்கையை எடுத்துக்கொண்டு வருகிறேன்" என்று ராஜம் உள்ளே போனாள்.

திருச்சி கண்டோன்மென்டில் ஒரு சிறு பங்களாவின் மாடியில் இரவு பத்து மணி சுமாருக்கு இந்த வாக்குவாதம் நடந்தது. நடேசனுடைய நண்பன் பட்டுவின் மனைவி ராஜம்; அவள் பி.ஏ. பட்டம் பெற்றவள். பட்டு தென்னிந்திய ரெயில்வே கம்பெனியில் உதவி ஆடிட்டர். பட்டு நிர்ப்பந்தம் செய்ததன் பேரில் நடேசன் இப்போதைக்கு அவன் வீட்டில் தங்கியிருந்தான். அவனுக்கு அகில இந்திய ரேடியோ நிலையத்தில் வேலை.

ராஜம் படுக்கையை எடுத்துக்கொண்டு வந்து கட்டிலுக்குச் சற்றுத் தூரத்தில் போட்டு விரித்து அதில் உட்கார்ந்துகொண்டு பூவையும் கழுத்திலிருந்த சங்கிலியையும் எடுத்துப் படுக்கைக்கும் பக்கத்தில் கீழே வைத்தாள்.

நடேசன் சங்கடப்பட்டுப் போனவனாய், "அறை விளக்கை அணைக்கவில்லையே; அணைக்கட்டுமா?" என்று கேட்டான்.

"வேண்டாம், வேண்டாம்; எரியட்டும்! சார்ஜ் ஒன்று தானே!... ஆமாம்; அவர் ஒரு மாதிரி இருக்கிறார் என்று எப்படிச் சொன்னீர்கள்?"

"தூக்கம் வருகிறது; தூங்கட்டுமா?"

"அதற்குள் தூக்கம் வந்துவிட்டதாக்கும்! நீங்கள் இரண்டு பேரும் பாதி ராத்திரிவரையில் அரட்டை அடிக்கும்போது?"

"உண்மையைச் சொல்லட்டுமா? எனக்கு ஏதோ மனம் சஞ்சலப் படுகிறது. பட்டு ஊருக்குப் போவதாகப் புறப்பட்டது எதற்காக என்று ..." என்று நடேசன் முடிப்பதற்குள் ராஜம் குறுக்கிட்டு "அதுதான் அவசரமான ஆபீஸ் வேலை என்றாரே?" என்றாள்.

உடனே நடேசன் திடமாக "அது பொய்ச் சாக்கு என்று எனக்குத் தோன்றுகிறது" என்றான்.

ராஜம் அவன் பக்கம் திரும்பிக் கோபத்துடன் "அதென்ன, நீங்கள் அப்படிச் சொல்லுகிறீர்கள்?" என்று சீறினாள்.

நடேசன் திடீரென்று துக்கம் நெஞ்சடைத்தபடி "பட்டுவைப் பற்றி நான் காரணமில்லாமல் ஏதாவது சொல்லுவேனா? ஆனால்" என்று சொல்லி நா எழாமல் நிறுத்தினான்.

அவனுடைய திண்டாட்டத்தைக் கண்டு ராஜம் கலங்கி "ஆனால் என்ன?" என்று சட்டெனக் கேட்டாள்.

"சொல்லட்டுமா?" என்று கூறியவாறு நடேசன் திகைத்துப்போய் உட்கார்ந்திருந்தான்.

"சொல்லுங்கள்" என்று ராஜம் பதற்றத்துடன் அவசரப்படுத்தினாள்.

"நம்மைச் சோதனை செய்யத்தான்!" என்றான் நடேசன் கடைசியாக.

ராஜம் ஒரு கணம் பேச்சற்றுப் போனாள். பிறகு கோபத்துடன் "நீங்கள் சொல்லுவது எனக்கு அர்த்தமாகவில்லை" என்றாள்.

அப்பொழுது யாரோ வாசற் கதவைத் தட்டும் சத்தம் கேட்டது.

"யார், இந்த வேளையில் கதவைத் தட்டுகிறார்கள்?" என்று ராஜம் சலிப்புடன் கேட்டாள்.

நடேசன் குதித்தெழுந்து, "அவன்தான்! பட்டுதான்! சீக்கிரம்! படுக்கையைச் சுருட்டி அறையில் கொண்டுபோய்ப் போட்டுக் கொள்ளுங்கள். நான் கதவைத் திறக்கிறேன்; சீக்கிரம்!" என்றான்.

ராஜத்திற்கு ஒன்றும் புரியவில்லை.

"எதற்காகப் படுக்கையைச் சுருட்டுவது? அவர் என்று உங்களுக்கு எப்படித் தெரியும்?" என்று உட்கார்ந்தபடியே கேட்டாள்.

நடேசன் நின்ற நிலைகொள்ளாதவனாய்த் "தெரியும்; தயவு செய்து சொன்னபடி கேளுங்கள்! இல்லாமற்போனால் விஷயம் பிரமாதமாகி விடும்!" என்று அவசரப்பட்டான்.

ராஜம் படுக்கையிலிருந்து எழுந்தவாறு, "என்ன பிரமாதம்? நான் போய், யார் என்று பார்த்துவிட்டு வருகிறேன். அவராக இருக்க முடியாது. வண்டி கட்டாயம் கிடைத்திருக்கும்" என்று கீழே போகப் போனாள்.

நடேசன் வழி மறித்து "சற்று நான் சொல்வதைக் கேளுங்கள்" என்று அதட்டினான்.

ராஜத்துக்கு உண்மையாகவே கோபம் தாங்க முடியவில்லை.

"வழிவிடுங்கள். அவராக இருக்க முடியாது. என் பெயர் சொல்லிக் கூப்பிடாமல் கதவைத் தட்டுகிற வழக்கம் அவருக்குக் கிடையாது" என்று மேலே போக யத்தனித்தாள்.

அளவு கடந்த பதற்றத்தில் நடேசன், தான் செய்கிறது இன்னதென்றே உணராமல் ராஜத்தின் கையைப் பிடித்திழுத்து "இதோ பாருங்கள்–" என்று சொல்வதற்முன், "என்ன துணிச்சல் உங்களுக்கு, என்னைத் தொட? நகருகிறீர்களா இல்லையா? நான் தனியாக இருப்பதால் –" என்று மேலே பேச முடியாமல் திணறினாள்.

நடேசன் உடனே விலகி நின்று "காலில் விழுந்து கேட்டுக்கொள்ளு கிறேன்: படுக்கையை எடுத்து உள்ளே போடுங்கள்; நான் கதவைக் திறக்கிறேன். என் வார்த்தையைக் கேளுங்கள்; பிறகு தெரியும்" என்று கெஞ்சினான்.

ராஜம் தயங்கி நின்றாள்.

"ஏன், எதற்காக?"

"பிறகு சொல்லுகிறேன்; அவசரம்! இதோ இரண்டு மூன்று தரம் தட்டிவிட்டான்."

"நீங்கள் சொல்லுகிறபடி செய்ய மனம் வரவில்லை எனக்கு. திருட்டுத்தனம் எதற்காக? இதில் என்ன தப்பு? எனக்கு அவமானமாக இருக்கிறது" என்று சொல்லிக்கொண்டே வேண்டா வெறுப்பாகப் படுக்கையை உள்ளே கொண்டுப்போய்ப் போட்டாள்.

"படுத்துக்கொள்ளுங்கள்" என்றான் நடேசன்.

ராஜம் தீர்மானமாக "மாட்டேன்; ஆனது ஆகிறது; படுக்கையை எடுத்ததே வெட்கக் கேடு! அதற்கு மேல் திருட்டுத்தனம் செய்ய என்னால் முடியாது?" என்று சொன்னதைக் கேட்டுக்கொண்டே நடேசன் கீழே போய்க் கதவைத் திறந்தான்.

"பட்டு!"

பதில் சொல்லாமல் பட்டு படியேறினான். நடேசனும் கதவைத் தாழிட்டுக்கொண்டு பின்தொடர்ந்தான்.

ராஜம் எதிர்கொண்டு போய்த் தன் புருஷனைப் பார்த்ததும் ஒரு நிமிஷம் திடுக்கிட்டு நின்றுவிட்டாள். பிறகு சமாளித்துக்கொண்டு "ஏன், வண்டி தவறிவிட்டதா? ஏன் வந்துவிட்டீர்கள்?" என்று கேட்டாள்.

பட்டு ஏளனமாக "நான் திரும்பி வருவேன் என்று நீங்கள் எண்ணவில்லை; சங்கடமாய்ப் போய்விட்டதாக்கும்!" என்று சொல்லிக் கொண்டே சுற்றுமுற்றும் சந்தேகத்துடன் பார்த்தவன், கீழே பூவும் சங்கிலியும் கிடப்பதைக் கண்டு, "இதென்ன?" என்றான்.

நடேசன் திடுக்கிட்டு “சிறிது நேரம் இங்கே பேசிக்கொண்டிருந்தோம்” என்றான்.

“ஸரஸ ஸல்லாபங்களாக்கும்!”

ராஜம் அவன் அருகில் போய் “என்ன சமாசாரம்? ஏன் திரும்பி விட்டீர்கள்?” என்று கேட்டாள். அதுவரையில் பட்டு சொன்னது ஒன்றையும் அவள் சரியாகக் கவனிக்கவில்லை.

“உன் யோக்கியதையைப் பார்க்க!” என்று பட்டு எரிந்து விழுந்தான்.

அப்போதுதான் ராஜத்திற்கு விஷயம் கொஞ்சம் விளங்க ஆரம் பித்தது; சட்டென்று அவள் கண்கள் கலங்கிவிட்டன. அப்போதும் “என்ன சொல்லுகிறீர்கள்? எனக்கு ஒன்றும் புரியவில்லை” என்றாள்.

பட்டு வெறிகொண்டவன் போலச் சீறிக்கொண்டு “புரியுமா? புரியவே புரியாது! அதனால்தானா இவன் இங்கேயே இருக்கட்டும் என்றாய்?” என்று தலையை ஆட்டினான்.

ராஜத்தின் துக்கம் சட்டென்று மறைந்தது. கண்களில் கோபம் பொங்கிற்று.

“எதனால்தான்?” என்று வெறுப்புடன் கேட்டாள்.

“உன் முகரக்கட்டை இருக்கிறதே, அதனால்தான்!”

ராஜம் அவன் சொன்னதைக் காதில் போட்டுக்கொள்ளாமல் “ஓ, அதற்காகத்தானா, அவர் என்னை உள்ளே போய்ப் படுத்துக்கொள்ளச் சொன்னார்?” என்று சொல்லி ஏளனமாக “இந்தப் பூவும் சங்கிலியும் இங்கே இருந்துவிட்டதால் என் கள்ளத்தனத்தைக் கண்டுபிடித்து விட்டீர்கள் அல்லவா? என்ன துப்பறியும் சாமர்த்தியம்! அதற்குத் தானா இந்தப் பிரயாணம்! பேஷ்! என்ன யுக்தி! எத்தனை நாட்களாக இந்தச் சந்தேகம் உங்களுக்கு?” என்று கேட்டுக்கொண்டே ராஜம் அவனைப் பார்த்த பார்வையில் பட்டு கொஞ்சம் அயர்ந்துவிட்டான்.

“உங்கள் நண்பர்கூடத் தெரிந்து கொள்ளும்படியாக அவ்வளவு வெட்கமில்லாமல் உங்கள் சந்தேகத்தை வெளிக்காட்டியிருக்கிறீர்கள்! அசடு, எனக்குத் தெரியவில்லை. நீங்கள் ஊருக்குத்தான் புறப்பட் டிருக்கிறீர்கள் என்று இவருடன் நான் வாதாடுகிறேன்.”

“பட்டு, நீ என்பேரில் சந்தேகப்படுவது இருக்கட்டும். உன் மனைவி பேரில் நீ சந்தேகப்படுவது மிகவும் கேவலம்!” என்று சொல்லி நடேசன் முடிப்பதற்குள் பட்டு “போதுமடா, கண்கூடாகப் பார்த்தபிறகு –” என்று ஆரம்பித்தான்.

ராஜம் குறுக்கிட்டு “என்ன பார்த்தீர்கள்? வெட்கமில்லை? இந்த மாதிரி உங்கள் மனைவியைப் பிறர் முன் அவமானம் செய்வதா? என்னை நம்புவது ஒருபுறம் இருக்கட்டும்; நீங்கள் என்னை அவர் முன்பு இவ்வளவு கேவலமாக நடத்திய பிறகு நானுந்தான் வெட்க

மில்லாமல் கேட்கிறேன். உங்களையே நீங்கள் நம்பவில்லையே!" என்று சொல்லி நிறுத்தினாள்.

"என்ன நம்பவில்லை?" என்று பட்டு அவள் சொன்னது புரியாமல் கேட்டான்.

"புரியவில்லையா? திரும்பவும் சொல்லுகிறேன். உங்களையே நீங்கள் நம்பவில்லை!"

"எப்படி?"

"எப்படியா? இன்னும் வெளிப்படையாகச் சொல்ல வேண்டுமா? சொல்லுகிறேன். நீங்கள் என் மேல் எதற்காகச் சந்தேகம் கொண்டீர்கள்? என் நடத்தை கெடாதபடி என்னை முற்றும் உங்களுடையவளாக ஆக்கிக்கொண்டதாக உங்களுக்கு உங்களிடத்திலேயே நம்பிக்கை இல்லை!"

"என்ன, என்ன?" என்று பட்டு ஆச்சரியத்துடன் கேட்டான்.

"ஆமாம். அதுதான் அர்த்தம்! என் மனத்தை நீங்கள் கவரவில்லை என்று உங்களுக்கே சந்தேகம்!"

பட்டுவுக்குத் தூக்கி வாரிப் போட்டுவிட்டது. ராஜம் குத்திக் காட்டின பிறகுதான் அந்த உண்மை அவனுக்குத் தென்பட்டது. அவன் வாயடைத்துப்போய் நின்றான்.

அவ்வளவு சங்கடமான நிலைமையிலும் ராஜத்தின் உள்ளத்தில் ஒரு திருப்தி ஏற்பட்டது. புருஷனை இன்னும் தாக்க வேண்டுமென்ற இரக்கமின்மையும் தோன்றிற்று.

"கூடப் பிறந்தவர்போல் உங்களுடன் பழகின இவரை நீங்கள் நம்பவில்லை. அவர் சொன்னது சரிதான்" என்றாள்.

"என்ன சொன்னான்?" என்று பட்டு சட்டென்று கேட்டான்.

"என்ன சொன்னாரா? எல்லாம் சொன்னார். நீங்கள் ஊருக்குப் போவதாகப் புறப்பட்டது பொய் என்று சொன்னார். எந்த நிமிஷமும் நீங்கள் திரும்பி வரக்கூடும் என்று சொன்னார். இன்னும் என்ன சொல்ல வேண்டும்? . . . எனக்கு அறையில் தனியாகப் படுத்துக்கொள்ளப் பயமாக இருந்தது. இங்கே நான் படுத்துக்கொள்ளக் கூடாது என்றார் அவர். நான் பிடிவாதமாக இங்கே படுத்துக்கொண்டேன். நீங்கள் கதவைத் தட்டினீர்கள்."

"நான் என்று எப்படித் தெரிந்தது?"

"அவர் உடனே சொல்லிவிட்டார். நான் திறக்கிறேன் என்று கிளம்பினேன். படுக்கையை உள்ளே கொண்டுபோகும்படி கெஞ்சினார். 'மாட்டேன், திருட்டுத்தனம்' என்று மறுத்தேன். பிறகு அவர் மன்றாடினதைக் கண்டு அரைமனசுடன் உள்ளே போனேன். போதுமா கதை!"

“நடேசா, உனக்கு எப்படித் தெரிந்தது?” என்று பட்டு வெட்கிய குரலில் கேட்டான்.

“அதெல்லாம் சொன்னால் விகாரம், பட்டு. நான் வருகிறேன். காலையில் ஆள் அனுப்புகிறேன், சாமான்களை எடுத்துக்கொண்டு போக” என்று நடேசன் சொன்னான்.

“இல்லை, நடேசா; இதுதான் விஷயம். ஜம்பமாக உன்னை என் மனைவியுடன் சகஜமாகப் பழகச் சொன்னேன். நான் எவ்வளவு பெருந்தன்மையுடையவன் என்று உங்கள் இருவருக்கும் நிரூபிக்க! ஆனால் கொஞ்ச நாளில் அசூயை உள்ளே தலையெடுத்தது. நாளுக்கு நாள் நீங்கள் தாராளமாகப் பழகுவதைப் பார்க்க நான் பைத்தியம் பிடித்தவன்போல் ஆகிவிட்டேன். அவள் உடம்பு காய்ச்சலாக இருந்த போது ஒருநாள் நீ மருந்தைக் கொட்டி அவளுக்குக் கொடுத்துக்கொண் டிருந்தாய். அப்போது உன் கை அவள்மேல் பட்டதுபோல் எனக்குத் தோன்றிற்று. நான் வெளியே போய்விட்டுத் திரும்பி உள்ளே நுழைந்து கொண்டிருந்தேன். நான் வருவதைக் கேட்டு நீ சட்டென்று விலகினது போல் எனக்குப் பட்டது; அன்று பிடித்தது, பிசாசு சரியாக—”

“போதும் வேண்டாம்!” என்று ராஜம் அருவருப்புடன் கத்தினாள்.

“ராஜம் சொன்ன வார்த்தை ஆயிரத்தில் ஒரு வார்த்தை. என்னிடமே நம்பிக்கை இல்லாதவன் போலத்தான் நான் நடந்துகொண்டேன். என்னை மன்னிப்பீர்களா?”

நடேசன் கண் கலங்கிக் “கிடக்கிறது, பட்டு, நான் வரலாமோ?” என்று நகர்ந்தான்.

“இல்லை, நடேசா. இங்கேயே இரு” என்று பட்டு கெஞ்சினான்.

“முடியாது, அவர் இனிமேல் இங்கே இருக்க முடியாது” என்றாள் ராஜம் அழுகை நெஞ்சை அடைக்க.

“ஏன்?” என்று பட்டு திடுக்கிட்டுக் கேட்டான்.

“மனசில் களங்கம் ஏற்பட்டுவிட்டது. இனிமேல் முன்போல் சகஜமாகப் பழக முடியாது. எடுத்ததற்கெல்லாம் வெட்கம் பிடுங்கித் தின்னும். வீடு எல்லோருக்கும் நரகம் ஆகிவிடும்.”

“சில நாட்களில் சரியாகப் போய்விடாதா?”

“போகாது. அவர் முகத்தைப் பார்த்து நான் இனிமேல் எப்படிப் பேசுவது?”

“பட்டு உன் மனைவி சொல்வது நிஜம்” என்றான் நடேசன்.

“என் தப்புக்காக அவன் வீட்டை விட்டுப் போக வேண்டுமா?”

“கண்டிப்பாக; இல்லாவிட்டால், நான் போயாக வேண்டும்.”

“அவன் என்ன செய்தான்?”

“ஒன்றும் செய்யவில்லை; நிரபராதி. அவர் வீட்டை விட்டுப்போக நேர்ந்தது. இனிமேல் எதற்கு அதெல்லாம்?”

“பட்டு, நான் இங்கே இருக்க இணங்கினதுதான் தப்பு” என்று சொல்லிவிட்டு நடேசன் மெதுவாக வெளியே போனான்.

“கதவைத் தாழிட்டுக்கொள்” என்று கீழேயிருந்து அவன் துக்கக் குரல் கேட்டது.

“எல்லாம் என் தப்பு, ராஜம்!” என்று சொல்லிக்கொண்டு பட்டு நாற்காலியில் சாய்ந்தான்.

ராஜம் விக்கி விக்கி அழுதாள். விக்கல்களிடையே சிறிது கழித்து “இல்லை, என்மேல்தான் பிசகு; எனக்குத் தெரிந்திருக்க வேண்டும், பெண்ணாகப் பிறந்து! என்ன சொன்னாலும் பிற புருஷனுடன் நான் அவ்வளவு சகஜமாகப் பழகி இருக்கக் கூடாது” என்று சொல்லிக் கொண்டு தாழிடச் சென்றாள்.

❖

***கலைமகள்,* ஜனவரி, 1943**

என்ன வேண்டும்?

பார்வதி இரவெல்லாம் தூங்கவில்லை; முன் நேரமெல்லாம் அழுதாள். இரண்டு மணிக்குமேல் தூக்கம் வரவில்லை. கடிகாரம் மணியடிப்பதை எண்ணினாள். ஐந்து அடித்ததும் எழுந்து வெளியே வந்தாள். சிவராமன் இரவு நாற்காலியில் படுத்தபடியே தூங்கிக்கொண் டிருப்பதைக் கண்டு திடுக்கிட்டாள்.

பல் தேய்த்துக்கொண்டு வாசலில் கோலமிடப் போனாள். மனத்தில் எவ்வளவோ எண்ணங்கள் எப்படி எப்படியோ வெகுவேகமாக ஓடிக்கொண்டிருந்தன. கை பாட்டிற்குப் பாதித் தெருவை அடைக்கும் பெரிய புள்ளிக் கோலமாக ஒன்றைப் போட்டுக்கொண்டிருந்தது. கண் பாட்டிற்குத் தெருவில் அந்த அதிகாலை வேளையில் நடைபெற்ற சம்பவங்களைக் கவனித்துக்கொண்டிருந்தது.

பால்காரி கிளப்புக்குப் பால் கறக்கப்போகும் அவசரத்தில் வழியில் எச்சிலைகளை மேயப்போன மாட்டை அடித்துத் துரத்திக்கொண்டு போனாள். கன்று நடக்க மாட்டாமல் பின்னால் ஊர்ந்துகொண்டே போயிற்று. இரண்டு நாய்கள் வெகுகுதூகலமாக ஒன்றையொன்று வேடிக்கையாகக் கடித்துக்கொண்டும் துரத்திக்கொண்டும் இருந்தவை திடீரென்று உண்மையாகச் சண்டையிட ஆரம்பித்தன. விளையாட்டில் ஒன்றின் பற்கள் மற்றொன்றின் உடலில் கொஞ்சம் பலமாக ஊன்றிவிட்டன.

தெருக் கூட்டும் தோட்டி, இரண்டு வாசல்கள் தள்ளி வாருகோலோடு நின்றான். அவன் மனைவி அவன் பக்கத்தில் குப்பைக் கூடைக்கு அருகில் உட்கார்ந்து மடியிலிருந்து வெற்றிலைக் பாக்குப் பையை எடுத்து ஒரு பாக்குத் துண்டையும் ஒரு வெற்றிலையையும் வாயில் போட்டுக் கொண்டு சிறிது சுண்ணாம்பைச் சின்ன உருண்டையாக உருட்டிப் போட்டாள். அவளுக்குப் பின்னால், பக்கத்தில் இரண்டு வயசுக் குழந்தை; வயிற்றில் ஒரு குழந்தை. இருபது வயசு இருக்கும் அவளுக்குத் தேகம் மினுமினுவென்று

இருந்தது. அள்ளிச் செருகியிருந்த மயிர் தலைக்கு மிஞ்சி இருந்தது. முகத்தில் யௌவனத்தின் நிறைவு இன்னும் குறையவில்லை.

"பொவெலெ கொஞ்சம் குடு!" என்றான் அவன்.

"பொவெலையா? இல்லையே!" என்று பையைத் துழாவினாள் அவள்.

"நீ இருக்கற எடத்துலே என்னாதான் இருக்கும்!" என்று அவன் எரிந்து விழுந்தான்.

"இருக்குதான்னு பார்க்கறேன்!" என்று சொல்லிக்கொண்டே அவள் சிறு புகையிலைத் துண்டு ஒன்றை வெளியே எடுத்து "இந்தா இருக்குது!" என்று நீட்டினாள்.

"அவ்வளவுதான் இருக்கா? சரி, நீ போட்டுக்க!" என்று சொல்லி விட்டு அவன் கூட்ட ஆரம்பித்தான்.

"உக்காந்து, ஒரு சரகு இருக்கு, போடு; நான் கூட்டிக்கிட்டு வாறேன்" என்று அவள் எழுந்தாள்.

"சரிதாங்கறேன், நீ உக்காரு, நொடியிலே அரிச்சுக்கிட்டு வந்திடறேன்!" என்று அவன் வேகமாகக் கூட்ட ஆரம்பித்தான்.

அவள் உல்லாஸமாக அந்தக் குப்பையில் உட்கார்ந்து குழந்தையுடன் குலாவ ஆரம்பித்தாள். முகத்தில் திருப்தியும் சந்தோஷமும் தாண்டவ மாடின. உரக்கச் சிரித்துக்கொண்டு விளையாடினாள்.

புகையிலைக் காம்புக்குத் தடவல்! புருஷன் எரிந்து விழுந்தான். அவள் முகமலர்ச்சி குலையவில்லை. அவனும் அவளை வேலை செய்ய விடவில்லை.

பார்வதி பார்த்துக்கொண்டே கோலம் போட்டாள் – கை போட்டது; மனம் தடுமாறிக்கொண்டிருந்தது.

பார்வதிக்கும் கிட்டதட்ட அந்த வயசுதான்; ஆனால் அவள் உடல் தாங்காதபடி யௌவனத்தின் செருக்கு அதில் தத்தளித்துக் கொண்டிருந்தது. பிறந்தகத்தில் சீரும் செல்வமுமாக வளர்ந்தாள். வாழ்க்கைப்பட்ட பிறகும் பெற்றோர்கள் வேண்டியதைச் செய்தார்கள். அவள் கணவன் சிவராமன் டிபுடி கலெக்டர் ஆபீஸில் ஹெட் கிளார்க். முதலிலேயே ரெவின்யூ இன்ஸ்பெக்டராகத் தேர்ந்தெடுக்கப் பட்டவனாதலால் இருபத்தாறாம் வயசிலேயே எண்பது ரூபாய்ச் சம்பளத்துடன் அந்தப் பதவியில் இருந்தான். அவளுக்கு ஏற்ற புருஷன் தான். அவன் தேகக் கட்டும் முகக் கவர்ச்சியும் உள்ளவன். கிராப் தலை, காதுகளில் வைரக் கடுக்கன்கள். டிபுடி கலெக்டருக்கு அவனிடத்தில் வெகுமதிப்பு, நம்பிக்கை. அவன் எது எழுதி வைத்தாலும் கையெழுத்துப் போட்டுவிடுவார்.

அன்று சிவராமன் இரவு எட்டு மணிக்குத்தான் வீட்டுக்கு வந்தான். வந்ததும் வாய் பேசாமல் சாப்பிட்டுவிட்டு நிலா முற்றத்தில் போய், சாய்வு நாற்காலியில் சாய்ந்து கண்களை மூடிக்கொண்டான்.

ஆபீஸில் வேலை செய்த சிரமம்; மேலும் என்ன என்ன 'அர்ஜண்ட்' காகிதங்கள் பாக்கி என்ற யோசனை.

அதெல்லாம் பார்வதிக்குத் தெரியும்; ஆகையால் சாப்பாடு முடிகிற வரையில் அவளும் ஒன்றும் பேசவில்லை. தானும் சாப்பிட்டுவிட்டுக் கைக்காரியங்களை முடித்துக்கொண்டு வந்து தாழ்வாரத்தின் ஓரமாக அவன் பக்கத்தில் உட்கார்ந்தாள். சிவராமன் கண் திறக்கவில்லை.

"என்ன, கண்களை மூடிக்கொண்டு யோசனை? யோகம் கீகம் செய்கிறீர்களோ?" என்று சொல்லிக்கொண்டே வெற்றிலைக்குச் சுண்ணாம்பு தடவ ஆரம்பித்தாள்.

சிவராமன் கண் திறந்தான்.

"உன் வேலையும் ஆச்சா? இன்று ஆபீஸில் வேலை கடுமை. பகல் பூராவும் அவன் முன்பு நின்று நின்று காலே போய்விட்டது. ரொம்பச் சிரமமாக இருக்கிறது!" என்று சொல்லிக்கொண்டே நிலா வெளிச்சத்தில் மின்னிக்கொண்டிருந்த முகத்தைப் பார்த்து, சட்டென்று ஒருவிதமான ஆறுதலும் திருப்தியும் அடைந்தான். சிரமங்கூடச் சிறிது தீர்ந்தது போல இருந்தது அவனுக்கு.

"பார்வதி, இப்படி வாயேன்! நாற்காலியின் கையில் உட்காரேன்!"

பார்வதி இடத்தைவிட்டு எழுந்திருக்கவும் இல்லை; பதிலும் சொல்லவில்லை.

"'காஜன்சி'க்குப் போவோமா இப்போது?" என்றாள்.

'காஜன்சி' படம் மதுரையில் மூன்று வாரங்கள் ஓடியது. கடைசியாக முதல்நாள் இரவு ஓடிவிட்டது என்று சிவராமனுக்கு மத்யான்னந்தான் ஆபீஸில் தெரிந்தது. அவனுக்கு அந்தத் தகவல் மிகவும் ஏமாற்றமாகப் போய்விட்டது. பார்வதி அதைப் பார்க்கப் போக வேண்டும் என்று அது வந்தது முதல் அவனை அரித்துக்கொண்டு இருந்தாள். "குறைந்தது இந்த ஊரில் பத்துப் பதினைந்து வாரங்களாவது ஓடும், போவோம்" என்று சிவராமன் சொல்லிக்கொண்டு வந்தான். முன்பே போயிருக்கலாம். ஜமாபந்தி நெருங்கி இருந்ததால் ஆபீஸில் வேலை அதிகம். சாவகாசம் இல்லை. அடுத்த ஞாயிற்றுக்கிழமை எப்படியாவது கூட்டிக்கொண்டு போய்விடுவது என்று தீர்மானித்திருந்தான். இவ்வளவு சீக்கிரமாக அது போய்விடும் என்று அவன் எதிர்பார்க்கவில்லை. பார்வதி "போவோமா?" என்றதும் சிவராமன் முகம் அசடு தட்டிவிட்டது.

ஆனால் அப்போது படம் போய்விட்டது என்று பார்வதியிடம் சொல்ல அவனுக்கு மனம் வரவில்லை. சொன்னால் அந்த நிலவும் அவள் முகமும் தன் மகிழ்ச்சியும் என்ன ஆகும் என்று யோசித்தான். அன்று என்னவோ காரணமின்றி அவன் மனைவியின் முகம் மிகவும் கவர்ச்சி பெற்று விளங்கினது போல அவனுக்குப்பட்டது. சற்று அங்கே நிம்மதியாகச் சாய்ந்த வண்ணம் அவளைப் பக்கத்தில் உட்கார்த்திக் கொண்டு சாயுஜ்ய சுகத்தை அனுபவிக்க வேண்டும் என்று ஆவல் ஏற்பட்டது. பொய் சொன்னான்.

"நாளைக்குக் கட்டாயம் போவோம்; இங்கே வா என்றேனே!" என்றான்.

பார்வதியின் முகத்தில் ஒரு விபரீதமான திருப்தி தோன்றிற்று.

"எனக்காக நாளைக்கு இருக்கச் சொல்லியிருக்கிறீர்களா?" என்று கடுமையாகக் கேட்டாள்.

சிவராமன் ஒரு நிமிஷம் பதில் சொல்ல முடியாமல் தவித்தான்.

"போய்விட்டதா? யார் சொன்னார்கள் உனக்கு?" என்றுதான் அவன் சொல்ல வேண்டியிருந்தது.

"போகாமல் எனக்காக நிற்குமா? – டிபுடி கலெக்டர் ஆபீஸ் ஹெட் கிளார்க்கின் சம்சாரம் பார்க்கவில்லையே என்று!"

"இதோ பார், பார்வதி" என்று சிவராமன் நிலைமையைச் சீர்திருத்த எழுந்து உட்கார்ந்தான்.

பார்வதி அவன் சொன்னதையே காதில் போட்டுக்கொள்ளாமல் அசட்டையுடன் குனிந்த வண்ணமே "என்ன பார்க்கிறது! ஊரெல்லாம் பார்த்தாயிற்று; அடுத்த வீட்டுக்காரர்கள்கூட நேற்றுக் கடைசி ஆட்டத்திற்குப் போய்விட்டு வந்தார்கள். எனக்கு எப்படித் தெரியும்– தெரிந்தே வெறுமனே–" என்று முடிப்பதற்குள் சிவராமன் குறுக்கிட்டான்.

"இந்தா பார்வதி, நீ பாட்டிற்கு வாய்க்கு வந்ததைப் பேசிக் கொண்டே போகாதே! இதற்குள் அது போய்விடும் என்று எனக்குத் தெரியாது."

"போய்விட்டது என்றும் தெரியாதோ?" என்று பார்வதி ஏதோ பிசாசு பிடித்தவள்போல் அவனை மடக்கினாள்.

சிவராமனுக்குக் கோபம் வந்துவிட்டது. சிவராமன் மனநிலையை அறிந்துகொள்ளாமலோ அல்லது அறிந்துகொண்டுதான் அவனைத் துன்புறுத்த வேண்டும் என்று நினைத்தோ பார்வதி நெருக்கடியை உண்டாக்கிவிட்டாள். அப்பொழுதும் சிவராமன் பதில் சொல்லவில்லை.

"யார் சொன்னார்கள், போகாது, இருக்கும், இருக்கச் சொல்லி யிருக்கிறேன் என்றெல்லாம் சொன்னீர்களே, இப்பொழுது?" என்று பார்வதி மேலும் குத்தினாள்.

"கூட்டிக்கொண்டு போவதும் போகாமலிப்பதும் என் இஷ்டம்; சௌகரியம். தெரிந்ததா?" என்று சிவராமன் அவ்வளவு நேரம் பொறுமை யுடன் மௌனமாக இருந்தவன் மிகவும் அதிகப்படியாகச் சொல்லி விட்டான்.

"இப்பத்தானா தெரியப் போகிறது? ஐந்து வருஷங்களாகத் தெரியுமே!"

"என்ன தெரியும்?"

"என்னவா? உங்கள் இஷ்டமும் சௌகரியமுந்தான் இந்த வீட்டில் என்பது."

“பார்வதி, வார்த்தைகளைக் கொட்டாதே. அவற்றின் அர்த்தத்தை அறிந்து பேசு!”

“அறிந்து பேசிப் பேசித்தான் கிடக்கு. நான் வார்த்தைகளைக் கொட்டுகிறேன், நீங்கள்?” என்று பார்வதி முதல் தடவையாக ரோஷத்துடன் கணவன் முகத்தைப் பார்த்தாள்.

“நான் உன்னுடன் இப்பொழுது பேசத் தயாரில்லை!”

“இப்பொழுதுதானா என்ன, எப்பொழுந்தான்!” என்று மறுபடியும் குனிந்துகொண்டாள்.

“இதற்காகத்தானா இங்கே வந்து உட்கார்ந்தாய்?”

“ஆமாம், இதற்காகத்தான் வந்து உட்கார்ந்தேன்!”

“சீ, எழுந்து போ!”

இந்த வார்த்தைகள் சிவராமனை அறியாமல் வெளியே வந்துவிட்டன.

பார்வதி சட்டென்று அவன் முகத்தைப் பார்த்தாள். கையில் இருந்த வெற்றிலைகளைத் தட்டில் விட்டெறிந்துவிட்டு எழுந்து உள்ளே போய்விட்டாள்.

கோலப் புள்ளிகளை வேகமாகச் சேர்த்துக்கொண்டே பார்வதி யோசித்தாள்.

‘நான் என்ன சொன்னேன், அவர் அப்படிச் சீறி விழுந்தார்? படம் போய்விட்டது என்றேன். அதில் என்ன தப்பு?’

பார்வதி அவ்வளவுதான் – அந்த வார்த்தைகளையே – சொன்னதாக எண்ணினாள். அதற்குமேல் ஒன்றும் சொன்னதாகவே அவளுக்குத் தோன்றவில்லை; நினைவு இல்லையோ?

‘இந்தத் தோட்டி ஏன், மனைவிமேல் எரிந்து விழுந்தான்? புகையிலை இருக்காது என்று, அதுகூடச் சந்தேகமாகத்தானே சொன்னாள்? அதற்குள் அவன் எரிந்து விழுந்தான். அவள் அதைக் காதில் போட்டுக் கொள்ளவில்லை.’

அவள் முகம் கோணிக் கோபித்துக்கொண்டிருந்ததால் என்ன பதில் சொல்லியிருப்பாள் என்று யோசித்தாள்.

‘என்னெ நீ வச்சிருக்கற லச்சனத்துக்கு ஒனக்கு வாய் வேறயா?’ என்ற மாதிரி கேட்டு இருப்பாள் – தன்னைப் போல.

‘சீ களுதை, வாயெ மூடு!’ என்றிருப்பான் அவன் – தன் கணவனைப் போல.

அப்படியே போயிருக்கும். ஆனால் அவள் பதில் சொல்லவில்லை.

‘நான் சொன்னேன்!... ஏன் சொன்னேன்?... அவள் ஏன் சொல்லவில்லை? சொல்லக் கூடாதோ? ஏன் கூடாது?’

இந்தச் சிக்கலான இடத்தில் கைகூடச் சற்று நின்றுவிட்டது; நினைவே நின்றுவிட்டது.

"அம்மா, அம்மா, நகருங்க!" என்றான் ஒரு வண்டிக்காரன்.

படியோரம் நகர்ந்து நின்று வண்டி போனபின்பு கோலத்தை வேகமாகப் போட்டாள்.

'பதில் சொல்லலாம். சொன்னால் அழுகையும் தூக்கமில்லாமையுந் தான். சொல்லாவிட்டால் அன்பு, ஆதரவு, உல்லாஸம், மகிழ்ச்சி – எல்லாம்!'

'ஆமாம், நான்தான் சொன்னேன், அவர் ஏன் சும்மா இருக்கக் கூடாது?'

சிவராமன் சும்மா இருக்கவில்லை என்று பார்வதி நினைத்தாள். அவன் எவ்வளவோ முயன்றும் தான் அவனைச் சும்மா இருக்க விடவில்லை என்பது அவளுக்குத் தெரியவில்லையா அல்லது மறந்து விட்டாளா?

'அவர் ஏன் சும்மா இருக்கக் கூடாது?' என்றுதான் அவள் உள்ளத்தில் கேள்வி கோலக் கோடுபோல் திரும்பித் திரும்பி வந்தது.

பதில் தெரியவில்லை. பதில் தெரியவில்லையே தவிர, பார்வதியின் உள்ளம் அப்பொழுது எதனாலோ இளகிவிட்டது. சட்டென்று கோலத்தை முடித்துவிட்டு உள்ளே போய் அடுப்பை மூட்டிக் காப்பிக்கு ஜலம் வைத்தாள்.

சிவராமனுக்கும் இரவு தூக்கம் இல்லை. அவன் படுக்கையே போட்டுக்கொள்ளவில்லை. நாற்காலியிலேயே சாய்ந்துவிட்டான்.

பார்வதி இந்தமாதிரி கலகம்மூட்டினது (அவள் மூட்டினதாக அவனுக்குப் பட்டது) முதல் தடவை அல்ல. எத்தனையோ நாட்கள் அவன் வீட்டில் சுகமாக மனைவியின் முகத்தைப் பார்த்து ஆபீஸ் தொல்லைகளை மறக்கலாம் என்று வந்தபோது பார்வதி இந்தமாதிரி ஏதாவதொன்றைக் கிளப்பினதாகத் தோன்றிற்று.

'ஏன் இப்படி? இந்த மாதிரிதானா வாழ்க்கை எங்கும் நடை பெறுகிறது? ஒருநாள் விட்டு ஒருநாள் இந்தத் துன்பம் என்றால் கணவன் மனைவி என்று ஏன் வாழ வேண்டும்?'

'நானும் சில சமயங்களில் பிசகு செய்யலாம். முழு பிசகும் என்னுடையதுதானா? பார்வதி பிசகே செய்வதில்லையா? என்னை மட்டும் ஏன் இப்படித் துன்புறுத்துகிறாள்? நான் என்ன குறைவு செய்துவிட்டேன்?'

சிவராமன் பார்வதியின் வார்த்தைக்கு அந்நியதாச் சொல்லுவ தில்லை – எதிலும் – அநேகமாக அவனால் முடிந்தவரையில். சில சின்ன விஷயங்கள் என்று அவன் எண்ணினவற்றை அவள் பெரியனவாக நினைத்தாள்.

"இதுகூட" என்றாள் அவள்.

"இதுதானே!" என்றான் அவன்.

இந்தச் சிக்கலுக்கு என்ன பரிகாரம் என்று அவனுக்குத் தெரிய வில்லை. எண்ணி எண்ணி ஓய்ந்து போய் அப்படியே அதிகாலையில் தூங்கிவிட்டான்.

ஜலம் போட்டுவிட்டு வந்தவள் அந்தக் காட்சியைப் பார்த்தாள். . துக்கம் திடீரென்று பொங்கி மார்பை அடைத்தது.

'பகலெல்லாம் அந்தப் பாவி முன் நின்றுவிட்டு வந்தால் இரவில் நான் பாவி – தூங்க விடவில்லையே!' என்று எண்ணி அழுதாள். அவனை எழுப்ப மனம் வரவில்லை. தானும் காப்பி சாப்பிடாமல் வைத்துவிட்டுச் சமையல் வேலையை ஆரம்பித்தாள்.

"யஜமான்!"

சிவராமன் திடுக்கிட்டுக் கண்விழித்து எழுந்து உட்கார்ந்தான்.

"யாரது?"

"யதிராஜு, யஜமான்!"

"என்ன?"

"யஜமான் கூட்டியாரச் சொன்னாரு!"

"போங்கடா எங்கேயாவது, நீயும் உன் யஜமானும்!" என்று இரைந்து விட்டுச் சிவராமன் எழுந்து பல் தேய்த்துவிட்டு உடை அணிந்து கொண்டு வெளியே புறப்பட்டான்.

பார்வதி எதிரே வந்து தாழ்ந்த குரலில், "காப்பி சாப்பிட்டு விட்டு –" என்று இழுத்தாள்.

"எல்லாம் நீயே சாப்பிடு!" என்று சொல்லிவிட்டுச் சிவராமன் ரேழிக்குப் போனான்.

"பதில் சொல்லவில்லை; இனிமேல் பதில் சொல்லவில்லை, பதிலே சொல்லவில்லை!" என்று பார்வதி தன்னை அறியாமல் அலறினாள்.

குரலைக் கேட்டுத் திடுக்கிட்டுச் சிவராமன் திரும்பிப் பார்த்தான். பார்வதி தள்ளாடி விழுபவள் போலத் தடுமாறினாள்.

சிவராமன் ஒரே பாய்ச்சலாகத் திரும்பி வந்து அவளைத் தாங்கிப் பிடித்துக்கொண்டான்.

"பார்வதி, என்ன, என்ன வேண்டும்?"

"எனக்கு ஒன்றும் வேண்டாம் – பேசல்லே – சுமுகமாக இருங்கள்; போரும்!"

அடுத்த வீட்டில், "சாந்த – சுக வாழ்வு வாழ வேண்டும் – வேறென்ன வேண்டும்?" என்று கிராமொபோன் தட்டுப்பாடும் சத்தம் கேட்டது.

❖

***கலைமகள்,* ஏப்ரல், 1943**

பிராப்தம்

மாதுவுக்கு அப்பொழுது தனி இடம் ஒன்று வேண்டியிருந்தது; வீடெல்லாம் சுற்றிப் பார்த்தான். எங்கே போனாலும் கும்பல் கும்பலாகக் கலியாணத்துக்கு வந்தவர்கள். சில நாட்களாக அவனுக்கு இருப்பிடம்போல ஆகிவிட்ட மாந்தோப்பிற்குப் போகலாமா என்று பார்த்தான். அவ்வளவு தூரம் போகக்கூட முடியாது என்பது போன்ற சோர்வு ஒன்று உடலைக்கூடப் பிடித்துக்கொண்டது.

மாடியில் கீற்றுப் போட்ட தாழ்வாரத்தில் பெரிய இலைக்கட்டுகள் அடுக்கி இருந்தார்கள். ஒரு பக்கம் மறைவாகச் சுவரோரம் கொஞ்சம் இடம் இருந்தது; அங்கே போய்த் துண்டை விரித்துக்கொண்டு படுத்துக்கொண்டான்.

அன்று ருக்கு வேறொருவன் மனைவி ஆகிவிடுவாள். அதற்குப் பிறகு ருக்கு தன்னுடைய மனைவி ஆக முடியாது – இதுதான் அவனுக்கு நிச்சயமாகத் தெரிந்தது.

அவள் தன்னுடைய மனைவி என்று நினைவு தெரிந்தது முதல் பெரியவர்கள் அவன் காதில் ஓதி ஓதி நிச்சயத்தை அவன் உள்ளத்தில் பதியவைத்துவிட்டார்கள். அதற்கொத்த படியே அவளும் அதே நிச்சயத்தில் அழுந்தித் தன் முழுச் சம்மதத்தையும் தெரிவிக்கும் முறையில் அவனோடு பழகினாள். ஆகையால் திடீரென்று அது இல்லை என்ற நிலைமை ஏற்பட்டது. அவன் உள்ளத்தில் பதிந்திருந்த உணர்ச்சியைப் பிடுங்கி எறிய வேண்டுமென்ற அவசியம் ஏற்பட்டதும் உள்ளத்தையே கொல்லுவது பொன்ற ஒரு சொல்ல முடியாத வேதனை அவனுக்கு உண்டாயிற்று. அந்த அதிர்ச்சியில் எண்ணம் ஓடவில்லை; உடம்பே வெலவெலத்துவிட்டது. நோய்கொண்ட நாயோ பூனையோ இரை எடுக்காமல் போய் ஒருபக்கம் படுத்துவிடுமே அந்த மாதிரி நிலைமை அவனுடையது. அப்பொழுது அவன் அழவில்லை. ஏனென்றால் அப்பொழுது அவனுக்கு ஏற்பட்டது துக்கமில்லை – துன்பம், நோய் புலன் தட்டிப்போன ஒரு விதமான பிரமிப்பு. அதனாலப்படியே படுத்துக்கொண்டிருந்தான்.

❍

எஸ். எஸ். எல். ஸி. பரீட்சையை எழுதி முடித்துவிட்டது மாதுவுக்கு ஒரு பெரிய சுமை நீங்கினது போல் இருந்தது. சொந்தக் கிராமத்தில் இஷ்டம் போலத் தோப்புகளிலும் துரவுகளிலும் சுற்றலாம் என்ற நினைவு மகிழ்ச்சி அளித்தது. அத்துடன்கூடத் தன்னுடைய மாமா பெண் ருக்குவுடன் பேசி விளையாடலாம் என்ற ஆவலும் சேர்ந்த வுடன் மாதுவுக்கு ஒரு விடுதலை உணர்ச்சியும் மட்டற்ற உற்சாகமும் உண்டாயின.

அவன் தாயே இரண்டு வருஷங்களுக்குப் பிறகு அப்பொழுதுதான் பிறந்தகத்திற்கு வந்திருந்தாள். அவள் தமையனார் அந்தக் கிராமத்தில் 'பசை'யுள்ள பேர்வழி. மைத்துனருக்கும் அங்கே வீடு நிலங்கள் எல்லாம் வாங்கிக் கொடுத்திருந்தார். லக்ஷ்மியின் புருஷனுக்குத் திருச்சியில் ரெயில்வே ஆடிடர்ஸ் ஆபீசில் இருநூறு ரூபாய் சம்பளம்.

அவர் முதல் முதலில் மெட்ராஸ் ரெயில்வேயில் பத்து ரூபாய் சம்பளத்தில் வேலைக்கு அமர்ந்தவர். தம்பு செட்டித் தெருவில் கிழக்கே பார்த்த வீடொன்றில் 'ஒண்டுக்குடி' இருந்தார். மாதுவுக்கு ஆறு வயசான பொழுதே அவரைத் திருச்சிக்கு மாற்றிவிட்டார்கள். ஆகையால் அவனுக்கு நல்ல நினைவு வந்த நாள் முதல் திருச்சி கொண்டயம்பேட்டை என்ற அக்கிரகாரத்தில்தான் வாசம்.

அது பட்டிக்காடும் அல்ல, பட்டணவாசமும் அல்ல. பெரிய தோப்புக்குள் அமைந்தது போல எப்பொழுதும் குளுமையாக இருக்கும். இரண்டு சிறகுகளுக்குப் பின்னும் வாய்க்கால்கள், கிட்டே திருமஞ்சனக் காவேரி என்ற பெரிய வாய்க்கால்; திருவானைக்காவலுக்கு அடுத்தது; கோட்டைக்கும் ஸ்ரீரங்கத்திற்கும் நடுவு என்பதுபோல அமைந்தது.

அந்த ஊருக்கு வந்த புதிதில்தான் மாதுவின் நினைவில் நன்றாகப் பதிந்திருக்கும் ஒரு சம்பவம் நேர்ந்தது. ஒரு நாள் சாயந்தரம் ஏழுமணி. அவன் குத்துவிளக்கண்டை தன் சிறிய தகரப் பெட்டியை எடுத்து வைத்துக்கொண்டு 'ரோஜா புஷ்பம் வெகு அழகு' என்ற பாடத்தைப் படித்துக்கொண்டிருந்தான். அவன் தகப்பனார் வெளியே இருந்து வெகுசந்தோஷத்துடன் ஒரு தந்தியைக் கையில் எடுத்துக்கொண்டு வந்து சமையல் கட்டில் இருந்த தன் அகமுடையாளை உரக்கக் கூப்பிட்டு "அடியே, உனக்கு நாட்டுப்பெண் பிறந்துவிட்டாள்!" என்றார்.

"அண்ணாவுக்குப் பொண் பொறந்திருக்கா!" என்று சொல்லிக் கொண்டு முகமலர்ச்சியுடன் வெளியே வந்தாள் லக்ஷ்மி. உடனே அலமாரியிலிருந்து சர்க்கரைச் சீசாவை எடுத்துத் தான் கொஞ்சம் வாயில் போட்டுக்கொண்டு, புருஷனுக்கும் கொஞ்சம் கொடுத்துவிட்டு, மாதுவிடம் வந்து "மாது உனக்குச் சின்னப் பொண்டாட்டி பொறந் திருக்கா; இந்தா சர்க்கரை!" என்று ஒரு ஸ்பூன் வாயில் போட்டாள்.

எங்கோ கிராமத்தில் பிறந்தவுடனேயே தன் வாயில் சர்க்கரை வந்து விழும்படி செய்த அந்தப் 'பொண்டாட்டி' நினைவு அப்பொழுது முதலே அவனுக்கு ஏற்பட்டுவிட்டது. 'ரோஜா புஷ்பம் வெகுஅழகு' என்ற பாடம் 'பொண்டாட்டி வெகு அழகு' என்று எழுதியிருந்தது போலப் பட்டது அவனுக்கு.

பிறகு அவன் ருக்குவை இரண்டு மூன்று தடவைதான் பார்த்திருந்தான். குணசேகரத்தில் முடி இறக்குவதற்காக ஒரு தடவை அவளை அங்கே கூட்டிக்கொண்டு வந்திருந்தார்கள். அவளுக்கு நான்கு வயசு இருக்கும். மகா விஷமம். அவன் தகரப்பெட்டியில் இருந்த பேனா பென்சல்களையெல்லாம் எடுத்து மூலைக்கு மூலை எறிந்துவிட்டாள். அவன் தேசப்படம் போட்டுக்கொண்டிருந்த பொழுது கலர்களை எல்லாம் எடுத்து அதில் கிறுக்கிவிட்டாள். அவனுக்கு ஆத்திரம் ஆத்திரமாக வந்தது; அடித்தான். அவள் அழுதாள். லக்ஷ்மி வந்து "ஏண்டா அடிச்சே கொழந்தையே? உன்னைக் கல்யாணம் பண்ணிக்க மாட்டா அப்புறம்! ... அழாதேம்மா, உன் ஆம்படையான்தானே?" என்று ருக்குவைச் சமாதானப்படுத்தினாள்.

அடுத்த தடவை அவன் கிராமத்திற்குப் போனபோது அவள் ஏழு வயசுப் பெண். கொஞ்சம் விவரம் தெரிந்துவிட்டது அப்பொழுதே. மாது அவள் அகமுடையான் என்றுதான் அவள் காதிலும் ஓதி ஓதி வைத்திருந்தார்களே! அவனைக் கண்டதும் முதுகை இழுத்துப் போர்த்திக்கொண்டு வெட்கத்துடன் அப்புறம் போய்விடுவாள். மாதுவும் அவளுடன் பேசிப் பழகச் சங்கோசம் கொண்டவனாய் விலகியே இருந்தான்.

மூன்றாம் தடவையாக இரண்டு வருஷங்களுக்கு முன் பார்த்த பொழுது அவளுக்குப் பத்து வயசு. புருஷன் என்று பெயர்வைத்த ஒருவனைக் கண்டு உள்ள மகிழ்ச்சி கொள்ளும் அறிவு அவளுக்கு ஏற்பட்டுவிட்டது. முன்போல அவள் ஓடி ஒளியவில்லை. சந்தர்ப்பம் ஏற்பட்டபோதெல்லாம் அவனைப் பார்ப்பதிலேயே அவளுக்கு ஓர் ஆனந்தம் உண்டாயிற்று.

மாதுவின் மனநிலை அதற்கும் மேல் போயிருந்தது. அவள்தான் தன் பெண்சாதி என்ற உணர்ச்சி மனதில் ஊறிவிட்டதால் அந்தப் பருவத்திற்கு ஏற்பட்ட இயற்கையான தூண்டுதலால், அவன் அவளிடம் சிறுபிள்ளைக் காதல் கொள்ளலானான். அவளைப் பார்க்க வேண்டும், அவள் அருகில் இருக்க வேண்டும், அவளுடன் பேச வேண்டும், அவள் அநுமதித்தால் அவனைத் தொடவேண்டும் – என்ற ஆவல்கள் அவனை வாட்டி எடுத்தன.

பதினைந்து வயசில் ஒரு சிறுவனுக்குப் பெண்உணர்ச்சி பூராவாக ஏற்பட்டுவிடுகிறது என்பதில்லை. ஆனால் சேர்க்கை வாசனையாலும் புத்தகப் படிப்பால் ஏற்படும் அறிவாலும் ஸ்திரீபுருஷ சம்பந்தத்தைப் பற்றிய உணச்சியும் ஆவலும் ஏற்பட்டுவிடுகின்றன. அதுவும் கிராமாந்தரத்தில் இருந்துவிட்டால் சம வயசுள்ள பெண்களுடனும் நெருங்கிப் பழகச் சந்தர்ப்பம் ஏற்படுவதால் பெண் உள்ளத்தின் போக்குகூட ஓரளவு தெரிந்துவிடுகிறது.

அப்படித்தான் மாதுவுக்கும் முதல் முதல் பெண் மனத்தை அறியும் அநுபவம் ஏற்பட்டது. அடுத்த வீட்டு ராதை ஐந்தாவது வகுப்பில் படித்துக்கொண்டிருந்தாள். அடிக்கடி அவன் கணக்குகள் போடும் பொழுதும் சித்திரங்கள் வரையும் பொழுதும் அருகில் வந்து உட்கார்ந்து

கவனித்துக்கொண்டிருப்பாள். இருவருக்கும் அந்த அண்மை ஒரு விதமான மகிழ்ச்சியைக் கொடுத்தது. ஏதாவது ஒரு சாக்கு வைத்துக் கொண்டு அவள் அடிக்கடி அவனிடம் வருவாள்.

“அடே மாது இந்தக் கணக்கைப் போட்டுக் குடுடா!”

“போடி, எனக்குப் பள்ளிக்கூடத்துக்கு நாழியாச்சு!” என்று முதலில் சொல்லுவான். அவள் விடமாட்டாள். முகத்தில் ஒரு மனஸ்தாபக் குறியுடன் நிற்பாள். அவன் அவள் நோட்டுப் புஸ்தகத்தை வாங்கிப் போட ஆரம்பிப்பான். ராதை அவன் பக்கத்தில் உட்கார்ந்துகொண்டு கவனிப்பாள்.

“‘வழி’யை ஓரத்துலே போடுடா!” என்று சொல்லிக்கொண்டு இடத்தைக் காட்டுவாள். அப்போழுது அவள் உடல் அவன்மேல் படும். அது இனிமையாக இருக்கும்.

மாது ஊருக்குப் புறப்படுவதற்கு முதல்நாள் சாயந்தரம் திருமஞ்சனக் காவேரி மணலில் உட்கார்ந்திருந்தான், தனியாக. ராதைக்கு அதை முன்பே சொல்லியிருந்தான். ஆதலால் அவள் வருவாள் என்று அவனுக்குத் தெரியும். ராதை ஒரு சிறு குடத்துடனும் ஊற்றுப் பட்டை யுடனும் வந்தாள். ஊற்றடியில் உட்கார்ந்துகொண்டு அதை இறைத்துக் கொண்டே அவனுடன் பேசினாள்.

“ஒங்க உர்லே யார் இருக்கா?”

“அத்தை இருக்கா; மாமா இருக்கா; ருக்கு இருக்கா.”

“ருக்கு யார்?”

“அத்தை பெண்!”

“அவள் என்ன படிக்கிறாள்?”

“உன் கிளாஸில்தான் படிப்பாள்.”

“மாது, உனக்கு எப்போ கல்யாணம்?”

“போடி, எனக்குத் தெரியாது!”

“ருக்குவைத்தானே –?” என்று சொல்லிச் சிரித்தாள் ராதை. மாதுவும் சிரித்தான்.

“உனக்கு எப்போடி கல்யாணம்?”

“போடாப்பா, எனக்குத் தெரியாது!”

பிரிவதில் இருவருக்கும் வருத்தம். அந்தப் பிரிவு தங்கள் வாழ்க்கை யிலேயே ஏற்படப் போகும் பிரிவுக்கு ஆரம்பம் போலத் தோன்றிற்று.

ஊருக்கு வந்த சில நாள் மாதுவும் ருக்குவும் ஒருவரோடொருவர் பேசவே முடியவில்லை. தாங்கள் இருவரும் புருஷன் மனைவி என்ற எண்ணம் ஊன்றிவிட்டதால் அந்தச் சங்கோசம். ஒருவாரத்துக்குப் பிறகு ஒருநாள் அவளைத் தனியாகக் கண்டான்.

“ருக்கு, என்னோடே பேசப்படாதா?”

வெள்ளாற்றுக் காலில் குளித்துக்கொண்டிருந்த ருக்கு தூக்கி வாரிப் போட்டது போலத் திரும்பிப் பார்த்தாள். வேறு யாரும் அங்கே இல்லை.

"நான் இங்கே வந்தது உனக்கு என்னமாத் தெரிஞ்சுது?" என்று புன்னகையுடன் கேட்டாள் ருக்கு. அவன் தன்னை எப்படியோ தனியாகச் சந்தித்துவிட்டதில் அவளுக்கும் சந்தோஷம்.

"நீ குடத்தை எடுத்துக்கொண்டு புறப்பட்டதைப் பார்த்தேன். வீட்டிலேதான் உன்னைப் பார்க்கக்கூட முடியவில்லையே!"

"நான் வந்து நாழிகையாயிடுத்து; ஆத்துக்குப் போகணும்."

மாதுவின் முகம் விழுந்துவிட்டது. அதைக் கண்டு ருக்கு "சட்டென்று நீயும் குளி. இருக்கேன்!" என்றாள்.

"நான் குளிக்கலை. நீ ஆத்துக்குப் போ!" என்று அவன் மனஸ்தாபத்துடன் சொன்னான்.

ருக்கு அவனை நெருங்கி "கோவமா? நான் என்ன பண்றது? கேலி செய்யமாட்டாளா எல்லாரும்?" என்றாள் சமாதானமாக.

மாது காதல் கதைகளைக் கொஞ்சம் படித்திருக்கிறான் அல்லவா? "ருக்கு, உன் கையைக் குடு!" என்று தன் கையை நீட்டினான்.

"யாராவது பார்க்கப் போறா" என்று சொல்லிக்கொண்டு ருக்கு கையை நீட்டினாள். அவளுக்கும் ஆவல்தான்.

அதைத் தன் கையில் எடுத்துக்கொண்டு மாது "ருக்கு என்மேலே உனக்குப் பிரியந்தானே?" என்று கேட்டான்.

ருக்கு என்ன பதில் சொல்லுவாள்? மௌனமாக மெய்சிலிர்த்தாள். அவன் கையை மட்டும் அழுத்தினாள். கையை எடுத்துக்கொண்டு "நான் ஆத்துக்குப் போகணும்!" என்று அவசரமாகக் குடத்தை எடுத்தாள்.

அன்றிரவு யதேச்சையாக ஒரு சம்பவம் நடந்தது. குல தெய்வத்துக்குப் பொங்கல் வைப்பதற்காகப் பந்துக்கள் பலர் வந்திருந்தார்கள். தாழ்வாரத்தில் பல குழந்தைகள் ஒரு நீண்ட சமுக்காளத்தில் தூங்கிக்கொண் டிருந்தன. ஓர் ஓரத்தில் மாதுவும் படுத்துக்கொண்டிருந்தான். ருக்கு கூடத்தில் தரையில் படுத்துத் தூங்கிப் போய்விட்டாள். அவளுடைய சித்தி அவளைத் தூக்கிக்கொண்டு வந்து மாதுவின் பக்கத்தில் காலியாக இருந்த இடத்தில் படுக்கவைத்துவிட்டுப் போய்விட்டாள்.

இரவு வெகுநேரமான பிறகு, மாது தூக்கம் கலைந்து கண்திறந்து பார்த்தான். கூடத்தில் எங்கோ மூலையில் லாந்தர் மினுக்கு மினுக் கென்று இருந்தது. முற்றத்தில் நிலா. பக்கத்தில் பார்த்தான்: ருக்கு! ஒரு நிமிஷங்கூட அவன் யோசிக்கவில்லை. இருட்டில் அவள் அருகில் நெருங்கிப் படுத்துக்கொண்டு அவள் கன்னத்தில் முத்தமிட்டான். ருக்கு கண் விழித்துப் பார்த்தாள். சட்டென்று கண்களை மூடிக்கொண்டு விட்டாள். மாது இரவு முழுவதும் அவள் முகத்தைப் பார்த்துக் கொண்டே படுத்திருந்தான். அவளும் திருட்டுத்தனமாக அடிக்கடி கண்களைத் திறந்து அவன் முகத்தைப் பார்த்தாள்.

மறுநாள்தான் ருக்குவுக்குக் கல்யாணம் நிச்சயமான விஷயம் வெளியாயிற்று. மாதுவின் ஜாதகமும் ருக்குவின் ஜாதகமும் பொருத்த மில்லை. ருக்குவின் தகப்பனாருக்கு வேறு இடம் பார்ப்பதில் அரை மனசுதான். ஆனால் அவள் தாய் பார்த்தே ஆகவேண்டும் என்று சொல்லிவிட்டாள். மீனாக்ஷிக்கும் சிறிது வருத்தம். ஆனால் ஜாதகம் பொருந்தவில்லையே!

அந்தப் பிரஸ்தாபம் ஏற்பட்டது முதல் மாதுவுக்கு ஒன்றும் பிடிக்க வில்லை. அவன் உற்சாகமெல்லாம் போய்விட்டது. ஏக்கம் பிடித்தவன் போல ஆற்றங்கரை மாந்தோப்பில் போய் எப்பொழுது பார்த்தாலும் உட்கார்ந்திருந்தான்.

ருக்குவுக்குத் தாயின் மேல் எரிச்சல்; ஆனாலும் மாதுவைத்தான் கல்யாணம் செய்துகொள்ளுவேன் என்று சொல்லிவிடலாம் என்பதாக எண்ணியும் அவளால் முடியவில்லை. அதற்குப் பதிலாக, தாய் சொல்வதற்கு நேர்விரோதமாக எல்லாக் காரியங்களையும் செய்தாள். கல்யாணமாகிற பெண் வெளியில் போகக் கூடாது என்று தாய் சொன்னதற்காக வேண்டுமென்றே அடிக்கடி வெளியே போனாள். குளிக்கப்போகும் பொழுதெல்லாம் வெகுநேரம் ஆற்றில் தாமதம் செய்தாள். அவள் அங்கே இருந்தாள் என்று மாதுவுக்குத் தெரியும். அவளுக்கும் மாது தோப்பில் இருந்தது தெரியும். ஆனால் அவன் அவளிடம் வரவில்லை.

ஒருநாள் அவளே அங்கே போனாள். ஏன் போனாள் என்று அவளுக்கே தெரியாது. மாது ஒரு மரத்தின் கீழே வெள்ளம் அடித்திருந்த மணலில் படுத்துக்கொண்டு மாவிலைக் காம்பொன்றை வாயில் போட்டுக் கடித்துத் துப்பிக்கொண்டிருந்தான்.

ருக்கு அவன் பக்கத்தில் போய் உட்கார்ந்தாள். அவன் பேசவில்லை. அவளும் கொஞ்ச நேரம் பேசாமல் இருந்தாள்.

திடீரென்று அவன் "போடி, இங்கே ஏன் வந்தே?" என்றான்.

"நீ ஏன் இங்கே வந்து தனியாய்ப் படுத்துண்டிருக்கே?"

"உனக்கென்ன, இங்கேயே இருப்பேன்!"

"பசிக்கல்லியா உனக்கு? காபிகூடச் சாப்பிடாமெ வந்துட்டியே!"

"இல்லை!"

"வீட்டுக்கு வாடா மாது!"

"நீ போ! நான் வரப்போ வரேன்!"

"என் மேலே கோவமா?"

அவன் பேசின தினுசைக் கேட்டு ருக்கு சரியான கேள்விதான் கேட்டாள். ஆனால் மாதுவுக்குப் பதில் சொல்லத் தெரியவில்லை. அவன் பதில் சொல்லவில்லை.

அவள் மௌனமாக எழுந்து வீட்டுக்குப் போனாள்.

“மாது!” என்ற குரல் மெல்லக் கேட்டது.

அவன் தலையெடுத்துப் பார்த்தான். கல்யாணக் கோலத்துடன் ருக்கு அவனைப் பார்த்துக்கொண்டு நின்றாள். சட்டென்று அவன் தன் முகத்தைக் திருப்பிக்கொண்டான்.

அப்பொழுது அவளுடைய இளம் உள்ளத்தில் என்ன என்ன உணர்ச்சிகள் பீரிட்டுக்கொண்டு கிளம்பினவோ! “மாது!” என்று அலறிக்கொண்டு அவன் பக்கத்தில்போய் உட்கார்ந்து அவன் கையை எடுத்து அணைத்துக்கொண்டாள்.

அதுவரையில் வராத துக்கம் அப்பொழுதுதான் மாதுவுக்கு வந்தது.

“நீ இனிமேல் யார், ருக்கு?” என்று கண்ணீர் நிறைந்த கண்களுடன் அவளைப் பார்த்தான்.

“உன் ருக்குதான். விசாரப்படாதே மாது!”

“அடாடா!” என்ற குரல் கேட்டு, ருக்கு தலையெடுத்துப் பார்த்தாள். தகப்பனாரும் அத்தையும் நின்றுகொண்டிருந்தார்கள். இரண்டு இளம் உள்ளங்களின் அந்த மகோன்னதமான பற்றைக் கண்டு பெரியவர்கள் இருவரும் வணக்கம் கொண்டு நின்றார்கள். அவர்கள் பெயரைச் சொல்லிக் கூப்பிட்டு அந்தத் தூய லயிப்பைக் கலைக்கத் துணியவில்லை அவர்கள்.

“அப்பா!” என்று கத்திக்கொண்டு எழுந்தோடி வந்து தகப்பனாரைக் கட்டிக்கொண்டு ருக்கு “எனக்குக் கல்யாணம் வேண்டாம்!” என்றாள்.

“அப்பா, மாது!” என்று தாய் பிறகுதான் பிள்ளையிடம் போனாள்.

“மீனாக்ஷி, இந்தக் கல்யாணம் வேண்டாமே!” என்றார் தமையன், தங்கையைப் பார்த்து.

“எப்படி நிறுத்துகிறது அண்ணா, இவ்வளவு ஆனபிறகு?”

“ஜாதகம் ஏன் பார்த்தேன்!”

“பிராப்தம் அவ்வளவுதான், அண்ணா!”

பிராப்தம் என்ற சொல்லுக்கு என்ன பொருள் என்று இளம் காதலர்களுக்குத் தெரியாது.

பெரியவர்களுக்குத்தான் தெரியுமா? தெரியாது. தாங்கள் செய்த குற்றத்திற்கு அந்தப் பெயர் வைத்தார்கள்.

“வா அம்மா கீழே!”

ஒன்றையொன்று சுற்றிக்கொண்டிருந்த இரண்டு இளங்கொடிகளைப் பலவந்தமாகப் பிரித்து வேறாக வைத்தார்கள்.

❖

***நவசக்தி*, ஏப்ரல், 1943**

பழகின தோஷம்

"எப்பொழுது பார்த்தாலும் இதென்ன படிப்பு, எழுத்து! நீங்கள் என்ன சன்யாசியா? போதாக்குறைக்கு..."

அவள் முடிப்பதற்குள் நான் உள்ளே நுழைந்து விட்டேன்; பேச்சை நிறுத்தி விட்டாள்.

என் நண்பன் குனிந்து எழுதிக்கொண்டிருந்தான். அவன் நான் வந்ததைப் பார்க்கவில்லை. தலையை எடுக்காமலேயே "உம்-சொல்லேன்-போதாக்குறைக்கு-?" என்றான். அவள் பதில் சொல்லாமல் புன்னகையுடன் என்னைப் பார்த்துக் கொண்டு நின்றாள்.

"போதாக்குறைக்கு என் சிநேகிதன் என்கிறாயாக்கும்! ஆமாம். என்ன செய்ய வேண்டுமென்கிறாய், சற்றுச் சொல்லேன்!" என்று சாவதானமாகப் பேனாவைக் கீழே வைத்துவிட்டுத் தலை நிமிர்ந்து பார்த்தான்.

என்னைக் கண்டதும் "வாடா, உட்கார்," என்று சொல்லிவிட்டுத் தன் மனைவியைப் பார்த்துச் சிரித்துக் கொண்டே "அவனும் வந்துவிட்டான், பாக்கியையும் சொல்லிவிடு!" என்றான்.

"என்ன சொல்லுகிறது? மார்க்கெட்டுக்குப் போய் நல்ல காய்கறியாகப் பார்த்து வாங்கிக்கொண்டு வரக்கூடாதோ என்று சொன்னேன். குழந்தையை அனுப்பினால் அவனுக்கு என்ன தெரிகிறது? வெறும் பூச்சி பிடித்த அவரைக்காயாக வாங்கிக்கொண்டு வந்திருக்கிறான்" என்று சொல்லிவிட்டு மீனாட்சி உள்ளே போய் ஒரு டம்ளர் காபியைக் கொண்டு வந்து மேஜைமேல் வைத்துவிட்டுப் போனாள்.

"சாப்பிடுடா, உனக்குத்தான் கொண்டு வந்து வைத்திருக்கிறாள்" என்றான் என் நண்பன்.

சாப்பிட்டுக் கொண்டே நான் "சொல்லுகிறது சரிதானே! வீட்டு விவகாரங்களையே நீ காதில் போட்டுக் கொள்ளுவதில்லை" என்றேன்.

"நீயும் சேர்ந்து கொண்டாயா? அடியே, இங்கே வா! உன் கட்சிக்கு ஆள் சேர்ந்திருக்கிறது" என்று சமையலறையைப் பார்த்துக் கூப்பிட்டான்.

"ஆள் சேருகிறதென்ன? உள்ளதை யார்தான் சொல்லமாட்டார்கள்?" என்று சொல்லிச் சிரித்துக்கொண்டே மீனாட்சி வெளியே வந்தாள்.

"நீதான் சகலமும் பார்த்துக் கொள்ளுகிறாயே, நான் என்ன செய்ய வேண்டும்?"

"உன் பேரில்தான் தப்பு, மன்னி! வண்ணான் உருப்படி முதல்கொண்டு நீ எண்ணிப் போட்டுக் கணக்கெழுதுகிறாய், அதுதான் பிசகு!" என்று சொல்லி நான் சிரித்தேன்.

❍ ❍ ❍

மீனாட்சியும் நானும் கொஞ்ச நாட்களாகத்தான் பேசுகிறோம். என் முன்னால், அவள் தன் புருஷனுடன் பேச ஆரம்பித்ததே போன வருஷம்தான். அதற்கு முன்னாலெல்லாம் நான் இருந்தால் புருஷனுடன் பேசமாட்டாள். என்னுடனோ பேசுவதே கிடையாது. ஆனால் இப்பொழுது கிழவியாகப் போய்விட்டதாக அவள் எண்ணம்.

மீனாட்சி வயது முப்பத்தைந்து. நாலைந்து – கணக்காகச் சொன்னால் ஐந்து – குழந்தைகளைப் பெற்றுவிட்டதால் இனிமேல் முன்போல சங்கோசமெல்லாம் வேண்டாம் என்று எண்ணினாளோ? அல்லது பழகப்பழக, நாளாக ஆக, அந்த சங்கோசம் அர்த்தமற்றுப் போய்விட்டதோ?

அவள் சிறு பெண்ணாகப் பாவாடை கட்டிக் கொண்டு, கருவிழியும் கண்ணுமாக விழித்து விழித்துப் பார்த்துக் கொண்டு வந்தது முதல் அவளை எனக்குத் தெரியும். சம்பந்திகளுக்குப் பெண்ணைக் காட்டுவதற்காக அவள் தாயார் அவளைக் கூட்டிக் கொண்டு வந்திருந்தாள். நான் சதா சர்வ காலமும் என் நண்பனுடன் கூடவே இருப்பவன் என்று அவள் அது முதலே தெரிந்து கொண்டாள். கல்யாணத்தின் போது அவள் அரைக் கண்ணாகவும் முழுக் கண்ணாகவும் புருஷனைப் பார்த்தபொழுதெல்லாம் நான் ஒருவன் ஆவலுடன் அவளுடைய ஆனந்தத்தை அளவிட்டுக் கொண்டிருந்தேன் என்பதைக் கண்டு அவளுக்கு வெகு ஆத்திரமாக இருந்திருக்கும். பல வருஷங்களுக்குப் பிறகு புருஷனுடன் அந்த மாதிரியே சொல்லியிருக்கிறாள் வேடிக்கையாக. என்னை அவள் ஒரு எதிரிபோல அப்பொழுது பாவித்தாள்.

தான் புருஷனுக்கெழுதிய கடிதங்களை அவன் என்னிடம் காட்டுவான் என்று அவளுக்குக் கோபம். அதற்காகக் கடிதம் எழுதாமலும் இருக்கவில்லை. நினைவு வருகிறது: ஒரு தடவை அவளுடைய கடிதத்துக்கு அவன் உடனே பதில் போடவில்லை. அவள் ஒரு கவரில் நான்கு காலணாக்களை வைத்து மறுபடி

கடிதம் போட்டாள். பதில் கடிதம் எழுதுவதற்குச் செலவு — அப்பொழுது கவர் ஓரணாதான்! நாங்கள் பேச ஆரம்பித்த பிறகு இப்பொழுது கேட்டேன் ஒரு சமயம்:

"நான்கு காலணாக்களை வைத்து அனுப்பினாயே, மன்னி! எதற்கு?" என்றேன்.

"அதையெல்லாம் வெட்கமில்லாமல் உங்களிடம் காண்பித்தாராக்கும்!" என்று சொல்லி அவள் முகம் சிவக்கச் சிரித்தாள்.

அவள் புக்ககம் வந்து புருஷனுடன் வாழ்க்கை ஆரம்பித்தவுடன்தான் என்னிடம் அவளுக்குக் கோபம் அதிகமாக ஏற்பட்டது. ஏன் ஏற்படாது! அவளுடன் பேசிக் கொண்டிருக்க வேண்டிய நேரமெல்லாம் அந்த அசடு என்னுடன் இலக்கிய சர்ச்சை செய்து கொண்டிருந்தால் அவளுக்கு எரிச்சல் வராதா? தன் கோபத்தை எத்தனை வகைகளில் காட்டலாமோ அப்படியெல்லாம் காட்டுவாள். எங்கள் இருவருக்குமே அது தெரிவதில்லை. எனக்குத்தான் தெரியவில்லை என்றால் என் நண்பனுக்காவது தெரிந்திருக்கவேண்டும். பின், அவள் வாய் விட்டுச் சொல்லுவாளா? அப்படி இரண்டு வருஷங்கள். பிறகு என் மனைவி ஸரஸ்வதி வந்துதான் நிலைமை சற்று மாறிற்று. இரண்டு பேரும் சொந்த சகோதரிகளுக்கு மேலாகப் பழக ஆரம்பித்தார்கள்.

ஆனால் அந்த இரண்டு வருஷங்களுக்குள்தானே அவளுடைய இளம் உள்ளத்து இன்ப ஆர்வங்களெல்லாம் பொங்கிக் கொண்டிருந்தன! எனவே என்னைக் கண்டாலே அவள் முகம் கறுத்துவிடும்.

○ ○ ○

எதுமுதல் அவள் மனம் மாறி எனக்குத் தன் உள்ளத்தில் கொஞ்சங்கொஞ்சமாக இடம் கொடுத்தாள் என்பதை நிர்ணயிக்க முடியாது. முதல் முதலாக அவள் மனதை நான் அறிந்தது அவள் காய்ச்சலுடன் படுத்துக்கொண்டிருந்த பொழுது.

வீட்டில் வேறு உதவி கிடையாது. அவன்தான் கிட்டே. நான் கஞ்சி வைப்பது, ஆஸ்பத்திரிக்குப் போவது முதலிய காரியங்களைச் செய்தேன். அப்பொழுதுகூட அவள் நான் இருக்கும்பொழுது மிகவும் சங்கோசப்படுவாள். புருஷன் தன் அருகில் உட்காரக் கூடாது என்று சொல்லிவிடுவாள். இருபது நாட்கள் ஜுரம். "அவர் காப்பி சாப்பிட்டாரோ?" "சாதம் சாப்பிட்டாரோ?" என்ற புருஷனைப் பற்றிய கேள்விகள் அவளிடமிருந்து பிறக்கலாயின. நடுவில் ஜுரம் கடுமையாக இருந்து ஒரு நாள் நாங்கள் இருவரும் நாள் முழுவதும் சாப்பிடவே இல்லை. பிரக்ஞை வந்ததும் அவள் "நீங்களும் சாப்பிடவில்லை, அவரும் சாப்பிடவில்லை போலிருக்கிறதே. போய்ச் சாப்பிடுங்கள்!" என்றாள்.

மெதுவாக நான் மைத்துனன் ஆகிவிட்டேன். அப்பொழுது என் மனைவி புக்ககத்திற்கு வந்துவிட்டாள்.

"எங்கே இன்னிக்கி மச்சினரைக் காணோம்? கூட்டிண்டு வாங்கோ, இன்னிக்கி ஹல்வா பண்ணியிருக்கேன். அவருக்குப் பிடிக்குமே!" என்றாளாம் ஒரு நாள். அவன் உடனே வந்துவிட்டான்.

"அடே, உன் மன்னி ஹல்வா பண்ணியிருக்காளாம். உனக்குத்தான் பிடிக்குமாம், வா!" என்று கூட்டிக் கொண்டு போனான்.

"இப்ப ஏன் மச்சினர் முன்போல அவ்வளவு வருகிறதில்லை?" என்று கேட்டாளாம் ஒருநாள்.

நான் போனபோது அவன் என்னிடம் சொன்னான். சொல்லிவிட்டுச் சிரித்துக் கொண்டே "அகமுடையாள் வந்த புதிதல்லவா?" என்றான்.

"உங்கள் அகமுடையாள் வந்த புதிதில் நீங்கள் என்ன செய்தீர்கள்?" என்று பிறகு அவனைக் கேட்டாளாம்.

முன்பெல்லாம் நான் நண்பனைத் தேடிக்கொண்டு போனால் அவன் வீட்டில் இல்லாவிட்டால் பதில் வராது. பிறகு குழந்தை வீட்டில் இருந்தால், "ஆபீஸிலிருந்து வல்லேன்னு சொல்லுடா!" என்று என் காதில் படும்படி சொல்லுவாள்.

❍ ❍ ❍

சில மாதங்களுக்கு முன்பு ஒருநாள் அவளாகத்தான் என்னிடம் பேசினாள். பேச வேண்டிய அவசியமும் ஏற்பட்டிருந்தது.

"ஸரஸ்வதியும் நானும் இன்னிக்கி சினிமா போகிறோம்!" என்றாள். நான் என் நண்பனை வழக்கம்போல் பார்க்கப் போனேன். அவன் வீட்டில் இல்லை.

அவ்வளவு வருஷங்களாக இல்லாமல் அவள் திடீரென்று என்னுடன் பேசினதும் எனக்குக் கொஞ்சம் சங்கோசமாகப் போய்விட்டது.

சமாளித்துக்கொண்டு "தாராளமாய்ப் போங்கள்!" என்றேன்.

"டிக்கெட் யார் வாங்கிக் கொடுப்பார்கள்? நீங்கள் இரண்டு பேருங்கூட வர வேண்டும்" என்றாள் அவள்.

எங்களுக்கு வேறென்னவோ வேலை, நாங்கள் போகவில்லை. நாங்கள் இருவரும் பேச ஆரம்பித்ததை நண்பன் தெரிந்து கொள்ள வேண்டுமென்று மறுநாள் என் நண்பன் முன்பு "நீங்களே டிக்கட் வாங்கிக் கொண்டீர்களா?" என்று அவன் மனைவியைப் பார்த்துக் கேட்டேன்.

"வண்டிக்காரனை வாங்கச் சொன்னேன்!" என்று அவள் வெகு சாவதானமாகப் பதில் சொன்னாள்.

என் நண்பன் முக மலர்ச்சியுடன் இருவரையும் பார்த்துக்கொண்டு "அடே! எப்பொழுது முதல் ஆரம்பம் பேச்சு?" என்று கேட்டான்.

"நேற்று முதல்!" என்றேன்.

"அப்பாடா! பன்னிரண்டு வருஷங்களாயிற்றா சங்கோசம் தீருவதற்கு! அடியே, இந்தா, ஒரு சமாசாரம்!" என்றான்.

அந்த சமாசாரத்தைக் கேட்க அவள் அங்கே நிற்கவில்லை.

வருஷக் கணக்கில் அர்த்தமில்லாமல் குறுக்கே நின்ற ஒரு திரை ஒருவிதமாக அகன்றதில் எல்லோரும் நிம்மதி அடைந்தோம்.

அவ்வளவுதான். முதல் சங்கடம் தீர்ந்ததும் மீனாட்சி வெகு தாராளமாக என்னிடம் சுக துக்கங்களைச் சொல்ல ஆரம்பித்து விட்டாள். அவளுடன் இயற்கையாக வார்த்தையாடுவது எனக்குப் பிறகு புதுமையாகவோ ஆச்சரியமாகவோ தோன்றவே இல்லை. இருவரையும் நேருக்கு நேர் கேலி செய்யக்கூட ஆரம்பித்து விட்டேன்.

"மன்னி, உன் ராஜ்யத்தில் பிரஜைகள் ஒழுங்காகச் சொன்னபடி நடந்து வருகிறார்களா?" என்பேன்.

அவள் மகிழ்ச்சியுடனும் முறுவலுடனும் நிற்பாள்.

"மார்க்கெட்டுக்குப் போவோம், வருகிறாயா?" என்று ஒரு நாள் அவனைக் கேட்டேன் நான்.

உடனே என் நண்பன் நிமிர்ந்து உட்கார்ந்து "அடியே, மார்க்கெட்டில் ஏதாவது வேண்டுமா?" என்று கேட்டான்.

மீனாட்சி புன்னகையுடன் வேடிக்கையாக "அவர் கூப்பிட்டால் போவீர்கள். நான் சொன்னால் –" என்று சொல்லி வாய் மூடவில்லை.

என் நண்பன் சீறி விழுந்து "'அவர் அவர்' என்று ஏன் அவனைக் கரிக்கிறாய்? அடுத்த வாரம் அவன் ஊரை விட்டே போகிறான்!" என்றான்.

அதைக் கேட்டதும் மீனாட்சி முகத்திலிருந்த புன்னகை எங்கோ போய்விட்டது. அவன் எரிந்து விழுந்ததற்காக அல்ல; அவள் கேட்ட செய்திக்காகத்தான்.

"ஊரை விட்டா?"

"ஆமாம். அவனைத் திருச்சிக்கு மாற்றி விட்டார்கள்! உனக்குச் சந்தோஷந்தானே?" என்றான் நண்பன்.

"எனக்குச் சந்தோஷமா? ஆமாம் என்றுதான் வைத்துக் கொள்ளுங்களேன்!" என்று சொல்லிவிட்டு உள்ளே போய்விட்டாள்.

பழகின தோஷம்

நாங்கள் இருவரும் தனியாக வெகுநேரம் பேசாமல் உட்கார்ந்திருந்தோம்.

○ ○ ○

மீனாட்சி வெகு நாளைய பழக்கத்தில் என்னையும் தன் குடும்பத்தில் ஒருவனாகச் சேர்த்துக்கொண்டு விட்டாள். அவள் உள்ளத்தில், அவளுடைய புருஷன் குழந்தைகளுடன், எனக்கும் ஒரு இடம் கொடுத்து விட்டாள். இப்பொழுது நான் திடீரென்று வெளியூர் போகிறேன் என்று கேட்டதும் தன் குடும்பம் உடைவதுபோல அவள் எண்ணினாள். அவள் உள்ளத்தில் வேதனை உண்டாயிற்று.

இரவு எனக்கும் என் மனைவிக்கும் அங்கே பலத்த விருந்து. பழைய நாள் நினைவுகளை ஒவ்வொன்றாக எடுத்து விஸ்தரித்துக் கொண்டு வெகுநேரம் பேசினோம்.

○ ○ ○

ஊருக்குப் புறப்படுமுன் மீனாட்சி என் மனைவியிடம் "ஸரஸ்வதி, நான் என்னமோ உன்னிடம் இப்படிச் சொல்லுகிறேனே என்று நினைக்காதே! எனக்கு வயது வந்த நாள் முதல் பழகின தோஷம் சொல்லுகிறேன். அவர் ஊரை விட்டுப் போவது என் மச்சினர் வீட்டை விட்டுப் போவதுபோல் இருக்கிறது. இத்தனை நாட்களில் உனக்கே தெரிந்திருக்கும் – அவர் உடம்பைக் கவனித்துக்கொள்ளவே மாட்டார். நீ பார்த்துக் கொள்! தலைவலி வந்தால் காபியா ஆஸ்பிரின் சாப்பிட விடாதே! வீட்டு விஷயங்களை நீயே பார்த்துக் கொள். அவரால் முடியாது!" என்றாளாம்.

என் மனைவி ரயிலில் இதை என்னிடம் சொல்லிவிட்டு, "என்ன பைத்தியம்! யாரோ அகமுடையான் சிநேகிதன் ஊருக்குப் போனால் அப்படித்தான் அழுவாளோ ஒருத்தி!" என்றாள்.

நான் தலையைத் திருப்பிக்கொண்டு ஜன்னலுக்கு வெளியே பார்த்தேன்.

"இந்தாருங்கள், உங்களுக்குப் பிடிக்குமென்று மீனாட்சி வறுத்துக் கொடுத்தாள்!" என்று என் மனைவி ஒரு காகிதத்தில் வறுத்த கடலை, பயறு, காராமணி, கொள்ளு கலந்திருந்ததைக் கொடுத்தாள்.

"மன்னி, நீ பைத்தியந்தான்!" என்று சொல்லிக் கொண்டேன்.

❖

கல்கி, ஏப்ரல் 10, 1943.

தமிழ் மங்கை

"பூசுந்தரி, தென்னவன் தேவியாகிய நீயா அந்தப் பெண்ணைப் பார்க்க வில்லிபுத்தூர் போவது?"

"மன்னவன் மதுசூதனன் தேவியைப் பார்க்கப் போவது உமது தோரணைக்குக் குறைவா?"

"அவள் யார்? அப்படி நீ பார்க்கும்படி அவளிடம் என்ன விசேஷம்?"

"வேந்தே, நீங்களே இப்படிக் கேட்கலாமா? வைணவத்தை உமக்குப் போதித்துத் தத்துவார்த்தத்தை விளக்கி விஷ்ணு சித்தன் கண்டெடுத்து வளர்க்கும் கன்னி கோதை. அவள் மற்றவர் போன்ற பிறவி அல்ல. அவள் உடலும் உணர்வும் நாம் அனுபவித்தறியாத ஒரு தெளிவில் ஈடுபட்டு இயங்கு கின்றன. அதனால் அவள் மகளிர் மற்றெங்கும் பாடாத வகையில் பாசுரங்கள் பாடி மகிழ்கிறாள்."

"தமிழ்ப் பாசுரங்கள் உனக்கு விளங்குகின்றனவா? கங்காராசன் கன்னியா ரத்தினமாகிய நீ இங்கு தென் நாட்டிற்கு வந்து வெகுகாலம் ஆகவில்லையே!"

"ஆவல் இருந்தால் எவ்வளவு காலம் வேண்டும்?"

"பூசுந்தரி, அவளை இங்கே வரவழைக்கிறேனே?"

"வடபெருங்கோயிலுடையானுக்கு மாலை சூடிக் கொடுக்கும் சுடர்க்கொடி இங்கே வரமாட்டாள்!"

பாண்டியன் மாறவர்மன் ராஜஸிம்ஹன் தன் தேவி கொண்டிருந்த ஆவல் கண்டு கொஞ்சம் அதிசயம் கொண்டான்.

"அவளைப் பார்த்து என்ன ஆகவேண்டும்? எல்லாக் கலைகளையும் கற்றறிந்த நீ அவளிடமிருந்து என்ன புதிதாகக் கற்றுக்கொள்ளப் போகிறாய்?"

"கற்றதெல்லாம் வீண். கற்காதது ஒன்று இருக்கிறது. அதுதான் கலைகளுக்குக் கலை. அதை அறிவுறுத்தக் கூடியவள் அவள் ஒருத்தி தான்."

"அது என்ன?"

"எனக்குச் சொல்லத் தெரியவில்லை; ஆனால் ஆண்டாளுடைய வாக்கின் உணர்ச்சியில் அது எனக்குப் புலனாகிறது."

"பெரியாழ்வார் நமக்கு அருளிய போதத்தைக் காட்டிலுமா அது சிறந்தது?"

"அது வெறும் போதம் மட்டுமல்லவே! அது உணர்ச்சி!"

அப்பொழுது மகாசாமந்தன் மாறங்காரி வந்து பெரியாழ்வார் அரசனைக் காண வந்திருப்பதாகத் தெரிவித்தார். உடனே அரசனும் அரசியும் சென்று ஆழ்வாரை வரவேற்றார்கள்.

"வில்லிபுத்தூர் விட்டு எவ்வளவு நாட்களாகினவோ?" என்று பாண்டியன் கேட்டார்.

"இப்போதுதான் வருகிறோம். எமது மகள் கோதையுடன் திருவரங்கம் செல்கின்றோம். பாதையில் தென்கூடற்கோன் தென்னனைத் தரிசித்து விட்டுப் போகலாமென்று வந்தோம்."

"கோதை எங்கே?" என்று பூசுந்தரி ஆவலுடன் கேட்டாள்.

"சீடர் ஒருவர் வீட்டில் இருத்திவிட்டு இங்கே வந்தோம்."

"ஈரேழு வயதில் எழில் மிக்க பாசுரங்களை இயற்றிய அதிசய மங்கையைக் காண நான் பெரிதும் விரும்புகிறேன்."

"மணப் பருவம் வந்தும் மணமகன் ஒருவனை ஏற்கமாட்டேன் என்கிறாள். அரங்கனே ஆருயிர் நாயகன் என்கிறாள். ஊரார் ஏசுகிறார்கள்."

"இப்போது ஏது திருவரங்கம் செல்வது?"

"கடைசியில் அவள் ஆசையையே நிறைவேற்றுவதெனத் தீர்மானித்து விட்டேன். அவளை அரங்கன் முன்னிலைக்கு அழைத்துச் செல்கின்றேன்."

"வீதியில் ஏதோ சத்தம் கேட்கிறதே!" என்று மாறங்காரி சாளரத்தின் வழியே பார்த்தார். ஒரு கூட்டம் அரண்மனை வாயிலை நெருங்கிக் கொண்டிருந்தது. அரசியும் மற்றொரு சாளரத்தின் வழியாகப் பார்த்தாள்.

கூட்டத்தின் முன்னே பதுமை ஒருத்தி. பதினைந்து வயது கொண்டவள். பருவத்தால் பூரித்திருக்க வேண்டிய உடல் மெலிந்து வாடி இருந்தது. ஆனால் முகத்தில் அழகு சொட்டிக் கொண்டிருந்தது.

கூந்தல் அவிழ்ந்து துவண்டுகொண்டிருந்தது. ஆடை குலைந்தது கூடத் தெரியாமல் அப்படி மெய்ம்மறந்தவளாய் ஆண்டாள் பாடிக் கொண்டே நடந்து சென்றாள்.

மத்தளம் கொட்ட வரிசங்கம் நின்றூத
முத்துடைத் தாமம் நிரைதாழ்ந்த பந்தற்கீழ்
மைத்துனன் நம்பி மதிசூதனன் வந்தென்னைக்
கைத்தலம் பற்றக் கனாக்கண்டேன் தோழீநான்

பூசுந்தரி நிலை தெரியாமல் வீதிக்கு ஓடி அந்த விசித்திர மங்கையின் கையைப் பிடித்துக்கொண்டு "கண்டாயா அம்மா?" என்று உருகிக் கேட்டாள்.

"கண்டேன்!" என்று மொழிந்து கனவை நினைத்துப் புன்னகையுடன் நின்றாள் கோதை. அந்தத் தளிர் உடலை எத்தகைய தணல் தகித்துக் கொண்டிருந்தது? கனவை நினைந்து கருகி அப்படியே துவண்டு சாய்ந்தாள். பூசுந்தரி சாய்ந்த சுடர்க்கொடியைத் தாங்கிக்கொண்டாள்.

பெரியாழ்வார் ஓடி வந்தார்.

"அம்மா, நான் வருவதற்குள் கிளம்பி விட்டாயா திருவரங்கத்திற்கு? சிறிது நேரம்கூடப் பொறுக்கச் சக்தி இல்லையா உனக்கு?" என்று கதறினார்.

பாண்டியன் வந்தார். அரசியின் கைகளில் அயர்ந்து கிடந்த ஆச்சரிய உருவைக் கண்டு அருள் கொண்டவர் போல "ஆ, இப்புண்ணியப் பாவை உலவும் பாண்டிய நாடு புனித நாடு!" என்றார்.

பூசுந்தரி மெய் சிலிர்ப்பவளாய் மெதுவாகக் கோதையைத் தாங்கித் தன் அறைக்கு இட்டுச் சென்றாள்.

ஆண்டாள் அறிவிழந்து போயிருந்தாள்.

"அம்மா, உடல் எப்படி மெலிந்து போய்விட்டது! நூறாண்டு காலத்து ஆசையைப் பதினைந்தாண்டில் அனுபவித்து அழிந்துவிட்டது உடல். உடல் கொள்ள வேண்டிய இன்பம் அனைத்தையும் உள்ளத்தே கொண்டுவிட்டாய்! கண்ணே, கண்திற. இன்று மார்கழித் திங்கள் – மதி நிறைந்த நன்னாள்!" என்றாள் பூசுந்தரி.

கோதை கண் திறந்து "இன்றா?" என்றாள்.

"மாயனை மன்னு வடமதுரை மைந்தனை –"

என்று ஆரம்பித்து மறுபடியும் மூர்ச்சை அடைந்தாள். அவள் பாடிய பாட்டு எங்கும் எதிரொலித்துப் பரவியது.

வேறெங்கும் பெண் பாடாத பேரவாவும் பொலிவும் பெருந் துணிவும் கொண்ட பாசுரங்கள் தமிழ் மொழியின் தெள்ளிய அமுது.

❖

வசந்தம், **மே, 1943**

வேறு நினைப்பு

சித்திரை மாதத்தில் பௌர்ணமி இரவு; ஊதா வர்ண நிலா. மாடி வெட்ட வெளியில் நாற்காலியைக் கொண்டுபோய்ப் போட்டுக் கொண்டு சாய்ந்து கொண்டேன். ஆனால் அந்த நிலவில் வியப்பொளியுடன் துலங்கிய வெளியுலக அழகை நான் அப்பொழுது அனுபவிக்க முடியவில்லை. அன்று விடிந்தது முதல் உள்ளத்தில் இடைவிடாமல் உறுத்திக் கொண்டிருந்த கதையின் மனோதத்துவச் சிக்கல்தான் அப்பொழுதும் என் நினைவிலிருந்தது.

என் மனைவி வந்து அருகில் இருந்த பெஞ்சின் மேல் உட்கார்ந்தது கூட எனக்குத் தெரியாது.

"என்ன, கதை எழுதப் போகிறீர்களோ, இவ்வளவு யோசனை? இதோ பாருங்கள், இனிமேல் கதை எழுதினீர்களானால் எனக்குக் கெட்ட கோபம் வரும். கட்டுரை, கவிதை என்று வருகிறதே, அந்த மாதிரி ஏதாவது எழுதுங்கள், கதை எழுதுகிறேன் என்று வீட்டில் நடப்பதை எல்லாம் எழுதி என்னைச் சந்தியில் இழுக்காதீர்கள், சொல்லிவிட்டேன். காதில் விழுந்ததா?" என்றாள் காமு.

"காதில் விழுந்ததா?" என்ற வார்த்தைகளை மட்டும் அவள் கொஞ்சம் உரக்கச் சொன்னதால் நான் நினைவு பெற்று அவளைத் திரும்பிப் பார்த்தேன். அவள் முன்னால் சொன்னது ஒன்றும் என் காதில் விழவில்லை என்று என் முகத்திலிருந்து கண்டதும் அவள் முகம் சட்டென்று சிவந்தது.

"என்ன சொன்னாய் காமு? ஏதோ வேறு நினைப்பாக இருந்து விட்டேன்!" என்றேன்.

"வேறு நினைப்பு இப்பத்தானா என்ன! இன்று முழுவதும்தான் – ஏன், வேறு நினைப்பு இல்லாமல் இருந்தது எப்பொழுது, சற்றுச் சொல்லுங்கள்!"

அவளுடைய குரலில் கோபமும் மனஸ்தாபமும் கலந்திருந்தன. அந்த நிலைமையில் கதையின் மனோதத்துவச் சிக்கலுக்கு உள்ளத்தில் இடம் கொடுக்கக் கூடாது என்று அதைப் பலாத்காரமாக அப்புறப்படுத்தி விட்டு அவளைச் சமாதானம் செய்யும் குரலில் "இப்பொழுதுதானே காமு, சற்று –" என்று ஆரம்பித்தேன்.

"இப்பொழுதுதானா! சாயந்திரம் 'தட்டான் வந்திருந்தான்' என்றேன். 'நாளைக்கு வரச்சொல்!' என்றீர்கள்."

"ஓகோ, தட்டானா வந்திருந்தான்? தச்சன் என்று சொன்னால் போலிருந்தது."

" 'வண்ணான் வந்தானே!' என்று பாடினது போலக்கூட இருக்கும்!" என்று சொல்லி அவள் கோபச் சிரிப்புச் சிரித்தாள்.

"வளையல்கள் கொண்டு வந்து கொடுத்தானா? போட்டுக் கொண்டாயா?" என்று கேட்டேன்.

"அதைப்பற்றி உங்களுக்கு என்ன கவலை? சாவகாசமாக –"

"கோபித்துக் கொள்ளாதே! எங்கே வளையல்கள் கைக்குச் சரியாக இருக்கின்றனவா?"

"சாப்பிடுகிறபோது பார்க்கவில்லையா?"

நான் என்ன பதில் சொல்லுகிறது? வாயை மூடிக்கொண்டு அவள் கையை எடுத்து நிலா வெளிச்சத்தில் பார்த்தேன். அவை அவள் கைநிறமான பொன்னோடு பொன்னாக இருந்தன. அப்பொழுது அவள் முகத்தைக் கவனித்தேன். நெற்றியிலிருந்த பெரிய குங்குமப் பொட்டைக் கண்டதும் அன்று மாலை நடந்த விஷயம் ஞாபகத்துக்கு வந்தது.

O O O

சாயந்திரம் காமு அலங்காரம் செய்து கொண்டு வெகு உத்சாகமாக என்னிடம் வந்து "கோவிலுக்குப் போவோம் வாருங்கள்!" என்றாள்.

என் கதை நினைப்பு எனக்கு. அவள் சந்தோஷத்தையும் பெருமையையும் அனுபவித்து அவள் இஷ்டத்தைப் பூர்த்தி செய்யும் ஆற்றல் அப்பொழுது எனக்கு ஏற்படவில்லை.

"இல்லை, காமு, நீ மட்டும் குழந்தைகளை அழைத்துக்கொண்டு போய்விட்டு வா!" என்றேன்.

"ஏன், கூட வந்தால் பாவமா?"

"இதென்ன சங்கடம்? உனக்கு வேண்டுமானால் போய்விட்டு வாயேன். என்னை ஏன் கட்டி இழுக்கிறாய்?"

"ஏன் என்னோடு வருவதற்கு உங்களுக்கு வெட்கமாக இருக்கிறதா?"

"என்ன காமு இப்படிப் பேசுகிறாய்?"

"எப்படிப் பேச வேண்டும்?... நீங்கள் தான் பேசி எனக்கும் சொல்லிக் கொடுங்களேன். என்றாவது ஒருநாள் தாராளமாக, சந்தோஷமாக, சற்று நேரம் என்னுடன் பேசி இருக்கிறீர்களா?"

"பேசாமலா குடும்பம் நடக்கிறது?"

"'என்ன சமையல்?' 'காப்பி ஆகிவிட்டதா?' 'இலை போடு!' – இதெல்லாம் பேச்சா? அன்று வேலைக்காரிகூட 'என்னம்மா இப்படி இருக்காரு? எப்பப் பாத்தாலும் சண்டை போடுகிற மாதிரி பேசாமல் இருக்காரே!' என்று கேட்டாள். நான் என்ன பதில் சொல்லுகிறது?"

"என்ன சொன்னாய்?"

"'அவர் சுபாவம்' என்றேன், 'என்ன சுபாவம் அம்மா!' என்று ஆச்சரியப்பட்டாள்."

"அவள் என்ன செய்ய வேண்டும் என்கிறாள்? நீ என்ன செய்ய வேண்டும் என்கிறாய்?"

"ஆமாம், செய்யச் சொல்லுகிறேன் சட்டியும் பானையும்!" என்று சொல்லிவிட்டுக் காமு கோவிலுக்குப் போனாள்.

○ ○ ○

அவள் போய்விட்டு வீட்டுக்குத் திரும்பி வந்தபொழுதும் நான் அதே நிலையில்தான் தியானத்திலிருந்தேன்.

"இந்தாருங்கள்!" என்று ஏதோ கையில் கொடுத்தாள்.

இன்னதென்று பார்க்காமலே விபூதி என்ற ஞாபகத்தில் நெற்றியில் கொஞ்சம் பூசிக்கொண்டு பழக்கத்தின் காரணமாக வாயில் கொஞ்சம் போட்டுக் கொண்டேன்.

"நன்றாயிருக்கு, குங்குமத்தை வாயில் போட்டுக் கொள்ளுகிறீர்களே!" என்றாள் காமு. பிறகு சிரித்துக் கொண்டே கொப்புளிக்க ஜலம் கொண்டு வந்தாள்.

"ஆமாம், பிறகு சாப்பிடுகிறேன் என்றீர்கள். காப்பியை மூடி வைத்துவிட்டுப் போனேனே, சாப்பீட்டீர்களோ?" என்று கேட்டாள்.

"இல்லையே, மறந்து போய்விட்டேன்!"

உடனே அவள் முகத்திலிருந்த கேலியும் மனஸ்தாபமும் மறைந்தன. சட்டென்று அருகில் வந்து "இப்படி இருக்கிறீர்களே நீங்கள்! பசி தாகம் கூட வரவரத் தெரிகிறதில்லை!" என்று பரிதபித்தாள்.

"இப்பொழுது காப்பி சாப்பிடுகிறீர்களா? இலை போடட்டுமா?"

"இலை போட்டுவிடேன்!" என்றேன்.

பிறகு சாப்பிட்டுவிட்டு மாடியில் வந்து படுத்ததுதான் தெரியும். காமு கடிந்து கொண்ட பிறகுதான் நினைவு வந்தது.

காமுவின் புகார் பிசகில்லை. அவளை நான் அலட்சியம் செய்யவில்லை என்பது அவளுக்கு நன்றாகத் தெரியும். அவளிடம் நான் முற்றிலும் ஈடுபட்டிருந்தேன் என்பதும் தெரியும். நான் அவளை எதிலும் கடிந்து கொள்வதில்லை என்பதை உணர்ந்திருந்தாள். அந்த மகிழ்ச்சி ஒவ்வொரு சமயம் விசேஷமாகத் தலை தூக்கும்போது அவளுக்கு உல்லாஸ புத்தியும் பெருமையும் அதிகமாகிவிடும். அப்பொழுது அந்த உள்ள மலர்ச்சியின் தூண்டுதலில் என்னுடன் கலகலப்பாகப் பேச வேண்டுமென்று வருவாள். விதியின் விபரீத ஏற்பாடோ என்னவோ, அநேகமாக அந்த மாதிரி சந்தர்ப்பங்களில் நான் ஏதோ ஞாபகமாக வேறு நினைவாக இருப்பேன். அவள் பேசுவதற்கெல்லாம் 'ஆமாம்' 'இல்லை' என்று ஒற்றை வார்த்தைகளில் தாறுமாறாகப் பதில் சொல்லுவேன். அவளுக்குக் கோபமும் துக்கமும் வந்து விடும். பிறகுதான் எனக்கும் நினைவு வரும். என்ன பிரயோஜனம்?

○ ○ ○

முகத்தைத் தூக்கி வைத்துக் கொண்டு காமு உட்கார்ந்திருந்தாள். "காமு, இவ்வளவு வருஷங்கள் என்னுடன் பழகி இருக்கிறாயே. என் சுபாவத்தை அறிந்தும் நீ ஏன் இப்படி வேதனைப்படுகிறாய்?" என்றேன்.

அவள் என் பக்கம் திரும்பி "நீங்கள் வேண்டுமென்று அலட்சியம் செய்யவில்லை என்று தெரியவில்லையா எனக்கு? ஆனால் உங்கள் சுபாவம் என்கிறீர்களே, அது தப்பு! ஏதோ ஞாபகமாக வேறு நினைப்பாக இருப்பது உங்கள் சுபாவமல்ல; நான் வந்த புதிதில் இந்த சுபாவம் எங்கே போயிருந்தது?" என்று கேட்டாள். கேட்டு விட்டு லேசாகப் புன்னகை செய்தாள்.

நான் திகைத்துப் போனேன். காமு பளிச்சென்று உண்மையை ஒரு கேள்வியில் வெளியிட்டு விட்டாள்.

ஏதோ ஞாபகம் – வேறு நினைவு – என் சுபாவம்! அவள் வந்த புதிதில் அது எங்கே போயிருந்தது?

"நீதான் சொல்லேன்; எனக்குத் தெரியவில்லை" என்றேன்.

"என்ன சொல்ல வேண்டும்? உங்களுக்கு ஏன் இந்த வேறு நினைப்பு ஏற்பட்டு விட்டது என்றா? இப்பொழுது கதைகள் எழுதுகிறீர்கள், அப்பொழுது எழுதவில்லை. இதுதான், தெரிய வில்லையா?"

"இல்லை, இல்லை, எனக்குத் தெரிகிறது. அப்பொழுது உன்னை அறிய வேண்டும் என்ற ஆவல் இருந்தது. உன்னை அறிந்துவிட்டேன். ஆவல் ஓய்ந்துவிட்டது."

காமு கொல்லென்று சிரித்தாள்.

"என்னை அறிந்து விட்டீர்களா? பெண் உள்ளத்தை முற்றிலும் அறிய முடியாது, பெண் ஒரு புதிர் என்று நீங்களே சொல்லி யிருக்கிறீர்களே! இப்பொழுது என்னை அறிந்துவிட்டதாகச் சொல்லுகிறீர்கள்?"

"காமு! நீ கைகாரிதான். என்னை மடக்கி விட்டாயே! பின் நீதான் சொல்லேன் காரணத்தை!"

"எனக்கும் தெரியாது. அனுபவம் கொண்டவர்கள் சொல்லுவார்கள்; நீங்களும் கேட்டிருப்பீர்கள். மனதுதான் எல்லாவற்றிற்கும் காரணம்; வேறொன்றுமில்லை!" என்றாள்.

நானும் உத்சாகமாக "எல்லாந்தான் தெரிந்திருக்கிறதே, பின் ஏன் கலகம் பிடிக்கிறாய்?" என்றேன்.

"பின், நீங்கள் கதை எழுதுவதெப்படி?"

"நீ கோபித்துக் கொள்ளவும் வேண்டாம், நான் கதையும் எழுதவில்லை."

"இரண்டும் நடக்காத காரியம்."

"ஏன் நடக்காது?"

"ஏனென்றால் அப்படித்தான், போங்கள்! என்னால் பதில் சொல்ல முடியாது!" என்று உள்ளே போகத் திரும்பினாள்.

"காமு, இந்தா நீ பதில் வேண்டுமானால் சொல்ல வேண்டாம். உட்காரு, இப்படி!"

"எதற்காகவாம்?" என்று அவள் திரும்ப பெஞ்சில் வந்து உட்கார்ந்தாள்.

"ஒரு விஷயம் சொல்ல வேண்டும். இப்பொழுதுதான் உதயமாயிற்று. இந்த வேறு நினைப்பு என்றிருக்கிறதே – என்ன தெரியுமா?"

"சொல்லுங்களேன்!"

"அது உண்மையில், பார்க்கப் போனால் – உன் நினைப்புத்தானடி காமு!"

"பொய்யும் புளுகும் சொல்லிக் கொண்டு!" என்று விளையாட்டாகக் கோபித்தாள்.

"நிஜமாகக் காமு! உன் நினைப்பில்லாவிட்டால் வேறு நினைப்பு என்று இது எங்கிருந்து வரும்? அதற்கு நீ தான் காரணம்" என்றேன்.

அப்பொழுது அவள் முகத்தில் தோன்றிய பெருமையைப் பார்க்க வேண்டுமே.

"இனிமேல் என்னிடம் சண்டை பிடிக்காதே, கோபித்துக் கொள்ளாதே" என்றேன் நான்.

"பின் யாரிடத்தில் சண்டை பிடிப்பேன்?" என்று கேட்டாள்.

இரண்டாவது முறையாக அவள் கேள்வி என்னை பிரமிக்கச் செய்து விட்டது; ஆனால் இன்ப மயமாக இருந்தது.

❖

கல்கி, மே 20, 1943.

இரண்டு பாசங்கள்

ராகவன் காலையில் ஆபீஸிலிருந்து வந்ததும் கோமளம் சிற்றுண்டியையும் காப்பியையும் எடுத்துக் கொண்டுபோய் மேஜைமேல் வைத்துக் கொண்டே வெகு உற்சாகமாக, "காலையில் சொல்ல மறந்துவிட்டேன். கடைக்குப் போய் ஒரு வீசை பட்டணம் பாக்கும் நல்ல ஸெலூலாய்ட் பொம்மையொன்றும் வாங்கிக் கொண்டு வாருங்கள்" என்றாள்.

"எதற்கு?" என்று கேட்டான்.

"எதற்கா? அப்பாவுக்குப் பட்டணம் பாக்கு பிடிக்கும். அண்ணா குழந்தைக்குப் பொம்மை!"

ராகவனுக்குக் கோபம் வந்தது. ஆனால் அதை அடக்கிக் கொண்டு, "உங்கப்பா எனக்கு என்ன அனுப்பி இருக்கிறார்? உன் அண்ணா எனக்கு என்ன கொண்டு வந்திருக்கிறான்?" என்று ராகவன் தன் மனதில் உள்ளதை ஹாஸ்யத்தில் மறைக்க முயன்றான்.

"நான்தான் இருக்கிறேனே!" என்றாள் கோமளம்.

ஆனால் மேலே பேச்சு ஓடவில்லை. அவன் மௌனமாகச் சிற்றுண்டியைத் தொடாமல் காப்பியை எடுத்துக் குடித்தான். பிறகு கையில் கொண்டு வந்திருந்த ஆபீஸ் காகிதங்களைப் பார்க்க ஆரம்பித்தான்.

ராகவனுக்குச் சென்னை செக்ரடேரியட்டில் வேலை. மனைவியுடன் தனிக் குடித்தனம் வைத்து ஒரு வருஷம்தான் ஆயிற்று.

சிறிது நேரத்துக்கெல்லாம் கோமளம் அவனிடம் வந்து, "நேற்றே 'கண் எரிகிறது, எண்ணெய் தேய்த்துக் கொள்ள வேண்டும்' என்று வெந்நீர் போடச் சொன்னீர்கள். மறந்துபோய்விட்டேன். இப்பொழுது போட்டிருக்கிறேன். ஸ்நானம் செய்கிறீர்களா?" என்றாள்.

"நேற்று மறந்துவிட்டாய். இன்று உன் அண்ணா வந்திருக்கிறான் — மறக்காமல் போட்டிருக்கிறாய்!" என்று ராகவன் மனதிலிருந்ததைச் சொன்னான்.

கோமளத்தின் முகம் சற்று மாறுதல் அடைந்தது. புருஷன் முகத்தைப் பார்த்தாள். அதில் லேசான மனஸ்தாபக் குறி தென்பட்டது. அதைத் தான் அறிந்ததாகக் காட்டிக் கொள்ளாமல், அவன் மன நிலையை மாற்ற எண்ணி, "நான் ஊருக்குப் போகிறேனே, இன்று லீவு வாங்கிக்கொள்ளக் கூடாதா?" என்று கெஞ்சினாள்.

"லீவு இப்பொழுது கிடைக்காது!" என்று தலை நிமிராமல் காகிதங்களைப் பார்த்தபடியே சொன்னான்.

"சாப்பாடு, கிளப்பிலா அல்லது ஸெட் எடுத்துக் கொண்டு வந்தா? ஊறுகாய் பெரிய ஜாடியில்–"

"நான் எப்படியாவது செய்து கொள்ளுகிறேன்!"

"சரி, அண்ணாவோடு உட்கார்ந்து சாப்பிடுங்கள்!"

"இல்லை, நான் அவசரமாக ஆபீஸ் போக வேண்டும். இலை போடு!"

"அண்ணாவோடு நீங்கள் சரியாகப் பேசக்கூட இல்லையே!"

"உனக்கேதான் அவனுடன் பேசப் பொழுது போதவில்லையே!"

கோமளத்துக்குக் கோபம் பொங்கிக் கொண்டு வந்தது. ஆனால் தனியாக விட்டு விட்டுப் போகிறோமே என்ற நினைப்பில் கோபத்தை அடக்கிக் கொண்டாள்.

○ ○ ○

ராகவன் ஏன் அன்று அந்த மாதிரி இருந்தான் என்று அவளுக்கு விளங்கவில்லை. எப்பொழுது பார்த்தாலும் வேடிக்கையும் வினோதமுமாகவே பேசிக் கொண்டிருப்பவனாயிற்றே.

காரணம், ராகவன் மனப்போக்கு வேறு விதமாக இருந்தது. புருஷனை விட்டுவிட்டுப் போகிறோமே என்று கோமளத்தின் மனதில் கலக்கம் கொஞ்சங்கூட இருந்ததாக அவனுக்குத் தோன்றவில்லை. அண்ணாவைக் கண்டதும் அவளுக்குத் தலைகால் புரியவில்லை. பிறந்தகம்தான் – அதற்காக? புருஷன் ஒன்றுமில்லையா? உண்மையாகவே அவளுக்குப் புருஷன் மேல் அவ்வளவு வாஞ்சை இருந்தால் இந்த மாதிரியாகவல்லவா பேச்சு நடக்கவேண்டும்:-

"இப்பொழுது எதற்கு ஒரு பிரமேயமுமில்லாமல் என்னைக் கூட்டிக்கொண்டு போகிறார்கள்?"

"வெகு நாட்களாயிற்றல்லவா? பார்க்க வேண்டுமென்று இராதா அவர்களுக்கு?"

"இருக்கும் தான்! இங்கே சமயம் சரியாக இல்லையே! உங்களுக்கு ஆபீஸில் வருஷாந்திரக் கணக்குகள் தயார் செய்யும் சமயம். வேலையில்

இரண்டு பாசங்கள்

இரவு பகலாகத் திண்டாடுகிறீர்கள். இதில் கிளப்புச் சோறு வேறே என்றால்!”

“ஆபீஸ் வேலை சமுத்திரம். அது அலை ஓய்ந்து போவதென்றால் முடியவே முடியாது.”

“அப்படியென்றால் நான் இப்பொழுது போகவில்லை. அண்ணா போகட்டும். வேலை கொஞ்சம் ஓய்ந்த பிறகு போகிறேன்.”

“சீச்சீ, வந்தவனை சும்மா அனுப்புவது நன்றாக இராது. நான்கு நாட்கள் இருந்துவிட்டு வந்துவிடு!”

தன் அண்ணன் வந்ததிலிருந்து கோமளம் நடந்துகொண்ட விதம் ராகவனுக்குத் தன்னை அசட்டை செய்வது போலிருந்தது. தன்னைக் காட்டிலும் அதிகமாக அவள் அண்ணனிடம் வாஞ்சை கொண்டிருந்தாள் போலிருந்தது. தன்னிடம் அன்பு காட்டாததால் வருத்தம்; பிறரிடம் அன்பு காட்டியதால் அசூயை.

புருஷன் மனைவிக்கு என்ன செய்து என்ன? எப்படிப் போற்றி என்ன, நடுவில் வந்தவன்தானே? அவளுக்கு அண்ணாதான் உசத்தி!

இரவு சாப்பிடும்பொழுது அண்ணனுக்கு எல்லாம் கேட்டுக் கேட்டுப் பரிமாறினாள். சாப்பிட்ட பிறகு முதலில் அவனுக்குக் கொண்டுபோய்ப் பாலைக் கொடுத்தாள்.

“அத்திம்பேருக்குக் கொடுத்தாயோ?”

“கொடுக்கிறேன், நீ சாப்பிடு!” என்று சொல்லிட்டுப் பிறகு புருஷனுக்குப் பால் கொண்டு போனாள்.

“இன்று வேண்டாம். வயிறு நிரம்பிவிட்டது!” என்றான் ராகவன். கோமளம் வற்புறுத்தவில்லை.

❍ ❍ ❍

ரயிலுக்குப் புறப்பட ஆயத்தமானார்கள்.

“நீங்கள் வருகிறீர்களா ஸ்டேஷனுக்கு?” என்று கோமளம் ஆவலுடன் கேட்டாள்.

“இல்லை, எனக்கு வேலை இருக்கிறது, சேவகனை அனுப்புகிறேன்.”

புறப்படும்பொழுது மைத்துனன் ராகவனிடம் வந்து “போய்விட்டு வரட்டுமா?” என்றான்.

“சரி!” என்று மட்டும்தான் சொன்னான் ராகவன்.

கோமளம் வந்து “போய்விட்டு வரட்டுமா?” என்றாள் மெதுவாக.

“போய்விட்டு வாயேன்! அடே வரதராஜு! வண்டியில் சௌகரியமாக ஏற்றிவிட்டு வா!” என்றான்.

❍ ❍ ❍

அவர்கள் போன பிறகு வாசற்கதவைத் தாளிட்டுக் கொண்டு ராகவன் மேஜையண்டை வந்து உட்கார்ந்தான். வேலை ஓடவில்லை.

எதிரே அலமாரியில் கண்ணுக்குத் தெரிகிறபடி பெரிய கண்ணாடி ஜாடி நிறைய மைசூர்ப்பாகு இருந்தது.

"ஊருக்குக் கொண்டு போகத்தான் அவ்வளவு அவசரமாகச் செய்தாள் என்று நினைத்தேன்!" என்று தனக்குள் சொல்லிக் கொண்டான்.

மேஜையைப் பார்த்தான். வெற்றிலைப் பெட்டி பளிச்சென்று தேய்த்து வைக்கப்பட்டிருந்தது. உள்ளே அறை நிறைய வாசனைப்பாக்கு – கரண்டான் நிறையப் புதுச் சுண்ணாம்பு. ஒரு தடவை போட்டுக் கொள்ள வெற்றிலை கூட மடித்து வைக்கப்பட்டிருந்தது.

புறப்படுவதற்குமுன் ஏகாந்தமாக அவனுக்கு அதைக் கொடுத்துவிட்டு விடைபெற்றுக் கொள்ள எண்ணியிருந்தாளோ? பல ஊகங்கள் உதித்தன. அவன் கண்கள் கலங்கின.

வெற்றிலையை எடுத்துப் போட்டுக்கொண்டே ராகவன் தலை நிமிர்ந்து பார்த்தான். கோமளத்தின் புகைப்படம் அவனைப் பார்த்து மகிழ்ச்சிப் புன்னகை புரிந்தது. அவன் படம் இருந்த இடமல்லவா? அப்படியானால் அவன் படமெங்கே? அவள் எடுத்துக்கொண்டு போயிருக்க வேண்டும்!

ராகவன் மனது இப்பொழுது வேறு விதமாக வேதனை கொள்ள ஆரம்பித்தது.

பிறந்து பதினைந்து வருஷங்கள்தானே பிறந்தக வாழ்வு? பிறகு புக்ககம் தானே? புருஷன் வீட்டில் இருப்பவள் பிறந்தகத்துக்கு ஏங்குவது இயற்கை ஆகாதா? தன் வீட்டுக்கு வந்த அண்ணனுக்குப் பெருமையுடன், தான் அந்த விட்டு யஜமானி என்ற இறுமாப்புடன், உபசாரம் செய்வதில் என்ன தப்பு? அந்த சமயம் அவள் புருஷனைவிட கொஞ்சம் அதிகமாகவே அண்ணனுக்கு உபசாரம் செய்வது புருஷனிடம் அவள் கொண்ட நம்பிக்கையையும் பாத்தியதையையும் தானே காட்டுகிறது? அது அசட்டையல்ல, வாஞ்சைக் குறைவல்ல – புருஷனும் தானும் நெருங்கி நின்றதன் பலனாக ஏற்பட்ட பரிபூரண நம்பிக்கை.

அவள் செய்து வைத்திருந்ததையெல்லாம் பார்த்தபோது அசட்டையாக இருந்தாள் என்று சொல்ல முடியுமா?

கொஞ்சங் கொஞ்சமாக எண்ணிப் பார்க்கப் பார்க்கத் தான் அன்று கோமளத்திடம் நடந்துகொண்ட மாதிரி சுத்த கேவலமானது, குரூரமானது என்று அவனுக்கு தோன்றலாயிற்று. அவனுக்கு இருப்புக் கொள்ளவில்லை. எழுந்து அங்குமிங்குமாக உலாவினான்.

திடீரென்று ஜன்னலில் ஒரு பக்கமிருந்த பொட்டணமும் ஸெலூலாய்ட் பொம்மையும் அவன் கண்களில் பட்டன. மறந்து விட்டாளா? அல்லது அவன் நடந்துகொண்ட தினுசில்–?

கடிகாரத்தைப் பார்த்தான். வண்டி புறப்பட அரைமணி நேரம் இருந்தது. பர்ஸை ஷர்ட் பையில் போட்டுக் கொண்டு பொட்டணத்தையும் பொம்மையையும் எடுத்துக் கொண்டு பஸ் ஏறி ஸ்டேஷன் சென்றான். ஓடிப் போய் பிளாட்பாரத்தில் நுழைந்தான். நல்லவேளை, வண்டி இன்னும் புறப்படவில்லை.

○ ○ ○

அவனைக் கண்டதும் இருவரும் திகைத்துப் போனார்கள். கோமளத்தைத் திரும்பக் கூட்டிக் கொண்டு போகத்தான் வந்து விட்டானோ என்று இருவருக்கும் ஏக காலத்தில் தோன்றிற்று. ஆனால் உடனே அவன் கையிலிருந்த பொட்டணத்தையும் பொம்மையையும் பார்த்ததும் கோமளம் கை நீட்டி "மறந்தே போய்விட்டேன்!" என்றாள்.

"நீ மறந்து போகணும், நான் எடுத்துக்கொண்டு இங்கே ஓடி வரணும், அப்படித்தானே!" என்று ராகவன் முக மலர்ச்சியுடன் சிரித்துக்கொண்டே அவற்றை அவளிடம் கொடுத்தான்.

வண்டி ஊதிவிட்டது.

கோமளம் ஜன்னலண்டை நின்று புருஷன் முகத்தைப் பார்த்து அபூர்வ திருப்தி அடைந்தாள். அப்பொழுது அந்த மகிழ்ச்சியுடன் சிவந்த முகம் ராகவனுக்கு மெய் மறதியைக் கொடுத்தது. ஒன்றும் பேச முடியவில்லை.

"கடிதம் போடு!" என்றான்.

"உடம்பு ஜாக்கிரதை!" என்று கோமளம் நெஞ்சடைக்க மொழிந்தாள் இரண்டு பாசங்களால் இழுக்கப்பட்டு.

கல்கி, ஜூலை 20, 1943.

பெற்ற மனம்

மயிலாப்பூர் கடற்கரையில் பீச் ரோடுக்கு மேற்கே கிழக்குப் பார்த்து அமைந்த பங்களா 'ஸீ வ்யூ'. அதற்கு இரண்டு பக்கங்களிலும் சுற்றுச் சுவர்கள் எடுத்த காலி மனைகள். அவற்றிற்குத் தெற்கேயும் வடக்கேயும் ஆங்கிலோ இந்தியர்கள் குடியிருந்த பங்களாக்கள்.

மாலை சுமார் நான்கு மணி இருக்கும். பாலக்காட்டுச் சமையற்காரப் பையன் கொண்டுவந்த சிற்றுண்டியையும் காபியையும் சாப்பிட்டுவிட்டு, கமலம் மாடிக்கூடத்தில் தூங்கிக்கொண்டிருந்த குழந்தையின் பக்கத்தில் படுத்துக் கொண்டு அது கனவு கண்டு சிரித்த சிரிப்பைப் பார்த்து ஆனந்தம் அடைந்தாள்.

மறுநாள் அந்தக் குழந்தைக்கு முதல் ஆண்டு நிறைவு. அப்பா! எப்படியோ ஒரு வருஷம் தன்னந்தனியாகத் திண்டாடிக் குழந்தையை வளர்த்து உருவாக்கிவிட்டாள்! மிகவும் முன் எச்சரிக்கையாக இருந்து கட்டிகிட்டி ஒன்றும் விழாமலேயே கவனித்து வந்துவிட்டாள்; எவ்வளவு சிரமம்! ஆனால் குழந்தையின் புதுப்புது விளையாட்டுகளையும் முயற்சிகளையும் பார்த்து மகிழ்ந்ததில் அந்தச் சிரமம் தெரியவில்லை.

குழந்தை விழித்துக்கொண்டு அவள் பக்கம் புரண்டு முகத்தாலும் இரண்டு கைகளாலும் கன்று தாயின் மடியைத் தேடுவது போலக் கமலத்தின் மார்பைத் தேடினான். அதற்கு முன் அத்தனை மாதங்களில் எத்தனையோ தடவைகள் அந்த மாதிரி செய்திருந்தான். அன்று என்னவோ அவன் அப்படித் திண்டாடுவதைப் பார்த்துக் கமலம் தாங்க முடியாத இரக்கம் பொங்கக் கண்கலங்கிவிட்டாள்.

'அட, பாவிக் குழந்தாய்! அந்தப் பத்து நாட்கள்தானே பெற்ற தாயின் பாலைக் குடித்தாய்? அது இன்னமா

உனக்கு நினைவிருக்கிறது? பாவி நான், என் கோபத்தில் உன்னைத் தாயில்லாக் குழந்தையாக்கினேன்! அவளை ஏன் வீட்டை விட்டுப் போகச் சொன்னேன்? அவள்தான் எப்படி மனசுடன் போனாளோ?... மனசுடன் எப்படிப் போயிருப்பாள்? வேறு வழியில்லாததால் போனாள்! எங்கே இருக்கிறாளோ, எப்படிக் காலம் தள்ளுகிறாளோ, பாவம்! அப்புறம் இந்தப் பக்கம் வரவே இல்லையே அவள்! உயிருடன் இருந்தால் ஒருத்திக்குப் பெற்ற பிள்ளை முகத்தைப் பார்க்க வேண்டு மென்று இராதா?'

கமலத்தின் எண்ணங்கள் முடிவதற்குள் குழந்தை அலற ஆரம்பித்துவிட்டான். கமலம் சட்டென்று எழுந்து குழந்தைக்கு ஆகாரம் புகட்டி, வாசலோரம் எடுத்துக்கொண்டு வந்து பீச் ரோட்டில் ஓட ஆரம்பித்துவிட்ட கார்களைக் காட்டினாள். குழந்தை அவள் கையில் துள்ளித் துள்ளிக் குதித்து விளையாடினான்.

அப்பொழுது கமலத்தின் புருஷன் கார் விர்ரென்று பங்களாவிற்குள் நுழைந்தது.

"கமலம்!" என்று கத்திக்கொண்டே ராஜன் உத்ஸாகமாக மாடிப் படியேறி வந்தான்.

"கமலம், என்னைத் திருச்சி ஜில்லா கலெக்டராகப் போட்டிருக் கிறார்கள்!" என்று சொல்லிக்கொண்டு நாற்காலியில் உட்கார்ந்து உடைகளைக் கழற்ற ஆரம்பித்தான்.

"எல்லாம் இவன் அதிருஷ்டம். குழந்தைக்கும் நாளை ஆண்டு நிறைவு!" என்று கமலம் அவன் முகத்தைப் பார்க்காமல் சொன்னாள்.

ராஜன் ஒரு கணம் திகிலடைந்து நெக் டை அவிழ்ப்பதை நிறுத்தி மனைவி முகத்தைப் பார்த்தான். அதில் அவனுக்கு ஒன்றும் பிடிபட வில்லை.

"நாளைக்கா! ஒரு வயசு நிரம்பிவிட்டதா இவனுக்கு!" என்று மறுபடியும் தன் வேலையில் ஈடுபட்டான்.

"ஆகாமல் என்ன? நாட்கள் தாம் ஓடுகின்றனவே? நாளைக்குக் குழந்தைக்கு ஆயுஷ்ய ஹோமம் செய்ய வேண்டும்; புதுப்பட்டுச்சராய், சட்டை வாங்க வேண்டும்."

"சேவகனை வாங்கிக் கொண்டு வரச் சொல்லேன்! ஆமாம், இப்படி என்ன இவன்மேல் உனக்கு ஆசை?"

"ஏனா! என் வயிற்றில் பிறக்கவில்லை இவன். அவ்வளவுதானே?" என்றாள் கமலம்.

ராஜன் மறுபடியும் சட்டென்று அவள் முகத்தைப் பார்த்தான். அதில் ஒன்றும் அவனுக்குத் தென்படவில்லை. எழுந்து களைந்த உடைகளை ஒருபுறம் எறிந்தான்.

"வாத்தியாருக்கும் சொல்லியனுப்புங்கள்!"

எஸ்.என். ராஜன், ஐ.ஸி.எஸ். சென்னை சர்க்காரின் ரெவின்யூ இலாகாவில் உதவிக் காரியதரிசி. முற்றும் ஆங்கிலப் பழக்கவழக்கங் களையே அனுசரித்து வாழ்பவன். வேலையில் கெட்டிக்காரன். ஆனால் நிதான புத்தி இல்லாதவன். சிறுபிள்ளைத்தனமாகவே முன்கோபத்துடன் யோசனையின்றியே காரியங்களைச் செய்துவிடுவான். ஆபிஸில் அவன் கீழ் இருப்பவர்கள் எல்லோருக்கும் அவனைக் கண்டால் பயம்; கிறுக்கு, நினைத்தால் ஏதாவது செய்துவிடுவான் என்று சேவகர்கள்கூட ஜாக்கிரதையாக இருந்தார்கள்.

கமலத்தின் சுபாவம் நேர் விரோதம். வெகுநிதான புத்தியுடையவள். எதற்கும் அவள் ஓர் அளவு வைத்திருந்தாள். அழகுடையவள், படித்தவள். ஆனால் பழைய சம்பிரதாயங்களில் கொஞ்சம் பற்றுள்ளவள். புருஷ னுடைய மிதமிஞ்சிய போக்கு அவளுக்குப் பிடிக்காது; ஆனால் அவள் ஒன்றும் அதில் தலையிடுவதே இல்லை. அவளுடைய நடத்தை யிலிருந்தே அந்தப் பிகுவையும் கம்பீரத்தையும் உணர்ந்து ராஜன் அவளிடம் சற்றுப் பயமும் முற்றும் அன்பும் கொண்டு நடந்து கொண்டான். அதை அறிந்து கமலம் அவனிடம் சில சமயங்களில் கேலியாக நடந்துகொள்வாள்.

"இல்லாவிட்டால் நீங்களே போய்த்தான் நல்லதாகப் பார்த்து வாங்கிக்கொண்டு வாருங்களேன்?" என்று சிரித்துக்கொண்டே சொன்னாள்.

"சராய் சட்டை வாங்க நான்தான் போக வேண்டுமா? கமலம்?"

"நான் போகிறேன், இல்லாவிட்டால்!"

அப்பொழுது சேவகன் பயபக்தியாக உள்ளே நுழைந்து, "அம்மாவை யாரோ கீளே பார்க்கணும்றாங்க!" என்றான்.

"அது யாரது? குழந்தையைச் சற்றுப் பார்த்துக்கொள்ளுங்கள். இதோ வந்துவிட்டேன்!" என்று கமலம் குழந்தையைத் தொட்டிலில் விட்டுவிட்டுக் கீழே போனாள்.

கீழே போனவள் வாசற்படியில் எதிரே நின்றவளைப் பார்த்துத் திகைத்துப் போனாள்.

"ஸரஸ்வதி!"

"அக்கா!"

"எங்கிருந்தடி வந்தாய்? இப்பொழுதுதான் நினைத்துக்கொண்டேன்!"

"அக்கா குழந்தை –?" என்று வந்தவள் கெஞ்சும் குரலில் ஆரம்பித்தாள்.

"குழந்தை நன்றாக இருக்கிறான்."

"அக்கா ஆசை வெட்கம் அறியாது என்பார்கள் அல்லவா? வந்தேன். வந்தது தப்பா –?"

பெற்ற மனம்

ஸரஸ்வதிக்கும் கமலத்தின் வயசுதான் இருக்கும். ஆனால் கமலத்தைக் காட்டிலும் ஒல்லியாகவும் சிவப்பாகவும் இருந்தாள். நல்ல அழகு. சின்னாபின்னமாகப் போயிருந்தது.

"நாளைக்கு அவனுக்கு . . ."

"ஆமாம், ஸரஸ்வதி. நாளைக்குக் குழந்தைக்கு ஆண்டு நிறைவு. நீயும் கணக்கு வைத்துக்கொண்டிருக்கிறாயா ?"

"அக்கா, நீங்கள் இவ்வளவு மனசு வைத்து என்னுடன் பேசுகிறீர்களே! கனவு காண்கிறாப்போல் இருக்கிறது."

"ஸரசு, உன்மேல் நான் கோபம் கொண்டது முட்டாள்தனம்."

"பிறந்த நாள் நேரத்தை ஒரு ஜோஸ்யரிடம் கொடுத்து ஜாதகம் கணிக்கச் சொன்னேன். எப்படியோ மூன்று ரூபாய் சேர்த்து அவருக்குக் கொடுத்தேன். நல்ல ஜாதகமாம்; அக்கா, ஒரு நிமிஷம் –"

"என்ன ஸரஸு ?"

"குழந்தையைப் – பார்க்கலாமா ? ஒரு நிமிஷம். பிறகு போய் விடுகிறேன். இந்தப் பக்கமே வரவில்லை, அக்கா!'

"ஸரஸு, இந்த அறைக்குள் இரு, இதோ வருகிறேன்" என்று கமலம் பங்களாவின் முன் அறையைத் திறந்து விட்டுவிட்டு மாடிக்குப் போனாள்.

"சற்று இங்கேயே இருங்கள் வருகிறேன்!" என்று புருஷனிடம் சொல்லிவிட்டுக் குழந்தையை வாரி எடுத்துக்கொண்டு கீழே ஓடினாள்.

ஸரஸு ஒரு பையிலிருந்து சின்னப் பட்டுச் சராய் சட்டை, பனிக்குல்லாய், சின்ன ஸாகிஸ், பூட்ஸ் எல்லாவற்றையும் எடுத்து வெளியே வைத்துக்கொண்டிருந்தாள்.

"ஸரஸு, இந்தா உன் குழந்தை!" என்று கமலம் மெய்ம்மறந்து கத்திக்கொண்டு உள்ளே நுழைந்து கதவை மூடினாள்.

ஸரஸ்வதி எழுந்து ஓடிவந்து குழந்தையை வாங்கி மார்போடு அணைத்துக்கொண்டாள். அப்பொழுது அவள் தயங்கவில்லை, பயப்படவில்லை, வெட்கப்படவில்லை. கண்களை மூடிக்கொண்டாள்.

கமலம் அந்த மகத்தான காட்சியைக் கண்டு மெய்சிலிர்த்தாள்; கண்ணீர் பொங்கத் திரும்பி விலகி ஜன்னலண்டை போய் நின்றாள்.

வாசலில் பால்காரன் மாட்டைக் கட்டியிருந்தான். கன்று உத்ஸாக மாக வாலைத் தூக்கிக்கொண்டு தாயின் மடியை முட்டி முட்டி வெகு ஆத்திரத்தோடு பால் குடித்துக்கொண்டிருந்தது. பசுமாடு தலையைத் திருப்ப முடியாமல் திருப்பிக் கன்றை நக்கிக் கொடுத்தது. பால்காரன் கன்றைப் பிடித்துக் கட்டினான். கன்று வாயில் பால் நுரை வழிய, தாயின் கழுத்தில் தொங்கிய சதையை முட்டிப் பால் குடிக்க முயன்றது.

கமலம் அதைப் பார்த்த வண்ணம் அசைவற்று நின்றாள். அறைக் குள்ளே தாய் குழந்தையை மார்புடன் அணைத்துக்கொண்டு – என்றோ வற்றிப்போன மார்புடன் இறுக அணைத்துக்கொண்டு யோக நிலை பெற்று நின்றாள்.

குழந்தை, வழக்கம்போல, மார்பை முகத்தாலும் கையாலும் துழாவினான். பிறகு வழக்கம்போல அழ ஆரம்பித்தான். அப்பொழுது தான் ஸரஸ்வதி சுய நினைவுபெற்றுக் கண் திறந்தாள்.

மடியில் எடுத்துக்கொண்டு உட்கார்ந்து தான் எடுத்துக்கொண்டு வந்திருந்த பொட்டலத்தை அவசரமாகக் கிழித்துக் கொஞ்சம் சர்க்கரையை எடுத்துக் குழந்தை வாயில் வைத்து "இதுதானடா நான் உனக்கு இப்பொழுது கொடுக்க முடியும்!" என்று முகத்தோடு முகம் வைத்து முணுமுணுத்தாள். அழுகை நின்றது.

குழந்தை எழுந்து மடியில் உட்கார வேண்டுமென்றான். உட்கார வைத்துப் பிடித்துக்கொண்டாள். யானை ஆட ஆரம்பித்தான். ஸரஸ்வதி புளகாங்கிதமடைந்து "அட கண்ணா, உன்னைப் பார்க்கத் தானடா இந்த உயிர்" என்று ஆரம்பித்துச் சட்டென்று நிறுத்தினாள்.

"அக்கா, அக்கா, நான் எவ்வளவு ஜன்மமெடுத்து உங்களுக்கு உழைத்தாலும் . . ."

கமலம் மெதுவாக அவளிடம் வந்து "உன்னை உன் குழந்தையிட மிருந்து பிரித்த பாவம் எவ்வளவு ஜன்மமெடுத்தாலும் . . ." என்றாள்.

"குழந்தையை எவ்வளவு செல்வமாக வளர்க்கிறீர்கள்! நான் பைத்தியம்! சராய் சட்டையெல்லாம் கொண்டுவந்திருக்கிறேன். நாளைக்குப் போடுகிறீர்களா, அக்கா?"

"நீயே உன் கையால் போட்டுப் பார்த்துச் சந்தோஷப்படு, ஸரஸு!"

"இல்லை, அக்கா, இல்லை! நீங்களே போட்டுப் பார்த்துச் சந்தோஷப் பட வேண்டும். நான் போடக் கூடாது, பார்க்கக் கூடாது, சந்தோஷப் படக் கூடாது; துரதிஷ்டக்காரி நான்! . . . ஐயோ, நான் ஏன் தொட்டேன் குழந்தையை? பார்க்கத்தானே வந்தேன்! இந்தாருங்கள், இந்தாருங்கள்!" என்று வெறிகொண்டுவிட்டவள் போலப் பேசிக்கொண்டு பலவந்தமாகக் குழந்தையைக் கமலத்தின் கையில் கொடுத்துவிட்டாள்.

"ஏன், என்ன ஸரஸு?" என்று கமலம் ஆச்சரியத்துடன் கேட்டாள்.

"குழந்தை நன்றாக இருக்க வேண்டும். ஒரு வருஷமாகப் பிய்த்துத் தின்ற ஆசை – பார்க்க வந்தேன். தொட்டுவிட்டேன், பாவி! எடுத்துக் கொண்டு போங்கள்!" என்று சொல்லிக்கொண்டு ஸரஸ்வதி திடீரென்று கதவைத் திறந்துகொண்டு வெளியே போனாள்.

"ஸரஸு, நீ இனிமேல் இங்கேயே இரு. இருக்கலாம், இருக்க உரிமை உண்டு!"

"மாட்டேன், கூடாது ஆபத்து, அனர்த்தம்!" என்று கத்திக்கொண்டே ஸரஸ்வதி பங்களாவை விட்டு வெளியே ஓடினாள்.

பெற்ற மனம்

"ஸரஸு, ஸரஸு!" என்று கத்திக்கொண்டே கமலம் பின்னால் ஓடினாள். ஸரஸ்வதி எப்படி வந்தாளோ அப்படியே போய்விட்டாள்.

குழந்தை கையில் வீரிட்டது காதில் படாமல் கமலம் சிறிது நேரம் அப்படியே திகைத்து நின்றாள்.

"மாட்டேன், கூடாது, ஆபத்து, அனர்த்தம்!" என்ற பதற்ற வார்த்தைகள் அவள் காதுகளில் அடுக்கு அடுக்காக வந்து ஒலித்தன.

கடலோசையுடன் கலந்து அதற்கும் மேலே முழங்குவது போல் இருந்தது – தார ஸ்தாயியில்.

அழுது ஓய்ந்து கையில் தூங்கிவிட்ட குழந்தையைத் தோளில் சாய்த்துக்கொண்டு கமலம் மெதுவாக மாடிப்படி ஏற ஆரம்பித்தாள். ஒவ்வொரு படியிலும் சற்று நின்றாள். வரிசையாகப் பழைய நிகழ்ச்சிகளும் படிக்கு ஒன்றாக வந்தவைபோல அவள் நினைவுக்கு வந்தன.

இளம் கைம்பெண் – அநாதை – ஸரஸ்வதியைச் சமையற்காரியாக வைத்துக்கொள்ள வேண்டுமென்று கமலம் சொன்னபொழுது ராஜன் ஆட்சேபித்தான்.

"உங்களை நான் நம்பவில்லை என்று நீங்கள் பயப்பட வேண்டாம்!" என்றாள் கமலம்.

கமலம் பிறந்தகம் போனபோது ராஜன் சமையற்காரியைப் போகச் சொல்லிவிட்டுச் சமையற்காரனை அமர்த்துவதாகச் சொன்னான்.

"நீங்கள் இப்படியெல்லாம் பேசினால் அப்புறம் தெரியுமா?" என்றாள் கமலம்.

கமலம் தன் பிறந்தகத்திலிருந்து இரண்டு மாதங்கள் கழித்து திரும்பி வந்து, "ஸரஸு இருந்ததால் என்ன குடிமுழுகிப் போய்விட்டது?" என்று கேலி செய்தாள்.

பிறகு இரண்டு மாதங்களுக்கெல்லாம் ஸரஸ்வதி கர்ப்பம் என்று கமலத்துக்குத் தெரிந்தது. புருஷனிடம் சொன்னாள்.

"துரத்து வீட்டைவிட்டு!–" என்று ஆபீஸ் காகிதங்களைப் பார்த்துக் கொண்டே சொன்னான் ராஜன்.

கமலம் சரஸ்வதியைக் கேட்டாள். நான்கு மாதங்களாகவே பொருமிக் கொண்டிருந்தவள் கொட்டினாள்.

"அக்கா, நான் தனியாக இருக்க மாட்டேன் என்றேனே; கேட்டீர்களா?" என்று விக்கினாள்.

"அவர் பேரிலா? என்ன?" என்று கமலம் கோபித்தாள்.

ஸரஸ்வதி விவரமாகச் சொன்னாள். கமலம் கேட்டாள். சந்தேக மில்லை. ஸரஸ்வதியின் முன்பே பலபலவென்று கண்ணீர் கொட்டியது.

"அக்கா, ஐயோ, செத்தாலும் சொல்வதில்லை என்று இருந்தேனே! உங்கள் சந்தோஷத்தைக் குலைத்துவிட்டேனே பாவி, குழந்தை

உங்களுடையது என்பதைச் சொல்ல வேண்டும் என்ற ஆத்திரத்தில்!" என்று ஸரஸ்வதி அழுதாள்.

"ஸரஸ்வதி, நீ இனிமேல் இங்கே இருக்க முடியாது" என்று கமலம் கடுமையாகச் சொன்னாள்.

"முடியாதுதான், அக்கா! குழந்தையை உங்கள் கையில் கொடுத்து விட்டுப் போய்விடுகிறேன்."

"எனக்கு எதற்கு அது?"

"உங்கள் வயிற்றில் பிறக்க வேண்டிய குழந்தை அல்லவா?" என்றாள் ஸரஸ்வதி. கமலம் பேச்சற்று நின்று போனாள்.

மாடிப்படியிலும் இப்பொழுது நின்று போனாள். "என் வயிற்றில் பிறக்க வேண்டிய குழந்தை!" என்று எண்ணி ஆச்சரியப்பட்டாள். பிறகு ஆறுதல் பெற்றாள். மேலே ஏறினாள்.

குழந்தை பிறந்த பதினோராம் நாள் காலை ஸரஸ்வதி அங்கே இல்லை. சமையற்காரியைப் பற்றியும் குழந்தையைப் பற்றியும் வம்பு பேச அக்கம் பக்கம் இல்லை. கேட்ட ஒரு சிலருக்குக் கமலம் ஏதோ சொன்னாள் – சகோதரி, ஆஸ்பத்திரி, மரணம்.

படியேறி நேராகத் தொட்டிலண்டை சென்று குழந்தையை மெள்ள அதில் படுக்க வைத்தாள்.

"யார் அங்கே? என்ன இத்தனை நாழிகை பேச்சு, இந்த நேரத்தில்?" என்று கேட்டான் ராஜன்.

"இவனைப் பெற்றவள்?" என்று கமலம் தொட்டிலில் குனிந்து கொண்டே சொன்னாள்.

ராஜனின் முகம் கடுத்தது.

"யார்?"

"யாரா? நினைவில்லையா? ஸரஸ்வதி – இங்கே நம் வீட்டில் இருந்தாளே சமையல்காரி –" என்று கமலம் அழுத்தம் திருத்தமாகச் சொல்லிக்கொண்டே குழந்தைக்குப் போர்த்தினாள்.

ராஜன் சமாளித்துக்கொண்டு, "இங்கே ஏன் வந்தாள்?" என்றான்.

"தன் குழந்தையைப் பார்க்க வந்தாள்?" என்று சொல்லித் திரும்பிக் கமலம் புன்னகை செய்தாள். மறுபடியும் தொட்டில் பக்கம் திரும்பிக் கொண்டாள்.

"நீ கொடுத்த இடம்! குழந்தையை வாங்கி வைத்துக்கொண்டு –"

"அதை மட்டும் வைத்துக்கொண்டு அவளை ஏன் போகச் சொன்னேன் என்று இப்பொழுது தோன்றுகிறது."

"குழந்தையையும் எடுத்துக்கொண்டு போயிருக்க வேண்டும் அவள்!"

கமலம் சர்ப்பமாகச் சீறிக்கொண்டு அவன் பக்கம் திரும்பினாள்.

"உங்கள் குழந்தையை எடுத்துக்கொண்டா?"

ராஜன் வெலவெலத்துப் போனான்.

"கமலம் என்ன சொல்கிறாய் நீ?"

"போதும், பேசாதீர்கள்! உங்களுக்கு ஈவு இல்லை. இரக்கம் இல்லை. பச்சாத்தாபம் இல்லை?" என்று கமலம் ஆத்திரத்துடன் அடுக்கினாள்.

சப்த நாடிகளும் ஒடுங்கினவனாக ராஜன் "அவள் இன்று என்ன சொன்னாள்?" என்று கேட்டான்.

"இன்று ஒன்றும் சொல்லவில்லை – அன்றே சொன்னாள்!"

அப்பொழுதுதான் ராஜனுக்கு உண்மையாகவே தூக்கிவாரிப் போட்டுவிட்டது. சிறிது நேரம் அவனால் பேசவே முடியவில்லை.

"அப்படியானால், கமலம் – ஒரு வருஷமாக – உனக்குத் தெரியுமா?... தெரிந்தா கமலம். என்னுடன் ஒன்றும் இல்லாதவள்போல் பழகினாய்?"

கமலம் பதில் சொல்லவில்லை.

ராஜன் தாவி எழுந்து அவள் கையைப் பிடித்துக்கொண்டு "கமலம் நீ என்னை மன்னிக்கமாட்டாய் என்று பயந்தே நான் இவ்வளவு நாளாய் வேஷம் போட்டேன்" என்றான்.

அதற்கு மேல் அவன் தாங்கமாட்டான் என்று இரக்கம் கொண்டு கமலம் புன்னகையுடன் "நான் மன்னிக்காவிட்டால் என்ன மோசம்?" என்றாள்.

ராஜன் பதில் சொல்லவில்லை. அதன் அர்த்தம் என்ன என்பது அவளுக்குத் தெரியும். ஆகையால் அவள் உடனே சிரிப்பை வருவித்துக் கொண்டு அவன் கையைக் கேலியாக ஆட்டி "என்ன, பதில் இல்லை?" என்றாள்.

ராஜன் கையைப் பிடித்துக்கொண்டு விலகி நின்று "கமலம் நீ தெய்வம்! உனக்கு நான் கொஞ்சமும் தகாதவன். நான் கொஞ்சமும் தகாதவன். நான் –துரோகி, அயோக்கியன்" என்று சொல்லி வேறு மேலே தமிழ் வார்த்தை அகப்படாமல் 'a cad' (காலி) என்று கத்தினான். அவன் உடல் நடுங்கியது. உதடுகள் துடித்தன.

கமலம் அவன் அருகில் சென்று "நீங்களும் கடைக்கு வாருங்களேன். எனக்கு அவ்வளவு நல்லதாகப் பொறுக்கத் தெரியாது; வருகிறீர்களா?" என்று இனிமையாகக் கேட்டாள்.

கலைமகள், செப்டம்பர், 1943

எவன் பிறந்திருக்கின்றானோ?

தீபாவளியன்று காலை கனகம் மாடி ஜன்னலில் உட்கார்ந்து தெருவின் இரு சிறகுகளிலும் நடக்கும் மகிழ்ச்சி மகோத்ஸவத்தைக் கண்டு ஏக்கம் தட்டிப் போனவளாய் மெய்ம்மறந்திருந்தாள்.

எதிர் வீட்டு ஸரோஜாவின் கணவன், மயில்கண் வேஷ்டி அங்கவஸ்திரங்களின் சரிகை பகட்டாகத் தெரியும் படி தரித்துக்கொண்டு கிராப் தலையும் கடுக்கன் காதுமாகக் கைக்கடியாரத்தை நிமிஷத்திற்கு ஒருமுறை பார்த்துக் கொண்டு வாசல் திண்ணையில் ஈஸிசேரில் சாய்ந்து கொண்டிருந்தான். மூக்குக் கண்ணாடியை அடிக்கடி எடுத்துத் துடைத்துப் போடும் ஜாடையாக எழுந்து எழுந்து உட்கார்ந்து ரேழிப்புறம் எட்டிப் பார்த்துக்கொண்டிருந்தான்.

கனகம் ஒரு தடவைதான் அவன் உட்கார்ந்திருந்ததைக் கவனித்தாள். பிறகு தெருவைப் பார்த்துக்கொண்டிருந்தாளே தவிர, அவள் எண்ணங்கள் எப்படியோ எங்கெங்கோ ஓடிக்கொண்டிருந்தன.

பிறகு தெருவில் நடந்த தீபாவளி வெடி வேடிக்கைகளும் கூச்சல்களும் அவள் உலகத்தில் நடைபெறவில்லை.

ஆனி மாதமும் பிறந்துவிட்டது; கல்யாண முகூர்த்தங்கள் ஒவ்வொன்றாக அநேகமாகக் கழிந்துவிட்டன. 'ஸீஸனே' முடிகிற சமயம்; கனகத்தின் கல்யாணம் முடியவில்லை.

ஊரெல்லாம் பந்தல்கள்; தெருத் தெருவாகக் கொட்டு முழக்குகள், ஊர்வலங்கள், மாப்பிள்ளை அழைப்புகள், காசி யாத்திரைகள். கனகத்தின் கையைப் பிடிக்கும் பிரம்மசாரி மட்டும் காசி யாத்திரை வரவில்லை; அந்த மாப்பிள்ளையை அழைக்கும் முகூர்த்தம் மட்டும் இன்னும் வரவில்லை. அவன் எவன்? எங்கிருந்தான்? எங்கோ பிறந்துதான் இருக்கிறான்? இடம் தெரியவில்லை.

கனகம் அன்றும் மாடி ஜன்னலில்தான் உட்கார்ந்து தெரு வழியே போகும் ஊர்வலங்களைப் பார்த்தாள். அவள் கையைப் பிடிக்கப் போகும் கணவன், அவள் பக்கத்தில் மஞ்சள் வேஷ்டியுடன் உட்கார்ந்து மந்திரம் சொல்லப் போகிறவன், அவள் கழுத்தில் காலாந்திரத்திற்கும் கெட்டியாக நிற்கும் மாங்கலியத்தைக் கட்டப்போகும் மணமகன் – இன்னும் ஒரு மாதத்திற்குள் எங்கிருந்து எழுந்தோடி வரப்போகிறான்.

தெரு வழியே போன ஒவ்வொரு மாப்பிள்ளை முகத்தையும் கவனித்தாள். கிராப்பும் கண்ணாடியுமாக எதிர்வீட்டு ஸரோஜாவின் பக்கத்தில் காரில் உட்கார்ந்துகொண்டு சென்ற அந்தப் பட்டணத்து மாப்பிள்ளை தன் பக்கத்தில் உட்கார்ந்திருக்கக்கூடும். அவள் பக்கத்தில் இப்போது உட்கார்ந்திருக்கிறானே – அந்த மாதிரி!

கட்டுக் குடுமியும் கடுக்கனுமாகக் கீழத்தெரு காமுவுடன் 'ஸாரட்டில்' உட்கார்ந்துகொண்டு போன உடையார் மிராசுதார் பிள்ளைகூடத் தன் புருஷனாக வந்திருக்கலாம். ஏன் கூடாது? திடீரென்று தெய்வாதீன மாகத் தீர்மானமானதுதானே அந்தக் கல்யாணம்! ஏன், எந்தக் கல்யாணம்தான் அந்தமாதிரி ஏற்படவில்லை?

ஸரோஜா எந்தவிதத்தில் கனகத்தைக் காட்டிலும் உயர்வு? அழகிலா? இல்லை. வயதில் கனகத்தைக் காட்டிலும் பெரியவள். அவள் தகப்பனார் பெரிய வக்கீல். ஸரோஜாவின் அழகில் இருந்த குறைகளைப் பணம் நீக்கிவிட்டது. காமுதான் என்ன? கனகத்தின் வயதுதான் – பதினெட்டு. கருப்பு – ஸரோஜாவாவது சிவப்பாக இருந்தாள். உடையாளூர் மிராசுதார்பிள்ளை மனதைக் கவரும்படி என்ன இருந்தது? பெற்றோர்களின் அந்தஸ்து.

கனகத்துக்கு அதெல்லாம்தான் இல்லை. தகப்பனார் பெரிய வக்கீலில்லை; தாயார் பெரிய மிராசுதார் தங்கை இல்லை. ராஜா ராமய்யர் நூறு ரூபாய் சம்பளம் கொண்ட சர்க்கார் உத்தியோகஸ்தர்; அவ்வளவுதான்; தாயார் மற்றொரு சர்க்கார் உத்தியோகஸ்தர் பெண். தாயாரும் பெண்ணும் நல்ல அழகு. படித்தவர்கள், நன்றாகப் பாடுகிற வர்கள். படிப்பும் பாட்டும் அழகும் கேட்பாரற்று ஜன்னலில் உட்கார்ந்து ஒடுங்கிக்கொண்டிருக்க, எதெதையோ ஏற்றிக் கூடவைத்துக்கொண்டு போனார்கள் மாப்பிள்ளைகள்!

காமுவின் முகத்தைக் கடைக்கண்ணால் பார்த்துக்கொண்டு உட்கார்ந்திருந்தான் அவள் கணவன். பௌடர் அப்பியிருந்த அவள் கருப்பு முகத்தில் வைரங்கள் ஜொலித்தன. வியர்வை பெருகிப் பௌடரைச் சில இடங்களில் போக்கி இருந்தது. 'நமக்கும் ஒருமுகூர்த்தம் என்று நிச்சயமாகி, புருஷன் என்று ஒருவன் வந்து கழுத்தில் தாலியைக் கட்டிவிட்டான், அப்பாடா! இனிமேல் எது எப்படி வேண்டுமானாலும் நடக்கட்டும்!' என்றது போன்ற ஒரு திருப்தியும் ஆறுதலும் அப்பொழுது அவள் உள்ளத்தில் நிரம்பி இருந்தன. புருஷனைப் பார்த்து மகிழ வேண்டும் என்றோ கல்யாணத் தடபுடல்களை அனுபவிக்க வேண்டும் என்றோகூட அவள் எண்ணவில்லை. 'கல்யாணமாகிவிட்டது!

கல்யாணமாகிவிட்டது!' என்ற உள்ளத்தின் ஒலிதான் இடைவிடாமல் கிளம்பிக்கொண்டிருந்தது. அதைக் கேட்டுக்கேட்டு நிம்மதி அடைந்தாள். திருட்டுத்தனமாகத் தாலியைத் தொட்டும் பார்த்து நிச்சயம் செய்து கொண்டாள்.

'இனிமேல் நானும் உயிர் வாழலாம், வெளியே போகலாம், குதூகலமாக வாழ்க்கையில் இன்பங்களை அனுபவிக்கலாம். இதோ என் பக்கத்தில் உட்கார்ந்திருக்கிறவர் எனக்கு அந்த விடுதலை கொடுத்து விட்டார். இனிமேல் என்ன ஆனால் என்ன?'

கனகம் மாடி ஜன்னலில் இருந்து காமுவின் முகத்தைப் பார்த்தாள். மூன்று நாள் முன்புவரை கனகத்தைப் போலக் காமுவும் ஏக்க உருவமாக இடிந்து உட்கார்ந்திருந்தவள்தான். இப்பொழுது வெற்றி ஊர்வலம் வருகிறாள். 'நான் இனிமேல் ஒரு பெண் – சமூகம் இனிமேல் என்னைத் தலையிலடித்து உட்காரவைக்க முடியாது. விடுதலை, விடுதலை!' என்று அவள் கூச்சலிடுவது போலிருந்தது கனகத்துக்கு.

'காமு, நீ பாஸ் செய்துவிட்டாய்! உனக்கு எப்படியோ மார்க்கு கிடைத்துவிட்டது. நான் . . . நான் . . .' என்று கனகம் எண்ணினபொழுது அவள் உள்ளம் வெடித்துவிடும்போல் ஆகிவிட்டது. எழுந்து கண்ணாடி யின் முன் போய் நின்று தன் உருவத்தைப் பார்த்தாள்.

'எதற்காக வாட்ட சாட்டமான இந்த உயரம்? எதற்காகத் தங்க ரேக்கு போன்ற இந்தச் சாயல்? இந்த மேனி எதற்காகத்தான் இப்படி நாளுக்கு நாள் மினுமினுப்புக் கொள்ளுகிறது. இந்த முகத்தில் நிறமும் களையும் ஏன் இப்படி ஏறுகின்றன? இந்தக் கண்களும் வாயும் – சீ! வெட்கமில்லாமல் இப்படி . . .' அதற்குமேல் அவள் நெஞ்சம்கூட அவற்றின் மலர்ச்சியை எடுத்துக் கூற முடியவில்லை. சாட்டை போன்ற பின்னலை எடுத்துக் கண்ணாடியில் தெரிந்த முகத்தை ஓங்கி அடித்தாள். கோபத்துடன் திரும்பி ஜன்னலில் வந்து உட்கார்ந்தாள்.

'இதோ இருக்கிறது அழகு, யாருக்கு வேண்டும்?' என்று கேட்பது போல, கடையில் பார்வைக்கு வைத்திருக்கும் சாமான்போல, உட்கார்ந் திருந்தாள். கடைத்தெருவில் போகும் யுவர்கள் பார்த்தார்கள். கைப்பற்றிக் கொள்ள இஷ்டப்பட்டார்கள்.

'கல்யாணம் செய்துகொள்!' என்றால் விழுந்தடித்து ஓடினார்கள்.

"ஏண்டி! கனகம், அரைநாழியாகக் கூப்பிடுகிறேனே, காதில் படவில்லையா?" என்று மாடிப்படியின் அடியிலிருந்து அவள் தாயார் கூப்பிட்டாள்.

கனகம் நினைவு பெற்று, "ஏதுக்கு?" என்று வெகுவெறுப்புடன் சீறி விழுந்தாள்.

அப்பொழுது அவள் குரல் காதில் பட்டதும், கீழே எதிர் வீட்டுத் திண்ணையில் இருந்த மாப்பிள்ளை தானும் ஒரு கனைப்புக் கனைத்து விட்டு அவள் முகத்தைப் பார்த்தான். ஆனால் அவள் அவனைப் பார்க்கவே இல்லை.

கனகம் சட்டென்று திரும்பிப் பார்த்தாள். மாப்பிள்ளை முகத்தில் அழகைக் கண்டு அனுபவித்த வெறியும் ஆசையும் தாண்டவமாடின. ஏக்கத்துடன் கனகத்தைப் பார்த்தான்.

அவள் உடனே ஜன்னலை விட்டு எழுந்து நகர்ந்து 'என்னை இப்பொழுது ஏன் பார்க்கிறாய்? அன்றே, கல்யாணமாகுமுன் பார்த்திருந்தால் பிரயோஜனமுண்டு. அன்று பார்த்து ஆசை காட்டியிருந்தால் நானும் முகமலர்ந்து நிற்பேன். இன்று உன் மனைவி முகத்தைப் பார்க்க வேண்டியவன் எதற்காக என்னைப் பார்க்கிறாய்?' என்று மனதில் எண்ணிக்கொண்டு கீழே இறங்கினாள். முன் கூடத்தில் அவள் தகப்பனாருடன் எதிர்த்த சிறகில் இரண்டு வீடு போட்டு மூன்றாம் வீட்டில் டாக்டர் ஆர்.ராமஸ்வாமி, எம்.பி.பி.எஸ்., என்ற போர்டு போட்டுக்கொண்டு குடியிருந்தவர் உட்கார்ந்திருந்தார்.

கனகம் சற்றுக் கலவரம் அடைந்து ஒரு நிமிஷம் அப்படியே நின்று அவர் முகத்தைப் பார்த்தாள். அதிலும் அழகைக் கண்ட வெறியும் ஆசையும் பிரதிபலித்து நின்றன; ஆனால் இப்பொழுது ஏனோ அவளுக்கு வெறுப்புத் தோன்றவில்லை. அவளை அறியாமல் அவள் முகத்தில் ஒரு மகிழ்ச்சி படர்ந்தது.

"கனகம், வாம்மா! மாடியில் படித்துக்கொண்டிருந்தாயா?" என்றார் அவள் தகப்பனார். அவள் தாயார் சற்றுத் தூரத்திலிருந்து ஆவலுடன் எட்டிப் பார்த்துக்கொண்டிருந்தாள்.

"நான் எதிர்பார்க்கவே இல்லை, டாக்டர்!"

"நானும் எதிர்பார்க்கவில்லை!"

"பின்...?"

"நேற்று யதேச்சையாக என் மாடியிலிருந்து இந்தப் பக்கம் பார்க்க நேர்ந்தது. உங்கள் பெண் ஜன்னலில் உட்கார்ந்திருந்ததைப் பார்த்தேன். பிறகு விசாரித்தேன்..."

"'எவன் பிறந்திருக்கிறானோ?' என்று இவள் தாயார் அடிக்கடி சொல்லுவாள்..."

"நான்தான் பிறந்திருக்கிறேன்!" என்று ராமஸ்வாமி உற்சாகமாகக் கனகத்தைப் பார்த்தார்.

கனகம் அந்த இடத்திலேயே நிலைதெரியாமல் நின்றாள். கண்களில் நீர் மளமளவென்று வந்தது. ராமஸ்வாமி சடக்—என்று எழுந்து வந்து "ஏனம்மா?" என்றார்

இந்த வைத்தியத்தில் அவர் தேறவில்லையல்லவா இன்னும்?

கலாமோகினி, 17 அக்டோபர், 1943

இன்பத் தொல்லை

"ஏண்டா, எங்கே ஞாபகம் உனக்கு? தாறுமாறாகச் சீட்டைப் போடுகிறாயே!"

"ஆ, ஓ! என்ன..!" என்று அசடு தட்டின வண்ணம் ரகு ஆட்டத்தில் கவனம் செலுத்த முயன்றான். ஆனால் மறுபடியும் அவன் மனம் அலைய ஆரம்பித்தது.

O

"நீயாக வந்தாலொழிய உன்னை வரும்படி நான் கடிதம் போடப்போவதில்லை இந்தத் தடவை!" என்று ரகு, மனைவி பிறந்தகத்துக்குக் கிளம்பினபோது வீராப்பாகச் சொன்னான்.

"இதோ பாருங்கோ! இரண்டு மாதங்களாவது ஆகும் வர! மன்னி பிரசவமாகி ஒரு மாதத்திற்குப் பிறகுதான் கிளம்ப முடியும். நடுவில் கடுதாசி கிடுதாசி போடக் கூடாது. தெரிகிறதா? என் தொல்லை இருக்காது. சௌக்கியமாக சிநேகிதாளோடு இஷ்டப்படி பேசிக்கொண்டு இருங்கள்!" என்று குறும்பாகப் பேசினாள் பங்கஜம்.

"அதான் சொன்னேனே, இந்தத் தடவை கடிதம் போடுகிற பேச்சே கிடையாது. நீ வருகிறபோது வா, ஆட்சேபணை இல்லை. குழந்தைகளை மட்டும் ஜாக்கிரதை யாகப் பார்த்துக்கொள்!"

"நீங்கள் இங்கே குழந்தைகளைக் கவனித்துக்கொள்கிறது தட்டுக் கெட்டுப் போகிறது!"

பங்கஜம் பிறந்தகத்திலேயே இரண்டு மாதங்களுக்கு மேலாக இருந்துவிட்டாள். அவள் போகிறபோது ரகுவுக்கு உண்மையில் கொஞ்சம் விடுதலை உணர்ச்சிகூட இருந்தது.

கொஞ்ச காலம் அவள் தொல்லை இல்லாமல், அவள் கோபங்களும் மனஸ்தாபங்களும் இல்லாமல், நிம்மதியாக இருக்கலாம் என்று எண்ணினான்.

அவள் ஊருக்குப் போன புதிதில் பத்து நாட்கள் ரகுவுக்கு வெகு உற்சாகமாகவேதான் கழிந்தன. பங்கஜத்தின் கண்டிப்புகள், வற்புறுத்தல்கள் இல்லாமல் இஷ்டப்படி இருந்தான். தன் சுயேச்சைப் படி இருப்பதாக எண்ணி, பங்கஜம் கூடாது என்று எந்தெந்த விஷயத்தைத் தடுத்தாளோ அதையெல்லாம் ஒன்று விடாமல் செய்தான் – சினிமாவில் இரவில் இரண்டாவது ஆட்டத்திற்குப் போய்க் கண்விழிப்பது, காலை ஒன்பது மணிவரை படுக்கையில் படுத்திருப்பது – இப்படி. இவை யெல்லாம் எவ்வளவு நாள் செய்து பொழுது போக்கலாம்?

நாட்கள் செல்லச் செல்ல வீட்டிலும் வெளியிலும் ஒரு வெறுப்பு தட்ட ஆரம்பித்தது. கிளப்புச் சாப்பாடு கசக்க ஆரம்பித்தது. இரவில் வீட்டிற்கு வந்தால் என்னவோ போலிருந்தது. ஏக்கம் பிடுங்கித் தின்ன ஆரம்பித்தது. பங்கஜத்தின் கோபங்களும் மனஸ்தாபங்களும் அவனுடைய வாழ்க்கைக்கு அத்தியாவசியமானவைதானோ என்று தோன்ற ஆரம்பித்தது. கடந்து போன நாட்களின் சில சம்பவங்கள் நினைவுக்கு வந்து அவனை ஏக்கத்திலும் ஏமாற்றத்திலும் ஆழ்த்தின.

என்ன கோபமாக இருந்தாலும் பங்கஜம் இருந்தால் அவனுடைய சௌகரியங்களில் ஒன்றுகூடக் குறையாது. குளிக்கும் நேரத்தில் வெந்நீர் தயாராக இருக்கும். ஆபீஸிலிருந்து வீட்டுக்கு வரும்போது தினமும் ஒருவிதமான சிற்றுண்டியாகச் செய்து வைத்திருப்பாள். ஆபீஸ் போகும் போது அவனுக்கு வெற்றிலை மடித்துக் கொடுத்துவிட்டுத்தான் அவள் சாப்பிடப் போவாள். புதன், சனி அவன் எண்ணெய் தேய்த்துக்கொள்ளா விட்டால் விடவேமாட்டாள்.

“ஆமாம், வாஸ்தவம்தான். நான் ஊருக்குப் போனா அப்பத் தெரியும் பவிஷு! உடம்பு குட்டிச்சுவர்தான். ஆமாம், இன்னிக்கு கிராப் பண்ணிக்கல்லியா? போங்கோ, வெந்நீர் காயறது!”

“நாழிகையாகி விட்டதேடி!”

“ஒண்ணும் ஆகல்லே. பேசிண்டிருக்கிற பொழுதிலே போய்ட்டு வந்துடலாம்.”

“உன் தொல்லை பெரிய தொல்லையாக இருக்கே! சரி, காவேரியில ஸ்நானம் பண்ணிட்டு வந்துவிடுகிறேன்.”

“படுக்கை போடுறதுக்கா? ஜலதோஷம், தலைவலி நேத்திக்கி!”

“எனக்கு ஒன்றும் தெரியாதென்று வைத்துவிட்டாயா?”

“சேச்சே, எல்லாம் தெரியுமே உங்களுக்கு!” என்று பங்கஜம் கேலி செய்வாள் சிரித்துக்கொண்டே.

நாட்கள் போகப்போக, அவை கழிவது அவனுக்கு வெகுசிரமமாகப் போய்விட்டது. சினிமா போனால் பங்கஜத்தின் ஞாபகம் வரும்.

கடைத்தெருப் பக்கம் போனால் அவள் ஞாபகம். புடவை, ரவிக்கை புது தினுசாகப் பார்த்தால் அவள் விடமாட்டாள். பெட்டியில் டஜன் ரவிக்கைகள் தைத்து வைத்துக்கொண்டிருப்பாள். இன்னும் இரண்டு புதிதாக வேண்டும் என்பாள். "உள்ளே இருக்கிறதை எல்லாம் என்ன செய்யப் போகிறாய்?" என்று அவன் கேட்டால் கோபம் வந்துவிடும்.

வெளியே போகும்போது அழகான பெண்களைக் கண்டால் பங்கஜத்தின் நினைப்பு!

"பங்கஜத்தின் மூக்கு இன்னும் எடுப்பு! அவள் நெற்றி இவ்வளவு குறுகி இருக்காது! ஐய்ய! இந்தப் பெண் அழகாய் இருந்தென்ன, வாத்து மாதிரி நடக்கிறாள்! பங்கஜம் நடையைப் பார்க்க வேண்டும். அவளைப் போல் அழகாகக் கொசவம் விட்டுப் புடவை கட்டிக்கொள்ள யாருக்கும் தெரியாது" – இந்த மாதிரி அவன் எண்ணங்கள் ஓட ஆரம்பிக்கும்.

தீபாவளி வந்துவிட்டது. நல்ல வேளை. அதற்குச் சுபமாக வீட்டில் இருக்க வேண்டுமென்று குழந்தைகளுடன் கட்டாயம் வந்துவிடுவாள்; தானும் கடிதம் போட்டு வரவழைத்ததாக இருக்காது – என்று ரகு நிச்சயம் செய்துகொண்டு, இரண்டு நாட்கள் முன்னதாகவே சென்று வேண்டிய புடவை, ரவிக்கை, குழந்தைகள் சட்டை ஜவுளிகளை வாங்கிக் கொண்டுவந்து வைத்துவிட்டான்.

அன்று காலை வண்டியிலும் அவள் வரவில்லை. விடிந்தால் தீபாவளி. ரகுவுக்குக் கோபம் அடக்க முடியாமல் வந்தது. பங்கஜம் வராமற்போனால் அதற்கு மேல் ஒருநாள்கூடத் தள்ள முடியாது என்ற நிலைமைக்கு வந்துவிட்டதால்தான் அவனுக்கு அவ்வளவு ஆத்திரம் வந்தது.

"அலறிக்கொண்டு வரச்செய்கிறேன்!" என்று சொல்லிக்கொண்டு தபாலாபீஸுக்குப் போய் ஒரு தந்தி கொடுத்தான்:

"உடம்பு கேவலம்; உடனே புறப்படு."

இதற்குச் சும்மா இருக்கமாட்டாள். இரவு ஒன்பது மணிக்கு திருச்சி வரும் வண்டியில் கட்டாயம் வந்து விழுந்துவிடுவாள் என்று எண்ணி இருட்டினதும் சட்டென்று சாப்பாட்டை முடித்துக்கொண்டு வந்து கட்டிலில் படுக்கை போட்டுக்கொண்டு படுத்த வண்ணம் வீட்டில் நுழைந்த பிறகும் அவளை வேதனைப்படுத்த வேண்டுமென்று தீர்மானித்தான்.

அன்று ஆபீஸ் கிடையாது. வீட்டில் அத்தனை மணி நேரம் எதிர்பார்த்துக் காத்துக்கொண்டிருக்கவும் அவனால் முடியவில்லை. அடுத்த தெருவில் நண்பன் வீட்டுத் திண்ணையில் நடந்த சீட்டுக் கச்சேரியில் போய்க் கலந்துகொண்டான்.

❍

"உன் அகமுடையாள் ஏன் இன்னும் வரவில்லை?" என்று கேட்டான் நண்பன்.

"வருவாள், வரட்டுமே!"

"இரண்டு மாதங்கள் ஆகவில்லை? கடிதம் போடுகிறது தானே வரும்படியாக!"

"தானாக வரட்டும். என்ன அவசரம்?"

"ஓகோ அப்படியா! சரி நாளைக்குத் தீபாவளிக்கு இங்கேயே இருந்துவிடு, என்ன?"

"அதற்கென்ன பார்த்துக்கொள்வோம்."

மனைவிக்குத் தந்தி கொடுத்திருப்பதாகவோ அவள் வந்துவிடுவாள் என்றோ நிச்சயமாகச் சொல்ல அவனுக்குத் தைரியம் இல்லை.

"பார்ப்பதென்ன?... அட, அதோ உன் பையன் வருகிறானே!"

ரகு திரும்பிப் பார்த்தான்.

"அப்பா, ஆத்துக்கு வா!"

"எப்படா வந்தேள்?"

"இப்பத்தான் அப்பா! சாமான் எல்லாம் வாசல்ல எறக்கி வச்சிருக்கு, வா!"

ரகு வீட்டிற்குப் போனான். பல எண்ணங்கள் வெகுதுரிதமாகத் தோன்றின. ஒருவேளை தந்தி கிடைப்பதற்கு முன்பே பங்கஜம் புறப்பட்டிருந்தால்தான் அசட்டுத்தனம் போகாமல் தப்பலாம் என்ற ஆசை தலையெடுத்தது.

உள்ளே நுழைந்ததும் பங்கஜம் புன்னகையுடன் "உடம்பு சரியாப் போச்சா?" என்றாள்.

ரகுவின் ஆசையில் மண் விழுந்தது.

"முந்தா நாளே புறப்பட நாள் பார்த்திருந்தார் அப்பா. வெளியில் உட்கார்ந்துவிட்டேன். இன்று காலையில்தான் ஸ்நானம். பனிரெண்டு மணி வண்டிக்குப் புறப்படத்தான் இருந்தேன். தந்தி வந்தது."

"என்ன நினைத்தாய்?"

"என்ன நினைக்கிறது? தீபாவளியன்று காலை வண்டியில்கூட வரவில்லை. உடனே உடம்புக்கு வந்துவிட்டது என்று நினைத்தேன்."

"நீயே புறப்படத்தானே இருந்தாய்?"

"யார் கண்டார்கள்? புறப்படுகிற வரையில் என்ன நிச்சயம்?... தந்தி அடித்தீர்களே, ஜவுளி வாங்கியாச்சோ?"

"ஈரெட்டாகக் கொண்டுவந்து வைத்திருக்கிறேன்!" என்று ரகு மழுப்பினான்.

அவன் தவிப்பைக் கண்டு பங்கஜம் அன்பும் ஆதரவும் கொண்டு 'நீங்கள்தான் கெலித்தீர்கள்' என்று புன்னகையுடன் அருகில் வந்தாள்.

"எப்படி?"

"நீங்கள் வரச்சொல்லாமலேயே வந்துவிட்டேன்!"

"தந்தி?"

"நானும்தான் கெலித்தேன்!' என்று சொல்லிக்கொண்டே பித்தளை டப்பா ஒன்றைத் திறந்து 'இங்கே வந்து பக்ஷணம் செய்யச் சாவகாசம் இருக்காதுன்னு அம்மாவைச் செய்ய சொன்னேன். திரட்டுப் பால் எப்படி இருக்கிறது, பாருங்கோ!" என்று கொஞ்சம் அவனிடம் கொடுத்தாள்.

ரகு அதைத் தின்றுகொண்டே "உன் மாதிரியே இருக்கு!" என்றான்.

"ஜவுளிகூட வாங்க நேரமிருக்குமோ இருக்காதோன்னு அப்பாவை – இந்த மயில்கண் கதர் தேவலையா?" என்று பெட்டியைத் திறந்து பங்கஜம் வேஷ்டியை எடுத்துக் காட்டினாள்.

ரகு உடனே தானும் எழுந்து போய் வாங்கி வைத்திருந்த புடவையைக் கொண்டுவந்து அவளுக்குக் காண்பித்தான்.

பங்கஜம் முகமலர்ச்சியுடன் "இது எங்கே ஆம்பிட்டது? நேத்திக்கு அங்கே ஒரு கடை பாக்கி இல்லாமல் தேடச் சொன்னேன், கிடைக்க வில்லையே!" என்றாள்.

"உனக்கென்று ஸ்பெஷலாக –"

"உங்களுக்கும் எல்லாம் தெரிகிறதே! ஆமாம், உடம்பென்ன இப்படிப் போச்சு? உங்களைத் தனியாக விட்டுவிட்டுப் போறதே தப்புப் போலிருக்கே!"

"ஆமாமடி பங்கஜம்!"

"கிளப்புச் சோறு ஒத்துக்கல்லே!"

"அதெல்லாம் இல்லை. நீ இங்கே இருந்தால்தான் –"

"ஏதுக்கு, தொல்லை, தொல்லை என்று வெறுமனே –"

"தொல்லைதான் – உன் தொல்லைதான் வேண்டியிருக்கிறதடி!"

பங்கஜம் உள்ள மகிழ்ச்சியுடனும் பெருமையுடனும் புருஷன் முகத்தைப் பார்த்துச் சிரித்தாள்.

"இருக்கும், இருக்காது பின்னே?"

"இனிமேல் எங்கேயாவது போ –"

"அப்படித்தான் இருக்கும் இப்போ. இரண்டு மாசம் போனா–" என்று சொல்லி நிறுத்தினாள் பங்கஜம்.

ரகு திடீரென்று முகம் வெளுத்துப் போனான். பங்கஜம் உண்மையைச் சுட்டிக்காட்டிவிட்டாள்; அவன் வேட்கையைப் பட்டவர்த்தனமாக்கிவிட்டாள். பதில் சொல்ல முடியவில்லை அவனால்.

பங்கஜம் ஒரு கணத்தில் அவன் மனதிலிருந்ததை அறிந்து கொண்டாள். அவன் பக்கத்தில் போய் நின்றுகொண்டு "நான் இல்லாதது ரொம்பத் தொல்லையாக இருந்ததோ?" என்றாள் மெல்லிய குரலில்.

"பங்கஜம் நீ இருக்கிறபோது இன்பத்தொல்லை, இல்லாதபோது துன்பத்தொல்லை!" என்று சொல்லி ரகு அவள் முகத்தைப் பார்த்து ஆறுதல் பெற்றான்.

கல்கி தீபாவளி மலர், அக்டோபர், 1943

வாழ்க்கைக்கே ஒரு நாள்

"பேசிக்கொண்டே பொழுது போய்விட்டதே! எழுந்திரு சாரதா, மணி மூன்று அடித்துவிட்டது, கேட்கிறதா சத்தம்? எண்ணெய் தேய்த்துக்கொண்டால் சரியாக இருக்கும்!" என்று காமாக்ஷி இருவரும் உட்கார்ந்து பேசிக் கொண்டிருந்த படுக்கையிலிருந்து எழுந்திருந்தாள்.

"ஆகட்டுமே, அம்மா, என்ன நல்லவேளை தவறிப் போகிறது இப்பொழுது? மாப்பிள்ளை வந்து மணையில் உட்கார்ந்திருக்காராக்கும்!" சாரதா சலிப்புடனும் ஏக்கத் துடனும் சொன்னாள்.

"அதெற்கென்ன செய்கிறது? அந்தப் பிள்ளை 'தீபாவளிக்கு வருகிறேன்' என்று தானே திருச்சிராப்பள்ளியி லிருந்து எழுதியிருந்தான். 'தீபாவளிக்குப் போகாதே!' என்று தாயார்க்காரி பிள்ளைக்கு எழுதி இருக்கிறாள். அவன் என்ன பண்ணுவான், பாவம்! எவ்வளவு நாழிகை பேசினாலும் அதுதானே, எழுந்திரு!"

"நீங்கள்தான் கொஞ்சம் என் மாமியார் சொன்னபடி இணங்கிப் போய்விட்டால் என்ன? எல்லாம் அப்படித் தான் இருக்கிறது. இப்பொழுது மாப்பிள்ளை இல்லாமல் உன் பெண்ணுக்கு எண்ணெய் தேய்த்து, தலை தீபாவளி கொண்டாடு!" என்று சாரதா எரிச்சலுடன் இடித்துக் காட்டினாள்.

"சரிதானடி, நீயும்தான் பார்த்துக்கொண்டிருக்கிறாய். அவள் சொன்னதற்கெல்லாம் எவ்வளவு பணிந்து போயாகி விட்டது! ஓட ஓட விரட்டினால்?"

சாரதா சட்டென்று குறுக்கிட்டுச் சலிப்புடன் "சரிதான் அம்மா, நீங்கள் ஓடவும் வேண்டாம், அவர்கள் விரட்டவும் வேண்டாம், அவ்வளவுதானே?" என்றாள்.

"எழுந்திரேன்! நாழியாச்சே!"

"நான் எண்ணெய் தேய்த்துக்கொள்ளவில்லை!"

"தலை தீபாவளியும் அதுவுமாக எண்ணெய் தேய்த்துக்கொள்ளாமல் இருப்பார்களோ?"

"தலை தீபாவளியும் அதுவும் மாப்பிள்ளையை எப்படியாவது வரவழைக்க வேண்டும் என்று உனக்குத் தோன்றவில்லையே!" என்று சாரதா தனது வருத்தத்தில் கொஞ்சம் மனது திறந்துகூட மனஸ்தாபம் காட்டினாள்.

"அதற்காக அவர்கள் காலில் விழச் சொல்லுகிறாயா? எவ்வளவு எழுதுகிறது?"

"சரி, சரி, நீ எதற்காக ஒருவர் காலில் போய் விழ வேண்டும்? வேண்டாம், வேண்டாம்!"

"சாமர்த்தியமான பிள்ளையாக இருந்தால்' – என்று காமாக்ஷி சொல்ல வந்ததை முடிப்பதற்குள் சாரதா, 'அவர் என்னடி பண்ணுவார்? அவர்கள் போக வேண்டாம் என்கிறபோது –" என்று சொல்லித் திடீரென்று வெட்கமடைந்து நிறுத்திக்கொண்டாள்.

காமாக்ஷி கொல்லென்று நகைத்துவிட்டாள். அந்த நகைப்பில் வெளிப்படையாகப் பெண்ணை அவள் கேலி செய்தாள் புருஷனைத் தாங்கிப் பேசினதற்காக. ஆனால் உள்ளூர, தன் பெண் புருஷனிடம் கொண்டிருந்த அன்பை அறிந்து மகிழ்ச்சி தொனித்தது; தாயிடம் தான் பேசுகிறோம் என்ற அந்தரங்கமான உணர்ச்சியால் சற்று மெய்ம்மறந்தும் சாரதா தன் உள்ளத்தின் ரகசியத்தை வெளியிட்டதால் ஏற்பட்ட பெருமை; தான் தன் பெண் போல இருந்தபோது அனுபவித்த உணர்ச்சிகளை மறுபடியும் அப்பொழுது அவள் மூலமாக அனுபவித்த இன்பம் – இவையும் அந்த நகைப்பில் பிரதிபலித்தன.

"என்னத்தைக் கண்டுவிட்டுச் சிரிக்கிறாய்?" என்று சாரதா போலிக் கோபத்துடன் தாயைப் பார்த்துச் சீறினாள்.

"நான் எதற்காகவோ சிரித்தேன். உனக்கேன் பொத்துக்கொண்டு வருகிறது? நான் –"

அப்பொழுது வாசலில் வண்டி வந்து நிற்கும் சத்தம் கேட்டது; சாரதா ஒரு தரம் மெய்சிலிர்த்தாள். வண்டிக் கம்பி எடுபடும் சத்தம் கேட்டது. அந்தச் சத்தம்தான் அப்பொழுது என்ன மாதுரியமும் இன்பத் தொனிப்பும் பெற்றிருந்தது! தாயும் மகளும் ஆவலும் மகிழ்ச்சியும் பொங்கிய முகங்களுடன் ஒருவரை ஒருவர் பார்த்துக்கொண்டார்கள்; ஓடி ஜன்னல் வழியாகப் பார்த்தார்கள்.

தெருவின் மின்சார விளக்கு வெளிச்சத்தில் நின்று நாகராஜன் வண்டிக்காரனுக்குச் சில்லறை கொடுத்தான்.

"சாரதா, வாசல் கதவைத் திறடி போய்!" என்று காமாக்ஷி சிறுபெண் போல மகிழ்ச்சியில் தோன்றிய சிரிப்பை அடக்கிக்கொண்டு காதோடு காதாகச் சொன்னாள்.

"தட்டட்டும். பிறகு நீ போய்த் திற!" என்று சாரதா மிதப்புடனும் முறுவலுடனும் முணுமுணுத்தாள்.

அதற்குள் வாசல் திண்ணையில் கயிற்றுக் கட்டிலில் படுத்துக் கொண்டிருந்தவர் – தூக்கம் வராமல் தவித்துக்கொண்டிருந்தவர் – சாரதாவின் தகப்பனார், வண்டி நின்ற சத்தம் கேட்டு அரைத் தூக்கத்திலிருந்து விழித்துக்கொண்டு, "யாரது?" என்று உறுமினார்.

"நான்தான், மாமா!"

மாமனாருக்குச் சிறிது நேரம் புலன் தட்டிப் போயிற்று. பிறகு கட்டிலிலிருந்து வாலிபன் போலக் கீழே குதித்து, "நாகராஜா, வாப்பா – இப்பத்தான் வருகிறாயா? – கடிதாசு – ஆனால் –" என்று உளறிக் கொண்டே கதவண்டை போய்த் தடதடவென்று இடித்து, "அடியே, அடியே, கதவைத் திற!" என்று கத்தினார்.

ரேழி மின்சார விளக்கைப் போட்டுவிட்டுக் கதவருகில் காத்திருந்த காமாக்ஷி உடனே கதவைத் திறந்தாள். மாப்பிள்ளையைக் கண்டு உள்ளம் பூரித்தவளாய் "வாப்பா, எப்போ புறப்பட்டே?" என்று கேட்டுக்கொண்டே முன்னால் உள்ளே போனாள்.

"நீ வரவில்லை என்று எழுதினதும் எங்களுக்கு ஒன்றும் ஓட வில்லை, போ! எப்படி இருந்தாலும் லட்சணமாக இருக்க வேண்டும் என்று அங்கவஸ்திரம் வேஷ்டி எல்லாம் வாங்கிவிட்டேன். ஊருக்குப் பணமும் முந்தாநாளே மணியார்டர் செய்துவிட்டேன்?" என்று பேசிக்கொண்டே அடிக்கடி சந்தோஷத்தில் சிரித்த வண்ணம் நின்றார் மாமனார்.

"சாரதா, வெந்நீர் அடுப்பைப் பார்! இதோ வந்துவிட்டேன்!" என்று காமாக்ஷி கூடத்தில் கோலம் போட்டு, மனை போட்டு எதிரே வெற்றிலை பாக்குத் தட்டைக் கொண்டுவந்து வைத்தாள்.

நாகராஜன் சட்டையைக் கழட்டி மாட்டிவிட்டுக் கூடத்திலிருந்த நாற்காலியில் சாய்ந்துகொண்டான். மாமனார் வாசலுக்குப் போய் விட்டார்.

கூடத்து அறையிலிருந்து பின்கட்டிற்குப் போகும்போது சாரதா ஜாடையாகப் புருஷனைக் கவனித்தாள். ஒரு நிமிஷம் அவன் முகத் தோற்றத்தைக் கண்டு அப்படியே நின்று போய்விட்டாள். பிறகு சட்டென்று சுதாரித்துக்கொண்டு வேகமாக வெந்நீர் உள்ளுக்குப் போய்விட்டாள்.

அவள் தாயார் தகப்பனார் கண்ணில் படாத ஒரு விஷயம் ஒரு கணத்தில் அவள் கண்ணில் பட்டுவிட்டது. நாகராஜன் இடிந்து போய் நாற்காலியில் சாய்ந்துகொண்டிருந்தான். பார்வை குறுக்கே மின்சார ஒளியில் மிளிறிய சாயலுடன் சாரதா மெட்டிகள் ஒலிக்க மெதுவாக நடந்து சென்றதைக்கூட அவன் கவனிக்கவில்லை.

எண்ணெய் தேய்த்துக்கொண்டு முடிந்ததும் எல்லோரும் புதிசு கட்டிக்கொண்டார்கள். காமாக்ஷி சாரதாவிடம் தட்டில் பக்ஷணம்

கொடுத்தனுப்பினாள். அவள் வந்து நாற்காலியின் அருகில் நின்று, "ஏன்? என்ன?" என்று கவலையுடன் கேட்டதும் நாகராஜன் தூக்கி வாரிப் போட்டது போல நினைப்புக்கொண்டு "ஒன்றுமில்லை, சாரதா, உடம்பு சரியாக இல்லை. ரயிலில் வேறு கூட்டம்" என்றான்.

"நீங்கள் வந்தது உங்கள் அப்பா அம்மாவுக்குத் தெரியுமோ?"

"தெரியாது சாரதா, அதுதான் –"

"ஏன் வந்தீர்கள்?" என்று சாரதா வாயால் கேட்டாள்; ஆனால் அவள் உள்ளம் மகிழ்ச்சி தாங்க மாட்டாமல் தத்தளித்துக்கொண்டிருந்தது. அந்தக் கேள்வி நாகராஜனையும் தூண்டிவிட்டுவிட்டது. அத்தனை சோர்வும் மறைந்தது. மலர்ந்த முகத்துடன் அவளை இழுத்து மடியில் உட்கார வைத்துக்கொண்டு – "நல்ல கேள்வி கேட்டாய் சாரதா! ஏன் வந்தேனா?" என்றான்.

"ஆமாம், ஏன் வந்தீர்கள்?" என்று இப்பொழுது தைரியமாகவும் புன்னகையுடனும் சாரதா கேட்டாள்.

"உனக்குத் தெரியாதோ?" என்று கேட்டுக்கொண்டு அவன் அவள் பருவப் பெருக்கத்திற்கு அணை போட்டிருந்த கண்களையும் இதழ் களையும் பார்த்து மயங்கினான்.

"தெரியாதே!" என்று சொன்னபோது அவள் குரல் இனிமையின் மந்தர ஸ்தாயியிலிருந்து வந்தது.

"ஐயோ பாவம், தெரியாதுதான்" என்று நாகராஜன் மடியில் ஊரும் மென் அழகை உணர்ந்து உணர்ந்து உருகினான்.

சாரதா அவன் சொன்னதுகூடக் காதில் விழாதவள்போல அவன் அங்கங்கள் உணர்த்திய அனுபவத்திற்கு மௌனமாகப் பதில் சொல்லி மெய்ம்மறந்திருந்தாள். மூர்ச்சனையில் தத்தளிக்கும் நாகச் சாயை போல, அவள் இளகியிருந்தாள்.

அதைக் கண்டு நாகராஜன், "சாரதா!" என்றான். சாரதா பதில் சொல்லவில்லை.

❍

நாகராஜன் திருச்சி தேசியக் கல்லூரி ஹாஸ்டலில் வசித்தான். சொந்த ஊர் திருக்காட்டுப்பள்ளி. சம்பந்திகளிடையே ஏதோ தகராறு – சொல்லவா வேண்டும்? – அவன் தாயார் சொன்னபடி தந்தை தீபாவளிக்குப் போக வேண்டாம் என்று பிள்ளைக்குக் கடிதம் எழுதி விட்டார். மாப்பிள்ளையை எதிர்பார்க்க வேண்டாம் என்று சம்பந்தி களுக்கும் எழுதிவிட்டார். ஆனால் நாகராஜன் சாரதாவுக்கு எழுதின கடிதத்தில் தனக்குப் படிப்பு அதிகம் என்றும் தீபாவளிக்கு வர முடியவில்லையென்றும் காரணம் காட்டியிருந்தான்.

கடிதம் எழுதிப் போட்டது முதல் அவனுக்கு உள்ளக் கிளர்ச்சி. தீபாவளிக்கு வருவான் என்று எதிர்பார்த்து சாரதா கடிதம் எழுதி

இருந்தாள். பெற்றோர்களோ போக வேண்டாம் என்று எழுதி இருந்தார்கள். என்ன செய்வது என்று புலப்படாமல் நாள் முழுதும் படுக்கையில் படுத்த வண்ணம் யோசனை செய்தான். மாலை மூன்று மணிக்கு அவன் நண்பன் ராமு வந்தான்.

"ஏண்டா, தீபாவளிக்குப் போகவில்லையா?" என்று கேட்டான்.

நாகராஜன் தன் சங்கடத்தை விஸ்தரித்தான்.

"அட பைத்தியமே! நீ என்ன சுத்த மோசமாக இருக்கிறாயே! அப்பா அம்மா இங்கா இருக்கிறார்கள்! ஓசைப்படாமல் இரவு வண்டியில் புறப்பட்டு மதுரைக்குப் போய்விட்டு வா. தினமா வருகிறது தலை தீபாவளி? ஒரு ஜன்மத்துக்கு ஒரு தலை தீபாவளிதானடா! வாழ்க்கைக்கே ஒரு நாள்! அது திரும்பி வராது! அதைக் கைவிடலாமோ யாராவது? அப்பா அம்மாவை மற்றெல்லாவற்றிலும் திருப்தி செய்! இது தப்பல்ல. நீ மதுரை போனது அவர்களுக்குத் தெரியவே வேண்டாமே!"

"என் மாமனார் பிரஸ்தாபித்துவிட்டால்?"

"உனக்கு உலகம் தெரியாது. அவர்களுக்குப் பைத்தியமா பிடித்திருக்கிறது? வாய் திறக்க மாட்டார்கள். வாயை மூடிக்கொண்டு போய் விட்டு வா! போகாவிட்டால் பின்னால் வருத்தப்படுவாய். சொல்லி விட்டேன்!"

"மனது இடம் கொடுக்கவில்லையே!"

"உன் மனைவி எவ்வளவு வேதனைப்பட்டுக் கொண்டிருப்பாள்? ஆரம்பத்திலேயே அவள் உள்ளத்தைப் புண்படுத்தலாமா?"

நாகராஜன் மனது தடுமாறிற்று. ராமு சொன்னது முற்றிலும் உண்மைதான். சாரதா கொஞ்சம் நஞ்சமாக ஏமாறமாட்டாள். அவள் சிறுமி அல்ல: பதினாறு வயதுப் பெண். ஆகையால் தன் உள்ளத்தை நாசூக்காகவும் சற்றுத் திறந்தும் வெளிப்படுத்தினாள் கடிதங்களில். வெட்கமோ கூச்சமோ அசட்டுத்தனமாகப் பெண்ணைப் பரிதபிக்க வைக்கும் பருவத்தை அவள் கடந்துவிட்டாள். உடல் உண்மையைக் கக்கும் தறுவாயில் இருந்தாள்.

"என்ன யோசிக்கிறாய்? இதில் யோசிப்பதற்கு ஒன்றுமே இல்லை. உன் மனைவியைப் பார்க்கவும் அவளைச் சந்தோஷப்படுத்தவும் உனக்கு உரிமையுண்டு. அதைப் பறிக்க உன் பெற்றோர்களுக்குக் கூட அதிகாரம் கிடையாது. ஏனென்றால் நீ அவர்களுடைய பிள்ளை மட்டுமல்ல இப்பொழுது – உன் மனைவியின் கணவன்!"

"அவர்கள் மனம் புண்டாதா?"

"உன் அகமுடையாள் மனம் புண்படாதா? அதை ஏன் அவர்கள் நினைக்கவில்லை – நீகூட நினைக்கவில்லை?"

"அவர்கள் சொல்வது தப்பானாலும் சொற்படி நடப்பது என் கடமை அல்லவா?"

"பைத்தியக்காரனாக இருக்கிறாயே? கடமை! அப்படியானால் உன் மனைவிக்கும் திருப்தி செய்ய வேண்டியது உன் கடமைதானே?"

"அவள் புத்திசாலியாக இருந்தால் – உண்மையாக என் மேல் அன்பிருந்தால் – என் நிலைமையை ஊகித்து அனுதாபம் கொண்டு சமாதானமடையக் கூடாதா?"

"நாகராஜா, எனக்குக் கோபம் வருகிறது. உன் பெற்றோர்களுக்கோ வயதானவர்களுக்கோ அந்த அறிவு இல்லையே! – இப்பொழுதுதான் வாழ்க்கையில் முதல் அடி எடுத்து வைத்து இன்பத்தை நுகர ஆசைப் படும் சிறுபெண்ணுக்கு எப்படியடா இருக்கும்? சரி, நான் வருகிறேன்! வருகிறபோது எனக்குக் கொஞ்சம் பக்ஷணம் கொண்டு வா! மறந்து விடாதே உன் கொம்மாளத்தில்!" என்று சொல்லிச் சிரித்துக்கொண்டே எழுந்தான்.

"சாரதா, பொல்லாதவள் நீ" என்றான் நாகராஜன் மறுபடியும்.

"ஏனாம்?" என்று கேட்டுக்கொண்டு தலை நிமிர்ந்து பார்த்தாள் சாரதா.

"அப்பா அம்மா உத்தரவை."

சாரதா அவன் வாயைப் பொத்தி "அந்த ஞாபகம் இப்பொழுது வேண்டாம்!" என்றாள்.

❖

ஆனந்த விகடன் தீபாவளி மலர், 24-10-1943

மோகினி மாயை

1

“ஆனாலும் இந்தத் துஷ்டத்தனம் உங்களுக்கு ஆகாது. உங்களைக் கேட்பாரில்லையே!” என்று ரதி கொஞ்சம் ஆத்திரத்துடன் சொன்னாள்.

“என்னத்தை இப்பொழுது புதிதாகக் கண்டுவிட்டாய்?” என்று மன்மதன் சீறினான்.

“அந்தப் பையன் பாலு, அவன் பாட்டிற்கு அடுத்த வீட்டுக் கமலாவுடன் சிறுபிள்ளையாய் இருந்தது முதல் சகஜமாகப் பழகிக்கொண்டுவந்தான். ‘அம்மாமி, அம்மாமி!’ என்று களங்கமற்ற உள்ளத்துடன் அவளுடனேயே பள்ளிக்கூட நேரம் போக மற்ற பொழுது முழுதும் கழித்துப் புத்தகங்களை வாங்கி வாசித்துக்கொண்டு வந்தான். அவனை எதற்காக அப்பொழுது இருந்தாற் போலிருந்து கிளறி விட்டீர்கள்?”

“அவனை மட்டும்தான் கிளறிவிட்டேனா, அவள் பேரிலும்தான் பாணங்களைத் தொடுத்திருக்கிறேன்.”

“எதற்காக இந்தச் சேஷ்டை? செய்கிற அக்கிரமமெல்லாம் போதாதா? உங்களுக்கு வாழ்க்கைப்பட்டு எனக்கும் இந்தப் பாபங்களிலெல்லாம் பங்கா? – என் தலையெழுத்து!”

“மனிதர்களெல்லாம் மனோதத்துவ ஆராய்ச்சி செய்கிறார்களே –நான் செய்யக் கூடாதோ? நிர்ப்பந்தமற்ற காதல் பரீட்சை, விவாகரத்து என்றெல்லாம் எவ்வளவோ செய்திருக்கிறோம் – இல்லையென்று சொல்லவில்லை. சந்திரன் – தாரை, இந்திரன் – அகலிகை, கச்சன் – தேவயானி இப்படியாக மற்றொரு ஆராய்ச்சி செய்து பார்ப்போம் என்று இந்த இரண்டு பேர்வழிகளையும் தூண்டியிருக்கிறேன்.”

“இதென்ன ஆராய்ச்சி – புதிதாக அப்படி, சற்றுச் சொல்லுங்கள்!”

“கமலத்துக்கு முப்பது வயதாகிறது. இரண்டாம் தாரம். குழந்தைகள் இல்லை. தேகக்கட்டு அப்படியே இருக்கிறது. இருபது வயது பெண் போல இருக்கிறாள்.”

“நல்ல அழகு – உடம்பு நிறைய நகைகள்!”

“பாலுவுக்கு இருபது வயது. வாட்டசாட்டமான அழகான பையன். பெண்ணைப் பற்றிய ஏக்கம் இப்பொழுதுதான் அவன் உள்ளத்தில் முளையெடுத்துக் கொண்டிருக்கிறது. பொதுவாகப் பெண் அழகைக் கண்டு ஏங்கும் பருவம். இன்னும் எந்தக் குறித்த பெண்ணும் அவனை மயக்கவில்லை. இவ்விருவர் மனத்திலும் இதுவரையிலும் கணம்கூடத் தென்படாத ஒரு கிளர்ச்சியை ஏற்படுத்தினால் என்ன செய்கிறார்கள் பார்ப்போமே!”

“நன்றாகப் பார்த்தீர்கள்! எல்லாம் பார்த்துப் பார்த்துத்தான் கிடக்கிறது. உங்களுக்குத்தான் சலிப்பாக இல்லையே!”

“இந்தத் தினுசு புதிது. இந்தத் தேசத்தின் கட்டுத்திட்டங்களுக்கு அடங்கிய இருவர் இந்த மாதிரி சந்தர்ப்பத்தில் என்ன செய்கிறார்கள் என்று பார்க்க வேண்டாமா?”

“பெண் பாவத்தைக் கட்டிக்கொண்டதெல்லாம் போதாதா? இது பாக்கியாக்கும்?”

2

“பாலு, சற்று உட்காரேன் போகலாம். என்ன அவசரம் இப்பொழுது, பள்ளிக்கூடம் தான் இல்லையே!” என்று கமலம் சோம்பல் முறித்துக் கொண்டே என்றுமில்லாத இளக்கம் நிறைந்த குரலில் சொன்னாள்.

அன்று அங்கு வந்தது முதலே, அவளுடைய தோற்றத்தைக் கண்டது முதலே, பாலுவுக்கு ஏதோ ஒரு பதற்றம். எப்பொழுதும் போல அவள் அன்று இல்லை என்று கண்டான்.

“சிநேகிதன் காத்துக்கொண்டிருப்பான், அம்மாமி! இந்தப் புத்தகத்தை எடுத்துக்கொண்டு போகட்டுமா?” என்று சொல்லிக்கொண்டே ஊஞ்சலிலிருந்து எழுந்தான்.

“சரிதானடா, எல்லாம் போகலாம் சற்றுக் கழித்து. சிநேகிதன் சற்றுப் பார்த்துவிட்டுத் தானே போகிறான். எனக்கு ஒண்டியாக இருக்கிறது.”

“மாமா எப்பொழுது வருவார்?”

“எப்பொழுதோ எனக்குத் தெரியாது. இரண்டு நாளாவது ஆகும். உட்காரு, இதோ வந்துவிட்டேன்!” என்று சொல்லிவிட்டுக் கமலம் எழுந்து உள்ளே போனாள்.

பாலு ஊஞ்சலில் உட்கார்ந்தான். கமலம் எழுந்துபோன வேகத்தில் ஆட ஆரம்பித்த ஊஞ்சல் முன்னும் பின்னுமாகப் போயிற்று. பாலுவும்

அத்துடன் முன்னும் பின்னுமாக ஆடினபொழுது அவன் உள்ளமும் முன்னும் பின்னுமாகப் போக ஆரம்பித்தது. சுற்றிச் சுவர்களைப் பார்த்தான்.

கூடத்தில், எதிரில் ரவிவர்மாவின் மோகினிப் படம் தொங்கிக் கொண்டிருந்தது. அந்த வீட்டிற்கு வந்தபொழுதெல்லாம் அவன் அதைப் பார்த்திருக்கிறான். அப்பொழுது பார்த்தபொழுது அவனுக்குத் திடீரென்று ஏதோ கனவு போன்ற ஒரு தோற்றம் ஏற்பட்டது.

அந்தப் படத்தின் சட்டத்துக்கு வெளியே ஒரு வாலிபன் நின்றான். படத்தில் இருந்த மோகினி அவனைப் பார்த்துப் பேசிக்கொண்டிருந்தாள்.

"பைத்தியமே, ஏனடா இறங்கிப் போகிறாய்? என்னை இந்த நிலையில் பார்த்துப் பரவசமடைவதைக் காட்டிலும் உனக்கென்ன வேலை? உன் யௌவனத்திற்கு?... நான் என்னமோ இன்று மனம் வைத்து இந்த ஊஞ்சலில் இப்படி உட்கார்ந்திருக்கிறேன். அவகாசமும் இடமும் இருக்கிறது. என் உள்ளம் ஒத்து ஆடுகிறது, மெய்யறிவுகூட மங்கி இருக்கிறது. நிர்பந்தமில்லை, வேறு கவலை இல்லை, அச்சமில்லை, அடக்கமும் வெட்கமும்கூடக் கொஞ்சம் அகன்றிருக்கின்றன. ஒய்யாரமாக உட்கார்ந்திருக்கிறேன்! அடே, இந்த நிமிஷம் நேராது. மறுபடியும், சொல்லிவிட்டேன்?... பிறகு வீணாகத் துக்கப்படாதே! இந்த மட்டிழந்த மோகினியைக் கண்டு பயந்து ஓடாதே. ஓடினால் இந்தப் பேய் உன்னை அடித்துவிடும்!"

படமே உயிர் கொண்ட உருவம் ஊஞ்சலாடுவது போலிருந்தது.

பாலு அதைக் கண்கொட்டாமல் என்பார்களே, அந்த மாதிரி பார்த்துக்கொண்டிருந்தான்.

"என்ன யோசிக்கிறாய்? நான் கூப்பிடுகிறேனே?" என்று சொல்லி மோகினி தலையை ஆட்டிக் கூப்பிட்டாள்.

"பாலு!"

பாலு தூக்கிவாரிப் போட்டது போலக் குரல் வந்த பக்கம் பார்த்தான்.

படத்திலிருந்த மோகினி நடந்துவருவது போலக் கமலம் வந்தாள்.

"என்ன அப்படிப் பார்க்கிறாய், பாலு? ரொம்ப இறுக்கமாக இருந்தது, குளித்துவிட்டு வேறு புடவை உடுத்திக்கொண்டேன்!" என்று சொல்லிக்கொண்டே முந்தானையைத் தொங்கவிட்ட வண்ணம் தலை மயிரை ஆற்றிக்கொண்டு அவள் அவன் பக்கத்தில் வந்து உட்கார்ந்தாள்.

"நேற்று கொடியில் போட்ட புடவையை விரித்துவிட மறந்து போய்விட்டேன் – உலரவே இல்லை; ரவிக்கை வெறும் ஈரம். வெயிலில் போட்டிருக்கிறேன். நெற்றிக்கு வைத்துக் கொண்டிருக்கிறேனா, பார்."

பாலு பார்த்துக்கொண்டுதான் இருந்தான்.

"குங்குமம் இருக்கிறது!"

“இப்பொழுது என்னைப் பார்த்தால் எப்படி இருக்கிறது?” என்று கமலம் சிரித்துக்கொண்டே கேட்டாள்.

“மோகினி போல இருக்கிறது!”

“என்ன, மோகினி போல!”

இருவருக்கும் மேலே வார்த்தையே ஓடவில்லை.

அப்பொழுது பாலு திடீரென்று கமலத்தின் முகத்தில் எதைக் கண்டானோ, ஒரு தாவாகத் தாவி ரேழிக்குப் போய்விட்டான்.

“பாலு!” என்று கமலம் கூப்பிட்டாள்.

“நான் போகிறேன், அம்மாமி!” என்ற பதில் அவள் காதில் விழுந்தது.

3

“என்னடி கமலம், சாப்பாடாச்சா? உங்களகத்துக்காரர் ஊரில் இல்லையா? அதான் சாவகாசமாக ஊஞ்சலாடுகிறாய்! உனக்கென்னம்மா” என்று சொல்லிக்கொண்டு எதிர்வீட்டுச் சீதா வெற்றிலை வாயுடன் ஊஞ்சலில் வந்து உட்கார்ந்தாள்.

“வா, சீதா!” என்று கமலத்தின் வாய் சொல்லிற்று. கைகள் தலைமயிரை முடிந்தன; முந்தானையை இழுத்துக் கட்டின.

“இதென்ன புஸ்தகம்?” என்று சீதா ஊஞ்சலில் கிடந்ததை எடுத்துப் பார்த்தாள்.

பாலு எடுத்துக் கொண்டு போகாமல் போட்டுவிட்டுப் போய்விட்ட புத்தகத்தைப் பார்த்ததும் சற்றுத் திடுக்கிட்டுக் கமலம் “அதா, பங்கிம் சந்திரரின் மாதங்கனி – நாவல்!” என்றாள்.

“இங்கேன் கிடக்கிறது? படித்துக்கொண்டு இருந்தாயா?”

“இல்லை... அதா ... பாலு ... எடுத்து வைத்தான்.”

“இப்பொழுதுதான் போகிறான், பார்த்தேன். மறந்து போய் விட்டானா? நீகூடப் பார்க்கவில்லையா?”

“என்னவோ பேசிக்கொண்டிருந்தான்; நானும் கவனிக்கவில்லை.”

“ஆமாம், அவன் முன்னால் இப்படியா உட்கார்ந்திருந்தாய் கமலம்?”

“என்னடி இப்படிப் பேசுகிறாய் சீதா ... பாலு யார்?”

“அது சரிதானடி கமலம். சாண் பிள்ளையானாலும் ஆண்பிள்ளை இல்லையோ?”

“அந்தக் கபடமெல்லாம் எனக்குத் தெரியாதம்மா!”

“தெரியாவிட்டால் உலகம் சும்மா இருக்குமோ? நான் ஆனதால் சரியாகப் போச்சு ... சேச்சி வந்திருந்தால் இப்போது?”

"வந்திருந்தால் என்ன என்கிறாய்?"

"வந்திருந்தால் என்னவா உடனே முடிச்சுப் போட்டுவிட மாட்டாளோ? கோபித்துக்கொள்ளாதே, கமலம்! நல்லதைத்தான் சொன்னேன்."

"அவன் – பாலு – என் முகத்தைக் கண்ணெடுத்துப் பார்த்துக்கூடப் பேசுவதில்லை ... அவ்வளவு சாது அவன்?"

"கமலம், நாம் இரண்டு பேரும் குட்டிகளாய் இருந்தது முதல் கூடி விளையாடி இருக்கிறோம், அசட்டுப் பிசட்டு என்று பேசிக்கூட இருக்கிறோம். ஆகையால் நான் உன்னிடம் சொல்லலாம். பெண் பிள்ளைகளுக்குள் சொல்லிக் கொள்வதில் என்ன?"

"பாலு கெட்ட எண்ணத்துடன் இங்கே வருகிறான் என்கிறாயா சீதா?"

"இல்லையடி! அவன் இங்கே வந்து உன்னுடன் பேசிப் பழகுவது உனக்குப் பிடித்திருக்கிறது. ஆகையால் அவனிடம் நீ கொஞ்சம் தாராளமாகக்கூடப் பழகுகிறாய். அதனால் அவன் எண்ணம் கெட்டாலும் கெடும். வயதாயிற்றல்லவா?"

"அவன்மேல் எனக்கு ...?"

"அவசரப்படாதே. உனக்கு என்றால், உனக்கு என்று மட்டும் நினைக்காதே! உன்னைப் போல இருக்கிற எல்லோருக்கும் இந்தமாதிரி அழகான பையன் ஒருவன் வந்து சுற்றிக்கொண்டு திரிந்தால், ஏதோ வொரு சந்தோஷம் இருக்கத்தான் செய்யும். எனக்கும் அந்தமாதிரி ஒருசமயம் இருந்தது. தெரியுமா?"

"அதெப்பொழுது?"

"மூன்றாம் வருஷம் எங்கள் வீட்டில் ஒரு சப்ரிஜிஸ்ட்ரார் இருந்தாரல்லவா? அவர் பிள்ளை..."

"ஆமாம் லீவுக்கு வந்திருந்தான்!"

"அவன் என்னுடன் பேசுவதில்லை, அவ்வளவுதான். ஆனால் பார்க்கிறபோதெல்லாம் அவனுக்கு ஏதோ சந்தோஷம். எனக்கும் அவன் முன்னால் நடமாடுவது ஒரு இன்பமாகத்தானடி இருந்தது. ஒருநாள் வீட்டில் ஒருவரும் இல்லை. புருஷர்கள் ஆபீஸுக்குப் போய் விட்டார்கள்; மற்றும் பெரியவர்கள் ஸ்வாமி தீர்த்தம் கொடுக்கிறது என்று ஸ்நானம் செய்யப் போய்விட்டார்கள். அந்தப் பையன் மாடியில் படித்துக்கொண்டிருந்தான். நான் வாசற்கதவைத் தாளிட்டுக்கொண்டு கிணற்றடியில் குளிக்கப் போனேன். அவன் இருக்கிறதே எனக்குத் தெரியாது. தனியாக இருக்கிறோம் என்று சாவகாசமாகச் சோப்புத் தேய்த்துக்கொண்டிருந்தேன். என்ன ஆச்சு தெரியுமோ? அவன் திடீரென்று கிணற்றடிக்கு வந்து விட்டான்! என் மானமே போய்விட்டது. அவனும் திண்டாடிப் போய்விட்டான், பாவம்! ஒரு வினாடி அவனால் அசைய முடியவில்லை. நானும் அப்படியே நின்று போனேனடி!"

"அவன் வேண்டுமென்றுதான் வந்தானோ என்னவோ?"

"இல்லவே இல்லை. நான் அங்கே இருப்பது அவனுக்குத் தெரிந் திருக்கவே முடியாது. நானும் அவன் வீட்டிலேயே இல்லை என்றுதான் நினைத்திருந்தேன். ஆனால் . . ."

"ஆனால் என்ன?"

"ஆனால் அவன் பார்வை அந்த வினாடி என்மேல்தான் நின்றது. என் தேகம் பூராவும் ஒருவிதமான புல்லரிப்பு. மறுவினாடி அவன் போய்விட்டான். எனக்கும் வெட்கம் வந்தது. இதற்கு என்ன சொல்லு கிறாய்?"

"அப்புறம்?"

"அவ்வளவுதான். அவன் ஊருக்குப் போகிறவரையில் நான் அவன் கண்ணிலேயே படவில்லை. அவனும் வீட்டில் ஏதோ காரணம் சொல்லிவிட்டு உடனே புறப்பட்டுவிட்டான்."

"இப்பொழுது நான் சொல்லட்டுமா சீதா?"

சீதா கிட்ட நெருங்கிக் கமலத்தின் தோளில் கை போட்டுக் கொண்டாள்.

"இன்று என்னமோ ஒரு பைத்தியம். அவன் வந்ததும் போய்க் குளித்துவிட்டு இந்த மாதிரி வந்து அவன் பக்கத்தில் உட்கார்ந்து கொண்டேன்."

"அவன் என்ன பாடுபட்டிருப்பான் தெரியுமா?"

"வேண்டுமென்றே நான் அவனை என் முகத்தைப் பார்க்கச் சொன்னேன்!"

"குங்குமம் இருக்கிறதா பார் என்றாயாக்கும் – ஒன்றும் புதிதல்ல!"

"பார்த்தான். 'மோகினிபோல் இருக்கிறேன்' என்றானடி!"

"அவனாகவா?"

"இல்லை, நான் கேட்டேன்!"

"அவன் முகத்தில் அப்போழுது . . ."

"சாதுப்பிள்ளையாச்சே!" என்று சீதா சிரித்துக்கொண்டே கமலத்தை அணைத்துக்கொண்டாள்.

"அவன் தைரியம் என்னைத் தூக்கிவாரிப் போட்டுவிட்டது என்றாலும் அவன் அந்த மாதிரி ஏதாவது சொல்ல வேண்டுமென்று தான் கேட்டேன்!"

"அவனும் திகிலடைந்து போயிருப்பான்!"

"ஒரு நிமிஷம் . . ."

"ஒன்றுமே ஓடாது!"

"மறு நிமிஷம் அவன் போய்விட்டான்!"

"புத்தகத்தையும் போட்டுவிட்டு!"

"நான் செய்ததையும் சொல்லிவிடுகிறேன், சீதா ... இனிமேல் என்ன ... 'பாலு!' என்று கூப்பிட்டேன்!"

"நானாயிருந்தாலும் அப்படித்தான் செய்திருப்பேன்!"

"ஐயோ, அவன் வந்திருந்தால் ...?"

"அவன் வரமாட்டான்!"

"இனிமேலுமா ...?"

"வரவேமாட்டான்!"

"நான் ..."

"நீயும் இனிமேல் அவன் கண்ணில் படமாட்டாய்!"

"ஆமாம், அவன் முகத்தில் இனி எப்படி விழிப்பதடி?"

"அவனும் அப்படித்தான் யோசிப்பான். இத்துடன் சரி – இந்த விசித்திரம்."

"ஆனால் எவ்வளவு இன்பமாக இருந்தது! ..."

"இப்படி முடிவடையத்தான்!"

"எனக்குப் புத்தி இப்படிப் போகக் கூடாது ..."

"உன்மேல் தப்பில்லை, கமலம். அது ஒரு சமயம், அவ்வளவுதான்; இனிமேல் நேராது."

"அவன் என்ன நினைத்துக்கொள்வான்?"

"நீ என்ன நினைப்பாய் என்று அவனும் தவித்துக்கொண்டிருப்பான்."

"இந்தத் தவிப்பும்கூட ஒருவிதத்தில் சந்தோஷமாக இருக்குதடி, சீதா!"

"இந்த உப்புச் சப்பற்ற வாழ்க்கையில் வேறென்னதான் இருக்கிறது என்கிறாய்?"

"அம்மா, நீ வந்தாயே சமயத்துக்கு!"

4

"உங்கள் ஆராய்ச்சி என்ன ஆயிற்றோ?" என்று ரதி கும்மாளத்துடன் கேட்டாள்.

"அந்தப் பயல் – பாலு – சுத்த திராபைப் பயல் – பயங்கொள்ளி!"

"ஏன், என்ன ஆச்சு?"

"இன்னும் சிறிது நேரம், அவன் அங்கே அந்த ஊஞ்சலில் உட்கார்ந்திருந்தானானால், நான் ஒருகை பார்த்திருப்பேன்!

"என் உதவி இல்லாமலா? நான்தான் விலகி நின்றுவிட்டேனே! நான் இல்லாமல் உங்கள் காரியம் பலிக்குமா?"

"ஏன் விலகி நின்றாய்?" என்று மன்மதன் கோபத்துடன் கேட்டான்.

"இந்தக் காதலுக்கு இவ்வளவுதான் வளரும் இடம். இதற்குமேல் இது போகாது. போனால் ரஸாபாஸம்தான் – துக்கம்தான். வீழ்ச்சியின் இன்பம் இதில் கிடைக்காது."

"பயலை அவ்வளவு தூண்டினேன்!"

"அவளும் ஒரு படி தாண்டியே 'பாலு!' என்றுகூடக் கூப்பிட்டு விட்டாளே!"

"நிமிஷ நேரத்தில் காரியத்தைக் கெடுத்துவிட்டான்."

"இல்லை, அவள் கூப்பிட்டது காதில் பட்டிருந்தாலும் – பட்டிருக்கும் – அவன் வந்திருந்தாலும் அவள் எழுந்து உள்ளே ஓடிப்போயிருப்பாள்!"

"உனக்கு எப்படித் தெரியும்?"

"அதற்குமேல், அந்த அனுபத்திற்குமுன் நின்று, அதைத் தாங்க அவர்களால் முடியாது!"

"ஏன்?"

"எந்தத் துணிகரமான செயலுக்கும் ஒரு எல்லை இருக்கிறது. அதைத் தாண்ட யாராலும், எந்தத் தூண்டுதல் இருந்தாலும் முடியாது."

"காதலுக்குத்தான் கண் இல்லையே!"

"காதலை அறியாதவர்கள் அப்படிச் சொல்லுவார்கள். காதல் என்ற நெருக்கடியில்தான் கண் கூர்மையாகிறது. அதனால்தான் பாலு எழுந்து ஓடினான். அவன் ஓடியிருக்காவிட்டால் கமலம் ஓடியிருப்பாள். அது சிருஷ்டியின் விதி. அதைத் தடுக்க நம்மால் கூட முடியாது."

"இருந்தாலும், இந்த மாதிரி நிலைகளை உண்டாக்கிக்கொண்டே இருக்கிறேன், பார்ப்போம்!"

"பார்ப்பதென்ன? மோகினி நிலையின் மாயை நீடிக்காது; வானவில்லின் கவர்ச்சியுடன் அது ஒரு கணம்தான் நிற்கும்!"

"அந்தக் கணநேரத்தில் வாலிபனை அடித்துவிடும்!"

"திடமுள்ளவன் தப்பித்துக்கொள்ளுவான்!"

கலாமோகினி, 1943

வெற்றிக்குப் பின்

கிருஷ்ண தேவராயர் திடீரென்று ஏன் அப்படிக் கலக்கம் கொண்டுவிட்டார் என்று மந்திரி திம்மரசுக்கு விளங்கவில்லை. பிள்ளைப் பருவ முதலே அரசரைப் பயிற்சி செய்து அவருடைய மனப்போக்கை நெருங்கி அறிந்தவர்; ஆனாலும் அந்த வெற்றிக்குப் பிறகு ஏற்பட்ட மன்னனின் மனநிலையை அவரால் ஊகிக்க முடியவில்லை. ஆசிரியர் என்ற முறையிலும் வயது சென்றவர் என்ற முறையிலும் அவருக்குச் சலுகை அதிகமாக இருந்தது; இருந்தாலும் அப்பொழுது அரசர் பட்ட சங்கடத்தைக் கண்டு அவர்கூடச் சட்டென்று அருகில் நெருங்கிக் காரணத்தைக் கேட்க முடியவில்லை.

சரித்திரத்தின் மகத்தான போர்களில் ஒன்று அன்றைய தினம் நடந்து முடிந்தது. விஜய நகர சாம்ராஜ்யத்தின் கௌரவமே அன்றுதான் முதல் முதலாகப் பெருத்த தோல்வி ஏற்பட்டது.

ஹிந்துக்கள் மறுபடியும் தம் நாட்டில் தலை தூக்க வேண்டும் என்ற பேரவாக் கொண்டு விஜய நகர சாம்ராஜ்யத் திற்கு அடி கோலினவர்கள் ஹரிஹரர் – புக்கர் என்ற இரு சகோதரர்கள் என்பது சரித்திரம். இந்திய நாகரிகத்திலும் இலக்கியத்திலும் அழியாப் பெயர் பெற்றுவிட்ட பம்பா தீரத்தில் நான்கு புனிதமான பருவதங்கள் கோட்டைச் சுவர்கள் போல நின்ற புண்ணிய பூமியில் வித்தியா நகரம் என்ற விஜய நகரத்தை அவர்கள் ஸ்தாபித்தார்கள். அதில் அவர்களுக்கு ஊக்கமும் ஒத்தாசையும் அளித்தவர் வித்தியாரண்ய ஸ்வாமி.

அந்த சிம்மாஸனத்தில் ஏறினதுமே கிருஷ்ணதேவராயர் முன்னோர்கள் துவக்கிய தூய வேலையில் மும்முரமாக

ஈடுபட்டார். ஹிந்து சாம்ராஜ்யம் ஒன்றை அசையாத அஸ்திவாரத்தில் கட்டி உயர்த்த வேண்டுமென்ற ஒரே லட்சியத்தை உயிர் நோக்கமாகக் கொண்டு அல்லும் பகலுமாகப் பாடுபட்டார். விஜயநகரத்தையே சீர்திருத்தி நாட்டின் வளப்பத்தை அபிவிருந்தி செய்தார். விஜய நகரம் செல்வக் களஞ்சியம் என்று அயல் நாட்டு யாத்திரீகர்கள் ஏகமனதாகப் புகழும்படி நாட்டைப் பல வகையிலும் சிறப்பித்தார். பெரிய படை திரட்டி அதற்குத் தக்க பயிற்சி அளித்தார். இந்த வேலைகள் எல்லாவற்றிலும் அவருக்குத் துணையாக இருந்து யோசனை கூறி உதவி செய்தவர் அப்பாஜி என்று பெயர் போன திம்மரசு.

தம்முடைய ஏற்பாடுகள் யாவற்றையும் சரி வரச் செய்தபிறகு தான் கிருஷ்ண தேவராயர் பீஜபூர் சுல்தான் அடில்ஷாவுடன் போர் புரிய முனைந்தார். முதலில் விஜய நகர ராஜ்யத்தைச் சேர்ந்திருந்து பிறகு பீஜபூர் சுல்தானால் கைப்பற்றப்பட்ட ராயச்சூரை மறுபடியும் அதில் சேர்க்க வேண்டியது தமது முதல் கடமை என்று தீர்மானித்தார். 1520 – வருஷம், தாம் பட்டத்துக்கு வந்த பன்னிரண்டாவது வருஷம், தமது முப்பத்திரண்டாவது வயதில், ராய்ச்சூரின் மேல் படையெடுத்துக் கடும்போர் புரிந்து மகமதிய அரசனைத் தோற்கடித்து ராயச்சூரைக் கைப்பற்றினார்.

அன்றிரவுதான் ராயர் அவ்வளவு கலங்கிப் போனது. ராயச்சூர் கோட்டையின் ஒரு பகுதியின் மேல் தளத்தில் உலாத்திக்கொண்டிருந்தார். பூர்ணிமை நிலா பளிச்சென்று காய்ந்து யுத்த களத்தைக்கூட ஒளியில் அமுக்கிக்கொண்டிருந்தது. தூரத்தில் தெரிந்த பீஜபூர் எல்லையைப் பார்த்தவண்ணம் திடீரென்று ராயர் யோசனையில் ஆழ்ந்துவிட்டார்.

வீராவேசத்துடன் தாமே முன் நின்று ராயர் போரை நடத்தினார். சுல்தானின் சேனை எதிர்பாராத வகையில் முறியடிக்கப்பட்டுப் பீஜபூரை நோக்கி ஓடிவிட்டது. அதைப் பார்த்துப் பெருமகிழ்ச்சி அடைய வேண்டியிருக்க அரசன் விசனம் அடைந்திருந்தது அப்பகுதிக்கே அர்த்தமாகவில்லை. வெகுநேரம் பொறுத்த பிறகு மெதுவாக அரசனை நெருங்கினார்.

"இன்று அடைந்த தோல்வியிலிருந்து சுல்தான் தலைதூக்க முடியாது. விஜய நகரம் இன்று உண்மையிலேயே விஜய நகரம் ஆகிவிட்டது . . . இனிமேல் மேற்கொண்டு அரசர் தம் கவனத்தைத் தெற்கே செலுத்தலாம்" என்று அப்பாஜி ஆரம்பித்தார்.

"அப்பாஜி, நாம் இப்பொழுது இன்று வெற்றி பெற்றுவிட்டது உண்மைதான். ஆனால் அது பெரிதன்று. இந்த வெற்றியைப் பற்றிப் பூரணமாக இப்பொழுது யோசிக்கிறபொழுதுதான் அதன் பொருளும் தொடர்பும் எனக்கு விளங்குகிறது. இதற்குமுன் வெற்றியில் என் மனது சென்றது. இப்பொழுது என் திருஷ்டி வெற்றிக்குப் பின் சென்று பார்க்கிறது."

"வித்தியாரண்ய முனிவன் லட்சியம் இன்று நிறைவேறிவிட்ட தென்றே சொல்லலாமல்லவா?" என்று அப்பாஜி கொஞ்சம் ஊக்கங் கொடுத்துப் பேசினார்.

"சொல்லலாம். அவரும் அவருடைய சகோதரர் ஸாயனரும் நம் மூதாதையருடன் ஆதி மூர்த்திகளாக நின்று ஆரம்பித்த இந்தப் புத்துயிர் இயக்கம் – ஆமாம், இது நமது ஹிந்து தர்மம் மறுபடியும் நிலைபெற வேண்டி ஏற்பட்ட ஊக்கம்தான் – இன்று இந்த வெற்றியில் கொடிகட்டிப் பறக்கிறது. நமது நாகரிகம் சோர்வகன்று திரும்பவும் கிளைக்க வேண்டும் என்று பெரியோர்கள் அன்று செய்த சங்கல்பம் இன்று பலன் பெற்றுவிட்டது. ஆமாம், அதைப் பற்றித்தான் யோசித்துக் கொண்டிருக்கிறேன்."

"பல்லாயிரம் வருஷங்களாக அலைமேல் அலையாக வந்த படையெடுப்புகளையெல்லாம் வசிஷ்ட தண்டம்போல வாங்கி ஐக்கியம் செய்துகொண்ட நமது நாகரீகம் ஐநூறு வருஷங்களுக்கு முன் தோன்றிய இந்தப் படையெடுப்பின் முன் நாணல் போலத் தணிந்துவிட்டது. வெள்ளம் நாடெங்கும் பரவி இந்தத் தென் தேசத்திற்கும் வந்துவிட்டது. இதன் எல்லையிலாவது அதை அணை போட்டு நிறுத்த வேண்டும். அந்த மட்டில் நமது வெற்றி சரிதான். ஆனால், இந்த வெற்றி நிரந்தரமாக வேண்டுமே! இந்த அணை நிற்குமா?"

"ஏன் நிற்காது? நாம் தெற்கே சென்று ஹிந்து சமுதாயத்தை ஒன்றுபடுத்தி விஜயநகரத்தைப் பலப்படுத்துவோம்."

"அதற்குத்தான் இப்பொழுது எனக்கு வகை தெரியவில்லை!"

"அரசர் சொல்லுவது எனக்கு ஆச்சரியமாக இருக்கிறது. இந்த வெற்றியை நாம் எந்த வகையில் பெற்றோம், அதே வகை தானே!"

"அப்பாஜி இந்த வகை நீடித்து நடக்காது. பலாத்காரத்தினால் ஏற்பட்ட இந்த வெற்றி தற்காலிகமான வெற்றிதான். எதிரிகள் இன்றில்லையென்றாலும் என்றாவது மறுபடியும் படை திரட்டி வருவார்கள். அதைத் தடுக்கவில்லை இந்த வெற்றி"

"எதனால்?"

"எனக்கு இப்பொழுது தெரியவில்லை. ஆனால் நமது வெற்றி நிலைக்காது என்று மட்டும் இந்த நிமிஷமே எனக்குப் பட்டுவிட்டது. ராயச்சூர் யுத்தத்திற்குப் பின் அதன் பலனாக, மற்றொரு யுத்தம் வரும், இந்த வெற்றியின் தொடர்பாக..." என்று மேலே சொல்லிப் போனவர் நிறுத்திக்கொண்டார்.

இல்லை. அவர் நிறுத்தவில்லை. அவர் ஏதோ சொல்லித்தான் இருப்பார். அதற்குள் என் கனவு கலைந்துவிட்டது.

"என்னடா, தூங்கவா இங்கே வந்தாய்? மணி இரண்டாகிறது எழுந்திரு. பம்பாஸரன்ஸைப் பார்த்துவிடுவோம் இன்று. நாளைக்கு யானை லாயங்கள் சபா மண்டபம் முதலிய சின்னங்களைப் பார்ப்போம்" என்று என் நண்பன் எழுப்பினான்.

ஹம்பி சின்னங்களைப் பார்க்கச் சென்ற முதல் நாளே எங்கள் திகைப்பு மிதமிஞ்சிவிட்டது. விஜய நகரத்தை அவ்வளவு பிரமாதமாக அமைத்த சிறப்பைப் பற்றி அல்ல! இணையற்ற இயற்கை வசதிகள் ஏற்பட்டிருந்த பம்பைக் கரையில் மகத்தான சாம்ராஜ்யம் சூழ்ந்து ஒரு விசித்திர நகரத்தை மயன் சிருஷ்டி போல, காலமே கண்டு பிரமிக்கும்படியாக நிர்மாணித்த மகா புருஷர்களின் சக்திகூட எங்களுக்கு அவ்வளவு ஆச்சரியத்தை அளிக்கவில்லை. தாளிக் கோட்டை யுத்தத்திற்குப் பிறகு அந்த நிகரற்ற நகரத்தைத் தரைமட்டமாக்கிய எதிரிகளின் அசுர வெறியையும் உணர்ச்சியின்மையையும் பற்றித் தான்! அவர்களாலும் அவர்களுடைய குரூர ஆவேசத்தாலும் தகர்த்துத் தள்ள முடியாமற்போய் மிஞ்சியதா, இப்பொழுது அந்த நகரத்தின் பாழடைந்த கோவில்களும் மண்டபங்களும் அரண்மனைப் பாகங ்களுமாக நின்று நமக்குப் பலத்தையும் பக்தியையும் ஊட்டுகின்றன!

காணாமலே காதல், நவம்பர், 1943

லட்சிய வீரன்

"தாணாஜி! நீங்கள் சொல்லுவது எனக்குத் தெரிய வில்லையா என்ன? நன்றாக அர்த்தமாகிறது. ஆனால் மகாராஜா ஜயசிங் சொல்லுவதும் முற்றிலும் சரி என்று தான் தோன்றுகிறது எனக்கு" என்று சிவாஜி தன் ஆத்ம சினேகிதனிடம் வெளியிட்டார்.

"பாதுஷா அவுரங்கசீப்பிடம் நாம் சத்தியத்தையும் தர்மத்தையும் கடைப்பிடித்தால் நிச்சயம் நாசமடைய வேண்டியதுதான் என்பது என் தீர்மானமான அபிப்பிராயம்."

"எதிரி அதர்மத்தைக் கைப்பற்றினால் நாமும் அந்த வீழ்ச்சியில் – அது வீழ்ச்சிதானே? – அவனைப் பின்பற்றுவதா என்று ஜயசிங் கேட்கிறார். அதற்கு என்னால் பதில் சொல்ல முடியவில்லை."

"ராஜ்ய விவகாரங்களில் ராஜதந்திர முறைகளின் அனுஷ்டானத்தில் தர்மத்தையும் சத்தியத்தையும் பற்றி நினைக்கக் கூடாதென்பதே என் கட்சி. உலக விவகாரங் களுக்கு ஒரு நியதியாக இருக்கும் அர்த்த சாஸ்திரமே நமக்கு ஆதாரம்."

"தர்ம வழியாலும் சத்திய முறையாலும் வெற்றிகரமாக ராஜ்யம் ஸ்தாபிக்க முடியாது, அதிகாரம் செய்ய முடியாது என்றா நீங்கள் நினைக்கிறீர்கள்? நமது முன்னோர்கள் என்ன செய்தார்கள்? பின் தர்மயுத்தம் என்பது என்ன?"

"அப்பொழுது தேச கால வர்த்தமானங்கள் வேறு. ஆகையால் தர்மமும் சத்தியமுமே உயர்ந்த முறையில் நடைபெற்றன."

"தாணாஜி! நீங்கள் சொல்லுவது வேடிக்கையாக இருக்கிறது. அவற்றிற்குக் கால தேச வர்த்தமானங்களை

அனுசரித்துத்தானா மதிப்பு? என் சத்யம் வேறா? நமது தர்மம் வேறு, நமது மூதாதைகளின் தர்மம் வேறா? நன்றாக இருக்கிறது!"

"வாழ்க்கை நிலைமைக்குப் பொருந்தாத சத்தியத்தாலும் தர்மத் தாலும் என்ன பயன்? நமது முன்னோர்கள் உயர் வாழ்வு வாழ்ந்த காலம், சத்திய யுகம். அப்பொழுது பாரத வர்ஷம் முழுமையும் ஒரு குடையின் கீழ் இருந்தது. ஒரு தர்மத்தின் – சனாதன தர்மத்தின் – ஆதிக்கத்தில் இருந்தது. எனவே உள் நாட்டுச் சச்சரவுகள் யாவும் அந்த உயர்ந்த முறையில் நடந்து தீர்ந்தன. இப்பொழுது நிலைமை மாறிவிட்டது."

"எப்படி மாறிவிட்டதென்கிறீர்கள்?"

"பாரத சமுதாயம் தர்மத்திலும் ராஜ்ய முறையிலும் சிதைவுபட்டு விட்டது. நாடு பல்வேறு சிற்றரசுகளாகப் பிரிந்து ஏக சக்கரத்தை நிராகரித்தது முதலில்."

"எதனால்? தர்மத்தாலா?"

"அல்ல. ஏக சக்கராதிபத்தியத்தின் கீழ் நாட்டில் ஏற்பட்ட அமைதியும் சுகமும் செழிப்பும் ஒரு கால அளவிற்குப் பிறகு மக்களுக்குச் சலிப்புக் கொடுத்துவிட்டது. அமைதியே ஒரு தேக்கமாகிவிட்டது. ஆதிபத்தியமும் வெகுகாலத்துச் செருக்கில் திளைத்துச் சோம்பலும் சோர்வும் கொண்டு பலவீனமாகிவிட்டது. அதிருப்தி கட்டு மீறினதால் ஏகசக்கரம் உடை பட்டுப் பல சிற்றரசுகள் தோன்றின. அன்றே கலி ஆரம்பமாயிற்று."

"அதனால்?"

"அதனால் அதுவரை தடைபட்டுக் கிடந்த ஆபத்து பாரத வர்ஷத்தை ஆக்கிரமிக்க ஆரம்பித்தது. ஒரு சக்கரத்தின் திரண்ட பலம் ஒருமுகமாக இருந்தபொழுது அன்னியர் படையெடுப்பதே நடக்காததாய் இருந்தது. நாடு பிளவுபட்டதும் வடமேற்கிலிருந்து முதல் அலையாக யவனப் படையெடுப்பு வந்தது. உள்நாட்டுச் சச்சரவும் துவேஷமும் அன்னியனுக்கு அனுகூலம் செய்தது. சந்திரகுப்த மௌரியரின் காலத்தில் ஆரம்பித்தது கலவரம்."

"அவர்தான் மறுபடியும் சாம்ராஜ்யம் ஸ்தாபிக்க நாட்டை ஒன்றாக்க முயற்சி செய்தாரே!"

"அன்னியன் ஒருதரம் உள்ளே வந்தபிறகு அலை மேல் அலையாக அந்நியர் படையெடுப்பு அதிகமாகிவிட்டதால் சாம்ராஜ்ய நினைவு, ஏகசக்கர லட்சியம் – எல்லாம் நடக்க முடியாதாகிவிட்டது. அப்பொழுது தான் முதல் முதலாகத் தர்மம், சத்தியம் – எல்லாம் பலனற்றன. அதனால் தான் சந்திரகுப்தனின் ஆட்சிக் காலத்தில் சாணக்கியன் அர்த்த சாஸ்திரம் எழுதி ராஜதந்திரத்தை உண்மைக்குப் பதிலாகச் சமயோசிவாதமாக ஸ்தாபித்தார்."

"சனாதன தர்மம்தான் நமது நாட்டில் ஏகசக்கரத்திற்குப் பதிலாக ஆட்சி புரிந்ததே?"

“அதுவும் புத்த ஜைனமதங்கள் தோன்றினதும் தகர்ந்துவிட்டது. அதன் சில குறைகளை எதிர்த்துப் புத்த பகவானும் ஜீனமுனியும் சீர்திருத்தம் செய்ய முயன்றார்கள். அவர்கள் முயற்சி விபரீதமாக முடிந்தது. மதத்துவேஷத்தில் சத்தியமும் தர்மமுமே இருந்த இடம் தெரியாமல் போய்விட்டன. தேச சச்சரவுகளும் அன்னியநாட்டுப் படையெடுப்புகளுமாகச் சேர்ந்து நாட்டை நிலைகுலையச் செய்து விட்டன.”

பாரத வர்ஷம் பிளவுபட்டுப் புண்ணியபூமி பாபபூமியான சோகக் கதையைத் தாணாஜி சுருக்கமாகச் சொன்னபோது சிவாஜி அந்தந்தச் சமயங்களில் நிகழ்ந்த கஷ்டங்களையும் வீரர்களின் வீழ்ச்சிகளையும் எண்ணிப் பார்த்துக்கொண்டே வந்தார்.

ஆமாம். இந்தியா அன்னியருக்கடிமையான கதை ஒரு மகத்தான சோக சரித்திரம். ஆயிரக்கணக்கான வருஷங்கள் ஹிமயமலையிலிருந்து சிங்களம் வரையிலும், சிந்துவிலிருந்து கங்கை வரையிலும் ஒரு அரசன், ஒரு தர்மம், ஒரு சமயம் என்று இருந்தது. அப்பொழுது அன்னியர் வந்தாலும் பாரத சமுதாயத்தில் ஆகர்ஷணமாகிவிட்டார்கள்; எதிர்த்து நாட்டை ஆக்கிரமிக்கவும் முடியவில்லை; இங்கே தனித்து இருக்க முடியவில்லை.

ராமனுடைய விரதம்போல் பாரத தேவியும் ஒரு வாக்கு, ஒரு தர்மம், ஒரு பாணம் கொண்டிருந்தாள் ... அவளுடைய விரோதம் கலைந்தது எதனால்?

அந்தத் தர்மமும் அந்த ஆதிபத்தியமும் எவ்வளவோ முன்யோசனை யுடனும் விசால புத்தியுடனும் வகுக்கப்பட்டிருந்தும் காலத்தால் ஏற்படும் தளர்ச்சியும் மூப்பும் சாவுங்கூட – அவற்றை விடவில்லை. கால தேச வர்த்தமானங்களுக்கு மீறினதாகவேதான் அன்னையின் ஆதிகாலப் புதல்வர்கள் தர்மத்தை விசாலமாக அமைத்தார்கள். ஆனால் அதைப் பிற்காலத்தில் கையாண்டவர்கள் கால தேச வர்த்தமானங்களின் கட்டுக்கடங்கினவர்களாகி அதைச் சரிவரப் பரிபாலிக்கத் திறமையற்றுப் போனார்கள். அப்பொழுதப்பொழுது செய்ய வேண்டிய சில மாறுதல் களையும் செய்யத் தவறினார்கள் – செய்ய மறுத்தார்கள்.

ஆனால் மகா புருஷர்கள் மட்டும் தோன்றாமல் இல்லை. அவர்கள் அவ்வப்போது குறைகளைக் கண்டு நிவர்த்திக்கப் பெரும் தியாகங்கள் செய்தார்கள். ஆனால் ஆதியில் சமூகமே ஒன்றாக இருந்தபொழுது முனிவர்கள் அமைத்த ஸ்தாபனத்தைப் பிறகு, நாடு சிதைந்த பிறகு தோன்றின தனி மனிதர்கள் சீர்படுத்த முடியவில்லை. புத்தர், ஜீனர், சங்கரர், வித்யாரண்யர், சந்திரகுப்தன், அசோகன், ஹர்ஷன், ராஜேந்திர சோழன், கிருஷ்ணதேவராயர் எல்லோரும் வரிசையாகத் தோன்றித் தர்மத்தையும் ஏக சக்கராதிபத்தியத்தையும் மறுபடி நிலை நிறுத்தப் பல தடவை பாடுபட்டு முயன்றார்கள்.

“அப்பேர்பட்ட அசகாய சூரர்கள் முயன்று முடிக்க முடியாத காரியத்தை நாம் எப்படிச் சாதிக்கப்போகிறோம். தாணாஜி!” என்று சிவாஜி கலக்கத்துடன் யோசித்தார்.

“முடியும் முடியாதென்பதைப் பற்றி யோசிக்க நாம் அதிகாரிகள் அல்ல, சத்ரபதி! சத்தியயுகம் முடிந்து கலி ஆரம்பமாகும்பொழுது நம் யுக தர்மத்தைப் பகவான் கிருஷ்ணன் கீதையில் நிர்த்தாரணம் செய்துவிட்டார். கடமையைச் செய்வதுதான் நமது தர்மம். கடமைதான் தர்மம்.”

“ஆ, நீங்கள் கீதையைப் பற்றிச் சொன்னதும் நினைவு வருகிறது. தாதாஜியும் அன்னை ஜீஜாபாயும் எப்பொழுதும் கடமையைப் பற்றித் தான் எனக்குச் சொல்லுவார்கள். கடமையைப் கைப்பற்றிய பிறகு அவர்கள் செய்த உபதேசத்தையே மறந்துவிட்டேனே!”

“மறக்கவில்லை மகராஜா! அதில் அவ்வளவு ஈடுபட்டுவிட்டீர்கள். தாதாஜியையும் அன்னையையும் நீங்கள் மறக்க முடியுமா?”

பழைய நாட்களின் நினைப்பும் தாய்முகமும் தாதாஜி கன்ஹ தேவரின் முகமும் ஞாபகம் வந்ததும் சிவாஜி உணர்ச்சிப் பெருக்கில் அப்படியே ஸ்தம்பித்துப் போய் உட்கார்ந்துவிட்டார். இடத்தையும் காலத்தையும் சுற்றுணர்வையும் மறந்தார். அஞ்சா நெஞ்சம் படைத்த மகாரஷ்டிர வீரன் கண்களில் திடீரென்று நீர் பெருகிற்று. உதடுகள் நடுங்கின.

தாணாஜி அந்த மகத்தான காட்சியைக் கண்டு பரவசமானார். அவர் வாய் திறக்க முயலவில்லை.

அந்தி மயங்கி இருட்டுகிற நேரம். பவானியின் கோவிலில் சாயங்கால தீபாராதனை செய்கிற வேளை நெருங்கிவிட்ட படியால் மகாராஜாவுக்குத் தகவல் வந்தது. அர்ச்சகரின் தகவலைக் கொண்டு வந்த சேவகனைத் தாணாஜி மௌனமாகச் சைகை காட்டி வெளியே போகச் சொல்லிவிட்டார். சிவாஜியின் உள்ளத்திலல்லவா அப்பொழுது ‘ஜகஜ்ஜோதி’யான தீபாராதனை நடைபெற்றது.

கோட்டையின் அந்த மேல் அறையிலும்கூட இருள் கவிய ஆரம்பித்தது. விளக்கேற்ற வந்த ஆளைத் தாணாஜி வெளியே போகச் சொல்லிவிட்டார். சிவாஜியின் யோகத்தை எக்காரணத்தாலும் கலைக்கக் கூடாதென்று அவர் கண்டார்.

திடீரென்று கோவில் மணி அடிக்க ஆரம்பித்தது. அந்த ஓசை மலைச்சாரல்களில் போய் எதிரொலித்து நடுங்கி அடங்கியது. அப்பொழுதும் சிவாஜி அசையவில்லை.

வாலிபன் சிவாஜி ஜீஜாபாயின் அருகில் ஒரு சாளரத்தின் அருகில் உட்கார்ந்துகொண்டு சரித்திரத்தின் வீரக்கதைகளைக் கேட்டுக்கொண் டிருக்கிறான். ஒரு கதையை முடித்துவிட்டுத் தாய் மகனை அன்புடன் பார்த்து “சிவாஜி, நீயும் ஒரு நாள் மகாராஷ்டிரத்தின் உயர்விற்காக வீரச் செயல்கள் செய்து முடித்தால் என் உள்ளம் குளிரும். நீ க்ஷத்திரியன்; நீ வீரன்; பரம்பரைக் குணங்களும் சுபாவ குணங்களும், தாதாஜி புகட்டிய செயல் குணங்களும் உன்னிடம் பெருமிதமாக இருப்பதால்

நீ நிச்சயம் பெரிய காரியங்கள் செய்வாய். நிச்சயம் அது சத்தியம்!" என்றாள்.

அப்பொழுது சிவாஜி "எப்படிச் சத்தியம் என்கிறாய்?" கேட்டான்.

"நான் வீரனின் மனைவி, வீரனின் தாய். என் உள்ளம் சுத்தமானது. அதில் தென்படுவதுதான் சத்தியம்" என்று ஜீஜாபாய் சத்தியத்தை, சிவாஜிக்கு நிர்ணயம் செய்து காட்டினாள்.

நினைவு வரிசையில் அந்த இடத்திற்கு வந்ததும் சிவாஜி மெய்ம் மறந்து மெதுவாகப் பேசலானார்.

"ஆமாம், அன்னை பவானியின் ஆவேசத்துடன் அன்று சொன்னது சத்தியம். தூய உள்ளத்தில் கடமையென்று படுவதுதான் சத்தியம், நிச்சயம் என்று படுவதும் சத்தியம். ஆமாம்...கடமைதான்... கடமையைத் தவிர நமக்கு வேறு அதிகாரமில்லை... எனக்கு!"

"ராஜா ஜயசிங்கும் அதைத்தான் செய்கிறார். அவுரங்கசீப்பிடம் சேனாதிபதியாக இருந்து கடமையைச் செய்துதானே அவரும் சத்தியத்தைக் கடைப்பிடிப்பதாக எண்ணுகிறார்?" என்று தாணாஜி சமயம் பார்த்து மெதுவாகச் சொன்னார்.

சிவாஜிக்கு உடனே சுய நினைவு வந்துவிட்டது.

"நீங்கள் சொல்வது சரிதான் தாணாஜி! ஆனால் நான் இப்பொழுது அவுரங்கசீப்பின் அழைப்பிற்கிணங்கி டில்லிக்குச் செல்வது சமயோசிதம் அல்ல என்கிறீர்களே?"

"ஆமாம், அவுரங்கசீப் நிச்சயம் உங்களுக்குத் தீங்கிழைப்பார். அவர் அழைப்பில் வஞ்சனை இருக்கிறது என்று என் மனதில் படுகிறது."

"மகாராஜா ஜயசிங் போகச் சொல்லுகிறார். அவர் சத்தியவாதி."

"அவுரங்கசீப் அவருடைய சத்தியத்திற்குக் கட்டுப்பட்டால்தானே?"

"என்னுடைய க்ஷேமத்திற்குத் தான் ஜவாப்தாரியென்றும் நான் டில்லி போவதால் நம் காரியத்திற்கே நன்மை இருக்கிறதென்றும் ஜயசிங் சொல்லுகிறார். அவர் உறுதி என் சமயோசித புத்தியை வென்றுவிட்டது. டில்லிக்குப் போவதாக வாக்குக் கொடுத்துவிட்டேன்!"

"அடடா! காரியம் கெட்டுவிட்டதே!" என்று தாணாஜி கத்தினார்.

"உண்மையாக நடந்துகொள்வதால் காரியம் கெடாதென்றே எனக்கும் தோன்றிவிட்டது. தற்காலிகமாக இடர்ப்பட்டாலும் முடிவில் உண்மை வழிக்கு நிச்சயம் வெற்றிதான்."

"என்ன காரியம் செய்துவிட்டீர்கள்?"

"நல்ல காரியம்தான்."

லட்சிய வீரன்

"நல்லதாக வேண்டுமோ!"

"ஆகும், அதைப் பற்றி என்ன கவலை? செய்ய வேண்டியதை உண்மையாகச் செய்வோம். அதுதானே தர்மம்?" என்றார் சிவாஜி தீர்மானமாக.

தாணாஜி மேலே பேசவில்லை.

சிவாஜி ஜயசிங் யோசனையைக் கேட்டு டில்லி சென்றதும் அங்கே அவுரங்கசீப் அவரை அவமதித்துச் சிறையிட்டதும் சிவாஜி தப்பித் திரும்பி வந்ததும் சரித்திரம்.

அந்தச் சம்பவத்தின் மூலம் மகாராஷ்டிரத்திற்கு நன்மைதான் ஏற்பட்டது. உணர்ச்சி வசப்பட்டுத் தேசமே ஒரு முகமாக மும்மரித்து வீரச் செயல்கள் செய்தது. வீரர்கள் மகாராஷ்டிர சாம்ராஜ்யத்திற்கு அடிகோலினார்கள்.

❖

***காணாமலே காதல்,* நவம்பர், 1943**

எதிரொலி (2)

ராஜாக்ஞை உருவாவதற்கு எவ்வளவு காலம் வேண்டும். அதிலும் ஜன ரஞ்சகனான இளவரசன் சித்தார்த்தனுக்குரிய வாசஸ்தலம் அமைப்பதற்கு?

திட்டம் போட்ட காலத்திற்கு முன்பாகவே சித்திரிக்கப் பட்டுவிட்டது அந்த 'விச்ராமவனம்' என்று பெயரிடப்பட்ட பூலோக சுவர்க்கம்.

பலவித வர்ணங்களாலான பளிங்குக் கற்களால் அமைக்கப்பட்டு ஸ்படிகக் கற்கள் பதிந்த வாயில்களும், மண்டபமும் அழகு கொஞ்சப் பார்ப்போரின் கண்களைப் பஞ்சடையச் செய்யும் திவ்ய ஒளியுடன் சதா காலமும் நீர் நிரம்பிய ரோகிணி நதிக்கரையில் நின்றது அந்த சௌந்தரிய சிற்பம்!

வரிசைக்கிரமமாக மும்மதில்கள் எழுந்து மாளிகையைக் காவல் புரிந்தன.

சக்கரவர்த்தி சுத்தோதனருடைய சக்ராக்ஞை பரிபூரண வெற்றியுடன் சிரத்தை மிக்க ஊழியர்களால் நிர்வகிக்கப் பட்டது. துன்பத்தின் சாயைகூட அங்கு தென்படாமல் சுகமும் சந்தோஷமும் கூடிக் குலாவின.

அந்த ஸ்வர்க்க பூமிக்கு நரஇந்திரன்போல நாயக னானான் சித்தார்த்தன். அவனுடைய உத்திரவின்றித் தனக்குத் தானாகவே இயலும் சுகானுபவங்களும் உத்தரவை எதிர்பார்த்துக் காத்திருக்கும் போக போக்யங்களும் அந்த ராஜகுமாரனுடைய காலடிகளில் அரசர் மந்திரி முயற்சிகள் வீணாகாமல் உண்மையிலேயே கிடந்தன. அந்தச் சுகத்தில் சிறிது காலம் இன்புற்றான் இளவரசன்.

வீணையின் சுகநாதமும் நங்கையர்களின் நிருத்தியமும் சித்தார்த்தனை மகிழ்வித்தன. யசோதரையின் இளமையும் ஏகாந்த அனுபவமும் இடைவிடாத இன்பக் காட்சிகளும் சித்தார்த்தனுக்குப் புல்லரிப்புக்கொள்ளுமாறு இன்ப உணர்ச்சிகள் சிவ்வென்று சீறியெழுந்தன.

சித்தார்த்தனை மாரன் ஆட்கொண்டான் என்ற செய்தி சுத்தோதனருக்கு எட்டியது! ஆனந்த சாகரத்தில் அமிழ்ந்தார்கள் அரசரும் சுமதியும்.

சர்வமும் சித்தியாகிவிட்டது போல ஒரு நிறை நிரம்பியது அவர்களுக்கு!

அவ்வளவுதான். காலதேவன் தனது சக்கரத்தை மறுதரம் சுழற்றினான்! காலம் மாறிற்று!

சித்தார்த்தனுக்கு இன்பம் தெவிட்ட ஆரம்பித்தது! அதன் விளைவாக அந்த இன்ப மாளிகையை விட்டு வெளியேறி உலக நடப்பைப் பார்க்க வேண்டும் என்று ஆசை உதித்தது.

தந்தைக்குத் தன் விருப்பத்தைச் சொல்லி அனுப்பினான். அன்றைக்கு எட்டாம் நாளன்று விருப்பம் நிறைவேற்றப்படும் என்ற செய்தி மறுநாள் சித்தார்த்தனுக்குத் தெரிவிக்கப்பட்டது.

இன்று கழிந்தது, நாளை கழிந்தது என்று விரல்விட்டு எண்ணி நாளைக் கழித்தான் இளவரசன்.

எட்டாம் நாள் அன்று!

முதல்நாள் இரவிலிருந்து வெளி உலகைக் காணப் போகிறோம் என்ற களிப்பில் சித்தார்த்தனுக்கு உறக்கம் கொள்ளவில்லை.

உதயம் ஆனதும் ஆகாததுமாக மாளிகை வாயிலில் வந்து பார்த்தான்; தந்தையால் அனுப்பப்பட வேண்டிய ரதம் வந்துவிட்டதா என்று!

சரியாகச் சூரியன் உதிக்கும் நாழிகையில் 'சன்னா' என்ற சாரதி இரதத்துடன் மாளிகையின் வாசலுக்கு வந்துவிட்ட செய்தியை இளவரச னுக்குத் தெரிவிக்க ஓடினார்கள் வாயிற் காப்போர்கள்.

அடுத்த க்ஷணமே அங்கிருந்து கிளம்பினான் சித்தார்த்தன்.

இளவரசனை இரதத்தில் ஏற்றிக்கொண்டு நகரப் பிரவேசத்திற்கு அழைத்துச் சென்றான் சன்னா.

கபிலவாஸ்து ராஜ வீதிகளில் பாய்ந்து சென்றது சித்தார்த்தனுடைய ரதம். அதிலிருந்தவாறே நாற்புறமும் திரும்பித் திரும்பிப் பார்த்துக் கொண்டே சென்றான் இளவரசன்.

அலங்கரிக்கப்பட்ட வீடுகளை வரிசையாகக் கொண்ட வீதிகளும் கோயில்களும் நாற்சந்திகளும் அழகாக இருந்தன.

தன் மாளிகையிலிருக்கும் ஸ்திரீ புருஷர்களைப் போலவே இந்த நகர வீதிகளிலும் ஆண், பெண் அனைவரும் அலங்கரித்துக்கொண்டு நடமாடினார்கள். அங்கங்கு காணப்பட்ட பூஞ்சோலைகளில் மலர்ந்த புஷ்பங்களும் தளிர்களுமே காணப்பட்டன.

எல்லாம் பார்த்தான் சித்தார்த்தன். சரிதான்! உலகமே இன்பப் பொழில், மனிதர்களே அன்பு நிறைந்தவர்கள் என்று தன்னில் தான் மகிழ்ந்துகொண்டான்!

அப்பொழுது கோட்டைவாசலில் வந்து நின்றது ரதம். சாரதியான சன்னா குதிரைகளின் கடிவாளங்களை இழுத்துப் பிடித்துக்கொண்டு, "இளவரசே, தாம் பார்க்க வேண்டிய அனைத்தும் பார்த்துவிட்டீர்கள். தமது மாளிகைக்குச் செல்லலாமல்லவா?" என்று கேட்டான்.

"உம், இதற்குள்ளாகவா? ஊஹூம், முடியாது! கோட்டை வாசலைத் தாண்டி வெளியே கொண்டுவா. அங்கே என்ன இருக்கிறது என்று பார்க்க வேண்டாமா நான்? மத்தியானத்திற்கு இன்னும் அதிக நாழிகை இருக்கிறதே! வெளியே ஓட்டு இரதத்தை" என்றான்.

சன்னாவுக்குத் தூக்கிவாரிப் போட்டது! நகரை மட்டும் சுற்றிக் காண்பிக்கத்தான் அவனுக்கு உத்திரவு. அதற்காக என்று மன்னன் கபிலவாஸ்துவைக் காட்சியுள்ளதாக்கச் சொன்ன கருத்தையும் அவன் அறிவான்!

ஆதலால் அவன் இளவரசன் சொன்னதைக் கேட்டு அஞ்சி நடுங்கிப் போனான். என்ன செய்வது என்று திகைத்தான். என்ன காரணம் கூறிச் சித்தார்த்தனைத் தடுப்பது என்று அவனுக்குத் தெரிய வில்லை!

தன் மாளிகையும், கபிலவாஸ்து நகரமும் போலத்தான் எங்கு மிருக்கும் என்று நினைத்துக்கொண்டு தனக்கு மாளிகை திரும்ப உத்தரவு கொடுப்பான் என்றெண்ணி ஏமாந்த தனது மடமையை நினைத்து வருந்தினான்.

தனது உத்தரவின்படி இரதத்தைச் செலுத்தாமல் அயர்ந்திருக்கும் சன்னாவைப் பார்த்து இனிமையுடன் "என்ன, சன்னா, உனக்குக் களைப்பாக இருக்கிறதா? நகர்ந்து வா. நானே இரதத்தைச் செலுத்துகிறேன். நீ உள்ளே உட்கார்!" என்றான் இளவரசன்.

'களைப்பு!' "களைப்பைப் பற்றிக்கூடத் தெரிந்துவிட்டதே இளவரச னுக்கு! சக்கரவர்த்திகூட என்போல ஏமாந்துதான் போகப் போகிறார் போலும்!" என்று ஏதோ எண்ணியபடியே "வேண்டாம் ராஜபுத்திரா, நானே செலுத்துகிறேன். அங்கெல்லாம் சுற்றிக்கொண்டே போனால் வெய்யிலாகிவிடுமென்றுதான் யோசித்தேன்! வேறு ஒன்றுமில்லை" என்று சன்னா மென்று விழுங்கினான்.

"பரவாயில்லை சன்னா! ஒரு நாளைக்குத்தானே? வெயிலுக்குள் திரும்பிவிடுவோம் செலுத்து இரதத்தை" என்று ஊக்கினான் சித்தார்த்தன்.

மேலே பேச முடியாமல் இரதத்தை வெளிப்புறம் செலுத்தினான் சன்னா. திகிலுடன்கூட!

க்ஷண நேரத்தில் கோட்டை வாயிலைத் தாண்டி வெளியில் வந்து சாலை வழியாகச் சென்றது இரதம்.

சித்தார்த்தனுடைய கண்கள் விரிந்தன! நகரத்தைப் போல இங்கொன்றும் காணோம்! சாலையில் ஓரங்களில் நிற்கும் மரங்களில் பொலிவைக் காணவில்லை! நகரத்து மக்கள் போல இங்கே யாரு மில்லை. ராஜ வீதிகளில் சஞ்சரித்துக்கொண்டிருப்பவர்கள் தனக்களித்த

வாழ்த்துரைகள் எதையுமே காணோம்! என்ன இது? யோசித்தபடியே சென்றான்.

இன்னும் சென்றது இரதம். சாலையின் ஒரு ஓரத்திலிருந்த குடிசையிலிருந்து ஒரு கிழவன் மெல்ல நகர்ந்து வெளியே வந்துகொண்டிருந்ததைக் கண்ணுற்றான்.

அவன் மனம் பதைத்தது, குரலும் பதைபதைக்க, "சன்னா, சற்று நிறுத்து இரதத்தை; இது என்ன? நம்மைப் போன்ற மனிதனா இவன்?" என்று கேட்டான்.

நாவடைத்துப் போனான் சன்னா. அவனால் பேச முடியாத பீதி அவனை ஊமையாக்கிவிட்டது.

அதற்குள் சித்தார்த்தன் பக்கத்தில் அமர்ந்திருந்த சித்திரா என்னும் சேடி "ஆம் ராஜபுத்திரா, நம்போன்ற மனிதன்தான்" என்றாள்.

"ஐயோ, ஏனிப்படி விகாரமாக இருக்கிறான் மனிதன்?" என்று மறுபடி வினவினான் சித்தார்த்தன்.

"ஆமாம், வயது மூத்தால் கிழத்தன்மை வரத்தானே செய்யும்?" என்றுதான் அவள் சொல்ல வேண்டி இருந்தது!

"கிழத்தன்மையா? வயது மூத்தால் கிழத் தன்மை என்பது வருமா எல்லாருக்கும்?"

"ஆம் ராஜபுத்திரா, இதிலென்ன வியப்பு?"

"அப்படியானால் நமக்கும் அது வருமல்லவா – வயது சென்றால்?"

"ஆம்!"

"இம்மாதிரி கோரமான கிழத்தன்மை நமக்கும் வர இருக்கிறதா சித்திரா?"

சித்தார்த்தனுடைய நெஞ்சுக் கலக்கத்தைக் கண்ட சன்னா இரதத்தை வந்த வழியில் திருப்ப முயன்றான். சித்தார்த்தன் தடுத்து "இன்னும் செலுத்து, கிழத்தன்மை பார்த்தேன். இனி என்ன இருக்கிறது என்று பார்க்கிறேன். விடு" என்றான் தீர்மானமாக.

வேறு வழியின்றி மேலே நடத்திச் சென்றான் சன்னா. சிறிது தூரம் சென்றதும் ஒரு சவத்தை நால்வர் தோள்மீது சுமந்து செல்வதையும் அதன் பின்னால் சில பெண்கள் அழுதுகொண்டு செல்வதையும் பார்த்தான் சித்தார்த்தன்.

"சன்னா இரதத்தை நிறுத்து, சித்திரா இது என்ன? எதை அவர்கள் நாலு பேரும் தூக்கிச் செல்கிறார்கள்? பின்னால் பெண்கள் கத்துகிறார்களே இதென்ன?"

"ராஜபுத்திரா, இறந்துபோன மனிதனுடைய சடலத்தைச் சுட எடுத்துப் போகிறார்கள். அவனுடைய மரணத்துக்காக அந்த ஸ்திரீகள் அழுது புலம்புகிறார்கள். உலகில் இது சகஜம்."

"மரணம்! சித்திரா, மனிதனுக்குக் கிழத்தன்மை ஒன்று மரணம் ஒன்று, ஐயோ, அவர்களெல்லாம் துயரத்தால் களையிழந்து காணப்படு கிறார்களே – இதுவும் சகஜம்தானா?"

சித்தார்த்தனுடைய கண்களில் நீர் நிறைந்துவிட்டது. அதே சமயம் அங்கே வந்துகொண்டிருந்த மனிதன் ஒருவன் இருந்தாப் போலிருந்து தடாலென்று தரையில் சாய்வதைக் கண்ணுற்றான் இளவரசன்.

"ஐயோ, சன்னா, இது என்ன? அம்மனிதன் ஏன் விழுந்துவிட்டான்? போய் அவனை ஆசுவாசப்படுத்துவோம். வா" என்று பரபரத்தெழுந்தான்.

உடனே சன்னா இளவரசனைத் தடுத்து "ராஜகுமாரா, அவனுக்கு வந்திருப்பது மிகவும் கொடிய நோய். பாருங்கள் விலுக்குவிலுக்கென கால்கள் உதைத்துக் கொள்வதை. நாம் அவனைத் தீண்டலாகாது. அது தொற்று நோய், நம்மையும் பற்றிக்கொள்ளும்" என்று சொல்லிக் கொண்டே இரதத்தை நடத்தினான்.

சித்தார்த்தன் நெஞ்சில் துயர அலைகள் கொந்தளித்தன. அடக்க வியலாத வேதனை மிகுதியினால் அவன் மதிமயங்கிற்று, தலை சுழன்றது. கண்கள் இருண்டன.

தடுமாற்றத்துடன், "சன்னா, போதும், வீட்டுக்குப் போகலாம், பார்த்தது போதும்" என்று பெருமூச்செறிந்தான்.

இரதம் வந்த வழியில் திரும்பிற்று.

வெய்யில் பொசுக்க ஆரம்பித்துவிட்டது. அந்த எரிக்கும் வெய்யிலில் ஒரு மனிதன் ஏரில் பூட்டப் பெற்ற இரண்டு காளைகளைத் தார்க்கோலால் குத்தி நடத்தியபடி நிலத்தை உழுதுகொண்டிருப்பது சித்தார்த்தன் பார்வையில் விழுந்தது.

முழங்காலளவு சேற்றில் ஏரை இழுக்க மாட்டாமல் இழுத்துக் கொண்டு, கண்களில் நீர் வடிய, உடல் வளைய தார்க்கோல் ஒலியையும் சகித்துக்கொண்டு உழும் அந்தப் பரிதாபக் காட்சியைக் கண்டு தன்னையறியாமல் கைகளால் இரு கண்களையும் பொத்திக் கொண்டு பலபலவென்று கண்ணீரை உதிர்த்தான் இளவரசன்.

காலம் வந்துவிட்டது! என்று மனதில் ஒரு எண்ணம் திடீரென்று முளைத்தது. அந்த வினாடியே சித்தார்த்தன் அமைதியை இழந்துவிட்டான்!

இவ்விதமாக நகரத்தைச் சுற்றிப் பார்க்கும் ஆவலைத் தீர்த்துக் கொண்டு ராஜக்கிருஹத்தின் வாசலை அணுகும்போது உச்சிக் காலத்தின் அறிவிப்பு மணி ஒலித்தது.

சோர்வும் துயரும் வருத்த இரதத்திலிருந்து இறங்கி உள்ளே புகுந்த சித்தார்த்தனை சேவகர்கள் வழிகாட்டி அழைத்துச் சென்றார்கள்.

❖

வசந்தம், 1943 அல்லது 1944

பாப்பாவின் சங்கிலி

கிளப்பின் பந்தடி மேடையில் ஒரு பரபரப்பு ஏற்பட்டிருந்தது. வக்கீல்களெல்லாம் இங்குமங்கும் ஓடினார்கள். 'கிரோடன்ஸ்' செடிகளிலும் தொட்டிகளிலும் மணலிலும் விழுந்து விழுந்து தேடினார்கள். கிளப்பின் காரியதரிசி போலீஸ் ஸ்டேஷனுக்கு ஓடினார். 'பிரிட்ஜ்' ஆடிக்கொண்டிருந்தவர்களும் கையிலிருந்து சீட்டை அப்படியே மேஜையின் மேல் போட்டார்கள். சற்று முன் சிரிப்பும் சத்தமும் நிறைந்திருந்த இடம் திடீரென்று இப்படி மாறுவதற்குக் காரணம் என்ன? சப்ஜட்ஜ் ஆத்மநாதையரவர்களுடைய மூன்று வயசுக் குழந்தை 'பாப்பா'வின் கழுத்திலிருந்த கடிகாரச் சங்கிலியைக் காணவில்லை!

அவர் கிளப்பின் அக்கிரஸனாதிபதி. அவரால்தான் அது புனருத்தாரணமானது. அதற்கு முன் ஜட்ஜுகள் பந்தடி மேடைக்கே போவதில்லை, ஆகையால் காக்கை குருவிகூட அந்தப் பக்கம் எட்டிப் பார்ப்பதில்லை. ஆத்மநாதையருக்கு டென்னிஸ் என்றால் உயிர். அவ்வூருக்கு வந்தவுடன் மேடையைச் சீர்திருத்தம் செய்து இருந்தவர்களைச் சேர்த்துக்கொண்டு ஆட ஆரம்பித்தார். உடனே எல்லா வக்கீல்களும் டென்னிஸ் பித்துப் பிடித்தவர்களாகி விட்டார்கள்.

"எங்கேயும் போகமுடியாது; இங்கேதான் இருக்க வேண்டும்" என்று ஒரு வக்கீல் ஆரூடம் சொன்னார்.

"ஒருவேளை வீட்டில் இருக்குமோ?" என்று சந்தேகித்தார். ஒரு யோசனைக்காரர்.

"இல்லை, இல்லை; இங்கே வந்தபிறகு நான் பார்த்தேனே!" என்று ஒருவர் ஸ்தாபித்தார்.

ஒரு வக்கீல் குழந்தையைத் தூக்கிக்கொண்டு சற்றுக் கொஞ்சிவிட்டு, "சங்கிலி எங்கேயம்மா? யாரெடுத்தா பார்த்தையோ?" என்று சாதுரியமாகக் கேட்டார். அவர் தம் தொழிலில் வழிகாட்டும் கேள்வி கேட்டுக் கேட்டுத் தலை நரைத்துப் போனவர்.

வேறு எப்படியாவது கேட்டிருந்தால் குழந்தை சரியான பதில் சொல்லியிருக்குமோ என்னவோ, எனக்குத் தெரியாது. ஒரு நிமிஷங்கூட யோசியாமல் குழந்தை தாசில்தாரைச் சுட்டிகாட்டி, "அந்த மாமா!" என்றது.

தாசில்தார் உள்பட எல்லோரும் அசட்டுச் சிரிப்புச் சிரித்தார்கள்.

"குழந்தைக்கு என்ன தெரியும்?" என்றார் ஒருவர்.

"என் கறுப்புத் தோலையும் சட்டையையும் பார்த்துச் சொல்லு கிறாள்" என்று தாசில்தார் ஹாஸ்யமாக ரஸத்தை மாற்ற முயன்றார்.

மேடைக்குப் பத்தடித் தூரத்தில் எதிரேயிருந்த கிளப் வாசலில் ஒரு நாட்டுப்புறத்துக் கட்சிக்காரன் உள்ளே வருவதற்கு யோசனை செய்துகொண்டு தயங்கி நின்றுகொண்டிருந்தான். தன் வக்கீல் உள்ளே இருக்கிறாரோ என்று அவனுக்குத் தெரிய வேண்டியிருந்தது. சற்று முன்புதான் பாப்பா அங்கே ஓடி வேடிக்கை பார்க்கப் போயிருந்த போது ஜட்ஜின் குழந்தையென்று கேள்விப்பட்டுக் காலணாவுக்குப் 'பெப்பர்மிண்டு' வாங்கிக் கொடுத்தான்.

திடீரென்று பாப்பா அவனைச் சுட்டிக்காட்டி "அவன் பப்பரமுட்டு வாங்கிக் கொடுத்தான்" என்றது.

அவ்வளவுதான்! கிளப் முழுவதும் குபீலென்று அவன் பேரில் பாய்ந்தது.

"முகத்தைப் பார்த்தாலே தெரிகிறதே!" என்றார் முக லக்ஷணங்களைக் கற்றறிந்த ஒருவர்.

"குழந்தை கெட்டிக்காரி!" என்று ஒரு வக்கீல் ஜட்ஜிடம் சொன்னார். இதனால் ஜட்ஜின் பிரியத்தைச் சம்பாதித்துவிடலாம் என்பது அவர் உத்தேசம்.

"பட்டப் பகலிலே என்ன தைரியம்!" என்று ஒரு பயந்த பேர்வழி ஆச்சரியப்பட்டார்.

"சங்கிலி எங்கே, எடு?" என்று அதட்டினார் நமது நரைத்த நண்பர்.

'லாக்கப்'பில் கொண்டுபோய் வைத்து அங்கே கேள்விகள் கேட்ட பிறகுதான் அந்த அசட்டு நாட்டுப்புறந்தானுக்கு விஷயம் புரிந்தது!

"கடவுளுக்குப் பொதுவாகச் சொல்றேன், ஏட்டையா அதென்ன ஆச்சோ எனக்குத் தெரியாதுங்க. மிட்டாய் வாங்கிக் கொடுத்தது உண்டுங்க. சங்கிலி இருந்ததைக்கூட நான் பார்க்கலிங்க" என்று அவன் பல்லைக் காட்டிக் கெஞ்சினான்.

"அதெல்லாம் யாரு நம்புவா? நீயே மிட்டாய் கொடுத்ததாக ஒப்புக்கொள்றே. சங்கிலியைக் காணோம்."

"அது காணாட்டி நான்தானா பொணே? இதென்ன வம்பா?"

"ஓய்! உம் பேச்சு உபயோகமில்லை. சங்கிலியைக் கொடும்."

“எம் மவ சொரத்திலே கிடக்கா; அவ ஆணையாச் சொல்றேன். எனக்குத் தெரியாதையா!”

“வெளியில் போக வேண்டுமா? ஜெயிலுக்குள் போக வேண்டுமா?”

“எங்க வூட்லே, ஆருமே செயுலுக்குப் போனதில்லே. நான்தானா மரியாதெ கெட்டுப் போவணும்?”

“வேண்டாம். சங்கிலியின் கிரயத்தைக் கொடுத்து விடும்.”

“அதாஞ் சொல்லித் தொலையுங்க ஐயா?”

“இருநூறு!”

“எரணூறா! ஆத்தாடி! என்ன அக்கிரவம் ஐயா?”

அவனுக்கு அதற்குமேல் வெகுநேரம் பேசவே முடியவில்லை. ஆனால் பணம் கொடுப்பதைத் தவிர வேறு வழி இருந்ததாகவும் தெரியவில்லை. “உம்; சரி நாளெக்கிக் கோட்டு டாம்புக்குப் பொஞ்சாதி நவையே செட்டிக் கடையிலே வெச்சி ரூவா வாங்கியாந்தேன். இந்தாங்க வாக்கரிசி போட்டுக்கொங்க!” என்றான் கடைசியில்.

❍

“பார்த்தேளா ஸார்! எனக்குத் தெரியும் அதற்குள்ளே பணமாய் மாற்றிவிட்டான் பார்த்தேளா?”

“அவனை விட்டிருக்கக் கூடாது, ஸார்!”

“தொலைந்து போகிறான் ஸார். பணம் வந்துவிட்டது!”

“நல்லவேளையாய் நான் அங்கே போகாவிட்டால் அவன் தப்பிப் போயிருப்பான்!”

❍

ஆனால் ஒரு கிளப் அங்கத்தினர் மட்டும் அன்றிரவு வெகு பாடுபட்டுப்போனார்; அவர் தாம் தாசில்தார்!

வீட்டுக்குப் போனவர் தபால் பையின் திறவுகோலை எடுப்பதற்காகச் சட்டைப்பையில் கைவிட்டபோது கடிகாரச் சங்கிலி அகப்பட்டது! அவருக்குத் தூக்கிவாரிப் போட்டது. இன்னது செய்வதென்று அவருக்குத் தெரியவில்லை. குழந்தை சொன்னதில் பிசகில்லை! ‘எப்படி என் சட்டைப் பைக்குள் வந்தது? அவளே விளையாட்டாகக் கழற்றிப் போட்டிருக்க வேண்டும்! ஒருவரும் பார்க்கவில்லை’ என்று தமக்குள் சொல்லிக்கொண்டார்.

இரவு முழுவதும் அவர் மனத்தில் ஒரு பிரமாதமான போர். இவ்வளவு நடந்தபிறகு நகையைக் கொடுக்கப் போனால் வெகு கேவலமல்லவா! வெளியில் சொல்லாமல் எல்லோரும் மனத்துக்குள் இகழ்வார்கள். தம் வார்த்தைகளை ஒருவரும் நம்பமாட்டார்கள். மௌனமாய் மதிப்புரை கூறுவார்கள். தமக்கு மட்டுமல்ல, தம் ஸ்தானத்துக்கே அவமானம் வந்துவிட்டதே! சும்மா இருந்துவிட அவருக்கு

மனம் ஸர்வதா இடம் தரவில்லை. அநியாயமாய் ஒரு மூன்றாவது மனுஷ்யன் இதற்காகக் குற்றவாளியாவதா? நஷ்டப்படுவதா? கூடவே கூடாது. கொடுத்தால் கேவலம்; கொடுக்காவிட்டால் அக்கிரமம்.

காலையில் ஒரு தீர்மானத்திற்கு வந்துவிட்டார்.

சாயந்தரம் ஐந்து மணிக்குக் கிளப்பில் எப்போதும்போல் கூப்பாடுகள், சிரிப்புகள், கரகோஷங்கள்!

"நேற்றுக் காணாமல்போன சங்கிலி –" என்ற தாசில்தார் ஆரம்பித்தார்.

எல்லோரும் தம்மைத் திரும்பிப் பார்ப்பதை லக்ஷ்யம் செய்யாமல் தாசில்தார் மேலே பேசினார்:

"குழந்தை பாப்பா என்னைச் சுட்டிக் காட்டியது சரி, ராத்திரி வீட்டில் பார்த்தபோது என் சட்டைப் பையில் சங்கிலி இருந்தது. அது எப்படி அங்கு வந்ததோ தெரியவில்லை. நான்தான் குற்றவாளி. குழந்தை இருவரைச் சுட்டிக் காட்டியதில் என்னைக் குற்றவாளி யென்றும் அவனை 'மிட்டாய்' கொடுத்தவனென்றும் சொன்னாள். நான் தாசில்தார் என்று என்னை நீங்கள் விட்டுவிட்டீர்கள். கேவலம் பட்டிக்காட்டான் என்று அவனைப் பிடித்துக்கொண்டீர்கள்!"

"இப்பொழுதென்ன செய்கிறது ஸார்?" என்று பெரிய வக்கீல் கேட்டார்.

"என்ன செய்கிறதா? வெகுயோக்கியமாக இருக்கிறதே! குற்றவாளி யொருவன்; தண்டனை அடைகிறவன் வேறு ஒருவனோ? ஜட்ஜ் அவர்களும் நானும் மாஜிஸ்டிரேட்டும் இந்த மாதிரி நியாயம் விதித்தால் சரி; உலகம் ஒப்பேறிவிடும்! என் குற்றத்தை நான் உங்களிடம் ஒப்புக்கொண்டு பிரயோஜனம் இல்லை" என்று சொல்லிவிட்டுத் தம் சேவகனைப் பார்த்தார்.

அவன் வெளியே ஓடி அங்கே தயாராக அழைத்துவரப் பட்டிருந்த அந்த நாட்டுப்புறத்தானை அழைத்து வந்தான்.

"ஓய், அசட்டு வியவஹாரக்காரரே! இனிமேலாவது பெரிய மனுஷ்யர்களின் ஜோலிக்குப் போகக் கூடாதென்று உமக்குத் தெரிந்ததா? மிட்டாய் வாங்கிக் கொடுத்ததற்காக உமக்கு 'லாக்கப்' மரியாதை. என் பொறுப்பை உணராமல் நேற்றைச் சம்பவத்தைப் பார்த்துக் கொண்டிருந்ததற்காக எனக்கு ரூபாய் இருநூறு அபராதம். இந்தாரும், உம் பணம். இந்தாருங்கள் ஸார், உங்கள் குழந்தையின் சங்கிலி" என்று இருவர் கையிலும் கொடுத்தார்.

ஆத்மநாதையர் மறுவார்த்தை சொல்லுவதற்கு முன் தாசில்தார் சடக்கென்று எழுந்து நின்றார்.

"நண்பர்களே, போய் வருகிறேன். கிளப்பின் திக்குக்கு வந்தனம்" என்று சொல்லிவிட்டுச் சேவகனுடன் கிளப்பை விட்டுப் போய்விட்டார்.

❖

***புனர்ஜன்மம்*, 1943**

பார்வதியின் தவம்

பர்வத ராஜனான ஹிமவானுக்குக்கூட ஒரு குறைவும் இல்லையென்று சொல்ல முடியவில்லை. பூமிக்கே ஓர் அளவுகோல்; அவ்வளவு விஸ்தாரமாக இந்தியாவின் வடக்கு எல்லையில் அரசு புரிந்தான். மகா நதிகளான கங்கையும் சிந்துவும் அவனுடைய பணி முடியிலிருந்து பிறந்து பெருகிக் கிழக்கேயும் தெற்கேயும் பாய்ந்தன. சப்த லோகங்களும் அவனுடைய பிரதேசத்தில் உற்பத்தியாயின. சப்த மேகங்களும் அவன் காலடியில் படிந்து பணிசெய்தன. குபேரன் அளகாபுரியை அவன் நாட்டில்தான் அமைத்துக் கொண்டான். சொர்க்கலோகத்திலிருந்து தேவதைகள் பூமிக்கு வருவதற்கு ஆசைகொண்டபோதெல்லாம் ஹிமவானுடைய ராஜ்யத்தில்தான் தங்குவது வழக்கம். தவம் புரியும் முனிவரர்கள் அவன் சாரலில்தான் ஆசிரமங்கள் அமைந்துக்கொண்டார்கள். பரமசிவங்கூடத் தம் தவத்திற்காக அவனுடைய சிகரமான கைலாசத்தில் வாசம் செய்தார்.

ஆனால் அவனுக்கு மக்கட்பேறு இல்லாதது பெருங் குறையாக இருந்தது. அவனுடைய மனைவி மேனை எத்துணையோ விரதங்களும் பூஜைகளும் செய்தாள். ஹிமவானும் தவங்கிடந்தான். கடைசியாக ஹிமாலயத்தில் இளவேனிற் காலம் வந்தது. மானஸம் முதலிய தடாகங்களில் தாமரைகள் மலர ஆரம்பித்தன. ராஜ அன்னங்கள் பேடைகளுடன் அங்கே வந்து சேர்ந்தன. ஒரு நாள் ஹிமவானும் மேனையும் புதிதாக வந்த அந்தப் பருவத்து மகிழ்ச்சியில் தாமரையின் அழகைப் பார்த்துக்கொண்டிருந்தார்கள். அங்கே ஒரு குழந்தையைக் கண்டார்கள்.

அவள்தான் பார்வதி. பிரகிருதிசக்தி பெண் குழந்தையாக அவர்களுடைய கண்களில் தோன்றினாள். மேனை உடனே அந்தக் குழந்தையைக் கையில் எடுத்துக் களிப்புற்றாள்.

அது முதல் இமயமலைச் சாரலில் ஒவ்வொரு வருஷமும் வசந்த காலம் வந்து இயற்கை, அழகான பார்வதிக்கு ஆண்டு நிறைவு நடத்தும். பூவும் பழமும் வாரி இறைத்துப்

பட்சிகளைப் பாடச் சொல்லும். எங்கே பார்த்தாலும் பச்சைப் புல்லை விரித்துப் பவழக் கோலம் போடும். அந்த வசந்த மாத உற்சவத்தின் நடுவில் பார்வதி, ஆபரணத்தின் நடுவிலிருக்கும் மரகதம்போல ஜொலிப்பாள்.

மாதம் ஒரு முறை பூர்ண சந்திரன் வந்து நிலவைப் பொழிந்து அவளை அதில் மெல்ல நடக்கவிடுவான். அந்த இன்ப ஒளியில் அவளுடைய அங்கங்கள் மேனி கொள்ளும். நட்சத்திரங்கள் அவள் தலைமயிரில் பூக்கள் போலப் பொலியும். இரவுகளில் சந்தன மரங்களி லிருந்து காற்றுப் புறப்பட்டு வந்து அவளுக்கு வாசனை வீசும். மேகங்களி லிருந்து மின்னலை எடுத்து அவளுக்கு ஆபரணங்கள் செய்து அணிந் திருந்தாள் மேனை.

தினமும் அவள் தன் அறையிலிருந்து உஷையைப் போல வெளியே வருவாள். திக்குகள் எல்லாம் அவள் ஒளி பட்டுச் சிவக்கும். அவள் காலடி எடுத்து வைக்கும்போது ஒரு தடவை பூமி சிலிர்த்துப் பூமகிழ்ச்சி கொள்வாள். அவள் தோழிகளுடன் பேசும் குரலைக் கேட்டுப் பட்சிகள் பாடம் செய்யும். மான்கள் வந்து அவள் விழிகளிலிருந்து மருட்சியைக் கற்றுக்கொள்ளும்.

தினமும் மாதமும் வருஷமும் அளித்த இந்தத் தித்திப்பு, பர்வத குமாரிக்கு ஏனோ பிடிக்கவில்லை. அதில் தென்பட்ட மகிழ்ச்சி அவளுக்கு அதிகமாக இருந்தது. அந்த இன்பச்சாரலை விட்டு நீங்கிப் பர்வத சிகரத்தின் பனித் தனிமைக்குப் போனாள்.

அங்கு ஒன்றுமே இல்லை. எங்கே பார்த்தாலும் பர்வதமும் பனியுமே தோன்றின. அவற்றின் நடுவில் கைலாய சிகரத்தின் உயர்வில் சிவபிரான் தவம் செய்த வண்ணம் உட்கார்ந்திருந்ததைக் கண்டாள். அவருடைய தலையின் சடைகளிலிருந்து கங்கை, சிறு நீர்வீழ்ச்சிகளாகப் பெருகிக் கொண்டிருந்தாள். அவர் தலையில் பிறை படிந்திருந்தது. கண்களை மூடிக்கொண்டு உணர்ச்சியற்றவர்போல் இருந்தார் அவர்.

அவர் எதைக் குறித்துத் தவம் செய்துகொண்டிருந்தார்? சுற்றியிருந்த பனியின் தூய்மையையும் தூக்கியடித்துக்கொண்டு ஒளி வீசியது, அவருடைய தேக காந்தி. தம் வல்லமையை ஏற்கும் தன்மை வாய்ந்த ஒரு சக்தியை வேண்டித் தவம் செய்தாரோ?

பார்வதி அந்தக் காட்சியைக் கண்டு காதல்கொண்டாள். அங்கேயே வசித்து அந்தத் தவ வடிவத்தின் பணியிலேயே ஈடுபட வேண்டுமென்று தீர்மானித்தாள். அவளும் அந்தச் சேவைத் தவத்தில் இறங்கினாள்.

அந்த வருஷம் வசந்த காலம் பார்வதியைத் தேடிக்கொண்டு கைலாசத்திற்கே வந்துவிட்டது. எங்கும் வர்ணமும் வாசனையும் நாதமும் நிறைந்தன. பனிகூடப் பிரிந்து காற்றில் தென்றலின் இன்ப ஸ்பரிசம் தோன்றலாயிற்று.

பார்வதி அந்த வசந்த காலத்தையே சிவபிரானுக்கு நிவேதனம் செய்தாள்.

மாசி மாதத்தில் ஐந்தாம் பிறையன்று பார்வதி மாக பூர்ணிமா விரதத்தை ஆரம்பித்தாள். அது பத்து நாள் விரதம். ஒவ்வொரு நாளும் உஷக் காலத்தில் பனி நீராடி, ஒளியுடுத்து, ஈரக் கூந்தலில் தூய அறுகம்புல்லை அணிந்து பார்வதி, தனது ஜோதி உடலிலிருந்து ஜ்வாலை வீசச் சிவார்ச்சனை செய்தாள். ஆயிரத்தெட்டு வகையில் அவர் குணங்களை வர்ணித்துப் புகழ் பாடினாள்.

பூர்ணிமையன்று இரவு, நிலவு பட்டப்பகல் போல ஒளி வீசிக் கொண்டிருந்தது. கங்கையின் நீர் வீழ்ச்சி அந்த ஒளியில் துள்ளி விளையாடிற்று. பார்வதி அந்த நிலவிலிருந்து உதித்த ஒளி உருவம் போல, சிவ சந்நிதியில் விரத கன்னிகையாக நின்றுகொண்டிருந்தாள். அவள் உடுத்திருந்த மரவுரிகளின் இடைவெளிகளிலிருந்து அவள் அங்கங்கள் விறகுகளின் இடைவெளிகளில் தென்படும் நெருப்புத் துணுக்குகள்போல் பிரகாசித்தன.

பார்வதியின் அழகே மெய்ம்மறந்தது. எதிரே தவத்திருலிருந்த உண்மை, விசுவரூபம் கொண்டது. சிவபெருமானுடைய சடைகள் மேக மண்டலங்களாயின; சந்திரன் அதில் பதிந்திருந்தான். கங்கையின் தாரை அந்த மேகங்கள் விடுத்த மழைபோல் கொட்டியது. கீழே பிரகிருதியும் பிரகிருதியின் மூல விக்கிரகமான பார்வதியும் அந்தப் பெருமழையில் உயிர்பெற்று நின்றார்கள்; திளைத்தார்கள்.

சிவபிரான் கண்கள் திறந்தன. தவம் கலைந்தது. பார்வதியைப் பார்த்ததும் அவருடைய உதடுகளில் ஒரு புன்முறுவல் தோன்றியது, மறையுமுன் தென்படும் மின்னல் போல. பார்வதியின் பாவையன்ன அழகு அவர் பார்வையைக் கவர்ந்தது. சேதனம் இன்றி இருந்த பிரம்மம் திடீரென்று சேதனம் அடைந்தது.

மறுகணம் அவருடைய கண்கள் சிவந்தன. சுற்று முற்றும் பார்த்தார். சிறிது தூரத்தில் மன்மதன் கரும்பு வில்லும் கையுமாகக் கிளி வாகனத்தின் மேல் ரதியுடன் அமர்ந்து மலர் அம்புகளைத் தொடுத்துக் கொண்டிருந்தான்.

சிவபிரான் மூன்றாம் கண்ணைத் திறந்தார். அதே கணம் மன்மதன் காலக்கினியில் பட்டு எரிந்து சாம்பலானான். பார்வதி நடுநடுங்கி நின்றாள்.

ஆனால் சிவபெருமான் கோபம் பயன்படவில்லை. காரியம் நடந்துவிட்டது. பார்வதியை நோக்கிக் கைகளை நீட்டினார். மெய்ம்மறந்த மகிழ்ச்சியுடன் பார்வதி சிவபிரான் மார்பில் சாய்ந்தாள்.

மலைச் சாரலில், மரநிழலில், மடுக்கரையில், – எங்கும் திடீரென்று ஆண்குரல் பெண்ணை அழைத்தது.

❖

***புனர்ஜன்மம்*, 1943**

‘மனம் வெளுக்க’

1

அதெல்லாம் ஒரு சின்ன விஷயத்தில்தான் ஆரம்ப மாயிற்று. சின்ன விஷயம் என்றும் சொல்லிவிட முடியாது. அகிலாண்டம் ஐயர் அதைப் பெரிய விஷயமாகக் கருதி விட்டதால்தான் அவ்வளவு பெரிய மனஸ்தாபம் அவருக்கும் அவர் மைத்துனர் ராஜாராமையருக்கும் இடையே ஏற்பட்டது.

பண விஷயந்தான். அகிலாண்டமையர் நல்ல ஸ்திதியி லிருந்தபோது முதல் இரண்டு பெண்களுக்கும் வேண்டிய மட்டும் செய்தவர்தாம் ஒரு காலத்தில். ஐயம்பேட்டையில் காவேரிப் பாசனம் கொண்ட முதல்தரமான நன்செய்கள்; ரொக்கம் வேறு கையில்; மனைவி பேரிலோ அவரும் ராஜாராமையருமாகப் போட்டி போட்டுக்கொண்டு சுமத்திய நகைகள்; அக்கிரகாரத்தில் பெரிய வீடு; மாடு கன்று; தோட்டம் துரவு – ஒன்றும் குறைவில்லை.

இரண்டு பஞ்சாயத்துப் போர்டுத் தேர்தல்கள்; அவற்றின் விளைவாக நேர்ந்த இரண்டு கட்சி விவகாரங்கள்; இரண்டு வருஷம் சாவி; மூன்றாம் பெண் கல்யாணம்; அவ்வளவுதான் – நிலங்களும் ரொக்கமும் இருந்த இடம் தெரியவில்லை; நகைகள் ஒவ்வொன்றாக எப்படியோ மறைந்தன; வீடு அடைமானத்தில் விழுந்தது. மொத்தத்தில் தஞ்சாவூர் ஜில்லா மிராசுதார்கள் எல்லாரையும் போல அகிலாண்டமையரும் மயிலைக்காளை வண்டியை விற்று விட்டுப் பஸ்ஸில் ஏறிக் கோர்ட்டுக்குப் போக ஆரம்பித்தார்.

அவசரச் செலவுக்காக மைத்துனரிடம் புரோ நோட்டின் பேரில் இரண்டாயிரம் ரூபாய் கடன் வாங்கவேண்டிய அவசியமும் ஏற்பட்டுவிட்டது. வாங்கினபொழுது ஆறு மாசங்களில் திருப்பிக் கொடுத்துவிடுவதாகத் திட்டம் போட்டுத்தான் வாங்கினார். ஆனால் திட்டம் போட்டபடி எல்லாம் நடக்கிறதா? அதுவும் கடனைத் திருப்பிக் கொடுக்கிற விஷயத்தில்!

குறுகிய காலத் தவணையை உத்தேசித்து ராஜாராமையர் புரோநோட்டுக்கூட வேண்டியதில்லை என்றார். புரோநோட்டு எழுதிக் கொடுக்காமல் பணம் வாங்கிக்கொள்ள முடியாது என்று அகிலாண்டமையர் பிடிவாதம் செய்தார்.

ஆறுமாசங்கள், ஆறு ஆறு மாசங்கள் ஆயின. பணம் புரளுவ தென்றால் சாதாரணமாக இருக்கிறதா? ராஜாராமையரும் இடையில் வாய் திறக்கவே இல்லை. சம்சாரியாகிய தம் தங்கை படும் பாட்டைக் கண்டு பணப் பேச்சை எடுக்கவே அவருக்கு நா எழவில்லை. மேலும் அவர் அதைத் தங்கை விஷயமாகவே உபயோகப்படுத்த எண்ணியிருந்தார்.

ஆனால் அதற்கு ஓர் ஆதாரம் வைத்துக்கொள்ள வேண்டும் என்பது அவர் எண்ணம். நோட்டு காலாவதியாக இருந்த மூன்று நாட்களுக்கு முன் அவர் தங்கை புருஷனைத் தனியாக வெளியே அழைத்துக்கொண்டுபோய் வெகுசாதுரியமாகப் பேச்சை ஆரம்பித்து, "நோட்டில் பேருக்கு ஏதாவது வரவு வைத்தால்..." என்ற மாதிரி சூசனையாகத் தன் மனத்தில் சங்கடப்பட்டுக்கொண்டிருந்த விஷயத்தை ஒருவாறாக வெளியிட்டார்.

அந்த நிமிஷமே அகிலாண்டமையர் எப்படியோ மாறிவிட்டார். மரியாதையுள்ள மனுஷ்யனிடத்தில் நெருக்கடியில் வாங்கின பணத்தைத் திருப்பிக் கொடுக்க முடியாமற்போன துக்கமும் வெட்கமும் உடனே கோபமாகத்தான் வெளிப்பட்டன.

"வரவு என்ன வைப்பது பிரமாதத்திற்கு? இன்னும் ஒருவாரத்தில் எங்கேயாவது ஏற்பாடு செய்து கொடுத்துவிடுகிறேன்! அவ்வளவுதானே?"

"நான் இப்போது உங்களைப் பணம் ஒன்றும் கொடுக்கும்படியே சொல்லவில்லை, அத்திம்பேரே!– நீங்கள்–"

"விஷயத்தை விஸ்தாரப்படுத்துவானேன்? ஒரு வாரம்."

வரவு வைக்க வேண்டுமென்று மைத்துனன் கேட்டது மிகவும் நியாமானது என்று அவருக்குத் தெரியாமலில்லை. ஆனால் அவரிடம் அந்தச் சமயம் கையில் கொஞ்சங்கூடப் பணம் இல்லை. பணம் கொடுக்காமல் வெறும் வரவு வைப்பதில் அவருக்கு இஷ்டமில்லை. அதை எப்படி வெளியில் சொல்வது?

"நான்தானே புரோநோட்டை எழுதவேண்டுமென்று சொன்னேன்! நீகூட வேண்டாமென்றுதானே சொன்னாய்? வரவென்ன இதற்கு? ரொம்ப நாளாகிவிட்டது. கொஞ்சம் பொறுத்துக்கொள். உன் தங்கை கூடச் சொல்லிக்கொண்டே இருக்கிறாள்."

"அதைப் பற்றி ஒன்றும் பாதகமே இல்லை, மெள்ளச் சௌகரியம் போலக் கொடுங்கள். ஒரு வரி எழுதிவிடலாமா அதில்? என்ன? எப்பொழுது ஒரு காகிதம் இருக்கிறதோ–"

தம் மைத்துனன் தம்மை நம்பவில்லை என்றுதானே அகிலாண்டமையருக்கு நியாயமாகத் தோன்றும்? அது தம் நிலைமையைச்

சுட்டிக் காட்டுவதுபோல் இருந்தது. அவருக்குக் கோபமும் அவமானமும் தாங்கவில்லை. அதைக் கண்டு ராஜாராமையர் தம் மனத்திலிருந்து மேல் யோசனையைச் சொன்னார்.

"இல்லாவிட்டால் ஒன்று செய்வோம். வெட்டியான் கட்டளை, வில்லங்கம் இல்லாமல்தானே இருக்கிறது? நோட்டுத் தொகைக்கு – வட்டியைப் பற்றி யோசிக்க வேண்டாம் – பந்தகம் ஒன்று எழுதிவிட்டால் என்ன?" என்றார் ராஜாராமையர்.

அதைக் கேட்டதும் அகிலாண்டமையருக்குக் கோபத்துடன் துக்கமும் சேர்ந்துகொண்டது. வில்லங்கமில்லாத ஒரே சொத்தின்மேல் தம் மைத்துனனே நோக்கம் வைத்துவிட்டான் என்று அவருக்கு வேதனை ஏற்பட்டது. ராஜாராமையர் எண்ணினது வேறு. அந்த 'வெட்டியான் கட்டளை' என்ற நிலத்தைத் தவிர மற்ற சொத்தெல்லாம் – இருந்ததும் அடைமானமாகி வட்டி வேறு அசாத்தியமாக ஏறிக்கொண்டிருந்தது. வெட்டியான் கட்டளையைத் தாம் பந்தகம் வாங்கிக்கொண்டு கடன்காரர்களிடம் சிக்காமல் செய்து தம் தங்கைக்கு மிச்சம் பிடித்துக் கொடுக்கலாம் என்பது அவர் உத்தேசம். மகா ரோஷக்காரரான அத்திம்பேருக்கும் அது சௌகரியம். தாமும் ஒரு விதத்தில் உதவியதாக இருக்கும் என்று எண்ணினார். ஆனால் அதை அப்போது வெளியிட அவருக்குப் பயம்.

அகிலாண்டமையர் திகைத்துப்போய்ச் சற்று நேரம் ஒன்றும் பேச முடியாமல் மௌனமாக யோசனை செய்தார். மைத்துனனே தம் கை சளைத்த நிலையில் இப்படி வலைபோட்டுத் தம்மைச் சிக்க வைக்க முயலுவான் என்று அவர் எண்ணவே இல்லை. தங்கையாவது, தமையனாவது; புருஷனாவது! உலகத்தில் பணம் என்றால் – இந்தமாதிரி அவர் எண்ணங்கள் ஓடின.

"நான் எதற்காகச் சொல்லுகிறேன்–" என்று ராஜாராமையர் தம் அபிப்பிராயத்தை லேசாக வெளியிட முயன்றார்.

"நான் உனக்குப் பந்தகம் எழுதித் தரமாட்டேன்!" என்று அகிலாண்டமையர் திடீரென்று அநாவசியமான கோபத்துடன் சொன்னார்.

ராஜாராமையருக்குத் தூக்கிவாரிப் போட்டது. அவர் அப்படி அடித்தாற் போலச் சொன்னது அவருக்குச் சுருக்சுருக்கென்று தைத்தது. தாம் தங்கைக்கும் அவள் குடும்பத்துக்கும் அவ்வளவு செய்து, அதற்குத் துரோகமாக ஏதாவது செய்ய முடியுமா என்று அத்திம்பேருக்கு ஏன் தெரியவில்லை என்று அவருக்கும் கொஞ்சம் கோபம் வந்தது.

"ஏதாவது ஒன்று செய்துதானே ஆக வேண்டும்!"

"ஒரு வாரத்தில் பணம் கொடுக்கிறேன் என்றேனே!"

"ஒரு வாரத்திலாவது, கொடுக்கவாவது, அதெல்லாம் எதற்காகச் சொல்லுகிறீர்கள்?" என்று ராஜாராமையர் தம்மையும் மறந்து கொட்டிவிட்டார்.

'மனம் வெளுக்க' 507

அகிலாண்டமையருக்கு அதைக் கேட்டதும் முகம் சிவந்து. உடல் துடிக்கலாயிற்று.

“முடியாது என்றுதான் வைத்துக்கொள்ளேன். நீ என்னை மிரட்டிப் பந்தகம் வாங்கப் பார்க்கிறாய்; முடியாது! உன்னால் ஆனதைப் பார்த்துக்கொள்!” என்று அவர் கண்தெரியாமல் பேச ஆரம்பித்தார்.

“என்ன சொன்னீர்கள்? என்னால் ஆனதைப் பார்த்துக்கொள்ளவா? சரி, பார்த்துக்கொள்கிறேன்.”

“சரி, போ! என் வீட்டில் காலெடுத்து வைக்காதே இனிமேல்!”

இதுவும் அநாவசியம். ஆனால் கோபத்திற்கு அவசியம் அநாவசியம் என்ற அறிவு இருக்கிறதா?

“உம் வீட்டில் என்ன இருக்கிறது, நான் காலெடுத்து வைக்க?”

ராஜாராமையர் அதற்குமேல் “என்னடா அதிகமாகப் பேசுகிறாய்?” என்றார்.

“என்ன அதிகம் வந்துவிட்டது? நானுந்தான் போகிறது, போகிறது என்று இருக்கிறேன். என் தங்கைக்குப் போட்ட நகை ஒன்றை நீங்கள் பாக்கி வைத்திருக்கிறீர்களா?”

இந்த மாதிரியாகப் பேச்சு வளர்ந்ததால் இரண்டு வீடுகளுக்கும் போக்குவரத்தே நின்றது.

2

கல்யாணிதான் நடுவில் அகப்பட்டுக்கொண்டு திண்டாடினாள். இரண்டு பக்கங்களிலும் பேச முடியவில்லை அவளால். கணவன் படும் பாட்டை அவள் தினமும் கண்முன் பார்த்தாள். கடன் ஏறி விட்டது என்ற கவலையாலும் வைராக்கியத்தாலும் ஒரேவேளைச் சாப்பாடுதான் சாப்பிடுவது என்று பிடிவாதமாக ஏற்பாடு செய்து கெண்டார். மனைவி எவ்வளவு சொல்லியும் கேட்கவில்லை. கூடவே கல்யாணியும் அந்தமாதிரி செய்தாள். ஆறு குழந்தைகள் பெற்று அரை உடம்பாகியிருந்தவள் கவலையாலும் துக்கத்தாலும் ஆகார மின்மையாலும் இளைத்துப் போனாள். அதனால் அடிக்கடி நரம்புகள் இழுக்க ஆரம்பித்தன. ஊரார் பிசாசு என்றார்கள்.

கணவன் தன் தமையன்மேல் கொண்ட கோபத்தைப் பிசகு என்று அவளால் கருத முடியவில்லை. ஆனால் தமையனையும் தன் மனமார அவளால் புறக்கணிக்க முடியவில்லை. ‘அவன் ஏன் அந்த மாதிரி நடந்துகொண்டான்? இரண்டாயிரம் ரூபாயா அவனுக்குத் திடீரென்று அவ்வளவு பெரிதாகப் போய்விட்டது? தன்னை மறந்து விட்டானா? அன்போடும் அநுதாபத்தோடும் அதுவரையில் அவளுக்கு ஒரு மனக்குறையுமின்றி எல்லாம் செய்தானே! அவள்தான் காரணம்! அவள்தான் அவன் மனசை மாற்றியிருக்க வேண்டும்? இப்படித் திடீரென்று அவள் கோபம், மனஸ்தாபம் எல்லாம் தமையன் மனைவி பேரில் திரும்பிற்று. தமையனைத் திட்ட மனம் வராமல் தமையனின் பெண்சாதிமேல் பழி சுமத்தினாள்.

“என்பேரில் உயிராக இருந்த அண்ணாவை இப்படி மாற்றி விட்டாளே படுபாவி! என்னைத் தோளில் தூக்கி வளர்த்தவனாச்சே!” என்று பழைய நினைப்புகள் கொண்டு பரிதவித்தாள்.

பெண்களிடையேயும் கலகம் வலுத்தது. நீ, நான் என்றுகூடப் பேச்சு வளர்ந்தது. அதை மனைவி மூலம் கேட்டு ராஜாராமையர் கூடத் தங்கைமேல் கொஞ்சம் மனஸ்தாபம் கொண்டார். அதைக் கண்டதும் அவர் மனைவி அதுதான் சமயம் என்று உரம் ஏற்றலானாள் என்று சொல்ல வேண்டுமா? மனசு கல்மஷமாகி விட்டால் எந்த வார்த்தைக்கும் புது அர்த்தம் தோன்றுவது சகஜந்தானே?

கொஞ்சநாள் கணவனுக்குத் தெரியாமல் கல்யாணி தமையன் வீட்டிற்குப் போய்க்கொண்டிருந்தாள். அவர் மனைவியுடன் சண்டை ஏற்பட்டதும் அங்கே போவதை நிறுத்திவிட்டாள். அதைக் கண்டு ராஜராமையர் வருத்தமும் கோபமும் கொண்டார்.

ராஜாராமையர் சொன்ன பேச்சுத் தவறவில்லை. உடனே கோர்ட்டில் தாவா செய்து வீட்டை ஏலத்திற்குக் கொண்டுவந்து தாமே அதை எடுத்துவிட்டார். அவ்வளவு தூரம் போனவருக்கு ஸ்வாதீனம் செய்து கொள்ள மட்டும் மனம் இடங் கொடுக்கவில்லை.

ஊரில் ஏலத்துக்குத் தமுக்குப் போட்ட தினத்தன்று கல்யாணியின் நரம்புகள் இழுத்துக்கொண்டதால் படுத்த படுக்கையானாள். அகிலாண்டமையர் அவமானம் தாங்காமல் வீட்டைவிட்டு வெளியே கிளம்பவேயில்லை. மனைவியின் வியாதிக்குத் தாமே காரணமென்று பச்சாதாபங்கொண்டு அவளுடைய படுக்கையண்டையே உட்கார்ந்து வேண்டியதைச் செய்தார்.

சில நாட்கள் குழந்தைகள் மூலமாக ராஜாராமையர் தங்கைக்குப் பழங்களும் மருந்துகளும் அனுப்பினார். அகிலாண்டமையர் ஒரு நாள் அடைந்த ஆத்திரத்தில் குழந்தைகளையும் அங்கே போகக் கூடாது என்று தடுத்துவிட்டார். அதைக் கண்டு ராஜாராமையருக்கு வெறுப்பு உண்டாயிற்று. ‘எக்கேடாவது கெட்டுப் போகட்டும்; நன்றி கெட்ட நாய்கள்’ என்று தமக்குள் சொல்லிக்கொண்டார்.

கல்யாணி மட்டும் அப்பொழுதும் அண்ணன் பாசம் விடாமல் தன் உடல்நிலையைப் பற்றி வீடு கூட்டுகிறவளிடம் ரகசியமாகச் சொல்லி அனுப்பினாள். பதில் வரவில்லை. கல்யாணிக்கு நெஞ்சு உடைந்ததுபோல் ஆகிவிட்டது.

3

பலவீனத்தின் காரணமாகவும் வியாதியின் பயனாகவும் ஒரு நாள் கல்யாணிக்கு மூர்ச்சை போட்டுவிட்டது. அவள் இறந்துவிட்டாள் என்று எண்ணி அகிலாண்டமையர் துக்கம் மேலிட்டு வாய்விட்டு அழுதுவிட்டார். குழந்தைகளும் அலறினார்கள். ஊர் கூடிவிட்டது. ராஜாராமையருக்கு யாரோ தகவல் சொன்னார்கள்.

ராஜாராமையர் கேட்ட இடத்திலேயே உட்கார்ந்து போனார். ஆறுதல் சொல்லவந்த மனைவிமேல் சீறி விழுந்தார்.

"உன் பேச்சைக் கேட்டு என் கல்யாணியின் மனசை உடைத்து விட்டேனே! என்னால்தான் அவள் செத்தாள்!"

"நீங்கள் வீட்டை ஏலத்திற்குக் கொண்டுவந்த தினம் படுத்தவள் தான்!"

ராஜாராமையர் அதைக் கேட்டு அறியாத உண்மையை அறிந்தவர் போலத் திடுக்கிட்டார். உடனே எழுந்து தெருவழியாக ஓடித் தங்கை வீட்டிற்குள் நுழைந்து சுற்றியிருந்த கூட்டத்தை விலக்கிக்கொண்டு தங்கை கிடந்த படுக்கையண்டை போனார்.

"கல்யாணி! அம்மா, கண்திறடி! நான் செய்தது முட்டாள்தனம். கோபமா உனக்கு?" என்று ராஜாராமையர் அலறினர்.

"அடே, ரெண்டு பேருமாகச் சேர்ந்து அவளை–" என்று அகிலாண்டமையர் புலம்பினார்.

"இல்லை, கல்யாணி என்னைப் பார்க்காமல் சாகமாட்டாள். அவள் சாகவில்லை. டாக்டரைக் கூப்பிட வேண்டும்!" என்று சொல்லிக் கொண்டு ராஜாராமையர் லோகல் பண்டு ஆஸ்பத்திரி டாக்டருக்குச் சொல்லியனுப்பினார். டாக்டர் வந்து நாடியைப் பரிசோதித்துவிட்டு உடல்நிலைமையையும் கவனித்து, "என்ன ஸார், நீங்கள், எல்லாம் தெரிந்தவர்கள்; இப்படி அமர்க்களப்படுத்துகிறீர்களே? இது ஹிஸ்டீரியா. பிராண பயம் இல்லை" என்று சொல்லிவிட்டு வெளியே போனார்.

மூர்ச்சை போட்டுக் கிடந்த தங்கை, கால்மாட்டில் தமையன், தலைமாட்டில் புருஷன், சுற்றிலும் குழந்தைகள்; – எல்லோரும் மௌனம்.

இரண்டு மணி நேரங்கழித்துக் கல்யாணி கண் திறந்து பார்த்தாள்.

"கல்யாணி!"

"அண்ணா!"

கல்யாணி, தமையன் கையை எடுத்து மெதுவாகக் கணவன் கையில் வைத்தாள்.

அதற்குமேல் ஒருவரும் பேசவில்லை.

தேய்த்த பாத்திரங்களில் கழுவுமுன் இருக்கும் அழுக்கு, தண்ணீர் பட்டதும் விலகுவதுபோல மூன்று உள்ளங்களிலும் இருந்த மாசு அப்பொழுது விலகிற்று.

'மனம் வெளுக்க வழியுண்டு'. மரணம் என்ற மகத்தான சொல் ஒன்று இருக்கிறது.

❖

புனர்ஜன்மம், **1943**

அர்ச்சனை ரூபாய்

ஒருவிதமாக இரவுப் பொழுது போயிற்று. ஒவ்வொரு மணியும் மெள்ளமெள்ள நகர்ந்து ஊர்வது போலத் தோன்றிற்றுப் பாலுவிற்கு. அதிலும் அன்றிரவு தீராதோ என்று எண்ணும்படியாக அவ்வளவு கவலையுடன் கழிந்தது. 'எப்போது விடியும்? எப்பொழுது டாக்டர் வருவார்?' என்று பாலுவும் அவன் மனைவியும் தாயும் ஏங்கித் தவித்தார்கள்.

குழந்தை ராஜம் பிரக்ஞையற்றுப் படுக்கையில் கிடந்தான். அதற்குமுன் அடிக்கடி ஸ்மரணை வந்து அழுதது போலக்கூட அன்றிரவு அவன் அழவில்லை. ஏதோ ஒரு வேதனையில் அடிக்கடி உடம்பு மட்டும் துடித்தது. மார்பிலும் தொண்டையிலும் கபம் பாறையாகக் கட்டிப்போயிருந்தது. மார்பில் கபக் கவசத்தை (ஆண்டி பிளாஜிஸ்டின்) அடை போல அப்பியிருந்தார்கள். பிளானல் சட்டை போடப் பட்டிருந்தது. அறை முழுவதும் நீலகிரித் தைல வேகம்.

இரவெல்லாம் பாலுதான் படுக்கையண்டை கண்ணயராமல் உட்கார்ந்துகொண்டு கவனித்து வந்தான். ஜானகி பதினைந்து நாட்களாய் இராப் பகலாகக் கஞ்சியும் வெந்நீரும் மாறி மாறித் தயார் செய்வதிலும் சமையல் வேலைகளைக் கவனிப்பதிலும் ஈடுபட்டிருந்ததால் அயர்ந்து போய்விட்டாள். வருத்தத்தின் மிகுதியால் களைப்புற்றுத் தன்னை மறந்து அதிகாலையில் கொஞ்சம் தூங்கிவிட்டாள். பாலுவின் தாய் கூடத்தில் தொங்கவிட்டிருந்த படங்களின் கீழ்ப் படுத்துக்கொண்டு, வேண்டுதலை செய்து, உரக்கத் தெய்வங்களை அழைத்துக்கொண்டிருந்தாள்.

விளக்கு வைத்தபோது ஆரம்பித்த மழை இரவு முழுவதும் விடவில்லை. இடியும் மின்னலும் காற்றுமாகப்

பூமியை ரணகளமாக்கின. அன்றிரவு ஊரில் அநேக மரங்கள் சாய்ந்தன. ஒரு தென்னைமரம் இடி விழுந்து எரிந்து போயிற்று. அறையின் கதவுகளை இறுகச் சாத்திவிட்டுப் படுக்கையண்டை உட்கார்ந்துகொண்டு பாலு கடிகாரத்தைப் பார்த்தவண்ணமாக இருந்தான். அதிகாலையில் தான் மழை நின்றது. ராக்ஷஸனைப் போல இரவு முழுவதும் அட்டகாசம் செய்த புயல் விடியற்காலையில் எங்கோ மறைந்து போய்விட்டது.

இரவில் வந்து குழந்தையைச் சோதித்துப் பார்த்த டாக்டர் நாடி ஒன்றும் பிடிபடவில்லையென்றும் காலையில்தான் நிதானப்படும் என்றும் சொல்லிவிட்டார். உடம்பிற்கு உஷ்ணம் கொடுப்பதற்காக இடைவிடாமல் கால்களில் தவிடு 'ஒற்றடம்' போடச் சொன்னார்.

கடைசியாக அடுத்த வீட்டு வாசலில் சாணி தெளிக்கும் சத்தம் பாலுவின் காதில் பட்டது. சாதாரணமான காலங்களில் அப்பேர்ப்பட்ட சில்லறைச் சம்பவங்கள் நமது கவனத்திற்கே வருவதில்லை. மிகவும் அற்பமான சில தினசரி நிகழ்ச்சிகள் சில நெருக்கடிக் காலங்களில் மிகவும் முக்கியமாகிவிடுகின்றன. நாம் எதிர்பாராத வகையில் விரோதமாகவோ உதவியாகவோ இருக்கின்றன. அந்தச் சாணி தெளிக்கிற சத்தம், அன்று அவன் காதில் உயிரைக் கொடுக்கும் நாதமாகக் கேட்டது. பிரக்ஞையற்றுப் படுக்கையில் கிடந்த உடம்பே உயிர்ச் சின்னத்துடன் புரண்டு கொடுத்த சத்தம்போல் இருந்தது அது. அவனுக்கே உயிர்வந்தது. "அப்பாடா!" என்று ஆறுதலுடன் மூச்சு விட்டான். அப்போதுதான் அவனுக்குச் சிரமமும் தளர்ச்சியும் ஏற்பட்டது தெரிந்தது.

குழந்தையின் அருகில் ஜானகியை இருக்கச் சொல்லிவிட்டு, மெதுவாக வாசற்கதவைத் திறந்துகொண்டு வெளித்திண்ணையில் போய் உட்கார்ந்தான். வெகுசீக்கிரத்தில் பலபலவென்று பொழுது விடிந்து சூரியோதயமுமாயிற்று. நீண்ட இரவிற்குப் பிறகு பகல் பரவுகின்ற சுருக்குத்தான் என்ன? டாக்டரின் வருகையை ஒவ்வொரு நிமிஷமும் எதிர்பார்த்து இருப்புக் கொள்ளாதவனாய் அங்கும் இங்கும் உலாவ ஆரம்பித்தான். அப்போது தோட்டி தெருவை வெகு அவசரமாகக் கூட்டிக்கொண்டு போனான்.

"என்ன எளவு, மானமே உதிந்து போனாப் போலே! இன்னிக்கிங்கத் தெருவுலே என்ன குப்பை? கூரையெல்லாம் பிச்சிக்கிட்டு வந்து கெடக்கு" என்று தனக்குத்தானே பேசிக்கொண்டு போனான் அவன்.

மனக் கவலையைக் கொஞ்சநேரம் மறக்க யாரிடமாவது வேறு ஏதாவது பேசினால் தேவலைபோல் இருந்தது பாலுவுக்கு. அந்த மாற்று இல்லாவிட்டால் அவனால் தாங்க முடியாதுபோல் இருந்தது.

"இன்னிக்கிங்க என்கிறாயே, என்னப்பா இன்னிக்கு விசேஷம்?" என்று கேட்டான்.

"ஆமாங்க, சோதனெங்க; எம் மவளுக்குப் பத்து நாளாக் காச்சலுங்க; சட்டுன கூட்டிப்பிட்டுப் போயி, மருந்து வாங்கியாரனும். ராவெல்லாம் குளிர்லே வெறச்சிப் போனாங்க – ?"

"ஏம்ப்பா?"

"ஊடெல்லாம் ஒளுக்குங்க. ஒரு மூலேலே அவளெக் கெடத்தி, துண்டைக் கட்டிக்கிட்டு என் வேட்டியை எடுத்துப் போத்தி வச்சேனுங்க. ஏங்கிரிங்க!"

"என்ன காய்ச்சல்?"

"அதென்னமோ இருபது நாளைக் காச்சலுங்களாம், டாக்டரு ஊசி போடணுங்கறாரு. மார்லே சளியிருக்குதாம். மருந்து வாங்கணுமாம். தேதி அஞ்சாச்சுங்க. இன்னம் சம்பளம் வரிலிங்க; மேய்த்திரி வாங்கிப் புட்டு, சாக்குப் போக்குச் சொல்றாருங்க."

"மேஸ்திரியிடம் எப்படிப் போயிற்று, உன் சம்பளம்?"

"நான் தக்குறிங்க. சம்பளப்பட்டிலே பேனாத் தொட்டுக் குடுக்கிற துங்க. பணம் அவருதான் வாங்கியாரது."

"உன் மகளுக்கு உடம்பு சரியில்லை என்று அவனுக்குத் தெரியாதா?"

"தெரியுங்க. ஊட்லே வேறே வூட்டுக்காரிக்குப் பேறுகாலங்க. அதுவும் அவருக்குத் தெரியும் – கொலைகாரனுங்க, இன்னக்கி மவளே பெரியாசுபத்திரிக்கி எடுத்துக்கிட்டுப் போவணும். காலையில் வேறே யாரையாச்சியும் வேலை செய்யச் சொல்லணும்னு கெஞ்சினேனுங்க. 'முடியாது, வேலெ செஞ்சிப்புட்டுப் போ!' என்னானுங்க. அதானுங்க இவ்வளவு அவசரம். நம்ப காலங்க. யாரெச் சொல்றது? இல்லாட்டிச் சாக்கடெலே பெரண்டவளுக்குக் காச்ச வருவானேனுங்க?" என்று சொல்லிக்கொண்டே மேலே கூட்டிச் சென்றான்.

பாலு அப்படியே ஸ்தம்பித்துப் போய்விட்டான். வாழ்க்கையின் கொடுமையைக் கண்டு பிரமித்தான். அன்றுதான் அதைக் கண்டான். உணர்ந்தான் என்று அர்த்தமல்ல. அன்றுதான் அவன் மனத்தில் அது காரமாகப்பட்டது. அவனுடைய குழந்தைக்கும் 'நிமோனியா' தான்! சொட்டு ஜலமோ துளிக் காற்றோ உள்ளே போகாத அறையில் கீழே கம்பிளிகள், மேலே போர்வைகள், நீலகிரித் தைலம், 'ஆண்டி பிளாஸ்டின்', மணிக்கு மணி மருந்து! பாலுவும் ஜானகியும் பாலுவின் தாயும் மாறி மாறிக் கண் கொட்டாமல் கவனித்தார்கள். தோட்டியின் மகள் ஓட்டைக்குச்சிலில், ஈரத்துணியில் தகப்பனுடைய இடுப்பு வேஷ்டியின்மேல் கிடந்தாள். வாழ்க்கையின் இந்த மிதமற்ற தார தம்மியம் ஏன்?

காலை நேரத்துச் சுறுசுறுப்பு தெருவில் ஓட்டமும் நடையுமாகத் தான் இருந்தது. அரிசிக்காரி, அங்காடிக் கூடைக்காரி இவர்கள் பல ரகமான குரல்களிலும் ராகங்களிலும் கத்திக்கொண்டு போனார்கள். வீட்டு வாசல்களில் கட்டிக் கறப்பதற்காகப் பால்காரிகள் பசுமாடு கன்றுகளை ஓட்டிக்கொண்டு போனார்கள். பாலுவின் கண்ணிலோ

காதிலோ இதெல்லாம் ஒன்றும் படவே இல்லை. மெய்ம் மறந்தவனாக அப்படியே திண்ணையில் உட்கார்ந்து போனான். இரவு முழுவதும் விழித்துக்கொண்டிருந்ததன் காரணமாகக் கொஞ்சம் தூங்கிவிழுந்தான். ஒரு நிமிஷம் ஒரு கனவில் ஆழ்ந்தான்.

எங்கோ ஆகாய வெளியில் ஒரு பெரிய ஆஸ்பத்திரி. நோய்வாய்ப் பட்ட குழந்தைகளைப் பெற்றோர்கள் கொண்டுவந்து கொண்டே இருக்கிறார்கள். ஏழைக் குழந்தைகளையெல்லாம் வெளியே நிறுத்தி விடுகிறார்கள். செல்வர்களின் குழந்தைகள் உள்ளே எடுத்துச் செல்லப் படுகின்றன. திடீரென்று ஆஸ்பத்திரி மறைந்துவிடுகிறது. எல்லாக் குழந்தைகளும் ஒரே கதியில் தத்தளிக்கிறார்கள். ஏழைக் குழந்தைகள் எப்படியோ எழுந்து நடக்கின்றன! மற்ற குழந்தைகள் மறைகின்றன. அதைக் கண்டு பாலு பதறுகிறான். உடனே விழித்துக்கொண்டு பார்த்த போது தன் வீட்டு வாசல் திண்ணையின் சுவரில் சாய்ந்துகொண்டிருந் தவன் தூங்கிக் கீழே விழும் தறுவாயில் இருந்தான். சட்டென்று சமாளித்துக்கொண்டான்.

எங்கிருந்தோ ஒரு சிறுவன் குரல் கேட்டது.

"Blessed are the poor; for they shall inherit the earth!"

"ஏழைகள் பாக்கியசாலிகள்; அவர்கள் பூமியை ஆள்வார்கள்!"

பாலுவின் கண்கள் கலங்கின. தன்னையே மறந்து மளமளவென்று கண்ணீர் சொரிந்தான்.

கிறிஸ்தவக் கலாசாலையில் படிக்கும் அடுத்த வீட்டுப் பையனின் குரல்! 'பைபிள்' பாடத்தைப் படித்துக்கொண்டிருந்தான்.

"ஏண்டாப்பா விசாரப்பட்றே. கொழந்தை துள்ளியெழுந்து உட்கார்ந் துட்டாண்டா! சாதம் போடுன்னு கேக்கறான்! மகமாயித் தாயாருக்கு வேண்டிக்கிண்டேன். 'அம்மா! கொழந்தையைத் துள்ளியெழுந்து உட்காரும்படியாச் செய்யி. துள்ளுக் கோழி வாங்கிவிட்டு அர்ச்சனை பண்றேன் தாயே!'ன்னு சொன்னேன். சமயவரத்தா வரப்பிரஸாதி; கண்கண்ட தெய்வம். உள்ளே போயிப் பாரு" என்று தாய் பக்கத்தில் பேசியதைக் கேட்டுப் பாலு தள்ளாடிக்கொண்டு உள்ளே போனான்.

குழந்தையண்டை போகவில்லை. மேஜையருகே சென்று பணப் பையை எடுத்துப் பார்த்தான். அதில் ஒரே ஒரு ரூபாய்தான் இருந்தது. அடுத்த நாள்தான் பாங்கிலிருந்து பணம் வாங்க முடியும். அந்த ரூபாயை எடுத்துக்கொண்டு வெளியே வந்தான்.

"ஏ, தோட்டி!" என்று கூப்பிட்டான். தோட்டி அதற்குள் தெருக் கோடி வரையிலும் போய்க் கூட்டிவிட்டுத் திரும்பிக்கொண்டிருந்தான்.

"இந்தா, இதை எடுத்துக்கொண்டு போ!" என்று ரூபாயை அவன் கையில் போட்டுவிட்டுத் திரும்பிப் பாராமல் உள்ளே போய்விட்டான்.

"ஏண்டா, பாலு?" என்று கூப்பிட்டுக்கொண்டே அவன் தாய் சற்றுநேரம் கழித்து உள்ளே வந்தாள்.

"ஏண்டா, பையிலே இருந்த ரூபா எங்கேடா? என்ன பண்ணினே? இப்போ மகமாயிக்கு அர்ச்சனைக்கு அனுப்பணுமே?"

"நான் அனுப்பிவிட்டேன்!"

"பூசாரியே செத்தக் கழிச்சுன்னா வரச்சொல்லியிருக்கேன்! நீ யாரண்டே கொடுத்தே?"

"நம்பிக்கையான இடந்தானம்மா. நிச்சயம் சேர்ந்துவிடும், போ!"

"பிரசாதம் கொண்டுவரச் சொன்னயோ?"

"ஏழை சாப்பிட்டாலும் பிரசாதந்தானே?"

புனர்ஜன்மம், 1943

குழந்தைகள் கொலு

1

“நம்மாத்துலே ஏம்மா கொலு வக்கல்லே?” என்று தாயிடம் கொஞ்சிக்கொண்டு மன்றாடினாள் பாலா. அவள் தம்பி கோபு இன்னும் கொஞ்சம் சுதந்திரத்துடன் அவள் முன்றானையைப் பிடித்து இழுத்துக்கொண்டே “அம்மா, இன்னிக்குக் கொலு வைக்கணும்!” என்றான்.

“கண்ணு, நம்மாத்துலே இந்த வருஷம் கொலு வைக்கப் படாதுடா, அப்பா!” என்றுதான் மீனாவால் சொல்ல முடிந்தது. அவள் தொண்டை அடைத்துக்கொண்டது. குழந்தைகளை விட்டுவிட்டுக் கொல்லைக் கட்டிற்குப் போய்விட்டாள்.

அப்பொழுது தாயைப் பெற்ற பாட்டி காவேரியிலிருந்து ஸ்நானம் செய்துவிட்டுப் பூனா தம்ளரில் ஜலத்துடன் வாயில் ஏதோ பாட்டை முணுமுணுத்துக்கொண்டு வந்தாள்.

“பாட்டி, நம்மாத்துலே ஏன் கொலு வக்கல்லை?” என்று கேட்டுக்கொண்டு அவளை நோக்கி ஓடினான் கோபு.

“மேலே பட்டுடாதேடா! இப்போதான் இரண்டு ஸ்நானம் ஆயுடுத்து, இன்னும் முழுக வைக்காதே! கொலுவா? கொலு வக்கறாப் போலத்தானே இருக்கு? அதான் உங்கப்பாவை உருட்டிப்பிட்டு உக்காந்திருக்கிறேளே?” என்று பாட்டி சிடுசிடுப்புடன் சொன்னாள்.

பாலாவுக்கு வயசு எட்டு; அவளுக்குக் கொஞ்சம் விவரம் தெரிந்துவிட்டது; ஆகையால் அவள் பாட்டியின் குரலைக் கேட்டு ரோஷத்துடன் “அம்பி, இங்கே வாடா. வாசல்லே பார் மோளம்” என்று தம்பியை அழைத்துக் கொண்டு வெளியே போனாள்.

மீனாவின் புருஷன் இறந்து நான்கு மாசங்கள்தாம் ஆகியிருந்தன. இறந்த வருஷம் முழுவதும் வீட்டில் பண்டிகை ஒன்றும் கொண்டாடக் கூடாது அல்லவா? ஆனால் குழந்தைகளுக்கு ஹிந்து தர்ம விதிகளெல்லாம் அந்த வயசில் எப்படி அர்த்தமாகும்?

"அம்மா, நம்மாத்துலே பிள்ளையார் ஏன் வாங்கல்லேம்மா?" என்று கோபு பிள்ளையார் சதுர்த்தியன்று அம்மாவைக் கேட்டான்.

என்ன சொல்லுவாள் தாய்?

"நம்மாத்துலே இந்த வருஷம் பிள்ளையார் வைக்கக் கூடாதுடா கண்ணு!" – இதுதான் அவள் சொன்ன பல்லவி.

அந்த மாதிரி அவள் சொன்னபோதெல்லாம் 'ஏன்' என்று கேட்க வாயெடுப்பான் கோபு. அதற்குள் தாய் போய்விடுவாள். இந்த மாதிரி ஒவ்வொரு பண்டிகையும் கோபுவின் 'ஏன்' என்ற கேள்விக்குப் பதில் பெறாமலே கழிந்தது.

பழூர் சிறிய கிராமம். அக்கிரகாரத்தில் இரண்டு வரிசைகளிலும் இருபத்தைந்தே வீடுகள்தாம். மற்ற வீடுகளில் எல்லாம் பண்டிகைகள் நடந்தன. தங்கள் வீட்டில் மட்டும் செம்மண் கோலங்கூட இல்லாமல் போனது கோபுவுக்கு ஒரு பெருத்த புதிராக இருந்தது.

"ஏண்டி, பாலா நம்மாத்துல ஏன், கொழுக்கட்டை பண்ணல்லே?"

"அப்பா செத்துப்போட்டாரோல்லியோ, அதனால்தான்!"

பிறர் சொன்னதைக் கேட்டுக்கொண்டிருந்த மட்டில் பாலாவுக்கு அவ்வளவுதான் தெரியும். ஐந்து வயசுதான் கோபுவுக்கு. அப்பாவின் மேல் கொஞ்சம் கோபங்கூட வந்தது

"அப்பா ஏன் இப்போ செத்துப்போனார்?"

"அப்பாவுக்கு ஜொரம் வந்துதோல்லியோ...?"

அந்த வியாக்கியானம் ஒன்றும் கோபுவின் மனசிற்குத் திருப்திகர மாகப் படவில்லை.

"எல்லாரும் கொலு வச்சிருக்கா; பாட்டிதான் வெக்கக் கூடாதுங்கறா! பாட்டியைக் கண்டா எனக்குப் பிடிக்கல்லே. பாட்டி எப்போ செத்துப் போவா, பாலா?"

"ஐயையோ, அப்படிச் சொல்லப்படாது!"

2

"அம்மா, அவா கேக்கறத்துக்கு என்னாலே பதில் சொல்ல முடியல்லே, இன்னிக்கு இரண்டு படி கொலு வச்சுடப் போறேன்."

"ஏண்டி உனக்கென்ன பைத்தியம் பிடிச்சுடுத்தா? அதுகள் சொல்றதுன்னு கொலு வைக்கறதா? ஆகுமோ? ஊருக்குத்தான் நன்னாயிருக்குமோ?"

"ஊருக்குத் தெரிய வேண்டாம்; குழந்தைகள் ஆத்தில் பார்த்துக் கொண்டிருக்கட்டும்."

"வாயை மூடிண்டு இருக்குமோல்லியோ உன் குழந்தைகள்? அடுத்தாத்துலே போயி, 'எங்காத்துலே கொலு வச்சிருக்கு'ன்னு சொல்லும். கைதட்டிச் சிரிப்பா!"

"நம்மைக் காட்டிலும் அவாளுக்கு ரொம்பத் துக்கமாக்கும்?"

"உம்; மனசிலே துக்கம் இருக்கிறதே யார் கேக்கறா? வெளீலே வர்றதுதான் தெரியும். உன் ஆம்படையான் போனப்போ நீ அழவேல்லி யாம். அதைக்கூடச் சொல்றா!"

மீனாவுக்கு எரிச்சல் தாங்க முடியவில்லை.

"அழுவதற்கும் அழாததற்கும் அவர்கள் யார்? என் ஜோலிக்கு ஏன் வருகிறார்கள்?"

"நன்னாத்தான் சொல்லுவாள்; ஏன் சொல்லமாட்டா? நாலுபேர் மாதிரியா போகாட்டா சொல்லித்தான் காட்டுவாள். நீ மடியாகலேன்னு கூடப் பெரிய பேச்சாப் பேசறா!"

"நன்னாப் பேசட்டும்; அதனால் எனக்கு ஒன்னுமில்லை. நான் குழந்தைகள் ஏங்குவதைப் பார்க்க முடியவில்லை. இன்னிக்குக் கொலு வச்சுக் கொடுக்கப் போறேன்."

"கொலு வச்சுக் கொடு; நீயும் போயி நாலு ஆத்திலே அழைச்சுட்டு வா. உன் அடங்காப்பிடாரித்தனத்துக்கு ஏத்தாப்போலத்தான் ..." என்று கிழவி ஆரம்பித்தாள்.

மீனா வெறுப்புடன் தாயை எரிப்பது போலப் பார்த்துவிட்டு அப்புறம் போனாள்.

3

"பாட்டிக்குத் தெரியவே படாது. சொல்லிப்பிடாதே!" என்று தம்பியை எச்சரித்துக்கொண்டே பாலா கொல்லைப்புறத்தில் கொதிக்கும் வெயிலில் களிமண்ணைப் பிசைந்து எலி, பூனை, பாம்பு, தட்டு, சொப்பு, கிருஷ்ணன் – எல்லாப் பொம்மைகளையும் செய்துகொண் டிருந்தாள். பக்கத்தில் கோபு உட்கார்ந்துகொண்டு தானும் கொஞ்சம் மண்ணைப் பிசைந்து உருண்டை உருண்டையாக உருட்டிப் போட்டுக் கொண்டிருந்தான்.

"பாட்டி தூங்கறா. அம்மா என்னமோ பொட்டியெல்லாம் இறக்கி வச்சிண்டிருக்கா. அவா கிட்டச் சொல்லாதே!" என்று பாலா மறுபடியும் சொன்னாள்.

"போரும்டி, இவ்வளவு பொம்மை போரும். உள்ளே வா! கொலு வச்சிப்பிட்டு –"

"பாட்டுப் பாடப்படாது, பாட்டி காதுலே பட்டூடும்!" என்று சொல்லிக்கொண்டு பாலா செய்திருந்த பொம்மைகளை எல்லாம் எடுத்துக்கொண்டு தம்பியுடன் வாசல் உள்ளுக்குப் போனாள். அங்கே ஒரு மூலையில் ஒரு ஸ்டூலையும் மணையையும் போட்டு அதன்மேல் கோபுவின் துண்டு ஒன்றை விரித்து மண் பொம்மைகளை இரண்டு அடுக்காக வைத்து எதிரில் மாக்கல்லால் கோலம் போட்டாள்.

கோபு கொல்லையிலிருந்து சில புல் பூண்டுளைப் பிடுங்கிக் கொண்டுவந்து பொம்மைகளின் மேல் போட்டான். பாலா சின்னத் தட்டு ஒன்றை ஓசைப்படாமல் எடுத்துக்கொண்டு வந்து அதில் சிவப்பு மையைக் கொஞ்சம் கொட்டி நீர் விட்டுக் கலக்கினாள். தம்பியிடம் ஒரு பக்கத்தைக் கொடுத்துத் தான் ஒரு பக்கத்தைப் பிடித்துக்கொண்டு மெதுவாக "ஜயஜய கோகுல பாலா!" என்று பாட ஆரம்பித்தாள்.

"அடி, விளக்கு வைக்க வேண்டாமா?" என்று கேட்டான் கோபு.

"அதோ ரெண்டு பக்கத்திலும் வச்சிருக்கேன் பாரு; ரெண்டு குத்துவிளக்கு!" என்று காண்பித்தாள் பாலா.

ஈர்க்குச்சியின் இரண்டு பக்கங்களிலும் இரண்டு மண் உருண்டை களைத் தட்டையாகத் தட்டிச் செருகி இரண்டு பக்கங்களிலும் வைத்திருந்தாள்.

"அடி பாலா, அடுத்தாத்து யோகுவையும் எதிராளாத்துக் காமுவை யும் கூட்டிண்டு வரட்டுமா?" என்று ஆவலுடன் கேட்டான் கோபு.

பாலா விசனத்துடன் "கூடாது" என்று தலையை அசைத்தாள்.

யோகுவையும் காமுவையும் கூப்பிட்டால் என்ன ஆகும் என்பது அவளுக்குத் தெரியும். கோபுவுக்கு அது தெரியும் வயசு வரவில்லை.

உடனே இருவரும் ஆரத்தி எடுத்தார்கள். பாலாவின் முகம் புன்னகையுடன் திடீரென்று மாலை நேரத்து மலர் போலப் பூத்தது. கோபுவின் சின்னஞ்சிறிய உள்ளத்தில் என்ன நேர்ந்ததோ யாரால் சொல்ல முடியும்? குதூகலத்துடன் எழுந்து குதித்தான்.

மீனா குழந்தைகளைத் தேடிக்கொண்டு வந்தாள். அங்கே தன் முன இருந்ததைக் கண்டு அப்படியே ஸ்தம்பித்துப்போய் நின்று விட்டாள்.

புருஷன் மாண்டுபோன மகத்தான துக்கங்கூட அவள் உள்ளத் திலிருந்து ஒரு நிமிஷம் விலகிற்று. மூன்று நான்கு மதில்களுள் அவளுக்குள்ளே அமைந்து கிடந்த மகிழச்சி எப்படியோ திடீரென்று ஏற்பட்ட ஒரு துவாரத்தின் வழியாக வெளியே பொங்கி வழிந்தது.

புருஷனை இழந்தவள் என்பதை மறந்தாள்; விதவைக் கோலத்தில் இருப்பதையும் மறந்தாள். மூன்று மாசங்களுக்கு முன் அழகும் அலங்காரமும் நிறைந்து புருஷனுடனும் குழந்தைகளுடனும் கொஞ்சிக் குலாவிய யுவதியாக மாறினாள்.

ஓடிப்போய்க் குழந்தைகளை வாரியணைத்துக்கொண்டு கலகல வென்று சிரித்தாள். குழந்தைகள் அதைக் கண்டு திகைத்துப்போனார்கள்.

அவள் சிரித்த சிரிப்பின் ஒலியைக் கேட்ட நிமிஷம் அவள் அடிவயிற்றில் பகீரென்றது. செய்யக் கூடாததைச் செய்துவிட்டாள் போல் திகிலடைந்து குழந்தைகளை விட்டுவிட்டு நகர்ந்து நின்றாள்.

"அம்மா, நன்னாயிருக்கு!" என்று தாய் சொன்னது அவள் காதில் பட்டது.

அந்த இரண்டு ஒலிகளுங்கூட அவ்வளவு சட்டென்று அவள் யோக நிலையைக் கலைக்கவில்லை. அவள் முகத்தில் இன்னும் ஓர் இன்பம் தயங்கி நின்றது – இரவு வருமுன்பு மாலையில் தயங்கி நிற்கும் மங்கிய ஒளியின் நிழல் போல.

"யாராவது வந்தால் பார்த்துச் சிரிக்கப் போறா! எனக்கு மானம் போறது!" என்று சீறிக்கொண்டு கிழவி அறைக்குள் நுழைந்தாள்.

மீனா திரும்பித் தன் தாயைப் பார்த்தபோது கிழவியே கொஞ்சம் திடுக்கிட்டுப் போனாள்.

"உள்ளே வராதே, வெளியிலே நில்லு!" என்று கரை கடந்து கோபக்குரலில் கத்தினாள் மீனா.

"ஏன் ?"

"என் குழந்தைகள் கொலு வச்சிருக்கு. நீ பார்க்கக் கூடாது!"

"கொலுவா !"

"ஆமாம்; கொலு! கொலு வச்சிருக்கோம் நானும் என் குழந்தைகளும். நீ பார்க்கக் கூடாது – நீ ஊரார்!"

"ஐயையோ! பைத்தியம் –"

"போ, அந்தண்டை! நீயும் உன் ஊரும்! யாருக்கு வேண்டியிருக்கிறது உங்கள் உளறல்கள்!"

"ஐயோ, ஆகாதடி!"

"என்ன ஆகாது? யாருக்கு ஆகாது? உனக்கும் ஊருக்கும் – நானும் என் குழந்தைகளும் – சந்தோஷப்படுவது ஆகாது! அவ்வளவுதானே? ஆகவே வேண்டாம்!"

"மகிஷாசுரமர்த்தனி குத்தம் சுமரும்!"

"மகிஷாசுரமர்த்தனி இங்கே வந்து கொலு இருக்கிறாளே! அதோ பார்!" என்று மீனா பெண்பொம்மையாக உட்கார்த்தப்பட்டிருந்த மண் உருண்டையைக் காண்பித்தாள்.

பரவசப் புன்னகையுடன் மீனா உடனே கொலுவை நோக்கி நமஸ்காரம் செய்து, எழுந்து குழந்தைகளைக் கட்டி அணைத்துக் கொண்டு "அவர் போன துக்கம் இன்று எனக்குத் தீர்ந்தது. நீங்கள் இருக்கும்போது நான் துக்கவேஷம் போடுவது அம்பாளுக்குப் பிடிக்க வில்லை. தாயே, இதுவரையில் எனக்குத் தெரியவில்லை!" என்று சொல்லிப் பலபலவென்று கண்ணீர் உதிர்த்தாள்.

"யாராவது வரப்போறா, வாசக்கதவைச் சாத்துகிறேன்!" என்று கிழவி திரும்பினாள்.

❖

புனர்ஜன்மம், **1943**

முன் தலைமுறை

கல்யாணபுரம் அசல் கிராமம். காவேரிக்கரை. இரண்டு சிறகு அக்கிரஹாரம். மேற்கே பெருமாள் கோவில்; கிழக்கே குடியானத்தெரு, கடைத்தெரு, காவேரிக்குப் போகும் வழி.

காமாக்ஷி அய்யர் வெகுகாலமாகக் கிராம முன்சீப். அவர் தம்பி நடேசன் ஜவுளிக்கடை முதலாளி. கூட்டுக் குடும்பமாக இருந்தார்கள். பெரியவருக்குக் குழந்தைகள் கிடையாது.

நடேசன் மனைவி இருபது வயதுப் பெண். நல்ல நாட்டுப்புறம். பூப்புடவை, ஜம்பர், கலர் குங்குமம் அறியா தவள். மன்னிக்கு மரியாதை செய்து நடந்துகொள்ள வேண்டும் என்ற பரம்பரையை விட்டு விலகாதவள்.

நிர்மலமான ஆகாயத்தில் திடீரென்று கருமேகம் எங்கிருந்து தோன்றுகிறது?

பரிஷ்காரமாக நடந்துவந்த கூட்டுக் குடும்பத்தில் ஒரு நாள் திடீரென்று புயல்... வார்த்தைகள்! ஒன்றுமில்லை, நடேசன் எதற்காகவோ மனைவியை அடித்துவிட்டான்.

"வீட்டிலே நான் இருக்கிறேன், உனக்கென்னடா அதிகாரம் வந்தது அயோக்கியப் பயலே! குழந்தையை எப்படி அடித்தாய்?" என்றார் தமையன்.

"என் அகமுடையாளை நான் அடித்தால், நீங்கள் யார் கேட்க?" வார்த்தைகள் வளர்ந்துவிட்டன.

"நான் யாரா?... நான் யாரா? அவ்வளவுக்கு வந்து விட்டாயா? அடியே, கிளம்புடி! இந்த வீட்டில் நமக்கு வேலையில்லை!"

"எங்கே போகிறது?" என்று பயந்தாள் ஆரம்பத்தில் சிவகாமு அம்மாள்.

"சுடுகாட்டுக்கு!" என்று சீறினார் காமாக்ஷி அய்யர்.

"என்னடி முட்டாள்தனமாக உளறுகிறாய்? நமக்குச் சிரமதசை இன்றுதானா வந்தது? ஆறு மாதமாகக் காலட்சேபம் வெகுசிரமமாக இருக்கிறது என்பது அவனுக்குத் தெரியாமலா இருக்கும்? ஊருக்கே தெரியுமே! எங்கே இந்தப் பக்கமாகப் போனால் பிடித்துக்கொள்ளுமோ என்று மேற்காலேயே போகிறான்."

"என்னமோ எல்லாருக்கும் அன்று வாயில் சனி இருந்தது. நீங்கள் இரண்டு சொல்ல அவன் இரண்டு சொல்ல. வார்த்தை முற்றிவிட்டது. இல்லாது போனால் நடேசு என்னைப் பார்க்காமல் ஒருநாள் இருப்பானா?" என்று சொன்னபொழுது சிவகாமு அம்மாளின் கண்களில் ஜலம் வந்துவிட்டது.

"ஆமாண்டீ உனக்கிருக்கிறது வளர்த்த பாசம். அவனுக்கு இல்லையே! இருந்தா . . ."

காமாக்ஷி அய்யராலும் அதற்குமேல் பேச முடியவில்லை. தொண்டை அடைத்துக்கொண்டது.

"சரி, அதெல்லாம் எதற்கு இப்பொழுது? கீழாத்துச் சாமாவைப் போயி அஞ்சு ரூபாய் கேட்டுவிட்டு வருகிறேன்."

"வெறுமனே தரமாட்டா ஒத்தரும். ஏதுக்கு அனாவசியமாக அவமானம். பெரிய அடுக்கு ஓட்டை, அதைக் கொண்டுபோய்க் கடையிலே போட்டா ஏழெட்டு ரூபாய்க்குப் போகும் – இப்பொழுது பித்தளை விற்கிற விலைக்கு."

"எங்க தாத்தா காலத்துப் பாத்திரம்னு அது ஒன்று இருக்கிறது. சரி, கொடு!"

"இன்னிக்கு வேண்டாம். நாளும் கிழமையுமாக நாளைக்குப் பாத்துக்குவோம்!"

❍

"நீங்கள்தான் போயி ஒரு வார்த்தை போனது போகட்டும் என்று சொல்லிப் பேசிப்பிட்டு வரப்படாதோ! முந்தாநாள் ராத்திரி இருமி இருக்கார் இருமி இருக்கார் அப்படி இருமி இருக்கார். காலம்பர வாசல்லே கோலம் போட்டுண்டிருந்தேன். குச்சி ஊனிக்கிண்டு கிழக்கே போனார் அனாதையாட்டமா!"

"என்னமோ விஷவேளை. வாயில் என்னமோ வந்துவிட்டது. இப்பொழுது என்ன பண்ணுகிறது? வயஸாச்சு, முன்சீப் வேலையில் ஏதோ பிசகு பண்ணிவிட்டார். அந்த அயோக்கியன் ரெவினியு இன்ஸ்பெக்டர் ஒரு வருஷம் சஸ்பெண்டு செய்துவிட்டான்."

"மூணு மாஸமா ரொம்பக் கஷ்டமாம். மானி, அவ. வாய்திறக்காமே எப்படியோ நடத்தறா!"

"சேர்ந்திருக்கிற போதுதான் இரண்டு பேரும் அடிச்சுக்குவேளே; இப்ப வந்துடுத்தோ இரக்கம்?"

"இதென்ன பேச்சு! வீடுன்னா எவ்வளவோதான் இருக்கும். நாங்க அடிச்சிக்கிண்டதிலே என்ன வந்தது? நீங்க இரண்டு வார்த்தை பேசிக்கிண்டேள், வந்துடுத்தே குடும்பத்துக்கு!"

"மன்னிகூட இப்படி ஆத்தெ விட்டு வெளியிலே போவான்னு..."

"மன்னிக்கு மனசே இல்லை. 'இந்தாங்கோ, மன்னி, ஆயிரம் இருந்தாலும் நமக்குள்ளே, வெளிலே போரதுங்கிறது நன்னால்லே' என்றேன், நின்னுட்டாளே! அவர்னா வாடி வெளிலேன்னு அதட்டிக் கூட்டிண்டு போய்ட்டார்!"

"மன்னி போகாதேன்னு நான் ஒரு வார்த்தை சொல்லியிருந்தால் மேலே காலடி எடுக்கமாட்டாள்! நான் சொல்லல்லே – போய்விட்டாள்!"

❍

"ஓய்! ஆட்டத்தைக் கவனித்து ஆடுவீரா, தெருவிலே போறவாளை எல்லாம் பார்த்துண்டு ..."

"காமாக்ஷி அய்யரா போரது! மனுஷன் இப்படிப் போய்விட்டாரே!"

"எப்பேர்ப்பட்ட குடும்பம் – ஊர் சிரிச்சுப் போச்சே! இவா அப்பா இதே ஜில்லாவிலே பல்லக்குப் போட்டுண்டு தாசில் பண்ணாராம். ரெண்டு கையாலே சம்பாதிச்சாராம்."

"எல்லாத்தையும் தஞ்சாவூர் மோகனாம்பாள் கால்லே கொண்டு போய்க் கொட்டினாராம்."

"சாகிறபோது, பிணத்தெ எடுக்க வழியில்லே. அந்தம்மா அப்பளம் வச்சு, வடாம் இட்டு, வித்து புள்ளெகளெ முன்னுக்குக் கொண்டு வந்தா!"

"காமாக்ஷி அய்யர் முன்சீப் வேலைக்குப் போறப்போ 16 வயதாம். தாயார் போயிட்டா, தான் வேலை பார்த்துண்டே தம்பியைப் படிக்கவச்சுக் கல்யாணம் பண்ணி ..."

"உள்ளுக்குள்ளேயே ஜவுளிக்கடை வச்சுக் கொடுத்தார். கிஸ்தி வசூல் பணத்தைப் போட்டுப் பெரட்டி எப்படியோ ..."

"அண்ணன் தம்பின்னா அப்படியிருந்தா லோகத்துலே பாருங்கோ..."

"பணம்னாங்காணும்! அதாலே தானே ..."

"பாவம் வயசானவர்; ரொம்பச் சிரமப்பட்டார். தம்பி திரும்பிப் பார்க்கிறானா பாரும்!"

"அவன் என்ன பண்ணுவான்காணும்? எல்லாம் சூத்திரக் கயறு அவகிட்டேன்னா ..."

"ஓய், வாய் புளிச்சுதோ மாங்கா புளிச்சுதோன்னு ஏதாவது சொல்லாதேயும். லக்ஷ்மின்னா அவதான் ..."

❍

"ஏண்டி லக்ஷ்மி, சிவகாமுவுக்கு நாலு நாளாக் காச்சலாமே கிழவர் தனியாத் திண்டாடராமே!"

"ஐயையோ தெரியாதே அம்மாமி! அதான் வாசல்லே காணம் போலே இருக்கு!"

"பார்வதி போயிருந்தாளாம். 'ஏண்டி சிவகாமு, இப்படிக் கிடக்கிறப்பக்கூட என்ன வைராக்கியம் – லக்ஷ்மியை வரச்சொல்லப் படாதோ'ன்னாளாம், பதிலே சொல்லல்லியாம்!"

"எனக்குச் சொல்லியனுப்பறதென்ன? நானே போறேன். என்னவோ புருஷா வார்த்தை சொல்லிண்டா ... ..."

"ஊரெல்லாம் உன் மண்டையைத்தான் உருட்டறா. நீதான் வத்தி வச்சுபிட்டாயாம்."

"சிவசிவா! தெய்வம் என்னை நன்னா வைக்குமா, அவா ரெண்டு பேரும் எங்களுக்குச் சேசத்துக்கு? அவர் தம்பியெ புள்ளெ போலன்னா ..!"

"எனக்குத் தெரியாதா? – நீங்க ரெண்டு பேரும் அக்கா தங்கெ மாதிரின்னா இருந்தேள். வீட்டுக்குப் பெரியவாளா செஞ்செதெல்லாம் சரின்னு நீயும் அனுசரணையா இருந்தே ..."

"மன்னி ஆத்துலே இருந்தப்போ எனக்கு ஒரு கவலை கிடையாது. அவரும் கடையுண்டு தானுண்டுன்னு இருந்தார்."

"சரி, ஆச்சுன்னு குளிச்சுப்புட்டுப் போ!"

"ஆத்தங்கரைக்கு வந்தது நல்லதாப் போச்சு!"

பிரக்ஞையற்றுக் கிடந்த சிவகாமு அம்மாளின் பக்கத்தில் காமாக்ஷி அய்யர் உட்கார்ந்துகொண்டு கும்மட்டி அடுப்பை விசிறிக்கொண்டிருந்தார்.

கடையிலிருந்த புருஷனுக்குச் சொல்லி அனுப்பிவிட்டு, லக்ஷ்மி ஓட்டமாக ஓடிவந்தாள். வந்தவளைப் பார்த்து வெட்கப்பட்டவராய்க் காமாக்ஷி அய்யர் எழுந்து ரேழிக்குப் போனார். லக்ஷ்மி உடனே மன்னியருகில் உட்கார்ந்து,

"மன்னி, மன்னி" என்று மெதுவாகக் கூப்பிட்டாள்.

சிவகாமு அம்மாள் கண்திறந்து "லக்ஷ்மி, வந்தாயா?" என்றாள்.

"இப்படி எதுக்கு மனுஷ்யா இல்லாதுபோலே கிடக்கணும்!"

"வேளைடி!"

"உடம்பு எப்படி இருக்கு?"

"இன்னக்கித் தேவலை. நடேசு ..."

"இதோ வருவார். தெரியவே தெரியாது. சேசு அம்மாமி இப்பத்தான் சொன்னாள் ..."

"லக்ஷ்மி, ஸ்னானம் பண்ணிண்டிருக்காயோ?" என்று சிவகாமு அன்புடன் கேட்டாள். லக்ஷ்மி தலை குனிந்துகொண்டு "இல்லை" என்றாள்.

"அம்மா, தெய்வம் கண் திறந்து பார்க்கட்டும்."

"நீங்கதான் மன்னி தெய்வம்!"

சிவகாமு அம்மாள் கண்ணீர் பெருக லக்ஷ்மியை இழுத்துத் தன்மேல் சாய்த்துக்கொண்டாள்.

"மன்னி!" என்று அலறிக்கொண்டு ஓடிவந்தான் நடேசன்.

"அப்பா, நடேசு, ஒண்ணுமில்லேடா . . .!"

"நாலு நாளாக் காச்சல்னா . . . ஐயோ . . . எனக்குத் தெரியவே தெரியாதே!"

"டாக்டரைக் கூட்டிக்கொண்டு வரல்லியா?" என்று கேட்டாள் லக்ஷ்மி.

"டாக்டருக்குச் சொல்லி அனுப்பிவிட்டேன்!"

ரேழியில் காமாக்ஷி அய்யர் தம்பியுடன் எப்படிப் பேசுவது என்று தெரியாமல் உட்கார்ந்துகொண்டிருந்தார்.

சிவகாமு அம்மாள் "நடேசு வந்திருக்கானே! தெரிஞ்சா அவன் வராமெ இருக்கமாட்டான்னு நான் சொல்லலியா!" என்று ரேழியைப் பார்த்துச் சொன்னாள்.

நடேசன் திரும்பி அண்ணாவைப் பார்த்தான். அவனாலும் பேச முடியவில்லை. என்ன சொல்வதென்றும் அவனுக்குத் தெரிய வில்லை. கிழவர் வாசல் பக்கம் பார்த்துக்கொண்டு உட்கார்ந்திருந்தார்.

"மன்னி, இந்த வீட்டுக்கு வந்த வேளை. வண்டி கொண்டு வருகிறேன். ஆத்துக்குப் போவோம்!"

"உங்கண்ணா வரமாட்டார், இங்கேயே இருக்கேன் நடேசு!"

நடேசன் எழுந்து தமையன் பக்கத்தில் போய் நின்றான். தமையன் விறைத்துக்கொண்டு தெருப்பக்கம் பார்த்தார்.

"அண்ணா, போனது போகிறது..."

"நான் யார்? நான் யார்?" என்று தமையன் தெருவைப் பார்த்துக் கொண்டே கத்தினார்.

"சரிதான், ஏதோ வாய் தவறி . . ." என்றாள் சிவகாமு.

"வாய் தவறுமா, உள்ளே தவறாமல்?" என்று காமாக்ஷி அய்யர் கர்ஜித்தார்.

"தவறவில்லை, அண்ணா!" என்று நடேசன் அழுதுவிட்டான்.

"இத்தனை மாசம்..."

"போகிறது..." என்று சிவகாமு சமாதானம் செய்தாள், படுத்திருந்த படியே.

"எப்படிப் போகும்? ஊர் சிரிச்சுப் போச்சே!"

லக்ஷ்மி எழுந்து, மைத்துனர் முன்பு போய் நமஸ்காரம் செய்தாள்.

"வீடு வீடாக இல்லையே, வரமாட்டேளா?" என்று கதறினாள். அதற்குமுன் அவர் முன்பு நின்று ஒரு வார்த்தை அவரிடம் அவள் பேசினதில்லை.

காமாக்ஷி அய்யர் திடுக்கிட்டுத் திண்ணையைவிட்டு எழுந்து "அம்மா, அம்மா, குழந்தே, அழாதே அம்மா! வரேன், வரேன்!" என்றார்.

"லக்ஷ்மி அலட்டிக்காதே, வயறும் புள்ளையுமா..?" என்று சிவகாமி முடிக்குமுன் கிழவர் குதித்தோடிக்கொண்டு உள்ளே வந்து... "எழுந்திரு, குழந்தை வேலை செய்யப்படாது!" என்றார்.

கிராம ஊழியன், (1943 அல்லது 1944)

இந்தத் தலைமுறை

"ஸார்!"

குரல் அடுத்தவீட்டு மாடியிலிருந்துதான் வந்தது. யார் குரல் என்றுகூடத் தெரிந்துவிட்டது பாலுவுக்கு. அடுத்த வீட்டிலிருந்து தன்னைக் கூப்பிடுகிறவர்கள் யாருமில்லை என்ற பாவனையுடன் அவன் அசையாமல் நாற்காலியில் சாய்ந்துகொண்டிருந்தான்.

அடுத்தடுத்த மொட்டை மாடிகள், நடுவே கைப்பிடிச் சுவர். பாலு கொஞ்ச நாட்களாக ஏற்பட்ட வழக்கத்தின் படி அடுத்த மாடிப்பக்கம் முதுகைக் காட்டிய வண்ணம் படுத்திருந்தான்.

"இந்தாங்கோ!"

குரல் கைப்பிடிச்சுவர் ஓரத்திலிருந்து கேட்டது. பாலு அசையவில்லை.

"உங்களைத்தானே!"

அப்பொழுதுதான் பாலு தன்னை யாரோ கீழே கூப்பிடுவதாகப் பாவனை செய்து நாற்காலியைவிட்டு எழுந்து கீழே இறங்கப் புறப்பட்டான்.

"இங்கே, அடுத்த மாடியில்!"

பாலு அந்தப் பக்கம் திடுக்கிட்டவன் போலத் திரும்பி "ஓ, நீங்களா கூப்பிட்டீர்கள்?" என்று சுவரோரம் போனான்.

"இந்தக் கடிதம் உங்களுடையதுதானே? தபால்காரன் நம்பர் பிசகாக இருந்ததால் எங்கள் வீட்டில் போட்டு விட்டுப் போனான்."

"அப்படியா! நீங்கள் அதை அவனிடமே திருப்பிக் கொடுத்துவிடலாமே!" என்றான் பாலு.

"கொடுத்துவிடலாம், நாளைக்குத்தானே கிடைக்கும். என்ன அவசரமோ என்று கொடுத்தேன். வேண்டுமானால் அவனிடமே..."

"இல்லை, உங்களுக்கு இவ்வளவு சிரமமேற்பட்டுவிட்டதே என்று சொன்னேன்."

"சிரமம் என்ன இதில்?"

"என்னைக் கூப்பிட்டு – அதுவும் இரண்டு மூன்று தரம் – நீங்கள்..."

"என் பெயர் சுலோசனா!" என்று அவள் குறும்புப் புன்னகையுடன் சொன்னாள்.

"ஓகோ, அப்படியா! நல்ல பெயர்தான்."

"அது என்ன புத்தகம்? தலைகீழாக வாசிக்கிறாப் போலிருக்கிறதே!"

பாலு தூக்கிவாரிப்போட்டது போலக் கையிலிருந்த புத்தகத்தைப் பார்த்தான்; அதைத் தலைகீழாகத்தான் பிரித்து வைத்துக்கொண்டிருந்தான்.

"அதா... பெண் ஹிருதயம் என்ற புஸ்தகம். சில சமயங்களில் தலைகீழாகக்கூடப் படிக்கத்தான் வேண்டும்."

"யார் எழுதினது?"

பாலு என்ன சொல்வது என்று யோசித்தான்.

"புருஷன் எழுதினதுதானே?" என்றாள் சுலோசனா.

"ஆமாம்!"

"அதானே கேட்டேன்! படிப்பைக் கலைத்துவிட்டேன், மன்னிக்க வேண்டும்."

"பாதகமில்லை, பாதகமில்லை!"

ஒரு மாதத்துக்கு முன்பு பாலுவின் வீட்டுக்கு அடுத்த வீட்டிற்குத் தாயாரும் பெண்ணுமாக யாரோ குடிவந்தார்கள். வந்த அன்று மாலை, பாலு மாடி வெட்ட வெளியில் ஈஸிசேரில் உட்கார்ந்து கொண்டிருந்தபொழுது பதினெட்டு வயதுப் பெண் ஒருத்தி நவ நாகரிக உடையில் அடுத்த மாடியில் வந்து நின்றாள். முதலில் இவன் இருப்பதை அவள் கவனிக்கவே இல்லை. புது ஜாகையைப் பார்த்து விமர்சனம் செய்துகொண்டிருந்தாள். சிறிது கழித்து அடுத்த வீட்டுப் பக்கம் திரும்பினவள் அங்கே ஒரு வாலிபன் உட்கார்ந்து தன்னைப் பார்ப்பதைக் கண்டாள். உடனே புருவங்களை நெளித்து, முகத்தைத் திருப்பிக்கொண்டு, கதவைப் படாரென்று மூடிக்கொண்டு கீழே போய்விட்டாள்.

மறுநாள் மாலை சுலோசனா மாடிக்கு வந்தபொழுது அவள் பார்வை முதலில் அடுத்த மாடியில்தான் விழுந்தது என்று சொல்ல வேண்டுமா? பாலுவின் முதுகுதான் அவளுக்குத் தெரிந்தது. கையில் புத்தகத்துடன் படுத்துக்கொண்டிருந்தான் நாற்காலியில்.

முதல்நாள் பாலு தன்னைப் பார்த்துக்கொண்டிருந்ததைக் கண்டதும் அதைப் பெண்மையின் தினுசில் கண்டித்துவிட்டுக் கீழே போனாள்; அன்று அவன் மறுபுறம் திரும்பிப் படுத்திருந்ததைக் கண்டதும் அதே பெண்மையின் மனதில் ஒரு கோபம் உண்டாயிற்று.

மாடி அதிர அங்குமிங்கும் நடந்தாள். ஏதோ ஒரு சாமானை எடுத்துத் தடாலென்று கீழே போட்டாள். கீழே இருந்த தாயார் "என்னடி சத்தம்?" என்றாள். "ஒன்றும் இல்லை அம்மா!" என்று விட்டு நாற்காலியைப் பார்த்தாள்.

நாற்காலியிலிருந்த பாலு கல் போல் அசையாமல் படுத்திருந்தான். ஆனால் அது அவனுக்கு அவ்வளவு சுலபமாக இருக்கவில்லை. முதல் நாள் சற்று நேரம் பார்த்த அந்த முகத்திலிருந்த கவர்ச்சி மறுபடி நினைவுக்கு வந்து திரும்பிப்பார் என்று தூண்டிற்று. 'அவள்தான் அப்படி முகத்தில் அடித்தாற் போலக் கதவைச் சாத்திக்கொண்டு போனாளே!' என்று சும்மா இருந்துவிட்டான். ஆனால் அவன் காதுகள் மட்டும் காரியமாக இருந்தன.

சுலோசனா இன்றும் மாடியில்தான் இருந்தாள் என்று தெரிந்தது. மெதுவாக ஏதோவொரு பாட்டைக் கொஞ்ச நேரம் முணுமுணுத்தாள்; பிறகு சத்தம் வரவில்லை. ஆனால் அவள் மௌனமாகக் கைப்பிடிச் சுவர் மேலேயே வந்து சாய்ந்துகொண்டிருந்தாள் என்பது அவன் புலனுக்கு எப்படியோ தெரிந்தது.

அவன் உடலில் ஒரு உணர்ச்சி திடீரென்று கிளம்பி 'எழுந்திரு' என்று அலறிற்று. 'பொறுத்தவர் பூமியாள்வர், பொறு' என்று மறுபடியும் உள்ளம் சொல்ல, அசையாமல் உட்கார்ந்திருந்தான். புத்தகம் கீழே நழுவி விழுந்துவிடாமல் கெட்டியாகப் பிடித்துக்கொண்டான்.

சுலோசனா பத்து நிமிஷங்கள் மௌனமாக இருந்தாள். ஆயினும் பிறகு எரிச்சலுடன் ஏதோ முணுமுணுத்துவிட்டுக் கிழே இறங்கிப் போனாள்.

சற்று நேரத்திற்கெல்லாம் அவள் தாயார் மாடிக்கு வந்தாள்.

"ஏண்டாப்பா, உங்காத்துலே நீ தனியாகவோ இருக்கே?" என்று கேட்டாள் பாலுவை.

பாலு நாற்காலியிலிருந்து எழுந்து சற்று அருகே போய் "இல்லையே, எங்கம்மாள் இருக்கிறாள். என் தமையன், தமையன் ஸம்ஸாரம், குழந்தை எல்லாரும் இருக்கிறார்கள். நான் பரீட்சைக்குப் படிக்கிறேன். ஆகையால் சந்தடியில்லாமல் தனியாக இங்கே . . ." என்று இழுத்தான்.

"சரிதான். எதில் படிக்கிறாய்?"

"பி.ஏ. பரீட்சைக்குப் போகவேணும் மாமி."

"நாங்கள் நேத்திக்கித்தான் வந்தோம் குடி. வீடு சௌரியமாக இருக்கு."

"நீங்கள் எந்த ஊரு?"

“நாங்க கதிராமங்கலம்!” என்று சொல்லி வீட்டு மாடிப்படியைச் சுட்டிக்காட்டி “இவா அப்பா போயி ரெண்டு வருஷமாச்சு. அவர் இருக்கிறவரையிலேயே பட்டணத்திலே இருந்தோம்; இவளும் படிச்சுண்டிருந்தா. அவர் போனதும் கிராமத்துக்கு வந்துட்டோம். அங்கே போதே போகவில்லை. அதுக்கும் சௌரியமாயிருக்கும்னு இங்கே வந்தோம். புருஷா துணை கிடையாது.”

“கிராமத்திலே நிலபுலன்? . . .”

“வீடு வாசல் நிலம் எல்லாம் இருக்கு. வருஷத்துலே ஐநூறு கலம் வரும். பெம்மனாட்டிக் குடித்தனம் . . .”

“என்ன பண்ணுகிறது? . . .” என்ற மரியாதையாக இழுத்துவிட்டு நாற்காலியில் உட்கார்ந்தான்.

“உங்கம்மா ஊர்லே?”

“இருக்கா கூப்பிடரேன்!” என்று பாலு தாயாரைக் கூப்பிட்டான். அவள் வந்தாள்.

“அடுத்தாத்துலே குடி வந்திருக்கா இந்த மாமி” என்று பாலு அறிமுகப்படுத்தினான்.

அதற்குமேல் ஏறக்குறைய சம வயதுள்ள இரண்டு தாயார்களும் பரஸ்பரம் க்ஷேம லாபங்களை விவரமாகப் பேசிக்கொண்டார்கள்.

“இங்கு ஒரு பயமுமில்லை. நீங்க கவலையில்லாமல் மாடியிலே படுத்துக்கலாம். எங்க பாலு ராத்திரி ஒரு மணிவரையிலும் விளக்கைப் போட்டுண்டு படிச்சுண்டு இருப்பான். கீழேதான் நாங்கள்ளாம் இருக்கோம்!” என்று பாலுவின் தாயார் சொன்னதுடன் ஒருவாறாகப் பரிச்சயம் முடிந்தது.

பிறகு தாயாருக்கும் பெண்ணுக்கும் பாலுவின் முதுகுக்குப் பின்னால் சம்பாஷணை நடந்தது.

“பட்டணத்தைப் போலே இந்த ஊர்லே, புருஷர்களுக்குப் பெண்களோடே மரியாதையாகப் பழகத் தெரியாது போலேருக்கு!” என்று சுலோசனா குரல்.

“கும்மோணமும்கூடப் பட்டணம் மாதிரிதான். இந்த நாஸூக்கு பட்டணத்துலேகூட இருக்காதே!” தாயாரின் விமர்சனம்.

மறுநாள் மாலை பாலு புத்தகத்தைச் சரியாகப் பிடித்துக்கொண்டு நாற்காலியில் சாய்ந்துகொண்டிருந்தான்.

“பெண் ஹிருதயமா?” என்று கைப்பிடிச் சுவருக்கு அப்புறமிருந்து குரல் வந்தது.

“ஆமாம்!” என்று பாலு எழுந்து நின்றான்.

“நீங்கள் உட்காருங்கள்!”

"மரியாதை தெரியாமல்..."

சுலோசனா சிரித்துக்கொண்டே "நன்றாயிருக்கிறது. தெரிந்துதானே முதுகுப் பக்கத்தை..." என்று இழுத்தாள்.

பாலுவுக்கு அசடு தட்டியது. என்ன சொல்லலாம் என்று சற்று ஆலோசிக்க வேண்டியதாகிவிட்டது.

"வாருங்களேன், இந்தப் பக்கம்! எங்கள் வீட்டைப் பார்க்கலாமே!"

பாலு கைப்பிடிச் சுவரைப் பார்த்தான்.

"சுவர் இருக்கிறதே என்று பார்க்கிறீர்களா? இதைத் தாண்ட முடியாதா உங்களால்?"

"தாண்ட முடியாமல் என்ன..."

"பின்..?"

"ஒன்றுமில்லை..."

"நான் வேண்டுமானால் ஒருகை கொடுக்கிறேன். ஒரு காலை சுவர்மேல் வைத்து ஏறி, இந்தப் பக்கம் குதித்துவிடலாம்!"

பாலு பிறகு யோசிக்கவில்லை. நீட்டின கையைப் பிடித்தவண்ணம் சுவரைத் தாண்டினான். சுலோசனா புத்தகத்தை வாங்கிப் பார்த்தாள்: ஷேக்ஸ்பியர்!

"பெண் ஹிருதயமா – இது?"

"இதல்ல. நான் மூன்று நாட்கள் வாசித்த புத்தகம்..."

❖

கிராம ஊழியன், (1943 அல்லது 1944)

மூன்று உள்ளங்கள்

அன்றிரவு படுக்கை அறைக்குள் நுழைந்ததும் சுந்தாவுக்குத் திகைப்பாகப் போய்விட்டது.

கதவு மூடினதும் மூடாததுமாக இருந்தபொழுதே சுந்தரம் ஆர்வத்துடன் எழுந்துபோய் "சுந்தா, என்ன பிரமாதமாக இருக்கிறதே, சாந்தி முகூர்த்த அறை போல!" என்றான்.

கதவின் மறுபுறமிருந்து, "இந்தாடி சுந்தா, பால் கொண்டு போக மறந்துவிட்டாயே!" என்று குரல் கேட்டது.

"இப்பவே பிடித்துத் தூக்கம் வராது போலிருக்கிறதே. உங்கக்காவைக் கூப்பிடேன், சற்று உட்கார்ந்து பேசிக்கொண்டிருப்போம்!" என்று சுந்தரம் உள்ளே கிடந்த ஒரு எண்ணத்தை ஏதோவொரு உருவம் கொடுத்து வெளியிட்டான்.

சுந்தாவின் முகம் சட்டென்று மாறிற்று. சற்றுக் கோபம் கூட அதில் தென்படவிருந்தது. ஆனால், அவள் சமாளித்துக் கொண்டு "நீங்கள் கூப்பிடுங்கள், நான் கூப்பிட்டால் வரமாட்டாள்!" என்று படுக்கையில் போய்ப் படுத்துக் கொண்டாள்.

சுந்தரம் அவள் மனோபாவத்தை ஊகிக்காதவனாய்க் "கூப்பிட்டாளே, ஏன் என்று கேட்டுவிட்டு வாயேன்!" என்றான் பிறகு.

"நீங்கள்தான் கேளுங்கள்."

சுந்தரம் நாற்காலியிலிருந்து எழுந்து வெளியே வந்தான். மீனாக்ஷி பால் பாத்திரத்துடன் நின்றுகொண்டிருந்தாள். உள்ளே நடைபெற்ற சம்பாஷணையை அவள் கேட்டிருக்க வேண்டும். சுந்தரம் வந்ததும் அவளுக்குச் சற்றுச் சங்கடமாகப் போய்விட்டது. ஆனால், பெண்ணல்லவா?

சற்று உரத்த குரலில் "சுந்தா படிக்கிறாயா, நீயா வந்தாய்? இந்தா!" என்று பாத்திரத்தை அவன் கையில்

கொடுத்துவிட்டு அவன் மனைவியுடன் சற்றுமுன் பேசின வகை முற்றிலும் தப்பு என்று அறிவிக்க முயலுபவள் போல அவனைக் குறிப்பாகப் பார்த்தாள். அவன் தெரிந்துகொள்ளவில்லை.

"வாயேன், மீனாக்ஷி, சற்றுப் பேசிக்கொண்டிருப்போம்!" என்றான்.

வேறு வழியில்லாமல் அவள் "நீ போ உள்ளே!" என்றவாறு ஜாடை காட்டிவிட்டு "நாழியாகல்லியோ, வெறுமனே என்ன பேசுகிறது? படுத்துக்கொள், நாளைக்குப் பேசிக்கொள்வோம்!" என்று உரக்கச் சொல்லிக்கொண்டே போய்விட்டாள்.

சுந்தரம் பால் பாத்திரத்தை மேஜைமேல் வைத்துவிட்டுக் கதவை மூடித் தாழ்ப்பாளிட்டு வெற்றிலை போட்டுக்கொள்ள மேஜையண்டை உட்கார்ந்தான்.

"சுந்தா, வெற்றிலை போட்டுக்கொள்ளவில்லையா?"

"எனக்குத் தூக்கம் வருகிறது, வேண்டாம்!"

"பாலையாவது சாப்பிட்டுவிட்டுப் போ!"

"நீங்கள் சாப்பிடுங்கள் இன்று."

"என்ன கோபம் வந்துவிட்டது இப்பொழுது?"

"எனக்கென்ன கோபம்? தூக்கம் வருகிறது, உங்களுக்குத் தூக்கம் வரவில்லை – மீனாக்ஷியைக் கூப்பிட்டேளே, பேச வரவில்லையா?"

"நாழியாயிடித்தாம் நாழி."

"ஆகவில்லையா? என்னோடே பேசறபோது உங்களுக்கு நாழி தெரியும். மீனாக்ஷியோடே பேசறபோது தெரியவே தெரியாது" என்று சொல்லிவிட்டுச் சுந்தா மறுபுறம் திரும்பிப் படுத்துக்கொண்டாள்.

அவள் சொன்னதை ஒரு வகையிலும் சுந்தரத்தால் ஆட்சேபிக்க முடியவில்லை. ஏனென்றால் வந்த இரண்டு மாத காலமாக நடந்த உண்மையை அவள் பட்டவர்த்தனமாகச் சொன்னாள்.

சுந்தரத்தின் மனைவி சுந்தா. அவன் சொந்த அத்தை மகள். மீனாக்ஷி, சுந்தரத்துடன்கூடச் சிறுபிள்ளைக் காலத்தில் விளையாடினவள். அவளை அவனுக்குக் கொடுப்பதாகத்தான் இருந்தது. ஆனால் எதனாலோ கடைசியில் மீனாக்ஷி பட்டணத்தில் ஒரு வக்கீலுக்கு வாழ்க்கைப் பட்டாள். கல்யாணமாகும்வரை அவள் அவனுடன் தாராளமாகப் பேசுவதில்லை. தன் கல்யாணமும் ஒரு வருஷத்திற்கெல்லாம் அவன் கல்யாணமும் நடந்த பிறகு அவனுடன் தாரளமாகப் பேச ஆரம்பித்தாள். தங்கை புருஷன், மாப்பிள்ளை என்ற உறவுகள் எல்லாம் அந்தப் பழக்கத்திற்கு அனுகூலமாக இருந்தன.

சுந்தாவின் கல்யாணத்தின் போதும், சாந்திமுகூர்த்தத்தின் போதும் மீனாக்ஷிதான் பிரதானப் பாத்திரம். புருஷன் மனைவிகளுக்குச் செய்ய வேண்டிய சுச்ருஷைகள் முழுவதும் அவள் பொறுப்பு. வெகு உற்சாக மாகவும் அன்பாகவும் எல்லாம் செய்தாள்.

இப்பொழுது நான்கு வருஷங்களுக்குப் பிறகு – தங்கைக்கு அபார்ஷனுக்குப் பின் ஏற்பட்ட பலவீனத்தை உத்தேசித்து – ஒத்தாசையாக இருக்க வந்திருந்தாள்.

சுந்தரம் தன் புருஷனாகவில்லையே என்ற துக்கம் அவள் இளம் உள்ளத்தில் கொஞ்ச காலம் இருந்தது. அவன் சுந்தாவின் புருஷன் ஆனவுடன் அதை ஒருவாறாகத் தன் மனத்திலிருந்து நீக்கி, தன் தங்கையின் சுகத்தைக் கண்டு தான் மகிழ்ச்சிகொள்வது என்று தீர்மானித்தாள். அதனாலேயே அவள் செய்த சுச்ருஷைகள் எல்லாம் அவளுக்குப் பெருத்த இன்பமாக இருந்தது. சுந்தாகூடத் தன் தமக்கையின் பரிவைக் கண்டு இளகிச் சந்தோஷமடைந்தாள். புது வாழ்க்கையின் இன்ப மயக்கத்தில் சுந்தரத்துக்கு மீனாக்ஷியின் ஊக்கம் சாதாரணமாகப் பெண் வீட்டாரின் மரியாதை போலத்தான் பட்டது. ஆனால் அவனுடைய சாந்தி முகூர்த்தத்தின்போது திடீரென்று அவளுடைய உற்சாகத்தின் அந்தரங்கமான உற்பத்தி ஸ்தானம் அவனுக்கு ஏதோ ஒரு சந்தர்ப்பத்தில் மின்வெட்டுப் போலத் தென்பட்டது.

மூன்றாம் நாள் அறையைச் சிங்காரித்துவிட்டு மீனாக்ஷி வாசலில் வேறு பந்துக்களுடன் பேசிக்கொண்டு உட்கார்ந்திருந்த சுந்தரத்தைச் "சுந்தரம் இங்கே சித்தெ வாயேன்!" என்று கூப்பிட்டாள்.

"போடா, போடா!" என்று கேலியில் இறங்கின சிலர் கத்தினார்கள்.

சுந்தரம் கூடத்திற்கு வந்து மீனாக்ஷியிடம் "ஏதுக்குக் கூப்பிட்டாய்?" என்று கேட்டான்.

அவள் கொல்லென்று சிரித்துவிட்டு "ஏதுக்கா, இங்கே வா!" என்று அவனைப் படுக்கை அறைக்குக் கூட்டிக்கொண்டு போனாள், படுக்கையைக் காண்பித்து "உட்காரு!" என்றாள். தங்கையைக் கூட்டிக் கொண்டு வருவதற்காகத் திரும்பினாள்.

"இந்தா, மீனாக்ஷி, நீயும் சித்தெ உட்காரு இப்படி!" என்று படுக்கையில் நகர்ந்து இடம் கொடுத்தான்.

மீனாக்ஷி "நீ, அசட்டு பிசட்டுனு பேசாதே!" என்றாள் முதலில். பிறகு அவளுக்கு அடக்க முடியாமல் திடீரென்று கண்ணீர் பொங்கிக் கொண்டு வந்துவிட்டது.

"ஏன் மீனாக்ஷி?" என்ற சுந்தரம் பதறிக்கொண்டு எழுந்தான்.

"ஒன்றுமில்லை!" என்று அவள் கண்களைத் துடைத்துக்கொண்டே வெளியே போய்விட்டாள்.

ஏன் என்று அர்த்தமாவதற்கு அப்பொழுது அவனுக்கு நிலை இல்லை.

இப்பொழுது, அவள் வந்த ஒரு மாதத்திற்குப் பிறகு உணர்ச்சிகள் அவரவர்களுக்குள்ளே வியக்தமாக ஆரம்பித்தன. மீனாக்ஷி தன் தங்கை மூலம் சுந்தரத்துக்குச் சௌகரியங்கள் செய்து மகிழ்ச்சி பெற வேண்டும் என்ற திட சங்கல்பத்தைத்தான் கொண்டிருந்தாள்.

ஆனால் மீனாக்ஷியின் பணியும் அவள் நடந்துகொண்ட இன்ப முறையும் சுந்தரத்தை மயக்கம்கொள்ளச் செய்துவிட்டன. எந்நேரமும் அவளுடன் பேசுவதும் அவள் முகத்தைப் பார்த்து மகிழ்ச்சி அடைவதும் அவனுக்கு ஒரு அவசியமாகக்கூடப் போய்விட்டது.

சுந்தா கணவன் மனநிலையை வெகுசீக்கிரம் அறிந்துகொண்டாள். சில நாட்கள் அலட்சியமாக இருந்தாள். பிறகு அவளால் சும்மாயிருக்க முடியவில்லை. ஜாடையாகத் தன் மனதை வெளிப்படுத்தினாள்.

மீனாக்ஷி உடனே தெரிந்துகொண்டு திகிலடைந்து தன் நடத்தையை ஜாக்கிரதைப்படுத்திக் கொண்டாள்.

சுந்தரம் எதுவும் தெரிந்துகொள்ளாமல், உணராமல் ஒரே நினைப்புக் கொண்டவனாய் நடந்துகொண்டான்.

வந்த முதல் மாதம் முழுவதும் மீனாக்ஷி தனியாகவே வீட்டுக் காரியங்களைச் செய்தாள். சுந்தா மிகவும் பலவீனமாக இருந்தாள். அப்போது சில சமயங்களில் சுந்தரம் மீனாக்ஷி தனியாகத் திண்டாடு வதைப் பார்த்து "மீனாக்ஷி நான் வேண்டுமானால் ஜலம் நிரப்பி வைக்கட்டுமா?" "காபி வைக்கட்டுமா?" என்று கேட்பான். மீனாக்ஷி கண்டிப்பாக வேண்டாமென்று விடுவாள்.

"தனியாகத் திண்டாடுகிறாள். காபி வைக்கிறேன் என்றால்கூட வேண்டாமென்கிறாள்!" என்று சுந்தரம் பலதடவைகளுக்குப் பிறகு ஒரு தடவையாகத் தன் மனைவியிடம் சொன்னான்.

"நான் தனியாகச் செய்யவில்லையா? என்ன திண்டாட்டம்? நான் செய்தபோது திண்டாட்டமாக உங்களுக்குத் தோன்றவில்லையே!" என்றாள் சுந்தா.

சுந்தரத்துக்குத் தூக்கிவாரிப் போட்டுவிட்டது. மனைவியோடு அந்த விஷயமாக மேலும் பேச அவனால் முடியவில்லை.

சில தினங்களுக்கெல்லாம் சுந்தாவும் எழுந்து சில காரியங்கள் செய்ய ஆரம்பித்தாள்.

"சுந்தா நீ எதுக்கு அலட்டிக்கிறே. நான் சேறேன் எல்லாம்!" என்றாள் மினாக்ஷி.

"நீ எல்லாம் சேறேன்னுதான் உன் அத்தான் அங்கலாய்க்கிறாரே?" என்று சொன்னாள் சுந்தா.

மீனாக்ஷியும் திடுக்கிட்டாள்; சமாளித்துக்கொண்டு "அவன் ஏதாவது சொல்லுவான்..." என்றாள்.

"அதுதான் எதற்கு!" என்று சுந்தா அப்புறம் போய்விட்டாள்.

நாற்காலியில் சாய்ந்தபடியே யோசிக்க யோசிக்கச் சுந்தரத்துக்கு அவள் உள்ளத்திலிருந்தது தெளிவாயிற்று:

‘மீனாக்ஷிக்கு என்மேல் பிரியம்; நானும் அவளிடம் ஈடுபட்டுத் தான் இருக்கிறேன். இவை இரண்டும் உண்மைகள். ஒளிப்பதில் என்ன பயன்?’

“சுந்தா, அடடா, பால் ஆறிப்போயிருக்குமே! மருந்து சாப்பிடுகிறவள் இந்தமாதிரி . . .” என்று சொல்லிக்கொண்டு சுந்தரம் அவளை எழுப்பினான். அவள் தூங்கவில்லை; அழுதுகொண்டிருந்தாள்.

“ஏனடி சுந்தா! ஏன்? ஏன் அழுகிறாய்?”

“ஒன்றுமில்லை, இந்த உடம்புக்கு என்ன வந்தது என்றுதான் அழுகிறேன். என் கையால் உங்களுக்கு ஒன்றும் செய்ய முடியவில்லை.”

“இதற்காகவா . . . அசடு! மீனாக்ஷிதான் . . . அவள்தான் செய்கிறாளே!”

“மீனாக்ஷி செய்தால் நான் செய்தாற்போலவா?” என்றவள் அத்துடன் நிற்காமல் “அவள் செய்தாலே போதுமா உங்களுக்கு?” என்றாள்.

“என்ன சுந்தா, அசட்டு பிசட்டுனு கத்துகிறாயே, அவள் காதில் பட்டால் துக்கப்படமாட்டாளா?” என்று சுந்தரம் தாழ்ந்த குரலில் சொன்னான்.

“நான் துக்கப்பட்டால் தேவலையாக்கும்?” என்று சுந்தா உரக்கவே சொன்னாள்.

“நீ எதற்காகத் துக்கப்பட வேண்டும்?”

“எதற்காகவா? . . . சரி படுத்துக்கொள்ளுங்கள். எனக்குத் தூக்கம் வருகிறது.”

“ஜலம் கொண்டு வரவில்லையா, குடிக்க?”

“போய்க் கொண்டுவருகிறேன்!” என்று சுந்தா எழுந்திருக்க முயன்றாள்.

“நீ எழுந்திருக்காதே நான் கொண்டுவருகிறேன்!” என்று சுந்தரம் எழுந்து கூடத்திற்குப் போனான்.

கூடத்தில் விளக்கு எரிந்துகொண்டிருந்தது. மீனாக்ஷி கட்டாந் தரையில் ஒருக்களித்துப் படுத்துக்கொண்டிருந்தாள். சுந்தரம் வரும் சத்தம் கேட்டதும் படுத்தபடியே தலை தூக்கி அவனைப் பார்த்தாள். அதில் கண்ணீர் வடிந்து கொண்டிருந்தது. விளக்கு வெளிச்சத்தில் சுந்தரம் கண்களுக்கு அதுவரையில் தென்படாத ஏக்கம் பளிச்சென்று தென்பட்டது. இந்தச் சிறு சேவை மூலம் கிடைத்த ஆறுதலுக்குக்கூட ஹானி வரப்போகிறது என்ற எண்ணம் அவளுடைய நிராசையைக் கூட அந்த நிமிஷம் அதர வடித்து, ஏக்கத்தைத் தலைதூக்கச் செய்ததோ?

சுந்தரம் பார்த்து ஸ்தம்பித்துப் போனான். சிறிது நேரம் அவனுக்கு மீனாக்ஷியின் நிலை விளங்கவில்லை.

அந்த நேரமான பிறகு, அவன் பெருத்த ஏக்கமும் கிளர்ச்சியும் கொண்டான். உடனே மீனாக்ஷியின் போக்கு முழுவதும், அந்தப் பொருளில், அவனுக்கு முற்றிலும் தெளிவாயிற்று.

"மீனாக்ஷி, உன் உள்ளத்தில் எவ்வளவு ஏக்கத்தை நிராசையாக உருமாற்ற நீ எந்தப் பாடுபடுகிறாயோ? எங்கள் இருவருக்கும் செய்யும் இந்தப் பணி உனக்கு ஒரு ஆறுதலாக இருக்கிறதா? என்ன திடத்துடன் நீ புன்முறுவல் படர்த்தி உன் முகத்தின் உண்மையை மறைக்கிறாய்?"

ஆமாம், அவள் உள்ளம் அந்தமாதிரி திரளாவிட்டால் – வெறும் சேவை சுகம் மட்டும் அவளுக்கு ஆறுதல் கொடுக்காது. நிச்சயம் இந்த உபசரணைகள் மூலம், தன் தங்கைக்குச் செய்யும் சௌகரியங்கள் மூலம், அவள் பெறும் இன்பத்தின் மூலம், இவள் தனது உணர்ச்சிக்கு ஓராளவு இனிமை தருகிறாள் – ஓரளவு அதை ஒடுக்கவும் செய்கிறாள்.

"அடடா! இத்தனை நாட்கள் . . ." என்று அவன் எண்ணங்கள் ஓடிக்கொண்டே இருந்தபொழுது, மீனாக்ஷி ஜாடையாகக் கூஜாவைக் காட்டி, எடுத்துக் கொண்டு போகச் சொன்னாள்.

சுந்தரம் அந்த மௌன உத்தரவுக்குக் கீழ்ப்படிந்து கூஜாவை எடுத்துக்கொண்டுபோய் உள்ளே வைத்தான்.

அந்தப் பேச்சுத் துணையற்ற ஜாடை, சுந்தரத்திற்கு எல்லா வற்றையும் விளக்கிற்று. தன் உள்ளத்தில் குமுறிய ஏக்கத்தின் ஆழம்; மீனாக்ஷியின் உள்ளத்தில் மடிந்து மடிந்து, உயிர்பெற்று, நிராசையாக மாறும் பாசம்; தன் மனைவியின் உள்ளத்தில் கொந்தளித்துக் கொண் டிருக்கும் வேதனை உருவான அசூயை.

"சுந்தா, மீனாக்ஷி . . ." என்று அதே உணர்ச்சிப் பெருக்கில் ஏதோ ஆரம்பித்தான் தடுமாறின குரலில்.

"இங்கே வாருங்கள், கிடக்கிறது!" என்றாள் சுந்தா.

❖

கிராம ஊழியன், **(1943 அல்லது 1944)**

வயது வந்துவிட்டது

களத்து மேட்டில் ஏறினதுமே எதிரே கண்ட காட்சி யால் பிரமித்து நின்றுவிட்டேன். நான் அவ்வளவு நெருங்கி வந்துவிட்டதை அவளும் கவனிக்கவில்லை; குழந்தைக்குப் பால் கொடுத்துக் கொண்டிருந்தாள்.

என்னைக் கண்டதும் அவள் சடக்கென்று குழந்தையை மார்பிலிருந்து எடுத்து மேலாக்கைச் சரி செய்துகொண்டு எழுந்து "வாங்க? எப்ப வந்தீங்க?" என்றாள்.

"வள்ளியம்மையா!" என்று நான் வாய்விட்டு ஆச்சரியப் பட்டுக்கொண்டு அவளைப் பார்த்தேன்.

அவள் புன்னகையுடன் சற்றுத் தலை குனிந்துகொண்டு "ஆமாங்க, அடையாளம் தெரியலையா?" என்றாள்.

"எவ்வளவு வருஷமாச்சு! சிற்றாடை கட்டித் திரிந்த வள்ளியம்மையைத்தானே நான் பார்த்திருக்கிறேன்!"

"ஆமாங்க!" என்று அவள் தலையெடுத்து நகைத்து என்னை அன்புடன் பார்த்தாள்.

"கங்காணி எங்கே?"

"ஊட்டுக்குப் போயிருக்காரு, உக்காருங்க!" என்று களத்துமேட்டில் மாமரத்தடியில் போட்டிருந்த பழைய கயிற்றுக் கட்டிலைக் காட்டினாள்.

"குடிக்கத் தண்ணி இருக்காம்மா?"

"அப்பாரு வந்தா எளனி –"

"தண்ணி வேணும்!"

"பானைலே இருக்குதே!"

"தேவலாம் குடு, மின்னே எல்லாம் குடுக்கலையா?"

அவள் சற்றுத் தயங்கிப் பிறகு பானையிலிருந்து ஒரு குவளை தண்ணீர் எடுத்துக்கொண்டு வந்து அருகில் வைக்கப் போனாள். நான் கையில் வாங்கிக்கொண்டேன்.

தான் மும்முரமாக ஈடுபட்டிருந்த வேலையிலிருந்து தடுக்கப்பட்ட குழந்தை வெகுகோபமடைந்து உரக்க அழ ஆரம்பித்தான். அவனை அவள் அருகில் தொங்கிக்கொண்டிருந்த தூளியில் போட்டு ஆட்ட ஆரம்பித்தாள்.

"நீ எந்த ஊரிலே இருக்கிறாய்?"

"சேலத்துலே – அவரு – முனிசிபாலிடிலே சேவகரு –"

"சேவகருய்யா பொஞ்சாதியா நீ!" என்று நான் சிரித்தேன். அவளும் மௌனமாகச் சிரித்தாள்.

வள்ளியம்மை பத்து வயதுப் பெண்ணாக இருந்தபொழுது எனக்கும் பத்து வயது. அவள் தகப்பன் கங்காணி என்று பெயர் பெற்ற ஆரான் எங்கள் நிலத்துக் குத்தகைக்காரன். அப்பொழுது ஒவ்வொரு விடுமுறைக்கும் நான் கிராமத்துக்குப் போவேன், என் தகப்பனாருடன்.

அப்பொழுதெல்லாம் வள்ளி முரட்டுப்பெண். நல்ல கட்டுமஸ்தான தேகம். மரம் ஏறுவாள், பெரிய கிணறுகளில் குதித்து நீந்துவாள். எதுவும் அவளுக்கு லட்சியமில்லை. சிக்குப் பிடித்த தலை மயிரை அள்ளிச் சொருகி இருப்பாள். காதுகளில் பூச்சிக்கூடு, மூக்கில் பொன் மூக்குத்தி. கையில் வெள்ளிவளையல்கள். கையில் கம்புடன் மாடுகள் மேய்ப்பது அவள் வேலை.

கன்னங்கரேலென்றிருந்த அவளுடைய முகத்தில் கருவிழிகளுக்கு வெளியே தென்படும் கண்களில் வெள்ளைப் பாகங்களும் பற்களும் தான் பளிச்சென்று இருக்கும். எந்தக் காலத்தில் எது விளைகிறதோ அதை வயலிலிருந்து எடுத்துத் தின்றுகொண்டேயிருப்பாள். சோளம் விளைகிற காலத்தில் சோளக் கொண்டையும் கையுமாகத்தான் இருப்பாள்; கம்பு விளைகிற காலத்தில் கம்பங்கதிர்; வேர்க் கடலை காலத்தில் பச்சை வேர்க்கடலை; கரும்புக் காலத்தில் கரும்புத்துண்டு. பருவ தேவதையின் உருப்போல அந்தந்தச் சின்னத்துடன்தான் இருப்பாள் எப்பொழுதும்.

என்னை எட்ட நின்று பார்ப்பது முதலில் அவளுக்கு ஒரு வேடிக்கை. பிறகு கொஞ்சங் கொஞ்சமாகப் பழக்கம் ஏற்பட்டது.

ஒரு தடவை சோளப் பயிரிலிருந்து ஒரு கொண்டையை ஒடிக்க முயன்றேன். என்னால் முடியவில்லை. தண்டு என் கையைக் கீறிவிட்டது. அவள் உடனே தன் அருகிலிருந்த ஒரு கொண்டையை வெகு லாகவமாக ஒடித்து என்னிடம் கொண்டுவந்து கொடுத்தாள். மணிகளை உதிர்க்கத் தெரியவில்லை எனக்கு. அவள் உடனே அதை வாங்கி வெகுசீக்கிரத்தில் உதிர்த்துப் பிடி மணிகளை என்னிடம் கொடுத்தாள் – ஊதிப் பொட்டை அகற்றி.

அதிலிருந்து இருவரும் சிநேகிதர்கள். நான் கொண்டு போயிருந்த பொம்மைப் புஸ்தகங்களையெல்லாம் அவளுக்குக் காட்டினேன். அம்மா கொடுத்த பெப்பர்மென்ட்களைக் கொடுத்தேன்.

உடனே பண்டமாற்றம் ஆரம்பித்தது. நான் அவளுக்கு ஒரு சின்னக் கத்தி கொடுத்தேன். அவள் எனக்கொரு சின்ன நறுக்கரிவாள் கொடுத்தாள். நான் ஒரு பாக்கெட் பிஸ்கெட் கொடுத்தேன். அவள் பனைவெல்ல அச்சு ஒன்று கொடுத்தாள்.

தன் பிரதாபங்களை எல்லாம் அவள் என்முன் காட்ட ஆரம்பிப்பாள். மாடுகளையெல்லாம் வெகு அருகில் சென்று அடித்துக் கொம்புகளைப் பிடித்து இழுப்பாள். எனக்குத் திகிலாக இருக்கும். மாமரத்திலேறிக் கொத்தோடு மாவடு பிடுங்குவாள்; கீழே விழுந்து விடுவாளோ என்று நான் கீழே நின்று தவிப்பேன். வழுக்கும் கிணற்றுப் படிகளில் வெகுசுலபமாக இறங்கி எனக்குக் குடிக்க ஜலம் கொண்டு வந்து கொடுப்பாள். அதில் குதித்து நீத்தி விளையாடுவாள். ஈரத்துணி ஒட்டின அவள் உடல் கருங்கல் சிலைபோல இருக்கும். இளம் நொங்கை பனங்காயில் துருவிவிட்டுக் குடிக்கச் சொல்லுவாள். நான் குடிக்கத் தெரியாமல் மேல் எல்லாம் கொட்டிக்கொள்ளுவேன். வள்ளியம்மை அழகாகச் சிரிப்பாள். பிறகு, தான் சாப்பிட்டுக் காட்டுவாள். விக்கிரகமே உயிர்பெற்று உலவுவது போல இருக்கும்.

காட்டுக்கொடி போன்ற அவள் முரட்டு வளர்ச்சியில் மென்மையும் தென்பட்டது. சிரித்தால் அவள் முகம் வடிவழகு கொள்ளும். அவள் குரல் மெல்லியதாயும் இனிமையாகவும் இருக்கும். உரக்கக் கத்தவே மாட்டாள். சிற்றாடை சூழ்ந்து மறைத்த அவள் அங்கங்களில் பருவம் பொங்க ஆரம்பித்துக்கொண்டிருந்தது.

நாங்கள் இருவரும் ஒரு நாள் களத்துமேட்டில் விளையாடிக் கொண்டிருந்த போது நான் விளையாட்டாக அவள் மேலாக்கைப் பிடித்து இழுத்துவிட்டேன். உடனே அவள் என்னை மல்லாக்கக் கீழே தள்ளிவிட்டாள். நான் உருண்டுருண்டு களத்து மேட்டிலிருந்து வயல் சேற்றில் வந்து விழுந்தேன். நான் அவ்வளவு லேசாக விழுந்து விடுவேன் என்று அவள் எதிர்பார்க்கவில்லை. திடுக்கிட்டு ஓடிவந்து என்னைப் பிடித்துத் தூக்கி என் மேலிருந்த சேற்றையெல்லாம் தன் முந்தானையால் துடைத்து, "என்னாத்துக்கு மணி, அந்த மாதிரி இளுத்தே!" என்று மன்னிப்புக் கேட்பது போலக் கெஞ்சினாள்.

எனக்குக் கோபம், அவமானம். மௌனமாக மாமரத்தடியில் போய் உட்கார்ந்துகொண்டேன். வள்ளியம்மை சற்றுநேரம் சும்மா இருந்தாள். அங்கு போனாள், இங்கு போனாள். பிறகு என்னிடம் வந்து உட்கார்ந்துகொண்டு கண்ணீருடன் ஒரு கையை என் கழுத்தில் போட்டுக்கொண்டு "என்மேல் கோவமா?" என்று கேட்டாள்.

"போடி, உன்னைத் தெரியும்!" என்ற நான் ஒதுங்க முயன்றேன்.

வள்ளி என்னை இறுகக் கட்டிக்கொண்டு முகத்தோடு முகம் வைத்து "இனிமே இல்லே, மணி, என்னோடே பேச மாட்டியா இனிமேல்" என்று கெஞ்சினாள்.

பத்துவயதுதான் எனக்கு. அந்த இனிமை இசைந்த குரலும் மென்மை ஓடிய உடலும் சேர்ந்து என்னை நானே இன்னதென்று அப்பொழுது அறிய முடியாத ஒரு இன்பத்தில் ஈடுபடச் செய்தன.

அந்தப் புனிதமான பரவச நிலையில் நான் அவள் அணைப்பில் ஒடுங்கி "பேசவேமாட்டேன், போ!" என்று சொல்லிச் சிரித்தேன்.

அவ்வளவுதான். சடக்கென்று என்னை விட்டுவிட்டு எழுந்து ஓடிப் "பேசாட்டிப் போயேன்" என்று சொல்லிக்கொண்டு மாமரத்தில் ஏறப்போனாள்.

"இந்தா வள்ளி, இங்கே வா, பேசறேன்!" என்று நான் கத்தினேன்.

"மாட்டேன் போ! மரத்துலே ஏறிக் கீழே உளுந்து செத்துப்போறேன்!" என்று பயமுறுத்தினாள்.

நான் எழுந்தோடிப்போய் அவள் மேலாக்கைப் பற்றி இழுத்தேன்.

கலகலவென்று நகைத்துக்கொண்டு "உடு, உடு மணி!" என்று கீழே குதித்தாள்.

நான் விடவில்லை.

வெகுநேரம் கட்டிலில் மெய்ம்மறந்து உட்கார்ந்திருந்தேன். என்முன் நின்ற வள்ளி பழைய ஸூக்ஷ்ம ரூபத்துடன் என்னுடன் விளையாடுவது போன்ற பிரமை கொண்டேன்.

"என்னைச் சேற்றில் தள்ளினாயே ஒருநாள், நினைவு வருகிறதா?" என்றேன் வெகுநேரம் கழித்து நினைவு வந்து.

அவளும் அவ்வளவு நேரம் மெய்ம்மறந்திருந்தாள் போலிருக்கிறது. உலுக்கி விழுந்து "என்ன மணி?" என்றவள் சட்டென்று திருப்பிக் கொண்டு "என்னாங்க?" என்று கேட்டாள்.

"சேற்றில் தள்ளிவிட்டு . . ." என்று ஆரம்பித்தேன். அவள் வெட்கத் துடன் முகத்தைத் திருப்பிக்கொண்டாள்; ஆனால் அதில் தோன்றியிருந்த உணர்ச்சிச் சாயலை அவளால் மறைக்க முடியவில்லை.

"உன் முரட்டுத்தனமும் விளையாட்டும் எங்கோ போய்விட்டனவே!"

அவள் சிரித்துக்கொண்டே "வயதாவல்லிங்களா?" என்றாள்.

"எங்கே அந்த மாங்கிளையில் இருக்கிற கொத்து மாவடுவை அப்படியே பறி, பார்ப்போம்!"

"இப்ப நீங்கதான் பறிக்கணும்!"

"சோளக் கொண்டைதான் ஒடியேன்!"

வயது வந்துவிட்டது 541

வள்ளியம்மை யௌவனத்தின் நிறைவு ஒவ்வொரு அங்கத்தின் அசைவிலும் தென்பட வனப்பே நடந்து போவது போலப் போய்ச் சோளக் கொண்டை ஒன்றைப் பறித்து உதிர்த்துக்கொண்டே வந்தாள்.

"அப்படியே ஒருவாய் சாப்பிடு, பார்க்கிறேன்!"

அவள் சாப்பிடவில்லை. உதிர்த்த மணிகளை என் கையில் கொட்டினாள்.

என் மனதிலிருந்ததைச் சொன்னேன்.

"முன்போல நாம் விளையாடுவதற்கு இடைஞ்சலாக..." என்று ஆரம்பித்தேன்.

"வயது வந்திருச்சில்லியா!" என்று சொல்லி அவள் அருகிலிருந்த கொல்லிமலைத் தொடர்ப் பக்கம் பார்த்தாள்.

அந்தப் பார்வையின் குறுக்கே சற்றுத் தூரத்தில் அவள் தந்தையின் உருவம் தென்பட்டது.

"வள்ளி!" என்று நான் ஏதோ பேச ஆரம்பித்தேன்.

"அதோ அப்பாரு வர்ராரே!" என்றாள் அவள் குறுக்கிட்டு.

❖

கிராம ஊழியன், (1943 அல்லது 1944)

ஆற்றாமை

"உட்காரேன்டி! போகலாம் என்ன அவசரம்?" என்று சாவித்திரி புரண்டு படுத்துக்கொண்டு சொன்னாள்.

"இல்லை. அவர் வருகிற நேரமாகிவிட்டது. போய் காபிக்கு ஜலம் போட்டால் சரியாயிருக்கும்!" என்று எழுந்து நின்றாள் கமலா.

"ஆமாம் காபி போடுவதற்கு எத்தனை நாழியாகும்? வந்த பிறகுகூடப் போகலாம். உட்கார். எனக்குப் பொழுதே போவில்லை."

அப்போது "கமலா" என்று கூப்பிட்டுக்கொண்டே ராகவன் வந்துவிட்டான்.

"பார்த்தாயா, வந்துவிட்டார்!" என்று சொல்லிவிட்டுக் கமலா தன் அறைப்பக்கம் ஓடினாள்.

சாவித்திரி படுத்தபடியே தலைநிமிர்ந்து பார்த்தாள்; ராகவன் மனைவியைப் பார்த்துச் சிரித்துக்கொண்டே உள்ளே நுழைந்தான். கமலா "அதற்குள் நாழியாகிவிட்டதா?" என்று கேட்டுக்கொண்டே பின்னால் போனாள்.

அறை சற்றுத் தூரத்திலிருந்த போதிலும் கொஞ்சம் சாதாரணமாகப் பேசினால் காதில் விழாத தூரத்தில் இல்லை. இளம் தம்பதிகளுக்கு அக்கம் பக்கம் ஞாபகம் சில சமயங்களில் இருக்கிறதே இல்லையல்லவா?

"போங்கள்; இதென்ன விளையாட்டு. யாராவது வரப் போகிறார்கள்?" என்று கமலா மகிழ்ச்சியுடன் சொன்னது அரைகுறையாகச் சாவித்திரி காதில் பட்டது. அந்த அறையில் பொங்கிய இன்பம் ஏறிய காற்று சாவித்திரியிடம் வந்தபொழுது அவள் மூச்சு திணறிற்று. வேதனை உள்ளத்தையும் உடலையும் ஏதோ செய்ய, பெருமூச்சு விட்டுக்கொண்டு குப்புறப் படுத்துக்கொண்டாள்.

சாவித்திரியின் புருஷன் வடக்கே எங்கோ மிலிடாரி சர்வீஸில் இருந்தான். சாஸ்திரத்துக்காகச் சாந்திமுகூர்த்தம் நடந்த மூன்று நாள் இருந்துவிட்டு அவசர அவசரமாகப் போய்விட்டான். வருஷம் இரண்டாயிற்று. கடிதங்கள் வந்தன. ஆள் வரக்காணோம்.

சாந்திமுகூர்த்தம் ஆகாமல் வைத்திருந்தால் நாலுபேர் ஏதாவது சொல்லுவார்கள் அல்லவா? அதற்காகச் சம்பந்திகள் இருவரும் சேர்ந்து முகூர்த்தத்தை நடத்திவிட்டார்கள். பிறகு பெண்ணை விட்டுவிட்டுப் பையன் எவ்வளவு காலம் இருந்தாலும் பாதகமில்லை. நாலு பேர் பிறகு வாயைத் திறக்கமாட்டார்கள்.

ஆனால் அந்த சாந்திமுகூர்த்தம் சாவித்திரிக்கு யமனாகத்தான் பட்டது. உள்ளத்தை அவள் ஒருவிதமாக முன்போலவே அடக்கி ஒடுக்கிவிட்டாள். உடல்தான் ஒடுங்க மறுத்தது. ஒடுங்கின உள்ளத்தையும் தூண்டிவிட்டது. அந்த மூன்று நாள் அனுபவத்து ஸ்பரிச சுகத்தை அதனால் மறக்க முடியவில்லை. வாய்விட்டு அலறிற்று.

சாவித்திரி நல்ல சரீரக் கட்டுப் படைத்த யுவதி. இளமைச் செருக்கு அவள் உடலில் மதாரித்து நின்றது. அதன் இடைவிடாத வேட்கையை அவளால் சகிக்க முடியவில்லை.

“இந்தக் கமலாவுக்கு எவ்வளவு கொழுப்பு! அகமுடையான் அருகில் இருந்தால் இப்படியெல்லாமா குதிக்கச் சொல்லும்? என்னிடம் வந்து என்ன பீத்திக்கொள்வது வேண்டியிருக்கிறது? நான் கிடக்கிறேன் வாழாவெட்டி போல. என்னிடம் வந்து என்ன கும்மாளம்! இல்லை, வேண்டுமென்றுதான். நான் பார்த்து வேதனைப்பட வேண்டும் என்றுதான் இப்படியெல்லாம் செய்கிறாள் போலிருக்கிறது! சதா இவள் அகமுடையான் சொன்னது என்ன பிரதாபம்! இவள்தான் அகமுடையானைப் படைத்தவளோ? ... ஏன் தலைகீழா நிற்கமாட்டாள். உடனொத்தவள் நான் தனியாகக் கிடந்து சாவதைப் பார்த்து நாம் இவ்வளவு சந்தோஷமாக இருக்கிறோமே என்று அவளுக்குப் பெருமை! நான் நொந்து கிடக்கிறேன், நொந்து போயிருப்பேன் என்று கொஞ்சமாவது அவளுக்குத் தோன்றினால் – எப்படித் தோன்றும்? பட்டால் அல்லவா தெரியும் அவளுக்கு.”

சாவித்திரி பொருமிக்கொண்டே படுத்திருந்தாள்.

“ஏண்டி, ஏந்து குழாய் ஜலம் எடுத்துக்கொண்டு வந்து வைக்கப் படாதோ, இந்தா காபி!” என்று அவள் தாயார் வந்தாள்.

“எல்லாம் ஆகட்டும். அதற்குத்தானே பெத்தே என்னை. செய்கிறேன், போ!”

“இதோ இருக்குக் காபி, நான் அந்தத் தெருவுக்குப் போயிட்டு வரேன். ராத்திரிக்கு வரமுடியாதோ என்னவோ ...”

“நீ வந்து இங்கே என்ன செய்யப்போறே. உங்கண்ணா ஆத்துலேயே இருந்துட்டு வா!”

“ராத்திரி ஜாக்கிரதையாக் கதவைத் தாப்பா போட்டுண்டு ...”

"ஆகட்டும், ஆகட்டும் போ!"

அவள் தாயார் நார்மடிப் புடவையைச் சரிபடுத்திக்கொண்டு விபூதி இட்டுக்கொண்டு அந்தத் தெருவுக்குப் புறப்பட்டுப்போனாள். சாவித்திரியின் பக்கத்திலிருந்த காபியின் சூடு ஆறிவிட்டது. சாவித்திரியின் உள்ளத்திலிருந்த சூடு ஆறவில்லை.

புருஷன் ஆபீஸ் போனதும் கமலா வந்தாள். "அம்மாமி காபி சாப்பிடல்லயா?"

சாவித்திரி அவளை அசூயையுடன் பார்த்துக்கொண்டு "ஆறிப் போய்விட்டது. சாப்பிடவில்லை!" என்றாள்.

"நான் தரட்டுமா? அவருக்குச் சாயந்திரத்திற்குப் பிளாஸ்கில் போட்டு வைத்திருக்கிறேன், தரேனே, பிறகு போட்டால் போச்சு!"

"வேண்டாம், எனக்கு வேண்டியிருக்கவில்லை, நெஞ்சைக் கரிக்கிறது."

"இன்னிக்கிச் சினிமாவுக்குப் போவோமான்னேன், நாளைக்கு ஆகட்டும்னார். நீங்களும் வர்ரேளா அம்மாமி?"

"நன்னாயிருக்கு. நீங்க ரெண்டுபேரும் தமாஷாப் போகிறபோது நான் நடுவில் . . ."

"போங்க அம்மாமி!" என்று சந்தோஷத்துடன் கூறினாள் கமலா. சாவித்திரிக்குக் கமலாவின் பூரிப்பு விஷமாக இருந்தது.

"என்ன அம்மாமி, உடம்பு ஒரு மாதிரி இருக்கேளே?"

"எனக்கென்ன கேடு ஒன்றுமில்லை."

"'கருகிய மொட்டு' என்று ஒரு நாவல் கொண்டுவந்திருக்கிறார். படிக்கலாமா?" என்று சொல்லி, கமலா எழுந்துபோய்ப் புத்தகத்துடன் வந்து உட்கார்ந்தாள்.

மேல் அட்டையில் சித்திரம் ஒன்று. அதைக் கமலா வெட்கத்துடனும் சிரிப்புடனும் சாவித்திரிக்குக் காட்டினாள்.

ஒருவன் நாற்காலியில் உட்கார்ந்து ஆழ்ந்து யோசனையிலிருக் கிறான். கையிலிருந்த புத்தகம் கீழே விழுந்து கிடக்கிறது. பின்னால் மனைவி வந்து புன்னகையுடன் நிற்கிறாள், அவனுக்குத் தெரியாமல்.

"இதற்கு என்ன அர்த்தம் அம்மாமி?" என்று கமலா கேட்டாள்.

"புருஷன் ஏதோ கவலைப்பட்டுக்கொண்டு உட்கார்ந்திருக்கிறான். தருணம் தெரியாமல் அசட்டு மனைவி சிரித்துக்கொண்டு வந்து நிற்கிறாள்போல் இருக்கிறது."

கமலாவின் புன்னகை மறைந்துவிட்டது.

"அப்படியா இருக்கும்?"

"வேறென்ன இருக்கப்போகிறது?" என்று சாவித்திரி சிரித்துக் கொண்டே குரூரமாகச் சொன்னாள்.

“இருக்காது, அம்மாமி!”

“பின் எப்படி இருக்கும்?”

“வந்து – வந்து புருஷன் அவளை நினைத்துக்கொண்டே படிக்கிறான். மெய்ம்மறதியில் புத்தகம் கீழே விழுகிறது. அவள் வெகுநேரம் வரவில்லை. கடைசியில் . . .”

“அதுதான் இருக்கவே இருக்கே!”

“படிக்கலாமா?”

“படியேன்”

கமலா படித்தாள் வெகுநேரம். சாவித்திரி காதில் எவ்வளவு விழுந்ததோ?

“ஐயோ, நாழியாகிவிட்டதே! படித்துக்கொண்டே இருந்துவிட்டேன். போகிறேன்!” என்று கமலா மாலை ஐந்து மணிக்கு எழுந்து தன் வீட்டிற்குப் போனாள்.

சாவித்திரி எழுந்திருக்கவில்லை. வீடு கூட்டுகிறவள் வந்தாள்.

“நான் கூட்டிக்கொள்கிறேன் போ!”

பூக்காரி வந்தாள்.

“இன்னிக்கிப் பூ வாண்டாம்!”

இருட்டிவிட்டது. இருட்டி வெகுநேரம் ஆகிவிட்டது. ராகவனும் கமலாவும் கொட்டம் அடித்தது அவளுக்குச் சகிக்கவே இல்லை. வீட்டில் அயலார் இருப்பதுகூட அவர்களுக்கு நினைவில்லையா? ஆத்திரத்துடன் எழுந்து மின்சார விளக்கைப் போட்டுவிட்டு மறுபடியும் படுத்துக்கொண்டாள்.

“இலை போட்டுவிட்டேனே வாருங்களேன்!” என்றாள் கமலா.

“அதற்குள்ளா . . . இப்பவே சாப்பிட்டுவிட்டு . . .”

“எனக்குத் தூக்கம் வருகிறது.”

“தூக்கம் வருகிறதா!” என்று ராகவன் சிரித்தான். சாவித்திரி காதில் எல்லாம் விழுந்தது.

கமலா இலையை வாசலில் கொண்டு போட்டுவிட்டுக் கம்பிக் கதவையும் ரேழிக் கதவையும் தாழ்ப்பாளிட்டுக்கொண்டு திரும்பினவள் எதிர்த்த உள்ளில் சாவித்திரி மயங்கி மயங்கிப் படுத்துக்கொண்டிருந்ததைப் பார்த்து “அம்மாமி, சாப்பிட்டாச்சா?” என்றாள்.

“ஆச்சு!”

கமலா உள்ளே போய்த் தாளிட்டுக்கொண்டாள்.

கல்யாணக் கூடம் போட்ட வீடு. இரண்டு பக்கங்களிலும் குடி, இரண்டு பக்கக் கூடத்து உள்ளுகளுக்கும் ரேழியிலும் கதவுகள்.

இரவு எட்டே மணிதான் இருக்கும். ஊர் ஓசைகூட அடங்கவில்லை. கமலாவின் பக்கத்தில் ஓசை அடங்கிவிட்டது. சாவித்திரிதான் எழுந்திருக்கவே இல்லை.

"ராகவன்!" என்று வாசலில் மெதுவான குரல் கேட்டது.

முதலில் சாவித்திரி வாயை மூடிக்கொண்டு இருந்துவிட்டாள். பிறகு ஏதோ நினைத்துக்கொண்டு எழுந்து மெதுவாக ரேழிக் கதவைத் திறந்துகொண்டு திண்ணையண்டை போனாள்.

வாசலில் ராகவன் வயதுள்ள வாலிபன் ஒருவன் நின்று கொண்டிருந்தான்.

"ராகவன் இருக்கிறாரா?"

"இருக்கார்!" என்று சாவித்திரி கம்பிக் கதவைத் திறந்துவிட்டு உள்ளே திரும்பினாள்.

வாலிபன் ரேழிக்கு வந்து தயங்கினான்.

சாவித்திரி சற்று மெதுவான குரலில் "அந்த ரேழிக் கதவைத் தட்டுங்கள்!" என்றாள் ஜாடையுடன்.

வாலிபன் திரும்பவும் தயங்கினான்.

"வெறுமனே தட்டுங்கள், திறப்பார் !" என்றாள். ஒருவிதமான குரூர ஆனந்தத்துடன் சொல்லிவிட்டுத் தன் அறைக்குள் போய் உட்கார்ந்துகொண்டு ஆவலுடன் நடைபெறப் போவதை எதிர் பார்த்தாள்.

வாலிபன் 'ராகவன்' என்று கதவைத் தட்டினான். சிறிது நேரங் கழித்து 'யார்?' என்ற உறுமல் கேட்டது.

"நான்தான்!"

"நான்தான் என்றால்?" என்று சீறிக்கொண்டு ராகவன் கதவைத் திறந்துகொண்டு உள்ளே இருந்தபடியே எட்டிப் பார்த்தான்.

"நான்தான் சீனு – மதுரை –"

"ஓ, வாருங்கள்!" என்று ராகவன் பலதரப்பட்ட உள்ளக் கலவரத்தில் கதவைத் திறந்தபடியே விட்டுவிட்டு ரேழியில் நுழைந்து சீனுவை வாசலுக்கு அழைத்துக்கொண்டு போனான்.

ஒரு வினாடி சீனுவின் கண்களில் ஒரு காட்சி தென்பட்டது. மின்சார விளக்கு எரிந்துகொண்டிருந்தது. வாசற்படிக்கு எதிரே கமலா ஆடை நெகிழ்ந்த நிலையில் படுத்திருந்தவள் ராகவன் உடம்பு கதவு திறந்த இடத்திலிருந்து விலகினதும் சடாரென்று எழுந்து கட்டிலை விட்டுக் குதித்துச் சுவரோரம் ஓடினாள்.

சாவித்திரி இன்னும் கொஞ்சம் நன்றாகப் பார்த்தாள். கமலா தலையில் கட்டுப்பூ தொங்கிக்கொண்டிருந்தது. அறையிலிருந்து மல்லிகை வாசனையும் ஊதுவத்தி வாசனையும் கம்மென்று வெளியேறின.

அந்தரங்கம் திறந்துகிடந்தது போன்ற அந்த அறையை அதற்குமேல் அவளால் பார்க்க முடியவில்லை. ஏகாந்தம் ஆடையற்று நின்றது போன்ற அந்த ஒளி அவள் கண்களுக்குக் கூச்சத்தைக் கொடுத்தது. சத்தப்படாமல் அறைக் கதவைச் சாத்திக்கொண்டாள்.

திடீரென்று ஒரு வருத்தமும் பச்சாதாபமும் தோன்றி அவளைத் தாக்கின.

“என்ன காரியம் செய்தேன்! என்ன பாவம் செய்தோ, யாரைப் பிரித்துவைத்தோ இப்பொழுது இப்படித் தனியாகக் கிடந்து தவிக்கிறேன். ஐயோ . . .”

அளவற்ற ஆவலில் ஒன்றையொன்று கவ்விக்கொண்டு கலந்த இரண்டு உள்ளங்கள் ஒருகணத்தில் சிதறித் தூரத்தில் விழுந்தன. கமலா கண்ணீர் பெருகாத தோஷமாக, மகா கோபத்துடன் ஆடையைச் சீர்திருத்திக்கொண்டு விளக்கை அணைத்துவிட்டுப் படுக்கையில் படுத்தாள்.

சீனுவை அனுப்பிவிட்டு ராகவன் உள்ளே வந்தான்.

மெதுவாகக் கட்டிலில் ஏறிக் கமலாவைத் தொட்டான். கமலா அவன் கையைப் பிடுங்கி உதறி எறிந்தாள்.

“என்ன கமலா?”

“இன்னொரு கதவையும் நன்றாகத் திறந்துவிடுகிறதுதானே!”

“ஓ, ஞாபகமில்லை கமலா!”

“ஞாபகம் ஏன் இருக்கும்?”

“சின்ன விஷயத்துக்கு ஏன் பிரமாதப்படுத்துகிறாய்?”

“சின்ன விஷயமா? என் மானம் போய்விட்டது.”

ராகவனுக்கு அதுவும் இதுவுமாக எரிச்சல் கிளம்பிற்று.

“எவ்வளவு போய்விட்டது?” என்று சீறினான்.

“போதும் வாயை மூடுங்கள். அண்டை அயல் இருக்கிறது!” என்று அவளும் சீறினாள்.

சாவித்திரியின் காதில் இதுவும் விழுந்தது. குப்புறப் படுத்துக்கொண்டு விம்மி விம்மி அழுதாள்.

“பாவியை என்ன செய்தால் என்ன?” என்று புலம்பினாள்.

கமலா மூக்கைச் சிந்தும் சத்தம் கேட்டது.

“திருப்திதானா பேயே!” என்று சாவித்திரி தன்னைத் தானே உரக்கக் கேட்டுக்கொண்டாள்.

❖

கிராம ஊழியன், **(1943 அல்லது 1944)**

மதுரா விஜயம்

"கங்கா, எப்பேர்பட்ட சாம்ராஜ்யம் இந்த நிலைக்கு வந்துவிட்டது!" என்று சொல்லிக்கொண்டே வீரகம்பன உடையார் மதுரை பாண்டிய மன்னர்களின் அரண்மனை சங்கீத சாலையில் உட்கார்ந்தார்.

"ராஜ வம்சங்களுக்கும் மானிடர்களைப் போல ஆயுள் உண்டல்லவா? எந்த சாம்ராஜ்யம் நீண்டு நிலைத்து நின்றது, சொல்லுங்கள்!" என்று அவர் மனைவி கங்காதேவி பதில் சொல்லிக்கொண்டே இடத்தின் அழகைக் கண்டு திகைத்துக் கொண்டிருந்தாள்.

கம்பன உடையார் விஜயநகர சாம்ராஜ்யத்தின் சேனாதிபதியாகவும் பிரதிநிதியாகவும் தெற்கே வந்து சாம்ராஜ்யத்தின் ஆதிக்கத்தை ஸ்தாபித்தார். மதுரை முகம்மதியர்கள் கையில் விழாதபடி தடுக்கவே, முக்கியமாக அவர் அதைப் பாண்டிய மன்னரிடமிருந்து கைப்பற்றினார். பாண்டியனின் திருநெல்வேலிக்குப் போய்விட்டார். கம்பன உடையாரின் மனைவி கங்காதேவி வடமொழியில் சிறந்த தேர்ச்சி பெற்றவள். கணவன் திக்விஜயம் செய்தபோது கூடவே சென்றாள்.

"ஆனாலும், இந்தப் பாண்டிய வம்சத்தில் எத்தனை மகாபுருஷர்கள்! நெடுஞ்செழியன், அரிகேசரி மாறவர்மன், மாறவர்மன் ராஜஸிம்மன், ஸ்ரீமாறன் ஸ்ரீவல்லபன், மாறவர்மன் சுந்தர பாண்டியன், ஜடாவர்மன் குலசேகரன் – எந்த ராஜவம்சத்தில் இத்தனை சரித்திர தீரர்கள் இருந்திருக்கிறார்கள்!" என்று கம்பனன் அடங்காத ஆச்சரியத்துடன் மொழிந்தார்.

"நானும் இந்த அற்புதமான மாளிகையைச் சுற்றி வரும்பொழுது எண்ணிப் பார்த்தேன். எத்தனை புவன சுந்தரிகள் இந்த அந்தப்புரங்களில் நடமாடி, தங்கள் உன்னத

அழகால் அரசர்கள் மனதைக் கவர்ந்து, மகிழ்ச்சியைக் கொடுத்தும், பெற்றும் இருப்பார்கள்! அந்த சௌந்தரியமெல்லாம் இங்கேதான் புலர்ந்து கனிந்து கொட்டிப் போயிருக்கிறது! அதோ அதுதான் –"

"ராஜ மகிஷிகள் நீராடும் இடம்!"

"இது?" என்று கங்காதேவி எதிரே தெரிந்த கட்டிடத்தைக் காட்டிக் கேட்டாள்.

"உல்லாஸ கிருகம்!"

"ஆகா, சிருங்கார லஹரியில் சிந்திய அந்தக் கட்டழகிகளின் சிரிப்பொலி இன்னும் இங்கே எதிரொலிப்பது போல எனக்குப் பிரமை தட்டுகிறது. இப்பாண்டிய நாட்டில் பெண்கள்தான் என்ன லாவண்யத்துடன் துலங்குகிறார்கள்!"

கட்டுக்கொண்டையும் சுட்டும் விழியும் ஒட்டும் சேலையுமாகத் தேவமகளிர்போல இருக்கிறார்கள். என்ன உடல்கட்டு, ஆரோக்கியம், காம்பீரியம்! வீரனை மணந்து வீரம் ஈன்ற பாக்யசாலிகள் பாண்டிய அரசிகள். அவர்கள் வசித்து வாழ்க்கை இன்பத்தைப் பருகித் தீர்த்த இந்த இடத்தில் அவர்கள் இன்னும் இருப்பது போலவே இருக்கிறது.

"மார்பகம் விம்மிய மன்னர்கள் போரிலும் காதலிலும் ஈடுபட்டுத் திளைத்தார்கள். அத்தனை செய்கைகளும் அத்தனை உணர்ச்சிகளும் இன்று எங்கே?"

"ஏன், செய்கைகள் இன்று மறையவில்லை. உணர்ச்சிகள் – ஆ, அவற்றை எப்படி அவர்கள் நிலைநிறுத்தி இருக்கக்கூடும்? கவிகளல்லவா அந்த வேலையைச் செய்ய வேண்டும்!"

"சிற்பகமும் செய்வார்களாம். இந்த நாட்டில் செய்திருக்கிறார்கள்!"

"இந்த மகத்தான சாம்ராஜ்யத்தின் சரித்திரத்திலிருந்து நமக்கே ஓர் அறிவும் தெளிவும் ஏற்படுகின்றன! மனிதன் எவ்வளவு பெரியவனாக இருந்தாலும் எவ்வளவு செயல்கள் புரிந்தவனானாலும் சாசுவதமாக மாட்டான். செயல்களில் சில சாசுவதமாகின்றன!"

அதேபோல் கங்கா, என் வெற்றிகளின் பலன் பரம்பரையாக நீடிக்கும்! நான் நீடிக்க மாட்டேன். நீ எழுதிவரும் காவியம் நீடிக்கும்!

"நான் ஆவல் கொண்ட அளவில் அந்தக் காவியத்தைப் பூர்த்தி செய்ய முடியவில்லை. பேராசை கொண்டு மகாகவி காளிதாசன் பாதையைப் பின்பற்றி மதுராவிஜய காவியத்தைத் தொடங்கினேன். ஆனால் அதில் முற்றிலும் சென்று மகாகாவியம் ஒன்றைச் சிருஷ்டிக்க எனக்குச் சக்தி இல்லை."

"மகா காவியத்திற்கேற்ற பாத்திரமாக நான் அமையவில்லை – நீ என்னைத் தேர்ந்தெடுத்தது பிசகு. அவ்வளவுதான். உன் சக்தியில் குறைவு இல்லை."

"இல்லை, இல்லை! இந்த மாளிகையில் இப்பொழுது என் மனதில் தோன்றும் கற்பனைகளையெல்லாம் அதில் புனைய என்னால் முடியாது. வேகவதிக் கரையில் வேரூன்றினபோல அமைந்த இந்தச் சாம்ராஜ்யம் என்ற ஆலவிருக்ஷம் சாய்ந்துவிட்டது. என்ன காட்சி! எப்பேர்ப்பட்ட அற்புத ரஸத்தைக் கிளப்பும் விஷயம்! அதை விவரிக்க என்னால் முடியவில்லை. என் காவியம் மதுரா விஜயத்தை மட்டிலும் தான் குறிக்கிறது."

"கங்கா, உன் சக்தி உனக்குத் தெரியவில்லை. மதுரையின் மண்ணில் ஊறிக்கிடக்கும் வளப்பம் இந்த மாளிகையில் வாசனை கட்டினது போலக் கட்டிப் போய்விட்ட நவரஸச் சிறப்பு – இவை உன்னைத் திணறவடிக்கின்றன. சாவகாசமாக, துங்கைக் கரையில், உன் மாளிகையில் எண்ணிப் பார்க்கும்பொழுது இந்தக் கனவு உன் வாக்கில் அகப்படும்!"

"அகப்படாது! அதை அரைகுறையாகச் சித்தரிக்கவும் நான் துணிய மாட்டேன். ஆகையால், இந்த சாம்ராஜ்யத்தின் காவியம் எழுதப்படாத காவியமாகத்தான் துலங்க வேண்டும்" என்றாள் கங்காதேவி.'

சக்தி பொங்கல் மலர், ஜனவரி, 1944

சபரியின் பிரேமை

தண்டகாரண்யத்தில் மதங்கரிஷி ஆசிரமத்தில் சூரிய அஸ்தமனத்திற்குச் சற்று முன்பே இருள் கவிந்துவிட்டது. அதைச் சுற்றியிருந்த மரங்கள் அவ்வளவு அடர்ந்தும் ஓங்கியும் வளர்ந்திருந்தன. அவற்றில் இரவிற்கு அடையும் பட்சிகளின் பலவிதமான கூக்குரல்கள் கொஞ்சங் கொஞ்சமாக அடங்கிக்கொண்டிருந்தன. அந்த ஆசிரமப் பிரதேசத்தில் உயிரின் சின்னமே அப்பொழுது அடங்குவது போல் இருந்தது.

உள்ளே அங்கணத்தில் மதங்கர் தர்ப்பைப் படுக்கையில் ஒருவிதமான ஏக்கத்துடன் படுத்துக்கொண்டிருந்தார். பக்கத்தில் சிஷ்யர்கள் கவலையுடன் உட்கார்ந்திருந்தார்கள்.

"குழந்தைகளே, இவ்வளவு சீக்கிரத்தில் எனக்குச் சித்தி ஏற்படும் என்று நான் எதிர்பார்க்கவில்லை, என்னுடைய ஜீவன், இன்னும் சில வருஷங்கள் இந்தச் சடலத்திலிருந்து யோக சாதனையால் புனிதமாகிய இந்திரியங்கள் மூலம் மாயையகன்ற பூரணமான மூலப்பிரகிருதியை அனுபவிக்கும் என்று எண்ணியிருந்தேன்; ஆனால் என்னுடைய கடுமையான நியமத்தால் தீப்போல விளங்கப்பெற்ற என் இந்திரியங்களை நிர்வகிக்கும் சக்தி இந்த உடலுக்குப் போதவில்லை. ஆகையால் அதை அவை தகித்துச் சிதிலமாக்கிவிட்டன. இனிமேல் நான் இந்தத் தேகத்தை விட்டுவிட வேண்டியது தான்!"

மதங்கரிஷி இவ்வாறு மிருதுவான குரலில் சற்று ஏக்கம் தோய்ந்தபடி பேசினார்.

"மகரிஷே, இந்த உடலைச் சாசுவதமாக்கலாம் என்று நீங்கள் சொன்னீர்களே!"

“ஆமாம், செய்யலாம்: சாசுவதமாவதற்கு அந்த உடலில் பூர்வ சம்ஸ்காரத்தால்—அதாவது பிதுருக்களின் வீரிய பலத்தால் அழிவின்மைக்கு ஆதாரமான நாடி பலம் வேண்டாமா? அது என் உடலில் இல்லை என்று தெரிகிறது. என் மட்டில் நான் கடுமையான நியமமூலம் ஊர்த்துவரேதாயனானேன், சற்றும் தளராது பிரமசரியத்தால் ஓரளவு கட்டுக்கொண்டதாகச் செய்தேன். பலாத்காரமாக நான் உள்ளே அடக்கி நிறுத்தின தேஜஸ் உடலைச் சுட்டெரித்துவிட்டது.”

“இப்பொழுது உங்களுடைய உத்தரவு என்ன?”

“இன்று இந்தச் சந்தியா காலத்துடன் இந்தக் காயமும் செயலற்றுப் போகும். இப்போது நீங்கள் போய்ச் சபரியை இங்கே வரச் சொல்லுங்கள். அவளுக்கு நான் அந்தரங்கமாகச் சொல்லவேண்டிய வார்த்தைகள் சில இருக்கின்றன.”

சிஷ்யர்கள் வெளியே போய் அங்கே ஆசிரமத்தின் பக்கத்தில் ஒரு சிறு குடிசையில் வசித்து வந்த சபரியைக் கூப்பிட்டு ரிஷியிடம் அனுப்பினார்கள்.

சபரி உள் அங்கணத்தில் நுழையாமலேயே “பிரபோ, என்ன உத்தரவு?” என்றாள்.

“சபரி வா, என் அருகில் வா!”

சபரி ஆச்சரியத்துடனும் தயக்கத்துடனும் மெதுவாக உள்ளே நுழைந்தாள்.

“சரி, இங்கே என் பக்கத்தில் உட்கார். இப்பொழுது நான் இந்தச் சரீரத்தை உதறும் தறுவாயில் இருக்கிறேன். என் பஞ்ச பிராணன்களும் இதில் நிலைகொள்ள இயலாமல் வெளியேற முயல்கின்றன. இந்தச் சமயத்தில் உன்னை நான் அந்தப் பிராண சக்தியின் அம்சமாக ஏற்க விரும்புகிறேன்.”

“பிரபோ, பேதைக்கு ஒன்றும் விளங்கவில்லையே!”

“விளங்கும். இதோ! இருபது வருஷங்களுக்கு முன்பு நீ யௌவன வேட்டுவப் பெண்ணாக இங்கே வந்து எனக்குச் சேவை செய்ய ஆரம்பித்தாய். உன் இளம் உள்ளத்தில் என்ன எழுச்சி இருந்துகொண்டு உன்னை அப்படிச் செய்யத் தூண்டியதோ – நான் அப்பொழுது அறிய இஷ்டப்படவில்லை. நான் காயத்தைக் கல்ப சதத்துக்கும் நீடிக்குமாறு செய்ய முயன்றுகொண்டிருந்தேன்.”

“ரிஷிகுமாரரான தாங்கள் அப்பொழுது பாலசூரியன் போல நடமாடினீர்கள், அந்த தேஜஸ் விட்டிலைக் கவர்வது போல என்னையும் கவர்ந்தது – அதுதான் எனக்குத் தெரியும்.”

“அதாவது என் தேஜஸுடன் ஐக்கியமாக எண்ணினாய். ஆனால் மூடின தீபசிகையைப் போல் நான் உன்னை அண்ட விடவில்லை.”

"அதைச் சுற்றி அலைந்து வாழ்வதே போதுமென்று நான் காலங் கழித்தேன்."

"நானும் ஆட்சேபிக்கவில்லை. யாரோ ஏதோ சொன்னார்கள். என் பலம் எனக்குத் தெரியும். ஆகையால் நீ அருகில் இருந்தாலும் என்னை நெருங்க முடியாது என்று சும்மா இருந்துவிட்டேன்."

"தீபசிகையே ஒரு சமயம் திடீரென்று திரையை எரித்துக்கொண்டு என்னை வலிய இழுக்கும் என்றுகூட நான் சில சமயங்களில் நினைத்ததுண்டு!"

"அவ்விதம்தான் உன் அருகாமை பல சமயங்களில் என்னைப் பாதித்தது. ஆனால் –"

"அந்தச் சமயங்களில் நானே பலாத்காரமாக விலகிப்போய்ச் சஞ்சரித்தேன்."

"இரண்டு ஜீவன்களுக்கு இருபது வருஷங்களில் என்ன சோதனை!"

"என்ன வேதனையும்கூட!"

"அதன் இறுதி இன்று – இப்பொழுது! சபரி, மதமேறிய செவ்வரி படர்ந்த கண்களுடனும், பூமி ரசம் பரிபூரணமாக நிறைந்து இளம் மரக்கொம்புகள் போன்ற அங்கங்களுடனும் நீ இந்த ஆசிரம வாயிலுக்கு வந்தாய்!"

"நீங்களும் அப்பொழுது துவளாத் தன்மையும் மிருதுவான கடினமும் மணமும் கொண்ட சந்தனமரம்போல, ஆ, நினைவின் வலிமைதான் என்ன! என் முன் நிற்கிறது அந்த யௌவன அக்கினி ஜ்வாலை!"

"நான் வரட்டுக் காயகல்பத்தால் ஒடுக்கிய செழுமையை நீ ஓயாத பணிமூலம் ஒடுக்கிவிட்டாய். சரி, நீதான் என்னைக் காட்டிலும் அதிகமான வலிமை படைத்தவள்"

"ஆனால் இதெல்லாம் ஏன் இப்பொழுது?"

"அன்பும் இரக்கமும் சேவையும்தான் உடலை உறுதியாகச் செய்யும் என்று இப்பொழுது அறிகிறேன். அவைதான் சிரஞ்சீவித்துவம் அளிக்கும். நீ சிரஞ்சீவினி! என்னுடைய பிராணனைத் தொட்டு அன்பால் சற்று இளக்கு! அந்தப் பாத்திரத்திலிருக்கும் சுத்த ஜலத்தை உன் கையால் என்மேல் தெளி! பிரேமையற்ற வரட்சி என் அந்திம தாகமாக என்னைத் தகிக்கிறது. உன் கையால் என் வாயில் ஜலம் ஊற்றி என் மரண தாகத்தை நீக்கு! 'சிவ தமோரஸ:' என்று ஞான விருத்தர்கள் வர்ணித்த இந்த ஜலத்தின் மூலம் நமக்கு ஐக்கியம் ஏற்படட்டும்!"

சபரி எழுந்து முற்றத்தில் தான் வந்த அன்று வைத்த துளசியின் அழியாத சந்ததி ஒன்றின் தளங்களைப் பறித்துச் சுத்த ஜலத்திலிட்டுக் கரை கடந்த அன்பில் கண்ணீர் பெருக மதங்கரின் உடல் மேல் அதைத் தெளித்து வாயிலும் சிறிது ஊற்றினாள்.

மகரிஷி மெய் சிலிர்த்து "சபரி, நீ இந்த ஆசிரமத்தைவிட்டு நீங்கித் தனிமையாகச் சென்று வசி! ராமன் பத்தினியுடனும் சகோதரனுடனும் ஆரண்யத்திற்கு வருகிறார். அவரிடம் உன் பிரேமையைப் பூர்த்தியுடன் காட்டிவிட்டு சிரஞ்சீவித்துவம் பெறுவாயாக!" என்று கண்களை மூடினார்.

அந்தகாரம் எங்கும் சூழ்ந்தது.

சபரி தள்ளாடிக்கொண்டு எழுந்து வெளியே வந்து உதயமாகப் போகும் சந்திர திக்கை நோக்கிப் போனாள்.

கிராம ஊழியன், 01-02-1944

தங்காத்தா

காளிங்கராயன் வாய்க்கால் ஓரமாக மாடுகளை மேய ஓட்டிவிட்டு மதகின் பக்கத்து நிழலில் சாய்ந்து படுத்தபடி தங்காத்தா ஏக்கத்துடன் யோசனை செய்து கொண்டிருந்தாள்.

நல்ல பருவம், கிராமாந்திரம் – பட்டிணத்துப் பழக்கமே அதிகமில்லாததால் கிராமப் பழக்கவழக்கங்களால் வளர்ந்த சரீரம். நல்ல கட்டுடன் இளமையின் மினுமினுப்புக் கொண்டிருந்தது. கௌண்டப் பெண்கள் புடவை கட்டும் முறையில் அவளும் அணிந்திருந்ததால் தேகத்தின் அமைப்பு இன்னும் எடுத்துக் காட்டிற்று.

அவளுடைய தகப்பன் நல்லாக் கவுண்டன் நல்ல ஸ்திதியில் இருந்தவன். ஊர்கட்சிச் சண்டைகளிலும் விசேஷங்களிலும் எல்லாவற்றையும் இழந்து வீட்டுடன் உட்கார்ந்து போயிருந்தான். அந்த வீட்டையும் சென்னி மலைக் கவுண்டர் கோர்ட் டிக்கிரியின்படி ஏலத்துக்குக் கொண்டுவந்துவிட்டார்.

சென்னிமலைக் கவுண்டர் பசையுள்ள பேர்வழி. அவர் மகன் பழனி சென்னையில் உயர்தரப் படிப்பு படித்துக் கொண்டிருந்தான். அந்த வருஷம் பி.ஏ. பரீட்சைக்கு எழுதி விட்டு ஊருக்கு வந்திருந்தான்.

வந்தது முதல் பழனி எப்பொழுது சமயம் வாய்த்தாலும் தங்காத்தாளைச் சுற்றிக்கொண்டே இருந்தான். சில நாட்கள் அவன் நடத்தையைத் தங்காத்தா அர்த்தம் செய்துகொள்ள வில்லை.

"என்ன, தங்காத்தா சௌக்கியமா?" என்று கேட்டுக் கொண்டு வருவான். அவன் தகப்பனார் செய்வதை மனதிற் கொண்ட தங்காத்தா சற்று வெறுப்புடன் குத்தலாக "உங்கப்பன் புண்ணியத்திலே எல்லாம் சௌக்கியந்தான்!" என்பாள்.

"என்ன அப்படிச் சொல்றே?"

"பின்னே என்னா? தலைக்கு மேலே சுமைகூட இருக்கப்படாதுன்னு கச்சிக் கட்டிக்கிட்டு வீட்டுக்கடனை மேடோர் வாங்கிக்கிட்டு ஏலத்துக்குக் கொண்டாந்துட்டாரல்ல!"

"ஏலத்துக்கா, யார் வீட்டை?"

"ஏன் எங்க வீட்டைத்தான். அப்புறம் சந்தோசமா இருப்பாங்க!"

"எப்ப ஏலம்?"

"தெரியாது. எப்பவானான்னா? வூடு போனா மாடுதான் மிச்சம். பொழைக்காமெயா போயிறப்போறம், பாப்பமே!"

அதற்கப்புறம் பழனி தினம் அவளை மாடு மேய்க்கிற இடத்தில் வந்து சந்திக்க ஆரம்பித்தான். அவன் முகத்தில் ஒரு சிரிப்பும் ஆர்வமும் இருந்தன. அவன் வந்தது அவளுக்குச் சந்தோஷமாக இருந்தது. ஆனால் வெறுப்பும் இருந்தது. ஒருநாள் அவளுக்கு ஆத்திரம்கூட வந்துவிட்டது.

"இந்தா, ஏன் இப்படி வந்து?" என்று சீறினாள்.

"ஏன் அப்படிக் கோவிக்கறே தங்காத்தா, நான் வரது பிடிக்கல்லையா?"

அவன் கேள்விக்கு நேராகப் பதில் சொல்லாமல் அவள் "ஏதுக்கு வரணும்? ஆச்சு வூடு ஏலத்திலே போவப் போவுது –" என்று முடிக்காமல் நிறுத்தினாள். இரண்டையும் எப்படிச் சம்பந்தப்படுத்துவது என்று அவளுக்குத் தெரியவில்லை.

"என்னைக் கண்டாப் பிடிக்கல்லேன்னு சொல்லிப்பிடு தங்காத்தா நான் இங்கே வரல்லே!" என்றான் பழனி.

தங்காத்தா பதில் சொல்லவில்லை. அவள் கண்களில் நீர் நிறைந்தது. அவனைக் கண்டால் பிடிப்பது, அவள் தகப்பனார் வீட்டை ஏலத்துக்குக் கொண்டுவருவது இரண்டு விஷயங்களுக்கும் அவள் மனதில் ஒரு நிர்ணயம் ஏற்படவில்லை.

"இந்தா தங்காத்தா இதைத் தின்னுப்பாரு!" என்று பழனி தான் கொண்டு வந்திருந்த பொட்டலத்தை எடுத்துக் கொடுத்தான்.

வாங்கிக்கொள்ள அவளுக்கு ஆசை. ஆனால் அவள் தகப்பனார் – "வீட்டை – " என்று ஆரம்பித்தாள்.

"வீடு கிடக்கிறது, தங்காத்தா நான் பாத்துக்கறேன், இந்தா" என்றான்.

"என்ன பாத்துக்கறே?" என்று மகிழ்ச்சி பொங்கிய முகத்துடன் அவனைப் பார்த்தாள்.

"இதைத் தின்னாத்தான் சொல்லுவேன்!" தங்காத்தா மெதுவாகக் கை நீட்டி அதை வாங்கிப் பிரித்தாள்.

"இதென்னா?"

"அல்வா, சாப்பிடு ருசியா இருக்கும்!"

பழனி ஈரோட்டிலிருந்து வாங்கிக்கொண்டு வந்திருந்தான்.

தங்காத்தா பாதி தின்றாள். பாதியை அவனிடம் நீட்டி "நீ?" என்றாள்.

"நான்தான் தின்னுகிட்டே இருக்கேனே தினமும், நீ தின்னு!"

"இது கடைலெ விக்கிறாங்களா? இது எப்படிப் பண்றது?"

"நல்லாருக்கா இல்லியா?"

"இருக்கு!"

"தின்னு பின்னே!"

தங்காத்தா பாக்கியையும் தின்றாள். பிறகு பழனி தன் சட்டைப் பையிலிருந்து ஒரு காகிதத்தை எடுத்து அவளிடம் கொடுத்து "இந்தா, இந்தக் கடுதாசியை உங்கப்பன்கிட்டெ குடுத்திடு. வீடு இனிமே ஏலத்துக்கு வராது!" என்றான்.

தங்காத்தா திகைத்துப் போனாள்.

"ஏன் வராது?"

"பணம் கோர்ட்டில் கட்டியாகிவிட்டது உங்கப்பன் பேரிலே. இதுதான் ரசீது."

"ஏது பணம்?"

"அதெதுக்கு உனக்கு? கட்டியாச்சு"

"பணம் ஏது"

"நீதானே கொடுத்தே!"

"நானா? என்னாங்கறேன்?"

"வீடு ஏலத்துக்கு வந்துட்டா அப்புறம் நீ என்னோடே பேசுவயா?"

"நீ என்ன பண்ணுவெ? உங்கப்பன் –"

"இருந்தாலும் அந்த நெனப்பு வருமில்லியா?"

"ஆமாம்!"

"ஈரோட்டுக்குப் போயி பணம் வாங்கிக் கட்டிப்புட்டேன்!"

"ஏதுக்கு?"

"ஏதுக்கு நீதான் சொல்லேன்!" தங்காத்தாளுக்கு அதுவரை ஒன்றும் தெரியவில்லை. அந்த நிமிஷம் அவள் பெண்ணாகிவிட்டாள். வெட்கம் தோன்றிற்று அதன் அடையாளமாக.

நான் உன்னைக் காதலிக்கிறேன் என்று அவன் மண்டியிட்டு முறையிடவில்லை, பலவந்தமாக அவளை நெருங்கவில்லை.

தங்காத்தாளுக்குச் சட்டென்று பழனியின் வேடிக்கை அர்த்தமாயிற்று. ஒரு நிமிஷம் திகைத்தாள். ஒரு நிமிஷம் அது கொடுத்த இன்பத்தை உணர்ந்து அனுபவித்தாள். பிறகு சிரித்தாள்.

"தங்காத்தா, இந்தச் சிரிப்புக்குத்தானே இவ்வளவு பாடுபட்டேன்! கிட்ட வரமாட்டியா?" என்றான் பழனி.

தங்காத்தா அங்குமிங்கும் பார்த்துக்கொண்டு மெள்ள அருகில் வந்தாள்.

பழனி தன் ஆசை முழுவதையும் ஒரு கைப்பிடியில் அடக்கி அவளை மடிமேல் இருத்திக்கொண்டான்.

"அப்பன்கிட்டச் சொல்ல வாண்டாமா?"

"யார் பணம் கட்டினாண்ணு சொல்லாதே!"

"சொல்லத்தான் சொல்லுவேன்!"

❖

வசந்த மலர், ஏப்ரல், 1944

மோகனச் சிரிப்பு

1

நாகமலையின் அடிவாரத்தில் பங்குனி மாதப் பௌர்ணமி. இரவு பத்து மணிக்குப் புதுமையாக அமைக்கப் பெற்ற குடிசைகளுக்கும் கூடாரங்களுக்கும் மத்தியிலுள்ள மைதானத்தில் ராணுவ உடை தரித்த வங்காள வாலிபன் காப்டன் மிஸ்ராவும், தாதி உடை தரித்த இளம் பெண் மோகனமும் சாய்வு நாற்காலிகளில் அமர்ந்து கொண்டு சம்பாஷித்துக் கொண்டிருந்தனர். ஜனசஞ்சாரமே இல்லாத அந்தக் காட்டுப் பிரதேசத்தில் சென்ற இரண்டு மூன்று மாதங்களாகத் திரள் திரளாக இந்திய மக்கள் பர்மா தேசத்திலிருந்து தாய்நாட்டிற்குத் திரும்பி வந்து கொண்டிருந்தனர். அவர்களுக்கென்று வழியில் சாத்தியமான வரை சாதனங்கள் நியமிக்கப்பட்டிருந்தன. ஆயினும், வெகு தூரம் நடந்து வந்த தளர்ச்சியினாலும் புருஷன், மனைவி, வீடுவாசல் முதலியவற்றைப் பறி கொடுத்ததினால் ஏற்பட்ட மனக் கிளர்ச்சியாலும் பாதிக்கப்பட்டவர்களுக்குச் சிகிச்சை செய்யும் பணியை இவ்விரு இளைஞர்களும் ஏற்றுக்கொண்டிருந்தனர். ஒரு நாள் அவர்கள் இரவு போஜனத்தை முடித்துக்கொண்டு, வழக்கம்போல் துயிலப் போகுமுன் சிறிது சம்பாஷணையில் ஈடுபட்டிருந்தனர்.

தாதிப் பணியில் மோகனத்தின் ஊக்கமும் தளரா சேவையும் மிஸ்ராவின் உள்ளத்தைக் கவர்ந்தது. பெயருக்குரிய அவளது வதனத்தின் வசீகரமும் அவனது மனதைக் கவர்ந்தது. அன்றைக்காவது அவளது பூர்வ சரிதையையும், குலம் கோத்திரத்தையும் விசாரித்து விடலாமா என்று நினைத்தான். ஆனால் அதற்குப் போதிய தைரியம் வரவில்லை. இன்னும் ஒரு மாதத்திற்குள் இந்திய மக்கள் அனைவரும் தாய் நாட்டிற்குத் திரும்பி விடுவார்கள். தனக்கும் வேறு இடத்திற்கு மாற்றலாகி விடும். மோகனமும் சென்னை சென்று விடுவாள். இவ்வாறு எண்ணமிட்டு, திடீரென்று ஒரு முடிவுக்கு

வந்தவன்போல், “மோகனம்! சுமார் ஒரு மாதத்திற்குள் இங்கிருந்து எனக்கு மாற்றலாகும் பொழுது பத்து நாள் லீவு எடுத்துக்கொண்டு சென்னைக்கு வந்து உனது பெற்றோர்களைக் காணவேண்டும். உனது தந்தையின் பெயரும் விலாசமும் சொல்ல மாட்டாயா?” என்று கேட்டான்.

வழக்கமாகப் பளீரென்று பதில் அளிக்கும் மோகனம் ஒரு கணம் மௌனம் சாதித்தாள். மறுகணம் அவள் வெகு நாளாக உள்ளடக்கிய மனத் துயரம் பீறிட்டுப் பொங்கி வர அவளது செவ்வதனத்தின்மேல் திரள் திரளாகப் பெருகி வந்த கண்ணீர்த் திவலைகளைத் துடைத்துக்கொண்டு “காப்டன் மிஸ்ரா! நீங்கள் எதற்காக என் தந்தையைக் காண விரும்புகிறீர்கள் என்பதை நான் அறியாமலில்லை. ஆனால் அது எவ்வளவு நிர்ப்பிரயோசனம் என்பது என் விருத்தாந்தத்தைக் கேட்டால் உமக்குத் தெரியவரும். நானாகவே சில நாளாகத் தெரியப்படுத்த வேண்டுமென்றிருந்தேன். இன்று கட்டாயமாகச் சொல்வதற்காயிற்று” என்று தனது கதையை ஆரம்பித்தாள்.

2

எனது தந்தை இராஜகோபாலய்யர் சென்னை பிரஸிடென்ஸி காலேஜில் புரபொசர். அவருக்கு எனது அண்ணா டாக்டர் ஸ்ரீனிவாசனும் நானும் இருவரே குழந்தைகள். ஐந்து வருஷங்களுக்கு முன் ‘இன்டர்மீடியட்’ பரீக்ஷயில் முதலாவது வகுப்பில் தேறியபின் என்னுடைய விவாகம் நடந்தது. எனது கணவர் வேதம் என்பவர் பர்மாவில் ‘அக்கௌண்ட்ஸ்’ ஆபீஸராக வேலைபார்த்து வருகிறார். தாசில்தார் அண்ணாசாமி ஐயருக்கு அவர் ஒரே புதல்வர்.

ரசாயன சாஸ்திரத்தில் நான் காட்டிய ஊக்கத்தை முன்னிட்டு ‘ஆனர்ஸ்’ வகுப்பில் என்னைச் சேர்க்க வேண்டுமென்று எனது தந்தைக்கு ஒருபுறம் ஆசை. ஆனால் இவ்வளவு நல்ல வரன் தானாகவே வரும்பொழுது அதைத் தள்ளிவிடவும் தோன்றவில்லை. எனக்கு மேல் படிப்பில் அவ்வளவு ஊக்கமில்லை என்பதை என் தந்தை அறிவார். பரீக்ஷ எழுதி முடிந்ததும் நர்ஸ் பயிற்சிக் கலாசாலையில் சேர்ந்திருந்தேன். மெடிகல் காலேஜில் சேர்ந்து வாசிக்க வேண்டுமென்பது என் அண்ணாவின் கட்சி. ஆனால் அவருடைய சொந்த ஆஸ்பத்திரியில் தாதிப் பெண்ணாகப் பணி செய்ய வேண்டுமென்று என்னுடைய ஆவல். நோயாளிகளின் சிகிச்சையில் டாக்டர்களைக் காட்டிலும் தாதிப் பெண்களுக்கே அரிய சேவை செய்வதற்கு இடமிருப்பதாக என்னுடைய தீவிர நம்பிக்கை. ஆனால் இல்லற வாழ்க்கையில் வெறுப்பு ஒன்றுமில்லை. என்னுடைய கணவரைப் பால்ய வயதில் பார்த்திருக்கிறேன். திடசாலி. நல்ல அழகு வாய்ந்தவர். ‘அக்கௌண்ட்ஸ்’ பரீக்ஷயில் அந்த வருஷம் அவர் முதலாவதாகத் தேறியிருந்தார். ஆதலால் எனது தந்தை விவாக விஷயத்தைப் பற்றி என்னைக் கேட்டதும் அவருடைய

நோக்கத்துகு மாறாக நான் ஒன்றும் சொல்வதற்கில்லையென்று என்னுடைய சம்மதத்தை ஒருவாறு தெரிவித்தேன்.

அண்ணாசாமி ஐயருக்குத் தம் புதல்வனின் விருப்பத்தைக் கேட்டறிய வேண்டுமென்ற எண்ணமே தோன்றவில்லை. ஆயினும் கலியாண ஏற்பாடுகள் நடந்து வந்தன. என்னைக் கலியாணம் பண்ணிக் கொள்வதில் இஷ்டமில்லையென்று ஒருநாள் எனது கணவர் – அல்லது கணவராக வரப்போகிறவர் – ஸ்பஷ்டமாகத் தமது அன்னையிடம் தெரிவித்தார். அவர் "ஏண்டா, வேதம்! படிப்பும் அழகும், குலமும், கோத்திரமும் எல்லாம் நன்றாக வாய்த்திருக்கும் பொழுது, வேண்டாம் வேண்டாமென்று ஏன் தள்ளிக் கழிக்கிறாய்?" என்று மன்றாடினாராம். "உனக்கு ஒன்றும் தெரியாதாம்மா! அவள் பள்ளிக்கூடத்தில் வேலை பார்த்து வரும் எனது நண்பன் சொல்லிக் கேட்டிருக்கிறேன். மோகனத்தைச் சுற்றிச் சதா சர்வகாலம் மாணாக்கர்கள் வட்டமிட்டுக் கொண்டிருப்பார்களாம். ஒன்றும் அறியாததுபோல் புன்முறுவலுடன் தன் வகுப்புக்குப் போய்வந்து கொண்டிருப்பாளாம். ஒன்றிரண்டு மாணாக்கர்கள் வரைமீறி ஏதாவது நடந்து கொண்டால் துடுக்காக இரண்டு வார்த்தை பேசி அவர்கள் வாயைக் கட்டி விடுவாளாம். போதாக்குறைக்குத் தாதிப் பெண்ணாக வேறு பயிற்சி பெற்று வருகிறாள். எனக்கு அத்தகைய பெண் வேண்டாம், அம்மா! கலியாணத்தை நிறுத்திவிடச் சொல்லு" என்று எனது கணவர் மீண்டும் வற்புறுத்தினார். அச்சமயம் உள்ளே வந்த அண்ணாசாமி ஐயர் "நான் பார்த்து அவனுக்கு ஒரு பெண்ணை நிச்சயம் செய்து பொழுதும் நாளும் குறித்தபின் அக்கலியாணத்திற்கு வராமல் நின்று விடுவானா, பார்க்கலாம்! நீ மேற்காரியங்களைக் கவனி" என்று மனைவியை அதட்டிவிட்டு வெளியே போய் விட்டாராம். இதெல்லாம் எனக்கு அப்பொழுது தெரியாது. பிறகு குறித்த பொழுதில் எங்கள் மணம் நிகழ்ந்தது.

3

அன்று மாலை எனக்குத் திடீரென்று கொடிய ஜுரம் கண்டது. வெப்பம் தாங்காது நினைவு தப்பவே, மணவீடு அல்லோலப் பட்டது. என் தமையன் என் கால்களையும் கைகளையும் குளிர்ந்த தண்ணீரால் துடைத்துப் பார்த்தார். ஜுரம் தணியவில்லை. பிறகு என் மன்னியைக் குடம் குடமாகத் தண்ணீர் கொண்டு வரச் சொல்லிப் படுக்கையின்மேல் ரப்பர் துணியைப் போட்டு என் தேக முழுவதையும் குளிப்பாட்டினார். இந்த ராக்ஷஸச் சிகிச்சையைத் தாளாது எனது அன்னையும் தந்தையும் 'ஈசன் விட்ட வழி' என்று வாசற்பக்கம் சென்று விட்டனர்.

சம்பந்திகள் ஜாகைக்குச் செய்தி எட்டிற்று. எனது மாமியார் கவலையுடன் "நல்ல தேர்ச்சி பெற்ற டாக்டரைக் கூட்டி வந்து காண்பிக்காமல் நேற்றுப் பரீக்ஷை தேறின கற்றுக்குட்டியிடம் சிகிச்சையை ஒப்புவிக்கலாமா? தோசைக் கல்லா, கரண்டியா, தண்ணீரை விட்டுச் சூட்டை ஆற்ற?" என்று தமக்குத் தெரிந்த

அனுபவத்தையும் அறிவையும் வெளியிட்டார். உடனே என் கணவர் எங்கள் வீட்டுக்கு ஓடிவந்து, முகம் சிவக்க, உதடு துடிக்க, எனது அண்ணாவைப் பார்த்து, "மூன்றாம் பாடப் புத்தகத்தில் 'முட்டாள் கம்மாளன்' என்ற பாடத்தைப் படித்திருக்கிறேன். இன்றுதான் அந்த முட்டாளை நேராகப் பார்க்கிறேன்" என்று ஏளனமாக ஆரம்பித்து, "என் மனைவிக்கு என் உத்தரவில்லாமல் இம்மாதிரி ராக்ஷஸச் சிகிச்சை செய்ததற்கு உன்னைப் போலீஸார் வசம் ஒப்புவிக்க வேண்டும். பர ஸ்திரீயைத் தொட்டுப் பரிமளிப்பதற்கு உனக்கு எவ்வளவு தைரியமடா?" என்று ஓங்கின கையுடன் நெருங்கி வந்தார்.

இத்தருணத்திலும் என்னுடன் பிறந்த குறும்பும் நகைச்சுவையும் தோன்றவே, "அண்ணா! உன் 'மூட'த்தனத்தால் இழந்த நினைவைத் திரும்பப் பெற்றேன். பர ஸ்திரீ யார்? அவருக்கென்றால் என் கண் மூடியதும் அநேகர் வேறு பெண் கொடுப்பார்கள். இப்பிறப்பில் நான் போய்விட்டால் உனக்கு வேறு சகோதரி கிடைப்பது அரிதல்லவா?" என்றேன்.

உடனே என் கணவர் "இனி உன் வாழ்நாளெல்லாம் அழு. உனக்கும் எனக்கும் இனி யாதொரு சம்பந்தமுமில்லை" என்று கடிந்து மொழிந்துவிட்டுத் தமது பெற்றோர்களுடன் அன்றிரவே ஊருக்குச் சென்று விட்டார்.

4

இச்சம்பவம் நடந்த பிறகுதான் என்னை மணப்பதில் என் கணவருக்கு வெறுப்பு இருந்ததும், தாய் தந்தையரின் நிர்ப்பந்தத்தால் அதற்கு ஒப்புக்கொண்டதும் தெரிய வந்தது. நான் விளையாட்டுப் புத்தியால் பிதற்றின வார்த்தைகளுக்காக என்னை மன்னித்து அவருடன் சேர்த்துக் கொள்ள வேண்டுமென்று எத்தனையோ கடிதங்கள் எழுதினேன். அவர் ஒன்றுக்கும் மசியவில்லை.

பிறகு பர்மாவுக்கு வேலை பார்க்க உத்தரவு பிறக்கவே அவர் ரங்கூனுக்குச் சென்று விட்டார். என் பயிற்சி முடிந்து எங்கள் ஆஸ்பத்திரியில் தாதி வேலை செய்து வந்தேன். மூன்று வருஷங்கள் கடந்தன. எங்கள் இருவரது பெற்றோர்களும் கலந்து யோசித்து என்னை ரங்கூனில் எனது கணவர் வீட்டுக்கு என் மாமாவுடன் அனுப்பி வைத்தனர். மாமா என்னை விட்டுவிட்டு மறுகப்பலில் திரும்பிவிட்டார். வீட்டுக் காரியங்கள் முழுவதையும் நானாகவே ஏற்றுக் கொண்டேன். முதல் தேதியன்று சம்பளம் வாங்கினதும் வீட்டுச் செலவிற்கு வேண்டிய பணத்தை என் மேஜைமேல் வைத்து விட்டு ஒரு வார்த்தையும் பேசாமல் என் கணவர் சென்றுவிடுவார். நாளடைவில் சுக வாழ்வு எய்திடலாம் என்ற நம்பிக்கையுடன் நான் காலம் தள்ளி வந்தேன்.

ஒரு நாள் எனது கணவர் ஆபீஸிலிருந்து திரும்பி வந்ததும், "இன்று என் மேலதிகாரி இராப் போஜனத்திற்கு வருவார். அவர் வந்திருக்கும் சமயம் நாம் நமது நிலைமையைக் காட்டிக் கொள்ளாமல்

சாதாரணத் தம்பதிகள் போல நாடகம் நடத்திக் காட்ட வேண்டும்" என்று ஒரு கடிதம் மூலம் தெரியப்படுத்தினார். அப்பொழுதும் என் தொட்டிற் பழக்கம் விட்ட பாடில்லை. "நாடகத்திற்கு முன்னால் சிறிது ஒத்திகை நடத்துவோமா?" என்று கேட்டேன். அதற்கு அவர் "இந்நாடகம் அதி சீக்கிரமாகவே முடிந்துவிடும். நான் இராணுவ அக்கொளண்ட்ஸ் வேலையை ஒப்புக் கொண்டிருக்கிறேன். நாளைக்குப் பிரயாணம். நீயும் நாளைக் கப்பலில் சென்னைக்குப் போக டிக்கெட்டு வாங்கியிருக்கிறேன்!" என்று அளித்த பதில் என்னைத் திடுக்குறச் செய்தது.

பிறகு சென்னை போய்ச் சேர்ந்தேன். ஒரு வருஷத்திற்கு முன் பர்மா எதிரி வசமாயிற்று. அங்குள்ள இந்திய மக்களனைவரும் மிகவும் கஷ்டப்பட்டுத் தாய்நாடு திரும்பிவரும் செய்தியைப் பத்திரிகைகளில் படித்தறிந்தேன். இங்கு அவர்களுக்காக ஒரு பெரிய ஆஸ்பத்திரி நியமிப்பதாயும் அதற்கு டாக்டர்களும் நர்ஸ்களும் தேவையென்றும் தெரிந்து ஒரு வேளை மறுபடியும் அவரைச் சந்திக்க நேரலாகாதாவென்ற ஆசையுடன் இப்பணியை ஒப்புக் கொண்டேன். திரும்பி வந்த ஆபீஸர்கள் ஜாபிதாவில் என் கணவரின் பெயரைக் காணவில்லை. அவரைப் பற்றிய வேறு தகவலும் கிடைக்கவில்லை.

5

மோகனம் இவ்வாறு தன் துர்பாக்கியச் சரிதையைக் கூறி முடித்ததும் தூரத்தில் ஆகாயத்தில் விமானங்கள் பறந்து வரும் சத்தம் கேட்டது. அன்று மோகனம் பெரிய செஞ்சிலுவைக் கொடி ஒன்றைக் கம்பளத்தில் சேர்த்துத் தைத்திருந்தாள். அக்கம்பளம் மைதானத்தில் விரிக்கப்பட்டிருந்தது. செஞ்சிலுவையை ஆகாயத்திலிருந்து கண்ணுற்றால் எதிரி விமானிகள் ஆஸ்பத்திரியென்று தெரிந்துகொண்டு அந்த இடத்தைத் தாக்காமல் விட்டு விடலாமென்று மிஸ்ராவும் மோகனமும் நம்பியிருந்தனர். ஆயினும் விமானங்கள் சமீபத்தில் வரவே இருவரும் ஓடி ஒளிந்து கொண்டனர். அச்சமயம் மோட்டார் லாரியொன்று ஆஸ்பத்திரிக்குள் வந்து கொண்டிருந்தது. திடீரென்று ஆகாயத்திலிருந்து குண்டுமாரி பொழிந்தது. இரண்டு நிமிஷங்களுக்குள் எதிரி விமானங்கள் திரும்பிப் போய்விட்டன. மிஸ்ராவும் மோகனமும் வெளியில் வந்து மைதானத்தின் மத்தியில் செஞ்சிலுவை போர்த்த கம்பளம் துண்டுதுண்டாகப் பிளக்கப்பட்டிருப்பதையும், மோட்டார் லாரி சல்லடைக்கண்போல் துளைக்கப்பட்டிருப்பதையும் அதனுள்ளிருந்த சிலர் கொல்லப்பட்டும் வேறு சிலர் படுகாயமடைந்திருப்பதையும் கண்டனர். உடனே சிப்பந்திகள் வரவழைத்து இறந்து போனவர்களை ஒருபுறம் ஒதுக்கி வைத்துவிட்டுக் காயமடைந்தவர்களை ஆஸ்பத்திரிக்குத் தூக்கிச் சென்று வேண்டிய சிகிச்சைகளைச் செய்ய ஆரம்பித்தனர். கடைசியாக மிஸ்ரா ஒரு நோயாளி குற்றுயிருடன் கிடக்கக் கண்டான். உடலில் காயம் ஒன்றும் தென்படவில்லை. குண்டு வீச்சினால் ஏற்பட்ட

அதிர்ச்சியால் இரத்த ஓட்டம் அநேகமாக நின்று விட்டதாகத் தோன்றிற்று. பிறருடைய இரத்தத்தைப் பிரயோகித்தால் ஒருவேளை உயிர் தப்ப வைக்கலாம் என்று மிஸ்ரா எண்ணமிட்டான். ஆனால் ஒரு சிலருடைய இரத்தத்தைத்தான் சிலருக்குப் பிரயோகிக்கலாம். இப்பிரயோகத்திற்கு முன் சில சோதனைகள் செய்ய வேண்டும். அதற்குரிய சாதனம் அங்கே கிடையாது. மிஸ்ரா என்ன செய்வதென்று தெரியாமல் தனது கவலையை மோகனத்திற்குத் தெரிவித்தான். அதற்கு அவள் "முன் ஒரு தடவை கிண்டியில் என் இரத்தத்தைப் பரிசோதித்து, நான் எல்லோருக்குமே இரத்தத்தைக் கொடுக்கக் கூடிய இனத்தைச் சேர்ந்தவள் என்று தெரிவித்திருக்கிறார்கள். ஆதலால் தாராளமாக எனது இரத்தத்தையே பிரயோகியுங்கள்" என்றாள். இரத்தக் கொடையால் மோகனத்திற்குத் தீங்கு ஒன்றும் நேரிடாதென்று மிஸ்ரா அறிந்திருந்தும் ஒரு கணம் தயங்கினான்.

அப்பொழுது மோகனம் நோயாளியின் ஆடைகளைத் தளர்த்தி இரத்தப் பிரயோகத்திற்கு வேண்டிய ஏற்பாடுகள் செய்யலானாள். நோயாளியின் முகத்தை உற்றுப் பார்க்கவே மோகனத்திற்குத் தன் கணவரது ஜாடைபோல் தோன்றிற்று. கழுத்திலிருந்து தொங்கிக் கொண்டிருந்த ஒரு சிறிய பித்தளை அடையாளத் தகடை எடுத்ததும், 'வேதம், ராணுவ அகௌண்ட்ஸ்' என்ற விலாசத்தைப் பார்த்தாள். துக்கம் நெஞ்சை அடைத்தது. எனினும் மனதைத் திடப் படுத்திக்கொண்டு "காப்டன்! தாங்கள் தான் இன்று எனக்கு மாங்கல்யப் பிச்சை கொடுத்துதவ வேண்டும். இவர்தான் என் ஆருயிர்க் கணவர். தயவு செய்து சீக்கிரமாக வந்து உதவுங்கள்" என்று பரபரப்புடன் கூறினாள். மிஸ்ராவின் மனதில் ஒரு புரட்சி ஏற்பட்டது. "மோகனத்தின் வாழ்விற்குத் தீங்கிழைத்தவனை உயிர் தப்ப வைப்பதில் என்ன பயன்?" என்று ஒருமுறை எண்ணமிட்டான். அவ்வெண்ணத்தின் மூலகாரணம் தன் சுயநலமே என்று உடனே அவன் அறிவுக்குத் தென்பட்டது. தம் தொழில் முறையைக் கைவிட்டுப் பேதமை எண்ணங்களுக்கு இடம் கொடுத்ததற்காக வருந்தி அதி சீக்கிரமாகத் தனது வேலையில் ஈடுபட்டு மனைவியின் இரத்தத்தைப் புருஷனுக்கு ஊடுருவித்தான்.

சில நேரம் கழித்து வேதம் கண் திறந்து ஒரு புறம், மோகனமும் மறுபுறம் மிஸ்ராவும் நின்று கொண்டிருப்பதைக் கண்டான். "யாரது? மோகனமா?" என்றான் ஈனஸ்வரத்தில். மோகனம் அவன்மேல் சிரம் குனிந்து கண்ணீரைப் பெருக்கினாள்.

6

ஒரு வாரத்திற்குள் வேதம் பூரண சொஸ்தமடைந்தான். மிஸ்ராவுக்கும் அவனுக்கும் அதிவிரைவில் நட்பு மூண்டது. மோகனம் இல்லாத சமயம் ஒருநாள் மிஸ்ரா தான் அவளைக் காதலித்ததையும் அதன் பயனாய் வேதத்தின் உயிருக்கே ஒரு கணம் ஹானி ஏற்படவிருந்ததையும் வெளியிட்டான்.

"மிஸ்ரா! என் உயிரை மீட்டதற்கு எவ்வாறு உனக்குக் கைம்மாறு செய்வதென்று தத்தளித்துக் கொண்டிருந்தேன். நல்ல வேளையாக உயிர் பிழைத்தேன். மோகனத்தை மணப்பதனால் நிகழும் ஜீவாந்திர சிட்சையிலிருந்து உன்னைத் தப்புவித்தேனே!" என்று எதிர்பாராதபடி வேதம் பரிகசிக்கவே, "உமக்குக்கூட நகைச்சுவை ஏற்பட்டு விட்டதே?" என்று மிஸ்ரா வியந்தான்.

"இது என் பேச்சல்ல. என் நாவில் இப்பொழுது மோகனத்தின் இரத்தம் அல்லவா ஊறுகிறது!" என்றான் வேதம் சிரித்துக்கொண்டே. அதைக் கேட்டுக் கொண்டே புன்னகை பூத்த வண்ணம் உள்ளே வந்தாள் மோகனம்.

கல்கி, ஜூலை 29, 1945.

பின்னிணைப்புகள்

1. ஐயத்திற்குரிய கதைகள்
    (i) காசி யாத்திரை
    (ii) லட்சுமி
2. கதைகள்: காலவரிசை
3. நூல்களும் கதைகளும்
4. நூல் முன்னுரைகள்
5. மதிப்புரை
6. கு.ப.ரா. வாழ்க்கைக் குறிப்பு
7. அருஞ்சொல் அகராதி
8. தலைப்பகராதி

1. ஐயத்திற்குரிய கதைகள்

(i) காசி யாத்திரை

நெட்டை ரெங்கன் ஆயிரத்தில் ஒருவன் என்றால் பொருந்தும். அவன் உருவம் ஒருபுறமிருக்கட்டும் – உயர்ந்த மூங்கில் கம்பு போன்ற தேகத்தின் மேல் தென்னங்குறும்பை போன்ற தலை – அதில் உச்சிக் குடுமி. அவன் பேச்சும், மாதிரியுமே தனி!

'வாழயிலே கொல்லையிலே நடந்து வந்தான் நெட்டை ரெங்கன்' என்று அவன் சிரித்துக்கொண்டு பாடும்பொழுது கேட்பதைக் காட்டிலும் பரமானந்தம் வேறில்லை. தட்டுச் சுற்று வேஷ்டியின் மேல் துண்டை சதா இடுப்பில் கட்டியிருப்பான், சுவாமி தரிசனம் செய்யப் போகிறவன் போல. தெருவில் போகும்போது கையைத் தட்டிக்கொண்டும் தலையை ஆட்டிக்கொண்டும்தான் போவான். அடியெடுத்து வைத்தானானால் அவனுடன் யாரும் நடக்க முடியாது. எட்டு மணிக்கு எங்களூரை விட்டுப் புறப்பட்டானானால், பத்து மணிக்குப் பனையபுரம் போய் விடுவான் – பதினைந்து மைல்!

'நெட்டை ரெங்கா, பஜனை மடத்தில் வைத்தியர் இருப்பார், கூட்டிக்கொண்டு வாயேன்' என்று நீங்கள் சொல்லி முடிப்பதற்குள் பஜனை மடம் போய்ச் சேர்ந்துவிடுவான். வைத்தியர் எதிரே வந்தாலும் நிற்கமாட்டான்!

பிச்சு சாஸ்திரி பரம வைதிகர் – பரம தரித்திரம். ஆனால் அதிகாலை ஸ்நானமும் அந்த வேளை பஜனையும் தவறமாட்டார். கரடு தட்டிப் போன குட்டைப் பேர்வழி. கரகரவென்று தொண்டை 'பிரளயப யோதி ஜயே' என்று அவர் அஷ்டபதியைப் பாடினால் போதும் – ஈசுவரன். 'உனக்கென்ன வேண்டும்; பக்தா, உடனே சொல்!' என்று வந்துவிடுவார். ஏகாங்கி! பாவம், ஆற்றங்கரையிலும் பஜனை மடத்திலும் அவரைப் பார்க்கணும் மாறி மாறி.

அப்பு பதினைந்து வயது பயலானாலும் படிப்பு என்ற வாசனையே அற்றவன். ஒரு கால் லேசாக நொண்டி, வாயால் சதா ஏதாவது துரும்பையோ கல்லையோ போட்டுக்கொண்டே தான் இருப்பான்.

கண்டவிடமெல்லாம் கூரையைப் பிய்ப்பதுதான் வேலை அவனுக்கு. பேசும் வார்த்தைகளையெல்லாம் இரண்டு தரம் சொல்லுவான் – முதல் தரம் மத்திய ஸ்தாயியிலும் பிறகு மந்திர ஸ்தாயியிலுமாக, ஒருவனை வைதானானால் 'அயோக்கியப் பயலே!' என்று உரக்கச் சொல்லிவிட்டு உடனே மெல்ல 'அயோக்கியப் பயலே' என்று சொல்லிக் கொள்வான்.

இந்த மூன்று பேரும் காசி யாத்திரை போவதென்று தீர்மானித்துத் தஞ்சாவூர் ஸ்டேஷனில் டிக்கட்டு வாங்க வந்துவிட்டார்கள் என்றால், அது ஆச்சரியம் தானே?

நெட்டை ரெங்கன் கையில் கொஞ்சம் காசுண்டு. முப்பது வயது ஆகியும் கல்யாணம் ஆகவில்லை. எதனாலோ? கல்யாணத்தில் தான் காசி யாத்திரை செய்துவிடுவது என்று தீர்மானித்துவிட்டான் போலிருக்கிறது.

'பிச்சு மாமா காசிக்கு வரேளா?' என்று கேட்டு வைத்தான் ஆற்றங்கரையிலே.

'தயார்' என்று அப்பொழுதே ஜால்ராவையும் சொம்பையும் கையில் எடுத்துக்கொண்டார் அவர்.

'மாமா நானும் வரட்டுமா?' என்றான் அப்பு. அதையே திருப்பிச் சொல்லிக்கொண்டு பார்த்தான் நெட்டை ரெங்கன். கையாள் ஒருவன் இருக்கட்டுமென்று 'சரி'யென்றான்.

ராத்திரியே பயணம். நெட்டை ரெங்கன் சில்லறையெடுத்து அப்புவிடம் கொடுத்து 'டேய், அப்பு, ஆபத்துக்குக் கையில் இருக்க வேண்டும் கால் ரூபாய்க்கு ரவை வாங்கிக்கொண்டு வா!' என்றான்.

'இதோ!' என்று ஓடினான் அப்பு. ஐந்து நிமிஷத்திற்கெல்லாம் துண்டு நிறைய வாங்கிக் கொண்டுவந்து கூட்டத்தில் கொட்டினான்.

'என்னடா இது!'

'ரவை!'

'கோலி குண்டு எதற்கடா? என்று நெட்டை ரெங்கன் அப்புவைப் பளாரென்று கன்னத்தில் விட்டான்.

'நீங்கள் தானே சொன்னேள்?''

'கோதுமை ரவைன்னா சொன்னேன்!'

2

ஸ்டேஷனில் ஏகக்கூட்டம். நெட்டை ரெங்கன் டிக்கட் கொடுக்கும் ஜன்னலண்டை அரைமணி நேரம் நின்று பார்த்தான். கூட்டம் குறைகிற வழியாக இல்லை. சட்டென்று கொஞ்சம் முண்டிக்கொண்டு முன்னே போய், தன் தலையை டிக்கட் கொடுக்கும் சந்திற்குள் நுழைத்துவிட்டான். தலைதான் சின்னதென்றேனே!

'ஓய் யாருங்காணும் நீ! எடு தலையை வெளியே!' என்று டிக்கட் கொடுப்பவன் ரூல் கம்பை எடுத்துத் தலையில் போட்டான். நெட்டை ரங்கன் அசையவில்லை. டிக்கட்டை வாங்கிக்கொண்டுதான் தலையை வெளியே எடுத்தான். இந்தச் சம்பவத்திற்குப் பிறகுதான் எஸ்.ஐ.ஆர். ஜன்னல் சந்துகளைச் சிறிதாக்கிவிட்டார்கள்.

வண்டியில் கூட்டம் தாங்க முடியவில்லை. எப்படியோ அவர்கள் ஏறி உட்கார்ந்துகொண்டார்கள். மூட்டை வைக்கும் பலவை பிச்சு சாஸ்திரிக்கு எட்டவில்லை. மடிசஞ்சியை ரங்கன் வாங்கி அதில் வைத்தான்.

'மாமா, என்ன மடிசஞ்சி கனக்கிறது?'

'ரங்கா, சும்மா இரு!'

அப்புவுக்கு ரயிலில் கூரைபிடுங்க இடமில்லை. ஆகையால் வண்டி யோரங்களையெல்லாம் கிள்ளிக் கிள்ளிப் பார்த்துக்கொண்டே இருந்தான்.

பிச்சு சாஸ்திரி கண் மூடித் தூங்கி, பக்கத்திலிருந்த ரங்கன் மேல் முட்டிக்கொண்டார். ரங்கன்,

வண்டியிலே புகை வண்டியிலே
ஏறிக்கிட்டான் நெட்டை ரங்கன்

என்று பாட்டை மாற்றி முணுமுணுத்துக்கொண்டிருந்தான்.

மேலே பலகையில் வைத்திருந்த மடிசஞ்சி மூட்டை ரயில் ஆட்டத்தில் மெல்ல மெல்ல நகர்ந்து கீழே உட்கார்ந்திருந்த ஒருவர் மண்டையில் விழுந்த பொழுது நக்கென்று சத்தம் கேட்டது.

ஐயோ! தலை போச்சு! என்று ஒருவர் அலறின பொழுது 'அப்பப்பா, கால்விரல் போச்சு!' என்று எதிரிலிருந்து கத்தினார்.

'யார் மூட்டை ஐயா இது?' என்று ஆத்திரத்துடன் பல குரல்கள் கேட்டன.

பிச்சு சாஸ்திரி விழித்துக்கொண்டு விஷயத்தைக் கண்டு கல்லுப் பிள்ளையார்போலக் கம்மென்று இருந்துவிட்டார். வாயைத் திறந்தால் மண்டையுடைந்துபோய் விடுமென்று மூவரும் மூடிக்கொண்டார்கள்.

இப்படி அனாதைப் பொருளாகப் போன மடிசஞ்சியை ஒருவர் அவிழ்த்துக் கொட்டினார். ஜால்ரா ஜோடி, சின்னச் சொம்பு, பலவைப் பாறைக்கல் ஒன்று, எல்லாம் கீழே விழுந்தன. சாஸ்திரி வேஷ்டி துவைக்கும் கல்!

மடிசஞ்சி சாமான் அதோகதிதான் என்று பிச்சு சாஸ்திரி தீர்மானம் செய்துகொண்டுவிட்டார். காசி யாத்திரை ஆரம்பம்!

❖

பாரததேவி, 03-09-1939

(ii) லட்சுமி

'என்னம்மா, நாளுங்கிழமையுமா என்னமோ மாதிரி உட்கார்ந் திருக்கிறாய்?' என்று சாந்தா தாயாரைக் கேட்டாள்.

'லட்சுமி ஞாபகம் வந்துவிட்டது எனக்கு. இன்று அவள் நம்ம வீட்டில் இருந்தால் எப்படி இருக்கும்? அவளை விட்டுட்டு வரவே எனக்கு மனசில்லை.'

'என்ன செய்கிறது? எவ்வளவு தூரம் இருக்கிறது! ரயிலாயிருந்தாலும் சார்ஜைப் பற்றி ஒன்றுமில்லை. ஐம்பது மைல் கட்டை வண்டியாயிற்றே! நடப்பாளா அவள்? அப்பாவை என்னவோ இந்தக் காட்டுக்கு மாற்றி யிருக்கிறார்கள்.'

'உங்கப்பாவுக்குக் கூட அவளை விட்டுவிட்டு வர மனசில்லை, வீட்டில் பிறந்து வளர்ந்தவளல்லவா.'

'சோலை அவளைக் கண்போலக் கவனித்துக்கொள்வான். நீங்க ஒண்ணும் கவலைப்படாதீங்க என்று பூங்காவும் ஆயிரம் தடவை சொன்னாள்.

'நாம் அவளை விட்டுவிடப் போகிறோம் என்று அவளுக்கு எப்படித் தான் தெரிந்ததோ – அன்று அவள் படுத்தினபாடு! அந்த அறிவு –'

'பசு மாட்டுக்கே அறிவு ஜாஸ்தி.'

'இருந்தாலும் லட்சுமிக்கு அலாதி புத்தி. சில சமயங்களில் தப்பித் தவறிக் காலை மிதித்துவிடுவாள். சட்டென்று காலை அழுத்தாமல் எடுத்துக்கொண்டுவிடுவாள். பொங்கலன்று அவள் பண்ணுகிற ஆர்ப்பாட்டம்! 'ஹூம், ஹூம்!' என்று நிலைகொள்ளமாட்டாள். அவள் இன்று இல்லாதது எனக்கு வீடே வெறிச்சென்று இருக்கிறாப் போல் இருக்கிறது.'

'சோலையும் பூங்காவும் இன்று தடபுடலாக அவளுக்குப் பொங்கல் சமைப்பார்கள்!'

'அவா ஆயிரம் செய்கிறார்கள். நம் மனது கேட்கிறதா?' ஆச்சு தை பிறந்துவிட்டது, மாசி பங்குனியில் நீ புக்ககம் போய்விடுவாய்; அங்கே நீ உன் அகமுடையானோடு எவ்வளவு சௌக்கியமாக இருந்தாலும் என் அஞானம் விடுமா சொல்!'

'போடியம்மா – அதிருக்கட்டும், லட்சுமி தும்பை மட்டும் எடுத்துக் கொண்டு வந்தாயே எதற்கு?'

'தும்பைக் கொடுக்கப்படாது. அதுவுமில்லாமல் தும்பைப் பார்க்கிற போது எனக்கு லட்சுமியைப் பார்க்கிறாப்போல் இருக்கும். கன்னுக்குட்டி குஞ்சா அழகு உண்டோன்னோ அந்தமாதிரி நான் பார்த்ததே இல்லை. பாலைக் குடித்துவிட்டு அது இங்கேயும் அங்கேயும் வாலைத் தூக்கிக் கொண்டு ஓடுகிறபோது பார்க்கணும்! முட்டுகிறதற்குக் கூடத் தெரிந்து விட்டதடி அதற்கு! வெள்ளை வெளேரென்று வெள்ளைக்காரச்சி மாதிரி. நல்ல சுழியாம், பால்காரன் சொன்னான். அது பிறந்ததும் தான் உங்கப்பாவுக்கு இந்தப் பிரமோஷன் – சம்பளம் ஜாஸ்தி. எப்பவாவது சரிப்பட்டபோது கொண்டு வந்துவிட வேண்டும்.'

'சோலை கொடுப்பானா?'

'சொல்லி இருக்கிறேனே!' 'சம்ரட்சித்து வைத்துக்கொள். குஞ்சாவுக்கு ஒருவேளை பாலைவிட்டு, மாதம் ஐந்து அனுப்புகிறோம். நன்றாகத் தீனி போடு. மேய்ச்சலுக்கு விடாதே – வாடிக்கை இல்லை –' என்றெல்லாம் சொல்லி இருக்கிறேன்.'

'அஞ்சு மணிக்கு நீ தண்ணீர் காட்டப் போகாவிட்டால் – அப்பா!'

'காட்டுகிறபோது என்ன சண்டை! மூக்கை ஜலத்துக்குள்ளே விட்டுத் தவிட்டையும் பருத்திக் கொட்டையையும் தின்றுவிடுவாள். ஜலம் குடிக்க வேணுமென்று நான் கலக்குவேன். என்னை ஏமாற்றி விடுவாள்!'

'லட்சுமி, உனக்கொரு பொண்ணு, வந்திடுவ, போயிடுவ என்கிறாய்?'

'சந்தேகமென்ன? புக்ககத்தில் இருக்கிறாள்'

மாட்டுப் பொங்கலன்று மாலை இருட்டுகிற சமயம். வீட்டு வாசலில் சோலை லட்சுமியின் முன்பு பூஜை சாமான்களுடன் உட்கார்ந்திருந்தான். பண்ணை ஆளாக இருந்து கொஞ்சம் செட்டு கட்டுடன் வாழ்ந்து வீடு நிலம் வாங்கி இருந்தான். பூங்காவும் இரண்டு வீடுகளில் வேலை செய்து சம்பாதித்தாள். கொஞ்சம் பட்டண தினுசில் ஆடையாபரணங்களை அணிந்திருந்தது அவள் இயற்கை அழகுக்குப் பொருத்தமாகவே இருந்தது.

'என்ன, இன்னும் நைவுந்தியம் கொண்டாரல்லே?' என்று சோலை சத்தம் போட்டான்.

புன்னகை முகத்துடனும் மாலையில் தலை முழுகிப் புதிதுடுத்த பொலிவுடனும் பொங்கல் பானை, பாயசம் இரண்டையும் எடுத்துக் கொண்டு பூங்கா வெளியே வந்தாள். புருஷன் தீபாராதனை செய்வதைக் கண்டு 'நேவத்தியம் பண்ணிப் புட்டல்ல சூடம் கொளுத்திக் காட்டணும்!' என்றாள்.

சோலைக்குத் தான் செய்த பிசகை ஒத்துக்கொள்ள இஷ்டமில்லை. ஆண் தோரணையில் 'அல்லாம் தெரியும், இண்ணக்கி இப்படித்தான் பண்ணனும். பொங்கலைத் தட்டுலே வை!' என்றான்.

பூங்கா வெங்கலத் தட்டொன்றைக் குச்சியால் அடித்துக்கொண்டு ‘பொங்கலோ பொங்கல்!’ என்றாள்.

கன்றுக்குட்டி மிரண்டு ஓட்டமெடுத்தது. தாய் அதைக்கண்டு தானும் நகர ஆரம்பித்தது. சோலை இரண்டையும் பிடித்துக் கட்டி விட்டுப் பூங்காவுடன் பிரதக்ஷிணம் செய்து கும்பிட்டான்.

‘லட்சுமி வீட்டுக்கு வந்தவேளை இந்த வருஷம் சாமி புண்ணியத்துலே நல்லா விளைஞ்சுருக்கு!’ என்றாள் பூங்கா.

‘அம்மாவுக்கு இதுமேலே உசிரு, நினைச்சுக்கிட்டே இருக்கும்!’ என்றான் சோலை.

‘பொங்கலுக்கு லட்சுமிக்குப் பணம் அனுப்பிச்சிருக்கே, பொண்ணுக்கு அனுப்புற மாதிரி!’

‘பொங்கல் ஆறிச்சா இல்லியா? இங்கே கொடு!’

‘நான்தான் கொடுப்பேன்!’

‘கொடேன். நீ கொடுத்தாப் பயப்படாமெ தின்னும். கொஞ்சம் தேங்காய் துருவிப் போட்டா?’

‘போடனும், இந்தாங்க இதைப் பிடியுங்க, வாரேன்!’

‘தேங்காதுருவியெ நான் வேணா எடுத்துக்கிட்டு வாரேன்!’ என்று சோலை உள்ளே போனான்.

பூங்கா அன்புடன் லட்சுமியைத் தடவிக் கொடுத்துக்கொண்டே ‘என்னாடி வேணும், பொங்கலா, தாரேன், இரு அம்மா!’ என்று கொஞ்சினாள்.

சோலை உள்ளே போனவன் கைவேலையுடன் மனவேலையும் செய்தான்போல் இருக்கிறது. துருவியை எடுத்துக்கொண்டு வந்து தேங்காய்மூடி ஒன்றை எடுத்துத் துருவிய வண்ணம் ‘என்னா, சொன்னே, லச்சுமி வீடு நொளஞ்சவேளை’ என்று மனைவி முகத்தைப் பார்த்துக் கேட்டுக்கொண்டே புன்னகை செய்தான்.

‘இந்த வருஷம் நல்லா வெளஞ்சிருக்கின்னேன்.’

‘அது மட்டுமில்லெ, அவ வந்த வேளை வீட்டுலேயும் –’

‘போங்க!’ என்று பூங்கா வெட்கத்துடன் சிரித்தாள்.

‘என்ன சிரிக்கிறே அவ வந்த வேளே தான், இல்லாட்டி கட்டி. இத்தினி வருஷம் இல்லாமே –’

‘சரித்தான், பொங்கல்லே போடுங்க, போதும்!’ என்று பூங்கா புன்முறுவலுடன் சொல்லிய வண்ணம் தட்டைக் கையிலே எடுத்துக் கொண்டு வந்தாள்.

சோலை அவளை ஒரு நிமிஷம் பார்த்துவிட்டு ‘நீயும் லச்சுமி மாதிரித்தான்னா இருக்கே!’ என்றான்.

❖

***கிராம ஊழியன் பொங்கல் மலர்*, ஜனவரி, 1944**

2. கதைகள்: காலவரிசை

1. **விசாலாக்ஷி**, *சுதந்திரச் சங்கு*, 23-03-1934

   இதழில் வெளியான கு.ப.ரா.வின் முதல் கதை இது. சுதந்திரச் சங்குவில் 'குடும்ப சுகம்' என்னும் தலைப்பில் வெளியாகியிருந்தது. கனகாம்பரம் தொகுப்பின் பொருளடக்கத்தில் 'விசாலாட்சி' எனப் பெயர் மாற்றம் பெற்றுள்ளது.

2. **நூர் உன்னிஸா**, *சுதந்திரச் சங்கு*, 30-03-1934

   கு.ப.ரா. எழுதிய முதல் கதை. 'நான் முதல்முதலாக எழுதிய கதை நூர் உன்னிஸா' (கதை மூலம், கலைமகள், பிப்ரவரி, 1943) என்று கு.ப.ரா. எழுதியுள்ளார். 'அவன் எழுதிய முதல் சிறுகதை நூருன்னிஸா' (கு.ப. ராஜகோபாலன், கலைமகள், மே, 1944) என்று ந. பிச்சமூர்த்தியும் குறிப்பிட்டுள்ளார். 'கனகாம்பரம்' தொகுப்பில் இடம்பெற்றுள்ளது.

3. **தாயாரின் திருப்தி**, *சுதந்திரச் சங்கு*, 13-04-1934

   கு.ப.ரா. காலத்தில் வெளியான நூல்களில் இடம்பெறாத இக்கதை பின்னர் 'சிறிது வெளிச்சம்' நூலில் இடம்பெற்றது.

4. **தனபாக்கியத்தின் தொழில்**, *மணிக்கொடி*, 17-06-1934

   1934இல் வெளியான கதையாக இருந்தபோதும் 1943இல் வந்த 'புனர் ஜன்மம்' தொகுப்பில்தான் இடம்பெற்றுள்ளது.

5. **அடிமைப் பயல்**, *காந்தி*, 25.07.1934. *மணிக்கொடி*, 15-7-1938.

   காந்தி இதழில் வெளியான கதை மறுஎழுத்தாக்கம் செய்யப்பட்டு மணிக்கொடியில் வந்தது. இவ்வடிவமே 'கனகாம்பரம்' தொகுப்பில் இடம்பெற்றுள்ளது.

6. **குந்துமணி**, *மணிக்கொடி*, 05-08-1934.

   இக்கதை கு.ப.ரா. காலத்தில் வெளியான நூல்களிலோ 'சிறிது வெளிச்சம்' தொகுப்பிலோ இடம்பெறவில்லை. 'குன்றிமணி'

என்பதன் வழக்கு வடிவம் 'குந்துமணி.' தலைப்புப் பொருத்தம் பற்றிச் சிந்திக்க வைக்கும் கதை. 'தனபாக்கியத்தின் தொழில்' கதையோடு இதை ஒப்பிட்டுப் பார்க்கலாம்.

7. காமுவின் கதை, *மணிக்கொடி*, 19-08-1934

*1934*இல் வெளியானாலும் *1943*இல் வந்த 'புனர் ஜன்மம்' தொகுப்பிலேயே இடம்பெற்றுள்ளது.

8. ஸம ஆராதனை, *மணிக்கொடி*, 02-09-1934

இக்கதை கு.ப.ரா. காலத்தில் வெளியான நூல்களிலோ 'சிறிது வெளிச்சம்' தொகுப்பிலோ இடம்பெறவில்லை. 'ஸமாராதனை', 'சமாராதனை' எனவும் தமிழ் லெக்சிகனில் இடம்பெற்றுள்ள இச்சொல்லாட்சிக்குப் 'பிராமண போசனம்' எனப் பொருள் தரப்பட்டுள்ளது.

9. பண்ணைச் செங்கான், *மணிக்கொடி*, 23-09-1934 *ஹிந்துஸ்தான்*, 10-04-1938

'பறச் செங்கான்' என்னும் தலைப்பில் *மணிக்கொடி*யில் வெளியான இக்கதை பின்னர் 'பண்ணைச் செங்கான்' என்று தலைப்பு மாற்றத்துடன் *ஹிந்துஸ்தான்* இதழில் வெளியாயிற்று. அவ்வடிவமே 'கனகாம்பரம்' தொகுப்பில் இடம்பெற்றுள்ளது. அவ்விதழில்

> 'சேலம் ஜில்லா குடியானவர்கள் 'ழ'வுக்குப் பதிலாக 'ய'தான் உபயோகிப்பார்கள். 'வாயப்பயம்', 'கயுவி' இம்மாதிரி. தடம் என்பது பாதை'

என்னும் அடிக்குறிப்புக் காணப்படுகிறது.

10. மனக்கோட்டை, *மணிக்கொடி*, 11-11-1934

*1934*இல் வெளியான இக்கதை *1943*இல் வந்த 'புனர் ஜன்மம்' தொகுப்பில் இடம்பெற்றுள்ளது.

11. ஒரு 'வேலையில்லா மூளை', *ஊழியன்*, 08-02-1935

அவர் காலத்துத் தொகுப்புக்களிலோ 'சிறிது வெளிச்சம்' நூலிலோ வெளியாகாத கதை. சரியான உருவம் பெறாத கதை.

12. ராஜத்தின் காதல், *மணிக்கொடி*, 10-02-1935

'மரப்பாச்சி' என்னும் தலைப்பில் வெளியான இக்கதை *1943*இல் 'புனர் ஜன்மம்' நூலில் இடம்பெற்றபோது தலைப்பு மாற்றத்தோடு மறுஎழுத்தாக்கம் செய்யப்பட்டுள்ளது. அவ்வடிவம் ஏதாவது இதழில் வெளியாகியிருக்கக்கூடும் என்று தோன்றுகிறது. கண்டு பிடிக்க இயலவில்லை.

13. சிறு கதை, *மணிக்கொடி,* 28-04-1935

'சிறு கதை' என இரு சொற்களுக்கும் இடையே இடைவெளியுடன் தலைப்பிடப்பட்டு *மணிக்கொடி*யில் வெளியாயிற்று. பின்னர் வெளியான 'கனகாம்பரம்' முதல் பதிப்பிலும் அவ்வாறே தலைப்பு காணப்படுகிறது. பிந்தைய பதிப்புகளில் இடைவெளியை நீக்கி விட்டுச் 'சிறுகதை' ஆக்கிவிட்டனர்.

14. புனர் ஜன்மம், *கலைமகள்,* மே, 1935

*1943*இல் வெளிவந்த 'புனர் ஜன்மம்' நூலின் தலைப்புக் கதை.

15. காதலே சாதல், *மணிக்கொடி,* 28-07-1935

கதையில் இடம்பெறும் முதல் கடிதத்தின் முடிவில் உடுக்குறி யிடப்பட்டுப்

> 'படிப்பதற்காகச் சிற்சில கொச்சை மொழிகளை மட்டும் மாற்றி, முற்றுப்புள்ளி முதலியன சேர்த்து ருக்கு எழுதியபடி அப்படியே எழுதியிருக்கிறேன்'

என்னும் அடிக்குறிப்புக் காணப்படுகின்றது. 'கனகாம்பரம்' முதல் பதிப்பிலும் இடம்பெற்றிருந்த இக்குறிப்பு பிந்தைய பதிப்புகளில் நீக்கப்பட்டுள்ளது.

16. வீரம்மாளின் காளை, *மணிக்கொடி,* 30-04-1936

'கனகாம்பரம்' நூலில் இடம்பெற்றுள்ள இக்கதை 'ஜல்லிக்கட்டு' நிகழ்வை அடிப்படையாகக் கொண்டது. இப்பொருளில் எழுதப் பட்ட முதல் சிறுகதையும் ஒரே கதையும் இதுவாகவே இருக்கக் கூடும்.

17. கவி வேண்டிய பரிசு, *தினமணி வருஷ மலர்,* 1936.

கு.ப.ரா. எழுதிய முதல் வரலாற்றுச் சிறுகதை இது. 'காணாமலே காதல்' தொகுப்பில் இடம்பெற்றுள்ளது.

18. என்ன தைரியம், *மணிக்கொடி,* 15-08-1937

*1943*இல் வெளியான 'புனர் ஜன்மம்' தொகுப்பில் இடம்பெற்றுள்ளது.

19. உயிரின் அழைப்பு, *தினமணி வருஷ மலர்,* 1937

'கனகாம்பரம்' தொகுப்பில் இடம்பெற்றுள்ளது.

20. ஸ்டுடியோ கதை, *மணிக்கொடி,* 15-01-1938

'கனகாம்பரம்' தொகுப்பில் இடம்பெற்றுள்ளது.

21. கதைக்காரன் கர்வம், *ஹிந்துஸ்தான்,* 30-01-1938

இதழில் வெளியானபோது 'கதைக்காரன் கடைசி கர்வம்' என வைக்கப்பட்டிருந்த தலைப்பு 'புனர் ஜன்மம்' தொகுப்பில் மாற்றம் பெற்றுள்ளது.

22. கனகாம்பரம், *கலைமகள்,* மார்ச், 1938

'கனகாம்பரம்' தொகுப்பில் இடம்பெற்ற தலைப்புக் கதை. இதற்கு முன் 'அந்தி மந்தாரை' என்னும் தலைப்பில் 'சிட்டி' எழுதிய கதையை ஒப்பிட்டுப் பார்க்கலாம்.

23. புரியும் கதை, *மணிக்கொடி,* 01-05-1938

'கனகாம்பரம்' தொகுப்பில் இடம்பெற்றுள்ளது. இதற்குப் பதிலாக சிட்டி எழுதிய 'புரியாத கதை'யை இத்துடன் ஒப்பிடலாம்.

24. வீழ்ச்சி, *ஹிந்துஸ்தான்,* 22-05-1938

ஹிந்துஸ்தான் இதழில் 'வீரப் பிரதாபன் வீழ்ச்சி' என்று தலைப்புக் கொடுக்கப்பட்டுள்ளது. 'காணாமலே காதல்' தொகுப்பில் 'வீழ்ச்சி' என்று தலைப்பு மாற்றம் பெற்றுள்ளது. 'பிரதாப் சிங்' என்னும் தலைப்பில் கு.ப.ரா. எழுதிய நாடகம் *பாரததேவி, 1–10–1939* இதழில் வெளிவந்துள்ளது.

25. தியாக விக்கிரகம், *ஹிந்துஸ்தான்,* 05-06-1938

'காணாமலே காதல்' தொகுப்பில் இடம்பெற்றுள்ளது. 'வீழ்ச்சி' கதையும் இதுவும் அடுத்தடுத்து எழுதப்பட்டுள்ளன. இரண்டும் ராஜபுத்திர அரசர்கள் பற்றியவை. முகலாயரை எதிர்த்த ராணா பிரதாப் சிங் பற்றிய கதை 'வீழ்சி.' முகலாயரோடு இணங்கிப் போன மான்சிங் பற்றிய கதை இது.

26. மின்னக்கலை, *கலைமகள்,* ஜூன், 1938

'கனகாம்பரம்' தொகுப்பில் இடம்பெற்றுள்ளது. இதே தலைப்பில் 'மணி' என்னும் புனைபெயரில் 'பி.வி. சுப்பிரமணியம்' எழுதிய ஓரங்க நாடகம் *பாரததேவி* இதழில் வெளியாகியுள்ளது. 'மின்னக் கலை' என்னும் பெயராலும் அக்கதையாலும் ஈர்க்கப்பட்டுப் பி.வி. சுப்பிரமணியம் அந்நாடகத்தை எழுதியிருக்கக்கூடும். இரண்டையும் ஒப்பிட்டுப் பார்க்கலாம்.

கனகாம்பரம் தொகுப்பில் கதை தொடங்கும் பக்கத்தில் கீழ்வரும் அடிக்குறிப்பு காணப்படுகிறது: கௌண்டர்கள் 'ஆமப்பா', 'வரேனப்பா' என்று வார்த்தைகளுக்கு 'அப்பா' சேர்த்தே சொல்வது வழக்கம்.

27. அனார்கலி, *ஹிந்துஸ்தான்,* 10-07-1938

'மாதுளை மொக்கின் மங்காத காதல் ஒளி' என்னும் தலைப்பில் வெளியான இக்கதை 'காணாமலே காதல்' தொகுப்பில் இடம் பெற்றபோது தலைப்பு மாற்றப்பட்டுள்ளது. தொகுப்பில்,

'இளவரசன் ஸலீமின் முதற்காதலியின் பெயர் அனார்க்கலி – மாதுளை மொக்கு' என்னும் அடிக்குறிப்பு காணப்படுகின்றது.

28. புதிர், *கலைமகள்*, ஆகஸ்ட், 1938

'கனகாம்பரம்' தொகுப்பில் இடம்பெற்றுள்ளது.

29. குந்தவையின் கைதி, *ஹிந்துஸ்தான்*, 07-08-1938

'வேங்கி நாட்டு வீர வேங்கை' என்னும் தலைப்பில் வெளியான இக்கதை பின்னர் தலைப்பு மாற்றப்பட்டுக் 'காணாமலே காதல்' தொகுப்பில் இடம்பெற்றுள்ளது. முதல் பத்தியில் வரும் 'வேங்கி' என்னும் இடத்தில் உடுக்குறியிட்டுக் 'கோதாவரி, கிருஷ்ணா ஜில்லாக்கள். துர்க்கைக்கு குந்தவை என்று பெயர்' என்னும் குறிப்புத் தரப்பட்டுள்ளது.

30. பாட்டியின் ஆதங்கம், *மணிக்கொடி*, 15-08-1938

'புனர் ஜன்மம்' தொகுப்பில் இடம்பெற்றுள்ளது.

31. காணாமலே காதல், *ஹிந்துஸ்தான்*, 28-08-1938

'அம்மங்கா தேவியின் அத்தான்' என்னும் தலைப்பில் வெளியான இக்கதை 'காணாமலே காதல்' தொகுப்பில் தலைப்பு மாற்றம் பெற்றுள்ளது. தொகுப்பில் 'கங்கை கொண்ட சோழபுரம்' என்னும் ஊர்ப் பெயர் வருமிடத்தில் உடுக்குறியிட்டு 'இன்று ஒரு கிராமமாக இருக்கிறது. கும்பகோணத்திலிருந்து உடையார்பாளையம் போகும் பாதையில் இருக்கிறது' என்னும் குறிப்புக் கொடுக்கப்பட்டுள்ளது.

32. ராஜேந்திரன் கனவு, *ஹிந்துஸ்தான்*, 23-10-1938

'காணாமலே காதல்' தொகுப்பில் இடம்பெற்றுள்ளது. இக்கதையும் 'குந்தவையின் கைதி', 'காணாமலே காதல்' ஆகியவையும் அடுத்தடுத்து எழுதப்பட்டுள்ளன. பொருள் அடிப்படையிலும் ஒப்புமை உடையன.

33. விடியுமா?, *கலைமகள்*, அக்டோபர், 1938

'கனகாம்பரம்' தொகுப்பில் இடம்பெற்றுள்ளது.

34. வாழ்க்கைக் காட்சி, *கலைமகள்*, டிசம்பர், 1938

'கனகாம்பரம்' தொகுப்பில் இடம்பெற்றுள்ளது.

35. சிதையருகில், *தினமணி வருஷ மலர்*, 1938

அவர் காலத்துத் தொகுப்புக்களிலோ 'சிறிது வெளிச்சம்' நூலிலோ வெளியாகாத கதை.

36. பெண்மனம், *மணிக்கொடி*, 29.12.1938. *பாரதமணி*, 12-02-1939

'கனகாம்பரம்' தொகுப்பில் இடம்பெற்றுள்ளது. மணிக்கொடி இதழில் வெளியானதாக எப்போதோ குறித்து வைத்திருக்கிறேன். இவ்விதழைப் பின்னர் பார்த்து உறுதிப்படுத்திக்கொள்ள இயல வில்லை.

37. எதிரொலி, *கலைமகள்,* ஜனவரி, 1939

'கனகாம்பரம்' தொகுப்பில் இடம்பெற்றுள்ளது. இதே தலைப்பில் எழுதப்பட்ட மற்றொரு கதை வசந்தம் *இதழில் 1943இல் வெளியாகி யுள்ளது. அது வரலாற்றுச் சிறுகதை.*

38. ராஜபிக்ஷுணி, *ஹிந்துஸ்தான்,* 15-01-1939

'ஸதியைக் காத்த சக்கரவர்த்தி' என்னும் தலைப்பில் வெளியான இக்கதை 'காணாமலே காதல்' தொகுப்பில் தலைப்பு மாற்றம் பெற்றுள்ளது.

39. வெள்ளைக்காரச்சி, *பாரதமணி,* 15-01-1939

பொங்கல் இதழுக்காக எழுதப்பட்ட இக்கதை அவரது நூல்கள் எதிலும் இடம்பெறவில்லை. பக்கம் நிரப்பும் வகையில் எழுதப் பட்ட கதையாகவே தோன்றுகிறது.

40. காதல் நிலை, *பாரதமணி,* 19-03-1939

'புனர் ஜன்மம்' நூலில் இடம்பெற்றுள்ளது.

41. இருளிலிருந்து, *கலைமகள்,* மே, 1939

இக்கதை 'காணாமலே காதல்' தொகுப்பில் இடம்பெற்றுள்ளது.

42. திரை, *சூறாவளி,* 21-05-1939

'கனகாம்பரம்' தொகுப்பில் இக்கதை இடம்பெற்றுள்ளது.

43. தனயன், *ஹிந்துஸ்தான்,* 28-05-1939

'தகப்பனை வென்ற தனயன்' என்னும் தலைப்பில் ஹிந்துஸ்தான் *இதழில் வெளியானது. பின்னர் தலைப்பு மாற்றம் பெற்றுக் 'காணாமலே காதல்' தொகுப்பில் இடம்பெற்றது.*

44. தாய், *சூறாவளி,* 18-06-1939

'கனகாம்பரம்' தொகுப்பில் இடம்பெற்றுள்ளது.

45. மன்னிப்பு, *பாரததேவி,* 16-07-1939

'புனர் ஜன்மம்' தொகுப்பில் இடம்பெற்றுள்ளது.

46. என்ன நெருக்கடியோ? *பாரததேவி,* 16-07-1939

கரிச்சான் என்னும் புனைபெயரில் வெளியானது. அவரது நூல்களில் இடம்பெறாத கதை. முழுமையாக உருப்பெறாத கதையாக அவர் கருதியிருக்கக்கூடும். அதனால்தான் புனை பெயரைப் பயன்படுத்தி எழுதியதோடு தம் தொகுப்பு எதிலும் சேர்க்கவும் விரும்பவில்லை போலும்.

47. நினைவுமுகம் மறக்கலாமோ? *பாரததேவி,* 23-07-1939 *கலைமகள்,* நவம்பர், 1941

பாரததேவி இதழில் இந்தக் கதை 'ராஜம்' என்னும் புனைபெயரில் 'படுத்த படுக்கையில்' என்னும் தலைப்புடன் வெளியாயிற்று. மறுஎழுத்தாக்கம் செய்யப்பட்டுக் *கலைமகளில்* வெளியானபோது தலைப்பு மாற்றம் பெற்று அவரது பெயரிலேயே வெளியானது. அவ்வடிவமே 'புனர் ஜன்மம்' தொகுப்பில் இடம்பெற்றுள்ளது. 'படுத்த படுக்கையில்' தனிக்கதை எனக் கருதி அதைச் 'சிறிது வெளிச்சம்' தொகுப்பில் சேர்த்துள்ளனர்.

48. ஆமிரபாலி, *பாரததேவி,* 30-07-1939

'காணாமலே காதல்' தொகுப்பில் இடம்பெற்றுள்ளது.

49. என்ன அத்தாட்சி?, *பாரததேவி,* 06-08-1939

கு.ப.ரா. காலத்தில் வெளியான நூல்களில் இக்கதை இடம்பெற வில்லை. 'சிறிது வெளிச்சம்' தொகுப்பில் உள்ளது.

50. வைரமோதிரம், *பாரததேவி,* 27-08-1939

ராஜம் என்னும் புனைபெயரில் எழுதப்பட்ட இக்கதை நூல்களில் இடம்பெறவில்லை. இதே தலைப்பில் ஓரங்க நாடகம் ஒன்றையும் கு.ப.ரா. எழுதியுள்ளார். அது *சக்தி,* ஜூலை 1941 இதழில் வெளிவந்துள்ளது.

51. குரலும் பதிலும், *பாரததேவி,* 03-09-1939

'கனகாம்பரம்' நூலில் இடம்பெற்றுள்ளது.

52. சோகத்தின் முன்னிலையில், *பாரததேவி,* 17-09-1939

'புனர் ஜன்மம்' தொகுப்பில் இடம்பெற்றுள்ளது.

53. துரோகமா?, *பாரததேவி,* 08-10-1939

ராஜம் என்னும் புனைபெயரில் வெளியான இக்கதை 'காணாமலே காதல்' தொகுப்பில் இடம்பெற்றுள்ளது.

54. அடி மறந்தால் ஆழம், *பாரததேவி,* 12-11-1939

'புனர் ஜன்மம்' தொகுப்பில் இடம்பெற்றுள்ளது.

55. மகாபோதம், *ஹநுமான் ஆண்டுமலர்,* 1939

'காணாமலே காதல்' தொகுப்பில் இடம்பெற்றுள்ளது.

56. தவறுகளோ, தன்மைகளோ!, *கனகாம்பரம்* தொகுப்பு, 1940

இக்கதையில் வரும் கடிதத்தில் '20–4–193–' என்று ஆண்டுக் குறிப்பின் இறுதி எண்ணுக்குக் கோடிட்டுக் காட்டப்பட்டுள்ளது. மூன்றாம் பதிப்பில் '20–4–1935' என ஆண்டுக்குறிப்புக் காணப் படுகிறது. கனகாம்பரம் தொகுப்பு 1940 மே மாதத்தில் வெளி

வந்துள்ளது. ஆகவே இக்கதை 1930களின் இறுதியாக இருக்கக் கூடும் என்னும் அனுமானத்தில் 1939ஆம் ஆண்டின் முடிவிலும் 1940ஆம் ஆண்டின் தொடக்கத்திலுமாக வைக்கப்பட்டுள்ளது.

57. தை முதல் தேதி, *கலைமகள்,* ஜனவரி, 1940

கு.ப.ரா.வின் நூல் எதிலும் இடம்பெறாத 'பொங்கல்' கதை இது.

58. விபரீதக் காதல், *ஹிந்துஸ்தான்,* 03-11-1940

'காதல் தெய்வத்தின் விபரீதம்' என்னும் தலைப்பில் வெளியானது. பின்னர் தலைப்பு மாற்றத்துடன் 'காணாமலே காதல்' தொகுப்பில் இடம்பெற்றுள்ளது.

59. நடுத்தெரு நாகரிகம், *கலைமகள்,* ஜனவரி, 1942

'புனர் ஜன்மம்' தொகுப்பில் இடம்பெற்றுள்ளது.

60. இயற்கையின் வெற்றி, *காவேரி,* ஏப்ரல்–மே, 1942

'புனர் ஜன்மம்' தொகுப்பில் இடம்பெற்றுள்ளது.

61. சந்திப்பு, *கலைமகள்,* ஜூன், 1942

'புனர் ஜன்மம்' தொகுப்பில் இடம்பெற்றுள்ளது.

62. திரைக்குப் பின், *கலாமோகினி,* இதழ் 2, சித்ரபானு ஆடி 1, 16 ஜூலை, 1942

கலாமோகினி இதழில் 'பில்ஹணன் இயற்றிய காவியம்' என்னும் தலைப்பில் வெளியான கதை. தலைப்பு மாற்றத்தோடு 'புனர் ஜன்மம்' தொகுப்பில் இடம்பெற்றுள்ளது. தலைப்பு மாற்றத்தைக் கவனியாமல் *கலாமோகினி* இதழில் இருந்து எடுத்துச் 'சிறிது வெளிச்சம்' தொகுப்பில் சேர்த்துள்ளனர்.

63. இரண்டாம் தலைதீபாவளி, *கல்கி தீபாவளி மலர்,* அக்டோபர், 1942

'புனர் ஜன்மம்' தொகுப்பில் இடம்பெற்றுள்ள 'தீபாவளி'க் கதை.

64. உண்மைக் கதை, *கலாமோகினி,* இதழ் 8, சித்ரபானு ஐப்பசி 1, 17 அக்டோபர், 1942

'சிறிது வெளிச்சம்' தொகுப்பில் இடம்பெற்றுள்ளது.

65. ராஜயோகம், *கல்கி,* 01-12-1942.

'பாரத்வாஜன்' என்னும் புனைபெயரில் இக்கதை வெளியாகி யுள்ளது. கு.ப.ரா. நூல்கள் எதிலும் இடம்பெறாத கதை. முதல் முறையாக இந்நூலில் இடம்பெறுகிறது.

66. சிறிது வெளிச்சம், *கலாமோகினி*, இதழ் 12, சித்ரபானு மார்கழி 1, 16 டிசம்பர், 1942

குபரா.வின் இறப்புக்குப் பின் சி.சு.செல்லப்பா, சிட்டி முதலியோரின் முயற்சியில் தொகுக்கப்பட்ட 'சிறிது வெளிச்சம்' தொகுப்பின் தலைப்புக் கதை.

67. தித்திப்பு, *கல்கி*, 20-01-1943.

'புனர் ஜன்மம்' தொகுப்பில் இடம்பெற்றுள்ளது.

68. யார் மேல் பிசகு?, *கலைமகள்*, ஜனவரி, 1943

'புனர் ஜன்மம்' தொகுப்பில் இடம்பெற்றுள்ளது.

69. என்ன வேண்டும்?, *கலைமகள்*, ஏப்ரல், 1943

'புனர் ஜன்மம்' தொகுப்பில் இடம்பெற்றுள்ளது.

70. பிராப்தம், *நவசக்தி*, ஏப்ரல், 1943

இக்கதை நவசக்தியில் வெளியானது தெரியாமல் கலைமகள் செப்டம்பர் 1950இல் மீண்டும் வெளியிடப்பட்டுள்ளது. இரண்டுக்கும் வேறுபாடுகள் உள்ளன. கலைமகளில் வெளிவந்த வடிவமே 'சிறிது வெளிச்சம்' தொகுப்பில் இடம்பெற்றுள்ளது. நவசக்தியில் வெளியான வடிவில் இத்தொகுப்பில் இடம்பெறுகிறது.

71. பழகின தோஷம், *கல்கி*, 10-04-1943.

தொகுப்பு எதிலும் இக்கதை இடம்பெறவில்லை. முதல் முறையாக இந்நூலில் இடம்பெறுகிறது.

72. தமிழ் மங்கை, *வசந்தம்*, மே, 1943

'காணாமலே காதல்' தொகுப்பில் இடம்பெற்றுள்ளது.

73. வேறுநினைப்பு, *கல்கி*, 20-05-1943.

குபரா. நூல் எதிலும் இக்கதை இடம்பெறவில்லை. முதல் முறையாக இந்நூலில் இடம்பெறுகிறது.

74. இரண்டுபாசங்கள், *கல்கி*, 20-07-1943.

குபரா. நூல் எதிலும் இக்கதை இடம்பெறவில்லை. முதல் முறையாக இந்நூலில் இடம்பெறுகிறது.

75. பெற்ற மனம், *கலைமகள்*, செப்டம்பர், 1943

குபரா. நூல்கள் எதிலும் இடம்பெறாத கதை. 1943ஆம் ஆண்டின் பிற்பகுதியிலும் 1944ஆம் ஆண்டின் முற்பகுதியிலும் வெளியான

அவரது இறுதிக் காலத்துக் கதைகளில் சில 'சிறிது வெளிச்சம்' தொகுப்பில் சேர்க்கப்பட்டுள்ளன. சேர்க்கப்படாதவையும் உள்ளன. அவற்றுள் முதலாவது இக்கதை.

76. எவன் பிறந்திருக்கின்றானோ?, *கலாமோகினி*, *இதழ்* 32, 17 அக்டோபர், 1943

தொகுப்பு எதிலும் இடம்பெறாத கதை.

77. இன்பத் தொல்லை, *கல்கி தீபாவளி மலர்*, அக்டோபர், 1943

கு.ப.ரா. நூல்களில் இடம்பெறாத 'தீபாவளி'க் கதை.

78. வாழ்க்கைக்கே ஒரு நாள், *ஆனந்தவிகடன் தீபாவளிமலர்*, 24-10-1943

கு.ப.ரா. நூல்களில் இடம்பெறாத மற்றுமொரு 'தீபாவளிக்' கதை.

79. மோகினி மாயை, *கலாமோகினி*, 1943

கலாமோகினி 1943இல் இக்கதை வெளியானதாக எழுத்து இதழ் (ஜனவரி 1966) தகவல் தந்துள்ளது. மாதம் தெரியவில்லை.

80. வெற்றிக்குப் பின், *காணாமலே காதல்*, நவம்பர், 1943

இக்கதை இதழ் எதிலும் வெளியாயிற்றா என்னும் விவரம் தெரியவில்லை.

81. லட்சிய வீரன், *காணாமலே காதல்*, நவம்பர், 1943

இக்கதை இதழ் எதிலும் வெளியாயிற்றா என்னும் விவரம் தெரியவில்லை.

82. எதிரொலி (2), *வசந்தம்*, 1943

கரிச்சான் என்னும் புனைபெயரில் இக்கதை வெளியானதாக 'வசந்தம் இதழ் தொகுப்பு' விவரம் தருகிறது. கு.ப.ரா.வின் நூல்கள் எதிலும் வெளியாகாத இக்கதையின் பெயரிலேயே ஏற்கெனவே ஒரு கதை எழுதியுள்ளார். ஆகவே இதை (2) என எண்ணிட்டு அடையாளப்படுத்தியுள்ளேன். இக்கதை 1943 டிசம்பர் அல்லது 1944ஆம் ஆண்டின் முதல் மூன்று மாதங்களுக்குள் வெளியாகி யிருக்கக்கூடும் என்பது ஊகம்.

83. பாப்பாவின் சங்கிலி, *புனர்ஜன்மம்*, 1943

இக்கதை இதழ் எதிலும் வெளியாயிற்றா என்னும் விவரம் தெரியவில்லை.

84. பார்வதியின் தவம், *புனர்ஜன்மம்,* 1943

 இக்கதை இதழ் எதிலும் வெளியாயிற்றா என்னும் விவரம் தெரியவில்லை.

85. 'மனம் வெளுக்க', *புனர்ஜன்மம்,* 1943

 இக்கதை இதழ் எதிலும் வெளியாயிற்றா என்னும் விவரம் தெரியவில்லை.

86. அர்ச்சனை ரூபாய், *புனர்ஜன்மம்,* 1943

 இக்கதை இதழ் எதிலும் வெளியாயிற்றா என்னும் விவரம் தெரியவில்லை.

87. குழந்தைகள் கொலு, *புனர்ஜன்மம்,* 1943

 இக்கதை இதழ் எதிலும் வெளியாயிற்றா என்னும் விவரம் தெரியவில்லை.

88. முன் தலைமுறை, *கிராம ஊழியன்,* (1943ஆம் ஆண்டின் பிற்பகுதி அல்லது 1944இன் முற்பகுதி).

 'சிறிது வெளிச்சம்' தொகுப்பில் வெளியான கதை. வெளியீட்டு விவரம் கிடைக்கவில்லை.

89. இந்தத் தலைமுறை, *கிராம ஊழியன்,* (1943ஆம் ஆண்டின் பிற்பகுதி அல்லது 1944இன் முற்பகுதி)

 'சிறிது வெளிச்சம்' தொகுப்பில் வெளியான கதை. வெளியீட்டு விவரம் கிடைக்கவில்லை.

90. மூன்று உள்ளங்கள், *கிராம ஊழியன்,* (1943ஆம் ஆண்டின் பிற்பகுதி அல்லது 1944இன் முற்பகுதி)

 'சிறிது வெளிச்சம்' தொகுப்பில் வெளியான கதை. வெளியீட்டு விவரம் கிடைக்கவில்லை.

91. வயது வந்துவிட்டது, *கிராம ஊழியன்,* (1943ஆம் ஆண்டின் பிற்பகுதி அல்லது 1944இன் முற்பகுதி)

 'சிறிது வெளிச்சம்' தொகுப்பில் வெளியான கதை. வெளியீட்டு விவரம் கிடைக்கவில்லை.

92. ஆற்றாமை, *கிராம ஊழியன்,* (1943ஆம் ஆண்டின் பிற்பகுதி அல்லது 1944இன் முற்பகுதி)

 'சிறிது வெளிச்சம்' தொகுப்பில் வெளியான கதை. வெளியீட்டு விவரம் கிடைக்கவில்லை.

93. மதுரா விஜயம், *சக்தி பொங்கல் மலர்,* ஜனவரி 1944

கு.ப.ரா.வின் நூல் எதிலும் வெளியாகாத கதை.

94. சபரியின் பிரேமை, *கிராம ஊழியன்,* 01-02-1944

'சிறிது வெளிச்சம்' தொகுப்பில் இடம்பெற்றுள்ளது.

95. தங்காத்தா, *வசந்த மலர்,* ஏப்ரல், 1944

நூல் எதிலும் இடம்பெறாத இது அவர் வாழ்நாளில் வெளியான இறுதிக்கதை ஆகும்.

96. மோகனச்சிரிப்பு, *கல்கி*, 29-07-1945.

'பாரத்வாஜன்' என்னும் புனைபெயரில் இக்கதை வெளியாகி யுள்ளது. 1943ஆம் ஆண்டில் கல்கி இதழில் தொடர்ந்து சிறுகதைகள் எழுதியுள்ளார். இக்கதையும் அச்சமயத்தில் எழுதப்பட்டுக் கல்கிக்குக் கொடுத்திருக்கலாம். ஏனோ அப்போது வெளியாகாத கதை கு.ப.ரா.வின் இறப்புக்குப் பிறகு ஓராண்டுக்குமேல் கழிந்து வெளியாகி யுள்ளது. கிடைத்தவற்றில் இதுவே அவரது இறுதிக் கதை எனக் கருதலாம். சரியான வடிவம் பெறாத கதைகளை மட்டும் புனை பெயரில் வெளியிடுவது அவர் வழக்கம். அவ்வகையில் இக்கதைக்குப் 'பாரத்வாஜன்' என்னும் பெயரைக் கொடுத்திருக்கலாம். தொகுப்பு எதிலும் இக்கதை இடம்பெறவில்லை. முதல் முறையாக இந்நூலில் இடம்பெறுகிறது.

❖

3. நூல்களும் கதைகளும்

கனகாம்பரம் முதலிய கதைகள், கு.ப. ராஜகோபாலன், பி.ஏ. *அவர்கள் எழுதியவை, அல்லயன்ஸ் கம்பெனி, மயிலாப்பூர், சென்னை. சாதாரண பைண்ட் அணா 12, கலிக்கோ பைண்ட் ரூ. 1. பக்கங்கள்:* VIII + 214.

தமிழ்நாட்டுச் சிறுகதைகள் – தொகுதி 6

முகப்புப்படம்: கு.ப. ராஜகோபாலன், பி.ஏ.

சமர்ப்பணம்: வாழ்க்கைப் பாதையில் என் துணைவன் ந. பிச்சமூர்த்திக்கு.

ஜுபிடர் அச்சுக்கூடம், சென்னை (40517 – 1640).

விஷயம்

1. கனகாம்பரம்
2. நூர் உன்னிஸா
3. புரியும் கதை
4. பண்ணைச் செங்கான்
5. தாய்
6. விடியுமா?
7. பெண்மனம்
8. அடிமைப் பயல்
9. புதிர்
10. தவறுகளோ, தன்மைகளோ!
11. ஸ்டூடியோ கதை
12. வீரம்மாளின் காளை
13. உயிரின் அழைப்பு
14. திரை
15. விசாலாட்சி

16. வாழ்க்கைக் காட்சி

17. குரலும் பதிலும்

18. சிறு கதை

19. மின்னக்கலை

20. காதலே சாதல்

21. எதிரொலி

•

'காணாமலே காதல்' கதைகள், கு.ப. ராஜகோபாலன், ஜோதி நிலையம், திருவல்லிக்கேணி, சென்னை. ஜோதிமலர் 10, முதற்பதிப்பு, நவம்பர் 1943, விலை 1–12–0. பதிப்புரிமை. ராஜன் எலக்ட்ரிக் பிரஸ், ஜி.டி. சென்னை. பக்கங்கள்: vii + 123.

பொருளடக்கம்

முகவுரை: பதிப்பாசிரியர்

1. இருளிலிருந்து

2. மகாபோதம்

3. ஆமிரபாலி

4. விபரீதக் காதல்

5. ராஜபிக்ஷுணி

6. குந்தவையின் கைதி

7. காணாமலே காதல்

8. ராஜேந்திரன் கனவு

9. தமிழ் மங்கை

10. வெற்றிக்குப் பின்

11. தனயன்

12. கவி வேண்டிய பரிசு

13. வீழ்ச்சி

14. தியாக விக்கிரகம்

15. அனார்கலி

16. துரோகமா?

17. லட்சிய வீரன்

•

புனர் ஜன்மம் சிறுகதைகள், கு.ப. ராஜகோபாலன் எழுதியது, கலைமகள் காரியாலயம், மயிலாப்பூர், சென்னை. விலை ரூ. 2–0–0, பதிப்புரிமை, 1943. பக்கங்கள்: 235.

அழகுத் தொண்டில் என் முதலாசிரியர்கள் வே. ஸாரநாதன், அ. ராமையர் இருவருக்கும் சமர்ப்பணம் – கு.ப. ராஜகோபாலன்.

பொருளடக்கம்

1. புனர் ஜன்மம்
2. அர்ச்சனை ரூபாய்
3. மன்னிப்பு
4. பார்வதியின் தவம்
5. கதைக்காரன் கர்வம்
6. என்ன தைரியம்?
7. சோகத்தின் முன்னிலையில்
8. ராஜத்தின் காதல்
9. நினைவுமுகம் மறக்கலாமோ?
10. பாப்பாவின் சங்கிலி
11. பாட்டியின் ஆதங்கம்
12. காமுவின் கதை
13. அடி மறந்தால் ஆழம்
14. குழந்தைகள் கொலு
15. தனபாக்கியத்தின் தொழில்
16. மனக்கோட்டை
17. யார்மேல் பிசகு?
18. ‘மனம் வெளுக்க’
19. காதல் நிலை
20. சந்திப்பு
21. நடுத்தெரு நாகரிகம்
22. இரண்டாம் தலைதீபாவளி
23. திரைக்குப் பின்
24. இயற்கையின் வெற்றி
25. என்ன வேண்டும்?
26. தித்திப்பு

•

சிறிது வெளிச்சம், இதுவரை புத்தக ரூபத்தில் வெளிவராத கதை, கவிதை, குறுநாவல் தொகுப்பு, கு.ப. ராஜகோபாலன், வாசகர் வட்டம், சென்னை – 17. யுனைட்டெட் பிரிண்டர்ஸ், 3 – 27, பிராட்வே, சென்னை–1. மேலுறை ஓரத்தாள் ஓவியம்: கலாஸாகரம் ராஜகோபால். உரிமைகள்: கே.ஆர்.பட்டாபிராமன். தனிப்பிரதி விலை ரூ.7, மே 1969. பக்கங்கள் (xxxxii + 288)

பொருளடக்கம்

இரட்டையர்களில் ஒருவர் (முன்னுரை)

(சிட்டி)

I. சிறுகதை

1. 'சிறிது வெளிச்சம்
2. முன் தலைமுறை
3. இந்தத் தலைமுறை
4. மூன்று உள்ளங்கள்
5. படுத்த படுக்கையில்
6. பிராப்தம்
7. சபரியின் பிரேமை
8. வயது வந்துவிட்டது
9. என்ன அத்தாட்சி
10. ஆற்றாமை
11. உண்மைக் கதை
12. பில்ஹணன் இயற்றிய காவியம்
13. எவன் பிறந்திருக்கின்றானோ?
14. தாயாரின் திருப்தி
15. மோகினி மாயை

II. கவிதைகள்

III. வேரோட்டம்
    (முற்றுப்பெறாத குறுநாவல்)

வழிகாட்டி
    (தி. ஜானகிராமன்)

4. நூல் முன்னுரைகள்

'காணாமலே காதல்' நூல் முதல் பதிப்பு முன்னுரை

முகவுரை

இந்தத் தொகுதியில் அடங்கியுள்ள பதினேழு கதைகளும் சரித்திர சம்பவங்களை ஆதாரமாகக் கொண்டவை. புத்தர் காலம்முதல் சிவாஜி காலம்வரை உள்ள சரித்திரத்தொடரிலிருந்து சில உன்னதமான கதைகளை ஆசிரியர் கட்டி இருக்கிறார். ஒவ்வொன்றும் ஒரு லட்சியத்தை – நிறைவேறாத கனவை நமக்கு நினைவூட்டுகிறது.

தேசத்தின் சரித்திரத்தில் தனிமனிதரின் செய்கைகளும் தியாகங்களும் மகத்தான இடம்பெறுவதும் தனிமனிதனால் ஒரு சாம்ராஜ்யம் நிர்மாணமாவதும் தனிமனிதனால் ஒரு சாம்ராஜ்யம் சீர்குலைவதும் சர்வ சாதாரணம். ஆனால் இந்தத் தனிமனிதரின் செய்கைகளுக்குப் பின்னால் ஒளிந்து கிடக்கும் ராஜ தந்திரமும் தேசபக்தியும் லட்சியக் கனவுகளும் அனந்தம்.

நமது கற்பனைக்கும் எட்டாத சம்பவங்கள் சரித்திரத்தில் அனாயாசமாக நடந்துவிடும்.

உதாரணமாக, தான் வெறுத்துச் சிறையிட்ட ராஜகுமாரன் விமலாதித்தியனிடம் குந்தவை அனுதாபம் கொண்டு – காதல் கொண்டு அவனை மணக்கத் தீர்மானிக்கிறாள். ராஜராஜசோழனே பிரமித்துப் போகிறான்.

அதேபோல் கவி ஜகந்நாதரின் வார்த்தை பாதுஷா அக்பரையே பிரமிக்க வைத்துவிடுகிறது.

தனயன் என்ற கதையில் விசுவநாதன் தன் தந்தையையே எதிர்த்துப் போரிட்டுக் கைது செய்து கொண்டு வருகிறான். கடமைக்காக – தர்மத்துக்காக. 'ஹிந்துஸ்தானத்தைப் புனருத்தாரணம் செய்ய வேண்டும், வெறும் வீரத்தினால் மட்டும் காரியசித்தி ஏற்படாது. ராஜ தந்திரம் வேண்டும்' என்கிறான் மான்சிங். ஆனால் தேசத்தைவிடத் தர்மம்தான் பெரிது. யுகக்கணக்காகக் காப்பாற்றி வந்த நமது ஹிந்து தர்மம் சீர்கெடக்

கூடாது என்று வாதாடுகிறாள் ஜோத்பாய், தனக்காக மாத்திரமல்ல. முடிவில் நாட்டுக்காகத் தன்னைத் தியாகம் செய்து தியாக விக்கிரக மாகிறாள்.

வெங்கன்னாவைச் சில சரித்திரப் பித்தர்கள் துரோகி என்றார்கள். அவன் துரோகத்திற்குப் பின்னால் எத்தகைய தேசபக்தி குமுறிக் கொண்டிருக்கிறது. இங்கும் தன்னலத் தியாகம்தான்.

சிதைந்துபோன சரித்திரக் கனவுகளுக்கு உதாரணமாக ராஜேந்திர சோழனும் லட்சிய வீரன் சிவாஜியும் விளங்குகிறார்கள்.

மிருக பலத்தினால் அடையும் வெற்றி வெற்றியே அல்ல என்ற முடிவுக்கு வந்துவிடுகிறார் கிருஷ்ண தேவராயர். அவருடைய சிதைந்த சாம்ராஜ்யத்தின் சிதறிய சின்னங்கள் இன்றும் நாம் காணக்கிடக்கின்றன.

இத்தகைய தியாகமும் போராட்டங்களும் சரித்திரங்களிலேதான் நிகழும். செயற்கரிய காரியங்களைச் செய்தவர்களே சரித்திர புருஷ ராகிறார்கள்.

சாதாரணக் கதைகளை எழுதுவதைவிடச் சரித்திரக் கதைகள் எழுதுவது கடினம். நம்மிடையே நடமாடும் இன்றைய மனித உணர்ச்சி களுக்கும் மாபெரும் லட்சியத்திற்குப் போராடிய தீர புருஷர்களின் உணர்ச்சிகளுக்கும் அளவு கடந்த வித்தியாசம்.

இவைகளை வெகு அழகாக எடுத்துக்காட்டி விளக்கி இருக்கிறார் ஸ்ரீ கு.ப. ராஜகோபாலன். அவர் வெறும் சரித்திர சம்பவத்தை மட்டும் நம் முன் கொண்டு வரவில்லை. அந்தச் சரித்திரத்தை நிர்மாணித்த லட்சிய புருஷர்களின் உள்ளக் கிடக்கையைத் திறந்து காட்டுகிறார். இதுதான் கலைஞனின் கைத்திறன். இதில் ஸ்ரீ கு.ப.ரா. வெற்றி பெற்றுவிட்டார்.

பதிப்பாசிரியர்

கனகாம்பரம் இரண்டாம் பதிப்பில் (1944) இடம்பெற்ற
வ.ரா.வின் முன்னுரை

இவைகள் நவரத்தினங்கள்

கலைஞர்கள் இருவர். அவர்களை நான் இரட்டையர்கள் என்று கூப்பிடுவேன். அந்த இரட்டையர்கள் 'மணிக்கொடி'க் காரியாலயத்தில், 1934ஆம் வருஷம் துவக்கத்தில், எனக்குத் தரிசனம் தந்தார்கள். அன்று முதல் அவர்களிடம் எனக்கு அலாதியான பிரேமையும் மதிப்பும் ஏற்பட்டன. அவர்கள்தான் கு.ப. ராஜகோபாலன், பிச்சமூர்த்தி என்று சொல்லவும் வேண்டுமா? நண்பர் ராஜகோபாலன் மறைந்துபோனார். என்ன கொடுமை! எவ்வளவு பொறுக்க முடியாத துக்கம்! ஆனால் ராஜகோபாலன், பத்து வருஷங்களுக்குள், தமிழ் இலக்கியத்துக்குச் செய்துவந்த தொண்டைப் பற்றி நினைத்தால் அது என்னைப் பிரமிக்கும் படி செய்கிறது.

சாதாரணமாக ராஜகோபாலன் 'பேசாமடந்தை'யைப் போல இருப்பார். தனது கஷ்ட நிஷ்டூரங்களை யாரிடத்தும் வெளிப்படையாகச் சொல்லும் வழக்கம் அவரிடம் இருந்ததே இல்லை. குறிப்பிட்ட ஒரு சம்பவத்தைப் பற்றி அவர் என்னதான் நினைத்துக்கொண்டிருக்கிறார் என்பதைத் தெரிந்துகொள்ள முடியாதபடிக்கு, அவ்வளவு மௌனத்தோடு அவர் இருப்பார். ஹிந்து சமாஜத்தில் காலத்தின் கொடுமையால் குவிந்து கிடக்கும் ஊழல்களையும் நவீன காலத்தில் மனித வர்க்கத்தில் நிறைந்து நிற்கும் அசுரத்தன்மைகளையும் பற்றி நான் அடிக்கடி நீண்ட காலம் அவருடன் பேசுவதுண்டு. பேச்சு முடிந்ததும் அவர் நீண்டதொரு பெருமூச்சு விடுவதைத்தான் நான் கண்டிருக்கிறேன். நான் சொன்னதை எவ்வளவு வரையில் அவர் ஏற்றுக்கொண்டார் என்பதே எனக்குத் தெரியாது.

ஆனால் இப்பொழுது தெரிகிறது. அப்பொழுதே சிறிதளவு தெரிந்தது என்று சொல்லுவேன். பேச்சை அதிகமாக விரும்பாத ராஜகோபாலன் வெகுதுரிதமாக எழுதத் துவங்கினார். அவர் எத்தனையோ பத்திரிகை களுக்கு எழுதியிருக்கிறார். அவைகள் யாவற்றையும் அப்பொழுது படிக்க, எனக்கு வசதி இல்லாமல் போய்விட்டது. சிறுகதைகளை நூல் வடிவமாக **அல்லயன்ஸ் கம்பெனியார்** ஆக்கிய பின்னர் அவைகளைப் படிக்கும் பாக்கியம் பெற்றேன். திடுக்கிட்டுப் போனேன். **இவைகள் நவரத்தினங்கள்** என்ற முடிவு, தானாகவே என் மனத்தில் வந்து பதிந்துவிட்டது.

ஒரே மூச்சிலே இந்தக் கதைகளைப் படித்தேன். கொஞ்சமாவது அலுப்புத் தட்டவேண்டுமே, இல்லை. ஒரு கதையைப் படிக்கத் துவங்கியதும், மனம் குதூகலமடையும். எடுப்பு அவ்வளவு பிரம்மானந்தமாக இருக்கும். முடியும்பொழுது, கதை முடிந்துவிட்டதே என்று மனம் சங்கடப்படும். கதைகள் மொத்தம் இருபத்தொன்று. அவைகளில் எதை உயர்த்தி, எதைத் தாழ்த்தி என்று சொல்லுவது? எல்லாம் முதல் தரமான வார்ப்பட வேலைகளாக அமைந்திருக்கின்றன. சொத்தை, சோடை இல்லாமல் எழுதக்கூடிய ராஜகோபாலன் கலை நிபுணன் என்பதில் சந்தேகம் இல்லை. உள்ளத்துடிப்பை இரண்டொரு சொற்களால், இரண்டொரு வாக்கியங்களால் சித்திரித்துக் காண்பிக்கக் கூடிய இணையில்லாத கலைஞன் ராஜகோபாலனைப் பற்றிச் சிறப்பாக இன்னதுதான் சொல்லுவது என்று எனக்குத் தெரியவில்லை. தமிழில் சிறுகதை எழுதியவர்களுள் ராஜகோபாலன்தான் தலைமை ஸ்தானம் வகிப்பார், நீண்ட காலம் வகிப்பார். இதுதான் என் மனத்தில் வெகு உறுதியாகத் தங்கி நிற்கிறது.

இந்தச் சிறுகதைகளுக்குள் 'நூருன்னிஸா,' 'பண்ணைச் செங்கான்', 'தாய்', 'வீரம்மாளின் காளை', 'மின்னக்கலை', 'காதலே சாதல்' – இவைகள் என்னைப் பிரமிக்க வைத்துவிட்டன. ராஜகோபாலன் எந்தப் போனாவால் இவைகளை எழுதினாரோ என்று ஆச்சரியப்பட்டேன். மிருதுவான பாஷையில், கம்பீரமான உணர்ச்சியை வளர்ப்பதில் ராஜகோபாலன் தனிப்பட்ட கலைஞன் என்று என்னையே நான் சமாதானப்படுத்திக்கொண்டேன்.

அல்லயன்ஸ் கம்பெனியின் சொந்தக்காரர் ஸ்ரீ குப்புஸ்வாமி ஐயர் நீண்டகாலம் வாழ்ந்து, ராஜகோபாலன் போன்ற மேதாவிகளின் நூல்களைத் தமிழ் நாட்டாருக்குப் பயன்படுமாறு அடிக்கடி வெளிக் கொண்டு வர வேண்டும் என்பது என் பிரார்த்தனை.

வ.ரா.

கனகாம்பரம் இரண்டாம் பதிப்பில் (1944) இடம்பெற்ற பதிப்புரை

பதிப்புரை

பல வருஷங்களுக்கு முன் நாங்கள் தமிழ்ச் சிறுகதைத் தொகுதிகளை வெளியிட ஆரம்பித்தபோது தமிழ்நாட்டில் அவைகளுக்கு நல்ல வரவேற்பு இருக்குமா என்ற ஐயம் எங்களுக்கு உண்டாயிற்று. ராஜாஜி குட்டிக் கதைகளும் வ.வே.ஸு. ஐயரின் கதைகளும் முதலில் வெளியாயின. தொடர்ந்து இளைஞர்களாகிய எழுத்தாளர்களின் கதைத் தொகுதி களை வெளியிடலானோம். நாங்கள் எண்ணியபடியே சிறுகதைத் தொகுதிகளுக்கு நியாயமாக உரிய மதிப்பு அப்போது ஏற்படவில்லை. ஆனாலும் விடாமல் தொடர்ச்சியாகப் பல தொகுதிகளை வெளியிட்டு வந்தோம்.

காலம் மாறிக்கொண்டே வருகிறது. தமிழ்ச் சிறுகதைகள் எந்த நாட்டுச் சிறுகதைகளுக்கும் தாழ்வானவை அல்ல என்ற உணர்ச்சி தமிழ்நாட்டில் உண்டாயிற்று. மற்ற நாட்டினரும் உணரத் தொடங்கினர். இந்த நிலைக்குக் காரணமாக இருந்த எழுத்தாளர்களுள் கு.ப.ரா. முன்னணியில் நிற்பவர். அவருடைய முதல் கதைத் தொகுதியை வெளியிடும் பேறு எங்களுக்குக் கிடைத்தது. அவர் எழுதிய வேறு சில புத்தகங்களையும் மொழிபெயர்ப்புகளையும் நாங்கள் வெளியிட் டிருக்கிறோம்.

இன்று இந்த இரண்டாவது பதிப்பைக் காண கு.ப.ரா. இல்லை. முதல் பதிப்பு வெளிவந்த காலம் வேறு; இந்தக் காலம் வேறு. அப்பொழுது சிறுகதை பத்திரிகைச் சரக்காக மட்டும் இருந்தது. இன்று புதுத் தமிழ் இலக்கிய வகையாக இருக்கிறது. அன்று உயிருடன் இருந்த கு.ப.ரா.வைச் சிலருக்கே தெரியும். இன்று அவர் மறைந்தும் அவர் புகழ் உடம்பு நித்தியமாகத் தமிழர் உள்ளத்தில் ஒளிர்கின்றது.

அவருடைய சிறந்த எழுத்து வன்மையை நிரூபிக்க இந்தக் கனகாம்பரம் தக்க அடையாளமாக இருக்கிறது. புதுமைத் தமிழ் இலக்கியத்தில் அவருடைய ஸ்தானத்தை நிர்ணயிக்க இது மிகச் சிறந்த கருவி.

கு.ப.ரா.வின் எழுத்தை ரஸிக்கும் அன்பர்கள் அவருடைய மறைவினால் பெருந்துயருக்கு ஆளானார்கள். அவருடைய இயல்பு களை நன்குணர்ந்த எங்களுக்கு உண்டான துக்கம் கரை கடந்தது.

அவர் போய்விட்டார்; ஆனால் அவர் எழுத்து ஒளிவிடுகிறது. அவர் புகழ் வாழ்க!

பதிப்பாளர்

‘புனர் ஜன்மம்’ தொகுப்பின் இரண்டாம் பதிப்பில் (1955) இடம்பெற்ற பதிப்புரை

பதிப்புரை

தமிழ் வசன இலக்கியத்தின் மறுமலர்ச்சிச் சகாப்தத்தில் தோன்றிய பேனா மன்னர்களில் கு.ப. ராஜகோபாலன் அவர்களும் ஒருவர். தமிழிலே சிறுகதைகள் தோன்றி, சிறுநடை பழகிய காலத்திலே அவரும் தோன்றினார். நொடிக்கு நொடி தோன்றி மறையும் வாழ்க்கையின் பல துணுக்குகளை, அநுபவங்களை நிரந்தரமாகச் செய்வதே கலை; அந்தக் கலைமணம் கமழ அவர் ஒவ்வொரு சிறுகதையையும் சிரஞ்சீவிக் கதையாகப் படைத்தார். வளம் மிக்க சிறுகதைகளை மூக்கின் மேல் விரல் வைத்து வியக்கும்படி எழுதினார். இன்று அவர் நம்மிடையே இல்லை. ஆயினும் அமரத்வம் பெற்ற இந்தக் கதைகளின் மூலம் அவர் நம்மிடையே இன்னும் வாழ்கிறார்.

உண்மையை ஊடுருவிப் பார்ப்பதே கலைஞனின் தத்துவம். பஞ்சேந்திரியங்களுக்குப் புலனாகும் மாயத் தோற்றங்களைக் கிழித்துக் கீறிக்கொண்டு உண்மையை ஊடுருவிப் பார்ப்பதும் பார்த்ததைப் பிறருக்கும் விளங்கும்படி நித்தியமாக்கிக் காட்டுவதுமே அவனுடைய வேலை. அமரர் கு.ப.ரா.வின் நோக்கு உயர் கலைஞனுடைய நோக்கு. அவருடைய ஒவ்வொரு சிறுகதையும் ஒவ்வொரு பாவசித்திரமாக அமைந்திருப்பதைக் காண்கிறோம்.

‘புனர் ஜன்மம்’ முதல் பதிப்பு வெளியானபோது கு.ப.ரா. உயிர் வாழ்ந்திருந்தார். இலக்கிய வாழ்வே இன்ப வாழ்வு என்று இருந்த அவர் தமக்கென்றோ தம் குடும்பத்துக்கென்றோ எதையும் செய்துகொள்ளவில்லை. அவர் இலக்கியப் படைப்புக்களைப் படித்து ரஸித்த தமிழ்நாட்டு அன்பர்கள் அவருடைய குடும்பத்துக்குக் ‘கலைமகள்’ வாயிலாக ஒரு நிதி திரட்டிக் கொடுத்துத் தம் நன்றியைக் காட்டினார்கள்.

இப்போது இதன் இரண்டாவது பதிப்பு வெளிவருகிறது. இலக்கியமே மூச்சாக வாழ்ந்த அமரர் கு.ப.ரா.வின் சிறந்த நினைவுச் சின்னமாக இந்தத் தொகுதி விளங்குகிறது. தமிழ்நாட்டின் இல்லங்களில் எல்லாம் இந்த நினைவுச் சின்னம் இலங்க வேண்டும் என்பதே எங்கள் அவா.

பதிப்பாளர்.

5. மதிப்புரை

1

கனகாம்பரம் முதலிய கதைகள்

[ஆசிரியர்: ஸ்ரீ கு.ப.ராஜகோபாலன், பி.ஏ., வெளியிட்டோர்: அல்லயன்ஸ் கம்பெனி, மயிலாப்பூர், சென்னை, விலை அணா 12, காலிகோ ரூ. 1–0–0]

தமிழ்நாட்டிற்கும் தமிழ்க் கலைக்கும் நல்ல காலம் பிறந்துவிட்ட தென்று இப்பொழுது பயமின்றிக் கூறலாம். ஸ்ரீ ராஜமையர், ஸ்ரீ வ.வே.சு. ஐயர் போன்றவர்கள் முன்னால் ஏற்றிவைத்த விளக்கை அணையவொட்டாமல் காக்கப் பல இளம் எழுத்தாளர்கள் இன்று தோன்றியுள்ளனர். அவர்களுள் ஸ்ரீ கு.ப. ராஜகோபாலனும் ஒருவராவர்.

முகவுரை ஏதுமின்றி இக்கதைக்கொத்து வெளிவந்துள்ள போதிலும் அதனால் ஒரு தவறும் நேர்ந்துவிடவில்லை. ஏற்கனவே இவ்வாசிரியர் தமிழ் மக்களுக்குப் பரிசயமானவரல்லவா?

இக்கதைக்கொத்திலுள்ள எல்லாம் வாழ்க்கையில் தினமும் நடக்கக் கூடிய விஷயங்களேயானாலும் எளிய கவர்ச்சியுள்ள தம் நடையினால் அவற்றை அற்புதமான சிருஷ்டியென்று கூறும்படி செய்துவிட்டார் ஆசிரியர். சம்பாஷணை உருவில் கதை எழுதுவதில் இவர் கைதேர்ந்தவர்.

‘கனகாம்பரம்’ என்பதில் புருஷனுக்கும் மனைவிக்கும் இடையே ஒரு சிறு விஷயத்திற்காகச் சச்சரவு ஏற்பட்டுப் பின்னர் அது நீங்கி மீண்டும் அவர்கள் அன்னியோன்னியமாய்த் தாம்பத்திய வாழ்க்கை நடத்துகின்றனர். ‘புதிர்’ என்னும் கதையில் கலியாணமான நடேசனுக்கும் அவன் சினேகிதனுக்கும் இடையே நிகழும் சம்பாஷணையிலிருந்து விவாகம் ஆனபின் தங்கைக்கும் மனைவிக்குமிடையே தமையன் ஒருவன் படும் தர்மசங்கடத்தை நாம் நன்கு உணர்கிறோம். ‘பண்ணைச் செங்கான்’, ‘மின்னக்கலை’, ‘வாழ்க்கைக் காட்சி’ முதலிய கதைகள் கிராம நினைவுகளை நமக்கு ஊட்டி வயல்களையும் ஏழைப் பண்ணையாட்களையும் நம் கண்முன் கொண்டு வந்து நிறுத்துகின்றன. ‘விடியுமா?’ என்ற கதையைப் படித்து முடித்தவுடன் அஃதோர் உண்மை நிகழ்ச்சியே என்ற எண்ணம் நமக்கு உண்டாகிறது. அவ்வளவு நன்றாகச் சம்பாஷணையின் போக்கு அமைந்திருக்கின்றது.

ஆசிரியர் உருவப்படத்துடன் அழகிய முறையில் நல்ல காகிதத்தில் வெளியிடப்பட்டிருக்கும் இச்சிறுகதைக்கொத்து ஒவ்வொருவரும் படித்து ரஸிக்கக் கூடியதாகும்.

கலைமகள், ஆகஸ்ட் 1940

❖

2

[ஆசிரியர்: ஸ்ரீ கு.ப. ராஜகோபாலன், பி.ஏ. பிரசுரம்: அல்லயன்ஸ் கம்பெனி, மயிலாப்பூர், சென்னை. விலை: சாதாரண பைண்ட் அணா 12, காலிகோ பைண்டு ரூ. 1.]

இந்தக் காலத்தில் தமிழ்நாட்டில் மறுமலர்ச்சி உண்டாகி வருகிறது என்று அநேகர் சொல்கிறார்கள்; நாமும் சொல்கிறோம். "அந்த மறுமலர்ச்சிக்கு அத்தாட்சி எங்கே?" என்று கேட்டால் மட்டும் பதில் சொல்வது அவ்வளவு சுலபமாயிருப்பதில்லை. சுற்றுமுற்றும் பார்த்து விழிக்க வேண்டியதாயிருக்கிறது. ஆனால், இனிமேல் அம்மாதிரி நாம் கஷ்டப்பட வேண்டியதில்லை. "தமிழ் மறுமலர்ச்சிக்கு அத்தாட்சி எங்கே?" என்று கேட்பவர்களுக்கு, "இதோ கனகாம்பரம்!" என்று நாம் எடுத்துக்காட்டலாம்.

புத்தகம் தங்கமான புத்தகந்தான்; ஆனால் கனகாம்பரத்தைப் போல் வாசனையற்றதல்ல. தமிழ் மணம் நன்கு வீசுகிறது; தமிழ் மக்களின் வாழ்க்கை மணமும் வீசுகிறது.

இந்தப் புத்தகத்தில் அடங்கிய கதைகளின் சுவையைச் 'சாகலேட்' சுவைக்கு ஒப்பிடலாம். 'சாகலேட்'டில் இலேசான கசப்புச் சுவை ஒன்று இருக்கிறதல்லவா? தித்திப்புடன் இந்தக் கசப்பும் கலந்திருக்கிற படியால் தான் சாகலேட்டுக்கு அவ்வளவு கிராக்கி. வெறுந் தித்திப்பா யிருந்தால், சீக்கிரம் திகட்டிப் போய்விடும். கசப்பு இலேசாகக் கலந்திருக்கும் சாகலேட்டுகளையோ, இடைவிடாமல் தின்று கொண்டேயிருக்கலாம். இதனால் தான், சாகலேட் வியாபாரிகள் அவ்வளவு சீமான்களாகிறார்கள்.

இந்தப் புத்தகத்திலடங்கிய கதைகளிலும் இலேசான கசப்பு ஊடுருவி நிற்கிறது. பூர்த்தியாகாத மனோரதங்கள், தணியாத தாபங்கள், வாய்விட்டுச் சொல்ல முடியாத மனக் குறைகள், நிறைவேறக் கூடாத ஆசைகள் ஆகிய இத்தகைய உணர்ச்சிகளைக் கொண்டு அமைந்தவை இந்தப் புத்தகத்திலுள்ள பெரும்பாலான கதைகள். ஆகையால், படிக்கும்போது ஓரளவு வேதனையாகத் தான் இருக்கிறது; ஆனால் படிக்காமல் நிறுத்தவும் மனம் வரவில்லை.

இந்தப் புத்தகத்தில் குறை சொல்வதாயிருந்தால், ஒரு குறை சொல்லலாம். கு.ப.ரா. என்னும் இந்த நூலாசிரியர் நவயுக மறுமலர்ச்சி எழுத்தாளர் என்பதாகப் பெயர் வாங்கியிருந்தும், இந்தப் புத்தகத்தில் பொருள் விளங்காத வாக்கியம் ஒன்றுகூடக் கிடையாது! சொல்வது எல்லாவற்றையும் தெளிவாகவே சொல்லி விடுகிறார். படிப்பவர்களின் மூளைக்கு வேலை கொடுக்க வேண்டுமே என்ற உயர்ந்த நோக்கம் அணுவளவும் இல்லாமல் எழுதியிருக்கிறார்!

சாதாரண பைண்டானாலும், காலிகோ பைண்டானாலும் கட்டாயம் வாங்க வேண்டிய புத்தகம்.

ஆனந்த விகடன், 08-09-1940

❖

6. கு.ப.ரா. வாழ்க்கைக் குறிப்பு

1902ஆம் ஆண்டு (1901?) ஜனவரியில் பிறந்தார். தெலுங்கு மொழி பேசும் கர்ணகம்மா பிரிவைச் சேர்ந்த பார்ப்பனர். பெற்றோர்: பட்டாபிராமய்யர், ஜானகியம்மாள். சகோதரிகள் இருவர். அக்கா ராஜம்மாள். தங்கையாகிய கு.ப. சேது அம்மாளும் எழுத்தாளர்.

தந்தையார் தென்னிந்திய ரயில்வேயில் வேலை செய்த காரணத்தால் திருச்சியில் குடும்பம் வசிக்க நேர்ந்தது. திருச்சியில் உள்ள கொண்டையம் பேட்டையில் பள்ளிப் படிப்பையும் நேஷனல் கல்லூரியில் இண்டர் மீடியட் படிப்பையும் கு.ப.ரா. முடித்தார். 1918இல் இண்டர்மீடியட் படித்துக்கொண்டிருந்தபோது அவரது தந்தை இறந்தார்.

தந்தையின் மறைவிற்குப் பிறகு குடும்பம் கும்பகோணம் சென்றது. அங்கு 1921இல் அரசு கல்லூரியில் சேர்ந்து பி.ஏ. பயின்றார். சமஸ்கிருதத்தைச் சிறப்புப் பாடமாக எடுத்துக்கொண்டார். அங்கு செயல்பட்ட 'ஷேக்ஸ்பியர் சங்கம்' என்னும் அமைப்பில் ஈடுபாட்டுடன் பங்கேற்றார். தம் கவிதைகளை அச்சங்கக் கூட்டங்களில் வாசித்தார். ந. பிச்சமூர்த்தி அவர்கள் கு.ப.ரா.வின் பக்கத்து வீட்டுக்காரர். கல்லூரியிலும் ஒரே சமயத்தில் பயின்றவர்கள். இருவரும் எழுத ஆரம்பித்த பிறகு 'இரட்டையர்கள்' எனக் குறிப்பிடப்பட்டனர்.

1925 (அல்லது 1926)ஆம் ஆண்டு திருமணம். துணைவியார் சுப்பலட்சுமி என்கிற அம்மணி அம்மாள். மகன்கள் மூவர்: பட்டாபி ராமன், ராஜாராமன், கிருஷ்ணமூர்த்தி. கு.ப.ரா. இறந்த சில ஆண்டுகளிலேயே அவரது மனைவியும் இளைய மகன்கள் இருவரும் இறந்தனர். மூத்த மகன் பட்டாபிராமன் மட்டும் தற்போது தஞ்சாவூரில் வசித்து வருகிறார். மகன்கள் எவரும் திருமணம் செய்துகொள்ளவில்லை.

பிறகு மதுரை மாவட்டம் மேலூர் வட்டத்தில் எழுத்தராகக் கு.ப.ரா. அரசு வேலையில் சேர்ந்தார். வருவாய் ஆய்வாளராகப் பதவி உயர்வு பெற்றார். பத்தாண்டுகள் அரசுப் பணியாற்றினார். அப்போது அவர் சில ஆண்டுகள் கொடுமுடிப் பகுதியிலும் பணியாற்றி இருக்கக் கூடும். தம் முப்பத்திரண்டாம் வயதில் ஏற்பட்ட கண்புரை நோயின்

காரணமாகப் பார்வை இழந்து வேலையிலிருந்து நீண்ட விடுப்புப் பெற்றார். டாக்டர் ஆர்.மகாலிங்கம் அவர்களிடம் சிகிச்சை பெற்றுப் பார்வை திரும்பியது. எனினும் அரசு வேலை கிடைக்கவில்லை.

படைப்புகளில் தீவிரமாக ஈடுபட்டார். 1930களில் வெளியான *சுதந்திரச் சங்கு, காந்தி, மணிக்கொடி* உள்ளிட்ட இதழ்களில் எழுதினார். 1936இல் *தமிழ்நாடு* இதழில் உதவியாசிரியராகப் பணியாற்றினார். 1937இல் குடும்பத்தோடு சென்னையில் குடியேறினார். 1938இல் *பாரதமணி* இதழிலும் பின்னர் 1939இல் வெளியான *பாரததேவி* இதழிலும் துணையாசிரியராகப் பணிபுரிந்தார்.

பின் கும்பகோணத்திற்கே திரும்பி 'மறுமலர்ச்சி நிலையம்' என்னும் பெயரில் புத்தக விற்பனை நிலையம் தொடங்கினார். வீட்டுத் திண்ணையில் அது நடந்தது. 1942இல் *கிராம ஊழியன்* இதழின் கௌரவ ஆசிரியராகவும் பின்னர் ஆசிரியராகவும் இருந்தார்.

காங்கரின் என்னும் நோயால் பாதிக்கப்பட்டு 1944ஆம் ஆண்டு ஏப்ரல் 27ஆம் நாள் காலமானார்.

❖

(கு.ப.ரா.வின் வாழ்க்கைக் குறிப்பு இதுவரை எந்த நூலிலும் முறையாக எழுதப்படவில்லை. அவரைப் பற்றிய கட்டுரைகளிலிருந்தும் நூல்களிலிருந்தும் மேற்கண்ட தகவல்கள் ஓரளவு திரட்டப்பட்டுள்ளன.)

❖

7. அருஞ்சொல் அகராதி

அக்கிரஸனாதிபதி: அவைத் தலைவர்.

அக்னிஹோத்ரம்: தினந்தோறும் செய்யும் ஓம விசேஷம்.

அக்ஷராப்பியாசம்: எழுத்துப் பயில்விக்கும் சடங்கு; பள்ளியில் சேர்க்கும் முதல் நாளில் எழுத்துக் களைக் கற்பித்தல்.

அகண்டாகாரம்: பகுக்கப்படாத வடிவம்.

அகஸ்மாத்து: தற்செயல்.

அகாரணம்: காரணமின்மை.

அசப்பியம்: நாகரிகமற்ற பேச்சு, அவையில் பேசக்கூடாத சொல்.

அசூயை: பொறாமை.

அத்திம்பேர்: அத்தை கணவர், தமக்கை கணவர்.

அத்யயனம்: ஓதல்.

அநுஷ்டானம்: ஒழுக்கம், சந்தியா வந்தனம், வழக்கம்.

அநேகர்: பலர்.

அப்பியாசம்: பழக்கம், பாடப் பயிற்சி.

அபசாரம்: மரியாதை தவறிய செயல்.

அமரிக்கை: அமைதி.

ஆக்ஞை: கட்டளை.

ஆகர்ஷணம்: ஈர்ப்புச் சக்தி; ஈர்ப்பு விசை.

ஆகாசவாணி: அசரீரி.

ஆதிக்கியம்: ஆதிக்கம்; பிறரைத் தன் கட்டுப்பாட்டில் வைத்திருக்கும் நிலை.

ஆபோசனம்: உண்பதற்கு முன்னும் பின்னும் மந்திரப்பூர்வமாக நீரை யுட்கொள்ளுதல்.

ஆரூடம்: ஒருவர் மனத்தில் நினைத்து வந்த காரியம் எவ்வாறு முடியும் என்பதைச் சில குறிகளால் அறிந்து கூறும் ஒருவகைச் சோதிடம்.

ஆஸ்தை: சிரத்தை; கவனத்துடன் கூடிய அக்கறை.

இந்திரியம்: ஐம்புலனுக்கு உரிய பொறி; விந்து.

ஈச்வராக்ஞை: கடவுள் விருப்பம், கடவுள் செயல்.

உக்கிராண அறை: வீட்டுச் சரக்கறை; சமையலுக்கு வேண்டிய பொருள் களை வைத்திருக்கும் அறை.

உஞ்சவிருத்தி: தானியங்களைப் பொறுக்கிச் செய்யும் சீவனம், அரிசிப் பிச்சையெடுத்துச் செய்யும் சீவனம். ஒவ்வொரு நாளும் காலை யில் இறைவனைப் பாடியபடி வீடு வீடாகச் சென்று ஒரு செம்பில் அந்தந்த வீட்டார் இடும் அரிசி, பருப்பு ஆகியவற்றைக் கொண்டு வாழும் முறை.

உபசரணை: உபசரிப்பு; முறை கருதிச் செய்யப்படும் செயல்.

உபத்ரவம்: இடுக்கண், துன்பம், தொந்தரவு.

உபவாசம்: உண்ணாவிரதம்; உண்ணாமல் இருக்கும் நோன்பு, விரதம்.

ஏகாங்கி: குடும்பமின்றித் தனித்து வசிப்பவன்/ள்.

ஐகமத்தியம்: ஒற்றுமை.

கஞ்சுகம்: சட்டை.

கடாக்ஷம்: அருள், அனுக்கிரகம்.

கரிச்சான்: கரிக்குருவி.

கல்மிஷம்: அழுக்கு, புண்ணிலிருந்து வெளிவரும் சீழ் முதலியவை, பாவம்.

காக்கரட்டான் பூ: கொடிவகை.

காரியஸ்தன்: காரியம் பார்ப்பவன்; பண்ணை, தோட்டம் முதலிய வற்றைக் கவனிப்பதற்காக நியமிக்கப் பட்டவர்.

காலக்ஷேபம்: காலங்கழித்தல், பிழைப்பு, சீவனம், சமய நூல் ஓதுகை.

காஷ்டம்: கட்டை, ஈம விறகு.

கியாதி: புகழ்.

கிளப்பு: சோற்றுக்கடை.

குசால்: மனக்களிப்பு, நடையுடை களின் மினுக்கு.

குருடு: ஒருவகைக் காதணி.

குளிகன்: அஷ்டமா நாகங்களில் ஒன்று, காணாக் கோள்களுள் ஒன்று.

கொட்டம்: சேட்டை, மாட்டுத் தொழுவம்.

கோகிலம்: குயில்.

சகஜம்: இயற்கையானது, இயல்பு, சாதாரணம், வழக்கமானது.

சங்கல்பம்: தீர்மானம், முடிவு, உறுதி.

சஞ்சலித்தல்: சஞ்சலம்; நிலை யின்மை, நடுக்கம், துன்பம், வியாதி.

சப்பை நோய்: கால்நடை வியாதி வகை.

சம்பாஷணை: ஒருவரோடு ஒருவர் பேசுதல்; உரையாடல்.

சமாப்தி: முடிவு.

சர்ப்பம்: பாம்பு.

சர்வம்: முழுமை.

சர்வாங்க சுந்தரி: அனைத்து உறுப்புக் களும் அழகாக அமையப் பெற்றவள்.

சரீர இச்சை: உடலின்பம்

சரீரம்: உடல், ஆள்.

சவுக்கம்: சதுரம், சிறுதுண்டு, இலிங்கப் பெட்டகம்.

சனாதன தருமம்: புராதனமான அறவொழுக்கம், சாதி அடிப்படை யில் விதிக்கப்பட்ட தொன்மை யான நடைமுறை ஒழுக்கம்.

சாசுவதம்: நிலையானது, அசையா நிலை.

சாவகாசம்: அவசரம் அல்லது பரபரப்புக் காட்டாத தன்மை, ஒன்றைச் செய்வதற்குப் போதுமான நேரம்.

சாவி: நெல் முதலிய பயிர்களில் தானியமணி உண்டாகாமல் போன கதிர், பதர்.

சாஸனம்: கட்டளை, அரசாணை முதலியவற்றைக் குறிக்கும் கல்வெட்டு, செப்புபட்டயம் முதலியவை; பத்திரம்.

சாஷ்டாங்கம்: இருகை, இருதோள், இரு முழந்தாள், மார்பு, நெற்றி ஆகிய எண்வகை உடலுறுப்புக்கள்.

சிப்பந்தி: வேலையாள்; பணியாளர்; ஊழியர்.

சிரார்த்தம்: இறந்தோர் பொருட்டுச் செய்யும் சடங்கு.

சிக்ஷை: தண்டனை, பயிற்சி, ஒழுங்கு.

சுசுருஷை: பணிவிடை.

சுதா: தன்னடைவான, சுதை.

சுயார்ஜிதம்: சொந்த சம்பாத்தியம்.

சுவாதீனம்: உரிமை, தன்வசமானது.

சூறை: சுழல் காற்று, கொள்ளை.

சேஷஹோமம்: திருமணம் நடக்கும் நாள்களின் இறுதி நாளில் நடைபெறும் ஓமச் சடங்கு.

சைத்ரோத்ஸவம்: சித்திரையில் நிகழும் கோயில் திருவிழா.

சோபை: அழகு, ஒளி.

டாக்கி: திரைப்படம்.

டிகாணா: தங்குமிடம்.

தர்க்கம்: மேம்பாடு, நியாயவாதம், வாக்குவாதம்.

தர்ப்பணம்: தேவர்களுக்கும் இருடிகளுக்கும் பிதிருக்கும் இறுக்கும் நீர்க்கடன், இறந்தவர்களுக்குக் குறிப்பிட்ட நாளில் சாஸ்திரப்படி நீர் வார்த்துச் செய்யும் சடங்கு.

தரிசு: சாகுபடி செய்யப்படாத நிலம்.

தஸ்தாவேஜு: ஆவணம், பத்திரம்.

தாரதம்மியம்: தராதரம்.

தாக்ஷண்ணியம்: பரிவு, இரக்கம், மரியாதை.

திக்பிரமை: சுய உணர்வு முழுவதையும் இழந்துவிடும் வகையிலான நிலை.

திருஷ்டி: கண்; பார்வை.

தீக்ஷண்யம்: கூர்மை.

தீவாந்தர சிக்ஷை: தொலை தூரத்தில் உள்ள தீவுக்கு அனுப்பும் தண்டனை.

துஷ்ட: தீமை விளைவிக்கும்.

தூர்ஜடி: அடர்ந்த சடை கொண்டவன், சிவன்.

தெய்வ சங்கற்பம்: தெய்வத்தின் தீர்மானம்.

தெய்வாதீனம்: தெய்வச்செயல், தற்செயல்.

நித்தியம்: நிலையானது; நிரந்தரம்.

நியமநிஷ்டை: பூசை முதலியவற்றில் வழிவழியாகக் கடைபிடிக்கப்படும் வழக்கங்கள்.

நிர்ப்பயம்: பயமின்மை.

நிர்மாணம்: கட்டி உருவாக்கும் செயல்; கட்டுமானம்.

நிவேதனம்: கடவுளுக்குச் செய்யப்படும் உணவுப் படையல்; நைவேத்தியம்.

நிஜார்: கால்சட்டை.

நிஷ்களங்கம்: களங்கம் இல்லாமை.

நெத்து: நெற்று, முதிர்ந்து காய்ந்த காய்.

பக்ஷணம்: தின்பண்டம், பலகாரம்.

பகிஷ்காரம்: புறக்கணிப்பு.

பஞ்சகச்சம்: ஆடவர் ஆடையை ஐந்து இடங்களில் செருகி உடுக்கும் முறை, வேட்டியை மூன்று முனைகளாக ஆக்கி இரு முனைகளை இடுப்பின் முன்புறத்தில் செருகி மற்றொரு முனையைக் கால்கள் இடையே கொடுத்து இடுப்பின் பின்புறத்தில் செருகிக் கட்டும் முறை.

பஞ்சபாத்திரம்: பூசையில் உபயோகிக்கப்படும் ஐந்து நீர் வட்டில், அகன்ற வாயுள்ள நீர்ப் பாத்திரம்.

பத்து: சமையல் பாத்திரங்களில் பற்றிப்பிடித்திருக்கும், ஒட்டிக் கொண்டிருக்கும் உணவுப் பொருக்கு.

பந்தகம்: முடிச்சு, கட்டு, பாசம், அடைமானம், சுதந்தரமின்மை.

பரிபூரணம்: முழுமை.

பஜனை: (பலர் ஒன்றாகச் சேர்ந்து) பக்திப் பாடல்களைப் பாடும் ஒரு வழிபாட்டு முறை.

பாதஸரம்: பெண்கள் காலில் அணியும் ஒருவகை அணிகலன்.

பிண்டப் பிரதானம்: இறந்தோருக்கு உணவு (சோற்று உருண்டை) அளிக்கும் சடங்கு.

பிண்டம்: சோற்றுத்திரள், இறந்தவர்களுக்குப் படைக்கும் அரிசியைச் சேர்த்துப் பிடித்த அல்லது சோற்றைப் பிடியாகப் பிடித்த உருண்டை.

பிரக்ஞை: சுய உணர்வு, ஒருவர் ஒன்றைக் குறித்துத் தீவிரமாகக் கொண்டிருக்கும் எண்ணம், அக்கறை.

பிரகிருதி: இயற்கை, இயறகையின் படைப்பு, மூலம், மூலப்பகுதி, சுபாவம், விசித்திரமான பழக்கம் கொண்ட ஒருவரைக் குறிப்பிடும் சொல்.

பிரத்யக்ஷம்: கண்ணுக்குத் தெரியும் நிலை.

பிரதமம்: முதன்மை, தொடக்கம்.

பிரதிக்ஞை: சபதம், தீர்மானம், உறுதிமொழி.

பிரம்மப் பிரயத்தம்: பெருமுயற்சி.

பிரயத்தனம்: சிரமப்பட்டு மேற்கொள்ளும் முயற்சி.

பிராணன்: உயிர், சுவாசம்.

பிராந்தியம்: ஒத்த பழக்க வழக்கங்கள், மொழி, பண்பாட்டுச் சடங்குகள் போன்றவற்றைக் கொண்ட மக்கள் வசிக்கும் குறிப்பிட்ட நிலப்பகுதி.

பிராயம்: சமானம், நிகர், வயது, பருவம்.

பிரேமை: காதல், மோகம்.

பிரேரணை: தீர்மானம்.

பிறந்தகம்: (திருமணமான பெண்ணின்) பெற்றோர் வீடு.

புக்ககம்: கணவன் வீடு.

புண்யாகவாசனம்: (பெரும்பாலும் வீடுகளில்) தீட்டு நீங்குவதற்குச் செய்யப்படும் சடங்கு.

புருஷன்: ஆண்மகன், கணவன்.

புலாக்கு: பெண்கள் மூக்கில் தொங்கவிடும் அணிகலன் வகை.

புனருத்தாரணம்: மறுசீரமைப்பு, புனரமைப்பு.

பூச்சிக்கூடு: பெண்கள் காதில் அணியும் அணிகலன் வகை.

பூர்ணசந்திரன்: முழுநிலவு, பௌர்ணமி.

போஷனை: நன்கு வளர்த்தல், பராமரிப்பு.

மடி: (குளித்துவிட்டு, துவைத்த ஆடை அணிந்து) பிறரால் தொடப்படாமல் இருப்பதால் பெறுவதாக நம்பப்படும் சடங்கு ரீதியான தூய்மை.

மிலேச்சன்: பிற நாட்டான்.

முண்டனம்: தலை சிரைத்தல்.

மென்னி: குரல்வளை; பிடரி.

யதேச்சாதிகாரி: தன் விருப்பப்படி ஆள்பவர் அல்லது நடந்து கொள்பவர்.

யோகக்ஷேமம்: நலம்.

யௌவனம்: இளமை, அழகு, களிப்பு.

ரங்கு: நிறம்.

ரணஜன்னி: இசிவு நோய்வகை, புண்களால் உண்டாகும் சன்னி.

ரஜா: அனுமதி, விடுமுறை.

ரஸாபாஸம்: நாகரிகக் குறைவான நிலைமை.

ராஜ்யபாரம்: அரசாட்சி.

ராஜகிருஹம்: அரண்மனை.

ராஜி: சமாதானம்.

ருதுசாந்தி: சாந்தி முகூர்த்தம்.

ரேக்கு: பூவிதழ், தங்கம் முதலிய வற்றின் மெல்லிய தகடு.

ரேழி: இடைகழி; பழங்கால வீடு களில் முன்பக்கத்து வாசலுக்கும் முதல்கட்டுக்கும் இடையில் நடை பாதை போல அமைந்திருக்கும் பகுதி.

ரோதனம்: அழுகை, தடை.

ரௌத்திராகாரம்: பயங்கரத்தின் வடிவு.

லாகிரி: போதை.

லாவண்யம்: கவரும் அழகு.

வர்ஷம்: மழை.

வாக்குத்தத்தம்: உறுதி கூறுதல்.

வாத்ஸல்யம்: மிகுந்த அன்பு, வாஞ்சை.

வாயசம்: காக்கை.

வாஸ்தவம்: உண்மை.

விசாரம்: ஒன்றைப் பற்றிய ஆழ்ந்த ஆராய்ச்சி, கவலை, சோகம்.

வியக்தம்: வெளிப்படை, விஷய மாவது.

வியர்த்தம்: பயனற்றது, வீண்.

வியவஹாரம்: விவகாரம். நீதி மன்றத்தில் நடக்கும் வழக்கு.

விஷமம்: கரடுமுரடு, நேர்மை யின்மை, இடக்குச் செயல், துஷ்டச் செயல்.

வைஷம்மியம்: மாறுபாடு, பகைமை, குறும்புத்தனம், நேர்மையான காரணமின்றி வித்தியாசப்படுத்துதல்.

ஜ்வாலை: நெருப்பு.

ஜதை: இரட்டை, ஒப்பு, பல உருப்படிகள் சேர்ந்த முழுத்தொகுதி.

ஜலபானம்: நீர் பருகுதல்.

ஜலம்: நீர்.

ஜவாப்: இருபக்கமும் ஒத்திருத்தல், விடை.

ஜனானா: மகளிர் வசிக்குமிடம், அந்தப்புரம்.

ஜாவளி: இசைப்பாட்டு வகை.

ஜீவன்: உயிர், உயிர் வாழ்பவர் அல்லது உயிர் வாழ்தல், உயிரோட்டம், ஆற்றல்.

ஜோடு: இணை, செருப்பு வகை.

ஸ்தானம்: நிலை, இடம், பதவி.

ஸ்திரம்: உறுதி, வலிமை, உரம்.

ஸ்திரீ: பெண்.

ஸ்தோத்திரம்: புகழ்ச்சி, வணக்க மொழி.

ஸ்நானம்: குளியல்.

ஸ்வபாவம்: நடத்தையின் அல்லது பண்பின் பொதுவான இயல்பு.

ஸங்கீர்த்தனம்: புகழ்தல்.

ஸதா: எப்பொழுதும்.

ஸதிபதி: கணவன் மனைவி.

ஸமாராதனை: பார்ப்பனர்களுக்கு உணவளிக்கும் சடங்கு.

ஸமானஸ்தர்: வயது முதலிய வற்றில் ஒத்தவர்.

ஸர்வதா: எப்பொழுதும், எவ்வகையிலும்.

ஹானி: கேடு.

க்ஷயரோகம்: காசநோய்.

க்ஷேமத் தண்டுலம்: மாப்பிள்ளை வீட்டார் திருமணத்திற்கு வந்த வுடன் பெண்வீட்டார் மாப்பிள்ளை வீட்டுக்காரர்க்கு எடுத்தனுப்பும் உணவுப் பண்டமாகிய சிறப்பு, பயணம் செய்யும்போது முன் னெச்சரிக்கையாகக் கொண்டு செல்லும் அரிசியும் பருப்பும்.

க்ஷேமம்: சேமம். நல்வாழ்வு, இன்பம்.

●

(குறிப்பு: சென்னைப் பல்கலைக்கழகம் வெளியிட்டுள்ள 'தமிழ் லெக்சிகன்' தொகுதிகளும் 'க்ரியாவின் தற்காலத் தமிழ் அகராதி'யும் சொற்பொருளுக்குப் பயன்படுத்தப்பட்டுள்ளன.)

❖

8. தலைப்பகராதி

(பக்க எண்ணும் கதை எண்ணும்)

1. அடி மறந்தால் ஆழம் / 327 (54)
2. அடிமைப் பயல் / 85 (5)
3. அர்ச்சனை ரூபாய் / 511 (86)
4. அனார்கலி / 191 (27)
5. ஆமிரபாலி / 295 (48)
6. ஆற்றாமை / 543 (92)
7. இந்தத் தலைமுறை / 527 (89)
8. இயற்கையின் வெற்றி / 359 (60)
9. இரண்டாம் தலைதீபாவளி / 377 (63)
10. இரண்டு பாசங்கள் / 446 (74)
11. இருளிலிருந்து / 263 (41)
12. இன்பத் தொல்லை / 463 (77)
13. உண்மைக் கதை / 382 (64)
14. உயிரின் அழைப்பு / 147 (19)
15. எதிரொலி (2) / 493 (82)
16. எதிரொலி / 245 (37)
17. எவன் பிறந்திருக்கின்றானோ? / 459 (76)
18. என்ன அத்தாட்சி? / 299 (49)
19. என்ன தைரியம்? / 143 (18)
20. என்ன நெருக்கடியோ? / 287 (46)
21. என்ன வேண்டும்? / 417 (69)
22. ஒரு 'வேலையில்லா' மூளை / 109 (11)
23. கதைக்காரன் கர்வம் / 156 (21)
24. கவி வேண்டிய பரிசு / 139 (17)
25. கனகாம்பரம் / 160 (22)
26. காசி யாத்திரை / 569
27. காணாமலே காதல் / 214 (31)
28. காதல் நிலை / 257 (40)
29. காதலே சாதல் / 129 (15)
30. காமுவின் கதை / 94 (7)
31. குந்தவையின் கைதி / 205 (29)
32. குந்துமணி / 89 (6)
33. குரலும் பதிலும் / 308 (51)
34. குழந்தைகள் கொலு / 516 (87)
35. சந்திப்பு / 365 (61)
36. சபரியின் பிரேமை / 552 (94)
37. சிதையருகில் / 236 (35)
38. சிறிது வெளிச்சம் / 392 (66)
39. சிறு கதை / 115 (13)
40. சோகத்தின் முன்னிலையில் / 313 (52)

41. தங்காத்தா / 556 (95)	70. மனக்கோட்டை / 106 (10)
42. தமிழ் மங்கை / 437 (72)	71. 'மனம் வெளுக்க' / 505 (85)
43. தவறுகளோ, தன்மைகளோ! / 336 (56)	72. மன்னிப்பு / 282 (45)
44. தனபாக்கியத்தின் தொழில் / 80 (4)	73. மின்னக்கலை / 185 (26)
45. தனயன் / 271 (43)	74. முன் தலைமுறை / 521 (88)
46. தாய் / 276 (44)	75. மூன்று உள்ளங்கள் / 532 (90)
47. தாயாரின் திருப்தி / 77 (3)	76. மோகனச் சிரிப்பு / 560 (96)
48. தித்திப்பு / 401 (67)	77. மோகினி மாயை / 475 (79)
49. தியாக விக்கிரகம் / 178 (25)	78. யார்மேல் பிசகு? / 409 (68)
50. திரை / 266 (42)	79. ராஜத்தின் காதல் / 111 (12)
51. திரைக்குப் பின் / 372 (62)	80. ராஜபிகூழணி / 250 (38)
52. துரோகமா? / 319 (54)	81. ராஜயோகம் / 389 (65)
53. தை முதல் தேதி / 343 (53)	82. ராஜேந்திரன் கனவு / 219 (32)
54. நடுத்தெரு நாகரிகம் / 352 (59)	83. லட்சிய வீரன் / 487 (81)
55. நினைவுமுகம் மறக்கலாமோ? / 290 (47)	84. லட்சுமி / 572
56. நூர் உன்னிஸா / 70 (2)	85. வயது வந்துவிட்டது / 538 (91)
57. பண்ணைச் செங்கான் / 102 (9)	86. வாழ்க்கைக் காட்சி / 231 (34)
58. பழகின தோஷம் / 431 (71)	87. வாழ்க்கைக்கே ஒரு நாள் / 469 (78)
59. பாட்டியின் ஆதங்கம் / 210 (30)	88. விசாலாகூஷி / 63 (1)
60. பாப்பாவின் சங்கிலி / 498 (83)	89. விடியுமா? / 224 (33)
61. பார்வதியின் தவம் / 502 (84)	90. விபரீதக் காதல் / 348 (58)
62. பிராப்தம் / 424 (70)	91. வீரம்மாளின் காளை / 135 (16)
63. புதிர் / 198 (28)	92. வீழ்ச்சி / 172 (24)
64. புரியும் கதை / 166 (23)	93. வெள்ளைக்காரச்சி / 255 (39)
65. புனர் ஜன்மம் / 121 (14)	94. வெற்றிக்குப் பின் / 483 (80)
66. பெண்மனம் / 240 (36)	95. வேறு நினைப்பு / 440 (73)
67. பெற்ற மனம் / 451 (75)	96. வைர மோதிரம் / 305 (50)
68. மகாபோதம் / 333 (55)	97. ஸ்டுடியோ கதை / 152 (20)
69. மதுரா விஜயம் / 549 (93)	98. ஸம ஆராதனை / 99 (8)